அலெக்சேய் தல்ஸ்தோய்

அக்கினிப் பரீட்சை

மூன்றாம் பாகம்
சோகம் சூழ்ந்த காலை நேரம்

தமிழில்: ரகுநாதன்

விலை : ரூ.3,000/- (3 தொகுதிகள்)

மின்னங்காடி

பதிப்பக வெளியீடு - 70

அக்கினிப் பரீட்சை - நாவல் (தொகுதி 3)

ஆசிரியர் : அலெக்சேய் தல்ஸ்தோய்
முதல் பதிப்பு : 2024

வெளியீடு : மின்னங்காடி பதிப்பகம்
24, அண்ணா 3-வது குறுக்குத் தெரு,
அவ்வை நகர், பாடி, சென்னை - 50.

Rs.3,000/- (3 Volumes)

Akkinip pareetchai - Novel - (Volume 3)

Author : Alexei Tolstoy
First Edition : 2024

Published by : Minnangadi Publications
24, Anna 3rd Cross Street,
Avvai Nagar, Padi, Chennai - 50.
Website : www.minnangadi.com
Mail :minnangadipublications@gmail.com
Phone : 72992 41264
ISBN : 978-93-92973-70-3

> "வெற்றி கொண்டு வாழ்க,
> அன்றிக் கீர்த்தியோடு மடிக."
>
> - ஸ்வெதஸ்லாவ்[1]

1

ஆணும் பெண்ணுமாக இரு உருவங்கள் அந்த நெருப்பினருகே இருந்தன. ஸ்டெப்பி கடவிலிருந்து அவர்களது முதுகின்மேல் குளிர்காற்று வீசியது; அந்தக் காற்று நெடுநாட்களாய்த் தானியக்கதிரை இழந்துநின்ற கோதுமைத் தாள்களினூடே புகுந்து சீட்டி அடித்தது. அந்தப் பெண் தனது பாவாடையைக் காலின்மீது இழுத்துப் போர்த்திக்கொண்டு, கைகள் இரண்டையும் கோட்டின் கைகளுக்குள் நுழைத்துக்கொண்டாள். கண்கள் வரையிலும் இழுத்துவிட்டுக் கட்டியிருந்த அவளது கம்பளச் சால்வைக்கு மத்தியில் நேரான மூக்கும், இறுகமூடிய வாயும்தான் வெளியே தெரிந்தன.

அந்த நெருப்பு சிறிதாய் இருந்தது, வறட்டிகள்தான் அதில் எரிந்துகொண்டிருந்தன. பள்ளத்தின் அருகில் பசு மாடுகள் தண்ணீர் குடிக்கும் நீர்த்தேக்கத்தின் அருகிலிருந்துதான் அந்த மனிதன் அந்தச் சாண வறட்டிகளைப் பொறுக்கிக் கொண்டு வந்திருந்தான். காற்று வரவர பலமாக வீசத் தொடங்கியதால், அவர்கள் பாடு சங்கடமாகத்தான் இருந்தது.

"இயற்கையின் அழகைக் கண்டு ரசிப்பதென்றால், கட்டைகள் வெடித்து எரியும் கணப்பு நெருப்பின் அருகே உட்கார்ந்து, சோர்ந்த முகத்தோடு ஜன்னல் வழியே பார்க்க வேண்டும். ஆனால், இந்தப் பயங்கரமான ஸ்டெப்பி

---

1. ஸ்வெதஸ்லாவ் (சுமார் 942-973) - கீவ் ராஜ்யத்தின் இளவரசர். துணிவாற்றல் மிக்க வீரர் எனப் பெயர் பெற்றவர். (மொ-ர்)

அலெக்சேய் தல்ஸ்தோய் ▲ 3

வெளியில் இருந்துகொண்டா? கடவுளே இது மகா மோசமானது!”

அந்த மனிதன் தாழ்ந்த குரலில், அவ்வாறு பேசினான்; என்றாலும், அந்தப் பேச்சில் வேண்டாவெறுப்பான ஒரு திருப்தியுணர்ச்சியும் இருக்கத்தான் செய்தது. அந்தப் பெண் தன் முகத்தை அவன் பக்கமாகத் திருப்பினாள்; எனினும், தன் வாயைத் திறக்கவில்லை. காலியான பசி வயிற்றோடு அவள் நெடுந்தூரம் நடந்துவந்ததால் களைத்துப் போயிருந்தாள். அதிலும் சளசளவென்று பேசும் அந்த மனிதன், அவளது அந்தரங்க எண்ணங்களையெல்லாம் திருப்தியின்பத்தோடு ஊகம் பண்ணிக்கொள்வதையும் கண்டு அவள் சலித்துப் போயிருந்தாள். அவள் தன் தலையை லேசாக உலுக்கி நிமிர்த்தியவாறே, தனது கண்களுக்கு மேல் தொங்கிக் கொண்டிருந்த கம்பளிக்குக் கீழாகப் பார்த்தாள். தூரத்தில் தெள்ளத்தெளிவற்றுத் தெரிந்த குன்றுகளுக்கப்பால் இலையுதிர்கால அஸ்தமனவேளையில் மங்கிய ஒளி மூட்டம் பரவியிருந்தது; அஸ்தமனவேளையின் அந்திமப் பிரகாசம் இருண்டுகிடந்த வான மண்டலத்தில், ஒரு சிறு கோடாய்த் தெரிந்தது; மற்றபடி, அந்த வெம்பரப்பான ஸ்டெப்பி வெளியின்மீது அந்த ஒளி படியவே இல்லை.

“தார்யா திமீத்ரியெவ்னா, நாம் இப்போது சில உருளைக்கிழங்குகளைச் சுட்டுத் தின்று மனதுக்கும் உடலுக்கும் மகிழ்ச்சி ஊட்டுவோம். கடவுளே, நான் மட்டும் இல்லாது போயிருந்தால், நீங்கள் என்னதான் பண்ணியிருப்பீர்கள்?”

அவன் கீழே குனிந்து வறட்டிகளில் கனமானவற்றைப் பார்த்துப் பொறுக்கியெடுத்து, அவற்றை அப்படியும் இப்படியும் திருப்பிப் பார்த்துப் பரிசோதித்துவிட்டு நெருப்புக் கங்குகளின் மீது போட்டான். பின்னர் அவன் அந்தக் கங்குகளைக் கிளறிக் குழிபறித்தான், தனது கம்பளிக் கோட்டுப் பைகளிலிருந்து சில உருளைக் கிழங்குகளை வெளியே எடுத்தான்; பின்னர் அவற்றை அந்தக் கங்குகளுக்குள் புதைத்துவைத்தான். அவனது

சிவந்த முகத்தில் அதீதமான நரிக் குணத்தையோ அல்லது புத்திசாலித்தனத்தையோ பிரதிபலிக்கக் கூடிய ஒரு முகபாவம் குடிகொண்டிருந்தது; அவனது தடித்த மூக்கின் முனை மட்டும் தட்டையாக இருந்தது; அத்துடன் அவன் முகத்தில் கலைந்து வளர்ந்த மீசையும் சின்னத் தாடியும் தென்பட்டன; எப்போது பார்த்தாலும் அவன் தன் உதடுகளைச் சப்புக் கொட்டிக் கொண்டேயிருந்தான்.

"தார்யா திமீத்ரியெவ்னா, நான் உங்களைப் பற்றித்தான் நினைத்துக் கொண்டிருக்கிறேன்" என்றான் அவன். "உங்களிடம் முரட்டுத்தனம் கொஞ்சந்தான்; வாழ்க்கையின் மீது உங்களுக்குள்ள பிடிப்பு ரொம்பவும் பலவீனமானது; உங்கள் நாகரிகம்கூட மேம்போக்கானதுதான், அதிலே ஆழமில்லை, அருமைப் பெண்ணே. நீங்கள் ஓர் இனிமையான சிவந்த ஆப்பிள் பழம்; என்றாலும் பூரணமாகப் பழுக்காதது."

இவ்வாறு பேசிக்கொண்டே, அவன் அந்த உருளைக் கிழங்குகளைப் புரட்டிச் சுட்டான்; அவர்கள் வரும் வழியிலே தென்பட்ட ஒரு ஸ்டெப்பிக் கிராமத்திலுள்ள காய்கறித் தோட்டத்திலிருந்துதான் அவன் அந்த உருளைக் கிழங்குகளைத் திருடிக் கொண்டு வந்திருந்தான். நெருப்பின் வெப்பத்தால் அவனது தடித்த நாசித் துவாரங்கள் பளபளத்தன; அவன் மூக்கை நன்றாகச் சுழித்தான். அவன் பெயர் குஸ்மா குஸ்மீச் நெபேதவ். அவனது சளசளத்த பேச்சையும், அடுத்தவரின் அந்தரங்கத்தை அறிந்து ஊகித்துக் கொள்வதையும் கண்டு, தாஷாவுக்குப் போதும் போதுமென்றாகிவிட்டது.

அவர்கள் இருவரும் சில தினங்களுக்கு முன்னர்தான் ரயில் பிரயாணத்தின்போது அறிமுகமானார்கள். அவர்கள் வந்துகொண்டிருந்த ரயில் ஒரு விசித்திரமான கால அட்டவணைப்படி, விசித்திரமான மார்க்கத்தில் வந்துகொண்டிருந்தது. ஆனாலும், அந்த ரயிலை வெள்ளை ராணுவக் கசாக்குகள் தடம்புரட்டி விட்டார்கள்.

தாஷா அந்த ரயிலின் கடைசி வண்டியில்தான் வந்து

அலெக்சேய் தல்ஸ்தோய் ▲ 5

கொண்டிருந்தாள்; அந்த வண்டி தண்டவாளத்தை விட்டுத் தடம்புரண்டு விடவில்லை. என்றாலும், அந்த வண்டியின்மீது இயந்திரத் துப்பாக்கியின் குண்டுகள் வந்து தாக்கின; எனவே, அதிலிருந்து பிரயாணிகள் எல்லோரும் ஸ்டெப்பிவெளியை நோக்கி ஓடினார்கள். ஏனெனில், அந்தக் காலத்தில் பிரயாணிகள் இத்தகைய சந்தர்ப்பங்களில் கொள்ளைக்கும் கொடுமைக்கும் வழக்கமாக ஆளாகி வந்தார்கள்.

குஸ்மா குஸ்மீச் ரயிலிலிருந்தபோதே, தாஷாவைக் கண்டுகொண்டுவிட்டான்; அவள், அவனோடு போதுமான அளவுக்கு உரையாடுவதில் அக்கறை காட்டாவிட்டாலும்கூட, ஏதோ ஒரு காரணத்தால் அவனுக்கு அவள்மீது ஓர் ஈடுபாடு ஏற்பட்டுவிட்டது. பின்னரோ, வெட்டவெளி வெம்பரப்பான ஸ்டெப்பி நிலத்தில் அதிகாலைப் பொழுதில் தன்னந்தனியாக நிற்க நேர்ந்தபோதோ, தனது நிராதரவான நிலையின் காரணமாக, தாஷா தானாகவே போய் அவனோடு ஒட்டிக்கொண்டு விட்டாள். அவளது நிலைமை மிகவும் பரிதாபகரமாக இருந்தது. தடம்புரண்டு விழுந்து கிடந்த ரயிலின் அருகிலிருந்து கூச்சலும் குண்டுகளின் முழக்கமும் கேட்டன. பின்னரோ தீப்பிழம்புகள் வெடித்துக் கிளம்பின; அந்தத் தீநாக்குகளோ, அங்கிருந்த நெடிய முட்செடிகளிலும், பனிபடிந்த காஞ்சிரைச் செடிகளிலும் தாவின; எனவே, அந்தச் செடிகளின் கரிய நிழல்கள் தரைமீது விழுந்து பரவிக்கொண்டே வந்தன. இத்தகைய நிலையில் திக்குத் தேசாந்திரம் தெரியாத அத்துவானக் காட்டில், தாஷா எங்கேதான் போவாள்?

பசிய நிறமாகப் புலர்ந்துவரும் அருணோதயப் பொழுதிலே, குஸ்மா குஸ்மீச் வழிகாட்டிக் கொண்டு தாஷாவுடன் நடந்துவந்தான். அவர்கள் நடந்துவந்த திசையில் எங்கிருந்தோ சமையற்கட்டுப் புகைபோக்கிகள் வழியே நறுமணம் மிதந்துவந்தது. குஸ்மா குஸ்மீச் ஏதேதோ வார்த்தைகளைச் சொல்லியபடி, அவன் பாட்டுக்குப் பேசிக்கொண்டே வந்தான்: "அழகியே! நீங்கள் பயப்படுவது

மட்டுமல்லாமல், நீங்கள் சந்தோஷமாகவும் இல்லை என்று எனக்குத் தெரிகிறது. எனக்கும்தான் எவ்வளவோ தொல்லைகள், துன்பங்கள் ஏற்பட்டுள்ளன. என்றாலும் நான் என்றுமே மனச்சஞ்சலத்துக்கு ஆளானதில்லை; அதிலும் அலுத்துச் சலித்துப் போவதை நான் அறிந்ததே இல்லை. நான் ஒரு பாதிரியாக இருந்தேன்; ஆனால் தன்னிச்சையாகச் சிந்தித்ததன் விளைவாக, நான் மொட்டை அடிக்கப்பட்டு ஒரு சாமியார் மடத்தில் அடைத்து வைக்கப்பட்டேன். இப்போதோ நான் காற்று மாதிரி சுதந்திரமாக அலைகிறேன்; உலகம்தான் எனக்கு வீடுவாசல் எல்லாம். படுத்துத் தூங்க கதகதப்பான ஒரு படுக்கை, அமைதியான விளக்கு ஒன்று, சுவரிலே அலமாரி நிறையப் புத்தகங்கள். இவ்வளவும் இருந்தாலும், இவ்வளவையும் பெற்ற மனிதனுக்கு ஆனந்தம் என்பது என்னவென்று என்றுமே தெரியப் போவதில்லை. அத்தகைய மனிதர்களெல்லாம் ஒவ்வொரு நாளும் விடிந்தால் ஆனந்தம் பிறக்கும் என்று எப்போதும் காத்துக் கொண்டேயிருப்பார்கள்; கடைசியிலே ஒருநாள் அவர்களுக்கு இருந்த கதகதப்பான படுக்கையும் போய்விடும்; நாளை நாளையென்று எதிர்பார்த்ததும் போய்விடும். அத்தகையவர்களுக்கு அழுகையையும் முனகலையும் தவிர, வேறு எதுவும் மிஞ்சி நிற்பதில்லை. ஆனால் நானோ, ஸ்டெப்பிவெளியிலே நடக்கிறேன். புதிதாகச் சுட்டெடுக்கப்படும் ரொட்டியின் மணத்தைச் சுவாசிக்கிறேன். அதாவது, இன்னும் சிறிதுநேரத்திலே ஒரு பண்ணை வீடு என் கண்ணில்படும் என்பதை அறிகிறேன். நாய்கள் குரைப்பதையும் நாம் கேட்போம். அட, கடவுளே! அதோ சூரியன் உதயமாகிவரும் அழகைப் பாரேன்! என் பக்கத்தில் நடந்துவரும் பெண்ணோ, தேவகன்னி மாதிரி இருக்கிறாள். என் உள்ளத்திலே பரிவையும் இரக்கத்தையும் எழுப்புகிறாள். குதிரைக்குட்டி மாதிரி நான் துள்ளியோட வேண்டும் என்ற விருப்பத்தைத் தூண்டுகிறாள். நான் யார்? நான் தான் மனிதர்களிலேயே சந்தோஷம் மிக்கவன். என் பாக்கெட்டுக்குள் நான் எப்போதும் ஒரு சின்னப் பையில் உப்பைக் கட்டி வைத்திருப்பேன்.

அலெக்சேய் தல்ஸ்தோய் ▲ 7

எங்கேயாவது ஒரு தோட்டத்திலிருந்து நான் எப்படியாவது சில உருளைக்கிழங்குகளைத் தட்டிக்கொண்டு வந்து விடுவேன். அப்புறம் என்ன? உணர்ச்சிகள் முட்டி மோதிக் கொண்டிருக்கும் நானாவிதமான தோற்றம் கொண்ட உலகம்தான். தார்யா திமீத்ரியெவ்னா, நமது நாட்டின் அறிவாளிகளின் தலைவிதியைப் பற்றி நான் நிறையச் சிந்தித்துப் பார்த்துவிட்டேன். இதுவெல்லாம் ருஷ்ய பாணியில் இல்லை என்று நான் சொல்லத்தான் வேண்டும். அதனால் காற்று அடித்ததுதான் தாமதம், அவர்களெல்லாம் காணாமல் பறந்துபோய் விட்டார்கள். மிஞ்சியிருப்பதோ, வெற்றுச் சூன்யம்தான். ஆனால் மொட்டையடிக்கப்பட்ட நானோ, வானம்பாடி மாதிரி ஆனந்தமாக இருக்கிறேன். இவ்வாறே என்றென்றும் இருந்துவிட்டுப் போகவும் நான் விரும்புகிறேன்."

அவன் மட்டும் இல்லாது போயிருந்தால், தாஷா அழிந்தே போயிருப்பாள். ஆனால், அவனோ எந்த நிலைமையிலும் உற்சாகமாகவே இருப்பான் என்று தோன்றியது. பொழுது விடிந்த தருணத்தில், நடையாய் நடந்துவந்த அவர்கள் இருவரும் ஒரு குடிசையைக் கண்டார்கள். மரங்களற்று வெட்டவெளியாய்க் கிடந்த ஸ்டெப்பிப் பரப்பில் அந்தக் குடிசை தன்னந்தனிமையில் நின்றது. அதன் குதிரை லாயம் காலியாகக் கிடந்தது. அந்தக் குடிசையின் களிமண் சுவர்களின் மேலிருந்த கூரை கருகிப் போயிருந்தது. அங்கே தென்பட்ட ஒரு கிணற்றுக்கருகில் கோபம் மிகுந்த முகமும், நரைத்த தலையும் கொண்ட ஒரு கசாக்கு, கையிலே ஒரு துப்பாக்கியை ஏந்தியவாறு எதிர்ப்பட்டான். கோபத்தால் நெரிந்து சுருங்கிய அவனது புருவங்களுக்குக் கீழே மூர்க்க வெறியால் பளபளக்கும் கண்கள் இருந்தன. அவன் அவர்களை வெளியே போய்விடுமாறு அதட்டினான். ஆனால், குஸ்மா குஸ்மீச்சோ அந்தக் கிழவனைச் சீக்கிரத்திலேயே சரிக்கட்டிவிட்டான்:

"சொல்லு தாத்தா! சொல்லு!" என்று அவன் பேசத் தொடங்கினான்; "அட, என் அருமைத் தாய்நாடே! நாங்கள் புரட்சியிலேயிருந்து தப்பி, இரவும் பகலுமாக,

புண்பட்ட காலோடும், வறண்டுபோன தொண்டையோடும் ஓடோடி வருகிறோம். நாங்கள் என்ன செய்ய முடியும்? வேண்டுமானால் எங்களைச் சுட்டுத் தள்ளிவிடு, சுட்டுத் தள்ளு! எப்படியானாலும் எங்களுக்கு இப்போது போவதற்கு வேறு புகலிடமே இல்லை!"

உண்மையில் அந்தக் கிழவன் கொடியவனல்ல. அவனிடம் கோபத்தைவிட, பரிவுணர்ச்சிதான் அதிகமாக இருந்தது. அவனது புத்திரர்களையெல்லாம் மாமன் தவின் படையில் சேர்த்துக் கொண்டுவிட்டார்கள். மருமகள்கள் இரண்டுபேரும் பண்ணை வீட்டை விட்டுவிட்டு, கசாக்குக் கிராமத்துக்குப் போய்விட்டார்கள். அந்த வருடத்தில் கிழவனால் நிலத்தைக் கொஞ்சம்கூட உழமுடியவில்லை. செஞ்சேனையினர் அந்த வழியாகச் சென்றார்கள்; அவனிடமிருந்த ஒரே ஒரு குதிரையையும் அவர்கள் கொண்டுபோய் விட்டார்கள்.[2] வெள்ளை ராணுவத்தாரும் வந்தார்கள்; அவர்களும் அவனது கோழிகளையெல்லாம் பறித்துக்கொண்டு போய் விட்டார்கள். இப்போதோ அவன் மட்டும் அந்தக் குடிசையில் இருந்தான். இப்போது அவனிடம் மிஞ்சியிருப்பதெல்லாம், பூஞ்சை பூத்துப்போன ஒரு துண்டு ரொட்டியும், சென்ற வருடத்தில் மிஞ்சிப்போன கொஞ்சம் புகையிலையும்தான்.

அவர்கள் இருவரும் அங்கே பகல் பொழுது முற்றும் தங்கினார்கள்; பொழுதுசாய்ந்த பிறகு த்ஸாரீத்ஸினை நோக்கிப் புறப்பட்டார்கள். அங்கு போய்விட்டால், அங்கிருந்து தென்திசை நோக்கிப் போவது சுலபமாக இருக்குமென்ற நம்பிக்கை அவர்களுக்கு. அவர்கள் இரவெல்லாம் நடந்தார்கள்; பகல் நேரத்திலே சென்ற வருடத்தில் சேகரித்துவைத்த வைக்கோற்போர்கள் எங்காவது தென்பட்டால், அதிலே போய் படுத்துத் தூங்கினார்கள். குஸ்மா குஸ்மீச் மக்கள் நிறைந்த

---

2. இராணுவச் சட்டப்படி போர்க்காலத்தில் இராணுவத்திற்குத் தேவையான குதிரைகளை கிராமப்புறங்களிலிருந்து எடுத்துச்சென்றனர். – (ப–ர்)

பகுதிகளையே தவிர்த்துவந்தான். ஒருநாள் ஒரு வெள்ளைக்கல் குன்றின்மீது ஏறி நின்றுகொண்டு, கீழே தெரியும் நீளமான ஓர் ஏரியின் கரைகளிலும் இஷ்டப்படி கட்டப்பட்டிருந்த வெள்ளைக் குடிசைகளை அவன் பார்த்தான். பார்த்துவிட்டுக் கூறினான்:

"இந்தக் காலத்திலே, கும்பலுக்குள் சேர்ந்துள்ள மனிதன் ஆபத்தானவனாக, குறிப்பாகத் தனக்கு என்ன வேண்டும் என்று தெரியாதவர்களுக்கு ஆபத்தானவனாக இருக்கக் கூடும். தமக்கு எது தேவை என்பதைத் தெரிந்துகொள்ளாத மக்களைப் புரிந்து கொள்ளவும் முடியாது; மற்றவர்களும் அவர்களைச் சந்தேகக் கண்ணோடுதான் பார்ப்பார்கள். தார்யா திமீத்ரியெவ்னா, ருஷ்யர்கள் உணர்ச்சிமிக்கவர்கள், தன்னம்பிக்கைக்காரர்கள். தங்களது பலத்தைச் சரியாகத் தெரிந்துகொள்ளாதவர்கள். நீங்கள் அவர்களிடம் ஒரு காரியத்தை ஒப்படைத்தால் - அந்தக் காரியம் அவர்களது சக்திக்கு அப்பாற்பட்டதென்றாலும், அது ஒரு நல்ல காரியமாக இருந்தால் - அவர்கள் உங்கள் முன்னால் நன்றியுணர்ச்சியோடு தலை பணிவார்கள். ஆனால், அதோ தெரிகிறதே. அந்தக் கிராமத்துக்கு நீங்கள் போனால், அவர்கள் உங்களை என்னென்ன கேள்விகள் எல்லாம் கேட்பார்கள் தெரியுமா? படித்தவரான நீங்கள் அதற்கெல்லாம் என்ன பதில் சொல்லக்கூடும்? எந்த ஒரு விஷயத்திலும் நீங்கள் இன்னும் தேர்ந்து தெளிந்த முடிவுக்கு வரவில்லை என்பதைத்தான் நீங்கள் ஒப்புக் கொள்ள வேண்டியிருக்கும்."

"நீங்கள் என்னைக் கொஞ்ச நேரம்கூட தனியாக இருக்கவிட மாட்டீர்களா?" என்று தாஷா தணிந்த குரலில் சொன்னாள்.

விருப்பமின்மையாலும் கர்வத்தாலும் தன்னைப் பற்றிய விவரங்களையெல்லாம் குஸ்மா குஸ்மீச்சிடம் சொல்லக் கூடாது என்றுதான் அவள் முதலில் நினைத்திருந்தாள். ஆனால் அவனோ அவளிடம் பேச்சுக் கொடுத்துக் கொடுத்து, அவள் வாயிலிருந்து அனேகமாக எல்லா விஷயங்களையும் கொஞ்சங்கொஞ்சமாகக் கறந்து

விட்டான். அவளது தந்தை டாக்டர் புலாவின், அவளது கணவனான செஞ்சேனைத் தளபதி இவான் இலீச் தெலேகின், 'அழகும், அன்பும் உயர்ந்த உள்ளமும் படைத்த' அவளது அக்கா காத்யா ஆகிய எல்லோரைப் பற்றியும் அவன் தெரிந்து கொண்டுவிட்டான். ஒருநாள், அன்றைய அருமையான மாலை நேரத்தில் தாஷா வைக்கோல் போரின் மீது தூங்கிக் கழித்தாள்; நன்றாகத் தூங்கியெழுந்த பின்னர், அவள் ஆற்றுக்குச் சென்று கை கால் கழுவித் திரும்பினாள். பின்னர் அவள் தன் சால்வைக்கடியில் உலைந்து கலைந்து போயிருந்த தலையை சீப்பினால் நன்றாகச் சீவி வாரினாள்; அதன் பின் சிறிது சாப்பிட்டாள். அத்தகையதொரு ஆனந்த வேளையிலே, அவள் தன்னையுமறியாமல், தன்னைப் பற்றிய விவரங்களை எல்லாம் அவனிடம் சொல்லத் துணிந்துவிட்டாள்.

"பாருங்கள், எல்லாம் இப்படித்தான் ஆயிற்று. என்னால் சமாராவில் என் தந்தையுடன் இருந்து வாழவே முடியவில்லை. நீங்கள் என்னவோ என்னை ஒரு புல்லுருவி என்று கருதுகிறீர்கள். ஆனால் என்னைப் பற்றி நான் கொண்டிருக்கும் கருத்து உங்கள் கருத்தையும்விடப் படுமோசமானது, தெரியுமா? இருந்தாலும் தரங்கெட்டவளாகவோ அனைவரிலும் கீழ்ப்பட்டவளாகவோ என்னைப் பற்றி நானே நினைத்துக்கொள்ள முடியாது."

"புரிகிறது, புரிகிறது" என்று உதடுகளைச் சப்புக் கொட்டிக் கொண்டே பதிலளித்தான் குஸ்மா குஸ்மீச்.

"இல்லை. உங்களுக்குப் புரியாது" என்று நெருப்பைப் பார்த்துக் கண்களைச் சுருக்கிக்கொண்டே, தாஷா கூறினாள். "என்னை ஒரேஒரு நிமிஷம் பார்த்து விட்டுப் போவதற்காக, என் கணவர் தமது உயிரையே ஆபத்துக்குள்ளாக்கிக் கொண்டார். அவர் தைரியமும் பலமும் வாய்ந்தவர்; உறுதியான தீர்மானங்களுக்கு வரும் மனிதர் அவர். ஆனால் நானோ? என்னைப் போன்றவொரு உதவாக்கரைப் பிறவிக்காக, உயிரையே

ஆபத்துக்குள்ளாக்குவது பொருத்தம்தானா? அன்றிரவு நான் அவரைச் சந்தித்த பிறகு, நான் ஜன்னல் விளிம்பின் மீது தலையை முட்டி மோதிக்கொண்டேன். நான் என் தந்தையை வெறுத்தேன். எல்லாம் அவர் தவறுதான். அவரால் வந்த வினைதான். என் அக்கா காத்யாவை நாடி, நான் எகதிரின ஸ்லாவுக்குப் போவதென்று தீர்மானித்தேன். அவள் என்னைப் புரிந்துகொள்வாள்; எனக்கு உதவவும் செய்வாள். அவள் புத்திசாலி; யாழின் தந்தியைப்போல் தொட்டவுடனேயே உணர்ந்து கொள்ளக் கூடியவள் என் அருமைக் காத்யா! சிரிக்காதீர்கள்! நான் சாதாரணமான, தேவையான நல்ல காரியத்தைத்தான் செய்ய விரும்புகிறேன். அதுதான் எனக்கு வேண்டியது. ஆனால், எதனைக் கொண்டு எப்படித் தொடங்குவது என்பதுதான் எனக்குப் புரியவில்லை. தயவுசெய்து மீண்டும் புரட்சியைப் பற்றிப் பிரசங்கம் செய்யத் தொடங்கிவிடாதீர்கள்!'

"நான் ஒன்றும் உங்களுக்குப் பிரசங்கம் செய்யப் போவதில்லை. அருமைப் பெண்ணே! நீங்கள் சொல்வதைத்தான் நான் கவனமாய்க் கேட்டுக் கொண்டிருக்கிறேன். உங்களுக்கு என் இதயபூர்வமான அனுதாபம் உண்டு."

"இந்த 'இதயபூர்வத்தை' உங்களிடமே வைத்துக் கொள்ளுங்கள். சரி. அந்தச் சமயத்திலேதான் செஞ்சேனை சமாராவை நெருங்கிக் கொண்டிருந்தது. அரசாங்கமோ ஓடோடிப் போய்விட்டது! அது ஓர் அருவருக்கத்தக்க அலங்கோலம். என் தந்தை என்னையும் அவரோடு வந்துவிடச் சொன்னார். எனக்கும் அவருக்கும் இந்த விஷயத்தில் எவ்வளவு சண்டை நடந்தது தெரியுமா? அந்த வாக்குவாதத்திலே இரண்டுபேருமே அவரவர் இதயத்தில் புழுங்கிக் கொண்டிருந்ததையெல்லாம் அள்ளிக் கொட்டிவிட்டோம். என் தந்தையோ, இரகசியப் போலீசுக்கே தகவல் அனுப்பிவிட்டார். 'நீ பேசிய இந்தப் பேச்சுக்கு நீ தூக்கிலே தொங்க வேண்டும், பெண்ணே!' என்றார் அவர். ஆனால் போலீஸ்காரர்கள்

யாரும் வரலில்லை. எல்லோரும் அதற்குள் ஓடிப்போய் விட்டார்கள். என் தந்தையோ தமது தோல்பையை மட்டும் எடுத்துக்கொண்டு அவசர அவசரமாக வீட்டைவிட்டு ஓடினார். நான் அவரிடம் சொல்ல விரும்பிய எனது கடைசி வார்த்தைகளை, ஜன்னலின் வழியாகச் சத்தமிட்டுச் சொன்னேன். சொந்தத் தகப்பனைப் பகைத்துக் கொள்வதைப் போன்ற கசப்பான பகைமை வேறு இருக்க முடியாது! பிறகு, நான் என் தலைமீது ஒரு துண்டை எடுத்துப் போர்த்திக் கொண்டு, சோபாவிலே படுத்துக்கொண்டு அப்படி அழுது புலம்பினேன். அந்தக் கணத்திலேயே நான் என் கடந்தகால வாழ்விலிருந்து என்னை அறுத்துக் கொண்டுவிட்டேன்.'

இவ்வாறாக, அவர்கள் இருவரும் ஸ்டெப்பி வெளியின் வழியாக, உள்நாட்டுப் போரின் சுழலில் அகப்பட்டுத் தவித்த கிராமங்கள், சிற்றூர்களைத் தாண்டிக் கொண்டு நடந்தனர்; அவர்களது பாதையில் மனிதர்களைச் சந்திப்பதே அபூர்வமாக இருந்தது. அதனால் அந்த வட்டாரத்தில் நடந்த ரத்த பயங்கரமான நிகழ்ச்சிகளையும், ஆகஸ்ட் மாதம் பெற்ற தோல்விக்குப் பின்னர், எழுபத்தி ஐயாயிரம் பேரைக் கொண்ட பெரிய தோன் கசாக்குப் படைகள், த்ஸாரீத்ஸினை முற்றுகையிடுவதற்காக மீண்டும் படையெடுத்துச் சென்றுள்ளதையும் பற்றி எல்லாம் ஏதும் தெரியாது அவர்கள் நடந்துசென்றார்கள்.

குஸ்மா குஸ்மீச் நெருப்பின் சாம்பற்குவியலைக் கிளறி, அதிலே தான் புதைத்துவைத்த உருளைக் கிழங்குகளைத் தேடியெடுத்தவாறே சொன்னான்:

"தார்யா திமீத்ரியெவ்னா, உங்களுக்கு மிகவும் களைப்பாக இருந்தால், நாம் இன்றிரவு இங்கேயே தங்கி ஓய்வெடுத்துக் கொண்டு செல்லலாம். ஒன்றும் அவசரப்படத் தேவையில்லை. இந்த இடம் தங்குவதற்கு லாயக்கற்றது என்பது ஒன்றுதான் குறை. அந்த தேரிக் கடவிலிருந்து வீசும் காற்று நம்மைத் தூங்கவிடாது. நட்சத்திர வெளிச்சத்திலேயே கொஞ்சம் நடந்துபோய் விட்டால் நல்லது. ஆஹா! உலகம்தான் எவ்வளவு

அழகாக இருக்கிறது!" அவன் தனது குறுகுறுப்பு மிகுந்த சிவந்த முகத்தை வானை நோக்கித் திருப்பினான்; வானத்தின் நட்சத்திர மண்டலத்தில் எல்லாம் ஒழுங்கு குலையாமல் உருப்படியாய் இருக்கின்றனவா என்று பார்ப்பது போலிருந்தது அவனது பாவனை. 'அருமைப் பெண்ணே! இது அதிசயத்திலும் அதிசயமாக இல்லையா? நாம் இரண்டு பேரும், இங்கே இந்த நெடும் பரப்பில், சின்னஞ்சிறு வண்டுகள் பூமியின்மீது ஊர்ந்து போவது போலச் செல்வதும்; ஒன்றைவிட மற்றொன்று அதிசயமாகத் தெரியும் விதத்தில் அமைந்துகிடக்கும் பல்வேறு சம்பவத் தொகுதிகளையும் குறுகுறுப்பு மிகுந்த உள்ளத்தோடு கவனித்துக் கொள்வதும்; நம்மை எந்த விதத்திலும் கட்டுப்படுத்தாத நிலையில் நாம் பல்வேறு தீர்மானங்களுக்கு வருவதும்; நமது மனச்சாட்சிகளைக் கொஞ்சம்கூடக் குலைத்துக் கொள்ளாமல், நமது பசியையும் தாகத்தையும் தீர்த்துக் கொள்வதுமாகச் செல்கிறோம். ஊஹூம்! நாம் நமது பிரயாணத்தின் முடிவை அவ்வளவு சீக்கிரத்தில் எட்டிவிடாமல் இருந்தாலே நல்லது!"

அவன் தன் பாக்கெட்டிலிருந்து ஒரு சிறிய உப்புப் பொட்டலத்தை வெளியே எடுத்தான்; ஓர் உருளைக் கிழங்கைக் கையில் எடுத்து, சூட்டைக் குறைப்பதற்காக, அதனைக் கையில் மேலும்கீழும் போட்டுப் பிடித்துக் கொண்டே; சூடுபட்ட விரல்களை ஊதி அந்த உருளைக்கிழங்கை இரண்டாகப் பிளந்து அதனை தாஷாவின் கையில் கொடுத்தான்.

"நான் ஏராளமான புத்தகங்களைப் படித்து முடித்திருக்கிறேன். என்றாலும், அவையெல்லாம் மேலும் மேலும் என் மனத்தில் குழப்பத்தைத்தான் அதிகமாக்கி விட்டன. எனக்குச் சிறைக்கூடம்போல் தோன்றிய அந்தச் சாமியார் மடத்திலிருந்து, புரட்சி என்னை விடுதலை செய்தது; உலகத்தின் மத்தியிலே குண்டுக் கட்டாய்த் தூக்கியெறிந்துவிட்டது. என்னைக் கைது செய்து இரண்டு வாரமாகச் சிறையில் வைத்திருந்தானே, சராதவ் மாவட்ட போலீஸ் அதிகாரி - அவன் மிகவும் புத்திசாலி. அவன்

தன் கைப்படவே எனக்கு ஓர் அடையாளச் சீட்டு எழுதிக் கொடுத்தான். அதில் அவன் என்ன எழுதி இருந்தான் தெரியுமா? தொழில் - புல்லுருவி; கல்வி - போலி விஞ்ஞானம்; கொள்கைகள் - அப்படி ஏதும் இல்லை! இவ்வாறுதான் எழுதினான். என்றாலும், தார்யா திமீத்ரியெவ்னா, இந்தச் சிறு உப்புப் பொட்டலத்தைத் தவிர, நான் ஏதுமில்லாமல் முழுக்க முழூக்கச் சுதந்திர மனிதனாய் வெளியே வந்தபோது வாழ்க்கையின் அதிசயத்தைப் புரிந்து கொண்டுவிட்டேன். எனது மூளையைப் போட்டு மேலும் மேலும் குழப்பிக்கொண்டிருந்த எனது உதவாக்கரைக் கல்வியறிவு, மெல்லமெல்ல என்னைவிட்டு நழுவத் தொடங்கியது; என்றாலும், அந்தக் கல்வியறிவின் சிற்சில அம்சங்கள் எனக்குப் பண்டமாற்றுப் பொருளாகப் பயன்பட்டு, சமயங்களில் கைகொடுத்து உதவவும் செய்தன. உதாரணமாக, நான் படித்து வைத்திருந்த கைரேகைச் சாத்திரத்தின் புண்ணியத்தால்தான், என் வசமுள்ள உப்புப் பொட்டலத்தை மீண்டும்மீண்டும் நிரப்பிக்கொள்ள முடிந்தது."

தாஷா அவன் பேசுவதைக் கேட்கவில்லை. அவளுக்கு வாய்விட்டு அழவேண்டும் போலிருந்தது. கோதுமைத் தாள்களினூடே சோக ஒலி தோன்ற, விக்கிவிக்கிக் கீச்சுக்குரலில் அந்த நிராதரவான காற்று வீசிக் கொண்டிருந்தது. எனவே, அவள் தன் முகத்தை அடிக்கடி திருப்பித்திருப்பி, அந்த மங்கிக் கறுத்துக் கொண்டிருந்த அஸ்தமன வானத்தைப் பார்த்தாள். தெலேகினையும், காத்யாவையும், ஏன், தன்னையுமே தேடியலைய முனைந்திருக்கும் அந்தப் பயணப் பாதை எல்லையற்று, இறுதியற்று நீண்டும் பரந்தும் கிடப்பதை அவள் எண்ணிப் பார்த்தபோது, அவளது இதயத்தில் பெரும் நிராதரவுணர்ச்சி தோன்றியது. கடந்த காலமாக இருந்திருந்தால், அந்தப் பரந்துவிரிந்த, குளிர்ந்த ஸ்டெப்பி வெளியிலே சின்னஞ்சிறியவளாக, ஆதரவற்றவளாக இருந்திருந்தால், அப்போது தன்மீதே தான் கழிவிரக்கம் கொள்ள நேரும் அந்த நிலைமையிலேகூட ஓர் ஆனந்தம் கண்டிருப்பாள்; திருப்திப்பட்டிருப்பாள். ஆனால்,

இப்போதோ, இனிமேல் அது நடக்காது. அவள் குஸ்மா குஸ்மீச்சிடமிருந்து உருளைக்கிழங்கை வாங்கி, அதனைத் தனது கண்ணீரால் கழுவி, கண்ணீரோடு கலந்து கொஞ்சம்கொஞ்சமாகத் தின்றாள். அந்தச் சமயத்தில் தான் பெத்ரொகிராதில் இருந்த காலத்தில் காத்யா எழுதிய ஏதோ ஒரு கடிதத்தில், சில வார்த்தைகளை நினைவுகூர்ந்தாள்: "இறந்த காலம் அழிந்துவிட்டது; என்றென்றைக்கும் அழிந்தே போய்விட்டது, தாஷா!"

"தார்யா திமீத்ரியெவ்னா, நமது படித்த வர்க்கத்தார்கள் இருக்கிறார்களே, இவர்கள் எதார்த்தமான வாழ்க்கையோடு எந்தவிதமான ஒட்டும்உறவும் இல்லாமலிருப்பது ஒருபுறம் இருக்கட்டும்; ஆனால் அர்த்தமற்ற ஆரவாரமும், எதற்கும் பணிந்துகொடுக்காத முறையற்ற செயலும் விபச்சாரக் குணக்கேடும் இருக்கின்றதே, அதுவும் அவர்கள் செய்யும் பாவச் செயல்களில் ஒன்றுதான். நமது ஊழியர்கள் நடந்து செல்லும் அழகை நீங்கள் எப்போதாவது கவனித்திருக்கிறீர்களா? நெருப்பின்மீது நடப்பது மாதிரி கால் தரையிலே பட்டும்படாமலும் நடந்துசெல்லும் நமது மிதவாதிகள் யாரையேனும் பார்த்திருக்கிறீர்களா? அதைப் பார்த்தால், எங்கே இவர் இவ்வளவு அவசரமாகச் செல்கிறார் என்ற எண்ணம் உங்களுக்கு எழாமற் போகாது."

இந்தத் தொணதொணக்கும் பிறவி சளசளவென்று பேசி, பெருமையடித்துக்கொள்வது நிற்காது போலிருக்கிறது.

"இல்லை. நாம் புறப்பட வேண்டியதுதான்!" என்று சொல்லிக்கொண்டே, தாஷா தனது சால்வையைக் கழுத்தின்மீது மேலும் நன்றாக இறுக்கிக் கட்டிக் கொண்டாள். குஸ்மா குஸ்மீச், அவளைக் குறுகுறுத்த கண்களோடு கூர்ந்துபார்த்தான். திடீரென்று, தேரிக் கடவின் கருக்கிருட்டில் மின்வெட்டுபோல் பளிச் பளிச்சென்று வெளிச்சம் தோன்றியது; அதன்பின்னர் துப்பாக்கி வேட்டுக்களின் சப்தம் கடவின் சுவர்களில் மோதி எதிரொலித்தது.

அந்தத் துப்பாக்கி வேட்டுச் சப்தம் கேட்டு முடிந்ததும், ஆளரவமற்றுக் கிடந்த ஸ்டெப்பிவெளி, அடிவானத்திலே தோன்றிய அந்தி மயக்கத்தின் ஒற்றை ஒளிக்கீற்றையும் மூடி மறைத்துவிட்டது. மேகங்கள் நிறைந்த அந்தக் கருக்கிருட்டுச் சூழ்நிலை, திடீரென்று மனிதர்களின் நடமாட்டத்தால் உயிர்ப்புப்பெற்றது. தனது சால்வையின் முனைகளைப் பிடித்துக்கொண்டு அமர்ந்திருந்த தாஷாவுக்கு, அந்த இடத்தைவிட்டு எழுந்து நிற்கக் கூட போதிய நேரமில்லை. குஸ்மா குஸ்மீச்சோ, அந்த நெருப்பை அவசரஅவசரமாகச் காலால் மிதித்து அணைத்தான்; ஆனால், பலத்த காற்று வீசி அந்தத் தீப்பொறிகளை எல்லாம் தீப்பிழம்புகளாக மாற்றியது; அத்துடன் தீப்பொறிகளையும் பறக்கவிட்டது. அந்த நெருப்பொளியில் குதிரைகளின்மீது அமர்ந்திருந்த மனிதர்கள் தென்பட்டார்கள். அவர்கள் தங்கள் சேணத்தின்மீது தாழ்ந்து குனிந்தவாறே, குதிரைகளைச் சவுக்கினால் அடித்து முடுக்கியவாறு, தேரிக் கடவுக்குள்ளிருந்து பாய்ந்துவந்த துப்பாக்கிக் குண்டுகளிலிருந்து, தப்பியோட முயன்றார்கள்.

அவர்கள் பாய்ந்தோடி, கண் பார்வையிலிருந்து மறைந்த பின்னர், மீண்டும் அங்கு அமைதி நிலவியது. தாஷாவின் படபடக்கும் இதயத்தைத் தவிர, மற்றவை எல்லாம் அமைதிகொண்டன. பின்னர் கடவுக்குள்ளிருந்து உரத்த மனிதக் குரல்கள் கேட்டன; அடுத்த கணமே, ஆயுதந் தாங்கிய மனிதர்கள் அதனுள்ளிருந்து வெளிப்பட்டார்கள், மிகவும் எச்சரிக்கையுடன் நடந்து சென்றார்கள், சீக்கிரத்திலேயே அவர்களது கூட்டம் ஸ்டெப்பி வெளி முழுவதும் பரவிவிட்டது. தாஷாவுக்கும், அவளது கூட்டாளிக்கும் அருகில் தென்பட்ட ஒருவன், நெருப்பை நோக்கித் திரும்பினான்; பின்னர் அவன் இளமைக் குரலில் அவர்களை நோக்கித் தொண்டை கிழியக் கத்தினான்: "யாரங்கே?" குஸ்மா குஸ்மீச் கைவிரல்களை அகல விரித்தவாறே, கைகளிரண்டையும் மேலே தூக்கினான். ராணுவக் கம்பளிக்கோட்டு அணிந்த ஓர் இளைஞன் அவர்களை அணுகினான். "நீங்கள் இங்கு என்ன செய்துகொண்டிருக்கிறீர்கள்?" கறுத்த புருவமும்

உறுதிவாய்ந்த முகமும்கொண்ட அந்த இளைஞன் நெருப்பருகில் நின்றுகொண்டிருந்த உருவங்களைப் பார்த்தான். "உளவாளிகளா? வெள்ளை ராணுவத்தைச் சேர்ந்தவர்களா?" அவன் பதிலுக்குக் கூடக் காத்திராமல், குஸ்மா குஸ்மீச்சைத் தனது துப்பாக்கிக் கட்டையால் இடித்து முன்னே தள்ளினான். "வா, வா, எல்லாவற்றையும் நீ வழியில் சொல்லிக் கொள்ளலாம்."

"நாங்கள் வெறுமனே."

"என்ன வெறுமனே? இங்கே சண்டை நடந்து கொண்டிருக்கிறது என்று உனக்குத் தெரியாது?"

மேற்கொண்டு ஆட்சேபிக்க முனையாமல், குஸ்மா குஸ்மீச் அந்த இளைஞனின் முன்னால், தாஷாவுக்கருகில் நடந்துசென்றான். வேகமாகச் செல்லும் அந்தப் படைப் பகுதியையொட்டித் தாங்களும் செல்ல வேண்டியிருந்ததால், அவர்கள் இருவரும் பெரும்பாலும் ஓட்டமும் நடையுமாகத்தான் செல்ல முடிந்தது. அவர்கள் சில வைக்கோல் கூரைக் குடிசைகளுக்கருகே வந்து சேர்ந்தார்கள்; அதற்குள் பொழுது நன்றாக இருட்டிவிட்டது. அந்தக் குடிசைகளுக்கருகே ஒரு குளம் இருந்தது; இந்தக் குளத்தின் கரையிலே அவிழ்த்துப் போடப்பட்டிருந்த வண்டிகளின் மத்தியிலே குதிரைகள் கனைத்தன. யாரோ ஒருவன் அந்தப் படைவீரர்களை நிற்குமாறு ஆணையிட்டான். படைவீரர்கள் உடனே அந்த மனிதனைச் சூழ்ந்துகொண்டு ஒரே சமயத்தில் எல்லோருமாகப் பேச முனைந்துவிட்டார்கள்.

"நாங்கள் பின்வாங்கிவிட்டோம். வேறு வழியில்லை. அவர்கள் நம்மைக் குறடுபோல் பக்கவாட்டில் பலமாகத் தாக்கி நெருக்கினார்கள். பன்றிப்பயல்கள்! தேரிக் கடவுக்கருகில் நாங்கள் ஒரு குதிரைப் படையோடேயே மோதிக் கொண்டுவிட்டோம்."

"பிறகு வாலை மடக்கிக்கொண்டு வீரர்கள் மாதிரி வந்து விட்டீர்களாக்கும்!" என்று அவர்களை நிற்குமாறு கட்டளையிட்ட அந்த மனிதன், கேலி செய்து சிரித்தான்.

"சரி. உங்கள் தளபதி எங்கே?"

"தளபதி எங்கே? தளபதி! இவான்! சீக்கிரம் வாருங்கள்! உங்களை ரெஜிமெண்டல் கமாண்டர் கூப்பிடுகிறார்!"

லேசாகக் கூன்விழுந்த ஒரு நெடிய மனிதன் இருளிலிருந்து வெளிப்பட்டான்.

"தோழர் ரெஜிமெண்டல் கமாண்டர்! எல்லாம் ஒழுங்காக இருக்கிறது; சேதம் ஒன்றும் இல்லை."

"பாராவுக்கு ஆட்களை நியமி; எல்லைக்காவல் போடு; உங்கள் படைவீரர்களுக்கு உணவளி; வெளியே வெளிச்சம் காட்டாதே. பிறகு நீ என் குடிசைக்கு வா."

அந்த வீரர்கள் கலைந்துசென்றார்கள். அந்தப் பண்ணையே ஆளரவமற்றுப் போனதுபோல் தோன்றியது. தணிந்த குரலில் கேட்கும் ஆணை ஒலிகளையும், இருட்டுக்குள்ளே பாராக்காரர்கள் ஒருவருக்கொருவர் கொடுத்துக்கொள்ளும் மாற்றுக் குரல்களையும் தவிர, வேறு எதுவுமே கேட்கவில்லை. பிறகு இந்தக் குரல்களும்கூட அடங்கியொடுங்கிப் போய் விட்டன. காற்று அந்தக் குடிசையின் வைக்கோல் கூரை மீது சலசலத்தது; குளத்தருகே நின்ற தூங்குமூஞ்சி மரத்தின் கிளைகளில் ஊடுருவிப் பாய்ந்து அழுது முனகியது. குஸ்மா குஸ்மீச்சையும் தாஷாவையும் கண்டுபிடித்த அந்தச் செஞ்சேனை வீரன் அவர்களிடம் வந்தான். பண்ணைக்கு மேலே மினுக்கிக் கொண்டிருந்த தாரகையொளியில், அந்த இளைஞனின் முகம் கறுத்த புருவங்களோடு, மெலிந்தும் வெளுத்தும் தோன்றியது. அவனையே கூர்ந்து கவனித்த தாஷா, அது நிச்சயம் ஒரு யுவதியாகத்தான் இருக்கும் என்று நினைத்தாள். "என் பின்னால் வாருங்கள்" என்று அவன் சொன்னான்; அவர்களைக் குடிசை வாசலுக்கு அழைத்துச் சென்றான். "வாசலில் காத்திருங்கள். எங்காவது உட்கார்ந்து கொள்ளுங்கள்."

அவன் கதவைத் திறந்துகொண்டு உள்ளே சென்றான்; உள்ளே சென்றதும் கதவை அடைத்துவிட்டான்.

உள்ளேயிருந்து, அந்தப் படைப் பகுதித் தளபதியின் கரகரத்த குரல் கேட்டது. அந்தக் குரல் வெகுநேரம் கேட்டுக் கொண்டிருந்தது. வெளியிலே காத்துக் கொண்டிருந்த தாஷாவுக்குச் சலிப்புத் தட்டியது; அவள் குஸ்மா குஸ்மீச்சின் தோள்மீது தலையைச் சாய்த்துக் கண்களை மூடினாள். "பயப்படாதே, எல்லாம் சரியாய்ப் போகும்" என்று கிசுகிசுத்தான், அவன். கதவு திறந்தது. அந்தச் செஞ்சேனை வீரன் அறையைவிட்டு வந்து, இருட்டில் உட்கார்ந்துகொண்டிருந்த உருவங்களைக் கையால் துழாவித் தேடினான். "பின்னால் வாருங்கள்" என்று அவன் மீண்டும் சொல்லிவிட்டு, அவர்களுக்கு முன்னால் முற்றவெளியில் நடந்தான்; அந்தக் கைதிகளை அடைத்து வைப்பதற்கான இடத்தைத் தேடி அங்குமிங்கும் பார்த்துக்கொண்டே நடந்தான். அவன் ஒரு தணிந்த தானியக்கிடங்கைச் சுட்டிக் காட்டினான்; அதன்மீது கூரை வேயப்பட்டிருந்தது; அந்தக் கிடங்கின் கதவு, அதன் கீல்களிலிருந்து பிய்த்துக் கொண்டு வந்திருந்தது. தாஷாவும் குஸ்மா குஸ்மீச்சும் அந்தக் கிடங்கு வீட்டினுள் நுழைந்தார்கள்; அந்தச் செஞ்சேனை வீரன், வாசலின் உயரமான படிக்கட்டின் மீது உட்கார்ந்தான்; அவன் தன் துப்பாக்கியை மட்டும் கையைவிட்டு நழுவவிடவில்லை. அந்தக் கிடங்கு வீட்டினுள் மாவு மணமும், எலிப் பிழுக்கை நாற்றமும் கலந்து நிறைந்திருந்தது.

தாஷா தனது பயபீதியை உள்ளடக்க முயன்றவாறே, பின்வருமாறு கேட்டாள்:

"நான் உங்கள் பக்கத்தில் வந்து உட்கார்ந்து கொள்ளலாமா? எனக்கு எலியைக் கண்டால் ரொம்பப் பயம்!"

அந்தச் செஞ்சேனை வீரன், வேண்டா வெறுப்பாகத் தள்ளி உட்கார்ந்து அவளுக்கு இடம் கொடுத்தான். அவள் வாசற்படி மீது அவனருகில் உட்கார்ந்து கொண்டாள். திடீரென்று அவன் குழந்தையைப்போல் அனாயாசமாகக் கொட்டாவி விட்டான்; தாஷாவைக் கடைக் கண்ணால் பார்த்தான்.

"நீங்கள் உளவாளிகள்தானே?"

"இதைக் கேளுங்கள், தோழரே" என்று சொல்லியவாறே, குஸ்மா குஸ்மீச் இருளில் அந்தச் செஞ்சேனை வீரன் அருகில் நெருங்கி வந்தான்; "எல்லாவற்றையும் விளக்கமாக."

"விளக்கத்தையெல்லாம் பிறகு சொல்லலாம்."

"நாங்கள் அமைதியான குடிமக்கள், அகதிகள்."

"அமைதியா! அமைதியான என்றால் என்ன அர்த்தம்? நீங்கள் எங்கே அமைதியைக் கண்டுபிடித்தீர்களோ, அதுதான் விந்தையிலும் விந்தை!"

தாஷா தலையைக் கதவின் சட்டத்தின்மீது சாய்த்துக் கொண்டு, அந்த இளைஞனைப் பார்த்தாள். லேசாக முனை உயர்ந்த மூக்கும், வடிவார்ந்த மோவாயும், முன்னே புடைத்திருந்த சின்ன வாயும், கறுத்த புருவங்களும், கவர்ச்சிகரமான முகமும் கொண்டு விளங்கினான் அவன். பிறகு தாஷா அவனை நோக்கித் திடீரென்று கேட்டாள்:

"உங்கள் பெயரென்ன?"

"அது உங்களுக்குத் தெரியவேண்டிய அவசியமில்லை."

"நீங்கள் ஒரு பெண்ணா?"

"அப்படியே இருந்தாலும் அதனால் உங்களுக்கு லாபமில்லை."

அவர்களது உரையாடல் அத்துடன் முடிந்தது போல்தான் தோன்றியது. என்றாலும், அந்த அழகிய முகத்திலிருந்து தாஷாவினால் தன் கண்களை அகற்றவே முடியவில்லை.

"ஓர் எதிரியிடம் பேசுவது மாதிரி என்னிடம் ஏன் பேசுகிறீர்கள்?" என்று தாஷா மெதுவாகக் கேட்டாள். உங்களுக்கு என்னைப் பற்றி எதுவும் தெரியாது. அதற்குள் என்னை ஓர் எதிரியென்று நீங்கள் ஏன் எடுத்துக்கொள்ள வேண்டும்? உங்களைப்போல் நானும் ஒரு ருஷ்யப் பெண்தான். ஒரேஒரு வித்தியாசம் என்னவென்றால்,

அலெக்சேய் தல்ஸ்தோய் ▲ 21

உங்களைக் காட்டிலும் நான்தான் அதிகமான துன்பங்களை அனுபவித்திருப்பேன்."

"ருஷ்யப் பெண்ணா? ருஷ்யா என்று நீங்கள் சொல்வதற்கு என்ன அர்த்தம்? நீங்கள் ஒரு பூர்ஷ்வா!" என்று அந்தச் செஞ்சேனை வீரன் லேசான எள்ளலுடன் சொன்னான்; அதனை மறைப்பதற்காக முகத்தைச் சுழித்தான்.

தாஷாவின் இதழ்கள் விரிந்தன. தனது வழக்கமான உத்வேகத்தோடு, அவள் அந்தச் செஞ்சேனை வீரனுக்கருகே சட்டென்று நெருங்கி உட்கார்ந்தாள்; மறுகணத்திலேயே அந்த வீரனின் கதகதப்பான கன்னத்தில் முத்தமிட்டுவிட்டாள். அந்தச் செஞ்சேனை வீரன், இதனை எதிர்பார்க்கவில்லை. அவன் தாஷாவை நோக்கி விழித்தான், அவனது கண்ணிமைகள் படபடவென்று துடித்தன. அவன் இடத்தைவிட்டு எழுந்து, தன் துப்பாக்கியைத் தூக்கித் தோளில் மாட்டிக் கொண்டு ஓரடி பின்வாங்கினான்.

"இதெல்லாம் கூடாது!" என்று அவன் பயமுறுத்தும் தொனியில் சொன்னான். "குடிமகளே! இதெல்லாம் உங்களுக்கு உதவப் போவதில்லை!"

"பின்னே எதுதான் எனக்கு உதவப் போகிறது?" என்று உணர்ச்சி வேகத்தோடு கேட்டாள் தாஷா. "என்ன செய்ய வேண்டும் என்பதை நீங்கள் கண்டுபிடித்து விட்டீர்கள், நான் கண்டுகொள்ளவில்லையே. நான் அந்த வாழ்க்கையிலிருந்து பைத்தியம் பிடித்தவள்போல் ஓடி வந்தேன். எனது சொந்த ஆனந்தத்தைத் தேடிக் கண்டுகொள்வதற்காக ஓடி வந்தேன். உங்களைக் கண்டு நான் பொறாமைப்படுகிறேன். நானும்கூட, இராணுவக் கோட்டை அணிந்து தோல்பட்டையால் அதை இறுக்கியிருப்பேன்!"

உணர்ச்சி உத்வேகத்தில் அவள் தனது சால்வையைத் தலையிலிருந்து பறித்தெடுத்து, அதன் முனைகளைத் தனது இறுகிய முஷ்டிகளால் பிசைந்தாள்.

"உங்களுக்கோ எல்லாம் தெளிவாகவும் எளிதாகவும் புரிந்துவிட்டது. நீங்கள் எதற்காகப் போரிட்டுக் கொண்டிருக்கிறீர்கள்? பெண்கள் எல்லாம் கண்களிலே கண்ணீர் சிந்தாமல், அதோ அந்த நட்சத்திரங்களைக் கண்டு மகிழ வேண்டும் என்பதற்குத்தானே. அத்தகைய ஆனந்தத்தைத்தான் நான் நாடுகிறேன்; தேடுகிறேன்."

தாஷாவின் புரிந்துகொள்ள முடியாத உணர்ச்சிப் பிரவாகத்தைக் கண்டு கலவரமுற்றவனாய், அந்தச் செஞ்சேனை வீரன் அவளது பேச்சைத் தடுக்க முயலாமல், சும்மா இருந்தான். அந்தச் சமயத்தில், படைப் பிரிவின் தளபதி குடிசையைவிட்டு வெளியே வந்தார்:

"அக்ரிப்பீனா! வா இங்கே. அந்தப் புல்லுருவிகளை இங்கே அழைத்து வா."

ரெஜிமெண்டல் தளபதியும், படைப்பிரிவின் தளபதியும் கனத்த ராணுவக் கம்பளிக் கோட்டும், தொப்பியும் அணிந்திருந்தார்கள். அவர்கள் இரண்டு பேரும் மேஜை மீது முழங்கைகளை ஊன்றியவாறு அமர்ந்திருந்தனர். மேஜைமீது உடைந்த மண்சட்டியில் எண்ணெய் ஊற்றி, திரிபோட்டு எரிந்துகொண்டிருந்த ஒரு விளக்கு ஒளி செய்தது. ரெஜிமெண்டல் தளபதி பரந்திருந்த பளபளக்கும் கண்களோடு, தமது புகைக்குழாயை உறிஞ்சிக் கொண்டிருந்தார்; படைப் பிரிவுத் தளபதியின் காய்ந்துபோன முகம் மரப்பட்டைபோல் தோன்றியது. அவரிடமிருந்து அழைப்பு வரும் வரையிலும் தாஷாவும், குஸ்மா குஸ்மீச்சும் வாசலருகிலேயே நின்று கொண்டிருந்தனர்.

"ராணுவத்தின் போர் எல்லைக்குள்ளே நீங்கள் என்ன செய்துகொண்டிருந்தீர்கள்?" என்று கேட்டார் அவர்.

அவரது கண்கள் அங்குமிங்கும் அலையவில்லை, அவர்கள் இருவரது கண்களையுமே நேராகக் கூர்ந்து நோக்கின. அவரது கண்பார்வையினால் தாஷாவுக்குத் திடீரென்று தலை கிறுகிறுத்துச் சுழன்றது. எனவே அவள் வறண்டுபோன உதடுகளால், மெல்லச் சொன்னாள்:

அலெக்சேய் தல்ஸ்தோய் ▲ 23

“அவர் உங்களுக்கு விளக்குவார். நான் உட்கார்ந்து கொள்ளலாமா?”

தாஷா பெஞ்சின் முனையைக் கையால் பிடித்தவாறே உட்கார்ந்து, அந்த அகல்விளக்கின் சுடரையே வெறித்து நோக்கினாள். குஸ்மா குஸ்மீச் தனது உதடுகளைச் சப்புக் கொட்டிக் கொண்டும், கால் மாற்றி நின்றுகொண்டும் பேசத் தொங்கினான். தான் ஸ்டெப்பி வெளியிலே எவ்வாறு தார்யா திமீத்ரி யெவ்னாவைச் சந்திக்க நேர்ந்தது, எவ்வாறு அவர்கள் தோன் பிரதேசத்துக்குப் போய்க் கொண்டிருந்தார்கள், போகும் வழியில் எத்தகைய மாபெரும் விஷயங்களையெல்லாம் பேசிக் கொண்டார்கள் என்பதை எல்லாம் சொன்னான். அவர்களது பிரயாணங்களைப் பற்றிய விவரங்களை அவன் மிகவும் விளக்கமாகச் சொன்னான்; அவ்வாறு சொல்லும்போது யாரும் இடையில் குறுக்கிட்டுப் பேசி விடுவார்களோ என்று பயந்தவன்போல் கடகடவென்று வார்த்தைகளைப் பொழிந்தான். ஆனால், அந்தத் தளபதிகள் இருவரும் கற்சிலை மாதிரி ஆடாது அசையாது இருந்தார்கள்.

“பிரஜா தளபதிகளே! விரிந்து பரந்த அளவில் சிந்திப்பதென்பது ஒரு பெரிய விஷயம். இதன்மூலம் நான் என்ன சொல்ல விரும்புகிறேன் என்றால், புரட்சிக்கு நாங்கள் பெரிதும் நன்றி செலுத்தக் கடமைப்பட்டவர்கள். ஏனெனில், வாழ்க்கையின் பயங்கரமான சில்லறை விஷயங்களிலிருந்து புரட்சிதான் எங்களைப் பிரித்து விட்டது. கடவுளர்களுக்குச் சமதையான மனிதன் மகோன்னதமான காரியங்களைச் சாதிக்கவே பிறந்திருக்கிறான். கையிலே யாழ் வாத்தியத்தை ஏந்திய ஆர்பியயைப்போலவே அவனும் கல்லுக்கு உயிரூட்ட வேண்டும்; கட்டுப்படாத இயற்கைச் சக்திகளையெல்லாம் கைக்குள் கொண்டுவந்து பழக்க வேண்டும். ஆனால் அப்படிப்பட்ட மனிதனோ, திரிதிரியாய்ப் புகை கக்கும் விளக்கின் முன்னால் அமர்ந்து, அடுத்தவனை எப்படி ஏமாற்றலாம் என்று ஆராய்ந்து, தனது மூளையையும், வங்கி நோட்டுகளையும் பாழாக்குகிறான். நீங்கள் அந்தக்

கூறுகெட்ட வாழ்க்கையை உடைத்தெறிந்தீர்கள். அதற்கு உங்களுக்கு நன்றி சொல்கிறேன். அந்தப் பாழாய்ப் போன வாழ்க்கையின் நினைவே நாசமாகட்டும். இப்போது பாழாக்குவதற்கு வங்கி நோட்டுகள் எதுவும் இல்லை. எனவே நாங்கள் விரும்பினாலும் விரும்பாவிட்டாலும், உயர்ந்த விஷயங்களை நாட வேண்டியதுதான். எனது நேர்மைக்கு இதோ எடுத்துக்காட்டு!" (அவன் தனது உப்புப் பொட்டலத்தை வெளியே எடுத்தான்.) "இது ஒன்றுதான் எனது உடைமை. இதற்குமேல் எனக்கு எதுவும் தேவையில்லை. மற்றவையெல்லாம் நான் வேண்டும்போது திருடியோ பிச்சையெடுத்தோ பெற்றுக் கொள்வேன். ஆனால், தளபதிகளே! நான் உங்களோடு ஒரு விஷயம் பற்றி விவாதிக்க விரும்புகிறேன். நீங்கள் மனிதனின் ஆனந்தத்துக்காகப் போராடுகிறீர்கள்; ஆனால் மனிதனையே மறந்துவிடும் சூழ்நிலைக்கும் ஆளாகிறீர்கள். பிறகு மனிதன் தனித்து நின்று தவிக்கிறான். புரட்சியை மனிதனிடமிருந்து பிரிக்காதீர்கள்; புரட்சியையும் மற்றொரு தத்துவக் கோட்பாடாக்கிவிடாதீர்கள். ஏனெனில், தத்துவம் என்பது புகைதான். அது என்னென்னவோ உருவங்களில் திரிந்து, கடைசியிலே காற்றோடுகலந்து கண்ணுக்கும் தெரியாமலே மறைந்து விடும். இந்தப் பெண்ணுக்கு ஏற்பட்ட கதியின் மீது எனக்கு அக்கறை ஏற்பட்டதற்கும் விளக்கம் இதோ இருக்கிறது: அவளிடத்திலே நான் ஓர் அற்புதமான, கவிதை நயம்கொண்ட கதையின் பக்கங்களைப் புரட்டிப் பார்த்துக்கொண்டு வருகிறேன். இத்தகைய கதையை எந்தவொரு மனிதப் பிறவியிடத்திலும் நாம் காண முடியும்; ஆனால் அந்தக் கதையைத் தெரிந்து கொள்வதற்கு உண்மையான அக்கறையோடும், அறிவுத் தாகத்தோடும் அணுக வேண்டும். ஏன், சொல்லப் போனால் இந்தப் பிரபஞ்சமே இன்று கிழிந்த கோட்டுடனும் நைந்த பூட்சுகளுடனும்தான் அணிவகுத்துச் செல்கிறது."

"சாமர்த்தியமான கற்பனைதான்!" என்று சொல்லிக் கொண்டே ரெஜிமெண்டல் தளபதி தமது வாய்க்குள்ளிருந்த புகையை வெளியே விட்டார்.

“சரி சரி. இப்போது உங்களது அடையாளச் சீட்டுகளைக் காட்டுங்கள்” என்றார் படைப்பிரிவுத் தளபதி.

தாஷாவிடமிருந்தும் குஸ்மா குஸ்மீச்சிடமிருந்தும் அவர்களது பாஸ்போர்ட்டுகளை வாங்கிய படைப்பிரிவுத் தளபதி, விளக்கைத் தமக்கருகே இழுத்து வைத்துக் கொண்டு, அவற்றைக் குனிந்து பார்த்தார்; அவற்றின் பக்கங்களை பெருவிரலில் எச்சிலைத் தொட்டுக் கொண்டு, புரட்டிப்புரட்டிப் பார்த்தார். ரெஜிமெண்டல் தளபதியோ இடையிடையே பெருமூச்செறிந்தார்; யுத்தத்தின் ஐந்தாண்டுக் காலம் முழுவதிலும் அவரது வாயினின்றும் அகன்றறியாத, அந்தக் கருகிப்போன புகைக் குழாயையும் அடிக்கொரு தடவை உறிஞ்சிக் கொண்டார்.

“உங்கள் தந்தை யார்?” என்று படைப்பிரிவுத் தளபதி தாஷாவைக் கேட்டார்.

“டாக்டர் புலாவின்.”

“என்னது முன்னாள் சமாரா அரசாங்கத்தின் மந்திரியா?”

“ஆம்.”

“படைப்பிரிவுத் தளபதி ரெஜிமெண்டல் தளபதியை ஒரு பார்வை பார்த்துவிட்டு, தாஷாவின் பாஸ்போர்ட்டை அவனிடம் கொடுத்தார். பின்னர் அவர் குஸ்மா குஸ்மீச்சிடம் திரும்பி முகத்தைச் சுழித்தவாறே கேட்டார்:

“நீங்கள் ஒரு பாதிரியாரா?”

அந்தக் கேள்வியைத்தான் வெகுநேரமாக எதிர்பார்த்துக் கொண்டிருந்தவன்போல், குஸ்மா குஸ்மீச் பூட்சுக் கால்களைத் தேய்த்துக்கொண்டு உற்சாகமாகப் பதிலளித்தான்.

மதப் பள்ளியிலிருந்து இரண்டு முறை வெளியேற்றப் பட்டவன் நான். ஒருமுறை உணவைப்பற்றிக் குறை சொன்னதற்காக; மற்றொரு முறை, அரசு நிந்தனையான கேலிப் பாட்டுக்கள் இயற்றியதற்காக. என் தந்தையோ

சராதவ் ஜில்லாவில் ஒரு பாதிரியார். என் தந்தையின் கையால் நான் இரண்டு முறை செம்மையாக அடி வாங்கியிருக்கிறேன். அதிலே நான் பிழைத்ததே மறுபிழைப்புத்தான். மற்றபடி என்னைப் பற்றிய விவரங்களையெல்லாம் அடையாளச் சீட்டிலேயே பார்த்துக்கொள்ளலாம்."

அவன் சொன்னதையே கேளாதவர்போல் தோன்றிய படைப் பிரிவுத் தளபதி தாஷாவின் பக்கம் திரும்பினார்:

"உங்கள் விஷயம் கவலைக்குரியதுதான். நீங்கள் முழு உண்மையையும் சொல்லிவிடுவது நல்லது." அவரது முகம் கடுகடுத்தது; அவர் தமது தொண்டையைக் கனைத்துச் செருமிவிட்டு, பாஸ்போர்ட்டின் பக்கங்களை மீண்டும் புரட்டிப் பார்த்தார். "ஆமாம். அவ்வாறு சொல்வது ஒன்றுதான் உங்களைக் காப்பாற்ற முடியும். ஆம், கவலைக்குரிய விஷயம்தான்."

தாஷா அகன்று விரிந்த கண்களால் அவரையே மௌனமாகப் பார்த்தாள். அந்தச் சமயத்தில் அதுவரையில் வாசல் நடையிலேயே நின்று கொண்டிருந்த அக்ரிப்பீனா – சட்டென்று உறுதியான குரலில் பேசினாள்:

"அவளை நம்பலாம், இவான்! நான் அவளோடு பேசிக் கொண்டிருந்தேன்."

படைப் பிரிவுத் தளபதி தமது பெரிய மூக்கை உயர்த்தியவாறே, அக்ரிப்பீனாவை நிலையாக வெறித்துப் பார்த்தார். ரெஜிமெண்டல் தளபதியோ கிளுகிளுத்துச் சிரித்தார். குஸ்மா குஸ்மீச்சோ தனது சிவந்த முகத்தோடும், வழக்கமான குதூகலத்தோடும் தலையைப் பலமுறை ஆட்டினான். படைப்பிரிவுத் தளபதி மெதுவாகச் சொன்னான்:

"நாம் எங்கே இருக்கிறோம்? அடுப்பைச் சுற்றியமர்ந்து வம்பளந்து கொண்டிருக்கிறோமா?" (ரெஜிமெண்டல் தளபதியின் சுருண்ட மீசை மேலேறியது; அவர் தம் கண்களை நெரித்தார்). "செஞ்சேனை வீரன் செப்ரேத்ஸ்!

என்ன காரணத்தால் நீங்கள் எங்கள் விசாரணையில் குறுக்கிடுகிறீர்கள்?"

அக்ரிப்பீனா ஆத்திரத்தை உள்ளே அடக்க மாட்டாமல் திணறினாள். ரெஜிமெண்டல் தளபதி மட்டும் அங்கு இல்லாது போயிருந்தால், அவள் கிராமீயப் பொம்பளையைப்போல் படைப் பிரிவுத் தளபதிக்குச் சரியான பதில் கொடுத்திருப்பாள். ஆனால், அவரோ அதற்குள் பின்வருமாறு கத்தினார்:

"செஞ்சேனை வீரன் செப்ரேத்ஸ்! போ வெளியே!"

அக்ரிப்பீனாவின் கரிய கண்கள் பளிச்சென்று ஒரு பார்வை பார்த்தன; மறுகணம் அவள் தனது துப்பாக்கிக் கட்டையால் தரையை ஓர் இடி இடித்து விட்டு, உதடுகளை இறுக மூடியவாறே குடிசையை விட்டு வெளியேறினாள். படைப் பிரிவுத் தளபதி நெடுமூச்சிழுத்துவிட்டு, புகையிலைக்காகத் தமது பாக்கெட்டைத் துழாவினார்.

"அப்படியென்றால், இங்கேகூட உங்களது பிரசாரத்தை நடத்த உங்களுக்கு நேரம் கிடைத்துவிட்டது போலிருக்கிறதே!"

தாஷா தலையைக் குனிந்துகொண்டு அதற்குப் பதிலளித்தாள்:

"தயவுசெய்து நான் சொல்வதை நீங்கள் நம்பவேண்டும். நம்பாவிட்டால், நான் எது சொன்னாலும் புண்ணியமில்லை. எனது தந்தை டாக்டர் புலாவின் உங்களுக்கு எதிரி; அவர் எனக்கும் எதிரிதான். அவர் என்னைத் தூக்கிலே போட விரும்பினார். எனவே நான் சமாராவிலிருந்து ஓடிவந்து விட்டேன்."

படைப் பிரிவுத் தளபதி தமது வியப்பைப் புலப்படுத்துவது போல், கைகளை அகல விரித்தார்.

"நீங்கள் இந்த மாதிரியான கட்டுக்கதைகளை எல்லாம் சொன்னால் நான் உங்களை எப்படியம்மா நம்ப முடியும்?"

இந்தச் சந்தர்ப்பத்தில், ரெஜிமெண்டல் தளபதி தமது புகைக் குழாயை வாயிலிருந்து எடுத்து, அதனைத் தமது சட்டையில் துடைத்தவாறே, நிர்விசாரமான குரலில் சொன்னார்:

"அமைதியாயிருங்கள், கொரா! அவள் சொல்வது உண்மையாகவும் இருக்கலாம். ஏனம்மா, உங்கள் குடும்பப் பெயர் தெலேகினா?" *(தாஷா 'ஆம்' என்று வாய்க்குள்ளேயே சொல்லிக் கொண்டாள்.)* "சரி. உங்கள் கணவரது பெயர், அவரது தந்தை வழிப் பெயரைச் சொல்ல முடியுமா?"

"இவான் இலீச்."

"ஜார் இராணுவ அலுவலகத்தின் கேப்டனாகப் பணியாற்றினாரோ?"

"ஆம். அப்படித்தான் ஞாபகம்."

"பதினோராவது செஞ்சேனை ராணுவத்தில், படைப் பிரிவுத் தளபதியாக இருந்தவரா?"

"உங்களுக்கு அவரைத் தெரியுமா?"

தாஷா அந்த மேஜையின் விளிம்புக்கே பாய்ந்து வந்து விட்டாள், அவளது கன்னங்கள் ரத்தம் பாய்ந்து பளபளத்தன. ஒரு நிமிடத்துக்கு முன்போ அவள் வாடி வதங்கி, உற்சாகமற்றுத் தோன்றினாள். இப்போதோ அவள் மலர்ந்து விரிந்துகொண்டிருக்கும் புத்தம் புதுப் பூப்போல இருந்தாள்.

"நான் இவானைக் கடைசி முறையாகப் பார்த்தது, துப்பாக்கி வெடிகளிலிருந்து தப்பி, அவர் ஒரு கூரையின் மீது தாவியேறித் தப்பித்துக் கொண்டு ஓடியபோதுதான். அந்தச் சம்பவம்."

"உட்காருங்கள், உட்கார்ந்து உங்களைச் சாந்தப்படுத்திக் கொள்ளுங்கள்" என்றார் ரெஜிமெண்டல் தளபதி. "நான் தெலேகினை அறிவேன். நானும் அவனும் யுத்த களத்தில்

ஒன்றாகத்தான் இருந்தோம். நாங்கள் இரண்டு பேரும் ஒரு ஜெர்மானிய யுத்தக் கைதிகள் முகாமிலிருந்து ஒன்றாகவே தப்பிச் சென்றோம். என் பெயர் பியோத்தர் நிகலாயவிச் மெல்ஷின். ஒருவேளை அவன், என்னைப் பற்றிக்கூட உங்களிடம் சொல்லியிருக்கலாம். செஞ்சேனையிலும்கூட பலரும் அவனை நன்கறிவார்கள்." பின்னர் அவர் படைப் பிரிவுத் தளபதியிடம் திரும்பினார்: "உங்களைவிட, உங்கள் மனைவி புத்திசாலியாக இருப்பாள் போலிருக்கிறதே!" பிறகு அவர் தாஷாவிடம் திரும்பி, சொன்னார்: "போய் ஓய்வெடுத்துக் கொள்ளுங்கள். நாம் நாளை பேசலாம். நீங்கள் இங்கேயே தங்கலாம். அதோ அந்த வழியாகப் போனால், முற்றத்துக்கு அப்பால் ஒரு சமையலறை இருக்கிறது. நன்றாகத் தூங்குங்கள்!"

தாஷாவைப் பின்தொடர்ந்து குஸ்மா குஸ்மீச்சும் வந்தான். அவனொருவன் இருந்ததையே அந்தத் தளபதிகள் மறந்துவிட்டார்கள் போல் தோன்றியது. தாஷாவும் குஸ்மா குஸ்மீச்சும் முற்றத்தைக் கடந்து அந்தக் காலியான, எனினும் கதகதப்பான சமையலறைக்குள் சென்றார்கள். அடுப்பின் மேலுள்ள திண்ணையின் மீது தாஷாவை ஏறிப் படுத்துக்கொள்ளச் சொன்னான் குஸ்மா குஸ்மீச்: "அங்கே படுத்தால் உங்கள் உடம்புக்கும் கதகதப்பாக இருக்கும்; ஒருவாரமாகச் சரியாகத் தூங்காததையெல்லாம் நீங்கள் சேர்த்துத் தூங்கிவிடலாம். அருமைப் பெண்ணே! உங்களால் ஏறமுடியவில்லை என்றால், நான் உங்களுக்கு உதவி செய்கிறேன்."

தாஷா அந்த உயரமான திண்ணையின்மீது மிகவும் சிரமப்பட்டு ஏறிவிட்டாள்; பின்னர் தனது சால்வையை அவிழ்த்து அதனை மடித்து, கன்னத்துக்கடியில் தலையணை மாதிரி வைத்துக் கொண்டாள். கம்பளிக் கோட்டினால் உடம்பைப் போர்த்தி, கால்களையும் சுருட்டி மடக்கி அதனுள் இழுத்துக் கொண்டாள். அங்கு அவளுக்குச் சுகமாக இருந்தது. அத்துடன் ரொட்டியின் மணமும், சூடேறிய அடுப்புச் செங்கல்லின் மணமும் கலந்து எங்கும் இதமாகப் பரவியிருந்து. நாட்டுப்

புறத்துச் சமையற்கட்டுக்களிலெல்லாம் காலாந்தரமாய் வாழ்ந்துவரும் சுவர்க்கோழிகள் மட்டும் இடையிடையே குரலெழுப்பிக் கொண்டேயிருந்தன. ஆரம்பத்தில் அந்தச் சத்தத்தினால் தாஷா தூங்கவில்லை; மெல்லிய நித்திரைத் திரையின் அரவணைப்பு அவளை வந்து தழுவும்போதெல்லாம், அந்தச் சுவர்க்கோழியின் சப்தம் அதில் நுண்ணிய துளைகளைப் போட்டு அவள் தூக்கத்தைக் கெடுத்தது.

சமயங்களில் அவள், தான் இசையோடு ஒலிக்கும் கடி காரத்தின் ஒலியைக் கேட்பது போலவும், தனது இரு கைகளையும் சோரவிட்டுவிட்டு, ஒரு பியானோ வாத்தியத்தின் முன்னால் அமர்ந்திருப்பது போலவும் உணர்ந்தாள். அந்தச் சமயத்தில், அவளது இதயம் படபடத்துக் கொண்டது. ஆனால், தனது அருமைக் காதலன் மெல்ல நடந்து வருவதுபோல் தோன்றியது. ஆனால், மறுகணமே தனது காதலனின் காலடியோசை கேட்கவில்லை என்பதையும், அந்தச் சுவர்க் கோழியின் ஒலிதான் வந்துகொண்டிருந்தது என்றும் அவள் அறிந்தாள்.

"என்ன அமைதி! என்ன அமைதி!" என்று அவளது மனம் குரல்கொடுத்தது. 'என் அருமை தாஷா! நீ மீண்டும் உன் தாய்நாட்டுக்குத் திரும்பி வந்துவிட்டாய். என்றாலும் தாஷா, தாஷா, நீ உன் தாய்நாட்டை என்றுமே தெரிந்துகொள்ளவில்லையே! என்னைத் தொந்தரவு செய்யாதீர்கள்! வாத்திய கோஷ்டியின் சூத்திரதாரிதான் தனது தந்தப் பிடியிட்ட கோலினால் தட்டிக் கொண்டிருக்கிறான். வாத்திய சங்கீதம் இன்னும் ஒரு நிமிஷத்துக்குள் ஆரம்பமாகிவிடும்." ஆனால், மீண்டும் அந்தச் சிள்வண்டின் ஒலிதான்.

குஸ்மா குஸ்மீச்சுக்கும் முதலில் தூக்கம் வரவில்லை. அவன் அடுப்புக்கு அருகிலிருந்த பெஞ்சின்மீது படுத்தவாறு, தனது உதடுகளைச் சப்புக் கொட்டிக் கொண்டு, ஏதேதோ முனகிக் கொண்டிருந்தான்:

"அவர்கள் நம்மை நம்பிவிட்டார்கள், நம்பிவிட்டார்கள்.

தூய்மையான உள்ளம் படைத்தவர்கள் அவர்கள். அவர்கள் இடத்தில் நான் இருந்திருந்தால், நான் ஒன்றும் அவ்வளவு லேசில் நம்பியிருக்க மாட்டேன் . ஏன்? நமக்கு நம்மையே இனம் தெரிவதில்லை. மனிதன் இருக்கிறானே, அவன் ஒரு புதிர். அவர்கள் நம்மை நம்பினார்கள் - பலம்வாய்ந்த மனிதர்கள் எளிமையாகவே இருக்கிறார்கள். அவர்கள் பலத்தின் ரகசியமே அதில்தான் அடங்கியிருக்கிறது. இப்பொழுது நமக்கு அடையாளச் சீட்டு தேவையில்லை. ஏனெனில், அவர்கள் நம்மை நம்பிவிட்டார்கள். அப்படியானால், உங்களுக்கு அறிவுள்ள மனிதன் தேவையா? புரட்சிக்கு அறிவுள்ள மனிதன் தேவையா? நல்லது - இதோ நான் இருக்கிறேன். தார்யா திமீத்ரியெவ்னா, உங்களைத்தான் கேட்கிறேன். மூளையுள்ள மனிதனைப் புரட்சி பயன்படுத்திக் கொள்ளுமா?”

2

சமாராவில் மேற்கொண்ட ராணுவ நடவடிக்கைகளுக்குப் பின்னர், இவான் இலீச் தெலேகினுக்குப் புதியதொரு வேலை கொடுக்கப்பட்டது.

த்ஸாரீத்ஸினில் நடந்த ஆகஸ்டு மாதப் போராட்டத்தின் போது, பத்தாவது செஞ்சேனை ராணுவம் தன்னிடமிருந்த கொஞ்சநஞ்ச ஆயுதத் தளவாடங்களையும் தீர்த்துக் கட்டிவிட்டது. தோன் ராணுவம் புதியதொரு தாக்குதலை எந்த நிமிஷத்திலும் தொடங்கக் கூடும் என்பதால், த்ஸாரீத்ஸினுக்கு உடனடியாகத் தேவையான ஆயுதத் தளவாடங்களையெல்லாம் அனுப்பிவைக்க வேண்டும் என்று கோரிக்கைக்குமேல் கோரிக்கையாகப் பல மனுக்களை விடுத்தும்கூட, குடியரசின் உயர் ராணுவக் கவுன்சில் மிகத் தாமதமாகவும் வேண்டா வெறுப்பாகவும்தான் பதிலளித்தது. என்றாலும் இதற்கிடையில் மிகவும் சுறுசுறுப்பு வாய்ந்தவரான, ராணுவத் தளபதி வரஷீலவின் ராணுவத் தோழன் ஒருவன்

மாஸ்கோவில் இருந்தான். உயர் ராணுவக் கவுன்சிலின் ஆயுதத் தளவாட வினியோக இலாகாவின் தாமதத்துக்கான காரணத்தைத் தெரிந்து, அதனை எதிர்த்துப் போராடவும், சிவப்பு நாடாத்தனத்தைச் சுட்டிக்காட்டிப் பரிகாரம் தேடவும்தான் அவன் பிரத்யேகமாக மாஸ்கோவுக்கு அனுப்பப்பட்டான். போனவுடனே அங்கிருந்து த்ஸாரீத்ஸின் போர் முனைக்கு ஓரளவு ஆயுதங்களை அனுப்பிவைக்க அவர் முயற்சி எடுத்து, வெற்றிகண்டார்.

தெலேகினுக்கு நீஷ்னி நோவ்கரதுக்குப் போகவேண்டும் என உத்தரவிடப்பட்டது. அங்குச் சென்று, அங்குள்ள ஆயுதத் தளவாடப் பெட்டிகளையும், இரண்டு பீரங்கிகளையும் ஆற்றில்செல்லும் நீராவிப் படகொன்றில் ஏற்றிக்கொண்டு வந்து சேர்க்கவேண்டும் என்பதுதான் அவனுக்கிடப்பட்ட பணி. பல ஆண்டுகளுக்கு முன்பு நடந்ததுபோல இந்த வேனிற்காலத்திலும் வோல்கா நதியில் செல்லுவதற்கு அவனுக்கு வாய்ப்புக் கிட்டியது. வோல்கா ஆறு கம்பீரமாகவும், எல்லையற்றதாகவும், அமைதியாகவும் ஆளரவமற்றதாகவும் விளங்கியது. அந்தப் பழுப்பு நிறமான தணிவான படகின் துடுப்புச் சக்கரங்கள் அமைதியான நீருக்குள் சுழன்று திரிந்தன. தூரதொலைவில் கரைவந்து ஆற்றின் குறுக்கே படுத்து வழியை மறித்துக்கொண்டிருப்பதுபோலவும், ஆற்றுப் போக்கே அதனுடன் முடிந்து விடுவதுபோலவும் தோன்றியது; ஆனால் ஒவ்வொரு திருப்பத்தையும் திரும்பிக் கடக்கும்போதெல்லாம் இந்த உணர்வு மறைந்து, மீண்டும் இலையுதிர் காலத்தின் சூரிய ஒளியிலே நெடுநீல ஒளிபரப்பாக ஆற்று நீர்த்தடம் விரிந்துகிடப்பது தென்பட்டது. அந்தச் சமயத்தில் வோல்கா பிரதேசத்திலிருந்து வெள்ளை ராணுவத்தை விரட்டியடித்திருந்தாலும்கூட, அந்த நீராவிப் படகு கரையிலிருந்து ஓரளவுக்குத் தள்ளியே நீந்திச் சென்றது; ஏதாவதொரு குன்றின் சரிவில் காலத்தால் பழுதுபட்ட மரக்கட்டைச் சுவர்களோடு தென்படும் பெரியதொரு கிராமமோ, அல்லது தங்கநிறமான பழுப்பு இலைகளின் செறிவுக்கு மேலே, ஏதாவதொரு குன்றின்மீது ஒரு

மணிக்கூண்டோ தென்பட்டால், அங்கிருந்து இயந்திரத் துப்பாக்கிக்கு எட்டாத தொலைவில், கரைக்கு வெகுதூரத்தில் விலகியே அந்தப் படகு சென்றது.

படகின் பின்புறத்திலே வைக்கப்பட்டிருந்த பீரங்கிக்கு அருகில் பால்டிக் கப்பற்படையினர் பத்துப் பேர் சூழ்ந்து உட்கார்ந்துகொண்டு ஏதேதோ சிரித்துப் பேசிப் பொழுதைப் போக்கிக் கொண்டிருந்தனர். தெலேகினும் அவர்களுக்கருகில் பக்கவாட்டில் படுத்துக்கொண்டு அவர்களது வேடிக்கைகளைக் கேட்டு, வயிறு வெடிக்கிற மாதிரி வாய்விட்டுச் சிரிப்பான்; அத்துடன் அவர்கள் சொல்லும் கட்டுக்கதைகளையும் கப்ஸாக்களையும் கேட்டு வியப்படைவான். அவன் யார் சொல்வதையும் எளிமையோடு கேட்பான், நம்புவான். அவ்வாறு வியந்து கேட்பவர்களைக் கண்டால், கப்பற்படை வீரர்களுக்கும் ரொம்பப் பிடிக்கும்.

ஒவ்வொரு நாளும் அங்கிருந்த கடற்படை வீரர்களிலேயே வயதில் இளையவனும், நெடிய கம்பீரமான தோற்றமுடையவனும், இளம் கம்யூனிஸ்ட் கழக அங்கத்தினனும் ஆன ஷரீகின் படகின் மணியடிக்கும் இடத்துக்குச் சென்று, மணியையடித்து, கடற்படையினர் எல்லோரையும் மேல்தளத்துக்கு வருமாறு அழைப்பு விடுப்பான். உடனே கடற்படையினர் வந்து வட்டமாகக் குழுமி அமர்வார்கள். புரட்சியின் காரணமாகத் தனது பணத்தில் பெரும்பகுதியை இழந்துவிட்டதாகச் சொல்லிக்கொண்டிருக்கும் ஒரு கிழட்டு மெக்கானிக் கீழிருந்து மேலே வந்துசேர்வான். கப்பலின் உலைக்கூடத்தில் வேலைசெய்யும் சுமுக சுபாவமற்ற சிடுமூஞ்சியான தொழிலாளி ஒருவன் கதவருகே தலையைக் காட்டுவான். சமையல் வேலைபார்க்கும் ஒரு பெண், தனது கைகளை மேலாடையில் துடைத்துக் கொண்டே வந்துசேர்வாள். இதன்பின்னர் ஷரீகின் அங்குக் கிடந்த ஒரு கயிற்றுச் சுருள் மீது அமர்ந்து, தன்னம்பிக்கை மிகுந்த குரலில் அவர்களிடம் பேசுவான். அந்த வயதிலே அவன் அவ்வளவொன்றும் அதிகமாகப் படித்திருக்க முடியாதுதான்; என்றாலும்,

முக்கியமான விஷயங்களை எல்லாம் அவன் நன்றாகக் கிரகித்துக் கொண்டிருந்தான். அவனது கப்பற்படைத் தொப்பிக்குக் கீழே கருமயிர்ச் சுருள்கள் வெளியே தெரியும்; அவனது கண்கள் சாம்பல் நிறத்தோடு கவர்ச்சிகரமாக இருந்தன; மூக்கு மட்டும் அவனுக்குச் சின்னதாகத் துருத்திக் கொண்டு இருந்தது. வேறு ஏதோ ஒரு முகத்திலிருந்து எடுத்துவந்து ஒட்டவைத்ததுபோல், அந்த மூக்கு அவனது முக அமைப்புக்கே வேறுபட்டதாக இருந்தது.

அவனது காரியம் ஒன்றும் சுலபமானதல்ல. அந்தக் கப்பற் படை வீரர்களெல்லாம் தமது பண்ணைகளிலிருந்தும், உழவுக் காரியங்களிலிருந்தும், வடதிசைக் கரையில் திரியும் மீன் பிடிக்கும் படகுகளிலிருந்தும், வெகு நாட்களுக்கு முன்பே பிரிந்துவந்தவர்கள். புரட்சியை எப்படிப் புரிந்துகொண்டார்களோ, அப்படித்தான் அப்படை வீரர்களும் புரட்சியைப் புரிந்துகொண்டார்கள். சாம்ராஜ்யக் கப்பற்படையில் பணியாற்றிய காலத்தில், அவர்கள் பல்வேறு கொடுமைகளையும் அனுபவித்தவர்கள். எனவே, சந்தர்ப்பம் வந்த உடனே அதனைப் பயன்படுத்திக்கொண்டு, தமது அதிகாரிகளை எல்லாம் கடலிலே தூக்கியெறிந்துவிட்டு, உலகப் புரட்சிக் கொடியைக் கப்பலிலே ஏற்றிவிட்டார்கள். அவர்கள் உலகமெல்லாம் சுற்றியிருந்தார்கள்; அவர்கள் பல நாடு நகரங்களைப் பார்த்திருந்தார்கள். எனவே, உலகம் எவ்வளவு பெரியது என்பதை அவர்கள் அனுபவ பூர்வமாகவே கண்டிருந்தார்கள். அந்தக் காலத்திலே ஒரு கப்பற்படை வீரனின் ஆஸ்தியெல்லாம் அவனது கடற்பெட்டிக்குள்ளேயே இருக்கும். இப்போதோ அத்தகைய பெட்டியும் போய்விட்டது; இப்போது அவனுக்குள்ள செல்வமெல்லாம் துப்பாக்கியும், இயந்திரத் துப்பாக்கிக்கான தோட்டா பெல்ட்டும், பரந்த உலகமும்தான். ஸ்தெபான் ராஸினின்[3] காலமாக இருந்திருந்தால், அவர்கள்

3. ஸ்தெபான் ராஸின் பதினெட்டாம் நூற்றாண்டில் நடந்த விவசாயிகளின் கிளர்ச்சிக்குத் தலைமை தாங்கியவர்.-- (ப-ர்)

ஒவ்வொருவரும் தலையிலே ஓரச் சாய்த்துவைக்கப்படும் உச்சியில் சிவப்பாயிருக்கும் தொப்பியை அணிந்து, பரந்த நிலவெளிகளில் சுதந்திரமாக அலைந்துதிரிவார்கள்; தாங்கள் செல்லும் இடங்களிலெல்லாம் அடிவானத்தையே தொட்டுத் தடவும்படி நெருப்பையும் ஆங்காங்கே மூட்டிச் செல்வார்கள். “ஜாரின் பிணையாளிகளே! பிரபுக்களின் அடிமைகளே! ஆதரவற்றவர்களே! ஒன்றும் இல்லாதவர்களே! வாருங்கள். வந்து நிலத்தைப் பங்குவையுங்கள். தங்கத்தையும் கூறுபோடுங்கள்! எல்லாம் உங்களுக்குத்தான்! வாழ்ந்து அனுபவியுங்கள், மகிழுங்கள்!” என்று சொல்லியிருப்பார்கள். ஆனால் தொழிலாளிவர்க்கப் புரட்சியோ, அவர்கள்முன் சிக்கலான ஒரு திட்டத்தை வைத்தது; அது மட்டுமல்லாமல், தன்னிச்சையாகத் தோன்றும் அவர்களது உணர்ச்சிவேகங்களையும் கட்டுப்படுத்தியது.

“தோழர்களே! புரட்சி என்பது ஒரு விஞ்ஞானம்” என்று சொல்வான் ஷரீகின். “நீங்கள் எவ்வளவுதான் புத்திசாலியாக இருந்தாலும், இந்த விஞ்ஞானத்தில் நன்கு தேர்ச்சி பெறாவிட்டால், நீங்கள் தவறுசெய்வது தவிர்க்க இயலாததாகிவிடும். தவறு என்பது என்ன? உங்கள் தாயையும் தந்தையையும்கூடக் கொன்றுவிடலாம்; ஆனால் தவறு செய்வதோ, அதைவிட மோசமானது. தவறுசெய்வதன் காரணமாக, நீங்கள் முதலாளித்துவ வர்க்கக் கண்ணோட்டத்துக்கு இரையாகிறீர்கள்; தின்பண்டத்துக்கு ஆசைப்பட்டு பொறியிலே எலி போய் மாட்டிக் கொள்வதுபோல் நீங்கள் மாட்டிக் கொண்டுவிடுவீர்கள். ஒருமுறை பொறிக்குள் மாட்டிக் கொண்டுவிட்டால், அப்புறம் அங்கேயே உட்கார்ந்து பல்லை நெறுநெறுவென்று கடிக்க வேண்டியதுதான். பின்னர், உங்களது பழைய சேவையெல்லாம் பாழாய்ப் போய்விடும். நீங்கள் ஓர் எதிரியாகிவிடுவீர்கள்.”

கப்பற்படை வீரர்களுக்கு இதிலே ஆட்சேபிப்பதற்கு எதுவுமில்லை. விஞ்ஞானம் தெரிந்தால்தான் கப்பலையே ஓட்டிச்செல்ல முடிகிறது. எதிர்ப் புரட்சியை

முறியடிப்பதும் அது மாதிரிதான். என்றாலும், அவர்களில் எவனோ ஒருவன் பச்சைகுத்திய உறுதியான கைகளை முழங்காலின்மீது தட்டிக்கொண்டே, இடையிலே ஒரு கேள்வியைக் கேட்டுவைப்பான்.

"அதெல்லாம் சரிதான். ஆனால், இந்தக் கேள்விக்குப் பதில் வேண்டும். திறமை இல்லாவிட்டால், அடுப்பை மூட்டி வெந்நீர்கூடப் போடமுடியாது; திறமை இல்லாவிட்டால், ஒரு பெண்ணுக்கு மாவைக்கூடச் சரியாகப் பிசைந்துவைக்க முடியாது. அப்படியென்றால், திறமையும் அவசியம்தானே?"

ஷரீகின் அவனுக்குப் பதில் சொன்னான்:

"தோழர்களே! லதூகின் நம்மை எங்கே இழுத்துச் செல்கிறான் பார்த்தீர்களா? திறமை என்பது நம்முடைய ஒரு குணமே அல்லவா! அது அபாயகரமான விஷயம். ஏனெனில், அது ஒரு மனிதனை முதலாளித்துவ அராஜகத்துக்கோ, தனி மனிதவாதத்துக்கோ இழுத்துக் கொண்டு போய்விடும்."

"அங்கேதான் நீ போவாய்!" என்று லதூகின் பொறுமையற்றவனாய் கையை ஆட்டிக்கொண்டே சொல்வான்.

"அந்த வார்த்தைகளை உபயோகிக்கும் முன்பு அவற்றை அசைபோட்டு, விழுங்கி, ஜீரணித்துவிட்டு அப்புறம் சொல்!"

நடைக்கூடத்தில் கதவருகே நின்ற உலைத் தொழிலாளி கோபத்தோடு குறுக்கிடுவான்:

திறமையா? நீ திறமையைப் பற்றிப் பேச வந்துவிட்டாயா? உங்கள் திறமையைத்தான் நாங்கள் அறிவோமே! நகங்களுக்கு வர்ணம் பூசுவதும், தொளதொளப்பான கால்சராய்கள் அணிவதும், கழுத்திலே சங்கிலி வேறு போட்டுக்கொள்வதும். இதுதான் திறமையோ?"

இதன்பின்னர் அந்தக் கப்பற்படை வீரர்களிடையே

கோபாவேசமான கசமுசப்பும், ஆரவாரமும் நிலவும். உலைக்கூடத் தொழிலாளியோ, "இவர்களெல்லாம் உலைக்கூடத்திலே பத்து வருஷம் வேர்க்க விறுவிறுக்க வேலை பார்த்தால் தெரியும்" என்று கரகரத்த குரலிலே முனகிவிட்டு, மேலும் வம்பை வளர்க்காமல் இயந்திர அறைக்குள்ளே போய்ச்சேர்வான். ஷரீகினோ பாரபட்சமற்ற போக்கைத் திட்டவட்டமாகக் கடைப்பிடித்தாலும், சமயம் பார்த்துத்தான் சொல்ல வேண்டியதையும் சொல்லிவிடுவான்: "நமது மத்தியிலே நகத்துக்கு வர்ணம்தீட்டும் தோழர்களும் இருக்கிறார்கள் என்பது வாஸ்தவம்தான். ஆனால், அத்தகையவர்களெல்லாம் ஒன்றுக்கும் உதவாத கழிசடைகள்தான். அவர்கள் தவறான முடிவுக்குத்தான் இரையாவார்கள். மேலும் நம் மத்தியிலே சோஷலிஸ்டு புரட்சிவாதிகளின் பிரசாரத்துக்கு இரையாகிக் கெட்டவர்களும் இருக்கிறார்கள். என்றாலும், நமது கப்பற்படை வீரர்களில் பெரும்பாலோர் புரட்சிக்காகத் தம்மையே அர்ப்பணித்துச் சேவை செய்கிறார்கள். நாம் திறமையைப் பற்றிய பேச்சை எல்லாம் மறந்து விடுவோம். திறமையை நமது லட்சியங்களுக்காகவே பயன்படுத்துவோம். அப்புறம் நாமெல்லாம் உயிர் பிழைத்து வாழுங்காலத்தில் நமக்கெல்லாம் ஒரு நல்ல காலம்தான் வரும். ஆனால், என்னை இந்தக் கணக்கில் சேர்க்காதீர்கள். அதுவரையிலும் நான் உயிர் பிழைத்திருப்பேன் என்று நான் நினைக்கவில்லை."

அதன்பின்னர் ஷரீகின் தனது தலைமயிர்ச் சுருளை உலுக்கி விட்டுக்கொண்டான், சில நிமிஷ நேரம் வரையிலும், யாருமே பேசவில்லை. படகுக்கடியில் தளதளக்கும் தண்ணீரின் சப்தம் மட்டுமே கேட்டது. அவனது உறுதியான வார்த்தைகள், அதைக் கேட்டவர்கள் மத்தியிலே நல்ல பயனை ஏற்படுத்தின. அலுத்துச் சலித்துப்போகும் அன்றாட வாழ்க்கைச் சுழலிலிருந்து கொஞ்சம் விடுபட்டு இருப்பதிலே ருஷ்யர்களுக்கு ஓர் ஈடுபாடு உண்டு. தலையிலிருந்து தொப்பி கீழே விழுவதுகூடத் தெரியாத அளவிற்குக் குடிப்பார்கள்; நோவையோ, பின்விளைவுகளையோ எண்ணிப் பாராது

சண்டையிடுவார்கள். எனவே, அவர்கள் திருவிழாக் காலங்களையும் விடுமுறை நாட்களையும் பெரிதும் விரும்புகிறார்கள். அழுதுவடியும் மழைநேரத்திலே அடங்கிக்கிடப்பதும், குறிப்பிடத்தக்க சம்பவங்கள் எதுவுமே இல்லாமல் வாழ்க்கை உப்புச் சப்பற்றுப் போவதுமாக இருந்ததால், அவர்கள் மரணத்தைக் கண்டு அஞ்சுவதுபோல் அதனைக் கண்டு அஞ்சினார்கள். ஆனால், மாபெரும் லட்சியத்துக்காக நடைபெறும் மூர்க்கமான போராட்டத்திலோ, மரணம் அவர்களுக்கு முரட்டுத்தனத்தை அளிக்கிறது. எனவே, மரணபயம் அவர்களை எதுவும் செய்வதில்லை. விடுமுறை நாட்களில் குஷியாக இருக்கும்போது தன் உடம்பிலே ரத்தம் துள்ளிப் பாய்ந்து ஓடுவதுபோல், யுத்தக் களத்திலும் ஓடுமானால், ஒரு ருஷ்யன் எதற்குமே அஞ்சுவதில்லை. ஏதாவது ஓர் எதிரியின் குண்டினாலோ அல்லது பளிச்சென்று மின்னிவெட்டும் வாளினாலோ அவன் தாக்கப்பட்டு விழுந்தால், அவன் தடுமாறி விழுவான்; காலையும் கையையும் பரப்பிக்கொண்டு ஸ்டெப்பி வெளியிலே விழுந்துகிடப்பான். என்றாலும், இதுவரையில் அவன் அருந்திய மதுவையெல்லாம் காட்டிலும் அதிகமான போதையூட்டிய மதுவை அருந்தி மகிழ்ந்தவன்போல் அவன் சாவுக்கு ஆளாவான்.

தான் ஒன்றும் உயிர்பிழைத்து வாழப்போவதில்லை என்று ஷரீகின் சொன்னது, அந்தக் கப்பற்படையினர்களுக்கு மிகவும் பிடித்துப்போயிற்று. இதனைக் கேட்டபிறகு, அவர்கள் அவனது தடபுடலான பேச்சையும், இளமை முறுக்குமிகுந்த அவனது தன்னம்பிக்கையையும் மன்னித்துவிட்டார்கள். சற்றே தூக்கிய மூக்கும்கூட, அவன் முகத்துக்குப் பொருத்தமாக இருப்பதாக அவர்களுக்குத் தோன்றியது. அவன் அவர்களுக்கு உணவுப் பொருள் ஏகபோகத்தைப் பற்றியும், கிராமப்புறங்களிலே நடந்துவரும் வர்க்கப் போராட்டங்களைப் பற்றியும், உலகப் புரட்சியைப் பற்றியும் எடுத்துக் கூறினான். நரைத்த மீசையுடைய அந்த மெக்கானிக் தமது கண்களைப் பாதி மூடியவாறும், கைகளை வயிற்றின்மீது கோர்த்துக் கட்டியவாறும்

தலையை அசைத்தார்; அதிலும் ஷரீகினின் பேச்சு எடுத்த தலைப்பிலிருந்து விலகித் தெளிவற்றுப் போகும் போது, அவன் கூறுவதையெல்லாம் ஆமோதிப்பது போல் தலையை ஆட்டினார். சமையல் வேலையைப் பார்த்துக் கொண்டிருந்த அனீஸ்யா நஸாரவா என்ற அந்தப் பெண்ணை, அவர்கள் சென்றமுறை நீராவிப் படகில் பயணம் போய்க்கொண்டிருந்த காலத்தில், ஆஸ்திரகனில் சந்தித்து அவளைத் தமது படகில் ஏற்றிக் கொண்டார்கள். அனீஸ்யாவோ ஆண்களோடு வந்து சரிசமமாக உட்காருவதில்லை. சிறிது தூரத்தில் தள்ளி நின்று படகைக் கடந்துசெல்லும் ஆற்றின் கரைகளைப் பார்த்துக்கொண்டு நின்றாள். அவளது நெற்றி நன்கு உருண்டு திரண்டிருந்தது. அவள் தனது சாம்பல் நிறமான அழகிய, அடர்த்தியான கூந்தலைத் தனது தலையைச் சுற்றிப் பின்னிக் கொண்டையாகப் போட்டிருந்தாள். இளமைபொங்கும் அவளது முகம், மனவேதனையால் களையிழந்து போயிருந்தது. அத்துடன், அந்த முகத்தில் ஓர் அமைதி நிறைந்த உணர்ச்சிவேக மற்ற பாவமும் படிந்திருந்தது. என்றாலும், தொண்டைக் குழி மட்டும் அவள் எதையோ மிகவும் சிரமப்பட்டு விழுங்க முயல்வதுபோல் அடிக்கொரு தரம் ஏறியிறங்கியது.

தெலேகினும் இத்தகைய விவாதங்களில் பங்கெடுத்துக் கொண்டான். அவன் ராணுவ விவரங்களை எடுத்துக் கூறி, அவர்களிடம் போர் முனைகளின் நிலைமையை படகின் மேல்தளத்தில் சாக்குக்கட்டியினால் வரைந்து விளக்கினான்.

தோழர்களே! எதிர்ப்புரட்சி என்பது ஓர் ஒன்றுபட்ட திட்டத்தின் அடிப்படையில் உருவாகிவருகிறது என்பதை நீங்கள் அறிவீர்கள். மத்திய ருஷ்யப் பிரதேசத்தை வளைத்துக்கொள்வது, அதன்மூலம் அந்தப் பிரதேசத்துக்கு உணவுப்பொருள்களும் எரிபொருள்களும் போகாதவாறு முற்றுகையிட்டு, ஏனைய பிரதேசங்களிலிருந்து அதனைத் துண்டுபடுத்துவது, பிறகு நசுக்குவது - இதுதான் அந்தத் திட்டம். எதிர்ப்புரட்சி எப்போது பார்த்தாலும் செழிப்பும்

செல்வவளமும் மிகுந்த தொலைதூர மாவட்டங்களில்தான் தொடங்குகிறது. உதாரணமாக, குபானில் பதினைந்து லட்சம் கசாக்குகள் இருக்கிறார்கள்; அதே அளவுக்குப் பண்ணைகளைக் குத்தகைக்கு எடுக்கும் விவசாயிகளும் இருக்கிறார்கள். இந்த இருபிரிவினரும் ஒருவருக்கொருவர் எதிரிகள். இரண்டு பேருக்குமே இந்தப் பகை, நீங்காத ஜீவ மரணப் போராட்டம்தான். தெனீகினுக்கு இந்த விஷயம் நன்கு தெரியும். எனவே, அவர் தமது போர்த் தந்திரத்தை இந்த அடிப்படையிலேயே வகுத்தார். தன் இஷ்டப்படி வந்த சில அதிகாரிகளின் துணையோடு தைரியமாகப் போர்க் களத்திலே குதித்தார். குதித்து, அந்த அயோக்கியன் சரோகினின் தலைமையில் வந்த உறுதிவாய்ந்த ஒரு லட்சம் பேர் கொண்ட ராணுவத்தையும் முறியடித்துச் சின்னாபின்னப் படுத்திவிட்டார். அந்த சரோகினை அவனது அராஜகத்துக்காகவும், துரோகத்தனமான சிந்தனைகளுக்காகவும் ஆரம்பத்திலேயே சுட்டுக் கொன்றிருக்க வேண்டும். இப்போதோ குபானிலுள்ள செஞ்சேனை வீரர்களைக் கொல்வதில் கசாக்குகளுக்கு உதவிசெய்தவாறே, தெனீகின் தமக்கு ஒரு பலத்த பின்னணி முகாமை உருவாக்கிக்கொள்ள முனைகிறார். தெனீகின் மிகவும் சாமர்த்தியமான அபாயகரமான எதிரி."

கடற்படை வீரர்கள் எல்லாம் தெலேகினைக் கூர்ந்து பார்த்தார்கள்; அவர்களது நாசித்துவாரங்கள் துடித்து அசைந்தன; பதப்பட்டுப் போயிருந்த அவர்களது தோலுக்குக்கீழ் நீலநிறமான ரத்தநாளங்கள் புடைத்திருந்தன. அந்த மெக்கானிக்கோ தலையை அசைத்துக்கொண்டே: "சரிதான், சரிதான்" என்று முனகிக் கொண்டிருந்தார்.

அட்டமான் கிரஸ்னோவின் காரியமோ இன்னும் குறுகியது. ஏனெனில், தோன் பிரதேசத்துக் கசாக்குகளை தோன் பிரதேசத்துக்கு வெளியே சென்று யுத்தம் புரிய வைப்பது அவருக்குச் சிரமமாக இருக்கிறது. உங்களுக்குத் தெரிந்த பழமொழிதான்: 'கசாக்குகள் நன்கு உண்டு உறங்குவதால் கொழுகொழுவென்று இருக்கிறார்கள்' என்று நாட்டிலே சொல்வார்கள். தனது சொந்த வீட்டைக் காப்பதற்கான

போராட்டம் என்றால், கசாக்கு தனது முழு பலத்தோடும் மூர்க்கமாகப் போராடுவான். இவ்வாறெல்லாம் இருந்தாலும், கிரஸ்னோவின் எதிர்ப்புரட்சி இந்தச் சமயத்திலே நமக்கு மிகமிக ஆபத்தானதாகும். நம்மை அவர்கள் வோல்காப் பிரதேசத்தில் இருந்து விரட்டியடித்து விட்டால், நாம் த்ஸாரீத்ஸினை இழக்க நேர்ந்தால் தெனீகினும் கிரஸ்னோவும் ஒன்றுகூடி, சைபீரிய எதிர்ப்புரட்சிச் சக்திகளோடு சேர்ந்துகொண்டு விடுவார்கள். கிரஸ்னோவுக்கும் தெனீகினுக்கும் இன்னும் பூரணமான உடன்பாடு ஏற்படவில்லை. அது, நமது அதிர்ஷ்டம் என்றுதான் சொல்லவேண்டும். தோன் கசாக்குகளோ சேவா சேனையினரை, 'நாடோடிப் பாடகர்கள்' என்று அழைக்கிறார்கள்; சேவா சேனையினரோ தோன் கசாக்குகளை 'ஜெர்மானிய விபசாரிகள்' என்று அழைக்கிறார்கள். ஆனால், இதனால் நாம் ஒன்றும் திருப்திப்பட்டு விட முடியாது. நாம் இந்த எதிர்ப்புரட்சித் திட்டத்தை, நமது மகத்தான திட்டத்தின்மூலம் முறியடித்தாக வேண்டும். அதாவது, நமது முதற்கடமையாக செஞ்சேனையைத் தக்க முறையில் கட்டி உருவாக்க வேண்டும். கொரில்லா யுத்தம் புரிந்தால் மட்டும் போதாது."

ஷரீகின் பொறாமை ததும்பும் கண்களோடு தெலேகினைப் பார்த்தான்; பிறகு பின்வருமாறு சொன்னான்:

"அதுதான் சரி. எனவே தோழர்களே, நான் ஆரம்பத்தில் சொன்ன விடியத்திற்கே வருகிறோம். புரட்சிக் கட்டுப்பாடு என்றால் என்ன?"

இத்தகைய விவாதங்களின்போது, ஒருநாள் திடீரென்று அனீஸ்யா தனது கையை ஒரு குருடியைப்போல் நீட்டிக் கொண்டு, அவர்கள் பேச்சில் குறுக்கிட்டாள். அவள் மிகவும் நிறுத்தி, நிதானமாகப் பேசத் தொடங்கிய போதிலும், அந்தப் பேச்சில் மிகுந்த அர்த்தமும் முக்கியத்துவமும் இருந்ததுபோல் தோன்றியது. எனவே எல்லோரும் அவள் பக்கம் திரும்பி, அவள் சொல்வதைக் கவனத்தோடு கேட்கத் தொடங்கினர்.

"தோழர்களே, குறுக்கிட்டுப் பேசுவதற்கு என்னை மன்னித்துவிடுங்கள்" என்றாள் அவள்; "நான் உங்களிடம் சொல்ல விரும்புவது இதுதான்."

இதுதான் அனீஸ்யா சொன்ன கதை: ஒருநாள் அதிகாலையில் பொழுது புலர்வதற்குச் சிறிது முன்னால், அனீஸ்யா பசுமாட்டில் பால் கறப்பதற்காக வெளியே சென்றாள். அவள் அந்தக் கதகதப்பான மாட்டுக் கொட்டிலின் கதவைத் திறந்துகொண்டிருந்த வேளையில், அவளது பசுமாடான புரேங்கா இருட்டுக்குள்ளேயிருந்து பரிதாபகரமாகக் கத்தியது; அதேசமயத்தில், ஸ்டெப்பி வெளியிலே துப்பாக்கி வெடிச் சப்தங்களும் கேட்டன. அனீஸ்யா பால் பாத்திரத்தைக் கீழே வைத்துவிட்டு, தனது சால்வையைத் தலைமீது இழுத்துப் போர்த்திக் கொண்டாள். அவளது இதயமோ படபடத்துத் துடித்தது; கால்களோ தள்ளாடின; எனினும், அவள் எப்படியோ தெருவுக்குச் செல்லும் வேலிக்கதவருகே சென்று, கதவையும் திறந்துவிட்டாள். தெருவிலோ ஜனங்கள் ஓர் இயந்திரத் துப்பாக்கி வண்டியைத் துரத்திக்கொண்டு ஓடி, அதனுள்ளேயே தாவியும் ஏறிவிட்டார்கள். ஸ்டெப்பி வெளியிலிருந்தும், கிராமத்துக் குளக்கரையில் இருந்தும், அகலமான தெருவின் இருகோடிகளிலிருந்தும் கேட்டுக் கொண்டிருந்த வெடிச் சப்தங்கள் வரவர அதிகமாகவும் சமீபமாகவும் ஒலிக்கத் தொடங்கின. அந்த இயந்திரத் துப்பாக்கி வண்டியிலே கிராம சோவியத்தைச் சேர்ந்த பல தோழர்கள் ஏறிக்கொண்டிருந்தனர்; எனினும், அவர்கள் மறைந்துகொள்வதற்குள் குதிரை வீரர்கள் சிலர் வண்டியை மறித்துச் சூழ்ந்துகொண்டு விட்டார்கள். ஏதோ ஓர் அன்னியமான, விசித்திரமான நாயைப் பலநாய்கள் ஒன்றுகூடித் தாக்க முனைவதுபோல், அந்தக் குதிரை வீரர்கள் வண்டியைச் சூழ்ந்துகொண்டு, வண்டியிலிருந்தவர்களைச் சுட்டு வீழ்த்தியும் வெட்டித் தள்ளியும் கொல்லமுனைந்தார்கள்.

அனீஸ்யா கதவையடைத்துவிட்டு, சிலுவைக் குறி போட்டுக் கொண்டாள். பிறகு, அவள் தனது பால்

பாத்திரத்தை எடுத்துவர முனைந்தாள். திடீரென்று அவள் தூங்கிக்கொண்டிருக்கும் தனது குழந்தைகளான பொத்ரூஷா, அன்யூத்தா இருவரையும் பயபீதியோடு நினைவுகூர்ந்தாள்; எனவே, அவள் ஓடோடிக் குடிசைக்குள் நுழைந்தாள். அவள் அவர்களது தலையைத் தடவிக்கொடுத்து, காதில் ரகசியமாக ஏதேதோ பேசி, அவர்களை உசுப்பியெழுப்பினாள்; உடைகளை அணிவித்தாள். பிறகு அவர்களைத் தூக்கிக் கொண்டு, மாட்டுக் கொட்டிலுக்குப் பின்னாலிருந்த முற்றவெளிக்குள் சென்றாள். அங்கு காய்ந்துபோன சாணவறட்டிக் குவியல் ஒன்று இருந்தது; அது ஒரு கறையான் புற்றுப்போல் அடுக்கிவைக்கப்பட்டிருந்தது. அதனால், அதில் இடைவெளியும் இருந்தது. அனீஸ்யா சில வறட்டிகளை அதிலிருந்து எடுத்துவிட்டு, அதனால் ஏற்பட்ட பொந்துக்குள் தன் குழந்தைகள் இருவரையும் உள்ளே சென்று மூச்சுப் பேச்சுக் காட்டாமல் அமைதியாக இருக்கும்படி சொன்னாள்.

இப்போது தெரு முழுவதிலும் குதிரைக் கால்கள் தடதட வென்று ஒலிக்கும் சப்தமும், கூச்சல்களும் கூப்பாடுகளும், ஆயுதங்கள் ஒன்றோடொன்று மோதிக்கொள்ளும் கலகலப்பும் கேட்டன. பின்னர் அனீஸ்யாவின் வீட்டு முற்றத்திலிருந்த பெரிய கதவை யாரோ துப்பாக்கிக் கட்டையினால் இடிக்கும் ஓசை கேட்டது. தொடர்ந்து, “கதவைத் திற!” என்ற கர்ஜனைக் குரல்களும் கேட்டன. அனீஸ்யா கதவைத் திறந்தவுடனேயே, குடிவெறியினால் முகம் சிவந்துபோயிருந்த இரண்டு கசாக்குகள் அவளை எட்டிப் பிடித்துக் கொண்டார்கள். “சென்கா நஸாரவ் எங்கே? உன் புருஷன் எங்கே? சொல்லிவிடு. அல்லது இந்த இடத்திலேயே உன்னைக் கொன்று தள்ளிவிடுவோம்!” என்று அதட்டினார்கள் அவர்கள். அனீஸ்யாவின் கணவன் ஒரு கசாக்கு அல்ல. அவன் கிராமத்தின் புதிய குடியேற்றக்காரர்களில் ஒருவன், ஒரு செஞ்சேனை வீரன். அவன் செத்துவிட்டானா, உயிரோடிருக்கிறானா என்பதுகூட அனீஸ்யாவுக்குத் தெரியாது. எனவே தன் கணவர் எங்கிருக்கிறார் என்பது

தனக்குத் தெரியாதென்றும், தனக்கு முன்பின் தெரியாத சில மனிதர்கள் வந்து, அவரை வேனிற்காலத்திலேயே அழைத்துக்கொண்டு போய் விட்டார்களென்றும் அவள் சொன்னாள். அந்தக் கசாக்குகள் அவளைப் பிடித்திருந்த தமது முரட்டுப் பிடியை விட்டுவிட்டு, குடிசைக்குள் சென்றார்கள்; அங்குள்ள எல்லாவற்றையும் தலைகீழாகப் புரட்டிப் போட்டார்கள்; உடைக்க முடிந்தவற்றை உடைத்தும் எறிந்தார்கள். பின்னர், அவர்கள் மீண்டும் வெளியே வந்து அனீஸ்யாவைக் கைப்பிடியாகப் பிடித்து, கிராம சோவியத் காரியாலயக் கட்டடத்துக்கு அவளையும் தம்மோடு இழுத்துச் சென்றார்கள். அந்தக் கட்டடம்தான் முன்னர் அட்டமானின் வாசஸ்தலமாக இருந்தது.

இதற்குள் சூரியன் மேலெழும்பி வந்துவிட்டது. எனினும், கிராமத்தார்கள் எல்லாம் தூக்கத்திலிருந்து இன்னும் விழித்தெழாததுபோல், எல்லா வீட்டுக் கதவுகளும், ஜன்னல்களும் இறுக மூடிக் கிடந்தன. அந்தக் கிராமத்திலேயே ஏதாவது அசைவு இருக்குமானால், அது கிராம சோவியத் கட்டடத்தின் முன்புதான். அங்குதான் குதிரை மீதமர்ந்த கசாக்குகள் அங்குமிங்கும் சுழன்று கொண்டிருந்தார்கள். நடந்துவரும் கசாக்கு வீரர்களோ மேலும்மேலும் விவசாயிகளையும் கசாக்குகளையும் கைகளைக் கட்டி இழுத்துவந்தார்கள்; அவ்வாறு இழுத்துவரப்பட்ட மனிதர்கள் சிலரின் உடம்பில் ரத்தம் வழிந்தது. வசந்தகாலத்தில் சோவியத் ஆட்சிக்கு வாக்களித்த நபர்களின் பட்டியல் தயாரிக்கப்பட்டு, அதன் அடிப்படையில்தான் அந்தக் கசாக்குகள் பலரைக் கைதுசெய்து இழுத்துவந்தார்கள் என்ற உண்மை பின்னர்தான் வெளியாயிற்று.

அந்தக் கட்டடத்துக்குள் சரியாகத் தூங்காத ராணுவ அதிகாரி ஒருவன் மேஜைமுன் அமர்ந்திருந்தான். அவனது சட்டைக்கையில் மண்டையோடும் அதற்குக் கீழே குறுக்காக வைக்கப்பட்ட இரண்டு எலும்பும் கொண்ட ஒரு சின்னம் தென்பட்டது. அவனுக்கருகில் கார்னெட் ஸ்மீயெவ் என்பவன் உட்கார்ந்திருந்தான்; அவனை

அறியாதவர்கள் கிராமத்தில் யாருமே இல்லை. ஆறு மாதத்துக்கு முன்னர்தான் அவன் கிராமத்தை விட்டு ஓடிப் போயிருந்தான். எல்லோருமே அவனை மறந்து போய்விட்டார்கள்; இப்போதோ அவன் தனது தொங்கு மீசையோடும், தடித்துக் கொழுத்த சிவந்த முகத்தோடும் அமர்ந்திருந்தான். அந்த அறைக்குள்ளே அனீஸ்யாவைப் பிடித்துத் தள்ளிப்போன வேளையில், அங்கு காவலில் நின்றுகொண்டிருந்த சுமார் ஐம்பதுக்கு மேற்பட்ட கைதிகளை நோக்கி, ஸ்மீயெவ் கத்திக் கொண்டிருந்தான்:

"உன்னைத்தானடா, செஞ்சேனையைச் சேர்ந்த பன்றிப் பயலே, சோவியத் ஆட்சி உனக்கு என்ன உதவியடா செய்தது? சொல், இப்போது சொல். அந்த மாஸ்கோ கமிஸார்கள் உனக்கு என்ன சொல்லிக் கொடுத்தார்கள்?"

அந்த அதிகாரி தம்மிடமிருந்த பட்டியலைப் பார்த்துக் கொண்டே, தனது மேஜைப் பக்கமாகப் பிடித்துத் தள்ளப்படும் ஒவ்வொரு கைதியையும் தணிந்த குரலில் கேள்விகள் கேட்டு விசாரித்துக் கொண்டிருந்தான்.

"இதுதான் உன் பெயர் என்பதை நீ ஒப்புக்கொள்கிறாயா? நல்லது. நீ போல்ஷிவிக்குகளின் அனுதாபியா? இல்லையா? மே மாதத்தில் நீ அவர்களுக்கு ஓட்டுப் போட்டாயா. இல்லையா? அப்படியென்றால், நீ ஒரு பொய்யன். இவனை உதையுங்கள்! சரி. அடுத்ததாக - கசாக்கு ரதியோனவ்." இந்த அதிகாரி தனது வெளிறிய ஆட்டுக் கண்களை உயர்த்தினான்: "நேராக நில்! என்னைப் பார்! நீ விவசாயிகள் மகாநாட்டுக்கு ஒரு பிரதிநிதியாகச் சென்றாயா. இல்லையா? நீ சோவியத்துக்கு ஆதரவாகப் பிரசாரம் செய்தாயா? மறுபடியும் இல்லையா? எனவே, நீ ராணுவ விசாரணையிலேயே பொய் சொல்கிறாய். சரி. திரும்பு. அடுத்தது."

ஒவ்வொரு கைதியையும் விசாரித்து முடிந்ததும், அந்தக் கைதியைக் கசாக்குகள் கைப்பிடி மெய்ப்பிடியாய் பிடித்து இழுத்துக்கொண்டு போய், முற்றத்துக்குச் செல்லும் படிக்கட்டிலிருந்து உருட்டித் தரையிலே தள்ளினார்கள்.

அந்தக் கைதி அணிந்திருக்கும் கால்சாராயை இழுத்தார்கள்; கைதி திமிறும்போது, ஒரு கசாக்கு அவனது காலின்மீது உட்கார்ந்து அவனைப் பிடித்து அமுக்கினான்; இன்னொருவனோ, அவனது தலையைத் தனது முழங்கால்களுக்கிடையில் பிடித்து நெருக்கினான்; இன்னும் இருவரோ தமது துப்பாக்கிகளிலுள்ள கம்பிகளை உருவியெடுத்து கீழே விழுந்துகிடக்கும் கைதியைக் கண் மூக்குத் தெரியாமல் அடித்தார்கள்; அவர்கள் கைகளை ஓங்கி அந்தக் கம்பிகளை வீசிய வேகத்தில் அவை, காற்றில் வீல்வீல் என்று சீட்டியடித்தன.

வெளியிலே அடியும் உதையும் வாங்கிக் கொண்டிருந்த கைதிகளின் கூக்குரலும், அவலமான ஓலமும் அழுகைச் சத்தமும் அதிகமாக இருந்ததால், தணிந்த குரலில் பேசிக் கொண்டிருந்த அந்த அதிகாரியின் குரல் மற்றவர்களின் காதில் விழவேயில்லை. அச்சித்திரவதைகளைப் பார்த்தவாறே சுற்றிலும் கசாக்குகள் குதிரை மேலும், தரையிலும் நின்று வேடிக்கை பார்த்தார்கள்; இவர்களைத் தவிர, கசாக்குகளை வாழ்த்தி வரவேற்பதாக: "கிறிஸ்து உயிர்த்தெழுந்து விட்டார்!" என்று வாழ்த்தொலி கிளப்பிக்கொண்டு படையினரை நோக்கிக் குடிசைக்குள்ளிருந்து ஓடிவந்த உள்ளூர்க் கசாக்குகளும் அங்கு நின்றார்கள். அவர்களும் அந்த எமகாதகர்களை உற்சாகப்படுத்திக் கொண்டு: "அடியுங்கள்! நன்றாக அடியுங்கள்! பயல்கள் எலும்பில், துண்டுச் சதைகூட ஒட்டிக் கொண்டிருக்கக் கூடாது! உடம்பிலே கடைசிச் சொட்டு ரத்தம் இருக்கும்வரையிலும் உதையுங்கள்! சோவியத் ஆட்சியை வரவேற்றதற்கு அப்போதுதான் அவர்களுக்கு நல்ல பாடம் கிடைக்கும்!" என்றெல்லாம் கத்தினார்கள்.

கடைசியில் அந்தக் கட்டடத்தில் அனீஸ்யாவையும், இளம் வயதினளான ஒரு பள்ளி ஆசிரியையும் தவிர, வேறு எவருமே மிஞ்சி நிற்கவில்லை. அந்த ஆசிரியை அவளாகவே, தான் அந்தக் கிராமத்துக்கு வந்து சேர்ந்திருந்தாள்; அவள் கிராமத்தார்களுக்குக் கல்வியறிவு புகட்டுவதற்கே

எப்போதும் முயன்று வந்தாள். ஊரிலுள்ள பெண்களை எல்லாம் ஒன்றாய்க் கூட்டி வைத்துக்கொண்டு, அவள் அவர்களுக்கு புஷ்கினுடைய கவிதைகளையும் லியோ டால்ஸ்டாயின் நூல்களையும் படித்துக் காட்டினாள். அத்துடன் ஊர்ப் பிள்ளைகளையும் கூட்டிக்கொண்டு, அவள் விட்டில் பிடிக்கக் கிளம்பிவிடுவாள் -- விட்டில் பிடிக்க வேண்டிய காலமா அது?

ஸ்மீயெவ் அவளைப் பார்த்துக் கத்தினான்: "எழுந்து நில்லடி! யூத மூஞ்சி!"

அந்த ஆசிரியை எழுந்து நின்றாள்; அவளது உதடுகள் எந்தவித ஒலியும் எழுப்பாமல் படபடத்து நடுங்கின. பிறகு அவள் எப்படியோ பேசிவிட்டாள்:

"நான் ஒன்றும் யூத ஜாதிக்காரியல்ல. ஸ்மீயெவ், அது உங்களுக்கே நன்கு தெரியும். அப்படியே இருந்தாலும் - அது ஒன்றும் குற்றமில்லையே!"

"நீ எவ்வளவு காலமாய் கம்யூனிஸ்டுக் கட்சியில் அங்கத்தினராக இருந்து வருகிறாய்?" என்று கேட்டான் அந்த அதிகாரி.

"நான் கம்யூனிஸ்டல்ல. நான் குழந்தைகளை நேசிக்கிறேன். அவர்களுக்குக் கல்வி போதிப்பது எனது கடமை என்று கருதுகிறேன். இந்தக் கிராமத்தில் உள்ளவர்களில் தொன்னூறு சதவீதம் பேர்களுக்கு எழுதப் படிக்கவே தெரியாது. அதை நினைத்துப் பார்த்தால்."

"நான் நன்றாகவே நினைத்துப் பார்ப்பேன்!" என்றான் அந்த அதிகாரி. "ஆனால், இப்போது நாங்கள் உனக்குக் கசையடிதான் கொடுக்கப் போகிறோம்."

அவளது முகம் வெளிறியது; அவள் ஓரடி பின்வாங்கினாள். அதற்குள் கார்னெட் அவளை நோக்கி: "உடைகளை அவிழ்த்தெறி!" என்று கத்தினான். அவளது அழகிய முகம் வேதனையால் நடுங்கியது. அவள் ஏதோ கனவில் நடப்பவள்போல், தனது பொத்தான்களைக் கழற்றிக்

கோட்டை அவிழ்த்தாள்.

“நான் சொல்வதைக் கேளுங்கள்!” என்று அவள் திணறிக் கொண்டே கூறியவாறு, அந்த அதிகாரியைப் பார்த்து நிராதரவான நிலையில் கையைக் காட்டினாள். “நீங்கள் இப்படி. இப்படிச் செய்ய.”

வெளியிலிருந்து சகிக்க முடியாதபடி அழுகுரலும் அவல ஓலமும் கேட்டன. கார்னெட் மீண்டும் கர்ஜித்தான்: “உன் உள்ளாடையையும் கழற்றடி, மூளி!”

“அயோக்கியனே!” என்று அந்த ஆசிரியை கார்னெட்டை நோக்கிக் கத்தினாள். அவளது கண்களும் முகமும் கோபாவேசத்தால் கனன்று சிவந்து நெருப்பாய் ஜொலித்தன. “மிருகங்களே, வேண்டுமென்றால், என்னைச் சுட்டுத் தள்ளுங்கள், ராட்சகர்களே. இதற்கெல்லாம் நீங்கள் தண்டனை அனுபவியாமல் போகமாட்டீர்கள்.”

இதைக் கேட்டதும் ஸ்மீயெவ் அவளைத் தாவிப் பிடித்தான்; அவளைத் தரையிலிருந்து அப்படியே அலாக்காகத் தூக்கி, தரையிலே வீசியெறிந்தான். இரண்டு கசாக்குகள் அவளது பாவாடையை மேலே தூக்கி, ஒருவன் தலையையும் மற்றவன் காலையுமாக ஆளுக்கொரு திசையில் நின்று இறுகப் பிடித்துக் கொண்டார்கள். அந்த அதிகாரி தன் ஆசனத்திலிருந்து சாவதானமாக எழுந்திருந்து அங்கு நின்ற கசாக்கு ஒருவனிடமிருந்து சவுக்கை வாங்கினான். அவனது சாம்பல் நிற முகத்திலே ஒரு புன்னகை ஊர்ந்துசென்றது. அவன் சாட்டையைச் சுழற்றி வீசியவாறு, அந்தப் பெண்ணின் திறந்துகிடந்த பிருஷ்ட பாகத்தின் மீது ஓங்கி அடித்தான். கார்னெட் தனது நாற்காலியிலிருந்து முன்னால் குனிந்தவாறே: “ஒன்று!” என்று எண்ணினான். அந்த அதிகாரி அவசரப்படாமல், ஆறஅமர ஒவ்வோர் அடியாகக் கொடுத்து வந்தான்; அந்தப் பெண்ணோ அத்தனைக்கும் வாயே திறக்கவில்லை. “இருபத்தைந்து! அதுபோதும் உனக்கு!” என்று சொல்லிவிட்டு, அவன் சவுக்கைத் தூர எறிந்தான். “இப்போது நீ போய், ஜில்லா அட்டமான்னிடம் முறையிட்டுக்கொள்!” ஆனால் அந்தப்

பெண்ணோ செத்துப்போனதுபோல் அசைவற்றுக் கிடந்தாள்.

அந்தக் கசாக்குகள் அவளைத் தூக்கிக்கொண்டு வாசலை நோக்கிப் போனார்கள். அடுத்தாற்போல் அனீஸ்யாவின் முறை வந்தது. அந்த அதிகாரி தனது காக்கேஸிய பெல்ட்டை இறுக்கிக் கட்டியவாறு, கதவிருந்த திசையை நோக்கித் தன் மோவாயை வெடுக்கென்று வெட்டினான். குரோத உணர்ச்சியால் குழம்பிப்போய் நின்ற அனீஸ்யா தப்பியோட முயன்றாள்; பின்னர் அந்தக் கட்டடத்திலிருந்து அந்தக் கசாக்குகள் அவளை வெளியே இழுத்துகொண்டு வரும்போது, அவர்களது தலைமயிரைப் பிடித்துப் பிய்த்தாள்; அவர்களது கைகளைக் கடித்தாள்; முறுக்கித் திருகிக்கொண்டு, அவர்களை முழங்காலால் ஓங்கியிடித்தாள். பிறகு எப்படியோ அவர்கள் பிடியிலிருந்து விடுபட்டு, உலைந்து கலைந்த தலையோடும், கிழிந்து தும்பாய்ப் போன உடைகளோடும், அந்தக் கசாக்குகளின் மீது பாய்ந்து தாக்கினாள்! தனது தலையிலே பலமான அடியொன்று விழுந்தவுடன் அவள் பிரக்ஞையிழந்து விட்டாள். அவர்கள் தமது துப்பாக்கிக் கம்பிகளால், அவளது முதுகுத் தோலை உரித்து எடுத்து அவளை முற்றத்திலே தூக்கியெறிந்தார்கள். அவள் செத்துப் போயிருப்பாள் என்றுதான் அவர்கள் நினைத்திருக்க வேண்டும்.

கேப்டன் நிமிஷாயாவின் தலைமையில் வந்த தண்டவரிப் படையினர்தான் அந்தக் கிராமத்தில் ஒழுங்கை நிலைநாட்டினார்கள்; ஒரு அட்டமானை நியமித்தார்கள்; கிராமத்தாரிடமிருந்து ரொட்டிகளையும், பன்றிக் கறியையும் வேறுபல சாமான்களையும் பறித்து, அவற்றைச் சில வண்டிகளில் ஏற்றிக்கொண்டு, ஊரை விட்டுப் போய்விட்டார்கள். கிராமத்திலோ நாள் முழுவதும் சவ அமைதியே நிலவியது. அடுப்புகள் எரியவில்லை; ஆடு மாடுகளைக் கொட்டில்களிலிருந்து அவிழ்த்துக் கொண்டு யாரும் வெளியே செல்லவில்லை. அன்றிரவே, வேற்றூர்க்காரரர்கள் பலரின் குடிசைகள் தீப்பற்றி எரிந்தன.

அவற்றிலே அனீஸ்யாவின் குடிசையும் ஒன்றாகும்.

அக்கம்பக்கத்திலுள்ளவர்களும் தீயை அணைக்க வரப் பயந்தார்கள்; ஏனெனில், அந்தக் கிராமத்தின் ஒரு கோடியில் முதன்முதலாக ஒரு வீட்டில் தீப்பற்றி எரியத் தொடங்கியவுடனேயே, கசாக்குகள் குதிரைகளை விரட்டிக்கொண்டு மேலும்கீழும் பாய்ந்து வரத் தொடங்கினார்கள்; அத்துடன் துப்பாக்கி வேட்டுக்களும் வெடித்தன. அனீஸ்யாவின் குடிசை எரிந்து தணிந்து சாம்பற்குவியலாக மிஞ்சி நின்றது. அக்கம்பக்கத்திலுள்ளவர்களுக்கும் அனீஸ்யாவின் குழந்தைகளைப் பற்றி மறுநாள் காலையில்தான் நினைவு வந்தது. இரவெல்லாம் வறட்டிக் குவியலுக்குள்ளேயே ஒளிந்துகொண்டிருந்த அனீஸ்யாவின் ஆணும் பெண்ணுமான பொத்ரூஷா, அன்யூத்தா என்ற பச்சிளங் குழந்தைகள் இரண்டும், அனீஸ்யாவின் பசுவும், அவளது ஆடுகளும், கோழிகளும் - எல்லாமே வெந்து நீறிச் சாம்பலாகிவிட்டன.

அட்டமான் கட்டடத்தின் முற்றத்தில் பிரக்ஞையிழந்து முக்கியும் முனகிக் கொண்டும் கிடந்த அனீஸ்யாவை, கருணையுள்ளம் படைத்த யாரோ தமது குடிசைக்குத் தூக்கிக்கொண்டு போய், அவளுக்கு வைத்தியம் செய்து குணப்படுத்தினார்கள். சில வாரங்கள் கழிந்த பின்னர்தான் அவளுக்குப் புத்தி தெளிந்து விஷயங்கள் புரியத் தொடங்கின. அப்போதுதான் அவளிடம், அவளது குழந்தைகளின் கதியைப் பற்றிச் சொன்னார்கள். அதைக் கேள்விப்பட்டவுடன், அவள் இனி அந்தக் கிராமத்தில் எதுவுமே மிஞ்சியிருக்கவில்லை என்று அறிந்தாள். அதற்குள் இலையுதிர்காலமும் வந்து விட்டது. அவளுக்குத் தன் கணவனைப் பற்றியும் எவ்விதத் தகவலும் கிட்டவில்லை. அவளுக்கு உயிர் வாழ்வதே பிடிக்கவில்லை. அவள் அங்கிருந்து அகன்று, கிராமம்கிராமமாக அலைந்தாள்; பிச்சையெடுத்துத் திரிந்தாள். ரயில்வே பாதைசெல்லும் தூரம்வரையிலும் எட்டி வந்துவிட்டாள். பின்னர் ஆஸ்திரகனுக்கு வந்தாள். அந்த நீராவிப் படகில்

வேலைபார்த்த பழைய சமையற்காரன் கரையில் இறங்கி ஊருக்குள் போனவன் திரும்பிவராமலே போய்விட்டதால், அந்த ஸ்தானம் அனீஸ்யாவுக்குக் கிடைத்தது.

***

அனீஸ்யா தனது வாழ்வில் நடந்த இந்த நிகழ்ச்சியைச் சொல்லி, "தோழர்களே, நன்றி. இப்போது எனது துயரம் என்னவென்று உங்களுக்குத் தெரியும். நான் சொன்னதையெல்லாம் கேட்டதற்கு உங்களுக்கு மிக்க நன்றி" என்று முடித்தாள்.

பின்னர், அவள் தன் கண்களை மேலாடையால் துடைத்துக்கொண்டு, சமையலறைக்குள்ளே சென்று விட்டாள். அந்தக் கடற்படை வீரர்கள் வெகுநேரம் வரையிலும் முகத்தைச் சுழித்தவாறு மௌனமாக இருந்தார்கள்; அவர்களது ரத்தநாளங்கள் புடைத்த கரங்கள் முழங்கால்களைக் கட்டிக்கொண்டிருந்தன. தெலேகின், சிறிது தூரம் தள்ளிச்சென்று கீழே படுத்தான். பின்னர், அவன் பொங்கிவந்த பெருமூச்சை உள்ளடக்கிக் கொண்டு, தனக்குத்தானே பின்வருமாறு சொல்லிக் கொண்டான்: "இதுதான் நிலைமை. நாம் யார்யாரையோ பார்க்கிறோம். அவர்கள் யார் என்பதைப் பார்க்காமலே போய்விடுகிறோம். ஆனால், அவர்களோ எரிந்து கரிந்துபோன ஓர் உலகத்தின் எச்சமிச்சங்களாக இருக்கிறார்கள்."

அந்தப் பெண்ணின் துயரக் கதையைக் கேட்டுணர்ந்த உள்ளத்தில் மெல்லமெல்ல அவனது சொந்தத் துன்ப துயரங்களைப் பற்றிய எண்ணங்கள் தலைதூக்கத் தொடங்கின. அவன் அந்தத் துயரங்களை எவரிடமும் சொல்லாமல் மறைத்துவைத்திருந்தான்; சொல்லப் போனால், முதன்முதலாக அவற்றைத் தன்னிடமிருந்தே மறைத்துவைத்திருந்தான். அவனுக்கு, தாஷாவைத் திரும்பவும் பார்ப்போம் என்ற நம்பிக்கை சிறிதுகூட இல்லை. மனிதர்களுக்குத்தான் சகிப்புத்தன்மை அதிகம்.

வேறு எந்தவொரு மிருகமும் இத்தகைய காயங்களையும், துன்பதுயரங்களையும் சகித்துக் கொண்டிராது! எல்லையற்றுப் பரந்துகிடக்கும் இந்த உலகில் தாஷாவை எங்கேயென்று போய்த் தேடுவது? கீழ்த்திசையை நோக்கிச் செல்லும் லட்சோப லட்சக்கணக்கான மனிதர்களில் தாஷாவை எப்படி எங்கே கண்டுபிடிப்பது? ஏன்? ஒருவேளை அந்தக் கிழட்டு முட்டாள், டாக்டர் புலாவின் அவளையும் தன்னோடு அயல்நாட்டுக்கு இழுத்துக்கொண்டு போயிருப்பானோ?

அவன் தன் தலையை உலுக்கிவிட்டு, ஆழ்ந்த பரிவுணர்ச்சியுடன் சுகவாழ்க்கையிலும், சொகுசிலும் தாஷாவுக்கு இருந்த ஈடுபாட்டையும், ஐஸ் போட்ட ஒயின் மதுவைப்போல் ஒரேசமயத்தில் வெம்மையும் தண்மையும் நிறைந்து தோன்றும் அவளது சுபாவத்தையும் அவன் எண்ணிப் பார்த்தான்.

"இதெல்லாம் அவளது சக்திக்கு மீறிய விஷயம்தான். ஆமாம். அவள், கண்ணாடி வீட்டிலே வளர்ந்த பூச்செடி! உலகத்தையே ஆட்டிப் படைத்துக்கொண்டிருக்கும் இந்தச் சூறாவளியின் கொடிய பனிக்காற்றைத் தாங்கிக்கொண்டு, அவளால் எப்படி வாழமுடியும்? பாவம்! பெத்ரொகிராதில் இருந்த சமயத்தில், அவளது குழந்தை இறந்தபின்னர், மங்கிமங்கி மடிந்து அணையும் சின்னஞ்சிறு சுடரைப்போல், அந்திநேரத்தில் அவள் எப்படி நிலைகுலைந்து போனாள்!"

பெத்ரொகிராதில்தான் அவளைவிட்டுப் பிரிந்து வந்தபிறகு, தெலேகின் அவளைப் பற்றித் தெரிந்து கொண்டதெல்லாம் சமாராவில் அவனுக்குப் படிக்கக் கிடைத்த அந்தக் கடிதத்தின் மூலம்தான்; அதையும்கூட, அவசரஅவசரமாகப் புரட்டிப் பார்க்கத்தான் அவனுக்கு நேரமிருந்தது. பெத்ரோகிராதைவிட்டு வந்தபின்னர், தாஷா எவ்வளவோ சோதனைகளுக்கு ஆளாகியிருக்கத்தான் வேண்டும். எனவே, எவ்வளவோ கற்றுக் கொண்டிருக்கவும் வேண்டும். உளவாளிகளிடமிருந்து தப்புவிப்பதற்காக அவனை எவ்வளவு ஆர்வத்தோடு ஜன்னலுக்கருகே

அவள் இழுத்துக் கொண்டு போனாள்! "நான் உனக்கு விசுவாசமாகவே இருப்பேன்! ஓடு! ஓடு!" என்றாளே. அந்தச் சமயத்தில் அவனது கழுத்தை வளைத்துத் தொங்கியபோது, அவளது அழகிய கூந்தலிலிருந்து அருமையான மணம்கூட எழுந்ததே! -- அவனால் அதை மறக்க முடியாது, என்றுமே மறக்க முடியாது! அற்புதமான, விசித்திரமான, அன்புமிகுந்த பெண்தான் அவள். "போதும், போதும். இந்த நினைவு மயக்கங்கள் எல்லாம்."

காலநிலை மாறத் தொடங்கியது; வோல்காவின் நீர்ப் பரப்பு கறுக்கத் தொடங்கியது. நீர்கொண்டு கறுத்துச் சோர்வூட்டும் குளிர்ந்தமேகங்கள், வடதிசையில் திரளத் தொடங்கின. காற்று நீராவிப் படகின் தாழ்ந்த பாய்மரக் கம்புகளினூடே, புகுந்து சீட்டியடிக்கத் தொடங்கியது. அந்த நீராவிப் படகு நிற்காமல் காமீஷினைக் கடந்து சென்றது. பயிர்பச்சையைக் காணாத ஒரு மேட்டுச் சரிவில், இலைகளை இழந்து மூளியாக நிற்கும் தோட்டங்களும், அங்குள்ள மரவீடுகளும் கொண்ட சின்னஞ்சிறிய நகரமாக அது தொலைவில் தெரிந்தது. காமீஷினைக் கடந்தவுடனேயே த்ஸாரீத்ஸினின் போர் முனை எல்லை தொடங்கிவிட்டது.

3

பனிக் குளிர்நிறைந்த மேகங்கள் த்ஸாரீத்ஸினின் வான மண்டலத்தின்மீது ஊர்ந்துசென்றன. வேகமான காற்றுப் புழுதியைச் சுழற்றிக் கிளப்பியது; பொடிந்து சரியும் கரையின் உச்சிக்குமேல், ஆங்காங்கே கும்பல் கும்பலாகத் தோன்றிய சின்னஞ்சிறிய மரவீடுகள்மீதும், தொழிற்சாலைகள்மீதும் அந்தப் புழுதிக் காற்று திடீர் திடீரென்று மண்ணைவாரி இறைத்தது. மழை நீரினால் அரிக்கப்பட்டுத் தெத்தும்குத்துமாகக் கற்கள் கிளம்பிக் கொண்டிருக்கும் செங்குத்தான தெருவின் வழியாக

தெலேகின் சென்றான்; ஆற்றுக்கரையிலோ, கீச்சீட்டுக் கொண்டிருக்கும் இறங்குத்துறையிலோ, நகரிலோ, அவன் நடந்துசெல்லும் இவ்வீதிகளிலோ ஆள் நடமாட்டத்தையே காணோம். புழுதிப்படலத்தின் ஊடே, சாம்பல் நிறமாகத் தோன்றிய தேவாலயத்துக்கு அருகில்தான் நகரத்தின் சதுக்கம் இருந்தது. அந்தச் சதுக்கத்துக்கு வந்த பின்னர்தான் தெலேகின் அங்கு ஓர் ஆயுதந்தாங்கிய படைப் பிரிவைக் கண்டான். அங்கு தென்பட்ட முதியவர்கள், இளையவர்கள் எல்லோருமே கையில்கிடைத்த உடைகளையெல்லாம் அணிந்து இருந்தார்கள். அவர்கள் மிகவும் சிரமத்துடன் காற்றிலிருந்தும் புழுதியிலிருந்தும் தங்களது முகங்களைத் திருப்பிக்கொண்டு, நடந்துசென்றார்கள்.

அந்தப் படைப்பிரிவின் முன்னே மெலிந்த உருவமும், கடுப்பான பார்வையும்கொண்ட முதிய மாது ஒருத்தியும் நடந்துசென்றாள். அவளும் செஞ்சேனைத் தொப்பியை அணிந்திருந்தாள்; அத்துடன் மற்றவர்களைப்போல், அவளும் தோளில் ஒரு துப்பாக்கியை ஏந்திச் சென்றாள். அவள் தெலேகினருகே வந்ததும், ராணுவத் தலைமைக் காரியாலயம் எங்கே இருக்கிறது என்பதை அவளிடம் விசாரித்தான். ஆனால் அவளோ பதிலொன்றும் பேசாமல், அவனை மூர்க்கபாவத்தோடு பார்த்தாள்; பிறகு, அந்தப் படைப்பிரிவு தூசிப் படலத்தைக் கிளப்பியவாறே அவனைக் கடந்து சென்றுவிட்டது.

தலைமைக் காரியாலயத்துக்குச் சென்று நீராவிப் படகின் வரவைத் தெரிவிப்பதோடு, கொண்டுவந்துள்ள ஆயுதத் தளவாடங்கள் பற்றிய பட்டியலையும் தெலேகின் அங்கு ஒப்படைக்க வேண்டியிருந்தது. ஆனால் சனியன் பிடித்த தலைமைக் காரியாலயத்தை எங்குபோய்த் தேடுவதென்று அவனுக்குப் புரியவில்லை. எங்குப் பார்த்தாலும் மூடிக் கிடக்கும் கடைகளும், ஆளரவமேயற்ற ஜன்னல்களும், எந்த நிமிஷமும் கீழே விழுந்துவிடுவோம் என்று பயமுறுத்துவதுபோல் கடகடக்கும் விளம்பரப் பலகைகளும் தவிர, அங்கு எதுவுமே தென்படவில்லை. திடீரென்று தெலேகின், ஒரு ராணுவ வீரன் மீது மோதிக் கொள்ள இருந்தான். அந்த ராணுவ வீரன், கையில்

ஒரு பெருங்கட்டுடன் இருந்தான். அவன் தணிந்த குரலில் வாய்க்குள்ளேயே வைதுவிட்டு, வேதனை தாங்கமாட்டாமல், பற்களை இறுகக் கடித்து, பற்களின் வழியாகக் காற்றை ஓசையெழும்ப உள்ளே இழுத்தான். தெலேகின் அவனிடம் மன்னிப்புக் கோரிக்கொண்டு, ராணுவத் தலைமைக் காரியாலயம் எங்கேயிருக்கிறது என்று அவனிடம் விசாரித்தான். அப்போதுதான் தெலேகின், அந்த மனிதனை அடையாளம் கண்டு கொண்டான். தெலேகினின் முந்தைய ரெஜிமெண்டல் தளபதியான சாபஷ்கோவ்தான் அவன்.

"அடப்பாவி, நீயா? வெறிபிடித்தவன் மாதிரி ஓடியபடி! இங்கே என்ன செய்துகொண்டிருக்கிறாய்? சரி. வணக்கம் அப்பா!" என்றான் சாபஷ்கோவ்.

பிறகு தெலேகின் தாவிவந்து தன்னைத் தழுவிக் கொள்ளப்போகிறான் என்று உணர்ந்ததும், சாபஷ்கோவ் சிறிது பின்வாங்கியவாறு, "அதெல்லாம் வேண்டாம், அப்பனே! சும்மா இரு. சரி. இப்போது நீ எங்கிருந்து வந்து குதித்தாய்?" என்று கேட்டான்.

"நான் ஒரு நீராவிப் படகைக் கொண்டு வந்திருக்கிறேன்."

"அப்படியா? விசித்திரமான பயல் நீ! இன்னும் உயிரோடுதான் இருக்கிறாயா? உடம்பைத்தான் பாரேன். கன்னமெல்லாம் பெருத்திருக்கிறதே. நல்ல ருஷ்யப் பிறவிதான் நீ. தலைமைக் காரியாலயத்துக்குப் போக வேண்டுமா? அது இங்கேதான் இருக்கிறது. சரி. நீ எங்கே தங்கியிருக்கிறாய்? எங்குமில்லை என்றுதான் நினைக்கிறேன். நல்லது, நான் உனக்காக இங்கே காத்து நிற்கிறேன்."

பின்னர் அவன் வியாபாரியின் வீட்டுக் கல்கட்டடத்தின் வாயில் வழியே தெலேகினோடு துணை வந்து, இரண்டாவது மாடியில் தலைமைக் காரியாலயத்தை அவனுக்கு அடையாளம் காட்டினான்.

"நான் உனக்காகக் காத்திருப்பேன், தெலேகின். மறந்து

விடாதே!'

தெலேகின் சரோகினின் தலைமைக் காரியாலயத்துக்கும், தென்திசைப் போர்முனையில் உள்ள ராணுவங்களின் தலைமைக் காரியாலயத்துக்கும் சென்றிருக்கிறான். அங்கெல்லாம்தான் போய்ச் சேரவேண்டிய அறை எங்கேயிருக்கிறது என்பதைத் தெரிந்துகொள்வதே பெரும்பாடாய் இருந்தது; அங்குள்ளவர்கள் எல்லோரும் கூடிச் சதிசெய்து சொல்வதுபோல் தவறான வழியையே காட்டுவார்கள்; மேலும், அங்கே எங்குப் பார்த்தாலும் புகையிலைப் புகைதான் மேகமண்டலம்போல் நிரம்பி நிற்கும்; அத்துடன் டைப் அடிப்பவர்களும் வெறிகொண்டவர்கள்போல தமது இயந்திரங்களைக் கடகடக்கச் செய்வார்கள்; இராணுவ அதிகாரிகளின் உதவியாளர்கள் தலைக்கனத்துடன் யாரையும் சட்டை செய்யாது, போவதும்வருவதுமாக இருப்பார்கள். அப்படி அவர்கள் விசுக்விசுக்கென்று நடக்கையில் அவர்களது காலுடை இறக்கையைப்போல படபடக்கும். ஆனால், அந்தக் கட்டடத்திலோ, அமைதி நிலவியது; அது மட்டுமல்லாமல், தான் போகவேண்டிய அறையையும் தெலேகின் உடனேயே கண்டுகொண்டு விட்டான். உள்ளே வெளிச்சம்வராத அளவுக்குத் தூசிபடிந்திருந்த ஒரு ஜன்னலருகே ஒரு வாயில் காப்பாளர் உட்கார்ந்திருந்தார். அவர் தமது மெலிந்த, நோய்வாய்ப்பட்டு மலேரியாவால் தாக்குண்ட முகத்தை நிமிர்த்தி, சிவந்து கனன்றுபோயிருந்த கண்களை இமைக்காது தெலேகினைப் பார்த்தார்: “இங்கு யாருமில்லை. எல்லோரும் போர்முனையில் இருக்கிறார்கள்” என்றார் அவர்.

“நான் தளபதியோடு தொடர்புகொள்ள முடியுமா? அவசரமாக ஒப்படைக்கவேண்டிய பொருள்கள் என்னிடம் இருக்கின்றன.”

தூக்கமின்மையால் மெலிந்து வாடிப்போன மனிதனைப் போல், அந்த அதிகாரி அநாயாசமாக எழுந்து, ஜன்னல் வழியாகப் பார்த்தார். யாரோ காரில் வந்திறங்கினார்கள்.

“ஒரே ஒரு நிமிஷம்” என்று அவர் அமைதியாகச் சொல்லி விட்டு, ஏதேதோ அறிக்கைகளையும் ஆவணங்களையும் பிரித்து அடுக்கத் தொடங்கினார். அந்தத் ஆவணங்களில் சில தெளிவற்ற கையெழுத்தில் பென்சிலால்தான் எழுதப்பட்டிருந்தன. அவற்றைப் பார்த்தால், அவற்றை எழுதியவர்களின் துணிவும் எளிமையும் நிறைந்த இதயங்களை மட்டும்தான் புரிந்துகொள்ள முடிந்தது.

இரண்டு மனிதர்கள் வந்தார்கள். அவர்களில் ஒருவர் ஆஸ்திரகன் பிரதேசத்துக் கோட்டு அணிந்திருந்தார்; அந்தக் கோட்டின் முன்புறத்தில் அவரது தொலைநோக்கிக் கண்ணாடி தொங்கிக் கொண்டிருந்தது; கனத்த குதிரைப் படை உடை வாள் ஒன்று, இடுப்பில் தென்பட்ட முரட்டு இடைவாரில் தொங்கியது. மற்றவரோ நீளமான ராணுவக் கம்பளிக் கோட்டும், பெத்ரொகிராத் தொழிலாளர்கள் அணிவதுபோன்ற காதுகளுக்கும் மறைப்புள்ள ஒரு கம்பளித் தொப்பியும் அணிந்து ஆயுதமற்றிருந்தார். அவர்கள் இருவரின் முகமும் புழுதியடைந்து கறுத்துப் போயிருந்தது. அந்த வாயில் காப்பாளர் பின்வருமாறு சொன்னார்:

“மாஸ்கோவுக்குச் செல்லும் நேரடி டெலிபோன் போக்குவரத்து ரிப்பேர் செய்தாயிற்று.”

ஆஸ்திரகன் கோட்டணிந்த இளமைத் தோற்றமும், உருண்ட பழுப்பு நிறமும், களிப்பு நிறைந்த கண்களையுமுடைய மனிதர் சட்டென எழுந்து நின்றார்.

“அப்படியா? ரொம்ப நல்ல செய்தி!” என்றார் அவர்.

சேறு படிந்திருந்த கம்பளிக் கோட்டையணிந்த மற்றவரோ, கைக்குட்டையை வெளியே இழுத்து, தமது மெலிந்த முகத்தைத் துடைத்தார்; கறுத்த மீசையின் மீது படிந்திருந்த தூசியையும் போக்க முயன்றார். மேல்நோக்கி உயர்ந்திருந்த கீழ் இமைகளைக்கொண்ட அவரது பிரகாசமான கண்கள் தம்மை ஓரப் பார்வை பார்ப்பதாகத் தெலேகின் உணர்ந்தான்.

"இந்தத் தோழர் ஏதோ செய்திகொண்டு வந்திருக்கிறார்" என்றார் அந்த வாயில் காப்பாளர்.

தெலேகின், அந்த இரண்டு மனிதர்களையும் இதற்குமுன் எங்குமே பார்த்ததில்லை; மேலும், அவர்கள் யாரென்பதும் அவனுக்குத் தெரியாது. எனவே, அவன் ஒரு கணம் தயங்கினான். அதற்குள் வாயில் காப்பாளர் அவனிடம் திரும்பிச் சொன்னார்:

தோழரே, நீங்கள் பேசலாம். போர்முனையின் ராணுவக் கவுன்சிலைச் சேர்ந்தவர்கள்தான் இவர்கள்."

தெலேகின் தன்னிடமிருந்த ஆவணங்களை வெளியே எடுத்து, தனது அறிக்கையைச் சமர்ப்பித்தான். ஆயுதத் தளவாடங்களை ஏற்றிக்கொண்டு நீராவிப் படகு வந்துவிட்டது என்று தெரிந்ததும், அந்த மனிதர்கள் இருவரும் ஒருவரையொருவர் அர்த்தபுஷ்டியோடு பார்த்துக்கொண்டார்கள். மேல்கோட்டு அணிந்த மனிதர் கொண்டுவந்துள்ள சரக்குகளைப் பற்றிய பட்டியலைக் கையிலெடுத்தார்; மற்றவரோ, அவரது தோளுக்கு மேலாகக் கண்களை ஓட்டி அந்தப் பட்டியலைப் பேரார்வத்தோடு எட்டிப் பார்த்தார். அந்தப் பட்டியலிலே தென்பட்ட தோட்டாக்கள், வெடிகுண்டுகள், இயந்திரத் துப்பாக்கிக்கான தோட்டா பெல்ட்டுகள் முதலியவற்றின் தொகையைப் பார்க்கப் பார்க்க, அவரது சின்ன வாய் அவரையும் அறியாமல் மூடுவதும் திறப்பதுமாக இருந்தது.

"உங்களோடு எத்தனை பேர் வந்திருக்கிறார்கள்?" என்று அந்தக் கம்பளிக் கோட்டு மனிதர் கேட்டார்.

"பால்டிக் படையைச் சேர்ந்த பத்துக் கப்பல் வீரர்கள், அத்துடன் இரண்டு பீரங்கிகள்."

மீண்டும் அந்த இருமனிதர்களும் பார்வையைப் பரிமாறிக்கொண்டார்கள்.

"நீங்கள் இங்கு தரப்படும் தாளைப் பூர்த்திசெய்து விட்டுப் போங்கள். அத்துடன் மாலை ஐந்து மணிக்கு நீங்களும்

உங்கள் உடன்வந்தவர்களும் போர்முனையின் பிரதம தளபதியின் முன்னிலையில் ஆஜராக வேண்டும்” என்றார் அந்தக் கம்பளிக் கோட்டு மனிதர்.

பின்னர் அவர் சாவதானமாக, கிறீச்சிட்டு ஒலிக்கும் டெலிபோனின் கைப்பிடியைச் சுழற்றினார்; தமக்கு வேண்டிய நபரோடு தொடர்புகொண்டார்; தணிந்த குரலில் ஏதோ சில வார்த்தைகள் பேசினார். பின்னர் டெலிபோனைத் தொங்கவிட்டுவிட்டு, வாயில் காப்பாளரிடம் சொன்னார்:

“தோழரே! உடனடியாக எவ்வளவு வண்டிகளைச் சேகரிக்க முடியுமோ, அவற்றைச் சேகரித்துத் தயாராக வையுங்கள். அத்துடன் சரக்குகளை இறக்கிக் கொண்டுவருவதற்கு, ஆயுதத் தொழிற்சாலைத் தொழிலாளிகளையும் ஒன்றுகூட்டி வையுங்கள். பின்னர் இவற்றை மேற்பார்வையிட்டு நிறைவேற்றிய பின்னர் எனக்குத் தகவல் கொடுங்கள்.”

அந்த இரு மனிதர்களும் அடுத்த அறைக்குள் போய் விட்டார்கள். அந்த வாயில் காப்பாளர் டெலிபோனின் கைப்பிடியைச் சுழற்றிவிட்டு, உள்ளடங்கிய குரலில் யாருடனோ பேசினார்: “போக்குவரத்து இலாகாவா. நான் தோழர் இவானோவுடன் பேச விரும்புகிறேன். அங்கே இல்லையா? கொல்லப்பட்டு விட்டாரா? வேறு யாரையாவது கூப்பிடுங்கள். போர்முனைத் தலைமைக்காரியாலயத்திலிருந்து பேசுகிறேன்.”

தெலேகின், தாளைப் பூர்த்திசெய்து கொடுப்பதற்காக உட்கார்ந்தான். நிலைமையைப் புரிந்துகொள்வதில் சிரமமில்லை. பிரதம தளபதியிடம் ஆஜராவது என்றால், ஆஜரான பின்னர், நேராகக் காப்பகழுக்கு அனுப்பப்படுவார்கள் என்றுதான் அர்த்தம். நீராவிப் படகில் வந்த சமயத்தில், தெலேகின் சோம்பேறித்தனத்துக்கு ஆளானான். ஆனால் கிரிச் கிரிச்சென்று ஓசையெழுப்பும் பேனாமுனை காகிதத்தில் பதிந்தபோது, கடந்த சில வருஷங்களில் அவன் அடிக்கடி அனுபவித்து வந்துள்ள பழக்கமாகிவிட்ட மனோவுறுதி அவனை மீண்டும்

ஆட்கொண்டது. அமைதியும், இதமும், மகிழ்ச்சியும் மனிதனுக்குள்ளிருக்கும் அனைத்தும், தனது சொந்த வாழ்க்கையையும் சுகவாழ்வையும் பற்றிய கவனமெல்லாம் வருத்தத்தோடு பின்னணிக்கு ஒதுக்கித் தள்ளப்பட்டன. மீண்டும் புதியதொரு தெலேகினாக - எளிமையும், கடினமும், மனவுறுதியும் வாய்ந்த மனிதனாக - அவன் மாறிவிட்டான்.

மாலை ஐந்து மணிக்கு இன்னும் வெகுநேரம் இருந்தது. தெலேகின் அந்தத் தாளைப் பூர்த்திசெய்து கொடுத்து விட்டு, அறையைவிட்டு நடைக்கூடத்துக்கு வந்தான். சாபஷ்கோவ் ஒரு மரப்பெஞ்சிலிருந்து அவசர அவசரமாக எழுந்து நின்றான்.

"இப்போது உனக்கு ஓய்வுதானே. வா, நாமிருவரும் எங்காவது உட்கார்ந்து பேசுவோம்."

அவன் சிந்தனை வயப்பட்ட தெலேகினை புன்னகையுடன் பார்த்தான். சாபஷ்கோவ் எப்போதும் போல அமைதியற்று, இறுக்கம் நிறைந்தவராய் இருந்தான். மற்றவர்களுக்கெல்லாம் தெரியாத விஷயங்களைப் பற்றித் தெரிந்து வைத்திருப்பவன்போல அவன் தோன்றினான். என்றாலும், அவனது புறத்தோற்றம் மட்டும் மாறியிருந்தது. ஒருகாலத்தில், ரோஜா நிறத்தோடு பளபளப்பாகத் தோன்றிய அவனது முகம், சுருங்கிப் போய் மூப்படைகின்றவனது முகம்போலக் காட்சி தந்தது. தெலேகினோ, அவனிடம் தான் இறங்குத்துறைக்கு அவசரமாகச் செல்ல வேண்டும் என்றும், படகிலுள்ளவர்களை ஒன்றுதிரட்டி, சில பெட்டிகளைக் கீழே இறக்க வேண்டும் என்றும் சொன்னான்.

"அப்படியா? பரிதாபம்தான். பரவாயில்லை. என்றாலும் நானும் உன்னோடு இறங்குத்துறை வரையிலும் வருகிறேன். தெலேகின்! மூன்றுமாத காலமாக நான் வாயைக் கட்டிப்போட்டு வந்திருக்கிறேன். 'மாஜி அறிவாளியின் நினைவுக் குறிப்புக்கள்' என்ற தலைப்பில் நான் ஆஸ்பத்திரியில் இருந்த காலத்தில் அநேகமாக எழுதக்கூடத்

தொடங்கி இருப்பேன். இப்போதெல்லாம் நான் மதுபானம் குடிப்பதில்லை. அதனை மறந்துவிட்டேன்."

தெலேகினைச் சந்தித்ததன்மூலம் சாபஷ்கோவின் மனம் மிகவும் பாதிக்கப்பட்டிருந்தது என்று தெரிந்தது. அவர்கள் தெருவுக்கு வந்தார்கள்; காற்று அவர்கள் இருவரையும் பிடித்து ஆற்றைநோக்கித் தள்ளிக்கொண்டு சென்றது. அந்தக் காற்று இருண்டுவரும் வோல்கா நதியின் நீர்ப்பரப்பின்மீது மோதி, அதில் நுரைக் கரையிட்ட அலைவரிசைகளை எழுப்பியது.

"சாபஷ்கோவ், உனது படை எங்கேயிருக்கிறது? நீ அதிலிருந்து எப்படிப் பிரிந்தாய்?"

"சொல்லப்போனால், அந்தப் படையில் இப்போது எதுவுமே மிஞ்சி நிற்கவில்லை. பதினொன்றாம் ராணுவத்தில் இத்தகைய படை இப்போது ஒன்றும் இல்லாது போய்விட்டது."

தெலேகின் அவனைப் பயபீதி நிறைந்த அமைதியுடன் ஏறிட்டுப் பார்த்தான். பின்னர் பறந்துவரும் தூசிப் படலத்திலிருந்து தன் கண்களைக் கையால் மறைத்தவாறே சாபஷ்கோவ் பேச முனைந்தான்:

"பெஸ்பகோய்னி பண்ணையிலே இருந்தபோதுதான் எங்களுக்கு அழிவுவந்தது. உனது பதினொன்றாம் ராணுவம், அதோகதியாகப் போனதைப் பற்றி நீ கேள்விப்படவில்லையா? பிரதம தளபதி சரோகின் - அவன் பண்ணிவைத்த திருக்கூத்து கொஞ்சமில்லை. நாய்க்குப் பிறந்த பயல்! மும்முறை அவனைச் சுட்டுக் கொன்றாலும் போதாது. த்ஸாரீத்ஸின் போர்முனையின் ராணுவக் கவுன்சிலிடமிருந்து வந்த உத்தரவையே, தனது ராணுவத்திடமிருந்து அவன் மறைத்துவிட்டான்; அந்த உத்தரவோ முற்றுகையை உடைத்துக்கொண்டு, பத்தாவது ராணுவத்துடன் போய்ச் சேரும்படி பணித்தது. ஷேலிஸ்தின் படைப் பிரிவு ஒன்றுதான் அந்த உத்தரவின்படி நடந்தது; த்ஸாரீத்ஸினுக்குச் சென்றது; இதன் காரணமாக சரோகின் ஷேலிஸ்தைத் துரோகி என்று பிரகடனப்படுத்தி, அவரைச்

சுட்டுக் கொல்லவும் முயன்றான். நீயே நினைத்துப் பார். நாங்களோ மினரால்னியிவோதியிலிருந்தும் துண்டுபட்டுக் கிடந்தோம்; ஸ்தாவரப்பலிலிருந்தும் நாங்கள் துண்டுபடுத்தப்பட்டோம். அங்குதான் தமான் ராணுவம் அழிபாட்டுக்கு இரையாயிற்று. சரோகினோ, தனது ஆயுதத் தளவாடங்களையெல்லாம் பயபீதிக்கு ஆளாக்கி திஹரேத்ஸ்காயாவில் விட்டுவிட்டு, ஓடிவிட்டான். எங்களையோ வலதுபுறத்தில் ஷ்குரோவின் குதிரைப்படையும், இடதுபுறத்தில் விரான்கெலின் குதிரைப்படையும் நெருக்கித் தாக்கின. எனவே, நாங்கள் தண்ணீரில்லாக் காடான ஸ்டெப்பி வெளி வழியே கீழ்த்திசை நோக்கித் திரும்பினோம். எனது ரெஜிமெண்டில் மிஞ்சியிருந்ததெல்லாம் ஒரேஒரு படைப் பிரிவு மட்டும்தான். நாங்கள் நடக்கும்போதுதான் தூங்க வேண்டியிருந்தது. எப்படியாவது எதிரிகளிடமிருந்து தப்பித்தால் போதுமென்று இருந்தது. நாங்கள் கடவுப் பாதைகளின் வழியே நடந்தோம். தண்ணீரும் கிடையாது; உணவும் கிடையாது. இதற்குமேல் பனிக்குளிர் கொட்டும் காற்றின் பயங்கரம். நாசமாய்ப்போன ஸ்டெப்பி! அந்தக் கொடும் பனிக்குளிரிலே குதிரைகளும் குதிரை மேலிருந்தவர்களும் பலபேர் அப்படியே விறைத்துச் செத்துப்போனதும் உண்டு. அவ்வாறு விறைத்து நின்ற பிணங்களை மண்வாரி வந்து விழுந்து மூடியது. அந்த இடங்களெல்லாம் ஸ்கிதியர்களின் சவமேடுகள் போல் தோன்றின. ஒருவழியாக, நாங்கள் எப்படியோ பெஸ்பகோய்னி பண்ணைக்கு வந்து சேர்ந்தோம். அங்கு ஒருவரையும் காணோம், ஒரு கோழிக்குஞ்சைக் கூடக் காணோம். கசாக்குகள் அங்கிருந்த நாய்களைக் கூடக் கொண்டுபோய்விட்டார்கள். குடிசைக் கதவுகளெல்லாம் பூட்டாமல் திறந்துகிடந்தன; என்றாலும், படைவீரர்களுக்கு நிறையப் பால் கிடைத்தது குடிப்பதற்கு. புரிந்ததா? உடனே அவர்கள் தரையிலே படுத்துத் துடிதுடித்துப் புரண்டார்கள்; அவர்களுக்கு உதவமுடியாத அளவுக்குக் காரியம் மிஞ்சிவிட்டது. எங்களில் முப்பது பேர்தான் உயிர்பிழைத்தோம். பொழுதுவிடியும் தருணத்திலோ,

வெள்ளை ராணுவத்தினர் இயந்திரத் துப்பாக்கிகளுடன் எங்களைச் சூழ்ந்துகொண்டு, சுட்டுத் தள்ளி எல்லோரையும் தீர்த்துக் கட்டிவிட்டார்கள்."

தெலேகின், இதை எல்லாம் கேட்டுக்கொண்டே தன்னையுமறியாமல் வேகமாக நடக்கத் தொடங்கினான். பிறகு ஓரிடத்தில் அவனது கால் தடுமாறியதும் அவன் கேட்டான்:

"ஆமாம். நீ எப்படித் தப்பித்தாய்?"

"கடவுளுக்குத்தான் வெளிச்சம்! அதிர்ஷ்டம் என்றுதான் சொல்ல வேண்டும். ஆரம்பத்திலேயே எனக்குக் காயம் பட்டுவிட்டது. கையிலேதான். நரம்போ வேறு எதுவோ பாதிக்கப்பட்டு விட்டது. உடனே, நான் மூர்ச்சையாகி விழுந்துவிட்டேன். அந்த நிகழ்ச்சிக்குப் பின்னர் நான் எவ்வளவோ விஷயங்களில் என் கருத்தை மாற்றிக் கொண்டுவிட்டேன். நான் அங்கே மல்லாந்து விழுந்து கிடந்தபோது, படைவீரர்கள் சிலர் எனது கைக்குக் கட்டுப்போட்டு, என்னை ஒரு வைக்கோல் போருக்குத் தூக்கிக்கொண்டு போய் வைக்கோலால் என்னை மூடிப்போட்டு விட்டார்கள் போலிருக்கிறது. அந்த நேரத்திலும்கூட அவர்கள் என்னைப் பற்றி நினைத்திருக்கிறார்களே! நான் சொல்கிறேன்: நமக்கு நமது ஜனங்களையே சரியாகத் தெரியவில்லை; அவர்களை நாம் தெரிந்துகொண்டதே இல்லை. இவான் புனினோ[4] ஜனங்களைக் 'காட்டு மிருகங்கள்' என்று சொல்கிறார்;

---

4   இ.அ. புனின் (1870-1953) - ருஷ்யக் கவிஞர், கதாசிரியர்; பல சிறு நாவல்களை எழுதியுள்ளார். அந்த நாவல் களில் அவர் பழங்காலத்தைப் போற்றியும், நிலப் பிரபுக்களின் பண்ணைகளில் துரிதமாகப் பாழ்பட்டு வரும் வாழ்க்கை நிலைமைகளைப் பற்றியும், புரட்சிக்கு முந்திய காலத்தில் ருஷ்ய நாட்டுக் கிராமப்புறங்களிலே நிலவிய மகிழ்ச்சியற்ற வாழ்க்கையையும் சித்திரித்துள்ளார். அக்டோபர் புரட்சி தோன்றியவுடனே அவர் பிரான்ஸ் நாட்டுக்குக் குடிபோய் விட்டார். – (ப-ர்.)

மெரெஜ்கோவ்ஸ்கியோ[5] அவர்களைத் தர்ம நியாயங்களையே அறியாத தடிப்பிறவிகளென்றும், எதிர்காலத்தையே நாசமாக்குபவர்களென்றும் கூறுகிறார். நாம் ரயிலிலே இரவில் பேசிக் கொண்டது நினைவிருக்கிறதா? அப்போது நான் நன்றாகக் குடித்திருந்தேன். என்றாலும், உன்னிடம் என்ன பேசினேன் என்பதை நான் மறந்துவிடவில்லை. எங்கே நாம் தவறு செய்திருக்கிறோம் என்று முதலில் பார்ப்போம். தத்துவமானாலும் சரி, தர்க்கசாத்திர மானாலும் சரி, அவை சரியாகிப் போகும். குறியை, நாம் சரிபார்த்த பின்தான் சரியாகச் சுடமுடிகிறதைப்போல, வாழ்க்கையின் போராட்டங்களை ஆழ்ந்து நோக்கிய பின்பே தத்துவங்களையும், தர்க்கசாத்திரங்களையும் அமைக்க வேண்டும். இம்மானுவல் காண்ட்[6] சொல்வது வேறு - புரட்சி என்பதோ அதற்கு முற்றிலும் மாறுபட்ட வேறொரு விஷயம்!"

"சரி. பிறகென்ன நடந்தது, சாபஷ்கோவ்?"

"பிறகென்ன நடந்தது? இரவான பின்னர், நான் அந்த வைக்கோல் போரினின்றும் வெளியே வந்தேன். அவர்கள் குடிசைகளிலே உல்லாசமாகப் பாட்டுப் பாடிக் கொண்டிருந்தார்கள்; அதிலிருந்து வெற்றியாளர்கள் நன்றாகக் குடித்திருக்கிறார்கள் என்று புரிந்தது. முடமாக்கப்பட்ட ஒரு பிணத்தின்மீதும் பிறகு இன்னொன்றின்மீதும் நான் தடுக்கி விழுந்தேன். என்ன நடந்து முடிந்திருக்கிறது என்பதைக் கண்டு கொண்டேன். பிறகு, நான் ஒரு குதிரையை இழுத்துக் கொண்டு, அதன்மீது ஏறி ஸ்டெப்பி வெளிக்கு ஓடி வந்தேன். வேதனைமிக்க சில நாட்களை அங்கே கழித்தேன். பிறகு, புதியோனிக்

---

5. தி.ஸெ. மெரெஜ்கோவ்ஸ்கி (1865-1941) - ருஷ்யக் கவிஞர்; வசனகர்த்தா. உருவகவாதி; சூட்சுமார்த்த தத்துவங்களில் ஈடுபாடுடையவர். புரட்சிக்கு விரோதமாக இருந்தவர்; நாட்டை விட்டு வெளியேறியவர்.- (ப-ர்.)

6. இம்மானுவல் காண்ட் (1724-1804) 18ஆம் நூற்றாண்டின் பிற்பகுதியிலும், 19ஆம் நூற்றாண்டின் முற்பகுதியிலும் நிலவிய ஜெர்மானியக் கருத்து முதல் வாதத்தின் பிதாமகன். (ப-ர்.)

குதிரைப்படையைச் சேர்ந்த பிரிவினர் என்னைக் கண்டுபிடித்தார்கள் - சால்ஸ்கி ஸ்டெப்பி வெளியில் இப்பேர்பட்ட ஒரு குதிரைவீரர் இருக்கிறார். என்னை அவர்கள் குபெர்லி ரயில் நிலையத்துக்குக் கொண்டுபோய், அங்கிருந்து என்னை இங்கு அனுப்பிவைத்தார்கள். இப்போது நான் ஆஸ்பத்திரியையே சுற்றிக்கொண்டு திரிகிறேன். என் ஆவணங்கள், சேவை விவரப் புத்தகம் எல்லாம் அந்த வைக்கோல் போரிலே நான் விட்டுவிட்டு வந்த குளிர்க்கால கோட்டிலேயே அகப்பட்டுக் கொண்டு விட்டன. உனக்கு, அந்தக் குளிர்க்கால கோட்டை நினைவிருக்கிறதா? அந்த மாதிரி ஒன்று, எனக்கு இனி கிடைக்கப் போவதில்லை."

"கீம்ஸாவும் இதுபோலவே கொல்லப்பட்டுவிட்டாரா?"

"கீம்ஸா டைபாய்டு நோயால் கடுமையாகப் பாதிக்கப்பட்டார். சாமான்கள் நிறைந்த வண்டிகளுடன் அவரையும் முன்பே இழந்துவிட்டோம்."

"கீம்ஸாவைப் பற்றி மிகவும் வருத்தப்படுகிறேன்."

"தெலேகின்! நான் எல்லோருக்குமாகவும் வருந்துகிறேன். இல்லை, நான் சொல்வது தவறு. வருந்துவதோடு மட்டும் நான் நிற்கவில்லை. நான் எங்கள் படையை மிகவும் நேசித்தேன். இப்போதோ அதில் நான் ஒருவன் மட்டுமே மிஞ்சி நிற்கிறேன் என்பதைப் பார்க்கும்போது, எனக்கே அருவருப்பாக இருக்கிறது. என்னை, நானே என்ன செய்துகொள்வது என்பது தெரியாமல் விழிக்கிறேன், தெலேகின்! நான் தலைமைக் காரியாலயத்துக்குச் சென்று, ஏதாவது ஒரு படைப்பிரிவில் ஏற்றுக் கொள்ளும்படி கேட்டுப் பார்த்தேன். அவர்களை முற்றிலும் புரிந்து கொள்கிறேன். அவர்களுக்கு என்னைப் பற்றி எதுவும் தெரியாது. என்னிடமுள்ள படைவீரன் சீட்டைத் தவிர, வேறு அத்தாட்சி எதுவும் இல்லை. நீ என்னைப் பற்றி தலைமைக் காரியாலயத்தில் கொஞ்சம் எடுத்துச் சொல்ல முடியுமா?"

"நிச்சயமாகச் சொல்கிறேன், சாபஷ்கோவ்!"

"நீ இருக்கிற படைப் பிரிவிலேயே என்னையும் சேர்த்துக்கொள்ள வழிசெய்தால் மிகவும் நல்லது. ஆமாம், அதுதான் நல்லது. நான் உனக்குக் கீழ் உதவியாளனாகவோ டெலிபோன் ஆப்பரேட்டராகவோ அல்லது வேறு எப்படியோ வேலை செய்கிறேன். பார்த்தாயா, விதி நம்மோடு எப்படியெல்லாம் விளையாடுகிறது என்று? உனது அறையிலே நாம் எப்படியெப்படி எல்லாம் பாட்டுக்கள் எழுதினோம், முதலாளிகளை எப்படி எல்லாம் பயமுறுத்தினோம் என்று நினைவிருக்கிறதா? எதுவும் வீண்போகவில்லை; ஒவ்வொன்றுக்கும் ஒரு விளைவு இருக்கத்தான் செய்கிறது. நாம் விளையாட்டாக ஏதேதோ செய்கிறோம்; பிறகு, அவற்றை மறந்துபோய் விடுகிறோம். ஆனால், திடீரென்று நாம் மிகவும் வியக்கத்தக்க ஒரு காட்சியை நேருக்குநேராகக் காண்கிறோம். அதைக் கண்டு நமது தலைமயிரே குத்திட்டு நின்றுவிடுகிறது. ஜெர்மானியர்கள் உன்னைப் பூட்டி வைத்திருந்தார்களே, அந்தக் கொட்டடியிலே நான் உன்னை எப்படிக் கண்டுபிடித்தேன் என்பது நினைவிருக்கிறதா? அது ஒரு சரியான தாக்குதல். எத்தனை கொலை விழுந்தது அப்போது! நான் என் வாளைக்கூட, அந்தச் சண்டையில் முறித்துவிட்டேன். நாம் மீண்டும் ஒன்றுகூடியிருப்பது மகிழ்ச்சிகரமாக இருக்கிறது. நீ இப்போது வளமான மனநிலையோடு இருக்கிறாய். உன்மீது எனக்கு மிகுந்த நேசமோ - அல்லது வேறு எதுவோ - உன்மீது நான் ஒட்டிக்கொண்டேன் சரி, உன் மனைவி எங்கே இருக்கிறாள்?"

ஆனால், அந்தச் சமயத்தில் குதிரைகள் இழுத்துச் செல்லும் லாரிகள் கடகடவென்று உருண்டோடிக் கொண்டு இறங்குத்துறையை நோக்கிச் சென்றன; அந்த முழக்கத்தால் அவர்களால் எதுவும் பேசிக்கொள்ள முடியவில்லை.

***

அந்திநேரச் செக்கரொளி, நகரத்தின் வானமண்டலத்தில் மெதுவாக அசைந்துசெல்லும் மேகத்திரள்களின்மீது ரத்த

வர்ணம் பூசியதை புழுதிப் படலத்தின் ஊடாகக் காண முடிந்தது. வோல்கா நீர்ப்பரப்பின்மீது அங்கொன்றும் இங்கொன்றுமாக பனிக்கட்டித் துகள்கள் சுழலத் தொடங்கின. ஆயுதத் தளவாடங்களை ஏற்றிக் கொண்ட வண்டிகள், ஆயுதந் தாங்கிய தொழிலாளரின் பாதுகாப்போடு இறங்குத் துறையைவிட்டு எப்போதோ புறப்பட்டுப் போய்விட்டன. சரக்குகள் இறங்கும் துறையில் ஜனநாடமாட்டமே இல்லை. அந்த நீராவிப் படகும் விளக்குகளை ஏற்றாமல், இறங்குத் துறையை விட்டு விலகி, ஆற்றுப்போக்கில் எங்கோ சென்று நங்கூரமிட்டுத் தங்கியிருந்தது.

கப்பல் வீரர்கள் தமது சட்டைகளின்மீது பெல்ட்டுகளை இறுகக் கட்டியவாறும், நாட்டு வெடிகுண்டுகள், துப்பாக்கிகள், சாக்குப்பை மூட்டை முதலியவற்றை உடம்பில் சுமந்தவாறும், இறங்குத் துறையின் கரை அருகேயுள்ள கட்டடத்தில் அமர்ந்திருந்தார்கள். காற்றினால் அவர்கள் பேசவோ, புகைபிடிக்கவோ இல்லை. அஸ்தமனவேளையின் மங்கிக் குழம்பிய செவ்வொளி மட்டும் படர்ந்திருந்த அந்த ஆளரவமற்ற நகரத்துக்குள் என்னென்ன நடக்கிறது என்பதைப் பற்றித் தொழிலாளிகள் அவர்களிடம் ஏதேதோ சொல்லியிருந்தார்கள். எனவே, நிலைமை அங்கு மோசமாக இருப்பதாகத்தான் தெரியவந்தது.

படகிலிருந்து இறக்கிவைக்கப்பட்டுள்ள பீரங்கிகளை எடுத்துச் செல்வதற்காக வரவேண்டிய வண்டிகளை எதிர்பார்த்து, தெலேகின், அந்த இறங்குத்துறைக் காரியாலயத்தில் காத்து நின்றான். அவன் அடிக்கொரு தடவை தனது கைக்கடிகாரத்தை ஆவலோடு பார்த்தான்; தலைமைக் காரியாலயத்துக்குப் பலமுறை டெலிபோன் செய்துபார்த்தான். அந்த வண்டிகள் ஏற்கெனவே புறப்பட்டுச் சென்றுவிட்டதாகவும், அவர்களது காவலுடன் பீரங்கிகளை ரயில்வே ஸ்டேஷனுக்குக் கொண்டுபோய், ரயிலில் ஏற்றிவிட வேண்டும் என்று அவர்களுக்கு உத்திரவிடப்பட்டிருக்கிறது என்றும் தகவல் கிடைத்தது.

கட்டடத்தின் மீது முட்டி மோதிக் கொண்டிருந்த காற்றை எதிர்த்து, தெலேகின் கதவைத் திறந்துகொண்டு வெளியே வந்தான். வந்த வேகத்தில் அவன், அனீஸ்யாவின்மீது மோதிக் கொள்ளவிருந்தான்.

"இங்கே என்ன செய்துகொண்டிருக்கிறீர்கள், அனீஸ்யா?"

அவள் ஒன்றுமே பதில் சொல்லாமல் உதடுகளை இறுக மூடினாள். அவன் அவளை ஏறிட்டுப் பார்த்தபோது, அவளது தலை தாழ்ந்து குனிந்தது. ஒரு கிழிந்த ஒட்டுப் போடப்பட்ட சால்வை அவளது மார்பின் மீது கவிந்து, தோளுக்குப் பின்புறத்தில் முடிச்சிடப்பட்டிருந்தது. குளிரைத் தடுப்பதற்கு அவளிடம் அந்தச் சாதனம் ஒன்றுதான் இருந்தது என்று தெரிந்தது. அவள், ஒரு சாக்குப்பையை முதுகில் தொங்கவிட்டிருந்தாள்.

"முடியாது, முடியாது, அனீஸ்யா" என்றான் தெலேகின். "நீங்கள் படகுக்கே போய்விடுங்கள். நான் உங்களை எனது படைப்பிரிவுடன் சேர்த்துக்கொள்ள முடியாது."

அந்தப் பீரங்கிகள் மணல்வெளியில் பரப்பிய பலகைகளின்மீது உருண்டுவந்தன. குதிரைகள் அவற்றை இழுத்துக்கொண்டு வந்தன. அப்போது மேகங்கள் மறைந்துவிட்டன; ஆற்றுக்கும் கரைக்கும் வித்தியாசம் தெரியாமல் இருள்சூழ்ந்துவிட்டது. அந்தப் பீரங்கி வண்டிகளோடு பிணைக்கப்பட்ட மட்டக் குதிரைகளை முடுக்கி விரட்டிக்கொண்டே, படைப் பிரிவினர் நகரை நோக்கிப் புறப்பட்டனர். அந்தச் சமயத்தில் ஷரீகின் தெலேகினின் அருகில்வந்து, தணிந்த குரலில் சொன்னான்:

"அனீஸ்யாவை நாம் என்ன செய்வது? நமது ஆட்களெல்லாம் அவளையும் படைப்பிரிவோடு கூட்டிச் செல்ல வேண்டுமென்று விரும்புகிறார்கள்."

பீரங்கிச் சக்கரத்தைத் தள்ளிக் கொண்டிருந்த லதூகின், அதனை விட்டுவிட்டு தெலேகினிடம் வந்துசேர்ந்தான்:

"தோழர் தளபதி! அவள் எங்களுக்கு ஒரு தாய்போல் ஆகி

விட்டாள். போர்முனையைப் பற்றி உங்களுக்குத் தெரியும். அவளும் வந்தால் அவள் நமக்குச் சாமான்களைக் கொண்டுவந்து தருவாள். நமது துணிமணிகளை அலசிப் போடுவாள். அவள் மிகவும் அடக்கமாகவும் அமைதியாகவும் இருந்தாலும், அவளும் உண்மையில் ஒரு போர் வீரர்தான். மேலும், அவள் ஒரு நாய்க்குட்டி மாதிரி விசுவாசத்தோடு நம்மைப் பின்தொடர்ந்து வருகிறாள். என்ன செய்வது?"

தெலேகினுக்குப் பின்னால் அனீஸ்யாவே வந்து கொண்டிருந்தாள்; அவள் படைப்பிரிவோடு சேர்ந்து நடந்துவந்தாள்; எனினும், அப்போதும் அவள் தலை குனிந்துதான் இருந்தது.

"நாம் அவளை ஒரு பயிற்சிபெறாத நர்சாக வைத்துக் கொள்ளலாமே" என்றான் ஷரீகின்.

தெலேகின் தலையை அசைத்தான்: "எப்படியானாலும் அவளைத் தங்கச் சொல்ல வேண்டும் என்றுதான் நான் விரும்பினேன்." லதூகின் மீண்டும் ஓடிப்போய் பீரங்கி வண்டியின் சக்கரத்தைப் பிடித்து, உருட்டிக்கொண்டே, ம்! பலமாக இழு! இழு!" என்று குதிரைகளை முடுக்கிச் சத்தம் போட்டான். அந்தக் குதிரைகள் ஏறுமுகமாகச் செல்லும் பாதையில் இழுக்கமாட்டாமல், திணறி, மிகவும் சிரமப்பட்டு இழுத்துச் சென்றன. அப்போது வீசிய காற்று சாய்வாக உள்ள மணற்பகுதியிலிருந்து படைக் குழுவைத் தாக்கியது. வெறிபிடித்தாற்போல் மீண்டும்மீண்டும் தாக்கியது. பின்னர் அந்தப் பீரங்கி வண்டிச் சக்கரங்கள் வீதியிலே ஏறிச் செல்லத் தொடங்கின. இருட்டிலே கண்களுக்குப் புலப்படும் எந்த ஜன்னலிலும் விளக்கொளியைக் காணோம். தந்திக் கம்பங்களின்மேல் ஓடும் கம்பிகளெல்லாம் பரிதாபமாக அழுது முனகின. கடைகளின் விளம்பரப் பலகைகளெல்லாம் காற்றில் கடகடத்தன. தெலேகின் புன்னகை புரிந்தவாறே நடந்தான். அப்போது அவன் தனக்குத்தானே சொல்லிக்கொண்டான்: "உனக்கு அவர்கள் நல்ல பாடம் கற்றுக் கொடுத்து விட்டார்கள்; புறங்கையின்மீது அடிக்கக் கற்றுக்

கொடுத்துவிட்டார்கள். அப்பா, தளபதி! நீ மற்றவர் உணர்ச்சிகளில் போதிய கவனம் செலுத்துவதில்லை. அவர்கள் சொல்வதும் வாஸ்தவம்தான். நீஷ்னி நோவ்கரதிலிருந்து த்ஸாரீத்ஸின் வரையிலும் மல்லாந்து படுத்துக்கொண்டு வந்தாய். இவர்களெல்லாம் எப்படிப் பட்டவர்கள் என்பதை நீ கொஞ்சம்கூடக் கண்டு கொள்ளவில்லை. நீ பார்ப்பதெல்லாம் அவர்களது ரிப்பன்கள் படபடக்கும் தொப்பியையும், அவர்களது விசித்திரமான நடையையும்தான். படகிலே வந்து கொண்டிருந்த சுகமான எளிதான வாழ்க்கையை ஒதுக்கி வைத்துவிட்டு, அவர்கள் களம் நோக்கிப் புறப்படுகின்ற இந்த நேரத்தில், இந்தக் கருக்கிருட்டு வேளையில் கடுங்குளிர் நிறைந்த மணல் வீசும் காற்றினூடே எங்கே செல்கிறோம் என்பதுகூடத் தெரியாமல், களத்திலே போய்ச் சேர்ந்து போரிட்டு மாளப்போகும் இந்த நேரத்தில், அவர்கள் முன்கூட்டியே எந்தவிதமான விவாதமும் செய்யாமல், அனீஸ்யாவின் துயரத்தோடு, அவளது பரிதாபகரமான துயரவாழ்க்கையோடு ஏன் தன்னிச்சையாகத் தம்மைத்தாமே ஐக்கியப்படுத்திக் கொண்டுவிட்டார்கள்? இவர்களென்ன, அவ்வளவு பெரிய வீரர்களா? இல்லையே. இவர்களெல்லாம் சாதாரண மனிதர்கள்தானே. தெலேகின், நீ ஒன்றும் தளபதியாக இருக்க லாயக்கில்லை. நீயும் சர்வசாதாரண ஒரு மனிதப் பிறவிதான். நல்ல தளபதி என்பவன் எவ்வளவுதான் சிக்கலான, நிராதரவான சூழ்நிலை நிலவியபோதிலும், தனக்குக் கீழ் பணியாற்றும் ஒவ்வொரு படைவீரனின் சிக்கலும் சிடுக்கலும் நிறைந்த இதயத்தையும் புரிந்துகொள்ள வேண்டும்."

சாபஷ்கோவுடன் அவன் சமீபத்தில் பேசிய பேச்சும் அனீஸ்யாவைப் பற்றியெழுந்த இந்தப் பிரச்சினையும் (மிகவும் அற்பமான விஷயம் என்று தோன்றிய போதிலும்), அவை எல்லாம் தெலேகினின் உள்ளத்தை வெகுவாகக் கிளறி விட்டுவிட்டன. அதனால் அவன் முதலில் தன்னைத்தானே நொந்துகொண்டான். தன்னிடம் தன்னலமும் அலட்சியபாவமும்,

நெளிவுசுளிவற்ற, ஆழ்ந்தநோக்கமற்ற போக்கும் இருப்பதாக அவன் தன்னைத்தானே கண்டித்துக் கொண்டான். இத்தகைய நெருக்கடியும் துயரமும் நிறைந்த சூழ்நிலையிலே தன்னுடம்பில் சதையும் போட்டிருக்கிறதென்றால்? சாபஷ்கோவும்கூட, அதைக் கண்டுகொண்டு சொன்னானே. இத்தகைய கசப்பான மனோ சிந்தனையின் நடுவிலே தெலேகின் முற்றிலும் மாறுபட்ட வேறு ஏதோ ஒன்றைப் பற்றியும் சிந்தித்தான். அந்த எண்ணம் தோன்றியவுடனேயே அவனது இதயம் குளிர்ந்தது; ஏதோ ஒரு கணநேர இன்பனுபவத்தினூடே முங்கி மூழ்கியதுபோல் உணர்ந்தது. இத்தகைய ஆத்ம பரிசோதனைகளுக்கெல்லாம் அப்பால், தாஷாவின் காதலைத் திரும்பப் பெறமுடியும் என்ற அந்தரங்கமான நம்பிக்கையும் இருக்கத்தானே செய்கிறது! தெரு மூலை திரும்பியதும் தன் முகத்தில் வந்து மோதிய தூசிப் படலம் மூக்குக்குள்ளே போய்விடாதபடி, அவன் மூக்கைச் சிணுங்கினான்; பிறகு, இந்த நேரத்தில் வந்து தன்னை அலைக்கும் அந்தப் பொருத்தமற்ற எண்ணங்களை எல்லாம் விரட்டியடித்தான்.

ரயில்வே ஸ்டேஷனுக்குச் சென்றதும், அந்தப் பீரங்கிகளை உடனே ரயிலில் ஏற்றிக்கொண்டு, வரபோனவோ என்ற ரயில்வே ஸ்டேஷனுக்கு அருகிலுள்ள பீரங்கிப் படையுடன் தயார் நிலையில் இருக்க வேண்டும் என்று தெலேகினுக்கு உத்தரவு கொடுக்கப்பட்டது. அந்த உத்தரவை ரயில்வே ஸ்டேஷனிலிருந்த ராணுவ அதிகாரி கொடுத்தார். அந்த மனிதர் நெடிய உயரமும், மார்ச் மாதத்து இரவைப் போலிருந்த பயங்கர கன்னங்கரிய கண்களும், இரண்டு கன்னங்களிலும் அடர்ந்து வளர்ந்திருந்த கெராவும் கொண்டவராக விளங்கினார்.

அந்த உத்தரவைப் பெற்றதும், தெலேகின் திடுக்கிட்டவனாக, தான் ஒரு பீரங்கிப் படையைச் சேர்ந்தவன் அல்லவென்றும், காலாட் படைத் தளபதிதான் என்றும், எனவே, ஒரு பீரங்கிப் படையைத் தலைமை தாங்கி நடத்தும் பொறுப்பைத்தான் ஏற்பது சிரமம் என்றும் எடுத்துக்

கூறினான். ரயில்வே ஸ்டேஷன் அதிகாரியோ தணிந்த, எனினும் பயமுறுத்தும் தொனியில் சொன்னார்:

"தோழரே! உத்தரவு தெளிவாகத்தானே இருக்கிறது?"

"தெளிவாகத்தான் இருக்கிறது. என்றாலும், தோழரே, நான் விளக்க விரும்புவது என்னவென்றால்."

"இந்தச் சமயத்திலே தலைமை உங்களிடம் எந்த விளக்கத்தையும் எதிர்பார்க்கவில்லை. நீங்கள் உத்தரவை நிறைவேற்ற விரும்புகிறீர்களா, இல்லையா?"

"இங்கே இப்படித்தான் பேசுவார்கள் போலும்!" என்று தெலேகின் தனக்குத்தானே நினைத்துக்கொண்டான். மறுகணமே அவன் தன்னையும் அறியாமல் அந்த அதிகாரிக்குச் சலாமிட்டான்: "நல்லது, தோழரே!" என்று சொல்லிவிட்டுத் திரும்பி, நேராக ஸ்டேஷனுக்குச் சென்றான்.

அங்கே எல்லாமே எதிர்பாராத முறையிலேயே, இதற்கு முன் எங்குமே காணாத முறையிலேயே, இருந்தன. மற்ற நகரங்களிலே ரயில்வே ஸ்டேஷன்கள் என்றால், அங்கே பலர் நீட்டி நிமிர்ந்து படுத்திருப்பார்கள். மாறுவேடம் பூண்டுவந்த முதலாளிப்பகுதியினர், பட்டாளத்திலிருந்து ஓடிவந்தவர்கள், சாக்கு மூட்டைகளைக் கொண்ட விவசாயிகளான ஆண் பெண்கள் எல்லாரும் படுத்திருப்பார்கள். அந்த மூட்டைகளில் ஏதாவதொன்றிலிருந்து ஒரு கோழியின் வால் நீண்டு கொண்டிருக்கும்; இன்னொன்றில் ஒரு பன்றிக்குட்டி 'கீச்.கீச்'சென்று சத்தம் போடும். இவ்வாறு படுத்திருப்பவர்களையெல்லாம் எப்படியெப்படியோ தாண்டிக் கொண்டுதான் ரயிலுக்கே போய்ச் சேர முடியும். ஆனால், இங்கோ ஸ்டேஷனில் இந்த மாதிரி எவருமே தென்படவில்லை; ஸ்டேஷனிலுள்ள தரைகளெல்லாம் நன்றாகப் பெருக்கப்பட்டிருந்தன; உடைந்திருந்த ஜன்னல்களின் வழியாக வந்து படியும் தூசி மட்டும்தான் சுவர்களிலும், வெகுநாட்களாக உபயோகமற்றுக் கிடந்த சிற்றுண்டி விடுதிக் கல்லாவிலும்

படிந்திருந்தது. அங்குள்ளவர்களும்கூட, ஒரு தினுசாகத்தான் பேசினார்கள். எப்போது பார்த்தாலும் துப்பாக்கிக் குதிரையை இழுப்பதற்குத் தயாராக இருப்பவர்கள்போல் சுருக்கமாகவும் பயமுறுத்தும் பாவத்தோடும்தான் பேசினார்கள்.

அனாவசியமான வாக்குவாதங்களுக்கோ ஓட்ட சாட்டங்களுக்கோ எதற்கும் ஆளாகாமல், தெலேகின் ஒரு இஞ்சினையும், தமது சாமான்களைக் கொண்டு போவதற்கான அனுமதிச் சீட்டு முதலியவற்றையும் சீக்கிரமே பெற்றுவிட்டான். பிறகு தலைமைக் காரியாலயத்துக்குப் போன்செய்து, சாபஷ்கோவின் விஷயமாகப் பேசினான். "நல்லது, ஆகட்டும். உங்கள் பொறுப்பில் அழைத்துக்கொண்டு போனால் சரிதான்" என்று அங்கிருந்து பதில் வந்தது. அதற்குள் அசைந்தாடிக் கொண்டிருந்த விளக்குகளின் உதவியோடு, படைப் பிரிவினர் பீரங்கிகளையும் இரண்டு திறந்த சரக்கு ரயிலில் ஏற்றிவிட்டார்கள். தெலேகின், அந்தக் கடற்படை வீரர்களின் முகங்களைப் பார்த்துக்கொண்டே நின்றான். அங்கு காகின் இருந்தான். அவன் நோவ்கரதிலிருந்து வந்தவன். வரிக்கோடுகள் ஆழமாக விழுந்த கரடுமுரடான முகம் கொண்டவன் அவன். அவன் அணிந்திருந்த தொப்பியில், "பெஸ் பஷாத்னி" (ஈவிரக்கமில்லாமை) என்ற சொல், பட்டியின் மீது கில்ட் எழுத்துகளால் எழுதப்பட்டிருந்தது; அந்தத் தொப்பிக்குக் கீழே அவனது கரிய தலைமயிர் பிதுங்கிக்கொண்டு வந்து புருவங்கள் வரையிலும் விழுந்துபுரண்டது. அங்கு பாய்கோவ் என்பவனும் தென்பட்டான். வடதிசைக் கடற்கரைப் பகுதியிலிருந்து வந்தவன் அவன்; தமாஷான பேர்வழி, அத்துடன் அவன் ஒரு சரியான மடாக்குடியன். தூசிபடிந்த அடர்ந்த தாடி அவனது சின்ன முகத்தில் பசைபோட்டு ஒட்டிவைத்ததுபோல் தோன்றியது; தலையோ உருண்டையாகவும், கொட்டை மாதிரி இறுகிக் கடினமானது போலும் இருந்தது. அந்தப் பீரங்கி வண்டிகளின் சக்கரங்களை ஒன்பது பேர் பிடித்திருந்தார்கள்; சரிவாக வைக்கப்பட்டிருந்த

பலகைகளின் வழியாக, அவர்கள் அந்தப் பீரங்கிகளை மேலே ஏற்றிக் கொண்டிருந்தார்கள். என்றாலும் எங்குப் பார்த்தாலும் பாய்கோவே நின்று, கொண்டிருப்பதுபோல் தோன்றியது. அவனது ஆர்ப்பாட்டம்தான் பலமாக இருந்தது. "மேலே ஏறுகிறது, பசகளா, இன்றும் ஒரு தள்ளு." என்றெல்லாம் குரல்கொடுத்து அவன் மற்றவர்களை ஊக்குவித்தான். இதற்குள் வேறொருவன் அவனை முழங்காலால் இடித்து: "ஏண்டா! நீயும் ஒரு கை பிடித்துத் தள்ளினால் என்னவாம்?" என்று அவனை அதட்டினான்.

அத்துடன் அங்கு லதூகினும் தென்பட்டான். கேர்ஜெனெத்ஸ் காடுகளிலிருந்து வந்த நீஷ்னி நோவ்கரத் மனிதன் அவன்; அகன்ற துடுக்கான முகமும், ஏதோ சண்டையில் குத்து வாங்கியதால் கழுகின் அலகைப் போல் மாறிப் போயிருந்த மூக்கும் கொண்டிருந்தான் அவன். அவன் அவ்வளவு உயரமில்லை. என்றாலும் ராக்ஷஸ பலம்கொண்டவன்; புத்திசாலியும்கூட. ஆனால், அவனோடு எவனாவது சண்டை பிடித்து விட்டால், அதிலே அவன் மிகவும் ஆபத்தான பேர்வழி. பெண்கள் விஷயத்திலோ, அவன் ஓர் அசகாய சூரன். அத்துடன் சதுய்வீதெரும் இருந்தான்.

"தெலேகின்!" என்று அழைத்தான் ஷரீகின். "இந்த வரபோனவோ ஸ்டேஷன் எங்கேயிருக்கிறது என்று உங்களுக்குத் தெரியுமா?"

"எனக்கு இந்தப் பகுதிகளைப் பற்றியே ஒன்றும் தெரியாது."

"ஏன்? மிகவும் அருகிலேதான் இருக்கிறது. த்ஸாரீத்ஸினுக்கு அடுத்தாற்போல், போர்முனையும் அங்குதான் இருக்கிறது. ஏராளமான பீரங்கிகளோடும், டாங்கிகளோடும், ஆகாய விமானங்களோடும், வெள்ளை ராணுவத்தார் மூர்க்கமாகத் தாக்கி முன்னேறி வருகிறார்களாம். ஒரு லட்சம் கசாக்குக் கொள்ளைக்காரர்களும் துருப்புக்களைப் பின்பற்றி வண்டிகளில் வருவதாகவும் சொல்கிறார்களே."

ஷரீகின் தணிந்த குரலில், ஆனால் உணர்ச்சிவசப்பட்டுப் பேசினான்; அவனது நீலக் கண்கள் பளபளத்தன;

அலெக்சேய் தல்ஸ்தோய் ▲ 75

புன்னகை புரிந்தபோது அவனது அழகிய உதடுகள் நடுங்கின. தெலேகின் முகத்தைச் சுழித்தான்.

"ஷரீகின்! நீங்கள் எப்போதாவது கடுமையான யுத்தத்தில் பங்கெடுத்திருக்கிறீர்களா?"

ஷரீகினின் முகம் குப்பென்று சிவந்தது; அவனது சின்னஞ்சிறு மூக்கும்கூடச் சிவந்து அப்படியே இருந்தது.

"இந்த மாதிரியான வதந்திகளுக்கெல்லாம் நீங்கள் செவிசாய்க்கக் கூடாது. அதுதான் எனது புத்திமதி. இதெல்லாம் வெறும் பயபீதிதான். சரி. நீங்கள் படைப்பிரிவினருக்கென உணவுக்கெல்லாம் ஏற்பாடு செய்துவிட்டீர்களா?" என்றான் தெலேகின்.

"ஆம்."

ஷரீகினின் கரம், அவனது வழக்கத்துக்கு மாறாக, அவனையும் மீறி நெற்றிக்கு உயர்ந்தது, அவனது முகம் ஒளிபெற்றது. "நல்ல பையன். கொஞ்சம் அதிகப்படியாக உணர்ச்சிவசப்படுகிறான். அவ்வளவுதான். பரவாயில்லை. எல்லாம் போகப்போகச் சரியாகிவிடும்" என்று நினைத்தான், தெலேகின். பின்னர், அவன் சரக்கு ரயிலை நோக்கிச் சென்றான்; அந்த வண்டியின் முன்புறத்தில் இணைத்திருந்த திறந்த பெட்டிகளில்தான் பீரங்கிகள் ஏற்றப்பட்டிருந்தன. சாபஷ்கோவ் ஸ்டேஷன் பிளாட்பாரத்துக்குள் பரபரப்போடு ஓடிவந்தான். சாக்கு மூட்டையும் வாளும் அவனது கக்கத்தில் தென்பட்டன.

"தெலேகின்! என்னைப் பற்றிப் பேசி முடித்துவிட்டாயா?"

"எல்லாம் முடித்தாயிற்று, சாபஷ்கோவ். ஏறு வண்டியிலே!"

சாபஷ்கோவ் சரக்கு வண்டியொன்றில் ஓடிப் போய் ஏறிக்கொண்டான்; அந்த வண்டியின் மூலையில் கிடந்த மூட்டை முடிச்சுக்களின்மீது அனீஸ்யா ஏற்கெனவே ஏறி அமர்ந்திருந்தாள்.

மேற்குப் பிராந்திய ரயில்வேயிலிருந்த வரபோனவோ –

ஸ்டேஷனுக்குச் சிறிது தூரத்தில், அந்தப் பீரங்கிகளைப் பொழுதுவிடிவதற்குமுன் கீழேஇறக்கி, அங்கே முகாமிட்டிருந்த பீரங்கிப் படைகளிடம் அவற்றை ஒப்படைத்தார்கள். அங்குவந்து சேர்ந்தபின்னர், தெலேகினும் அவனது ஆட்களும் போர்முனையின் நிலைமை மிகவும் கவலைக்குரியதாக இருக்கும் விஷயத்தைத் தெரிந்துகொண்டார்கள். வரபோனவோவுக்கு அருகில், அரண்கள் அமைக்கும் வேலைகள் நடந்துகொண்டிருந்தன. அந்த அரண் வகுப்பு குதிரை லாடம் போன்ற உருவத்தில், த்ஸாரீத்ஸினுக்கு வடதிசையில் எட்டு மைல் தூரத்திலுள்ள கும்ராக் என்ற இடத்தில் தொடங்கி, த்ஸாரீத்ஸினுக்குத் தெற்கில் சரேப்தா என்ற இடத்தில் வந்து முடிவடைந்தது. அந்த அரண் வளைவுதான் தற்காப்பு அணியின் கடைசி எல்லை. அதற்குப் பின்னால், தாழ்ந்த குன்றுகள் பலவும், அவற்றுக்கப்பால் பரந்த சமவெளியும் இருந்தன; அந்தச் சமவெளி இறங்குமுகமாக நகரம் வரையிலும் பரவியிருந்தது. அங்கிருந்து பின்வாங்க நேர்ந்தால், பனிக்குளிர் மிகுந்த வோல்கா நதியின் வழியாகத்தான் போக வேண்டும்.

முந்தைய நாளில் அடித்த பெருங்காற்றினால், மேகக் கூட்டங்களெல்லாம் கலைந்து, இருள்மூடிக் கிடந்த ஸ்டெப்பி வெளியின் அடிவானத்திலே ஒதுங்கிப் போய்விட்டன. சூரியன் உதயமாகி மேலே வந்தது; எனினும், அதில் உஷ்ணமில்லை. கரும் பழுப்பு நிறமான அந்தச் சமவெளியில் மனிதர்கள் கூட்டம் மொய்த்துக் கொண்டிருந்தது. அவர்கள் எல்லோரும் பதுங்குக் குழிகள் வெட்டுவதிலும், கம்புகளை நட்டு, முள் கம்பி வேலிகளைப் போடுவதிலும், மணல் மூட்டைகளை அடுக்கி அரண் அமைப்பதிலும் ஈடுபட்டிருந்தார்கள். த்ஸாரீத்ஸினிலிருந்து சரக்கு வண்டிகள் வந்தவண்ணமாக இருந்தன; அவற்றிலிருந்து இறங்கும் மனிதர்கள் ஸ்டெப்பி வெளிக்குச் சென்று, தரையின் மேல்தளத்துக்குக் கீழே மறைந்துவிட்டார்கள். சிலர் புதிதாகத் தோண்டப் பட்டிருந்த குழிகளிலிருந்து வெளிப்பட்டு, ஸ்டேஷனை நோக்கிக் களைப்போடு தள்ளாடி நடந்துசென்றார்கள்.

நகரத்திலுள்ள மனிதர்களில் மண்வெட்டி பிடிக்கத் தெரிந்தவர்களை எல்லாம் சகட்டுமேனிக்குப் பிடித்து அங்கே அனுப்பி வைத்துவிட்ட மாதிரி தோன்றியது.

இவ்வாறு வேலை பார்க்கும் குழுக்களில் ஒன்று, தெலேகினின் பீரங்கிகள் இருந்த இடம் நோக்கி வந்தது; அந்தக் குழுவில் ஆண்களும், பெண்களுமாகச் சுமார் பதினைந்து பேர் இருந்தார்கள். வாடிவதங்கிப் போயிருந்த ராணுவ இஞ்சினீயரான ஒரு கிழவன்தான் அவர்களுக்குத் தலைமை தாங்கிவந்தான்.

ஒட்டக மயிரினால் நெய்த கம்பளி மப்ளர் ஒன்றை அவன் கழுத்தைச் சுற்றி இறுகக் கட்டியிருந்தான்; அந்த மப்ளருக்குள்ளிலிருந்து நரைத்த மீசை வெளியே நீண்டு கொண்டிருந்தது. அவன் கரகரத்த குரலில் கத்தினான்: "பிரஜைகளே! உங்கள் வேலை மிகவும் சுளுவானது. எனக்கு வேண்டியதெல்லாம் பதினான்கு அங்குலம் உயரமுள்ள சின்னச் சுவர்தான். நீங்கள் மண்ணை வெட்டி, இங்கே குவித்துப் போடவேண்டியதுதான். உயரத்தை அடையாளம் காட்டுவதற்காக, இதோ இந்தக் கம்பில் குறிக்கப்பட்டுள்ள அளவு வரையிலும் போட்டால் போதும். ஒவ்வொருவரும் ஒவ்வோர் அடி தூரத்துக்குத் தள்ளி நின்று, வேலையைத் தொடங்குங்கள்!"

குளிரினால் நீலம் பாரித்திருந்த கைகளை அவன் உற்சாகத்தோடு தட்டிக் கொண்டான்; பிறகு, தான் குதித்து நின்ற குழிக்குள்ளிலிருந்து வெளியே சுறுசுறுப்போடு ஏறி வந்தான். மற்றவர்களோ அவனைக் கோபாவேசம் மிகுந்த கண்களோடு பார்த்தார்கள். அவன் போகும்போது அங்கு நின்ற பெண்களில் ஒருத்தி தன் தலையை ஆட்டிவிட்டு, அவனை நோக்கிச் சத்தமிட்டாள்:

"வெட்கம், வெட்கம், கிரிகோரி கிரிகோரியவிச்!"

மற்றவர்களெல்லாம் தாங்கள் எல்லாம் தொழிலாளி வர்க்கச் சர்வாதிகாரத்துக்கான கருவிகளைக் கையில் ஏந்திக் கொண்டிருப்பதுபோல், மண்வெட்டிகளைப் பிடித்தவாறு அங்கேயே வெறுமனே நின்றார்கள். தடித்த

உதடும், புடைத்த குரல்வளையும்கொண்ட ஓர் இளைஞன் முன்வரிசையிலே, தான் நிற்கநேர்ந்ததன் காரணமாகப் பெருமிதம் கொண்டவன்போல் தோன்றினான்; அவன்தான் தரையை மண்வெட்டியால் சிறிது தோண்டத் தொடங்கினான். அதற்குள் மற்றவர்களெல்லாம் அவனை நோக்கி உஸ்ஸென்று ஒலியெழுப்பிச் சத்தம்போடத் தொடங்கிவிட்டார்கள்.

"வெட்கம், பியோத்தர்! வெட்கம். வெட்டுவதை இப்போதே நிறுத்து."

வெளிறி மஞ்சள் பூத்திருந்த கடுகடுத்த முகத்தோடு தென்பட்ட ஒரு மனிதன், கண்களை மூடியவாறு அங்குமிங்கும் லேசாக அசைந்தாடியவாறு நின்றான்; அவனை நோக்கி எல்லோரும் ஏக காலத்தில் ஏதேதோ கேட்கத் தொடங்கிவிட்டார்கள். அந்த மனிதன், மக்களுக்கான கல்வி இலாகாவைச் சேர்ந்த ஓர் அதிகாரி என்பதை அவன் அணிந்திருந்த கோட்டை இறுக்கி இருந்த கயிறு எடுப்பாகப் புலப்படுத்தியது.

"ஸ்தெபான் அலெக்சேயவிச்! நீங்கள் ஏன் வாய்திறந்து பேசக்கூடாது? நாங்கள் உங்களைத் தேர்ந்தெடுத்தோம். உங்களைத்தான் நம்பியிருக்கிறோம்."

அந்த அதிகாரி ஒரு தியாகியைப்போல், தன் கண்களைத் திறந்தான்; அப்போது அவனது கன்னத்துச் சதை ஒரு புறத்தில் லேசாகத் துடித்தது.

"பெரியோர்களே! நான் பேசத்தான் செய்வேன். ஆனால் நான் கிரிகோரி கிரிகோரியவிச்சிடம் பேசமாட்டேன். அவனைப் பொருத்தவரையில் நாம் ஈமத்துக்கம்தான் கொண்டாடலாம்!"

அந்தச் சமயத்தில் அரைகுறையாய் நின்ற மண்சுவரின் முகட்டிலிருந்து, சில மண்ணாங்கட்டிகள் பறந்து சென்றன; பிறகு வாயை அசைபோட்டுக் கொண்டிருக்கும் ஒரு குதிரையின் மூஞ்சி, பதுங்குக்குழிக்கு மேலே தென்பட்டது; பின்னர் அகன்ற மார்பும், சிவந்த கன்னமும்,

தாடியும், கூபான் தொப்பியும் கொண்ட ஒரு மனிதன் தென்பட்டான். அவன் சேணத்திலிருந்தவாறே குனிந்து, தன் கண்களை நெரித்துக்கொண்டு, பின்வருமாறு ஏளனமாகக் கேட்டான்:

"என்ன குடிமக்களே! உங்களுக்கு வேலைசெய்ய முடியும் அல்லது முடியாது என்று இன்னும் தீர்மானிக்க முடியவில்லையா?"

இடுப்பிலே. கயிற்றைக் கட்டிக் கொண்டிருந்த ஸ்தெபான் அலெக்சேயவிச் முன்னே சென்றான்; அந்தக் குதிரைக்காரனை நோக்கி முகத்தைத் திருப்பி, அழுத்தம் திருத்தமான அமைதியோடு, பள்ளிக்கூடத்திலே குழந்தைகளுக்கு ஆசிரியர் பாடம் சொல்லிக் கொடுக்கிற மாதிரி சொன்னான்:

"தோழரே! எனக்குத் தெரிந்தவரையில், இங்கு நீங்கள்தான் மேலதிகாரி என்று கருதுகிறேன்." குதிரை மீதிருந்தவனோ 'ம்' என்று அதனை ஒப்புக்கொள்வதுபோல் முன்கித் தலையை அசைத்துவிட்டு, உறையணிந்த கையினால் குதிரையைத் தட்டிக் கொடுத்தான்; அந்தக் குதிரை பதுங்குக்குழியின் விளிம்பிலே ஜாக்கிரதையாக நின்று கொண்டிருந்தது. "தோழரே! யாருக்கும் எதுவும் தெரியாத ஏதோ சில பட்டியல்களின் அடிப்படையில், எங்களை யெல்லாம் இரவில் பலவந்தமாக ஒன்றுதிரட்டிக் கொண்டுவந்து விட்டார்கள். எனவே, எங்கள் குழுவின் சார்பில் நான் பலத்த ஆட்சேபணையைத் தெரிவிக்க விரும்புகிறேன்."

"ம்" என்று அந்தக் குதிரைக்காரன், மீண்டும் ஒலியெழுப் பினான். ஆனால் இப்போது எழுப்பிய ஒலியிலோ ஒரு பயமுறுத்தும் தொனி குடிகொண்டிருந்தது.

"ஆம். நாங்கள் ஆட்சேபிக்கிறோம்!" ஸ்தெபான் அலெக் சேயவிச்சின் குரல் உயர்ந்து ஒலித்தது. "உடல் உழைப்புக்கே லாயக்கற்ற மக்களை எல்லாம் உங்களுக்காகப் பதுங்குக் குழிகள் வெட்டுமாறு நீங்கள் நிர்ப்பந்திக்கிறீர்கள். இது பழைய கொடுங்கோண்மைச் சகாப்தத்துக்கு உயிரூட்டுவ

தாகும்! நீங்கள் பலாத்காரத்தில் இறங்கிவிட்டீர்கள்!"

அப்போது அவனது இரண்டு கன்னங்களும் துடித்துச் சுருங்கின. தான் ஏதோ அதிகமாகப் பேசிவிட்டதுபோல் கண்களை மூடினான்; அவனது மஞ்சள் பூத்த கடுகடுத்த முகம் அசைந்தாடியது. குதிரைக்காரன் கண்களை நெரித்துக்கொண்டு, அவனைப் பார்த்தான்; அவனது அகன்ற நாசித்துவாரங்கள் நடுங்கின; உதடுகள் இறுகி, ஒற்றைக்கோடுபோல் ஒட்டின. மறுகணம், அவன் குதிரையிலிருந்து இறங்கி, பதுங்குக்குழிக்குள் குதித்தான்; தனது குதிரைப்படை கால்சராயின் மடிப்புக்களைக் கையினால் தட்டிக் கொடுத்துக்கொண்டான்:

"ரொம்ப நல்லது. நீங்களாகவே த்ஸாரீத்ஸினைத் தற்காத்துக்கொள்ள முன்வராவிட்டால், நாங்கள் உங்களை அவ்வாறு வரும்படி நிர்ப்பந்திக்கத்தான் செய்வோம். இதிலே கோபப்படுவதற்கு என்ன இருக்கிறது? சரி. யாராவது என்னிடம் ஒரு மண்வெட்டியைக் கொடுங்கள்."

அவன் யாரையுமே பார்க்காமல், கையுறை மாட்டிய தனது பெரிய கரத்தை நீட்டினான்; உடனே முதன் முதலில் ஆட்சேபணையைக் கிளப்பிய அந்தத் தடித்த உருண்ட முகமுடைய பெண், அவசரஅவசரமாகத் தன் கையிலிருந்த மண்வெட்டியை அவன் கையில் கொடுத்தாள்; அந்த மனிதனையே வைத்த கண் வாங்காமல் வியப்போடு பார்த்தபடி நின்றாள்.

"நாம் ஏன் சண்டை போட்டுக்கொள்ள வேண்டும். இது வெறும் தப்பபிப்பிராயத்தால் நேர்ந்த தவறுதான்" என்று அந்த மனிதன் கூறினான். பிறகு மண்வெட்டியைத் தரையில் செலுத்தி, மண்ணைவாரி, வெளியேயிருந்த மண்சுவர்மீது அனாயாசமாகத் தூக்கி எறிந்தான்: "நாங்கள் போர் புரிகிறோம்; நீங்கள் எங்களுக்கு உதவி செய்கிறீர்கள். எதிரி என்பவன் நம் அனைவருக்குமே பொதுவானவன்தான். யாருக்கும் கசாக்குகள் தயவுதாட்சண்யம் காட்டப்போவதில்லை. நான் அகப்பட்டால், என்னை அவர்கள் உயிரோடு வைத்துத்

தோலை உரித்துவிடுவார்கள்; உங்களையும் அவர்கள் மொத்தமாக உதைக்கத்தான் செய்வார்கள்; சிலரைத் தங்களது வாளினாலும் வெட்டித் தள்ளவும் செய்வார்கள்."

அவன் நின்ற நிலையிலேயே ஆரோக்கியமும் பலமும் அங்கு பரவுவது போலிருந்தது. அவன் மேலும் பலமுறை மண்ணைவாரி வெளியே கொட்டிய பின்னர், தன்னையே அதுவரையில் பார்த்துக் கொண்டிருந்த ஜனங்களைச் சட்டென்று பார்த்தான்.

"சரி. தொடங்கு பார்க்கலாம்" என்று அவன் அந்தக் குரல்வளை புடைத்த இளைஞனின் தோளில் தட்டிக் கொடுத்தான்; பின்னர் வைக்கோலைப் போன்ற நிறமுள்ள கண்ணிமைகளைக் கொண்ட வாலிபனாகவும், அசடாயும் தோன்றிய மற்றொருவனையும் தட்டிக் கொடுத்தான். "வா, தம்பி. எப்படி வேலைசெய்ய வேண்டும் என்பதை நாம் அவர்களுக்குக் காட்டுவோம்?"

"அந்த இளைஞர்கள் இருவரும் சங்கடப் புன்னகை புரிந் தவாறே, மண்ணை வெட்டிப்போட ஆரம்பித்தார்கள். வேறு சிலரும்கூட, தமது தோளைச் சிலுப்பிவிட்டு, மண்வெட்டிகளைக் கையில் எடுத்தார்கள். உருண்ட முகம்கொண்ட அந்தப் பெண்ணும்: "நல்லது. நானும் செய்கிறேன்" என்று சொல்லிக்கொண்டே தன் மண்வெட்டிமீது தடுமாறி விழுந்தாள். அந்தத் தாடிக்காரத் தளபதி உடனே அவளைப் போய்த் தூக்கி விட்டான். அவன் நன்றாக அழுத்திப் பிடித்து அவளைத் தூக்கிவிட்டான் போலும். ஏனெனில், மறுகணமே அவளது முகம் கன்றிச் சிவந்து களைகட்டி விட்டது. ஸ்தெபான் அலெக்சேயவிச் மட்டும் தனிமைப்படுத்தப் பட்டவன் போலாகிவிட்டான்.

"நல்லது, நல்லது" என்று கீச்சுக் குரலில் அவன் கூறினான். "ஆனால் தோழர்களே! புரட்சியும் பலாத்காரமும் ஒன்றாகக் கூடாது. புரட்சியின் முதற் கடமையே எல்லாவிதமான பலாத்காரத்தையும் ஒழித்துக் கட்டுவதுதான்."

உடனே அந்தத் தாடிக்காரத் தளபதி அழுத்தமான குரலில்

பதில்சொல்ல முனைந்தான்: "புரட்சி தொழிலாளர்களின் விரோதிகளுக்கெதிராகத்தான் பலாத்காரத்தைக் கையாள்கிறது. ஏனென்றால், புரட்சி என்பதே இத்தகைய பலாத்காரத்தின் விளைவாகத்தான் பிறந்தது. நான் சொல்வது புரிகிறதா?"

"என்னை மன்னித்துவிடுங்கள். ஆனால், அது அறவழியல்ல."

"பாட்டாளிவர்க்கம் உங்களிடத்திலும் பலாத்காரத்தைப் பிரயேகிக்கிறது என்றால், அதற்குக் காரணம் உலகம் முழுவதையும் பலாத்காரத்திலிருந்து விடுதலை பெறச் செய்யவேண்டும் என்ற காரணத்துக்காகத்தான்."

"மன்னியுங்கள், வந்து." "முடியாது!" என்று அந்தத் தளபதி உறுதியாகச் சொன்னான். "உங்களை மன்னிக்க முடியாது. நீங்கள் வேண்டாத தொல்லைகளை விலைக்கு வாங்குகிறீர்கள். இது நாசவேலைதான். சரி. மண்வெட்டியைக் கையில் எடுங்கள்."

"சரி, தோழர்களே! அப்படியென்றால், பதினொன்று மணிக்குள் நீங்கள் இந்த மண்சுவரை எழுப்பி முடித்து விடுவீர்கள் என்று எதிர்பார்க்கிறேன். சரிதானே. நான் வருகிறேன்."

இந்த உரையாடல்களை எல்லாம் சிறிது தூரத்திலிருந்து கேட்டுக் கொண்டிருந்த கப்பல் வீரர்கள், வாய்விட்டு வயிறு வெடிக்கச் சிரித்தார்கள். பத்தாவது ராணுவத்தின் பீரங்கிப் படைக் கமாண்டர் சென்றபின்னர், அங்கே மண்வெட்டிக் கொண்டிருந்த படிப்பாளிகளின் உற்சாகம் குன்றிவிடக் கூடாதே என்பதற்காக, அந்தக் கப்பற்படை வீரர்களும் அவர்களுக்கு உதவி செய்யப் போய்விட்டார்கள்.

4

பியோத்தர் நிகலாயவிச் மெல்ஷினின் படைப் பிரிவு ராணுவத்தின் ஏனைய படைகளோடும் சேர்ந்து, தோன் நதியின் இடதுகரை வழியாக வாபஸ் வாங்கிச் சென்று கொண்டிருந்தது; நிறைந்த ஆயுத பலமும், சிறந்த கட்டுப்பாடும் மிகுந்த சக்தியாக விளங்கிய தோன் பிரதேசத்து வெள்ளை ராணுவ இரண்டாவது அணியின் முன்னோடிப் படை அவர்களைத் தாக்கியது; அந்தத் தாக்குதலை இரவும்பகலும் சமாளித்துக் கொண்டு, மெல்ஷினின் படை வாபஸ் வாங்கியது. ஓயாத யுத்தத்தாலும், இரவெல்லாம் நடந்ததாலும், காலாகாலத்துக்குச் சாப்பிடாததாலும், தூக்கமும் ஓய்வும் இல்லாததாலும் மெல்ஷினின் படைவீரர்கள் களைத்துச் சோர்ந்து போய்விட்டார்கள். கிரஸ்னோவின் கசாக்குப் படையாளருக்கோ ஸ்டெப்பி வெளியிலுள்ள எல்லாப் பள்ளங்களும் நன்கு பழக்கப்பட்டுப் போயிருந்தன; எனவே, அவர்கள் தமது எதிரிகளை எந்த இடத்தில் சுற்றி வளைத்துத் தாக்குவதற்கு வசதியாக இருக்குமோ, அங்கேயே அவர்களைத் தாக்கி நெருக்கிக் கொண்டிருந்தார்கள். அவர்களது காலாட்படை அதிகாலையிலேயே துப்பாக்கிப் பிரயேகத்தைத் தொடங்கும்; அதேசமயத்தில், குதிரைப் படையினரோ கணவாய் வழியாகவும், பள்ளத்தாக்குகளின் வழியாகவும் விரைந்து மறைந்துசென்று, எதிரிகளின் இருபுறத்தையும் அணுகி, வெறிவேகம்கொண்ட ஊளைச் சத்தத்தோடும், சீட்டிச் சத்தத்தோடும் மூர்க்காவேசத்தோடும் எதிரிகள் மீது தாவிவிழுந்து தாக்கினார்கள்.

“தோழர்களே! நாம் உறுதியோடு தலைநிமிர்ந்து நிற்பதென்பது மிகவும் முக்கியமான, பெரியதொரு விஷயம்” என்று மெல்ஷின், தமது படையினருக்கு எடுத்துச் சொன்னார். “ஒற்றுமைதான் நமது பலம். இந்தக் கொசுக்கடிக்கெல்லாம் நாம் பயந்துவிடப் போவதில்லை. நாம் எதற்காகப் போரிடுகிறோம் என்பது நமக்குத்

தெரியும். மரணத்தைக் கண்டு அஞ்சுபவர்களல்ல நாம். ஆனால், கசாக்கு தைரியசாலிதான் என்றாலும், பேராசை பிடித்தவன். அவன் கொள்ளையடிக்கத்தான் விரும்புகிறான். ஆனால், அவன் சாக விரும்பவில்லை; அத்துடன், தனது குதிரையையும் இழக்க விரும்புவதில்லை!"

இவான் கொராவின் படைப்பகுதி பின்னணி முகாமைப் பாதுகாத்து வந்தது; அந்தப் பின்னணியில் ஆயுதத் தளவாடங்களையும் பிற சாமான்களையும் ஏற்றிய பல வண்டிகள் வந்தன. அந்த வண்டிகள் ஒவ்வொன்றிலும் காயப்பட்டவர்கள் பலர் இருந்தார்கள். அவர்களை விட்டுவிட்டும் வரமுடியாது; ஏனெனில், விட்டுவிட்டு வருவதற்கும் இடமில்லை. கசாக்குகள் யாரையும் கைதியாய்ப் பிடிப்பதில்லை. யுத்தத்திலே காயப்பட்டு விழுந்தவர்கள் எதிரிகளின் குதிரைப்படையிடமும், காலாட்படையிடமும் சிக்க நேர்ந்தால், அவ்வாறு சிக்கியவர்களின் உடையில் செஞ்சேனை நட்சத்திரச் சின்னம் தென்பட்டால், அவர்கள் அந்தக் கைதிகளின் தோலை உரித்து, துண்டுதுண்டாகப் பிய்த்து எறிந்து விடுவார்கள். இந்தக் கோரச் செயலைச் செய்து முடித்த பின்னர், கசாக்குகள் ரத்தக்கறை படிந்த தமது வாள்களைக் குதிரையின் பிடரிமயிரிலே துடைத்துக் கொண்டு, குதிரைகளில் ஏறிப் பறந்துவிடுவார்கள்; போகும்போது மட்டும், சின்னாபின்னமாகிக் கிடக்கும் அந்தப் பயங்கரமான பிணங்களைத் திரும்பித்திரும்பிப் பார்த்துக்கொள்வார்கள்.

வேஷென்ஸ்காயா, குர்மயார்ஸ்காயா, எசவூலவ்ஸ்காயா, பொதியோம்கின் ஸ்காயா, நீஷ்னிசீர்ஸ்காயா, உஸ்த்மெத்வேதின்ஸ்காயா முதலிய செல்வ வளமிக்க தோன் பிரதேசத்துக் கிராமங்களிலே, இத்தகைய மூர்க்கத்தன்மை நிறைந்த பகைமைவெறி, இதற்குமுன் எந்தக் காலத்திலுமே இருந்ததில்லை. நோவசெர்கா ஸ்கிலிருந்து பிரசாரகர்கள் இந்த இடங்களுக்கெல்லாம் சென்றார்கள்; கிரஸ்னோவே, சில கிராமங்களுக்கு நேரில் விஜயம் செய்தார். "தோன் பிரதேசத்து பாதுகாவலர்

வட்டம்" தேவாலய மணியை ஒலிப்பதன்மூலம் கூட்டப்பெற்றது; பிரசாரகர்கள் பழைய மரபுப்படி, தமது தொப்பிகளைக் கழற்றி, தலைவணங்கியவாறு, கசாக்குகளை நோக்கி, அவர்களது வாளாயுதங்களைக் கூராக்கி வைத்துக்கொண்டு, குதிரைகளின்மீது ஏறிக் கிளம்ப வேண்டுமென்று பிரசாரம் செய்தார்கள். தோன் பிரதேசத்துச் சுதந்திர நாடே! விழித்தெழு! உனக்குரிய காலம் வந்துவிட்டது! நாம் இடிமுழக்கத்தோடு கூடிய சூறாவளிபோல் த்ஸாரீத்ஸினின்மீது படையெடுப்போம்; அங்குள்ள பாழாய்ப்போன கம்யூனிஸ்டுகளை ஒழித்துக்கட்டுவோம்; தோன் பிரதேசத்திலிருந்து செஞ்சேனைக் கொள்ளைநோயைச் சிதறடிப்போம். தோன் பிரதேசத்து மக்கள், வளமான ஆனந்தவாழ்வு வாழ்வது அவர்களுக்குப் பிடிக்கவில்லை. அவர்கள், நமது குதிரைகளையும் ஆடுமாடுகளையும் கன்றுகாலிகளையும் விரட்டிக்கொண்டு போகவிரும்புகிறார்கள்! நமது நிலங்களைத் தூலாவிலிருந்தும், அர்யோலிலிருந்தும் வந்துள்ள விவசாயிகளுக்குப் பங்குபோட்டுக் கொடுக்க விரும்புகிறார்கள்! நமது மனைவிமார்களைத் தமது படுக்கைக்கு இழுத்துக்கொண்டு போகத் திட்டமிடுகிறார்கள்! கசாக்குகளான உங்களை, தோன் மண்ணில் விளைந்த செல்வங்களான உங்களை, உங்களுடைய ஆயுட்காலம் முழுவதும் சுரங்கங்களிலே, உழைப்பதற்காக அனுப்பிவைக்கக் கருதுகிறார்கள். ஆண்டவனின் சந்நிதியை ஆபாசப்படுத்த அனுமதிக்காதீர்கள்! நமது தாய்நாட்டின் சந்நிதானத்தைக் காப்பாற்றுங்கள்! உயிரைத் திரணமாய் மதியுங்கள். மகத்தான தோன் பிரதேசத்து ராணுவத்தின் அட்டமான் ஸாரீத்ஸின் நகரத்தையே உங்கள் இஷ்டம்போல் கொள்ளையடிக்க, முழுக்கமுழுக்க மூன்று நாட்களுக்கு விட்டுவிடுவார்!"

நல்ல உயரமும், திரண்ட தோள்களும் உடையவரான படைப் பிரிவுத் தளபதி இவான் கொராவின் முகம், தூக்கமின்மை காரணமாகக் கறுத்துப் போய்விட்டது; அடிவான விளிம்பிலேயிருந்து, கசாக்குக் குதிரை வீரர்கள் படையெடுத்து வருவதை அவர் பார்த்துப்பார்த்துப்

பழகிப் போய்விட்டார். எனவே, அவர்களது தந்திரங்களையெல்லாம் நன்கு புரிந்துகொண்ட அவர், தமது ஆட்களை அனாவசியமாக ஓடியொளிந்து கொள்ளச் செய்வதில்லை. அந்தப் பக்கமும் இந்தப் பக்கமும் பாராமல் நேராக அணிவகுத்துச் செல்லுமாறு அவர் செய்வார்.

அந்த சப்ளை வண்டிகள் எல்லாம் ஒன்றோடொன்று நெருங்கி வந்தன; எனவே அவற்றின் அச்சுக்கள்கூட, சமயங்களில் ஒன்றோடொன்று மோதிக் கொள்ளும். அதற்குப் பின்னால் மெலிந்துவாடிய, கந்தலும்கிழிசலும் அணிந்த மனிதர்கள் தமது கால்களையே பார்த்துக் கொண்டு நடந்தார்கள். எல்லோருக்கும் பின்னால் கொரா, குடிகாரனைப்போல் தள்ளாடி நடந்துவருவார். ஆறு மாதத்துக்குமுன்பு, அவர் மிகவும் பலம்வாய்ந்த மனிதராக இருந்தார். ஆனால், உபரிதானியக் கொள்முதல் திட்டத்தின்கீழ் ஒரு கிராமத்தில் அவர் தானியக் கொள்முதல் செய்து கொண்டிருந்த பொழுது, ஒரு கொட்டகையில் ஒருவன் அவரைக் கோடரியால் மண்டையில் தாக்கிவிட்டான்; மேலும் லிகாயாவில் நடந்த போரில் அவர்பெற்ற ஊமைக் காயமும் அவரைப் பாதித்துவிட்டது. எனவே, அவர் பழைய பலசாலியாக இல்லை. இருந்தாலும், சிலசமயங்களில் மிகவும் உற்சாகமாக நடப்பார்; சிலசமயங்களில் நினைவு இழந்தவர்போல் நடப்பார். அப்போதெல்லாம் இனிமையான நினைவுகள் அவரது மங்கிய கண்களின் முன் மிதந்துசெல்லும்: வேனிற்காலத்தின் அந்தி வேளையிலே, மனிதர்கள் மரக்கட்டைகளின்மீது அமர்ந்திருப்பார்கள், ஒரு வௌவால் தலைக்குமேல் வட்டமிட்டுப் பறக்கும். பசிய புல்லந்தரிசு ஒன்றிலே, பூப்போட்ட உறையிட்ட ஒரு தலையணை கிடக்கும், அதன்மீது அக்ரிப்பீனாவின் சிரித்தமுகம் தோன்றும். அவர் இத்தகைய கனவுகளை விரட்டுவதற்காக, சிறிது நிற்பார்; தமது தோள்மீதுள்ள துப்பாக்கியைச் சரியாக வைப்பார்; பின்னர் தனக்கு முன்னே நடந்து செல்பவர்களையும், மேலும்கீழும் அசைந்தாடிச் செல்லும் வண்டிகளையும் அதில்கிடக்கும்

காயப்பட்ட வீரர்களையும் பார்ப்பதற்காகத் தனது கண்களை அகலத் திறப்பார். கருகிக் காய்ந்துகிடந்த, அந்தப் பரந்த ஸ்டெப்பி வெளி, அவரது கண்முன் ஆடியசைந்து நீந்தும்; வர்ணஜாலமற்று சோகத்தின் திருவுருவாய் விரிந்துகிடக்கும் அந்த வெட்டவெளி அவரது உள்ளத்தினுள்ளேயே உறைந்து போய்விட்டது போல ஓர் உணர்ச்சி தோன்றும். எங்குப் பார்த்தாலும் ஒற்றை மரமோ, தந்திக் கம்பமோகூடக் கண்ணில் படுவதில்லை. தடுமாறியவாறே அவர் தலையை உலுக்குவான். ஏதாவது ஒரு வண்டியை எட்டிப்பிடித்து, அதன் சட்டத்தைப் பிடித்துக்கொண்டு, நடந்து செல்லும்போதே ஒரேஒரு நிமிஷம் தூங்கமுடிந்தால்!

மீண்டும் அதோ அந்த ஸ்டெப்பி வெளியின் அடி வானத்தில் குதிரைப் படைவீரர்கள் சின்ன உருவமாகத் தோன்றுகிறார்கள்! குற்றமற்றவர்களைப்போல் துப்பாக்கிகள் வெடித்துச் சீறுகின்றன.

“தோழர்களே, உஷாராயிருங்கள்! வண்டிகளில் உள்ளவர்கள் தூங்கிவிடாதீர்கள்!”

அவரது மனைவி அக்ரிப்பீனாவுக்குக் கையிலே காயம்பட்டுவிட்டது; எனவே, அவளும் வண்டியில்தான் வந்துகொண்டிருந்தாள். அந்த வண்டிக்குப் பின்னால் தாஷாவும் குஸ்மா குஸ்மீச்சும் நடந்துவந்தார்கள்.

இருளிலிருந்து நெடிய ஓலங்கள் கேட்டன. அந்த வண்டிகள் நின்றுவிட்டன. தாஷா, உடனேயே அந்த வண்டியின் விளிம்பின்மீது சாய்ந்து, தன் தலையைக் கைகளின்மீது சாய்த்துக்கொண்டாள். அவளது தூக்கத்துக்கிடையில், இவான் கொரா அங்குவந்து வண்டியில் உட்கார்ந்திருந்த அக்ரிப்பீனாவுடன் தணிந்த குரலில் பேசுவது தாஷாவின் காதில் சொப்பனம்போல் கேட்டது.

“நான் மட்டும் கொஞ்சம் புகைபிடிக்க முடிந்தால் – என்னால் நிற்கவே முடியவில்லை.”

“நாம் ஏன் நின்றுவிட்டோம்?” “ஐந்து மணிவரையில்

நாம் இங்கேதான் இருப்போம்."

"யார் சொன்னார்கள்?"

"தூதுவன் ஒருவன் வந்தான்."

"அப்படியானால், இவான். என்மடியில் தலைசாய்ந்து, சிறிது தூங்கு."

"தூங்கவா? அவன் தூங்கவிடுவானாக்கும்? நமது ஆட்கள் எல்லாம் களைப்பினால் சோர்ந்துபோய், நிற்கிற இடத்திலேயே விழுகிறார்கள். நீ ஏன் தூங்கவில்லை? கை வலிக்கிறதா?

"ஆமாம்."

அவர் அக்ரிப்பீனாவைத் தம் பக்கமாக பிடித்திழுத்த போது, அந்த வண்டி மெல்லக் கிறீச்சிட்டு முனகியது. அவர் களைத்துப்போன குதிரைபோன்று பெருமூச்செறிந்தார்.

"தூதுவன் சொன்ன விஷயம் இதுதான். அவரது எத்தனையோ படைகளும், கலாச், நீஷ்னி - சீர்ஸ்காயா இரண்டு இடங்களிலும் தோன் நதியைக் கடக்க முனைந்திருக்கிறார்களாம். துருப்புக்களுக்குப் பின்னால், தேவாலயப் பதாகைகளோடு பாதிரியார்களும் போகிறார்களாம். அதற்குப் பின்னால் வோட்கா நிறைந்த பீப்பாய்களும் வண்டிவண்டியாகச் செல்கிறதாம். கசாக்குகள் முட்டக் குடித்துவிட்டு வந்துதானே தாக்குகிறார்கள். சரியான சகாப்புக்கடைப் பேர்வழிகள்!"

"இவான், கொஞ்சம் ரொட்டி சாப்பிடுங்கள்." ரொட்டியை வாங்கி, கொரா மெதுவாக அசைபோட ஆரம்பித்தார். ரொட்டியைச் சிரமப்பட்டு விழுங்கியவாறே, அடைத்த குரலில் அவர் பேசினார்:

"நாம் தோன் நதிக்கருகில் வந்துவிட்டோம். இங்கே பக்கத்தில் எங்காவது படகு இருக்க வேண்டும். கசாக்குகள், அதை மறுகரைக்குத் தள்ளிச் சென்று விட்டிருக்கக்கூடும். எனவேதான் நம்மை இங்கே நிறுத்தி விட்டார்கள்

போலிருக்கிறது.”

இவான்கொரா அந்த வண்டியைவிட்டு விலகி பலமாக மிதித்து நடந்தவாறு பின்வாங்கியவுடனே, அந்த வண்டி லேசாக ஆடியசைந்து நின்றது. அங்கு மரண அமைதி நிலவியது. மனிதர்களோ, குதிரைகளோ, எந்த ஒலியும் எழுப்பவில்லை. தாஷா, தனது முகத்தைச் சட்டைக் கையில் புதைத்தவாறே மூச்சுவிட்டாள். காதலுக்குரியவனான மனிதனோடு, இவ்வாறு கட்டுப்பாட்டுடன் அன்புகாட்டும் அந்தக் கணப்பொழுது தனக்கும் வாய்த்தால், அதற்காக அவள் எதுவும் செய்யத் தயாராக இருந்தாள். அவள் மனம் பொறாமையுணர்ச்சியும் அசூயையும் பிடித்த இதயமே! இதைப் பற்றி நீ முன்னமேயல்லவா நினைத்திருக்க வேண்டும்! வேறு எதற்காகக் காத்திருந்தாள்? காதலுக்குரியவனும் இருக்கத்தான் செய்தான். அவள் அருகிலேயே இருக்கத்தான் இருந்தான்; அவள்தான் அவனைப் போகவிட்டு, என்றென்றும் அவனை இழந்து நிற்கிறாள். இவான் இலீச், வான்யா, வான் யூஷா! என்று எத்தனை பெயர்களை அவள் வாய்விட்டு அழைத்தாலும், இப்போது அவன் வரமாட்டான்.

தாஷாவை, குஸ்மா குஸ்மீச் எழுப்பிவிட்டான். அவள் வண்டிக்கடியில் சுருண்டு மடங்கிப் படுத்திருந்தாள். தூரத்திலே வெடிச்சத்தம் கேட்டது. அதிகாலைப் பொழுது வானமண்டலத்தில் இளம் பசிய நிறத்தைப் பரப்பியது. தாஷாவுக்குக் குளிர்தாங்க முடியவில்லை. பற்கள் கடகடத்தன, அவள் தனது கைகளைச் சூடேற்றிக் கொள்வதற்காக கைவிரல்களில் வாய்கூட்டி ஊதினாள்.

“தாஷா! உங்கள் பையை எடுத்துக்கொள்ளுங்கள். சீக்கிரம் புறப்படுங்கள், காயப்பட்டவர்களைக் கவனிக்க வேண்டும்.”

துப்பாக்கி வேட்டுச் சப்தம் பள்ளத்திலிருந்து, ஆற்றங் கரையிலிருந்து கேட்டுக் கொண்டிருந்தது; அதிகாலைப் பொழுதின் அமைதியிலே அந்த ஒலிகள் உள்ளடங்கிக் கேட்டன. தாஷா, சிரமப்பட்டு எழுந்து நின்றாள்; குளிர்ந்த தரைமீது படுத்து சிறிதுநேரம் உறங்கியதால், அவளது

கால்கள் மரத்து மதமதத்துப் போய்விட்டன. குஸ்மா குஸ்மீச் அவளது முதல் உதவிப் பையை எடுத்துக் கொண்டு முன்னே ஓடினான்; பிறகு திரும்பவும் ஓடிவந்து சொன்னான்:

"கண்ணே! சீக்கிரம் புறப்படுங்கள், விழிப்பாயிருங்கள். நமது ஆட்கள் பக்கத்திலேதான் இருக்க வேண்டும். யாரோ முனகுகிறார்கள். உங்களுக்குக் கேட்கவில்லையா?"

அவன் மீண்டும் முன்னால் ஓடினான். பிறகு நின்று, கழுத்தை நீட்டிக்கொண்டு, சுற்றுமுற்றும் பார்த்தான். தாஷா அவனது ஆர்ப்பாட்டத்தையெல்லாம் கவனிக்கவேயில்லை. என்றாலும், அவன் இத்தனை கோழையாயிருப்பதைக் காண அவளுக்குச் சகிக்கவில்லை.

"கண்ணே! கீழே குனிந்து வாருங்கள், அம்மா! குண்டுகள் சீட்டியடித்துக் கொண்டுபோவது உங்களுக்குக் கேட்கவில்லையா?"

ஆனால், எல்லாமே அவனது கற்பனைதான். காயப்பட்டவர்களின் முனகல் குரலும் கேட்கவில்லை; துப்பாக்கிக் குண்டுகளின் சீட்டியொலியும் கேட்கக் காணோம். உதயசூரியன் வானமண்டலத்தில் ஒளியைப் பரப்பியது. அவர்களுக்கு முன்னால், ஒரு வெண்திரை தெரிந்தது; அதைப் பார்த்தால், ஆறுதான் கரைபுரண்டு வெளியே வந்துவிட்டதோ என்று தோன்றியது. இலையுதிர்காலத்தின் கனத்த பனிமூட்டம்தான் அது; அதுதான் ஆற்றின்மீதும், அதன் கரையிலிருந்த இலைகளற்ற தூங்குமூஞ்சி மரக் கிளைகளின்மீதும் இறங்கித் தேங்கியிருந்தது. அந்தப் பனிமூட்டத்துக்கிடையில் இடுப்பளவு பாலில் நிற்பது போல் கொரா நின்றுகொண்டிருந்தார். அதற்கப்பால் உயர்ந்த தொப்பியணிந்த ஒரு படைவீரன்; அதற்கப்பால் வேறொருவன் - எல்லோருமே இடுப்பளவுக்கு மேலே தான் தெரிந்தார்கள். அவர்கள் தோன் நதியின் வலது கரையைப் பார்த்துக்கொண்டு நின்றார்கள். அந்தக் கரை மிகவும் உயரமானது. எனவே, அதன்மீது பனிமூட்டம்

அலெக்சேய் தல்ஸ்தோய் ▲ 91

கவியவில்லை. அங்கே, கறுப்பாகத் தெரிந்த தாழ்ந்த புதர்களுக்கப்பால், ஆங்காங்கே எண்ணற்ற புகைச்சுருள்கள் தரையிலிருந்து கிளம்பி, அசைவற்ற காற்றில் மெல்ல எழுந்து சென்றன.

குஸ்மா குஸ்மீச்சும் அதனைப் பார்க்கத்தான் செய்தான்.

"தார்யா திமீத்ரியெவ்னா, அதோ பாருங்கள்" என்று அவன் பரபரப்போடு சொன்னான். "அதோ அந்த வண்டிகளைப் பார்த்தீர்களா? ஆயிரக்கணக்கில் இருக்கும் போலிருக்கிறதே! அவர்களெல்லாம் ராணுவத்துக்குப் பின்னால் கொள்ளை அடிக்கத்தான் வந்திருக்கிறார்கள்! எல்லாம் பண்டைக்காலத்து நாடோடிகள் கதை மாதிரி ஆகிவிட்டது! பாரேன்! அவிழ்த்துவிட்டிருக்கும் குதிரைகள், வண்டிகள்.

அந்தத் தாடிக்காரப் பயல்களைப் பாரேன். தமது பூட்சுகளின் ஓரத்தில் கத்திகளைச் சொருகியவாறு, நெருப்பைச் சுற்றிப் படுத்துக்கிடக்கிறார்கள்! பாருங்கள், தார்யா திமீத்ரியெவ்னா, இந்த மாதிரிக் காட்சி நமது வாழ்க்கையில் ஒருமுறை தென்படுவதே அபூர்வம்!"

ஆனால் தாஷாவோ, அங்கு வண்டிகளையோ அல்லது நெருப்பைச் சுற்றிப் படுத்திருக்கும் கசாக்குகளையோ காணவில்லை. என்றாலும், அவளுக்கு ஏதோ ஒரு சஞ்சலம் ஏற்பட்டது; பயத்தால் உடம்பு நடுங்கியது. கொரா திரும்பிப் பார்த்து, எல்லோரையும் பனிமூட்டத்துக்குள் குந்தி உட்கார்ந்துகொள்ளும்படி, கையால் சைகை காட்டினான். குஸ்மா குஸ்மீச்சோ ஏதோ ஓர் அபூர்வமான கவர்ச்சிகரமான கதையைப் படித்துப் பார்ப்பதுபோல், ஏதேதோ பேசிக் கொண்டிருந்தான்:

"நமது படிப்பாளிகள் இருக்கிறார்களே, அவர்கள் இந்தக் காட்சியைப் பார்க்க வேண்டும்! ஹி - ஹி! இது ஒரு கனவு போலல்லவா இருகிறது! அவர்களுக்கோ அரசியல் சட்டம்தான் வேண்டும் என்றார்கள். அவர்கள் ருஷ்ய மக்களை ஆளவிரும்பினார்கள். ஹி. ஹி. ருஷ்ய மக்களைப் பற்றி அவர்கள் கட்டிவிட்ட கதைகளை நினைத்தால் - பொறுமையும் சோம்பலும்

தெய்வபக்தியும் நிரம்பிய ஜனங்களென்று. ஹி. ஹி. இவர்களைத் தான் பாரேன். இடுப்பளவு பனிமூட்டத்தில் இருந்து கொண்டிருக்கிறார்களே. எதிர்க்கரையிலேயுள்ள எதிரிகளின்மீது வைத்த கண்ணை வாங்காமல், தங்களது நிலைமை இன்னதுதான் என்பதை நன்றாகப் புரிந்து கொண்டு, புத்திசாலித்தனத்தோடும் வெறிவேகத்தோடும் காத்திருக்கிறார்களே. இவர்கள் புதியதொரு ராக்ஷஸன் போல் போருக்குத் தயாராக நிற்கிறார்களே - இத்தகைப் சக்தியைச் சரித்திரம் இதுவரையில் கண்டதில்லை."

தூரத்தில் கேட்டுக் கொண்டிருந்த துப்பாக்கிச் சப்தமும், இயந்திரத் துப்பாக்கியின் கடகடத்த வெடிச் சப்தமும் திடீரென்று நின்றுவிட்டன. குஸ்மா குஸ்மீச்சின் பேச்சு, திடீரென்று ஒரு வாக்கியத்தில் நடுவிலேயே முறிந்துபோய் விட்டது. அவர்களுக்கு முன்னால் கொரா நின்று கொண்டிருந்தார், அவர் தமது தலையைத் திருப்பினார். ஆற்றுப் போக்கின் திசையில் வெகுதொலைவில் உள்ளடங்கிய இரண்டு குண்டு வெடிக்கின்ற சப்தம் எதிரொலித்தது; அத்துடன் அதேநேரத்தில் பனிமூட்டத்தின்மீது செக்கச் சிவந்த ஒரு மங்கிய ஒளி கொட்டத் தொடங்கியது. தூரத்திலே கூச்சல்கள் கேட்டன. தொடர்ந்து துப்பாக்கி வெடிச் சப்தம் விட்டுவிட்டுக் கேட்டது.

"அந்தப் படகை, நம்மவர்கள் அக்கரையில் கொளுத்தி விட்டார்கள். ஆமாம் அது நிச்சயம்தான்!" என்று குஸ்மா குஸ்மீச் பனிமூட்டத்திலிருந்து தலையை வெளியே நீட்டியவாறே சொன்னான். "அடேயப்பா! அங்கே படுகொலையல்லவா நடக்கிறது, படுகொலை!"

கொராவும் அவரது வீரர்கள் சிலரும் குனிந்து கொண்டே, ஆற்றங்கரையை நோக்கி ஓடினார்கள்; கரைக்குச் சென்றதும் அங்குள்ள புதர்களுக்குப் பின்னால் மறைந்துகொண்டார்கள். இப்போதோ உதயசூரியனின் ஒளி, அடிவானம் முழுவதும் பரவிவிட்டது. மூடு திரைபோல் கவிந்திருந்த பனிமூட்டம் மெலிந்து, இற்று மொட்டையாய் நின்ற தூங்குமூஞ்சி மரங்களின் கிளைகளிலே கந்தல்கந்தலாக மிதந்தது; பின்னர்

அலெக்சேய் தல்ஸ்தோய் ▲ 93

பனிமூட்டத்திலிருந்து விடுபடாத ஆற்றங்கரைப் பகுதியிலிருந்து திடீரென்று பயங்கரமான கூச்சல்கள் எழுந்தன. தாஷாவோ, தனது கைகளால் இரு காதுகளையும் பொத்திக்கொண்டாள்; குஸ்மா குஸ்மீச்சோ தரையில் குப்புறப்படுத்துவிட்டான்.

பின்னர் அடிஉதை விழும் சப்தமும், ஆயுதங்கள் மோதும் கலகலப்பும், துப்பாக்கி வேட்டுக்களும், கூப்பாடுகளும், தண்ணீரின் சலசலப்பும், எறிகுண்டுகளின் முழக்கமும் கேட்டன.

பிறகு, கொரா அந்தப் புதர்களுக்கிடையிலிருந்து இரைக்க இரைக்க மூச்சு வாங்கியவாறே மேலே வந்தார். அவரது தலையிலே தொப்பி இல்லை. எனினும், சிவப்புப் பட்டி வைத்துத் தைக்கப்பெற்ற இரண்டு கசாக்குத் தொப்பிகளை, அவர் கையில் கொண்டுவந்தார். அவர் தாஷாவிடம் வந்து சொன்னார்:

"நான் போய் தூக்குப் படுக்கைகள் அனுப்பிவைக்கிறேன்; உடனே, நீங்கள் ஆற்றங்கரைக்குப் ஓடுங்கள். அங்கே இரண்டு தோழர்களுக்குக் கட்டுப்போட வேண்டும்."

அவர் தம்மிடமிருந்த கசாக்குத் தொப்பிகளைப் புரட்டிப் பார்த்தார்; ஒன்றைத் தூரவிட்டெறிந்தார்; மற்றதைத் தமது தலைமேல் அணிந்து தமது கண்கள் வரையிலும் இழுத்துவிட்டுக் கொண்டார்:

"அவர்கள் படகுகளின் மூலமாக நம்மைக் கடந்துபோக விரும்புகிறார்கள். சரி. போங்கள், பயப்படாதேயுங்கள். அவர்கள் எல்லோரும் அங்கே செத்துக் கிடக்கிறார்கள்."

5

தோன் நதிக் கரைகளிலுள்ள நீஷ்னி - சீர்ஸ்காயா, கலாச் என்ற இரு கிராமங்களுக்கிடையில் பெருத்த ஆரவாரமும் பேரொலியும் எதிரொலித்தன. மகத்தான

தோன் பிரதேசத்து ராணுவத்தைச் சேர்ந்த குதிரைப் படையும் காலாட்படையும் மூன்று தெப்பங்களின் மூலமாகவும், கட்டுமரங்கள் படகுகள் மூலமாகவும் ஆற்றைக் கடந்துகொண்டிருந்தன. குதிரைப் படையினர் அணிவகுத்துச் சென்றனர். அவர்கள் புத்தம்புதிய உடுப்புக்கள் அணிந்திருந்தனர், அத்துடன் வட்டமான தொப்பிகளையும் தலையில் ஒருக்களித்து வைத்திருந்தனர். எனவே, அவர்களது முன்தலை மயிர் சுருள் வழக்கப்படி நெற்றியிலே வந்துபுரண்டது. சொல்லப்போனால், பழைய பாடல்களிலே பாராட்டிப் பாடப்படும் விதத்திலேயே அவர்களது தலைக்கோலம் இருந்தது. அவர்கள் ஏந்தியிருந்த ஈட்டிகளில் சிறு கொடிகள் தொங்கிக் காற்றில் ஆடின. தெப்பங்களின் பலகை இடுக்கின் வழியாகப் புகுந்துவந்த தண்ணீர், குதிரைகளின் காலடியில் தெறித்தது; அந்த இளங்குதிரைகள் கபில நிறமான தோன் நதிப் பரப்பைக் கண்களை ஒடுக்கிக் கொண்டு பார்த்தன.

காலாட்படையினரைச் சுமந்துகொண்டு, நீளமான படகுகள் ஆற்றைக் கடந்தன. அந்தப் படகுகளில் இருந்தவர்களில் பெரும்பாலோர் தாடிவைக்காத இளைஞர்கள் தான். அவர்கள் எல்லோரும் திறந்தவாயோடு, கசாக்குகளும், குதிரைகளும், வண்டிகளும் கூடிவரும் கோலாகலத்தைப் பார்த்துக் கொண்டிருந்தார்கள். அவர்கள் படகுகளிலிருந்து தண்ணீருக்குள் குதித்து, செங்குத்தான கரைமீது ஏறினார்கள்; பின்னர் துப்பாக்கிகளை, கால்மீது நிறுத்திக்கொண்டு தொப்பிகளைக் கழற்றிவிட்டு நின்றார்கள். நீண்ட தலைமயிரைக் கொண்ட தேவாலய அதிகாரிகள் பாடுவதாக நினைத்துக்கொண்டு, விலங்குகளைப்போல் கத்தினார்கள்; தமது தூபகலசங்களைக் கலகலக்கச் செய்தார்கள், பாதிரியார்களோ, பூவேலைப்பாடுகள் மிகுந்த பளபளக்கும் அங்கிகள் தரித்து, தங்கமணிகள் போல் காட்சியளித்தார்கள். அவர்கள் கரைமீது நின்று வீரர்களை ஆசீர்வதித்தார்கள்.

வெள்ளை ராணுவத் தளபதியான ஜெனரல் மாமன்தவ், ஒரு சமாதி மேட்டின் உச்சியின்மீது ஏறி, குதிரை

மீதமர்ந்தவாறே, தமது பதாகையின்கீழ் நின்று படைகள் ஆற்றைக் கடந்துவருவதைப் பார்த்துக் கொண்டிருந்தார். அவரது ஆட்கள் எல்லாம் அவரை நன்கு காண முடிந்தது. அவர் இறுக்கமான கறுப்புக் கசாக்குக் கோட்டணிந்து, வெள்ளி நிறங்கொண்ட குதிரையின்மீது அமர்ந்திருந்தார். அந்தக் குதிரையோ மண்மேட்டைக் காலால் உதைத்துக் கிளறிக் கொண்டிருந்தது. ராணுவ பாண்டு வாத்தியம் முழங்க, கோஷ்டி கானங்கள் ஒலிக்க, பாண்டுவாத்தியத் தலைவர்கள் கைகளிலே ஏந்தியிருந்த கோல்களில் கட்டப்பட்டிருந்த குதிரைவால் குஞ்சங்கள் காற்றிலே பறந்தாட, அந்தப் படை வீரர்கள் அணிவகுத்து நடந்தார்கள். மேலேறி வந்துகொண்டிருந்த துருப்புக்களின் வரவால் எழும்பிய புழுதி மண்டலம் கீழ்த்திசையை மறைத்திருந்தது. அவ்வாறு மறைந்து கிடந்த கீழ்த்திசை ஸ்டெப்பி வெளியில் எங்கோ வெகு தொலைவில் பீரங்கி முழக்கம் கும்மிட்டுக் குமைந்தது.

மாமன்தவ் சவுக்கு தொங்கிக் கொண்டிருந்த தமதுகையை உயர்த்தி, வெய்யிலை மறைத்தவாறு இறக்கைகள் பின்தள்ளியவாறு பறந்துசென்ற ஆகாய விமானங்களைப் பார்வையிட்டார். அவர் அந்த விமானங்களை எண்ணிக் கணக்கிட்டதோடு, தாழ்ந்திறங்கி அடிவானத்திலே சென்று மறையும் வரையில் அவற்றைக் கவனித்தார். நீராவிக் கப்பலி லிருந்து அப்போதுதான் இறக்கப்பட்டிருந்த கனத்த பீரங்கி வண்டிகள் அந்த மண்மேட்டுக்கு அருகில் கடகடத்து உருண்டுசென்றன; அவற்றின் குழாய்களிலும், தகடுகளிலும் வர்ணம் பூசப்பட்டிருந்தது. ஒன்றுக்கொன்று நிறம் சரியில்லாத, கால்களில் ரோமம் மிகுதியான குள்ளக் குதிரைகள் அவற்றைப் பெரும்பாய்ச்சலில் இழுத்துச் சென்றன. அந்தக் குதிரைகளைத் தாடிக்கார வண்டியோட்டிகள் சவுக்கினால் அடித்தும், சத்தம் போட்டு விரட்டியும் முடுக்கினார்கள். இந்த வண்டிகள் எழுப்பிய தூசிப்படலம் அடங்குவதற்குமுன், இரும்புத் தகடுகளால் உருவான பெரிய டாங்கிகளும் வந்தன; அவற்றின் முன்புறம், மேல்நோக்கி நிமிர்ந்திருந்தது. மாமன்தவ் அவற்றையும் கணக்கிட்டார்; த்ஸாரீத்ஸினின்

வீதிகளிலே செஞ்சேனை அயோக்கியப் பயல்களை நசுக்கிக் கொல்லவந்த பத்து உருக்கு ராட்சதர்கள் அவர்கள் என்று எண்ணிக் கொண்டார். அவரது குதிரை அந்த மேட்டிலிருந்து, மிக வேகமாகக் கீழே இறங்கி ஆற்றங்கரை வழியாகப் பாய்ந்துசென்றது; அவருக்குப் பின்னால் அவரது பதாகை தாங்கிய மனிதன் அணிவகுப்பின் பாதிக்குப்பின் வந்தான். அப்போது மைபோன்ற நீலநிறம்கொண்ட அந்தப் பதாகையின் துணி, அவரது தலைக்குமேல் பறந்தது.

புதிய துருப்புக்கள் மேலும்வந்து படகுகளில் ஏறின; அத்துடன் வைக்கோல் மற்றும் சகலவிதமான சாமான்களையும் ஏற்றிக்கொண்டு, படகுகள் மிதந்து வந்தன. மிதப்புப் பாலத்துறையின் அருகில் கண்டு வண்டிகளும், கைவண்டிகளும், தானியக் களத்தில் கதிர்களை ஏற்றிச்செல்லப் பயன்படுத்தப்படும் பெரிய மொட்டை வண்டிகளும் நின்றன.

படகுகளின் வருகையை எதிர்நோக்கி, கசாக்குக் கிராமங்களின் முதுமக்கள், காத்து நின்றார்கள்; அவர்களில் சிலர் மேலும்கீழும் உலவிக் கொண்டிருந்தார்கள். வேறு சிலர் கணப்பு நெருப்பை மூட்டி அதனைச் சுற்றியமர்ந்து, தமது உணவைத் தின்றுகொண்டிருந்தார்கள். அவர்களெல்லாம் வியாபாரிகள். தத்தம் கிராமங்களிலிருந்து வந்துள்ள ராணுவ வீரர்களின் சௌகரியங்களைக் கவனித்துக் கொள்வதற்காக, அவரவர் கிராமங்களிலிருந்து அனுப்பப்பட்டிருந்தார்கள்.

அவர்கள் எல்லாக் கொள்ளைப் பொருட்களையும் பெற்றார்கள் - பணம், தானியம், கால்நடைகள், கால்நடைத் தீனி மற்றும் வாழ்க்கைக்குத் தேவையான துணிமணி, போர்வைகள், மெத்தைகள், நிலைக் கண்ணாடிகள், துப்பாக்கிகள் முதலியவற்றையும் வாங்கிக்கொண்டார்கள். இவற்றைப் பெற்றுக்கொண்டு இவற்றிலிருந்து அவர்கள், தங்கள் ஊர்ப் படையினருக்கு, குதிரைத் தீனியும், உணவுப் பொருட்களையும் வழங்கினார்கள்; தேவைப்பட்ட சமயங்களில் துணிமணியும், துப்பாக்கிகளும்கூட

வழங்கினார்கள். இவ்வாறெல்லாம் வினியோகித்து முடிந்தபின் அவர்கள் மிஞ்சுகின்ற கொள்ளைப் பொருட்களின் பட்டியல் தயாரித்து வண்டியில் ஏற்றி, பெண் மக்கள், சிறுவர்கள் ஆகியோர் பாதுகாவலில் தத்தம் கிராமங்களுக்கு அனுப்பிவைத்தார்கள்.

மாமன்தவ், ரிச்கோவ் என்ற கிராமத்தின் வழியாகச் சென்றார். அந்தக் கிராமத்திலுள்ள பெரும்பாலான குடிசைகள் எரிக்கப்பட்டிருந்தன; தானியக் கிடங்குகளெல்லாம் எரிந்தடங்கிக் கரிபிடித்துக் கிடந்தன; பின்னர் அவர் ரயில்வே பாதையை நோக்கிச் செல்லும் பாதையில் திரும்பி, ரயில்வே பாதையை ஒட்டியே சென்றார்; ஏனெனில், தோன் நதியின் வலது கரையிலிருந்து ஓர் ஆயுதந்தாங்கி கவச ரயில் வந்து சேரும் வரையிலும் அவர் காத்திருக்க வேண்டியிருந்தது.

தோன் ராணுவத்தில் பன்னிரண்டு குதிரைப் படை வரிசைகளும், எட்டுக் காலாட்படை வரிசைகளும் இருந்தன; அவையனைத்தும் ஐந்து பேரணிகளாகப் பிரிந்து முன்னேறிச் சென்றன.

அந்த ஐந்து பேரணிகளும் த்ஸாரீத்ஸினின் கடைசித் தற்காப்பு எல்லைகளை நோக்கி வெகுவேகமாக முன்னேறின. வடக்கிலும் தெற்கிலும் உள்ள படைப் பிரிவுகளோடு தொடர்பை இழந்துவிட்ட பத்தாவது செஞ்சேனை ராணுவமோ, மேலும்மேலும் சுருங்கிவரும் போர் முனையில் பின்வாங்கி பலத்தை ஒருமுகப்படுத்த முனைந்தது. அதன் ஐந்து படைவரிசைகளில் இப்போது எத்தனையோ பேரை அது இழந்துவிட்டது; அந்தப் படை வரிசைகளில் மிஞ்சியவர்களை மட்டும் துணைக் கொண்டு, தங்களிடம் இறுதியாக மிஞ்சியிருந்த தளவாடங்களையும், துருப்புக்களையும் கொண்டு போராடத் துணிந்தது.

இத்தகைய சோதனை மிகுந்த காலகட்டத்தில், குடியரசின் சுப்ரீம் ராணுவக் கவுன்சில் பத்தாவது ராணுவத்துக்குத் திட்டவட்டமான உதவிகளைச் செய்திருக்க வேண்டும்; ஆனால், அந்தக் கவுன்சிலோ திறமையுடன் திட்டமிட்டுச்

செயலாற்றும் ரகசியச் சதிகாரர்களின் பிடிக்குள் சிக்கியிருந்தது. இந்த நாசவேலைக்காரர்களின் சூழ்ச்சியால், தளவாடங்கள் முதலியன அனுப்பப்படுவது போன்ற பல்வேறு காரியங்களும் தாமதப்படுத்தப் பட்டன; மேலும் த்ஸாரீத்ஸினுக்கான போராட்டம் இரண்டாம்பட்சமான முக்கியத்துவம் வாய்ந்ததுதான் என்றும், பயபீதியின் காரணமாகத்தான் த்ஸாரீத்ஸின் ராணுவக் கவுன்சில் த்ஸாரீத்ஸினைத் தற்காக்கும் விஷயத்தைப் பெரிதுபடுத்துகிறது என்றும் தலைமைக் கவுன்சில் கருதிவிட்டது.

எனவே, த்ஸாரீத்ஸினில் உள்ளவர்கள் தம்மிடமுள்ள துருப்புக்களையும் சக்திகளையும்கொண்டே வெள்ளை ராணுவத்தை எதிர்த்துப் போராட நேர்ந்தது.

அந்தக் காலத்தில் பத்தாவது ராணுவத்தின் ராணுவக் கவுன்சில் இரண்டு உத்தரவுகளைப் பிறப்பித்தது. ஒன்று: த்ஸாரீத்ஸினிலுள்ள நீராவிப் படகுகள் கட்டு மரங்கள், படகுகள், தோணிகள் எல்லாவற்றையும் வடக்கே அனுப்பிவைத்து விடுவது; இதன்மூலம் வோல்கா நதியின் இடதுகரையின் வழியாகத் துருப்புக்கள் பின்வாங்கிச் செல்வது பற்றிய சிந்தனையே இல்லை. இரண்டாவது உத்தரவு ராணுவ சம்பந்தப்பட்டது. அதன்படி, அப்போது அவரவர் இருக்கிற இடங்களைவிட்டு உத்தரவில்லாமல் எவரும் பின்வாங்கக் கூடாது; இந்த உத்தரவை மீறி எவரேனும் பின்வாங்க நேர்ந்தால் அவர்கள் அந்த இடத்திலேயே சுட்டுக் கொல்லப்படுவார்கள்.

தெலேகினின் பீரங்கிப் படையில் அன்றைய காலைப் பொழுது அமைதியாகவே கழிந்தது. அடிவானத்தில் எங்கோ தொலைவில் பீரங்கிகளின் முழக்கம் கேட்டபோதிலும், அந்தச் சமவெளியில் ஆள் நடமாட்டமே இல்லை. கப்பற்படை வீரர்களெல்லாம் ஒரு பதுங்குக்குழியை வெட்டிக் கொண்டிருந்தார்கள். அனீஸ்யா யாரிடமும் ஒரு வார்த்தைகூடச் சொல்லிக் கொள்ளாமல், ரயில்வே ஸ்டேஷனுக்குச் சென்று விட்டு, மூன்று மணிநேரம் கழித்துத் திரும்பிவந்தாள். வரும்போது

இரண்டு சாக்கு மூட்டைகளைச் சுமக்கமாட்டாமல் சுமந்து தள்ளாடி நடந்துவந்தாள். அந்தச் சாக்கு மூட்டைகளில் ஒன்றில் ரொட்டிகளும், மற்றொன்றில் தர்ப்பூசணிப் பழங்களும் நிறைந்திருந்தன. அவள் அந்தச் சாக்குகளைப் பீரங்கிகளுக்கு நடுவில் அவிழ்த்துக் கொட்டி, ரொட்டிகளைத் துண்டுபோட்டாள்; தர்ப்பூசணிப் பழம் ஒவ்வொன்றையும் நாலு துண்டுகளாக வெட்டினாள். பின்னர், "சாப்பிடுங்கள்" என்று சொல்லி விட்டு, அவள் நாணத்தோடும் திருப்தியுணர்ச்சியோடும் ஒருபுறமாக ஒதுங்கிநின்று, அவர்கள் அவற்றைப் பசி வேட்கையோடு தின்று தீர்ப்பதைப் பார்த்துக் கொண்டிருந்தாள். அவர்கள் தமது கன்னங்களில் பட்ட பழச்சாற்றைக்கூடத் துடைத்துக்கொள்ளாமல் ஆர்வத்தோடு தின்றார்கள். அனீஸ்யாவை அவர்கள் பாராட்டவும் செய்தார்கள்.

"அனீஸ்யா, ரொம்ப நல்லவள்!"

"அனீஸ்யா வாழ்க!"

"அவளைப்போலக் கிடைக்குமா?"

அழுத்தலோடு நடக்கும் ஷரீகின் எந்த நேரத்திலும் தனது கருத்தைத் தெரிவிக்கத் தவறுவதில்லை. அப்போதும் அவன் சொன்னான்:

"அவளுக்கு முன் முயற்சி இருக்கிறது; அது ஒரு பெரிய விஷயம்."

கப்பல் வீரர்களெல்லாம் பழத்தைத் தின்பதை நிறுத்திவிட்டு வாய்விட்டுச் சிரித்தார்கள். ஷரீகின் முகத்தைச் சுழித்துக்கொண்டு, அங்கிருந்து எழுந்து, ஒரு மண்வெட்டியைக் கையில் எடுத்தான். "தோழர்களே! நாம் அனீஸ்யாவுக்கும் ஒரு பதுங்குக்குழி வெட்டுவோம். இத்தகைய தோழரையெல்லாம் நாம் போற்ற வேண்டும்" என்று சொன்னான்.

வீரர்களெல்லாம் வேண்டு மட்டும் சிரித்துவிட்டு, பின்னர் பீரங்கி வரிசைக்குப் பின்னாலிருந்த ஒரு

பள்ளத்தில், அனீஸ்யாவுக்கு ஒரு சிறு பதுங்குக்குழியை வெட்டினார்கள்; குண்டுவீச்சு நடக்கும் காலத்தில் அவள் இதற்குள்ளே மறைந்து இருந்துகொள்ளலாம் என்பது அவர்கள் ஏற்பாடு. அதன்பின்னர் அவர்களுக்கு வேறு வேலை எதுவும் இருக்கவில்லை. நீராவிப் படகிலிருந்து இறக்கிக் கொண்டுவரப்பட்ட நூறு வெடிகுண்டுகள் பீரங்கிகளுக்கு இருபுறத்திலும் அடுக்கிவைக்கப்பட்டு இருந்தன; துப்பாக்கிகளும் துடைத்துவைக்கப் பட்டிருந்தன. சாபஷ்கோவ் அந்தப் படையின் தலைமை நிலையத்தோடு டெலிபோன் மூலமாகத் தொடர்பு கொண்டான். கப்பல் வீரர்கள் எல்லாம் பள்ளங்களிலே கால்நீட்டிப் படுத்து, சூரிய ஒளியிலே திளைத்து வெயில் காய்ந்தார்கள். ஜெனரல் மாமன் தவ், "வாரும், வாரும்; உம்மை வரவேற்கத்தான் காத்திருக்கிறோம்!" என்றார்.

தெலேகின், ஒரு பீரங்கியின்மீது ஏறியமர்ந்துகொண்டு கையில் ஒரு காய்ந்த கதிர்த்தாளைப் பிடித்துச் சுழற்றிக் கொண்டிருந்தான். இடையிடையே அவன் அதனை ஒரு கடியும் கடித்துக்கொண்டான். அவன் ஒன்றும் பெரிய பிரம்மாண்டமான விஷயங்களைப் பற்றிச் சிந்தித்துக் கொண்டிருக்கவில்லை. தன்னைச் சுற்றித் தென்படும் அந்த மனிதர்களின் சின்னஞ்சிறு பிரபஞ்சத்தைப் பற்றியே அவன் எண்ணினான். இவர்களெல்லாம் ஒவ்வொருவரும் ஒவ்வொரு மாதிரியான நபர்தான் என்றாலும், நாட்டின் பல்வேறு பாகங்களிலிருந்தும் வந்துள்ள இந்தப் பல்வேறு மனிதர்கள், எப்படித் தங்கள் வாழ்க்கையை ஒன்றுபட்ட உள்ளத்தோடு ஒருவருக்கொருவர் இணைத்துக் கொண்டிருக்கிறார்கள், இவர்களின் இச்சிறு உலகம் விலைமதிப்பற்ற ஒன்றாக அவனுக்குப்பட்டது.

சாபஷ்கோவைப் பார்த்தால் - அவன் என்னவோ தனது சகாக்களோடு ஒட்டி உறவாடிப் பழகத் தெரியாதவன் என்றும் தன்னுடைய எண்ணங்களுக்குள்ளேயே பழகிப் போகிறவன் என்றும்தான், யாரும் அவனைப் பற்றி நினைத்திருப்பார்கள். ஆனால், இப்போதோ அவன் திடீரென்று எல்லோருக்குமே வேண்டியவனாக,

இன்றியமையாதவனாகத் தென்பட்டான்; அவன் அதோ அந்த பீரங்கி வண்டிச் சக்கரத்துக்கருகிலே அமைதியாகப் படுத்து மூச்சுவாங்கிக் கொண்டிருந்த போதிலும், அவனும் எல்லோருடனும் கலந்து பழகி வரத்தான் செய்தான். ஷரீகினுக்கோ ரொம்பப் பெரிய ஆசைகள். அவன், பெரும் அறிவாற்றல் கொண்டவன் அல்ல, அப்பழுக்கற்ற இதயம் படைத்தவன், உறுதியான பையன்தான். அதோ பக்கவாட்டில் கையைத் தலைக்கு அணிகொடுத்துப் படுத்துக் கிடக்கிறான். சதூய் வீதெரோ மணலிலே ஆடம்பரமாக மல்லாந்துபடுத்து, தனது அழகிய எனினும் கரகரத்த முகத்திலே சூரிய ஒளி படுமாறு அண்ணாந்து கிடக்கிறான். அவன் ஒரு சரியான விவசாயப் பிறவி; துணிவாற்றலுடன் எதையும் ஆழ்ந்து சிந்தித்துப் பார்ப்பவன், சூதுவாது மிக்கவன். அவன் பிழைத்துக் கிடந்தால், நேராகத் தனது நிலத்தை உழுது பயிரிடத்தான் போவான். கேர்ஷெனெத்ஸ் காட்டிலிருந்து வந்துள்ள ராக்ஷஸப் பிறவியான லதூகின் முகத்தைத் தொப்பியால் மூடிக்கொண்டு, நன்றாகக் குறட்டைவிட்டுத் தூங்குகிறான். அவன் ஒரு சிக்கலான பேர்வழி; என்றாலும், கபடில்லாத பிறவி. அது, அவனுக்குத் தேவை இல்லை. கையிலே ரிவால்வரையும் எறிகுண்டையும் தாங்கிப் புறப்பட்டு விட்டால், அவன் எந்த அளவுக்கு மூர்க்காவேசமாகச் சண்டை போடுவான் என்ற ரகசியம் அவனுக்கே தெரியாது.

தெலேகினிடம் பன்னிரண்டு பேர் தங்கள் உயிரையே ஒப்படைத்திருந்தார்கள். மிகவும் நெருக்கடியான காலகட்டத்தில், ராணுவக் கவுன்சில் ஒரு பீரங்கிப் படையை அவன்கையில் ஒப்படைத்துவிட்டது. அவனுக்குக் கணித ஞானம் ஓரளவுக்கு உண்டு என்பது உண்மைதான். என்றாலும், ஒரு பீரங்கிப் படையைத் தலைமைத் தாங்கிச் செயலாற்றுமளவுக்குத் தனக்குத் தகுதி போதாது என்ற விஷயத்தை அவன் உறுதியாகவே எடுத்துச் சொல்லியிருக்க வேண்டும்.

“காகின்! இங்கு சுடுதவற்கான திசைக் கோணங்களைக்

கணக்கிட்டுச் சொல்லக்கூடியவர்கள் யாராவது இருக்கிறார்களா? நம்மிடம் தொலைநோக்கிக் கருவிகளும் இல்லையே."

பதுங்குக்குழியில் நின்றுகொண்டு பாதுகாப்பு அரண் வழியாக ஸ்டெப்பியைப் பார்த்துக்கொண்டு நின்ற காகின் திரும்பினான்.

"தொலைநோக்கிகளா?" என்று அவன் துக்கத்துடன் கேட்டுக்கொண்டே, தெலேகினை வைத்த கண் வங்காமல் பார்த்தான். "தொலைநோக்கிக் கருவி எதற்கு? எந்தக் கோணத்தில் சுடவேண்டும் என்ற விஷயத்தைப் போர்முனைத் தலைமை நிலையத்திலிருந்து நமக்கு அவ்வப்போது போன்மூலம் தெரிவித்துவிடுவார்கள்."

"அப்படியா! நல்லது."

திசைக்கோணம், தொலைநோக்கி, சுடும் எல்லை - அவற்றைப் பற்றியெல்லாம் எங்களுக்குத் தெரியும், தோழர் தெலேகின், ஆனால் அதுவல்ல முக்கியம். இந்த யுத்தம் மிகவும் மூர்க்கமாக இருக்கும். இதற்குத் தொலைநோக்கிகள் தேவைப்படாது; குத்திக் கொல்லக் கூடிய வெறிதான் தேவைப்படும். உயிரைக் கையில் உறுதியாகப் பிடித்துக்கொண்டு, கடைசிக் குண்டு இருக்கும்வரையிலும் விடாமல் சுட்டுத்தள்ள வேண்டியது தான். அதைத்தான் இப்போது நினைத்துப் பார்க்க வேண்டும். இங்கே வா, நான் காண்பிக்கிறேன்."

தெலேகினும் அவனருகே சென்று அந்தப் பதுங்குக்குழியில் நின்றான். பீரங்கிப் படைகளின் முழக்கம் முன்னைவிட அதிகமாகக் கேட்டது என்பதோடல்லாமல், அது வரவர சமீபித்து வருவதாகவும் தோன்றியது. தென்திசையிலும் மேற்திசையிலும் அடிவானம் முழுவதும் ஒரே புகை மண்டலம் சூழ்ந்திருந்தது. காகின் சுட்டிக்காட்டிய திசையில் கூர்ந்து பார்த்தபோது, வடதிசையிலிருந்து சமவெளியின் வழியாக, ஏராளமான மனிதர்களும், வரிசைவரிசையாக வண்டிகளும் ஊர்ந்துசெல்வது தெரிந்தது.

தென்திசையில் சரேப்தா இருந்த திக்கில், ஒரு பெரிய புகைப்படலம் கீழிருந்து எழுந்து காளான் குடைபோல வானத்தில் விரியும் காட்சியை நோக்கி, மோவாயை ஆட்டிக்கொண்டே காகின் பேசினான்: "நமது ஆட்கள்தான் ஓடுகிறார்கள். நானும் ரொம்ப நேரமாகக் கவனித்துக் கொண்டிருக்கிறேன். அந்த வழியாக இதுவரையில் ஆயிரக்கணக்கான பேர் ஓடி விட்டார்கள். அதோ, அந்த வெடிகுண்டு வீச்சுகளைப் பார்த்தாயா? கொஞ்சநேரத்துக்கு முன்னே இப்படி இல்லை. அவர்கள் கனரக பீரங்கிகளால் சுடுகிறார்கள். எனவே, நாளைக் காலையில் ஜெனரலை இங்கு எதிர்பார்க்கலாம்."

தெலேகின் மீண்டும்சென்று தனது பீரங்கி வரிசைகளை மேற்பார்வையிட்டான். பீரங்கிக் குண்டுகளையும் துப்பாக்கித் தோட்டாக்களையும் மீண்டும் ஒருமுறை கணக்கிட்டுப் பார்த்தான். துப்பாக்கிகளுக்கெல்லாம் இரண்டு சுற்றுக்குத் தோட்டாக்கள் இருந்தன. தனது பீரங்கி வரிசை ஒளிவுமறைவின்றி வெம்பரப்பான இடத்தில் நிற்பதைக் குறித்துத்தான் அவன் கவலை கொண்டான். புதிதாக வெட்டப்பட்ட பதுங்குக்குழிகள் சில நூறுமீட்டர் தூரத்துக்கப்பால் தெரிந்தன; எனினும், அவற்றில் எந்த நடமாட்டத்தையும் காணோம். செஞ்சேனையினர் அங்கிருந்து வெகு தொலைவிலுள்ள குழிகளில்தான் இருந்தார்கள். அவன் சாபஷ்கோவுக்கருகில் குந்தி உட்கார்ந்தான். தூங்குவதும் கூட, அவனுக்குச் சிரமமாக இருந்தது போலிருக்கிறது; அவனது முகம் அப்போதும்கூட, சுருங்கிச் சுழித்துப் போயிருந்தது.

"மன்னித்துக்கொள், செர்கேய் செர்கேயவிச். நான் இப்போது பட்டாளத் தலைவருடன் போனில் பேச வேண்டும்."

சாபஷ்கோவ் தூக்கத்தால் மங்கியிருந்த கண்களைத் திறந்தான்.

"எதற்காக? இப்போது சுடவேண்டியதில்லை என்றுதான் உத்தரவு வந்திருக்கிறது. எப்போது சுட

வேண்டுமென்பதற்கு நமக்குத் தகவல் வரும். நீ ஏன் கவலையோடிருக்கிறாய்?" அவன் பீரங்கிச் சக்கரத்தருகில் நெருங்கிவந்து கொட்டாவிவிட்டான். அது அவனது அலட்சியத்தைத்தான் புலப்படுத்தியது. நீயும் கொஞ்ச நேரம் படுத்துத் தூங்கினால் என்ன? இப்போது செய்யக் கூடிய நல்ல காரியம் அதுதான்."

இவான் இலீச் மீண்டும் அந்தச் சுவரருகே சென்று, அதன் விளிம்பில் கையை வைத்துக்கொண்டு வெகுநேரம் அசைவற்று நின்றான். அடிவானத்தில் எங்கோ ஒரு திசையில் எண்ணிலடங்காத கசாக்குக் குதிரைகளின் குளம்புகளால் எழுந்த தூசிப் படலத்தினூடே, கரு ஆரஞ்சு நிறங்கொண்ட பெரியதொரு சூரிய வட்டம் கீழிறங்கிக் கொண்டிருந்தது. இருளின் நிழல்கள் வெட்டவெளிமீது படர்ந்து பரவத் தொடங்கின; எனவே, துருப்புக்களின் நடமாட்டத்தைக் கண்டு தெரிந்துகொள்ள இயலவில்லை. அடிவானத்தில் தோன்றிய பிரகாசமான மாலை நட்சத்திரத்துக்குக் கீழே, பச்சைப் பசிய சமுத்திரத்தின் கரையில் உள்ள விசித்திரமான உலகம்போல் அந்திவானத்தின் மேகம் காட்சியளித்தது. பின்னர் சீனக் கோபுரங்களைப்போல் மேகங்கள் உருமாறின; பின், அந்த உருவம் அழிந்து திரிந்து, இரண்டு தலையுள்ள குதிரையைப்போலவும், அதன்பின்னர், தனது கைகளைப் பிசைந்துகொண்டு நிற்கும் ஒரு பெண்போலவும் தோற்றமளித்தது.

அந்தப் பதுங்குக்குழியிலிருந்து வெளிப்பட்டு, கால்களை உந்தித் துள்ளி, கனவில் பறப்பதுபோல் அப்படியே அந்த விசித்திரமான உலகத்துக்குப் பறந்துசென்று விடலாம் போலிருந்தது. நிச்சயமாக, அத்தகைய தோற்றத்துக்கு ஏதோ ஓர் அர்த்தம் இருக்க வேண்டும் - அதிலும் ஜீவ மரணப் போராட்டத்தை எதிர்நோக்கி நிற்கும் இந்த நேரத்தில் அத்தகைய பிரமை தோன்றுகின்றதென்றால்?

"பார்த்தது போதும். வா அப்பனே!" என்று சாபஷ்கோவ் அவனது தோளில் கையைப் போட்டான். "மேகக் கூட்டங்களைப் பார்த்து ரசித்துக் கொண்டிருக்கிற காலமா

இது? இவான், அதெல்லாம் வெறும் லட்சியவாதம்தான். சரி, வா. நாம் சிகரெட்டைச் சுருட்டிக் குடிப்போமா? நான் ஆஸ்பத்திரியிலிருந்து ஒரு பாக்கெட் புகையிலையைத் திருடிக்கொண்டு வந்திருக்கிறேன். சாவதற்கு முன்னால் அதனைப் புகைத்துவிட்டுச் சாக வேண்டும் என்பதற்காக அதை வைத்திருக்கிறேன்."

எப்போதும்போலவே குரலில் ஏளனம் தொனித்த போதிலும், அவனது மங்கிய கண்களிலும், வாயைச் சுற்றித் தென்பட்ட வரிக்கோடுகளிலும் ஏதோ ஒரு சோகம் மறைந்துகொண்டிருப்பதாகவே தோன்றியது. இரண்டுபேரும் ஆளுக்கொரு சிகரெட்டைச் சுருட்டித் தயாரித்துக்கொண்டு, அவற்றைப் பற்றவைத்தார்கள். தெலேகின், புகையை உள்ளுக்கு வாங்காமலே சிகரெட்டைப் பிடித்தான்; சாபஷ்கோவோ புகையைத்தான் சுவாசித்தான்.

"இப்போதென்ன, சாவைப்பற்றி நினைத்துவிட்டாய்?" என்று தணிந்தகுரலில் கேட்டான் தெலேகின்.

"ஆமாம். எனக்கு மரணபயம் தொடங்கிவிட்டது. என் தலையில் குண்டுபாய்ந்து விடுமோ என்று எனக்கு ஒரு பயம். வேறு எங்கே குண்டுபட்டாலும் நான் சாகமாட்டேன். ஆனால், என் தலையைப் பற்றி எனக்கு ரொம்பப் பயம். தலை என்பது துப்பாக்கிக் குண்டுக்கான இலக்கு அல்ல; அது வேறு ஏதோ நல்ல காரியங்களுக்காகப் பிறந்தது. எனது சிந்தனைகளை நான் இழப்பதென்றால், என்னால் அதைத் தாங்கிக்கொள்ள முடியாது."

"செர்கேய் செர்கேயவிச், எல்லோருக்கும்தான் மரண பயம் இருக்கிறது. ஆனால் அதைப்பற்றிச் சிந்திப்பதிலே அர்த்தமில்லை."

"நான் என்னென்னவெல்லாம் சிந்திக்கிறேன், என் சிந்தனைகள் என்னென்ன என்பதைத் தெரிந்து கொள்வதில் நீ என்றுமே கவலைகொண்டதில்லை. சாபஷ்கோவ் ஓர் அராஜகவாதி, வோட்கா மதுவிலே மூழ்கித் திளைப்பவன் என்றுதான் நீ என்னைப் பற்றி நினைத்துக் கொண்டிருக்கிறாய். நீ என்னவோ கண்ணாடியால்

செய்யப்பட்ட பொருளைப்போல் எனக்குத் தோன்றுகிறாய். ஆம், உன் உள்ளத்தைத் தெளிவாகவே புரிந்துகொள்கிறேன். நீ இறந்துபோனால், மற்றவர்களுக்கு நீ விட்டுச்செல்ல விரும்பும் செய்தியையெல்லாம் நானே துல்லியமாகச் சொல்லிவிடுவேன். ஆனால், என்னைப் பற்றி நீ யாருக்கு என்ன செய்தியைச் சொல்ல முடியும்? அதுதான் பரிதாபம். இவான், உன்மீது எனக்கு எவ்வளவு பொறாமை தெரியுமா?"

"என்மீது பொறாமைகொள்ள, அப்படியென்ன நேர்ந்துவிட்டது உனக்கு?"

"நீ அவ்வளவு எளிமையோடு, தெளிவோடு விளங்குகிறாய்: கடமையுணர்ச்சி, சுயவிமர்சனம் எல்லாம் உன்னிடம் இருக்கின்றன. நீ நேர்மைமிகுந்த ஊழியன், மிகவும் அன்புள்ளம் கொண்டவன். உன் மனைவிக்குப் புத்தி தெளிந்து உன்னிடம் வரும்போது, அவள் உன்னைப் பெரிதும் விரும்புவாள், போற்றுவாள். வாழ்க்கை உனக்கு எளிமை மிகுந்ததாகத் தோன்றுவதற்குக் காரணமும் உண்டு; நீ பழங்காலத்து ஆசாமியாக இருப்பதுதான் அதற்குக் காரணம்."

"நீ அளித்த நற்சாட்சிப் பத்திரத்துக்கு நன்றி!"

"என்னைப் பொறுத்தவரையில் இவான், சென்ற வேனிற்காலத்திலேயே, கீம்ஸா என்னைச் சுட்டுத் தள்ளாமல் போனதற்காக நான் வருந்துகிறேன். நாம் பொறுமையிழந்து துடித்துக்கொண்டு, புரட்சியை எதிர்நோக்கிக் காத்திருந்தோம். உலகத்தின் முன் எவ்வளவோ கருத்துகளைத் தூக்கி விட்டெறிந்தோம்; தத்துவத்தின் பொற்காலமும், மகோன்னதமான சுதந்திரமும் வந்துகொண்டிருக்கின்றன என்று பறைசாற்றினோம். ஆனால், எதார்த்தத்தில் நாம் காண்பதென்ன? அழிவு! பயங்கரமான பேரழிவு! அதுதான்."

அந்த வாக்கியத்தின் பின்பகுதி ஆபாச வார்த்தைகளில் மூழ்கிப் போய்விட்டது.

பின்னர் அவன், தன் நெற்றியில் ஓங்கி அறைந்து கொண்டான்; அவன் அறைந்தவேகத்தில், அவனது தொப்பிகூடத் தலையிலிருந்து வழுவி, பிடரியிலே தொங்கியது.

"இந்த விஷயத்தைக் குறித்து நான் மனித வர்க்கம் முழுமைக்குமே ஓர் அறிக்கைவிட விரும்புகிறேன். அதற்குக் குறைந்த ஜனக்கூட்டம் போதாது எனக்கு. நாசகரமான அறிக்கைதான். அதனால், எந்த நல்ல பலனும் விளையப் போவதில்லை. அது நாசமாகவே போகட்டும்! என்றாலும், நான் அதனை இன்னும் எழுத்தில் வடிக்கவில்லை, என்னிடம் கையெழுத்துப் பிரதி எதுவும் இல்லை. அதற்காக என்னை மன்னிக்க வேண்டும்."

அதற்குள், பொழுது நன்றாக இருட்டிவிட்டது. அடிவானத்தில் ஆங்காங்கே தீப்பிடித்து எரியும் வெளிச்சம் தெரிந்தது. அந்த நெருப்பின் புகைநிறைந்த ஒளிமூட்டம் மேலும்மேலும் உயரத்தில் எழுந்து சென்றது; அதிலும் தென்திசையில் சரேப்தாவுக்கருகில் தான் அத்தகைய வெளிச்சம் அதிகமாகத் தெரிந்தது. குக்கிராமங்களும், பண்ணைக் குடிசைகளும்தான் பற்றியெரிந்தன; எனவே, வெகுவேகமாக முன்னேறி வரும் எதிரிகளின் பாதையில் அந்த ஒளி பரவி, பாதை காட்டியது. இப்போதோ தெலேகின், சாபஷ்கோவின் பேச்சை அரையும்குறையுமாகத்தான் கேட்டான்; ஏனெனில், அவனது கவனம் வேறு இடத்தில் இருந்தது. மேற்குத் திசையின் தொலைவில், அடிவானத்தில் பச்சை நிறமான வாணவெடிகள் பளபளக்கும் தலைகளைக் கொண்ட பாம்புகள்போல், மும்மூன்றாக வான மண்டலத்தில் நெளிந்துவளைந்து சென்று வெடித்துக் கொண்டிருந்தன.

செர்கேய் செர்கேயவிச் அந்த வாணவெடிகளையெல்லாம் பிடிவாதமாகக் கவனிக்க விரும்பாமல், நடுநடுங்கும் குரலில் பேசிக் கொண்டிருந்தான்; அந்தப் பேச்சு இவான் இலீச்சின் நரம்புக் குருத்துகளுக்குளேயே புகுந்து உலுக்கியது.

"நாம் என்ன, உண்பதற்காக மட்டும்தான் வாழ்கிறோமோ? அப்படியென்றால் துப்பாக்கிக் குண்டு என் மண்டையைத் துளைக்கட்டும்! நான் எனது மூளையைப் பெரிய பிரபஞ்ச கோளம் என்று தவறாக எண்ணிக் கொண்டிருந்தேனே அந்த மூளை, ஒரு சோப்பு நுரைக் குமிழிபோல் உடைந்து மறையட்டும். உயிர் வாழ்க்கை என்பது கரிமூலகங்களும், நைட்ரஜன் மூலகங்களும், வேறு என்ன எழவெல்லாமோ சேர்ந்ததுமான ஒரு சுழற்சிக் கலவைதான். சாதாரண மூலக்கூறுகளிலிருந்து சிக்கலான மூலக்கூறுகளும், கடைசியிலே படுபயங்கரமான சிக்கல் நிறைந்து மூலக்கூறுகளும் உருவாகின்றன. பின்னர் எல்லாமே வெடித்துப் பாழாகின்றது. கரியும், நைட்ரஜனும், வேறுபல குப்பைகளும் தமது பழம்பெரும் மூலக நிலைக்கே மாறிவிடுகின்றன. அவ்வளவுதான். அதுதான் இறுதி, அதுதான் முடிவு, இவான். இவற்றுக்கும் புரட்சிக்கும் என்ன சம்பந்தம் இருக்கப் போகிறது?"

"என்ன உளறுகிறாய், சாபஷ்கோவ்? வாழ்க்கையின் சில்லறை விஷயங்களிலிருந்து மனிதகுலத்தை மேம்படுத்துவதுதானே புரட்சி என்பது."

"என்னைத் தொந்தரவு பண்ணாதே. நான் உனக்காகப் பேசவில்லை. புரட்சியைப் பற்றி நீ ரொம்பவும்தான் புரிந்துகொண்டிருக்கிறாய்! புரட்சியெல்லாம் சமாப்தியாகிவிட்டது; நசுங்கிப் போய்விட்டது. கண்ணைத் திறந்து உன் மூக்குக்கு முன்னால் பார்த்தால் தெரியவில்லையா? பயங்கர இவான் காலத்தில் இருந்த ருஷ்ய நாட்டைவிட, சோவியத் ருஷ்யா ஒன்றும் பெரிதாகிவிடவில்லை. சீக்கிரமே ரோட்டுப் பாதைகளிலெல்லாம் நமது எலும்புகள் குவிந்து வெள்ளைவெளேரென்று ஆகப் போகிறது. பிறகு அந்தக் கரிமூலகங்களும், நைட்ரஜன் மூலகங்களும் தான் மீண்டும் வெற்றியடையும், வளர்ச்சி பெறும்! நாளைக் காலையில் நம்மை நோக்கிக் குதிரைகளில் ஏறி வரப்போகிறார்களே, அவர்களைத்தான் நான் சொல்கிறேன்."

தெலேகின், தன் கைகளைப் முதுகுக்குப்பின் கோத்துக்

கட்டியவாறு வாய்பேசாமல் நிமிர்ந்து நின்றிருந்தான். ஒளிமூட்டத்தின் சிவந்த மெல்லொளியில் தெரிந்த அவன் முகத்தில் என்ன உணர்ச்சி பிரதிபலிக்கிறது என்பதையே கண்டுகொள்ள முடியவில்லை.

"இவான். ஏதோ ஓர் அபூர்வமான எதிர்காலத்துக்காக, முழுமையான சுதந்திரத்துக்காக வாழ்ந்தால்தான் வாழ்வதில் அர்த்தமுண்டு. அப்படிப்பட்ட சுதந்திர காலத்தில் ஒவ்வொரு மனிதனும் தன்னைத்தானே இந்தப் பிரபஞ்சத்துக்கே சமதையாக உணர்வான்; அவ்வாறு உணர்வதைத் தடுக்க எவரும், எதுவும் இருக்க முடியாது. இதுபற்றி நான் எனது சகாக்களோடு எத்தனை இரவுகள் பேசியிருக்கிறேன், தெரியுமா? மகாகவி ஹொமேர் காலத்தில் நட்சத்திரங்கள் எவ்வாறு பிரகாசித்தனவோ, அவ்வாறே அப்போதும் இவர்களது தலைக்குமேல் பிரகாசிக்கின்றன. பல்லாண்டு பல்லாண்டுக் காலமாக எவ்வாறு கணப்புத் தீ எரிந்து வந்ததோ, அவ்வாறே இவர்கள் முன்னால் கணப்புத் தீ எரிந்து கொண்டிருந்தது. எதிர்காலத்தைப் பற்றி நான் சொன்னதையெல்லாம் அவர்கள் கவனமாகக் கேட்டார்கள், என்னை நம்பினார்கள். அப்போது நட்சத்திரங்கள் அவர்களது விழிகளிலே பிரகாசித்தன. கணப்புத் தீயின் தீப்பிழம்புகளோ, அவர்களது துப்பாக்கிச் சனியன்களில் பளபளத்தன. இப்போதோ அவர்களெல்லாம் ஸ்டெப்பி வெளியிலே செத்துப் புதைந்துகிடக்கிறார்கள். நான் எனது படையை வெற்றிமுகத்துக்குக் கூட்டிச் செல்லவில்லை. நான் அவர்களை ஏமாற்றிவிட்டேன். அப்படித்தானே சொல்ல வேண்டும்!"

அந்தச் சமயத்தில் வலதுபுறத்தில் நூற்றி ஐம்பது நடை எட்டுத் தூரத்துக்கப்பால் இரவுபாராக் காவல்புரியும் படைவீரனின் குரல்கேட்டது; பின்னர் தணிந்தகுரலில், பேசும் பேச்சுக் குரல்களும் கேட்டன. தெலேகின் அந்தப் பக்கமாகத் திரும்பி, சப்தம்வந்த திசையில் காது கொடுத்துக் கேட்டான். அன்றிரவு, அந்தப் பாராக் காவல் புரியும் காகினுடன் அவர்களைச் சேர்ந்த எவனோ ஒருவன்

பேசிக்கொண்டிருப்பதாகத் தெரியவந்தது.

"இவான், இந்த எதிர்காலம் ருஷ்யாவின் தொலைதூரத்திலுள்ள ஸ்டெப்பி வெளிகளிலே வெறும் பாட்டி கதையாகப் போய்விட்டால்? அப்படி ஓர் எதிர்காலமே இல்லையென்று வைத்துக்கொண்டால்! பின்னர் என்ன நடக்கும்? பின்னர் இந்த உலகத்தில், பயங்கரம் தான் நிலவும்."

சாபஷ்கோவ், தெலேகினின் அருகில் மிகவும் நெருங்கி உட்கார்ந்துகொண்டு, குசுகுசுவென்று சொன்னான்: "அந்தப் பயங்கரம் வந்தேவிட்டது. ஆனால் அந்த உண்மையை யாருமே நம்பத்தான் காணோம். பயங்கரம் எதிரியிடம் தனது பலத்தைப் பரீட்சை பார்க்கத்தான் தொடங்கியிருக்கிறது. வரப்போகிற பேரழிவை நினைத்தால், நான்காண்டுக் காலமாக நடந்துவந்துள்ள நாசப் படுகொலைகள் அத்தனையும் சிறுபிள்ளை விளையாட்டாய்ப் போய்விடும். இந்த நாட்டிலும் உலகம் முழுவதிலுமே புரட்சி அழிக்கப்பட்டுப் போகும். அதுதான் பிரதானமான விஷயம். அதன்பின், ஒருவரையும் விட்டுவைக்காமல் எல்லோருக்கும் மொட்டை அடித்து ஆளுக்கொரு தகர நம்பர் பில்லைகள் கொடுத்து. அதன்பின் பூதாகரமான உருவெடுத்துவிட்ட பயங்கரம் உலகத்தின் சாம்பற்குவியலின்மீது வெற்றிக் கொலுவிருக்கத் தொடங்கிவிடும். இந்தப் பயங்கரங்களை எல்லாம் கண்ணால்பார்க்கும் துர்ப்பாக்கியத்தைப் பெறாமல், எவனாவது ஒரு கசாக்கின் கொடுவாளினால் நான் குத்துண்டு மாண்டொழிந்தால் தேவலை."

"செர்கேய் செர்கேயவிச், உனக்கு வேண்டியதெல்லாம் ஓய்வுதான்; அத்துடன் நீ வைத்திய சிகிச்சையும் செய்து கொள்ள வேண்டும்" என்றான் தெலேகின்.

"நீ இதைத்தான் சொல்வாய் என்பது எனக்குத் தெரியும்!"

காகின் பள்ளத்துக்குள் இறங்கிவந்தான்; அவனுடன் நெடியஉயரமும் வளைந்ததோள்களும் உள்ள ஒரு ராணுவ வீரனும் வந்தான். சாபஷ்கோவின் சகித்துக்கொள்ள

முடியாத உரையாடலிலிருந்து விடுபடும் சந்தர்ப்பம் தெலேகினுக்குக் கிடைத்தது பெரிய நிவர்த்தியாக இருந்தது. அந்த ராணுவ வீரனின் உடம்பெல்லாம் சேறு படிந்திருந்தது; அவனது கம்பளிக் கோட்டும் மிகவும் கிழிந்துபோயிருந்தது, தலைமேல் என்ன காரணத்தாலோ ஒரு கசாக்குத் தொப்பி தென்பட்டது. அவன் என்னவோ ஒரு வாரகாலம் கழுத்தளவு தண்ணீருக்குள்ளேயே நின்று விட்டுக் கரையேறி வந்தவன்போல் அவனது குரல் அடைத்து இறுகிப் போயிருந்தது:

"வாழ்த்துகள், கமாண்டர் தோழரே! இங்கே நிலைமை எப்படி இருக்கிறது? போதுமான வெடிகுண்டுகள் இருக்கின்றனவா?"

"வாழ்த்துக்கள்" என்று பதிலளித்தான் தெலேகின். "நீங்கள் யார்?"

"நான் கச்சாலின் படையிலிருந்து ஒரு படைப் பிரிவோடு வந்திருக்கிறேன். உங்களுக்கு முன்னாலுள்ள தற்காப்புப்பணியில் நிலைகொள்ளும்படி எனக்கு உத்தரவு இடப்பட்டிருக்கிறது."

"அப்படியா? மிக்க மகிழ்ச்சி. நான் கொஞ்சம் கவலையோடுதான் இருந்தேன். ஏனென்றால், இங்கே பதுங்குக்குழிகள் வெட்டப்பட்டிருக்கின்றன, பாதுகாப்புத்தான் இல்லை.

"நாங்கள் வந்து அவற்றில் தங்கிக்கொள்கிறோம். எங்களுடன் காயப்பட்ட வீரர்களும் இருக்கிறார்கள். இப்போதுதான் நாங்கள் அவர்களை ரயிலேற்றி அனுப்பிக் கொண்டிருக்கிறோம். நாங்கள் ஸ்டேஷன் தளபதியிடம் ரொட்டி கேட்டோம். அவரோ நாளைக் காலை வரையிலும் ரொட்டி ஒன்றும் இல்லையென்று சொல்லிவிட்டார். ஆனால், எங்களது படைப் பிரிவினரோ மூன்று நாட்களாக எதுவும் சாப்பிடவில்லை. உங்களிடம் ஏதாவது இருக்கிறதா? ஒவ்வொருவருக்கும் ஒரு துண்டு ரொட்டியாவது கொடுத்தால் போதும். சும்மா பெயருக்கு ரொட்டியின் வாடையையாவது காட்ட வேண்டாமா?

நாங்கள், நாளைக்குத் திருப்பித் தந்துவிடுகிறோம் அல்லது ஒரு பசுவைத் தந்துவிடுகிறோம்."

"இவான் இலீச்!"

தெலேகின் குரல் வந்த திக்கில் திரும்பினான். அனீஸ்யாதான் ஒரு நிழலைப்போல் அங்குவந்து நின்று அந்த உரையாடலைக் கேட்டிருக்கிறாள். "நமக்கு மூன்று நாட்களுக்குத் தேவையான ரொட்டிகளை வைத்திருக்கிறேன். எனவே, நாம் அவர்களுக்கும் கொஞ்சம் கொடுக்கலாம். நாளைக்கு நான் இன்னும் கொஞ்சம் கொண்டுவருகிறேன்."

தெலேகின், மெல்ல வாய்விட்டுச் சிரித்தான். "நல்லது. அப்படியென்றால், இந்தத் தலைவர் தோழரிடம் நாலு ரொட்டிகளைக் கொடுத்தனுப்பு."

இவ்வளவு சுலபமாக ரொட்டி கிடைத்துவிடும் என்று அந்தத் தலைவன் எதிர்பார்க்கவேயில்லை.

"உண்மையாகவா? மிகமிக நன்றி!" என்றான் அந்தத் தலைவன். அனீஸ்யா கொண்டுவந்து தந்த ரொட்டிகளை, அவன் இரண்டுகைகளின் கீழும் அள்ளியெடுத்துக் கொண்டான்; அவர்களைவிட்டு உடனே போய்விடக் கூசினான். அதற்குள் கப்பல் வீரர்கள் தூக்கத்தினால் மரத்துப்போன கால்களோடு எழுந்துவந்து, அந்தக் கந்தலும்கிழிசலும் சேறும்மண்ணு மாய்க் காட்சிதந்த மனிதனைப் பார்த்தார்கள். அவன் அவர்களுக்குத் தனது படைப்பிரிவின் வெற்றிச் சாதனைகளை எடுத்துக் கூறினான். எதிரிகள் தங்களைச் சுற்றிவளைத்துக் கொண்டகாலத்தில், பத்துநாட்களாக அவர்களோடு போராடி, ஒற்றைப் பீரங்கியைக்கூட இழக்காமல், காயப்பட்டவர்களைச் சுமந்துவந்த ஒற்றைவண்டியைக் கூட இழக்காமல், அந்த முற்றுகையை உடைத்துக் கொண்டு அவர்கள் எப்படி வெளியேறி வந்து சேர்ந்தார்கள் என்பதை எடுத்துரைத்தான். எனினும், அவனது பேச்சு தொடர்பில்லாமல் விஷயங்களைத் தெளிவில்லாது நினைத்துநினைத்துச் சொல்வதாக இருந்தது; எனவே,

கப்பல் வீரர்களில் சிலர் சலிப்புடன் கையை உதறிவிட்டுத் திரும்பிவிட்டார்கள்.

லதூகின் மட்டும் அந்த மனிதனைக் குறும்பாகப் பார்த்து விட்டுச் சொன்னான்: "முதலில் நீ போய் நன்றாகத் தூங்கு. அப்புறம் வந்து உன் கதையைச் சொல்லு. அது சரி. அதோ அந்தத் திசையிலே ஒரே வெளிச்சமாக இருக்கிறதே! அது என்னவென்று உங்களுக்குத் தெரியுமா?" இவ்வாறு கேட்டுவிட்டு, அவன் சரேப்தா இருந்த திசையைச் சுட்டிக்காட்டினான்.

"தெரியுமே" என்று பதிலளித்தான் இவான் கொரா. "அங்கிருந்து வந்த மனிதன் ஒருவனை நான் இப்போது தான் ஸ்டேஷனில் சந்தித்தேன். ஜெனரல் தெனீசவ்தான் சரேப்தாவைக் தாக்குகிறாராம். இந்த மாதிரியான பயங்கரக் குண்டுவீச்சு ஜெர்மன் யுத்தம் நடந்த காலத்தில்கூட இருந்ததில்லையாம். பீரங்கிப் படைகள் தம்முன் அகப்பட்ட எல்லாவற்றையுமே தகர்த்து நொறுக்குகிறதாம். கசாக்குகள் எரிமலை தீ கக்குவது போல் பள்ளத்திலிருந்து மேலேறி வருகிறார்களாம். அந்த மாதிரிக் காட்சிகளை நீங்கள் பார்த்ததில்லையே! வாயிலே நுரைகக்கிய வண்ணம் அவர்கள் ஆங்கார சொரூபமாய் வருவார்கள். யாரையும் கைதுசெய்வதில்லை. ஒரே படுகொலைதான். மரோசவின் படைவரிசையில், பாதி தான் மிஞ்சியிருக்கிறது. வெள்ளை ராணுவம் சரேப்தாவுக்கும், சபூர்னிகிக்கும் இடையில் வோல்காப் பிரதேசத்துக்குள் நுழையத் திட்டமிட்டிருக்கிறார்கள். அவர்கள் திட்டம் நிறைவேறினால், பிறகு நமது கதை முடிந்த மாதிரிதான். சமாப்திதான்!"

பின்னர் கொரா, தமது கப்பல் வீரர்களை நோக்கித் தலையை ஆட்டிவிட்டு, பள்ளத்திலிருந்து மேலேறி வந்தார்.

"உங்கள் ரெஜிமெண்டல் தளபதி யார்?" என்று சத்தம் போட்டுக் கேட்டான், தெலேகின்.

இருளில் மறைந்துகொண்டிருந்த இவான் கொரா கூச்சலிட்டார்:

"மெல்ஷின் பியோத்தர் நிகலாயவிச்."

6

வெள்ளை ராணுவத்தின் ஐந்தாவது அணியின் தாக்குதலைச் சமாளிக்கமாட்டாமல், மரோசவின் படைவரிசை முந்தையநாள் இராப்பொழுது முழுவதும், மறுநாள் பகற்பொழுதிலும் சரேப்தாவையும், ஏரிக்கரைக் கிராமமான சபூர்னிகியையும் நோக்கி மெதுவாக வாபஸ் வாங்கிக் கொண்டிருந்தது. சமவெளி எங்கணும் நூற்றுக்கணக்கான பிணங்கள் சிதறிக் கிடந்தன. ஜெனரல் தெனீசவ், செஞ்சேனையினருக்கு ஒரு கணம்கூட நிம்மதியைக் கொடுக்கவில்லை. செஞ்சேனையினர் ஒவ்வொரு தாக்குதலையும் சமாளித்து நின்றாலும், தொடர்ந்தாற்போல் புதிய தாக்குதல்கள் வந்தவண்ணமாய் இருந்தன. வெடிகுண்டுகளோ ஊளையிட்டுப் பறந்துவந்து பதுங்குக்குழிகளுக்கு மேல் விழுந்து வெடித்துச் சிதறின. குண்டுமுழக்கத்தால் பூமிப்பரப்பே குலுங்கி அதிர்ந்தது. தரைவெடித்துக் கிளம்பி விழுந்த மண்மாரியில் படைவீரர்கள் புதையுண்டார்கள். கசாக்குகளின் பீரங்கி முழக்கம் எப்போதாவது சிறிது ஓய்ந்திருந்தால், அந்தச் சந்தர்ப்பத்தில் கோபமும் வேதனையும் கொப்பளித்துப் பொங்கும் ரத்தசோரியான முகங்களோடு செஞ்சேனை வீரர்கள் பதுங்குக்குழிகளில் இருந்து தலையை வெளிக்காட்டினார்கள்.

அந்தச் சமயத்திலோ திடீரென்று குன்றுகளின் பின்புறமிருந்தும், கணவாய்களிலிருந்தும் குதிரை வீரர்கள் அலைமேல் அலையாய்ப் பாய்ந்துவந்தார்கள். குதிரைகளின் இரும்புக்குளம்புகளிலிருந்து தூசிப் படலம் பரந்து பரவியது. அவர்களோ, தமது வாளாயுதங்களை வீசிச் சுழற்றிய வண்ணம், பழைய தத்தாரிய பாணியில் பயங்கரமாகத் தொண்டைகிழிய ஓலமிட்டவாறே பறந்துவந்தார்கள். பலம்வாய்ந்த பழுப்புநிறக் குதிரைகளின்மீது கன்னங்கரேலென்று சவாரி செய்துவந்த அந்தக் காதகர்கள், எதிரிகளின் சுடுரத்தத்தில் தமது வாளாயுதங்களைத் தோய்த்து ரத்த ஸ்னானம் செய்யவேண்டும் என்ற வெறிவேகத்தோடு,

குதிரைகளின் பிடரி மயிர்மீது குனிந்தவாறு அசுரகதியில் சூறாவளிபோல் பாய்ந்துவந்தார்கள். இத்தகைய சந்தர்ப்பத்தில் பயபீதியடைந்த எவனாவது ஒருவன் பதுங்குக்குழியிலிருந்து வெளிவந்து தப்பித்து ஓட முயன்றிருப்பானானால், அந்தச் செஞ்சேனை அணி முழுவதுமே சீர்குலைந்து போயிருக்கும்; அவர்கள் வெட்டுண்டும் குதிரைகளின் காலடியிலே மிதிபட்டும் வீழ்ந்திருப்பார்கள்.

மரோசவின் பக்கவாட்டுப் படைகள் சரேப்தாவின் பழத்தோட்டங்களுக்கும், சபூர்னிகிக் கிராமத்தின் பண்டகக் கிடங்குகளுக்கும் விரட்டியடிக்கப்பட்டும், அவை உறுதியோடும் தைரியத்தோடும் நின்றன; என்றாலும், தாங்கமுடியாத பளுவின் அழுத்தத்துக்குள் சிக்கித்தவித்த கரம்சோர்ந்து விடுவதைப்போல், அந்தப் படையின் மத்தியப் பகுதி வோல்கா நதியின் பக்கமாகப் புடைத்துப் பிதுங்கிக்கொண்டு சென்றது. அந்தப் படையின் முன்னணியில்தான் படைவரிசையின் தளபதியும், அரசியல் கமிஸாரும், துணை அதிகாரிகளும் சேவகர்களும் இருந்தார்கள் (அவர்கள் தரையிலே விழுந்துகிடக்கும் குதிரைகளின் பின்னால், உட்கார்ந்திருந்தார்கள்). தளபதியோ வீழ்ந்து பட்ட வீரர்களுக்குப் பதிலாகத் தேய்ந்துமெலிந்து கொண்டிருந்த பக்கவாட்டுப் படைகளிலிருந்து வீரர்களை வரவழைத்துக் கொண்டேயிருந்தார். அவர் ராணுவத் தலைமையிடமிருந்து புதிய துருப்புக்களை அனுப்புமாறு கோரவில்லை; ஏனெனில், த்ஸாரீத்ஸினில் ரிசர்வ் படைகள் எதுவும் இல்லையென்பதை அவர் அறிவார்.

அன்று காலையில் தற்காப்பு அணியின் பிரதான எல்லையில் ஒரு துர்ப்பாக்கியமான சம்பவம் நடந்து விட்டது: அக்கம்பக்கத்துக் கிராமங்களிலிருந்தும், பண்ணைகளிலிருந்தும் திரட்டப்பெற்ற ஒன்றாவது, இரண்டாவது விவசாயிப் படையினர் திடீரென்று, பதுங்குக்குழிகளிலிருந்து வெளிப்பட்டு, தமது துப்பாக்கிகளைத் தலைக்குமேல் உயர்த்திக்கொண்டு, வெள்ளை ராணுவத்திடம் சரண்புகுவதற்காகப் புறப்பட்டுவிட்டார்கள். போர்க்களச் சமையற்

கட்டினருகில் நின்றுகொண்டிருந்த ஒன்றாவது விவசாயிப் படையின் காரியாலயத்திலிருந்து சில தலைவர்கள், திடீரென்று அந்தப் படையின் அரசியல் கமிஸாரையும், சில கம்யூனிஸ்டுகளையும் சூழ்ந்துகொண்டு, அங்கேயே அவர்களைச் சுட்டுத் தள்ளிவிட்டார்கள். அதேபோல் இரண்டாவது விவசாயிப் படையிலும், அதன் கமாண்டர், கமிஸார் மற்றும் கம்யூனிஸ்டுகள் முதலியோரை இத்தகைய கலகக்காரர்கள் சுட்டுத் தள்ளிவிட்டார்கள். இந்தப் படையின் இரண்டு கம்பெனிகள்தான் விசுவாசமாக இருந்தன; அவற்றிலுள்ளவர்கள் வெள்ளைக் கொடிகள் தாங்கிக்கொண்டு எதிரிகளின் பக்கம் சரண் புகுவதற்காக ஓடுபவர்களை முடிந்தமட்டும் சுட்டுவீழ்த்தினார்கள். தூரத்திலிருந்து இவ்வளவையும் கவனித்துக்கொண்டிருந்த மாமன்தவின் துருப்புக்களோ, தம்மிடம் ஓடிவரும் படைவீரர்களைத் தாக்க வருபவர்களாக நினைத்துக் கொண்டு, அவர்கள்மீது பயங்கரமான குண்டுவீச்சைத் தொடங்கின. இதனால், அந்த இரண்டு விவசாயிப் படையிலும் மிஞ்சியிருந்தவர்கள் பயபீதிக்கு இரையாகி, துப்பாக்கிகளை எறிந்துவிட்டு தலைதெறிக்க ஓடினார்கள். என்றாலும் அவர்களைச் சுற்றிவளைத்து, அவர்களைப் பின்னணிக்கு அனுப்பினார்கள். ஆனால், இந்தச் சம்பவத்தினால், சுமார் நான்குமைல் தூரத்துக்குப் போர்முனையில் தற்காப்புக்கே இடமில்லாது போய் விட்டது.

த்ஸாரீத்ஸினிலோ அங்குள்ள ஆயுதத் தொழிற்சாலை, இயந்திரத் தொழிற்சாலைகள் மற்றும் பலகை அறுக்கும் தொழிற்சாலைகள் எல்லாவற்றிலும் அபாயச் சங்குகள் முழங்கின. ராணுவக் கவுன்சிலால் அனுப்பப் பெற்ற கம்யூனிஸ்டுகள் ஒவ்வோர் ஆலைப் பிரிவுக்கும் சென்று, பின்வருமாறு முழங்கினார்கள்.

"தோழர்களே! வேலைசெய்வதை நிறுத்துங்கள்! ஆயுதங்களைத் தாங்குங்கள்! நமது போர்முனையைக் காப்பாற்றுங்கள்!"

அந்தச் சமயத்திலோ தொழிற்சாலைகளில் கிழவர்களும்,

அங்கஹீனமானவர்களும், பையன்களும்தான் மிஞ்சியிருந்தார்கள். என்றாலும், அவர்களும் தமது கருவிகளைக் கீழேவைத்துவிட்டு, இயந்திரங்களை நிறுத்திவிட்டு, உலைகளை அணைத்துவிட்டு, தத்தம் ஆலைகளிலேயுள்ள ஆயுத சாலைக்குச் சென்று துப்பாக்கிகளைக் கையில் எடுத்துக் கொண்டார்கள். தொழிற்சாலைகளை இழுத்துப் பூட்டிவிட்டு, அவர்கள் ரயில் நிலையத்தை நோக்கி அணிவகுத்துச் சென்றார்கள்.

நகருக்குப் புறத்தேயுள்ள குடிசைகளிலிருந்து தாய்மார்களும் மனைவிமார்களும் ஓடோடிவந்தார்கள்; தமது கணவன்மார்கள், மக்கள் முதலியோர் கைகளில் சிறுசிறு உணவுப் பொட்டலங்களைக் கொடுத்தார்கள். அவர்களில் பலர் ரயில் நிலையம் வரையிலும் தாறுமாறாய் நடந்து வந்த அணிவகுப்பைப் பின்தொடர்ந்து ஓடிவந்தார்கள்; வேறு பலரோ தற்காப்பு அணி வரையிலுமே வந்து, அங்குள்ள மேடுகளின்மீது ஏறி வெகுநேரம் நின்றார்கள். கடைசியில் ராணுவத் தளபதியே நேரில்வந்து, தமது மார்பின்மேல் கையை வைத்துக்கொண்டு, அவர்களை வீடுகளுக்குப் போகுமாறு மிகவும் கெஞ்சிக் கேட்டுக் கொண்டார். அவர்களெல்லாம் அங்கு வரவே தேவையில்லை என்றும், அவர்களது வருகையால் மற்றவர்களுக்கு இடைஞ்சல் ஏற்படும் என்பதோடு கூட, மண்மேடுகளின் மீது நின்றுபார்ப்பதால், மாமன் தவின் பீரங்கிகளுக்கு இலக்குக் காட்டியது போலாகுமென்றும் அவர் அவர்களிடம் பலப்பட எடுத்துரைத்தார்.

அன்றையப் பொழுது சாய்வதற்குள், போர்முனையில் ஏற்பட்ட இடைவெளியை, த்ஸாரீத்ஸினைச் சேர்ந்த மூவாயிரம் தொழிலாளர்கள் அடைத்துவிட்டார்கள்; அந்த இடைவெளி வழியாக, வெள்ளை ராணுவம் ஏற்கெனவே முன்னேறத் துணிந்துவிட்டபோதிலும், தம்மில் பலரைப் பலிகொடுத்து, அவர்களை விரட்டியடித்துவிட்டார்கள்.

வெள்ளை ராணுவத்தின் குதிரைப் படைகளும், காலாட் படைகளும் ஒன்றுசேர்ந்து, பயங்கரமான பலத்ததொரு தாக்குதலை மரோசவின் படைவரிசைமீது நடத்திக்

கொண்டிருந்த நேரத்தில்தான், மேற்கூறிய சம்பவம் நடந்தது. படைவரிசையின் மத்தியப் பிரிவுகளும் வோல்கா நதியின் கரைக்கே துரத்தியடிக்கப் பெற்று விட்டன. சரேப்தாவின் தெருக்களிலே ஏற்கெனவே குண்டுகள் விழுந்து வெடிக்கத் தொடங்கிவிட்டன. சபூர்னிகி கிராமமோ தீப்பற்றியெரிந்தது; கிராமத்தின் கூரைகளெல்லாம் தாவிப் பற்றிப் பிடித்து எரிந்த நெருப்பு, தாழ்ந்த பிரதேசத்திலுள்ள ஸ்டெப்பி வெளி ஏரிக்கரையின் நாணல் காட்டையும்கூட விட்டு வைக்கவில்லை.

செஞ்சேனையின் படைவரிசைத் தளபதி, தமது தொலை நோக்கியால் சமவெளியைப் பார்த்தார். அங்கு சூரியன் அடிவானத்தில் அமிழ்ந்துகொண்டிருந்தது. கசாக்குப் படைகள் அவரது கண்முன்னாலேயே கூடுவதும் களைவதுமாக இருப்பதை அவர் கண்டார். எதிரிகள் பார்த்துவிடுவார்களே என்ற எண்ணம்கூட இல்லாமல், அவர்கள் பகிரங்கமாகவே ஒன்றுதிரள்வதை அவர் கண்டார். அந்தக் குதிரைகளின் _துறுதுறுப்பிலிருந்து_ அவையெல்லாம் புதியன என்பதையும், எனவே தங்களது இறுதித் தாக்குதலை மேற்கொள்ளவே புதிய துருப்புக்கள் இடம்பெற்றுள்ளன என்பதையும் அவரது அனுபவப்பட்ட கண்கள் புரிந்துகொண்டன. எனவே, சூரியன் அஸ்தமித்து முடிவதற்குள் மரோசவ் படைவரிசை, தனது தளபதியைத் தலைமையாகக் கொண்டு சரித்திரத்தின் கடுமையான தாக்குதலைத் துவக்கப்போகிறது என்று அவர் தமக்குத்தாமே சொல்லிக்கொண்டார்.

அவர் தொலைநோக்கியைத் தொங்க விட்டுவிட்டு, கறுத்துப்போன சிறிய புகைக் குழாய் ஒன்றைத் தமது பையிலிருந்து எடுத்தார்; அந்தக் குழாயில் தம்மிடமிருந்த சராதவ் நகர் புகையிலையைச் சாவதானமாகச் செலுத்தி அடைத்தார். பின்னர் தீக்குச்சிகளைத் தேடி தமது பாக்கெட்டுகள் அனைத்தையும் தட்டிப் பார்த்தார். ஆனால், எதிலும் தீக்குச்சிகளைக் காணோம். பின்னர் அவர், தமக்கு வலத்திலும்இடத்திலும் திரும்பிப் பார்த்தார். அவருக்கு முன்பாக சிறிது தூரத்தில், குவித்துப் போட்டிருந்த மண்மேடுகளுக்குப் முன்னால் தமது வீரர்கள்

கிடப்பதைக் கண்டார். அவர்களில் ஒருவனது கம்பளிச் சட்டையின் பக்கவாட்டில் கருநிறக் கறை பரவியிருந்தது. இன்னொருவனோ கரகரத்த குரலில் முனகிக் கொண்டு, தனது துப்பாக்கி மட்டையின்மீது கன்னத்தை உரசிக் கொண்டிருந்தான்.

படைவரிசைத் தளபதியின் கையிலிருந்த புகைக் குழாயை அவர் கை, மெதுவாக வீசியது. அது தரையிலே விழுந்து, பக்கத்திலேயிருந்த காஞ்சிரைச் செடிப் புதருக்குள் உருண்டோடியது. பின்னர் அவர், மீண்டும் தமது தொலைநோக்கியைக் கையில் எடுத்துப் பார்த்தார்; அவரது கைகள் அவரை அறியாமலே நடுங்கத் தொடங்கின.

தென்மேற்குத் திசையில் ஏராளமான புதிய குதிரைப் படைகள் தென்பட்டன. அவர், தமது புகைக் குழாயை நிரப்பிமுடித்த நேரத்துக்குள்ளேதான் அவை அங்கு குவிந்திருக்க வேண்டும். தாழ்ந்த குன்றுகளுக்குப் பின்னாலிருந்து ஆயிரக்கணக்கான குதிரை வீரர்கள் வெளிப்பட்டார்கள்; அந்தக் குதிரைகள் எழுப்பிய தூசிப்படலம் அந்திநேரச் சூரியனின் சாய்ந்த கிரணத்தால் ஒளிர்ந்தன. இத்தகைய படை ஒரேமிதியில் நம்மை நசுக்கித் தள்ளிவிடுமே என்று படைவரிசைத் தளபதி தமக்குள் எண்ணியவாறே, தொலைநோக்கியிலிருந்து தமது பார்வையை ஒருகணம் விலக்கினார். பதுங்குக்குழிகளில் பரபரப்பு மிகுந்த ஓர் அமைதி நிலவியது. அங்குள்ளவர்கள் எல்லோரும் நேராக எழுந்துநின்று துப்பாக்கிகளை இறுகப்பிடித்துக் கொண்டிருந்தார்கள். தளபதி வாயைத் திறந்து உற்சாகமூட்டும் வகையில், ஏதோ சொல்லநினைத்தார்; அதற்குள் அவரது காதில் திடீரென்று தொலைதூரத்து பீரங்கி முழக்கத்தின் ஒலிகேட்டது. அவர் மீண்டும் தமது தொலைநோக்கியைக் கண்களுக்குக் கொண்டுபோனார். அதென்னடா களேபரம்! நூற்றுக்கணக்கில் முன்னேறி வந்துகொண்டிருந்த கசாக்குப் படையினருக்கருகில், சமவெளியில் கிட்டத்தட்ட இரண்டு டஜனுக்கு மேற்பட்ட குண்டுகள்வந்து விழுந்து வெடித்தன. குலுக்கு நடைபோட்டு வந்த அந்தக் கசாக்குகள் உடனே திமுதிமுவென்று திரும்பி விழுந்தடித்துக் கொண்டு

ஓடினார்கள். அவர்களுக்கு மத்தியில் அட்டமானின் பதாகை பளிச்சிட்டுத் தெரிந்தது. பின்னர், அந்தக் கசாக்குகள் குன்றுகளிலிருந்து தம்மைநோக்கித் தாவி வந்துகொண்டிருந்த குதிரைவீரர்களை எதிர்ப்பதற்காகச் சுழன்று திரும்பினார்கள். நெருக்கமாகச் சென்ற அந்தக் கசாக்குக் குதிரைவீரர்கள் தமது ஈட்டிகளைத் தாங்கிப் பிடித்துக்கொண்டு, குதிரைகளை வெகுவேகமாக பின்வாங்கினார்கள், ஒன்றுதிரண்டார்கள். இறுதியில் குன்றுகளின் மீதிருந்து அவர்களை நோக்கி அசுரவேகத்தில் வந்த குதிரைப் படையும், கசாக்குகளும் ஒன்றையொன்று சந்தித்து மோதின. அவர்களது சண்டை நடந்த இடத்தில் ஒரே புழுதி மண்டலமாகத்தான் இருந்தது.

படைவரிசைத் தளபதி தமது தொலைநோக்கியின் கண்ணாடிகளைச் சமீபத்திய இலக்குக்குத் திருப்பிக் கொண்டு, அதன்வழியாகப் பார்த்தார். அப்போது, அங்கு பதுங்கியிருந்த கசாக்குக் காலாட்படைகள் பயபீதி கொண்டு, தத்தம் இடங்களிலிருந்து வெளியே தலை தூக்கினார்கள்.

"ஓஹோ!" என்று தளபதி தமக்குத்தாமே வியந்து கொண்டார்; "ராணுவக் கவுன்சிலின் தலைவர் டெலிபோனில் பேசும்போது, கடைசிச் சொட்டு ரத்தம் இருக்கும்வரையில் எதிரிகளைத் தடுத்து நிறுத்துங்கள் என்று அழுத்தந்திருத்தமாகச் சொன்னது இதற்குத் தானா. அப்படியென்றால், இது திமீத்ரி ஷேலிஸ்தின் இரும்புப் படை வரிசையாகத்தான் இருக்க வேண்டும்."

குன்றுகளுக்கப்பாலிருந்து, கசாக்குகளின்மீது பாய்ந்து வந்து விழுந்த குதிரைப் படைகளைத் தொடர்ந்து, இரும்புப் படையின் சுடுவதில் தனிப்பயிற்சி பெற்ற வீரர்களின் அணிகள் வரத் தொடங்கின. அவர்களுக்கும் பின்னால், அடிவானத்தின் எல்லையிலிருந்து, ஒட்டகங்கள், வண்டிகள் மற்றும் ஏராளமான மனிதர்கள் எல்லாம் வருவதைப் புழுதி மண்டலத்துக்கப்பால் கண்டுகொள்ள முடிந்தது. இரும்புப் படையின் மாபெரும் சாமான் வண்டிகளின் தொகைதான் அது. மேலும் அந்த வண்டிகளில்

எண்ணற்ற அகதிகளும், ஏராளமான கோதுமையும், மதுப் பீப்பாய்களும், மந்தை மந்தையாக ஆடுமாடுகளும் வரும் விவரமும் பின்னர் தெரியவந்தது.

அங்கு நடந்த போரில் ஏராளமான கசாக்குகள் மாண்டுமடிந்தார்கள். முறியடிக்கப்பெற்ற வெள்ளை ராணுவத்தின் கசாக்குக் குதிரைப் படை மேற்குத் திசை நோக்கிப் பின்வாங்கியது. காலாட்படையினரோ இரும்புப் படைக்கும் மரோசவின் படைவரிசைகளுக்கும் இடையில் மாட்டிக்கொண்டு விட்டார்கள். எனவே, அவர்களில் ஒரு பகுதியினர் அழிந்துவிட்டார்கள்; மற்றொரு பகுதியினர் கைதிகளானார்கள். அந்தப் போர் ஒரு மணிநேரம் நீடித்தது. எல்லாம் முடிந்தபிறகு, படை வரிசைத் தளபதி தமது குதிரையில் ஏறிக்கொண்டு, சமவெளியின்மீது மெதுவாகச் சென்றார். அங்கு பார்த்த இடமெல்லாம் மனிதப் பிணங்களும் குதிரைகளின் சவங்களும் சிதறிக் கிடந்தன. தரையில் ஆங்காங்கு இன்னும் புகை எழுந்துகொண்டிருந்தது. அங்குமிங்கும் தூக்குப் படுக்கைகளை எதிர்பார்த்துக் கிடக்கும் காயப்பட்ட போர் வீரர்களின் முக்கலும்முனகலும் கேட்டன. சில குதிரை வீரர்கள் படைவரிசைத் தளபதியைச் சந்திப்பதற்காக வந்துகொண்டிருந்தார்கள். அந்த வீரர்களின் தலைவன் குபான் பிரதேசத்து உடை அணிந்திருந்தான்; அவனது கோட்டில் துப்பாக்கித் தோட்டாக்களை மாட்டுவதற்கான துளைகள் இருந்தன; ஒரு பெரிய கட்டாரிக் கத்தி அவனது பெல்ட்டில் சொருகப்பட்டிருந்தது. அவனது தலைப்பாகையின் முனைகள் முதுகில் தோள்களுக்கு மேலாகப் புரண்டசைந்தன; அந்தத் தலைவன் தனது குதிரையை வேகமாக முடுக்கி, படைவரிசைத் தளபதியை நோக்கிப் பாய்ந்துவந்தான். அவருக்கு நேராக வந்ததும் அவன் குதிரையின் கடிவாளத்தை இழுத்து நிறுத்தி, கரகரத்த அதிகார தோரணை மிகுந்த குரலில் சொன்னான்:

"வாழ்த்துக்கள், தோழரே! நான் பேசிக் கொண்டிருப்பது யாருடன் என்பதை அறியலாமா?"

"நீங்கள் மரோசவ் - தோன் படைவரிசைத் தளபதியுடன்

தான் பேசுகிறீர்கள். வாழ்த்துக்கள், தோழரே, நீங்கள் யாரோ?"

"நான் யாரா?" என்று லேசாகச் சிரித்தான், அந்தக் குதிரை வீரர் தலைவன். "நன்றாகப் பாருங்கள்! பதினொன்றாம் ராணுவத்தின் தளபதி, 'துரோகி' என்று யாரைப் பிரகடனப்படுத்தி, நெவின மீஸ்காயாவில் வைத்துச் சுட்டுத்தள்ள வேண்டும் என்று உத்தரவிட்டாரோ, அந்த மனிதன் நான்தான். ஆனால், நான் எப்படியோ த்ஸாரீத்ஸினுக்கு வந்து சேர்ந்துவிட்டேன். தக்க சமயத்தில் வந்துவிட்டேன் போலிருக்கிறது."

இந்த நீண்ட, தற்பெருமைமிக்க அறிமுகம் படைவரிசைத் தளபதிக்கு ருசிக்கவில்லை; எனவே, அவர் முகத்தைச் சுழித்தவாறே சொன்னார்:

"அப்படியென்றால் நீங்கள்தான் திமீத்ரி ஷேலிஸ்த், இல்லையா?"

"அப்படித்தான் என்னை இதுநாள் வரையில் அழைத்து வருகிறார்கள். சரி. இப்போது ராணுவக் கவுன்சிலுக்குப் போன் செய்யவேண்டும். இடத்தைக் காட்டு?"

"நான் அவர்களோடு ஏற்கெனவே பேசிவிட்டேன். ராணுவக் கவுன்சிலுக்கு எல்லா விவரமும் தெரியும்."

"நீ என்ன சொன்னாய் என்பதைப் பற்றி எனக்குக் கவலையில்லை. நான் சொல்வதையும் அவர்கள் கேட்கட்டும்!" என்று திமீத்ரி ஷேலிஸ்த் அகந்தையோடு பதில் சொல்லிவிட்டு, தமது கன்னங்கரிய குதிரையை மூர்க்கமாகக் குத்தி முடுக்கினார். அந்தக் குதிரையோ வெறிபிடித்ததுபோல் முன்னே ஓடத் தொடங்கியது.

7

அன்றிரவிலேயே தெலேகின், கர்னல் மெல்ஷினுக்கு ஒரு சிறு குறிப்பை எழுதியனுப்பினான்: "மெல்ஷின்,

நான் இங்கேதான் இருக்கிறேன். உன்னைச் சந்திப்பதற்குப் பெரிதும் விரும்புகிறேன்." அந்தக் கடிதத்தைக் கொண்டு போய்க் கொடுத்த நபரின் மூலமே மெல்ஷினின் பதிலும் வந்துசேர்ந்தது: "மிக்க மகிழ்ச்சி. எனக்கு இங்குள்ள வேலைகள் முடிந்தவுடனேயே, வந்துசேர்கிறேன். உன்னிடம் நான் எவ்வளவோ பேச வேண்டியிருக்கிறது. மேலும், இங்கு உனது."

மெல்ஷினின் பென்சில்தான் ஒடிந்துபோய் விட்டதோ, அல்லது இருட்டில்தான் அந்தக் கடிதம் எழுதப் பட்டதோ தெரியவில்லை. எத்தனையோ தீக்குச்சிகளைக் கொளுத்திக்கொளுத்திப் பார்த்தபோதிலும், அந்தக் கடிதத்தின் முடிவு தெலேகினுக்குப் புலப்படவில்லை.

ஆனால் மெல்ஷின் குறித்தபடி வரவில்லை. அன்றிரவு நடுச்சாமத்துக்குப் பின்னர் ஸ்டெப்பி வெளியில் வாணவெடிகளின் வெளிச்சம் அதிகமாக இருந்தது; அத்துடன் பீரங்கிப் படையும் தயாராக இருக்கும்படி உத்தரவு வந்துவிட்டது.

தெலேகின், தனது பீரங்கிப் படைவீரரை நோக்கிச் சொன்னான்: "நல்லது, தோழர்களே! இதுதான் ஆரம்பம். முதன்முதலாக ஒன்றை நினைவில் வைத்துக் கொள்ளுங்கள். நாம் ஒரு குண்டைக்கூட, வீணாய் வெடித்துவிடக் கூடாது. நல்லது. பிறகு ராணுவத் தளபதியின் உத்தரவையும் மறந்துவிடக் கூடாது: பிரத்யேகமான உத்தரவுகள் வந்தாலொழிய ஓர் அடிகூடப் பின்வாங்கக் கூடாது. நல்லது. பிறகு, போர்க்களத்திலே எதுவும் நடக்கக்கூடும், நல்லது. (சீ! நான் ஏன் அடிக்கடி நல்லது. பிறகு என்றே சொல்லிக் கொண்டிருக்கிறேன்!' என்று அவன் தன்னைத்தானே இடையில் கேட்டுக் கொண்டான்.) 1915ஆம் ஆண்டு யுத்தத்தின்போது, ஜெனரல்கள் நமக்குப் பின்புறத்தில் இயந்திரத் துப்பாக்கிகளை நிறுத்திவைத்திருந்தார்கள்; ஜார் மன்னருக்காகத் தங்களது ரத்தத்தைச் சிந்த விவசாயிகள் தயாராயிருப்பார்கள் என்று அந்த ஜெனரல்கள் நம்பவேயில்லை. இருந்தாலும், அந்த விவசாயிகள் பதுங்குக்குழிகளிலே தங்கியிருந்த காலத்தில்

நிகலாய் ஜார் மன்னனை வாய்க்கு வந்தபடி வைது வசை பாடிச் சாபமிட்ட போதிலும்கூட, ருஷ்யா தங்களது தாய்நாடு என்பதை அவர்கள் உணரத் தவறவில்லை. அந்த யுத்தத்தில் ருஷ்யர்கள் துப்பாக்கிச் சனியன்களைக் கொண்டு மூர்க்கமாகப் போரிட்டதுபோல், எந்தப் போருமே நடந்ததில்லை.”

“தளபதித் தோழரே! நீ என்ன சொல்லி அழுகிறாய்? இதெல்லாம் என்ன பேச்சு?” என்று லதூகின் கரகரத்த குரலில் இடையில் குறுக்கிட்டுக் கேட்டான்.

அவன் சொன்னதையே காதில் வாங்கிக் கொள்ளாதவன் போல், இவான் இலீச் மேலும் பேசிக்கொண்டே சென்றான்:

“ஆனால், இன்றோ நமது முதுகுக்குப் பின்னால் இயந்திரத் துப்பாக்கிகள் இல்லை. நம்மில் ஒவ்வொருவரும் உயிரைக் காப்பாற்றிக் கொள்வதற்காகப் புரட்சியைக் காட்டிக் கொடுத்துவிடுவதை மரணத்தையும்விட மோசமான விளைவாக நாம் கருதவேண்டும். ராணுவத் தளபதியின் உத்தரவை நாம் இப்படித்தான் புரிந்துகொள்ள வேண்டும்: அதாவது, நாம் நின்று கொண்டிருக்கும் நிலமே கொதித்துப் பொங்கியெழுந்த போதிலும், இந்த நெருக்கடியான தருணத்தில் நாம் உறுதியாக நின்றுதான் தீரவேண்டும். பயம் என்றால் என்னவென்பதே தெரியாத மனிதர்கள் பலருண்டு என்று பேசுவார்கள். அது சுத்த அபத்தமான பேச்சு. பயம் இருக்கத்தான் செய்கிறது; அது தலைதூக்கவும் தான் செய்கிறது. என்றாலும், அது தலைதூக்கும் வேளையிலெல்லாம் நாம்தான் அதன் கழுத்தைப் பிடித்துத் திருகி, அதனைத் தலைதூக்கி விடாமல், செய்ய வேண்டும். மரணத்தைக் கண்டு அஞ்சுவதைவிட நாம் அவமானத்தைக் கண்டு அதிகப்படியாக அஞ்ச வேண்டும். தோழர் லதூகின், நான் இதை ஏன் சொல்ல வந்தேனென்றால், உக்கிரமான போர்களில் ஈடுபட்டுத் தமது பலத்தையும் உறுதியையும் சோதித்துப் பார்ப்பதற்கான சந்தர்ப்பத்தை இதுநாள்வரையில் பெறாத தோழர்களும் நமது மத்தியில் இருக்கிறார்கள். அத்துடன்

நரம்புத்தளர்ச்சிக் கொண்ட தோழர்களும் நம்மிடையே இருக்கிறார்கள். சமயங்களில் மிகுந்த போரனுபவம் பெற்ற தோழர்களும்கூட, நிதானம் இழந்து விடக்கூடும். உதாரணமாக, உங்களது தளபதியான நான் எனது தைரியத்தை இழந்து, ஓடிப்போக முனைந்தால், நீங்கள் என்னை அந்த இடத்திலேயே சுட்டுத் தள்ள வேண்டும் என்று இப்போதே நான் உங்களுக்கு உத்தரவிட்டு விடுகிறேன். அதேபோல் வேறு யாரேனும் பின்வாங்கி ஓடமுயன்றால், அந்த நபரை நானே சுட்டுக் கொல்வேன். நல்லது. அவ்வளவுதான். பொழுதுவிடிவதற்கு முன்னால் எவரும் புகை பிடிக்கக் கூடாது.”

பின்பு அவன் இருமிவிட்டு, அந்தப் பீரங்கிகளுக்குப் பின்னால் மேலும்கீழும் சிறிதுநேரம் நடந்தான். அவனுக்கு எவ்வளவோ பேச வேண்டும் என்றுதான் எண்ணம்; ஆனால், ஏனோ அவனுக்குத்தான் சொல்ல நினைத்ததையெல்லாம் சொல்ல முடியாது போயிற்று.

“தோழர்களே, எவரும் பேசக் கூடாது என்று நான் சொல்லவில்லை.”

“தோழர் தெலேகின்!” லதூகின்தான் மீண்டும் பேச முனைந்தான். இவான் இலீச் தன் கைகளிரண்டையும் பின்னால் கட்டிக் கொண்டு, அவனிடம் சென்றான். “தோழர் தெலேகின்! நான் ராணுவத்தில் சேர்வதற்கு முன்பு, நான் எங்கெங்கோ சுற்றித் திரிந்தேன். காலுக்கு பூட்சுமில்லாமல், கந்தலும் கிழிசலும் திரித்துத் திரிந்தேன்; எடுத்ததற்கெல்லாம் சண்டை பிடிப்பவனாக இருந்தேன். நான் துறைமுகத்திலே கூலி வேலை பார்த்தேன்; கடைக்காரர்களுக்கு விறகு தறித்துப் போட்டேன்; கக்கூஸ்களைக் கழுவினேன். நான் ஒரு பாதிரியார் வீட்டிலும்கூட, சிறிதுகாலம் குதிரை லாயத்தில் வேலை பார்த்தேன். ஆனால், அவர் எனக்களித்த சூப் ஒரே தண்ணீர் மயமாக இருந்ததால், அவரிடமும் சண்டைபிடித்துக் கொண்டுவிட்டேன். ஒருமுறை நான் திருடர்களோடுகூட சகவாசம் வைத்திருந்தேன். ஆமாம், நான் பார்க்க ஒன்றுமில்லை. நான் அப்போது எவ்வளவு

முட்டாளாக இருந்தேன் தெரியுமா? எதற்கெல்லாமோ சண்டைபோட்டு உதை வாங்கியிருக்கிறேன்! அதிலும் நான் குடிவெறியில் இருந்த காலத்தில், நன்றாக உதைபட்டிருக்கிறேன். உயிர் பிழைத்ததே பெரிய விஷயம்தான்."

"எல்லாச் சண்டைக்கும் ஏதாவது ஒரு பெண் விவகாரம்தான் காரணமாக இருந்திருக்கும்!" என்று இடையிலே குறுக்கிட்டான் பாய்கோவ். அந்தச் சமயத்தில் தூரத்தில் வெடித்த ஒரு வாணவெடியின் ஒளியில், அவனது அடர்த்தியான தாடிக்கு நடுவே அவனது சிறிய பற்கள் பளபளத்தன.

"சிலசமயங்களிலே பெண் விவகாரம்தான். ஆனால், அதுவல்ல நான் சொல்லவந்தது. நான் சொல்ல விரும்புவது இதுதான்: தோழர் தெலேகின், நீ முக்கியமான விஷயத்தை விட்டுவிட்டாய், அதை விட்டுவிட்டு, வேறு எது எதையோ பேசுகிறாய். புரட்சிக் கடமை - அதெல்லாம் சரிதான். ஆனால், இந்தக் கடமையை நாமே மனமுவந்து ஏற்றுக்கொள்கிறோமே, அது எப்படிச் சாத்தியமாயிற்று? அதற்குப் பதில் சொல்லு. உன்னால் முடியவில்லையா? நாங்கள் உண்ணநேர்ந்த உணவை, நீ உண்டு பார்த்ததில்லை. நாங்களெல்லாம் திராவகத்திலே வெந்து நீறியவர்கள்; எங்களுடைய ஆத்மாக்களையே எங்களிடமிருந்து உலுக்கியெடுத்துவிட்டார்கள். நாங்கள் பட்ட சிரமங்களையெல்லாம் ஒரு மிருகம்கூடத் தாங்கிக் கொண்டிருக்க முடியாது. எங்கள் ஸ்தானத்திலே நீ இருந்திருந்தால், நீ எப்போதோ நுகக்காலில் கழுத்தைக் கொடுத்து, பணிவோடு பாரத்தை இழுத்துப் போயிருப்பாய். இவ்வாறு பேசுவதைப் பார்த்து, நீ தவறாக எண்ணிவிடக் கூடாது; மனிதனுக்கு மனிதன் பேசுவது மாதிரி, நாமும் சகஜமாகப் பேசிக்கொள்ளக் கூடாதா? மற்றவர்களின் வீடுகளில் வாழ்நாளெல்லாம் என் தாய் ஏன் உழைத்தாள்? கிரீஸ் தேசத்து ராணியைவிட அவள் எந்தவிதத்திலும் கீழானவளா, என்ன?"

"பழையபடியும் கதை விடுகிறாயா? 1913ஆம் வருஷம்

நாங்கள், திரும்பிவரும் வழியில் ஏதன்ஸில் இறங்கினோம்; அப்போது நாங்கள் கிரீஸ் தேசத்து ராணியைப் பார்த்தோம். சரி, அவளை எதற்கு இப்போது இங்கு இழுக்கிறாய்?" என்று இடையிலே முனகினான் பாய்கோவ்.

"என்னுடைய தந்தை ஏன் பன்றிமாதிரி வாழ நேர்ந்தது? போலீஸ்காரர்கள் ஏன் அவரை அடித்து நொறுக்கிக் கீழே தள்ளினார்கள்? ஏன், அவரது முகத்தில் காரி உமிழ்ந்தார்கள்? என்னை ஏன் 'நாய்க்குப் பிறந்த பயலே!' என்று பலரும் அழைத்தார்கள்?"

"இதெல்லாம் கூடாது" என்று குறுக்கிட்டான் ஷரீகின். அவன் வெடிகுண்டுக் குவியலுக்கருகே உட்கார்ந்திருந்தான்; இவ்வாறு கூறிவிட்டு அவன் எழுந்து நின்று பேசமுனைந்தான்: "லதூகின், நீ ஒழுங்கற்ற முறையில் பேசுகிறாய். நாய்க்குப் பிறந்த பயலும் கிரீஸ் தேசத்து ராணியும் இப்போது இந்தப் பேச்சில் ஏன் வரவேண்டும்? இதெல்லாம் மேற்கட்டுமானம். எதார்த்தமான உண்மை என்னவென்றால், இது ஒரு வர்க்கப் போராட்டம். நீ யாரென்பதை நீ நன்கு தெரிந்து கொள்ள வேண்டும்: அதாவது, நீ ஒரு பாட்டாளியா அல்லது வர்க்க உணர்வை இழந்துவிட்ட ஒருவனா?"

"உன் பேச்சை உடைப்பிலே போடு! நான் யார் தெரியுமா? இயற்கையின் மன்னன் நான்!" என்று கத்தினான் லதூகின். "உனக்குப் புரியவில்லையா? இன்னும் நீ சின்னப் பையன்தானா? நான் ஒரு புத்தகத்திலே படித்தேன், அதில் 'மனிதன் இயற்கையின் மன்னன்' என்று எழுதியிருந்தது. அதனால்தான் நான் இதோ இந்தப் பீரங்கியின் முன் நிற்கிறேன். இயற்கையின் மன்னன் நம்முள் உயிர்வாழ்கிறான். நீயும் உன் கடமையும் உன் பயமும்! நான் ஜெனரல் மாமன் தலை மட்டும்தானா சுட்டுத் தள்ளப் பார்க்கிறேன்? எல்லாம்வல்ல ஆண்டவனையும் கூடத்தான்! அப்போது தெரியும் உனது மேற்கட்டுமானம்! நான் பற்களால் எலும்பையே கடித்துக் குதறிவிடுவேன்."

"தோழர்களே, அமைதி!" என்று போர்முனையின்

டெலிபோனுக்கருகில் அமர்ந்திருந்த சாபஷ்கோவ் கத்தினான். "கேளுங்கள்! சரேப்தாவில் நமக்கு ஒரு மாபெரும் வெற்றிகிட்டியுள்ளது. இரண்டு கசாக்கு குதிரைப் படைப்பிரிவுகளும், ஒரு காலாட்படைப் பிரிவும் முறியடிக்கப்பட்டுள்ளன; எதிரி ராணுவத்தில் ஆயிரத்து ஐநூறு வீரர்கள் கொல்லப்பட்டிருக்கிறார்கள்; எண்ணூறு பேர் கைதாகியிருக்கிறார்கள்.'

சரேப்தாவில் அடைந்த வெற்றியைப் பற்றிய செய்தி போர்முனை முழுவதிலும் காட்டுத் தீப்போல் பரவியது. பத்தாவது ராணுவத்தின் படைப் பிரிவுகளில் ஒன்றான புதியோனியின் குதிரைப்படை, வெள்ளை ராணுவத்தின் ஐந்தாம் அணியின் தாக்குதலால், தனது ராணுவத்தின் பிரதானப் பகுதிகளிலிருந்து துண்டிக்கப் பெற்றுவிட்டது; எனவே, அந்தக் குதிரைப்படை சால்ஸ்க் ஸ்டெப்பி வெளியிலிருந்து தஸாரீத்ஸினுக்குள் வந்து சேர்வதற்காகப் பெரும்பாடுபட்டது. சிரம சாத்தியமான அந்த முயற்சியால், அந்தப் படையிலுள்ள குதிரைகளும் வீரர்களும் பெருங்களைப்புக்கு ஆளாயினர். என்றாலும், வருகிற வழியிலுள்ள ஏதோ ஒரு ரயில் நிலையத்தில் இருந்து மரோசவ் படைவரிசைத் தலைமைக் காரியாலயத்துடன் டெலிபோனில் பேசக்கூடிய சந்தர்ப்பம் கிட்டியது. அந்தச் சந்தர்ப்பம் கிட்டியதே ஒரு பெரிய அதிர்ஷ்டம் என்றுதான் சொல்ல வேண்டும். அவ்வாறு போன்மூலம் தொடர்புகொண்டபோது, குஷாலான குரலொன்று பல்வேறுவிதமான அலங்கார அடைமொழிகளோடு மறுமுனையிலிருந்து பதிலளித்தது: "நீங்கள் என்ன இவ்வளவுகாலம் தூங்கிக் கொண்டா இருக்கிறீர்கள்? இங்கே சரேப்தாவில் அந்தப் புல்லுருவிப் பயல்களின் இரண்டு பெரிய குதிரைப் படைகளை நாய்க்கு கறித்துண்டு போடுகிறமாதிரி, கண்டதுண்டமாக வெட்டித் தள்ளிவிட்டார்கள், தெரியுமா? இங்குவந்து, கைதிகளைக் கணக்கெடுப்பதில் உதவிசெய்யுங்கள்!" மிகைப்படுத்தப்பட்டது என்றாலும் இந்த மகத்தான வெற்றிச் செய்தியைக் கேட்டு, அந்தக் குதிரைப்படை முழுவதும், தமது சாமான் வண்டிகளையும், காயப்பட்ட

வீரர்கள் இருந்த வண்டிகளையும் சில பேரின் பாதுகாவலில் விட்டுவிட்டு, ஜெனரல் தெனீசவின் புல்லுருவிகளைச் சந்திப்பதற்காக வடதிசை நோக்கி நூறுமைல் நீளப் பயணத்தைத் துவக்கியது.

ஆனால் என்னதான் இருந்தாலும் சரேப்தாவில் அடைந்த வெற்றி, அந்த வட்டாரத்தைப் பொருத்த அளவில்தான் முக்கியத்துவம் பெற்றிருந்தது; அதேநேரத்தில், அந்த வெற்றியின் பிரதிபலனாக, த்ஸாரீத்ஸினைச் சுற்றியுள்ள பிரதான தளங்களின் நிலைமை மேலும் சிரமமான திசைக்கு உள்ளாகிவிட்டது. அந்த இரண்டு விவசாயிப் படைப்பிரிவுகளின் சரணாகதியின்மூலம் தமக்குக் கிட்டிய அதிர்ஷ்டகரமான சூழ்நிலையைத் திறமையாகவும் துரிதமாகவும் பயன்படுத்திக்கொண்டு, மாமன்தவ் தமது சூறாவளி அணிகளை இரவோடு இரவாக ஒன்றுதிரட்டி, அன்றிரவு பொழுது விடியும் தருணத்தில் தமது தாக்குதலைத் தொடங்கினார். அந்த விவசாயிப் படைகள் நான்குமைல் அகலத்துக்கு இடைவெளி விழச் செய்துவிட்ட இடத்தில், அந்தப் பலவீனமான போர்முனைப் பகுதியில், அவர் தாக்குதலைத் தொடங்கினார். தொழிலாளரின் அணிகள்தான் அந்த இடைவெளியைப் பெயருக்கு அடைத்து நின்றன.

தோன் ராணுவத்தின் தேர்ந்தெடுத்த படைவீரர்கள் முன்னேறி வந்துகொண்டிருந்த அந்தச் சமவெளியில், கிழக்குமேற்காக, ஆழமும்அகலமும் கொண்ட இரண்டு பெரிய பள்ளத்தாக்குகள் வழிமறித்து நின்றன; அவை போர்முனையின் குறுக்காக, நகரத்தின் எல்லை வரையிலும் நீண்டுகிடந்தன. இந்தப் பள்ளத்தாக்குகளின் வழியாகத்தான் கசாக்குக் குதிரைப் படைகள் செஞ்சேனையின் பதுங்குக்குழிகளின் எல்லைவரையிலும் முன்னேறி வரமுடிந்தது. அந்தச் சமவெளி முழுவதுமே மெதுமெதுவாக அசைந்துவரும் எறும்புப் புற்றுகள் நிறைந்திருப்பதாகத் தோற்றியது; காலாட்படைகள் ஊர்ந்து முன்னேறிவந்த தோற்றம்தான் அது. அந்தக் காலாட்படைகளுக்கு முன்னால், மாபெரும் டாங்கிகள்

முன்னும்பின்னுமாக ஊர்ந்துவந்தன. பீரங்கிப் படைகளுக்கு மேலாகவும், த்ஸாரீத்ஸினின் உள்ளுக்கிருந்தும், வெளியிலிருந்தும் எதிரும்புதிருமாகச் சென்று கொண்டிருந்த சாமான் வண்டிகளுக்கு மேலாகவும் வானத்தில் ஆகாய விமானங்கள் வட்டமிட்டன. அவை சீமை இலந்தைப் பழத்தைப்போன்ற உருவங்கொண்ட குண்டுகளை வானிலிருந்து நழுவவிட்டன; அவ்வாறு விழுந்த குண்டுகள், படுபயங்கரமான வேகத்தோடு வெடித்துச் சிதறின.

மாமன்தவின் கவச ரயில் வண்டியும், அடிவானத்திலே பெரும்புகை மண்டலத்தைக் கிளப்பிக் கொண்டிருந்தது. அதற்கு இடத்திலும்வலத்திலும் ஸ்டெப்பி வெளி முழுவதும் ஏராளமான கசாக்கு வண்டிகள் நிறைந்திருந்தன. அந்த வண்டிகள் ஒன்றோடொன்று நெருங்கி உராய்ந்தவாறு, கசாக்குத் துருப்புக்களை அடியொற்றி வந்துகொண்டிருந்தன. அந்தக் கசாக்கு வியாபாரிகள் அங்கிருந்தவாறே நகரத்தின் கலச கூடங்களையும், நகர எல்லைகளில் தொழிற்சாலைகளின் புகைபோக்கிகளையும் காண முடிந்தது. உடம்பெல்லாம் புகையும் கீலெண்ணெயும், பன்றிக்கறியும் கலந்து நாறிய அந்த மனிதர்களின் அடர்த்தியான புருவங்களுக்குக் கீழே தென்பட்ட கண்கள், நகரத்தின் காட்சியைக் கண்டு பளபளத்து மினுங்கின.

ஸ்டெப்பிகளுக்கு மேலே எறியப்பட்ட வெடிகுண்டுகள் இடிமுழக்கத்தோடு வெடித்தன; செஞ்சேனை அரண்களைச் சுற்றிலும் அந்தக் குண்டுகள் வெடித்து பூமிப் பரப்பை மேலும்கீழும் புரட்டியெடுத்து எறிந்தன. இடத்திலோ வலத்திலோ திரும்பிப் பார்க்காமல், ஆழமான கடவுகளிலிருந்து குதிரைப் படைகள் புற்றீசல் போல் வெளியே பாய்ந்துவந்தன. அந்தக் குதிரைகள் முள்கம்பி வேலிகளை எல்லாம் தாண்டிக்கொண்டு பதுங்குக்குழிகளை நோக்கி அசுரவேகத்தில் பாய்ந்து வந்தன; அவை வந்த வெறிவேகத்தில் அவர்களில் ஒருவனுக்கு மரணக் காயமே ஏற்பட்டுவிட்ட

நிலையிலும்கூட, சேணத்தில் சரிந்துவிழுகின்ற வரை அவன் தனது வாளைச் சுழற்றியவாறே பாய்ந்துவந்தான்; பின்னர்தான் அவன் தன் ஆயுதங்களை விட்டெறிந்து விட்டு, வெறிபிடித்தவன்போல் ஆங்காரமிட்டுச் சிரித்தவாறு, பயந்து மிரளும் குதிரையிலிருந்து கீழே விழுந்து உயிரைவிட்டான்.

காலாட்படைகள் ஊர்ந்து வந்து, பின்னர் திடீரென்று எழுந்தோடி வந்து தாக்க முனைந்தன. செஞ்சேனையின் பதுங்குக்குழிகளில் நடந்த நேரடியான கைகலப்புப் போரில் காலாட்படையும் குதிரைப்படையும் இரண்டறக் கலந்து போராடின. அன்றைய போராட்டத்தின்போது கசாக்குகள் அனைவரும், தமது ராணுவத் தொப்பிகளில் வெள்ளைப் பட்டிகளைக் கட்டிக்கொள்ள வேண்டும் என்றும், அவ்வாறு செய்வதன்மூலம் போரின் உச்சவேகத்தில் தமது ஆட்களையே தாக்காமல் பார்த்துக்கொள்ள இயலும் என்றும் மாமன்தவ் உத்தரவிட்டிருந்தார். அங்கு நடந்த போராட்டம் மிகவும் பயங்கரமாக இருந்ததற்குக் காரணம் ருஷ்யர்களும் ருஷ்யர்களும் மோதிக்கொண்டதுதான். அதாவது, இன்னும் வாழ்ந்து அனுபவியாத, இனம்கண்டு அறியாத புதியதொரு வாழ்க்கை முறைக்காகப் போராடும் சக்திகள் ஒருபுறமும், பழைய வாழ்க்கை முறையை என்றென்றும் நிரந்தரமாக்கப் போராடும் சக்திகள் இன்னொரு புறமும் அங்கே போராடிக் கொண்டிருந்தன.

என்றாலும், ஒவ்வொரு தாக்குதலையும் செஞ்சேனை எதிர்த்து முறியடித்தது; செஞ்சேனையின் சின்னஞ்சிறிய ஆயுதந்தாங்கி ரயில் வண்டிகள் இந்தக் காரியத்துக்குப் பெரிதும் பயன்பட்டன. த்ஸாரீத்ஸினிலுள்ள தொழிற்சாலைகளில் அவசர அவசரமாகக் கட்டியமைக்கப்பெற்ற இந்தக் கவச ரயில் வண்டிகளில் இரண்டு பெட்ரோல் டாங்கிகளும் அல்லது இரண்டு சரக்கு வண்டிகளும், மத்தியில் ஒரு இஞ்சினும் இருந்தன. அந்த வண்டிகள் போர்முனையின் பின்னால் சென்றன. அவை, தம்மிடமிருந்த இயந்திரத் துப்பாக்கிகளோடும் பீரங்கிகளோடும் போரின் நட்டநடுவிலேயே புகுந்து

விளையாடின. அந்த வண்டிகளில் பூட்டப்பட்டிருந்த பழையகாலத்து இஞ்சினின் சர்வசக்திகளையும் பயன்படுத்திக் கொண்டு, அவை தடம்புரண்டிருந்த தண்டவாளங்களின்மீதும் புகுந்து ஓடின; வெடித்துச் சிதறும் குண்டுவீச்சுக்கும், பக்கவாட்டிலிருந்து கிளம்பும் குண்டுவெடிகள் கிளப்பும் நீராவிப் புகைக்கு மத்தியில் அவை பதுங்குக்குழிகளுக்குத் தண்ணீரும் ரொட்டியும் ஆயுதத் தளவாடங்களும் சிதறிக் கிடக்கும் பாதைகள் வழியே சுமந்துசென்றன.

"கீழே படு!"

சமீபத்திலேயே ஒரு பலமான குண்டுவெடிப்பின் முழக்கம் கேட்டது; அதிலிருந்து எழுந்த ஒளி பார்த்தவர்களின் கண்களை இருளச்செய்தது; அந்த முழக்கத்தின் அதிர்ச்சியால் எல்லோருக்கும் நெஞ்சுக்கூடுகளெல்லாம் சட்டென்று உள்வாங்கிப் புதைவது போலிருந்தது. மறுகணம், குழிகளில் பதுங்கியிருந்தவர்களின் கைகள் பிடித்திருந்த தலைகள்மீதும் முதுகின்மீதும் மண்ணாங்கட்டியும் மண்ணும்சோனாமாரியாக வந்து விழுந்தன.

"உங்கள் பீரங்கிகளுக்கு. அவரவர் இடத்துக்குச் செல்லுங்கள்!" என்று தெலேகின் கத்தியவாறே துள்ளி யெழுந்து நின்றான்; அதேசமயம், அங்கு விழுந்த மண்மாரியின் நடுவே ஒரு பீரங்கி பக்கவாட்டில் கவிழ்ந்து கிடப்பதையும் அதன் ஒருபக்கத்துச் சக்கரம் வானை நோக்கி உயர்ந்திருப்பதும் அவனுக்கு மங்கலாகத் தெரிந்தது; அந்தப் பீரங்கியை நோக்கி அவனது ஆட்கள் கோபத்துடன் குதித்தோடிப் போய் அதனை நிமிர்த்து வைக்க முனைந்தார்கள். "எல்லோரும் உயிருடன்தான் இருந்தார்கள். லதூகின், பாய்கோவ், காகின், சதூய்வீதெர். ஆமாம், ஷரீகின் எங்கே? அதோ இருக்கிறான். உயிரோடு. அடுத்த பீரங்கிக்கு ஆபத்தில்லை. அதோ பெச்சேன்கின், விலாசவ். இவனோவின் தலை ஏன் அப்படி ஆடுகிறது?" என்று ஒருகணத்தில் சிந்தித்து முடித்தான் தெலேகின்.

"இடப்புறத்தில், ஆறு, எண்பது; கோணம் ஆறு, பூஜ்யம் – பீரங்கியைச் சுடுங்கள்!" என்று சாபஷ்கோவ் காதில் தொலைபேசியை அழுத்திப் பிடித்தவாறு, மண்மாரி விழுந்த பதுங்குக்குழிக்குள்ளிருந்து தலையை வெளியே தூக்கியவாறு கரகரத்தான்.

வாயிலும்மூக்கிலும் புகுந்த மண்ணை இருமிச் செருமி விட்டு, தெலேகினும் அதே உத்தரவைத் திரும்பச் சொன்னான். ஷரீகின் ஒரு வெடிகுண்டை எடுத்து பாய்கோவிடம் தூக்கிப் போட்டான்; அவன் அதன் வெடிமருந்து இணைப்பைப் பரிசோதித்துவிட்டு, அதனை காகினிடம் தூக்கிப் போட்டான். காகின்தான் பீரங்கியில் குண்டுகளை நுழைத்துக்கொண்டிருந்தான். சதூய்வீதெர் பீரங்கியின் பின்வாயைத் திறந்தான். லதூகின் பீரங்கியைச் சரியாகவைத்து, கையை உயர்த்திக் கொண்டு சத்தமிட்டான்.

"சுடு!"

பீரங்கிக் குழாய்கள் படுவேகத்தில் உதைத்துக் கொண்டன; குண்டுகள் வெடித்துப் பறந்தன. ஒரு நிமிஷத்துக்கு முன்னால் பரபரப்போடு வேலைபார்த்துக் கொண்டிருந்த அந்த மனிதர்களின் இயக்கம் சட்டென்று நின்றது. வேகமாக ஓடிக்கொண்டிருந்த சினிமாப்படம் சட்டென்று ஓர் இடத்தில் நின்றுபோன மாதிரி இருந்தது அந்தக் காட்சி. பின்னர், கொடூரமான நிழல் ஒன்று பாய்ந்துவந்தது. மறுகணம், வெகு சமீபத்திலேயே ஒரு மாபெரும் மின்னல், பூமியிலேயே வெட்டியது.

"படு!"

மீண்டும் மீண்டும் இடிமுழக்கம், பூமி அதிர்ச்சி, மண்மாரி, மூச்சுத்திணறல். அவர்களுக்கெல்லாம் கோபாவேசத்தில் ரத்தநாளங்களே புடைத்து வெடித்துவிடும் போலிருந்தது. ஆனால், அவர்களால் என்ன செய்யமுடியும்? எதிர் தரப்பினருக்கோ குண்டுகளைப் பற்றிய கவலை இல்லை; இங்கேயோ ஒவ்வொரு முறையும் எண்ணியெண்ணிப் பார்த்துச் சுடவேண்டியிருந்தது; இலக்குப் பார்த்துச்

சொல்லும் நிலையத்திலுள்ள பொட்டைக் கண்ணனுக்கு எதிரிகளின் கனத்தபீரங்கிகள் எந்த இடத்திலே இருக்கின்றன என்றும் துல்லியமாகச் சொல்ல முடியவில்லையே?

இந்தத் தடவை லதூகின் அடிபட்டுப் போனான். அவன் ஆத்திரத்தோடும் வேதனையோடும் பல்லைக் கடித்துக் கொண்டு கீழே உட்கார்ந்துவிட்டான். அனீஸ்யா பக்கத்திலே அமர்ந்து, அவனது சட்டையையும் பனியனையும் மிகவும் நாசூக்காகக் கழற்றிவிட்டு, அவனுக்குத் தோள்மீது கட்டுப் போட்டாள். அவள் எங்கே மறைந்துபோனாள், எப்படி வந்துசேர்ந்தாள் என்பது யாருக்குமே தெரியாது. “வா, அப்பா! நான் உன்னைக் கட்டுப்போடும் வைத்திய நிலையத்துக்குக் கூட்டிச் செல்கிறேன்” என்று அவன்முன் அமர்ந்தவாறே பரிவோடு சொன்னாள். சட்டையின்றி, உடம்பெல்லாம் ரத்தம் வழிந்தோடும் நிலையில் அமர்ந்திருந்த லதூகின், அனீஸ்யாவைக் கையால் தள்ளி விலக்கிவிட்டு, எவனுடைய எலும்பையோ நெறுநெறுவென்று கடித்து நொறுக்குவதுபோல் பற்களை நெறித்துக்கொண்டு, மீண்டும் பீரங்கியருகே துள்ளிப் பாய்ந்தான்.

பின்னர், அந்தச் சரிசமான மற்ற பீரங்கிப் போராட்டத்தின் தொடக்கம் முதற்கொண்டு, பல மணிநேரமாக அத்தனை பேரின் உள்ளத்திலும் சகிக்கமுடியாதபடி பொங்கிப் கொப்பளித்துக் கொண்டிருந்த கோபாவேசத்துக்கெல்லாம் ஏதோ ஒரு சாந்தி கிட்டியது போலிருந்தது. படைவரிசைத் தளபதியிடமிருந்து இன்னும் எத்தனை குண்டுகள் மிச்சமிருக்கின்றன என்று வந்த கேள்விக்குப் பதிலளித்து விட்டு, மறு பதிலுக்காகக் காத்திருந்தான் சாபஷ்கோவ். அவனது சிவந்து கன்றிப்போன கண்களிலிருந்து அழுக்கடைந்த கண்ணீர், முகத்தின் வழியாக மெதுவாக வழிந்தோடிக் கொண்டிருந்தது; இடையிடையே, அவன் தொலைபேசியைக் காதிலிருந்து எடுத்து, அதனுள் வாய்கூட்டி ஊதினான். அந்தக் காற்று வெளிக்குள்ளே திடீரென்று என்னமோ நிகழ்ந்துவிட்டது; அங்கு நிலவிய அந்த மயான அமைதியில், எல்லோருடைய காதுகளும்

உள்ளுக்குள் இரைவது போலிருந்தது. தெலேகின் விஷயம் புரியாமல், கைப்பிடிச் சுவரின்மீது படுத்து ஊர்ந்தவனாக வெளியே பார்த்தான். அவன் பார்த்த நேரம் சரியானவேளை. திட்டமிட்ட தீர்மானமான முழுத் தாக்குதல் தொடங்கிவிட்டது. அவற்றை வெறும் கண்ணாலேயே காணமுடிந்தது. கசாக்குக் குதிரைப்படையும், காலாட்படையும் கன்னங்கரிய கும்பலாக நிற்பதும், அங்குமிங்கும் அவர்கள் மத்தியிலே தங்கம்போல் பளபளக்கும் தேவாலயப் பதாகைகள் மின்னுவதும், போர்முனைக்கு மோட்டார் கார்களிலே வந்துசேர்ந்த பாதிரிமார்கள் வெட்டவெளி வெம்பரப்பில், செஞ்சேனையின் பீரங்கிப் படைகளின் கண்முன்னாலேயே, துருப்புக்களை ஆசீர்வாதம் செய்வதும் நன்கு தெரிந்தன.

கப்பல் வீரர்களும் கைப்பிடிச் சுவரின்மீது எட்டிப் பார்த்தார்கள். அவர்கள் ஆழ்ந்து பெருமூச்சுவிட்டார்கள். பாய்கோவ் மற்றவர்களைச் சிரிக்கவைக்க வேண்டும் என்பதற்காகப் பின்வருமாறு சொன்னான்:

“வாருங்கள். நாம் அந்தத் தேவதூதர்களை வெட்ட வெளியிலேயே சுட்டுத் தள்ளுவோம்!”

ஆனால், யாரும் சிரிக்கவில்லை. லதூகின் மட்டும் தீர்க்கமான தீர்மானத்தோடு சொன்னான்:

“கமாண்டர்! நாம் ஏன் பீரங்கிகளை வெளியே எடுத்து வரக்கூடாது? எலிகளைப்போல் பொந்துக்குள் சுருண்டு மடங்கிக் கிடப்பதால் என்ன பிரயோஜனம்?”

“குதிரைகள் இல்லாமல் நாம் அதனைச் சாதிக்க முடியாது, லதூகின்!”

“முடியும். நிச்சயமாக முடியும்!”

“போர்க்களத்தின் மத்தியிலா தளபதியின் பேச்சை நீ மறுத்துப் பேசுகிறாய்? இது அராஜகம்!” என்று திடீரென்று சிறுபிள்ளையின் முரட்டுத்தனத்தோடு சொன்னான் ஷரீகின். உடனே அந்தக் கப்பல் வீரர்கள்

அவனை வன்மத்தோடு பார்த்தார்கள். அவன் கீழே குனிந்து இரண்டுகைகளில் ஒரு குத்து மணலைஅள்ளி, அதனால் தன் முகத்தைக் கரகரவென தேய்த்து விட்டுக் கொண்டான்; பிறகு பீரங்கிக்கருகே தனது இடத்துக்குப் போய் அசையாமல் நின்றான். கரகரத்த கன்னங்களுக்குமேல், அவனது நீண்ட கண்ணிமைகள் படபடத்தன.

தெலேகின் கைப்பிடிச் சுவரிலிருந்து குதித்து இறங்கி, பீரங்கியினருகே சென்று, பீரங்கிக் சக்கரத்தில் கைவைத்தான்.

"தோழர்களே, லதூகினின் யோசனை அருமையான யோசனை. எப்படியாவது நாம் இந்த இடத்தில் பீரங்கியை இழுத்துக்கொண்டு செல்ல ஒரு வழி செய்வோம்."

தெலேகினின் நடமாட்டத்தை எல்லாம் அதுவரையிலும் கூர்ந்து கவனித்துக்கொண்டிருந்த கப்பல் வீரர்கள் ஒன்றும்பேசாமல், தமது மண்வெட்டிகளை எடுத்து, பீரங்கியை வெளியே இழுத்துக் கொண்டு வருவதற்கு வாய்ப்பாக, அந்தப் பள்ளத்துக்கருகில் ஒரு சாய்வான திரட்டை வெட்டி உருவாக்க முனைந்தார்கள்.

"தெலேகின்!" என்று சாபஷ்கோவ் கரகரத்து அடைத்துப் போன குரலில் கூப்பிட்டான். "தெலேகின்! பீரங்கியைக் குதிரைகளின் உதவியில்லாமல், வெளியே இழுத்துச் செல்ல முடியுமா என்று தளபதி கேட்கிறார்."

"முடியும் என்று பதில் சொல்."

தெலேகின் இதனை அமைதி நிறைந்த தன்னம்பிக்கையுடன் சொன்னான். லதூகினின் காயப்பட்ட தோளில் போட்டிருந்த கட்டுக்குள்ளிருந்து ரத்தம் கசிந்துவந்தது, அவனுக்கு அந்த இடத்தில் எரிந்தது, வேதனை கிளம்பியது. அப்படியும்கூட, அவன் மண்வெட்டியைக் கீழே போடாமல் வேலைசெய்தான். அத்துடன் அவன் பாய்கோவை முழங்கையினால் இடித்துக்கொண்டே சொன்னான்:

“இந்தப் படிப்பாளிகளெல்லாம் எதற்கு ஆவார்கள்? ஹி-ஹி!”

“அடுத்தாற்போல் அவர்கள் ஓட்டைவாளியில்கூட தண்ணீர் மொள்ளக் கற்றுக் கொள்வார்கள். இறுதியில், அவர்கள் சாமான்ய மக்களிடமிருந்து ஏதாவது கொஞ்சம் கற்றுக் கொள்வார்கள்” என்றான் பாய்கோவ்.

திடீரென்று அங்கு நிலவிய பேரமைதியைப் பீரங்கிகளின் சூறாவளித் தாக்குதல் கிழித்தெறிந்தது. தெலேகின் கைப்பிடிச் சுவருக்கு ஓடிப் பார்த்தான். சமவெளியில் துருப்புக்கள் பொங்கிவழிந்து வந்துகொண்டிருந்தன. வலது புறத்திலிருந்து, அன்றைய போரில் அபரிமிதமான சாதனைகள் செய்துகாட்டிய அலாபியெவின் கவச ரயில் வண்டிகள் அந்தத் துருப்பினரை முன்னேறவிடாமல் குறுக்கே பாய்ந்தன; பழுப்பு நிறப் புகையையும், நீராவிப் புகையையும் கிளப்பிக்கொண்டு, ஹோவென்று விசிலடித்து அலறியவண்ணம் ஓடிவந்தன. தெலேகினின் கவனம், அவனது இடத்துக்கு முன்னால் இருந்த தடுப்பு அணியின்மீது சென்றது; அங்கே கச்சாலின் படைப்பிரிவின் ஒரு கம்பெனி, முள்கம்பிவேலிக்கு அப்பாலுள்ள நரிப்பொந்துகள் போன்ற குழிகளுக்குள் இருந்தது; அங்கு முறையான பதுங்குக்குழிகள் இல்லை. அவர்களுக்கு அப்போதுதான் ஒரு தண்ணீர்ப் பீப்பாய் போய்ச் சேர்ந்தது. ஆனால், அந்த வண்டியை இழுத்து வந்த குதிரை பயபீதி கொண்டு, துள்ளிமறித்து ஓடியது; அது ஓடிய வேகத்தில் அந்தப் பீப்பாயைத் தட்டிக் கவிழ்த்து, தண்ணீரைப் பாழாக்கிவிட்டது. முந்தைய நாள் இரவில் வந்த விசித்திரமான மனிதனை, உயரமான இவான் கொராவை தெலேகின் பார்த்தான். கொரா ஒரு பதுங்குக்குழிக்குள் குனிந்தவாறே ஓடினார்; அவர் எல்லோருக்கும் கடைசிமுறையாகத் துப்பாக்கித் தோட்டாக்களை வினியோகித்தார் போலும்.

அந்தக் கம்பெனிக்கும், தெலேகினின் பீரங்கிப் படைக்கும் இடதுபுறத்தில், சுமார் கால்மைல் தூரத்தில், போர் முனையிலிருந்து நகரை நோக்கிச் செல்லும் கடவுப்பாதை

தென்பட்டது. அந்தக் கடவு அன்று முழுவதும் பீரங்கிப் பிரயேகத்துக்கு ஆளாகியிருந்தது; அந்தக் கடவிலிருந்து கசாக்குகள் வெகுதூரத்தில் பொலபொலவென்று வெளியேறிக் கொண்டிருந்தார்கள். கொராவின் படைப் பிரிவில் நிலவுகின்ற விசேஷமான பரபரப்பைக் கண்ணுற்ற தெலேகின், கசாக்குகள் அந்தக் கடவின் அடித்தளத்தின் வழியாக முன்னேறி வந்து பதுங்குக் குழிகளைப் பின்னணியிலிருந்து தாக்கவும், பீரங்கிப் படையைப் பக்கவாட்டிலிருந்து தாக்கி முடிந்தளவு சேதம் விளைவிக்கவும் திட்டம் போடுகிறார்கள் என்று உணர்ந்தான். அவனது ஊகமும் சீக்கிரமே உண்மையாகி விட்டது.

செஞ்சேனைத் தளங்களுக்கு மிகவும் அருகில் அந்தக் கசாக்குகள் திடீரென்று வெளியேறிவந்து எதிரெதிரான திசையில் திரும்பினார்கள். ஒரு பகுதியினர், கொராவின் படைப் பிரிவுக்குப் பின்னணியை நோக்கிச் சென்றார்கள். இன்னொரு பிரிவினர், பீரங்கிப் படையை நோக்கி வந்தார்கள். தெலேகின், பீரங்கிகளுக்கு அருகில் ஓடினான். கப்பல் வீரர்களோ மூச்சு வாங்கிக்கொண்டும், வசைமொழி கூறிக்கொண்டும் ஒரு பீரங்கியைப் பள்ளத்திலிருந்து மேட்டிலே ஏற்றிக் கொண்டு வருவதற்குப் பிரயத்தனப்பட்டுக் கொண்டிருந்தார்கள். பிதுங்கிநெளியும் மணலில் அதன் சக்கரங்கள் அடிக்கடி புதைந்துகொண்டிருந்தன.

“கசாக்குகள் வருகிறார்கள்!” என்று தெலேகின் அமைதியோடு சொல்ல முயன்றான். “பீரங்கியை வெளியே கொண்டுவாருங்கள்!” என்றபடியே அவனும் சக்கரத்தைப் பிடித்து உருட்ட முனைந்தான்; அவன் தனது சக்தியை எல்லாம் பிரயேகித்தான். அந்தவேகத்தில் அவனுக்கு முதுகெலும்பே ஒடிந்துவிடும் போலிருந்தது. “சீக்கிரம்! சிதர்குண்டுகளை வெடிக்க வேண்டும்!”

அதற்குள் கசாக்குகளின் மூர்க்காவேசமான கூச்சல் கேட்டது. உயிரோடு தோலுரிக்கப்படும் மனிதர்கள் போடும் சப்தம்போல் பயங்கரமாக இருந்தது அந்தக்

கூச்சல். காகின் பீரங்கி வண்டியின் அடியிலேயே சென்று, அதனைத் தோள்கொடுத்துத் தூக்க முயன்றான். அவன் அங்கிருந்து கத்தினான்: "எல்லோருமாகச் சேர்ந்து தள்ளுங்கள்!" அந்தப் பீரங்கி மணலைவிட்டு வெளிக் கிளம்பி, மேட்டின்மீது ஏறி வளைவாக நின்றது; அதன் வாய் தரையை நோக்கியிருந்தது. காகின் தனது பெரிய கைகளில் ஒரு குண்டை எடுத்துவந்து, பீரங்கியின் பின்வாயைத் திறந்து, அவசரப்படாததைப் போல வாய்க்குள் செலுத்தி முடித்தான். தமது குதிரைகளின் பிடரிகளின் மீது குனிந்தவாறு சுமார் முப்பது கசாக்குக் குதிரை வீரர்கள், தமது வாளாயுதங்களைச் சுழற்றியவாறு பீரங்கிப் படையை நோக்கிப் பாய்ச்சலில் வந்தார்கள். அந்தச் சமயத்தில் தீப்பிழம்போடு கூடிய சிதர்வெடிகுண்டு வெடித்துச் சிதறியது. உடனே சில குதிரைகள் பின்னடித்தன; சில திரும்பியோடத் தொடங்கின. எனினும், பத்துக்கும் மேற்பட்ட கசாக்குகள் தங்கள் குதிரைகளை இழுத்துநிறுத்த முடியாமல், நேராக அந்த மண்மேட்டை நோக்கிப் பாய்ந்துவந்தார்கள்.

இங்குதான் அந்தக் கப்பல் வீரர்களின் நெஞ்சில் அடக்கி வைத்திருந்த ஆவேசத்தையெல்லாம் தீர்த்துக்கொள்ளக் கூடிய சந்தர்ப்பம் கிட்டியது. உடம்பிலே சட்டையணியாதிருந்த லதூகின்தான், கரகரத்த குரலில் கூச்சலிட்டுக் கொண்டு, முதன்முதலில் எதிரியின்மீது தாவி விழுந்தான்; விழுந்தமாத்திரத்திலேயே தன்னிடமிருந்த வளைவான பிச்சுவாக் கத்தியினால், எதிரியின் கரிய கசாக்குச் சட்டையின் கீழே தென்பட்ட அலங்கார பெல்ட்டுக்குக் கீழாக ஓங்கிக் குத்தினான். சதூய்வீதெர் ஒரு குதிரையின் கால்களுக்கடியில் பாய்ந்து வெறுப்புடன் அதன் வயிற்றைக் கிழித்தெறிந்தான்; அத்துடன் அந்தக் குதிரையின் மேலிருந்த கசாக்கு தரையில் வந்து விழுமுன்னர் அவனையும் தனது பிச்சுவாவினால் குத்திச் சாய்த்தான். காகினோ தன்னை வெட்டவந்த வாளிலிருந்து தப்பித்து, ஒரு கார்னெட்டைச் சரியானபடி எட்டிப் பிடித்தான். நோவ்கரத் மனிதனுக்கும், தோன் பிரதேசத்து மனிதனுக்கும் நடக்கும் சண்டையாக

இருந்தது அது. காகின் அந்தக் கார்னெட்டைக் குதிரையிலிருந்து கீழே இழுத்துத் தலைகீழாகத் தள்ளி எமலோகம் அனுப்பினான். மற்றவர்களோ பீரங்கிக்குப் பின்னால் மறைந்து நின்றுகொண்டு, கசாக்குகளைத் துப்பாக்கியால் சுட்டுத் தள்ளினார்கள். தெலேகினோ மெதுவாகவும் அமைதியாகவும் இருந்து, தனது கைத் துப்பாக்கிக் குதிரையிலிருந்து விரலை எடுக்காமல் நிதானமாகவும் முறையாகவும் சுட்டுத் தள்ளினான். அந்த மாதிரிச் சமயங்களில் அவன் அப்படித்தான் நடந்து கொள்வான் (உணர்ச்சி வேகமெல்லாம் அவனுக்குப் பின்னர்தான் ஏற்படுவது வழக்கம்). அந்தச் சண்டை சீக்கிரமே முடிந்துவிட்டது. நான்கு கசாக்குகள் அந்த மேட்டின் மீதே செத்துவிழுந்தார்கள்; இரண்டு பேர் குதிரைகளிலிருந்து இறங்கி ஓட முயன்றார்கள்; ஓடும் போதே அவர்களும் சுடப்பட்டு விழுந்து செத்தார்கள்.

அந்த இறுதித் தாக்குதலையும் அன்றைய தினத்தில் முறியடித்த ஏனைய பல தாக்குதல்களைப்போல் அவர்கள் முறியடித்துவிட்டார்கள். செஞ்சேனையின் போர்முனையைப் பூரணமாக உடைத்துக்கொண்டு முன்னேற எதிரியால் முடியவில்லை. மிகவும் பலவீனமான ஒரேஒரு இடத்தில் மட்டும், ஒரு கசாக்குக் காலாட்படை அணி, இரண்டு செஞ்சேனைப் படை வரிசைகளுக்கிடையில் ஓர் ஆழமான பிளவை உண்டாக்குவதில் வெற்றி கண்டுவிட்டது. அதற்குள் பொழுது இருண்டுவிட்டது. பீரங்கிக் குழாய்கள் உஷ்ணத்தால் பழுக்கக் காய்ந்துபோயிருந்தன; குதிரைகளோ களைப்பால் சோர்ந்துபோய்விட்டன; குதிரைப் படையின் மூர்க்காவேசம் தணிந்துபோய் விட்டது; எதிரிகளால் தமது காலாட்படைகளையும் மேற்கொண்டு செலுத்துவது சிரம சாத்தியமாக இருந்தது. எனவே, அன்றைய போர் முடிவுக்குவந்தது; வெடிச் சப்தங்கள் கொஞ்சம்கொஞ்சமாக நின்றன; சமவெளியில் காயப்பட்டுக் கிடப்பவர்களை மருத்துவப் பணியாளர்கள் ஊர்ந்துவந்து தூக்குப் படுக்கையில் எடுத்துக்கொண்டு சென்றார்கள்.

தண்ணீர்ப் பீப்பாய்களும், ரொட்டிகளும், தர்ப்பூசணிப் பழங்களும் நிறைந்த வண்டிகள் பீரங்கிப் படைகளுக்கும், பதுங்குக்குழிகளுக்கும் வந்துசேர்ந்தன. அந்த வண்டிகள் திரும்பிப் போகும்போது காயப்பட்டவர்களைச் சுமந்து கொண்டு சென்றன. பத்தாவது ராணுவத்தின் எல்லாப் பிரிவுகளிலும் ஏற்பட்ட சேதங்கள் ஏராளம். மேலும் அன்றைய போரில் பங்கெடுப்பதற்காக, எல்லா ரிசர்வ் பட்டாளங்களும் வந்து சேர்ந்துவிட்டன. இனியும் நகரிலிருந்து புதிய பட்டாளங்களை எதிர்பார்ப்பதற்கு வழியில்லை.

வரபோனவோ ரயில்வே ஸ்டேஷனுக்கு அருகில் நின்றுகொண்டிருந்த முதல்வகுப்புப் பெட்டியை நோக்கி, ராணுவத் தளபதி தமது குதிரையைத் தட்டிவிட்டார். அவர் குதிரையிலிருந்து மெதுவாக இறங்கினார். தம்மைக் காணவந்த இருவரையும் அவர் பார்த்தார். அவர்களில் ஒருவர், ராணுவத்தின் பீரங்கிப் படைத் தளபதி. அவர் நெடிய உயரமும், சிவந்த கன்னமும் தாடியும் கொண்டவராகத் தோன்றினார். தெலேகினின் பீரங்கிப் படைக்கருகிலே பதுங்குக் குழிகள் வெட்டிய அறிவாளிகளோடு பேசிய அதே மனிதர்தான் அவர். மற்றொருவர், அலாபியெவ். கவச ரயில்களின் தளபதி அவர். ஏதோ ஒரு தடை அரணிலிருந்து பெரும் பரபரப்படைந்து முகமெல்லாம் சிவக்கத் திரும்பிவந்த மாணவர்போல் தோன்றினார் அவர். அவர்கள் இருவரும் ராணுவத் தளபதியைப் புன்னகையோடு பார்த்தார்கள். போர் முனையிலிருந்து அவர் உயிரோடு திரும்பிவந்து சேர்ந்ததைக் கண்டு அவர்கள் இருவருக்கும் பெருமகிழ்ச்சி. ஏனெனில் அன்று நடந்த போரில், நேரடியான கைகலப்பின்போது, ராணுவத் தளபதியே அதில் பங்கெடுத்து, பலரைத் தமது துப்பாக்கிச் சனியனால் குத்தி வீழ்த்தியிருந்தார். அவரது கோட்டில் மட்டும் ஒரு துப்பாக்கிக் குண்டுத் துளை தென்பட்டது. அவரது தோளிலே தொங்கிய துப்பாக்கியின் மட்டை உடைந்து நொறுங்கிப்போயிருந்தது.

ராணுவத் தளபதி ரயிலின் சாப்பாட்டு வண்டிக்குள் ஏறி, குடிப்பதற்குத் தண்ணீர் கேட்டார். அவர் பல குவளைத் தண்ணீரைக் குடித்து முடித்ததும், ஒரு சிகரெட்டு கேட்டு வாங்கினார். சிகரெட்டை நாலைந்து இழுப்பு இழுத்தார். அதற்குள் அவரது சிவந்து கனன்று போயிருந்த கண்களில் பார்வை மங்கியதால், சிகரெட்டை மேஜை முனையில் வைத்துவிட்டு குறிப்புகள் அடங்கிய காகிதங்களை தம்மருகே நகர்த்தி அவற்றைப் பார்வையிடத் தொடங்கினார். ஆம். சேதம் அதிகம்தான், படுசேதம்தான் நேர்ந்திருக்கிறது. நாளைய போருக்குப் போதுமான தளவாடங்களே இல்லை. நம்பிக்கை தராத அளவுக்குக் குறைவு. பின்னர் அவர் ஒரு தேசப் படத்தை மேஜைமீது விரித்தார். அவர்கள் மூவருமே அதைக் குனிந்து நோக்கினார்கள். ராணுவத் தளபதி ஒரு பென்சில் முனையால் போர்முனையின் எல்லைக் கோட்டை மெதுவாகக் காட்டிக்கொண்டே போனார். ஒன்றிரண்டு சின்னஞ்சிறிய, முக்கியத்துவமற்ற பகுதிகளில் அந்தப் போரணியில் உடைப்புகள் ஏற்பட்டிருந்தன. சரேப்தாவுக்கருகே வெகுதொலைவுக்குக் கூட வெள்ளைப் படைகள் வந்திருந்தன. ஆனால், முந்தைய நாளன்று விவசாயப் படைகளின் சரணாகதியால் உடைப்பு ஏற்பட்டுவிட்டிருந்த இடத்தில் மட்டும், போர்முனையின் எல்லை த்ஸாரீத்ஸினை நோக்கி உட்குவிந்து போய்விட்டது. தளபதியின் பென்சில் இன்னும் மெதுவாக நகன்றது. “நல்லது. நாம் மீண்டும் ஒருமுறை பரிசீலித்துவிடுவோம்” என்றார் அவர். குறிப்புகள் எல்லாம் துல்லியமாகத்தான் இருந்தன. அவரது பென்சில் த்ஸாரீத்ஸினுக்கு நான்கு மைல் தொலைவிலுள்ள ஒரு கடவு இடுக்கின் அருகில் நின்றது; பின்னர் அது சட்டென்று மேற்குத் திசை நோக்கித் திரும்பியது. அந்த இடத்தில் போர்முனையின் எல்லையில் ஒரு பெரும்பள்ளம் விழுந்து விட்டது என்பது புலப்பட்டது. தளபதி பென்சிலை தேசப்படத்தின் மீது எறிந்துவிட்டு, அந்தப் பள்ளத்தின் மீது தமது உள்ளங்கை ஓரத்தால் ஓங்கி அறைந்தார்.

“இதுதான் எல்லாவற்றையும் தீர்மானிக்கப் போகிறது.”

பீரங்கிப் படைத் தளபதி தமது புருவங்களைச் சுழித்துக் கொண்டு, வேறு எங்கோ பார்த்தவாறு தீர்மானமாகச் சொன்னார்:

"இரவிலேயே எனக்குப் போதிய வெடிகுண்டுகள் கிடைத்துவிடுமானால், அந்தப் பள்ளத்தை நான் நிரப்பி விடுகிறேன்."

கவச ரயில்களின் தளபதி குறிப்பிட்டார்:

"துருப்புகளின் உற்சாகம் குறையவில்லை. அவர்களுக்குச் சிறிது உணவும் தூக்கமும் மட்டும் கிட்டிவிட்டால், அவர்கள் நிச்சயம் தாக்குப்பிடித்து நின்றுவிடுவார்கள்."

"தாக்குப் பிடித்தால் மட்டும் போதாது" என்றார் ராணுவத் தளபதி. அவர்களை நாம் நொறுக்கியே தீரவேண்டும். ஆனால், போர்முனையின் எல்லையணியோ அதற்கு லாயக்கற்ற நிலைமையில் இருக்கிறது. சரி. இஞ்சினை மாட்டியாயிற்றா? நல்லது. நான் புறப்படுகிறேன்." அவர் மேலும் ஒரு நிமிஷம் அங்கேயே களைப்பினால் சோர்ந்து போய் உட்கார்ந்திருந்தார். பின்னர் தம் இருக்கையை விட்டெழுந்து, அந்தத் தோழர்களின் தோள்மீது கைகளைப் போட்டவாறு சொன்னார்:

"அதிர்ஷ்டம் உண்டாகட்டும்."

பீரங்கிப் படைத் தளபதியும், கவச ரயிலின் தளபதியும் இலக்கு நோக்கும் தளத்துக்கு வந்தார்கள். அந்தத் தளம் ரயில் நிலையத்தைச் சேர்ந்த ஒரு தண்ணீர் டாங்கியின் உச்சிமேல் இருந்தது. அன்று முழுவதும் அதனைக் குறிவைத்து ஆகாயத்திலிருந்தும் பூமியிலிருந்தும் ஏராளமான குண்டுகள் வீசப்பட்டன. அதன் உச்சிக்கு இருவரும் ஏறிச் சென்றார்கள். அங்கு பல்வேறு தொலைபேசிகள் அமைக்கப்பட்டிருந்தன. மேலும் அவர்களுக்கான இரவு உணவும் அங்கு ஏற்கெனவே அனுப்பப்பட்டு இருந்தது. இரண்டு பேருக்கும் சேர்த்து, இரண்டு துண்டு உலர்ந்துபோன ரொட்டிகளும், நன்றாகப் பழுக்காத தர்ப்பூசணிப் பழம் பாதியும் இருந்தன. ராணுவ பீரங்கிப்

படைத்தளபதியோ குதூகலமிக்க வாட்டசாட்டமான ஆசாமி. கால் வயிற்றுக்குக்கூடக் காணாத அந்த உணவின் அளவைப் பார்த்ததும் அவரது மனம் வேதனைப்பட்டது.

“இதையா தர்ப்பூசணிப் பழம் என்பது?” என்று அங்கிருந்த செங்கல் சுவரிலிருந்த ஓட்டைக்கு எதிராக நின்றவாறே அவர் சலித்துக் கொண்டார். “தர்ப்பூசணிப் பழத்தைக் கத்தியால் வெட்டிச் சாப்பிடுவது என்றால், அதில் புண்ணியமே இல்லை. நல்ல தர்ப்பூசணிப் பழம் என்றால், கையால் அமுக்கியவுடனேயே வெடித்துவிட வேண்டும்.” அவர் அந்தப் பழத்தின் விதைகளைத் துப்பிவிட்டு, தமது கண்களை நெரித்து, கீழே தெரிந்த சமவெளியைப் பார்த்தார். அந்திநேரக் கருக்கல் ஒளியில் அந்தச் சமவெளி பலமைல் தூரத்துக்குத் தெரிந்தது. “இந்த நேரத்திலே ஒருசட்டி நிறைய போண்டாக்களைத் தின்றால்தான் என் வயிறு நிறையும்! சரி, வசீலி, நீ என்ன நினைக்கிறாய்? இன்றிரவே நமக்குப் பின்வாங்க வேண்டும் என்று உத்தரவு வருவதற்கான அறிகுறிகள் இருக்கின்றனவல்லவா?”

“பின்வாங்குவதா? வளையமிட்டுத் திரியும் நமது ரயில் வேயை விட்டுவிட்டா? உங்களுக்கென்ன பைத்தியமா?”

“எதிரியை மட்டும் போரணிக்கு உள்ளே புகுந்துவர விட்டுவிட்டாயே. அதுமட்டும் பைத்தியக்காரத்தனம் இல்லையோ? உனது கவச ரயில்கள் அப்போது என்ன செய்துகொண்டிருந்தன?”

அவர் இவ்வாறு பேசிக்கொண்டே, தமது கையை உயர்த்தி, இரண்டு விரல்களின் இடுக்குவழியாகவும், அல்லது தாம் நீட்டியிருந்த கையில் ஒரு தீப்பெட்டியைப் பிடித்துக்கொண்டும் இலக்குகளுக்கான தொலைவையும் கோணத்தையும் பரிசீலித்தார். ஐம்பது அடிக்கு முன் பின்னாகத்தான் அவரது பரிசீலனையில் கூடியபட்சத் தவறு இருக்க முடியும்.

“ஆனால், அவர்களது காலாட்படையைத் தொடர்ந்து போர்க்கள இஞ்சினீயர்கள் நமது ரயில் பாதையை பத்துப் பன்னிரண்டு இடங்களில் தகர்த்தெறிந்து விட்டார்களே!”

"என்ன இருந்தாலும் போர்முனையில் இப்படி ஒரு பள்ளம் விழுந்திருக்க விட்டிருக்கக் கூடாது" என்றார் பீரங்கித் தளபதி. "அது சரி. அதோ பார்த்தாயா? உன் கண்ணுக்கு ஏதாவது புலப்படுகிறதா?"

பழுப்புநிறமாகப் பரந்துகிடந்த அந்த வெட்டவெளிப் பள்ளத்தாக்கின் மேற்திசையில், ஆளரவமற்று அமைதியோடு தோன்றிய அந்த வெம்பரப்பில், சர்வ ஜாக்கிரதையான ஏதோ ஓர் அசைவு தோன்றியது. மிகவும் கூர்மையான, பழக்கப்பட்ட கண்களுக்குத்தான் அத்தகைய இயக்கத்தைக் கண்டுகொள்ள முடியும். மேடும்பள்ளமுமாக இருந்த அந்தப் பரப்பில், ஆயிரக் கணக்கான எறும்புப் புற்றுக்கள்போல் தோன்றிய மண்மேடுகளில், அந்திநேரத்தின் நீண்ட நிழல்கள் விழுந்தபோதிலும், அந்த நிழல்களில் சில மெதுவாக அசைந்து முன்னேறி வருவதுபோலத் தோன்றியது.

"மாற்றுத் துருப்புகள் வருகின்றன" என்றார் பீரங்கிப் படைத் தளபதி. "அவை ஊர்ந்து வருவதைப் பார்த்தீர்களா? தொலைநோக்கியை எடு. அதோ பார்த்தாயா, அவர்களது தோள்பட்டைச் சின்னங்கள் பளபளப்பதை?"

"ஆமாம். எல்லாம் அதிகாரிகளின் சின்னங்கள்தான்."

"வாஸ்தவம். அதிகாரிகளின் தோள் சின்னங்கள்தான் பளபளக்கின்றன. அடக் கடவுளே! பார், அவர்கள் சிலந்திப் பூச்சிகள்போல் ஊர்ந்து வருகிறார்கள். எவ்வளவு அதிகாரிகளின் சின்னங்கள். அதிகாரிகளைத் தவிர, வேறு யாருமே இல்லை."

"ஆமாம். விசித்திரமாகத்தான் இருக்கிறது."

"இந்த மாதிரி ஒன்றை எதிர்பார்த்திருக்குமாறு நேற்றைக்கு முந்தைய நாளே ஸ்டாலின் நம்மை எச்சரித்திருந்தார். ஒருவேளை, அது இதுதானோ என்னவோ?"

அலாபியெவ் பீரங்கித் தளபதியைப் பார்த்தார்; பின்னர் தமது தொப்பியைக் கழற்றிவிட்டு, வியர்வையால் பிசுக்குப்

பிடித்திருந்த தலையைச் சொரிந்து கொடுத்துக் கொண்டார். அவரது சாம்பல் நிறக் கண்களிலே குடிகொண்டிருந்த ஒளி மங்கிவிட்டது. அவர் தலையைத் தாழ்த்தினார்.

"ஆம்" என்று அவர் முணுமுணுக்கத் தொடங்கினார். "இன்று அவர்கள், போரை வெகுசீக்கிரத்தில் முடித்து விட்டதன் அர்த்தம் எனக்கு இப்போதுதான் புரிகிறது. எதிர்பார்த்திருக்க வேண்டிய விஷயம்தான். என்றாலும் இனி மிகவும் சிரமமாகத்தான் இருக்கப்போகிறது."

அவர் அவசர அவசரமாக, தொலைபேசிக்கு அருகில் கிடந்த நாற்காலியில் உட்கார்ந்தார்; போனில் பல நிலையங்களைக் கூப்பிட்டுப் பேசினார். பிறகு தொப்பியைத் தலையின்மீது வைத்துக்கொண்டு, சுழன்று செல்லும் படிக்கட்டுகளின் வழியாகத் தலைதெறிக்க இறங்கினார்.

பீரங்கிப் படைத்தளபதி சூரியன் பூரணமாக மறைந்து இருள்சூழும் வரையிலும், சமவெளியையே பார்த்துக் கொண்டு நின்றார். பின்னர் அவர் ராணுவக் கவுன்சிலுக்கு போன்செய்து, தெளிவாகவும், தணிவாகவும் சொன்னார்:

"தோழர் ஸ்டாலின்! கசாக்குக் காலாட்படையினருக்குப் பிரதியாக, அதிகாரிகள் படையின் மாற்றுத் துருப்புகள் வந்துகொண்டு இருக்கின்றன."

அவரது தகவலுக்குப் பதில் வந்தது: "எனக்குத் தெரியும். சீக்கிரமே உங்களுக்குத் தகவல் கிட்டும்."

உண்மையில், சீக்கிரத்திலேயே ஒரு மோட்டார்சைக்கிளின் கடகடத்த சத்தம்கேட்டது. தொடர்ந்து அந்தக் கிறீச்சிட்டு ஒலிக்கும் படிக்கட்டில், யாரோ ஏறிவரும் ஓசை கேட்டது. பின்னர் கன்னங்கரிய தோலுடுப்பு அணிந்த மனிதன், திட்டிவாசல் வழியாக மேலேவந்து சேர்ந்தான். பீரங்கிப் படைத்தளபதியே நல்ல உயரம் கொண்டவர்தான்; ஆனால், அந்த மனிதனோ அவரைக் காட்டிலும் உயரமாக இருந்தான்.

"பீரங்கிப் படைத்தளபதி எங்கே இருக்கிறார்?" என்று கேட்டான் வந்தவன்.

"நான்தான் பீரங்கிப் படைத்தளபதி" என்ற பதிலில் அந்த மோட்டார் சைக்கிள் ஆசாமிக்கு திருப்தி ஏற்படவில்லை; அவன் அவரது அத்தாட்சிப் பத்திரத்தைக் கோரினான்; ஒரு தீக்குச்சியைக் கிழித்து, அந்தத் தீக்குச்சி எரிந்து முடியும்வரையிலும், அதன் வெளிச்சத்தில் அவர் கொடுத்த பத்திரத்தைப் பார்த்தான். பின்னரும் அவன் பூரணத் திருப்தியும் சந்தேக நிவர்த்தியும் பெறாதவனாக, தான் கொண்டுவந்திருந்த கடிதத்தை அவரிடம் கொடுத்துவிட்டு, படிக்கட்டுகளின் வழியே தடதடவென்று இறங்கிச் சென்றான்.

அந்த உறையில் ஒரு சொரசொரப்பான ஒரு மஞ்சள் கால்காகிதத்தின் அரைத் துண்டு இருந்தது. அதில் ராணுவக் கவுன்சிலின் தலைவர் தம் கைப்படப் பின்வருமாறு எழுதியிருந்தார்:

பொழுது விடிவதற்கு முன்னால், வரபோனவோ – சதோவயா வட்டாரத்திலுள்ள நான்கு மைல் எல்லையிலும் உங்கள் வசமுள்ள சகல ('சகல' என்ற வார்த்தைக்குக் கீழே அடிக்கோடு இடப்பட்டிருந்தது) பீரங்கிகளையும், தளவாடங்களையும் கொண்டுபோய்க் குவித்துவிட வேண்டும். இவ்வாறு கொண்டுபோகும் விஷயம் எதிரிகளுக்கு எந்தவிதத்திலும் தெரிந்துவிடாமல் இருப்பதற்கான எல்லா முயற்சிகளும் மேற்கொள்ளப்பட வேண்டும்."

இந்தப் பயங்கரமான, சற்றும் எதிர்பார்க்காத உத்தரவை பீரங்கிப்படைத் தளபதி திரும்பத்திரும்பப் படித்துப் பார்த்தார். அந்த உத்தரவில் குறிப்பிட்டுள்ளபடி நடப்பதென்பது மிகவும் பேராபத்தான விளைவுகளை ஏற்படுத்தக் கூடும்; மேலும் மிகக் கஷ்டமான வேலையும் கூட. அந்த உத்தரவின்படி நடப்பதெனில், எதிரிகளால் உடைக்கப்பெற்று பள்ளம் பறிக்கப்பட்டுப்போன அந்தச் சின்னஞ்சிறிய போர்முனைப் பகுதியில், இருபத்தி

ஏழு பீரங்கிப் படைகளையும், அதாவது, இருநூறு பீரங்கிகளையும் ஒன்றுபோல் கொண்டு குவித்து ஒருமுகப்படுத்த வேண்டும். இவ்வளவும் செய்த பிற்பாடு, எதிரிகள் அந்த இடத்தைமட்டும் தாக்காது விடுத்து, அதற்கு இடப்புறத்திலோ வலப் புறத்திலோ சிறிது தொலைவுக்குப் தள்ளிப் பாய்ந்து விட்டாலோ, அதன விளைவு மிகவும் பயங்கரமானதாக ஆகிவிடும். அதிலும் அவ்வாறு பக்கவாட்டுகளில் திரும்பி, சரேப்தாவுக்கும் கும்ராக்குக்கும் எதிரிகள் ஊடுருவிவிட்டால்? செஞ்சேனையை அவர்கள் சூழ்ந்து கொண்டு, சர்வநாசம் செய்துவிடுவார்கள்!

இதனால் பீரங்கித்தளபதி மிகவும் மனக்கலக்கம் அடைந்தார். அவர் டெலிபோன்களுக்கு முன்னால் அமர்ந்து, ஒவ்வொரு படைவரிசையின் தளபதிகளையும் போனில் அழைத்துப் பேசினார்; அவர்கள் எங்கே போக வேண்டும், எந்தெந்த வழியாகச் செல்ல வேண்டும், ஆயிரக் கணக்கான மனிதர்களும், குதிரைகளும், வண்டிகளும், கூடாரங்களும் மற்றும் பல்வேறு பொருள்களையும் கொண்ட அவர்களது முகாம்களை, எப்படியெப்படி அப்புறப்படுத்த வேண்டும் என்பதையெல்லாம் எடுத்துச் சொன்னார். அவற்றை எல்லாம் ஒன்றுகூட்டி, வண்டிகளில் ஏற்றி, அங்கிருந்து அனுப்பி, வேறிடத்திற்கு மாற்றி பின்னர் இறக்கி, அவற்றை உரிய இடங்களில் மீண்டும் நிறுவ வேண்டும்; பீரங்கிகளையும் கொண்டு போய், குழிதோண்டி அவற்றுள் நிறுத்தவேண்டும்; தொலைபேசிக் கம்பிகளை வேறு புதிதாகக் கட்டியாக வேண்டும். இவையனைத்தையும் பொழுதுவிடிவதற்கு முன்னேயுள்ள சிலமணி நேர அவகாசத்தில் திட்ட வட்டமாக நிறைவேற்றியாக வேண்டும்.

அவர் தொலைபேசிகளைவிட்டு நீங்காமலே, தமக்கு ஒரு விளக்கைக் கொண்டுவருமாறு கீழ்நோக்கிச் சத்தமிட்டார்; அத்துடன் செய்தி கொண்டுசெல்லும் அஞ்சல்வீரர்கள் அத்தனை பேரும் தத்தம் குதிரைகளோடு தயாராக இருக்கும்படி உத்தரவிட்டார். பின்னர், அவர் தமது கம்பளிச் சட்டையின் காலர் பொத்தான்களைக்

கழற்றி விட்டுவிட்டு, மொட்டையடிக்கப் பெற்ற தமது தலையைத் தடவிக் கொடுத்தவாறே சட்டுச் சட்டென்று உத்தரவுகளைச் சுருக்கமாகச் சொல்லி எழுதவைத்தார். அஞ்சல்வீரர்கள் அந்த உத்தரவுகளை வாங்கிக்கொண்டு, படிக்கட்டுக்களின் வழியாக வேகமாக இறங்கி, தமது குதிரைகளின்மீது பாய்ந்தேறி, இருளில் பாய்ந்தோடி மறைந்தார்கள். பீரங்கித்தளபதி தந்திரமாகவும் நடந்து கொண்டார். அதாவது பீரங்கிகளையெல்லாம் கொண்டு சென்றபின்பு, அந்தப் பீரங்கிகள் இருந்த இடத்துக்கருகில் கணப்புத் தீ அதிகமாக இல்லாமல் சாதாரண அளவுக்கு ஆங்காங்கே மூட்டிவிட்டுச் செல்ல உத்தரவிட்டார்; அந்த தீயைக் காணும் எதிரிகள், செஞ்சேனையினர்தான் ஆங்காங்கே வெறுங்கால்களை நீட்டி குளிர்காய்ந்து கொண்டிருக்கிறார்கள் என்று நினைத்துக்கொள்ள வேண்டும் என்பது அவரது திட்டம்.

அவர் தமக்கு வந்த உத்தரவைத் திரும்பவும் படித்துப் பார்த்தார். என்றாலும் இரண்டு பக்கங்களையும் நிர்மானுஷ்யமாக, எந்தவிதமான பாதுகாப்புமின்றி விட்டுவிட அவர் விரும்பவில்லை. எனவே அவர் சரேப்தாவிலும், கும்ராக்கிலும் குறைந்தபட்சம் முப்பது பீரங்கிகளையாவது விட்டுவிட்டுத்தான் செல்ல வேண்டும் என்று முடிவுசெய்தார். படைவரிசைத் தளபதிகள் அனைவரும், வண்டிகளும் குதிரைகளும் பூட்டப்பட்டு நிற்கின்றனவென்றும், வெடிகுண்டுகளும், மருத்துவப் பொருள்களும் வண்டிகளில் ஏற்றப்பட்டாயிற்று என்றும், ஆங்காங்கே கணப்பு நெருப்புகளும் உத்தரவின் படி மூட்டியாகிவிட்டது என்றும் தெரிவித்தார்கள். உடனே பீரங்கித்தளபதி ஸ்பிரிட்டும் பெட்ரோலும் கலந்து ஊற்றப்பட்டு, அந்தச் சக்தியினால் ஓடும் ஒரு பழைய மோட்டார் காரில் ஏறிக்கொண்டார்; பழைய காலத்து நாடோடிகளின் காட்டுவண்டி மாதிரி கடகடத்துக் குலுங்கியோடும் அந்தக் காரை, அவர் த்ஸாரீத்ஸினிலுள்ள தலைமைக் காரியாலயத்தை நோக்கி ஓட்டிச் சென்றார்.

இருண்ட ஆளரவமற்ற அந்த நகரத்தின் தெருக்கள்

வழியாகத் தமது லொடலொடக்கும் காரை ஓட்டிக் கொண்டு, அங்குள்ள பழைய வியாபாரிகளின் மாளிகையின்முன் காரை நிறுத்தினார்; அந்தக் கட்டடத்தின் இரண்டாவது மாடியை நோக்கி, விளக்குகள் ஏற்றப்படாது இருண்டுகிடந்த படிகளின் வழியாக ஓடினார்; பின்னர் ஓக் மரப் பலகைகளாலான முகடும், வளைந்த ஜன்னல்களும் கொண்ட ஒரு பெரிய அறைக்குள்ளே பிரவேசித்தார். அங்கு இரண்டு மெழுகுவத்திகள் மட்டுமே எரிந்து கொண்டிருந்தன. ஒன்று நீண்ட மேஜைமீது நின்றது. அந்த மேஜையில் தஸ்தாவேஜுகள் குவிந்துகிடந்தன. சுவரில் தொங்கவிடப்பட்டிருந்த பெரிய பூகோள வரைபடத்தின் முன்னால் இன்னொரு மெழுகுவத்தி விளக்கை உயரத் தூக்கிப்பிடித்துக் கொண்டிருந்தார் ராணுவத்தளபதி. ராணுவக் கவுன்சிலின் தலைவரோ அவருக்கருகில் நின்று மறுநாள் போருக்கான ஆயத்தங்களில் துருப்புகள் எங்கெங்கு நிறுத்தப்பட வேண்டும் என்பதை ஒரு வர்ணப் பென்சிலால் குறித்துக் காட்டிக் கொண்டிருந்தார்.

அந்த அறையில் நண்பர்களும், மூத்த தோழர்களுமான அந்த இருவரையும் தவிர, வேறு யாரும் இல்லாவிட்டாலும் கூட, பீரங்கித்தளபதி ராணுவநடை நடந்துசென்று நின்று, சலாமிட்டார்; பின்னர் தமக்குக் கிடைத்த உத்தரவை பூர்வாங்கமாக நிறைவேற்றிவிட்டதாகத் தெரிவித்தார். ராணுவத்தளபதி மெழுகுவத்தியைக் கீழே இறக்கிவிட்டு, பீரங்கித் தளபதியிடம் திரும்பினார். ராணுவக் கவுன்சிலின் தலைவர் வரைபடத்திலிருந்து விலகி, மேஜைமுன் வந்து அமர்ந்தார்.

“விடிவதற்கு முன் இருபது பீரங்கிப் படைகள் மத்தியப் பகுதிக்குப் போய்ச் சேர்ந்துவிடும். பக்கவாட்டில் சரேப்தாவிலும், கும்ராக்கிலும் நான் ஏழு பீரங்கிப் படைகளை நிறுத்திவைத்திருக்கிறேன்” என்று சொன்னார் பீரங்கித் தளபதி. தமது புகைக் குழாயைப் பற்றவைத்துக் கொண்டிருந்த ராணுவக் கவுன்சிலின் தலைவர், முகத்தில் வந்து மண்டிய புகையைக் கையால் விலக்கிவிட்டுப் பேச முனைந்தார்; அவரது குரலில் அமைதி தென்பட்டாலும்,

அதிலே ஒரு கண்டிப்புத் தொனித்தது.

"பக்கவாட்டிலா? சரேப்தாவுக்கும் கும்ராக்குவுக்கும் என்ன சம்பந்தம்? உத்தரவில் பக்கவாட்டுக்களைப் பற்றி எதுவும் குறிப்பிடவில்லையே. நீங்கள் உத்தரவைத் தவறாகப் புரிந்துகொண்டிருக்கிறீர்கள்."

"இல்லவேயில்லை. நான் சரியாகத்தான் புரிந்து கொண்டிருக்கிறேன்."

"உத்தரவில் தெளிவாகத்தான் எழுதப்பட்டிருக்கிறது" *(அவரது கீழ்க் கண்ணிமைகள் நடுங்கின, கண்கள் நெரிந்தன).* "சகல பீரங்கிகளையும் - அதாவது ஒன்றைக்கூடவிடாமல் எல்லாப் பீரங்கிகளையும் மத்தியப் பகுதிக்குக் கொண்டுசெல்ல வேண்டும் என்றுதான் உத்தரவில் கூறப்பட்டிருக்கிறது."

பீரங்கித்தளபதி, ராணுவத்தளபதியைப் பார்த்தார்; ஆனால் அவரது கண்களிலும்கூட, ஒரு கண்டிப்பும் எச்சரிக்கையும்தான் பிரதிபலித்தன.

பீரங்கித்தளபதி உத்வேகத்தோடு பேச முனைந்தார்; "தோழர்களே! இந்த உத்தரவு வாழ்வா சாவா என்பதற்கான பணயமல்லவா?"

"ஆமாம். அப்படித்தான்" என்றார் ராணுவக் கவுன்சில் தலைவர்.

"அப்படித்தான்" என்று அதையே எதிரொலித்தார் ராணுவத்தளபதி

"நமது பக்கவாட்டு அணிகளையெல்லாம் பாதுகாப்பின்றி விட்டுவிட்டு, நமது சகலசக்திகளையும் மத்தியப் பகுதியில் மட்டும் குவிப்பதால் லாபமென்ன? மத்தியப் பகுதி ஒன்றைமட்டுமே தாக்கி, அணியை உடைக்க முயல்வார்கள் எதிரிகள் என்பதற்கு என்ன உத்தரவாதம் இருக்கிறது? அவர்கள் வேறு ஏதாவதொரு இடத்தில் மோத முனைந்துவிட்டால்? காலாட்படைகள் மட்டும் அவர்களைத் தடுத்து நிறுத்திவிட முடியாது. இன்றைய

போரினால் அவர்கள் எல்லாம் மிகவும் அலுத்துக் களைத்துப் போயிருக்கிறார்கள். பீரங்கிப் படைகளை மீண்டும் வெவ்வேறு இடங்களுக்கு மாற்றுவதென்பதும் அப்போது அசாத்தியமாகி விடும். அதையெண்ணித்தான் நான் அஞ்சுகிறேன். கவச ரயில்கள் நமக்கு இனியும் உதவ முடியாது. நாம் காலாட்படைகளையும் இரவோடு இரவாகவே ரயிலிலிருந்து வாபஸ் பெற்றாக வேண்டியிருக்கிறது. எனவேதான் நான் அஞ்சுகிறேன்."

"நீங்கள் எதைக் கண்டும் அஞ்சக்கூடாது!" என்று விரலால் மேசையை ஒருமுறைக்கு இருமுறை தட்டியபடி, ராணுவக் கவுன்சிலின் தலைவர், "ஆம். அஞ்சக்கூடாது, எந்த விதமான தயக்கமும் கூடாது! வெள்ளை ராணுவத்தார் நாளைய போரில் தனது சகலசக்திகளையும் நமது மத்தியப் பகுதியின்மீது பிரயேகிக்கமாட்டார்கள் என்று உண்மையிலே உங்களுக்குத் தெரியவில்லையா? நேற்றைய ராணுவ நடவடிக்கைகளின் சகலவிதமான போக்குகளும் அவர்கள் அவ்வாறு தாக்கமுனைவது தவிர்க்க முடியாதது என்றுதானே சுட்டிக்காட்டுகிறது. சரேப்தாவில் அவர்கள் அடைந்த பெருந்தோல்வியை எண்ணிப் பாருங்கள். மீண்டும் ஒருமுறை அங்கே தாக்கத் துணிய மாட்டார்கள். ஏனெனில், அவர்களது ஐந்தாம் அணியின் பின்னணியில் புதியோனியின் பட்டாளம் சென்றிருக்கிறது என்பதையும் அவர்கள் நன்கறிவார்கள். மேலும் மத்தியப் பகுதியில் அவர்கள் நேற்றடைந்த வெற்றியையும், நமது போரணியை உடைத்து அதிலே பள்ளம் பறித்துவிட்டதையும் நாம் கவனிக்க வேண்டும். மேலும் வரபோனவோ - சதோவயா பாதையிலுள்ள கடவுகளையும், அதன்மூலம் த்ஸாரீத்ஸினுக்குக் குறுக்குப் பாதையிலே வந்துசேர முடியும் என்ற சௌகரிய சாதகத்தையும் அவர்கள் எண்ணிப் பார்க்கத்தான் செய்வார்கள். கசாக்குகளுக்குப் பதிலாக அதிகாரிகளைக் கொண்ட மாற்றுப் படை வந்திருப்பதாக நீங்கள்தான் சொன்னீர்கள். அதிலிருந்தே நீங்கள் முடிவுகளை வரையறுத்து விடலாம். ஓர் அதிகாரிகளின் பிரிகேடு என்று சொன்னால், பன்னிரண்டாயிரம் சேவா சேனைப்

பேர்வழிகளைக் கொண்டது; அதிலும் அத்தனை பேரும் போரனுபவம் பெற்ற அதிகாரிகள். அத்தகைய துருப்புகளைக் கொண்டுவந்து வெறுமனே ஆர்ப்பாட்டம் செய்துவிட்டுப் போக மாமன்தவ் விரும்பமாட்டான். எனவே, அவர்களது தாக்குதல் மத்தியப் பகுதியின் மீதுதான் தொடங்கப்படும் என்ற முடிவுக்கு வருவதற்கு நமக்கு எல்லா அடிப்படைகளும் இருக்கின்றன."

"மாலையில் கிடைத்த தகவல்களும் இந்த முடிவுக்கே அனுசரணையாகவுள்ளன' என்றார் ராணுவத்தளபதி. "வெள்ளை ராணுவத்தார் தென்முனையிலிருந்தும் வடக்குமுனையிலிருந்தும் பதினான்கு அல்லது பதினைந்து படைப்பிரிவுகளை வாபஸ் பெற்று விட்டதாகவும், அவர்களை ஸ்டெப்பி வெளியின் வழியாக நடத்திவருவதாகவும் நமக்குத் தகவல்கள் வந்துள்ளன. அதிகாரிகள் பிரிகேடு போக அது வேறு வருகிறது."

ராணுவக் கவுன்சில் தலைவர் மீண்டும் சொன்னார்: "இப்படிப் பார்த்தால் எதிரி நமக்குச் சாதகமான வாய்ப்பையே உருவாக்கித் தருகிறான். இத்தகைய சந்தர்ப்பத்தில் நாம் மட்டும் தைரியமாகவும் உறுதியாகவும் நின்று போராடினால், அவனது பிரதானமான சக்திகள் அனைத்தையும் அவனே கொண்டுவந்து நம்மிடம் காவு கொடுத்துவிட்டுப் போவான். எனவே, நாளைக்குத் தாக்குதலை முறியடிப்பது மட்டும் நமது வேலையாக இருக்கக் கூடாது. தோன் ராணுவத்தின் முதுகெலும்பையே நாம் முறித்தாக வேண்டும்."

பீரங்கித்தளபதியின் முகத்தில் பரந்த புன்னகை தோன்றியது; அவர் கீழே அமர்ந்து, தமது முழங்காலை முஷ்டியால் குத்திக் கொண்டார்.

"அபாரமான முடிவுதான். அருமையான திட்டம்தான்!" என்றார் அவர். "நல்லது. இனி நான் சொல்வதற்கு எதுவுமில்லை. அவர்கள் வரட்டும். அவர்களுக்கு நான் கொடுக்கிற மகத்தான வரவேற்பில், பயல்கள் வெறிபிடித்த நாய்மாதிரி தோன் நதியை நோக்கித் தலைதெறிக்க

ஓடத்தான் போகிறார்கள்."

ராணுவக் கவுன்சில் தலைவர் மீண்டும் அந்த இரண்டு மைல் பூகோள வரைப்படத்தினருகே சென்று, மெழுகுவத் தியை ஏந்திப் பிடித்தார். பீரங்கித் தலைவர் தமது பீரங்கிப் படைகளை எப்படியெப்படி ஒன்றொடொன்று நெருங்கிய நிலையில், எத்தனை வரிசையாக நிறுத்த உத்தேசித்திருக்கிறார் என்பதை எல்லாம் எடுத்துக் கூறினார்.

"பீரங்கிகளைக் குழிகளில் நிறுத்தாதே" என்றார் ராணுவத்தளபதி. "வெட்டவெளியிலுள்ள மேடுகளின் மீதே அவற்றை நிறுத்து. நாம் நமது காலாட்படை அணிகளைப் பீரங்கிப் படைகளுக்குச் சமீபத்தில் கொண்டுவந்து விடுவோம். போய் உடனே இந்த விவரத்தைத் தளபதிகளுக்கெல்லாம் தெரிவித்துவிடு."

சிலநிமிஷ நேரத்தில் முப்பதுமைல் அகலமுள்ள அந்தப் போர்முனையில் அரவமற்ற எனினும் அதிதுரிதமான நடமாட்டங்கள் மேற்கொள்ளப்பட்டன. சமவெளியெங்கணும் நல்ல இருள்; நட்சத்திரங்கள் சிந்திக்கிடந்த வானமண்டலத்தில் மட்டும் பாற்பாதை நட்சத்திரக் கூட்டம் இலையுதிர் காலத்து இரவுகளில் எப்போதாவது பளபளப்பதைப்போல இப்போது மினுக்கொளி காட்டிக் கொண்டிருந்த அந்த இருட்டுச் சமவெளியில் பீரங்கி வண்டிகளையும் நெடுங்குழற் பீரங்கிகளையும் இழுத்துக்கொண்டு குதிரைகள் சமவெளியில் ஓடத் தொடங்கின. கனரகப் பீரங்களைப் பதினாறு குதிரைகள் மெல்லமெல்ல இழுத்துச் சென்றன. இரண்டுசக்கர வண்டிகளும், நான்குசக்கர வண்டிகளும் தலைதெறிக்கும் வேகத்தில் உருண்டோடின. காலாட்படைப் பிரிவினர் பலரும் எதிரிகளுக்குத் தமது நடமாட்டம் தெரிந்துவிடாமல் தத்தம் ஸ்தானங்களிலிருந்து பதனமாக இடம்பெயர்ந்து, புதிய சுருங்கிய தற்காப்பு எல்லையை அரைவட்ட வடிவில் இறுக்கினார்கள்.

சமவெளிப் பிரதேசத்தில் அடர்த்தியான வெள்ளைப்

பனித்துளிகளால் வெண்சாம்பல் நிறமாய்க் காட்சி தந்த சமவெளியில் கசாக்கு ராணுவத்தினரைத் துயிலெழுப்பும் ராணுவ எக்காளங்களின் ஒலி ஒலித்தது. வோல்காப் பிரதேசத்து ஸ்டெப்பி வெளியின்மீது சூரியன் உதயமாயிற்று. தூரதொலைவிலே பீரங்கிகள் முழங்கத் தொடங்கின. இயந்திரத் துப்பாக்கிகள் படபடத்துக் கதறின. செஞ்சேனைப் போர்முனையோ, மௌனமாக இருந்தது. சூரிய ஒளியால் விழுந்த நிழல்களில் அவர்கள் பம்மியிருந்தார்கள். எல்லாப் பீரங்கிப்படைகளுக்கும் சமிக்ஞையை எதிர்நோக்கிக் காத்திருக்கும்படி உத்தரவிடப்பட்டிருந்தது. வானமண்டலத்தில் நான்கு சிதர்வெடிகுண்டுகளை வெடிப்பதுதான் அந்தச் சமிக்ஞை.

வெள்ளை ராணுவம் அடிவான வளையத்திலிருந்து சூறாவளிக் குண்டுப் பிரயேகத்தைத் தொடங்கி, தனது தாக்குதலை ஆரம்பித்துவைத்தது. எல்லா ஜீவராசிகளும் சிறுசிறு மண்மேடுகளின் மறைவிலும், பள்ளங்களுக்குள்ளும் பதுங்கிப் பம்மி ஒடுங்கியிருந்தன. இடையிடையே பீரங்கியின் இடிமுழக்கத்தைத் தொடர்ந்து ஏதாவதொரு பலத்த கூப்பாடு கேட்டது; ஒரு வண்டிச் சக்கரமோ அல்லது புகைந்து எரியும் ஒரு ராணுவக் கோட்டோ, பூமியிலிருந்து வெடித்துக் கிளம்பும் மண்மாரியோடு வானில் பறந்துசென்று கீழே விழுந்தது. அத்தகைய பீரங்கி முழக்கத்தின் யுத்த பீடிகை சுமார் முக்கால் மணிநேரம் நீடித்தது. பின்னர் படுத்துக்கிடந்த மனிதர்களெல்லாம் தலைதூக்க முனைந்த பின்னர், சமவெளி முழுவதுமே துருப்புகள் மொய்த்துக்கொண்டு முன்னேறி வரத் தொடங்கின. அணியணியாக அதிகாரிகள் படைகள் வந்தன; அவர்கள் தங்கள் துப்பாக்கிச் சனியன்களை முன்னே நீட்டிப் பிடித்துக் கொண்டு, அவசரமில்லாமல் நிதானத்தோடு, நிமிர்ந்தாற்போல் வந்தார்கள். அவர்களுக்குப் பின்னால், அணிவகுப்பில் விட்டுவிட்டுப் படைப் பிரிவினர் வருவது போன்று, அதிகாரிகள் பட்டாளங்கள் பன்னிரண்டு அணிகளாகப் பிரிந்து முன்னேறிவந்தன. அவர்களது தலைக்குமேல் இரண்டு ராணுவப் படைப் பிரிவின் பதாகைகள்

காற்றிலே படபடத்துப் பறந்தன. கொட்டு முழக்கங்கள் துரித கதியில் படபடத்தன; ராணுவப் புல்லாங்குழல்கள் கீச்சுக் குரலில் ஓலமிட்டன. காலாட் படைகளுக்குப் பின்னால், எண்ணற்ற கசாக்குக் குதிரைப் படைகள் கரும் அலைவீச்சைப்போல் மேலும்கீழும் ஏறியிறங்கி அலைமோதி வந்தன.

"தெலேகின்! இதோ வருகிறார்கள், நமது வர்க்க விரோதிகள்! சரியான கடைந்தெடுத்த நபர்கள்!"

"நன்றாக உடை உடுத்தி, நல்ல பூட்சுகளை அணிந்து, உண்டு கொழுத்துவரும் பேர்வழிகள் இவர்கள்."

"அந்த அருமையான உடைகளையெல்லாம் கிழித்தெறிய வேண்டியிருக்கிறதே - என்ன பரிதாபம்!"

"தோழர்களே! கேலி போதும். நாம் மிகவும் உஷாராக இருக்கவேண்டிய தருணம் இது."

"தோழர் தெலேகின், எங்களது உற்சாகம் குறைந்து விடாமல் இருப்பதற்குத்தான் நாங்கள் கேலி பேசிக் கொள்கிறோம்."

எதிரிகளின் முன்னணி வரிசைகள் தமது நடைவேகத்தைத் துரிதப்படுத்தின. அவர்கள் கிட்டத்தட்ட ஐநூறு அடி தூரத்துக்குள் வந்துவிட்டார்கள். அவர்களது முகங்களும் கூடத் தெள்ளத்தெளிவாகத் தெரியத் தொடங்கிவிட்டன. அத்தகைய முகங்களை இனிமேலாவது எவரும் பார்க்காது போகவேண்டும்! குரோதவெறியினால் குழி விழுந்து மங்கிப்போன கண்கள், கன்னங்களின்மீது வற்றிச் சுருங்கி ஒட்டிப்போன தோல், கோஷமிட்டுக் கொண்டு துடித்து நடுங்கிப் பிதுங்கும் வாய்கள்.

அந்த உயரமான தண்ணீர் டாங்கியின் செங்கற் சுவரிலுள்ள ஓட்டை வழியாக, பீரங்கித் தளபதி வெளியே இடுப்புவரை நீட்டிப் பார்த்தார்; தொலைபேசி இயக்குநருக்குச் சமிக்ஞையைத் தெரிவிப்பதற்காகத் தமது கையை மட்டும் பின்புறமாக உயர்த்தி நீட்டிக் கொண்டிருந்தார்.

நான்கு சிதர் குண்டுகள்தான் சமிக்ஞை! அவர் மேலும் ஒரு நிமிஷம் காத்திருந்தார். வெள்ளை ராணுவத்தின் அணிகளும் வரிசைகளும் கொட்டு முழக்கமும், குழல் இசையும் முழங்க, தாளத்தோடு இசைந்து மேலும்மேலும் முன்னேறி வந்து கொண்டேயிருந்தன; அவர்கள், வட்ட ரயில்வே பாதையைக் கடந்து வரட்டும் என்று அவர் காத்து நின்றார். இன்னும் ஒரே நிமிஷம்தான். "பயல்கள் ஓடிவராமல் இருக்க வேண்டும்."

"படைக் கம்பெனித் தளபதித் தோழரே! இனியும் என்னால் பொறுத்துக் கொண்டிருக்க முடியாது! நான்."

"பதுங்குக் குழிக்குப் போய்விடு. நான் உன்னை."

"எனக்கு வாந்தி வருகிறது. கொஞ்சம் வெளியே போக."

"நான் உன்னைக் கொன்றுவிடுவேன்!" "தோழர் இவான் கொரா. அப்படிச் செய்துவிடாதீர்கள்! செய்து."

"உன் துப்பாக்கியைத் தூக்கு கையிலே!"

பீரங்கித் தளபதி தமக்குத்தாமே கம்மென்று பின்வருமாறு சொல்லிக்கொண்டார்: முன்னால் வருகிறவர்கள் அந்தக் கம்பம் வரையில் வந்துவிட்டால் போதும்." முன்னால் வந்த அணியில் இருந்தவர்கள் ஆடியசைந்து அணிகுலைந்து வளைந்துவந்தார்கள். பீரங்கித் தளபதி கண்களை நெரித்துக்கொண்டு, அந்தக் கம்பத்தைப் பார்த்தார். அந்தக் கம்பம் சாய்ந்துபோயிருந்தது; அதில், ஒரு முள்வேலிக் கம்பி அறுந்து தொங்கிக் கொண்டிருந்தது. அந்தக் கம்பம்தான் அன்றைய முழுத் தாக்குதலின் பூரண விளைவையும், இன்றைய தினத்தின் தலைவிதியையும், த்ஸாரீத்ஸினின் கதியையும், ஏன் புரட்சியின் தலைவிதியையுமே தீர்மானித்துக் கொண்டிருப்பதாக அவர் உணர்ந்தார். அதோ அங்கே மஞ்சள் நிறமான பூட்சு அணிந்த ஒருவன், முதல்முதலாக அந்தக் கம்பத்தைத் தாண்டி அடியெடுத்து வைக்கிறான். பீரங்கித் தளபதி தமக்குப் பின்னால் நீட்டியிருந்த கரத்தின் இறுகிய முஷ்டியைத் திறந்து விரல்களை நீட்டினார்; பின்னர் தாம் வெளியே

வந்து தொலைபேசி இயக்குநரின் காதில் விழுமாறு: "சமிக்ஞை தொடங்கட்டும்!" என்று கர்ஜித்தார்.

உடனே நான்கு சிதர் வெடிகுண்டுகள் முன்னேறிவரும் அந்த அணிகளின் தலைக்குமேல் பஞ்சுப் பொதியை உலைத்தெறிந்ததுபோல் பிரகாசமான வானமண்டலத்தில் வெடித்தன; அதுவரையில் எவருமே கேட்டிராத கனத்த இடி முழக்கமாய், அந்த வெடிமுழக்கம் வானத்தைக் கிடுகிடுக்கவைத்தது. அந்தத் தண்ணீர் டாங்கியின் செங்கற்சுவர் அசைந்தாடியது. தொலைபேசி இயக்குநர் ரிஸீவரைக் கீழே விட்டுவிட்டு, இருகாதுகளையும் பொத்திக்கொண்டான். பீரங்கித் தளபதியோ நடனமாடுவதுபோல் தமது கால்களை உதைத்துக் கொண்டார்; ஏதோ ஒரு பெரிய வாத்திய சங்கீதக் கோஷ்டியின் சூத்திரதாரியைப்போல் கைகளை மேலும் கீழும் ஆட்டினார்.

ஒரு கணத்துக்கு முன்னால் சாம்பல் நிறப் பச்சைநிறமான பட்டாளங்கள் வரிசையாகப் பயங்கரமாக நடந்து வந்துகொண்டிருந்த அந்தச் சமவெளி, திடீரென்று புகையும் நெருப்பும் பொங்கி வழியும் பிரம்மாண்டமான எரிமலை வாயைப்போல் மாறிவிட்டது. அங்கு கிளம்பிய புகைக்கும் புழுதிக்கும் நடுவே, இடிவிழுந்த மனிதர்கள் போல் அந்த முன்னேறும் படையினர் அடிபட்டு விழுந்தார்கள்; அவர்களுக்குப் பின்னால் வந்துகொண்டிருந்தவர்கள் கலவரமுற்று குழம்பிப்போய் அங்குமிங்கும் அலைமோதினார்கள். பின்னர் அவர்கள் ஆக்கிரமிக்காது விட்டுவிட்ட ரயில் பாதையின் பகுதி வழியாக வடக்கிலிருந்து செஞ்சேனையினரின் கவச ரயில் வண்டிகள் பின்னணியில் குறுக்கே பாய்ந்துவந்து சேர்ந்தன. பதுங்குக்குழிகளிலே பம்மியிருந்த செஞ்சேனைக் கம்பெனிகள் வெளியே தாவிவந்து, எதிர்த் தாக்குதலில் மூர்க்கமாக முனைந்தன. பீரங்கித் தளபதி இயக்குநரின் கையிலிருந்து தொலைபேசியைப் பிடுங்கி, அதனுள் கத்தினார்: "பின்னணிப் பிரயேகத்தை இன்னும் ஆழப்படுத்துங்கள்." பயங்கரமான வெடிகுண்டுகளின்

முழக்கத்தால், வெள்ளை ராணுவம் பின்வாங்கி ஓடவும் முடியாது போயிற்று. அதேசமயத்தில், இயந்திரத் துப்பாக்கிகளைத் தாங்கிய செஞ்சேனையினரின் மோட்டார் கார்கள் படபடவென்று குண்டுகளைப் பொழிந்துகொண்டு, வெள்ளை ராணுவத்தின் ஊடே புகுந்து சுட்டுத் தள்ளின. அவ்வளவுதான். நிர்மூல அழிவு தொடங்கிவிட்டது!

8

ஒரு வீட்டின் முற்றத்தில் கிடந்த, 'மருந்துச் சாமான்கள்' என்று எழுதப்பெற்ற ஒரு பெட்டியின்மீது தாஷா அமர்ந்திருந்தாள். குளிர்ந்த தண்ணீரில் அப்போதுதான் அவள் கைகளைக் கழுவியிருந்ததால், கைகள் சிவந்து போயிருந்தன; அந்தச் சிவந்த கைகளை முழங்காலின் மீது போட்டுக்கொண்டு அவள் அமர்ந்திருந்தாள். அவள் கண்களை மூடி, அக்டோபர் மாதத்துச் சூரிய ஒளி தனது முகத்தில் விழுமாறு செய்தாள். நன்றாகத் தின்று புடைத்திருந்த பல சிட்டுக்குருவிகள் வீட்டுக் கூரையின் நிழலுக்கப்பாலிருந்த வேலமரத்தின் மொட்டைக் கிளைகளில் அமர்ந்து தமது உடம்பைச் சிலிர்த்து, இறகுகளை ஒன்றுக்கொன்று கோதிவிட்டுக் கொண்டிருந்தன. அந்த வெள்ளை நிறமுள்ள ஒற்றை மாடிவீட்டின் முன்புறத்திலுள்ள தெருவில் அவை இதுவரை உட்கார்ந்திருந்தன. அங்கே ஓட்ஸ் தானிய குதிரைச் சாணமும் வேண்டுமட்டும் கிடந்தன. தெருவிலே சில வண்டிகள் வந்ததால், அவை பயபீதி கொண்டு பறந்தோடிச் சென்று, பக்கத்திலே இருந்த பிர்ச் மரத்திலே போய் அமர்ந்தன. அந்தக் குருவிகளின் கீச்சுக்குரல், வாய்விட்டுச் சொல்லமுடியாத ஓர் இனிமையை வழங்கும் சங்கீதமாகவும், அந்தச் சங்கீதத்தின் சாகித்தியம் பின்வரும் கருத்தையே அடிப்படையாகக் கொண்டிருப்பதாகவும் தாஷாவுக்குத் தோன்றியது. "என்னதான் நேர்ந்தாலும்,

நாங்கள் வாழத்தான் செய்வோம்!"

அவள் ரத்தக்கறைபடிந்த வெள்ளை நிறமான ஆஸ்பத்திரி உடுப்பொன்றை அணிந்திருந்தாள். தலையில் ஒரு நர்சின் தலைக் கச்சையை அணிந்து, அதனைத் தலையைச் சுற்றி இறுகக் கட்டியிருந்தாள். முக்கோணமான கச்சை அவளது புருவங்கள் வரையிலும் தாழ்ந்திருந்தது. பீரங்கிக் குண்டு முழக்கத்தால் அதிர்ந்துகொண்டிருந்த நகரத்தின் ஜன்னல்களெல்லாம் அப்போது அமைதியாகி விட்டன; ஆகாய விமானங்களில் இருந்து கீழே விழுந்து உள்ளடங்கிய கும்மொலியுடன் வெடிக்கும் குண்டுமுழக்கமும் நின்றுபோயிருந்தது. கடந்த இரண்டு நாட்களாக நிலவிய பயங்கரச் சூழ்நிலை அந்தக் குருவிகளின் கீச்சுக்குரலால் மாறிப் போய் விட்டது. அதை எண்ணிப் பார்க்கும்போது, நன்றாகத் தின்று புடைத்திருந்த அந்தச் சின்னஞ்சிறிய சிட்டுக்குருவிகள் மனிதனையே ஏளனப்படுத்தி அவமானம் செய்வதுபோல் தோன்றியது. "கீச்.கீச்.கீச்!" என்று அவை கத்தின. அந்தக் கீச்சுக்குரலின் அர்த்த பாவம் பின்வருமாறு தொனித்தது: "சிட்டுக்குருவி என்னவோ சின்னதுதான் - ஆனால் அதற்கு அபாரமான மூளை! சாணத்திலிருந்து ஓட்ஸ் தானியத்தைக் கொத்தித் தின்ன வேண்டியது; பின்னர் ஹாயாகப் பெட்டையோடு கூடிக்கொண்டு, ஒவ்வொரு கிளையாகச் சென்று, அந்திநேரக் கதிரவனுக்குப் பிரிவுபசார கீதம் பாடவேண்டியது; பின்னர் பொழுது விடியும்வரையில் நன்றாகத் தூங்கிக் களிக்க வேண்டியது - வாழ்க்கையின் அர்த்த விசாலமும் அகண்ட ஞானமும் அவ்வளவேதான்!"

வெளிவாசலுக்கருகே வண்டிகள் வந்து நிற்கும் ஓசையைக் கேட்டாள் தாஷா. காயப்பட்ட வீரர்கள் மேலும் வந்திருந்தார்கள், அவர்களை வீட்டினுள் கொண்டு போய்ச் சேர்த்துக் கொண்டிருந்தார்கள். தாஷாவுக்கோ ஒரே களைப்பு. அவளால் கண்ணிமைகளைத் திறந்து கூடப் பார்க்க முடியவில்லை. அவளது முகத்திலே விழுந்த சூரிய ஒளியின் காரணமாக, கண்களுக்குள்ளே ஏதோ ஓர் இளஞ்சிவப்பு நிறம் மட்டும் அவளுக்குத் தெரிந்தது. தனது

உதவி தேவைப்பட்டால் டாக்டர் தன்னைக் கூப்பிடுவார். டாக்டர் மிகவும் அன்பானவர்: அவர் கண்டிக்கும் தோரணையில் சிறிது அதட்டிச் சத்தமிடுவார்; என்றாலும், அவளை அதேசமயம் பரிவு ததும்பும் கண்களோடுதான் பார்ப்பார். “இங்கிருந்து இப்போதே வெளியே போய்விடுங்கள், தார்யா திமீத்ரியெவ்னா! நீங்கள் மிகவும் மோசமான நிலையில் இருக்கிறீர்கள். போய் வெளியில் எங்காவது உட்காருங்கள். தேவைப்பட்டபோது நானே வந்து உங்களை எழுப்புகிறேன்” என்று அவர் அவளை அதட்டியிருந்தார். உலகத்தில்தான் எத்தனை அற்புதமான மனிதர்கள் இருக்கிறார்கள்! புகை பிடிப்பதற்காக டாக்டர் ஒருமுறை வெளியே வந்தால் நல்லது என்றும், தனக்கு ஆழ்ந்த பொருளுள்ளதாகத் தோன்றிய அந்தக் குருவிகளின் வாழ்க்கை பற்றி அவரிடம் கூறலாம் என்றும் தாஷா தனக்குள் நினைத்துக் கொண்டாள். அவள் மிகவும் கவர்ச்சிகரமாக இருப்பதாக அந்த டாக்டர் கருதினால்தான் என்ன? அதனால் என்ன குடிமுழுகிப் போய்விடப் போகிறது? தாஷா பெருமூச்செறிந்தாள்; மீண்டும் பெருமூச்செறிந்தாள். ஆனால் இரண்டாவது பெருமூச்சோ ஆழ்ந்து சோகம் ததும்பியதாக இருந்தது. சகித்துக்கொள்ள முடியாத விஷயமும்கூட, அன்பும் பரிவும் நட்புணர்ச்சியும் மிகுந்த பார்வையைப் பார்க்கும்போது தாங்கிக்கொள்ளக் கூடியதாக மாறி விடுகிறதே! அந்தப் பார்வை கணநேரமே தோன்றி மறைவதாக இருந்தபோதிலும்கூட, அதைக் கண்டதும் நமது ஆத்மார்த்த சக்திகளெல்லாம் விழித்தெழுந்து கொள்கின்றனவே! நம்மிலேயே நமக்கு அதிக நம்பிக்கை பிறக்கிறதே! அதன்மூலம் நமக்கு வாழ்வும் கிட்டுகிறதே! பாவம். இந்தச் சின்னஞ்சிறு சிட்டுக்குருவிகளுக்கு அதெல்லாம் புரியவும் புரியாது.!

டாக்டருக்குப் பதிலாக, சமையற்கட்டு இருந்த நிலவறையிலிருந்து வேறொரு மனிதன்தான் வந்து சேர்ந்தான். கவலைநிறைந்த மஞ்சள் பூத்தமுகமும், துன்பம்படர்ந்த கண்களும் கொண்டிருந்தான் அவன். அந்த மனிதன் கல்வி இலாகாவினர் அணியும் கோட்டு

அணிந்திருந்தான்; எனினும், அதில் பெல்ட்டுக்குப் பதிலாக இப்போது கயிறு ஒன்றும் சுற்றிக் கட்டப்படவில்லை. செங்கற்படிக் கட்டுகளின் மீது ஏறி வந்தவனாய், அவன் தனது நீண்டகழுத்தை நீட்டி வெளியே காது கொடுத்துக் கேட்டான். ஆனால், அங்கு குருவிகளின் சத்தம் மட்டும்தான் கேட்டுக் கொண்டிருந்தது.

"எத்தனை பயங்கரம்! பேய்க்கனவுதான்! ஜன்னிவெறி தான்!" என்று தனக்குத்தானே வாய்விட்டுப் பேசிக் கொண்டான் அவன். பின்னர் தன் இருகைகளாலும் சட்டென்று காதுகளைப் பொத்தினான்; மறுகணமே அந்தக் கைகளை எடுத்துவிட்டான். சூரியனின் தாழ்ந்த சாய்வான கதிர்கள் அவனது முகத்திலும், மெலிந்த எலும்புமூக்கிலும், புடைத்தவாயிலும் விழுந்தன.

அடக்கடவுளே! இதற்கு ஒரு முடிவே கிடையாதா? உங்களுக்கு காது இரைச்சல் எப்போதாவது கண்டது உண்டா?" என்று அந்த மனிதன் தாஷாவை நோக்கி, சட்டென்று நேரடியாகக் கேட்டான். "மன்னித்துக் கொள்ளுங்கள், நாம் ஒருவருக்கொருவர் பழகவில்லை, என்றாலும், நான் உங்களை அறிவேன். யுத்தத்துக்கு முன்னால் பீட்டர்ஸ்பர்கிலுள்ள 'தத்துவார்த்தக் கூட்டங்களில் உங்களைச் சந்தித்திருக்கிறேன். அப்போது நீங்கள் இன்னும் இளமையாக இருந்தீர்கள். ஆனால் இப்போதுதான் நீங்கள் பார்ப்பதற்கு மேலும் அழகாகவும் கவர்ச்சிகரமாகவும் விளங்குகிறீர்கள். காது இரைச்சல் என்பது தூர தொலைப் பிரளயத்தோடு தொடங்கும்; ஆரம்பத்திலே சத்தமே இருக்காது; பிறகு அது, அசுர வேகத்தில் வந்துசேரும். பின்னர் புரிந்துகொள்ள முடியாத ஓர் ஆரவாரம் கொஞ்சம்கொஞ்சமாக அதிகரிக்கும். அந்த மாதிரியான இரைச்சலை வேறு எங்குமே கேட்க முடியாது; அது அதிகரிக்க அதிகரிக்க, காதுகளிலும் மூளையிலும் அதுவே நிரம்பிவழிவது போலிருக்கும். உண்மையில், அப்படியொன்றும் சத்தம் வரவில்லை என்பதும், சத்தமெல்லாம் நமது பிரமைதான் என்பதும் நமக்குப் புரியத்தான் செய்யும். என்றாலும், எக்காள

முழக்கம்போன்ற அந்த ஒலிப்பிரமையை நம்மால் தாங்கிக்கொள்ளவே முடியாது என்று தோன்றும். அந்த வேதனையால் நாம் மயக்கம்போட்டு விழுந்து விடுவோம். மயக்கம்வந்த பின்னர், நாம் உயிர் பிழைப்போம். நான் உங்களையே கேட்கிறேன் - இதெல்லாம் எப்போதுதான் முடியப்போகிறது?"

அவன் தாஷாவுக்கு எதிரே சூரியனை மறைத்துக்கொண்டு நின்றான்; தனது மெலிந்தவிரல்களை இழுத்துச் சொடக்குவிட்டுக் கொண்டேயிருந்தான்.

"நான் எங்கிருந்தாவது கொஞ்சம் களிமண்ணைத் தோண்டிக் கொண்டுவந்து, அதனைக் குழைத்து எனது அடுப்பைச் செப்பனிட்டுப் பூச வேண்டும். எங்களையெல்லாம் உழைக்காத நபர்களாகக் கருதி, அந்த நிலவறைக்குள்ளே ஒதுக்கி விட்டுவிட்டார்கள். என் தந்தையோ ஓர் உயர்தரக் கலாசாலையில் தமது ஆயுட்காலம் முழுவதும் தலைமையாசிரியராக வேலைபார்த்தார்; தமது சம்பாத்தியத்தில் அவர் இந்த வீட்டைக் கட்டிவைத்தார். ஆனால், இதையெல்லாம் அவர்களிடம் போய் விளக்கிக் கொண்டிருக்க முடிகிறதா? நிலவறையிலோ சுட்ட செங்கல்தான் நிரம்பிக் கிடக்கிறது; ஜன்னல்களோ தரையை ஒட்டினாற்போல் இருக்கின்றன. அத்துடன் அந்த ஜன்னலெல்லாம் ஒரே தூசிமயமாக இருக்கின்றன. துளிவெளிச்சத்தைக்கூட, அவை உள்ளே வரவிடுவதில்லை. எனது புத்தகங்களெல்லாம் மூலையிலே குவிந்துகிடக்கின்றன. என் அம்மாவுக்கோ இருதய நோய்; அவளுக்கு ஐம்பத்தைந்து வயது ஆகிறது. என் தங்கைக்கோ மலேரியா ஜுரத்தினால் கால்கள் இரண்டும் விளங்காமல் போய்விட்டன. அத்துடன் குளிர்காலம் வேறு வருகிறது. அடக்கடவுளே!"

கலை நாடகசாலையில் தான்பார்த்த 'நீலப்பறவை' என்ற நாடகத்தில் சர்க்கரை ஆவியைப்போல், அவன் எல்லா விரல்களையுமே முறித்தெறிந்துவிடுவானோ என்று தாஷா தனக்குத்தானே நினைத்துக்கொண்டாள்.

"வேலை செய்யாதவருக்கு உணவும் கிடையாது. நான் சர்வ கலாசாலையில் சரித்திர - மொழியியல்பிரிவில் படித்துப் பட்டம் பெற்றபிறகு, டாக்டர் பட்டம் பெறுவதற்காக, ஓர் ஆராய்ச்சி நூலைக் கிட்டத்தட்ட எழுதி முடித்தேன். பிறகு, இந்தப் பாழாய்ப்போன நகரத்திலுள்ள ஒரு பெண்கள் உயர்தரப் பள்ளியில் மூன்றாண்டுகள் பாடம் போதித்தேன். அதன்காரணமாக, இந்தப் பாழாய்ப்போன பொந்துக்குள், என் தாய், தங்கை இருவரின் நோயால், காலிலும்கையிலும் விலங்கிட்டுப் பூட்டியதுமாதிரி இங்கேயே சிக்கிக் கொண்டுவிட்டேன். கடைசியிலே என்னவாயிற்று? வேலை செய்யாதவர்களுக்கு உணவும் கிடையாது என்ற நிலைமையாகிவிட்டது. அவர்கள் என் கையிலே ஒரு மண்வெட்டியைக் கொடுத்து, என்னைப் பலவந்தமாக விரட்டிக் கொண்டுபோய், பதுங்குக்குழிகளை வெட்டச் சொன்னார்கள்; புரட்சிக்குத் தலைவணங்குமாறு எனக்குப் போதித்தார்கள். இது சுதந்திரத்துக்கு எதிரான பலாத்காரம். முரட்டுத்தனத்தின் வெற்றி! விஞ்ஞானத்துக்கு அவமானம்! நான் ஒன்றும் பிரபு வம்சத்தை சேர்ந்தவரல்ல; முதலாளியும் அல்ல; மேலும் நான் கறுப்பு நூற்றுவரில் ஒருவரும் அல்ல. மாணவப் பருவத்தில் ஓர் ஆர்ப்பாட்டத்தில் கலந்துகொண்டபோது, நான்பட்ட கல்லடிக் காயத்தின் வடு இன்னும் என்னுடம்பில் இருக்கிறது. என்னை நிலவறைக்குள்ளே கொண்டுதள்ளும் புரட்சிக்கு முன்னால் தலைவணங்க வேண்டும் என்ற விருப்பம் எனக்கில்லை. இருண்டு கிடக்கும் அறைக்குள்ளே உட்கார்ந்து, தூசிபடிந்த ஜன்னலின் வழியாக, வெற்றிகொண்டவர்கள் நடந்து செல்லும்போது அவர்களின் கால்களை நான் பார்ப்பதா? நான் அதற்காக என் அறிவை விருத்தி செய்து கொள்ளவில்லை. உயிரையும் முடித்துக்கொள்வதற்கு எனக்கு வழியில்லை. எனக்கு ஒரு தாயும் சகோதரியும் இருக்கிறார்கள். கனவில்கூட, நான் வேறு எங்கும் போக முடியாது; எங்கேயும் போய் ஒளிந்துகொள்ள முடியாது. 'புனிதமான விளக்கை ஏந்திச் செல்வோம்' என்று சொல்லிவிடலாம். ஆனால், எங்கே போவது?

உலகத்திலே ஆள் நடமாட்டமில்லாத ஒற்றைக் குகை கூடக் கிடையாது."

அவன் இவ்வளவையும் படபடவென்று பொரிந்து தள்ளி விட்டான்; அவ்வாறு பேசும்போதே அவனது கண்கள் அங்குமிங்கும் பார்த்துக்கொண்டன. தாஷா அதிசய உணர்ச்சியோ, அனுதாபமோ எதுவுமின்றி அவனது பேச்சைக் கேட்டு முடித்தாள்; கடந்த சிலநாட்களாக அங்கு நிலவிய இரைச்சல்கள், குண்டுமுழக்கங்கள், காயப்பட்டவர்களின் முக்கல்முனகல்கள் முதலிய சகலவிதமான பயங்கரங்களும் ஒரு தவிர்க்க முடியாத முத்தாய்ப்பை வைத்துவிட்டுப் போவதற்காகத்தான் அவன் அந்த அரங்கு வீட்டிலிருந்து திடீரென்று மேலேறி வந்ததுபோல் அவளுக்குத் தோன்றியது.

"நீங்கள் ஏன் இவர்களுடன் சேர்ந்தீர்கள்?" என்று அவன் திடீரென்று சாதாரணமான வெடுவெடுப்பான குரலில் மீண்டும் பேசமுனைந்தான். "விஷயம் தெரியாமலா? இல்லை, பயமா? இல்லை, பசியா? சென்ற இரண்டு நாட்களாக நான் உங்களைக் கூர்ந்து கவனித்துவருகிறேன் என்று தெரிந்துகொள்ளுங்கள். அந்தக் காலத்திலே, பீட்டர்ஸ்பர்கிலுள்ள 'தத்துவார்த்தக் கூட்டங்களுக்கு' வரும்போது, நான் உங்களைப் பார்த்து மௌனமாகவே ரசிப்பேன்; வியப்பேன். உங்களிடம் நெருங்கவோ, பேசிப் பழகவோ எனக்கு அப்போது துணிவில்லை. நீங்கள் எனக்குக் கிட்டத்தட்ட பிளாக்கின்[7] 'இனந்தெரியாத சீமாட்டி'யாகவே தோற்றமளித்தீர்கள். (ஏன் இந்தக் கிட்டத்தட்ட என்று சட்டென்று தன்னுள் நினைத்துக் கொண்டாள் தாஷா) பளபளக்கும் பட்டுத் திரைகளிலே ஜரிகைப் பூவேலைப்பாடுகள் பின்னவேண்டிய ஒரு இளவரசி, இப்படிவந்து காயம்பட்டவர்களைத் தூக்கி விடுவதும், அழுக்கடைந்த ஆடையை அணிந்திருப்பதும், கையெல்லாம் சிவந்து காய்த்துப் போவதும். ச்சீ! இது

---

7. பிளாக்கின் 'இனந்தெரியாத சீமாட்டி' - ஓர் சங்கேத அடையாளக் (சிம்பலிச) கவிதை. அ.அ. பிளாக் (1880 1921).-(ப-ர்.)

பயங்கரம், மகா பயங்கரம்! புரட்சியின் உண்மையான திருமுகம் இதுதான்!"

தாஷா தனக்கு வந்த திடீர்க் கோபத்தில், அந்தப் பயபீதி கொண்ட, மஞ்சள்பூத்த முகங்கொண்ட மனிதனிடம் பதிலுக்கு ஒரு வார்த்தைகூடப் பேசாமல், தனது உதடுகளை இறுகக் கடித்துக்கொண்டு, சட்டென்று எழுந்து வீட்டினுள் சென்றாள். வெளியில் வீசிக் கொண்டிருந்த அந்தச் சுத்தமான காற்றைச் சுவாசித்து விட்டு வந்த அவளுக்கு, அங்கு நிலவும் அயோடின் நாற்றமும், அவதிப்படும் மனித உடலும் மூச்சையே திணறவைப்பது போலிருந்தது.

ஒவ்வோர் அறையிலும் ஒன்றொடொன்று நெருக்கமாகப் போடப்பட்டிருந்த மரப்பலகைக் கட்டில்களில் காயப்பட்டவர்கள் ஒருவரையொருவர் அடுத்துப் படுத்திருந்தனர். டாக்டர் அறுவைச்சிகிச்சை அறையில் தென்பட்டார். பெண்கள் உயர்நிலைப் பள்ளியில் போதனாசிரியராக இருந்த அந்த மனிதன் - அவனை அந்த அறையைவிட்டு அங்கிருந்து போகுமுன் - டாக்டர் பட்டம் பெறுவதற்காக ஆராய்ச்சி நூலை எழுதிய அறைதான் அது. டாக்டர் தமது மயிர் அடர்ந்த கைகளை முழங்கைவரையிலும் ஒரு துண்டினால் துடைத்தார்; பின்னர் அவர் தாஷாவைப் பார்த்ததும், அவளை நோக்கித் தமது பழுப்பு நிறமான கண்ணைச் சிமிட்டினார்:

"நல்லது. நீங்கள் நன்றாகத் தூங்கினீர்களா? அதற்குள் நான் ஒரு ருசிகரமான ஆபரேஷன் ஒன்றை இப்போதுதான் செய்துமுடித்தேன். ஓர் இளைஞனின் சிறுகுடலில் சுமார் நாலுமீட்டர் நீளத்துக்கு வெட்டி எடுத்துவிட்டேன்; இன்னும் ஒரு மாதத்துக்குள் அவனோடு உட்கார்ந்து, நான் வோட்கா அருந்துவேன். மேலும், இப்போதுதான் பயங்கரமான அதிர்ச்சிக்குள்ளாகிவிட்ட ஒரு தளபதியைக் கொண்டு வந்திருக்கிறார்கள். நான் அவனுக்குச் சில டோஸ் கர்ப்பூர ஊசி போட்டிருக்கிறேன். அவனது இருதயம் ஒழுங்காகத்தான் வேலை செய்கிறது. என்றாலும் அவனுக்கு இன்னும் பிரக்ஞை தெளியவில்லை. அவனது

அலெக்சேய் தல்ஸ்தோய் ▲ 167

நாடித்துடிப்பைக் கவனியுங்கள். அதில் ஏதாவது பலவீனம் தென்பட்டால், அவனுக்குக் கர்ப்பூரத்தையே இன்னொரு டோஸ்கொடுங்கள்."

டாக்டர் துண்டைத் தோள்மீது போட்டவாறே, தாஷாவை ஒரு கட்டிலுக்கருகே அழைத்துச் சென்றார். அந்தக் கட்டிலின்மீது மல்லாந்து கிடந்தான் இவான் இலீச் தெலேகின். அவனது கண்கள் ஏதோ பிரகாசமான ஒளியைக் கண்டு கூசுவதுபோல் இறுக மூடியிருந்தன; அவனது உதடுகளும் நீண்டுமடிந்து இறுகிப் போயிருந்தன. அவனது மார்பின்மீது மடிந்துகிடந்த இடதுகையை டாக்டர் தூக்கினார்; நாடியைப் பார்த்துவிட்டு, மணிக்கட்டை லேசாக ஆட்டினார்.

"பார்த்தீர்களா? இந்தக் கை இப்போது எவ்வளவு தளர்ந்திருக்கிறது என்று. கொஞ்சநேரத்துக்கு முன்னால், இது அப்படியே விறைத்துக் கட்டையாகப் போயிருந்தது. சமயங்களில் விசித்திரமான வழிகளிலெல்லாம் அதிர்ச்சி ஏற்படும். ஆனால், அதைப் பற்றி நமக்குத் தெரிய வந்திருப்பதெல்லாம் கொஞ்சம்தான். சின்னக் குழந்தைகளுக்கு இழுப்புநோய் வருகிறதல்லவா? அதைப் போன்றதுதான் இதுவும். திடீர் அதிர்ச்சியைத் தாங்கி நிற்கமுடியாத அளவுக்கு, மத்திய நரம்புக் கூட்டம் வலுவற்றிருப்பதுதான் இதற்குக் காரணம்."

டாக்டர் தமது வாக்கியத்தை முடிக்கவில்லை. அதற்குள் அவரே ஒரு லேசான அதிர்ச்சிக்கு ஆளாகிவிட்டார்! தாஷா மெதுவாக அந்தக் கட்டிலின் அருகில் முழங்காலிட்டவாறு, டாக்டர் கீழேவிட்ட அந்த நோயாளியின் கையை, அவள் தன் கன்னத்தோடு அணைத்து அழுத்திக் கொண்டிருந்தாள்.

9

அந்தப் பாடாவதியான ஹோட்டலின் படுக்கையறையில், வதீம் பெத்ரோவிச் ரோஷின் காலையில் வெகுநேரம் கழித்து விழித்தெழுந்தான். அந்த அறையின் அட்டுப் பிடித்த ஜன்னலின்மீது மஞ்சள் நிறமான செய்தித்தாள் ஒன்று திரைபோல் தொங்கிக் கொண்டிருந்தது. படுக்கையோ, மிகவும் குட்டையாக இருந்தது; போர்வையோ பிதிர்ந்துபோயிருந்தது. அவன் செல்வதற்கான ரயில், இரவில் நேரங்கழித்துதான் புறப்படவிருந்தது. அதுவரையிலும் அன்றையப் பொழுதை எப்படிக் கழிப்பதென்பது அவனுக்குப் பிரச்னையாகிவிட்டது. சிகரெட் பெட்டியில் ஒரே ஒரு சிகரெட் மட்டும்தான் மிஞ்சியிருந்தது. அதனையெடுத்து, அதன் முனையை விரல்களால் நசுக்கிப் பதப்படுத்தி விட்டு, சிகரெட்டைப் பற்றவைத்தான்; தனது மெலிந்த நரம்பு புடைத்த கரத்தைப் பார்த்தான்; அதன் தோல், வாத்தின் தோலைப் போன்றிருந்தது. காத்யாவைக் கண்டு பிடிக்கும் முயற்சி வியர்த்தமாகிவிட்டது. அவனது லீவும் முடியும் தருணம் வந்துவிட்டது; எனவே, குபானிலுள்ள தனது படைப் பிரிவுக்குத் திரும்பிப் போக வேண்டும்.

இன்னும் இரண்டு நாட்களில் அவன் ரயிலைவிட்டு இறங்குவான்; இறங்கி மீண்டும் ஒரு மொட்டை வண்டியில் ஏறிக்கொண்டு, ஸ்டெப்பி வெளி வழியாகச் செல்வான்; அப்போது கோச்சுப் பெட்டியிலிருக்கும் வண்டிக்காரனோடு எதுவும் பேசமாட்டான். அந்த வண்டியின் சக்கரங்கள் அந்த அகன்ற கிராமாந்திரப் தடங்களிலே புதைந்து குலுங்கும்; அந்த தடங்களில் நவம்பர் மாதத்தில் பெய்த மழைத் தண்ணீர் நிரம்பி நிற்கும். அவன் அந்தச் சேற்றிலேயே குதித்து இறங்குவான்; வண்டியோட்டியிடம் தனது சாமான்களை எல்லாம் குடிசையினுள் கொண்டுபோய் வைக்கச் சொல்லுவான். பின்னர் பழைய கிராமச் சாவடி இருந்த இடத்திலிருக்கும் தலைமைக் காரியாலயத்துக்குச் சென்று தனது

படைப்பிரிவின் தளபதியான மேஜர் ஜெனரல் ஷ்வேதே என்பவரிடம் போய் ஆஜராவான்.

கனகச்சிதமாகத் தோன்றும் அந்த முட்டாளோ, அப்போது கவிதைகளைப் படித்துக்கொண்டிருப்பார். உருவகவாதிகளான சலகூபின் அக்கினி வளையத்தையோ, அல்லது குமிலேவின் முத்துக்களையோ படித்துக் கொண்டிருப்பார். அவர்முன் ஆஜராகி முடிந்தபின்னர், ரோஷின் ஏதாவதொரு பிளாட்டூனுக்குப் போய்ச் சேர்வான். ஒருவேளை, அவனுக்கு ஒரு கம்பெனியின் தலைமையே கிட்டலாம். மீண்டும் பழைய மாமூல் தொடங்கிவிடும்; அணிவகுப்புகள், அதிகாரிகளின் கூட்டங்கள் எல்லாம்தான். அங்கோ அந்த அதிகாரிகள், லீவில் அவன் ஜாலியாகப் பொழுதைக் கழித்த விவரங்களையும், சந்தித்த பெண்களையும், குடித்துக் கும்மாளம் போட்ட விவரங்களையும் தெரிந்துகொள்ளும் ஆர்வத்தோடு பலவாறு கேள்விகள் கேட்பார்கள். அவனது மெலிந்த உடம்பையும், நரைவிழுந்த தலையையும் உற்சாகமிழந்து போயிருக்கும் முகத்தையும் கண்டு, அவனைப் பலவாறு கேலிசெய்வார்கள். மாலை நேரங்களையோ அவன் குடிசைக்குள்ளேயே மேலும்கீழும் நடந்து கழிப்பான். இரவு பத்துமணிக்கு அவனது ஆர்டர்லிச் சிப்பாய் வந்து அவனது பூட்சுகளை வாய்பேசாமல் இழுத்துக் கழற்றுவான். இவ்வாறெல்லாம் நடக்கக் கூடும். இல்லையென்றால், அவனது படைப் பிரிவு எங்காவது ஒரு போர்முனையில், போரில் ஈடுபட்டிருக்கவும் கூடும்.

அவன் தன் மனக்கண் முன்னால், உயிரற்றுக் கிடக்கும் ஸ்டெப்பி வெளியை எண்ணிப்பார்த்தான். அந்த ஸ்டெப்பி வெளியிலே, வாடைக்கால மேகங்கள் கரைகட்டியதுபோல் தாழ்ந்திறங்கியிருக்கும்; எரிந்து சாம்பலாய்ப்போன வீடுகளின் மத்தியிலே புகை போக்கிகள் மட்டும் நீண்டுகொண்டு நிற்கும்; காயப்பட்டவர்களைச் சுமந்துசெல்லும் வண்டிகள் சேற்றில் புதைந்து சிக்கிக்கொண்டிருக்கும்; இறந்துபட்ட

குதிரைகள் விழுந்துகிடக்கும்; எல்லாவற்றுக்கும் மேலாக, பதுங்குக்குழிகளின் ஆழத்திலே ரத்தக்கறை படிந்த கந்தல் துணிகளுக்கும், மலக்கழிவுகளுக்கும் மத்தியில் மனிதர்கள் படுத்துக் கிடப்பார்கள். தான் வெகுநாட்களாக உணராது போய்விட்ட ரத்த பயங்கரமான குரோத உணர்ச்சியை மீண்டும் உணர்ந்து பார்க்கும் உதாரண புருஷனாக, விதியின்மீது நம்பிக்கைவைக்கும் கற்பனாலங்கார வாதியாக, அவன் தன்னைத்தானே கற்பனை செய்து பார்த்துக்கொண்டான். இப்போதோ அவனுக்கு மனிதப் பிறவிகளைப் பற்றி எண்ணிப் பார்த்தாலே அருவருப்பும் குமட்டலும்தான் ஏற்பட்டன.

அவன் படுக்கையில் எழுந்து உட்கார்ந்துகொண்டு, தன் சட்டைப் பொத்தான்களை நெருடினான். பின்னர் தரையின்மீது விழுந்துகிடந்த தனது கால்சராயை எடுப்பதற்காகக் கையை நீட்டினான். அந்தக் கால்சராயின் பையிலாவது கொஞ்சம் புகையிலை மிஞ்சியிருக்காதா என்ற எண்ணம் அவனுக்கு. ஆனால் அதற்குள் அவன் மனத்தை மாற்றிக்கொண்டு, தலையணைமீது தொப்பென்று விழுந்து, கைகளைத் தலைக்குப்பின்னால் கோர்த்து, மல்லாந்து படுத்துக் கொண்டான்.

"என்னால் இப்படியே இருந்துகொண்டிருக்க முடியாது!" என்று அவன் தனக்குத்தானே மெதுவாக வாய்விட்டுச் சொல்லிக் கொண்டான். தனதுகுரலே தனக்கு விசித்திரமாக இருப்பதைக் கண்டு, அவனுக்கு எரிச்சல் வந்தது: "ஏன் முடியாது? முடியாது என்பதற்கு என்ன அர்த்தம்? முடியாதது என்று என்ன இருக்கிறது? ஒன்றுமேயில்லை. வேண்டுமென்றால், பெல்ட்டின் ஒருமுனையைக் கதவின் கைப்பிடியிலே கட்டி, மற்றொரு முனையைக் கழுத்திலே சுற்றிக்கொண்டு. ரோஷின், உண்மையை நேர்மையாக ஒப்புக்கொண்டு விடு! எதற்கப்பா இந்த மாய்மாலமும் பம்மாத்தும்? நீயும் மற்றவர்கள் எல்லோரையும்போலவே ஒரு கழிசடைதான்."

பின்னர் அவன் ஆத்திரவுணர்ச்சி மிகுந்த கோபாவேசத்தோடு, எகதிரின ஸ்லாவில் தான் பார்க்க

நேர்ந்த எண்ணற்ற மனிதர்களையெல்லாம் எண்ணிப் பார்த்தான். தொடர்ச்சியாக எத்தனை எத்தனையோ வெளியேற்றங்களுக்கு இரையாகி, எங்கெங்கோ அலைந்து திரிந்து வாட்டமுற்ற முகங்களோடு அங்கு பல பெண்கள் வந்தார்கள்; அவர்கள், தங்கள் 'இதயப் பேழையில் நெடுங்காலமாக இடம்பெற்றிருக்கும்' எத்தனை எத்தனையோ சின்னஞ்சிறு உடைமைகளையும் பொருள்களையும் விலை கூறிக்கொண்டு ஒவ்வொரு ஹோட்டலாக ஏறி இறங்கி, வாங்குவாரைக் காணாமல் வாடித் திரிந்தார்கள் மற்றும் அங்கே சில ஜெனரல்கள், 'என்ன அப்பனே!' என்று எவன் முதுகில் உரிமையோடு தட்டிக்கொடுத்து உறவாட முனைந்தார்களோ, அவர்கள் கட்டுமஸ்தான உடலும், நீலம்பாரித்த மோவாயும் கொண்ட கிறுக்குகள்போலக் கட்டுப்பாடற்ற நிபுணர்கள் சர்க்கார் சரக்குகளின் ஏற்றுமதி, இறக்குமதி கைச்சாத்துப் பட்டியல்களை விற்கவும் வாங்கவும் முனைந்து அலைந்தார்கள்; மேலும், அங்கு தமது பண்ணைகளை விட்டுப் பயந்தோடி வந்துவிட்ட சளசளவென்று பேசும் கிராமத்து நிலப்பிரபுக்கள் ஹோட்டல்களின் படுக்கைஅறைகளிலே குடி புகுந்திருந்தார்கள்; அவர்தம் பயனற்ற மனைவிமார்களும், வாழ்வில் விரக்தியடைந்து மெலிந்து நீண்டுவிட்ட, முகத்திலே புள்ளிகள் விழுந்துவிட்ட அவர் தம் புத்திரிமார்களும் அவர்களுடன் தங்கியிருந்தார்கள். அந்தக் கிராமத்து நிலப்பிரபுக்கள், யாராரிடமிருந்தோ பணத்தைக் கறந்து கொண்டு, ஹோட்டல்களின் உணவுவிடுதியில் வயிறு புடைக்கத் தின்று கழித்தார்கள்; ஹோட்டல்களிலுள்ள சமையற்காரர்களுக்கு யாருமே கேள்விப்படாத பண்டபதார்த்தங்களையெல்லாம் பாகம்செய்யும் விதத்தைக் கற்றுக்கொடுக்க முனைந்தார்கள்; புரட்சியைப் பற்றிப் பேசும்போது, 'இது படுகுழப்பம்' என்று அதனை வர்ணித்தார்கள்; பின்னர் நிலைமைகள் படுமோசமாகப் போகும் காலத்திலும்கூட, நல்லகாலம் வரத்தான்செய்யும் என்று நம்பிக்கொண்டே வாழும் ருஷ்யநாட்டின் பிரபு வம்சத்தினரின் மனப்பாங்கோடு, அவர்கள் எதைப்பற்றியும்

கவலைகொள்ளாமல், பேசிப் பேசியே பொழுதைக் கழித்தார்கள். ரோஷின் அந்த ஹோட்டலின் முன்கூடத்தில் கூடுகின்ற பல்வேறு விதமான மனிதக் கும்பல்களையும் நினைவுகூர்ந்தான். அந்த மனிதர்களெல்லாம் தமது சமூக அந்தஸ்தை அசுர வேகத்தில் இழந்துகொண்டிருந்தார்கள். அவர்கள் அணிந்திருக்கும் உடைகளிலுள்ள அபூர்வமான பொத்தான்களையும், அவர்கள் தரித்துள்ள தொப்பிகளையும் கொண்டுதான் அவர்களது பூர்வ அந்தஸ்தை உணரமுடிந்தது. அப்படிப்பட்ட மனிதனொருவன், அதிர்ஷ்டசாலியான சூதாடி இளைஞனிடம் தனது ஒடிந்துபோன கைக்கடிகாரத்தை எப்படியாவது விற்றுவிட வேண்டுமென்று அவனைத் தாஜா பண்ணிக் கொண்டிருந்தான்; நரைத்த தலையும் இருமலும் கொண்ட ஒரு கிழவனும், அங்கு தனது கைத்தடியை ஊன்றிக்கொண்டு வந்துசேர்ந்தான்; அந்தக் கிழவனோ அரசாங்கத்தின் ஏல இலாகாவின் டைரக்டராக வேலை பார்த்தவன். இப்போதோ அவன் தனது சொத்துச் சுகங்களையெல்லாம் விற்றுத் தீர்த்துவிட்டான் என்பது வெளிப்படையாகத் தெரிந்தது; ஏனெனில், அங்கு நடைபெறும் ஆசையூட்டும் வியாபார பேரங்களையும், அதன்மூலம் கைமாறும் பாங்கி நோட்டுகளையும், சரசரக்கும் அந்த நோட்டுக்களை எண்ணிப் பார்க்கும் விரல்களையும் அவன் பொறாமைமிகுந்த கண்களோடு பார்த்துப்பார்த்துப் புழுங்கிக் கொண்டிருந்தான்!

மேலும் அங்கு நாசூக்கான நடைபாவனைகளும், நாகரிகமான உடைகளும் அணிந்த கள்ள வியாபாரிகள் ஹோட்டலின் பிரதான வாயிலின் வழியாக வருவதும் போவதுமாக அவசரகதியில் இயங்கினார்கள்; அவர்கள் உள்ளே வருவதும் யார்யாரையோ பார்த்து, கைக்கரணமும் கண்ஜாடையும் காட்டி, தமது பேரங்களை நடத்துவதும், கும்பல்கும்பலாகக் கூடி நின்று குசுகுசுவென்று ரகசியம் பேசுவதும், பின்னர் வாணிபத்திற்கும், அதிர்ஷ்டத்துக்குமுரிய தேவதைகளைப் போல் உள்ளும்புறமும் இறக்கை கட்டிக்கொண்டு பறப்பதுபோன்று பாய்ந்தோடுவதும்

வருவதுமாக இருந்தார்கள். அந்த ஹோட்டலின் முன்கூடத்தில் அமர்ந்திருந்தால், பலவிஷயங்களையும் தெரிந்துகொள்ள முடியும். சர்க்காரின் வினியோகச் சரக்குகள் எங்கெங்கு போகின்றன வருகின்றன என்பதைப் பற்றியும், போக்குவரத்தின்போது போக்கழிந்து தொலைந்துபோன ஏதோ ஓர் இயந்திர எண்ணெய் டாங்கியைப்பற்றியும், மேற்திசைப் போர்முனையிலே நடைபெறும், பிரெஞ்சு அல்லது ஜெர்மானியரின் தாக்குதல், எதிர்த் தாக்குதல்களின் ஏற்றத்தாழ்வுகளை அனுசரித்து, உடனுக்குடனே ஒரேநாளில் டாலர் நாணயத்தின் மாற்று மதிப்பு எப்படியெப்படி எகிறி எகிறிக் குதிக்கிறது என்பதைப் பற்றியும் அங்கே தெரிந்துகொள்ள முடிந்தது. ஆனால், இவையெல்லாம் கருத்தாழமுள்ள விவகாரங்கள். அங்கு சிறிய சூதாடிகள் ஓர் ஓரத்தில் நின்றுகொண்டிருந்தார்கள்; அவர்களெல்லாம் ஏதாவது ஒரு 'பெருத்த பணமூட்டை'யின் முகத்தையே உணர்ச்சிப் பரவசத்தோடு கண்களைக் கொட்டக்கொட்ட விழித்துக் கொண்டு பார்த்தார்கள்.

இத்தகைய 'பெருத்த பணமூட்டைப்' பேர்வழி அந்த ஹோட்டலின் முன்கூடத்துக்குள் மெதுவாகவும் மிடுக்காகவும் வந்துசேர்வான். அவன் மிகவும் நீளமான கோட்டும், கூம்பிய தொப்பியும் அணிந்திருப்பான்; கையிலே ஒரு குடை வேறு, அவனது பளபளப்பான தாடியோ கழுத்துக்கும் கீழே இறங்கித் தோன்றும். அந்தத் தாடி ஒரு மயிர்கூட உலையாமல், கட்டுக்குலையாமல் இருக்கும். மாபெரும் சிந்தனாகாரத்தில் அவனது மனம் ஒருமுகமாக ஈடுபட்டு நிற்கும்வேளையில்தான், அவன் அந்தக் கட்டுக்குலையாத தாடியில் ஒரே ஒரு மயிரைமட்டும் விரலால் பிரித்தெடுத்து, அதனைச் சுற்றிச் சுழற்றிக் கொண்டிருப்பான். அவனது கண்களிலே சில்லறை விவகாரங்களையெல்லாம் சிறிதும் பொருட்படுத்தாத ஒரு பேராழமிகுந்த ஆத்மார்த்தவாழ்வின் ஞானஒளி பிரகாசிக்கும். ஏனெனில், அவன் ஒரு பெரிய சிந்தனையாளன்! உலகசக்திகளின் மூலாதாரம் – அதாவது அன்னிய நாட்டு நாணயத்தின் செலாவணி மதிப்பு –

ஏற்ற இறக்கங்களுக்கு எப்படி ஆளாகின்றது என்பதைக் காரணகாரியத்தோடு கண்டறிந்து, அந்தக் காரண காரியங்களை வகைப்படுத்தியும் தொகைப்படுத்தியும் ஈடுபடுத்தியிருப்பான்.

இத்தகைய நாணயமாற்றுச் சூதாட்டங்கள் ஹோட்டலின் முன்கூடத்திலும், ஹோட்டலைச் சுற்றியுள்ள தெருக்களிலும்கூட நடந்தன. அந்த நகரிலுள்ள அதிகாரியும், ஜெர்மானிய ஆக்கிரமிப்பு அதிகாரிகளும் இத்தகைய சூதாட்டங்களையெல்லாம் அதிகாரபூர்வமாகத் தடை செய்துதான் இருந்தார்கள். ஆனால், ஹோட்டலின் பிரதான வாயிலையடுத்த நடைமேடையிலும், பக்கத்துச் சந்துமுனையிலும் இந்தச் சூதாட்டக்காரர்கள் எந்த நேரமும் நடமாடிக் கொண்டுதான் இருந்தார்கள். அவர்கள் தமது வாடிக்கைக்காரர்களை வெறித்துவைத்த கண் வாங்காதபடி பார்த்தும், கைக்கரணங்கள், ஜாடைகள் காட்டியும் எப்போதாவது ஒன்றிரண்டு வார்த்தைகளை வாய்விட்டுக் கூறியும் தமது பேரத்தை நடத்தினார்கள்; வாங்கவும் விற்கவும் செய்தார்கள். அவர்களில் யார் கையிலுமே ரொக்கமாகப் பணம் இல்லை; அந்தப் பணத்தையெல்லாம் எங்கோ பத்திரமாக மறைத்து வைத்திருந்தார்கள்; சொல்லப்போனால், நகரத்தில் எவ்வளவு பணம்தான் இருக்கிறது, என்ற ரகசியம் யாருக்குமே தெரியாது. அவர்களது பந்தயங்களும் பேரங்களும் நாணயமாற்றின் மதிப்பு விகிதாசார வேற்றுமைகளைப் பொறுத்ததுதான்; அவர்கள் தமது கணக்குகளையெல்லாம் உள்ளூர் அதிகாரிகளின் பாங்கி நோட்டுகளைக் கொண்டே தம்மில் முடித்துக்கொண்டார்கள். சிலநிமிட நேரத்திலேயே இவற்றால் ஒருவன் பெரிய அதிர்ஷ்டசாலியாகிவிடுவான்; அதேபோல் பெரும் பணக்காரனும்கூட, கண்ணிமைக்கும் நேரத்தில் பிச்சைக்காரனாகிவிடுவான். அதிர்ஷ்டசாலியோ தன்னைச் சுற்றித்திரியும் சகாக்களோடு ஏதாவதொரு ஹோட்டலுக்குப் போவான். கேக்குகளையும், ஓக் மரத்தின் வித்திலிருந்து தயாரிக்கப்பட்ட காப்பியையும் அருந்திக் களிப்பான். துரதிர்ஷ்டசாலியோ இன்னது செய்வதெனத் தெரியாமல் சாலைவழியிலே பித்துப் பிடித்தவன்போல்

அலைந்துதிரிவான். உதிர்ந்த சருகுகளையும் கிழிந்த காகிதக் குப்பைகளையும் வாரிச் சுழற்றி வீசும் நவம்பர் மாதத்துக் காற்று தூசிபடிந்த அவனது நீண்ட கோட்டைத் தூக்கிப்பார்த்து விளையாடி விட்டுப் போகும்!

அந்த ஹோட்டலிலே வசித்தவர்களும், நடைமேடைகளில் கும்பல் கூடுகின்றவர்களும், சிகரெட்டுக் கடைகள், கபேக்கள், ஜார்ஜிய உணவுவிடுதிகள் முதலியவற்றிலெல்லாம் தென்படுபவர்களும், பங்கு மார்க்கெட் பேரம் பேசிப் பந்தயங்கட்டி, அடுத்தவனை ஏமாற்றக் கருதி அலைந்துதிரிந்தவர்களும், புரட்சிப் படைகளிடமிருந்து பறிக்கப்பட்ட எல்லா நகரங்களிலுமே தென்படும் கூட்டத்தைச் சேர்ந்தவர்கள்தான். அவர்கள் எல்லாம் ஆரவாரமும் பேராசையும் கொண்ட மனித மந்தைகளாக அலறிக் கொண்டும் கர்ஜித்துக் கொண்டும் திரிந்தார்கள். தத்தம் இஷ்டப்படியே உண்பதற்கும், குடிப்பதற்கும், புணர்வதற்கும், தத்தம் சித்தப்படியே தாராளமாய் லாபக் கொள்ளையடிப்பதற்கும் அடுத்தவனைச் சுரண்டி ஏமாற்றிப் பிழைப்பதற்கும் அந்த நகரங்கள் அவர்களுக்கு வரப்பிரசாதங்களாகத் திகழ்ந்தன. இந்த மனிதமந்தைகளைப் பாதுகாப்பதற்குத்தான் துப்பாக்கிச் சனியன்களும் பீரங்கிகளும் தேவைப்பட்டன. இவர்களுக்காகவே மேலும்மேலும் பல நகரங்களை புரட்சிக்காரர்களிடமிருந்து இடையறாது கைப்பற்ற வேண்டியிருந்தது. மகத்தான, ஒன்றுபட்ட, பிரிக்க முடியாத ருஷ்யாவிலிருந்து, போல்ஷெவிக்குகளின் தொல்லையை ஒழித்துக்கட்டி, அதனைப் புனர்நிர்மாணம் செய்ய வேண்டியிருந்ததும் இவர்களுக்காகவேதான்.

“சீ! அத்தனையும் அபத்தம்! அப்பட்டமான பொய்கள்!” என்று ரோஷின் வாய்விட்டே சொல்லிக் கொண்டான். “அப்படியானால், நான் ராணுவத்துக்குத் திரும்பிப் போகாவிட்டால் என்ன?”

அவன் அந்த எண்ணத்தையே நெஞ்சில் அசைபோடத் தொடங்கினான்; சொல்லப்போனால், அவனது வாழ்விலேயே முதன்முறையாக ஒழுக்கக் கட்டுப்பாட்டின்

தளைகளையெல்லாம் உதறித் தள்ளிவிட்டு, சிந்தனையை ஓடவிட்டான். அதுவரையிலும் கண்டெடுக்கப்படாது அவனது உள்ளத்தின் பேராழத்திலே அமிழ்ந்துகிடந்த கீழ்மைக் குணங்களையெல்லாம் அவன் கண்டறியத் தொடங்கினான்; அவ்வாறு காணும்போது அவனுக்கே ஒரு தீவிரமான திருப்தியுணர்ச்சி ஏற்பட்டது. அந்த நிலையில், பற்களைக் கடித்தவாறே அவன் சிரிக்கவும் செய்தான். அந்த எண்ணங்கள் எதிர்பாராமல் திடீரென்று நடந்த ஒரு படைப்பாகவும், முதல் கொடும் பாவமாகவும் இருந்தன.

எந்தப் புனிதமான தன்மைகளை எண்ணி, வாழ்க்கை முழுவதும் உனக்கு நீயே கடிவாளமிட்டுக் கொண்டு, உனது வாழ்க்கையை ஓட்டி வந்திருக்கிறாய்? நீ உன்னையே ஒரு கண்ணியமான மனிதனென்று எண்ணிக்கொண்டாய்; நீ கண்ணியமான சமூகத்தைச் சேர்ந்தவன் என்றும் எண்ணிவந்தாய். நீ ராணுவ சேவையைக்கூட விட்டுவிட்டு, உனது அறிவை விசாலப்படுத்திக் கொள்வதற்காக, சர்வகலாசாலையிலே போய் கல்வி கற்றாய். உனது இளமைக் காலத்திலோ, 'போரும் அமைதியும்' நவீனத்தில் வரும் அந்திரேய் பல்கோன்ஸ்கியாக நீ உன்னைக் கற்பனை பண்ணிக் கொண்டாய். அந்த ஒழுக்க உணர்ச்சி உனக்குத் திருப்தியைக் கொடுத்தது; அதுவே, உனக்குப் போதுமானதாகவும் இருந்தது. நீ புனிதமானவன் என்று நீயே உணர்ந்துகொண்டாய். சந்தேகாஸ்பதமான, ஆபாசமான விஷயங்களைக் கண்டால், அவற்றை மீளாத சாக்கடைச் சுழலாகக் கருதி, நீ அருவருப்போடு அவற்றினின்றும் ஒதுங்கிவாழ்ந்தாய். மொத்தத்தில் நீ மூன்றே மூன்று கல்யாணமான பெண்களுடன்தான் காதல் விவகாரங்களில் ஈடுபட்டாய். அதிலும்கூட, அவர்களுடன் நீ கொண்ட உறவுகள் மகத்தானதாகவும், உயர்வானதாகவும் இருந்தவரையிலும்தான் நீ அதற்கு இடம்கொடுத்தாய்; அந்த உறவுகளில் உணர்ச்சிப் பரவசத்தின் குறுகுறுப்பு மேலோங்கி, காமவேட்கையின் வழக்கமான ஆசை முத்தங்கள் தலைகாட்டத் தொடங்கியவுடனேயே, நீ அந்தப் பெண்களிடமிருந்து

அலெக்ஸேய் தல்ஸ்தோய் ▲ 177

உனது உறவைச் சட்டென்று அறுத்துக்கொண்டு விட்டாய். இப்போதோ அதற்கெல்லாம் ஐந்தொகை போட்டுக் கணக்குப் பார்க்கிறாய்! உனது குற்றமற்ற வாழ்க்கையும், உனது கோட்பாடுகளும் இப்போது உன்னை எங்கே கொண்டுவந்து நிறுத்தியுள்ளன? வெந்து தணிந்து அவிந்துபோன கரிமேட்டில்தானே! வெந்து நீராகிப்போன மனிதனின் உள்ளோட்டில்தானே!"

இவ்வாறெல்லாம் எண்ணி, இந்த முடிவுக்கு வந்தபின்னர், ரோஷின், தான் ராணுவத்தைவிட்டு ஓடிப்போய் விடுவதற்கான அனுகூல சாத்தியங்களையும் ஆராயத் தொடங்கினான். வெளிநாட்டுக்கு ஓடிப்போய் விடலாமா? ஆனால் உலகம் முழுவதுமே யுத்தத்தின் கோரப்பிடியில் அல்லவா சிக்கியிருக்கிறது! சந்தேகப் புள்ளிகளாகத் தோற்றும் அன்னிய நாட்டாரைக் கண்டுபிடிப்பதற்காக, எங்கு பார்த்தாலும் உளவாளிகள் நிறைந்திருக்கிறார்களே! இத்தகைய சந்தேகப் புள்ளிகளைப் பிடித்து, அவர்களை சிறைக்குத் தள்ளிக் கொண்டுபோய், தூக்கிலிட்டுக் கொன்றுவிடுகிறார்களே! உலகமெங்கணும் உற்சாகமான வாலிபர்களையெல்லாம் பிடித்து, ராணுவக் கப்பல்களிலும், ரயில்களிலும் ஏற்றிச் சென்றுவிட்டார்கள். அந்த வாலிபர்களோ: "அந்த ஜெர்மானியப் பன்றிப்பயல்களை ஒரேநிமிஷத்தில் ஒழித்துக் கட்டிவிட்டு, மீண்டும் எங்கள் காதலிகளிடம் ஓடி வந்துவிடுவோம்!" என்று கூறிக்கொண்டு, குஷியாகப் பாடிக் கொண்டிருந்தார்கள். பின்னரோ அவர்கள் சென்ற கப்பல் நடுக்கடலில் சுரங்க வெடித் தாக்குதலுக்கு ஆளாயிற்று. அந்தக் குஷியான இளைஞர்களெல்லாம் எண்ணெய் மிதக்கும் பனிக்குளிர் நிறைந்த தண்ணீரில் தத்தளித்தார்கள். ஐரோப்பாவிலோ தொளதொளத்த ராணுவக் காக்கி உடைகளை அணிந்துகொண்டு, எண்ணற்ற இளைஞர்கள் எண்ணற்ற அணிகளாக ஒருவரையொருவர் இடித்துக்கொண்டு நடந்தார்கள்; இயந்திரத் துப்பாக்கிகளையும், பதுங்குக்குழிப் பீரங்கிகளையும், சுரங்கவெடி வெடிப்பவர்களையும், நெருப்பை அள்ளி வீசுபவர்களையும், தமக்கு முன்னும் பின்னுமிருந்து சுடப்போகிறவர்களையும்

எதிர்நோக்கி, நம்பிக்கையற்றுப்போன விரக்தியோடும், வெகு பணிவடக்கத்தோடும் நடந்தார்கள். முடியாது – வெளிநாடுபோகும் யோசனையைக் கைவிட்டுவிட வேண்டியதுதான். ஒதேஸ்ஸாவுக்குச் சென்று, ஒரு கள்ளப் பாஸ்போர்ட் எப்படியாவது சம்பாதித்துக் கொண்டு, ஏதாவதொரு உணவு விடுதியில் பரிசாரகனாக வேலை பார்த்தாலென்ன? அப்போதும்கூட, அங்கு தெரிந்த மனிதர்கள் யாராவது வந்துவிட்டால்: 'அட, ரோஷின்தானா? நீங்களா இப்படி? சீச்சி! இது மகாமோசம்!' என்று வியப்போடு கூறிச் சூள் கொட்டிவிட்டால் அல்லது சின்ன அளவில் இந்த லாபவேட்டைச் சூதாட்டத்தில் இறங்கிப் பார்க்கலாமா? அல்லது கொஞ்சம் திருடிப் பார்க்கலாமா? அதற்கும்கூட எவ்வளவோ உடலுறுதியும் தைரியமும் வேண்டுமே! பெண்களை வைத்துப் பிழைப்பு நடத்தினால்? அதற்கும் கூட வயசு அதிகமாகிவிட்டது! "பின்னே நல்லது, நான் இறுதி வெற்றியடையும்வரையிலும் எப்படியோ உயிரோடு இருந்துவிடுகிறேன் என்றே வைத்துக்கொள்வோம். சோஷலிஸ்டுகள் எல்லோரையும் தூக்கிலே போட்டாயிற்று; விவசாயிகள் அனைவரையும் சவுக்கினால் விளாசியாயிற்று; ஆங்கிலேயரும் நம்மை மன்னித்தாயிற்று- பிறகும், ஜெர்மானியர்களை முறியடிப்பதற்காக, வோல்கா நதிக்கரைக்கப்பால், ஒரு குற்றவாளியைப்போல் மற்றொரு ராணுவத்தைத் திரட்டத்தானே செய்வோம். அவர்களுக்கு ஆயுதங்களை வழங்குவோம். ஒருநாள், அந்த ராணுவ வீரர்களே தமது அதிகாரிகளுக்கு எதிராக, பனிக்காலப் போரின் மாவீரர்களுக்கு எதிராகக் கிளம்பிவிடுவார்கள். பிறகு, பழைய கதைதான் அடிதொட்டு மீண்டும் ஆரம்பமாகி விடும். என்கண்ணிலே தட்டுப்படாது போய்விட்ட என் அருமை காத்யாவோ, எங்கோ உடைந்த ஜன்னல்களைக் கொண்ட ஒரு ரயில்வே ஸ்டேஷனில், தூங்கியும், ஜன்னிகண்டும், இறந்தும்கிடக்கின்ற மனிதக் கும்பலின் நடுவிலேயிருந்து, கடைசிமுறையாக 'வதீம், வதீம்!' என்று குரல் எழுப்பப்போகிறாள்! எனவே, எப்படிப் பார்த்தாலும் ஒரேஒரு வழிதான் எஞ்சி நிற்கிறது –

கொஞ்சம்கூடத் தாமதிக்காமல் தூக்குப் போட்டுக்கொண்டு சாகவேண்டியதுதான்! பயமாயிருக்கிறதா? சீச்சி! அதெல்லாம் ஒன்றுமில்லை. அந்தமாதிரியான முயற்சியில் இறங்குவது ஏதோ அவமானகரமாகவல்லவா தோற்றுகிறது."

அவனது கைகள் ஐஸ்போலக் குளிர்ந்துவிட்டன; அந்தக் குளிர்ச்சியை அவன் தன் பிடரியிலேயே உணர்ந்தான்.

அவனால் எந்தவொரு முடிவுக்கும் வரமுடியவில்லை. அவனது உடம்பெல்லாம் ஈக்களைப்போன்ற ஏதோ பல சின்னஞ்சிறு மனிதக் குஞ்சுகள் மேலும்கீழும் ஊர்ந்து செல்வது போலவும், அவனது உறுதியையும், ஆத்மாவையுமே அரித்துக்கொண்டு போவதுபோலவும் அவனுக்குத் தோன்றியது. இருட்டிவிட்டால், உடனே கால்சராயை எடுத்து மாட்டிக்கொண்டு, ஸ்டேஷனுக்கு நடந்தே போய்விடுவான்; வழியில் சிகரெட்டுகளையும் வாங்கிக்கொள்வான். அவன் வாழத்தான் போகிறான் - அவனை எந்தவாளும் வெட்டாது; எந்தத் துப்பாக்கிக் குண்டும் அவனைத் தாக்காது. டைபாய்டு ஜுரத்தை உண்டாக்கும் பூச்சிகள்கூட அவனைக் கடிக்காது.

அந்த அறையின் சுவரிலிருந்த கதவை மறைத்து நின்ற பீரோக்களுக்கு அப்பாலிலிருந்து, அடுத்த அறையில் இரண்டு ஆண் குரல்கள் வெகுநேரமாகக் கோபாவேசத்தோடு சண்டை பிடித்துக்கொள்ளும் ஓசை அவனுக்குக் கேட்டுக் கொண்டிருந்தது. அந்தக் குரல்களில் ஒன்று, எப்போது பார்த்தாலும் தனது பேச்சைப் பின்வருமாறுதான் தொடங்கியது: "பபரிகாக்கி அவர்களே! நான் சொல்வதைக் கேளுங்கள். நான் மட்டும் கடவுளாக இருந்தால்". ஆனால், மற்றொரு குரலோ தனது எதிராளி மேலும் பேசவிடாமலே இடைக்கிடையே முறித்துப் பேசியது: "நான் சொல்வதைக் கேள், காபேல்! நீங்கள் கடவுள் அல்ல. நீங்கள் ஒரு முட்டாள்! பத்திரிகைகள் வெளிவருவதற்கு அரைமணி நேரத்துக்கு முன்னால், குருப்ஷ்தால்வேர்கி உருக்குத் தொழிற்சாலையின் பங்குகளை எந்த மடப்பயலாவது வாங்குவானா? அப்படி

வாங்கினால் அவனுக்குப் பைத்தியம்தான் பிடித்திருக்க வேண்டும்!" உடனே முதற்குரல்: "கேளுங்கள், நான் ஒன்றும் என்னைக் கடவுள் என்று சொல்லிக் கொள்ளவில்லை!" என்றது. மறுகுரலோ பதிலளித்தது: "எனக்கு ஏற்பட்ட நஷ்டத்தை எல்லாம் உங்களுக்கு ஈடுசெய்ய குடல் போதாது. நீங்கள் வெறும் பிணம்."

அந்தப் பேச்சுக்குரல்கள் வதீம் பெத்ரோவிச்சின் காதுகளைத் தொளைத்து அவனது கவனத்தை ஈர்த்தன. "பாழாய்ப்போக! இப்படியே கதவின் வழியாகச் சுட்டுத் தள்ளிவிடலாமா என்று தோன்றுகிறது!" என்று ரோஷின் நினைத்தான்.

அதற்குள் திடீரென்று யாரோ ஓடும் சத்தமும், கதவையடுத்த நடைகூடத்தில் பரபரப்பு மிகுந்த பல்வேறு குரல்களும் ஒலிப்பதை ரோஷின் கேட்டான். "டாக்டரைக் கூப்பிடுங்கள், சீக்கிரம்!"

"டாக்டர் வந்து என்ன செய்யக் கிடக்கிறது? ஆசாமி விறைத்துவிட்டான்!"

"என்ன விஷயம்? இது எப்படி நடந்தது?"

"எப்படி நடந்தால் உங்களுக்கென்ன? அது உங்கள் வேலையல்ல!"

அந்தக் குரல்கள் அடங்கி ஓய்ந்தாலும், குதிரையேற்ற பூட்சுகளின் லாடஓசை நடைபாதையில் கலகலத்தது.

"இன்ஸ்பெக்டர் சார். மன்னித்துக் கொள்ளுங்கள். அவர் ஆஸ்ட்ரியா நாட்டுச் சக்கரவர்த்தியின் மருமகன் என்பது உண்மைதானா?"

"உண்மைதான். எல்லாமே உண்மைதான். நல்லது. பெரியோர்களே! தயவுசெய்து நடைகூடத்தைவிட்டுக் காலிசெய்யுங்கள்!"

பின்னர் கதவினருகிலேயே இரண்டு குரல்கள் உள்ளடங்கிய தொனியில் பேசின:

அலெக்சேய் தல்ஸ்தோய் ▲ 181

“இது ஒன்றும் தற்கொலையல்ல. அவரது உதவியாளனே அவரைச் சுட்டிருக்கிறான் - அவன் ஒரு போல்ஷெவிக்!”

“என்ன சொல்கிறீர்கள்? ஆஸ்டரிய அதிகாரியும்கூட, போல்ஷெவிக்கா?”

“ஏன் இருக்கக்கூடாது? அவர்கள்தான் எங்கும் இருக்கிறார்களே. வியன்னாவில் மட்டும்தானா? நேற்று வரையிலும் பெர்லின்கூட அவர்கள் கையில்தான் இருக்கிறது.”

“அப்படியா? அடக்கடவுளே! என்னால் இதை நம்பவே முடியவில்லை!”

“ஆம். இங்கிருந்து ஓடிப்போவதைத் தவிர, வேறு வழியில்லை.”

“எங்கேதான் போவது?”

“கடவுளுக்குத்தான் வெளிச்சம் - ஏதாவது ஒரு தீவுக்குத்தான்.”

“அதுவும் நல்லதுதான். நேற்றுத்தான் ஒருவன் சொன்னான். டச்சு இந்தோனேசியாவைச் சேர்ந்த தீவுகளிலே ரொட்டிவிளையும் மரங்கள்கூட இருக்கின்றனவாம். அத்துடன் அங்கு உடை உடுத்த வேண்டிய அவசியமும் இல்லையாம். ஆனால், அங்கே எப்படிப் போய்ச் சேர்வது?”

ஒரு நிமிஷம் கழித்து, ஹோட்டலின் செருப்புத் துடைப்பவன் தனது சப்பை மூக்கையும், அகன்றுவிரிந்து புன்னகைபுரியும் வாயோடும் அறையின் கதவைக்கூடத் தட்டாமல், சடாரென்று உள்ளே வந்தான். “விசேஷப் பதிப்பு! ஜெர்மனியில் புரட்சி! மூன்று ரூபிள்கள் கொடுங்கள், சார்!”

அவன் அந்தப் பத்திரிகையை ரோஷினின் மார்பின்மீது விட்டெறிந்தான்; அவன் அந்த சாரின் விரிந்தகன்ற, பயங்கரக் கண்களையும், சவம்போல் வெளிறியிருந்த

முகத்தையும் கவனிக்கவில்லை.

"நான் ஜன்னல் விளிம்பில் காசை எடுத்துக் கொள்கிறேன். பேப்பரைப் படியுங்கள், சார்!"

அவன் அறையைவிட்டு ஓடிவிட்டான். வதீம் பெத்ரோவிச்சின் இருதயம் படபடவென்று துடித்தது; ஆனாலும் மங்கலாக அச்சடிக்கப் பெற்ற அந்தப் பத்திரிகை அவனது மார்பின்மீதே வெகுநேரம் வரையில் தலைகீழாகக் கிடந்தது. ஜெர்மனியில் புரட்சி! ராணுவ வீரர்கள் ரயில் வண்டிகளின் உச்சியில் ஏறிக்கொண்டார்கள்; இடிந்துபோன ரயில்வே ஸ்டேஷன்கள்; மனிதர்கள் கும்பல்கும்பலாக ஆவேசத்தோடு பாடிக்கொண்டு சென்றார்கள்; பிரசங்கிகள் பெரிய சிலைகளின் பீடங்களின்மீது ஏறி நின்றுகொண்டு, தமது முஷ்டிகளை உயர்த்திக் குத்திக் குத்தி ஆட்டிக்கொண்டு: "சுதந்திரம்! சுதந்திரம்!" என்று கத்தினார்கள். உணவின் ஸ்தானத்தையும் தாய்நாட்டின், கடமையுணர்வின் ஸ்தானத்தையும் எத்தனை எத்தனையோ நூற்றாண்டுகளாகக் கட்டி வளர்க்கப்பெற்ற அரசாங்கத்தின்கீழ் நிலவும் நிதானமான வாழ்க்கைப்போக்கின், சுதந்திரம்தான் வந்து நிரப்பப் போகிறதாக்கும். புரட்சியாம் புரட்சி - சுத்தம் செய்யப்படாத தெருக்களும், பூங்காக்களிலே அலங்கோலமான நிலையில் திரியும் யுவதிகளும்தான். எந்தவிதமான ரகசியங்களுமே இல்லாது போய்விட்ட ஒரு நகரத்தின் வெளிறிப்போன கூரைவெளிகளை, ஒரு ஜன்னலின் வழியாகப் பார்க்கும் மனிதனின் உள்ளத்திலே எழும் ஏக்கம்தான் அது. அங்கு சூரியன்கூட, எட்டாத உயரத்தில்தான் ஏறிச் செல்லும் . தனது சுதந்திரத்தையும், பெருமையையும், துயரத்தையும் தன்னையுமே கொண்டுசெலுத்த அரும்பாடுபடும் ஒரு மனிதனின் ஆத்ம சோகம்தான் அது.

தனக்குத்தானே பேசிக்கொண்டிருந்த உண்மையை ரோஷின் திடீரென்று உணர்ந்தான். அது கண்திறந்த நிலையிலேயே உளறிக் கொண்டிருந்ததுபோல இருந்தது அவனுக்கு. அவன் அந்தச் செய்திப் பத்திரிகையைப் பிரித்துப் பார்த்தான். ஜெர்மனியில் புரட்சி தொடங்கி

விட்டதைப் பற்றிய செய்தி கொட்டை எழுத்தில் பக்கத்தையெல்லாம் அடைத்துக்கொண்டிருந்தது. காம்பீன் காட்டில் போர்நிறுத்தப் பேச்சுவார்த்தைகள் நடந்துகொண்டிருந்த சமயத்தில், அங்கு புரட்சி வெடித்திருக்கிறது. ஒரு பீரங்கியணிக்கு அருகே நின்ற ஜெனரல் வைகானின் ரயில் வண்டிக்கு, ஜெர்மானியப் பிரதிநிதிகள் சென்று, பிரெஞ்சுக்காரர்கள் தரப்பில் தெரிவிக்கவேண்டிய ஆலோசனைகளைக் கூறுமாறு கேட்டுக் கொண்டார்கள்.

ஆனால் அந்த ஜெனரலோ, அவர்களை வரவேற்று ஆசனம் கொடுத்து அமரச்சொல்லவும் இல்லை; அவர்களிடம் கைகுலுக்கவும் முன்வரவில்லை. மாறாக, அவர் கோபாவேசத்தோடு கூறினார்: "என்னிடம் ஆலோசனைகள் எதுவும் இல்லை. ஜெர்மனி பணிந்து விடத்தான் வேண்டும்!"

ஜெர்மனியை இத்தகைய அவமானத்துக்குக் கொண்டு வந்துவிட்ட ஆட்சியாளர்கள் அன்றே தூக்கியெறியப் பட்டார்கள். பெர்லின் நகரத்திலேயே தொழிலாளர்கள், ராணுவவீரர்கள் ஆகியோரின் பிரதிநிதிகளைக்கொண்ட ஒரு சோவியத் உருவாக்கப்பட்டது. கெய்ஸர் சக்கரவர்த்தியோ, ஸ்பாவிலிருந்த தமது தலைமைக் காரியாலயத்தைவிட்டு ரகசியமாக வெளியேறி, ஹாலந்துக்குப் போய்ச் சேர்ந்துவிட்டார்; அங்குச் சென்று, டச்சு ராணுவத்தைச் சேர்ந்த ஒரு லெப்டினென்டிடம் தமது உடைவாளை ஒப்படைத்துவிட்டார்.

சில நிமிஷங்களுக்குப் பின்னர் ரோஷின் நன்றாக உடையணிந்து தனது கம்பளிக் கோட்டின்மீது பெல்ட்டை இறுக்கக் கட்டிக்கொண்டான்; தொப்பியையும் தலையில் எடுத்து வைத்துக்கொண்டான். ஜன்னலோரமாகச் சென்று நின்று, அந்தப் பத்திரிகையை மீண்டும் படித்துப் பார்த்தான். பின்னர், தனது கோட்டுப் பைக்குள்ளே கசங்கிப்போன பண நோட்டுகள் சிலவற்றைத் திணித்துக் கொண்டு, ஹோட்டலைவிட்டு வெளியே சென்றான்.

அவன் ஹோட்டலின் வாயிற்படியைவிட்டு வெளியேறும் சமயத்தில், அந்த வாயிலைக் கடந்து ஒரு தடித்த மனிதன் தெருவில் செல்வதைக் கண்டான். கடலாழத்தில் மூழ்கிச் செல்லும் ஒருவன் உடையைக் கழற்றியெறிந்துவிட்டு, அவசரஅவசரமாகக் கரையேறி வந்தவனைப்போல் அந்த மனிதன் தோன்றினான். அந்த மனிதனின் சிவந்தமுகம் புடைத்துப்போயிருந்தது; கண்கள் தெறித்துக்கொண்டு வெளியே வந்துவிடும்போல் தோன்றின. அவனது தடித்த, வறண்ட உதடுகளோ அவன் பின்வருமாறு திரும்பத்திரும்பச் சொல்லும்போதெல்லாம் மூடிமூடித் திறந்தன: "நான், 'க்ரூப்ஷ்தால்வேற்கி உருக்குத் தொழிற்சாலையின்' பங்குகளை விற்கிறேன். 'க்ரூப்ஷ்தால்வேற்கி உருக்குத் தொறிற்சாலையின்' பங்குகளை விற்கிறேன், விற்கிறேன்." அவனது கண்கள் தெருவில் போவோர்வருவோரை எல்லாம் வெறிவேகத்தோடு பார்த்தன; தன்னைவிடப் பெரிய முட்டாள் எவனாவது வருகிறானா என்று தேடியலைவது போலிருந்தது அந்தப் பார்வை.

தெருவிலே கும்பல்கும்பலாக ஒழுங்கற்றுச் சென்று கொண்டிருந்த ஆஸ்திரிய நாட்டுப் போர்வீரர்கள் சிலர் அந்த மனிதனின்மீது மோதி, அவனைச் சுவரோரமாக இடித்துத் தள்ளிவிட்டுச் சென்றனர். அவர்கள் தங்கள் துப்பாக்கிகளைத் தோள்மீது தொங்கவிட்டிருந்தார்கள்; ஆனால் துப்பாக்கியின் குழாய்களோ தரையை நோக்கித் தொங்கின. புரட்சியின் அடையாளங்களில் அதுவும் ஒன்று. புரட்சி, தனது முதல்நாளிலிருந்தே மனிதக்கொலை செய்வதில்லை என்பதுதான் அதற்குப் பொருள். அவர்களுக்கருகில், பட்டுப்போன்ற மீசையும், ஒடிசலான உருவமும்கொண்ட ஒரு வாலிப அதிகாரி நடைமேடைமீது நடந்துசென்றான். வேதனைமிகுந்த பரபரப்பு குடிகொண்டிருந்த அவனது மென்மையான முகம் கம்பீரமாக நிமிர்ந்து நேர்நோக்கியிருந்தது; அவனது இடதுபுறத் தோள்பட்டையில் ஒரு சிவப்பு ரிப்பன் தென் பட்டது. அந்த வாலிபன் போர்க்காலத்தின் போதுதான் ராணுவத்தில் சேர்ந்திருந்தான், எனவே, கவர்ச்சிகரமான பெண்கள் அனாயாசமாகத் திரியும் வியன்னா நகரத்து

வீதிகளிலே தனது உடைவாளின் உலோக உறை தரையில் பட்டுக் கலகலக்கும் வண்ணம் புத்தம்புதிய ராணுவ உடைகளை அணிந்து ராஜநடை போட்டுச் செல்லும் வாய்ப்பு அவனுக்குக் கிட்டாமல் போய்விட்டது. அவன் இளைஞனாகவும் நல்லவனாகவும் இருந்தான். அதன் காரணத்தாலேயே அவன் ராணுவ வீரர்களின் கமிட்டிக்குத் தேர்ந்தெடுக்கப்பட்டுவிட்டான். இப்போதோ அவன் தன் கம்பெனியோடு அந்த நகரைக் காலிசெய்து விட்டு ஸ்டேஷனை நோக்கிச் சென்றுகொண்டிருந்தான். போகும்வழியெல்லாம் ஏளனமும் குரோதமும் நிறைந்த பல கண்கள் அவனைப் பார்த்தன. வியன்னாவிலோ அப்போது ஒரே குழப்பமும் பசியும்தான் நிலவின; அங்குள்ள தொழிலாளர்கள் தெருக்களிலே போர் அரண்களை அமைத்துக் கொண்டிருந்தார்கள்.

அந்த அகந்தை மிகுந்த ஐரோப்பியர்களை ரோஷின், தன் கண்களைத் திரியவிட்டு வெகுநேரம் வரையிலும் பார்த்துக்கொண்டிருந்தான். அந்தக் காட்சியைக் காணும்போது, அவனுக்கும்கூட, குரோதம் மிகுந்த உணர்ச்சி தோன்றியது: "அப்படியென்றால், இன்னும் அதிக காலம் உக்ரேனியாவிலே தங்கி, வாத்துக்களையும் பன்றிக்கறியையும் தின்று செழிக்க உங்களுக்கும் வழியில்லாமல் போய்விட்டதா? பிரெஸ்த்லிதோவ்ஸ்க் ஒப்பந்தத்தினால் உங்களுக்கொன்றும் புண்ணியமில்லை என்று சொல்லுங்கள்!" ஆனால், மறுகணமே அவன் திடீரென்று தன் குரோத உணர்ச்சியைக் கட்டுப்படுத்தி விட்டான்: "ஆமாம். அதனால் உனக்கென்ன லாபம்? மாஸ்கோவில் உள்ளவர்களுக்குத்தான் கொண்டாட்டம். அவர்கள் ஒருவரையொருவர் கட்டித் தழுவிக் கொள்வார்கள். ஆனால் நீயோ -நாற்றம்பிடித்த பதுங்குக் குழிகளுக்கும், எதிர்ப் புரட்சிக்காரர்களிடமும் போய்ச் சேர வேண்டியதுதான்." எதிர்ப் புரட்சிக்காரர்கள் என்ற வார்த்தையை அமைதியோடு, வெடுவெடுப்போடு தான் முதன்முதலாக உச்சரித்ததை எண்ணி, அவன் மீண்டும் தன் முகத்தைச் சுழித்துக்கொண்டான். ஏனெனில், அந்த வார்த்தையில்தான் அவனது மன எரிச்சலுக்கான காரணம்

புதைந்திருந்தது. அவனுக்கிருந்ததைவிட, காத்யாவுக்கு இது விஷயத்தில் தொலைநோக்கு இருந்தது என்றுதான் சொல்ல வேண்டும். ரஸ்தோவிலிருந்த காலத்தில் அவர்களிருவரும் காரசாரமாகச் சண்டை பிடித்துக் கொண்டபோது, காத்யா அவனிடம் இப்படித்தான் சொன்னாள்: "உன் கொள்கையின் நியாயத்தில் உனக்கு இதயபூர்வமான நம்பிக்கை இருக்குமானால் புறப்பட்டுப் போ, கொலைசெய்!" நேர்மையுணர்ச்சியும் தன்மானமும் கொண்ட எல்லா அறிவாளிகளின் பாரம்பரியமான கருத்துகளின்படி பார்த்தால், எதிர்ப் புரட்சிக்காரன் என்ற வார்த்தைக்கு காலி, அயோக்கியன் என்றுதான் அர்த்தம். இதோடு இப்படியே வாழ்க்கை நடத்து.

ரோஷின் தன் கைகளிரண்டையும் கம்பளிக்கோட்டின் பைகளுக்குள் திணித்தவாறு, எகதிரீனின்ஸ்கி சாலை வழியாக நடந்தான். அவனது நடையும்கூட, அயோக்கியன், காலிப்பயல் ஒருவன் நடப்பது போலவே பின்னிப்பின்னி ஆடிய சைந்து நடப்பது போலிருப்பதாகவே அவனுக்குத் தோன்றியது. ஒரு முடி அலங்காரக் கடைக்கு முன்னால் செல்லும்போது, அவன் தன்னையும் அறியாமல் அந்தக் கடைக் கதவின் பக்கத்திலுள்ள நீண்ட நிலைக்கண்ணாடியில் தன் முகத்தைப் பார்த்துக் கொண்டான். கண்ணாடியில் தெரிந்த பிரதிபிம்பமோ சவக்களை தட்டி வெளிறிப் போயிருந்தது; அத்துடன் அது அவனைப் பார்த்து, கசப்புமிகுந்த புன்னகையை உதிர்த்தது. அவன் அந்தக் கடையினுள் சென்றான்; தனது கம்பளிக் கோட்டைக் கூடக் கழற்றாமலே நாற்காலியில் அமர்ந்து: முகச்சவரம்' என்று மட்டும் சொன்னான். ஆனால் அங்கும்கூட, எல்லாமே அவனுள்ளத்தில் அரூயைத்தான் எழுப்பின; தாழ்ந்தமுகடும், புழுக்கமும் நிறைந்த அந்த அறை; புடைத்தும் கிழிந்தும் தொங்கிக்கொண்டிருந்த அந்த அறையின் சுவரிலுள்ள மலிவான வண்ணக் காகிதம், பொடுகுநிறைந்த தனது தலைமயிரில் ஒரு சீப்பைச் சொருகிக் கொண்டிருந்த அந்தச் சவரத் தொழிலாளி, அவனது அழுக்கடைந்த மென்மையான கரங்கள், அந்தக் கரத்திலிருந்து எழுந்த ஏதோ ஒரு நெடிமிகுந்த வாசனைத்

தைலம் மணம் - எதுவுமே அவனுக்குப் பிடிக்கவில்லை.

அந்தச் சவரத் தொழிலாளி, ரோஷினின் முகத்தில் சோப்பைத் தடவுவதற்கு எந்தவித அவசரமும் காட்டவில்லை; மாறாக, அவன் சோப்பிலிருந்து பிரஷினால் நுரையைத் திரட்டி எடுத்தவாறே, பேச்சுக் கொடுக்கத் தொடங்கிவிட்டான்:

"முன்பு மட்டும் நிலைமைகள் நன்றாகவா இருந்தன? நான்கு வருஷமாகத்தான் போர் நடத்தினார்கள்; இப்போதோ புரட்சி வந்துவிட்டது. அவர்கள் என்னதான் நினைத்துக் கொண்டிருந்தார்கள்; என்னை ஏன் அவர்கள் ஒரு வார்த்தை கேட்கவில்லை?" அவன் சவரக்கத்தியை எடுத்து, அதனை முரட்டுத்தனமாகத் தீட்டத் தொடங்கினான். "ஒரு பக்கத்திலே பெரிய அரசியல் விவகாரங்கள்; இன்னொரு பக்கத்திலே எங்களது சின்னஞ்சிறிய தொழில்முறை. இந்த இரண்டுக்குமுள்ள வித்தியாசத்தைப் புரிந்துகொள்வதற்குள் மண்டை வீங்கிப் போய்விடும்!" அவன் ரோஷினின் கன்னத்தில் கதகதப்பான சோப்புநுரையைத் தடவத் தொடங்கினான். "பாருங்கள். இன்று நீங்கள்தான் முதன்முதலில் என் கடைக்கு வந்திருக்கிறீர்கள். ஜனங்களுக்கெல்லாம் வரவரப் புத்தி மாறாட்டம்தான் அதிகமாகிக் கொண்டிருந்தது. கெய்ஸர் வில்ஹேல்ம் ஹாலந்துக்குத் தப்பியோடிவிட்டார். அதனால், இங்கு நகரத்திலே யாருமே சவரம் செய்துகொள்ள வரக் காணோம்! ஏன் என்று நான் சொல்லட்டுமா? அவர்கள் எல்லோரும் போல்ஷெவிக்குகளைக் கண்டு அஞ்சுகிறார்கள். அவர்களுக்கு மாஹ்னோவைக் கண்டும் பயம். எனவே, அவர்கள் பட்டாளிகள் மாதிரி தோற்றமளிக்க வேண்டும் என்று கருதி, சவரம் செய்யப்படாத முகத்துடனேயே திரிய விரும்புகிறார்கள்" அவன் ரோஷினின் கன்னத்தில் கத்தியைவைத்து, சர்ரென்ற ஓசையெழும்ப வழித்தெடுத்தான். "மன்னியுங்கள். உங்கள் மூக்குமுனையைத் தூக்கிப் பிடித்துக்கொண்டு, சவரம் செய்வதில் உங்களுக்கொன்றும் ஆட்சேபமில்லையே? சில மனிதர்கள் அப்படித்தான்

செய்யவேண்டும் என்று பிரத்யேகமாகக் கேட்பார்கள். நான் குர்ஸ்கிலேதான் தொழில் கற்றுக்கொண்டேன். எனது ஆசான் கொஞ்சம் பழையகாலத்து ஆசாமி, அவர் தமது வாடிக்கைக்காரர்களின் வாய்க்குள் விரலைக் கொடுத்துக் கொண்டு சவரம்செய்வார்; கனவான்களாக இருந்தால் விரலைக் கொடுக்கமாட்டார்; ஒரு வெள்ளரிக்காயை வாயில் கொடுத்துவிடுவார். விரலைக் கொடுத்தால் பத்துக் கோபெக் கூலி; வெள்ளரிக்காய் என்றால் பன்னிரண்டு கோபெக். அந்தக் காலத்திலே அது தாராளமான கூலிதான். நான் கன்னங்களைத் திரும்பவும் வழிக்கிறேன். நேரம் ஏராளமாக இருக்கிறது. நீங்கள் வருவதற்குக் கொஞ்சநேரத்துக்கு முன்னால், இங்கே ஒரு பைத்தியக்கார ஆசாமி வந்தார். பெயர் பப்ரிகாக்கி. உங்களுக்கு அவரைத் தெரியுமோ? இங்கேயுள்ள மிகப் பெரிய பணக்காரர்களில் அவரும் ஒருவர். ஆனால், அவரது நரம்புகளெல்லாம் நிலைகுழம்பிப் போய் விட்டன. அவருக்குச் சவரம் பண்ணவே முடியவில்லை. அவரது கன்னத்திலே ஏதோ ஒரு சிரங்கு மாதிரி இருந்தது. சவர பிரஷினால் அதைத் தொட்டால்கூட, அவருக்கு வேதனை தாங்க முடியவில்லை. இன்றோ அவருக்கு உடம்பு முழுவதுமே மணல்வாரிபோல் பருக்கள் அள்ளிப் போட்டுவிட்டன. கடவுள் புண்ணியம்தான்! அவரோ என்னை உற்சாகப்படுத்துவதாக நினைத்துக் கொண்டு ஏதேதோ சொன்னார். ஜெர்மானியர்கள் உக்ரேய்னாவைவிட்டு வெளியேறும் நிலைமையில் இருக்கிறார்களாம். போல்ஷெவிக்குகள் பேல்கரதில் புதியதொரு தாக்குதலைத் தொடங்கிவிட்டார்களாம். பேலயாசேர்கொவில் ஒரு புதிய உக்ரேய்னிய அரசாங்கத்தைப் பிரகடனப்படுத்தியாயிற்றாம். அதன் பெயர் ‘டைரக்டோரியமரம்!’ நமது நாட்டில் ‘ராதா’ ஏற்பட்டுவிட்டது; சோவியத்துக்கள் ஏற்பட்டு விட்டன; ஹெட்மன் ராணுவாதிகாரமும் ஏற்பட்டு விட்டது. ஆனால், இதற்கு முன்னால் நமதுநாட்டில் ‘டைரக்டோரியம்’ என்று ஒன்று ஏற்படவில்லையல்லவா? பெத்லூராவும், வின்னிசேன்கோவும்தான் அதன் தலைவர்களாம்.

அவர்கள் இரண்டுபேரும் நான் கீவில் இருந்த காலத்தில், அதாவது 1916ஆம் ஆண்டில் எனது வாடிக்கைக்காரர்கள். பெத்லூராவுக்குக் கணக்கர் உத்தியோகம்; அவர் ஜில்லா யூனியனில் வேலை பார்த்தார். வின்னிசேன்கோ ஓர் எழுத்தாளர். நாங்கள் அவரது நாடகங்களையெல்லாம் பார்க்கப் போவதுண்டு. அந்தக் கதைகளிலே விசேடமாக ஒன்றும் இருக்காது. கதையெல்லாம் இப்படித்தான். ஒரு பெண் ஒரு கலைஞனுக்கு விசுவாசத் துரோகம் செய்துவிடுகிறாள். பாருங்கள், அவர்களுக்குள்ளே காரசாரமான வாக்குவாதங்கள். பிறகு அவளது காதலன் வந்து சேர்கிறான். அந்தச் சீமாட்டி அவனோடு ஒரே அறையில் வாழ்த் தொடங்குகிறாள். கலைஞன் நிலைமை வேடிக்கைதான்! அந்த அறைக்குள்ளே போவதற்கும் அவனுக்கு முடியவில்லை; அவர்களை வெளியேற்றவும் விரும்பவில்லை. அவளை இழக்கவும் அவனுக்கு மனமில்லை. எனவே, அவன் தனது மணிக்கட்டையே வெறிகொண்ட மாதிரி கடிக்கிறான்; தன் கையின் சதையையும் நரம்பையுமே ஆழக் கடித்துவிடுகிறான். அதன்மூலம் அவன் தன்னைத்தானே வாழ்நாள் பூராவும் ஊனமாக்கிக் கொண்டு, அந்தப் பெண்ணைப் பழிவாங்கிவிடுகிறானாம்! எப்படியிருக்கிறது கதை? வின்னிசேன்கோவுக்கும் நான்தான் சவரம் செய்வேன். அவருக்குத் தொளதொளத்த தோல்; குண்டும் குழியுமாகத்தான் இருக்கும். ராணுவாதிகாரி ஸ்கரபாத் ஸ்கியைத் தூக்கியெறியுமாறு அந்த டைரக்டோரியம் விவசாயிகளுக்கு ஒரு வேண்டுகோள் விடுத்திருப்பதாக, பப்ரிகாக்கி சொல்கிறார். ராணுவதிகாரிக்கோ ஏற்கெனவேயுள்ள தொல்லைகள் போதாது போலிருக்கிறது!”

ரோஷினின் கன்னங்களை மறுமுறையும் மழித்துவிட்டு, அவனது நரைவிழுந்த நீண்ட தலைமயிரையும் பார்த்தவாறு, அந்தச் சவரத் தொழிலாளி அதனை விரும்பாதவன்போல் கண்ணைச் சுருக்கினான். “உங்கள் தலைமயிரைக் குத்துச் சண்டைக்காரர் தினுசில் வெட்டிவிடட்டுமா? என்னிடம் ‘காக்கை இறகு’ என்ற பெயருள்ள, தலைமயிருக்கான

அன்னிய நாட்டு மை ஒன்றும் கொஞ்சம் இருக்கிறது. நீங்கள் சொன்னால், போட்டுவிடுகிறேன். இந்தக் காலத்திலே யார்தான் நரைத்த முடியை வைத்துக்கொள்வார்கள்?" (பற்களை இறுகக் கடித்தவாறே, "அதனையும் மழுங்க மொட்டையடித்துவிடுங்கள்!" என்று சொன்னான் ரோஷின்.) "ஆகட்டும் ஐயா!" என்று சொல்லிவிட்டு, அவன் தனது வேகத்தை அதிகரிக்க ஒத்திகை பார்த்துக் கொள்வதுபோல், கத்திரிக்கோலை தனது காதுக்குப் பின்னால் பிடித்து, நாலைந்துமுறை அடித்துப் பார்த்துக் கொண்டான். "கேப்டன் ஐயா! எனக்கு ஒரே ஒரு கனவுதான். வெறும் மண்ணெண்ணெய் விளக்குகள் உள்ளதாக, எவ்வளவு தூரத்திலே தள்ளியிருந்தாலும் சரி, ஒரு சின்ன நகரத்துக்குப் போய்விட வேண்டும். ஒரு மனிதன் சந்தோஷமாக வாழ்வதற்கு எவ்வளவுதான் தேவை? ஒரு பத்துப் பன்னிரண்டு வாடிக்கைக்காரர்கள் கிடைத்தால் போதும். வேலையை முடிக்க வேண்டியது; புகைக்குழாயைப் பற்றவைத்துக் கொண்டு, வாசல் நடையிலே உட்கார்ந்துவிட வேண்டியது. எங்கு பார்த்தாலும் சாந்தியும் அமைதியும்தான் நிலவும். தெருவில் போவோர் வருவோரெல்லாம் அமைதியான கிழவர்கள். நான் எழுந்து அவர்களுக்குத் தலைவணங்குவேன். அவர்களும் வணங்கிவிட்டுப் போவார்கள். இந்தக் காலத்திலே எங்களைப் போன்ற சின்ன மனிதர்களையெல்லாம் எவரும் நினைத்துப் பார்ப்பதுகூட இல்லை; எங்களையெல்லாம் கணக்கிலேயே சேர்ப்பதில்லை. ஆனால், நாங்கள் மட்டும் இல்லாதுபோனால், உங்களைப் போன்ற மனிதர்கள் எல்லாம் நரைத்த மயிரை வளர்த்துக்கொண்டே போக வேண்டியதுதான். உங்களையே நீங்கள் பார்த்துச் சொல்லுங்கள். நீங்கள் உள்ளே வரும்போது எப்படியிருந்தீர்கள்? இப்போது நான் உங்களை எப்படி ஆக்கியிருக்கிறேன் பார்த்தீர்களா?"

ரோஷின் கண்ணாடியில் தனது உருவத்தைப் பார்த்தான். அவனது பளபளப்பான தலை உயர்ந்த, மகத்தான எண்ணங்களையெல்லாம் தாங்கிக் கொள்ளுமளவுக்கு உருண்டுதிரண்டு பெரிதாகத்தான் இருந்தது. அவனது

முகம் சிறிது ஒடுங்கியிருந்தது; லேசாகப் புடைத்திருந்த கன்ன எலும்புகளிலிருந்து எடுப்பாக இல்லாத, எனினும் இன்னும் பலவீனமடைந்துவிடாத மோவாய் வரையிலும் அது பாங்காக உருவாகியிருந்தது. அவனது மூக்குக்கு மேல் இணைந்து வளர்ந்திருந்த கரியபுருவங்கள் நெற்றிப் பொருத்துகள் அருகே சுருண்டு தோன்றின; அந்தப் புருவங்கள், சிறியது எனினும் அறிவுக்கூர்மை மிகுந்த கண்கள் சண்டிப்பு மிகுந்தவையாய்த் தோன்றின. கண்ணின் கருவிழிகள் அகன்று இருப்பதால் கண்கள் முற்றுமே கறுப்பாகிவிட்டதுபோல் தோன்றின. இந்த மாதிரியான முகமுள்ளவன் அவமானப்படுவதற்கு என்ன இருக்கிறது? வாய்தான் முக அழகைக் கெடுப்பதுபோல் அவனுக்குத் தோன்றியது. கண்கள் பொய்சொல்லலாம்; அதிலே பொய்மையும் ரகசியமும் மறைந்துகிடக்கக் கூடும். ஆனால், வாய் எதை மூடி மறைக்க முடியும்? அதற்கென்று ஒரு தனித்த உருவம் கிடையாது; அது அசைவதுதான் அதற்கு உருவம். நத்தை மாதிரி! சீ! அருவருப்புத்தான்! ஆனால் நீ ஒன்றும் ஃபாவுஸ்ட் அல்லவே, வதீம் பெத்ரோவிச்.

ரோஷின் இடத்தைவிட்டு எழுந்து, துண்டுகள் துளைத்த தனது அழுக்கடைந்த ராணுவத் தொப்பியைக் கவர்ச்சிகரமான கோணத்தில் தலைமீது வைத்தான்; சவரத் தொழிலாளிக்குத் தாராளமாகக் கூலி கொடுத்தான், பின்னர் கடையைவிட்டு வெளியேறினான். இன்னும் அவன் எந்த முடிவுக்கும் வரவில்லை. என்றாலும் அவன் தன் கால்களில் பழைய தொளதொளப்பை உணரவில்லை. தெருவிலே கிடக்கும் கப்பிக் கற்களைத் தனது பூட்சின் முனையால் எற்றி உதைக்கவோ, இடறவோ செய்யவில்லை. அட, ஒரு சவரக்கடைக்குப் போய்விட்டு வந்த பின்னர்தான் ஒரு மனிதன் எப்படியெல்லாம் மாறிவிடுகிறான்! மங்கலாய்க் குழம்பிப் போயிருந்த அவனது உள்ளத்தில் தன் மானவுணர்ச்சி துளியளவு உள்ளே புகுந்துவிட்டது.

ஜன்னல்களிலெல்லாம் விளக்குகள் கொஞ்சம்

கொஞ்சமாகத் தோன்றத் தொடங்கின. இருளோடு இருளாய்க் கலந்துவிட்ட மொட்டையான பாப்லார் மரங்களினூடே காற்று பரபரத்து வீசியது. அந்த மரங்களின் அடிமரங்களுக்கு ஊடாக, தெருவின் எதிர்சாரியில், ஒரு பிரகாசமான விளக்கு ஒரு கேளிக்கை - ஹோட்டலின் வர்ணம் தீட்டப்பெற்ற கதவின்மீது தனது ஒளிக்கிரணங்களை அள்ளிப் பொழிந்தது. அந்த ஹோட்டலின் பெயர், 'பி - பா - போ'; ஜார்ஜிய முறைப்படி தயாரிக்கப்படும் ஆட்டுக்கறிக் கொத்தலுக்குப் பெயர்போன ஹோட்டல் அது. உணவைப்பற்றி நினைத்ததுமே வதீம் பெத்ரோவிச்சின் வயிற்றில் ஒரு வேதனையுணர்ச்சி தோன்றியது. முந்தைய நாளிலிருந்து அவன் எதுவுமே சாப்பிடவில்லை. எனவே பசியுணர்ச்சி மிகவும் வலுவாகவும், மூர்க்கமாகவும் அவனுள் எழுந்து அவனது சகலவிதமான மனோசஞ்சலங்களையும் பின்னுக்குத் தள்ளிவிட்டது. அவன் அந்த ஹோட்டலின் விளக்கொளி மிகுந்த வாசலைநோக்கி உறுதியோடு திரும்பிநடந்து அந்த ஹோட்டலுக்குள் நுழையப்போகும் தருணத்தில், மரத்துக்குப் பின்னாலிருந்து வெள்ளைப்பவாடை கட்டிய ஓர் உருவம் வெளியேவந்து, அவனை வழிமறிக்க முயன்று கொண்டு, அவனுக்குப் பின்னாலிருந்து கெஞ்சிக் கேட்கின்ற பாவனையில் பின்வருமாறு கிசுகிசுத்தது: "ஆபீஸர் சார்! என்னோடு வாருங்களேன். ஜாலியாக இருக்கலாம்!"

'பீ - பா - போ' என்ற அந்த ஹோட்டல் நீண்ட, தாழ்வான அறைகொண்டதாக இருந்தது. பெத்ரொகிராதிலிருந்து ஓடிவந்துவிட்ட பிரபலமான இடதுசாரி ஓவியக் கலைஞனான வாலெத் என்பவன் தான் அந்த ஹோட்டல் அறையைச் சமீபகாலத்தில் அழகுப்படுத்தியிருந்தான். அதன் தாழ்வான முகடு கன்னங்கரேலென்று இருந்தது; அதிலே வெள்ளித் தாளிலிருந்து வெட்டப்பட்ட நட்சத்திரங்கள் ஆங்காங்கே ஒட்டப்பட்டிருந்தன. சுவர்களும் கறுப்பாகத்தான் இருந்தன. அவற்றின் மஞ்சள், ஆரஞ்சு, செங்கல் நிறம் முதலிய வர்ணங்களில் பல்வேறுவிதமான பூதாகார உருவங்கள் தீட்டப்பட்டிருந்தன; அந்தப் பூத

சிருஷ்டிகள் காலையும் கையையும் பரப்பிக்கொண்டு சூறாவளிப் புயலிலே சிக்கிக் கொண்டவர்கள்போல், ஆண்பெண் உருவங்களின் கோடுகளாலான உருவகச் சித்திரங்கள் அங்கே தென்பட்டன. அத்தகைய சுவர்ச் சித்திரங்களெல்லாம் ஒரு கேளிக்கைக் கூடத்துக்கு மிகவும் அதீதமானவைதான். ஏனெனில், அந்தச் சுவரிலே தென்பட்ட நிர்வாணமான ஆண்பெண் மந்தைகள் பயங்கர உணர்ச்சியைப் பிரதிபலிப்பதாக இருந்தனவே தவிர, காமவேட்கையைப் பிரதிபலிப்பதாக இல்லை. அந்த ஹோட்டலில் பெரும் பணத்தை முதலீடு செய்துள்ள முதலாளி - அதே பப்ரிகாக்கிதான் - ஒருநாள் பின்வருமாறு சொன்னார்: "இந்தச் சித்திரங்களையெல்லாம் நான் புரிந்து கொண்டேனென்றால், என் காலை ஒடித்துவிடுங்கள், இவற்றைப் பார்த்தாலே எனக்குக் குமட்டுகிறது. என்றாலும் பொதுமக்களுக்கு அது மிகவும் பிடித்துப் போயிருக்கிறது."

ரோஷின் தனது சாப்பாட்டை முடித்துக்கொண்டு, அதன்பின் ஒயின் அருந்தினான். அவனது ரயில், காலை நான்கு மணிக்குத்தான் புறப்படுகிறது; எனவே, காலை மூன்று மணி வரையிலும் அந்தக் கேளிக்கை ஹோட்டலிலேயே பொழுதைக் கழிப்பதென்றும், மற்றவற்றைப் பற்றி அதற்குப்பின் தீர்மானித்தால் போகிறது என்றும் அவன் முடிவுகட்டிக் கொண்டான். மது அருந்தியதால் அவனுக்குக் கதகதப்பாகவும் களிப்பாகவும் இருந்தது; தலைக்குள் மெல்லிய குறுகுறுப்பு தோன்றியது.

ஒரு தாத்தாரியப் பரிசாரகன் அங்கு வேலை பார்த்தான். அவன் ரோஷினுக்கு ஏற்கெனவே அறிமுகமானவன். மாஸ்கோவிலிருந்த 'இயார்' என்ற ஹோட்டலில் வேலை பார்த்தவன். அந்த ஹோட்டல் அவனுக்கு இழந்த சுவர்க்கமாகவே போய்விட்டது. அந்தப் பரிசாரகன் ரோஷினின் மேஜைக்கருகில் வந்து, ஐஸ்கட்டிகள் நிறைந்த வாளியில் இருந்து சாம்பேன் மதுப் புட்டியை எடுத்து, அவனது கோப்பையில் குனிந்து ஊற்றியவாறே, சொன்னான்:

"மன்னித்துக் கொள்ளுங்கள், வதீம் பெத்ரோவிச்! நான்

அடிக்கடி வந்து தொல்லை கொடுப்பதாக எண்ணாதீர்கள். மாஸ்கோவைக் கொஞ்சம் நினைத்துப் பாருங்கள். ஹூம். நாம் இங்கே எப்படி வாழ்கிறோம் என்பதையும் பாருங்கள். இந்தத் தரங்கெட்ட மனிதர்களை என்னால் தூக்கத்திலும்கூட மறக்க முடியவில்லை."

நகரிலே பரபரப்பான பயங்கர நிலைமை நிலவிய போதிலும், ஊர் எல்லைகளில் இருள்சூழ்ந்து கிடந்த ஏதோ தூரத்துச் சந்துபொந்துகளில், துப்பாக்கி வேட்டுகள் இடையிடையே கேட்டுக் கொண்டுதான் இருந்தன. கவர்னர் மாளிகையை நோக்கிக் குதிரைகளில் செல்லும் காவல்காரர்கள் அந்தச் சத்தங்களைக் கேட்டும் கேளாதவர்போலவே சென்றார்கள்; அன்று நிலவிய கள்ள மார்க்கெட் பீதி ஒருபுறமிருந்தாலும், ஹோட்டலிலும் கூட்டம் நிறையத்தான் இருந்தது. கேளிக்கை இன்னும் தொடங்கவில்லை. கையின் அளவே தடிமனான கொக்குக் கழுத்தைக் கொண்ட ஒரு நீண்ட இளைஞன் தனது பிடரி வரையிலும் கருகரு வென்று வளர்ந்திருந்த சுருட்டை மயிர்த் தலையை ஆட்டிக்கொண்டு, சின்னஞ்சிறிய மேடை மீதிருந்த பியானோவின் முன் அமர்ந்து, இன்பியல் இசை நாடகக் கீர்த்தனைகளை வாசித்துக் கொண்டிருந்தான்.

ரோஷின் அமர்ந்திருந்த மேஜையைச் சுற்றிலும் குடித்துவிட்டுக் கும்மாளம் அடிக்கும் ஆரவாரமே நிரம்பியிருந்தது. கிராமத்து நிலப்பிரபுக்களில் சிலரோ ஹோட்டல்களின் படுக்கையறையிலும், விரக்தியடைந்து போன தமது புதல்வியர்தம் மத்தியிலும் இருந்துஇருந்து அலுத்துப்போன சலிப்பைப் போக்குவதற்காக, வோட்கா மதுவை உள்ளே தள்ளிக் களித்துக்கொண்டிருந்தார்கள்.

"நான் உறுதியாகக் கூறுகிறேன்!" என்று இளஞ்சிவப்பு நிறங்கொண்ட ஒரு பிரமுகர் பேசினார். "இப்போதைக்கு ஜெர்மானியர்கள் ஒழிந்தமாதிரிதான். புதுவருஷப் பிறப்புக்குள் ஆங்கிலேயரின் பெரும் பயணப்படை ஒன்று, மாஸ்கோவில் பிரவேசித்துவிடும். அப்புறம் நாமெல்லாம் ஸ்காட்ச் விஸ்கி அருந்தலாம். இருட்டிலும்கூட மின்னல் வெட்டத்தானே செய்கிறது!" அந்த மனிதர் தமது வரிசை

குலையாத அழகிய பற்களைக் காட்டிச் சிரித்தார். “அப்படியென்றால், நாம் ஜெர்மானியப் புரட்சிக்கு மூன்றுமுறை வாழ்த்துக் கூறுவோம்!”

அடுத்தாற்போல் நாகரீகமாக மெலிந்துபோயிருந்த வேறொரு மனிதர் எழுந்தார்; சாம்பல் பூத்துப்போன அவரது குழிந்த கண்களில் ஏளனபாவம் குறுகுறுக்க, அவர் தமது கையையுயர்த்திக் கொண்டு மற்றவர் தம் கவனத்தைக் கவர முயன்றார்.

“இங்கிலாந்தின் பிரபுக்கள் சபையிலோ, சான்ஸலர் பிரபு கம்பளியடைத்த மூட்டையொன்றின்மீதுதான் உட்காருகிறார். இது எல்லோருக்கும் தெரிந்த விஷயம்தான். ஆனால், சிம்பீர்ஸ்கில் உள்ள பிரபு வம்சத்தினரோ, தமது சட்டசபைக் கட்டடத்தின் முற்றிலிலுள்ள சலவைக்கல் தூணைப் பற்றியே பெருமையடித்தார்கள்; காலமெல்லாம் முயன்றாலும் ஆட்டிப் படைத்து அசைத்தெடுக்க முடியாத கனம், பிரமுகர்களின் வாழ்க்கையையே அந்தச் சலவைக்கல் தூண் எடுத்துக் கூறுவதாக அவர்கள் ஜம்பமடித்தார்கள். எனவே, அவர்கள் உலகத்தைப் பற்றிய கவலையே இல்லாமல், வைக்கோல் போரின் நிழலிலே அமர்ந்து நன்றாகத் தூங்கி வழிந்தார்கள். ஆனால், இப்போதோ ருஷ்ய நாட்டின் பிரபு வம்சமே முடிந்து போய்விட்டது. காரணம் என்ன? நம்மிடமும் ஒரு கம்பளி மூட்டை இல்லாமற்போனதுதான் காரணம் ‘க்லூபவின் நகரம் பற்றிய கதையின்’[8] கடைசிப் பக்கத்தையும் புரட்டி முடித்தாயிற்று; புத்தகத்தையும் மூலையிலே தூக்கிப் போட்டாயிற்று. இவையனைத்தும் யாரோ ஒரு பேரறிவு படைத்த தீர்க்கதரிசி சொல்லிவிட்டுச் சென்றதுபோல் இடியும்புயலும் சேர்ந்த பிரளயத்தின் மத்தியிலே நடக்கவில்லை; சர்வசாதாரணமான ஒரு திங்கட்கிழமை யன்றே நடந்து முடிந்துவிட்டது. கடவுளே காறித் துப்பிவிட்டு, மெழுகுவர்த்திச் சுடரை ஊதியணைத்து

---

8. தலைசிறந்த நகைச்சுவை எழுத்தாளர் ஷெத்ரினின் கேலிக் குறுநாவல். - (ப-ர்.)

விட்டார். நானோ என்னிடமிருந்த சிறுநிலத்தையும் 1914ஆம் ஆண்டிலேயே விற்றுவிட்டேன்; எனவே, அன்றுமுதல் நான் உலகத்தின் பிரஜையாகிவிட்டேன். அதுவும் ஒருவகையில் பாதுகாப்பான வழிதான்."

"அதெல்லாம் உங்களுக்குச் சரிதான், ஐயா! நீங்கள் ஆக்ஸ்போர்டு பல்கலைக்கழகத்தில் படித்துவிட்டு வந்திருக்கிறீர்கள். ஆனால், நானும் எனது மூன்று புதல்வியரும் என்னதான் செய்வது? நாங்கள் எங்கேதான் போய்த் தொலைவதாம்?" இளஞ்சிவப்பு நிறங்கொண்ட அந்தப் பிரமுகர் பலமாக மூக்கைச் சிணுங்கிவிட்டு, வோட்கா பாட்டிலை நோக்கிக் கையை நீட்டினார். "ருஷ்ய நாடு முற்ற முழுக்க முடிந்து போய்விட்டது என்று நீங்கள் சொல்வதை நான் ஏற்கவில்லை. நீங்கள் கற்றுவந்துள்ள ஆங்கிலக் கல்விதான் உங்களை அப்படியெல்லாம் பேசச் சொல்கிறது. என்னைப் பொறுத்தவரையில், நான் ஒரு குமாஸ்தாகவோ, மேஸ்திரியாகவோ வேலை செய்யத் தயார். மூன்று ஏக்கர் நிலமானாலும் அதையே நான் ஏர்பிடித்து உழவும் செய்வேன். ஆனால் அப்போதும்கூட, ருஷ்யாவின்மீது நான் கொண்டுள்ள நம்பிக்கை அற்றுப்போகாது." அவர் ஒரு கண்ணாடித் தம்ளர் நிறைய வோட்காவை ஊற்றிக்கொண்டார்; பின்னர் மேஜையில் தமக்கருகே மூன்றாவதாக அமர்ந்திருந்தவரை நோக்கி, கனத்து மெதுவாகத் திரும்பிப் பேசத் தொடங்கினார்: "நான் அந்தப் பெண்களை வைத்துக்கொண்டு என்னதான் பண்ணுவது? ஒவ்வொன்றும் நெடுமரம் போன்ற உயரமும், செதுக்கிவைத்த பலகையைப்போல் மார்பும், புள்ளிவிழுந்துபோன முகமும் கொண்டிருக்கிறது. இதிலே அவர்களுக்கு உணர்ச்சிக் கனவுகள் வேறு. எல்லாம் துர்கேனிவின் நாவலிலிருந்து அப்படியே இறங்கிவந்த பாத்திரங்கள்தான்! அதுவும் இந்தக் காலத்திலே அப்படியிருந்தால்! எல்லாம் அவர்களைப் பெற்றெடுத்தாளே, அவள் செய்த தப்பு. இந்தத் தப்பில் எனக்கும் ஓரளவு பங்குண்டு. அதை நான் மறுக்கவில்லை. மூத்த பெண்ணோ, பெண்களுக்கான உயர்தரக் கல்வியைக் கற்க வேண்டுமென்று விரும்பினாள். ஆனால்,

நாங்கள்தான் அவளைத் தடுத்தோம்; இருந்தாலும், அவள் ஒரு சோம்பேறிதான். இளைய பெண்ணுக்கோ நாடக மேடைப் பைத்தியம். அதற்கு அனுப்பியிருந்தால் அவள் ஒரு முதல்தர நடிகையாகவே வந்திருப்பாள். அதை உங்களிடம் சொல்வதற்கு நான் கூசவில்லை. அவளையும் தடுத்து நிறுத்துமளவுக்கு, நாங்கள் முட்டாள்தனமாய் நடந்துகொண்டு விட்டோம். அதற்காக நாங்கள் அவளைப் பயமுறுத்தவும்கூடச் செய்தோம். உண்மையில், நான்தான் முரட்டுத் தந்தையாக நடந்துகொண்டு விட்டேன் - அதுவும் இந்தக் காலத்திலே! எல்லாம் எங்களது அறிவுக் குறைவினால் வந்த வினைதான். கம்பளி மூட்டைமீது உட்கார்ந்து கொண்டிருந்தாலும், ஆங்கிலேயர்கள் மூன்று வருடங்களுக்கு முன்னாடியே எல்லாம் கண்டுகொண்டு விட்டார்கள் இது உண்மைதான். நாமோ காலம் காலமாய் அதுபற்றிச் சிந்தித்துக் கொண்டிருந்தோம். அதை எல்லாம் காணத் தொடங்குகிறோம்." அவர் தமது வோட்காவைக் குடித்து முடித்தார். பிறகு தமது கன்னத்தின் தொங்கு சதைகள் நடுங்க, எதிர்பாராதவாறு கூறினார்: "என்றாலும், நாம் சமாளித்துவிடுவோம். நாம் சரியாகிவிடுவோம்."

அந்த மூன்றாவது மனிதரோ நன்றாகக் குடித்திருந்தார்; எனவே, அவர் பற்களை மட்டுமே நெறுநெறுவென்று கடித்துக் கொண்டிருந்தார். ஆக, அத்துடன் மேஜை மீதிருந்த பூச்சாடியிலிருந்த மலர்களைக் கொய்து, அவற்றையும் மென்றுகொண்டிருந்தார். அவர், அங்கு நடக்கும் எந்தப் பேச்சையும் காதில் வாங்கவில்லை; மாறாக தமக்கு எதிர்ப்புறத்தில், தனது சாம்பல்நிற முடியை அப்பாவித்தனமாக முடிந்திருந்த மிகவும் அழகான ஒரு பெண்ணும் பாதிராணுவ உடை அணிந்திருந்த தடித்த வாலிபன் ஒருவனும் அமர்ந்திருந்த மேசையை ஒளிமங்கிப்போன கண்களால் வைத்த கண் வாங்காமல் வெறித்துப் பார்த்துக் கொண்டிருந்தார். இளைஞனோ, தனது கையின்மீது மோவாயை ஊன்றியவாறு மௌனமாக அழுது கண்ணீர் வடித்துக் கொண்டிருந்தான்; தன்னைச் சுற்றியமர்ந்திருப்பவர்களையெல்லாம் பூத பைசா சங்கள் என்று கருதியவன்போல், அவன் மற்றவர்களைப் பற்றிய

பிரக்ஞையே அற்றுப்போய் அமர்ந்திருந்தான். அந்த யுவதியோ தனது வட்டமான நீலவிழிகள் கொண்ட முகத்தைப் பரிவுணர்ச்சியோடும் வேதனையோடும் சுழிப்பதுபோல் நெரித்துக்கொண்டு, அந்த இளைஞனின் கையைப் பிடித்து வருடினாள்; பிறகு இடையிடையே அந்தக் கையில் முத்தமிட்டுவிட்டு மீண்டும் வருடினாள். அத்துடன் அவனருகே நெருங்கி குனிந்தவாறு எதையோ பரபரப்போடும் படபடப்போடும் அவனிடம் கிசுகிசுத்துப் பேசினாள். அவள் மிகவும் பயந்து போயிருந்தவள்போல் தோன்றியது. அந்த இளைஞனோ தனது பெரிய தலையை மெதுவாக அங்குமிங்கும் ஆட்டினான். தூக்கத்தில் பேசுவது மாதிரி, உயிரும் உணர்ச்சியுமற்ற குரலில் அவன் பேசுவது ரோஷினுக்குக் கேட்டது:

"என்னைத் தனியே விட்டுவிடு, சினயீதா தனிமையில் விட்டுவிடு. எனக்கு இனி எதுவும் வேண்டாம். யாரும் எனக்குத் தேவையில்லை. நீயும் தேவையில்லை; நானும் தேவையில்லை."

அதற்குமேல் அந்த இளைஞன் எதுவுமே சொல்ல வேண்டியதில்லை. அந்த இளைஞனுக்கு அன்றைய இரவு எப்படி முடியப்போகிறது என்பது தெள்ளத் தெளிவாகவே தெரிந்தது. அந்தப் பெண்ணைப் பார்த்தால், அவள் ஏதோ ஒருவிதத்தில் காத்யாவை நினைவூட்டுபவளாக ரோஷினுக்குத் தோன்றினாள். அவளது முகத்தோற்றம் ஒன்றும் அப்படியில்லை. ஆனால், அவளது நளினத்தோடுகூடிய பரிவுணர்ச்சி இருக்கிறதே, அது காத்யாவிடம் கண்டதைப்போலவே இருந்தது. ஒருவேளை, இந்த யுவதியும் ஏதோ ஒரு ரயில்வே ஸ்டேஷனில் உடம்பெல்லாம் மணல்வாரியை அள்ளிப்போடும் டைபாய்டு காய்ச்சலுக்காளாகிச் சாகும் ஜனங்களின் மத்தியிலேதான் தனது வாழ்வையும் முடித்துக்கொள்ளக்கூடும். அதற்குள் இரண்டு இளைஞர்கள் உள்ளே வந்தார்கள்; அவர்கள் அங்கு காலியாகக் கிடந்த மேஜை முன்னால் அவசரமாக உட்கார்ந்து, அந்தக் காதல் ஜோடியைப் பார்வையினின்றும் மறைத்துவிட்டார்கள்.

அலெக்சேய் தல்ஸ்தோய் ▲ 199

அவர்கள் இரண்டுபேரின் தலைமயிரும் நெற்றிக்கு நேராகக் குஞ்சம்போல் தொங்கியது; இருவருக்கும் பற்கள் சொத்தைவிழுந்து போயிருந்தன; இரண்டுபேரும் தங்களது அழுக்கடைந்த விரல்களில் வைர மோதிரங்கள் அணிந்திருந்தார்கள். அவர்களில் ஒருவன் அடுத்தவனிடம் பெருமையடித்துக்கொண்டான்: "முதலில் நான் மரூஸ்யாவை இரும்புக் கம்பியினால் அடித்துக் கீழே தள்ளினேன்; பிறகு அந்த நாய்ப்பிறவியின் எலும்புகளெல்லாம் நொறுங்கும்வரையிலும் அவள்மீது ஏறிமிதித்தேன்."

"கேப்டன்! நான் உங்கள் மேஜையின் முன் உட்காரலாமா?"

ரோஷின் வாய்திறவாமல் தலையை மட்டும் தாழ்த்தி அசைத்தான். நிக்கல் பிரேம்போட்ட மூக்குக் கண்ணாடியணிந்த மனிதன் ஒருவன் அந்த மேசை முன் அமர்ந்து, தனது பெரிய கால்களை நாற்காலிக்கடியில் இழுத்துக்கொண்டான். அவன் இறுகலான, பச்சை-சாம்பல் நிறங்கொண்ட ஜெர்மானியப் பிரதேச இராணுவ உடையை அணிந்திருந்தான். அவன் பரிசாரகனிடம் தட்டுத்தடுமாறிக் கொண்டே, ருஷ்ய மொழியில் பேசினான்:

"முதலில் தின்பதற்கு ஏதாவது கொண்டுவா. நான் ரொம்ப நேரமாக ஒன்றுமே சாப்பிடவில்லை. அத்துடன் பீரும் கொண்டுவா. பீர் நிறைய கொண்டுவா."

அவன் எப்படி பீரை அருந்துவான் என்பதைக் காட்டிக் கொள்வதுபோல் தனது ஒட்டிய கன்னத்தை உப்பிக் காட்டினான்; பின்னர் வாய்விட்டுச் சிரித்தான். அதன்பின் தனக்கெதிரே உவகையற்று உம்மென்று அமர்ந்திருக்கும் ரோஷினைத் தனது நீலநிறக் கண்களால் ஒரு பறவையைப்போல் இமைகொட்டாமல் வியப்போடு பார்த்தான்:

"கேப்டன் சாருக்கு ஜெர்மன் மொழி தெரியுமா?"

"தெரியும்."

"நான் இருப்பது உங்களுக்கு இடைஞ்சலாக இருந்தால், நான் வேறு எங்காவது சென்று அமர்ந்துகொள்கிறேன்."

"இடைஞ்சல் ஒன்றும் இல்லை."

இந்தமுறை ரோஷினின் பதில் அப்படியொன்றும் முரட்டுத்தனமாக இல்லை. பெரும்பான்மையான ஜெர்மானியருக்குள்ளதுபோலவே, அந்த ஜெர்மானியப் பிரதேச ராணுவ வீரனுக்கும் ஒடுங்கிய முகம்தான். அந்த முகத்திலே வாய்மட்டும் சிறிதாக உள்வாங்கிக் குவிந்திருந்தது. மேலும் அதில் வயதான பருவத்திலும் கூட ஒரு பிள்ளைத்தன்மையும், மறையாத ஒரு மிருதுவான மலர்ச்சியும் தென்பட்டன. ஏல்லோரிடமும் கருணையுள்ளம் கொள்ளும் குறுகுறுப்பைக் காட்டிக் கொடுப்பதுபோல், அவனது மூக்கு மட்டும் சிறிது ஏந்தினாற்போல் மேல்நோக்கி நிமிர்ந்திருந்தது.

"ராணுவ வீரர்களான எங்களுக்கு ஹோட்டல்களுக்குள் செல்வதற்கெல்லாம் அனுமதியில்லை. என்றாலும், நேற்றுமுதல் ஜெர்மானியக் கட்டுப்பாடு ரொம்பவும் புத்திசாலித்தனமாக மாறிவிட்டது" என்றான் அவன்.

ரோஷின் கோணற்புன்னகை புரிந்தான். அந்த ஜெர்மானியன் தனது கூற்றைத் தெளிவாக எடுத்துக்கூற முனைந்தான்; இப்போது அவன் தனது தடித்த நகங்கொண்ட விரலைக் காட்டி, பேச்சுக்கு அழுத்தம் கொடுக்க முனைந்தான்:

"கட்டுப்பாடு என்பது புத்திசாலித்தனமாகத்தான் இருக்கவேண்டும். அப்போதுதான் அது ஒரு சமுதாய நீதியாகவும், முன்னேற்றத்துக்கான தவிர்க்க முடியாத அம்சமாகவும் விளங்க முடியும். இத்தகைய புத்திசாலித்தனமான கட்டுப்பாடு என்பது உண்மையான சமுதாய இயக்கத்திலிருந்துதான் தோன்றமுடியும். இல்லையென்றால், கட்டுப்பாடு என்பது வெறும் பலவந்தமாக இருந்தால், அதனைக் கட்டுப்பாடு என்று சொல்வதிலேயே அர்த்தமில்லை."

அவன் தனது சிறிதே தெளிவற்ற கருத்துகளை எப்படியோ சொல்லித் தீர்த்துவிட்ட திருப்தியோடு உற்சாகமாகத் தலையாட்டிக் கொண்டான்.

"நீங்களென்ன ஜெர்மனிக்கு வெளியேறிச் சென்று கொண்டிருக்கிறீர்களா?" என்று கேட்டான் ரோஷின்.

"ஆமாம். எங்கள் படைப்பிரிவு ஒரு கமிட்டியைத் தேர்ந்தெடுத்தது. அந்தக் கமிட்டி ஒரு தீர்மானம் நிறை வேற்றியுள்ளது. அந்தத் தீர்மானம், மிகுந்த போராட்டத்திற்கு இடையில்தான் நிறைவேற்றப்பட்டது. என்றாலும், அது கோட்பாடுரீதியான தீர்மானம்தான். அந்தமட்டில் எனக்கு அதிலே மகிழ்ச்சிதான்."

"நல்லது. ருஷ்ய நாட்டிலே வழங்குகிற பழமொழி மாதிரி, நீங்கள் போக விரும்பினால் நாங்கள் நிறுத்திவைக்க முடியுமா?"

"நானும் கொஞ்சம் ருஷ்ய மொழி கற்றிருக்கிறேன். நீங்கள் சொல்வதற்கு, 'எப்படியாவது போய்த் தொலைந்தால் சரிதான்' என்றுதானே அர்த்தம்?"

"பார்த்தால், அப்படியும் சொல்லலாம். நீங்கள் மிகவும் கெட்டிக்காரப் பேர்வழிபோலத் தெரிகிறதே. நாம் ஏன் ஒருவருக்கொருவர் பாசாங்கு பண்ண வேண்டும்? நாம் எதிரிகளாகத்தான் சந்தித்தோம். எதிரிகளாகத்தான் பிரிகிறோம்."

"அப்படியா? நல்லது" என்று அந்த ஜெர்மானியன் ஏதோ எண்ணியவாறே தலையை ஆட்டினான். "ஆம். அதனை நான் மறுப்பதிலும் அர்த்தமில்லை; சொல்லப் போனால், அப்படிச் செய்வது சாதுரியமான செயலும் இல்லை."

அவன் தனது மெல்லிய உதடுகளில் ஒரு புன்னகையை வரவழைத்து, அந்த விஷயத்துக்கு அத்துடன் முற்றுப்புள்ளி வைத்துவிட்டான். அதற்குள் அவன் முன் சாப்பாடும், பீரும் வந்து சேர்ந்துவிட்டன. சிறிதுநேரத்துக்குத் தான் பேச்சை நிறுத்திவிட்டு, சாப்பாட்டைக் கவனிக்க

வேண்டியிருப்பதற்காக அவன் ரோஷினிடம் மன்னிப்புக் கோரிக்கொண்டு, தன் முன்னிருந்த 'ஷாஷ்லீக்' மாமிச உணவைச் சாவதானமாக உண்ணத் தொடங்கினான்; அவன் வெள்ளை ரொட்டியையும் அறுத்துப் பொரித்த தக்காளித் துண்டுகளையும், மாமிசத் துண்டுகளையும் மிகவும் பவ்யத்தோடு அசைபோட்டுத் தின்பதுபோல் தோன்றியது.

"ருசியாகத்தான் இருக்கிறது" என்று அவன் சொன்னான்; எனினும், ரோஷினின் கோபம் குடிகொண்ட கரிய கண்கள் தன்னைவெறித்து நோக்குவதைக் கண்டு லேசாகக் குழம்பியவனாய், அந்த வார்த்தையைச் சொன்னான். அவன் ஒரு துண்டு துக்காணியைக்கூட மிச்சம்விடாமல் எல்லாவற்றையும் தின்று தீர்த்தான்; பின்னர் ஒரு ரொட்டித் துண்டை எடுத்து, அதனால் தட்டையே நன்றாகத் துடைத்துவிட்டு, இறுதியில் அந்த ரொட்டித் துண்டையும் வாய்க்குள் போட்டுக் கொண்டான். பின்னர் பாதிமூடிய கண்களுடன் குளிர்ந்த பீர் இருந்த கண்ணாடித் தம்ளரை எடுத்து, அவனை மெதுவாகக் குடித்துமுடித்தான்.

"ஜெர்மானியர்களான நாங்கள் சாப்பிடுவதை மிகவும் பெரிய விஷயமாகக் கருதுவது வழக்கம். பட்டினி கிடப்பது என்றால், என்னவென்று ஜெர்மானியருக்குத் தெரியும். மேலும் எங்களது உணவுப் பிரச்னை இறுதியாகத் தீர்க்கப்படுவது வரையிலும், நாங்கள் இன்னும் நிறைய பட்டினியையும் பசியையும் அனுபவித்துத்தான் தீரவேண்டியிருக்கிறது."

மீண்டும் அவனது நீளமான சுட்டுவிரல் மேலே உயர்ந்தது.

"சரித்திரத்தின் உதயகாலத்திலே, அதாவது மனிதச் சமுதாயம் இயற்கையின் செல்வங்களை அப்படியப்படியே திரட்டித் தின்னும் ஆதிகால வாழ்க்கை நிலையிலிருந்து, இயற்கையிடமிருந்து உணவைப் பலவந்தமாகப் போராடிப் பெற நேர்ந்த வாழ்க்கை நிலைக்கு மாறிய காலத்தில், உணவு என்பது சிரமம் மிகுந்த அபாயகரமான

போராட்டத்தின்மூலம் அடைய நேர்ந்த விளைவாகத்தான் இருந்தது. எனவே, அந்தக் காலத்தில் உண்பது என்பது ஒரு புனிதமான சடங்காகவும் விளங்கியது. ஏனெனில், உண்பதென்பது இன்னொரு ஜீவராசியையும், அதன்பலத்தையும் மனிதன் தனக்கு உடைமையாக்கிக் கொள்ளும் காரியமாக இருந்தது. எனவேதான் இயற்கையின் மீது உபாசனைகள் செய்து அதனை வசியப்படுத்தும் கோட்பாடு தோன்றியது. அதுதான் மந்திரம் என்பது. எல்லாவிதமான கூடார்த்தமான கோட்பாடுகளுக்கும், உண்பதில் ஏற்பட்ட இந்த மந்திர உபாசனைச் சடங்குதான் அடிப்படையானது. கடவுளின் சரீரமே உண்ணப்பட்டது. பணியாரத்தின் தோற்ற ரகசியம் பற்றி, ஒரு ருஷ்யப் பேராசிரியரோடு நான் பேசினேன்; அப்போது அவர் தெரிவித்த ருசிகரமான தகவல்களை எல்லாம் நான் குறிப்பெடுத்து வைத்திருக்கிறேன். சாம்பல் புதன்கிழமைக்கு முந்திய நாள் நடைபெறும் பண்டிகைத் திருநாள் என்பதே சூரியனைத் தின்னும் திருநாள்தான். சடங்குபூர்வமான நடனங்களின்மூலம் சூரியனின்மீது வசிய மந்திரங்கள் பிரயோகிக்கப்படுகின்றன; பின்னர் பணியாரத்தின் உருவத்தில், மக்கள் சூரியனைத் தின்று களிக்கிறார்கள். ஸ்லாவ் இனத்து மக்கள் எப்போதுமே தங்கள் தத்துவ விசாரங்களில் மிகவும் உயர்வான லட்சியங்களை எல்லாம் கொண்டிருந்தார்கள். இது உங்களுக்கும்கூடத் தெரியும்."

அவன் சிரித்துவிட்டு, தனது சட்டையின் உலோகப் பொத்தான் ஒன்றைக் கழற்றினான். பிறகு சட்டைக்குள்ளிலிருந்து சொரசொரத்த தோலினால் பைண்டு செய்யப்பட்ட ஒரு தடித்த நோட்டுப் புத்தகத்தை வெளியே எடுத்தான்; இதே நோட்டுப் புத்தகத்தைத்தான் அவன் இரண்டு மாதங்களுக்கு முன்னால் ரயில் வண்டியில் சென்றபோது, இதேபோல் எடுத்து, காத்யா ரோஷினிடம், அம்மியானஸ் மர்ஸெல்லீனஸில் இருந்து ஒரு பகுதியை வாசித்துக் காட்டினான். அவன் அந்தப் புத்தகத்தை மேஜைமீது வைத்து, அதன் பக்கங்களை மிகவும் கவனமாகத் திருப்பத் தொடங்கினான். அந்த

நோட்டுப் புத்தகத்தில் குறிப்புகளும், மேற்கோள்களும், விலாசங்களும் நிறைந்திருந்தன.

"இதோ" என்று அவன் ஏதோ ஒரு பக்கத்தில் விரலை வைத்தான். ஆனால், அவன் காட்டிய மேற்கோள் ரோஷினின் கவனத்தைக் கவரவில்லை. அந்த மேற்கோளுக்கு மேலே தென்பட்ட கையெழுத்தில்தான் அவனது பார்வையெல்லாம் நிலைத்தது. அதில் காத்யா தன் கைப்பட தனது விலாசத்தைப் பின்வருமாறு எழுதியிருந்தாள்: "எகதிரீனா திமீத்ரியெவ்னா ரோஷின், எகதெரின ஸ்லாவ், மேற்பார்வை, போஸ்ட் மாஸ்டர்."

"இந்த விலாசம் உங்களுக்கு எங்கே கிடைத்தது?" என்று கரகரத்த குரலில் கேட்டான் ரோஷின். அதற்குள் அவனது முகம் ரத்தம்பாய்ந்து சிவந்துவிட்டது; அவன் தனது சட்டைக் காலரை நெருடத் தொடங்கினான். அந்த ஜெர்மானியனுக்கோ ருஷ்ய ராணுவ அதிகாரி தனது மறுகரத்தால் திடீரென்று ஒரு ரிவால்வரை எடுத்துத் தனக்கு எதிரே நீட்டிவிடுவானோ என்று தோன்றியது. இப்பொழுதெல்லாம்தான் ராணுவப் பழக்கங்களாயிற்றே. ஆனால், ரோஷினின் விரிந்தகன்ற கண்களிலோ வேதனையும் இரங்கல் பாவமும்தான் பிரதிபலித்தன. அந்த ஜெர்மானியன் மிகமிக மென்மையான குரலில் பதில் சொன்னான்:

"இந்த அம்மாவை உங்களுக்கு நன்றாகத் தெரியும் என்று எனக்குத் தெளிவாகத் தெரிகிறது. இந்த அம்மாவைப் பற்றி நான் உங்களுக்குச் சில தகவல்கள் தெரிவிக்க முடியும்."

"அவளை எனக்குத் தெரியும். அது ஒரு சோகக் கதைதான்."

"சோகக் கதையா? ஏன்? அவள் இறந்துவிட்டாளா?"

"என்னால் எதையும் நிச்சயமாகச் சொல்ல முடியாது. எல்லாம் நல்லபடியாய் இருக்கவேண்டும் என்பதுதான் என் விருப்பமும். இந்த யுத்தகாலத்தில் நான் ஓர் உண்மையை உணர்ந்திருக்கிறேன். அதாவது, மனிதப் பிறவிகள் அதியற்புதமான உயிர்வாழும் சக்தியைப்

பெற்றிருக்கிறார்கள். என்றாலும், அவர்கள் லேசிலே காயம்பட்டுவிடுகிறார்கள்; வேதனையையும் லகுவில் உணர்கிறார்கள். இதற்குக் காரணம் என்னவென்றால்.” அவனது சுட்டுவிரல் மீண்டும் மேலே உயர முனைந்தது. ஆனால் ரோஷினோ சுருங்கிச் சுழித்த முகத்தோடு குறுக்கிட்டுக் கேட்டான்:

“நீங்கள் அவளை எங்கே சந்தித்தீர்கள்? அவளுக்கு என்ன நேர்ந்தது?”

“நாங்கள் ரயிலில்தான் சந்தித்தோம். எகதிரீனா திமீத்ரியெவ்னா தன் உளமாற நேசிக்கும் கணவனை அப்போதுதான் சமீபத்தில் இழந்திருந்தாள்.”

“அவளிடம் வேண்டுமென்றே பொய்சொல்லி விட்டார்கள். இதோ, நான் உயிரோடுதான் இருக்கிறேன்.”

அந்த ஜெர்மானியன் தனது நாற்காலியில் அப்படியே துள்ளிச் சாய்ந்தான். அவனது சின்ன வாயும், பறவைக் கண்ணும் வட்டமாக விரிந்தன. அவன் தனது உள்ளங்கையை மேஜைமீது படாரென்று தட்டினான்:

“இந்த ஹோட்டலுக்குள்ளே என் வாழ்நாளில் என்றுமே நான் நுழைந்ததில்லை. இன்றுதான் முதன்முதலில் இங்கு வருகிறேன். வந்து இந்த மேசை முன்னால் உட்கார்ந்து எனது நோட்டுப் புத்தகத்தை வெளியே எடுக்கிறேன். உடனே இறந்தவர்கள் எல்லாம் உயிரோடு வந்துவிடுகிறார்கள்! நீங்கள்தான் இந்த அம்மாவின் கணவரா? உங்களைப்பற்றி அவள் என்னிடம் சொன்னாள். நீங்கள் எப்படியிருப்பீர்கள் என்று நான் நினைத்திருந்தேனோ, அப்படியேதான் இருக்கிறீர்கள். ச்சூ! தோழர் ரோஷின்! நீங்கள் இப்படி. இது கூடாது. கூடாது.”

அவனுக்கு வார்த்தைகள் தடுமாறின; அவன் தன் மெல்லிய உதடுகளை இறுகக் கடித்துக்கொண்டு, ரோஷினின் கண்களைக் கண்ணாடிக்கு மேலாகக் கூர்மையாகவும் ஆழமாகவும் பார்த்தான். ரோஷினின் கண்களிலோ

கண்ணீர் ததும்பிநின்றது. அந்த ஜெர்மானியனின் அன்புநிறைய ஏந்தி நிமிர்ந்த மூக்கின்மீது குறுமணல்போன்ற வியர்வைத் துளிகள் பூத்திருந்தன.

"நான் எகதிரினஸ்லாவுக்கு முன்பே ரயிலிலிருந்து இறங்கிவிட்டேன். உங்கள் மனைவிதான் இந்த விலாசத்தை எழுதித் தந்தாள். நான்தான் விலாசத்தை எழுதித் தருமாறு வற்புறுத்தினேன். ஏதோ வழிப்பறவை வந்துவிட்டுப் போனதுபோல், மீண்டும் என்றென்றும் அந்த அம்மாவைச் சந்திக்காமல் போய்விடக் கூடாது என்ற எண்ணம் எனக்கு. நாங்கள் இருவரும் ஒரே ரயிலில் பிரயாணம் செய்தகாலத்தில், நான் வழியெல்லாம் அவளைச் சிறிது குதூகலமாக இருக்கச் செய்ய முயன்றேன். அவள் மிகவும் புத்திக்கூர்மை வாய்ந்த பெண். அவளது தெளிவான, எனினும் பூரணவளர்ச்சி பெறாத மனமோ உன்னதமான, மகத்தான லட்சியங்களை எண்ணித் தவிக்கிறது. 'நமது காலத்திலே சோகம் என்பது லட்சோப லட்சக்கணக்கான பெண்களின் தலைவிதியாக இருக்கிறது. சோகத்தையும் துன்பத்தையும் ஒரு சமுதாய சக்தியாக மாற்றியாக வேண்டும். உங்களது சோகம் உங்களுக்குச் சக்தியை வழங்கட்டும்' என்று நான் அவளிடம் சொன்னேன். 'எனக்கு எதற்கு இனி சக்தியெல்லாம்? நான் இன்னும் உயிர்வாழ விரும்புகிறேன் என்றா நினைக்கிறீர்கள்?' என்றாள் அவள். நானோ, 'ஆம். நீங்கள் உயிர்வாழத்தான் விரும்புகிறீர்கள். உயிர்வாழும் வேட்கையைவிட, முக்கியமானது வேறு ஒன்றும் இல்லை. நம்மைச் சுற்றிலும் சாவையும் துன்பத்தையும் துயரத்தையும் தவிர வேறு எதையுமே பார்க்கமுடியாத சூழ்நிலைக்கு நாம் ஆளாகும்போது, நாம் ஒன்றைப் புரிந்துகொள்ள வேண்டும். அதாவது, இதெல்லாம் நாம் செய்த தவறுதான் என்பதையும், இதற்கெல்லாம் காரணமான கேடுகளை நாம் இன்னும் நீக்கவில்லை என்பதையும், மனிதன் என்ற அற்புதமான பிறவி ஆனந்தமாகவும் அமைதியாகவும் வாழும் வகையில், இந்த உலக வாழ்க்கையை நாம் அமைத்துக் கொள்ளவில்லை என்பதையும் நாம் புரிந்துகொள்ள வேண்டும். நமக்குப் பின்பும்

எல்லையற்ற பேரமைதி இருக்கிறது; நமக்கு முன்பும் அத்தகைய எல்லையற்ற பேரமைதிதான் இருக்கிறது. எனவே நமக்குக் கிட்டியுள்ள இந்தக் குறுகியகால உலக வாழ்வில், இந்த எல்லையற்ற பெருமோன நிலைகளின் இடைவெளியை, இந்தச் சிறுபொழுதை ஆனந்தத்தால் நிரப்பி ஈடு செய்யவேண்டும். அதுதான் நமது கடமை." என்று பலவாறு எடுத்துச் சொன்னேன். அவளைத் தேற்றுவதற்காகத்தான் நான் இவ்வாறு கூறினேன். பிறகு நான் ரயிலிலிருந்து இறங்கி எனது படைப்பிரிவில் போய்ச் சேர்ந்துகொண்டேன். அன்றிரவே உங்கள் மனைவி பிரயாணம் செய்துகொண்டிருந்த ரயிலை, மாஹ்னோவின் கொள்ளைக்காரர்கள் தடுத்துநிறுத்தி, கொள்ளையடித்துவிட்டார்கள் என்றும், அதில் சென்ற எல்லாப் பிரயாணிகளையும் அவர்கள் எங்கோ இனந்தெரியாத திசையில் கொண்டுபோய் விட்டார்கள் என்றும் எங்களுக்குத் தகவல் எட்டியது. இவ்வளவுதான் எனக்குத் தெரிந்தது. தோழர் ரோஷின்!"

அந்த ஹோட்டலின் சிறிய மேடையில் அப்போதுதான் கேளிக்கை தொடங்கியிருந்தது. பியானோவை வாசித்துக் கொண்டிருந்த அந்தத் தலையில் குத்திட்டு நிற்கும் மயிர் – நிறைந்த பாடகன் தனது பியானோவோடு ஓரத்தில் ஒதுக்கப்பட்டுப் போய்விட்டான். மாஸ்கோ நகரத்தின் பிரபல ஹாஸ்யக் கலைஞனான டான்லிமாநாடோ மேடைமீது காட்சியளித்தான். அவன் கவர்ச்சிகரமாக இருந்தான்; எனினும், அவனது வயதைச் சொல்ல முடியவில்லை. அவன் தன் கண்களில் மைதீட்டி ஒப்பனை செய்திருந்தான். அந்திநேரச் சட்டையும், புருவங்கள் வரையிலும் கவிழ்த்து வைக்கப்பட்டிருந்த வைக்கோல் தொப்பியும் அணிந்திருந்தான்.

"பெரியோர்களே! நான் ஜெர்மன் புரட்சிக்காக, உங்களுக்கெல்லாம் பாராட்டுத் தெரிவிக்கிறேன்!" என்று கத்திக்கொண்டே, அவன் தன்கையைத் தானே பிடித்து மனமுவந்து குலுக்கிக் கொண்டான். நான் இப்போதுதான் ரயில்வே ஸ்டேஷனிலிருந்து வருகிறேன். அங்கு ஒரு

ஜெர்மன் ஓ பெர்லெப்டினெண்டைச் சந்தித்து: 'ஹலோ! சௌக்கியம்தானே' என்றேன். 'சௌக்கியம்தான்! நீங்கள் சௌக்கியமா?' என்றார் அவர். நானும், 'சௌக்கியம்தான். நவம்பர் மாதம் வந்துவிட்டது. இந்த வைக்கோல் தொப்பி குளிர் தாங்க மாட்டேன் என்கிறது. ஆனால் நான் எனது குளிர்காலத் தொப்பியை மாஸ்கோவில் விட்டுவிட்டு வந்துவிட்டேன். அதனைத் திரும்பவும் எப்படிப் பெறுவது என்றே தெரியவில்லை' என்றேன் நான். 'ஒரு குளிர்காலத் தொப்பியை விலைக்கு வாங்கிக் கொள்வதுதானே' என்றார் அவர். 'நான் ஒரு தொப்பி வாங்குவதற்காக, ஆயிரம் மார்க்குகள் மிச்சம் பிடித்து வைத்திருந்தேன். ஆனால் இன்றோ, அவற்றுக்காக எனக்கு ஐந்து ரூபிள்கள்தான் கிடைத்தது' என்றேன் நான். 'ச்சூ – ச்சூ' என்று சூள்கொட்டினார் அவர். நானும் 'ச்சூ – ச்சூ' என்று சூள்கொட்டினேன். பிறகு நானும் அவரும் எதுஎதையோ பற்றிப் பேசிக் கொண்டிருந்தோம்; அதற்குள் அவரது ராணுவ வீரர்களெல்லாம் ரயில் வண்டிகளின் உச்சியில் ஏறிக் கொண்டிருந்தார்கள். 'நீங்களெல்லாம் போகப் போகிறீர்களா?' என்று கேட்டேன் நான். 'அப்படித்தான்' என்றார் அவர். 'ஒரேயடியாகத்தானே?' என்றேன் நான். 'ஒரேயடியாகத்தான்' என்றார் அவர். 'மிகவும் வருந்துகிறேன்' என்றேன் நான். 'வேறு வழியில்லை' என்றார் அவர். 'எந்த அர்த்தத்தில் வழியில்லை என்று சொல்கிறீர்கள்?' என்றேன் நான். 'அதிலே அர்த்தமே இல்லை என்ற அர்த்தத்தில்தான்' என்றார் அவர். 'ச்சூ – ச்சூ!' என்று சூள்கொட்டிவிட்டு, 'உங்கள் நாட்டிலாவது இப்படி எல்லாம் நடக்காது என்று நாங்கள் எதிர்பார்த்தோம்' என்றேன் நான். பிறகு ரயில் வண்டிகளின் மீது ஏறிக்கொண்டிருந்த அந்த ஜெர்மன் சிப்பாய்கள் புரட்சி குறித்து ருஷ்யக் கப்பற்படைவீரர்கள் 'பாடும் ஆப்பிள் பழமே!' என்ற பாட்டை முழங்கத் தொடங்கிவிட்டார்கள். உடனே, நான் ஓடிவந்துவிட்டேன். எங்கு பார்த்தாலும் ஒரே இருட்டு; காற்று வேறு ஊளையிட்டது; சந்துபொந்துகளிலே துப்பாக்கி வேட்டுகள் வேறு வெடித்தன. எனவே, நான்

இங்கு வந்துசேர நேரமாகிவிட்டது. தாமதமாகிவிடுமோ என்ற பயத்தில் ஓடிவந்து விட்டேன். அத்துடனேதான் நான் பாடத் தொடங்கினேன்.”

இவ்வாறு அவன் கூறி முடித்ததும், பக்கவாட்டில் ஓரத்திலிருந்த பியானோ உச்சஸ்தாயியில் பாடத் தொடங்கியது. உடனே, டான் லிமாநாடோ ஆகாயத்தில் ஒரு துள்ளுதுள்ளிப் பாய்ந்திறங்கி, கால்களால் தாளமிட்டவாறே பாடத் தொடங்கிவிட்டான்:

“ஆப்பிள் பழமே! அருமைக் கண்ணே!

ஐயோ! எங்கும் இருட்டாயிருக்கே!

இப்படியிருளில் எப்படிப் போவேன்?

எங்கே எப்படி இப்போ போவேன்?”

ரோஷின் தன் பார்வையை மேடையிலிருந்து திருப்பி, மீண்டும் அந்த விசித்திரமான ஜெர்மானியனின் கண்களைக் கூர்ந்து நோக்கியவாறு கேட்டான்:

“மாஹ்னோ இப்போது எந்த ஜில்லாவில் போர் புரிந்து வருகிறான் என்பது உங்களுக்குத் தெரியுமா?”

“எங்களுக்குக் கிடைத்த கடைசித் தகவல்களிலிருந்து, மாஹ்னோ பின்வாங்கிச் செல்லும் ஆஸ்ட்ரிய வீரர்களுக்கு மிகுந்த தொல்லை கொடுத்து வருவதாகவும், இங்குமங்கும் சில இடங்களில் ஜெர்மானிய ராணுவப் படைப் பிரிவுகளுக்கும் தொல்லை கொடுப்பதாகவும் தெரிய வந்திருக்கிறது. அவன் தனது தலைமைக் காரியாலயத்தை மீண்டும் குல்யாய்போல்யேவில்தான் அமைத்துக் கொண்டிருக்கிறான்.”

நவம்பர் மாதத் தொடக்கத்தில் கச்சாலின் படைப் பிரிவு ஓய்வுபெறுவதற்காகவும் புதிய படைவீரர்களைச் சேர்த்து விஸ்தரிப்பதற்காகவும் பின்னணி முகாமுக்கு அனுப்பிவைக்கப்பட்டது. அந்தச் சண்டை நடந்துமுடிந்த பின்னர், அந்தப் படையில் ஏறக்குறைய முன்னூறு

பேர்களே மிஞ்சியிருந்தனர். பியோத்தர் நிகலாயெவிச் மெல்ஷினுக்கு எதிர்பாராதவண்ணம், ஒரு பட்டாளத்தின் தளபதியாக, பதவி உயர்வு கிடைத்துவிட்டது. பின்னர் ராணுவக் கவுன்சிலின் தலைமைக் காரியாலயத்துக்குச் சென்று நேரில் ஒரு வார்த்தை சொன்னதன்பேரில், ஆஸ்பத்திரியில் சிகிச்சை பெற்றுக்கொண்டிருந்த தெலேகின், கச்சாலின் படையின் தளபதியாக நியமிக்கப்பட்டான். சாபஷ்கோல் அவனது துணைத் தளபதியாகவும், கொரா அந்தப் படையின் அரசியல் கமிஸாராகவும் நியமனம் பெற்றார்கள். தெலேகினின் பீரங்கிப் படை, கச்சாலின் படையின் பீரங்கிப் படைப் பிரிவோடு இணைக்கப்பட்டுவிட்டது.

மாரிக்கால நாட்கள் தொடங்கிவிட்டன; கிராமம் முழுவதும் புகைபோக்கிகளின் புகைநாற்றமும் ஈரம் காயாத துணிகளின் புழுங்கிய நாற்றமும் எங்கும் புரையோடியிருந்தன. ஈரம்படிந்து கறுத்துப் போயிருந்த வீட்டுக் கூரைகளிலிருந்து தண்ணீர் சொட்டுச்சொட்டாகச் சொட்டி வடிந்தது; பூமிப் பரப்போ சேற்றுப்பசையாகக் குழைந்துநெளிந்தது. அணி வகுப்பிலிருந்து திரும்பிவரும் ராணுவ வீரர்களின் பூட்சுகளிலெல்லாம் சேறு கனமாகப் படிந்து காலின் பாரத்தை மேலும் அதிகரித்தது. என்றாலும், அவர்களெல்லாம் குதூகலமாகவே இருந்தார்கள். அந்த ரத்த பயங்கரமான அக்னிப் பரீட்சை முடிந்துவிட்டது. தோன் ராணுவத்தை ஆற்றுக்கு வலதுகரையில் வெகுதூரத்துக்கப்பால் விரட்டியடித்தாகிவிட்டது. நோவச்செர்காஸ்கிலுள்ள அட்டமான் கிரஸ்னோவ் த்ஸாரீத்ஸினில் தனது படைகள் இரண்டாவது முறையும் அடைந்த படுபயங்கரமான தோல்வியைக் கேள்விப்பட்டு, தன் தலையைச் சுவரோடு மோதிக் கொண்டதாகவும் பேச்சு அடிபட்டது.

யுத்தப் பயிற்சி, அரசியல் கல்வி, எழுத்தறிவின்மையைப் போக்கும் இயக்கம் முதலிய அன்றாட அலுவல்கள் முடிந்த பின்னர், செஞ்சேனை வீரர்கள் பனிக் காற்றில் நடுநடுங்கிக் கொண்டு, கிராமத்தின் தெருக்களைச்

சுற்றித் திரிந்தார்கள். சிலர் நண்பர்களைத் தேடிச் சென்றார்கள்; சிலர் புதிதாகச் சம்பாதித்துக் கொண்ட பெண்குட்டிகளைத் தேடிச் சென்றார்கள். நண்பர்களோ, பெண்களோ இல்லாதவர்களோ, கால்போன போக்கில் பாடிக்கொண்டே மேலும்கீழும் நடந்தார்கள் அல்லது எங்காவது ஈரம்காய்ந்த ஓர் இடம் தென்பட்டால், அதில் உட்கார்ந்துகொண்டு, கிராமத்துப் பெண்களைத் தமது அசட்டுப் பேச்சாலும் சிரிப்பாலும் கவர முயன்றார்கள். ஆனால் இந்தக் கேலிப் பேச்சுகளும், கெக்கலிச் சிரிப்பும் பெரும்பாலும் வம்பைத்தான் விலைக்கு வாங்கின. அதனால் வாக்குவாதங்களும் சண்டைகளும் விளைந்தன. சமயங்களில் மிகவும் காரசாரமாகக்கூட அவை இருந்தன. ஏனெனில், ஒவ்வொருவரும் மனப் புழுக்கத்தோடுதான் இருந்தார்கள்.

10

தெலேகினின் பீரங்கிப் படையைச் சேர்ந்த பத்து கப்பல் வீரர்களில் இரண்டு பேருக்குப் படுகாயம்; மூவர் கொல்லப்பட்டுவிட்டனர். ஐந்தே ஐந்து பேர் மட்டும்தான் மிஞ்சியிருந்தனர். இந்தக் கப்பல் வீரர்களெல்லாம் அந்தக் கிராமத்திலுள்ள ஒரு நல்ல பண்ணை வீட்டில் தங்கியிருந்தார்கள்; அதன் உரிமைக்காரனான கசாக்கு அதனை விட்டுவிட்டு என்றோ ஓடிப்போய் விட்டான். அனீஸ்யாவும் அவர்களோடுதான் இருந்தாள். இப்போதோ போர்புரியத் தேவையில்லாத ஒரு ராணுவ உறுப்பினராக, அதிகாரபூர்வமாகவே அவளை அந்தப் படையில் சேர்த்தாயிற்று. என்றாலும், அவளும் முறைப்படி ஆண்களோடு சரிசமமாகச் சென்று தேகப் பயிற்சிகள் செய்தாள்; துப்பாக்கி பிடித்துச் சுடும் பயிற்சிகளைப் பெற்றாள்; அரசியல் வகுப்புகளுக்கும் ஆஜரானாள்; சுத்தமான செஞ்சேனை உடுப்பை அணிந்திருந்தாள். என்றாலும், தனது அழகிய சுருண்ட தலைமயிரை

மட்டும் வெட்டிக்கொள்ளச் சம்மதிக்கவில்லை. அந்த அக்டோபர் மாதத்தில் நிகழ்ந்த ரத்த பயங்கரத்தையும், மரணக் கொடுமைகளையும், இடையறாத துயரங்களையும் அவள் நேர்முகமாகவே கண்ணால் கண்டறிந்த பின்னர், ஆற்றில் கழுத்தளவு தண்ணீரில் மாட்டிக்கொண்ட மனிதன் எப்படியோ கரைசேர்ந்து விடுவதுபோல், அவள் நிவர்த்திசெய்ய முடியாத தனது சொந்தச் சோக வேதனைகளையெல்லாம் நீந்திக் கடந்துவிட்டாள். அவளது முகமோ, முன்னைவிட இளமையும் உறுதியும் பெற்றிருந்தது; அவளது முகத்தின் அழகைக் கெடுத்துக் கொண்டிருந்த பழைய வரிக்கோடுகள் எல்லாம் மறைந்து விட்டன. பின்னணி முகாமில் நல்ல உணவு கிடைத்து வந்ததால், அவளது கன்னங்களிலும்கூட, செவ்வண்ண மெருகு ஏறியிருந்தது. அவளது உடம்பிலே ஒரு நிமிர்வும், நடையிலே ஒரு நளினமும் தோன்றியிருந்தன. அவளது சர்வாங்கமுமே புதுப்பித்துப் புத்துயிரூட்டப் பெற்றது போல் தோன்றியது. இரவிலோ கணப்புத் தீயினால் கதகதப்பு ஊட்டப்பெற்ற அந்த வீட்டில் கப்பல் வீரர்கள் பலமாகத் குறட்டைவிட்டுக் கொண்டு தூங்குவார்கள். அவர்கள் தூங்குகின்ற அந்த நேரத்தில், அவள் ரகசியமாக அவர்களது துணிமணிகளை துவைத்து அலசிப் போடுவாள்; அவற்றிலுள்ள கிழிசல்களைத் தைப்பாள். சமயங்களில் அதிகாலைப் பொழுதில் ராணுவ வீரர்களைத் துயிலெழுப்புவதற்காக ஊதப்படும் எக்காள ஒலி அவளை வேலைக்குக் கொண்டுவந்து சேர்க்கும்.

அந்தப் படையில் குஸ்மா குஸ்மீச் நெபேதவை பல்வேறு சில்லறை வேலைகளையும் கவனிக்கும் பகுதி நேர குமாஸ்தாவாக நியமித்து, படைப்பிரிவோடு சேர்த்துக் கொண்டாகிவிட்டது. நிலைமைகள் படுமோசமாக இருந்தகாலத்தில் - அதாவது அக்டோபர் மாதம் 16, 17ஆம் தேதிகளில் நடந்த போரின்போது - அவன் வெறும் தைரியத்தை மட்டும் புலப்படுத்தவில்லை; குண்டுவீச்சுக்கிடையே காயப்பட்டு விழும் வீரர்களை உயிருக்கஞ்சாத அபாரமான துணிச்சலோடு அவன் தூக்கிக்கொண்டு வந்தான். அவனது இந்தத் தீரச்

செயலை எல்லோருமே கவனித்திருந்தார்கள். மேலும் அந்தப் படையில் மிஞ்சி இருந்தவர்கள் எதிர்த் தாக்குதலை தொடங்கிய காலத்திலும் சரி, அந்தப் படை தோன் நதியைக் கடந்து, அக்கரைக்குச் சென்ற பின்னர் போரிலிருந்து விடுவிக்கப் பெற்று, பின்னணி முகாமுக்கு அனுப்பப்பட்ட காலத்திலும் சரி, குஸ்மா குஸ்மீச் பின்தங்கி நின்றுவிடவில்லை.

ஒருநாள் இவான் கொரா அவனைப் படையின் சமையற்கட்டில் சந்தித்தார்; அப்போது அவன் உடம்பெல்லாம் நனைந்து, அழுக்கடைந்து மெலிந்துபோய் ஆர்வத்தோடு இருந்தான். அவர், குஸ்மா குஸ்மீச்சை அழைத்துப் பேசினார்:

"உங்களை வைத்துக்கொண்டு நான் என்னதான் செய்வது, நெபோதவ்? உங்களை என்னால் புரிந்து கொள்ளவே முடியவில்லை. நீங்கள் பாதிரிப் பதவியை இழந்துவிட்டு வந்தவர். அத்துடன் உங்களுக்கு வயசும் அதிகமாகிவிட்டது. நீங்கள் ஏன் எங்களோடு ஒட்டிக் கொண்டிருக்கிறீர்கள்?"

தனது தோலுரியும் மூக்கின்மேல் வடிந்துகொண்டிருந்த மழைத்துளியை மூக்கைச் சிணுங்கி நீங்கிவிட்டு, குஸ்மா குஸ்மீச் தனது களிப்புமிகுந்த செம்மை புரையோடிய கண்களால் அரசியல் கமிஸாரான கொராவைப் பார்த்தான்:

"கொரா! பாசத்தோடு பழகுவதென்பது எனது சுபாவமாகிவிட்டது. எனவேதான், நான் மற்றவர்களிடம் ஒட்டிப் பழகிவிடுகிறேன். மேலும் நான் எங்கேதான் போவது? வேறு எங்குதான் மனித சமுதாயத்தைக் காண்பது? நான் ஒரு சிந்தனையாளன்."

"நான் அதைச் சொல்ல வரவில்லை. நான் சொல்ல வந்ததைக் கேளுங்கள்."

"என்னை வைத்துச் சாப்பாடு போடுவதுதான் உங்கள் கவலையென்றால்" (அதேசமயம், தான் கையில் சுமந்து கொண்டிருந்த உணவுநிறைந்த சட்டியையும் தூக்கிக்

காட்டினான்) "நான் இந்தக் கஞ்சியையும், பன்றிக் கறியையும் நான் நேர்மையோடு உழைத்துத்தான் சம்பாதித்திருக்கிறேன். என் உயிரைக் காப்பாற்றிக் கொள்வதற்குத்தான் நான் முயன்றேன் என்று எவரும் சொல்ல மாட்டார்கள் என்றுதான் நினைக்கிறேன். நான் அணிந்துள்ள கால்சராயும், பூட்சுகளும், போர்க்களத்தில் என் கைப்பட எதிரியிடமிருந்து பறித்து வந்ததுதான். அவற்றைப் பார்த்தாலே உங்களுக்கு அது புரியும். மேலும், நான் எதுவும் கேட்பதில்லை; யாருக்கும் நான் சுமையாகவும் இருப்பதில்லை. எதிர்காலத்திலும்கூட, நான் உதவிகரமாகத்தான் இருப்பேன் என்றே நம்புகிறேன். புரட்சிக்குச் சிந்தனையாளர்கள் தேவையா இல்லையா? தேவைதானே! உங்களுக்கும் கல்வியறிவுள்ள குமாஸ்தா தேவை. நானோ படித்த மனிதன். எனக்கு கிரேக்க, லத்தீன் மொழிகளில்கூட எழுதத் தெரியும். எனவே, என்னைப் பலவழிகளிலும் பயன்படுத்திக்கொள்ள வழியுண்டு."

"என்னதான் இருந்தாலும், வேலைசெய்ய விரும்புகின்ற மூளையுள்ள மனிதனை ஏன் பயன்படுத்திக் கொள்ளக் கூடாது?" என்று தம்முள் எண்ணினார் இவான் கொரா. பிறகு வாய்விட்டுச் சொன்னார்:

"என்றாலும் உங்களது பூர்வவாழ்க்கைதான் எங்களைக் கவலைகொள்ளச் செய்கிறது. நீங்கள் உங்கள் கருத்துகளை எல்லாம் மெல்லமெல்ல இங்குள்ளவர்களின் மூளைக்குள் திணிக்க முற்பட்டுவிடுவீர்களோ என்ற பயம்தான்."

"ஒரு காலத்திலே நானும்தான் அத்தகைய பிரமைகளைக் கண்டு மோகித்துப் போயிருந்தேன்" என்று குறுக்கிட்டுப் பேசினான் குஸ்மா குஸ்மீச். "அதை ஒன்றும் நான் மறுக்கவில்லை. என்னைக் குழப்பத்தில் ஆழ்த்தி விட்டார்கள். ஆனால், இனி நான் எந்தவிதமான பிரசாரத்தையும் இங்கு தொடங்கிவிடுவேன் என்ற பயம் உங்களுக்கிருக்கத் தேவையில்லை. ஏனெனில், இப்போது நான் கடவுளுடன்கூட, சண்டை பிடித்துக் கொண்டுவிட்டேன்."

அலெக்சேய் தல்ஸ்தோய் ▲ 215

“சண்டையா? நீங்களா?” என்று இவான் கொரா திருப்பிக் கேட்டார். “உண்மையாகத்தானா சொல்கிறீர்கள்? சரி. அப்படியானால், நீங்கள் இன்றிரவு எனது குடிசைக்கு வந்துசேருங்கள். நாமிருவரும் பேசலாம்.”

பொழுதுசாய்ந்த பிறகு குஸ்மா குஸ்மீச் அரசியல் கமிஸாரின் குடிசைக்குப் போய்ச் சேர்ந்தான். அங்கே ராணுவக் கோட்டும் தொப்பியும் அணிந்த கொரா ஜன்னலுக்கருகே அமர்ந்து ஒரு பத்திரிகையைப் படித்துக் கொண்டிருந்தார். அப்போது அவரையுமறியாமல் அவரது உதடுகள் அசைந்துகொண்டிருந்தன. அவர் அந்தச் செய்திப் பத்திரிகையை மடித்து வைத்துவிட்டு, எழுந்து வந்தவரை உள்ளேவிட்டுக் கதவைச் சாத்தினார்.

“உட்காருங்கள். விரும்பத்தகாத ஒரு விஷயம் நடந்து போய்விட்டது. உங்களால் வாயைத் திறக்காமல் கட்டுப்படுத்திக் கொண்டு பேசாமல் இருக்க முடியுமா? நீங்கள் ரொம்பவும் சளசளக்க ஆரம்பித்துவிட்டால், அதுவும் உங்களுக்குக் கெடுதலாகத்தான் முடியும். எனக்கு எல்லாம் தெரியும். ஒவ்வொரு ராணுவ வீரனும் இரவில் என்ன கனவு காண்கிறான் என்பதுகூட எனக்குத் தெரியும்.”

அவர் அந்தச் செய்திப் பத்திரிகையின் ஓரத்திலிருந்து ஒரு துண்டுக் காகிதத்தைக் கிழித்தெடுத்து தமது தடித்த விறைப்பான விரல்களால் சுருட்டிக்கொண்டே தொண்டையைக் கனைத்துச் செருமிக்கொண்டார்:

“அறுவடை முடிந்துவிட்டது. தானியக் கதிர் எல்லாம் கிடங்குகளில் சேமித்து வைக்கப்பட்டாயிற்று. ராணுவ நிலைமையை உத்தேசித்துத்தான் அதனை அடித்து, தானியத்தைப் பிரித்தெடுக்கக் கொஞ்சம் தாமதமாகி விட்டது. என்றாலும், மக்கள் நம்மை நம்புகிறார்கள். அது பிரதானமான விஷயம். சோவியத் ஆட்சி உறுதியாக நிலைத்துவிட்டது என்பதையும் அவர்கள் நம்பத் துணிந்துவிட்டார்கள். அதுவரைக்கும் நல்லதுதான். ஆனால், இன்னும் சில தினங்களில் ‘திருமணத் திருநாள்’

விருந்துப் பண்டிகை வரவிருக்கிறது.”

குஸ்மா குஸ்மீச்சைச் சட்டென்று ஏறிட்டு நோக்கினார் இவான் கொரரா; அவர் மூச்சு வாங்கும்போது மனக் கலவரத்தினால் அவரது பெரியமூக்கின் நாசித் துவாரங்கள் விரிந்துசுருங்கின. அவர் மேலும் சொன்னார்:

“ஆம். மத்தியஸ்தத் திருநாள் விருந்துப் பண்டிகை இங்கு சீக்கிரமே வரவிருக்கிறது. ஜனங்கள் மத்தியிலோ இன்னும் மூடநம்பிக்கைகள் நிலவத்தான் செய்கின்றன. அதை ஒன்றும் உத்தரவுபோட்டு ஒரேநாளில் ஒழித்துவிட முடியாது. காலம் ஆகத்தான் செய்யும். நல்லது. அதைப் பற்றிப் பரவாயில்லை. பருவப் பெண்களெல்லாம் குதூகலம் இழந்துபோயிருக்கிறார்கள். மத்தியஸ்தத் திருநாள் நெருங்கி வந்துவிட்டது. என்றாலும் இன்னும் திருமணம் பேசி எந்தத் தரகரையும் எவரும் அனுப்பக் காணோம். நான் நேற்று ஸ்பாஸ்கொயே கிராமத்துக்குச் சென்றிருந்தேன். அங்குள்ள பெண்களெல்லாம் என் வண்டியை நிறுத்தி, அழவும் என்னை வையவும் தொடங்கிவிட்டார்கள்; அத்துடன் அதேமூச்சில் சிரிக்கவும் செய்தார்கள்.

சோவியத்துகளின்மீது அவர்களுக்கு அனுதாபம் இருக்கிறது; என்றாலும், இந்த மத்தியஸ்தத் திருநாள் விவகாரத்தை அவர்களால் மறக்க முடியவில்லை. அது ஒரு செழிப்பான கிராமம்; ஏராளமான தானியம் இருக்கிறது. எனினும், இதுவரையிலும் அவர்களிடம் எந்தவிதமான கொள்முதல் அளவையும் நாம் நிர்ணயிக்கவில்லை. அவர்களை மிகவும் பதனமாகத்தான் அணுகவேண்டும்; அவர்களாகவே முன்வந்து தானியத்தை நமக்குத் தரும்படிச் செய்ய வேண்டும். ஆனால், எனது வண்டிக் குதிரையின் கடிவாளத்தைப் பிடித்து இழுத்து நிறுத்திக்கொண்டு, எங்களுக்கு ஒரு பாதிரியார் வேண்டும் என்று ஓலமிடுகிற பெண்களிடம் நான் எதை, எப்படிப் பிரசாரம் செய்வது? நானோ அவர்களது மனத்திலே தைக்கிறமாதிரி பேசினேன்: ‘உங்களது பாதிரியார்களெல்லாம் ஜெனரல் மாமன் தவின் முன்னால், தமது தூபகலசங்களை எல்லாம் ஆட்டினார்களே, அது போதாதா?’ என்று

கேட்டேன். அந்தப் பாதிரியார்கள் எல்லாம் வெள்ளைப் பாதிரியார்கள்; அவர்களை நாங்களே கிராமத்திலிருந்து விரட்டியடித்துவிட்டோம். நீங்கள் எங்களுக்கு ஒரு சிவப்புப் பாதிரியாரை அனுப்புங்கள். நாங்கள் பல கல்யாணங்களை முடிக்கவேண்டியிருக்கிறது. எங்கள் புத்திரிமாரெல்லாம் காத்துக்காத்துச் சோர்ந்து போனார்கள். மேலும், எங்கள் வீட்டுத் தொட்டில்களிலே ஞானஸ்நானம் பெறாத நூற்றுக்கணக்கான குழந்தைகள் வீறிட்டு அழுதுகொண்டு கிடக்கின்றன.' என்றெல்லாம் அவர்கள் பேசத் தொடங்கிவிட்டார்கள். ச்சீ! அதை நினைத்துநினைத்து நாள் பூராவும் எனக்குத் தலைவலி கண்டுவிட்டது. அந்தப் பெண்களெல்லாம் சேர்ந்து என் மானத்தை வாங்கிவிட்டார்கள். நான் அவர்களுக்கு எப்படி ஒரு பாதிரியாரை அனுப்பிவைக்க முடியும்? என்றாலும் இந்தப் பிரச்னைக்கு ஒரு தீர்வு காணத்தான் வேண்டும். இல்லையென்றால், அவர்கள் எல்லோரும் ஒன்றுகூடிப் பேசி, பழைய பாதிரியாரை வரவழைப்பதற்காக, நோவசெர்காஸ்க்குக்குத் தூது அனுப்பினாலும் அனுப்பிவிடுவார்கள். அப்புறம், அது பெரிய சிக்கலாகி விடும். குஸ்மா குஸ்மீச், உனக்குத்தான் இந்த விவகார மெல்லாம் நன்கு தெரியும். நீதான் இதில் எனக்கு உதவ வேண்டும். ஒரு வண்டியை எடுத்துக்கொண்டு, நேராக அந்தக் கிராமத்துக்குப் போ. அந்தப் பெண்களோடு பேசிப் பார். என்னை மட்டும் அதில் இழுத்துவிட்டு விடாதே. நான் அந்தக் கிராமத்தின் பருவப் பெண்களைக் கண்ணால் பார்த்தேன்-- எல்லாம் பறிக்கக்கூடிய பருவத்திலுள்ள பழம்மாதிரி திரண்டிருக்கிறது!" இவ்வாறு சொல்லிக் கொண்டே இவான் கொரா தனது மார்பைச் சுட்டிக் காட்டினார். "என்ன இருந்தாலும், அதுவும், மனித இயற்கைதானே! இல்லையா? சரி. நீ போகிறாயா?"

"தாராளமாய்!" என்று, தனது தலையை அசைத்துக் கொண்டும், உதட்டைச் சப்புக் கொட்டிக்கொண்டும் பதிலளித்தான் குஸ்மா குஸ்மீச்.

"ஷரீகின் ! உன் பேச்சு சலிப்பைத்தான் ஏற்படுத்துகிறது.

உன் பேச்சைக் கேட்டால், யாரும் உனக்கு மூளை வறண்டு போய்விட்டது என்றுதான் நினைப்பார்கள். உன் பேச்சைக் கேட்டால், பைத்தியமே பிடித்துவிடும்!"

லதூகின் தனது தொப்பியை எடுத்துக் காதோரமாகச் சரித்து வைத்துக்கொண்டான்; பின்னர் அந்தப் பெஞ்சை விட்டு எழுந்திராமல், காலையும் கையையும் அசைத்து, சிறிது தள்ளி உட்கார்ந்துகொண்டான். அவனது கண்கள் அங்குமிங்கும் சுழன்று, அனீஸ்யாவிடம் சென்று நிலைத்தன.

அனீஸ்யாவும் அங்கு உட்கார்ந்திருந்தாள். பேச்சைக் கவனமாகக் கேட்கும் முயற்சியால் அவளது முகம் நெரித்துச் சுருங்கியிருந்தது; அரசியல் போதனை நடக்கும் போதெல்லாம் ஏதாவதொன்றில், உதாரணமாக, சுவரில் உள்ள ஆணியின் மீதோ அல்லது வேறுபொருளின் மீதோ அவளது கண்கள் வெறித்தவாக்கில் நிலைத்திருக்கும். சரியான கல்வியறிவு பெறாத அவளது மூளை, சூட்சுமமான கருத்துகளை ஏற்கச் சிரமப்பட்டது. அவையெல்லாம் ஏதோ ஓர் அன்னிய மொழியின் வார்த்தைகளைப்போல் அவளது உணர்வை மட்டும் எப்போதாவது தீப்பொறிபோன்று அரையும்குறையுமாகத் தொட்டன. 'சோஷலிஸம்' என்ற வார்த்தையே அவளுக்கு ஏதோ காய்ந்துபோய்ச் சரசரக்கும் பொருளாக, சிவப்பு ரிப்பனைப்போலவும், அந்த ரிப்பனை உழைப்பால் காய்த்துப் கரகரத்துப்போன கரங்கள் பிடித்து இழுப்பது போலவும்தான் தோன்றியது. அவள் அத்தகைய ரிப்பனைப் பற்றி அடிக்கடி கனவு கண்டிருக்கிறாள். 'ஏகாதி பத்தியம்' என்ற சொல்லோ அவளுக்கு, பாப்ளார் மரப்பலகையில் அச்சிடப்பட்டு, ஈயின் எச்சத்தால் கறைப் படுத்தப்பட்ட நெபுச்சட்நெஸ்ஸார் என்ற பாபிலோனிய அரசனின் படத்தை நினைவூட்டியது. அவர் கிரீடமும், பளபளப்புமிகுந்த பழுப்புநிற மேலங்கியும் அணிந்திருந்தார்; எதிர்த்தாற்போலுள்ள சுவரில் ஒரு கை தோன்றும் காட்சியைக் கண்டு, அவர் தமது கையிலுள்ள செங்கோலையும், அரசாட்சியின் சின்னமாக விளங்கும் சிலுவை குறியிட்ட தங்கக் கோளத்தையும்

கைசோரவிடுகிறார்!

ஆனாலும் அனீஸ்யா விடாமுயற்சியோடு, திருப்திகரமாயில்லாத இத்தகைய கருத்துகளையெல்லாம் தன்னுள்ளே தலையெடுக்காமல் தடுத்து நிறுத்தினாள்.

லதூகினின் பார்வை தன்மீது இருப்பதையும் அவளால் உணரமுடிந்தது. எனினும், சுவரின் மீதுள்ள ஆணியின் மீது வைத்த கண்ணை வாங்காமல், அவள் விரிந்திருந்த தன் கால்களை மட்டும் மெதுவாக ஒன்றுகூட்டிக் கொண்டாள்.

"என்ன, லதூகின்? நான் சொல்வது அவ்வளவு சலிப்பூட்டுவதாகவா இருக்கிறது? நாம் ஆராய்ந்து கொண்டிருக்கும் கட்டுரை 'இஸ்வேஸ்தியா' பத்திரிகையில் வெளிவந்ததாக்கும். உனக்கு அது பிடிக்கவில்லையா?" என்று கேட்டான் ஷரீகின். "புரட்சிக்காகப் போராடும் போர்வீரன் என்று நீ உன்னைக் கருதினால், பிறகு ஒவ்வொரு தடவையும் உன் துப்பாக்கியில் தோட்டாக்களைச் செலுத்தும்போது, அந்தக் கணத்தில் நிலவும் நிலைமையை மட்டுமல்ல, நமது பொதுவான லட்சியங்களையும் நீ எண்ணிப் பார்க்கத்தான் வேண்டும்."

இவ்வாறு கூறிவிட்டு, ஷரீகின் தனது அழகிய நீலநிறக் கண்களின் சோர்ந்த பார்வையை அனீஸ்யாவின்மீது திருப்பினான்; அவளோ அப்போதும் ஆணியைத்தான் பார்த்துக் கொண்டிருந்தாள். பாய்கோவ் மட்டும் தனது கீச்சுக்குரலில் எனினும் கண்டிப்பு நிறைந்த தொனியில் சொன்னான்:

"ஓநாய்க்குக் கோட்டை மாட்டிவிட்டு என்ன பயன்? அது புதரிலே சாடி, அதனைத் தும்புதும்பாய்க் கிழித்துக் கொண்டுதான் நிற்கும். அதேபோல் வம்பனுக்குப் படிப்பென்றால் சலிப்புத்தான்.

"நன்றாகச் சொன்னார்!" என்று அதே கண்டிக்கும் தொனியிலேயே லதூகினும் பேச முனைந்தான். "ஆனால் நீ சொன்னது அப்படியே உண்மையல்ல. படிப்பே வம்பனுக்கு சலிப்பைத் தருவதில்லை. கல்வியின்மூலம்

ஏதாவது உருப்படியான பயன் விளையுமென்றால், நானும் கல்வியை மதிக்கத்தான் செய்வேன். ஆனால் யானையின் வால் எது, துதிக்கை எது என்ற வித்தியாசத்தைத் தெரிந்துகொள்ளாமல், ஒருவன் பேசிக் கொண்டே போனால் சலிப்பு ஏற்படத்தான் செய்யும். என்மீது உனக்குக் கோபமும் வரும். உண்மையான வார்த்தை என்பது ஒரு பெண் மாதிரி - அது நெருப்பு மாதிரி நம்மைவந்து அணைத்துக் கொள்ளும். அத்தகைய வார்த்தையைக் கேட்பதற்காக, ஒரு மனிதன் எரிகிற நெருப்புக் கங்கின்மீதுகூட, வெறுங்காலோடு நடந்துசெல்லத் தயாராயிருப்பான். அப்படிப்பட்ட வார்த்தைகளைத்தான் உன்னிடமிருந்து கேட்க விரும்புகிறேன், ஷரீகின்! ஆனால் நீயோ கிளிப்பிள்ளை மாதிரி, 'உலகத் தொழிலாளிவர்க்கமும், சோஷலிஸமும்' என்று திருப்பித்திருப்பி ஒரேபல்லவியைப் பாடிக் கொண்டிருக்கிறாய். நான் அதற்காக என் உயிரையும் கொடுக்கச் சித்தமாக இருக்கிறேன்; அதைப்பற்றி எனக்குச் சொல்ல வேண்டும் என்று விரும்புகிறேன். ஆனால், நான் அதைப் புரிந்துகொண்டு நம்பும்படி சொல்ல வேண்டும். நமது வீட்டைக் கட்டுவதற்கு நான் எந்த மரத்தைக் கோடரியால் வெட்டி வீழ்த்த வேண்டும், அந்த மரம் எங்கே நிற்கிறது; நான் எனது பட்டுச் சட்டையை அணிந்து நடந்து செல்லவேண்டிய புல்வெளி எங்கே இருக்கிறது என்பதைத்தான். ஆனால், இந்த உலகத்தையே தூக்கி, உன் மண்டைமீது போட்டால்தான், 'உலகப் புரட்சியைப் பற்றிப் பேசுவது எப்படியென்பதை நீ கற்றுக் கொள்வாய் போலிருக்கிறது."

அனீஸ்யா அவனது பரந்த உறுதியான முகத்தையும், பூர்வகாலக் காளைமாட்டின் கண்களைப்போல் இடைவெளி அதிகம்விட்டுத் தோன்றிய அவனது கண்களையும் பார்த்தாள்; பார்த்த மாத்திரத்திலேயே அந்த முகத்தை அதிகநேரம் பார்த்துக் கொண்டிருப்பதைவிட, தன் கண்கள் குருடாய்ப் போய்விட்டாலே நல்லது என்று வருத்தத்துடன் தனக்குத்தானே அவள் சொல்லிக் கொண்டாள்.

காகின், சதூர்ய்தெர், பாய்கோவ் முதலிய யாருமே லதூகினின் நடத்தையை அங்கீகரிக்கவில்லை. வைக்கோல் வேய்ந்த கூரைமீது மெதுவாகச் சொரிந்து பெய்யும் மழையின் களகளப்போடு, அமைதியாகவும் இனிமையாகவும் பேசுவதையே அவர்கள் ரசித்தார்கள். ஷரீகின் இளைஞன்தான் என்பதும், அந்த வயதில் அவன் அதிகமான ஞானத்தை ஜீரணித்துக் கொள்ளவில்லை என்பதும் உண்மைதான். அதனால் புரிந்துகொள்வதற்கே சிரமமான முறையில்தான் சில சமயம் பேசினான்; எளிய வார்த்தைகளைப் போட்டுப் பேசினால், அவைகள் எங்காவது தன்னை மாட்டிவிடுமோ என்ற பயம் வேறு அவனுக்கு. மேலும், அவனுக்குச் சொல்லிச்சொல்லிப் பழகிப் பரிசோதித்த அன்னிய வார்த்தைகளைப் போட்டுப் பேசுவதுதான் சுலபமாகவும் இருந்தது. இருந்தாலும், அந்த மாதிரி ஒரு நேர்மையான தோழரைக் கிண்டல் செய்வதற்கு, லதூகினுக்கு எந்த உரிமையும் இல்லை. மேலும், அவனது கோபத்துக்கெல்லாம் உரிய உண்மையான காரணமோ முற்றிலும் வேறானது; இது எல்லோருக்கும் புரிந்தது அந்த வேறான காரணத்தையும் அவர்களில் யாரும் ஒப்புக்கொள்ளவுமில்லை.

காகின் அவனை நோக்கிச் சொன்னான்: “கமிஸார் புதியதொரு உணவு தானியக் கொள்முதல் பிரிவை உருவாக்குகிறாராம். நீ அவரிடம் உன்னை அதில் சேர்த்துக்கொள்ளும்படி கேளேன். உனக்கு இங்கு செய்வதற்கு எதுவுமே இல்லாமல், நீ வீணில் புழுங்கிக் கொண்டு இருப்பானேன்? அதனால் உனக்கு எந்தப் பயனும் இல்லை. வரவர உனக்கு எல்லாமே புளித்துக் கொண்டுவருகிறது, அப்பனே.”

பாய்கோவ் தனது தடியை குலுக்கிச் சிரித்தான்: சதூர்ய்வீதெர் சூட்சுமமாகக் குறிப்பிட்ட கருத்தைப் புரிந்துகொண்டு, தனது உறுதியான பற்களைக் காட்டி, கடகடவென்று சிரித்துக் குலுங்கினான். அனீஸ்யாவுக்கோ முகமெல்லாம் குப்பென்று சிவந்து, கண்களிலும்கூட, கண்ணீர் முட்டிக்கொண்டு வந்தது. அவள் தனது

கோட்டை எடுத்து, மறுபுறம் திரும்பியவாறு அதனை அணிந்துகொண்டாள்; பின்னர் அந்தக் கோட்டின் பெல்ட்டை இறுக இழுத்துக் கட்டியவாறு, அந்தக் குடிசையைவிட்டு வெளியே போய்விட்டாள். எல்லோருக்கும் ஏதோ தவறு நடந்து விட்டதுபோல் மனம் என்னவோ செய்தது. ஷரீகின் புன்னகை புரிந்தவாறே பத்திரிகையை மெதுவாக மடித்துவைத்தான்.

"வா. நாமிருவரும் தனியாகப் பேசுவோம்" என்று ஷரீகின் லதூகினிடம் சொன்னான். அவனும் தன் கண்களை நெரித்துக்கொண்டே "சரி பேசுவோம்" என்று பதிலளித்தான்.

அவர்கள் இருவரும் வெளியே நிலவிய இருளுக்குச் சென்றார்கள். மழையின் தூவானம் அவர்களின் முகத்தின்மீது சிலுசிலுத்துப் பெய்தது. லதூகின், முகத்தில் தோன்றிய ஏளனப் புன்னகையோடு பேச்சின் ஆரம்பத்தையே எதிர்பார்த்துக் கொண்டிருந்தான் என்றும் அப்படிப் பேசினால் அதனை எதிர்த்து, ஏதாவது சூடாக, குத்தலாகப் பதில் சொல்ல வேண்டும் என்று அவன் காத்திருந்தான் என்றும் ஷரீகினால் உணரமுடிந்தது. ஷரீகின் மிகவும் அமைதியாக ஒரேஒரு விஷயத்தை மட்டும்தான் சுட்டிக்காட்ட விரும்பினான். அதாவது, தோழமையுணர்ச்சியோடுகூடிய கட்டுப்பாட்டைக் குலைப்பதோ, முதலாளித்துவ சகாப்தத்தின் அழுகிப் போன பரம்பரையிலிருந்து இன்னும் விடுபடாமல் இருப்பதோ நல்லதல்ல என்று மட்டுமே சுட்டிக்காட்ட விரும்பினான். ஆனால் இதனைச் சொல்வதற்கு மாறாக, அவன் ஈரம் புரையோடிய இரவுக்காற்றை நன்றாக உள்வாங்கியவாறு, சொல்லி முடித்தான்:

"நீ அனீஸ்யாவை விட்டுவிடு. அது தவறு. அது மிருகத்தனம். நீ அவளோடு வெறுமனே விளையாடித்தான் பார்க்கிறாய்."

அவன் இதற்கு மேல் ஒரு வார்த்தை பேசவில்லை. லதூகினோ பேச்சின் விஷயம் இந்த மாதிரிப் போய்விடும் என்று எதிர்பார்க்கவில்லை. எனவே அவன் வாய் மூடி

மௌனியாகி, ஷரீகினுக்கு எதிரிலேயே அசையாமல் நின்றிருந்தான். அவனுக்கு அதற்குச் சரியானபடி என்ன பதில் சொல்வதென்றே தெரியவில்லை. 'பொட்டைப் பயலே! பொடிப் பயலே! மூக்கு வழிஞ்சான் பயலே! நான் ஒன்றும் உன்னை எனக்கு விளக்குப் பிடிக்கக் கூப்பிடவில்லை!' என்று கேட்கலாமா? அல்லது 'இந்த மாதிரி எத்தனையோ பேர் என்னைச் சொல்லிப் பார்த்து விட்டார்கள்; ஆனால் முதுகுத் தோல் உரிபடாமல் என்னிடமிருந்து தப்பியவர்கள் ஒருசிலர்தான். தெரியுமா?' என்று கேட்கலாமா? எப்படிக் கேட்டாலும் லதூகின் ஒரு அட்டுப்பிடித்த பயல் என்பதுதான் தெரியவரும். இவ்வாறு எண்ணியதும் அவனது மனம் புண்பட்டு எரிந்து நொந்தது. பழையகாலமாக இருந்தால், இதையே சண்டைக்கு ஒரு சாக்காகக் கொண்டு, அவன் அங்கேயே வரிந்துகட்டிக் கட்டிப் புரண்டிருப்பான். ஆனால் இப்போதோ? அவன் கண்களை நெரித்து, பற்களைக் கடித்தான். அந்த மாதிரி இப்போது நடக்கக்கூடாது.

"அப்படியா? நல்லது'' என்றான் லதூகின். "அப்படியென்றால் நான் என் ரத்தத்தை வீணில்தான் சிந்தினேன் என்றும், நான் இன்னும் ஒரு நாடோடி, கொள்ளைக்காரன், நாய்க்குப் பிறந்த பயல் என்றும்தானே நீ என்னைக் கண்டிக்கிறாய், இல்லையா? இதை எனக்குத் தெரிவித்ததற்கு உனக்கு நன்றி, ஷரீகின். மிக்க நன்றி!"

இவ்வாறு சொல்லிவிட்டு, அவன் வெளிவாசலுக்குச் சென்று கதவைக் கோபாவேசமாகப் படாரென்று தனது முஷ்டியால் குத்தித் திறந்தான்.

தெலேகினுக்கு உடல்நிலை கொஞ்சம்கொஞ்சமாகச் சீராகிக் கொண்டு வந்தது. (அவனுக்கேற்பட்ட நரம்பு மண்டல அதிர்ச்சி ஒருபுறமிருக்க, வெடித்துச் சிதறிய வெடிகுண்டின் துண்டு துக்காணியான நுண்ணிய உருக்குத் துண்டுகள் அவன் உடம்பில் பல இடங்களில் தாக்கிக் காயங்களை உண்டு பண்ணியிருந்தன.) ஆரம்பத்தில் அவன் எந்நேரமும் பிரக்ஞையற்ற நிலையிலேயே கிடந்தான். பின்னர் உணவருந்துவதற்காக எழுப்பப்படும்

நேரங்களைத் தவிர, பிறவேளையெல்லாம் நன்றாகத் தூங்கினான். அதன்பின்னர், அவன் இன்பகரமான சாந்தியுணர்ச்சியைப் பெற்றான். அவனது கண்களில் கட்டுப் போடப்பட்டிருந்தது. நெருக்கமாகத் திரையிடப்பெற்ற சன்னல்கொண்ட ஒரு தனியறை அவனுக்கென ஒதுக்கிவிடப்பட்டிருந்தது. இடையிடையே மெல்லிய காலடியோசையையும், இலைகள் சலசலப்பது போன்ற மெல்லிய கிசுகிசுத்த பேச்சுக்குரலையும், கரண்டி கிலுகிலுக்கும் ஒலியையும், பாவாடையின் சரசரப்பையும் அவன் கேட்டான். அவனுக்குப் பின்னால் ஒரு கடிகாரம் சமயங்களில் உரத்தும் சமயங்களில் உள்ளடங்கியும் ஒலித்துக் கொண்டிருப்பது கேட்டது. ஏதோ ஒரு கண்ணுக்குத் தெரியாத கவனமும் கனிவும் நிறைந்த ஒரு ஜீவனின் நடமாட்டத்தைத் தவிர, அவன் புறஉலகத்திலிருந்து பெற்ற புலனுணர்ச்சிகள் இவ்வளவேதான். அவன் எப்போதாவது வெறுமனே பெருமூச்செறிந்தால்கூட, அவன்முன் காற்று லேசாக அசைவதையும், அந்த ஜீவன் தன்மீது குனிவதையும், அப்போது ஒரு மெல்லிய புதிய நறுமணத்தையும் அவன் உணர்ந்தான்.

இடையிடையே வேறொரு முரட்டு ஜீவனும் அங்கு வந்தது. அந்த ஜீவன் வரும்போது வியர்வை நாற்றமும், அதையும் மிஞ்சிய புகையிலை நாற்றமும், கூடவே வந்தன.

"நல்லது. நாடித்துடிப்பு எப்படியிருக்கிறது?"

அந்த இனிமையான ஜீவன் அதற்குக் கிசுகிசுத்த குரலில் ஏதோ பதில் சொல்லும். கரகரத்த ஜீவனோ குதூகலத்தோடு கலகலத்துப் பேசும்:

"சபாஷ்! உறுதியான உடம்புதான். இவனுக்குப் பரிபூரணமான அமைதி கிட்டும்படி பார்த்துக் கொண்டால் போதும். அதுதான் பிரதானம். எந்தவிதமான புறவுலக உறுத்தலும் இல்லாமல் பார்த்துக் கொள்ள வேண்டும்."

இவான் இலீச் அதைக் கேட்டு, தனக்குத்தானே மனத்துக்குள் சொல்லிக் கொண்டான்: "நீரே ஒரு

புறவுலகின் உறுத்தல்தான். வெளியே போம் ஐயா. உமது தொணதொணப்பை நிறுத்தும். உன்னைத்தான், அன்புகனியும் ஜீவனே! நீ என் அருகில் வா. என்மீது குனிந்து, ஏதாவதொன்றைச் சீராகப் போடு; அதைவிட, உனது கையால் என்னைத் தடவிக்கொடு! அட, நான் நினைக்கத்தான் செய்தேன்; அதற்குள் அவள் புரிந்து கொண்டு விட்டாளே! இந்த நர்ஸ் யாராக இருக்கும்? இவ்வளவு இனிமையான ஜீவனை இவர்கள் எங்கே கண்டுபிடித்தார்கள்?”

அவனுக்குப் பேசக் கூடாது என்று உத்தரவிடப் பட்டிருந்தது. எனினும், சிந்திப்பதை எவரும் தடைபண்ண முடியவில்லை. கவலைகளிலிருந்தும், மனச்சாட்சியின் உறுத்தல்களிலிருந்தும் விடுபட்டு, தன்னுள்ளே தானாய் தனிமையில் இருக்கக்கூடிய சந்தர்ப்பம் அவனுக்கு வாய்த்து எவ்வளவோ வருஷங்களாகிவிட்டன. இத்தனை வருஷங்களாக நேர்மையாகச் சேவைசெய்து சிரமப்பட்டதற்கான பலன் அவனுக்குக் கிட்டிவிட்டாற் போல் தோன்றியது. அவன் எந்த ஒரு நேர்மையற்ற காரியத்தையும் என்றும் செய்ததில்லை; எனவே, அவனது மனச்சாட்சி மழை பெய்யும்போது தூங்கிவழியும் பல நிறங்கொண்ட பூனைக்குட்டியைப்போல் அமைதியாகச் சொக்கித் தூங்கியது. அவனது சிந்தனைகளோ ஏதோ ஓர் அரைகுறையான விசித்திர உலகத்தில் அலைந்து திரிந்தன. அவன் அப்போது வடதிசைச் சூரியனின் வேனில் ஒளியை எண்ணிப் பார்த்தான். பீட்டர்ஸ்பர்கில் குளிர்ச்சியான நாட்களிலே, லேசாகக் காற்று வீசிக் கொண்டிருந்த நீலநிறம்கொண்ட தார்போட்ட நடை மேடைகளின்மீது அந்தச் சூரியன் தனது ஒளி வெள்ளத்தைப் பாய்ச்சியது. பீட்டர்ஸ்பர்கில் இருந்த காலத்தில்தான் எத்தனை சிந்தனைகள், எத்தனை அனுபவங்கள். பிறகு அவனது மூடிய கண்ணிமைகளுக்கு முன்னே ஒரு மரவீட்டின் ஜன்னல் தெரிந்தது; சோப்பு நுரை போன்றிருந்த அந்த ஜன்னல் கண்ணாடி மீது சூரியன் மங்கலாக ஒளி வீசியது. அந்த ஜன்னலுக்குப் பின்னால் ஏதோ ஒன்று, ஏதோ ஒரு. ஆனால் அந்த நினைவு மங்கி மறைந்துவிட்டது;

இதயத்தைத் தொட்டு விட்டுப்போன அந்த நினைவில் ஒரு மிருதுவான சோக உணர்ச்சி மட்டுமே மிஞ்சி நின்றது.

எப்போதோ மறந்து போய்விட்ட ஒரு பாட்டின் வார்த்தைகள் அவன் நினைவை இடையறாது உறுத்தின. அந்தப் பாட்டை எங்கு கேட்டோம் என்பதும் அவனுக்குத் திட்டவட்டமாக நினைவில்லை. நோவயா தெரேவ்னியாவில், கிரெஸ் தோவ்கா நதியின் அக்கரையில் அவன் ஒருவேனில் விடுமுறை நாளைக் கழித்தான். அங்கு கேட்ட பாட்டாகத்தான் இருக்க வேண்டும். நீலம்பாரித்த அந்தியொளிக் கருக்கல் நிலையில் ஒரு மெலிந்த நாடோடிப் பெண்தான் தனது கித்தார் வாத்தியத்தை மீட்டிக்கொண்டு அந்தப் பாடலை மெல்லிய உள்ளடங்கிய குரலில் பாடிக் கொண்டிருந்தாள்: "இடமும் வலமும் திரும்பித்திரும்பி, இருள்சூழ்ந்த இடைவழிகளில் வீட்டுக்குள் எங்கெங்கு நடந்து திரிந்தாலும், ஏதோ ஒரு வாசலின் வழியாக, ஏதோ ஓர் உபரி மாடத்துக்குச் சென்றாலும் நீங்கள் தேடிச் சென்றதை அங்கு காணாமல் ஏமாறப் போகிறீர்கள்."

தனக்கு எதிரே நாற்காலிகளில் மௌனமாக உட்கார்ந்திருந்த மனிதர்களுக்காகத்தான் அவள் பாடிக் கொண்டிருந்தாள். என்றென்றும் நீங்காத வேட்கையைத் தான் அவள் பாடினாள். அந்த வேட்கையில்லாவிட்டால், வாழ்க்கை வாழ்க்கையாக இராது. தேடு, தேடித்தேடி உபரிமாடத்துக்குப் போய்ப் பார். நீ தேடிச்செல்வது அங்கு இருக்கவும் செய்யலாம். அட, அசட்டுப் பிறவிகளே! நீங்கள் நன்றாகக் குடித்திருக்கிறீர்களா? நீங்கள் யாரைத் தேடுகிறீர்கள்? வடதிசைச் சூரியனின் அந்தியொளியை நோக்கி, நீங்கள் நீண்டதெருவின் வழியே நடந்துசெல்கிறீர்கள். அந்தக் காற்றோ உங்கள் காலுக்கடியில் புழுதியை வாரி இறைக்கிறது. நீங்களோ தேடிக்கொண்டே இருக்கிறீர்கள். சோப்பு நுரைபோன்ற கண்ணாடிகள்கொண்ட ஜன்னல் எங்கே இருக்கிறது? அந்தக் கண்ணாடி ஜன்னலின் விளிம்பில், அச்சடித்த சீட்டிப் பாவாடை உடுத்தி, கால்களை ஒன்று கூட்டியமர்ந்து, கையிலே புத்தகமொன்றை விரித்துப்

படித்தபடி, உலகத்திலேயே காணக் கிடைக்காத அந்த இனிமையான யுவதி அமர்ந்திருக்கிறாளா? அவள் படிக்கும் அந்தப் புத்தகம் அவளைத் தேடிவரும் உங்களைப் பற்றியதுதானா? ஆனால், இதெல்லாம் வெறும் அபத்தமான எண்ணம். உண்மையில், நீங்கள் உங்களைத்தான் தேடித் திரிகிறீர்கள்!!

அங்கு நிலவிய இருளிலும், அமைதியிலும், அந்தக் கடிகாரத்தின் ஒலியையே ஆதாரச் சரடாகக் கொண்டு, இவான் இலீச் அரைத்தூக்கத்தில் கனவு காணத் தொடங்கினான்: அவனது உடம்பில் தெம்பும் திராணியும் மீண்டும் குடியேறக் குடியேற, அவனது உள்ளத்தின் ஆழத்தில் ஆழ்ந்து மறைந்துகிடந்த அவனது தன் மதிப்புணர்ச்சியும்; அவன் எவ்வளவுதான் தடுத்து நிறுத்தியபோதிலும் மேலோங்கத்தான் செய்தது. அந்த அரைகுறையான விசித்திரலோகக் கனவில், சிறந்த, புனிதமான, தனது அன்புக்குரிய பல்வேறு நினைவுகளையும் அவன் ஒன்றுதிரட்டி விட்டதுபோல் தோன்றியது. உலகத்தின் வாழ்க்கைப் பாதையில் மனிதர்கள் இழந்துவிடும் அந்த நினைவுகளை, பெரும்பாலும் மீண்டும் பெறாமலே இழந்துபோகும் நினைவுகளை அவன் ஒன்றுதிரட்டினான். ஆரோக்கியம் திரும்பத்திரும்ப அவனது தன் மதிப்புணர்ச்சியும் அதிகரித்தது. எனவே, அவன் வயிறார உண்ணத் தொடங்கினான்; அத்துடன் அந்த நர்ஸ் தன்னைக் கவனிக்காத நேரத்தில் ஹாயாக உடம்பை நீட்டிப்படுத்துக் கிடந்தான். ஒருநாள் நன்றாகத் தூங்கியெழுந்தபின் பொங்கலைச் சாப்பிட்டுவிட்டு, அவன் ஒரு தலையணையின்மீது சௌகரியமாகச் சாய்ந்துகொண்டு, திடீரென்று உரத்தகுரல் கொடுத்தான்:

"அன்பான நர்ஸ்! உங்களோடு நான் கொஞ்சநேரம் பேசலாமா? விஷயம் ஒன்றுமில்லை. சும்மாதான் பேச விரும்புகிறேன்."

அவள் மறுகணமே அவன்மீது அவசரமாகக் குனிந்தாள்.

"உஷ்!" என்று அவள் பயபீதியுடன் கிசுகிசுத்துவிட்டு,

அவளது உள்ளங்கையை அவனது உதட்டின்மீது வைத்தாள்.

"உஷ்!"

ஆனால், அவள் கையை விலக்கிய மறுகணமே, அவன் அவளுக்குக் குறும்புத்தனமாகக் கூறினான்:

"அப்படியென்றால் நீங்கள்தான் என்னுடன் கொஞ்சம் பேசுங்களேன்! உங்களுக்கு எவ்வளவு சிறிய இனிமையான கை! உங்களுக்கு என்ன வயதாகிறது? உங்கள் பெயர் என்ன?"

அவள் பலமுறை பெருமூச்செறிந்தாள். அவள் விம்மியழுது, மூச்சுக்காகத் திணறுவது போலிருந்தது. அவளிடம் ஏதோ ஒரு விசித்திரத் தன்மைதான் அவனுக்குப் புலப்பட்டது. அவளிடம் அவன் சொல்ல விரும்பியதெல்லாம் இதுதான்: "நான் விழித்துக் கொண்டவுடன் திடீரென்று எனக்கேற்பட்ட எண்ணம் இதுதான். ஒரு மனிதன் தன்னைத்தானே நேசிக்கவில்லையென்றால், அவனால் பிறரையும் நேசிக்க முடியாது. அப்புறம் அந்த மனிதனால் என்ன பயன்? உதாரணமாக, போக்கிரிகளும், பேடிப்பயல்களும் தம்மையே நேசிப்பதில்லை. அவர்கள் சரியாகக்கூடத் தூங்குவதில்லை. எல்லாமே அவர்களுக்கு எரிச்சலைத் தான் தரும். அவர்களது உடல்முழுதும் அரித்துப் பிடுங்கும். எப்போது பார்த்தாலும் அவர்களுக்குக் கோபம்தான்; பயத்தாலேயே நடுங்கிச் செத்துக் கொண்டிருப்பார்கள். மனிதன் தன்னைத்தானே நேசிக்கத்தான் வேண்டும்; மற்றவர்கள் தன்னை எதற்காக நேசிக்க முடியுமோ, அதற்காகவே அவன் தன்னை நேசிக்க வேண்டும். அதிலும் அப்படி அவனை நேசிப்பது ஒரு பெண்ணாக, அவனுக்கே உரியவளான பெண்ணாக இருந்தால்."

ஆனால் இவான் இலீச் அந்த விவரத்தைப் பற்றியெல்லாம் எதுவும் பேசவில்லை. நர்சும் அறையைவிட்டுப் போய் விட்டாள்; எனினும், புறவுலகின் உறுத்தல்களின் எதிரியான அந்த டாக்டரோடு சீக்கிரமே திரும்பியும்

வந்துவிட்டாள். அந்த டாக்டரோ முன்னைவிடக் குறும்பாகப் பேசத் தொடங்கிவிட்டார்:

"என்னப்பா? நீங்கள் பாட்டுக்குத் துள்ளத் தொடங்கிவிட்டீர்களா? அதெல்லாம்கூடாது. கூடாது. ரொம்பவும் அவசியமானால்தான் நீங்கள் சிலவார்த்தைகள் பேசலாம். அவ்வளவுக்குத்தான் உங்களுக்கு அனுமதி. உங்களை நல்லபடியாக உங்களது படைக்கு அனுப்பிவைக்க வேண்டியது எனது கடமை. நீங்களும் கூடிய விரைவில் குணமடையும் விதத்தில் நடந்துகொள்வதுதான் உங்கள் கடமை அழகு நண்பரே. நர்ஸ், அவருக்கு ஒரு தூக்க மாத்திரை கொடுங்கள்."

"இங்கேயே நிறுத்திவிடு, தம்பி. மீதிவழியில் நான் நடந்தே சென்றுவிடுகிறேன்" என்றான் குஸ்மா குஸ்மீச்.

"எதற்காக நடந்துசெல்ல வேண்டும்?"

"நீ என்னை விட்டுவிட்டுப் போ, அப்பா! நான் அங்கே - ஒரு தேசாந்திரி மாதிரிபோகப் போகிறேன். புரிந்ததா?"

"அது உங்கள் இஷ்டம்."

லதூகின் அந்தத் திடகாத்திரமான குதிரையை இழுத்து நிறுத்தினான். அவர்கள் வந்த வண்டி ஓர் அணையை, அடுத்தநொடிப் பாதையில் நின்றது. அந்த அணைக்குமேல் முண்டும்முடிச்சுமாக இருந்த தூங்குமூஞ்சி மரங்கள் தமது இலைகளை உதிர்த்துக் கொட்டிக் கொண்டிருந்தன. அந்தக் குளத்துக்கு மறுபக்கத்தில் ஸ்பாஸ்கொயே கிராமம் தென்பட்டது; குளத்தின் சமமட்டமான கரையை ஒட்டினாற்போல், புதிய வைக்கோல் கட்டுக்கள் நிறைந்த களத்துமேடு தென்பட்டது. களிமண் குடிசைகளின் தாழ்ந்த நாணற்புல் வேய்ந்த கூரைகளிலிருந்து புகை சுருண்டுசுருண்டு மேலேறியது.

"இந்தக் கிராமம் முழுவதுமே சாராயம் வடித்துக் கொண்டிருக்கிறது" என்று லதூகின் சொல்லிவிட்டு, ஆழ்ந்த பெருமூச்செறிந்தான். அந்த அணையின்மீது

கம்பீரமாகத் தத்துநடை நடந்துசெல்லும் வயிறு நிரம்பிய வெள்ளை வாத்துக் கூட்டத்தின்மீது தன் பார்வையைத் திருப்பினான். வாத்துக் கூட்டத்துக்குத் தலைமைதாங்கி முன்னால் நடந்துசென்ற ஆண் வாத்து, அங்கு வந்து நின்ற வண்டியையும், அதில் வந்திருந்த இரண்டு மனிதர்களையும் காண்பதற்கு பிடிக்காதது மாதிரி சட்டென்று நின்றது; உடனே, அதன்பின் சென்று கொண்டிருந்த ஐம்பதுக்கு மேற்பட்ட வாத்துகளும் அதனைப் பின்பற்றி நின்றன. பின்னர், அவை தமக்குள்ளாகவே 'க்வாக் க்வாக்' என்று ஏதோ பேசி முடிவு கட்டிவிட்டு, அந்த அணையை அடுத்த சரிவின் வழியாக, தமது அடிவயிறு தரையில் தொடும்வண்ணம் இறங்கிச் சென்றன; அதன்பின் இளங்காற்றினால் முடுக்கிப் பறக்கவிட்டமாதிரி, அவையனைத்தும் அந்தக் குளத்தின் கரிய நீர்ப்பரப்பின்மீது வழுக்கி மிதந்தவாறே, அடுத்த கரையில் தெரிந்த சதுப்புநிலத்தை நோக்கி நீந்திச் சென்றன.

"இந்த மாதிரியான வாத்தில் பதினைந்து பவுண்டு கறிகூட இருக்கும்! சரியான குண்டன் இது!" என்றான் லதூகின். "உண்மையில் அதனை வறுத்துச் சாப்பிட வேண்டும்."

"சரி. நீ புறப்படு, தம்பி" குஸ்மா குஸ்மீச் விடைபெறும் விதத்தில் அவசரமாகக் கையை நீட்டினான். "நான் இங்கு எனது வேலையைத் தொடங்குமுன்னர் கொஞ்சம் சுற்றிப் பார்த்து நிலைமையைப் புரிந்துகொள்ளப் போவதாக, நீ கமிஸாரிடம் சொல். உணவுக் கொள்முதல் குழுவோடு நீ இன்னும் ஒருவார காலத்தில் வந்து சேரலாம். அதற்குள் எல்லாவற்றையும் சுமுகமாக முடித்துவிடலாம்."

"பார்த்துக்கொள், குஸ்மா. ஒரேயடியாகக் குடித்து உருண்டுவிடாதே!"

"நான் அந்தச் சரக்கைத் தொட்டுக்கூடப் பார்ப்பதில்லை, தம்பி. சரி, நீ போ. குதிரையைச் சீக்கிரம் திருப்பு அல்லது யாராவது நம்மைப் பார்த்துவிடப் போகிறார்கள்."

லதூகின் வண்டியைத் திருப்பினான்; குதிரையின் கனத்த பிருஷ்ட பாகத்திலே ஒரு மிளாறினால் கோபத்தோடு

அறைந்தான்; பின்னர் திரும்பிக்கூடப் பார்க்காமல் வண்டியை ஓட்டிக்கொண்டு, சென்றுவிட்டான். அதற்குள் குஸ்மா குஸ்மீச் அந்த அணையின் வழியாக கிராமத்தை நோக்கி நடக்கத் தொடங்கிவிட்டான். அவன் அணிந்திருந்த கோட்டு காலத்தால் பச்சை நிறமாக மாறியிருந்தது; பாதிரியாரின் பெரிய கம்பளிக் கோட்டிலிருந்து அவன் எப்போதோ அதனை வெட்டித் தைத்திருந்தான். கோட்டின்மீது இடுப்பைச் சுற்றி, அச்சடித்த சீட்டித் துணியால் தைக்கப்பெற்ற கைக்குட்டையைக் கட்டியிருந்தான். அவனது முதுகின் மீது செஞ்சேனையின் சாக்குப் பை ஒன்று தொங்கியது; தலைமீது ஓர் உயர்ந்த கம்பளித் தொப்பி இருந்தது; அந்தப் பழைய தொப்பி ஏகாதிபத்திய யுத்தத்தின் தீய ஞாபகச் சின்னமாக விளங்கியது. சுருங்கச்சொன்னால், அவனது தோற்றம் எப்படியிருக்க வேண்டுமோ, அப்படித்தான் இருந்தது.

இலையுதிர் காலத்தின் பின்பருவத்தில் கிராமப்புறங்களில் சுறுசுறுப்பே இருக்காது. ஆப்பிள் மரங்களும், சொரிமரங்களும் தமது இலைகளை எல்லாம் உதிர்த்துக் கொட்டியிருந்தன. அந்தப் பழுத்த இலைகள் இரவுநேரத்தில் பெய்யும் பனியினால் நனைந்து ஈரமாகி, உழுது போடப்பட்டிருந்த காய்கறிப் பாத்திகளின்மீது குவியல்குவியலாகக் கிடந்தன. சூரிய ஒளியை இழுத்து, குடிசைகளின் சிறு ஜன்னல்களின்மீது பரப்புவதாக ஜனங்கள் கருதும், சூரியகாந்திச் செடிகளோ எதுவுமே மிச்சமில்லை; அழுகிப்போன தண்டுகள் மட்டும்தான் தரைக்குமேல் குத்திட்டு நின்றன. எங்கு பார்த்தாலும் சேறுதான்; அந்தச் சேறு குடிசைகளின் வாசல்வரையிலும் கூடப் பரவியிருந்தது. சூரிய வெப்பத்தால் வெளிறிப் போன சன்னல் கதவுகள் குளிர்காற்று வீசும்போது கிறீச்சிட்டு அடித்துக் கொண்டன. சன்னலுக்கு வெளியே பார்ப்பதற்கே எவருக்கும் தோன்றுவதில்லை. ஏனெனில், அப்படியே பார்த்தாலும் ஏதாவதொரு காக்கைதான் மிளாறு வேலிமீது அமர்ந்திருக்கும்; குடியானவனின் மனைவி எதையாவது விட்டெறிந்தால், அதனைக்

கொத்திப் பொறுக்கித் தின்னலாமே என்று அது வாடிப் போய்க் காத்திருக்கும்.

“அவர்கள் எல்லோருமே தூங்கிக்கொண்டேதான் வாழ்கிறார்கள்; அவர்கள் செய்வதெல்லாம் முக்கலும் முனகலும், அரித்த இடத்தில் சொரிந்துகொள்வதும்தான் போலிருக்கிறது. அவர்களது உணர்ச்சிகளும்கூடத் தூங்குகின்றன; அவர்களது ஆசைகளிலும்கூட, கற்பனைச் செறிவு கிடையாது. என்றாலும், ஒவ்வொருவரும் ஒரு அரிஸ்டாட்டில் அல்லது ஒரு புஷ்கினின் உருவத்தில் தான் படைக்கப்பட்டிருக்கிறார்கள். எல்லோருக்கும் உலகில் பழகிக்கொள்ள முடியாது, புதுப்புது அதிசயங்களை எல்லாம் பார்க்க இரண்டிரண்டு கண்களும் இருக்கத்தான் செய்கின்றன. ஆளுக்கொரு தலையும் இருக்கிறது - அதுவே அதிசயத்திலும் பேரதிசயமான விஷயம்தான்.” அப்போது குஸ்மா குஸ்மீச் தனது உயர்ந்த தொப்பி அணிந்த தலையை ஆட்டிக் கொண்டான்.) “பிரபஞ்சத்தோடு ஒப்பிட்டுப் பார்க்கும்போது, இந்தத் தலைக்கு இடமேயில்லையென்றுதான் சொல்லவேண்டும். ஆனால் வேறுவிதமாகப் பார்த்தாலோ, பிரபஞ்சமே இந்தத் தலைக்குள்தான் இருக்கிறது என்று சொல்ல வேண்டும். விவிலிய நூலில் கூறப்படும் பரமபிதாவுக்கே தெரியாத, தெரிந்துகொள்ள முடியாத பல்வேறு ரகசியங்களையும் இந்தத் தலைதான் துருவித்துருவி ஆராய்ந்து தெரிந்துகொண்டு விடுகிறது. எனவே, வீட்டு முன்னால் வந்து உட்காரும் காக்கையைச் சன்னல் வழியாகப் பார்ப்பானேன்? பார்த்து அவர்கள் தமது வாழ்க்கைக் காலத்தைப் பாழடித்துக் கொள்வானேன்?”

இத்தகைய எண்ணங்களை அசைபோட்டுக் கொண்டும், தனது உதடுகளை மனநிறைவோடு சப்புக் கொட்டிக் கொண்டும், குஸ்மா குஸ்மீச் தாழ்ந்த வேலிப்புறத்தின் ஓரமாகவும் நாணற்புல் கூரையின் பாரத்தால் இறங்கி விட்டதுபோல் தோன்றிய குடிசைகளின் பக்கமாகவும் நடந்துசென்றான். உயர்ந்த பூட்சுகளையும், குட்டையான ஆட்டுத்தோல் மோஸ்தர் ரவிக்கையும் அணிந்த ஒரு

பெண்ணை அவன் வழியில் சந்தித்தான். அவள் தனது தோளில் தாங்கிய நுகக்காலின் இருபுறத்திலும் இரண்டு வாளிகள் நிறைய தண்ணீர் மொண்டுவந்தாள். அவள் அகலமாகவும், கம்பீரமாகவும், சுமுக சுபாவம் அற்றவளாகவும் தோன்றினாள்.

"வணக்கம்! உங்கள் பெயர் நதேஷ்தா இல்லையா? நான் சொல்வது சரிதானே?"

அந்தப் பெண் சட்டென்று நின்று, அவனை நோக்கித் தனது பரந்த முகத்தை மெதுவாகத் திருப்பினாள்: "ஆமாம். உங்களுக்கெப்படித் தெரியும்?"

"நான் ஒரு தீர்க்கதரிசி."

"இந்தக் காலத்திலே தீர்க்கதரிசிகள் யாரும் கிடையாது. வந்தவழியைப் பார்த்துக்கொண்டு போங்கள்!"

"என்னை விரட்டுகிறீர்கள்" என்று குஸ்மா குஸ்கீச் பேசத் தொடங்கினான். "சரி. அப்படியானால், நான் மீண்டும் ஸ்டெப்பி வெளிக்குச் சென்று, அங்குள்ள சமாதிமேடுகளை எண்ணிவிட்டுப் போகிறேன். ஒரு மனிதன் தன்னந்தனியாகப் போவதென்றால், அது தொலையாத தூரம்தான். எவ்வளவு தூரமோ, கடவுளுக்குத்தான் தெரியும்!"

அந்தப் பெண்ணின் உதடுகள் அசைந்தன. அவள் புறப்படப்போவதுபோல் இருந்தது; ஆனால் மறுகணமே சட்டென்று நின்று, இந்த மனிதனின் தந்திரம் மிகுந்த சிரித்த முகத்தைச் சந்தேகக் கண்ணோடு பார்த்தாள். குஸ்மா குஸ்மீச் தனது இரு கைகளையும் அகலவிரித்தான்.

"நான் படுத்துத் தூங்க வேண்டுமென்று விரும்பினால், எங்காவது ஒரு வைக்கோல் போர்மீது படுத்துவிடுவேன். பசியெடுத்தால் எதையாவது திருடிக்கொண்டு விடுவேன். அருமைப் பெண்ணே, நான் வேண்டுவது அதெல்லாம் அல்ல. தீர்க்கதரிசிகளெல்லாம் வெறுங்கால்களோடு குத்துக் கற்களின் மீதுதான் நடந்து

சென்றார்கள்; என்றாலும் அப்போதும்கூட அவர்கள் தீர்க்கதரிசனத்தைத் தெரிவித்தார்கள். தீர்க்கதரிசனக் கம்பங்களின்மீது நின்றார்கள், வெட்டுக்கிளிகளை தின்றார்கள்; உனக்கு விட்டிற்பூச்சிகளைத் தெரியுமா? அவைதான் வெட்டுக்கிளிகள். அவர்கள் எதற்காகத் துன்பப்பட்டார்கள்? சொல்லு, பார்ப்போம். அதுதான் உன்னைச் சிந்திக்கவைக்கிறது." (அவன் உதடுகளை முன்னே கூட்டிக்கொண்டு அவளருகே நெருங்கிச் சென்றான்.) "ஏனென்றால், அவர்கள் மனிதனை நேசித்தார்கள். ஒவ்வொரு மனிதனுமே ஓர் அற்புதம் தான்: நதேஷ்தா, நீயோ - இரட்டை அற்புதம். நான் எதைக் காண்கிறேன் என்று உன்னால் சொல்ல முடியுமா? நீங்கள் கோதுமையைக் கதிரடித்து, வோட்கா மதுவையும் வடித்து இறக்கியிருக்கிறீர்கள். எங்குப் பார்த்தாலும், பன்றிக்கறியின் மணம் கமகமக்கிறது. உங்களுக்குத் தேவையான எல்லாம் இருக்கிறது. ஆனால் மகிழ்ச்சிதான் இல்லை. உங்களிடம் ஒளிதான் இல்லை."

"நீங்களென்ன மண்ணெண்ணெய் வியாபாரியா என்ன?" என்று அந்தப் பெண் தனது தோளுக்கு மேலாக அவனை நோக்கியவாறு கேட்டாள். என்றாலும், அவளது மனோவுறுதி ஆட்டம் கண்டுவிட்டது.

"நான் எதையும் விற்கவில்லை; நான் எந்தவிதமான யாசகத்தையும் கேட்கவில்லை. நானும் மகிழ்ச்சியோடிருக்க வேண்டும், உங்களுக்கும் மகிழ்ச்சியை ஊட்ட வேண்டும் என்பதற்காகத்தான் நான் உங்களிடம் வந்திருக்கிறேன்."

அந்தப் பெண் எதுவும் பேசவில்லை. சாம்பல் நிறத்து மேகம்போன்று தோன்றிய அவளது நீண்ட கண்களால் மட்டும் அவனை மீண்டும் ஒருமுறை பார்த்தாள். பின்னர் தனது முழங்காலை வளைத்து, தண்ணீர் வாளிகளைக் கீழே இறக்கி வைத்துவிட்டு, நுகக்காலை அவற்றின்மீது குறுக்காக வைத்தாள்.

"எங்கள் கிராமத்தில் துயரமாகத்தான் கிடக்கிறது. எங்களைக் குதூகலப்படுத்த எவரையுமே காணோம்.

சரி, நீங்கள் எப்படி எங்களை மகிழ்ச்சியுறச் செய்வீர்கள்?"

"நான் அப்படிச் சொன்னால், அதற்கான வழியும் எனக்குத் தெரியும் என்றுதான் அர்த்தம். நான் பாதிரியுடையைத் துறந்துவிட்ட பாதிரியார்."

அந்தப் பெண்ணின் வாய் வியப்பால் விரிந்தது. அந்த வாய் இளமையோடு, ஒழுங்கும் அழகும் நிறைந்த பல் வரிசையோடும் விளங்கியது. அதைக் கண்டதும், குஸ்மா குஸ்மீச் குதூகலத்தால் தரையில் துள்ளிக் குதித்தான். காற்றினால் வீசப்பட்டு மறைந்துபோனதுபோல், அவளது முகத்தில் குடிகொண்டிருந்த சுமுகபாவமற்ற கடுகடுப்பு சட்டென்று மறைந்துவிட்டது.

"ஆ!" என்று அவள் வாய்விட்டு வியந்தவாறே, தனது கையை மார்பின்மீது வைத்தாள்; அவளது மார்பின் விரிவினால், அவள் அணிந்திருந்த ஆட்டுத்தோல் மோஸ்தர் ரவிக்கை அளவில் சுருங்கி, பொத்தான் மாட்டப்படாமல் தென்பட்டது. *"ஆ!"*வென்று அவள் மீண்டும் கத்தினாள்; அப்போது அவளது அகன்ற தொடைகள் அங்குமிங்கும் அசைந்தன. *"அப்படியானால், எங்கள் குடிசைக்கு வாருங்கள். என் தந்தை உங்களோடு பேசுவார். தேவாலயத்தின் சாவிகூட, அவரிடம்தான் இருக்கிறது."*

"முடியாது" என்றான் குஸ்மா குஸ்மீச். *"நான் ஒன்றும் அங்கு வரமாட்டேன். நீங்களே என்னிடம் வருவீர்கள். இப்படித்தான் நடக்க வேண்டும் என் அருமை கரும்புருவத்தழகி.* அவன் அவளை நோக்கிக் கண்ணைச் சிமிட்டிவிட்டு, தனது தோளை இனிய சுபாவத்தோடு உலுக்கிவிட்டவாறு, எங்காவது மிகவும் எளிமையான ஓர் இடம் தென்படுமா என்று பார்த்தவாறே கிராமத்தின் தெருவழியே நடந்துசென்றான்.

ஒருவழியாக தெலேகினின் கண்களின்மீது போடப்பட்டிருந்த கட்டை அவிழ்க்கவேண்டிய நாளும் வந்து சேர்ந்தது. அந்தக் காரியம் கருக்கல் நேரத்தில்தான் நடந்தது. அரைகுறையாகத் திறந்துகிடந்த கதவுக்குப்

பின்னாலிருந்து அந்த நர்ஸ், டாக்டரிடம் பயபீதி நிறைந்த குரலில் ஏதோ கிசுகிசுத்துக் கொண்டிருந்தாள். "அபத்தம்!" என்று டாக்டர் பலமுறை சொல்லிவிட்டார். "மனிதன் என்பவன் கண்ணாடிவீட்டில் வளரும் பூஞ்செடியல்ல; நான் சொன்னபடி செய்யுங்கள்" என்று அவரது குரல் ஒலித்தது. நர்ஸ் மீண்டும் படுக்கையருகில் வந்தாள்; அதன்மீது மிகவும் தாழ்வாகக் குனிந்தாள். அதனால், அவளது பட்டுப்போன்ற கேசச் சுருள்கள் இவான் இலீச்சின் மூக்கின்மீது உரசிக் கிளுகிளுப்பை ஊட்டின. பின்னர் அவள் கட்டை அவிழ்த்தாள். அப்போதுதான் இலைகளின் சலசலப்பையோ, கிசுகிசுப்பையோ கேட்காமல், முதன்முறையாக அவளது குரலைத் தயக்கமும் தணிவும் நிறைந்த குரலை தெலேகின் கேட்டான்:

"கண்ணுக்கு வெளிச்சம் பழக்கப்படுகிறவரையில், தயவு செய்து அப்படியே அமைதியாகப் படுத்திருங்கள்."

அந்த நீண்டநெடிய இருள் மயக்கத்திலிருந்து விடுபட்ட பின்னர், அவன் சிறிது அச்சத்துடன்தான் தனது கண்களைத் திறந்தான். எல்லாமே மங்கலாகத்தான் தெரிந்தன. அந்த அறையிலேயே அரைகுறையான வெளிச்சம்தான் நிலவியது. சன்னல் மீது திரையிடப் பெற்றிருந்த போர்வையும் ஓரேஒரு மூலையில்தான் லேசாகத் திறக்கப்பட்டிருந்தது. படுக்கையின் பின்பகுதியில் ஒரு சிறிய மேஜையருகில் அந்த நர்ஸ் அமர்ந்திருந்தாள். அவளது முகத்தோற்றத்தை அவன் தெளிவாகக் காண முடியவில்லை; ஏனெனில் அவள் குனிந்து உட்கார்ந்தவாறு, தன் கையிலிருந்த கட்டுப் போடும் துணியை - ஏதோ செய்துகொண்டிருந்தாள்.

புன்னகை புரிந்தவாறே, இவான் இலீச் மல்லாந்து படுத்திருந்தான். அவனது தலைக்கு மேலே சரிவான கூரையொன்று தெரிந்தது; மேல்மாடிக்குச் செல்லும் படிக்கட்டு அங்கு இருந்ததுபோலும். சோப்பு நுரைக் குமிழி போன்ற ஒரு ஜன்னல் கண்ணாடியும் மேலே தெரிந்தது. இதைவிட, நல்ல இடம் அவனுக்குக் கிடைத்திருக்காது. திடீரென்று ஒரு காயத்தின்மீது பொறுக்காடிப் புதிதாக

வளர்ந்த தோலைப் பிய்த்தெடுத்த மாதிரி, வேறொரு இடத்தின் நினைவு அவன் உள்ளத்தில் எழுந்தது. அந்த இடத்தில் இடிமுழக்கமும் புகை மண்டலமும் நிறைந்திருந்தன; நிலப்பரப்பு திடீரென்று அதிர்ந்து குலுங்கிக் குழிந்தது; வெடிகுண்டின் கண்ணைக் குருடாக்கும் மஞ்சள் நிறமான வெளிச்சம் அவனது கண்களைக் கூசச்செய்து பார்வையை மழுக்கின. "இல்லை. நான் அதை நினைக்கக்கூடாது" என்று தனக்குத்தானே சொல்லிக்கொண்டு, அந்த நினைவுகள் தனது மூளைக்குள் புகுந்து ஆக்கிரமித்துக் கொள்வதற்குமுன் அவற்றை விரட்டியடிக்க முயன்றான். மீண்டும் கடிகாரத்தின் ஒலியைக் கேட்டான். அந்தக் கடிகாரத்தின் ஓசை மிருதுவாகவும், வேதனையில்லாமலும், வாழ்வின் சமமான இடை நேரத்தை அளந்து கணக்கிட்டுக் கொண்டிருந்தது.

"நர்ஸ், நான் உங்களைச் சரியாகப் பார்க்க முடியவில்லை" என்று குரல்கொடுத்தான் இவான் இலீச். அவள் தலையை அசைத்தாள். சுருட்டி வைத்திருந்த கட்டுப்போடும் துணி அவளது முழங்காலிலிருந்து சுருளை உலைத்தவாறு, தரையில் விழுந்து உருண்டது; அவள் அதனை மீண்டும் சுருட்டத் தொடங்கினாள். அவளது அங்க அசைவுகள் மிகவும் நளினமாகத்தான் இருந்தன; அவள் நல்ல இளமையோடுதான் இருக்க வேண்டும். ஆனால், அவள் எவ்வளவு அனுபவம் மிக்கவளாக விளங்கினாள்! அவளது முகத்தைக் காணப் பெரிதும் முயன்றான் அவன்; ஆனால் இருளோ, மேலும்மேலும் கறுத்துக்கொண்டு வந்தது. எனவே, இப்போது அவள் அணிந்திருந்த வெள்ளை நிறமான முரட்டு மேலங்கியையும், 'ஸ்பிங்க்ஸ்' சிலையின் தலையுறைபோன்று தோன்றிய அவளது தலையிலுள்ள கைக்குட்டையையும் மட்டும்தான் அவனால் மங்கலாகக் காண முடிந்தது.

"புரிகிறது, புரிகிறது. அந்த அப்பாவிப் பெண்ணின் முகத்தில் அம்மைத் தழும்புகள் இருக்கலாம் அல்லது அவள் மிகவும் அவலக்ஷணமாக இருப்பாள். என்றாலும் நான் அவளுக்கு மிகவும் கடமைப்பட்டிருக்கிறேன்

என்பதை அவள் உணரத்தான் செய்கிறாள்." என்று நினைத்து, தெலேகின் பெருமூச்செறிந்தான். "இந்த மாதிரி எவ்வளவோ பெண்கள் இருக்கிறார்கள். அன்பும், விசுவாசமும் கொண்டவர்களாய், இறுதி வரையிலும் நண்பர்களாக இருக்கக்கூடியவர்களும் இருக்கிறார்கள். அதிலும் அவள் மிகவும் புத்திசாலியும் கூட, பொதுவாகவே அவலக்ஷணமான பெண்களே அப்படித்தான். இப்படிப்பட்டவர்களைத்தான் மணக்க வேண்டும்; இவர்களைத்தான் காதலிக்கவும் வேண்டும். என்றாலும், மனிதர்களோ தனது தலையணையில் தனக்குப் பக்கத்திலே படுத்துக்கொண்டு, சகலவிதமான அபத்தங்களையும் கிசுகிசுக்கக்கூடிய, அழகிய முகமும், பொம்மையைப் போன்ற கண்ணிமைகளும் கொண்ட பெண்களைத்தான் நாடுகிறார்கள். ஆனால் தாஷா அப்படியல்ல. அவளை நான் அழகுக்காக மட்டும் காதலிக்கவில்லை." தெலேகின் கண்களை மூடி, தனது முஷ்டியைக் கன்னத்துக்கடியில் கொடுத்துச் சாய்ந்து கொண்டான். "நீ பொய் சொல்கிறாய்! அவளது அபூர்வமான அழகுக்காகத்தான் நீ அவளைக் காதலித்தாய். அவளுக்கோ அப்படிக் காதலிப்பதுதான் பிடிக்கவில்லை."

அவன் தூங்கிவிட்டான் என்று நம்பியவளாய் அந்த நர்ஸ் அங்கிருந்து சத்தம்செய்யாமல் எழுந்து, அறையைவிட்டு வெளியே சென்றாள். அவள் வெகுநேரமாக வரவில்லை. பின்னர் அந்த அறைக்கதவு மெதுவாகக் கிறீச்சிட்டது; அதனைத் தொடர்ந்து ஒரு மங்கிய மஞ்சள் நிறமான விளக்கு தென்பட்டது. இவான் இலீச் படுக்கையைவிட்டு அசையாமலே, தனது கண்களை லேசாகத் திறந்தான். வெண்ணிற மேலங்கியையும், நர்சுக்குரிய தலைக் கச்சையும் அணிந்து, தாஷா உள்ளே வருவதை அவன் பார்த்தான். அவள் ஒரு சின்னத் தகரவிளக்கைக் கையில் ஏந்தி, அதன் சுடரைத் தனது இளஞ்சிவப்பான மெல்லிய விரல்களால் அணைத்துவிடாமல் மூடிப் பாதுகாத்தவாறு வந்துகொண்டிருந்தாள். அவளைப் பார்த்ததால் அவன் ஆச்சரியப்படவில்லை; ஆனால் அவள்தான் தாஷா என்பதை அவன் நம்பவேயில்லை.

அலெக்சேய் தல்ஸ்தோய் ▲ 239

அவள் விளக்கை மேசைமீது வைத்து, அதன் திரியைச் சிறிது கீழே இறக்கிவிட்டாள்; பின்னர் தானும் அங்கு அமர்ந்து இவான் இலீச்சைப் பார்க்கத் தொடங்கினாள். டைபாய்டு காய்ச்சலிலிருந்து சமீபத்தில்தான் பிழைத் தெழுந்த சிறுமியின் முகம்மாதிரி, அவளது முகம் மெலிந்திருந்தது. அவளது சிறிதே புடைத்த வாயோரம் மிகவும் மெல்லிய வரி விழுந்திருந்தது. விளக்கொளி அவளது கன்னத்திலும் கண்ணிலும் விழுந்தது. அந்தக் கண் அமைதியாகவும் அகண்டமாகவும் தோன்றியது. அந்தக் கண்ணின் கருவிழியில் அந்த விளக்கொளி சின்னஞ்சிறிய புள்ளியாகப் பிரதிபலித்தது. ஏதோ வெகுநேரம் காவலுக்கிருக்கப் போகிறவள் மாதிரி, அவள் தன் முழங்கையை முழங்காலின்மீது ஊன்றி, மோவாயை முஷ்டியின்மீது தாழ்த்தி உட்கார்ந்திருந்தாள். தாஷாவைத் தவிர, வேறு யாரும் அப்படி உட்கார முடியாது.

பீட்டர்ஸ்பர்கிலிருந்த காலத்தில், தெலேகினின் வீட்டில் கூடிய "சம்பிரதாய எதிர்ப்புப் போராட்ட சங்கத்துக்கு தாஷா வந்துசேர்ந்த அன்றைய மாலைவேளையில், தெலேகின் அவளை முதன்முதல் அப்போதுதான் பார்த்தான். அப்போது வசந்தத்தைப்போல் அவள் அவனுக்கு மிகவும் இனிமையாகத் தோன்றினாள். அவளது கன்னங்கள் சிவந்திருந்தன; கறுத்த உடையினால், அவள் வெப்பத்துக்காளாகிப் புழுங்கிக் கொண்டிருந்தாள். மரக்கட்டைகளின்மீது போடப்பெற்ற பலகைகளின்மேல் மகத்தான தேவதூஷணைகளில் பங்கெடுத்தவர்களான கவிஞர்கள் அமர்ந்திருந்தார்கள்; அவர்கள் அமர்ந்திருந்த அந்த அறைக்குள் இனிய வாசனைத் தைலத்தின் மெல்லிய நறுமணம் பரவிக் கமழ்ந்தது. அப்போதும் தனது சின்ன முஷ்டியின்மீது மோவாயைத் தாங்கியவாறு உட்கார்ந்துதான், அந்தத் தடபுடலான கவிதைகளையெல்லாம் அவள் கேட்டாள். அப்போது அவளது சுண்டுவிரலின் முனை அவளது வடிவமைந்து புடைத்த உதடுகளைத் தொட்டுக் கொண்டிருந்தது. அதன்பின் அவள் அமர்ந்திருந்த அந்த நாற்காலியை தெலேகின் தனது படிப்பறைக்குள் கொண்டுபோய்

போட்டுக்கொண்டான்.

இதயம் இரண்டுமுறை துடிப்பதற்கும் இத்தனையும் அவன் நினைவில் பளிச்சிட்டன. உடனே அவனது இருதயம் மேலும்மேலும் படபடத்தது; நடுச்சாமத்தில் மணியடிக்கும் காவல்காரனைப்போல், அது அவனது நெஞ்சில்முட்டி மோதி ஒலித்தது. என்றாலும், படுக்கையின் அருகேயுள்ள சிறிய பெஞ்சின்மீது அமர்ந்திருக்கும் அந்தப் பெண் தாஷாவாக இருக்க முடியுமா? அவன் அசைவற்றுப் படுத்தவாறே, தனது பாதி மூடிய கண்களின் இடைவெளி வழியாக, அவளைத் தாகத்தோடு பார்த்தான். அவளும் அதைக் கவனித்துவிட்டாள் என்றே தெரிந்தது. ஏனெனில், அவள் திடீரென்று தனது உடல் முழுதையும் முன்னால் தாழ்த்தினாள்.

"நர்ஸ்!" என்று கூப்பிட்டுவிட்டு, அவன் தன் கண்களை அகலத் திறந்தவாறே, எழுந்து உட்கார முனைந்தான். உடனே தாஷா ஆனந்தமும் அச்சமும் கலந்த மெல்லிய கூக்குரலோடு அவனை நோக்கிப் பாய்ந்தாள். அந்தத் தோற்றம் தன் முன்னிருந்து கரைந்து மறைந்துவிடுமோ என்று அஞ்சியவனைப்போல், அவன் அவளது தோளைச் சுற்றித் தன் கரங்களைப் போட்டான். அவள் தாஷாதான்! மெலிந்தும் தளர்ந்தும் இருந்தாலும் அவள் உயிரோடுதான் இருக்கிறாள்! அவளது முகத்தைத் தனது முகத்தோடு அணைத்துக் கொண்டான் அவன். அப்போது அவளது உதடுகளும், உடம்பும் எவ்வாறு நடுங்கின என்பதையும் அவன் உணர்ந்தான். அவன் அவள் தலையைத் தன் கைகளால் பற்றி, அதனைத் தனது முகத்துக்குச் சிறிது தூரத்தில் பிடித்தவாறு, அவளது அன்பு நிறைந்த, எப்போதும் புத்தம்புதிய, எதிர்பாராத அளவுக்கு அழகுநிறைந்த முகத்தையே உற்றுநோக்கினான். அவளோ கண்களை மூடியவாறு, ஒரே வாக்கியத்தைத்தான் திரும்பத்திரும்பச் சொல்லிக் கொண்டிருந்தாள்:

"நான் உங்களோடுதான் இருக்கிறேன். எல்லாம் இப்போது சரியாகிவிட்டது."

துன்பத்தால் மயிரிழைபோன்ற வரிக்கோடுகள் விழுந்திருந்த அவளது வாயின் ஓரங்களையும், வாயையும், அவளது மூடிய கண்களையும் அவன் மாறிமாறி முத்தமிட்டான்.

"அருமை இவான், நீ இப்போது அமைதியாக இருக்க வேண்டும்" என்று தாஷா கிசுகிசுத்தாள். "நான் எங்கும் போகவில்லை. எப்போதும் என்றென்றும் உன் அருகிலேயே இருக்கிறேன்."

அன்று மாலைக்குள் அந்தச் செய்தி கிராமம் முழுவதும் பரவிவிட்டது: ஏழை விதவையான ஆன்னா த்ரெஹ்ஜீல்னயாவின் குடிசைக்கு ஒரு மனிதர் வந்திருக்கிறார்; அந்த மனிதரை, நதேஷ்தா விலாசவா கிராமத்துத் தெருவில் வழியில் சந்தித்தாளாம்; தாம் செஞ்சேனையிலிருந்து வந்துள்ள பாதிரியார்தான் என்றும், நம்மை எல்லாம் மகிழ்விக்கத்தான் வந்திருப்பதாகவும் அவர் அவளிடம் தெரிவித்தாராம் என்பதுதான் அந்தச் செய்தி. முதியோர் முதல் இளையோர்வரை எல்லாப் பெண்களுமே இதனை நம்பினார்கள். நதேஷ்தாவுக்கு வாய் வலியெடுத்துப் போய்விட்டது. அதாவது தண்ணீர் எடுத்துக் கொண்டு அவள் தெருவழியே வந்ததையும், அப்போது அவள் உள்ளத்திலே ஏதோ ஒரு திடீர் உணர்ச்சி ஏற்பட்டதையும், அந்தச் சமயத்தில் அவர் "நதேஷ்தா!" என்று கூப்பிட்டதையும் அவள் கேட்பவர் களிடமெல்லாம் திரும்பத்திரும்ப விளக்கமாகச் சொன்னாள். (அந்தப் பெண்கள் எல்லாம் அவள் பேச்சில் குறுக்கிட்டு: "அடக்கடவுளே! உன் பெயர் அவருக்கு எப்படித் தெரிந்தது?" என்று கேட்டார்கள்.) "அதுதான் சொன்னேனே - அவர் ஒரு தீர்க்கதரிசி என்று!" என்று எல்லோரிடமும் பதிலளித்தாள் நதேஷ்தா. அவரது முகமும்கூட, செக்கச்சிவந்த ருஷ்ய நாட்டு முகம்தான்; அவரது தலைமயிரோ தோள்வரையிலும் வளர்ந்து புரண்டுகொண்டிருந்தது; உடை என்னவோ மிகவும் எளிமையானதுதான். ஆனால், அவர் முகத்தில் பசியின் அறிகுறியே இல்லை. அவர் மிகவும் குதூகல மாகத்தான் இருந்தார். பேசும்போதும் பூடகமான புதிர்கள்

போட்டுத்தான் பேசினார்.

ஆடவர்களோ, பெண்களின் இந்தப் பேச்சைக் கேட்டுச் சிரித்தார்கள்: "அந்தத் தீர்க்கதரிசி கிராமத்தில் இந்தக் கோடியில் இருந்து அந்தக் கோடிவரையிலும் தீயை மூட்டிவிட்டுப் போய்விடாதபடி, நாம் கவனமாகப் பார்த்துக்கொள்ள வேண்டியதுதான். அவர் உண்மையான பாதிரியாராக இருந்தால், முதன்முதலில் பணக்கார வீட்டுக்கல்லவா போயிருப்பார்! ஆனால் த்ரெஹ்ஜீல்னயாவின் வீட்டில் பாச்சைகளுக்குக்கூட உணவுகிடைக்காதே! மனைவிமார்களே! அதெல்லாம் நடக்காது. அந்த ஆசாமியைக் கிராம சோவியத்துக்கு இழுத்துக் கொண்டுபோய், அவரது அத்தாட்சிப் பத்திரத்தைக் காட்டச் சொல்ல வேண்டியதுதான். ஒருவேளை, ஆசாமி கொள்ளைக்காரர்களின் உளவாளி யாகக்கூட இருக்கலாம். அப்படியிருந்தால், பிறகு நமது கதி என்ன ஆவது?"

அந்த மனைவிமார்களில் ஒருத்தி தன் கணவனைப் பார்த்துச் சொன்னாள்: "போதுமே, உங்கள் பரிகாசமெல்லாம்! மற்றவர்களெல்லாம் உங்களைப் பார்த்துச் சிரிக்கப் போகிறார்கள்!" உடனே மற்ற பெண்கள் எல்லோரும், அவளை ஆதரிக்கக் கிளம்பி விட்டார்கள். அவளோ அத்துடன் விடவில்லை. பயமற்றுப்போன கண்களில் பளபளப்பு மினுங்க, அவள் மேலும் சொன்னாள்: "புரட்சிக்கு முன்னால் நாங்களெல்லாம் உங்களுக்குப் பணிந்துதான் நடந்தோம். ஆனால், உங்கள் உத்தரவையும் உபதேசத்தையும் கேட்டு, எங்களுக்கு ஒருபயனும் விளையவில்லை! உங்களுக்கு எவ்வளவு மூளை இருக்கிறதோ, அவ்வளவு எங்களுக்கும் உண்டு. சொல்லப்போனால், உங்களை விட எங்களுக்குப் புத்திசாலித்தனம் அதிகம்தான்." பிறகு அவள் பெண்களிடம் திரும்பிச் சொன்னாள்: "என் அருமைப் பெண்களே! என் மகள் நதேஷ்தாவைத்தான் கொஞ்சம் பாருங்களேன். அவள் மார்புக்கு ரவிக்கைகூடக் கொள்ளவில்லை. ரவிக்கைக்கு மேலே அவள் புடைத்துக்

கொண்டிருக்கிறாள்! அவள் தன்னைத்தானே நிலைக் கண்ணாடியில் அடிக்கடி பார்த்துக்கொள்கிறாள். பிறகு என்னைக் கூப்பிட்டு: 'அம்மா! என் கதி என்னம்மா ஆகும்?' என்று வாய்விட்டுக் கேட்கிறாள். அவள்தான் என்ன செய்வாள்? அடுத்த மத்தியஸ்தத் திருநாள் வரும் வரையிலே காத்திருப்பதா?" பிறகு அந்தப் பெண் மீண்டும் தன் கணவனிடம் திரும்பினாள்: "அவர் உங்கள் வீட்டுக்கு வந்து வறுத்த பன்றிக்கறியை ஏன் மூக்குமுட்ட மொக்கித் தின்னவில்லை என்றுதானே நீங்கள் கேட்கிறீர்கள்? கிறிஸ்துநாதர் பணக்காரர்கள் வீட்டுக்கு மட்டும்தான் போனாரா? அந்தப் பாதிரியார் பரம ஏழையான ஆன்னாவின் குடிசைக்கு ஏன் போனார் தெரியுமா? அவர் ஒரு 'சிவப்புப் பாதிரியாராக இருப்பதால்தான். அவருக்கு உங்கள் பன்றிக்கறி ஒன்றும் தேவையில்லை – அவர் நமது துன்பத்தை எண்ணி மட்டும்தான் கவலைகொள்கிறார்."

இதற்குமேல் அந்தப் புருஷக்காரனால் எதுவும் பேச முடியவில்லை. எனவே, அவன் அவளை நோக்கிக் கையை ஆட்டிவிட்டு, நாசூக்காக நழுவிவிட்டான். அன்று மாலையிலேயே பெண்களெல்லாம் ஆன்னாவின் குடிசையின் முன்னால் கூடிவிட்டார்கள்; பின்னர் தங்கள் பிரதிநிதிகளை உள்ளே அனுப்பிவிட்டுக் காத்திருந்தார்கள். குடிசைக்குள் நுழையும் முன்னர் அந்தப் பிரதிநிதிகள் சிறுமியிடமிருந்தும் அடுத்த வீட்டுக் காரர்களிடமிருந்தும் அந்தப் பாதிரியாரைப் பற்றிய தகவல்களை முடிந்த மட்டுக்கும் கேட்டுத் தெரிந்து கொண்டார்கள். அன்று காலையில்தான் ஆன்னா தனது குளிக்குமிடத்தில் அடுப்புமூட்டினாளாம் (அது குளத்தையடுத்துள்ள குடிசைகளின் பின்புறமுள்ள கரிப்புகை படிந்த ஒரு சின்னஞ்சிறு குடில்). அந்தப் பாதிரியார் அங்குசென்று குளித்துவிட்டு வந்தாராம். பிறகு ஆன்னா, இறந்துபோன தனது கணவனின் சுத்தமான சட்டையொன்றை அவருக்குக் கொடுத்தாளாம். குளித்து முடித்தபிறகு, அந்தப் பாதிரியார் ஆன்னாவுடன் அமர்ந்து ஒரு கோப்பை மூலிகைத் தேநீர் அருந்தப் போகிறாராம்! (இந்தக் கிராமத்தில் ஏதோ ஒரு மூலிகைக் கஷாயமே

தேநீராகப் பயன்பட்டு வந்தது.)

அந்தக் குடிசையினுள் பாதிரியார் சாயம்போன நீலச் சட்டையொன்றை அணிந்தவாறு, ஒரு பெஞ்சின்மீது அமர்ந்து, தமது கைகளை எதிரேகிடந்த மேசைமீது ஊன்றியிருந்தார். அப்படி என்றால், நதேஷ்தா சொன்னது சரிதான் - அவருடைய செக்கச்சிவந்த முகத்தைக் கண்டால், யாருக்கும் பயம் தோன்றத்தான் செய்யும்; அவரது உதடுகள் கரடியின் உதடுகள்போல் இனிமையாக மூடியிருந்தன. விதவை ஆன்னா சிறாய் விறகில் தீமூட்டி, முட்டைகளைப் பொரித்துக் கொண்டிருந்தாள். அடுப்பின்மீதிருந்த தேநீர்ப்பாத்திரத்தையும் அடுப்பையும் இணைக்கும் ஓட்டை உடைசலாகிப்போன இரும்புக் குழாய்க்கும் இடையில், நீலநிறமான தீப்பிழம்பு இரைந்து ஒலியெழுப்பிக் கொண்டிருந்தது.

அந்த மூன்று பிரதிநிதிகளும் உள்ளே நுழைந்து, வணங்கியவாறு "வணக்கம்" என்று கூறினார்கள்; பின்னர் அவர்கள் வாசலருகே கிடந்த ஒரு பெஞ்சின் மீது அமர்ந்தார்கள். அவர்கள் வாய்திறந்து எந்தக் கேள்வியும் கேட்கவில்லை; எனினும், எதுவும் அவர்கள் கவனத்திலிருந்து தப்பவில்லை.

"உங்களுக்கு என்ன வேண்டும்?" என்று குஸ்மா குஸ்மீச் திடீரென்று உரத்தகுரலில் கேட்டான். அந்தப் பிரதிநிதிகளோ திருகத்திருக விழித்தார்கள். அந்த மூவரில் ஒருத்தியான நதேஷ்தாவின் தாய் தேனொழுகும் குரலில் பதிலளித்தாள்:

பழைய சம்பிரதாயங்களை எல்லாம் ஒழித்துக் கட்டி விட்டதாகச் சொல்லுகிறார்கள். ஆனால், பிதாவே, நாங்கள் பழைய சம்பிரதாயங்களையே விரும்புகிறோம். வாழ்க்கையோ மிகவும் நீண்டது; கல்யாணமோ வாழ்க்கையில் ஒரே ஒருமுறை மட்டும்தான் நிகழ்கிறது. அப்படித்தானே, இல்லையா?"

"நீண்ட நாட்கள் வாழ்பவர்கள் நல்லவற்றை நிறையப் பார்க்க முடியும். நல்லது. நீங்கள் எதை எதிர்நோக்கிக்

காத்திருக்கிறீர்கள்?" என்றான் குஸ்மா குஸ்மீச்.

"நீங்கள் எங்களைப் பற்றிப் பயப்பட வேண்டாம். நாங்கள் எல்லாம் சோவியத்துகளுக்கு ஆதரவானவர்கள்தான். நாங்களே ஒரு கிராம சோவியத்தைத் தேர்ந்தெடுத்தோம். சோவியத்துகளுக்கே நாங்கள் ஓட்டுப் போட்டோம். நாங்கள் தேவாலயத்தையும் இழுத்துப்பூட்டி முத்திரை வைத்துவிட்டோம். எங்கள் பழைய பாதிரியார் ஒரு இயந்திரத் துப்பாக்கி வைத்திருந்தார் என்பதற்காக, அவரை ஜில்லா செக்காவுக்கு அனுப்பிவிடுவதென்று தீர்மானமும் நிறைவேற்றினோம்."

"ஆஹா!" என்று வியந்தான் குஸ்மா குஸ்மீச். "அப்படியென்றால், உங்கள் பாதிரியார் பெரிய ஆள்தான் போலிருக்கிறது!"

"அந்தப் பாதிரியார் எங்களை எப்படியெல்லாம் மிரட்டுவார் தெரியுமா? 'கிறிஸ்துவின் விரோதிகளே! உங்கள் கூட்டத்தின்போது, நான் எனது மக்ஸீம் இயந்திரத் துப்பாக்கியால் எனது ஜன்னலிலிருந்து சுட்டுப் பொசுக்கிவிடுவேன் தெரியுமா?' என்பார் அவர். இப்படித்தான் அவர் எங்களைப் பயமுறுத்தி வந்தார். கல்யாணமாக வேண்டிய எங்கள் புத்திரிமார்களும் மற்றவர்களோடு சேர்ந்துதான் ஓட்டுப் போட்டார்கள். ஆனால், மத்தியஸ்தத் திருநாள் வந்தபோதோ, அவர்கள் தேவாலயத்தில்தான் திருமணம் நடத்தவேண்டும் என்று விரும்பினார்கள். எல்லோரும் ஒன்றுகூடி, இந்த முடிவையே சாதித்துவிட்டார்கள். உங்களுக்குத் தெரிந்ததுதானே. பெண்கள் எல்லோரும் ஒன்றுகூடி விட்டால், அப்புறம் அவர்களைப் பிரிக்கமுடியுமா? எனவே, நாங்கள் என்னதான் செய்வது? அதற்கு வழி சொல்லுங்கள். நீங்கள் பாதிரியார் உடையை இழந்துவிட்டு வந்தவர் என்பது உண்மைதானா?"

"உண்மைதான்!" என்றான் குஸ்மா குஸ்மீச்.

"எதற்காக?" "நான் சுதந்திரமான சிந்தனையாளனாக இருந்ததால்தான் கடவுளோடு சண்டைபிடித்துக்

கொண்டுவிட்டேன்!”

அந்தப் பிரதிநிதிகள் ஒருவருக்கொருவர் பயபீதியோடு பார்த்துக்கொண்டார்கள். தேஷ்தாவின் தாய் மற்றவர்களின் காதில் ஏதோ கிசுகிசுத்தாள்; மற்ற இருவரும் அவள் காதில் ஏதோ கிசுகிசுத்தார்கள். பின்னர், அவள் கொஞ்சம் கடுமையான குரலில் கேட்டாள்:

“அப்படியென்றால், நீங்கள் நடத்திவைப்பதும் உண்மையான திருமணமாய் இருக்காது என்று சொல்லுங்கள்?”

“ஏன் இருக்காது? பருவப் பெண் கல்யாணம் பண்ணிக் கொள்ளத்தான் வேண்டும் என்று விரும்பினால். நான் அவளுக்குத் திருமணத்தை முடித்து, அதனைப் புத்தகத்திலும் பதித்துவிடுவேன். பிறகு சர்வதேசப் பாதிரியார்கள் சங்கம் வந்தாலும் அவளது திருமணத்தை இல்லாமல் செய்துவிட முடியாது. நான் அவளது தலைமீது கிரீடத்தை வைப்பேன்; அப்போது அவள் ‘டைமன்ட் ராணி’போல் காட்சியளிப்பாள். பிறகு நான் அந்த இளந்தம்பதிகளைப் பீடத்தைச் சுற்றி அழைத்துக் கொண்டுபோய், கேட்கவேண்டிய கேள்விகளை எல்லாம் முறையாகக் கேட்பேன்; சொல்லவேண்டிய விஷயத்தையெல்லாம் முறையாகச் சொல்வேன். பின்னர் நாமெல்லாம் எந்தவிதமான மனச்சாட்சியின் உறுத்தலும் இல்லாமல் விருந்தாடிக் குதூகலிக்கலாம். இதைவிட, வேறு என்ன வேண்டும் உங்களுக்கு?”

இன்னொரு பிரதிநிதி சொன்னாள்: “எங்கள் கைக்குழந்தைகளுக்கெல்லாம் இன்னும் ஞானஸ்நானம் செய்விக்கவில்லை; பெயரிடவும் இல்லை.”

“எத்தனை குழந்தைகள்?”

“ரொம்ப இருக்கின்றன. நாங்கள் கணக்கெடுத்துத்தான் சொல்ல வேண்டும்.”

ஞானஸ்நானம் செய்விக்கவில்லை என்பதற்காக, அந்தக்

குழந்தைகள் பாலை உறிஞ்சிக் குடிப்பதில் மட்டமாகவா போய்விட்டன?”

இந்தக் கேள்வியைக் கேட்டதும், அந்தப் பிரதிநிதிகள் மீண்டும் ஒருவரையொருவர் பார்த்து, தோளைச் சிலுப்பிக் கொண்டார்கள். விதவை ஆன்னா முட்டை பொரித்த தட்டைக் கொண்டுவந்து மேஜைமீது வைத்து விட்டு, மீண்டும் அடுப்பருகே சென்று நின்று, குஸ்மா குஸ்மீச்சை கவலையோடு பார்த்தாள். அவனோ அந்தப் பொரித்த முட்டைகளை ஒரு கரண்டியினால் எடுத்து, வாய்க்குள்ளே தள்ளினான். அந்த முட்டையின் ருசியை ரசித்து அனுபவித்தவாறு கண்களை மூடினான்.

“ஞானஸ்நானம் முறையானபடி நடக்குமா?” என்று இரண்டாவது பிரதிநிதி கேட்டாள்.

“புனிதர் விளாதீமிர் காலத்தில் நடந்ததைப்போல் அவ்வளவு நன்றாகவே நடத்திவிடலாம்.”

“பாடகர் குழுவும், உதவிக் குருமாரும் இல்லாமல், நீங்கள் எப்படி பிரார்த்தனையை நடத்துவீர்கள்?”

“அவர்களெல்லாம் எனக்கெதற்கு? நான் ஒருவனே எல்லாவற்றையும் சமாளித்துக்கொள்வேன். பல குரல்களில் நானே பாடிவிடுவேன்.”

பின்னர் நதேஷ்தாவின் தாய் அவரருகே நெருங்கிச் சென்று, அவருக்குப் பக்கத்தில் அமர்ந்துகொண்டாள்; தனது கையினால் மேஜையை லேசாகத் தட்டியவாறே கேட்டாள்:

“நீங்கள் இதற்கு ஏராளமான பணம் கேட்பீர்களோ?”

குஸ்மா குஸ்மீச் இந்தக் கேள்விக்கு உடனே பதிலளிக்கவில்லை. அந்தப் பெண்ணோ, ஆழ்ந்து பெருமூச்செறிந்தாள்; அவளது கையோ நடுங்கத் தொடங்கிவிட்டது. கதவின் ஓரத்தில் அமர்ந்திருந்த மற்ற இரு பிரதிநிதிகளும் தங்கள் கழுத்தை நீட்டிப் பார்த்தார்கள்.

"நான் உங்களிடமிருந்து ஒரு கோபேக்கைக்கூட வாங்கமாட்டேன். புரிந்ததா? அதற்காக நான் இங்கு வரவில்லை. உங்களுக்கெல்லாம் உரிய ஆவணங்களை வழங்குவதற்காக, கிராம சோவியத்திலுள்ள குமாஸ்தாவுக்கு மட்டும் நீங்கள் பணம் கொடுக்க வேண்டும்."

அந்த மனிதனின் பேச்சைக் கேட்டபின்பு, அந்தப் பெண்களுக்கு எல்லா வகையிலும் அது கவர்ச்சிகரமாக இருந்தது; அதேசமயம், கிலியூட்டுவதாகவும் இருந்தது. ஒருவேளை, அந்த ஆசாமி ஒரு புரட்டனாக இருந்து விட்டால். ஒன்றரை மாதத்துக்கு முன்னர், அந்தக் கிராமம் அட்டமான் மாமன் தவின் ஆட்சியின்கீழ் இருந்த காலத்தில், இப்படித்தான் ஒரு மனிதன் வந்தான். பூட்ஸ் அணியாத அவனது வெறுங்கால்களில் ரப்பர் ஜோடுகள் மட்டும் கட்டியிருந்தான். அவனது தாடியோ கண்வரையிலும் மண்டி வளர்ந்திருந்தது. அந்த மனிதன் வேலைகளை எல்லாம் முடித்துவிட்டு, பலர்கூடி ஓய்வெடுத்துக் கொண்டிருந்த ஒரு குடிசையை நோக்கிச் சென்றான்; அவர்கள் எல்லோரும் தன்னைப் பார்த்துப் பழக்கப்படும்வரை அங்கேயே நின்றான். பிறகு அவன் முதியவனான அக்கீமின் பக்கத்தில்போய் அமர்ந்துகொண்டன். தனக்குப் புகைபிடிக்க, சுருட்டு வழங்குபவர்கள் யாராவது இருப்பார்கள் என்று அவன் எதிர்பார்த்தான் போலும். ஆனால், யாரும் அவனுக்கு அவ்வாறு வழங்க முன்வரவில்லை. பின்னர் அவன் கால்மேல் கால்போட்டு அமர்ந்துகொண்டு, கிழவன் அக்கீமிடம் காதில் ரகசியமாகப் பேசினான்: "என்ன முதிய போர்வீரரே! என்னைத் தெரியவில்லையா?" என்று கேட்டான். "இல்லை, ஐயா!" உடனே அந்த மனிதன் ரகசியமாகவும் சூட்சுமமாகவும் பேசினான்: "அப்படியானால் என்னைத் தெரிந்துகொள். நான்தான் சக்கரவர்த்தி இரண்டாம் நிகலாய். எகதிரினபர்கில் அவர்கள் கொன்று தள்ளியது என்னையல்ல. பகிரங்கமாக என்னை வெளிக்காட்டிக் கொள்ளும் காலம் வரும்வரையிலும், நான் இப்படித்தான் ரகசியமாகச் சுற்றித் திரிகிறேன்". கிழவன் அக்கீமுக்கோ காது நன்றாகக் கேட்காது.

எனவே, அந்த மனிதன் சொன்னது அனைத்தையும் அவன் காதில் சரியாக வாங்கவில்லை. இதனால் கிழவன் அக்கீம், குரலை உயர்த்திப் பேச வேண்டியதாகிவிட்டது. ஆனால் கிராமத்து மக்கள் ஒன்றும் முட்டாள்கள் அல்ல. அவர்கள் அந்தச் சக்கரவர்த்தியை அணைக்கு இழுத்துக் கொண்டுபோய், குளத்தில் அமிழ்த்தப் போனார்கள். உடனே அவன், "சகோதரர்களே! சகோதரர்களே! நான் சும்மா தமாஷுக்குத்தான் சொன்னேன்!" என்று திரும்பத்திரும்பக் கூச்சலிட்டு, உயிர்பிழைத்துப் போய் விட்டான்.

"நீங்கள் அந்தமாதிரியான நபராகத் தோன்றவில்லை; மேலும், அவர்களது காலமும் முடிந்து போய்விட்டது" என்று நதேஷ்தாவின் தாய் சொன்னாள். அதற்குள் அவளுக்குப் புழுக்கம் அதிகமாகிவிட்டதால், அவள் தன் கோட்டைக் கழற்றிவிட்டுக் கொண்டாள். நீங்கள் ஏன் பணம் வாங்குவதில்லை? உங்கள் மனத்தில் என்னதான் இருக்கிறது? நாங்கள் உங்களை எப்படி நம்புவது?"

"உப்பு என்றால் எனக்கு மிகவும் பிரியம். நான் எந்தப் பண்ணைக்குச் சென்று, திருமணத்தையும், ஞானஸ்நானத்தையும் முடித்துவைக்கிறேனோ, அவர்களெல்லாம் எனக்குத் துளியளவு உப்புக் கொடுத்தால் போதும்." குஸ்மா குஸ்மீச் கரண்டியைக் கீழே வைத்துவிட்டு, விதவை ஆன்னாவை நோக்கித் திரும்பினான்: "தேநீர் கொண்டுவா, அம்மா! அதோ அவளைப் பாருங்களேன்" என்று அவன் ஆன்னாவை அந்தப் பிரதிநிதிகளிடம் சுட்டிக் காட்டினான். அவளோ மெலிந்து, மார்பு ஒடுங்கிப்போயிருந்தாள்; அவளது குனிந்தமுகம் கறுத்துப் போயிருந்தது; அவள் கிழிந்துபோன, பல்வேறு ஒட்டுக்கள் போட்ட உடுப்பு அணிந்திருந்தாள். பார்த்தீர்களா? அவள் என்னை நம்புகிறாள். என்னைத் தொடர்ந்து எங்கு வேண்டுமானாலும் வருவாள். நீங்களோ நன்றாக உண்டுகொழுத்து மெருகேறிப் போயிருக்கிறீர்கள். எனவே, எந்த மனிதனைப் பார்த்தாலும் அவனிடம் ஏதாவது மோசமான அம்சம் காணப்படுகிறதா என்றுதான்

பார்க்கிறீர்கள். அவன் ஓர் அயோக்கியனாக இருப்பானோ என்றும் சந்தேகிக்கிறீர்கள். நீங்கள் எல்லாம் குலாக்குகளின் கூட்டம்தான். உங்களைப் பார்த்துப்பார்த்து எனக்குச் சலித்துப் போய்விட்டது. நீங்கள் எனக்குக் கோபம் வரும்படி நடந்துகொண்டால், நான் பொழுதுவிடிவதற்கு முன்பே எனது மகிழ்ச்சியைத் தேடி, வேறு எங்கேனும் புறப்பட்டுப் போய்விடுவேன். ஆமாம்!"

ஆன்னா தேநீர்ப் பாத்திரத்தைக் கொண்டுவந்து மேஜை மீது வைத்தாள்; அந்தப் பிரதிநிதிகள் அவளது புன்னகை தவழும் மெலிந்த கரகரப்பான முகத்தில் மகிழ்ச்சியின் களை பிரதிபலிப்பதைக் கண்டார்கள். நதேஷ்தாவின் தாய் தனது கழுகுக் கண்ணால் அவளைச் சட்டென்று ஒரு பார்வை பார்த்தாள்.

"சரி. சம்மதம்தான்!" என்று சொல்லியவாறே, அவள் தனது காய்த்துப்போன கரத்தைக் குஸ்மா - குஸ்மீச்சிடம் நீட்டினாள்: "கோபப்படாதீர்கள். இங்கேயே உங்களுக்குத் தேவையானது எல்லாம் கிடைக்கும்போது, நீங்கள் ஏன் வேறு இடங்களுக்குச் செல்லவேண்டும்?"

மறுநாள் அதிகாலையில் குஸ்மா குஸ்மீச் தேவாலய மணிக்கூண்டின் மீது ஏறி, அங்குள்ள மாபெரும் கண்டா மணியை ஓங்கியடித்தான்; அந்த வெண்கல மணியோசை கிராமம் முழுவதும் எதிரொலித்தது; அதனைக் கேட்டு கிழவர்களும் கிழவிகளும் ஜன்னல்களில் வந்து நின்று எட்டிப் பார்த்தார்கள். அவன் அந்த மணியை இரண்டாம்முறையும், மூன்றாம்முறையும் அடித்தான். பிறகு சின்ன மணிகளின் கயிற்றை எட்டிப்பிடித்து, அவற்றையும் தொடர்ந்தாற்போல் கலகலவென்று விரைவாக ஒலிக்கச் செய்தான். பின்னர் ஐந்து டன் எடையுள்ள மாபெரும் கண்டாமணியையே ஒருமுறை ஓங்கியடித்தான். அந்த ஒலியைக் கேட்டு தெய்வபக்தி மிக்க மனிதர்களெல்லாம் தமது நெற்றியின்மீது கீறிக் கொள்வதற்காக விரல்களை உயர்த்துமுன்பே, 'டிங்டாங்' என்று அடுத்தாற்போல் மணியோசை கேட்டது; பாதிரி உடையை இழந்த அந்தப் பாதிரி அந்த மணிகளை

நாட்டிய நாதம்போல் தாளத்தோடு ஒலிக்கச் செய்தான்.

கிராமத்திலுள்ள முதியவர்களில் மிகவும் மதிக்கப்பட்ட சில பெரிய மனிதர்கள் வீட்டைவிட்டு வெளியே வந்தார்கள்; அந்த மணியொலியை ஆமோதித்து வரவேற்காத பாவனையில், மணிக்கூண்டை ஏறிட்டுப் பார்த்தார்கள். "இந்தப் பாதிரியார் என்ன விளையாடுகிறானா?"

"அவனைத் தலைமயிரைப் பிடித்திழுத்துக் கிராமத்துக்கு வெளியே விரட்டவேண்டியதுதான்."

"விரட்டுவதா? அவன் நம்மை எல்லாம் விரட்டி விடுவான் போலிருக்கிறது!"

"என்ன இருந்தாலும், அவன் மணியை நன்றாகத்தான் அடிக்கிறான். எது எப்படியிருந்தாலும், குமரிப் பெண்களுக்கும் இது பிடிக்கிறது; மனைவிமார்களுக்கும் பிடித்துப் போய்விட்டது - அவர்களுக்குப் பிடித்தமானதை அவன் ஏன் செய்யக்கூடாது?"

வரவேற்பு இருந்தாலும், இல்லாவிட்டாலும் கிராமம் முழுவதும் திருமணங்களைக் கொண்டாடுவதற்குத் தயாராகிக் கொண்டிருக்கிறது. அன்று பனிமூட்டம் கவிந்திருந்தது; புல்வெளியிலெல்லாம் பனி படிந்திருந்தது. புதிதாகச் சுட்டரொட்டியின் மணமும், வறுத்த பன்றிக்கறியின் மணமும் எங்கும் கமழ்ந்தன. எல்லா வீட்டுமுற்றங்களிலும் ஜனங்களின் ஆரவாரமும் போக்குவரத்தும் அதிகமாக இருந்தன; கோழிகளும், வாத்துகளும் சத்தமிட்டுக்கொண்டு வேலிகளினூடே புகுந்து வெளியே தப்பித்து ஓடின. ஒரு குடிசையில் மணமகன் புதிதாக முகச்சவரம் செய்த முகத்தோடு, நன்றாக உடை உடுத்தி, தேவச்சிலை இருந்த மூலையில் ஒரு பெஞ்சின்மீது அமர்ந்திருந்தான். அவன் அன்று முழுவதும் உண்ணவோ, புகைபிடிக்கவோ இல்லை. மற்றொரு வீட்டில் பெண்ணுக்கு அலங்காரம் நடந்து கொண்டிருந்தது. இந்த மாதிரியான சந்தர்ப்பங்களில் தாம் இல்லாமல் எதுவும் நடக்காது என்றுணர்ந்த பாட்டிமார்கள் எல்லாம் மணப்பெண்ணைச் சூழ்ந்து கொண்டு,

அவளுக்கு முறைப்படி எப்படி அழுது பாடவேண்டும் என்பதைக் கற்றுக்கொடுத்துக் கொண்டிருந்தார்கள்.

"காட்டுப் பறவையின் கூச்சல் என்றோ - நீங்கள்

கருத்தில் எண்ணமும் கொண்டுவிட்டீர்?

வீட்டுக்குள்ளே சிறைக் கூட்டுக்குள்ளே - கன்னி

விம்மியழுதிடும் கூச்சல், ஐயா!"

என்று ஒரு கிழவி ஒப்பாரிக் குரலில் பாடியரற்றினாள். உடனே மற்றொரு கிழவி, அதே ஒப்பாரிக் குரலைத் தொடர்ந்து, தனது சுருக்கம்விழுந்த கன்னத்தை உள்ளங்கையின்மீது தாங்கியவாறே, அழுது புலம்பிப் பாடத் தொடங்கிவிட்டாள்:

"சூரியனே! சூரியனே! விடைபெறுகிறேன்!

சொந்தமுள்ள அப்பாவே! விடைபெறுகிறேன்!

அருமையுள்ள அம்மாவே! விடைபெறுகிறேன்!

மருமகனும் வந்தாச்சு! திருமணமும் முடிந்தாச்சு!

அருமையுள்ள உன்மகளை அடகுவைத்து விற்றாச்சு!

அள்ளிக் கொடுத்திட்ட வெள்ளிப் பணத்துக்கும்

அருந்தக் கொடுத்திட்ட விருந்துக்கும் மதுவுக்கும்

பிள்ளையைத் தூக்கிக் கொள்ளைகொடுத்திட்டீர்!

பிறந்தவூர் தன்னை மறந்து நான் போறேன்!"

ஆனால், எந்த மணப்பெண்ணும் அழுவதற்குத் தயாராக இல்லை; அந்த எண்ணமே அவர்களுக்கு அருவருப்பாயிருந்தது.

"அதெல்லாம் உங்கள் காலத்திலே சரிதான், பாட்டி. அப்போதுதான் பெண்களைத் திருமணம் செய்துகொடுத்து, அன்னியப் பிரதேசத்துக்கு விரட்டியடித்தார்கள். இப்போதோ நாடுபூராவும் ஒன்றாகிவிட்டது - இது

சோவியத் நாடு."

எங்கு பார்த்தாலும் சமையலும், ரொட்டி சுடுவதும் நடந்துகொண்டிருந்தன; பெண்களெல்லாம் வாளிகளோடும் துடைப்பங்களோடும் அங்குமிங்கும் ஓடிக் கொண்டிருந்தார்கள். கல்யாணத் தரகர்களெல்லாம் வீடுவீடாகச் சென்றார்கள்; அப்போதே அவர்கள் வாயிலிருந்து சாராய நாற்றம் பலமாக அடிக்கத் தொடங்கிவிட்டது. இளைஞர்களெல்லாம் தேவாலய முற்றத்தில் கூடத்தொடங்கினார்கள். அங்கே இரண்டு ஆர்மோனிய வாத்தியக்காரர்கள் தமது வாத்தியத்தை வாசிப்பதற்கு முனைந்துவிட்டார்கள்.

அந்தச் சமயத்தில் கிராம சோவியத்தின் தலைவரான ஸ்தெபான் பெத்ரோவிச் நெதயேஷ்காஷி தபாலா பீஸிலிருந்து ஒரு வண்டியில் திரும்பிவந்தார். அவர் யுத்தத்தால் கால் ஊனமானவர்; யுத்த சேவைக்காக புனிதர் ஜார்ஜ் சிலுவைப் பதக்கத்தை நான்குமுறை பெற்றவர் அவர். தேவாலயத்தின் மணிச்சத்தத்தையே சிறிதும் பொருட்படுத்தாமல், அதனைக் காதிலேயே வாங்கியவர்மாதிரி காட்டிக்கொள்ளாமல், அவர் கிராம சோவியத் காரியாலயத்தின் கதவைத் திறந்து உள்ளே சென்றார். போன அவசரத்திலேயே, கையிலே ஒரு காகிதத்தையும், சுத்தியலையும் எடுத்துக்கொண்டு, உடனே வெளிவந்தார். அந்தக் காகிதத்தைக் கதவின்மீது வைத்து, அதன் நான்கு மூலைகளிலும் ஆணிகளை அறைந்தார். பிறகு ஒரு கிழிந்த பத்திரிகைக் காகிதத்தில் சுருட்டிவைக்கப்பட்டிருந்த ரப்பர்ஸ்டாம்ப் முத்திரை யொன்றையெடுத்து, அதன்மீது ஊதிவிட்டு, தமது கையெழுத்துக்குக் கீழே அதனைப் பதித்தார். அந்தக் காகிதத்தில் பின்வரும் அறிவிப்பு காணப்பட்டது:

"ஸ்பாஸ்கொயே கிராமத்தின் பிரஜைகளே! ஜெர்மனியில் நிகழ்ந்துள்ள புரட்சி சம்பந்தமாக, இன்று காலை பதினொன்று மணிக்கு ஒரு கூட்டம் நடைபெறும் என்பதைத் தெரிவித்துக்கொள்கிறேன்."

ஜனங்கள் கிராம சோவியத்தின் முன்னால் கூடத் தொடங்கினார்கள். தேவாலயத்தின் மணிக்கூண்டில் நின்ற குஸ்மா குஸ்மீச் தேவாலய முற்றத்தில் யாருமே இல்லாது போய்விட்டதைக் கண்டான்; உடனே அவன் மணியடிப்பதை நிறுத்திவிட்டு, மணிக்கூண்டின் படிக்கட்டின் வழியாக விரைவாக இறங்கிவந்தான். தேவாலய மூப்பரான நதேஷ்தாவின் தந்தை கரையிட்டுத் தைத்த நீலநிறமான அங்கியை அணிந்துவந்திருந்தார். அவரும் மெழுகுவத்திப் பெட்டியின் மூடியைப் படாரென்று மூடிவிட்டு, எரிச்சலுடன் சொன்னார்:

"அந்த நாய்க்குப் பிறந்த பயல் ஸ்தெபான் நெதயேஷ்காஷி சென்ற கோடைகாலத்தில், குடிசைக்கு மரப்பலகை போடுவதற்காக, இருநூறு ரூபிள் பணம்கேட்டு, என் பின்னாலேயே ஒருவார காலம் சுற்றித் திரிந்தான். இப்போது அந்த நொண்டிப்பயல் என்னைப் பழிவாங்க நினைக்கிறான். திருமண ஏற்பாடுகளை எல்லாம் அவன் சீர்குலைக்க விரும்புகிறான்."

"ஏன்? என்ன நடந்துவிட்டது?"

"எங்கேயோ இன்னொரு புரட்சியாம், ஜெர்மனியில் இருந்தால் இருக்கும். அதற்காக அவன் இங்கு கூட்டத்தைக் கூட்டிவிட்டான்! அவனால் ஐந்து நிமிஷம் கூட, அரசியல் இல்லாமல் இருக்க முடியாது! என்ன முட்டாளடா இவன், அடக்கடவுளே!"

ஸ்தெபான் பெத்ரோவிச் கிராம சோவியத் கட்டடத்தின் வாசற்படி முன் நின்று ஜனங்களை நோக்கிப் பிரசங்கம் செய்துகொண்டிருந்தார். பேச்சுவேகத்தில் தமது முஷ்டிகளை உயர்த்திக் காற்றில் வீசிவிளாசுவதும், தமது மரக்காலைக் கீழே பாவியுள்ள பலகையின் மீது ஓங்கியிடிப்பதுமாக இருந்தார் அவர். தொங்கிப்போன உதடுகளும், இறுகிய முகமும், ஆணிபோல் மீசையும் கொண்டிருந்தார்.

குஸ்மா குஸ்மீச் ஜனக்கூட்டத்தை முழங்கையால் இடித்துத் தள்ளிக்கொண்டு, கிராம சோவியத்தின்

வாசற்படியை நோக்கி வந்துகொண்டிருந்த சமயத்தில், அவர் பேசிக்கொண்டிருந்தார்: "சர்வதேச நிலைமை சோவியத் ஆட்சிக்குச் சாதகமான முறையில் திரும்பி வருகிறது! ஜெர்மானியர்கள் தமது உழைக்கும் கரத்தை நம்மைநோக்கி நீட்டுகிறார்கள். தோழர்களே, இது நமது புரட்சிக்குப் பெரிதும் ஒத்தாசையாக இருக்கும். எனக்கு ஜெர்மானியரைத் தெரியும்; நான் ஜெர்மனிக்கும் போயிருக்கிறேன். ஒரேஒரு விஷயத்தை மட்டும் நான் உங்களுக்கு நினைவூட்டுகிறேன். அவர்கள் மிகவும் சிக்கனமானவர்கள். ஒவ்வொரு காசையும் எண்ணித்தான் செலவழிப்பார்கள். எனினும், அவர்கள் நம்மைவிட நன்றாக வாழ்கிறார்கள். தோழர்களே! இந்த உண்மையை நாம் எண்ணிப்பார்க்க வேண்டும். நமது கிராமத்தையொத்த கிராமத்தில் அவர்கள் தண்ணீர்க் குழாய்கள் வைத்திருக்கிறார்கள்; காய்கறித் தோட்டங்களுக்கெல்லாம் உரத்தைக் கொண்டுபோய்ச் சேர்க்க, பாதாளச் சாக்கடைகள் கட்டியுள்ளார்கள். ஒவ்வொரு வீட்டிலும் தொலைபேசி எரிவாயு வசதி, மற்றும் முடியலங்காரக் கடை, பில்லியர்ட் பந்தாடும் அறையோடுகூடிய ஒரு பீர் ஷாப் எல்லாம் இருக்கின்றன. பள்ளிக்கூடங்களைப் பற்றியோ, அங்குள்ள எல்லோருக்குமே எழுதப் படிக்கத் தெரியும் என்பதைப் பற்றியோ நான் எடுத்துக்கூறத் தேவையில்லை. ஒவ்வொரு குடும்பத்துக்கும் ஒரு கிராமபோனும், ஒரு சைக்கிள் வண்டியும் உள்ளன."

ஜனக்கூட்டத்திடையே முணுமுணுத்த பேச்சுக்குரல் கேட்டது. பிறகு எவனோ ஒருவன் கைதட்டினான்; அதனைத் தொடர்ந்து எல்லோரும் கைதட்டி விட்டார்கள்.

"கிழக்குப் பிரஷியாவில் நடந்த போரின்போது ஒரு ஜெர்மானிய வெடிகுண்டு விழுந்து வெடித்ததால்தான் எனது கால் முறிபட்டுப் பறந்து போய்விட்டது. என்றாலும் இந்தச் சமயத்தில், நான் என் சொந்த விஷயத்தையெல்லாம் மறந்துவிட்டு, உன்னதமான நிலையில் நின்றுதான் பேசுகிறேன்."

கூட்டத்திலிருந்து ஒரு வாலிபக் குரல் துணிவோடு கத்தியது:

"இன்னும் தெளிவாகப் பேசுங்கள்!"

"என்னை ஊனமாக்கியதற்காக, நான் ஜெர்மானிய மக்களைக் குறைகூறவில்லை. அது அவர்கள் குற்றமல்ல; அது சர்வதேசிய ஏகாதிபத்தியத்தின் குற்றம். அந்த ஏகாதிபத்தியவாதிகளைத்தான் திட்டபூர்வமான தீர்மானத்தோடு நெரித்துக் கொல்லவேண்டும். ருஷ்யர்களான நம்மைப் பொறுத்தவரை, நாம் இதனை முதன்முதலில் உணர்ந்து கொண்டுவிட்டோம். இப்போதோ ஜெர்மானியரும்கூட இதனை உணர்ந்து கொண்டுவிட்டார்கள். தோழர்களே, இன்றைய இந்தக் கூட்டத்தில் நாம் இரண்டு நாடுகளையும் வாழ்த்தி முழக்கம் கொடுக்க வேண்டும். உலகப் புரட்சி நீடூழி வாழ்க!"

"நீடூழி வாழ்க!" என்று ஒரு வாலிபக் குரல் எதிரொலி கொடுத்தது. உடனே, அந்தக் கூட்டத்தினர் மீண்டும் கைதட்டினர்.

"சரி. இனி நான் உள்ளூர்ப் பிரச்னைகளுக்கு வருகிறேன். நமது பள்ளிக்கூடத்தின் கூரையோ சல்லடைமாதிரி ஒழுகிக் கொண்டிருக்கிறது. அதுசம்பந்தமாக ஒரு தீர்மானம் நிறைவேற்றப்பட்டிருக்கிறது. நான் உங்களைக் கேட்கிறேன், அதற்கான பணத்தை வசூலித்தாயிற்றா? மரப்பலகைகள் எல்லாம் வாங்கியாயிற்றா? இல்லை. ஆனால், பண்டிகையைக் கொண்டாட மட்டும் உங்களுக்குப் பணம் இருக்கிறது. பாதிரியாருக்கு அள்ளிக்கொடுக்க மட்டும் உங்களிடம் பணம் இருக்கிறது. உங்கள் கண்டாமணிகளின் ஓசை சுற்றுச்சூழப் பத்துமைல் வட்டாரத்தில் உள்ளவர்களின் நிம்மதியையெல்லாம் கெடுக்கிறது. ஜெர்மானியர்கள் நம்மைநோக்கி, உழைப்புக்கரம் நீட்டியதெல்லாம் இதற்குத்தானா? எனவே, நான் இந்தத் தீர்மானத்தைப் பிரேரேபிக்கிறேன்: பள்ளிக்கூடத்தைப் பழுதுபார்த்துச் சீர்படுத்தவும், பள்ளி

ஆசிரியைக்கும் மற்றும் எழுதுவதற்கான நோட்டுப் புத்தகங்கள், பென்சில்கள் முதலியவற்றுக்கும் ஆகக்கூடிய மொத்தச் செலவான நாலாயிரத்தித் தொள்ளாயிரத்து ஏழு ரூபிள், ஏழு கொபேக் பணத்தையும் வசூலித்து முடிக்கும்வரையிலும், எந்தக் கல்யாணமும் நடைபெறக் கூடாது; எந்த மணியோசையும் கேட்கக்கூடாது."

தலைவரின் பேச்சு ஓர் அழுத்தமான பயனை ஏற்படுத்தத் தான் செய்தது. முதன்முதலாக, அந்தப்பேச்சு எல்லோரையும் வெட்கித் தலைகுனியச் செய்தது. அவரைத் தொடர்ந்து வேறுசிலரும் பேசினார்கள்; எல்லோரும் அநேகமாக அவரது வார்த்தைகளைத்தான் எதிரொலித்தார்கள். எனினும், கடைசியில் அவர்கள் வேறுசில திருத்த யோசனைகளையும் தெரிவித்தார்கள். திருமண ஏற்பாடுகளெல்லாம் ஏற்கெனவே தொடங்கிவிட்டதால், அவற்றைத் தடுப்பதிலோ, தாமதம் செய்வதிலோ அர்த்தமில்லையென்றும், என்றாலும் பணத்தை உடனடியாக வசூலித்தே ஆக வேண்டுமென்றும், அதற்காக எல்லோரும் சரிசமமாக, அந்தத் தொகையை ஈவு வைத்துக்கொள்ள வேண்டியதில்லையென்றும், திருமணங்களை நடத்துகின்ற பதினாறு பணக்காரப் பண்ணைகள் மட்டுமே அந்தத் தொகையைப் பகிர்ந்து, தமக்குள் வசூலித்துத் தந்துவிட வேண்டுமென்றும் அவர்கள் யோசனை தெரிவித்தார்கள். இந்தத் தீர்மானம் இறுதியில் கூட்டத்தாரால் நிறைவேற்றப்பட்டது.

***

இந்தத் தீர்மானத்தைப் பற்றிக் கேள்விப்பட்டவுடனே, மணப்பெண்கள் ஒரே ஆர்ப்பாட்டம் செய்து, தமது பெற்றோர்களை வாய்க்குவந்தபடி வசமாய் ஏசித் தீர்த்தார்கள். அவர்களது ஏச்சையும் பேச்சையும் கேட்டு, தந்தைமார்கள் ஈரம்படிந்த விரல்களால் பணத்தை எண்ணி எடுத்துக்கொண்டு கிராம சோவியத்துக்கு எடுத்துச் சென்றார்கள். ஸ்தெபான் பெத்ரோவிச் பணத்தைப் பெற்றுக்கொண்டு, ரசீதுகளைக் கொடுத்தார். *"சரி. நடத்திக்*

கொள்ளுங்கள்!" என்று மட்டும் சொன்னார்.

மணப்பெண்களையெல்லாம் தேவாலயத்துக்கு அழைத்துவருவதற்குள் பொழுதுசாயத் தொடங்கி விட்டது. அந்தப் பெண்கள் அணிந்துவந்த அழகிய மண உடைகளையெல்லாம் பார்த்தவர்கள் அப்படியே பிரமித்து நின்றார்கள். கம்பளிக் காலர்கள் வைத்த கோட்டுகளும், வெள்ளி ஜரிகையாலும், தங்க ஜரிகையாலும் வேலைப்பாடுகள் செய்யப்பட்டிருந்த முகத்திரைகளும் அணிந்திருந்தார்கள் அந்த மணப் பெண்கள். அவர்கள் காலிலே அணிந்திருந்த குதியுயர்ந்த செருப்புகளால், அவர்கள் விரல்களை மட்டும் ஊன்றி நாசூக்காக நடந்துவருவதுபோல் தோன்றியது. தேவாலயத்தின் முன் கூடத்துக்கு வந்ததும், அவர்கள் மேலேயணிந்திருந்த கோட்டு முதலியவற்றைக் கழற்றினார்கள். அப்போது பார்க்க வேண்டுமே! அடேயப்பா! என்ன உடைகள்! இந்த மாதிரியான உடைகளை எங்காவது பார்த்திருக்கிறீர்களா? எல்லாவித வர்ணங்களிலும், இடுப்பைப் பிடித்தாற்போல் ஒடுங்கி யிருந்தன அந்த உடைகள். இடுப்புக்குக் கீழே அவை ஏராளமான மடிப்புகளுடன் அப்படியே பொங்கிப் புடைத்துப் பூரித்து நின்றன. தோள்களையும் கழுத்தையும், கைகளையும் எந்த உடையுமே மறைக்காமல் திகம்பரமாய் விட்டிருந்தன. நதேஷ்தாவின் கட்கம் வரையிலும் திறந்த மேனியாகவே இருந்தன!

"பார். பாரேன்! ஓல்காதானா அவள்?", "ஸ்தெஷாவைத் தான் பாரேன்!", "எங்கிருந்து கிடைத்தன இந்த உடைகள் எல்லாம்?", "அது எல்லோருக்கும் தெரிந்ததுதானே. அவளும் அவள் தந்தையும் அவர்களது எருமை மாட்டு வண்டியில் மாவு மூட்டைகளையும் பன்றிக்கறியையும் ஏற்றிக்கொண்டு, நோவசெர்காஸ்குக்கு ஐந்து தடவை போய்விட்டு வந்தார்களே! நோவசெர்காஸ்கிலுள்ள சீமாட்டிகளிடம் அந்தச் சாமான்களைக் கொடுத்து விட்டுத்தான் இவற்றைப் பண்டமாற்றாகப் பெற்று வந்திருக்கிறார்கள்!"

சில அனுபவஸ்தர்கள் பேசினார்கள்: "நான் கவர்னர்

நடத்திய நாட்டிய நிகழ்ச்சிகளுக்கெல்லாம்கூடப் போயிருக்கிறேன். ஆனால், இந்த உடைகளைப் பார்க்கும் போது அவையெல்லாம் எம்மாத்திரம்?"

"நாட்டியமா? நோவசெர்காஸ்கில் ரொமானவ் குடும்பத்தாரின் மூன்றாவது நூற்றாண்டு விழா நடந்தது. எல்லா அழகிய சீமாட்டிகளும் சாரட்டு வண்டிகளில் தேவாலயத்துக்கு வந்து இறங்கினார்கள். அவர்கள் கம்பளத்தின் மீதுதான் நடந்துசென்றார்கள். அப்போது அவர்கள் அணிந்திருந்த உடைகள்கூட இவற்றுக்கு ஈடு ஜோடு ஆகாது."

குஸ்மா குஸ்மீச் பாதிரியாரின் ஆடையணிகள் எதுவுமின்றி, ஒரு சாதாரண நீள அங்கியை மட்டும் அணிந்திருந்தான்; தனது தலையின் வழுக்கைப் பிரதேசத்துக்குமேல் எண்ணெய்ப் பிசுக்குப் பிடித்த ஒரு சின்னத் தொப்பியை மட்டும் தரித்திருந்தான். *(முன்னாலிருந்த பாதிரியார் கைதாகாமல் தப்பியோடியது மட்டும் போதாதென்று, தேவாலயத்தைச் சேர்ந்த துணிமணிகளையும் எப்படியோ திருடிக்கொண்டு போய்விட்டார்.)* திரண்ட மார்பகங்களும், ரோஜாப்பூ போன்ற கன்னங்களும் கொண்ட அந்த அழகிய மணப் பெண்களைக் குஸ்மா குஸ்மீச் ஒவ்வொருவராகப் பார்த்தான். கிலிபிடித்த முகங்களோடு நின்ற மணமகன்களோ, அந்தப் பெண்களையும்விடச் சிறியவர்களாகத் தோன்றினார்கள். குஸ்மா குஸ்மீச் திருப்தி நிறைந்த உள்ளத்தோடு கனைத்துச் செருமி, தொண்டையைச் சரிசெய்துவிட்டு, குளிர்ந்துபோயிருந்த தன் கைகளைப் பிசைந்து சூடேற்றியவாறு, மணச் சடங்குகளைத் தொடங்கிவைத்தான். அவன் மிகவும் வேகமாகவும் குதூகலமாகவும் வார்த்தைகளை உச்சரித்துக்கொண்டே பேசினான்; சிலசமயங்களில் மெல்லிய முணுமுணுப்பாகவும் சிலசமயங்களில் துணைக் குருமாரின் கனத்த குரலிலும், சிலசமயத்தில் பிரார்த்தனைக் கீதம் பாடுவதுபோலவும் அவன், தான் சொல்ல வேண்டியதைச் சொல்லி முடித்தான். எனினும், அவன் நேர்மையாக சாஸ்திரோக்தமாகவே

வார்த்தைக்குவார்த்தை, எழுத்துக்கு எழுத்து எந்தவிதத் தவறும் விடுதலும் இல்லாமல் எல்லாவற்றையும் கூறி முடித்தான்.

மணச்சடங்குகள் முடிந்தபின்னர், அவன் புதுமணத் தம்பதிகளை ஒருவருக்கொருவர் முத்தமிட்டுக் கொள்ளுமாறு பணித்தான். பிறகு, அவர்கள் எல்லோரையும் நோக்கிப் பின்வருமாறு சொன்னான்:

பழைய காலத்திலெல்லாம் உங்களுக்கு நீதிக்கதை களைத்தான் சொன்னார்கள். நானோ உங்களுக்கு எதார்த்தமான வாழ்க்கையிலிருந்து ஒரு கதை சொல்லப் போகிறேன். புரட்சிக்குப் பதினைந்து வருஷங்களுக்கு முன்னால், தூராதொலைவிலுள்ள ஒரு குக்கிராமத்தில், நான் ஒரு பாதிரியாராக இருந்தேன். என் அருமைச் சகோதரப் பிரஜைகளே! அப்போது என் மனம் பெருங்குழப்பத்துக்கு உள்ளாகியிருந்தது. நான் ஒரு ருஷ்யன், ஓய்வே அறியாத உள்ளத்தை உடையவன். எதுவுமே எனக்கு ஒத்துவரவில்லை; எல்லாமே தவறாக இருந்தன; எல்லாமே என்னைப் புண்படுத்தி மனவருத்தத்துக்கு ஆளாக்கின; எல்லாவற்றையும் நானே கவனித்தேன்: நான் தர்ம நியாயத்தைத் தேடி அலைந்தேன். பின்னர் எனது சந்தேகங்களுக்கெல்லாம் முடிவுகாணும் விதத்தில் ஒரு சம்பவம் நடந்தது. ஒருநாள் ஒரு குருட்டுக் கிழவனை ஒரு சிறுவன் என்னிடம் அழைத்துவந்தான். அந்தக் கிழவன் தனது மரப்பட்டைச் செருப்பைச் சுற்றிலும் கட்டிவைத்திருந்த கந்தல் துணிகளுக்கிடையேயிருந்து மூன்று ரூபிள் நோட்டு ஒன்றை எடுத்தான்; அந்த நோட்டும்கூட, அவனைப்போலவே, பழசாகிக் கிழடு தட்டிப் போயிருந்தது. அவன் நோட்டைத் தனது விரல்களால் தடவிப் பார்த்து, அதனை என்னிடம் நீட்டினான். பின்னர், 'எனது இறந்துபோன என்கிழட்டு மனைவிக்காக இதை உங்களுக்குத் தருகிறேன். அவளது ஆத்மா சாந்தியடைய நீங்கள் பிரார்த்தனை செய்ய வேண்டும்' என்று சொன்னான். நானோ, 'தாத்தா, உனது மூன்று ரூபிள்களையும் நீயே வைத்துக்கொள்.

அலெக்சேய் தல்ஸ்தோய் ▲ 261

எப்படியானாலும் நான் உனது மனைவியின் ஆத்மாவுக்காகப் பிரார்த்தனை செய்கிறேன்; அது சரி. நீ ரொம்பத் தொலைவிலிருந்து வருகிறாயா?' என்று கேட்டேன் நான். 'ஆமாம். ரொம்பத் தூரத்திலிருந்துதான் வருகிறேன். பத்து நாட்களாக நடந்துவருகிறேன்' என்றான் அவன். 'உனக்கு என்ன வயதாகிறது?' என்று கேட்டேன். அவனோ, 'அது மறந்து போய்விட்டது. என்றாலும் நூறுவயசுக்கு மேலிருக்கும்' என்று சொன்னான். 'உனக்குப் பிள்ளைகள் உண்டா?' 'ஒன்றுகூட இல்லை. எல்லோரும் இறந்து போய்விட்டார்கள். என் மனைவி மட்டும்தான் உயிரோடிருந்தாள். நானும் அவளும் அறுபது வருடமாக ஒன்றாக வாழ்ந்தோம். எங்கள் இருவருக்கும் ஒருவர்மேல் ஒருவருக்கு மிகுந்த பிரியம். அவளும் என்னிடம் மிகவும் நல்லபடியாக நடந்துகொண்டாள். நானும் அவளை மனமாரக் காதலித்தேன். பிறகு, அவள் இறந்துபோனாள்.' 'இப்போது நீ பிச்சையெடுத்தா பிழைக்கிறாய்?' 'ஆமாம். என்றாலும் தயவுசெய்து இந்த மூன்று ரூபிளையும் ஏற்றுக் கொண்டு, அவளுக்காகப் பிரார்த்தனை செய்யுங்கள்' என்று வேண்டிக்கொண்டான் அவன். 'பணத்தைப் பற்றிக் கவலைப்படாதே. சரி. பெயரென்ன?' என்று கேட்டேன் நான். யார் பெயர்?' என்று அவன் திருப்பிக் கேட்டான். 'உன் மனைவியின் பெயர்தான்' என்று சொன்னேன். அவனோ தனது பார்வையிழந்து போன கண்களால் என்னை வெறித்து நோக்கினான். அவள் பெயரா? அது எனக்கு மறந்து போய்விட்டது. அது எப்படியோ என் நினைவிலிருந்து நழுவிப் போய்விட்டது. அவள் இளமையோடிருந்த காலத்தில் நான் அவளைப் பொண்ணே என்று கூப்பிட்டேன்; அதற்குப் பிறகு அவளை நான் மாயே என்று அழைத்தேன். கடைசியில் அவளை ஏ, கிழவி என்று மட்டும் கூப்பிட்டேன்.' 'அவளது பெயரைத் தெரிந்துகொள்ளாமல் நான் எப்படி அவளுக்காகப் பிரார்த்தனை செய்வது?' அவனோ தனது தடியின்மீது உடம்பைச் சாய்த்தவனாக, வெகுநேரம் நின்றான். பிறகு, 'ஆமாம். நான் பெயரை மறந்துதான் போய்விட்டேன். வாழ்க்கை எங்களுக்கு அவ்வளவு கஷ்டமாக இருந்தது.

நாங்கள் பரம ஏழைகளாகத்தான் வாழ்ந்தோம். நல்லது. வேண்டுமென்றால், நான்போய் அந்தப் பெயரை யாரிடமாவது கேட்டுத் தெரிந்துவருகிறேன். ஊரில் யாருக்காவது அவள் பெயர் நினைவிருக்கலாம்.' பின்னர் அதே கிழவன் ஊருக்குப் போய்விட்டு, இலையுதிர் காலத்தின்போது திரும்பவும் வந்தான். அதே மூன்று ரூபிள் நோட்டை எடுத்து என்னிடம் நீட்டினான். பிறகு, 'நான் அவள் பெயரைக் கண்டுபிடித்துவிட்டேன். கிராமத்தில் ஒரேஒரு நபருக்கு மட்டும்தான் அவள் பெயர் நினைவில் இருந்தது. அவளது தந்தைவழிப் பெயர் பெத்ரோவ்னா' என்று சொன்னான் அந்தக் கிழவன்."

அந்தப் பதினாறு மணப்பெண்களும் இறுக மூடிய உதடு களோடும், தாழ்ந்து தரையை நோக்கும் கண்களோடும் அங்கு நின்றுகொண்டிருந்தார்கள். மணமகன்களான இளைஞர்களோ, இறுகலான சட்டைக் காலரின் அழுத்தத்தால் சிவந்து கன்றிப்போன முகங்களோடு, அந்தப் பெண்களுக்கருகில் மிகவும் அமைதியாக நின்றார்கள். கூட்டமும் மிகவும் அமைதியாகக் கேட்டது.

"ருஷ்ய மக்கள் காட்டுச் செடிகொடிகளைப்போல் வாழ்ந்து வளர்கிறார்கள். எனவே, அவர்களது பெயர்கள்கூட அவர்களது நினைவில் இருப்பதில்லை. பெருந்தனக்காரர்களோ பிரபுக்கள்போல் வாழ்ந்தார்கள்; வியாபாரிகளோ பணத்தை அள்ளியள்ளிச் சேர்த்தார்கள். எங்களைப்போன்ற பாதிரியார்களோ தமது தூபகலசங்களை ஆட்டிக் கொண்டிருந்தார்கள். என் அருமை அழகிகளே! அந்தப் பாழாய்ப்போன காலத்தில் என்றால், இப்போது உணர்வதுபோல் உங்கள் - உடம்பில் கதகதப்பான ரத்தம் துள்ளியோடுவதைக் கூட நீங்கள் உணர்ந்திருக்க மாட்டீர்கள். நீங்களெல்லாம் தண்டு வாடிப்போன பூக்களைப்போல் பூரண மலர்ச்சி பெறுவதற்கு முன்பே வாடி வதங்கி உதிர்ந்திருப்பீர்கள்."

குஸ்மா குஸ்மீச் பேச்சை நிறுத்திவிட்டு, அடுத்து என்ன பேசுவதென்று யோசித்தவனாய், தொப்பியை எடுத்து, தலையின் உச்சியிலிருந்த வழுக்கையைச் சொரிந்து

கொடுத்தான்.

“நாங்கள் போகலாமா?” என்று நதேஷ்தா தணிந்த குரலில் கேட்டாள்.

“ஒரு நிமிஷம் பொறு. முதுமை தோன்றிவரும் இந்தக் காலத்தில்தான் அதிர்ஷ்டவசமாக, உண்மையான தர்மநியாயத்தைக் கண்ணார காணும் வாய்ப்பு எனக்குக் கிட்டியுள்ளது. நிக்ராசவ்[9] எழுதிவைத்துள்ள தர்மநியாயத்தை நான் குறிப்பிடவில்லை. அவரது புத்தகங்களை நீங்கள் படித்திருக்கிறீர்களா? இல்லை. அந்தக் காலத்திலே மாலைநேரத்தில் ஆற்றங்கரையில் அமர்ந்து, நான் தனியாக மீன்பிடித்துக் கொண்டிருந்த போதும், கணப்புத்தீயின் அருகில் அமர்ந்து, கழுத்திலே கடிக்கும் கொசுக்களை அடித்துக் கொன்று கொண்டிருந்தபோதும், நான் கனவுகண்டு வந்த தர்ம நியாயத்தையும் குறிப்பிடவில்லை. இந்தத் தர்மநியாயமோ போர்க்குணம் மிகுந்தது; உறுதிவாய்ந்தது; விட்டுக் கொடுக்காதது. உண்மையைச் சொல்லப்போனால், நானே இந்தத் தர்மநியாயத்தைக் கண்டு பலமுறை அஞ்சியிருக்கிறேன். இயந்திரத் துப்பாக்கிகளிலிருந்து குண்டுமழை பொழியும் நிலைமையும், உருவிய வாளாயுதங்களோடு குதிரைவீரர்கள் பாய்ந்தோடி வரும் நிலைமையும் இருக்கும்போது, தத்துவ விசாரணையொன்றும் சரிப்பட்டு வராது.” (இதைக் கேட்டதும், கூட்டத்தாரிடையே உள்ளடங்கிய சிரிப்புக் குரல் எழுந்தது.) “தர்மநியாயம் என்பதை அதோ அங்கேயும் காண முடியாது (அவன் தேவாலயத்தின் கலசக்கூடத்தின் முகட்டைச் சுட்டிக்காட்டினான்). உங்களைச் சுற்றித் தென்படுவனவற்றிலும் நீங்கள் அதைக் காண முடியாது. தர்மநியாயம் என்பது நீங்கள்தான்; உங்களது துணிவாற்றல் மிகுந்த இதயம்தான்! எனவே, ஆசைப்படுங்கள்! அஞ்சாமல் நில்லுங்கள்! நீங்கள் ஏன் என்னை அப்படி வெறித்துப் நோக்குகிறீர்கள்? நான் சொல்வது உங்களுக்குத் தெளிவாகப் புரியவில்லையா?

---

9. சென்ற நூற்றாண்டின் ஒரு தலை சிறந்த கவிஞர் - (ப-ர்.)

நான் உங்களுக்கெல்லாம் ஆனந்தமாயிருக்கும் வழியைக் கற்றுக் கொடுக்கத்தான் வந்திருக்கிறேன். இன்று நீங்கள் (அவன் ஒவ்வொரு மணப்பெண்ணையும் கையால் சுட்டிக்காட்டியவாறு பேசினான்) - ஒல்கா, நதேஷ்தா, ஸ்தெஷா, காதெரீனா, - நீங்கள் எல்லோரும் ஒன்று சேர்ந்து நடனமாடுங்கள்! தரையில் பாவப் பெற்றுள்ள மரப்பலகைகள் கிறீச்சிட்டு முனகும்படி, நடனமாடுங்கள்! உங்கள் நடனத்தைக் கண்டு, நிகலாய், பியோதர், இவான் அத்தனை பேரின் கண்களும் வெறிபிடித்துவிட்டது போல் கனன்று ஜொலிக்கட்டும்! அவ்வளவுதான். உபந்நியாசம் முடிந்தது."

குஸ்மா குஸ்மீச் கூட்டத்தாரைவிட்டுத் திரும்பி, தேவா லயத்தினுள்ளே சென்று மறைந்தான்.

படைப்பிரிவின் அரசியல் கமிஸாரான இவான் கொரா த்ஸாரீத்ஸினிலிருந்து அப்போதுதான் திரும்பி வந்திருந்தார். த்ஸாரீத்ஸினுக்கு அவர் போயிருந்த காலத்தில், அங்குள்ளவர்கள் அவரிடம் மாஸ்கோவிலிருந்தும், பெத்ரொகிராதிலிருந்தும் அனுப்பப்பட்ட உணவுக் கொள்முதல் படையினர் எதிர்பார்த்த அளவுக்குத் தமது பணியைச் செவ்வனே நிறைவேற்றவில்லை என்று சொன்னார்கள். அந்தப் படையில் இருந்தவர்களில் பலர் போதிய அனுபவம் இல்லாதவர்கள்; பசியால் கோபமுட்டப்பட்டவர்கள், கிராமத்தில் வாத்துகளைப் பொரித்துச் சாப்பிட்டுக் கொண்டிருப்பதைப் பார்த்தவுடன் தலைகால் தெரியாமல் தமது நிதானத்தை இழந்துவிட்டார்கள். அத்தகைய ஒரு படைப் பிரிவினர் எங்கே போனார்கள் என்ற தகவலே தெரியாமல் மறைந்துவிட்டார்கள்; மற்றொரு குழுவினரோ, வரோனெஷ் ரயில்வே ஸ்டேஷனில் முத்திரையிடப் பெற்று நின்ற சரக்கு வண்டியொன்றில் அடைபட்டுக் கிடந்தார்கள். கதவைத் திறந்து பார்த்த தபோது, அதனுள் மூன்று பொத்ரொகிராத் தொழிலாளர்களின் பிணங்கள் கிடந்தன. அந்தப் பிணங்களின் வயிறுகள் கிழிக்கப்பட்டு, வயிற்றுக்குள் தானியம் அடைக்கப்பட்டிருந்தது. மேலும்

ஒரு பிணத்தின் நெற்றியில் ஒரு துண்டுக் காகிதத்தில் எழுதி ஒட்டப்பட்டிருந்தது: “வயிறாரத் தின்னுங்கள்!”

த்ஸாரீத்ஸின் தோழர்களுக்கு உதவி செய்வதாக, கொரா வாக்களித்துவிட்டு வந்திருந்தார். தமது படைக்குத் திரும்பி வந்ததும், அவர் உணவுக் கொள்முதல் குழுக்களுக்கு, புதிய மனிதர்களைத் தேர்ந்தெடுத்து, அவர்களைக் கூட்டிவைத்து, பூர்வாங்கமாக அவர்களுடன் பேசினார். லதூகின், பாய்கோவ், சதூய்வீதெர் மூவரையும் ஸ்பாஸ்கொயே கிராமத்துக்கு அனுப்புவது என்று தீர்மானித்து, அவர்களைக் குடிசையில் வந்து தம்மைச் சந்திக்குமாறு தகவல் அனுப்பினார். முன்னெல்லாம் அந்தக் குடிசை குளிர்நிறைந்து வெறிச்சோடித்தான் கிடந்தது. ஆனால் அக்ரிப்பீனா, ஆஸ்பத்திரியிலிருந்து திரும்பி வந்தபின்பு, தரையெல்லாம் பெருக்கப் பட்டிருந்தது. வாசல் பக்கத்தில் ஒரு கால்மிதிச் சாக்கும் கூடக் கிடந்தது; மேசையின்மீது பூவேலைப்பாடு நிறைந்த ஒரு மேஜை விரிப்பு தென்பட்டது. இப்போதோ அந்தக் குடிசைக்குள் நாட்டுப் புகையிலையின் காரநெடி மூக்கைத் துளைக்கவில்லை; மாறாகப் புதிதாகச் சுட்ட ரொட்டியின் மணம் கமழ்ந்தது. கொரா தமது தோழர்களைக் கால்மிதியில் காலைத் துடைத்துவிட்டு, உள்ளே வருமாறு கேட்டுக்கொண்டார்.

“உட்காருங்கள், என்ன செய்தி?” என்றார் கொரா. “நீங்கள் தான் சொல்ல வேண்டும்” என்றான் லதூகின். “தானியக் கொள்முதல் வேலைக்குச் செல்வதில், நமது பிள்ளைகளுக்கு அவ்வளவாகப் பிடிக்கவில்லையாமே!”

“அவர்களுக்குப் பிடித்தால் என்ன, பிடிக்காவிட்டால் என்ன? எப்படியும் காரியம் ஆக வேண்டுமே. எனவே போக வேண்டியதுதான். வேலை பிடித்திருக்க வேறு வேண்டுமா?”

“ஆமாம், இது ரொம்பவும் நுட்பமான விஷயம்.”

இவான் கொரா ஜன்னலுக்கு எதிரே முதுகைக் காட்டியவாறு அமர்ந்திருந்தார்; அவர் சதூய்வீதெரிடம் திரும்பினார். அவனோ உற்சாகமின்றி, மேசைமீது

தாளமிட்டுக் கொண்டிருந்தான்.

"நீ நிலத்தை உழும் விவசாயி. இல்லையா? இதைப் பற்றியெல்லாம் நீ என்ன நினைக்கிறாய்?"

"ஸ்பாஸ்கொயேயிலிருந்து எவ்வளவு கோதுமை வசூலிக்க வேண்டும்?"

"அது நிறைய இருக்கிறது. அங்குள்ள நூற்றி அறுபத்திரண்டு பண்ணைகளிலிருந்தும், மொத்தம் நாலாயிரத்து ஐநூறு பூடு எடையுள்ள தானியத்தை நாம் கொள்முதல் செய்ய வேண்டும். என்றாலும் அங்குள்ள ஏழை, பணக்காரர் வித்தியாசத்தையும் அனுசரித்துத்தான், அந்த அடிப்படையில்தான் நாம் கொள்முதல் செய்ய வேண்டும்."

"அவர்கள் அந்த அளவுக்கு நமக்குத் தரமாட்டார்கள்."

"அவர்கள் தரவேண்டும் என்பதற்குத்தானே நான் உங்களை அனுப்புகிறேன். தோழர்களே! நான் உங்களை ஆயுதம் ஏதுமின்றித்தான் அங்கு அனுப்பப் போகிறேன்."

"ஆயுதத்தால் ஒரு பயனும் இல்லை" என்று முனகினான் லதூகின்.

"அவர்களிடம் பேசுவதும் சுலபம்தான்" என்று கண்ணைச் சிமிட்டிக்கொண்டே சொன்னான் பாய்கோவ். "நாம் எதிரிகளிடமா போகிறோம்? நமது சொந்த ஜனங்களிடம் தானே போகிறோம்."

"சொந்த ஜனங்களிடம் மட்டும் அல்ல; எதிரிகளிடம் கூடத்தான் போக வேண்டும்" என்று இவான் கொரா கடுமையாகச் சொன்னார்.

"கேளு, கமிஸார்" என்று தொடங்கினான் சதூய்வீதெர். "நான் ஒன்றும் இதிலிருந்து தப்பித்துக்கொள்ள விரும்ப வில்லை. தெரிந்ததா? என்றாலும், மற்றவர்களின் தானியக்கிடங்குகளில் போய், நாம் பலவந்தமாக நுழைவதென்றால் - அதுவா நமது வேலை? அது

அருவருப்பான வேலை.”

“லதூகின், நீ என்ன சொல்லப் போகிறாய்?” “நீ ஒன்றும் என் மனசுக்குள் எட்டிப்பார்க்க வேண்டாம். இவான். நாங்கள் எப்படியாவது தானியத்தைக் கொண்டுவந்து விடுகிறோம். அதுபோதுமல்லவா உனக்கு?”

“பாய்கோவ், நீ என்ன?”

“நான் வெண்கடல் கரையிலிருந்து வந்தவன். எனவே, குழு வேலைகளில் எப்போதும் பழக்கப்பட்டவன்தான் நான்.”

“தோழர்களே, உங்களை நான் இங்கு வரச் சொன்னது இதற்காகத்தான்” என்று இவான் கொரா சொல்லிவிட்டு, தமது பெரிய கைகளை மேசைமீது வைத்தார்; பின்னர் ஒரு தந்தை தன் மக்களிடம் பேசுவதுபோல் அமைதியாக விஷயத்தைப் எடுத்துச் சொன்னார். “தானிய விற்பனையை ஏகபோக உரிமை ஆக்குவதுதான் புரட்சியின் முதுகெலும்பாகும். நாம் அந்த ஏகபோக உரிமையை இப்போது விட்டுக்கொடுத்து விட்டால், பின்னர் நாம் எவ்வளவுதான் வியர்வையையும் ரத்தத்தையும் சிந்தினாலும், குலாக்குகள்தான் எஜமானர்களாயிருப்பார்கள். அண்டாச்சட்டி அளவுக்குப் பெரிய தேநீர்ப் பாத்திரத்தை வைத்துக் கொண்டிருக்கும் பழையகாலத்துக் கிராம வியாபாரியாக குலாக்கு தலையெடுக்க மாட்டான். மாறாக, தந்திரமும், முரட்டுப் பிடிவாதமும் நிறைந்த புதுமாதிரியான குலாக்கு தலையெடுப்பான்.”

“குலாக்கு என்றால் அவன் யார்?” என்று கத்தினான் சதூய்வீதெர். “நீ அதை முதலில் சொல்லு. எனது பண்ணையிலே இரண்டு பசுக்கள் இருக்கின்றன. அப்படியென்றால் நான் யார்?”

“எத்தனை பசுக்கள் இருக்கின்றன என்பது பிரச்னையல்ல. ஆனால், எவன் அதிகாரம் செலுத்தப் போகிறான் என்பதுதான் பிரச்சினை. கிராமத்திலுள்ள குலாக்குகள் எல்லாம் இரவும்பகலும் இதைத்தவிர, வேறு எதையுமே

சிந்திப்ப தல்லை. கிராமத்துக் குலாக்கு, தனது வேலைக்காரனை வேலையைவிட்டு நீக்கிவிட்டான்; தனது பசுவையும் வெட்டிக் கொன்று விட்டான், இலையுதிர் காலத்தில் தனது நிலத்தையும்கூட உழுது போடவில்லை. அவன் கூட்டங்களிலே கூச்சல் போடுகிறான்; சோவியத்துகளுக்கும் ஓட்டுப் போடுகிறான். அவன் உண்ணிப்பூச்சி மாதிரி சுறுசுறுப்பாக இருக்கிறான்."

"நல்லது, இவான். அப்படியென்றால் நான் எனது ஊருக்குத் திரும்பிச்சென்று இன்னொரு பசுவும், ஒரு ஜோடி எருதுகளும் வாங்கிக் கொள்கிறேன் என்று வைத்துக் கொள்ளுங்கள். அப்போது என்ன?"

"சரி. நீ செஞ்சேனையில் உனது சொந்த விருப்பத்தின் பேரில் சேர்ந்தாயா? அல்லது யாருடைய கட்டாயத்தின் பேரிலாவது சேர்ந்தாயா?"

"சொந்த விருப்பத்தின் பேரில்தான்!" என்றான் சதூய் வீதெர்.

"அப்படியென்றால், நீ மேற்கொண்டும் பசுவோ, எருதோ வாங்க மாட்டாய்!"

"ஏன் வாங்க மாட்டேன்? ஏன் வாங்கக் கூடாது என்பது எனக்குப் புரியவில்லையே!"

"ஏனென்றால், உனது நோக்கங்கள் விரிவானவையாக இருக்கவேண்டும். அந்த இரண்டு எருதுகளுக்காகவா நீ துப்பாக்கியைக் கையில் பிடித்தாய்?"

"எப்படியும் அவன் எருதுகளை வாங்கிவிட்டுப் போகிறான். நீ ஏன் அவனோடு மூச்சைத் தொலைக்கிறாய்? மேற்கொண்டு சொல்ல வேண்டியதைச் சொல்லு" என்றான் லதூகின்.

புன்னகை புரிந்தவாறே, இவான் கொரா தலையை அசைத்தார்:

"நான் வாதாடவில்லை. ஆனாலும், நான் உங்களை

எல்லாம் நம்பத்தான் விரும்புகிறேன். நல்லது. பிறகு. சரி. இந்த வர்க்கத்தாரின் நோக்கங்கள் என்ன? குலாக்குகளின் நோக்கம் ஒன்றே ஒன்றுதான். தானிய வியாபாரம் தமது கைக்குள் இருக்க வேண்டும் என்பதுதான். புரட்சி குலாக்குகளின் கண்களைத் திறந்துவிட்டு விட்டது. இப்போது அவன் ஒரு கிராமத்து வியாபாரியாய் வெறும் கள்ளுக்கடைகளைப் பற்றிக் கனவு காணவில்லை. இப்போது அவன் விரும்புவதெல்லாம் நீராவிக் கப்பல்களும், தானியக்கிடங்கும்தான். புரட்சியை மட்டும் அவன் தனது இஷ்டத்துக்குக் கட்டுப்படுத்திவிட்டால், அப்புறம் வியர்வைக்குப் பதிலாக, ரத்தமே சொட்டுகிற வரையிலும் நீ அவனுக்கு உழைப்பாய், சதூரய்வீதெர்; அதுமட்டுமல்ல, உனது எருதுகளும் அவனுக்குச் சொந்தமாகிவிடும். தானிய ஏகபோகத்தையும்கூட, அவன் தனக்குச் சாதகமாக்கிக்கொள்ள விரும்புகிறான். எனக்கு ஒரு சம்பவம் நினைவுக்கு வருகிறது. உணவுக் கொள்முதல் கோஷ்டியுடன் நான் ஒரு கிராமத்துக்குச் சென்றேன். அங்கு நாங்கள் உருப்படியாய் எதுவும் செய்ய முடியவில்லை. எல்லோருக்கும் எங்கள்மீது ஒரே மூர்க்கப் பிடிவாதமான வெறுப்பு. எனவே அவர்களிடம் பேசி, அவர்கள் மனத்தை மாற்றுவதற்கே இடமில்லை. அந்த ஊரில் அட்டைபோல் ரத்தத்தை உறிஞ்சிவாழும் பாபூலின் என்பவன் மட்டும் மிகவும் பணிவாகவும், நயமாகவும் நடந்துகொண்டான். கிழிந்த ஆட்டுத்தோல் மோஸ்தர் கோட்டும், ஒட்டுப்போட்ட கம்பளிப் பூட்சுகளும் அணிந்துகொண்டு, அவன் வெறுமனே தனது தாடியின் முனையை விரல்களால் நெருடிக் கொண்டு நின்றுகொண்டிருந்தான். இவன் ஏன் இப்படி நிற்கிறான் என்று அதிசயித்தேன் நான். பிறகு நாங்கள் அவனது தானியக் கிடங்குகளுக்குப் போனோம். அங்கு ஒருமணி தானியத்தைக்கூடக் காணோம். சிலஇடங்களைத் தோண்டிக்கூடப் பார்த்தோம். ஆனால், எதுவும் அகப்படவில்லை. பண்ணையின் முற்றத்திலோ ஒரேஒரு கிழட்டு மட்டக் குதிரை மட்டும் நின்றுகொண்டிருந்தது; கூரைமுகட்டில் இரண்டு

பசுத்தோல்கள் தொங்கிக் கொண்டிருந்தன. அவன் என்ன காரியம் செய்திருந்தான் தெரியுமா? நாய்க்குப் பிறந்த பயல்! நாங்கள் வருவதைப் பற்றி எப்படியோ தெரிந்துகொண்டு, அவன் கிராமத்தாரிடம் போய்த் தேனொழுகப் பலவாறு பேசியிருக்கிறான். 'என் அருமை ஜனங்களே! சோவியத் ஆட்சியைப்போல் ஜாராட்சிக் காலத்திலிருந்த போலீஸ்காரர்கள்கூட, உங்களை அவ்வளவு கொடுமைப்படுத்தவில்லை. என்னைப் பொருத்தவரையிலே எல்லாம் ஒன்றுதான். நான் பாட்டுக்கு நகரத்துக்குப் போய் என் மகளோடு வாழ்ந்துவிட்டுப் போய்விடுவேன். அவள் அந்த நகரத்தின் நிர்வாகக் கமிட்டித் தலைவரை மணந்து கொண்டிருக்கிறாள். ஆனால், ஏழைகளான நீங்கள் குளிர் காலத்திலே எப்படி வாழப் போகிறீர்கள்? போல்ஷெவிக்குகளோ எல்லாவற்றையும் எடுத்துச் சென்றுவிடுகிறார்கள். உங்கள் வீட்டுக் கூரைமீது வேய்ந்துள்ள வைக்கோலைக்கூட, அவர்கள் செஞ்சேனைக்கு வாரிக்கொண்டு போய்விடுவார்கள். கடவுள் தர்மவான்களைத்தான் நேசிக்கிறார். எனவே, சகோதரர்களே, எனது தானியக்கிடங்குக்குச் சென்று, எல்லாத் தானியங்களையும் நீங்களே எடுத்துக்கொள்ளுங்கள். நாமெல்லாம் பிழைத்துக் கிடந்தால், பிறகு கணக்கு வழக்குகளைத் தீர்த்துக் கொள்ளலாம்!' என்றெல்லாம் அவன் பேசியிருக்கிறான். என்றாலும், அவன் அவர்கள் பெற்றுக்கொண்ட தானியத்துக்கெல்லாம் முன்ஜாக்கிரதையுடன் எல்லோரிடமும் ரசீதும் வாங்கிவிட்டான். இருந்தாலும் அவன் ஒரு தர்மிஷ்டன்; கொடைவள்ளல்! எங்களுக்கோ அவன் எதுவும் தரவில்லை. ஆனால், அவன் அந்த விவசாயிகளிடமிருந்து ஒட்டிக்கு இரட்டியாகப் பின்னால் வசூலித்து விடுவான். இந்தக் குலாக்கு மிகவும் சின்ன நபர்தான். என்றாலும் இவனைப் போன்றவர்கள் எங்கும் இருக்கிறார்கள். ஏராளமாகவும் இருக்கிறார்கள். அவனை ஒன்றும் வழிக்குக் கொண்டுவர முடியாது. ஆயிரம் வருஷகாலமாக, விவசாயிகள் உண்ணும் ஒவ்வொரு கவளம் உணவும், இத்தகைய குலாக்குகளின் கையின்

மூலம் சென்றதுதான். ஒவ்வொருவனையும் எப்படி வேலை வாங்க வேண்டும், எப்படிச் சுரண்ட வேண்டும் என்பதை அவன் தெரிந்துவைத்திருக்கிறான். ஆம். தம்பிகளா! தானிய ஏகபோகம் என்பது நீண்டகாலத் திட்டத்தோடுகூடிய ஓர் அடிப்படையான கொள்கை. அதேசமயத்தில், அது மிகவும் சிரமமானது என்பதும் வாஸ்தவம்தான். ஆனால், எதுதான் சிரமமில்லை? தரிசுநிலத்தை உழுதுபோடுவதும்கூட, சிரமமான காரியம்தான். பலலாய்க்கா வாத்தியத்தை மீட்டிக் கொண்டிருப்பது மட்டும்தான் சுலபமான வேலை. இந்த முக்கியமான கொள்கையை விவசாயிகள் உணர்ந்து கொள்ளத் தவறினால், அதற்கு உங்களைத்தான் குறை சொல்ல வேண்டும். நீங்கள் ஏதாவதொரு பணக்காரப் பண்ணைக்குச் செல்லுங்கள்; அந்தப் பண்ணைக்குச் சொந்தக்காரனிடம் ‘உன் தானியக்கிடங்கைத் திறந்துவிடு’ என்று சொல்லுங்கள். உள்ளேயுள்ள ஒவ்வொரு தானியமும் அவனுக்கு ஒரு கண்ணீர்த் துளிபோலத்தான். ஆனால், உங்களுக்கோ அந்தத் தானியம் புனிதமான காரியத்துக்குத் தேவையான புனிதமான பொருளாகத்தான் தென்பட வேண்டும்.”

“கிராம சோவியத்தின் சாவிக்கொத்து யாரிடம் இருக்கிறது?”

“தலைவரிடம்தான் இருக்கிறது.”

“தலைவர் எங்கே?”

“அவர் திருமண விருந்துக்குப் போயிருக்கிறார்.”

லதூகின், பாய்கோவ், சதூய்வீதெர் மூவரும் வண்டியை விட்டு இறங்கினார்கள்; அடுத்தாற்போல் அவர்களுக்கு என்ன செய்வதென்று தெரியவில்லை. அவர்கள் கேள்விகேட்ட அந்த மனிதன் போய்விட்டான். அவன் அந்தத் தெருவின் வழியாக, தள்ளாடி நடந்து போவதை அவர்கள் வெகுநேரம் கவனித்தார்கள்; அவனுக்கு முன்னாலுள்ள பூமிப்பரப்பு திடீரென்று மலைபோல் மேலே எழுவதும், மறுகணம் திடீரென்று பெரும்பள்ளமாகக் குவிவதுமாக அவன் உணர்வதுபோல், தள்ளாடி நடந்தான். பின்னர், அவர்கள் அந்தக்

கிராம சோவியத்தின் வாசற்படியிலே அமர்ந்து, சிகரெட்டுகளைச் சுருட்டி, புகைபிடிக்கத் தொடங்கி விட்டார்கள். வானமண்டலத்தில் பனிக்காற்று மேகங்களை விரட்டியடித்துக் கொண்டுசென்றது. அத்துடன் அந்தக் காற்று அவர்களது முகங்களிலும் சுள்ளென்று வீசியது. பின்னர் ஊசிபோல் குத்தும் பனித்துகள்கள் கீழிறங்கிப் பெய்தன. உடனே கன்னங்கரேலென்றிருந்த தெருவின் குண்டுகுழிகளிலெல்லாம் பனித்துகள்கள் படிந்து நிரம்பின. இதனால் எல்லாமே மேலும் வெறிச்சோடித் தோன்றியது.

கமிஸார் பேசியபோது, "என் கைவாளைக் கையிலே தூக்கவேண்டும் என்று துறுதுறுத்தது" என்று பேசத் தொடங்கினான் சதூர்ய்வீதெர். "ஆனால், எதார்த்தத்தில் இந்தக் கிராமம் மிகவும் சாதாரணமான கிராமம்தான். அது சரி. அவர் சொன்ன அந்த எதிரிகளெல்லாம் எங்கே? சரி, அதோ அந்தச் சங்கீதத்தைக் கேள்!"

தூரத்தில், சுமார் பத்து வீடுகளுக்கப்பால் ஒரு சிறு ஜனக்கும்பல் தென்பட்டது. அந்தக் குடிசையின்முன் அவர்கள் நிற்பதற்குக் காரணம் அவர்களுக்கு அழைப்பு தரப்படவில்லையோ அல்லது குடிசைக்குள் இடமில்லையோ? குடிசைக்குள்ளேயிருந்து, நடனமாடும் பாதங்களின் ஓசையும், அக்கார்டியன் வாத்தியத்தின் நீண்டநாதமும் கேட்டன; வாத்தியக்காரன் அதன் துருத்தியை எந்த அளவுக்கு இழுத்துவிடுகிறானோ, அந்த அளவுக்கு அதன் நாதம் நீண்ட பேரொலியாகக் கேட்டது.

"அருமைத் தோழனே, நீ உன் பாதத்திலே ஈரமே பட்டுவிடக் கூடாது என்று பயப்படுகிறாய்!" என்று லதூகின் பேசினான். ஆனால், நாமோ ஆழத்தின் அடிமட்டம் வரையிலுமே முங்கி மூழ்கியாக வேண்டும். ஆமாம். புரட்சிக்குப் பேராழம் தேவை. கமிஸார் அதைத்தான் நம்மிடம் சொன்னார்."

"ஆழம்! ஆழம்! நாம் எவ்வளவு ஆழத்துக்குத்தான் செல்வதாம்? நாம் எல்லாவற்றையுமே தலைகீழாகப் புரட்டுகிறோம். ஆனால் ஜனங்கள் எப்படியும்

வாழத்தானே வேண்டியிருக்கிறது! விதைகளை விதைப்பதும், குழந்தைகளைப் பெற்று வளர்ப்பதும் நின்றுவிடப் போகிறதா? அதையெல்லாம் எப்போது கவனிப்பதாம்?"

"எப்போது என்று என்னைக் கேட்காதே. எனக்கு ஓர் இழவும் தெரியாது."

லதூரகின் முற்றிலும் எரிச்சலுற்றவனாய், ஒரு வைக்கோலின் முனையைக் கடித்து அசைபோடத் தொடங்கிவிட்டான். சதூய்வீதெரோ தனது நெற்றியைச் சுருக்கிச் சுழித்துக்கொண்டு, முரண்டுப் பிடிவாதம் கொண்ட விவசாயியின் முறையிலே முந்தைய நாளன்று கமிஸார் சொல்லிய விஷயங்களைச் சிந்தித்தான்; தனது சிந்தனை அக்கம்பக்கம் திரும்பிவிடாமல், அறுபட்டு நின்றுவிடாமல், ஏகாந்திர சிந்தையோடு அவன் சிந்தித்தான். பாய்கோவ் பேசினான்:

"தம்பிகளா! நாம் இப்படியே இருந்தால் ஒரு காரியமும் நடக்காது. நான் போய்த் தலைவரைத் தேடிப் பார்க்கிறேனே!"

அவன் எழுந்து நின்றான்; ஆனால் லதூரகினோ சொன்னான்:

"நீ ஒன்றும் போக வேண்டாம்."

"ஏனாம்? நீ என்ன சொல்கிறாய்?"

"நான் எனது காரணங்களை எல்லாம் சொல்லத் தயாராக இல்லை."

பின்னர் சதூய்வீதெர் உறுதியோடு பேசினான்:

"போவதென்றால், நாம் எல்லோருமே சேர்ந்துபோவோம். தலைவரை நாமேசென்று கண்டுபிடிப்போம்."

"நான் வரவில்லை!"

"சொன்னதற்குக் கீழ்படிய வேண்டும்."

“சரி, புறப்படு, லதூகின்!” என்றான் பாய்கோவ். “கவலைப்படாதே. நாம் மேசைப் பக்கத்துக்கே போக வேண்டாம்; ஒரு சொட்டுக்கூட நாம் குடிக்க வேண்டாம். வெறுமனே வாசலில் நின்று, தலைவரைக் கூப்பிடுவோம்.”

பின்னர் அவர்கள் தலைவரைக் காணப் புறப்பட்டுச் சென்றார்கள். ஸ்தெபான் பெத்ரோவிச் இரண்டு நாட்களாக விலகித்தான் இருந்தார். ஆனால் மூன்றாவது நாளோ அவ்வாறு இருந்தால், கிராமத்து ஜனங்களின் தொடர்புவிட்டுப் போகக்கூடிய அபாயம் இருப்பதை உணர்ந்துகொண்டார். எனவே, அவர் தமது மரக்காலின் மீது ஒட்டியிருந்த சேற்றையெல்லாம் சுரண்டியெடுத்து விட்டு, தம்மிடமிருந்து சிறந்த கறுப்புக் கால்சராயை அணிந்துகொண்டு, மீசை முனைகளையும் நன்றாகத் திருகிவிட்டவாறு, கிராமத்தை அவசியமாய்ச் சுற்றிப் பார்த்துவரக் கிளம்பிவிட்டார்.

“இதோ அவர் வந்துவிட்டார். உள்ளே வாருங்கள், ஸ்தெபான் பெத்ரோவிச்!”

எங்குச் சென்றாலும், விருந்துபசாரம் செய்பவர்கள் அவரோடு கைகுலுக்கியும், அவரைத் தழுவியும் ஆர்வத்தோடு வரவேற்றார்கள். “தலைவருக்கு முதல் ஸ்தானத்தைக் கொடுங்கள்!” என்று பல குரல்கள் எழுந்தன. அவரைத் தேவச்சிலை இருந்த மூலையில் கொண்டுபோய் உட்காரவைத்தார்கள். திருமணத் தரகி அவருக்கு ஒரு தட்டில், உப்புப் போட்ட கஞ்சியை வார்த்துக்கொண்டு வந்து வழங்கி, அவரிடம் பணயப் பணம் கேட்டாள். அவர் அவளுக்கு ஒரு ரூபிளைக் கொடுத்தார். அதிகமாய்க் கொடுக்கவில்லை. பின்னர் அவர் நுரைக்கநுரைக்க இருந்த ஒரு தம்ளர் வோட்கா மதுவை வாங்கிக் குடித்தார்; ஒரு கருவாட்டுத் துண்டையும் கடித்துக்கொண்டார். மூன்றாம் நாளன்றே அந்த விருந்தோம்பல் விவகாரமெல்லாம் முடிந்துவிடும் என்று அவர் எண்ணியிருந்தார். அது தவறு என்பது அப்போதுதான் அவருக்குப் புரிந்தது. நாட்டியம் மற்றும் பாட்டுக்கச்சேரி, அரவணைப்புகள், இதயம் திறந்து பேசும் பேச்சுகள், கலகங்கள், சமாதானங்கள் முதலிய

திருவிழாக் கோலங்களெல்லாம் உண்மையில் மூன்றாம் நாளன்றுதான் தொடங்கியிருந்தன.

என்ன உறுதியான ஜனங்கள், சென்ற சில வருஷங்களில் இவர்கள் எவ்வளவு துன்பங்களை அனுபவித்திருக்கிறார்கள்! முதலிலே ஜாராட்சிக் காலத்திலே பட்டாளத்துக்கு ஆள் சேர்த்தார்கள். ஐம்பத்தி நான்கு வயசுக்குட்பட்டவர்கள் அனைவருக்கும் அழைப்பு வந்தது. கிராமத்தில் மிஞ்சியிருந்த பெண்கள் தான் நிலத்தை உழுது பயிரிட நேர்ந்தது. வடதிசையிலோ ஒரு பெண் குதிரையைக் கட்டி நிலத்தை உழுதுவிட முடியும். ஆனால் செழிப்பான நிலங்கள் நிறைந்த இந்தப் பகுதியிலோ, கனத்த ஏர் வேண்டியிருந்தது; அதனை இரண்டு ஜோடி மாடுகள்தான் இழுக்க முடியும். சமயங்களில் மூன்று ஜோடிகூட வேண்டும். அந்த இலையுதிர்காலத்தை இன்னும் பெண்கள் மறந்து விடவில்லை. அப்போது பரவிய 'ஸ்பானிய புளூ' ஜுரத்தால் எவ்வளவோ பேர் மாண்டு மடிந்தார்கள். அந்த கிராமமும் இரண்டுமுறை தீக்கிரையாயிற்று. ஆண்களெல்லாம் உலகயுத்தத்தில் இருந்து திரும்பி வந்தவுடனேயே, கிரஸ்னோவின் ராணுவத்துக்கு ஆள் சேர்க்கும் படலம் தொடங்கிவிட்டது. அத்துடன் தண்டவரிகளும், கசாக்குகளை வைத்துக் காப்பாற்றும் பொறுப்பும் கிராமத்தாரின் தலையில் விடிந்தன. ஆனால் கசாக்குகளோ திருடுவதில் கைதேர்ந்தவர்கள் என்ற விஷயமும் எல்லோருக்கும் தெரியும். கசாக்குடன் எவ்வளவுதான் நட்புரிமையோடு பழகினாலும், அவன் உண்மையான கசாக்காக இருந்தால், அவன் குதிரை மீது ஏறிவிட்டானானால், தனது ஈட்டியிலே கண்ணில் தென்பட்ட பன்றியைக் குத்தித் தூக்கிக்கொண்டு போய்விடுவான். யாரும் அதைத் தடுக்க முடியாது. ஆனால், இவையெல்லாம் கடந்தகாலத்து விஷயங்கள் தான். இப்போதோ அரசாங்கம் அவர்கள் கைக்கே வந்துவிட்டது; வரிவசூல் பாக்கிகளெல்லாம் வஜா செய்யப்பட்டுவிட்டன. மேலும், அவர்களுக்கு உபரி நிலங்களும் ஜாரி செய்யப்பட்டிருந்தன; எனவே, அந்த ஜனங்கள் பழங்காலத்து நினைவுகள் எதுவும் தோன்றாமல்

நன்றாகக் களித்துக் கொண்டாட விரும்பினார்கள்.

ஸ்தெபான் பெத்ரோவிச் ஒவ்வொரு வீட்டிலும் வீட்டுக்காரரின் மனம் சங்கடத்துக்குளாக்காதவாறு சிறிதுநேரம் தங்கினார்; பிறகு விருந்து நடக்கும் மற்ற வீடுகளை நாடிப்போனார். தேவச்சிலை வடிவம் உள்ள மூலையிலே அமர்ந்து, அவர் திருமணத் தம்பதிகளின் பெற்றோர்களுடன் நிதானத்தோடு உரையாடினார். அப்போது தோன்நதிக்கு வடபுறத் திலும், வரோனெஷ், காமீஷின் முதலிய நகரங்களின் சுற்று வட்டாரத்திலும் அப்போது நடந்துவந்த உள்நாட்டுப் போர்பற்றியும், அங்கே கிரஸ்னோவ் எட்டாவது, ஒன்பதாவது செஞ்சேனைகளைப் பெருந்சேதத்துக்கு ஆளாக்குவது பற்றியும் எடுத்துரைத்தார். "எனவே அன்பான மாமனாரே, அன்புள்ள மாமியாரே, அன்புள்ள திருமணத் தரகர்களே! நாம் மிகவும் விழிப்போடிருக்க வேண்டும் தூங்கிவழிந்து விடக்கூடாது! நாம் சோவியத் ஆட்சிக்கு நமது ஒத்துழைப்பை நல்கவேண்டும்." அதன்பின் சாதாரணமான குடும்ப விவகாரங்களைப் பற்றியும், சில்லறை விஷயங்களைப் பற்றியும், யாருடைய தானியக்கிடங்கில் எவ்வளவு தானியம் இருக்கிறது, யாருடைய கொட்டிலில் யாரார் இருக்கிறார்கள், யாரார் எவ்வளவு ஒளித்துமறைத்து வைத்திருக்கிறார்கள் என்பவற்றைப் பற்றியும் அவர் பேசினார். அதைக் கேட்டு அங்குள்ளவர்களெல்லாம் ஸ்தெபான் பெத்ரோவிச் இவ்வளவு விஷயங்களை எப்படித் தெரிந்துவைத்திருக்கிறார் என்று தம்முள் வியந்து கொண்டார்கள்.

ஒவ்வொரு வீடாகத் தமது மரக்காலையும் இழுத்துப் போட்டுக்கொண்டு நடந்துசெல்வதும், ஒவ்வொரு வீட்டுக்காரனுக்கும் வணக்கம் செலுத்துவதும், ஒவ்வொரு வீட்டிலும் உட்கார்ந்து எழுந்துவருவதும் அவருக்கு வரவர மிகவும் சிரமமானதாகத் தோன்றியது. ஒரு வீட்டிலோ அவர் திருமணத் தரகியின் கையிலிருந்து கஞ்சித் தட்டைத் தாமே பிடுங்கி, அதிலுள்ளதையெல்லாம் ஒரேமுட்டில் குடித்துமுடித்தார். ஆனால், அதில் உண்மையில்

உப்புத்தான் அதிகமாக இருந்தது! பின்னர் அவர் தம்மிடம் கடைசியாக மிஞ்சியிருந்த கசங்கிப் போன ரூபிள் நோட்டுகளைத் தமது ராணுவக் கம்பளிக் கோட்டின் பையிலிருந்து வெளியே உருவியெடுத்தார்; அவற்றை அந்தத் தரகியின் கையில் வைத்துத் திணித்தார்; ஒரு தம்ளர் வோட்காவையும் ஒரே மூச்சில் குடித்து முடித்தார்; மூன்று நாட்களாக ஓய்ச்சல் ஒழிவின்றி புழுக்கத்தின் மத்தியில் நடனமாடியது போதாதென்று, இப்போது பத்துத் தம்பதிகள் ஜோடிசேர்ந்து ஆடும் நாட்டியத்தில் ஈடுபட்டிருந்த மணப்பெண்ணை நோக்கிப் சத்தமிட்டார்:

"ஏய்! ஸ்தெபானீதா! கொஞ்சம் உணர்ச்சியோடு ஆடம்மா!"

அந்தச் சமயத்தில் மூன்று செஞ்சேனை வீரர்கள் அவரைப் பற்றி விசாரிப்பதாக அவருக்குத் தகவல் கிடைத்தது.

"அவர்களை உள்ளே வரச் சொல்லுங்கள்" என்றார் அவர். "நாங்கள் சொன்னோம், அவர்கள் வர மறுக்கிறார்கள்!" என்று அவருக்குப் பதில் வந்தது.

ஸ்தெபான் பெத்ரோவிச் மேசைமீது கைகளை ஊன்றி, தலைகுனிந்தவாறே அங்கு சிறிது நேரம் நின்றார். பிறகு அங்கிருந்து அகன்று, கூடியிருந்த விருந்தாளிகளின் ஊடே புகுந்து இடித்துத் தள்ளிக்கொண்டு வாசலுக்கு வந்தார். அங்கே வாசலில் உண்மையிலேயே உறுத்தமுகங்களோடு மூன்று மனிதர்கள் நின்றுகொண்டிருப்பதை அவர் கண்டார்.

"நீங்கள் யார்?" என்று அவர் கேட்டார். அவரது குரல் உறுதியானதாகத்தான் இருந்தது.

"தானியக் கொள்முதல் குழு."

லதூகின் பயமுறுத்துவது போலத்தான் பதிலளித்தான். தனது பதிலைக் கேட்டு, அவர் கொஞ்சமாவது திடுக்கிடுவார் என்றுதான் அவன் எதிர்பார்த்தான். ஆனால், ஸ்தெபான் பெத்ரோவிச்சோ கொஞ்சம்கூடத் திடுக்கிடவில்லை. பாய்கோவ் அவருக்கருகில் நெருங்கிய

போது காரமான வோட்கா மதுவின் இனிய, காரமான நெடிதான் அவன் மூஞ்சியில் அடித்தது.

"சரியான சமயத்தில்தான் வந்திருக்கிறீர்கள். நான் உங்களை வெகுநேரமாக எதிர்பார்த்துக்கொண்டிருந்தேன்" என்று அவர் சொல்லிவிட்டு, திறந்துகிடந்த அந்த வீட்டின் வாசலை நோக்கித் திரும்பினார். அந்த வீட்டினுள்ளிருந்து குழம்பியொலிக்கும் ஆரவாரமும், பண்டபாத்திரங்களின் கலகலப்பும், நாட்டியமாடுபவர்களின் காலோசையும் கேட்டன. உடனே அவர், "உங்களைத்தான். அந்தச் சங்கீதத்தைக் கொஞ்சம் நிறுத்துங்கள்!" என்று உரத்துச் சத்தமிட்டார். அதற்குள் அவர் மிகவும் பலமாகத் தடுமாறினார். எனவே, பாய்கோவ் அவரைப் பின்னாலிருந்து தாங்கிக் கொண்டான். அவர் மீண்டும் அவர்களிடம் பேசினார்: "தோழர்களே! நீங்கள் ஸ்பாஸ்கொயே கிராம சோவியத்துக்குத்தானே வந்திருக்கிறீர்கள். இல்லையா?" பின்னர் அவர் தம்மை நிதானப்படுத்திக் கொள்வதற்காக, கதவின் கைப்பிடியைப் பிடித்துக்கொண்டு, முன்னைவிடக் கண்டிப்பான குரலில் சத்தமிட்டார்: "பிரஜைகளே! எல்லோரும் கூட்டத்துக்கு வந்துசேருங்கள்!"

அவர் முற்றத்துக்கு நடந்துவந்தார்; அங்கே அவிழ்த்துப் போடப்பட்டிருந்த ஒரு வண்டியின்மீது சாய்ந்துகொண்டு, மூன்று வயதான விவசாயிகள் ஒரு கசாக்குப் பாடலை ஆளுக்கொரு சுருதியில் பாடிக் கொண்டிருந்தார்கள். மேலும் இருவர், ஒருவர் தோள்மேல் ஒருவர் கை போட்டுக்கொண்டு, எதையோ மிகவும் தீவிரமாக விவாதித்தார்கள். இன்னொருவனோ திறந்துகிடக்கும் வாயில் எங்கே இருக்கிறது என்பதே தெரியாமல், வெளியே போகமுயன்று சுற்றிச்சுற்றி வந்துகொண்டிருந்தான். அந்த முற்றத்திலும், முற்றத்துக்கு வெளியே தெருவிலும்கூட, அக்கார்டியன் வாத்திய இசைக்கேற்றவாறு பலர் ஆடிக் கொண்டு இருந்தார்கள். ஸ்தெபான் பெத்ரோவிச் எல்லோரும் கிராம சோவியத்துக்குத் தாமதமின்றி வந்துசேர வேண்டும் என்ற உத்தரவை மீண்டும் எடுத்துக்

கூறினார்.

பனிபடிந்து கிடந்த தரையைத் தமது மரக்காலால் ஆத்திரத்தோடு குத்தியவாறு, அவர் அவசரஅவசரமாக நடந்தார். நடந்தவாறே சொன்னார்:

“திருநாள் திருநாள்தான். காரியம் காரியம்தான். பட்டியலெல்லாம் தயாராகிவிட்டன. இருப்புத் தானியத்துக்கும் கணக்கெடுத்தாகிவிட்டது. எனவே, நீங்கள் த்ஸாரீத்ஸினுக்கு கோட்டா தானியம் முழுவதையும் அனுப்பிவைக்கிறோம் என்று உடனே தந்தி கொடுத்துவிடலாம்.”

கிராமத்து ஜனங்களெல்லாரும் குடிவெறியிலிருந்து நீங்கி, தெளிவு பெறுமட்டும், மறுநாள் வரையிலும் கூட்டத்தை ஒத்திவைக்கலாமே என்ற யோசனையை சதூய்வீதெரும், பாய்கோவும் அவரிடம் தெரிவித்தார்கள். ஆனால் அவரோ, பின்வருமாறு திட்டவட்டமாகத் தெரிவித்துவிட்டார்: “குடித்திருக்கும்போதுகூட, புத்தியோடிருப்பவன் இரட்டைப் புத்திசாலி என்றுதான் சொல்ல வேண்டும். எனவே, நீங்கள் எனக்குப் பாடம் கற்றுத்தர வேண்டாம். நாளைக்கு என்றால், நிலைமை மாறினாலும் மாறிவிடும். இங்கேயுள்ள சிலருக்குத் திரும்பவும் ஆரஅமரச் சிந்தித்துப் பார்ப்பதற்கே அவகாசம் கொடுக்கக்கூடாது.”

கிராம சோவியத் கட்டடத்தின் முன்னர் ஜனங்கள் வந்து குழுமிக் கொண்டிருக்கும்போதே, ஸ்தெபான் பெத்ரோவிச் தமது பேரேடுகளையும் பட்டியல்களையும் அந்த உணவுக் கொள்முதல் தோழர்கள் முன்னால் மேசையின்மீது எடுத்துப் போட்டார்; பின்னர், அந்தப் பட்டியல்களைப் பற்றி மிகவும் ஆர்வத்தோடு அவர்களிடம் கிசுகிசுத்துப் பேசத் தொடங்கினார்:

“இங்கு மூன்று குலாக்குப் பண்ணைகள் இருக்கின்றன. ஒன்று கிரிவஸ்ஒச்கா என்பவனுடையது. அவன் ஒரு கொள்ளைக்காரன். 1907ஆம் ஆண்டில் தபால் வண்டியையே கொள்ளையடித்தவன்; தபால்காரனையும் கொன்றவன். அப்போது கொள்ளையடித்த பணத்தைப்

பத்து வருஷமாக மறைத்து வைத்திருந்தான். பிறகு அவன் கல்லாலான ஒரு தானியக்கிடங்கையும், ஒரு கடையையும் கட்டிக் கொண்டான். யுத்தகாலத்திலே ராணுவத்துக்குத் தோல்களை வாங்கி விற்று, நிறையப் பணம் பண்ணி விட்டான். இதற்காக, அவன் ஸ்பாஸ்கொயேவில் மட்டுமே, பாதிக்கு மேற்பட்ட கால்நடைகளைக் கொன்று தள்ளிவிட்டான். இப்போதோ அவன் தன் கடையைக் கைமாற்றிக் கொடுப்பதற்காக, ஒரு கூட்டுறவுச் சங்கத்தை உருவாக்க முயன்றுகொண்டிருக்கிறான். அவனது தந்திர மந்திரங்களையெல்லாம் நான் சீக்கிரமே கண்டுபிடித்து விடுவேன். அவன் தனக்குக் காசநோய் என்றும், இரவில் ஏதேதோ விசித்திரமான ஒளியையெல்லாம் பார்ப்பதாகவும் சொல்லி வருகிறான். அவன் மிகவும் ஆபத்தான பேர்வழி. அடுத்த குலாக்குப் பண்ணை மிலவீதவ் என்பவனுடையது. இவன் ஒரு சுரங்கக் காண்ட்ராக்டராக இருந்தான். ஆனால், யுத்தத்துக்கு முன்னால் கிராமத்துக்குத் திரும்பி வந்துவிட்டான். பிறகு, அவன் ரகசியமாக ஓர் அடகுபிடிக்கும் வட்டிக் கடையையும் சாராயக் கடையையும் தொடங்கினான். அவன் ஓர் எட்டுக்கால் பூச்சி; கொள்ளைவட்டி வாங்கிப் பிழைப்பவன், கழிசடை. அவன் கிராமம் முழுவதையுமே பெரிதும் அரித்துப் பிடுங்கித் தின்றுவிட்டான். தான் இரண்டாம் நிகலாய் சக்கரவர்த்தி என்று சொல்லிக் கொண்டு வந்த ஒரு பயலை, அவன்தான் அனுப்பி வைத்தான் என்பதையும் நாங்கள் கண்டுபிடித்து விட்டோம். மூன்றாவது பண்ணை மிகிதேன்கோ என்பவனுக்குச் சொந்தம். அவனது குடும்பத்தார் பல்லாண்டுக்காலமாக மாட்டு வியாபாரம் செய்து வந்திருக்கிறார்கள். தோன்நதியில் அவனுக்குப் பல படகுகள் சொந்தமாக இருந்தன. இந்தப் பண்ணைகளைத் தவிர, இவர்களுக்குச் சொந்தமான உறவினர்கள், கொள்வினை கொடுப்பினையாய் சம்பந்தியானவர்கள் முதலியோரின் பத்துப் பன்னிரெண்டு பண்ணைகள் இருக்கின்றன. இவர்களைத்தவிர, சில குயுக்தியான விவசாயிகளும் இருக்கிறார்கள். அவர்களோ, 'இதெல்லாம் எப்படியெப்படி

முடியப்போகிறது என்று யாருக்குத் தெரியும்? யார்தான் நீடித்து ஆளப் போகிறார்கள்? இப்போதைய நிலையில் யாரையும் பகைத்துக் கொள்ளாமல் இருப்பதுதான் புத்திசாலித் தனம்!' என்று பேசி வருகிறார்கள். அவர்கள் எல்லாம் எதிரிமுகாமைச் சேர்ந்தவர்கள். ஆனால், இதோ இவர்கள். இவர்களெல்லாம் நமக்கு ஆதரவானவர்கள்" இவ்வாறு சொல்லிக்கொண்டே, அவர் அந்தப் பட்டியலில் தமது தடித்த சுட்டுவிரலை வைத்து, கீழ்நோக்கி இழுத்துக்கொண்டே போனார். "இந்தக் கிராமத்தில் நிலைமை மிகவும் நெருக்கடியாகத்தான் இருக்கிறது. ஒன்று அவர்கள் என்னைக் கொன்று விடுவார்கள் அல்லது அதற்குமுன்பே நான் சிலரது பல்லையெல்லாம் பிடுங்கிவிட வேண்டும்."

கிராமத்தார்கள் கிராம சோவியத்தின் முன்னால் கூடினார்கள். அவர்களில் சிலர் புத்தித் தெளிவோடும், சிலர் மதுவின் வெறிமயக்கத்தோடும் ஒருவரையொருவர் இடித்துக்கொண்டும், அங்குமிங்கும் தள்ளாடிக் கொண்டும் நின்றார்கள். அவர்கள் மத்தியிலிருந்து பேச்சுக் குரலில் கும்மிட்ட ஒலி எழுந்தது. ஜன்னலுக்கு வெளியே பார்த்தவாறு, பாய்கோவ் உள்ளடங்கிய குரலில் கப்பற்படை வீரர்கள் பலரும் பாடும் ஒரு பாட்டைப் பாடிக் கொண்டிருந்தான்:

"கடலில் பறக்கும் பறவைகள் எல்லாம்
கரை மணல் நாடித் தரையினில் வந்தால்
கடலில் ஓடிப் பிழைப்பவர்க்கெல்லாம்
கஷ்டமும் நஷ்டமும் வந்திடும் தன்னால்!
ஏனெனில், கடலிடைப் பறவைகள் மீண்டும்
ஏகிடும் காலம் வரையிலும் ஆங்கே
வானமும் கறுக்கும்! மறையோடு புயலும்
வாரிச் சுழன்று கடலினைப் போக்கும்!"

பின்னர் அவன் தன் தோழர்களைப் பார்த்து உரத்த குரலில் சொன்னான். "தோழர்களே, வாருங்கள். முன்கூடத்துக்குப் போவோம். இல்லாவிட்டால், ஏதாவது தொல்லைகள் விளையக் கூடும்."

***

புள்ளிவிழுந்த முகமும், நீலக்கண்களும் கொண்ட எல்லாம் தெரிந்தவளான அடுத்தவீட்டுச் சிறுமி ஆன்னாவின் குடிசைக்குள் அவசரஅவசரமாக ஓடிவந்தாள், அவளுக்கு மேலும்கீழும் மூச்சுவாங்கியது. எனினும், அந்த மூச்சுத்திணறலுக்கிடையே அவசர அவசரமாகப் பேசினாள்:

"அடக்கடவுளே! கிராம சோவியத் கட்டடத்தின் முன்னால் நடக்கிற களேபரத்தை நீங்கள் பார்க்க வேண்டுமே. விவசாயிகளெல்லாம் அங்குள்ள வேலிக் கம்புகளையெல்லாம் பிடுங்கத் தொடங்கிவிட்டார்கள்."

அவள் தனது இமைதட்டாத கண்களின் ஒரே பார்வையினால் அந்தக் குடிசையின் சூழ்நிலையையெல்லாம் கண்டுவிட்டாள். ஆன்னா காதுவைத்துத் தைத்த பூட்சுகளையும், வெள்ளைக் காலுறையையும் அணிந்திருந்தாள். அத்துடன் அவள் கணவன் உயிரோடிருந்த காலத்தில் அவள் அணிந்துவந்த கரும் சிவப்புநிற உடையைத் தரித்திருந்தாள். அவள் கட்டிலின் ஓரத்தில் அமர்ந்திருந்தாள்; தலையில் முக்காடு எதுவும் இல்லை. பாதிரியுடையை இழந்த அந்தப் பாதிரியார். தமது முழங்கால்களை மடக்கியவாறு, கட்டிலின் மீது மல்லாந்து படுத்திருந்தார். ஆன்னா அவருக்குக் கொடுத்திருந்த கறுப்புப்புள்ளி போட்ட வேறொரு சட்டையை அவர் அணிந்திருந்தார்; அந்தப் பாதிரியார் அவளது கையைப் பிடித்துக் கொண்டிருந்தார்.

"அடுத்தவர்கள் வீட்டுக்குள்ளே உன்னை யார் இப்படி அடித்துப்புரண்டு ஓடிவரச் சொன்னது?" என்று கலவரப் பட்டுப்போன ஆன்னா கத்தினாள். அந்தச் சிறுமியோ

பதிலுக்கு எதுவும் சொல்லப் பயந்துபோய் உடனே வெளியே ஓடிவிட்டாள். எனினும் சிறுமிபோட்ட சத்தத்தில், குஸ்மா குஸ்மீச் விழித்துக் கொண்டுவிட்டான். கடந்த சில நாட்களில் அவன் மிகவும் களைத்துப் போயிருந்தான்: அவன் நிறையத் தின்றான், குடித்தான்; அதைக் காட்டிலும் நிறையப் பேசினான். விவசாயிகளோ அவனது உபந்நியாசத்தில் ஒரு வார்த்தையைக்கூடக் கேட்கத் தவறவில்லை. அவனது பேச்சில் சில புரியாத பகுதிகள் இருக்கத்தான் செய்தன. ஆனால், அதனாலேயே அவனது பேச்சின் மற்றப் பகுதிகள் அவர்களது மனத்தில் ஆழப் பதிந்தன. எங்கெங்கு சென்றாலும் அவன் முதலும்முடிவுமாக ஒரே ஒரு விஷயத்தைத்தான் பெரிதும் முதன்மைப்படுத்திப் பேசினான். அதுதான் தர்மநியாயம். மேசையைச் சுற்றிலும் முதியவர்களும் மதிப்புக்குரிய பெரியவர்களும் மட்டுமே மிஞ்சியிருக்கும் வேளையில், குடிவெறியினால் நாவடக்கத்தை இழந்து விட்ட எவனாவது ஒருவன் மேசைமீது சிந்திக் கிடக்கும் எலும்புகளையும், ரொட்டித் துண்டுகளையும் தனது சட்டைக் கையினாலேயே துடைத்தெறிந்துவிட்டு, அவனை நோக்கிப் பேசத் தொடங்குவான்:

“குஸ்மா குஸ்மீச்! நீங்கள் எங்கள் உணர்ச்சிகளைப் புண்படுத்திவிட்டீர்கள். தர்மநியாயமே இல்லையென்று நீங்கள் சொல்வதன் அர்த்தம்தான் என்ன? அது இல்லையென்றால், உலகமே காடாந்தரமாக அல்லவா இருக்கும்!”

உடனே வேறொருவன் குறுக்கிட்டுப் பேசுவான்:

“நமது வாலிபப் பிள்ளைகள் இருக்கிறார்களே, அவர்கள்” என்று சொல்லிவிட்டுத் தன் தலையை அந்த அறையின் மற்றமூலையை நோக்கிக் காட்டுவான்; அந்த மூலையிலோ பாவாடைகளும், பின்னியசடைகளும், பட்டுரிப்பன்களும் சுற்றிப் பறக்கும்; அத்துடன் நாட்டியத்தால் சிவந்து கனன்ற முகங்களும் சுற்றிச்சுற்றிச் சுழலும். அதைக் காட்டி விட்டு, அவன் மேலும் பேசுவான்: “அவர்கள் ஒன்றும் இப்பொழுது சரிப்பட்டு வரமாட்டார்கள்: ‘எங்களுக்கு

இஷ்டமானதைத்தான் நாங்கள் இப்பொழுது செய்வோம். இப்போது கடவுளும் இல்லை; ஜாரும் இல்லை. எங்கள் அப்பா, அம்மா எல்லோரும் முட்டாள்கள். எல்லாம் பிரமாதமாகத்தான் இருக்கின்றன' என்று அவர்கள் சொல்கிறார்கள். இப்பொழுது அவர்களை ஒன்றும் நாம் கட்டுப்படுத்த முடியாது. இப்பொழுது ஜனங்களுக்கு என்ன பற்றுக்கோடுதான் இருக்கிறது? இந்த நேரத்திலே நீங்கள் வந்து தர்மநியாயம் என்று ஒன்றுமே இல்லை என்று வேறு சொல்கிறீர்கள்."

பின்னர் மற்றொரு நரைத்த தாடி பேச்சிலே கலந்து கொள்ளும்:

"தர்மநியாயம் மனிதனிடமிருந்துதான் பிறக்கிறது என்றால், பிறகு எவன் பலசாலியோ அவன்தான் மேலாதிக்கம் வகிப்பான்; அவனது வாக்குத்தான் சட்டமாக விளங்கும். பிறகு நாமெல்லாம் வெட்டப்பட்ட செடிகொடிகள் மாதிரிதான் இருப்போம்."

"நீங்கள் பலசாலியா?" என்று கேட்டான் குஸ்மா குஸ்மீச்.

"நான் பலசாலிதான். ஆனால், என்னைக் காட்டிலும் ரூபிள் பலசாலியாயிருக்கிறதே! என் வாழ்க்கை முழுவதும் ரூபிள்தான் என்னை அடித்து வீழ்த்தியிருக்கிறது."

"அதுபற்றி நீங்கள் யாரிடமாவது முறையிட்டுக் கொண்டதுண்டா?"

"முறையிடுவதற்கு யார் இருந்தார்கள்?"

"அப்படியானால், நீங்கள் கீவ்பெச்சேர்ஸ்கிலுள்ள சாமியார் மடத்திலுள்ள புனிதச் சின்னங்களைக் காண, என்றுமே புனித யாத்திரை போனதில்லையா?"

"இல்லை. என்றுமே நான் அதைச் செய்யவில்லை."

"பின்னே, தர்மநியாயம் இல்லைதானே?"

"இல்லையென்று யார் சொன்னது? எனக்கு ஒரே கோபாவேசமாக வந்தது. யுத்தத்திலிருந்து வரும்போது

அலெக்சேய் தல்ஸ்தோய் ▲ 285

நான் துப்பாக்கியைக் கையோடு கொண்டுவந்து விட்டேன். பிறகு நிலத்தின் எல்லைப்புறத்திலே போய் நின்றுகொண்டு: 'நான் கொல்லப்பட்டுவிட்டேன் என்றுதானே நீங்கள் எண்ணினீர்கள். இல்லையா? 'எனது எட்டு ஏக்கர் நிலத்தையும் கொடுத்துவிடுங்கள்!' என்று கத்தினேன்."

"அவர்கள் கொடுத்தார்களா?"

"ஆம். கொடுக்கத்தான் செய்தார்கள்."

"அப்படியென்றால், தர்மநியாயம் இருக்கிறது. இல்லையா?"

"ஆனால் அது தர்மநியாயம் இல்லை. ஜனங்களைத் துப்பாக்கியைக் கொண்டு பயமுறுத்துவதா நியாயம்? இல்லை, தம்பி. நான் யாருக்கும் கெடுதல் செய்வதில்லை; யாரும் எனக்குக் கெடுதல் செய்யவும் கூடாது. ஆனால் அந்தக் கிழட்டு அக்கீமைப் பாருங்கள். அவன் தனி ஆள். அவனால் இனி உழைக்கவும் முடியாது. எனவே, அவன் அடுத்தவர்கள் வீட்டுப் புகைக்கூண்டு மூலையிலே காத்திருந்து, அவர்கள் தர்மமாகக் கொடுக்கும் பிச்சை ரொட்டியைத் தின்று பிழைக்க வேண்டியிருக்கிறது. அவன் உழைத்த உழைப்பெல்லாம் அவனுக்கு என்ன நன்மையைச் செய்தது? அவனுக்கு ஒரு சிறுகுடிசை இருந்தது. ஆனால், மிலவீதவ் அதனையும் கடன் பாக்கிக்காக எடுத்துக் கொண்டுவிட்டான். நான் உழைத்த உழைப்பும் எனக்கென்ன நன்மையைத் தரும்? நான்கு கற்கட்டடங்களைக் கட்டி முடிக்கும் அளவுக்கு, நானும் ஐம்பது வருஷமாகத்தான் பாடு பட்டிருக்கிறேன். ஆனால், என் நிலைமை? இதோ என் முழங்கைகள் கோட்டுக் கிழிசலின் வழியே வெளியே எட்டிப் பார்ப்பதுதான் கண்ட பலன். நான் உழைத்த உழைப்பும் பட்டபாடும் புறாக்களைப்போல் என்னை விட்டுப் பறந்தோடி விடுகின்றன; அவை அடுத்தவன் வீட்டுக்கூரையில் சென்றுதான் அடைகின்றன. என் வீட்டுக்கு வருவதில்லை. 'தர்மநியாயம் என்பது நீங்கள் தான். உங்களது துணிவாற்றல் மிகுந்த இதயம்தான்!' என்று நீங்கள் சொன்னது சரிதான். குஸ்மா குஸ்மீச்,

"மரணத்தைக் கண்டு நான் அஞ்சவில்லை. இன்னும் கூட, நான் பதினைந்து புஷல் தானிய மூட்டையை முதுகில் சுமந்துசெல்ல முடியும். ஆனால் எனக்குத் தர்மநியாயம் மட்டும் கிட்டாது. தர்மநியாயம் என்றால் இப்படித்தான் இருக்க வேண்டும். மனிதர்கள் எவ்வளவு பணம் வைத்திருக்கிறார்களோ, அதைக் கொண்டு அவர்களின் தரத்தை அளவிடக் கூடாது. ஆனால், அவர்கள் எவ்வளவு வேலை செய்திருக்கிறார்கள் என்பதைக் கொண்டுதான் அவர்கள் தரத்தை நிர்ணயிக்க வேண்டும். ஆனால், அதையெப்படி நாம் அடைவது? சோவியத் ஆட்சி அதைமட்டும் செய்தால், நாங்கள் என்றென்றும் அதற்கு நன்றியுடையவர்களாயிருப்போம்."

"அட விசித்திரப் பிறவிகளா! சோவியத் ஆட்சி வகுத்துள்ள சட்டமே அதுதானே!"

"அப்படியா? ஆனால், அது இன்னும் எங்களை வந்து எட்டவில்லையே!"

குஸ்மா குஸ்மீச் எவ்வளவுதான் சாதுரியமாகவும் தந்திரமாகவும் பேசிவந்தாலும்கூட, இந்த மாதிரியான ஒரு மனிதனுக்குப் பதில் சொல்வதற்கு அவன் திணறத்தான் செய்தான். இத்தகைய விவசாயிகளிடம் பேசுவதைவிட, படித்தவர்க்கத்தாருடன் பேசுவது மிகவும் சுலபமாக இருந்தது. மேஜையைச் சுற்றியமர்ந்து இம்மாதிரியான உரையாடல்களில் ஈடுபடுவதன்மூலம் அதிருப்தியுணர்ச்சியோடு கலந்த திருப்தியுணர்ச்சியும், சோர்வோடு கலந்த ஆர்வமும் அவனுக்கு ஏற்பட்டன. அந்த ஜனங்களெல்லாம் புரட்சியின் மூலம் ஏதோ ஒரு தீவிரமான மாறுதலைத் தெள்ளத்தெளிவற்ற ஏதோ ஒருமுறையில் எதிர்பார்த்தார்கள் என்பதும், எனவே அவர்கள் அந்த மாறுதலைச் சீக்கிரமே துரிதப்படுத்திக் கொண்டு வரவே விரும்புவார்கள் என்பதும் தெரிந்தது.

இரண்டாவது நாள் மாலையில் குஸ்மா குஸ்மீச் சோர்ந்து தளர்ந்தவனாய், பரிதாபகரமான நிலையில் ஆன்னாவின் குடிசைக்குத் திரும்பிவந்து சேர்ந்தான்.

குடிசைக்குள் வந்ததும் அங்கு கிடந்த பெஞ்சுக்கருகில் தொப்பென்று தரையில் உட்கார்ந்தான். பின்னர் தனது இருகன்னங்களையும் அறைந்துவிட்டு, முகத்தைக் கைகளுக்குள் புதைத்துக் கொண்டான். பிறகு அவன் சிரித்துக்கொண்டே, பின்வரும் வார்த்தைகளைத் திரும்பத்திரும்பச் சொன்னான்:

"ஆன்னா! நான் மிகவும் சோர்ந்துவருகிறேன்! ஆன்னா! நான் முதுமைதட்டி வருகிறேன்!"

ஆன்னாவோ ஒன்றுமே பேசாமல், அவனைக் குளத்தங் கரைக்கு அருகிலுள்ள குளியல் அறைக்கு அழைத்துச் சென்றாள். அங்கு அவளே தனது கைகளால் அவனைக் குளிப்பாட்டினாள்; அந்தக் குளியல் அறை முழுவதும் நீராவி நிறைந்திருக்குமாறு செய்தாள். குஸ்மா குஸ்மீச்சின் முகத்தில் மட்டும் முதுமை தோன்றியிருந்தது; அவனது உடம்போ வெள்ளைவெளேரென்று மெருகிட்டது போலிருந்தது. அவன் உடலை நெளித்துக்கொண்டு, அங்கு இருந்த ஒரு பரணை நோக்கி, மீனைப்போலத் தாவினான்; அதைக் கண்டதும் ஆன்னாவின் உள்ளம் பரிவுணர்ச்சியால் உருகியது.

அந்த குளியல் அவனுக்கு இதமூட்டி சாந்தப்படுத்தியது. எனவே, அவன் இரவில் நன்றாகத் தூங்கினான்; நிம்மதியாக மூச்சுவிட்டான்; காலையில் வெகுநேரம் வரையிலும் தூங்கினான். பின்னர் அவன் எழுந்து, கொஞ்சம் பால் அருந்தினான். பிறகு, "ஆன்னா! என் மீது கோபித்துக் கொள்ளாதே. எனக்குத் தலையை வலிப்பது போலிருக்கிறது" என்று சொல்லிவிட்டு, மீண்டும் படுத்துறங்கிவிட்டான். ஆனால், அந்த அடுத்தவீட்டுச் சிறுமி உள்ளே அவசரமாக ஓடிவந்து சத்தமிட்டதில் அவன் விழித்துக்கொண்டு மீண்டும் தனது பழைய குதூகலத் தன்மையைப் பெற்றிருந்தான்.

"அந்தச் சிறுமி என்ன சொன்னாள்?"

"ஏதோ கூட்டம் நடக்கிறது என்றுதான் சொன்னாள். சில செஞ்சேனை வீரர்கள் தானியக் கொள்முதலுக்காக

வந்திருக்கிறார்களாம். அதனால் ஏதோ கலாட்டா போலிருக்கிறது."

"அடக்கடவுளே! அவர்கள் நமது பையன்களல்லவா?"

குஸ்மா குஸ்மீச் அவசரஅவசரமாகத் தனது உடையை அணியத் தொடங்கினான். ஆன்னாவோ தனது புருவத்துக்குக் கீழாக, அவனை மௌனமாகப் பார்த்தவாறு இருந்தாள். கதவு மீண்டும் திறக்கப்பட்டது; அந்தச் சிறுமி மீண்டும் தோன்றினாள்; எனினும், இந்தத் தடவை உள்ளே வராமல் தலையை மட்டும் நீட்டினாள்.

"எல்லோரும் சண்டை போடுகிறார்கள். ஏராளமான பேருக்குக் காயம்! விலாசவா தன் புருஷனை உடம்பெல்லாம் ரத்தம் ஒழுகி வடிய, வீட்டுக்குக் கூட்டிப் போய்விட்டாள். அவள் தெருவெல்லாம் பெரிய சத்தம் போடுகிறாள், உங்களையும் திட்டுகிறாள். கிரிவஸூச்கா தமது குதிரையைப் பூட்டப் போனார். ஆனால், யாரும் அவரைப் போகவிடவில்லை. அவரை வெளிவாசல் வழியாக இழுத்து, நன்றாக உதைத்து விட்டார்கள். அடேயப்பா! என்ன அடி!"

அந்தச் சிறுமி மீண்டும் மறைந்துவிட்டாள். குஸ்மா குஸ்மீச் அவளைத் தொடர்ந்து கதவருகே சென்றான். ஆனால் ஆன்னாவோ, ஆவேசத்தோடு சத்தமிட்டாள்: "உங்களை நான் போகவிட மாட்டேன்!" உயரமாய் மெலிந்திருந்த அவள் அடுப்பினருகே தனது தலையை மேல்நோக்கி நிமிர்ந்தவாறும், ஆண்மைத் தன்மை கொண்டதுபோல் தோன்றிய தனது தோள்களை உயர்த்தியும் ஏதோ ஒரு தாக்குதலைத் தடுத்து நிறுத்துபவள்போல் நின்றாள்.

குஸ்மா குஸ்மீச் அவளது கையை இறுகப் பற்றினான்:

"ஆன்னா! இதெல்லாம் என்ன அபத்தப் பேச்சு? இல்லையெனில் நான் அந்தக் தீக்கரண்டியை எடுத்துவிடுவேன்! அமைதியாக இரு. நான் சீக்கிரமே திரும்பி வருகிறேன். எனது தோழர்களையும் சாப்பாட்டுக்கு அழைத்து வருகிறேன். எங்களுக்குக் கொஞ்சம்

பணியாரங்கள் செய்துவை. நான் சொன்னது காதில் விழுந்ததா? நிறுத்து இதை, தெரிந்ததா?"

ஆன்னா இறுகக் கடித்த பற்களின் வழியே பதில் சொன்னாள்:

"நல்லது, பிதாவே!"

அந்தச் சிறுமியோ, தான் கிராம சோவியத்தின் முன்னால் கண்டதை உடனுக்குடன் ஓடிவந்து வீடுகளிலெல்லாம் செய்தியாய்ப் பரப்பினாள். அவளுக்கோ, தான் காண்பதெல்லாம் இன்னும் பரபரப்பாகவும் பயங்கரமாகவும் இருக்க வேண்டும் என்று தோன்றியது. ஆனால் அந்தக் கூட்டம் ஏற்கெனவே ஒரே கூச்சலும் களேபரமுமாகத்தான் இருந்தது. தானியத்தைக் கொடுக்கும் பிரச்னையில் அவ்வளவொன்றும் பெரிய விவாதங்கள் நடக்கவில்லை. "கொடுக்க வேண்டுமென்றால், கொடுக்கத்தான் வேண்டும்" என்றார்கள் அவர்கள். ஒவ்வொரு பண்ணையிலிருந்தும் எவ்வளவு தானியம் கொடுக்கப்பட வேண்டும் என்ற பட்டியல் தலைவரால் வாசிக்கப்பட்டது; அமைதியாக அதனைக் கேட்டார்கள். மீண்டும் ஒருமுறை வாசிக்கும்படி கோரினார்கள். அதன்பின்னர் கூட்டத்தில் ஆங்காங்கே சிறுசிறு பேச்சுக் குரல்கள் கேட்டன; பின்னர் அந்தக் கூட்டத்தில் சலசலப்பு ஏற்பட்டது. அதனால் சிலர் கிராம சோவியத்தின் முன்கூடத்தை நோக்கிவந்தார்கள்; வேறு சிலரோ இடதுபுறமாக, மிளாறு வேலியிடப்பெற்ற காய்கறித் தோட்டத்தை நோக்கி ஒதுங்கினார்கள்.

மிகிதேன் கோவின் அதிகார தோரணை மிகுந்த குரலை எல்லோரும் இனம்கண்டு கொண்டார்கள்: "இது நியாயமல்ல!" உடனேயே: "இது நியாயம்தான்! நியாயம்தான்" என்று பல குரல்கள் அவனுக்குப் பதிலளித்தன. கோட்டின் ஒரு பக்கத்துக் கை கிழிந்துபோயிருந்த ஒரு தாடிக்காரக் கிழவன் தனது தொப்பியைக் கால்களுக்கிடையில் தூக்கியெறிந்து விட்டு, தனது பழைய துன்பதுயரங்களையெல்லாம்

கொட்டியளக்கத் தொடங்கினான்:

"நான் பட்டபாடெல்லாம் எனக்கு என்ன பயனைத் தந்தது? யாரிடம் வந்திருக்கிறார்கள் பாருங்கள். நான் ஒரு ரொட்டித் துண்டுக்காகப் பிச்சையெடுக்க வேண்டுமா? இதுதானா உங்கள் சோவியத் ஆட்சி?"

ஆனால், அவனை யாரோ ஒருவன் பிடித்துத் தள்ளினான். அவனது முகமும் கோபாவேசத்தால் வெளுத்துப் போயிருந்தது. அவன் இன்னும் பயங்கரமான வார்த்தைகளைப் பொழிந்தான். பின்னர் சிறிது தூரத்தில் நின்றுகொண்டிருந்த ஜனக்கும்பல் வேலியை நோக்கிப் பாய்ந்தது; அவர்கள் வேலிக் கம்புகளைப் பிடுங்கி, கூட்டத்தினரைப் பின்னாலிருந்து தாக்கத் தொடங்கினார்கள். லதூகின், சதூய்வீதெர், பாய்கோவ் மூவரும் முன்கூடத்தை விட்டிறங்கி, கூட்டத்தினுள் பாய்ந்தார்கள். மனிதர்களை விலக்கித் தள்ளிக்கொண்டு முன்னே சென்று, அந்தக் கும்பலில் இருந்தவர்களிடமிருந்து கம்புகளைப் பிடுங்கினார்கள். பின்னர் சத்தமிட்டார்கள்: "பீதி வேண்டாம். எல்லாம் ஒழுங்காய்த்தானிருக்கிறது. உங்கள் தைரியம் இவ்வளவு தானா? கூட்டம் தொடர்ந்து நடக்கும்."

அந்தக் குழப்பம் சிறிது நீடித்தது; ஏனெனில், தாக்க முனைந்தவர்கள் சிலரேதான். அவர்களிலும் சிலர் தப்பியோடி விட்டார்கள்; சிலர் தெருவில் விரட்டியடிக்கப் பட்டார்கள். சிலபேர் லேசாகப் பனி விழுந்திருந்த தரையில் விழுந்துகிடந்தார்கள்.

குஸ்மா குஸ்மீச் குறுக்கு வழியில் வருவதாக நினைத்துக் கொண்டு, வேலிப்புறங்களிலுள்ள இடுக்குகளின் வழியாகவும், காய்கறிப் பாத்தி வழியாகவும் ஓடிவந்தான். ஆனால், அவனுக்கு வழி தவறிவிட்டது; கடைசியில் அவன் இனம்தெரியாத ஏதோ ஒரு முற்றத்தில் நிற்பதைக் கண்டறிந்தான். அங்கு பல பெண்கள் நின்றுகொண்டிருந்தார்கள். ஒருத்தி மிகவும் மனம் கசந்துபோய் முறையிட்டுக் கொண்டிருந்தாள்.

மற்றவர்கள் எல்லாம் அவள் சொல்வதைக் கேட்டுக் கொண்டிருந்தார்கள். குஸ்மா குஸ்மீச்சைக் கண்டதும் அவர்கள் எல்லோரும் பேசத் தொடங்கிவிட்டார்கள். பின்னர் நதேஷ்தாவின் தாயான வர்வாரா விலாசவா தனது சட்டைக் கைகளைப் பயமுறுத்துவது போன்று திரைத்துச் சுருட்டிக்கொண்டு, குஸ்மா முஸ்மீச்சை நோக்கிவந்தாள். மற்றவர்களெல்லாம் அவளைப் பின்தொடர்ந்து வந்தார்கள்.

“ஏ, பாதிரியுடையை இழந்த பாதிரியே! இதற்காகத்தான் நீ எங்களிடமிருந்து பணம் பெறவில்லையோ?” என்று கேட்டாள் விலாசவா. “முட்டாள்களான நாங்களும் உன்னை நம்பினோமே. கிராமத்திலுள்ளவர்களை எல்லாம் குடிவெறியில் ஆழ்த்திவிட்டு, நீ எங்கள் விவகாரங்களையெல்லாம் உளவா பார்த்தாய்? எல்லோருடைய மூளையையும் கெடுத்துக் குட்டிச் சுவராக்கவா செய்தாய்? ஏ, குரும்புக்காரா! எங்களையெல்லாம் கம்யூனிஸ்டுகளுக்கா விற்க முனைந்தாய்? ஏ, மரமண்டையே, இவனைப் பார்த்துக் கொண்டு, ஏனடி வாயைப் பிளந்துகொண்டு நிற்கிறீர்கள்? அடியுங்கள் இவனை! அடித்துக் கொல்லுங்கள்!”

“நீங்கள் என்னை அடிக்கக் கூடாது!” என்று சொல்லிய வாறே குஸ்மா குஸ்மீச் பின்வாங்கினான். “ஏ, பெண்டுகளா! பின்னால் நீங்கள்தான் வருந்துவீர்கள். என்னைத் தொடாதீர்கள்!”

“பின்னே, நீ மட்டும் எங்களுக்காக வருந்தினாயா?” இதற்குள் அந்தப் பெண்கள் அத்தனை பேருக்குமே ஆத்திரம் பொங்கிவிட்டது. உடனே அவர்கள், தங்கள் தலைக்கச்சைகளை அவிழ்த்துக்கொண்டு எல்லோரும் ஒரேநேரத்தில் அந்தப் பாதிரி உடையை இழந்த பாதிரியாரைக் குற்றம்சாட்டி வசைமாரி பொழியத் தொடங்கினார்கள். அநியாயமான தானியக் கொள்முதலுக்கும், கிராம சோவியத்தில் நடந்த கலாட்டாவுக்கும், நல்லவர்களுக்கு கிராமத்தில் இடமில்லாமல் போனதற்கும் கடந்த சில தினங்களாக

எண்ணற்ற வாத்துகளையும், பால்குடி மறக்காத பன்றிக் குட்டிகளையும் கொன்றுதின்றதற்கும் அந்தப் பாதிரியாரே காரணம் என்று அவர்கள் குற்றம்சாட்டினார்கள். பின்னர் அவர்கள் பேச்சோடு மட்டும் நிற்காமல், அவனை வேலியோடு கொண்டுபோய் தள்ளினார்கள். குஸ்மா குஸ்மீச் அவர்களை மீண்டுக் வசியப்படுத்துவதற்காக, வலியப் புன்னகை புரிந்தான்; சமாதானம் பேசும் முறையில், "நல்லது. உங்கள் ஆத்திரத்தையெல்லாம் தீர்த்தாயிற்றல்லவா? இனிமேலாவது நாம் நண்பர்களாக இருப்போம். அமைதியாகப் பேசுவோம்!" என்றெல்லாம் பேசிப் பார்த்தான். ஆனால், அந்தப் பெண்களிடம் எதுவும் பலிக்கவில்லை. பின்னர், விலாசவாதான் நேரடித் தாக்குதலைத் தொடங்கினாள்; அவள் குஸ்மா குஸ்மீச்சின் தலைமயிரை இரண்டு கைகளாலும் இருபுறத்திலும் பிடித்து இழுத்தாள். உடனே, மற்றப் பெண்களெல்லாம் தமது இறுகிய முஷ்டிகளால் அவன் முதுகில் மேளம் கொட்டுவதுபோல் தடதடவென்று குத்தினார்கள். தான் கீழேவிழுந்து, தனது கைகளால் தன்னைப் பாதுகாத்துக்கொள்வதே சிறந்தது என்று குஸ்மா குஸ்மீச் தீர்மானித்தான். அவனது எலும்புகளெல்லாம் நொறுங்குவது போலிருந்தன. அப்போது அவன் தனக்குத்தானே: "இந்தப் பெண்கள் கையில் எதையாவது தூக்கிவந்து என்னை அடித்து நொறுக்காமல் இருந்தால் போதும்!" என்று எண்ணிக்கொண்டான்; ஆனால் அவ்வாறு எண்ணி முடிப்பதற்குள்ளாகவே, ஒரு காட்டுமிராண்டித்தனமான குரல் கத்தியது: "வேலிக் கம்பைப் பிடுங்கி அடியுங்களேண்டி! இந்த ஓநாய்ப் பிறவியை!" அவன் துள்ளியெழுந்துவிட முயன்றான்; ஆனால், எழமுடியாமல் அவனுக்குத் தலைசுற்றியது. பின்னர், அவர்கள் திடீரென்று அவனை அடிப்பதை நிறுத்திவிட்டார்கள். அப்போதுதான் முனகும் குரல் தனக்கே கேட்பதை அவன் உணர்ந்தான்; எனினும், அவன் அதை உள்ளடக்கக் கஷ்டப்பட்டு முயன்றான். பின்னர் யாரோ அவனைத் தூக்கி, வேலிப்புறத்தோடு சாய்த்துவைத்தார்கள். குஸ்மா குஸ்மீச் தன் முகத்திலும்

கண்களிலும் அப்பியிருந்த பனித்துகள்களையும், பதர்களையும் துடைத்துவிட்டுக் கண்ணைத் திறந்தான். அங்கு ஆன்னா நின்றாள்; அவளது பாவாடைக்குப் பின்னாலிருந்து அந்த அடுத்த வீட்டுச் சிறுமியின் புள்ளி விழுந்த முகம், மிகுந்த குதூகலத்தோடு எட்டிப் பார்த்துக் கொண்டிருந்தது. அதன்பின் அவன் லதூகின், சதூய்வீதெர், பாய்கோவ் முதலியோரையும் பார்த்தான்.

"உயிர் இருக்கிறதா?" என்று கேட்டான் லதூகின். "யாராவது இவருக்கு ஒரு தம்ளர் சாராயம் கொண்டு வாருங்கள். உடனே! சீக்கிரம்! நல்லது, குஸ்மா! நீ நல்ல வேலை செய்திருக்கிறாய்! உனது மது எதிர்ப்புப் பிரசாரத்துக்கு நன்றி செலுத்தி, நாங்கள் கூட்டத்தில் ஒரு தீர்மானமே நிறைவேற்றிவிட்டோம்!"

"தாஷா! பெத்ரொகிராதில் நாம் இருவரும் பிரிந்தது முதற்கொண்டு, இத்தனை நாளும் நான் எத்தகைய உற்சாகமும் ஊக்கமும் அற்ற மனிதனாக வாழ்ந்தேன் என்பதை நீ கற்பனையால்கூடக் காண முடியாது. நான் அப்படித்தான் இருந்தேன்! நம் எல்லோருக்குமே ஓர் அந்தரங்கமான மனோ வாழ்க்கை ஒன்று இருக்கத்தான் செய்கிறது. அது நம்மை நோய்போலத் துன்புறுத்துகிறது. அதனால் நாம் இளம்நெருப்பில் வறுபடுவதுபோல் வேதனைப்படுகிறோம். இதற்கான விளக்கம் என்னவோ எளிதானதுதான். நீயும் என்னைக் காதலிப்பதை நிறுத்தி விட்டாய். நானும்."

தாஷா தன் முகத்தை அவனை நோக்கிச் சட்டென்று திருப்பினாள். அவளது ஈரம்கசிந்த சாம்பல்நிற, எப்போதும் பயங்கரமாயிருக்கும் கண்களைப் பார்த்தவுடன் அவன், தான் நினைத்தது தவறு என்பதை உணர்ந்தான்; அவள் அவனைக் காதலிப்பதை நிறுத்தி விடவில்லை. அவளது பார்வையைக் கண்டதும், இவான் இலீச் ஒருகணம் ஊமையானான். அவனது உதட்டில் புன்னகை மலர்ந்தது; அது அசட்டுப் புன்னகையாக இருந்தபோதிலும், அதில் அபரிமிதமான ஆனந்தம் குடிகொண்டிருந்தது. தெலேகின் அன்று காலையில் ஆறேழு இலாகாக்களுக்குச்

சென்று, பங்கீடுகளாகக் கிடைத்த பல பொருள்களையும் கொண்டுவந்து சேர்த்திருந்தான். தாஷா அந்தச் சாமான்களை ஒரு சிறிய கூடையில் திணித்து அவற்றை மூட்டைகட்டிக் கொண்டிருந்தாள்.

அந்தப் பங்கீட்டுப் பொருள்களில் தேவையான, உபயோககரமான சாமான்களே இருந்தன. காலுறைகள், ஓர் உடை தைத்துக் கொள்வதற்குப் போதுமான நீளம் கொண்ட சில துணித் துண்டுகள், இருபது வயதைத் தாண்டாத இளங்குமரிக்குப் போதுமான அளவுக்குள்ள சில மெல்லிய உள்ளாடைகள் முதலியவை அதில் இருந்தன. ஆனால், தாஷா மிகவும் மெலிந்து ஒடிந்து போவதுபோல் இருந்தாள். அத்துடன் அவற்றில் சில பூட்சுகளும் இருந்தன. அந்தப் பூட்சுகளைப் பெற்று வந்தது ஏதோ ஓர் எதிரியின் பீரங்கிப் படையையே கைப்பற்றிவிட்ட மாதிரிதான் தெலேகினுக்குத் தோன்றியது; எனவே, அவனுக்குக் கொள்ளைப் பெருமையாகவும் இருந்தது. ஆனால், அவர்களை எதிர்நோக்கியிருக்கும் படையெடுப்பு வாழ்க்கையின்போது பயன்படுமா என்று சிந்திக்க வேண்டிய பொருள்களும் அவற்றில் இருந்ததைக் கண்டார்கள். ஒரு கிடங்கில் அவன் சில விரிப்புகளைக் கோரப் போனான். ஆனால், விரிப்புகளுக்கு மாறாக, அவனுக்கு ஒரு பீங்கான் பூனைக்குட்டிப் பொம்மையையும், நாய்க்குட்டி பொம்மையையும், மற்றும் தலைமயிரைச் சுருளவைக்கும் சில தோல் கருவிகளையும், கிரீமியா பிரதேசத்தின் இயற்கைக் காட்சிகளைக் கொண்ட சில தபால்கார்டுகளையும், திமிங்கல முள்கொக்கியோடு கூடிய உயர்ந்த ரக உள்பாடி ஒன்றையும் அவர்கள் தந்தார்கள். அந்த உள்பாடி, மிகவும் அகலமாக இருந்தது; தாஷா அதனைத் தனது உடம்பில் இரண்டு சுற்றுக்கூடச் சுற்றிக் கட்டிக் கொள்ளலாம் போலிருந்தது.

“தாஷா, ரயில்வே ஸ்டேஷனில் நாம் ஒருவருக்கொருவர் விடைபெற்ற காட்சியை நான் நினைத்துக் கொண்டிருக்கிறேன். அப்போது நீ என்னை நோக்கி ‘என்றென்றைக்கும் போய் வருகிறேன்.’ என்று

ஏதோ சொன்னாய். நான்தான் அதைத் தெளிவாகக் கேட்கவில்லையோ என்னவோ? அந்தச் சமயத்தில் நான் பெரிதும் மனம் குமைந்து போயிருந்தேன். நீ அப்போது மிகவும் வெளுத்து, சோர்ந்து, எங்கோ தொலைவில், இதயத்தில் எந்தவிதப் பந்தபாசமும் இல்லாமல் இருந்தாய்."

"இதெல்லாம் என்ன பேச்சு!" என்று முகத்தைத் திருப்பாமலே சொன்னாள் தாஷா. அவள் அந்தப் பூனைக்குட்டிப் பொம்மையை வழியில் உடைந்து நொறுங்கிப் போய் விடாதபடி, ஒரு தடித்த காலுறைக்குள் சுற்றிப் பொதித்து வைத்தாள். பொருள்களைப் பற்றிய ஞாபகமறதி தாஷாவுக்கு அதிகம், என்றாலும், அந்த அழகான பூனைக்குட்டியும் பெரிய காதுகளைக் கொண்ட தூங்கும் நாய்க்குட்டியும் எப்படியோ அவள் மனத்தைப் பெரிதும் கவர்ந்தன. உணர்ச்சி வேகங்களும் எண்ணங்களும் இடிமுழக்கம் செய்யும் கார்மேகங்கள் போல் தலைக்குமேல் சூழ்ந்துகொண்டிருக்கும் இந்தப் பரந்த பயங்கரமான பாழாய்ப்போன வாழ்க்கையின் வெம்பரப்பிலே, ஒரு பாவமுமறியாத பச்சிளம் புன்னகைகள் நிறைந்த ஒரு சின்னஞ்சிறு உலகைச் சிருஷ்டித்துக் கொடுப்பதற்காகவே, அந்த இரண்டு குட்டிப் பொம்மைகளும் தாமாகவே தன்னிடம் வந்து சேர்ந்திருப்பதுபோல், தாஷாவுக்குத் தோன்றியது.

"பெத்ரொகிராதைவிட்டு புறப்பட்டுப்போன காலத்தில் இத்தகைய உனது உருவம் ஒன்றைத்தான் என் நெஞ்சில் நான் சுமந்து சென்றேன். அதனைச் சுமந்துகொண்டே, அதனுடனேயே நான் வாழ்ந்தேன். உடனிருக்கும் எனது இதயத்தைப்போலவே நீயும் என்னுடன் இருந்தாய். எனவே நான் தன்னந்தனிமையில், பிரம்மச்சாரியாகவே வாழ்வது என்றும் நான் மனத்தில் முடிவு கட்டியிருந்தேன்."

தாஷாவே தனது நடமாட்டங்களுக்கெல்லாம் எந்நேரமும் கேந்திரமாக விளங்கும்வண்ணம், அவன் அந்த அறையில் அவளையே சுற்றிச்சுற்றி வந்தான். அவள் தன் தலையிலிருந்த கச்சையை அகற்றிவிட்டாள். எனவே, அலையலையாகப் படிந்த சாம்பல் நிறங்கொண்ட

அழகிய கேசச் சுருள்கள் பிடரியில் வந்து புரண்டன; அவள் அதனைப் பீரங்கிப்படைக் காரியாலயத்திலிருந்து கொடுத்த ஒரு சிவப்புப் பட்டு ரிப்பனால் முடிந்திருந்தாள். ஒரு சிறு பெஞ்சின் மீதிருந்த கூடையின்மீது குனிந்து நின்றாள்; இடையிடையே உடம்பை நிமிர்த்தி நின்று, இடுப்பில் இரண்டு கைகளையும் வைத்துக்கொண்டு ஏதோ யோசித்தாள். வெண்மையான தனது நர்ஸ் உடுப்பைத்தான் அணிந்திருந்தாள். அந்த உடையே எந்த ஓர் ஆடம்பரமான உடையையும்விட, அவளுக்குக் கச்சிதமாகவும் கவர்ச்சிகரமாகவும் விளங்கியது. அந்த உடுப்பின்மீது இடுப்பின் இடைவாரையும் கச்சிதமாக இறுக்கக் கட்டியிருந்தாள். (அந்த இடைவாரும், பட்டு ரிப்பனும், ஏதோ அகஸ்மாத்தாக அவளது அழகைக் கூட்டிக் காட்டுவதாகத் தோன்றவில்லை.)

"தாஷா, இது விசித்திரமாக இல்லை? ஆபத்தையும் மரணத்தையும் நான் அலட்சியம் செய்யப்பட வேண்டிய விஷயங்களாகத்தான் கருதி வந்தேன். ஒருவன் கொல்லப்படலாம் அல்லது கொல்லப்படாமலும் இருக்கலாம். யுத்தக் களத்தில் அவன் வீரன் என்று அர்த்தமில்லை. வெறும் துக்கம் தோய்ந்தவன். ஆனால், இப்போது நான் அதையெல்லாம் எண்ணிப் பார்க்கும் போது, என்னில் பயவுணர்ச்சி தோன்றுகிறது. நான் ஆயிரம் வருஷம் உயிர் வாழ விரும்புகிறேன். இப்போது நான் உன் அருகில், உன்னைப் பார்த்துக்கொண்டே, உன்னைத் தொட்டுப் பார்த்துக்கொள்ளும்படி, பல்லாண்டுக் காலம் வாழ விரும்புகிறேன்."

"ஆமாம். ஆயிரம் வருஷம் இருந்தால் நான் பார்ப்பதற்கு ரொம்பவும் அழகாய்த் தானிருப்பேன். நல்லது, இவான். இந்த உள்பாடியை நான் என்ன செய்வது?" அவள் அந்த உள்பாடியை மீண்டும் பிரித்தெடுத்து, அதைத் தனது மார்பின்மீது வைத்துப் பார்த்தாள். "இந்த உள்பாடிக்குள்ளே மூன்று பெண்கள் நுழைந்து கொள்ளலாம் போலிருக்கிறதே. இல்லையென்றால், இதை இங்கேயே விட்டுவிட்டுப் போய்விடலாமா?"

"ஒருவேளை, உன் உடம்பில் சதை போட்டால் அப்போது உனக்குச் சரியாக இருக்குமே!"

"அசட்டுத்தனமாய்ப் பேசாதே. நான் உள்பாடி அணிவதில்லை என்பது உங்களுக்கும் தெரிந்த விஷயம் தானே. நான் சொல்வதைக் கேள். இதிலுள்ள திமிங்கல முள் கொக்கியையும் எடுத்து, இந்தப் பட்டியையும் வெட்டியெடுத்துவிட்டால், இது உனக்கு ஒரு கையில்லாத சட்டை மாதிரி பயன்பட்டுவிடும்!"

அவளது இரண்டு கைகளும் வேலைசெய்வதில் ஈடுபட்டிருக்கும் சந்தர்ப்பத்தைப் பயன்படுத்திக் கொண்டு, இவான் இலீச் அவளுக்குப் பின்புறமாக மெதுவாகச் சென்று, அவளது உடம்பில் கைகளைக் கொடுத்து, அவளைத் தன்பால் அன்போடு இழுத்தான்.

"அப்படியானால் நீ சொன்னது உண்மைதானா? எங்கே, அதைத் திரும்பவும் சொல்."

"ஆமாம். ஆமாம். இந்த உலகத்திலேயே நீ ஒருவன் மட்டும்தான் எனக்குச் சொந்தம். நீ மட்டும் இல்லாவிட்டால், நான் ஒன்றுமேயில்லை. எனவே நான் உன்னைத் தேடித்தான் புறப்பட்டேன். என்றாலும் இவான், நீ நினைத்துப் பார்" என்று சொல்லிக்கொண்டே, அவள் அவனது பிடியிலிருந்து தனது தோள்களை விடுவித்துக் கொண்டு விலகினாள். "உனக்கு எவ்வளவு பலமிருக்கிறது என்பதை நினைத்துப் பார். ஒருநாள் நீ என் எலும்புகளே நொறுங்கிப் போகுமாறு. சரி, கேள், நாம் எதையாவது மறந்து விட்டோமா? என்றாலும் இப்போது எதுவும் செய்வதற்கில்லை. நேரமாகிவிட்டது."

"ஏன்? உனக்கு என்ன வேண்டும்? பறந்தோடிப் போய் வாங்கி வருகிறேன்."

"ஒரு கடற்பஞ்சு இருந்தால் நல்லது."

"கடற்பஞ்சா?"

இவான் தனது கம்பளிக் கோட்டை நோக்கி ஓடோடிச்

சென்றான்; அதன் பையிருந்து ஒரு கடற்பஞ்சையும், வேறு பல தேவையற்ற சாமான்களையும் வெளியே எடுத்தான்.

"தாஷா, இதைப் பாரேன். இதெல்லாம் எதற்கென்றே எவருக்கும் புரியாது. ஆனாலும், நான் என்னவோ இதையும் எடுத்துக்கொண்டு வந்துவிட்டேன்."

"இவான், இது ஓர் அருமையான பொருளாயிற்றே. இது முகத்தைத் தேய்த்துக் கொடுப்பதற்கான ரப்பர் உருளை. நீங்கள் என் அருமைக் கண்ணல்ல! இதைத்தான் நான் விரும்பினேன்!"

கூடையில் எல்லாவற்றையும் திணித்து அடுக்கி முடித்ததும், தாஷா இவான் இலீச்சிடம் வந்தாள்; அவனோ எந்த நிமிஷமும் பிய்த்துக்கொண்டு ஓடத் தயாராயிருப்பவன்போலக் கட்டிலின் ஓரத்தில் உட்கார்ந்துகொண்டிருந்தான். அவனது முகத்தை அவள் தனது இருகைகளாலும் பற்றி, அதனை மேல்நோக்கித் திருப்பினாள்; பின்னர், அவனது கண்களையே இடையறாது பார்த்துக்கொண்டு சொன்னாள்:

"நான் ஒரு சபதம் ஏற்றிருக்கிறேன். எனது புதிய வாழ்வில் நான் எதற்காகவும் காத்து நிற்கப் போவதில்லை. நான் ஒரு சோல்வேய்க்[10] அல்ல; நான் கடற்பரப்பின்மீது கவிந்துள்ள பனிமூட்டங்களை இனியும் பார்த்துக் கொண்டிருக்கப் போவதில்லை. காதலிப்பதையும், காரியங்களை நிறைவேற்றுவதையும் தவிர, நான் வேறு எதுவும் செய்யப்போவதில்லை. நான் எப்படியிருக்கிறேனோ, அப்படியே என்னை ஏற்றுக்கொள். நல்லவளோ, கெட்டவளோ, என்னை உன் விசுவாசமுள்ள மனைவியாக ஏற்றுக்கொள். நாம் எல்லாவற்றையும் அடிதொட்டு மீண்டும் ஆரம்பித்து வைப்போம்."

இந்தச் சமயத்தில் வழக்கம்போலவே கதவைக்கூடத் - தட்டாமல், உள்ளே வந்தார் டாக்டர்; அவர் கடைசியாக வந்த செய்திப் பத்திரிகையைத் தமது கையில்பிடித்தவாறே,

---

10. **இப்சனின் அரசியல் நாடகம் ஒன்றில் ஒரு பாத்திரம். - (ப-ர்.)**

போர்முனையின் அப்போதைய நிலையைக் குறித்து இடிமுழக்கம்போல் பேசத் தொடங்கி விட்டார்:

"அட்மிரல் கல்ச்சாக் - ஓம்ஸ்கில் இருந்த டைரக்டோரியத்தையும் சீர்குலைத்து, அங்குள்ள தொழிலாளர்களையும் சகட்டுமேனிக்குக் கொன்று தள்ளினானே, - அதே அட்மிரல் கல்ச்சாக் இப்போது அதேமாதிரி தன்னைத்தானே ருஷ்யா முழுமைக்கும் ஏக சக்ராதிபதியாகப் பிரகடனப்படுத்தியிருக்கிறான்! பிரெஞ்சுக்காரர்களும், ஆங்கிலேயர்களும் அவனது ஆட்சியை அங்கீகாரம் வேறு செய்துள்ளார்கள். நீங்கள் இதைப் பற்றி என்ன நினைக்கிறீர்கள்? அவனது ஆதிக்கத்தில் ஆறு லட்சம் பேர் கொண்ட ராணுவமும் இருக்கிறது. நீங்கள் விரும்பினால், அவன் தூரக் கிழக்குப் பிரதேசத்தை மட்டும் ஜப்பானியர்களுக்கு விட்டுக்கொடுக்கத் தயாராயிருக்கிறானாம்! சரி. இதைக் கேட்டீர்களா? ஆங்கிலேயரும் பிரெஞ்சுக்காரரும் கூட்டுச் சேர்ந்து, செவஸ்தோபலுக்கும் நோவரசீஸ்க்கும் செல்லும் கடற்பாதைகளில் தமது கப்பற்படைகளையும் அனுப்பி வைத்திருக்கிறார்கள். இவர்கள் நமது நேசநாடுகளாம்! பாருங்கள். யாருக்காக நமது ரத்தத்தைச் சிந்தி யுத்தத்தை ஜெயித்துக் கொடுக்க உதவியிருக்கிறோம் பார்த்தீர்களா?" இதன்பின்னர் டாக்டர் தமது உதடுகளைக் கோபாவேசத்தோடு பிதுக்கிவிட்டு, மேலும் பேசினார்: "தலையீடுதான் இது. பட்டவர்த்தனமான, பகிரங்கமான தலையீடு இது! தார்யா திமீத்ரியெவ்னா என்னை ஒன்றும் அவ்வளவு கோபமாக முறைத்துப் பார்க்காதீர்கள். நீங்கள், உங்களது கணவனை அழைத்துக்கொண்டு வாருங்கள். எனது அறையில் நாமெல்லாம் சிறிது சூப் அருந்துவோம். வயிற்றிலே துப்பாக்கிச் சனியனின் குத்துக்காயங்களோடு ஒரு பயல் வந்தானே. உங்களுக்கு ஞாபகம் இருக்கிறதா? அவன் ஒரு மூட்டை முட்டைக்கோசும், வாத்தும், பன்றிக்குட்டியும் அனுப்பிவைத்திருக்கிறான். இவான் இலீச், இது ரொம்ப மோசமப்பா! எனது சிறந்த நர்ஸை, நீங்கள் என் கண்முன்னாலேயே இழுத்துக் கொண்டு போகப் போகிறீர்களே. பரிதாபமான நிலைதான் எனக்கு.

எப்படியிருந்தாலும் இன்று நீங்களும் நானும் வோட்கா அருந்துவோம். அந்தத் தலையீட்டுக்காரர்கள் எல்லாம் எப்படியும் நாசமாய்ப் போய்த் தொலையட்டும்."

11

தனது மனத்தின் ஊசலாட்டத்துக்கு ஒரு முடிவு காண்பதில், ரோஷினுக்கு மிகுந்த சிரமம் எதுவும் ஏற்படவில்லை. காத்யாவைப் பற்றிய சில தகவல்கள் கிட்டியதுமே, அவனது மனம் அந்தத் திசையிலேயே ஓடத் தொடங்கிவிட்டது. கடற்கரை மணலில் ஒரு பெண்ணின் கால்தடத்தைக் கண்டதும், அதனையே தடயமாகக் கொண்டு, கடலலைகளின் முழக்கத்தைக் காது கொடுத்துக் கேட்டவாறே, அந்த மணல் வெளியில் நடந்துசென்ற அழகு சுந்தரியைப் பற்றிய கற்பனைக் கனவுகளில் ஒரு மனிதன் ஈடுபட்டு விடுவதைப்போலவே ரோஷினும் ஆகிவிட்டான். பொறாமையுணர்ச்சி மிகுந்த, வேதனைதரும் பாசம் அவனது உள்ளத்தில் மீண்டும் பொங்கியெழுந்தது; எனவே, அவனது நம்பிக்கையற்ற எண்ணங்களையும் தேவையற்ற மனச்சோர்வையும், அந்த ஆசை வேகமே அடித்துக்கொண்டு போய்விட்டது. இப்போதோ அவனுக்கு எல்லாமே எளிதாகவும் தெளிவாகவும் தெரிந்தன.

அந்த ஜெர்மானியப் பிரதேச வீரனோடு உரையாடி முடிந்தவுடன், அன்றிரவே அவன் எகதிரினஸ்லாவை விட்டுக் கிளம்பிவிட்டான். தனது பெட்டியை ஹோட்டலிலேயே விட்டுவிட்டு, தனது ராணுவச் சாக்குப் பையையும், மாற்றுக்கு ஓர் உள்ளாடையையும் மட்டும் எடுத்துக்கொண்டு புறப்பட்டுவிட்டான். ரயிலில் ஏறியதுமே தனது தோளிலிருந்த ராணுவச் சின்னங்களையும், தொப்பியில் இருந்த பாட்ஜையும், சட்டைக் கையின்மீது தென்பட்ட ராணுவ முத்திரையையும் பிய்த்தெடுத்து, அவற்றை சன்னல் வழியாக வெளியே

விட்டெறிந்தான். 'பீ-பா-போ' ஹோட்டலிலிருந்து அன்றிரவு கிளம்பும்வரையிலும் தனது சுயமரியாதைக்கு அத்தியாவசியமானவை என்று அவனது மனத்தில் தோன்றி உறுத்திய பல்வேறு எண்ணங்களும், வெளியே எறியப்பட்ட அந்தப் பொருள்களுடனேயே வெளியே பறந்தோடி விட்டன. இப்போதோ அவன் தன் கால்களை அகட்டி வைத்துக்கொண்டு, கைகளைப் பெல்ட்டுக்குள் சொருகிப் பிடித்தவாறு ரயில் பெட்டியின் மெத்தை ஓரத்தில் இருட்டில் அமர்ந்திருந்தான். அந்த ரயில் வண்டியோ காலியாகத்தான் கிடந்தது. அப்போது அவன் உள்ளத்தில் வெறிவேகம் கொண்ட ஓர் ஆனந்த பரவசம் பொங்கியெழுந்தது. ஆம். இதுதான் விடுதலை! ரயிலோ அவனைக் காத்யாவை நோக்கி இழுத்துச் சென்றது. அவளுக்கு என்ன நேர்ந்திருந்தாலும், அவன் எப்படியும் அவளைப் போய் அடையத்தான் வேண்டும். அந்த முயற்சியில் அவனது உடம்பே தும்புதும்பாகக் கிழிந்து பஞ்சாகப் பறந்தாலும் பரவாயில்லை!

எகதிரின ஸ்லாவ் ரயில்வே ஸ்டேஷன் மாஸ்டர் புறப்படும்போதே, பிரயாணிகளுக்குத் தமது எச்சரிக்கையை விடுத்துவிட்டார். அதாவது எகதிரின ஸ்லாவுக்கும், ரஸ்தோவுக்கும் இடையிலுள்ள ரயில்வே பாதையில் கொள்ளையர் கூட்டம் மீண்டும் குவிந்திருப்பதாகவும், கிழக்குநோக்கிச் செல்லும் ரயில்களில் அதுவே கடைசி வண்டியென்றும், மேலும் அந்த ரயில் குல்யாய் - போல்யே வழியாகச் செல்லுமா அல்லது அதற்கும் அப்பாலுள்ள யூசவ்கா ஸ்டேஷன் வழியாகச் செல்லுமா என்பது பற்றித் தாம் ஒன்றும் நிச்சயமாகச் சொல்வதற்கில்லை என்றும் அவர் தெரிவித்துவிட்டார். ஸ்டேஷனைவிட்டுப் புறப்படும் முன்பே, ரயில்வண்டியின் கார்டும் தம்மைச் சூழ்ந்துகொண்டிருந்தவர்களிடம் அந்தக் கொள்ளைக்காரர்களைப் பற்றித் தெரிவித்தார். அவர்கள் மொட்டை வண்டிகளிலும் கூண்டுவண்டிகளிலும் ஏறிக்கொண்டு, ஸ்டெப்பி வெளியின் வழியாக, எங்கே கொள்ளையடிக்கலாம் என்ற எண்ணத்தோடு எப்படிப் பாய்ந்தோடி வருவார்கள் என்பதையும்,

முட்டாள்தனமாகத் தமது பண்ணைகளிலேயே தங்கிவிட்ட பண்ணைக்காரர்களின் பண்ணைகளையெல்லாம் அவர்கள் எப்படித் தீயிட்டுக் கொளுத்துவார்கள் என்பதையும் ராணுவத் தளவாடச் சாலைகளையும் சாராயத் தொழிற்சாலைகளையும் எப்படித் தாக்குவார்கள் என்பதையும், நகரங்களின் சுற்றுப்புறங்களில் எவ்வாறு சுற்றித் திரிவார்கள் என்பதையும் அவர் எடுத்துரைத்தார்.

"இந்த அட்டமான்களுக்கெல்லாம் தலைவன் என்று ஒருவன் இல்லாது போயிருந்தால், இவ்வளவு பயங்கரமான நிலைமைகள் இருந்திருக்காது" என்று அந்த ரயில் கார்டு கனத்தகுரலில் சொன்னார். *"ஆனால், இவர்களுக்கெல்லாம் மேலான அட்டமானாக, தலைவனாக ஒருவன் இருக்கிறான். அவன்தான் மாஹ்னோ. அவன் மிகவும் பிரபலமாகிவிட்டான். அவனுக்கென்று ஒரு ராஜ்யமும் இருக்கிறது. அதன் தலைநகர்தான் குல்யாய் - போல்யே. அவன் சில்லறை விஷயங்களிலெல்லாம் தனது நேரத்தைச் செலவிடுவதில்லை. ரயில்களை வெறுமனே நிறுத்திப் பார்வையிட்டுவிட்டு, அவற்றை மேற்கொண்டு போகவும் விட்டுவிடுவான். யாராவது ஒன்றிரண்டு பேரைத்தான் ரயிலைவிட்டு இழுத்துக் கொண்டுபோய், அங்கேயே ரயில்பாதையின்மீது நிறுத்தி, சுட்டுக் கொன்றுவிடுவான். போனமுறை நான் சென்றபோது, எனது ரயில்வண்டி ரயில்வே ஸ்டேஷனுக்குள் புகுந்ததுமே, பிளாட்பாரத்தில் உள்ள மணிக்குக் கீழே, மாஹ்னோ புகைபிடித்தவாறு நின்றுகொண்டு இருப்பதை நான் கண்டேன். நான் உடனே ரயிலைவிட்டு குதித்திறங்கி, அவனிடம் போய், சலாமிட்டேன்.* 'கையைக் கீழேபோடு! நான் ஒன்றும் கடவுளோ, ஜாரோ அல்ல!' *என்று அவன் கடுமையாகச் சொன்னான். பிறகு,* 'ரயிலில் கம்யூனிஸ்டுகள் யாராவது வந்திருக்கிறார்களா?' *என்று கேட்டான்.* 'இல்லை, ஐயா!' *என்றேன் நான்.* 'சரி. வெள்ளை ராணுவ வீரர்கள்?' *என்று மறுபடியும் கேட்டான்.* 'இல்லை, ஐயா. உள்ளூர்ப் பிரயாணிகள் மட்டும்தான்' *என்றேன் நான்.* 'பணப்பெட்டி ஏதாவது போகிறதா?' *என்று கேட்டான் அவன். உடனே என் இருதயம் படபடத்தது; அப்படியே புடைத்து*

அலெக்ஸேய் தல்ஸ்தோய் ▲ 303

வெடித்துவிடும் போலிருந்தது. 'நீங்களே வந்து பாருங்கள். சாமான் வண்டியும், தபால் வண்டியும் காலியாகத்தான் இருக்கின்றன' என்றேன் நான். 'நல்லது. நீ போகலாம். டிரைவருக்குக் கொடியைக் காட்டு!'"

கிராமப்புறங்களிலேயுள்ள ஸ்டேஷன்களில் வண்டி நிற்கும்போதெல்லாம் பிரயாணிகளுக்குப் பதைபதைப்பு அதிகரித்தது. கடகடத்து வந்த சக்கரங்கள் மௌனத்தில் ஆழ்ந்து அசையாமல் நிற்பது அவர்களுக்குச் சித்திரவதை செய்யும் வேதனையாக இருந்தது. என்ன நேருமோ என்ற பயத்தை மூட்டியது. ரோஷின் வண்டியின் முனைக்குச் சென்று, அங்கிருந்த படியின்மீது நின்று ஸ்டேஷன் பிளாட்பாரத்தைப் பார்த்தான். இருண்டு கிடந்த அந்த ஸ்டேஷன் பிளாட்பாரத்திலோ, அதை அடுத்துத் தோன்றும் ரயில் தண்டவாளங்களிலோ எவரையுமே காணோம். ஸ்டேஷன் கட்டடத்தின் சன்னலில் ஓர் எண்ணெய் விளக்கின் மங்கிய மஞ்சள் ஒளி மட்டும் மினுக்கித் தெரிந்தது. அந்த அறைக்குள்ளே இரண்டு பேர் உட்கார்ந்திருந்தார்கள். அந்த ரயிலின் கார்டும், தந்தியடிப்பவரும்தான் அவர்கள். இருவரும் இரவு முழுவதுமே அங்கு உட்கார்ந்திருக்கத் தீர்மானித்து விட்டதுபோல் தோன்றியது. அவர்கள் கோட்டுக்காலரினால் முகத்தை மூக்குவரையிலும் மூடி மறைத்திருந்தார்கள். அங்கேபோய் அவர்களிடம் விசாரிப்பதில் எந்தப் புண்ணியமுமில்லை. அடுத்த ஸ்டேஷனிலிருந்து உரிய தகவல் வந்து சேர்ந்தால்தான் ரயில் அங்கிருந்து கிளம்ப முடியும். ஆனால் அடுத்த ஸ்டேஷனில் எவரேனும் உயிருடன் இருக்கிறார்களா, இல்லையா என்பதை யார் சொல்ல முடியும்?

ரோஷின் குளிர்ந்த காற்றை உள்வாங்கிச் சுவாசித்தான்; அவனது உடம்பு நிமிர்ந்திருந்தது; தசைகள் முறுக்கேறிப் போயிருந்தன. பனிக்காற்று வீசும் நவம்பர் மாதப் பருவத்தின் அந்தப் பனிமூட்டத்திலே, எல்லையற்ற அத்துவான வெளியாகப் படர்ந்துகிடந்த அந்த ருஷ்யாவிலே அவனுக்கு ஒரேஒரு ஜீவநாடியான புள்ளிதான் இருந்தது;

அவன் தாகத்தோடும் தவிப்போடும் நேசித்த கதகதப்பான சதைக் கோளம்தான் இது. எத்தகைய கணநேரக் கோபவெறியிலே அவன் காத்யாவை விரட்டியடித்தான்? பழிவாங்க வேண்டும், தண்டிக்க வேண்டும் என்றெழுந்த மூர்க்காவேசமான வேட்டையால் அல்லவா, அவன் காத்யாவின் கையை உதறித் தள்ளினான்! சகிக்கமுடியாத நிராதரவான நிலையின் எல்லையில் நின்றுவிட்டு, அவனது கைகளை அவள் பற்றிப்பிடித்தபோது, அவன் எவ்வளவு கொடுமையாக அவளை நிராகரித்தான்! அவளை வேற்றூரிலே தன்னந்தனியே விட்டுவிட்டல்லவா அவன் வெளியேறினான். இத்தகைய கொடுமையைச் செய்வதற்கு அவனுக்கு எத்தனை கண்மூடித்தனமான வெறி இருந்திருக்க வேண்டும்! இனி அவன் அவளைக் கண்டுபிடித்தால் ஒருவார்த்தைகூடப் பேசாமல் (வேறு வழிதான் என்ன?) அவளது காலடியிலே தரையிலே நெடுஞ்சாண்கிடையாக விழுந்து அவளது காலை முத்தமிடத்தான் வேண்டும்! அந்தக் காலிலே அவள் காலுறையை மட்டும்தான் அணிந்திருப்பாள். அதுவும் நார்நாராய்க் கிழிந்திருக்கலாம் என்றாலும் அப்படியும் அவன் அவளது மன்னிப்பைப் பெற்றுவிடலாம் என்பது என்ன நிச்சயம்? அவன்செய்த துரோகத்துக்கு அவ்வளவு லகுவில் பாவமன்னிப்பு கிட்டிவிடுமா?

ரோஷின் இவ்வாறெல்லாம் சிந்தித்தவனாக, தன்னந் தனிமையில் அந்தப் படிக்கட்டின்மீது நின்று தனக்குத்தானே கோபத்துடன் முனகிக்கொண்டும், முகத்தைச் சுழித்துக்கொண்டும் இருந்தான். கார்டு ஸ்டேஷனைவிட்டு வெளியேவந்து ரயிலுக்கருகில் சென்று நின்றார். தூரத்தைக் கடந்துசெல்வது பற்றிய எல்லாப் பிரச்னைகளையும் பற்றி அவர் அலட்சியமாகவே இருப்பதாகத்தான் தோன்றியது. ரோஷின் அவரிடம் போய், இன்னும் வெகுநேரம் காத்திருக்க வேண்டுமோ என்று கேட்டான். அவரோ தமது தோளை உலுக்கிக் காட்டக்கூட முனையவில்லை. அவரது கையிலிருந்த புகை கக்கிக் கொண்டிருந்த விளக்கு, காற்றில் அசைந்தாடியது; காற்றிலே படபடக்கும் அவரது கறுத்த கோட்டின்மீது

ஒளியைச் சிதறியது. இதற்குள் ஸ்டேஷன் அறையில் எரிந்துகொண்டிருந்த மங்கல் விளக்கு திடீரென்று அணைந்தது; அந்த அறைக் கதவும் படாரென்று சாத்தப்பட்டது. தந்தியடிப்பவர் கார்டை நோக்கிவந்தார். பின்னர் இருவரும் கைகாட்டி மரம் நின்ற திசையை நெடுநேரம் கூர்ந்து பார்த்தார்கள்.

"விளக்கை அணை!" என்று தந்தியடிப்பவர் கிசுகிசுத்த குரலில் சொன்னார்.

கார்டு அந்த விளக்கைத் தமது புடைத்த மீசையுள்ள முகத்தருகே கொண்டுபோனார்; புகை கக்கிக் கொண்டிருந்த அந்த விளக்கின் சுடரை வாயினால் ஊதி அணைத்தார். பின்னர் அவர்கள் இருவரும் ரயிலுக்குள் ஏறி, அடுத்த பக்கத்திலுள்ள கதவைத் திறந்தார்கள்.

"ஓடிப் போங்கள்!" என்று அந்த ரயில்வே கார்டு ரோஷினிடம் சொல்லிவிட்டு, அவசர அவசரமாகப் படியை விட்டிறங்கி ஓடத்தொடங்கினார்.

ரோஷினும் அவர்களைத் தொடர்ந்து ரயிலிலிருந்து குதித்தான்; தண்டவாளங்களிலும், ரயில்வேயின் ஸ்லீப்பர் கட்டைக் குவியலின்மீதும் அவன் தடுக்கி விழுந்தான்; என்றாலும் அவனும் அப்பாலுள்ள வயல்வெளியை நோக்கி ஓடினான். அங்கே இருட்டு அவ்வளவு கன்னங்கரியதாக இல்லை. தனக்கு முன்னால் நடந்துகொண்டிருந்த இருவரையும் அவன் அங்கு கண்டான்; அவனும் அவர்களை எட்டிப்பிடித்து விட்டான்.

"இங்கே சில குழிகள் உண்டு" என்றார் அந்தத் தந்தியடிக்கும் ஆசாமி. "என்ன இருட்டப்பா! இங்கே சில இடங்களில் மணலை வெட்டியெடுத்த குழிகள் உண்டு. நான் எப்போதும் அவற்றில்தான் ஒளிந்துகொள்வேன்."

அந்தக் குழிகள் இடதுபுறத்தில் கொஞ்சம் திரும்பியதுமே தென்பட்டுவிட்டன. தனது கூட்டாளிகளைப் பின்பற்றி, ரோஷினும் ஏதோ ஒரு குழிக்குள் இறங்கினான். அதற்குள் மேலும் இரண்டுபேர் அங்குவந்து சேர்ந்து

விட்டார்கள். இஞ்சின் டிரைவரும், கரிதள்ளுபவனும் தான். ஏதேதோ வசைபாடிக்கொண்டு அவர்களும் குழிக்குள் இறங்கினார்கள். கார்டு ஆழ்ந்து பெருமூச்சு விட்டார்:

"ச்சீ! நான் இந்த வேலையையே விட்டுவிடப் போகிறேன். போதும்போதும் என்றாகிவிட்டது. நல்ல ரயில்வே இது!"

"ஷ்!" என்று எச்சரித்தார் தந்தியடிப்பவர். "பிசாசுகள்! அதோ வந்துவிட்டார்கள்!"

அப்போது ஸ்டெப்பி வெளியிலே குதிரைகள் ஓடிவரும் சப்தம் கேட்டது; தொடர்ந்து வண்டிகளின் கடகடத்த ஓசையும் தெளிவாகக் கேட்டது.

"இந்த வட்டாரத்திலே இப்போது தொல்லை கொடுத்துக் கொண்டிருப்பது யார்?" என்று கார்டு தந்தியடிப்பவரிடம் கேட்டார். "மீண்டும் மரண ஜாக்கிதானா?"

"இல்லை. இப்போது அவன் திப்ரீவ் ஸ்க்காட்டில் இருக்கிறான். ஒருவேளை, இப்போது இங்கு மரீயாதான் நடமாடிக் கொண்டிருக்க வேண்டும். ஒருவேளை, அவளாக இல்லாமலும் இருக்கலாம். ஏனெனில், அவள் எப்போதும் தீப்பந்தங்களை ஏந்திக் கொண்டுதான் குதிரைமீது வருவாள். இது வேறு யாராவது குட்டி அட்டமானாக, உள்ளூர்க்காரனாக இருக்கலாம்."

"இல்லையில்லை" என்று இஞ்சின் டிரைவர் உள்ளடங்கிய குரலில் சொன்னான். "இது அந்தப் பாழாய்ப்போன மக்ஸ் யூதாதான்; மாஹ்னோவின் அட்டமான்களில் ஒருவன் அவன்."

பின்னர் அவன் பெருமூச்சுவிட்டான்.

"மூன்றாவது வண்டியில் ஒரு யூதன் ஒருவன் இருந்தான். அவன் ஏராளமான பெட்டிகள் எல்லாம் வைத்திருந்தான் - நான் அவனை எச்சரிக்க மறந்துவிட்டேன். ரொம்ப மோசம்!"

இடிப்புயலுக்கு முந்தை காற்றைப்போல், குதிரைக் குளம்புகளின் ஓசை அருகில் நெருங்கிவந்தது. ஸ்டேஷனுக்கு வெளியேயுள்ள கப்பிக்கல் ரஸ்தாவில் வண்டிச் சக்கரங்கள் இடிமுழக்கம்போல் கடகடத்து உருளும் சத்தம்கேட்டது. "வாருங்கள்! வாருங்கள்!" என்ற கூச்சல்கள் கேட்டன; கண்ணாடிகள் நொறுங்கும் சப்தமும், துப்பாக்கி வெடியோசையும், திடீர்க் கூச்சலும், அலறலும், இரும்புடன் மோதும் கலகலப்பும் கேட்டன. கார்டு தமது கைகளின்மீது வாயினால் ஊதிக் கொண்டார்:

"அவர்கள் எப்போதுமே ரயில் வண்டியின் ஜன்னல் கண்ணாடிகளை உடைக்கத்தான் செய்கிறார்கள். குடிகாரமட்டைகள்!"

கூச்சலும் குழப்பமும் வெகுநேரம் நீடிக்கவில்லை.

பின்னர் அதிகார தோரணையுடன் ஒரு குரல் முழக்கமிட்டது: "குதிரைகளில் ஏறுங்கள்!" தொடர்ந்து வண்டிகள் கலகலத்தன; குதிரைகள் கனைத்தன; சக்கரங்கள் கடகடத்தன. அந்த அட்டமான் கொள்ளைக் கூட்டம் ஸ்டெப்பி வெளியை நோக்கிப் பறந்தது. அவர்கள் ஐவரும் குழியைவிட்டு வெளியே வந்து, இருண்டுகிடந்த அந்த ரயிலை நோக்கி மெதுவாக நடந்துவந்து, தத்தம் இடங்களுக்குச் சென்றார்கள். தந்தியடிப்பவர் மீண்டும் தமது எண்ணெய் விளக்கை ஏற்றிவிட்டு, அடுத்த ஸ்டேஷனுடன் தொடர்புகொண்டார்; இஞ்சின் டிரைவரும், கரிதள்ளுபவனும் இஞ்சினிலிருந்து ஏதாவது முக்கியமான பாகங்கள் பறியோயிருக்கிறதா என்று பரிசோதித்தார்கள். ரோஷின் மீண்டும் வண்டியில் ஏறிக்கொண்டான். கார்டோ, காலுக்கடியில் கிடந்த சன்னல் கண்ணாடிகளின் உடைந்த துண்டுகளை நெறுநெறுவென மிதித்துக்கொண்டே, பின்வருமாறு முணுமுணுத்தார்:

"நான் எதிர்பார்த்தபடியேதான் நடந்திருக்கிறது. அவர்கள் இவனைக் கொன்றுவிட்டார்கள். பெட்டிகளை மட்டும் அவர்கள் ஏன் எடுத்துச் சென்றிருக்கலாமே, ஒருமனிதனின்

உயிரைக் கண்டிப்பாகப் பறிக்கத்தான் வேண்டுமா?"

மீண்டும் ரயில் வெகுநேரம் நின்றது. அதன்பின் கார்டு, ஒரு வழியாக விசிலை ஊதினார்: இஞ்சினோ கோபாவேசத்தோடு அந்த ஸ்டெப்பி வெளி முழுதும் எதிரொலிக்கும் வண்ணம் அலறியது; பின்னர், ரயில் குல்யாய் - போல்யேயை நோக்கிப் புறப்பட்டுச் சென்றது.

ரோஷின் ஜன்னலுக்கடியிலிருந்த மடக்கு மேஜைமீது முழங்கைகளை ஊன்றி, முகத்தை உள்ளங்கைகளில் புதைத்துக்கொண்டு, தனது பிரச்னையைக் குறித்து, ஏகாக்கிர சிந்தனையில் ஈடுபட்டான்: அவன் இறந்துவிட்டதாக, அந்த அயோக்கியன் ஒனோலி அவளிடம் சொன்னதற்கு மறுநாளே, காத்யா ரஸ்தோவை விட்டுக் கிளம்பிவிட்டாள். எனவே, அவள் அந்த ஜெர்மானியப் பிரதேச ராணுவ வீரனை இரண்டு நாட்களுக்குப் பின்னர் தான் ரயிலில் சந்தித்துப் பேசினாள் என்று தெரிகிறது. அந்த ஜெர்மானியன் எதிர்காலத்தில் ஏதாவது பிரதிபலனை எதிர்பார்த்துத்தான் அவளைத் தேற்ற முனைந்திருப்பான் என்று வைத்துக் கொள்வோம். அந்தச் சமயத்திலே அவளுக்கு ஆறுதல் சொல்வது அவசியமாகத்தான் இருந்திருக்கும். ஆனால், அவள் தன் பெயரையும் விலாசத்தையும் அவ்வளவு துல்லியமாக ஓர் அன்னியனின் நோட்டுப் புத்தகத்தில் தன் கைப்பட எழுதிக் கொடுப்பதென்றால், அதில் போடவேண்டிய காற்புள்ளி, அரைப்புள்ளி முதலியவற்றையும் மிகவும் கணக்காகப் போட்டிருந்தாள் என்றால், அதிலும் அவளுக்கு மிகவும் நெருங்கிய, உயிருக்குயிரான கணவனை, காதலனை இழந்துவிட்டு மறுநாளே அவ்வாறு எழுதுவதென்றால் - அதுதான் அவனுக்கு மர்மமாக இருந்தது! சொல்லப்போனால், அப்போது அவளைப் பொருத்தவரையில் அவளது சர்வலோகமுமே தவிடுபொடியாகி அவளைச் சுற்றிலும் கல்லும் மண்ணுமாகத்தானே விழுந்துகிடந்தது! அவளது ஆசைக் கணவனின் சடலம் எங்கோ, எவ்விடத்திலோ நாதியற்ற பிணமாக நாற்றமெடுத்துக் கிடந்தது! அந்த

அலெக்சேய் தல்ஸ்தோய் ▲ 309

நேரத்திலே, அவள் நிராதரவான பெருங்கவலைக் கடலில் சிலநாட்கள் ஆழ்ந்திருந்தாள் என்று சொன்னால், அது இயல்புதான். ஆனால், அவளோ தனது விலாசத்தை மேற்பார்வை போஸ்ட்மாஸ்டர் என்று தெள்ளத்தெளிவாக அல்லவா கொடுத்திருந்தாள். எனவே, அவளுக்கு எங்கோ எவ்விடத்தோ ஏதோ ஒரு நம்பிக்கையொளி இருந்திருக்கத்தானே வேண்டும்! அதுதான் மர்மமாக இருந்தது.

"பிரஜையே! உங்கள் அத்தாட்சிப் பத்திரங்களைத் தயவுசெய்து காட்டுகிறீர்களா" என்று ரோஷினுக்கு எதிரே வந்தமர்ந்த நடத்துநர் கேட்டார்; பின்னர் அவர் தமது புகைகக்கும் விளக்கைத் தமக்கருகில் வைத்துக் கொண்டார். "நாம் சீக்கிரமே குல்யாய் - போல்யே போய்ச் சேர்ந்துவிடுவோம். பிறகு, நீங்கள் நிம்மதியாகத் தூங்கலாம்."

"அங்கேதான் நான் இறங்கப்போகிறேன்."

"ரொம்ப நல்லதாயிற்று. ரயிலில் யார் வந்தார்கள் என்பது பற்றி என்னிடம் விவரம்கேட்பார்கள்."

"என்னிடம் பத்திரங்கள் எதுவும் இல்லை."

"பத்திரங்கள் இல்லையா?"

"நான் அவற்றைக் கிழித்து, தூர எறிந்துவிட்டேன்."

"அப்படியென்றால் நான் உங்களைப்பற்றிப் புகார் செய்யவே நேரும்."

"புகார் செய்துவிட்டுப் பாழாய்ப் போங்கள்!"

"பாழாய்ப் போன பேச்செல்லாம் இப்போது எதற்கு? நீங்கள் ஓர் அதிகாரியா?"

ரோஷினின் மூளை அப்போது மிகவும் விழிப்போடிருந்தது. எனவே, அவன் பற்களைக் கடித்துக் கொண்டு, மிகவும் விறைப்பாகப் பதிலளித்தான்:

“நான் ஓர் அராஜகவாதி.”

“ஆஹா! அப்படியா சேதி? நான் உங்களைப் போன்ற பலரை எகதிரின ஸ்லாவிலிருந்து எனது வண்டியில் கூட்டி வந்திருக்கிறேன்” என்று அவர் பதிலளித்துவிட்டு, தமது விளக்கைக் கையிலெடுத்து அதனைத் தமது கால்களுக்கிடையில் ஆடவிட்டவாறே, ஜன்னலுக்கு வெளியே இஞ்சினிலிருந்து இருளில் பறந்துவரும் தீப்பொறிகளை வெகுநேரம் பார்த்தார். பிறகு தணிந்தகுரலில் பேசத் தொடங்கினார். “நீங்கள் ஒரு படித்த மனிதர். நாங்கள் என்னதான் செய்வதென்று நீங்கள் சொல்லுங்கள். நான் போனதடவை ஓர் அராஜகவாதியை ரயிலில் சந்தித்தேன். ரொம்பவும் முறைப்பான பேர்வழி. தலை நரைத்துப்போய் சீவப்படாமல் குலைந்துபோயிருந்தது. அவர் என்னிடம் ‘உங்கள் ரயில்வேக்களே எங்களுக்குத் தேவையில்லை. நாங்கள் எல்லாவற்றையும் உடைத்து நொறுக்குவோம். அதன்மூலம் ஜனங்கள் அவற்றைப் பற்றியே மறந்துவிடச் செய்வோம். ரயில்வேக்கள் எல்லாம் அடிமைத்தனத்துக்கும் முதலாளித்துவத்துக்கும்தான் வழிவகுக்கிறது. நாங்கள் எல்லாவற்றையும் சமமாகப் பங்கிட்டுவிடுவோம். மனிதன் மிருகத்தைப்போல் சுதந்திரமாக வாழவேண்டும். அவன்மீது எந்த அதிகாரமும் செலுத்தப்படக்கூடாது.’ என்றார் அவர். “உங்களுக்கெல்லாம் மிக்க நன்றி! நான் ரயில்வேயில் முப்பது வருஷமாக உழைத்து, எனக்கு தகன்ரோகில் ஒரு சின்ன வீடும் கட்டியிருக்கிறேன். அதில் நானும் என் மனைவியும் குடியிருக்கிறோம். எங்களிடம் ஓர் ஆடும், ஒரு சின்னக் காய்கறிப் பாத்தியும் இருக்கின்றன; அந்தப் பாத்தியிலே இரண்டு பிளம் மரங்களும் உண்டு. அவ்வளவுதான் எனது சொத்தெல்லாம். எனக்கு எதற்காகச் சுதந்திரம்? எனது ஆட்டைக் குன்றுப்புறத் திலுள்ள புல்வெளியில் மேயவிடுவதற்கா? நீங்களே சொல்லுங்கள். முந்தைய ஆட்சியில் ஒழுங்கு இருந்ததா, இல்லையா? சுரண்டல் இருக்கத்தான் செய்தது. அதை நான் மறுக்கவில்லை. உதாரணத்துக்கு, ஒரு முதல் வகுப்புப் பெட்டியை எடுத்துக்கொள்ளுங்கள். அங்கு எல்லாமே

அமைதியும் கண்ணியமும் நிறைந்துதான் இருக்கும். ஒரு பிரயாணி சுருட்டைப் புகைத்துக் கொண்டிருப்பார்; மற்றொருவர் பெரிய மனிதத் தோரணையோடு தூங்கி வழிந்துகொண்டிருப்பார். அவர்களெல்லாம் சுரண்டல்காரர்கள்தான் என்பது பார்த்த மாத்திரத்திலேயே தெரியும். என்றாலும், அவர்கள் என்றும் தாறுமாறாகப் பேசியது இல்லை. கடவுள் காப்பாராக! அங்கேயெல்லாம் நாம் வெறுமனே தொப்பியைத் தொட்டுவிட்டு, பெட்டிக்குள் அமைதியாகப் போய்விடலாம். ஆனால், மூன்றாம் வகுப்பிலோ விவசாயிகள் எல்லாம் ஒருவருக்கொருவர் இடித்துக்கொண்டு கும்பலாகத்தான் இருப்பார்கள். அங்கேயொன்றும் நாம் மரியாதை காட்டிக் கொள்வதில்லை. நிலைமைகளெல்லாம் அப்படித்தான் இருந்தன. அதிலிருந்து தப்ப வழியில்லைதான். ஆனால் அப்போதெல்லாம் ரயிலில் வறுத்த கோழிக்குஞ்சும், பன்றித் துடைக்கறியும், இரண்டிரண்டு முட்டைகளும், ரொட்டியும் கிடைக்கும். அந்த ரொட்டியெல்லாம் உங்களுக்கு நினைவிருக்கிறதா?" அவர் பேச்சை நிறுத்தி விட்டு, சன்னலுக்கு வெளியே அந்தத் தீப்பொறிகளைப் பார்த்தார். பிறகு மீண்டும் பேசத் தொடங்கினார்: "பாருங்கள் சாமான் வண்டியில் சக்கரத்தின் அச்சு மிகவும் சூடேறிவிட்டது. அந்தச் சூட்டை ஆற்றுவதற்கு எண்ணெய்கூட இல்லை. அராஜகவாதிகளின் உதவியில்லாவிட்டால், ரயில் போக்குவரத்தெல்லாம் ஸ்தம்பித்துவிடும். இப்போது சொல்லுங்கள், என்னதான் நேரப்போகிறது? நாம் ஜாராட்சியை மாற்றி ராதா ஆட்சிமுறையைக் கொண்டுவந்தோம்; பின்னர் அதையும் மாற்றி, ராணுவாதிகாரியைக் கொண்டுவந்தோம். இவர்களையும் மாற்றி நாம் யாரைக் கொண்டுவருவது? மாஹ்னோவையா? ஒரு காலத்திலே முட்டாள் ஒருவன் இருந்தான். அவன்தானே ஒரு கலப்பையைச் செய்ய முனைந்தான். இரும்பை உலையில் போட்டுக் காயவைத்தான். அது பாதி உருகிப்போய் விட்டது. எனவே அவன் ஒரு கோடரி செய்வதெனத் தீர்மானித் தான். அப்போதும் இரும்பு உருகிப் போய் விட்டது. பிறகு

ஓர் இடுக்கி செய்யுமளவுக்குத்தான் இரும்பு மிஞ்சியது. அவன் அதையும் சுத்தியலால் அடித்து நொறுக்கினான். கடைசியில் ஓர் ஆணி செய்யத்தான் இரும்பு இருந்தது! அந்த மாதிரி ஆகிவிட்டது இப்போது. ஓர் ஒழுங்கில்லை; பயம் இல்லை; தட்டிக் கேட்பாரும் யாரும் இல்லை. நீங்கள் குல்யாய் - போல்யேவுக்குப் போகிறீர்கள். அங்கேயுள்ள 'சுதந்திர அராஜக ஆட்சியின்' கீழ் மக்கள் எப்படி வாழ்கிறார்கள் என்பதைப் பார்க்கத்தான் செய்வீர்கள். ஆனால், நான் ஒன்று மட்டும் சொல்வேன். அவர்கள் மிகவும் குஷியாகத்தான் வாழ்கிறார்கள். அந்தமாதிரியான வாழ்க்கையை யாரும் எங்குமே பார்த்ததில்லை! அந்த ஜில்லா முழுவதையுமே மதுபானப் பிரதேசமாகப் பிரகடனப்படுத்தியுள்ளார்கள். எத்தனை விபசாரிகளை நான் எனது ரயிலிலேயே ஏற்றிக் கொண்டுபோய் அங்கு இறங்கியிருக்கிறேன். தெரியுமா? ஆம். கிழவன் சொல்கிறேன்: என்னை மன்னித்துவிடுங்கள், தோழர் அராஜகவாதி! ருஷ்யா குட்டிச்சுவராய்ப் போய்விட்டது!"

கோடைகாலத்தின்போது அட்டமான் படைப்பிரிவுகளில் சேர்ந்த வசதியுள்ள விவசாயிகள் பலரும் இப்போது தத்தம் வீடுகளுக்குத் திரும்பிப் போவதைப்பற்றிச் சிந்திக்கத் தொடங்கிவிட்டார்கள். வெற்றிகரமான கொள்ளைகளுக்குப் பின்னர் தத்தம் பங்குக்கு நேர்மையோடு வந்து சேர்ந்த கொள்ளைப் பொருள்களை அவர்கள் வண்டிகளில் ஏற்றினார்கள்; அத்துடன் அந்தந்த வட்டாரத்தில் புழக்கத்திலிருந்த நாணயச் செலாவணியையெல்லாம் ஜாராட்சிக் காலத்து ரூபிள் நோட்டுகளாக மாற்றிக் கொண்டார்கள். வண்டியிலேற்றிய தமது சாமான்களுக்குமேல் ஒரு தார்ப் பாயை விரித்து, அவற்றைப் பதனமாகக் கட்டி முடித்தார்கள். வண்டியின் பின்புறத்து அச்சுக்குக் கீழே ஒரு சமையல் பாத்திரத்தைக் கட்டித் தொங்கவிட்டார்கள். எவருக்கும் தெரியாமல் தமது கொழுத்த குதிரைகளை வண்டியில் பூட்டினார்கள்; தத்தம் கிராமங்களுக்கும், குக்கிராமங்களுக்கும் வண்டியைத் தட்டிவிட்டார்கள். மற்றவர்களோ, பகிரங்கமாகவே தமது அட்டமானிடம் சென்று, சுருக்கமாக விடைபெற

அலெக்சேய் தல்ஸ்தோய் ▲ 313

முனைந்தார்கள்:

"என்னால் இனியும் போர்வீரனாக இருக்க முடியாது."

"ஏன்? என்ன விஷயம்?"

"எனக்கு வீட்டு ஞாபகம் வந்துவிட்டது. அதனால் உண்ணவோ, உறங்கவோ முடியவில்லை. உங்களுக்குத் தேவைப்படும் காலத்தில் எனக்குத் தகவல் அனுப்புங்கள். நான் வந்து சேர்கிறேன்."

அலெக்சேய் கிரசீல்னிகவின் சிந்தனைகளும் இதே திசையில்தான் சென்றன. அவன் தன் தம்பி மனைவியான மத்ரியோனாவிடமும், காத்யா ரோஷினிடமும்கூட இதுபற்றி ஆலோசித்தான். ஊருக்குத் திரும்பிப் போய் விடலாமா அல்லது இன்னும் கொஞ்ச நாட்கள் இருந்து போகலாமா என்பதுதான் பிரச்னை. ஆனால் ஊருக்குப் போனாலும் அவர்களுக்குத் தொல்லைகள்தான் காத்திருந்தன. யார் கண்ணிலும்படாமல், விளதீமிர் ஸ்கோயே கிராமத்துக்குள் போய்விட முடியாது. அப்படியே போனாலும், அந்த ஜெர்மன் சிப்பாயைக் கொலைசெய்தது குறித்து, அவனை விசாரணைக்கு இழுத்துச் சென்றுவிடலாம். ஜெர்மானியரோடு தகராறு வைத்துக்கொள்ளக் கூடாது; அவர்கள் பொல்லாத பேர்வழிகள். இன்னொருவிதமாகப் பார்த்தாலோ, ஊருக்குச் சென்றதும், அங்கு அவர்கள் வாழ்ந்துவந்த வீடு எல்லாமே அந்த நெருப்பினால் எரிந்தவிந்து சாம்பலாகிப் போயிருந்தால், அவர்கள் அந்த வீட்டை முற்றிலும் புதிதாகக் கட்டியாக வேண்டும்; முற்றத்தையும் பழுதுபார்த்து, உபயோகத்துக்கு லாயக்கானதாக மாற்றவேண்டும். மேலும், இத்தனை காரியத்தையும் உடனடியாக, அந்த இலையுதிர் காலத்திலேயே செய்து முடித்தாக வேண்டும்.

ஐந்து நல்ல குதிரைகள், மூன்று வண்டிப் பாரத்துக்குப் பல்வேறு சில்லறைச் சாமான்கள், துணிமணிகள், வீட்டுக்கு உபயோகப்படக்கூடிய பற்பல சாமான்கள் – இவைதான் மாஹ்னோவின் ராணுவம் அடித்த

கொள்ளையில் அலெக்சேய் கிரசீல்னிகவுக்கு வந்து சேர்ந்த பங்காகும். இந்தச் சாமான்களில் பலவற்றையும் கிரசீல்னிகள் சேகரிக்கவில்லை; மத்ரியோனாதான் சேகரித்திருந்தாள். துடியான பேச்சும், அழகிய முகமும் கொண்ட மத்ரியோனா கவர்ச்சிகரமாக உடையணிந்து கொண்டு, கொஞ்சங்கூடப் பயமின்றி, அட்டமான் கொள்ளைக்கூட்டத்தார் நடத்தும் கூட்டங்களுக்கு நேராகப் போய்விடுவாள். அங்கு மாஹ்னோவே இருந்தாலும் அவளுக்கு அதைப்பற்றிக் கவலையோ, பயமோ இல்லை. அந்தக் கூட்டத்தில் ஆஜராகி, அங்கு நடைபெறும் பங்கீட்டில், தனக்கு வேண்டிய சாமான்களாகப் பார்த்து, சாதுரியமாக அவற்றைத் தட்டிக்கொண்டு வந்துவிடுவாள். எவனாவது ஒரு விவசாயி அவளுடன் துணிந்து தகராறுக்கு வந்தானானால், அவனது கையிலிருக்கும் சாமானை - அது போர்வையாகவோ, கம்பளிக் கோட்டாகவோ, நீளமான கச்சாத் துணியாகவோ இருக்கலாம் - அவள் வெடுக்கென்று பறித்துப் பிடுங்குவாள். உடனே, எல்லோரும் ஒரேயடியாய் விழுந்து சிரிப்பார்கள். அவளோ சத்தமிடுவாள்: "நான் பெண்பிள்ளை. உன்னைவிட, எனக்குத்தான் இது மிகவும் தேவை! நீயோ இதனை ஒரு புட்டி மதுவுக்கு விற்றுவிடுவாய். கொள்ளைக்காரா! கடைசியில் நீ இதனை இரவில் என்னிடம் கொண்டு வந்துதான் தரப் போகிறாய். செய்கிறாயா, இல்லையா என்று பாரேன்." மத்ரியோனா சாமான்களை அடகும் பிடித்தாள்; விலைக்கும் வாங்கினாள். இதற்காகவே அவள் தனது வண்டியில் ஒரு பீப்பாய் நிறைய சாராயம் வைத்திருந்தாள்.

அலெக்சேய் தனது மூளையைப்போட்டுக் குழப்பிக் கொண்டான்; எனினும், அவனால் ஒரு முடிவுக்கும் வர முடியவில்லை. கடைசியில் ஒருநாள் அவனுக்கு மகிழ்ச்சிகரமான செய்தி எட்டியது; ஜெர்மானியராலும், தனது சொந்தத் துருப்புகளாலும் கைவிடப் பெற்ற ஸ்கரபாத்ஸ்கி தனது ராணுவதிகாரிப் பதவியைத் துறந்து விட்டான். அத்துடன் பெத்லூராவின் படையினரும் கீவுக்குள் பிரவேசித்து, அங்கு 'உக்ரேனிய ஜனநாயகக்

குடியரசு' பிரகடனப்படுத்திவிட்டார்கள். அதேசமயத்தில், உக்ரேனியச் செஞ்சேனையும் சோவியத் எல்லையிலிருந்து உள்ளே பிரவேசிக்கத் தொடங்கிவிட்டது.

எனவே ஒருநாள் அர்த்தராத்திரியில், அலெக்சேய் மிகவும் ரகசியமாகத் தனது குதிரைகளை ஸ்டெப்பி வெளியிலிருந்து கொண்டுசென்றான்; மத்ரியோனாவையும், காத்யாவையும் எழுப்பி, தான் குதிரைகளை வண்டியில் பூட்டிவிட்டு வருவதாகவும், அதற்குள் அவர்கள் இருவரும் காலையுணவைத் தயாரித்து முடித்துவிட வேண்டும் என்றும் கூறிச் சென்றான். பின்னர், அவர்கள் நெடுவழிப் பயணத்தில் நெடுநேரம் பசிதாங்குமளவுக்கு நன்றாக உண்டு முடித்தார்கள்; இரவோடு இரவாகவே, கனத்த பனிமூட்டம் தேங்கிய கரடுமுரடான பாதையின் வழியாகப் புறப்பட்டுச் சென்றார்கள். பொழுதுபுலர்வதற்கு முன்னர் அவர்கள் தமது வீட்டை நோக்கி, தமது கிராமமான விளதீமிர் ஸ்கோயேவை நோக்கி வண்டிகளை ஓட்டிக்கொண்டு சென்றார்கள்.

அந்த வண்டியில் காத்யா அமர்ந்திருந்தால், அவளுக்கு ரோஷினை அடையாளம் கண்டுகொள்வதே சிரமம்தான். அவள் ஆட்டுத்தோல் மோஸ்தர் ரவிக்கையையும், எண்ணெய் போடப்பட்ட உயர்ந்த பூட்சுகளையும் அணிந்திருந்தாள்; அவளது கன்னங்கள் காற்றாலும் வெயிலாலும் அடிபட்டு ஆப்பிள் பழம்போல் உறுதியாகவும் சிவப்பாகவும் இருந்தன. வாழ்க்கையின் சின்னஞ்சிறு மாறுதல்களையெல்லாம்கூடத் தாங்க மாட்டாமல் பயந்து நடுங்கிய, அதே சீமாட்டிதான் அந்த வண்டியில் அமர்ந்திருந்தாள். அவள் வண்டியில் கிடந்த வைக்கோலின்மீது சாய்ந்துகொண்டு, குதிரையைச் சவுக்கால் அடித்து விரட்டினாள்; தனக்கு முன்னால் சென்றுகொண்டிருந்த அலெக்சேயின் வண்டிக்கு தனது வண்டி மிகவும் பின்தங்கிவிடக் கூடாதே என்ற கவலை அவளுக்கு. ஆனால், அவனோ அடிக்கொரு தரம் தனது வண்டியில் பூட்டப்பட்டிருந்த கறுத்த குதிரைகளை ஓட்டமாக விரட்டத் தொடங்கினான்.

கடைசியாக வந்த வண்டியில் மத்ரியோனா வந்தாள். அவள் அந்த வண்டியை யாரையும் நம்பி விட்டுச் செல்ல விரும்பவில்லை.

ஸ்டெப்பி வெளியில் ஆளரவமே இல்லை. சுண்ணாம்புக் கல் நிறைந்த பீடபூமிப் பிரதேசத்திலிருந்து காற்றினால் விசிறப் பெற்றுவந்து பெய்த பனித்துகள்கள் தேரிக் கடவுகளின் குத்துப் பாறைகளின்மீது வெள்ளைநிறப் படிவங்களாகப் படிந்திருந்தன. அடிவானத்தில் ஆங்காங்கே சுரங்கங்கள் இருந்த இடங்களின் ஓரத்தில் துருநிறம் கொண்ட மண்குவியல்கள் பிரமிட் கோபுரங்கள் போல் காட்சியளித்தன. ஆக்கிரமிப்பாளர்கள் கைவிட்டுச் சென்றுவிட்ட பிரதேசங்களில் இன்னும் வாழ்க்கை தொடங்கவில்லை. அந்தப் பிரதேசங்களில் குடியிருந்த சுரங்கத் தொழிலாளர்கள், ஆலைத் தொழிலாளர்கள் முதலியோரில் பெரும்பாலோர் செஞ்சேனையில் சேர்ந்து, அப்போது த்ஸாரீத்ஸின் போர்முனைக்குச் சென்றிருந்தார்கள். மற்றவர்களெல்லாம் சோவியத் எல்லைப் புறங்களில் திரட்டப் பெற்றுவந்த உக்ரேனியச் செஞ்சேனைப் பட்டாளங்களை நோக்கி, வடதிசைக்கு ஓடிவிட்டார்கள். பாதைகளிலெல்லாம் செடிகொடிகள் குவிந்து கிடந்தன; கவனிப்பாரற்றுக் கிடந்த தானிய வயல்களிலெல்லாம் களைகளும், முள்செடிகளும் மண்டி வளர்ந்திருந்தன. அந்த வயல்களில் மஞ்சளாக நிறம் மாறி வரும் குதிரைகளின் மார்புக்கூட்டின் எலும்புகளும் ஆங்காங்கே தலைகாட்டின. பெரும்பாலும் வீடுகளே தென்படவில்லை.

மத்ரியோனாவோ தனது அத்தானைப் பார்த்து: “ஜனங்களிடமிருந்து கூடுமானவரை விலகியே இருப்பது நல்லது” என்று அடிக்கடி எச்சரித்துவந்தாள். “அவர்களால் நமக்கு ஒரு பயனும் கிடையாது.” ஆனால், அலெக்சேயோ வெறுமனே சிரித்துவிட்டு, அவளை ஒரு குள்ளநரி என்று குறிப்பிட்டான். “என் அருமை மத்ரியோனா! நீ தேன்போல் எவ்வளவு இனிமையாக இருந்தாய், தெரியுமா? இப்போது உன்னைப் பார்த்தால் நீ ஒரு பணம்பிடுங்கும்

காட்டுமிருகமாகவே மாறிவிட்டாய்!"

காத்யாவுக்கோ சிந்தனை செய்வதற்கு மிகுந்த அவகாசம் இருந்தது. அவள் மேலும்கீழும் ஆடியசைந்து செல்லும் வண்டியில் அமர்ந்து, ஒரு வைக்கோல் துரும்பைக் கடித்து உறிஞ்சியவாறே, தனது சிந்தனையைத் திரிய விட்டாள். அவளுக்கு ஒன்று மட்டும் மிகவும் நன்றாகப் புரிந்தது. யுத்தத்தில் கிடைத்த வெற்றிக் களஞ்சியமாக கிரசீல்னிகவுக்காகத்தான் அவளை விளதீமிர்ஸ்கோயே கிராமத்துக்கு அழைத்துச் செல்கிறார்கள் என்பதையும், அந்த மூன்று வண்டிகளிலும் நிறைத்திருந்த எல்லாக் கொள்ளைப் பொருள்களிலிருந்து தன்னையே அவர் விலைமதிப்பற்ற, அரிய பொருளாக மதித்திருக்கிறார் என்பதையும் அவள் புரிந்துகொண்டாள். பின்னர், அவள்தான் யாராம்? பழைய உலகத்தின் இடிபாடுகளுக்கிடையே கிடைத்த கைதிதானே அவள்! எரிந்து சாம்பலாக்கப்பட்டுவிட்ட தனது வீடு இருந்த இடத்தில், புதியதொரு வீட்டை கிரசீல்னிகள் கட்டியெழுப்புவான்; புறஉலகிலிருந்து அந்த வீட்டைக் காப்பதற்காக, அதைச் சுற்றிலும் பலத்த வேலி போடுவான்; தனது செல்வங்கள் அனைத்தையும் தரைக்குள் புதைத்து மறைத்துவைப்பான். பின்னர், அவன் அவளிடம் வந்து உறுதியோடு சொல்வான்: "எகதிரீனா திமீத்ரியெவ்னா, இன்னும் ஒன்றே ஒன்றுதான் பாக்கி. அதை நீங்கள்தான் தீர்மானிக்க வேண்டும்."

நெருப்புக்கும் வாளுக்கும் இரையாகிவிட்ட நகரம்போல், சாம்பற்குவியல்களையும், கரிந்து கருகிப்போய் நிற்கும் புகைபோக்கிகளையும் தவிர, வேறு எதுவுமே தென்படாத நகரம்போல்தான், அவளுக்குத் தனது வாழ்க்கை காட்சியளித்தது. அவளுக்கு மிகவும் நெருங்கியவர்களாகவும், அன்புக்குரியவர்களாகவும் இருந்தோரெல்லாம் இறந்துவிட்டார்கள் அல்லது காணாமற்போய் விட்டார்கள். மத்ரியோனாவுக்குச் சமீபத்தில் ஒரு கடிதம் வந்தது. சமாராவில் இருந்து அவளது கணவன் செம்யோன்தான் அதனை எழுதியிருந்தான். அந்தக் கடிதத்தில் எழுதியிருந்த

பல்வேறு விஷயங்களோடு, தனக்கு அனுப்பப்பட்ட விலாசத்தை எடுத்துக்கொண்டு, அவன் முன்னாளைய துவரியான்ஸ்கயா தெருவுக்குச் சென்றதாகவும், அங்கு டாக்டர் புலாவின் இல்லையென்றும், அவரும் அவரது மகளும் எங்குச் சென்றார்கள் என்பதே எவருக்கும் தெரியவில்லை என்றும் எழுதியிருந்தான். காத்யாவோ வழிதவறி வந்துவிட்ட பூனைக்குட்டி மாதிரி இருந்தாள். இந்த உலகத்தில் அவள்மீது அன்பு செலுத்தவும் அனுதாபப்படவும் மத்ரியோனா, அலெக்சேய் இருவரையும் தவிர, வேறு யாருமே இல்லாது போய் விட்டார்கள். இப்படிப்பட்ட நிலைமையில், அவர்கள் இருவரும் அவளிடம் எதையேனும் கேட்டால், அவள் அதை எப்படி மறுத்துப் பேச முடியும்?

அவளுக்கோ அவளது கடந்தகாலம் எத்தனைஎத்தனையோ நூற்றாண்டுக் காலமாக இருந்துவிட்டதுபோல் எல்லையற்றுத் தோன்றியது; எனவே, இந்த நெடுங்காலத்துக்குள்தான் அவள் அழுதழுது கண்கள் மங்கிவிட்ட கிழவியாக மாறியிருக்க வேண்டும் என்றும் தோன்றியது. ஆனால், உண்மையில், குளிர்காற்று அவளது கன்னத்துக்குச் செம்மையைத்தான் ஊட்டியது; அவள் அணிந்திருந்த ஆட்டுத்தோல் மோஸ்தர் ரவிக்கைக்குள்ளே அவளது உடம்பில் இளமையின் கதகதப்பு குடிகொண்டிருக்கத்தான் செய்தது. மாறாத இளமையைப் பற்றிய இந்த உணர்ச்சி அவளுக்குச் சிறு மனவருத்தத்தைக்கூடத் தந்தது. அப்படியென்றால், அவளது ஆத்மாவும்கூட கிழடு தட்டிப் போக வில்லையா? அல்லது அதுவும்கூட, ஒரு மனமயக்கம்தானா?

மத்ரியோனாவோ காத்யாவிடம் பேசும் சந்தர்ப்பம் கிடைக்கும்போதெல்லாம், 'கடவுள்தான் அவர்களையெல்லாம் ஒன்றுகூட்டியிருப்பதாகவும், எனவே, கடவுள் ஒருவர்தான் அவர்களைப் பிரித்து வைக்க முடியும் என்றும், அடிக்கடி கூறிவந்தாள். அலெக்சேய் அவளிடம், அந்த மாதிரியாகப் பேசத் துணிவதில்லை. என்றாலும், அவன் பலமுறை தனது

உயிரையும் பொருட்படுத்தாமல், காத்யாவைப் பேராபத்துகளிலிருந்தெல்லாம் காப்பாற்றியிருந்தான். தனக்கென்று காப்பாற்றி வரும் ஒரு பெண்ணுக்காக ஓர் ஆண் மகன் என்ன செய்வானோ, அதைத்தான் அவன் செய்தான். மேலும், அவனிடம் எப்படி மறுத்துப் பேசுவது என்பதும் காத்யாவுக்குத் தெரியாது; அத்தகைய செய்நன்றி கொல்லும் செய்கையை நியாயப்படுத்திப் பேச, அவளுக்கு வார்த்தைகளும் இல்லை; வாயும் வராது. என்றாலும், அவள் தனது முடிவை முடிந்தமட்டிலும் தள்ளிப் போட்டுக்கொண்டே போவது என்று நினைத்தாள். அலெக்சேய் கிரசீல்னிகவும் கவர்ச்சிகரமாகத்தான் இருந்தான். அவனது கள்ளம்கபடமற்ற கரகரத்த முகத்தில் எப்போதும் சூரிய ஒளி பிரதிபலிப்பதுபோல் ஒருகளை குடிகொண்டிருந்தது. அவன் உறுதிவாய்ந்தவனாகவும் நிலைகுலையாதவனாகவும் இருந்தான். அவனது முதுகு நேராக நிமிர்ந்திருந்தது; மார்பு அகன்று விரிந்திருந்தது; தலைமயிரும் அடர்த்தியாக இருந்தது. அபாயம் மேலிட்டு வரும் சமயங்களில் அவன் அபாரமான தைரியமும், தெளிந்த புத்தியும் உடையவனாகத் திகழ்ந்தான்; காத்யாவுடன் பழகும்போதோ அவன் கொஞ்சல்கலந்த கேலியோடு பழகினான். ஆனால், என்றாவது ஒருநாள் அவள் அவனுக்குரியவளாக மாறும் காலம் வரத்தான் போகிறது என்ற எண்ணம் காத்யாவின் உள்ளத்தில் எழுந்தபோது, அவள் கண்களை மூடிக்கொண்டு, தன்னுள்தானே குன்றிக் குறுகினாள். தான் சாய்ந்துகொண்டிருந்த வைக்கோலுக்குள்ளேயே துருவித் துளைத்து உட்புகுந்துவிட முயல்வதுபோல், அவள் புதைந்து குன்றினாள்.

ஒருநாள் அவர்கள் பாதையைவிட்டு விலகி, சாப்பாடு தயாரித்துக் கொள்வதற்காக, ஓர் ஓடைக்கரைப் பக்கம் ஒதுங்கினார்கள். ஓடை அந்த இடத்துக்கு வந்தவுடன் ஒரு சிறு வாய்க்காலாக விரிந்து பரந்துசென்றது. அதன்மீது மிதிபட்ட நாணற்புல்லும், உடைந்து உருக்குலைந்துபோன ஒரு காற்றாடி இயந்திரத்தின் எச்சமச்சங்களும் தலைகாட்டிக் கொண்டிருந்தன. மத்ரியோனா

அடுப்பெரிக்க விறகு பொறுக்கிக் கொண்டு வருவதற்காகப் போய்விட்டாள். காத்யா - சமையல் பாத்திரத்தை அந்த வாய்க்காலில் கழுவிக் கொண்டிருந்தாள். சிறிதுநேரத்தில் அலெக்சேய் அங்கு வந்து சேர்ந்தான். அவன் தனது தொப்பியையும், கையுறைகளையும் புல்வெளியின்மீது எறிந்துவிட்டு, தண்ணீர்க் கரையோரத்தில் காத்யாவுக்கருகே உட்கார்ந்தான்; பின்னர் முகத்தைக் கழுவி சட்டைத் துணியாலேயே முகம் துடைத்துக்கொண்டான்.

"உங்களது கைகள் குளிரால் விறைத்துப் போகப் போகின்றன" என்றான் அவன்.

காத்யா பானையைப் புல்லின்மீது வைத்துவிட்டு, முழங்காலிட்டு எழுந்தாள். உண்மையிலேயே, அவளது கைகள் விறைத்துப் போனதுபோலத்தான் அவளுக்குத் தோன்றியது. அந்தக் கைகளில் ஒட்டிக்கொண்டு இருந்த தண்ணீர்த்துளிகளை உதறிவிட்டு, அலெக்சேயைப் போலவே, அவளும் தன் கைகளைத் தனது சட்டையில் துடைத்துக்கொண்டாள்.

"அந்தக் காலத்திலே பலரும் உங்கள் கைகளில் முத்தமிட்டிருப்பார்கள் என்று நினைக்கிறேன்" என்றான் அவன். அவனது குரல் அழுத்தமாயும், அன்பற்றும், ஓர் எதிர்பார்க்கும் தோரணையும் நிறைந்ததாகத் தொனித்தது.

அவன் மனத்தில் என்னதான் நினைத்துக் கொண்டிருக்கிறான் என்று கேட்கின்ற பாவனையில், காத்யா அவனைத் தெளிவாக வெறித்து நோக்கினாள். காத்யா தனது வெள்ளையுள்ளத்தின் காரணமாக, தான் ஒரு சிறந்த அழகியென்றும், சிலசமயங்களில் மிகவும் அழகியென்றும் தன்னுள் கருதியிருந்தாள்; அதுமட்டுல்லாமல், மரங்களுக்கிடையேயுள்ள புல்வெளி மீது படிந்துள்ள வெள்ளிப் பனித்துளிகளின்மீது, காலையிளஞ்சூரியனின் செவ்வண்ணக் கதிர்கள் பரவும் நேரத்தில், அந்தப் புல்வெளியிலே அமர்ந்து, தனது இறகுகளைக் கோதிக்கொள்ளும் பறவையைப் போல், அவள் தனது அழகைப் பிறர்கண்டு மெச்சி

வியக்க வேண்டும் என்றும் விரும்பியதுண்டு. ஆனால், தனது அழகின் சக்தியை மட்டும் என்றுமே அவள் உணர்ந்துகொண்டதில்லை. அதேபோல், இப்போதும் அலெக்சேய் தனது கனன்று பளபளக்கும் கண்களைச் சட்டென்று வேறுபுறம் திரும்பிக்கொள்வதற்கும், தனது அழகு எப்படிக் காரணமாக அமைந்தது என்பதையும் அவள் தெரிந்துகொள்ளவில்லை.

“உங்கள் கைகளில் எண்ணெய்ப் போட்டுக்கொள்ளுங்கள் என்றுதான் நான் சொன்னேன். என் வண்டியிலே ஒரு பாட்டில் சூரியகாந்தி எண்ணெய் இருக்கிறது – இல்லையென்றால், உங்கள் கைகளில் வெடிப்புக் கண்டுவிடும்.”

அவனது சின்ன அடர்த்தியான சுருட்டையான மீசைக்குக் கீழேயிருந்த அவனது குளிர்ந்த உதடுகளில் மீண்டும் அவனது வழக்கமான குறும்புப் புன்னகை தோன்றியது. அதன்பின்னர்தான் காத்யா நிம்மதியாகப் பெருமூச்சு விட்டாள். என்றாலும், தான் எது நேர்ந்து விடக் கூடாது என்று மனத்தில் அஞ்சியஞ்சியிருந்தாளோ, அதுவே தனக்கு மிகவும் அருகில் வந்துவிட்டதை அவள் உணர்ந்து கொள்ளவேயில்லை. ஆடியசைந்து குலுங்கி வந்த வண்டியில் வைக்கோலின்மீது படுத்து வந்த களைப்போ அல்லது பரந்த ஸ்டெப்பி வெளியின் சாந்தி மயமான சூழ்நிலையால் ஏற்பட்ட மனநிறைவுதானா – மத்ரியோனாவிறகு பொறுக்கச் சென்ற நேரத்திலிருந்து, அலெக்சேய் தண்ணீரின்மீது குனிந்து நின்ற காத்யாவின் மீது வைத்த பார்வையை அவனால் வாங்கவே முடியவில்லை. அவன், அவளை ஒரு கிராமத்தின் சிறுவன்மாதிரி பின்தொடர்ந்தான். அதாவது, அடுத்தவீட்டு ப்ரோஸ்கா என்ற பெண் தனது பாவாடையை இடுப்பில் தூக்கிச் சொருகிக் கொண்டு, வெண்மையும் கவர்ச்சியும் மிகுந்த தனது கெண்டைக்கால் சதை வெளியே தெரியும்வண்ணம் நின்றவாறு, தண்ணீர்க் கரையிலேயுள்ள பலகைகளின் மீது துணிகளை அறைந்து துவைக்கும் சத்தம்கேட்டு ஓடிய சிறுவனைப்போல்,

இலைதழைகளுக்கும், களைகளுக்கும், முட்செடிகளுக்கும் ஊடாக நடந்துசென்று, திடீரென்று போதையூட்டிய இளங்காற்றை உள்ளே இழுத்துச் சுவாசித்தவாறு, அந்தப் பெண்ணை திருட்டுத்தனமாகப் பார்க்க முனையும் சிறுவனைப்போலத்தான் அவன் நடந்துகொண்டான். என்றாலும், இப்போது கிரசீல்னிகவ் பயந்துவிட்டதாகச் சொல்ல முடியாது. அவனைப் பயமுறுத்துவது என்பதும் சுலபமான காரியமல்ல. ஆனால், காத்யாதான் தனது அமைதியும் அழகும் நிறைந்த கண்களில் ஒரேஒரு வீச்சினால், அவனுக்கு ஒரு விஷயத்தை எடுத்துக் கூறிவிட்டாள்: "இது நல்லதல்ல; இது சரியல்ல!"

அவன் இதைவிடச் சோதனை மிகுந்த சந்தர்ப்பங்களிலெல்லாம்கூட, தன்னைத்தானே கட்டுப்படுத்திச் சமாளித்திருந்தான். என்றாலும், அப்போது என்னவோ அவனது கைகள் ஏதோ ஒரு மைல்கல்லைப் போர்க்க முயன்றது போல் நடுக்கம்கொள்ளத்தான் செய்தன. அவன் புல்லின் மீதிருந்த சமையற்பாத்திரத்தைக் கையில் தூக்கினான்.

"சரி, வாருங்கள், போய்க் கஞ்சியைக் காய்ச்சத் தொடங்குவோம்" என்று அவன் சொன்னான். பின்னர் இருவரும் தமது வண்டிகளை நோக்கித் திரும்பினார்கள். "எகதிரீனா திமீத்ரியெவ்னா, நீங்கள் இரண்டுமுறை மணந்து கொண்டிருக்கிறீர்கள். எனினும், உங்களுக்கு ஏன் குழந்தைகளே பிறக்கவில்லை?"

"காலச் சூழ்நிலைதான் காரணம், அலெக்சேய் இவானவிச். எனது முதல் கணவர் குழந்தைகளே வேண்டாம் என்று விரும்பினார்; நானும் முட்டாளாக இருந்துவிட்டேன்."

"சமீபத்தில் மறைந்துபோன ரோஷின்- அவரும்கூடக் குழந்தைகளை விரும்பவில்லையா?"

காத்யா தன் புருவங்களைச் சுழித்து நெரித்தவாறு, பதில் சொல்லாமல் மௌனமாக மறுபுறம் திரும்பிக் கொண்டாள்.

“நான் உங்களிடம் இதை வெகுநாட்களாகக் கேட்க வேண்டும் என்று விரும்பிக் கொண்டிருந்தேன். நீங்கள் எவ்வளவோ அனுபவங்களைப் பெற்றிருக்கிறீர்கள். அவர்கள் எப்படி உங்களிடம் காதல்கொள்ளத் தொடங்கினார்கள்? உங்களது கணவர்கள் - அதாவது, உங்களது காதலர்கள் - உங்களது கையை முத்தமிட்டார்களா அல்லது முக்கிய விஷயத்தை விட்டுவிட்டு, வேறு எதுஎதையோ பேசிச் சுற்றிச்சுற்றி வந்தார்களா? அப்படித்தானா அல்லது பெருந்தனவர்க்கத்தைச் சேர்ந்தவர்கள் இந்தப் பிரச்னைகளையெல்லாம் எவ்வாறு சமாளிக்கிறார்கள்?”

அதற்குள் அவர்கள் வண்டிகளுக்கருகே வந்துவிட்டார்கள். அலெக்சேய் ஒரு வண்டியின்மீது கிடந்த குதிரைச் சேணங்களைத் தனது பலத்தையெல்லாம் கூட்டி, தரையிலே எடுத்துப் போட்டான்; பின்னர் வண்டிக்கடியிலிருந்து ஒரு கம்பியை உருவியெடுத்தான்; பிறகு, அதனுடன் ஒரு கம்பைச் சேர்த்து அதனைத் தாங்கலாக நிறுத்தினான். பின்னர், அந்தச் சமையற் சட்டியை அதிலே கட்டித் தொங்கவிட்டான்.

“நீங்களோ உயர்வர்க்கத்திலிருந்து வந்தவர், நானோ விவசாயக் குடும்பத்திலிருந்து வந்தவன். நாமிருவரும் ஏதோ ஓர் ஒடுங்கியபாதையிலே சந்தித்துக்கொண்டோம். இனி, நீங்களும் திரும்பிச்செல்ல முடியாது, அது முடிந்த கதைதான். நாங்கள் இதுவரையிலும் முடிவுசெய்யாததை இப்பொழுது முடிவுக்குக் கொண்டுவருவோம். நீங்கள் ஒரு புதிய கணவனைத் தேர்ந்தெடுத்துக் கொள்வதைத் தவிர, உங்களுக்கு இனி வேறு வழி இல்லை.”

“அலெக்சேய் இவானவிச், உங்கள் மனத்தை நான் - எவ்வாறு புண்படுத்தினேன்?”

“இல்லையில்லை. நான்தான் உங்கள் மனத்தைப் புண்படுத்த விரும்புகிறேன். ஆனால், அதற்கான வார்த்தைகள்தான் எனக்குக் கிட்டவில்லை. நான் ஒரு விவசாயி; ஒரு முட்டாள். நான் எவ்வளவு பெரிய முட்டாள்! எனக்குத் தெரியும், நன்கு தெரிகிறது. நீங்கள் விரும்புவதெல்லாம்

எப்படியாவது நழுவியோடி, வெளிநாட்டுக்குச் சென்றுவிட வேண்டுமென்பதுதான். அது ஒன்றுதான் உங்களுக்கு மிஞ்சியுள்ள இடம்."

"அலெக்சேய் இவானவிச், இப்படிச் பேசுவதற்கு உங்களுக்கு வெட்கமாக இல்லையா? இந்தமாதிரியான குற்றச்சாட்டை என்மீது சுமத்துவதற்கு நான் உங்களுக்கு என்ன கெடுதல் செய்தேன்? நான் உங்களுக்கு என் வாழ்நாள் முழுதும் கடமைப்பட்டவள். அதை நான் என்றும் மறந்துவிட மாட்டேன்."

"இல்லை, நீங்கள் மறந்துவிடுவீர்கள். மத்ரியோனாவைப் பார்த்தீர்களல்லவா? அவளுக்கும் வரவர ஜனங்களின் மீது நம்பிக்கை குறைந்துகொண்டே வருகிறது. நானும் கூடத்தான் ஜனங்களை நம்பவில்லை. நான் 1914ஆம் ஆண்டு முதற்கொண்டே, ரத்தத்தில்தான் முழுகி வந்திருக்கிறேன். இந்தக் காலத்திலே ஜனங்களெல்லாம் காட்டுமிருகங்களாக மாறிவருகிறார்கள். ஒருவேளை, அவர்கள் முன்பும் அப்படித்தான் இருந்திருப்பார்கள். ஆனால், நாம்தான் அதனைத் தெரிந்துகொள்ளவில்லை. ஒவ்வொருவனும் அடுத்தவனைக் கீழேபிடித்துத் தள்ளுவதற்கான சந்தர்ப்பத்தைத்தான் எதிர்நோக்கி நிற்கிறான். நானும்கூட ஒரு மிருகம்தான், அப்பாவிச் சிறுபறவையே, உங்களுக்கு அது தெரியவில்லையா? எனது பிள்ளைகள் கல்லால்கட்டிய வீட்டில் வாழ வேண்டும் என்றும், அவர்கள் உங்களைக் காட்டிலும் எவ்வளவோ நன்றாகப் பிரெஞ்சு மொழியைப் பேச வேண்டும் என்றும் நான் விரும்புகிறேன்."

மத்ரியோனா சுள்ளி விறகும், சிறாய்களும் நிறைந்த விறகு மூட்டையொன்றைத் தூக்கிக் கொண்டுவந்து சேர்ந்தாள்; அவள் அதனை அந்தச் சமையற்பானைக்கு கீழே போட்டுவிட்டு, அலெக்சேயையும் காத்யாவையும் குறுகுறுப்போடு பார்த்தாள்.

"அலெக்சேய், அவளை அனாவசியமாகத் தொந்தரவு செய்கிறாய்" என்று அவள் மிருதுவாகச் சொன்னாள்.

"சரி. நீ குதிரைகளுக்குத் தண்ணீர் காட்டிவிட்டாயா?"

அலெக்சேய் உடனே திரும்பி, குதிரைகளை நோக்கிச் சென்றான். மத்ரியோனா பானைக்கடியில் விறகுச் சுள்ளிகளைத் திணித்துவைத்தாள்:

"அவர் உன்னைக் காதலிக்கிறார். நான் எத்தனையோ பெண்களைப்பற்றி அவரிடம் எடுத்துச் சொல்லிவிட்டேன். ஆனால், அவருக்கு எவளுமே பிடிக்கவில்லை. உங்கள் இரண்டு பேர் விவகாரமும் எப்படி முடியப்போகிறது என்றே எனக்குத் தெரியவில்லை. இரண்டு பேருக்குமே இது சிரமமான பிரச்னைதான்."

காத்யா என்ன சொல்லப் போகிறாள் என்று எதிர்பார்த்து, மத்ரியோனா தன்பேச்சை நிறுத்தினாள். ஆனால், காத்யாவோ ஒன்றுமே பேசாமல், பருப்பு வகைகளையும், பன்றிக் கறியையும் வெளியே எடுத்தாள்; தரைமீது ஒரு துணியை விரித்தாள்; பின்னர், ரொட்டியை நறுக்கத் தொடங்கிவிட்டாள்.

"நீ ஏன் ஒன்றுமே பேசவில்லை?" காத்யாவோ தன்பாட்டுக்கு ரொட்டியை நறுக்கிக்கொண்டேயிருந்தாள். அவளது தலையோ, மேலும் கவிழ்ந்திருந்தது; கன்னங்களிலிருந்து மட்டும் கண்ணீர் வழிந்தோடிக் கொண்டிருந்தது.

கருங்கடலிலிருந்து அசோவ் கரைவரையிலும் பரந்து கிடந்த எகதிரினஸ்லாவ் பிரதேசத்தின் செழிப்புமிகுந்த ஸ்டெப்பி நிலம் ஒரு புதிய பிரதேசமாகும். என்றாலும் பண்டைப் பழம்பெருங்காலத்தின் ஸ்டெப்பிவெளிக்காடும் ஆகும். அதாவது, குண்டாகவும் குட்டையாகவும் உள்ள நீண்ட தலைமயிர்க்காரர்களான ஸ்கீதிய ஜாதியர்கள் தமது அவலக்ஷணமான குதிரைகளில் ஏறிக்கொண்டு, இந்த ஸ்டெப்பி வெளியில் தோளுயரத்துக்கு மேல் வளர்ந்திருந்த காட்டுப்புல்லின் வழியாகத்தான் பாய்ந்தோடிச் சென்றார்கள். பெருத்த பாதுகாப்புடன் திரிந்த கிரேக்க நாட்டு வணிகர்களும் ஓல்வியாவிலிருந்து தானயிஸுக்கு இந்த வழியாகத்தான் சென்றார்கள்;

கோத்திய இனத்தாரும், தமது பெரிய வண்டிகளில் ஏறிக்கொண்டு, இந்த இரு கடல்களுக்கிடையில்தான் திரிந்தார்கள்; தமது கால்நடை மந்தைகளையும் தமக்கு முன்னே விரட்டிக் கொண்டுதான் வந்தார்கள். சீன தேசத்தின் வடதிசை எல்லையிலிருந்து வெட்டுக்கிளிப் படையெடுப்புப்போல் வந்த பல மொழிகளில் பேசிய ஹூண ஜாதியர்கள் பயத்தையும் பீதியையும் இந்த ஸ்டெப்பி வெளியிலேதான் பரப்பினார்கள்; அதன்மூலம் பல நூற்றாண்டுகளாக இதனைப் பாழடைந்து கிடக்குமாறு செய்துவிட்டார்கள். மேலும் காஜர்களும்கூட, ருஷ்யர்களை எதிர்த்துப் போரிடச் சென்ற காலத்தில், தெர்பேன்திலிருந்து நீப்பர் நதியை நோக்கிச்செல்லும் வழியில், இந்த ஸ்டெப்பி வெளியில்தான் தமது வரிபோட்ட ராணுவக் கூடாரங்களை அடித்துத் தங்கினார்கள்; பட்டினால் தைத்த ஹொரேசம் ஆடையணிகளைப் புனைந்த போலொவ்த்சி இனத்தார்களும்கூட, குதிரைகளும் ஒட்டகங்களும் நிறைந்த தமது பெரிய மந்தைகளோடு, இதே ஸ்டெப்பி வெளி வழியாகத்தான் சிலசமயங்களில் ஸ்வெதஸ்லாவின் கோட்டைச் சுவர்கள்வரையிலும் கூட, சென்று திரிந்தார்கள்; அவர்களுக்குப் பின்னால், தத்தாரியக் கொள்ளைக்கூட்டத்தாரும் இதே வழியாகத்தான் வேகமாக ஓடும் தமது குதிரைகளில் ஏறிக்கொண்டு, மாஸ்கோ நகரத்தைத் தாக்கிச் சூறையாடச் சென்றார்கள்.

மனித அலைகள் கடந்து சென்றுவிட்டன. எங்கு பார்த்தாலும் சமாதி மேடுகள்தான் மிஞ்சியிருந்தன. சிலமேடுகளில் சிறுகைகளை வயிற்றின்மீது மடித்து வைத்துக் கொண்டிருக்கும் சப்பைமுகம் கொண்ட வீரக்கல் சிலைவடிவங்கள் நிறுத்தப் பெற்றிருந்தன. எகதிரின்ஸ்லாவ் ஸ்டெப்பி வெளியில் உக்ரேனிய விவசாயிகளும், ருஷ்யர்களும், தோன், கூபான் நதிப் பிரதேசங்களிலிருந்து வந்த கசாக்குகளும், ஜெர்மானியக் குடியேற்றக்காரர்களும் கொஞ்சம்கொஞ்சமாக வந்து குடியேறத் தொடங்கினார்கள். அங்கு தோன்றிய பெரிய கிராமங்களும், எண்ணற்ற பண்ணைவீடுகளும் புதியவைதான். அவற்றுக்கு ஆதிகால மரபுகளோ,

பழக்கவழக்கங்களோ, பூர்வீகமான நாட்டுப் பாடல்களோ, பூக்கள் குலுங்கும் பூந்தோட்டங்களோ அல்லது கால்வாய்ப் போக்குவரத்துக்களோ எதுவும் கிடையாது. அது கோதுமை விளையும் பூமி; அங்கு கொடுமை நிறைந்த நிலச்சுவான்தாரர்களும் இருந்தார்கள்; அவர்களோ சர்வதேச அரங்கத்தில் அன்னிய நாட்டுச் சந்தையில் தானியத்தின் விலைவாசிகள் எல்லாம் எப்படியிருக்கின்றன என்பதையெல்லாம் கண்டு தெளிந்து கரைகண்டவர்கள். குல்யாய்-போல்யே சுறுசுறுப்பில்லாத ஒரு குட்டி நகரம்தான். அந்த நகரம் இடையிடையே நீர்வற்றி வறண்டு போகக்கூடிய காய்ச்சுர் என்ற சிறுநதியின் கரையிலே நீண்டுவளர்ந்திருந்தது. அந்த நகரமும்கூட, புதிதாகத் தோன்றிய ஒன்றுதான்.

ரயில்வே ஸ்டேஷனிலிருந்து குல்யாய்-போல்யே நகரத்துக்கு ஸ்டெப்பி வெளியின்வழியாக ஐந்து அல்லது ஆறுமைல் தூரம் போகவேண்டும். ரோஷின் ஒரு குதிரை வண்டியை வாடகைக்கு அமர்த்திக்கொண்டான்; அந்த வண்டி அவனைப் புல்வெளிப் பரப்பின் மீதிருந்த பெரியதொரு சந்தைக்கு அழைத்துச் சென்றது. ரோஷின் அங்கு வண்டியை விட்டிறங்கி, அங்கமர்ந்திருந்த வாய்த் துடியான ஒரு கிராமத்துப் பெண்பிள்ளையிடம் ஒரு வறுத்த கோழிக்குஞ்சை விலைக்கு வாங்குவதற்காகப் பேரம் பேசினான். அவள் ஒரு கை வண்டியில் தனது சாமான்களையெல்லாம் பரப்பி வைத்துக்கொண்டு, அதிலேயே தானும் ஏறிக் காலைப் பரப்பிக்கொண்டு உட்கார்ந்திருந்தாள். அந்தப் பெண்ணுக்கு வியாபார அனுபவமும் போதவில்லை; அத்துடன் ஆத்திரக்காரியா கவும் இருந்தாள். எனவே, அவள் ஒருசமயம் தனது சாமான்களை வாங்க வந்தவரின் முகத்தில் இடிப்பது மாதிரி கையை நீட்டினாள்; இன்னொருசமயமோ, வாங்கவந்தவர்கள் கையிலெடுத்துப் பார்க்கின்ற சாமானை வெடுக்கென்று பறித்துப் பிடுங்கிக்கொண்டு; வாய்க்கு வந்தபடியெல்லாம் கீச்சுக்குரலில் வசை பாடினாள். அத்துடன் வண்டியிலிருந்து தனக்குத் தெரியாமல் சாமான்களை யாரும் திருடிவிடக் கூடாது என்ற

பயத்தோடு அங்குமிங்கும் திரும்பிப் பார்த்தவாறு இருந்தாள். அவள் அந்த வறுத்த கோழிக்கு முதலில் ஐந்து ரூபிள்கள் கேட்டாள்; ஆனால், மறுநிமிஷமே அவள் மனம் மாறிவிட்டது. தனக்குப் பணம் வேண்டாமென்றும், அதற்குப் பதிலாக ஒரு நூல் பந்துதான் வேண்டுமென்றும் கூறினாள்.

"ஏ, அசட்டுப் பெண்ணே! பணத்தை எடுத்துக்கொள்" என்றான் ரோஷின். "நீ இந்தப் பணத்துக்கு நூல் வாங்கிக் கொள்ளலாம். அதோ, அங்கு ஒருவன் நூல் விற்றுக் கொண்டிருக்கிறான் பார்!"

"நான் ஒன்றும் என் வண்டியை விட்டுவிட்டுப் போக முடியாது. உங்கள் பணத்தை எடுத்துக்கொண்டு, என் சாமானை வைத்துவிட்டுப் போங்கள்."

இதன்பின் ரோஷின் கூட்டத்தினரை இடித்துத் தள்ளிக் கொண்டு, வெளியேவந்து நூல் விற்பவனை நாடிச் சென்றான். அந்த மீசைக்கார மனிதன் ராணுவ உடை அணிந்திருந்தான். அவனது உடம்பைச் சுற்றிலும் பல்வேறுவிதமான ஆயுதங்கள் தொங்கிக் கொண்டிருந்தன. அவன், தனது உள்ளங்கையில் இரண்டு நூல் பந்துகளை வைத்துக்கொண்டு, அவற்றை ஆட்டிக்கொண்டே, சந்தையைச் சுற்றிவந்தான். ஆனால் ரோஷினைக் கண்டதும், அவன் தனது மங்கிய கண்களால் அவனை ஒரு பார்வை பார்த்துவிட்டு, வீங்கிப்போயிருந்த தனது உதடுகளை அசைத்து, பின்வருமாறு முணுமுணுத்தான்:

"முடியாது. நான் இதனைச் சாராயத்துக்குத்தான் விற்பனை செய்வேன்."

எனவே ரோஷினால், கோழியை வாங்க முடியாது போய் விட்டது. சந்தையிலேயே பெரும்பாலும் பண்டமாற்று விற்பனை முறையே கையாளப்பட்டது; அதிலும் முற்றிலும் காட்டு வாழ்க்கைக் காலத்துப் பண்டமாற்று முறையே இருந்தது. பொருளின் மதிப்பெல்லாம் தத்தம் தேவையைப் பொறுத்தே தீர்மானிக்கப்பட்டன. இரண்டு ஊசிகள் கொடுத்தால் ஒருபால்குடி மறக்காத

பன்றிக்குட்டியை அல்லது அதைவிடச் சிறிது கூடுதலாக ஒருபொருளை வாங்கலாம். ஓட்டுப்போடாது ஒருகம்பளிக் கால்சராயை வாங்க வேண்டுமென்றால், வாங்குபவர் மிகவும் விலையுயர்ந்த ஒருபொருளைத்தான் விலையாகக் கொடுக்க வேண்டியிருந்தது. நூற்றுக்கணக்கான பேர்கள் அங்குள்ள எண்ணற்ற வண்டிகளைச் சுற்றிலும் மொய்த்துக் கொண்டிருந்தார்கள். அவர்கள் பேரம் பேசுவதும், சத்தம்போடுவதும், ஏசுவதுமாகத்தான் இருந்தார்கள். ஓரிடத்திலே ஒரு சவரத் தொழிலாளி ஒரு சிறுபெஞ்சின் மீதோ அல்லது ஒரு வண்டிச்சக்கரத்தின் மீதோ அமர்ந்தவாறு தொழில் நடத்திக்கொண்டு இருந்தான்; அவன் தனது சவரக் கருவிகளை முன்னால் பரப்பி வைத்திருந்தான். இன்னொரு இடத்திலோ ஒரு போட்டோ படம்பிடிப்பவன் உடனுக்குடன் படத்தை எடுத்து, அங்கேயே அதனைக் கழுவி, ஐந்தே நிமிஷங்களுக்குள் படத்தைப் போட்டுமுடித்து, அதனை ஈரம்காய்வதற்கு முன்பே வாடிக்கைக்காரர்களிடம் தள்ளிக் கொண்டிருந்தான். அவன் தனக்குத் தேவையான இருட்டறையை ஒரு முக்காலியின்மீது ஒரு பெட்டிக்குள் நிறுவியிருந்தான். குருட்டுப் பாடகர்கள் தமது பிடில் வாத்தியங்களை வாசித்துக் கொண்டிருந்தார்கள்; அவர்களைச் சூழ்ந்து ஆங்காங்கே ஜனக்கூட்டம் இருந்தது. அந்தக் குருட்டு வித்வான்களோ வாய்பிளந்து தமது வாத்திய இசையைக் கேட்டுக் கொண்டிருப்பவர்களின் பைகளுக்குள் கையைவிட்டு எதையேனும் அபேஸ் செய்வதில் கருத்தாகத்தான் இருந்தார்கள். அதேசமயத்தில், அத்தனை பேரும் எந்தச் சமயத்திலும் தத்தம் இடத்தைவிட்டு ஓடவும், ஓடி எங்காவது ஒளிந்துகொள்ளவும் தயாராகவே இருந்தார்கள். ஏனெனில், குல்யாய்-போல்யே சந்தையில் திடீரென்று தாறுமாறான துப்பாக்கிப் பிரயோகங்கள் நடப்பது கிட்டத்தட்ட அன்றாட நிகழ்ச்சியாகிவிட்டது.

அந்த வண்டிகளினூடே புகுந்து திரிந்து, ரோஷின் வேறொரு ஜனக் கும்பலருகே வந்தான். அங்கே ஒரு குடை ராட்டினம் சுழன்றுகொண்டிருந்தது. அங்கே கப்பற்படை உடுப்புகள், குதிரைப்படைச் சட்டைகள்

முதலிய பல்வேறு உடைகளை அணிந்திருந்த மீசைக்கார மனிதர்கள் தென்பட்டார்கள். அவர்களது உடம்பிலோ பல ரகமான துப்பாக்கிகளும், வாளாயுதங்களும், கை வெடிகுண்டுகளும் தொங்கின. அவர்களில் பலரும் அந்தக் குடை ராட்டினத்தின் மரக்குதிரைகளின் மீது ஏறிக்கொண்டு, ஆர்ப்பாட்டமாகச் சுற்றி வந்தார்கள். வேறு சிலரோ, "இன்னும் வேகமாய்! இன்னும் வேகமாய்!" என்று பயங்கரமான கணத்த குரலில் கூச்சல் போட்டார்கள். கந்தலும்கிழிசலுமாக இருந்த இரண்டு நாட்டுப்புறத்து மனிதர்கள் அந்தக் குடை ராட்டினத்தைத் தமது பலத்தையெல்லாம் ஒன்றுதிரட்டிச் சுற்றிக் கொண்டிருந்தார்கள். இரண்டு அக்கார்டியன் வாத்தியக்காரர்கள் தமது வாத்தியங்களின் துருத்தியை, எவ்வளவு தூரம் இழுத்து அமுக்க முடியுமோ, அந்த அளவுக்கு அமுக்கிக்கொண்டு ஒரு பிரபலமான பாடலின் மெட்டை வாசித்துக் கொண்டிருந்தார்கள்; அங்கு தம்மைச் சுற்றி நின்றுகொண்டிருந்த மாஹ்னோவின் கோஷ்டியைச் சேர்ந்த கொள்ளைக்காரர்களின் இதயத்தையெல்லாம் மகிழ்விக்க விரும்புபவர்கள்போல், அவர்கள் உற்சாகமாக வாசித்தார்கள். ராட்டினத்தில் ஏறுவதற்காகக் காத்துக் கொண்டிருந்தவர்களோ, "சுற்றியது போதும்! போதும்!" என்று கத்தினார்கள்; சுற்றிக் கொண்டிருந்தவர்களோ, "வேகம்! வேகம்!" என்று கர்ஜித்தார்கள். இப்போதோ ராட்டினம் வெகுவேகமாகச் சுழலத் தொடங்கிவிட்டது. அந்தச் சுழற்சிவேகத்தில், மரக்குதிரையிலிருந்த ஒருவனது உயர்ந்த தொப்பி பறந்தோடிவிட்டது; இன்னொருவனோ, பாய்ந்தோடிச் செல்லும் தமது மரக்குதிரையில் அமர்ந்தவாறே, உற்சாக மிகுதியால் தனது உடைவாளை உருவியெடுத்து அதனைச் சுழற்றத் தொடங்கினான்; ஏதோ ஒரு கற்பனையான எதிரியின் தலையையே வெட்டிவீழ்த்துவது போலிருந்தது அவன்செய்த ஆர்ப்பாட்டம். அதன்பின்னர், வெளியே காத்துக்கொண்டு நின்றவர்கள் பொறுமை இழந்து ராட்டினத்தின்மீது பாய்ந்து, அதிலே சவாரி செய்து கொண்டிருந்தவர்களைப் பிடித்துக் கீழே இழுத்துப் போட்டார்கள். இதனால் அங்கு

ஒரு குழப்பம் ஏற்பட்டது. கைகளால் ஒருவரையொருவர் குத்தும் சப்தமும் சீட்டியடிக்கும் ஒலிகளும் கேட்டன. பின்னர், அந்தக் குடை ராட்டினம் மீண்டும் சுழலத் தொடங்கி விட்டது. அதிலே புதிய மனிதர்கள் பலரும் ஏறியிருந்தார்கள். அவர்களெல்லாம், சிவந்து விரிந்த நாசித்துவாரங்கள் கொண்ட குதிரைகளில் ஏறி, அந்தக் குடை ராட்டினக் குதிரையேற்றத்தை வெகுவாக ரசித்துச் சுழன்றார்கள்.

ரோஷின் அந்த இடத்தைவிட்டு அகன்று நடந்தான். யாரிடமாவது எதையேனும் விசாரிக்கலாம் என்றாலும் கூட, புத்திசாலித்தனம் மிகுந்த எந்த முகத்தையுமே அங்கு காண முடியவில்லை. பின்னர், அவன் பாறகட்டியில் பொதியப்பட்டிருந்த பட்டாணிப் பலகாரம் ஒன்றை, ஒரு கூடைக்கார வியாபாரியிடமிருந்து வாங்கினான். அதனை அசைபோட்டுக் கொண்டே, அகன்ற கப்பிக்கல் ரஸ்தாவின்மீது நடந்துசென்றான். அன்றிரவு தங்குவதற்கு அவன் ஏதாவது ஓர் இடத்தைப் பார்த்தாக வேண்டும். அவனிடோ பணம் அதிகமாக இல்லை. அதிலும் அவன் அந்தப் பட்டாணிப் பண்டத்துக்குக் கொடுத்த விலையை வைத்துக் கணக்கிட்டால், அவனிடமுள்ள பணம் ஒருவார காலத்துக்குக்கூடப் போதாது. அந்தத் தெருவிலுள்ள இரட்டைமாடி கொண்ட வியாபாரிகளின் வீடுகளையும், எண்ணெய்க் கடைகளையும் பூசி எழுதிய கடை விலாசங்களையும் வெறுமனே பார்த்துக் கொண்டும், பட்டாணியை அசைபோட்டுக் கொண்டும் எங்கோ நினைவாய் நடந்தான்; நடந்தவாறே சிந்தித்தான். சுதந்திரத்தை நாடி அவன் தாவியோடி வந்தபின்னர், வாழ்க்கையில் ஏற்படும் சில்லறைச் சங்கடங்களெல்லாம் அவனை அவ்வளவாக உறுத்தவில்லை.

அவன் அவ்வாறு நடந்துசெல்லும்போது, எதிரே ஒருவன் சைக்கிளில் வந்தான். அந்தச் சைக்கிளோட்டிக்குச் சரியாகச் சைக்கிள்விடத் தெரியாததால், அதன் முன்சக்கரம் அங்குமிங்கும் அலம்பியாடித் திருப்பிக் கொண்டேயிருந்தது. அவனுக்குப் பின்னால் இரண்டு

குதிரைக்காரர்கள் வந்தார்கள். அவர்கள் கறுத்த காக்கேஸியக் கோட்டும், தலையில் தூக்கிக் கொண்டு நின்ற ஆட்டுத்தோல் தொப்பியும் அணிந்திருந்தார்கள். சைக்கிளில் வந்தவன் குட்டையாகவும் ஒல்லியாகவும் இருந்தான்; அவன் சாம்பல்நிறக் கால்சராயம், உயர்தரப் பள்ளி மாணவர்கள் அணியக்கூடிய கோட்டும் அணிந்திருந்தான். நீண்ட தலைமயிர் தோள்பட்டை வரைக்கும் வந்து புரண்டது; தன் தலையில் வெள்ளைக் கரையிட்டுத் தைத்த நீலநிறப் பள்ளிப் பையன் அணியும் தொப்பியைத் தரித்திருந்தான். ரோஷினும், அவனும் ஒருவருக்கொருவர் நெருங்கி வந்ததும், ரோஷின் அந்தச் சைக்கிளோட்டியின் ஒட்டிப்போன முகத்தையும் புருவமே தென்படாத நெற்றியையும் வியப்போடு பார்த்தான். சைக்கிளில் வந்தவனும் ரோஷினைக் கூர்ந்துபார்த்தான்; அப்போது அந்தச் சைக்கிளின் முன்சக்கரம் மிகவும் படுமோசமாக ஆடியது. அதனால் சைக்கிளின் ஆசனத்தில் சரிவர உட்காருவதே அவனுக்குச் சிரமமாக இருந்தது. பின்னர், அவன் கோபாவேசத்தோடும் வேதனையோடும் தனது மஞ்சள்நிறமான அவிந்துபோன ஆப்பிள்போன்ற முகத்தைச் சுழித்து நெரித்தவாறு சைக்கிளைச் சமநிலைக்குக் கொண்டுவந்த பின்னர், ரோஷினைக் கடந்து அப்பால் சென்றான்.

ஒருநிமிஷம் கழித்து, ரோஷினைக் கடந்த குதிரைக்காரர்களில் ஒருவன் தனது குதிரையைத் திருப்பிக்கொண்டு ரோஷினிடம் வந்து சேர்ந்தான்; பின்னர் தனது சேணத்தின் மீதிருந்தவாறே கீழே குனிந்து, தனது கண்களை மேலும்கீழும் திரியவிட்டு, ரோஷினை வெறித்து நோக்கி அளந்து பார்த்தான்.

"உனக்கு என்ன வேண்டும்?" என்று கேட்டான் ரோஷின்.

"நீ யார்? எங்கிருந்து வருகிறாய்?"

"நான் யாரா?" வெங்காயமும் சாராயமும் கலந்து நாறும் அந்தக் குதிரைக்காரனின் முகத்திடமிருந்து ரோஷின் அப்பால் திரும்பிக்கொண்டான். "நான் ஒரு சுதந்திர

புருஷன். எகதிரின ஸ்லாவில் இருந்து வருகிறேன்."

"எகதிரின ஸ்லாவிலிருந்தா?" என்று அந்தக் குதிரைக்காரன் பயமுறுத்தும் தொனியில் கேட்டான். "இங்கே என்ன செய்துகொண்டு இருக்கிறாய்?"

"என் மனைவியைத் தேடிப்பார்க்க வந்தேன்."

"மனைவியைப் பார்க்கவா? வாஸ்தவமாகத்தானா? அப்படியென்றால், நீ ஏன் உன் தோளிலிருந்த ராணுவச் சின்னம் முதலியவற்றைக் கிழித்தெறிந்திருக்கிறாய்?"

ரோஷின் கோபாவேசத்தோடு நடுங்கினான். என்றாலும், தன்னால் முடிந்தமட்டிலும் அமைதியுடன் பதில் சொன்னான்:

"அதைக் கிழித்தெறிவதற்கு விரும்பினேன் கிழித்தெறிந்தேன். உன்னிடம் கேட்கவில்லை."

"நீ ரொம்பவும் தைரியமாகத்தான் பதில் சொல்கிறாய்."

"நல்லது. என்னை ஒன்றும் பயமுறுத்த நினைக்காதே. நான் ஒன்றும் லேசில் பயப்படுகிறவன் அல்ல."

அந்தக் குதிரைக்காரனோ தனக்கு வேண்டிய பதிலை ரோஷினின் முகத்திலே தேடுவதுபோல் அவனையே சிறிதுநேரம் பார்த்தான். பிறகு திடீரென்று நிமிர்ந்து உட்கார்ந்தான்; தனது ஒடுங்கிய ஒழுங்கற்றுக் கோணல் மாணலாய் இருந்த முகத்திலே ஓர் அகந்தைப் புன்னகை தோன்றியவண்ணம், அவன் குதிரையை சவுக்கினால் அடித்து விரட்டி, அந்தச் சைக்கிளோட்டியை நோக்கிப் பாய்ந்துசென்றான். ரோஷின் மேலும் நடந்து சென்றான். என்றாலும், அந்தச் சந்திப்பினால் ஏற்பட்ட மனப்பரபரப்பினால், அவன் ஒன்றிரண்டு இடங்களில் கால்தடுக்கி விழப் பார்த்தான்.

ஆனால், அந்த மூன்றுபேரும் சீக்கிரமே அவனிடம் திரும்பி வந்துவிட்டார்கள். பள்ளித் தொப்பியை அணிந்திருந்த அந்தச் சைக்கிளோட்டி உச்சஸ்தாயியில் பின்வருமாறு

கத்தினான்:

"இவன் நம்மிடம் பேச மறுத்தாலும், லேவாவிடம் கொண்டுபோனால், எல்லாம் ஒழுங்காகப் பேசுவான்!'

குதிரைக்காரர்களோ கரகரத்த குரலில் கடகடவென்று சிரித்தவாறே, ரோஷினை இருபுறத்திலும் வளைத்து நெருக்கிக் கொண்டார்கள். சைக்கிளோட்டியோ குடிபோதையின் சர்வசக்தியையும் பிரயேகித்து, சைக்கிளை மிதித்து முன்னே சென்றான். "சரி, வா சீக்கிரம்!" என்று குதிரைக்காரர்கள் ரோஷினை ்முடுக்கினார்கள்; குதிரைகளின் நடைவேகத்தையொட்டிச் செல்லமுடியாமல் அவன் ஓட்டமும்நடையுமாகச் செல்லவேண்டியிருந்தது. அவர்களோடு ஆட்சேபித்து வாக்குவாதம் செய்வதிலோ அல்லது தப்பித்து ஓட முயல்வதிலோ எந்த அர்த்தமுமில்லை என்பதை ரோஷின் நன்கு உணர்ந்துகொண்டிருந்தான். அவர்கள் ஒரு செங்கற்கட்டடத்தின் முன்பு நின்றார்கள்; அந்த வீட்டின் முன்னால் மிதிபட்டு வாடிப்போன ஒரு சிறு பூந்தோட்டம் இருந்தது. ஜன்னல்களெல்லாம் வெள்ளையடிக்கப் பெற்றிருந்தன. வாசலுக்கு மேலே ஒரு கறுப்புக்கொடியும் அதற்குக் கீழே ஒரு பலகையும் தொங்கின. அதன்மீது பின்வருமாறு எழுதப்பட்டிருந்தது: "மாஹ்னோவின் மக்கள் புரட்சி ராணுவத்தின் கலாசாரக் கல்வி நிலையம்."

ரோஷினுக்கோ ஒரே கோபமாக இருந்தது. அவர்கள் அவனை வீட்டுக்குள்ளே எப்படி தள்ளிக்கொண்டு போனார்கள் என்பதைக்கூட அவன் சரிவர உணரவில்லை. அவர்கள் அவனை இருளடைந்த நடைகூடங்களின் வழியாக நடத்திக்கொண்டு போனார்கள்; பின்னர், ஓர் அழுக்கடைந்த ஆபாசமான அறையில் கொண்டுபோய் விட்டார்கள். அந்த அறையிலோ எங்குப் பார்த்தாலும் எச்சில் துப்பப்பட்ட கறைகள் படிந்திருந்தன; அங்கு நிலவிய புழுங்கிய நாற்றம் சுவாசத்தையே திணறவைத்தது. உடனே கொழுத்துப் பளபளக்கும் முகத்தையுடைய ஒரு மனிதன் தடியனாய் இருப்பதால் சிறிது தடுமாறிக்கொண்டு புன்னகை புரிந்தவாறே அந்த

அறைக்குள் வந்துசேர்ந்தான். அவன் இறுகலான குட்டைச் சட்டையொன்றை அணிந்திருந்தான்; அந்தச் சட்டையோ சுற்றுவட்டாரத்திலுள்ள ஹாஸ்யக் கூடத்து நடிகர்களும், ஹாஸ்யப் பாடகர்களும் அணியும் சட்டை போலவே இருந்தது.

“என்ன விஷயம்?” என்று அந்த மனிதன் கேட்டுக் கொண்டே, அங்கு தென்பட்ட ஆட்டங்கண்டுவிட்ட மேசையின்மீது கிடந்த சிகரெட்டுத் துண்டுகளைக் கீழே தட்டிவிட்டவாறு, அதன் அருகில் உட்கார்ந்தான்.

“இவன் ஒரு விரியன் பாம்புக்குட்டியா, இல்லையா என்று ’பெரியவர்’ கண்டறியச் சொல்லியனுப்பினார்” என்று ரோஷினுடன் வந்த அந்தக் கோணல் முகத்தையுடைய குதிரைக்காரன் பதில் சொன்னான்.

“தோழர் காரேத்னிக்! நல்லது. இனி நீ போகலாம்” என்று அந்தத் தடித்த மனிதன் சொன்னான். உடனே அந்தக் குதிரைக்காரன் வெளியே சென்றுவிட்டான். பின்னர், அந்தத் தடித்த மனிதன் ரோஷினை நோக்கிப் பின்வருமாறு சொன்னான்: “உன்னைத்தான். உட்கார்.”

“இதைக் கேளுங்கள்” என்று ரோஷின் பதைபதைப்போடு அந்தப் புன்னகைத்துக் கொண்டிருந்த தடித்த மனிதனை நோக்கிப் பேச முனைந்தான். “ரகசிய இலாகாவினரின் கையில் நான் சிக்கிக் கொண்டிருக்கிறேன் என்பது எனக்குத் தெரியத்தான் செய்கிறது. நான் என்னைப் பற்றியும், இங்கு ஏன் வந்தேன் என்பதையும் விளக்கமாகச் சொல்லிவிடுகிறேன். எதையும் மறைத்துப் பேசவேண்டிய அவசியம் எனக்கில்லை. நான் இங்கு வந்ததற்கு.”

“என்னைப் பார்!” என்று அந்த மனிதன், ரோஷினின் வார்த்தைகளையே சட்டைசெய்யாமல் குறுக்கிட்டுப் பேசினான். “நான்தான் லேவாசாதவ். என்னிடம் ஒன்றும் பொய்சொல்லித் தப்பிக்க முடியாது. நான் கேள்வி கேட்கிறேன்; நீ பதில் சொல்.”

தென்திசைப் பிரதேசத்தில் பெரியவரான மாஹ்னோ

எவ்வளவு பிரபலமாக இருந்தானோ, அந்த அளவுக்கு லேவாசாதவின் பெயரும் பிரபலமாகத்தான் இருந்தது. லேவா ஒரு கொலைகாரன். அத்துடன் படுபயங்கரமான கொடியவனும்கூட. இதன்காரணமாக, மாஹ்னோவே அவனைக் குத்திக் கொன்றுவிடலாமா என்ற நிலைக்குப் பலமுறை ஆளாகியிருந்தான்; என்றாலும் அவனது விசுவாசத்தைக் கருதித்தான், மாஹ்னோ அவனைக் கொல்லாமல் விட்டுவைத்திருந்தான். ரோஷினும்கூட அவனைப் பற்றிக் கேள்விப்பட்டிருந்தான். எனவே, அவனது வாழ்க்கையிலேயே முதன்முறையாக ரோஷினுக்கு உடம்பிலுள்ள ரத்தமெல்லாம் பயத்தால் உறைந்து போவதுபோல் தோன்றியது. அவன் மேசை முன்னால் நின்றான். சுருட்டைத் தலையும், சிவந்த கன்னங்களும் கொண்ட லேவாசாதவோ தனக்கெதிரே நின்ற மனிதனின் உள்ளத்தில், தான் எழுப்பிய பயபீதியையும், அந்த மனிதனின் மீதுதான் வகிக்கும் ஆதிக்கச்சக்தியையும் ரசித்து மகிழ்ந்துகொண்டே, அங்கு அமர்ந்திருந்தான்.

"நல்லது. விஷயத்தைச் சொல்லிவிடு. நீ தெனீகின் படையைச் சேர்ந்த அதிகாரியா?"

"ஆம். மாஜி அதிகாரி."

"மாஜி அதிகாரியா? ச். ச். சூ! நீ எங்கிருந்து வருகிறாய்?"

"எகதிரின்ஸ்லாவிலிருந்து, குல்யாய்-போல்யேவுக்கு. நான் சொல்வது."

"ச். ச். சூ! எகதிரினஸ்லாவிலிருந்து வந்தேன் என்று ஏன் என்னிடம் சொல்கிறாய்? உண்மையில் நீ ரஸ்தோவிலிருந்துதானே வந்தாய்?"

"இல்லை. நான் எகதிரினஸ்லாவிலிருந்துதான் வந்தேன்."

ரோஷின் அவசரஅவசரமாகத் தனது டிக்கெட்டைத் தேடினான்; அவனுக்குத் தனது ரத்தம் மீண்டும் உறைந்து போவதுபோல் தோன்றியது. ஒருவேளை, அந்த டிக்கெட்டை அவன் தூரஎறிந்திருந்தால்? அவன்

அந்த டிக்கெட்டைத் தனது சட்டைப்பையிலிருந்து தேடியெடுத்துவிட்டான்; அந்த டிக்கெட்டுடன் கசங்கி மங்கிய காத்யாவின் புகைப்படம் ஒன்றும் இருந்தது. அவன் அந்த டிக்கெட்டை லேவாவிடம் நீட்டினான். லேவா அதனை வாங்கி வெளிச்சத்தில் பிடித்து அப்படியும் இப்படியும் வெகுநேரம் திருப்பிப் பார்த்தான். அவனால் அதில் எந்தக் குற்றமும் கண்டுபிடிக்க முடியவில்லை. டிக்கெட் சரியாகத்தான் இருந்தது. ரோஷினைப் பற்றியும் அவனுக்கு என்ன தண்டனை வழங்கலாம் என்பதையும் முன்னமே முடிவு கட்டிவிட்ட லேவா, அந்த டிக்கெட் விவகாரத்தால் ஓரளவு திகைத்துப்போனான். இப்போதோ அந்த டிக்கெட், நிலைமையையே முற்றிலும் மாற்றிவிட்டது. எனவே, லேவா புன்னகையைப் போக்கடித்துவிட்டு, தனது தடித்த உதடுகள் அருவருப்போடு துடிதுடிக்க, பின்வருமாறு கேட்டான்:

"தெனீகினின் தலைமைக் காரியாலயத்துக்குத் தபால்களைக் கொண்டுசென்ற நீ, குல்யாய்-போல்யே ஸ்டேஷனில் வந்து ஏன் இறங்கினாய்?"

"நான் எந்தத் தபாலையும் கொண்டுசெல்லவில்லை. நான் ராணுவத்தைவிட்டு விலகியே இரண்டு மாதமாகி விட்டது. நான் இப்போது ராணுவத்தில் இல்லை. எனது ராணுவ அத்தாட்சிப் பத்திரங்களையும் கிழித்தெறிந்து விட்டேன். இங்கு நான் சுதந்திர புருஷனாகத்தான் வந்தேன்."

லேவாவின் கறுத்த கண்களின் பார்வை ரோஷினின் முகத்தைவிட்டு எங்கும் விலகவில்லை. அந்தக் கண்களிலோ மனிதத் தன்மையோ புத்திக்கூர்மையோ ஒரு சிறிதும் பிரதிபலிக்கவில்லை. என்றாலும் அந்தப் பார்வையைக் கண்டவுடன், ரோஷின் தனது பரபரப்பையெல்லாம் உள்ளடக்க முயன்றுகொண்டு, லேவாவின் கேள்விகளுக்கு மிகுந்த கவனத்தோடு பதிலளிக்க வேண்டும் என்று நினைத்தான். எனவே, அவன் ராணுவத்தைவிட்டு, தான் ஓடிவந்ததற்கான காரணங்களை எளிதாகவும் சுருக்கமாகவும் விளக்க முனைந்தான்.

"நாய்க்குப் பிறந்த பயலே! நீ இந்த மாதிரியே என்னிடம் பொய் சொல்லிக்கொண்டு போனால்," என்று லேவா தணிந்தகுரலில் குறுக்கிட்டுப் பேசினான், *"அப்புறம் கொமோராவுக்கு சோதோம் செய்யாத கொடுமைகளையெல்லாம்கூட, நான் உனக்குச் செய்வேன்."*

பின்னர், ரோஷினின் கையிலிருந்த காத்யாவின் புகைப் படத்தை லேவா ஒரு திருடனைப்போல் வெடுக்கென்று பிடுங்கினான். பின்னர் பெண்களின் அழகை ரசிக்கும் ரசிக சிகாமணியைப்போன்று புன்னகை புரிந்தவாறே அந்தப் படத்தைப் பார்வையிட்டான்; பின்னர் அதனைத் தனது விரலால் சுண்டிக்காட்டியபடி, பின்வருமாறு கேட்டான்:

"இந்தப் பெட்டை நாய்க்குட்டி யாராம்?"

"அவள் என் மனைவி, அவளுக்காகத்தான் நான் இங்கு வந்தேன். அந்தப் படத்தைத் திருப்பிக் கொடுத்து விடுங்கள்!"

"இந்தப் படத்தை ரத்தம்சொட்டி வடியும் உன் பிணத்தின் மீது போடுகிறேன்" என்று சொல்லிவிட்டு, லேவா *அந்தப் படத்தைத் தனது தடித்த, எண்ணெய் படிந்த கரத்தால் மூடினான். "நல்லது. சரி. உளவு பற்றிய தகவல் எல்லாம் சொல்லு."*

"நான் இனி எதுவும் சொல்லப் போவதில்லை!" என்று கத்தினான் ரோஷின்.

"ஆம். நீ சொல்லத்தான் போகிறாய். எல்லோரும் என்னிடம் சொல்லத்தான் செய்வார்கள்!"

லேவா தனது ஆசனத்தைவிட்டு அநாயசமாக எழுந்திருந்து ரோஷினின் முகத்தில் பூனை தனது பாதத்தால் அறைவதுபோல் ஓங்கியறைந்தான்; அந்த அடி வசப்பிசகாகி, ரோஷினின் நெற்றிப் பொருத்தில் விழுந்தது. எனவே, அவன் மயக்கமுற்றுக் கீழே விழுந்தான்.

சோவியத் குடியரசின் எதிரிகளோ தாம் கொடுத்துவருகின்ற

அலெக்சேய் தல்ஸ்தோய் ▲ 339

அடியில், குடியரசு சீக்கிரமே குடைசாய்ந்து தகர்ந்து போய்விடும் என்று எண்ணிக் கொண்டிருந்தார்கள். ஆனால், சோவியத் குடியரசோ நிதானமாக முன்னேறிக் கொண்டிருந்தது. அது தனது தேசமக்கள் சகலவிதமான ஆத்மார்த்த, பொருள்வள சக்திகளை எல்லாம் ஒன்றுதிரட்டியது; அறிவும் விஞ்ஞானமும் ஆக்கிப்படைத்த சாதனைகளையெல்லாம் ஒன்றுபடுத்தியது; இவ்வாறாகத் தனது எதிரிகளைத் தாக்குவதற்கான அடிப்படைத் தயாரிப்புகளில் இறங்கியது. போல்ஷெவிக்குகளின் ராணுவத்திட்டம் இதுதான்: தமது சக்திகளையெல்லாம், தற்காப்புக்கே பயன்படுத்துகின்ற அதேநேரத்தில், அவர்கள் திட்ட வட்டமான, உண்மையான சமுதாய மாற்றத்தைக் கொண்டுவருவதிலும், கோட்பாடுகளை, அஞ்சா நெஞ்சத்தோடு வாழ்க்கையின் நடைமுறைக்குக் கொண்டுவருவதிலும், எதிர்காலக் கனவுகளையெல்லாம் பிண்டப்பிரமாணமாக, பிரத்தியட்ச சொரூபமாக உருவாக்கிக் காட்டவல்ல தீவிர கவனம் செலுத்தி ஓயாது ஒழியாது பணியாற்றினார்கள். அடுத்தாற்போல்: முப்பது லட்சம் பேரைக் கொண்ட ஒரு செஞ்சேனையை உருவாக்குவதிலும், வடக்கிலே தற்காப்பைப் பலப்படுத்துவதோடு, சைபீரியா, யூரலின் தென்பிராந்தியம் ஆகிய பிரதேசங்களில் தாக்குதல் தொடுப்பதிலும், அதேசமயம் தமது பிரதான ராணுவ நடவடிக்கைகளை தோன் பிரதேசத்துக் கிரஸ்னோவின் கசாக்குப் படைகளுக்கும், வடக்குக் காக்கஸஸிலிருந்த தெனீகினுக்கும் எதிராக மேற்கொள்ளுவதிலும் அவர்கள் கவனம் செலுத்தினார்கள்.

ருஷ்ய சோவியத் குடியரசை நாலா திசையிலிருந்தும் வெள்ளை ராணுவப் படைகள் நெருக்கியதால், அந்தக் குடியரசு பதினையாயிரம் கிலோமீட்டர் தூரமுள்ள ஒரு பெரும் போர்முனையை உருவாக்க நேர்ந்தது; மேலும் மிகுந்த சிக்கலும் குழப்பமும் நிறைந்த உக்ரேனியப் போர்முனையும் அத்துடன் புதிதாகச் சேர்ந்துகொண்டது.

செழிப்பு மிகுந்த உக்ரேனியப் பிரதேசத்தில் உள்நாட்டுப்

போர் மிகவும் உக்கிரமாகவும் மூர்க்காவேசமாகவும் நடந்தது. அந்தச் சந்தர்ப்பத்தில் அந்தப் பிரதேசத்திலுள்ள ஜனத்தொகையில் பல்வேறு பகுதியினரும் ஒற்றுமையற்றுச் சிந்திச் சிதறிக் கிடந்தார்கள். சமீபகாலத்தில் அங்கு நிலவிய ஜெர்மானிய ஆக்கிரமிப்பும், ராணுவதிகாரியின் ஆட்சியும், பழிவாங்கும் செயலாக நிலப்பிரபுக்களுக்குப் புனர் வாழ்வளித்த போக்கும்தான் அங்கு நிலவிய ஒற்றுமையின்மைக்கு காரணங்கள் ஆகும். தோன் நிலக்கரி பிரதேசத்திலுள்ள சுரங்கத் தொழிலாளர்கள், ஆலைத் தொழிலாளர்கள், நிலமில்லாத விவசாயிக் கூலிகள், சின்னஞ்சிறு நிலச்சுவான்தார்களான விவசாயிகள் முதலியோரெல்லாம் சோவியத் ஆட்சியினால் ஈர்க்கப்பட்டார்கள். பணக்கார விவசாயிகளும், பூர்ஷ்வா வர்க்கத்தாரும் புரட்சிக் கமிட்டி, ஏழை விவசாயிகள் கமிட்டி, நிர்வாகக் கமிட்டி, கமிஸார்கள், தானியக் கொள்முதல் முதலிய பலவற்றையும் கண்டு பயந்து, சுதந்திர உக்ரேனிய டைரக்டோரியத்தையும் அதன் தலைவரான பெத்லூராவையும் ஆதரிக்கத் தொடங்கினார்கள். பெத்லூராவுக்கு உக்ரேனியப் பிரதேசத்திலுள்ள படிப்பாளி வர்க்கப் பகுதியின் ஆதரவும் கிடைத்தது. ஆனால், அந்தப் படிப்பாளிகளோ சோவியத் புரட்சி விடுத்த சவாலுக்கு எதிராக ஒரே ஒரு பதிலைத்தான் தந்தார்கள்: "பாழாய்ப்போன மாஸ்கோவாதிகளே! வெளியேறிவிடுங்கள்!" என்பதுதான் அது. இந்த மேதாவிகளுக்கோ, உக்ரேனிய மக்கள் கடந்த மூன்று நூற்றாண்டுக் காலமாக, தமது ரத்தத்தை யெல்லாம் சிந்திச் சுதந்திரத்துக்காகப் போராடிய கசப்பான சரித்திர உண்மைகளெல்லாம் கண்ணில் படவில்லை; மாறாக, அவர்கள் அந்த உண்மைகளை யெல்லாம் உக்ரேனியத் தேசிய உடையின் - அதாவது, கருங்கடலைப்போல் விரிந்த அகன்ற கால்சராய்கள், கசாக்கு ஆடையலங்காரங்கள், வளைந்த வாளாயுதங்கள், நீண்ட தலைமுடிகள் முதலியவற்றின் - பண்டைப் பழம்பெரும் தேசியக் கற்பனாலங்காரத்தையே சுட்டிக் காக்க முயன்றார்கள்.

ராணுவதிகாரியை வெளியேற்றிவிட்டு, கீவிலிருந்த

டைரக்டோரியத்தில் தன்னைத்தானே தலைவராக்கிக் கொண்டுவிட்டார் பெத்லூரா; அத்துடன் உக்ரேனியாவை ஒரு சுதந்திரமான குடியரசாகப் பிரகடனப்படுத்தி, பாட்டாளிவர்க்கப் புரட்சியை எதிர்த்து வீணில் போராடத் தொடங்கிவிட்டார். பெத்லூராவிடம் தமது பக்கம் சேர்ந்துவிட்ட ராணுவதிகாரியின் சில படைவரிசைகளும், 'சுதந்திர உக்ரேனியா' ஒரு பகுதியாக தாம்வாழ எண்ணிய கனவு பலிக்கும் காலம் வந்துவிட்டது என்று நம்பிய, கட்டுப்பாடும் உறுதியும்கொண்ட கலீஷிய இனத்தார்களும், விரக்தியடைந்து ராணுவக் கொள்ளையிலேயே வாழ்ந்து வருபவர்களின் பலவிதக் கூட்டங்களும் இருந்தன. வெறுமனே தடபுடலான வார்த்தை ஜாலங்களோடு வெளியிட்ட அறிக்கைகளைத் தவிர, பிளவுபட்டும் மனம் கொதித்தும்போயிருந்த உக்ரேனிய விவசாயி வர்க்கத்தைத் தன்பால் கவர்ந்திழுக்கும் அளவுக்கு, திட்டவட்டமான, யதார்த்தமான வேறு எதையேனும் கொடுக்கப் புத்திசாதுரியமோ, குயுக்தியோ பெத்லூரா விடம் காணப்படவில்லை. எனவே, தமது படைகளுக்குப் புதிதாக ஆட்களைச் சேர்ப்பதற்கும் அவனுக்கு வழியில்லை.

டிசம்பர் மாதத்தில் பொல்தாவா வட்டாரத்திலுள்ள சுத்ஜா என்ற நகரத்தில் உக்ரேனிய பிரதேசத்துக்கான ஒரு ரகசிய சோவியத் அரசாங்கம் தோற்றுவிக்கப்பட்டது. த்ஸாரீத்ஸின் ராணுவக் கவுன்சிலின் தலைவர் பத்தாவது செஞ்சேனை ராணுவத்தின் தளபதியான வரஷீலவை சுத்ஜாவிலுள்ள சோவியத் அரசாங்கத்தோடு சேர்ந்து கொள்ளுமாறு அனுப்பிவைத்தார். எனவே, சுத்ஜாவிலும் ஒரு புரட்சி ராணுவக் கவுன்சில் உருவாக்கப்பட்டது.

இதற்குள், இந்தச் சம்பவங்களுக்கெல்லாம் முன்னதாகவே குர்ஸ்க்குக்கு அருகே உருவாக்கப்பட்டிருந்த நிரந்தர உக்ரேனியச் செஞ்சேனையின் இரண்டு படைவரிசைகள் இருந்தன; இந்தப் படைகளில் விசாரணைக்கும் தண்டனைக்கும் தப்பிவந்த உக்ரேனிய விவசாயிகளே பெரும்பாலும் இருந்தனர்; இந்தப் படையினர் அந்தச் சந்தர்ப்பத்தில் மேற்குத் திசையில் கீவை நோக்கியும்,

தென்திசையில் கார்க்கவையும், எகதிரின்ஸ்லாவையும் நோக்கியும் தமது தாக்குதலைத் தொடங்கிவிட்டார்கள். தாக்குதலுக்கு இந்த இரு படைவரிசைகளும் போதுமானதாக இல்லையென்றாலும், அவர்கள் ஆங்காங்கேயுள்ள கொரில்லாப் படையினரின் ஆதரவும் தமக்குக் கிட்டுமென்று எதிர்பார்த்தார்கள். அத்தகைய கொரில்லாப் படைகளில் மிகவும் பலம்வாய்ந்தது மாஹ்னோவின் படைப் பிரிவேயாகும்.

இதற்கிடையில் மாஹ்னோ நன்றாகக் குடித்துச் களித்துத் தனது பொழுதைப் போக்கிக் கொண்டிருந்தான். பெர்தியான்ஸ்கில் அடித்த கொள்ளையின்போது கிடைத்த ஓர் உயர்பள்ளிப் பையனின் உடைகளை அணிந்துகொண்டு, அவன் ஒரு சைக்கிளில் ஏறி ஊரெல்லாம் பார்க்கும்படி சுற்றித் திரிந்தான் அல்லது தனது பாதுகாவலரில் ஒருவனான காரேத்னிக்குடன் தெருக்களிலே தள்ளாடி நடந்தவாறே, அக்கார்டியன் வாத்தியத்துக்கேற்றவாறு பாட்டுப் பாடித் திரிந்தான் அல்லது அவன் எரிச்சலால் வெளிறிப்போன முகத்தோடு சந்தைகூடும் இடத்துக்குச் சென்று எவனுடனாவது சண்டை பிடிப்பான். தனது கால்சராய் பாக்கெட்டில் இருந்து, அவன் எவ்வளவு துரிதமாகத் தனது துப்பாக்கியை வெளியே எடுக்கிறான் என்பதைக் கண்டறிந்தவர்கள், அவனைக் கண்டாலே தகராறுக்கு இடம் நேர்ந்துவிடாமல், ஒதுங்கிச் சென்றுவிடுவார்கள். யாருக்குமே அஞ்சாத பேர்வழிகளான மாஹ்னோவின் கூட்டத்தைச் சேர்ந்த முரடர்களும்கூட, குடை ராட்டினத்தின் அருகே மாஹ்னோவைக் கண்டுவிட்டால், உடனே அந்த மரக்குதிரைகளிலிருந்து குதித்திறங்கி, எங்காவது ஓடிப் போய்விடுவார்கள். மாஹ்னோவோ தனது பாதுகாவலனான காரேத்னிக்கை மட்டும் துணைக்கு அழைத்துக்கொண்டு, அந்தக் குடை ராட்டினத்தில் ஏறி, தலை கிறுகிறுத்துப் போகும்வரையிலும் சுற்றுவான்.

சமீபகாலத்தில் மாஹ்னோ அளவுக்கு மீறிக் குடிக்கத் தொடங்கிவிட்டான் என்றும், எனவே, அவன் தனது

ராணுவத்தையும் குடிக்கே விற்றுவிடக்கூடிய ஆபத்தும் இருக்கிறது என்றும் குல்யாய்-போல்யேவில் எங்கும் வதந்திகள் நடமாடின. அவன் உண்மையிலேயே தந்திரமாக விளையாடிக் கொண்டுதான் இருக்கிறான் என்று ஒருசிலரால் மட்டுமே ஊகிக்க முடிந்தது. அவனோ, வேட்டைக்குத் தப்பிப் பழக்கப்பட்டுப் போன காட்டுமிருகத்தைப்போல், தந்திரபுத்தியும், பதுங்கும் குணமும், நழுவியோடும் தன்மையும் படைத்தவனாக விளங்கினான்.

நேரத்தை எதிர்நோக்கித்தான் மாஹ்னோ காத்திருந்தான். அவன், இந்த நாட்களில் ஒரு தீவிரமான முடிவுக்கு வரவேண்டிய அவசியத்தையும் உணர்ந்திருந்தான். எகதிரினஸ்லாவ் பிரதேசத்தில் அவன் எதிர்த்துப் போராடிக் கொண்டிருந்த ஜெர்மானியர்களும், ராணுவதிகாரியின் ஆட்களும் இப்போது இல்லை. நிலப்பிரபுக்களும்கூட ஓடிவிட்டார்கள். சின்னஞ்சிறு நகரங்களை எல்லாம் வேண்டும் மட்டும் கொள்ளையடித்து முடித்தாயிற்று. இப்போதோ, அதனை மூன்று பக்கங்களிலிருந்தும் புதிய எதிரிகள் நெருக்கிக் கொண்டிருந்தார்கள். கிரீமியா, குபான் பிரதேசத்திலிருந்து தெனீகின்னின் சேவாசேனையும், வடதிசையில் போல்ஷெவிக்குகளும், நீப்பரிலிருந்து, எகதிரினஸ்லாவை அப்போதுதான் ஆக்கிரமித்துக் கொண்டிருந்த பெத்லூரா படையும் அவனை நெருக்கினார்கள். இவர்களிலே மிகவும் பேராபத்தானவர்கள் யார்? அவன் தனது இயந்திரத் துப்பாக்கிகளை எந்தத் திசையிலே திருப்புவது? இதற்கு அவன் உடனடியாக ஒரு தீர்வுகாண வேண்டியிருந்தது. ராணுவமோ, நாளுக்குநாள் தேய்ந்து கரைந்து கொண்டிருந்தது; அவன் அஸ்திவாரமே ஆட்டம் காணத் தொடங்கிவிட்டது. அந்த ராணுவத்திலிருந்த விவசாயிகளோ பின்வருமாறு சொல்லத் தொடங்கி விட்டார்கள்: “போல்ஷெவிக்குகள் உக்ரேனியாவுக்கு வந்து கொண்டிருப்பது நல்ல சகுணம்தான். நாம் இனி நமது வீடுகளுக்குத் திரும்பிப் போய்விடலாம். போர்புரிவதிலே இன்னும் சலிப்படைந்து விடாது இருப்பவர்களோ, தங்கள்

தொப்பியில் செஞ்சேனையின் சிவப்பு நட்சத்திரத்தைக் குத்திக்கொண்டால் போகிறது!" மாஹ்னோவின் படையின் உயிர்நாடியாகத் திகழ்ந்த கிராபோத்கின் பெயரைக் கொண்ட கறுப்புப் படையைச் சேர்ந்த மூர்க்கர்களோ போர்புரிவதையே தமது தொழிலாகக் கொண்டவர்கள். குதிரை மீதேறிச் சுதந்திரமாகத் திரியும் வாழ்வுக்காக, உழைத்துப் பாடுபடும் தொழிலை எப்போதோ உதறிவிட்டு வந்தவர்கள் அவர்கள். அவர்களோ பின்வருமாறு சொல்லத் தொடங்கிவிட்டார்கள்: "நமது 'பெரியவர்' மட்டும் போல்ஷெவிக்குகளிடம் நம்மை விலை காட்டிவிடத் துணிந்தால், ராணுவத்தார் அத்தனை பேரின் கண்முன்பும் நாங்கள் அவரது தலையையே சீவித் தள்ளிவிடுவோம், அவ்வளவுவான். பெத்லூரா எகதிரின்ஸ்லாவைக் கைப்பற்றிவிட்டான். நாமோ வெறுமனே உட்கார்ந்து அதனைப் பார்த்துக் கொண்டிருக்கிறோம். நமக்கோ இப்போது தின்பதற்குக் கூடப் போதுமான தீனியில்லை. துணிகளும் பூட்சுகளும் கிழிந்து போய்விட்டன.

இந்த நிலைமை நீடித்தால், ஸ்டெப்பி வெளிக்குச் சென்று, நாமும் ஓநாய்களோடு சேர்ந்து ஊளையிட வேண்டியதுதான். சகோதரர்களே, புறப்படுங்கள் எகதிரினஸ்லாவுக்கு!"

கப்பற்படை வீரனான சுகாய் என்பவன் உக்ரேனியச் செஞ்சேனையின் பிரதம தளபதி அனுப்பிவைத்த பிரதிநிதியாக குல்யாய் - போல்யேவுக்கு வந்திருந்தான். அவன் வந்து மூன்று நாட்களாகிவிட்டன. குடிவெறியில் மயங்கிக் கிடக்கும் மாஹ்னோ நன்றாகத் தூங்கியெழுந்து, புத்தி தெளிந்தபின்னர் அவனோடு, தான் வந்த விஷயங்களைக் குறித்துப் பேச வேண்டும் என்பதற்காக சுகாய் காத்திருந்தான். அதேசமயத்தில், மாஹ்னோவைச் சந்தித்துப் பேசுவதற்காக, கார்க்கவிலிருந்தும் ஒருவன் வந்திருந்தான். அந்த நபர் அராஜவாதிகளின் சம்மேளனமான 'அபாயமணி' என்ற ஸ்தாபனத்தின் செயற்குழு அங்கத்தினனான ஒரு பிரபலமான தத்துவவாதி இதற்கிடையில் மாஹ்னோவின் ராணுவ - அரசியல்

கவுன்சிலைச் சேர்ந்த அங்கத்தினர்களும், உள்ளூர் அராஜகவாதிகளும் மற்றும் மாஹனோவின் நெருங்கிய ஆலோசகர்களும் மாஹ்னோவையே தொடர்ந்து திரிந்தார்கள்; அவர்களோ மாஹ்னோவிடம் யார் பேச்சையும் கேட்க வேண்டாமென்றும், தமது மகத்தான தனிநபர் சுதந்திரத்தைப் பாதுகாக்க வேண்டுமென்றும் ஆர்வத்தோடு எச்சரித்து வந்தார்கள்.

இந்தச் சந்தர்ப்பத்திலே ஓர் உறுதியான முடிவை எடுக்கத் தவறினால், அதுவும் ராணுவத்தைத் திருப்தி செய்விக்கக்கூடிய முடிவாக இருக்காதுபோனால், தனது லட்சியமும், கீர்த்தியும் அழிந்து பட்டுப் போய்விடும் என்பதையும் மாஹ்னோ மிக நன்றாகத் தெரிந்து வைத்திருந்தான். அவனுக்கு இரண்டே இரண்டு வழிகள் தான் புலப்பட்டன. ஒன்று: போல்ஷெவிக்குகளுக்குப் பணிந்து கொடுத்து, பிரதம தளபதியின் ஆணைக்குக் கட்டுப்படுவது; பின்னர் ஒழுங்கீனக் குற்றத்துக்காக, தான் சுடப்பட்டு மாளவேண்டிய அந்தத் தவிர்க்க முடியாத தலைவிதியை எதிர்நோக்கியிருப்பது. மற்றொன்று: பிரதம தளபதியிடமிருந்து வந்துள்ள பிரதிநிதியான சுகாயையே சுட்டுத் தள்ளுவது; பின்னர், உக்ரேனியப் பிரதேசத்திலுள்ள எல்லா அரசாங்கங்களுக்கும் எதிராகக் கலகக் கொடி உயர்த்தி, விவசாயிகளைத் தூண்டிவிடுவது. ஆனால், இரண்டாவது வழி இந்தச் சந்தர்ப்பத்திற்கு ஏற்றதுதானா? அவ்வாறு செய்தால் அது ஒரு தவறாக முடியாதா?

இந்த எண்ணங்களெல்லாம் மாஹ்னோவின் அந்தரங்கத்தின் பேராழத்திலேதான் இருந்தன. ஏனெனில், அவனிடம் நாய் மாதிரி விசுவாசம் காட்டும் லேவா, காரேத்னிக் முதலியோரிடம், இந்த யோசனையைத் தெரிவித்தாலும்கூட, அது ஆபத்தாக முடியலாம். எனவே, எண்ணங்கள் மாஹ்னோவின் தலையைக் குடைந்து கொண்டிருந்தன. ராணுவமோ முடிவை எதிர்பார்த்துக் காத்து நின்றது. பிரதிநிதியாக வந்துள்ள சுகாயும், கார்க்கவிலிருந்து வந்துள்ள பிரபலமான

அராஜகவாதியும் மாஹ்னோவுக்காகக் காத்திருந்தார்கள். மாஹ்னோவோ தனது நிதானத்தை இழந்துவிடாதபடி, சாராயத்தைக் குடித்தான்; தான் மிதமிஞ்சிய குடிவெறியிலிருப்பதுபோல் நடித்து, எல்லோரையும் ஏமாற்றினான்; தாறுமாறாக நடந்துகொண்டான். ஆனால், அவனைப் பொறுத்தவரையில் அவனது கண்ணும் காதும் மிகமிகக் கூர்மையாகத்தான் இருந்தன. எந்தக் காட்சியும், எந்தப் பேச்சும் அவனுக்குத் தெரியாமல் தப்பவில்லை. அவனது மனமோ கோபாவேசத்தாலும் ஆத்திரத்தாலும் பொங்கிப் புழுங்கிக்கொண்டிருந்தது.

எகதிரினஸ்லாவிலிருந்து வந்தவன் என்று தன்னைக் கூறிக் கொண்ட அதிகாரி உடையிலிருந்த அந்த இனந்தெரியாத மனிதனைக் கைதுசெய்து, லேவாவிடம் அழைத்துச் செல்லுமாறு மாஹ்னோ தனது குதிரைக்காரர்களிடம் உத்தரவிட்டுவிட்டுப் போனபின்பு, சிறிதுநேரம் கழித்து அந்தக் ‘கலாசாரக் கல்வி நிலையத்துக்கு’ தானே சைக்கிளில் வந்து சேர்ந்துவிட்டான். அங்கோ ரோஷினை வசப்பிசகாக அடித்து வீழ்த்திவிட்ட லேவா சாதவ் மேசை முன்னால் அமர்ந்திருந்தான்; அவன் மேஜைமீது தனது முஷ்டிகளை ஒன்றன்மேல் ஒன்றாக வைத்து, அதன்மீது தன் மோவாயைத் தாங்கியவாறு உட்கார்ந்திருந்தான். மாஹ்னோ கீழேவிழுந்து கிடக்கும் மனிதனைப் பார்த்துவிட்டு, சைக்கிளைச் சுவர்மீது சாய்த்துவைத்தான்.

“இவனை நீ என்ன செய்தாய்?”

“சும்மா ஒரு தட்டுத்தான் தட்டினேன்” என்றான் லேவா.

“முட்டாள்! இவனைக் கொன்றுவிட்டாயா?”

“எனக்கெப்படித் தெரியும்? நான் என்ன டாக்டரா?”

“நீ இவனை விசாரித்தாயா?” (லேவா வெறுமனே தோளைமட்டும் உலுக்கினான்). “இவன் எகதிரின ஸ்லாவிலிருந்து வந்தவன்தானா? இவன் என்ன சொன்னான்? தெனீகினின் உளவாளிதானா?”

மாஹ்னோ, லேவாவை மிகவும் கடுமையாகக் கூர்ந்து நோக்கினான். அந்தப் பார்வையைத் தாங்கமாட்டாமல், அவனை ஓரப்பார்வை பார்த்தான் லேவா.

"இவனிடம் ஏதாவது தகவல் கிட்டியிருக்க வேண்டுமே. எங்கே? நீ உன் உயிரோடு விளையாடுகிறாய், லேவா!"

"எனக்கு நேரமே இல்லை, மாஹ்னோ! நான் விசாரணைய்ய அப்போதுதான் தொடங்கினேன். அதற்குள். இந்த நாய்க்குப் பிறந்த பயல் இவ்வளவு பலவீனமாய் இருப்பான் என்று எனக்கு எப்படித் தெரியும்?"

இந்தச் சமயத்தில் ரோஷின் லேசாக முனகியவாறு, தன்காலை மடக்கினான்.

"பார்த்தீர்களா? பயலுக்கு வெறும் அதிர்ச்சிதான்!" என்று குதூகலத்தோடு சொன்னான் லேவா.

இதன்பின்னர் மாஹ்னோ புறப்பட்டுச் செல்வதற்காக, தனது சைக்கிளை எடுக்கப் போனான்; அந்தச் சமயத்தில் அவனது கண்கள் மேசைமீது கிடந்த காத்யாவின் புகைப் படத்தின்மீது பாய்ந்தன.

"இந்தப் படத்தை நீ இவனிடமிருந்து எடுத்தாயா? யாரிவள்? இவனது மனைவியா?"

மனோவுறுதியும், ஏகாக்கிர சிந்தையும், சந்தேக நோக்கும், பரந்த அனுபவமும் கொண்ட எல்லோரையும் போலவே, மாஹ்னோவுக்கும் அற்புதமான ஞாபக சக்தி இருந்தது. அந்தப் படத்தை பார்த்ததுமே, தான் முதன்முதல் அவளைச் சந்தித்ததும், (தனக்கு நகத்திருத்தம் செய்யுமாறு அவன் அவளுக்கு உத்தரவிட்ட அந்தச் சந்தர்ப்பமும், பின்னர் கிரசீல்னிகவ் தலையிட்டு அவளுக்காகப் பேச வந்ததும்) அந்த அழகான பெண்ணைப் பற்றி அவனுக்குத் தெரிவித்த தகவல்களும் மாஹ்னோவுக்குச் சட்டென்று நினைவுக்கு வந்துவிட்டன. அவன் சைக்கிளை வெளியே தள்ளிக்கொண்டு போகுமுன்னர், அந்தப் படத்தைத்

தனது பைக்குள்ளே திணித்துக்கொண்டான்; ஒரு கணம் நின்று பார்த்தான். அதேசமயத்தில், தான் ரோஷினின் முகத்திலும் உயிர்க்களை மீண்டும் திரும்பத் தொடங்கியது; அவனது உதடுகளும் அப்போதுதான் அசைந்து விரிந்தன.

"இவனை என்னிடம் கொண்டுவா. இவனை நானே விசாரிக்கிறேன்" என்றான் மாஹ்னோ.

குடித்துக் களித்து வாழ்ந்த அந்த நாட்கள் அனைத்திலும், மாஹ்னோ ஒரேஒரு கருத்தைமட்டும் விடாப்பிடியாக மனத்தில் கொண்டிருந்தான்: "எகதிரினஸ்லாவை நோக்கித் தனது ராணுவத்தை வழிநடத்திச் சென்று, அந்த நகரத்தைத் திடீரெனத் தாக்கிக் கைப்பற்றி, அங்குள்ள நகர டூமா கட்டடத்தின்மீது அராஜகவாதிகளின் கறுப்புக்கொடியை ஏற்றிவிட வேண்டியது அவசியம் என்பதுதான் அந்தக் கருத்து. அவ்வாறு செய்தால், அந்த நகரத்திலே கிடைக்கக்கூடிய பெருங்கொள்ளைப் பங்கைப் பற்றிய நம்பிக்கையால் ராணுவத்திலுள்ளவர்களுக்கும் உற்சாகமும் பிறக்கும்; அவர்கள் ஒன்றுபட்டும் நிற்பார்கள். எகதிரினஸ்லாவ் செல்வவளம் படைத்த நகரம்; அந்த மாணிலம் முழுவதற்கும் தேவையான துணிமணிகளும் வேறுபல சாமான்களும் அங்கு கிடைக்கும். அப்படிக் கிடைத்தால், ஒவ்வொரு கிராமத்திலும், குக்கிராமத்திலும் கூட, சீட்டித் துணிகளையும், வேறு பல துணிகளையும் லாரிலாரியாகக் கொண்டு அங்குள்ள மக்கள்முன் விட்டெறியலாம்; சர்க்கரையை அள்ளியள்ளிக் கொட்டலாம்; பெண்களுக்கான ரிப்பன்களையும், பூட்சுகளையும், பட்டிகளையும், காலுறைகளையும் வாரி வழங்கலாம். விவசாயப் பெருமக்களே! இதோ உங்களுக்கு மாஹ்னோ வாரிவழங்கும் பரிசுகள்! அதிகாரமோ, நிலப்பிரபுக்களோ, பூர்ஷ்வாக்களோ, சோவியத்துக்களோ, அவசரக் கமிஷனோ இல்லாத சுதந்திரமான அராஜ ஆட்சிமுறை உங்களுக்கு எவ்வளவு நன்மையைச் செய்கிறது, பார்த்தீர்களா?"

இந்த ஒன்றைத் தவிர, மற்றவையனைத்தும் மாஹ்னோவின் மனத்தில் முடிவு கட்டப்படாமலேதான் இருந்தன.

ஆனால், இப்போது, காத்யாவின் புகைப்படத்தைப் பார்த்தபின், அவன் திடீரென்று ஒரு முடிவுக்கு வந்து விட்டான். அந்த முடிவு அவனது உள்ளத்துக்குள்ளே பெட்டிக்குள்ளே அடைபட்டு துள்ளிக்குதிக்கும் பொம்மையைப்போல் முட்டி மோதிக்கொண்டிருந்தது. என்றாலும், தனது உள்ளத்துக்குள்ளே வெற்றித் தாண்டவமாடும் அந்த எண்ணத்தையே, அதனால் தனக்கு ஏற்பட்ட மகிழ்ச்சியையோ அவன் ஒரு சிறிதும் வெளிக்காட்டிக் கொள்ளவில்லை. அவன் தனது சைக்கிளில் ஏறித் தெருவழியே சென்று ஒரு கட்டடத்தின் முன் நின்றான். பெரிய ஜன்னல்கள் கொண்ட, நீண்ட கட்டடம் அது. அதன் முன்னால் இலைகளை இழந்து விட்ட பாப்லார் மரங்கள் மொட்டையாக நின்றன. அது ஒரு பள்ளிக்கூடம். அதைத்தான் மாஹ்னோ தனது தலைமைக் காரியாலயமாக வைத்திருந்தான். அங்குதான் அவனது துணையதிகாரிகள் இருந்தார்கள். அதிலேயுள்ள ஒரு தனியறையில் அவன் தங்கியிருந்தான்.

ஒரு மணிநேரம் கழித்து, ரோஷின் அங்கு கொண்டு வரப்பட்டான். முதலில் லேவா வந்தான்; அதன்பின் ரோஷின் வந்தான்; அவனுக்குப் பின்னால், பாதிரியாரின் கோட்டுக் காலரிலிருந்து வெட்டித்தைத்து, அதிலே கறுப்பு ரிபன் ஒன்றையும் அதில் குறுக்காகக் கட்டியிருந்த கம்பளித் தொப்பியை அணிந்த மாஹ்னோவைச் சேர்ந்த மனிதனொருவன் ரிவால்வரின் வாயினால் ரோஷினை இடித்து முன்னால் தள்ளிக்கொண்டு வந்தான். பூப்போட்ட துணியால் மூடப்பட்டிருந்த ஒரு சோபாவின்மீது மாஹ்னோ அமர்ந்திருந்தான்; அந்தச் சோபாவின் ஸ்பிரிங்குகள் வெளியே ஆங்காங்கே புடைத்துக் கொண்டிருந்தன.

"இதென்ன இது?" அவன் கீச்சுக்குரலில் சத்தம் போட்டான். "நீங்கள் எல்லாம் ஜாராட்சிக் காலத்துப் போலீஸ்காரர்கள் என்று நினைத்துக் கொண்டீர்களா? ரிவால்வரைக் கீழேபோடு. போ வெளியே!" என்று தனது ஒட்டி மஞ்சள் பூத்த முகத்தை கீழிருந்து மேலே

ஆட்டிக்கொண்டே, அவன் அந்தக் காவலாளியை நோக்கி மோவாயை உயர்த்தினான்; உடனே அந்தக் காவலாளி தடதடவென்று நடந்தவாறே அறையைவிட்டு வெளியே சென்றான். மாஹ்னோ சோபாவிலிருந்து எழுந்து, தனது எலும்புக்கரத்தின் முஷ்டியை இறுகப் பற்றிக்கொண்டு, லேவாவின் முகத்திலும் மூக்கிலும் வாயிலும் குத்தினான்.

"கொலைகாரா!" என்று மாஹ்னோ கீச்சுக்குரலில் கத்தினான். "குடிகாரா! குஷ்டம் பிடித்த பயலே! நமது லட்சியத்தையே ஆபாசப்படுத்துகிறாயா? என்னையே ஆபாசப்படுத்துகிறாயா?"

லேவாவுக்கோ மாஹ்னோவின் குணம் நன்கு தெரியும். எனவே மாஹ்னோவின் கோபம் மேலும் உச்சநிலைக்குப் போகும்வரையிலும் அவன் காத்திருக்கவில்லை. தனது புடைத்தத் தோள்களால், தனது கழுத்தைப் பாதுகாத்துக்கொண்டும், மேலும் அடிவிழாதபடி முகத்தைக் கைகளால் மூடிக்கொண்டும் வாசலை நோக்கி ஓடினான்; கதவை மூடிக்கொண்டு வெளியே போய்விட்டான்.

மாஹ்னோ தனது தொப்பியை எடுத்தான். அவனது நெற்றி வியர்த்திருந்தது. பின்னர், அவன் மீண்டும் சோபாவில் உட்கார்ந்தான். மாஹ்னோவின் கையில் ஒரு ஜெபமாலையை மட்டும் கொடுத்துவிட்டால், அவன் ஒரு மதவெறிகொண்ட பாதிரியாராகவே தோன்றுவான் போலிருந்தது.

"தயவுசெய்து உட்காருங்கள்!" என்று மாஹ்னோ கூறியவாறே, தனது நீண்டகையை நீட்டி, ஒரு நாற்காலியைச் சுட்டிக்காட்டினான். "உங்களை நாங்கள் சுட்டுத் தள்ளலாம். ஆனால், ஒருவனை ஒருவன் துன்புறுத்துவது மனிதத் தன்மைக்கே அவமானம். சரி, ஒரு சிகரெட்டை எடுத்துப் பற்றவைத்துக் கொள்ளுங்கள். நீங்கள் ஓர் உளவாளியா?"

"இல்லை" என்று உணர்ச்சியற்ற குரலில் சொல்லிவிட்டு, புன்னகை புரிந்தவாறே ஒரு சிகரெட்டை எடுத்தான்

ரோஷின்.

"நீங்கள் ஒரு சேவாசேனை அதிகாரியா?"

"இருந்தேன். இப்போது ஓடிவந்துவிட்டேன். அதற்கு முற்றுப்புள்ளி வைத்துவிட்டேன். ஆனால், இதையெல்லாம் சொல்வதால் என்ன பிரயோஜனம்? நான் எதைச் சொன்னாலும், நீங்கள் நம்பப் போவதில்லை."

"என்னிடம் யாரும் பொய் சொல்வதில்லை!" என்று மாஹ்னோ தனக்கே உரிய விசித்திரமான குரலில் உச்சஸ்தாயியில் சொன்னான். எந்தச் சங்கீத வித்வானாலும், அந்தக் குரலுக்கு, சுரம் அமைக்க முடியாத விசித்திரமான குரல் அது. ரோஷினுக்கு அது ஏதோ ஒரு வல்லூரின் அலறலைப்போலத் தோன்றியது. யாரும் என்னிடம் பொய் சொல்வதில்லை!" என்று மாஹ்னோ திரும்பவும் சொன்னான். அவனது கொதித்துக் கனன்ற, இமை தட்டாத கண்களில் அதீதமான மனோவுறுதி பிரதிபலித்தது. அக்கண்களைப் பார்ப்பதே கஷ்டமாக இருந்தது. அத்தகைய கண்களின் பார்வையைக் கண்களிலே கண்ணீர் வராமல் எவராலும் பார்த்துக கொண்டிருக்க முடியாதுதான். ஆனால், ரோஷினோ அந்தப் பார்வையைத் தாங்கிக் கொண்டான். அவன் பட்ட அடியினால், தலையில் வலியெடுத்தது; என்றாலும் வேதனையைப் பொருட்படுத்தாமல், இறுதிப் போராட்டத்துக்காகத் தனது சக்திகளையெல்லாம் ஒன்றுதிரட்டினான்.

"சேவாசேனையைப் பற்றி ஏதாவது தகவல் வேண்டுமென்றால் என்னைக் கேளுங்கள். ஆனால், நான் தரும் தகவல்கள் புதியனவாய் இருக்க முடியாது. நான் இரண்டு மாதத்துக்கு முன்பே லீவில் போய் விட்டேன். இந்த வசந்தகாலத்தில் நான் ஒரு தவறு செய்துவிட்டேன். அதற்கு நான் என் உயிரைத்தான் பலியாகக் கொடுக்க வேண்டும். நீங்கள் என்னைச் சுடத்தான் போகிறீர்கள். இப்போதோ அல்லது பிறகோ நான் செய்த தவறுக்காக, என்னை நோக்கி, அந்தத் துப்பாக்கிக் குண்டுபாய்ந்து வரத்தான் போகிறது."

மாஹ்னோவின் கண்களின் ஒரு கணத்துக்கு ஒரு சிரிப்பின் ஒளி பிரதிபலித்தது; மறுகணமே, அது மறைந்து விட்டது. "இவன் என்னை நம்பவில்லை; கொஞ்சம் பொறு, நான் உன்னை." என்று நினைத்தான் ரோஷின். பின்னர் சிகரெட்டை நன்றாக இழுத்துவிட்டு, அதனை மேஜையோரத்தில் வைத்தான். அதன்பின் கைகளை பெல்ட்டுக்குள்ளே சொருகிக்கொண்டு பின்வருமாறு பேசத் தொடங்கினான்:

"முதன்முதலாக - நான் எப்படி வெள்ளை ராணுவ முகாமுக்குள் புகுந்தேன்? மலையிலிருந்து உருண்டோடி வந்த ஆப்பிள் பழம் மாதிரிதான் நான் அங்கே போய் விழுந்தேன். ம். ஆம். நாங்களெல்லாம் ருஷ்ய நாட்டின் படிப்பாளர் பகுதியைச் சேர்ந்திருந்தோம்; இந்தப் பூமியில் சிறந்தவர்கள். நாங்கள் மிஹய்லோவ்ஸ்கி, கான்ட், கிராபோத்கின் முதலியோர் எழுதிய நூல்களையெல்லாம் படித்தோம். நாங்கள் பேபெலையும், வேறு பல இதமூட்டும் நூல்களையும் படித்தோம். இதுபோன்ற பேச்சுகளில் பல நாட்கள் இரவில் தூக்கத்தையும் பொருட்படுத்தாமல், நான் அலெக்சேய் பரவோயிடம்[11] ஈடுபட்டிருக்கிறேன்." (தான் எதிர்பார்த்ததுபோலவே இந்தப் பெயரைச் சொன்னதும் மாஹ்னோவின் கண்களில் ஒரு மெல்லிய திரைப்படர்வதையும், அவற்றில் ஓர் அசட்டுத்தன்மை ஒரு கணம் பிரதிபலித்ததையும் ரோஷின் கண்டுகொண்டான். ஆனால் ஒரே கணம்தான், அதற்கு மேலில்லை.) "நாங்களெல்லாம் உற்சாகத்தோடு எதுஎதையோ எதிர்பார்த்தோம். அதன் பின்னர் பிப்ரவரிப் புரட்சி வந்தது! அப்புறம் எங்கள் கனவுகள் எல்லாம் புளித்துப் போய்விட்டன. நாங்கள் கனவுகண்ட அற்புதமான திருவிழாவுக்குப் பதிலாக, தெருவெல்லாம் சூரியகாந்தி வித்துகளின் உமிதான் சிந்திக் கிடந்தது. எங்குப் பார்த்தாலும் கடற்படை வீரர்கள்; சாம்பல் நிறக்

---

11. மாஹ்னோவைச் சேர்ந்த அராஜகவாதிகளிடையே பிரபலமடைந்திருந்த அலெக்சேய் பரவோய், தன் காலத்தில் அராஜகவாதக் கொள்கை முதல்வனாக இருந்தான்.– (ஆசிரியர்.)

கோட்டுகள் கொண்ட ராணுவ வீரர்களின் கூட்டம்தான் தென்பட்டது. ஒரு மாபெரும் நாட்டுக்குப் பதிலாக. உப்பில்லாத தானியக் கஞ்சிதான் கிடைத்தது."

மாஹ்னோ சோபாவில் நிலையற்று நெளிந்துகொடுத்தான்; பின்னர், தன்னையறியாமலே ஆசுவாசம் பெற்றான்; தான் ஏதோ மே தினத்தன்று உல்லாசப் பிரயாணம் சென்றிருப்பதைப்போல், தனது கால்களை இழுத்து முழங்கால்களைக் கட்டிக்கொண்டு உட்கார்ந்தான். அவனது கண்களிலோ ஒரு நாயையொத்த தீவிர கவனம் குடிகொண்டது.

"இந்தப் புரட்சியால், படிப்பாளர்கள் ஒதுக்கப்பட்டுப் போனார்கள். அக்டோபர் புரட்சி வந்தபோதோ, அவர்கள் எங்களைப் பூனைக் குட்டிகளைப்போல கழுத்தைப் பிடித்துத் தூக்கி, குப்பைமேட்டின்மீது எறிந்துவிட்டார்கள். நடந்ததென்னவோ அவ்வளவுதான். சேவாசேனை என்பதும் அகில ருஷ்யக் குப்பைமேடுதான். அதிலே எந்தவிதமான ஆக்கபூர்வமான போக்கும், குறைந்தபட்சம் சீரமைப்புக்கான திட்டமும் இருக்கவில்லை, இருக்கவும் முடியாது. அது நாசம் ஒன்றைத்தான், படுநாசத்தைத்தான் விளைவிக்கும் சக்தியைப் பெற்றிருக்கிறது. ஆனால், இதனையெல்லாம் நான் காலம் - கடந்துதான் உணர்ந்தேன். அது எனது துர்ப்பாக்கியம்தான். என்றாலும் அதனை உணர்ந்து கொண்டமட்டிலும், எனக்கு மகிழ்ச்சிதான். இதுதான் விஷயம், மாஹ்னோ! எனவே, நான் உயிர்வாழத் தேவையில்லை; உயிர்வாழ விரும்பவும் இல்லை. என்றாலும், எனக்கு ஒரேஒரு நபர் மட்டும் உண்டு. எனது எல்லாத் தத்துவ ஞானங்களையும்விட, எனது மனச்சாட்சியையும்விட அருமையான, உயிருக்குயிரான ஒரு நபர் உண்டு. அந்த ஒன்றினால்தான் நான் இன்னும் உயிரோடிருக்கிறேன்."

"இவள்தானா அந்த நபர்?" என்று மாஹ்னோ சட்டென்று கேட்டவாறே, அவனிடம் புகைப்படத்தைக் காட்டினான்.

"ஆம். இவளேதான்."

"படத்தை எடுத்துக்கொள்ளுங்கள். எனக்கு அது தேவையில்லை."

ரோஷின் அந்தப் படத்தை வாங்கி, தனது சட்டையின் உட்புறத்துப் பையில் வைத்துக்கொண்டான். பின்னர் அவன் மேஜைமீது வைத்த சிகரெட் துண்டை எடுத்து, அதனை மீண்டும் பற்றவைத்தான். அவனது கைகள் நடுங்கவில்லை. அவன் தனது பேச்சின் தொடர்பையும் இழந்துவிடவில்லை.

"எனவே, நான் எனது அத்தாட்சிப் பத்திரத்தைக் கிழித்தெறிந்தேன். அவளைத் தேடிக்கொண்டு இங்கு வந்து சேர்ந்தேன். நான் மீண்டும் வாழ்க்கையில் ஒரு பிடிப்பை ஏற்றுவிட்டதால், எனக்கு மீண்டும் தத்துவமும் கோட்பாடும் தேவைப்படுகின்றன. நாங்களெல்லாம் வெறும் கைத்தொழிலாளர்களல்ல. நான் ஏற்றுக் கொள்ளக்கூடிய வரையறைக்குட்படாத, ஆமாம், வரையறைக்குட்படாத - விஷயம் ஒன்றே ஒன்றுதான். அதுதான் பரிபூரண சுதந்திரம்; மூர்க்கத்தனமான விடுதலை. அது நடக்கமுடியாததாக, பைத்தியக்காரத் தனமானதாகக்கூட இருக்கலாம், என்றாலும். கற்பனையின் எல்லைக்கு அப்பாலுள்ள ஏதோ ஒன்றுக்காக மடியத்தான் வேண்டும்."

"இது கிடக்கட்டும். முதலில் நீங்கள் கொண்டுவந்த உளவுத் தகவல்களை எடுங்கள். அவற்றை எங்கே வைத்திருக்கிறீர்கள்?" என்று மாஹ்னோ அமைதியாகக் கேட்டான்.

ரோஷின், தான் பேசவந்ததை அப்படியே நிறுத்திவிட்டு, தலையைத் திருப்பி, தன்னிடம் எதுவுமில்லை என்பதைப் பரிதாபகரமான சைகையால் காட்டினான். மாஹ்னோவோ வெகுநேரம் வரையிலும் சோபாவிலேயே அசையாமல் உட்கார்ந்திருந்தான். பின்னர், அவன் திடீரென்று துள்ளியெழுந்து அந்த அறையின் மூலையிலே குவிந்துகிடந்த பல்வேறுவிதமான சாமான்களைப் புரட்டிக்கலைத்து எதையோ தேடினான். அங்கு ஆயுதங்களும், சேணங்களும்,

காகிதப்பைகளும் வேறு என்னவெல்லாமோ கிடந்தன. அவன் சில தகர டப்பாக்களையும் இரண்டு பாட்டில் சாராயத்தையும் எடுத்து மேஜைமீது குவித்தான்; பின்னர் புட்டியில் அடைத்த மீன்கறி டப்பா ஒன்றை எடுத்து, அதன் மூடியை வட்டமாகக் கிழித்துத் திறக்க முனைந்தான்.

"நான் உங்களை எனது காரியாலயத்தில் சேர்த்துக் கொள்கிறேன்!" என்றான் மாஹ்னோ. "உங்கள் மனைவி ஆறாம் நம்பர் கம்பெனியில் ப்ரஹ்லாத்னி குக்கிராமத்தில் கிரசீல்னிக்கவ் கூட்டத்தாருடன் இருக்கிறாள். அது சரி. இங்கு இன்னும் சிறிதுநேரத்தில் போல்ஷெவிக்குகளின் பிரதிநிதி ஒருவன் வந்துசேர்வான். நான் சேவாசேனையுடன் பேச்சுவார்த்தைகள் நடத்தி, சமரசம் பேசுவதாக அவன் எண்ணிக்கொள்ள வேண்டும். அந்த மாதிரியான எண்ணத்தை அவனுக்கு உருவாக்கி, அவன் கண்ணில் மண்ணைப் போடுவதுதான் நீங்கள் செய்யவேண்டிய வேலை. தெரிந்ததா? சரி. உங்களுக்குச் சீட்டு விளையாடத் தெரியுமா?"

இந்தத் தடவையோ ரோஷின் உண்மையிலேயே திடுக்கிட்டுப் போனான். நிலைமைகள் எல்லாம் எப்படித் திடீரென்று மாறிவிட்டன. இதற்கெல்லாம் என்ன பொருள் என்று புரிந்துகொள்ளக்கூட முயலாமல், அவன் வெறுமனே விழித்தான். மாஹ்னோவோ மீன் டப்பாவைத் திறந்துவிட்டு, முத்துச் சிப்பியினால் கைப்பிடியிடப் பெற்றிருந்த ஒரு கத்தியை எடுத்து, வேறு பல டப்பாக்களையும் வெட்டித் திறந்தான். சிறிது நேரத்தில் மேஜைமீது மீனும், இராலும், ஈரல்கறியும் அன்னாசிப் பழமும் நிறைந்த டப்பாக்கள் குவிந்து விட்டன; சிறிதுநேரத்தில் அந்த அறை முழுவதுமே அவற்றின் மணம் கமழத் தொடங்கிவிட்டது.

"உங்களை நான் எப்போது வேண்டுமானாலும் சுட்டுத் தள்ளலாம். என்றாலும், நான் உங்களை இந்த நேரத்தில் பயன்படுத்திக் கொள்ள விரும்புகிறேன்" என்று ரோஷினின் திகைப்புக்குப் பதிலளிப்பதுபோல் பேசினான் மாஹ்னோ.

"நீங்கள் காரியாலய அதிகாரியா அல்லது போர்முனை அதிகாரியா?"

"உலக யுத்தகாலத்தில், நான் ஜெனரல் எவர்ட்டின் காரியாலயத்தில் இருந்திருக்கிறேன்."

"இனி நீங்கள் பெரியவர் மாஹ்னோவின் காரியாலயத்தில் இருக்கப் போகிறீர்கள். நான் ஜாராட்சிக் காலத்தில் கடுங்காவல் கைதியாக இருந்தபொழுது, என்னைத் தலையையும் காலையும் பிடித்து, கல்தரையில்மீது தூக்கியெறிவார்கள். மக்கள் தலைவர்களெல்லாம் இப்படித்தான் காய்த்துப் பதப்பட்டிருக்கிறார்கள். தெரிந்ததா?"

"தரைமீது பரவிக்கிடந்த பல்வேறு சாமான்களுக்கு மத்தியில் தென்பட்ட ஒரு மஞ்சள்நிறமான பெட்டிக்குள் டெலிபோன் மணியடித்தது. மாஹ்னோ குந்தி உட்கார்ந்துகொண்டு, டெலிபோன் ரிஸீவரை எடுத்து அதனுள் ஒரு வல்லூறுபோல் அலறினான்: "ஆம். அவனை நான் எதிர்பார்த்துக் கொண்டிருப்பதாகச் சொல்லு."

போல்ஷெவிக் பிரதிநிதியான சுகாய் நிதானமும், உடலுறுதியும் வாய்ந்த நபராகத் தோன்றினான். அவன் ஒரு நைந்துபோன கப்பற்படைச் சட்டையை அணிந்திருந்தபோதிலும் அது அழகாகவும் சுத்தமாகவும் இருந்தது. தனது கப்பற்படைத் தொப்பியைத் தலையின் பின்புறத்தில் தள்ளிவைத்திருந்தான். கையிலே சீட்டுகளைப் பிடித்திருந்த விதத்தைப் பார்க்கும்போது யாருமே அவற்றைக் கண்டுகொள்ள முடியாது என்றே தோன்றியது. ரோஷின் பிரகாசம் மிகுந்த அகன்ற கண்களால், மாஹ்னோவின் ஒவ்வோர் அசைவையும் கூடக் கவனமாகப் பார்த்துக் கொண்டிருந்தான். உயர்ந்த கன்ன எலும்புகளும், சிறிய கறுத்த மீசையும்கொண்ட அவனது அசைவற்ற, பரந்தமுகம் உணர்ச்சியற்று நிர்விசாரமாகத் தோன்றியது. அவன் அமர்ந்திருந்த பிரம்பு நாற்காலிதான் அவனது கனத்தைத் தாங்க மாட்டாமல், இடையிடையே கிறீச்சிட்டது. வாயை

அகலத் திறந்துகொண்டிருக்கும் ஏழுதலை நாகத்தின் உருவத்தைக் கொண்ட வெண்கலச் சிலைக்குக் கீழே அவன் அணிந்திருந்த கப்பற்படைக் கால்சராயோடும், குட்டையான, அகன்றுவிரிந்த பூட்சுகளோடும் அவனை அப்படியே தூக்கி, சம்மணம் கூட்டி உட்காரவைத்து விட்டால், அவன் வணக்கத்துக்குரிய ஒரு தெய்வ விக்கிரகம் போலவே காட்சியளிப்பான் எனத் தோன்றியது.

அவர்கள் எல்லோரும் 'ஆடு' விளையாட்டை ஆடிக் கொண்டிருந்தார்கள். அது போர்முனையிலே கண்டுபிடிக்கப் பெற்ற விளையாட்டு. காயங்களின் வேதனையை மறக்கவும், பயபீதியைத் துறந்து சிரித்து விளையாடிப் பொழுதைப் போக்கவும் கண்டுபிடித்த தமாஷான விளையாட்டு அது. தனது விருந்தாளிகள் அந்த அறைக்குள்ளே வந்ததும், மாஹ்னோ அவர்களை வரவேற்பதற்காக, தனது இடத்தைவிட்டு எழுந்திருக்கவோ, அவர்களுடன் கைகுலுக்கவோ செய்யாமல், அவர்கள் வந்ததும் வராததுமாக அவர்களை, ஒன்பதாம் பந்துச் சீட்டு விளையாட்டுக்கு உட்காரும்படி சொன்னான். (அவன் நடந்துகொண்ட விதத்தைப் பார்த்தால், அதற்காகத்தான் அவர்களை அழைத்திருந்தானோ என்றே தோன்றியது.) மாஹ்னோ சீட்டுகளைக் குலுக்கி, அவற்றைப் பிரித்துப் போட்ட விதத்தை எவராலுமே கண்டுகொள்ள முடியாதபடி, அவனது கைகளின் இயக்கம் அவ்வளவு துரிதமாக இருந்தது. பின்னர் அவன் ஓர் ஆயிரம் ரூபிள் நோட்டை மேஜைமீது வைத்து, அதன்மீது ஓர் இறால் டப்பாவை எடுத்துவைத்தான். ஆனால், சுகாயோ தனக்குப் போட்ட இரண்டு சீட்டுகளையும் எடுத்து, அதே டப்பாவுக்கு அடியில்வைத்தான்.

"ஏன்? பயமாயிருக்கிறதா?" என்று கேட்டான் மாஹ்னோ.

"பயமில்லை. ஆனால், எனக்கு காசுவைத்து ஆடப் பிடிக்காது. நாம் 'ஆடு' விளையாட்டு ஆடலாம்."

மாஹ்னோ, தனது சீட்டுகளை மேஜைக்கடியிலே பிடித்துக்கொண்டு, நாற்காலியில் காலைப் பரப்பிக்

கொண்டு சாய்ந்தான்; அவனுக்குப் பின்னால் வாசல் இருந்தது; பின்புறத்தில் காலியான இடமும் இருந்தது; இந்தச் சூழ்நிலையையும் சுகாய் கவனிக்கத் தவறவில்லை. அவனுக்கு இடதுபுறத்தில் ரோஷின் அமர்ந்திருந்தான்; வலதுபுறத்தில், அராஜக தத்துவவாதியும், அபாயமணி சம்மேளனத்தின் செயற்குழு அங்கத்தினனும் ஆன லியோன் சோர்னி என்பவன் அமர்ந்திருந்தான். சோர்னியின் வயதைத் திட்டவட்டமாகச் சொல்ல இயலாமல், அவனது தோற்றம் இருந்தது. கலைந்த தலையும், மெலிந்த உருவமும், பிரம்புக்கூடுபோல் ஒடுங்கிப் போய் விட்டதுபோல் தோன்றிய மார்பும்கொண்ட அந்த மனிதன் தனது ஆத்மவேகம் ஒன்றினாலேயே உயிர் வாழ்ந்து கொண்டிருப்பதுபோல் தோன்றினான். அவன் அணிந்திருந்த கசங்கிய சட்டையின்மீது தலைப் பொடுகும் நரைமயிரும் உதிர்ந்துகிடந்தன. அவனோ ஏதோ நினைவாகக் கையிலே சீட்டைப் பிடித்திருந்தான். எனவே, எல்லோருமே அவனது சீட்டுகளை நன்றாகக் கண்டுகொள்ளலாம் போலிருந்தது.

ஏனெனில், மாஹ்னோவையும் அவனது ராணுவத்தையும் வீழ்த்துவதற்கு விரும்பும் சுகாயுடன் கடுமையானதொரு போராட்டம் நடத்துவதற்கான தயாரிப்புடனேயே சோர்னி அங்கு வந்திருந்தான். அவ்வாறு நிகழ்வதற்கும் கூட எண்ணற்ற சாத்தியப்பாடுகள் நிறைந்திருந்தன. எனவே, சோர்னியின் சிந்தனைகளெல்லாம் சின்னஞ்சிறு டப்பிக்குள்ளே அடைத்து வைக்கப்பெற்ற சுரங்க வெடி மருந்து மாதிரி ஒரேநோக்கத்தில் குவிந்திருந்தன. ஆனால், போல்ஷெவிக்குக்களோடு தீவிரமானதொரு போராட்டம் நடத்தப்போவதாக எண்ணிவந்த சோர்னி அந்தப் போராட்டத்துக்கு வழியின்றி, 'ஆடு' விளையாட்டு ஆட நேர்ந்துவிட்டது. இந்த விசித்திரச் சூழ்நிலையால் அவன் வியந்து குழம்பிப் போயிருந்தான். எனவே, அவன் தவறாக விளையாடினான்; இல்லாவிட்டால், சீட்டுகளை மேஜைக்கடியில் கைசோரவிட்டான். நான்கு ஆட்டங்களாக அவன்தான் தொடர்ச்சியாகத் தோற்று, ஆடு ஆகிக் கொண்டிருந்தான். மாஹ்னோவோ

அவனைப் பார்த்து, "நாற்றம்பிடித்த ஆட்டுக்குட்டியே! மே! மே!" என்று கத்தினான்; சிரித்தான். அந்தச் சிரிப்பும் கூட, அவனது வாயிலிலிருந்துதான் வந்தது; கண்ணில் இருந்தல்ல.

ஒவ்வோர் ஆட்டம் முடிந்ததும், மாஹ்னோ தனது கையை ஒரு குரங்கைப்போல் எட்டி நீட்டி, சாராய பாட்டிலை எடுத்தான்; பின்னர், அந்தச் சாராயத்தை எல்லோரது கோப்பைகளிலும் தம்ளர்களிலும் ஊற்றினான்; அதுமட்டுமல்லாமல், எல்லோரும் சரிசமமாக அருந்துகிறார்களா என்பதையும் அவன் கவனித்துக் கொண்டான். இங்கு நடந்த உரையாடல்களோ சர்வசாதாரணமான சில்லறை விஷயங்களைக் குறித்ததாகவே இருந்தன. இருளும்குளிரும் நிறைந்த இரவில், இருண்டுகிடக்கும் ஜன்னல் கண்ணாடிகளிலே மழைநீர் உறைத்துப் பெய்யவும், வீட்டுக்கு முன்னாலுள்ள மொட்டையான பாப்லார் மரங்களை வளைத்து அவற்றை முன்னும் பின்னும் ஆடச் செய்யும்வண்ணம் காற்று அசுத்த ஆவிபோல ஊளையிட்டும் ஓலமிட்டும் வீசவும் செய்கின்ற ஏதோ ஓர் இரவில் வீட்டுக்குள்ளே சில நண்பர்கள் கூடியமர்ந்து வெட்டிப்பேச்சுப் பேசி, பொழுதைப் போக்குவதைப்போலத்தான், அவர்களது பேச்சுவார்த்தைகள் இருந்தன.

உண்மையில், மாஹ்னோ காலத்தைக் கடத்துவதில்தான் ஈடுபட்டிருந்தான். சுகாயும்கூட அதற்கு ஈடுகொடுத்தான்; சொல்லப்போனால், அவன் எதற்கும் தயாராகத்தான் இருந்தான். ஏனென்றால், மாஹ்னோ பேச்சுவாக்கில் அவ்வப்போது சிதறவிட்ட சின்னஞ்சிறு குறிப்புகளிலிருந்து சுகாய் ஒரு விஷயத்தைக் கண்டுணர்ந்தான். அந்த மேசையில் நான்காவது நபராக வீற்றிருக்கும், நரைத்த தலையும் கண்களைச் சுற்றி புண்ணுடன் அடக்கமும் அமைதியும் நிறைந்து தோன்றும் அந்த மனிதன் தெனீகினின் அதிகாரிதான் என்று புரிந்துகொண்டான். ஆனால், அங்கு நிலவிய தேக்கநிலைமையை முதன்முதல் சோர்னிதான் உடைக்க முனைவான் என்று தோன்றியது.

ஏனெனில், அவன் ஏற்கெனவே ஓர் அழுக்குக் கைக்குட்டையைப் பையிலிருந்து உருவியெடுத்து, ஒவ்வொரு தம்ளர் மதுவையும் குடித்து முடித்தபின்பு மூக்கையும் கண்ணையும் துடைத்துக்கொண்டான். எதிர்பார்த்ததுபோலவே அவன் திடீரென்று பேசத் தொடங்கினான்.

தனது சீட்டுகளைச் சுகாயை நோக்கி வெளிப்படையாகக் காட்டியவாறு, ஆத்திரம் குடிகொண்ட குரலில், “பாரிஸில் இருந்த காலத்திலேயே நாங்கள் போல்ஷெவிக்குகளான உங்களோடு வாதாடத் தொடங்கிவிட்டோம்” என்றான் அவன், “அந்த விவாதம் இன்னும் முற்றுப்பெறவில்லை. லெனின் சொன்னதுதான் சரியென்று இன்றுவரை எவரும் நிரூபித்துக் காட்டிவிடவில்லை. நிலப்பிரபுத்துவ - முதலாளிவர்க்க அரசாங்கத்துக்குப் பதிலாக, தொழிலாளர் - விவசாயி அரசாங்கம்தானே ஏற்பட்டிருக்கிறது. எப்படியிருந்தாலும் அரசாங்கம் அரசாங்கம்தானே! ஓர் அதிகாரத்துக்குப் பதிலாக, இன்னோர் அதிகாரம்! பிரபுக்களின் உடையைக் கழற்றிவிட்டு, விவசாயியின் சட்டையைப் போட்டுக் கொள்வதுதானே! அத்துடன் அவர்கள் வர்க்கபேதமற்ற சமுதாயம் என்றும் நினைத்துக்கொள்கிறார்கள்!”

அவன் லேசாகச் சிரித்துவிட்டு, கைக்குட்டையை வறண்ட உதடுகளில் தேய்த்துக்கொண்டான். சுகாயின் முகமோ அப்போதும் நிர்விசாரமாகத்தான் இருந்தது. அவனோ இறால் இருந்த டப்பாவையே வெறித்துப் பார்த்தவாறு, அதனைத் தன்னருகே இழுத்து, முள்கரண்டியால் ஒரு பெரிய துண்டைக் குத்தி எடுத்துக் கொண்டு கேட்டான்:

“பின்னே, உங்கள் ஆலோசனைதான் என்ன? ஒழுங்கின் தாயான அராஜகம்தானா?”

“அழிப்பது தான்!” என்று கிசுகிசுத்த குரலில் சொன்னான் சோர்னி. அமிதமாகக் குடித்த காரணத்தினால், அவனது குரலும்கூடக் கட்டிப் போய்விட்டது. நரைத்த ஆட்டுத் தாடி சிலிர்த்தது. “துராக்கிரமமான நமது சமுதாயம்

முழுவதையுமே தூர்த்துத் துடைத்து அழிப்பதுதான்! ஈவிரக்கமற்ற அழிவுதான்! அதனைத் தரைமட்டமாக்கி விட வேண்டும்; ஒரு குத்துகள்கூட, தலைநிமிர்ந்து நிற்கக்கூடாது. அரசாங்கமோ, அதிகாரமோ, மூலதனமோ, நகரங்களோ, தொழிற்சாலைகளோ மீண்டும் தோன்றுவதற்கான வித்துகளே மிஞ்சாதபடி அழித்துவிட வேண்டும்."

"அப்புறம் நீங்கள் உண்டாக்கி வைக்கும் கட்டாந்தரையில் யார்தான் வசிப்பது?"

"மக்கள்தான்!"

"மக்கள்!" என்று மாஹ்றேனோவும் உரக்கக் கத்திவிட்டு, தன் மோவாயை சுகாயின் பக்கமாக நீட்டினான். "சுதந்திரமான மக்கள்!"

"கூப்பாடு போட்டு, நாம் இதை ஆரம்பித்தால், பிறகு நாம் இதனைக் குண்டடி போட்டுத்தான் முடிக்கநேரும்!" என்று சுகாய் சொன்னான். பின்னர் அவன் பாட்டிலை எடுத்து எல்லோரது தம்ளர்களிலும் சாராயம் ஊற்றினான்; சோர்னியோ தனது தம்ளரைத் தூரத் தள்ளினான்; அதிலிருந்த மதுவெல்லாம் கொட்டிப் போயிற்று. சுகாய் பின்வருமாறு சொன்னான்: "அழிப்பது சுலபம்தான். அதன்பின் எப்படி வாழ்க்கை நடந்த நீங்கள் உத்தேசித்திருக்கிறீர்கள்?"

மாஹ்றேனோ பதில் சொல்லுமுன்னர் சோர்னி முந்திக் கொண்டு பதிலளிக்க முனைந்தான்:

"அழிப்பதுதான் எங்கள் வேலை. பரிபூரணமான, ஈவிரக்கமற்ற, பயங்கரமான அழிவு. நமது தலைமுறையின் சகலவிதமான சக்திகளும், ஆர்வமும் இதற்குத்தான் பயன்படுத்தப்படும். கப்பற்படை வீரரே, நீங்கள் ஒரு கைதி; பூமியைவிட்டு அசையமுடியாத, கோழைத்தனமான சிந்தனையின் கைதி! அரசாங்கத்தை அழித்துவிட்டால், மக்கள் எப்படி வாழ்வார்கள் என்றா கேட்கிறீர்கள்? அவர்கள் எப்படி வாழ்வார்கள், ஹா ஹா!"

உடனே மாஹ்னோ சட்டென்று குறுக்கிட்டான்:

"தோழர் சோர்னி! நாம் இங்கேதான் மாறுபடுகிறோம். சிறு தொழில் நிலையங்களை நான் அழிக்கமாட்டேன், கூட்டுறவு நிலையங்களை நான் அழிக்கமாட்டேன், விவசாயப் பண்ணைகளை நான் அழிக்கமாட்டேன்."

"அப்படியென்றால், இந்தப் போல்ஷெவிக்கைப்போல் நீங்களும் ஒரு கோழைதான்!"

"இல்லவே இல்லை. மாஹ்னோவின்மீது கோழைத்தனம் என்று குற்றம்சாட்டலாமா?" என்று சுகாய் சொல்லி விட்டு, மாஹ்னோவைநோக்கி, தனது ஆதரவைக் காட்டுவது போல் கண்ணைச் சிமிட்டினான் (அதற்குள் மாஹ்னோவின் மதுவெறிகொண்ட கனத்தமுகம் தீயைப் போல் சிவந்து கனன்றுவிட்டது). சுகாய் மேலும் சொன்னான்: "மாஹ்னோ என்றுமே தன் உயிரைப் பொருட்படுத்தியதில்லை. அது எல்லோருக்குமே தெரியும். நாங்கள் ஒன்றும் அவரை அவ்வளவு சுலபமாக உங்களிடம் விட்டுவிடுவோம் என்று எண்ண வேண்டாம்! அவருக்காக நாங்கள் போராடுவோம்."

"போராட்டமா? நல்லது, தொடங்குங்கள். முயன்று பாருங்கள்" என்றான் சோர்னி. அவனது குரலில் எதிர்பாராத அமைதி தென்பட்டது. அவனது மோவாயில் குத்திட்டு நின்ற தாடிமயிரெல்லாம்கூட, முறுக்கிழந்து படுத்து விட்டன. அவனோ தன்னையும் மறந்து, மேஜைமீதிருந்த ஈரல்கறியை பெருத்த வேட்கையோடு உண்ணத் தொடங்கினான். சுகாய் ஓரக் கண்ணிட்டு ரோஷினைப் பார்த்தான். அவனோ முகட்டைப் பார்த்துக்கொண்டு, எந்தவிதச் சலனமும் இல்லாமல் புகைபிடித்துக் கொண்டிருந்தான். மாஹ்னோவோ சத்தமற்ற சிரிப்போடு தனது பெரிய மஞ்சள்பூத்த பற்களை வெளிக்காட்டினான். "ஓஹோ! கூட்டுச் சதிதானா?" என்று சுகாய் தனக்குள் நினைத்துக் கொண்டான். அவன் அசைந்து கொடுத்தபோது, அவனிருந்த பிரம்பு நாற்காலி கிறீச்சிட்டது. சுகாயோ தனது

பிரதம தளபதியின் உத்தரவை நிறைவேற்ற வேண்டும். அதன்படி மாஹ்னோவைச் சுற்றிவளைத்து, அவனைக் கூட்டுமுயற்சிக்கு, முதன்முதலாக எகதிரினஸ் லாவைத் தாக்கும் பணியில் அவனை உடன்பட வைக்க வேண்டும்; ஆனால், சந்தேகத்துக்கிடமில்லாமல் நூற்றுக் கணக்கான தடித்த புத்தகங்களையெல்லாம் கரைத்துக் குடித்திருக்கும் அந்த அராஜகவாதியுடன் நடத்தும் விவாதத்தில், தான் தோல்வியுறநேர்ந்தால், அதனால் அமைப்புரீதியான முடிவுகளுக்கு வர நேருமோ என்று சுகாய் அஞ்சினான். அதேபோல் வாய் திறவாதிருக்கும் அந்த தெனீகினின் அதிகாரியையும் அவனுக்குப் பிடிக்கவில்லை; அவனது முகத்தைப் பார்த்தாலே அவன் படிப்பாளி என்பது தெளிவாகப் புரிந்தது. அவன் மாஹனோவின் தலைமைக் காரியாலயத்தைச் சேர்ந்த ஒருவன்தான் என்று சுகாய் ஒரு கணம்கூட நம்பவில்லை. அவன் தொப்பியைப் பிடரிக்குத் தள்ளி அழுத்தி வைத்தான்.

"நான் உங்களை ஒரு கேள்விகேட்க விரும்புகிறேன்" என்றான் சுகாய்.

"தாராளமாய்க் கேளும்!" என்று ஈரல்கறி நிறைந்த வாயோடு பதில் சொன்னான் சோர்னி.

"இன்னும் ஆறுமாத காலத்தில் செஞ்சேனையில் முப்பது லட்சம் பேர்கள் இருப்பார்கள் என்று தோழர் லெனின் சொல்லியிருக்கிறார். சோர்னி! இதே குறைந்த கால அவகாசத்துக்குள் உங்களால் முப்பது லட்சம் அராஜகவாதிகளை ஒன்றுதிரட்ட முடியுமா?"

"நிச்சயம் முடியும்."

அப்படியென்றால், இந்தப் பணியை நிறைவேற்றுவதற்கென உங்களிடம் ஒரு பிரத்யேகமான நிர்வாக இயந்திரம் இருக்கத்தான் செய்கிறது என்று நாங்கள் நம்பலாம். அப்படித்தானா?"

சோர்னி, தனது முள்கரண்டியால் மாஹ்னோவைச் சுட்டிக்காட்டினான்.

"அதோ எனது நிர்வாக இயந்திரம்" என்றான்.

"ரொம்ப நல்லது. நாம் இந்தத் தனிமனிதரைப் பார்ப்போம். முப்பது லட்சம் போர் வீரர்களுக்குத் தேவையான ஆயுதங்கள், தளவாடங்கள் மற்றும் உடை, உணவுப் பொருள்கள், கால்நடைத் தீனி அத்தனையையும் நீங்கள் மாஹ்னோவுக்கு வழங்குவீர்கள் இல்லையா? அத்தகைய ராணுவத்துக்குக் குறைந்தபட்சம் ஐந்துலட்சம் குதிரைகளாவது வேண்டுமே. இவையெல்லாம் உங்களிடம் இருக்கின்றன என்றே நாங்கள் கொள்ளலாமா?"

சோர்னி, தான் காலிசெய்து முடித்த டப்பாவைத் தூரத் தள்ளிவைத்தான். அவனது நெற்றியில் ஏராளமான சுருக்கங்கள் தோன்றின.

"கடற்படை வீரரே! புள்ளிவிவரங்களைக் கூறி என்னைப் பயமுறுத்த முயலவேண்டாம். உங்களது எண்ணிக்கைக்கெல்லாம் பின்னால் எதுவுமே இல்லை. இதெல்லாம் இதே ருஷ்யாவின் துண்டுதுக்காணிகளை இற்றுப்போன நூலினால் இழுத்துத்தைத்து ஒன்றுகூட்ட முயலும் பரிதாபகரமான முயற்சிகள்தான். மறைமுகமான தேசியவாதம்தான்! செஞ்சேனையிலே முப்பது லட்சம் பேராம்! பயமுறுத்தவா பார்க்கிறீர்கள்! நீங்கள் முன்னூறு லட்சம் பேரையே ஒன்றுதிரட்டினாலும் தான் என்ன? அப்போதும் உண்மையான புனிதமான புரட்சியானது செஞ்சேனை நட்சத்திரத்தைத் தரித்த உங்களது லட்சோப லட்சக்கணக்கான விவசாயிகளால், உடைமையாளர்களால் புறக்கணிக்கப்பட்டுத்தானே போகும். எங்களது ராணுவமோ." சோர்னி தனது சிறிய முஷ்டியால் மேஜைமீது ஓங்கிக் குத்தினான். "மனித சமுதாயமே எங்களது ராணுவம்; மக்களின் புனிதமான கோபாவேசம்தான் எங்களது ஆயுதங்கள். முதலாளித்துவமோ அல்லது பாட்டாளிவர்க்கச் சர்வாதிகாரமோ எதுவானாலும், எந்தவொரு அரசாங்க அமைப்பையுமே எந்த உருவத்திலும் சகித்துக்கொள்ள விரும்பாத கோபாவேசம்தான் எங்களது வெடிமருந்து. சூரியன், பூமி, மக்கள் - அவ்வளவு போதும் எங்களுக்கு!

அரிஸ்டாட்டில் முதல் கார்ல்மார்க்ஸ் வரையிலும் எல்லோரும் எழுதியுள்ள எல்லாத் தத்துவார்த்த நூல்களையும் நெருப்பிலிட்டு, சொக்கப்பனை கொளுத்த வேண்டும்! ராணுவமாம்! ஐந்து லட்சம் குதிரைகளாம்! உங்களது கற்பனையெல்லாம் ஒரு சார்ஜெண்ட் மேஜரின் மீசையளவுக்கு மேற்போகாதே! அதெல்லாம் நீங்களே வைத்துக்கொள்ளுங்கள். நாங்களோ கோடானு கோடி மக்களுக்கு ஆயுதம் வழங்குவோம். எங்களுக்குப் பல்லும், நகமும் காலடியில் கல்லும் உள்ளவரையில் நாங்கள் உங்களை எதிர்த்துப் போராடி, உங்களது ராணுவங்களையெல்லாம் முறியடிப்போம்; நாங்கள் நாகரிகத்தையே நாசமாக்குவோம்; கடற்படை வீரரே, நீங்களெல்லாம் பிடித்துத் தொங்கிக் கொண்டிருக்கும் எல்லாவற்றையும் தரைமட்டமாக்கிக் குவித்து விடுவோம்!"

"சும்மா கதையளக்கிறான்!" என்று நினைத்தவாறே, சுகாய் மாஹ்னோவைக் கவனித்தான். முதலிலே கவனத்தோடு விறைப்பாக இருந்த மாஹ்னோ, இப்போது சோர்ந்து குன்றிய தோள்களோடு அமர்ந்திருந்தான். அவனது குழி விழுந்த கன்னங்களில் தோன்றிய செம்மைகூட மறையத் தொடங்கிவிட்டது: தனது குருநாதன் பகுத்தறிவின் எல்லையையே தாண்டிப் பாய்ந்தவுடன், அவனுக்கு எதையுமே புரிந்துகொள்ள முடியவில்லை.

பின்னர் சுகாய் கூறினான்: "லெயோன் சோர்னி! இன்னொரு கேள்வியைக் கேட்கிறேன்."

"கேளு மேன்!"

"நீங்கள் சொன்னதை நான் சரியாகப் புரிந்து கொண்டிருக்கிறேன் என்றால், நீங்கள் பொதுவாக எல்லோரையும் ஒன்றுதிரட்ட எந்தவிதத் தயாரிப்பும் செய்யவில்லை என்றே தோன்றுகிறது. எதுவானாலும், அந்த முறையை ஏதாவதொன்றைக் கொண்டு தொடங்கி வைக்க வேண்டுமே. ஒரு வெடிகுண்டு வெடிக்கப்பட வேண்டுமென்றால், அதிலே ஒரு திரி இருக்க வேண்டும்; நெருப்பைக் கொளுத்த வேண்டுமென்றால் ஒரு தீக்குச்சி

வேண்டும். நீங்கள் எந்தத் திரியை நம்பியிருக்கிறீர்கள்? உங்களது ஊழியர்கள் எங்கே இருக்கிறார்கள்? இதோ இருக்கிறாரே, மாஹ்னோ - இவர் மட்டும்தானா?" (சோர்னியின் கண்கள் அலைபாய்ந்தான் - தனது எதிரியின் சொற்களில் ஏதோ இரகசியப் பொருள் உண்டு என்று அவன் கண்டான்.) "இவரது ராணுவம் மூர்க்கமாகத்தான் சண்டை போடுகிறது. அது எனக்குத் தெரியும். ஆனால், அந்த ராணுவத்தில் உங்களது அராஜகவாதிகள் ஒன்றும் அதிகமாக இல்லை. அது உங்கள் ராணுவமல்ல."

மாஹ்னோவின் கைதுப்பாக்கியை எடுக்கப் போகிறதா என்று சுகாய் கூர்மையாகக் கவனித்தான்; அவனோ அமைதியாக அமர்ந்திருந்தான். சோர்னி ஏளன பாவத்தோடு புன்னகை புரிந்தான்:

"கடற்படை வீரரே, நமது பேச்சு எங்கே வந்து நின்றிருக்கிறது தெரியுமா? உங்களுக்கு நான் அரிச்சுவடியையே கற்றுத்தர வேண்டும் போலிருக்கிறதே!"

"கற்றுத்தான் கொடுங்களேன்!"

"கொள்ளைக்கார உலகம் - அதுதான் எங்களது திரி; எங்களது ஊழியர்கள்! கொள்ளையடிப்பதுதான் மக்களது வாழ்க்கையை மிகமிக நேர்மையோடு பிரதிபலிப்பதாகும். அதைப் புரிந்துகொள்ள வேண்டும். கொள்ளைக்காரன் என்பவன், உங்களது சோஷலிஸத்தையும் உள்ளிட்ட சகலவிதமான அரசாங்க அமைப்புகளுக்கும் பரமவைரி. கொள்ளைத் தொழில்தான் மக்களின் ஜீவசக்திக்கான சாட்சியம். உண்மையான கொள்ளைக்காரன் என்பவன் எவருக்கும் பணியமாட்டான்; எதற்கும் விட்டுக்கொடுக்க மாட்டான். அழிக்க வேண்டும் என்பதற்காகவே அழிவுத் தொழிலை நடத்துவான். அவன் ஒருவன் உண்மையான மக்களுக்குரிய சமுதாய சக்தியாவான். இனிமேலாவது கண்ணைத் திறந்து பாருங்கள்!"

இந்த உத்வேகமான பேச்சு நடந்துகொண்டிருக்கும் வேளையிலேயே, மாஹ்னோ அரவம் செய்யாமல் எழுந்திருந்து, கதவருகே சென்றான். அவன் கதவைத் திறந்து,

வெளியேயுள்ள நடைகூடத்தை எட்டிப் பார்த்துவிட்டு, திரும்பவும் மேசைமுன் வந்து அமர்ந்தான். ரோஷினோ இப்போது சோர்னியைக் குறுகுறுப்போடு பார்த்தான். இந்த விசித்திரமான கிழவன் உண்மையிலேயே தான் பேசுவதையெல்லாம் விசுவாசத்தோடுதான் பேசுகிறானா அல்லது விளையாட்டாகப் பேசி மற்றவர்களையெல்லாம் முட்டாளாக்கப் பார்க்கிறானா என்று அவன் தன்னைத்தானே கேட்டுக் கொண்டான்.

"கடற்படை வீரரே, நீங்கள் விழிக்கிற விழியிலிருந்தே, நீங்கள் தோல்வியடைந்து போனீர்கள் என்பது எனக்குத் தெரிகிறது!" என்று கத்தினான் சோர்னி; "உங்கள் நற்பண்புகள் எல்லாம் கலகலத்துவிட்டன. இதைத் தெரிந்துகொள்ளுங்கள்; நாங்கள் எங்கள் பேனாக்களை முறித்தெறிந்துவிட்டோம்; இங்கிப் புட்டிகளை கொட்டிக் கவிழ்த்துவிட்டோம். இனி இங்கி ஓடவேண்டாம்; ரத்தம் ஓடட்டும்! அதற்கான காலம் வந்துவிட்டது! இனி சொல்லெல்லாம் செயலாக மாறும். இந்தநேரத்தில், இயற்கையின் உற்பாதமாக, ஓர் இயக்கமாகக் கொள்ளையடிப்புத் தொழிலை மேற்கொள்ள வேண்டியதன் உண்மையான அவசியத்தை எவனொருவன் உணரத் தவறுகிறானோ, எவனொருவன் அந்த இயக்கத்துக்கு அனுதாபியாக இல்லையோ, அவன் புரட்சியின் எதிரிகள் வாழும் முகாமைச் சேர்ந்தவன்தான்."

மாஹ்னோ தனது கண்களை நெரித்தவாறு, நகத்தைக் கடிக்கத் தொடங்கிவிட்டான். "தான் இன்னது பேசுகிறோம் என்பதை இந்தக் கிழவன் தெரிந்துதான் பேசுகிறான்" என்று ரோஷின் முடிவுகட்டினான். சுகாய் மேசைமீது சாய்ந்தவாறு, தனது முழங்கையை மேசைமீது ஊன்றி, சோர்னியின் பார்வை ஏதாவதொரு பொருளில் நிலைத்திருக்க வேண்டும் என்பதற்காக, தனது சுட்டு விரலை மட்டும் சோர்னியின் முன்னால் நீட்டினான்.

"இனி மூன்றாவது கேள்வி. நல்லது, நீங்கள் சொல்வது போலவே, இந்த ஊழியர்களையெல்லாம் ஒன்றுதிரட்டி விடுகிறீர்கள் என்றும், பின்னர் அவர்கள் எல்லாவற்றையும்

தட்டி நொறுக்கி, தலைகீழாக மாற்றி விடுகிறீர்கள் என்றும் வைத்துக்கொள்வோம். என்றாலும், இவையனைத்தும் என்றாவது ஒருநாள் ஒரு முடிவுக்கு வந்துவிட நேராதா? வரத்தானே செய்யும். உங்களது கொள்ளையர்கள் - நாங்கள் அவர்களைக் கொள்ளைக்காரத் திருடர்கள் என்றுதான் மதிக்கிறோம் - அவர்கள் யார்? கெட்டழிந்த பேர்வழிகள்தானே. அவர்கள் உழைப்பதுமில்லை; உழைக்க விரும்புவதுமில்லை. உழைக்கமாட்டார்கள் - அவர்கள் ஏன் உழைக்க வேண்டும்? தமக்குத் தேவையான எதையுமே தட்டிப்பறிக்கும் பழக்கத்துக்கு அவர்கள் ஆளாகிவிடுகிறார்கள். பிறகென்ன செய்வது, அவர்களுக்காக மற்றவர்கள் உழைத்துப் பாடுபடுவதா? எவரும் உழைக்க வேண்டியதில்லை என்று நீங்களே சொல் கிறீர்கள். பிறகு திருடுவதற்கும், கொள்ளையடிப்பதற்கும் பொருள்கள் ஏது? எனவே, நீங்கள் செய்யக் கூடியதென்ன? அந்தக் கொள்ளைக்காரர்களை எல்லாம் எங்காவது ஒரு பள்ளத்தாக்குக்குள் பிடித்துத் தள்ளிக் கொல்ல வேண்டியதுதான். இல்லையா? இந்தக் கேள்விக்குப் பதில் சொல்லுங்கள்."

அந்த அறையிலே பரிபூரண அமைதி நிலவியது. எல்லோருடைய கவனமும் சுகாய் நீட்டிக்கொண்டிருந்த சுட்டு விரலின் புடைத்த நகத்தின்மீதே பதிந்திருப்பதுபோல் தோன்றியது. சோர்னி எழுந்து நின்றான்; அவன் மிகவும் குட்டையாக இருந்தான் (உட்கார்ந்திருந்தபோது அவன் உயரமானவன்போலத் தோன்றினான்), அவனது தத்துவச் சிந்தனையைப்போலவே குரோதவெறி கொண்டு நின்றான்.

"சுட்டுத் தள்ளுங்கள் இவனை!" என்று தனது கையை சுகாயை நோக்கி விறைப்பாக நீட்டியவாறு, மாஹ்னோவை நோக்கிச் சொன்னான் சோர்னி. "சுட்டுத் தள்ளுங்கள். இவன் ஒரு கலகக்காரன்!"

மாஹ்னோவோ, உடனே துள்ளிப்பாய்ந்து திறந்துகிடந்த வாசலில் போய் நின்றான். சுகாயோ, தனது கப்பற்படைச் சட்டைக்கு அடியில் தொங்கிக் கொண்டிருந்த துப்பாக்கி உறையினுள் கையைச் சட்டென்று செலுத்தினான்.

அலெக்சேய் தல்ஸ்தோய் ▲ 369

ரோஷின் மேஜையிலிருந்து ஓரடி பின்வாங்கி, கால்கள் தடுமாறினான். அந்தச் சோபாவின்மீது தொப்பென்று உட்கார்ந்தான். ஆனால், எவரும் ஆயுதங்களை வெளியே எடுக்கவில்லை. ஏனெனில் ஒருமுறை துப்பாக்கியை வெளியே எடுத்துவிட்டால், அப்புறம் சுடுவது தவிர்க்க முடியாததாகிவிடும் என்பதை எல்லோருமே உணர்ந்திருந்தார்கள். அந்தப் பரபரப்பில் மாஹ்னோவின் கண்கள் ஒளியேறிப் பளபளத்தன.

"வெட்கம் வெட்கம், கிழவரே!" என்று சுகாய் அறிவுறுத்தும் தொனியில் பேசினான். இந்தமாதிரியான சில்லறைத் தனமெல்லாம் விவாதம் ஆகாது. உங்களைத்தான் கலகக்காரன் என்று சொல்லவேண்டும்." (சுகாய் தனது பலத்த முஷ்டியை உயர்த்திக் காட்டினான்; அதைக் கண்டதுமே சோர்னியின் முகம் வேதனையால் சுருங்கியது.) "உங்களது பலவீனமான மார்யை உத்தேசித்துத்தான் உங்களுக்கு எப்படிப் பதிலளிக்க வேண்டுமோ, அப்படிப் பதிலளிக்காமல் உங்களை விடுகிறேன். ஆனால், என்ன பேசுகிறோம் என்று தெரிந்து பேசவேண்டும், கிழவரே!"

மீண்டும் மாஹ்னோ, தனது குருநாதனுக்கு ஆதரவாகப் பேச முன்வரவில்லை. சோர்னியோ தனது கண்களைத் தாழ்த்தினான்; தனது தாடிக்குள்ளேயே அவன் அடைக்காலம் புக எண்ணுவதுபோல் தோன்றியது. பின்னர், அவன் தனது அழுக்கடைந்த காலர்கொண்ட கோட்டை எடுத்தான்; (அது ஒருகாலத்தில் கோட்டாகத்தான் இருந்திருக்க வேண்டும்!) பின்னர், அதேபோன்று அழுக்கடைந்து கசங்கிய வெல்வெட் தொப்பியையும் எடுத்தான். தொப்பியைத் தலையில் வைத்துக்கொண்டு, தனது தோல்வியைத் தைரியமாகத் தாங்கிக்கொண்டு, அறையைவிட்டு வெளியேறினான்.

"நல்லது, நாம் பேசலாமா?" என்று மாஹ்னோ கூறியவாறே, மேசையருகே வந்து, ஒரு சாராயப் பாட்டிலைத் தொட்டான். "தோழர் ரோஷின், நீங்கள் போய், பணியாளரைச் சந்தித்து, படுத்துறங்க வேண்டிய இடத்தைக் காட்டச் சொல்லுங்கள்."

ரோஷின் சலாமிட்டுவிட்டு வெளியே சென்றான்; ஆனால், அவன் கதவைச் சாத்திவிட்டு வெளியே வந்ததுமே, சுகாயிடம் மாஹ்றனோ பின்வருமாறு சொன்னது அவன் காதில் விழுந்தது.

“இங்கும் மாஹ்றனோதான்; அங்கும் மாஹ்றனோதான்-சரி பெரியவர் மாஹ்றனோவிடம் நீ என்ன சொல்லப் போகிறாய்?”

12

அலெக்சேய் கிரசீல்னிகவ் தனது சொந்தக் கிராமமான விளதீமிர் ஸ்கோயேவுக்கு வந்து சேர்ந்தான்; அப்போது லேசாகப் பனிபடர்ந்திருந்த, எரிந்தவிந்துபோன தனது பழைய வீட்டின் இடிபாடுகளிடையே, சாம்பலின்மீது நடந்தான்; அடுத்தவீட்டுச் சமையற்கட்டிலிருந்து வந்த புகைமணத்தை உள்வாங்கிச் சுவாசித்தான்; வெளியே திரிந்துகொண்டிருந்த, முதற்பனியை ஏற்கெனவே கண்டுவிட்ட, கொழுத்துத் தடித்த வாத்துக் கூட்டத்தைப் பார்த்தான்; அவை தமது இறக்கைகளை விரித்துக் கொண்டும், ‘குவாக் குவாக்’ என்று சத்தமிட்டும் பறப்பும் நடையுமாகப் பாய்ந்து, பனிபடிந்த புல்வெளியை நோக்கி ஓடின - இவ்வளவையும் பார்த்த பின்னர்தான், தனது கொள்ளைக்கூட்ட வாழ்க்கை எவ்வளவு தூரம் தனக்கு வெறுத்துப் போய்விட்டது என்பதைக் கிரசீல்னிகவ் உணர்ந்தான்.

எரிந்துகொண்டிருக்கும் பண்ணை வீடுகளில் ஒன்றிலிருந்து மற்றொன்றுக்கு ஓடுவதும், ராணுவ வண்டிகளிலே ஏறிக்கொண்டு ஸ்டெப்பி வெளியிலே மேலும்கீழும் ஓடித் திரிவதும், ஒரு விவசாயி செய்யக்கூடிய காரியங்கள் அல்ல. நிலத்தை எப்படிப் பண்படுத்துவது என்பதை நிதானமாகச் சிந்தித்து, அதன்படி வேலை செய்வதுதான் குடியானவனின் கடமை. நாம் மட்டும் சோம்பியிராது சுறுசுறுப்புற்றால்,

பூமாதேவி எவ்வளவு வேண்டுமானாலும் வாரிவழங்குவாள். இவற்றையெல்லாம் எண்ணும்போது கிரசீல்னிகவின் மனத்தில் மகிழ்ச்சி பெருகிற்று. மாஹ்றனோவுடன் சேர்ந்திருந்த காலத்தில் அவன் முற்றிலும் மறந்து போயிருந்த விவசாய முறைகள், மெல்லிய பனிமூட்டம் நிறைந்த நாட்கள், இடைவிட்டும் மெதுவாகவும் இறங்கிப் பொழியும் பனித்துகள்கள், கிராமப்புறத்தின் அமைதியான சூழ்நிலை, வீட்டுச் சமையற்புகையின் பழக்கமான மணம் - எல்லாவற்றையும் எண்ணும்போது அவனுக்கு மகிழ்ச்சி பொங்கியது. அவன் தனது வீட்டின் சாம்பல் மயமான இடிபாடுகளுக்கிடையே மேலும்கீழும் திரியும்போது, இடையிடையே கீழே குனிந்தான்; அங்குத் தன் கண்ணில் தட்டுப்பட்ட துருப்பிடித்த கூரைத் தகரத்தின் ஒருதுண்டு, ஆணிகள் இரும்புப் பட்டைகள் முதலியவற்றை எடுத்து, அவற்றை குவித்துப் போட்டான். தான் கொண்டுவந்துள்ள மூன்று வண்டிப் பாரத்துக்குரிய பல்வேறு கொள்ளைப் பொருள்களைக் கூடப் பெரிதாக மதிக்கவில்லை; பணத்தைப் பற்றிய கவலையே இல்லாமல், தனது வீட்டைத் திரும்பவும் கட்டி மடித்து, மீண்டும் விவசாயத்தைத் தொடங்கப் போவதைத்தான் பெரிதாக மதித்தான். முதன்முதலாக அந்த இடத்தில் புதிய வீட்டுக்குக் கால்கோள் நடத்திக் கம்பை ஊன்றுவதிலிருந்து, சொந்தத் தானியத்திலிருந்து புதிய வீட்டின் அடுப்பிலே முதன்முதல் செய்த ரொட்டியை, மத்ரியோனா சுட்டு எடுப்பது வரையிலும் அவன் எவ்வளவோ காரியங்கள் செய்ய வேண்டியிருந்தது ("இந்தப் புதிய அடுப்பு எவ்வளவு பக்குவமாக ரொட்டி சுட உதவுகிறது!" என்று அவள் வியந்து போற்றுவாள்). இந்தத் திட்டத்தை எண்ணியதும் அலெக்சேய் மகிழ்ந்தான். பரவாயில்லை, விவசாயியின் உழைப்பிலே விளையாதது என்ன இருக்கிறது? எல்லாம் மீண்டும் எழும்பிவிடும்.

அங்குள்ள சாம்பற்குவியலைப் பூட்சுக்காலால் எற்றித் துழாவியபோது, அவன் கண்ணில் பிடிகருகிப் போன ஒரு கோடரி தென்பட்டது. அவன் அதை எடுத்துப் பரிசோதித்தான்; பிறகு கலகலத்துச் சிரித்தவாறே தலை

அசைத்துக் கொண்டான்: "ஆமாம். அதே கோடரிதான்! இந்தக் கோடரிதான் அவர்களது தொல்லைகளுக்கெல்லாம் காரணமாக இருந்தது." மத்ரியோனாவின் அவலக் குரலைக் கேட்டதும் அவனது தம்பி செம்யோன் எவ்வாறு வெறிபிடித்தவன்போல் வீட்டுக்கு வெளியே ஓடினான் என்பதை அவன் நினைவு கூர்ந்தான். அப்போது அலெக்சேய் அந்தக் கோடரியை, வாசலுக்கருகில் கிடந்த விறகுவெட்டும் கட்டைமீது அறைந்து வைத்திருந்தான். செம்யோனின் கண்ணில் மட்டும் அந்தக் கோடரி தட்டுப்படாது போயிருந்தால், இந்தத் தொல்லைகள் எதுவுமே நேர்ந்திருக்காது.

"செம்யோன்! செம்யோன்!" என்று தனக்குள் புலம்பியவாறே அலெக்சேய் அந்தக் கோடரியையும் குவியலின்மீது விட்டெறிந்தான். "நீயும் நானும் ஒன்றாக இருந்தால், இந்தக் காரியங்களையெல்லாம் எவ்வளவு துரிதமாகவும் நன்றாகவும் நாம் முடித்துவிடலாம். ஆமாமடா, தம்பி! ஆர்ப்பாட்டமும் ஆவேச உணர்ச்சியும் எனக்குப் போதும்போதும் என்றாகிவிட்டது."

அவன் தரையை நோக்கியவாறே, சிந்தனையில் ஈடுபட்டான். அவர்கள் குல்யாய் - போல்யேவில் இருந்த காலத்தில், செம்யோன் அவனுக்கு எழுதியிருந்த கடிதத்தை நினைத்துப் பார்த்தான்: "ஆண் பிள்ளைகளிடமிருந்து தயவுசெய்து ஒதுங்கியிருக்குமாறு என் மனைவி மத்ரியோனாவிடம் சொல். அந்த மாதிரியான போக்கு அவளுக்கு எந்த நன்மையையும் தரப்போவதில்லை. அந்த மாதிரி நடப்பதற்கான காலமும் அல்ல இது. நான் கொல்லப்பட்டுப் போனால், அப்புறம் அவள் இஷ்டப்படி நடப்பதற்கு அவளுக்குச் சுதந்திரம் உண்டு. இந்தக் காலகட்டத்திலே ஒவ்வொருவரும் பல்லைக் கடித்துக்கொண்டு வாழ வேண்டியதுதான். உங்களைப் பற்றி நான் சொப்பனத்தில் தான் நினைக்கமுடிகிறது. என்னை விரைவில் எதிர்பார்க்க வேண்டாம் - உள்நாட்டுப் போர் ஒன்றும் இப்போதைக்கு முடிவதாகத் தெரியவில்லை."

அலெக்சேய் தன்னைத்தானே உலுக்கிக் கொண்டான் - சனியன் பிடித்த உள்நாட்டு யுத்தம். எப்படியிருந்தாலும், எதிர்காலம் எவ்வாறு இருக்கும் என்று எவனுக்குத் தெரியும்? அவனது கண்கள் மீண்டும் சுழன்று திரிந்து, கிராமத்தின் அமைதியான புகைமண்டலத்தைக் கண்டன; வைக்கோலாலும், நாணற்புல்லாலும் வேயப்பட்டிருந்த குடிசைகளின்மீதும், மிளாறு வேலிகளுக்குப் பின்புறத்திலும், மொட்டையும் மூளியுமாய் நின்ற இலைகளற்ற தோப்பு மரங்களுக்குமேல் அந்தப் புகைமண்டலம் எழுந்து திரிந்தது. குடியானவர்கள் எல்லாம் குளிர்காலத்தில் கதகதப்போடு இருப்பதற்கான தயாரிப்புகளில் ஈடுபட்டிருந்தார்கள். அவர்கள் நினைத்ததும் சரிதான். இன்னும் ஒன்று, மிஞ்சிப்போனால் இரண்டுவார காலத்துக்குள்ளே செஞ்சேனை அங்கு வந்துவிடும். உள்நாட்டு யுத்தம் இப்போதைக்குள் முடியப் போவதில்லை என்று யார் சொன்னது? செம்யோன் ஏதோ உளறிக் கொட்டியிருக்கிறான்! பின்னே வேறு யார்தான் இந்த ஊருக்கு இப்போது வரப் போகிறார்கள்? "ஐயோ, செம்யோன்! செம்யோன்! காஸ்பியன் கடலில் அங்குமிங்கும் ஆடியசையும் நாசகாரிக் கப்பலிலே இருந்தால் என்ன தெரியும்? அதனால் தலை கிறுகிறுத்து, கண்ணில் ரத்தம் பாய்ந்து, கண்ணே தெரியாமல் போய்விட்டதா, உனக்கு?"

இவ்வளவெல்லாம் யோசித்தபோதிலும் அலெக்சேய் இதயத்தில் இன்னும் குழப்பம் இருக்கத்தான் செய்தது. அவன் தனது புகையிலைப் பையை வெளியே எடுக்கப் போனான்; "அட, சீ, சனியனே. சிகரெட் சுருட்டக் காகிதம் இல்லை." ஒரு ராணுவ டாக்டர் அவனிடம் சென்ற கோடைகாலத்தின்போது ஒரு விஷயத்தைக் குறிப்பிட்டார். மாஹ்னோவின் ராணுவத்தில் நரம்பு நோய்க்கு ஆளானவர்கள் அதிகம் பேர் இருக்கிறார்களாம். ஒரு மனிதன் பார்வைக்கு பரிபூரண தேகாரோக்கியம் உள்ளவனாகத் தோன்றலாம்; அண்டாக்கணக்கில் கஞ்சியைக்கூட அள்ளிக் குடிக்கலாம். என்றாலும், அவனது நரம்புகள் மட்டும் எப்போது பார்த்தாலும்

முடுக்கிவிட்ட பிடில் தந்திமாதிரி இருக்குமாம். "நரம்பு வியாதியா? இதைப் பற்றியெல்லாம் அந்தக் காலத்திலே நாம் கேள்விப்பட்டதுகூட இல்லையே!" என்று முணுமுணுத்தான் அலெக்சேய். அவன் எரிந்து கரிந்து நின்ற ஒரு புகைபோக்கியின் அருகே சென்று, அது உறுதியாக இருக்கிறதா என்று சோதிப்பதற்காக அதனைத் தள்ளிப் பார்த்தான். பின்னர் அதன்மீது சாய்ந்துகொண்டு, தனது பலத்தையெல்லாம் கொண்டு அசைத்துப் பார்த்தான். அந்தப் புகைபோக்கி லேசாக அசைந்தது. "நரம்பு வியாதிதான்" என்று எண்ணிக் கொண்டான் அவன்.

அலெக்சேய், மத்ரியோனா, காத்யா மூவரும் அவனது உறவினளான ஒரு விதவையின் வீட்டில் தங்கினார்கள். அந்த வீடு இடநெருக்கடி மிகுந்ததாகவும் வசதிக் குறைவாகவும் இருந்தது. எனினும், மத்ரியோனா அங்கிருந்த அடுப்புக்கு வெள்ளையடித்தாள்; அந்த வீட்டின் மண்தரையில் சாம்பல்நிறக் களிமண்ணைக் கொண்டுவந்து மெழுகிப் பூசினாள்; மங்கிப்போயிருந்த சிறிய ஜன்னல் கண்ணாடிகளின்மீது வலைப்பின்னல் திரைகளைத் தொங்கவிட்டாள். அலெக்சேய், தேவையான மாவும் உருளைக்கிழங்கும் வாங்கி வைத்தான்; குதிரைகளுக்கு வேண்டிய தீனியும் ஒரு வண்டி இரண்டு வண்டியாக வாங்கிப் போட்டான். அவன் யாரிடமும் பேரம் பேசவில்லை; பணத்தைத் தாராளமாகவே செலவுசெய்தான். யாராவது திரும்பத் திரும்ப மிகவும் வேண்டிக் கேட்டால், அவர்களுக்கு உப்புக்கூட ஓரளவுக்குத் தானம் பண்ணினான். அந்தக் காலத்திலே உப்பு கிடைப்பது தங்கத்தைவிட அரிதாக இருந்தது. தனது சம்பாத்தியம் குறுக்குவழியிலே சுலபமாக வந்தது என்றே கிராமத்திலுள்ளவர்கள் கருதுகிறார்கள் என்பதையும், ஐந்து குதிரைகளையும், மூன்று வண்டிச் சாமான்களையும் அவன் கொண்டுவந்திருப்பதைக் குறித்து அவர்கள் வெகுகாலத்துக்குப் பொறாமையோடு மொறுமொறுத்துக் கொண்டிருப்பார்கள் என்பதையும் அவன் அறிந்திருந்தான்.

அவனது வீடுகட்டும் திட்டத்துக்குக் கிராமத்தார்கள் தெரிவித்த எதிர்ப்புகளைச் சமாளித்து வெற்றி காண்பதிலும் அவனுக்குச் சிரமம் இருக்கத்தான் செய்தது. அவன் பாழடைந்து கிடந்த நிலப்பிரபுவின் பங்களாவில் உள்ள ஒரு புறவீட்டின் பகுதிகளை அங்கிருந்து கொண்டுபோக விரும்பினான்; அந்த வீடு மொட்டையாக நின்ற பூங்காவின் மரங்களுக்கு அப்பால், ஒரு மேட்டின் சரிவில் இருந்தது; அந்த வீடு பாழடைந்து இடிபாட்டுடன் காணப்பட்டது. அந்தப் பெரிய வீட்டில் எதுவுமே மிஞ்சி நிற்கவில்லை. காரை உதிர்ந்து விழுந்து கொண்டிருக்கும் தூண்களுக்கிடையில், கண்ணாடியில்லாத ஜன்னல்கள் மட்டும்தான் வாயைப் பிளந்து கொண்டிருந்தன. ஆனால், கட்டளைக்காரன் குடியிருந்த புறவீடு மட்டும் இடிந்துவிழாமல் இருந்தது. அந்தப் புறவீட்டை மட்டும் பிரித்து அங்குள்ள சாமான்களைக் கொண்டுவந்தால், கிரசீல்னிகவின் எரிந்துபோன வீட்டு நிலத்தில் புதிதாக ஒரு வீட்டைக் கட்டி முடித்துவிடலாம்.

ஆனால் விவசாயிகளோ, இன்னும் எதையெதையோ எண்ணிப் பயந்துகொண்டிருந்தார்கள். கிராமத்தில் அதிகாரிகள் என்று அப்போது யாருமே இல்லை. ராணுவதிகாரியையும் விரட்டியாகிவிட்டது; பெத்லூராவின் ஆட்களுக்கோ நகரங்களில்தான் கொஞ்சம் பிடிப்பு இருந்தது; செஞ்சேனையினரோ இன்னும் வந்துசேரவில்லை. எப்படியிருந்தபோதிலும், இதற்குமுன் அவர்கள் அந்தமாதிரி நிலைமையில் இருந்திராத காரணத்தால், மேல் அதிகாரிகள் யாருமே இல்லாதிருப்பது அவர்களுக்கு விசித்திரமாகவும், அதேநேரத்தில் பயமாகவும் இருந்தது. ஒருவேளை, பின்னால் தாம்செய்யும் காரியங்களுக்கெல்லாம் பதில் சொல்ல வேண்டிய நிர்ப்பந்தம் ஏற்பட்டுவிட்டால்? எனவே, அவர்கள் ஒரு கிராமத் தலைவனைத் தேர்ந்தெடுத்துக் கொண்டுவிடுவது நல்லது என்று தீர்மானித்தார்கள். ஆனால், யாருமே அந்தப் பதவியை ஏற்க முன்வரவில்லை. பணம் படைத்தவர்களும், புத்திசாலிகளுமாய் உள்ளவர்களோ யாராவது இந்த யோசனையை அவர்களிடம் தெரிவித்தால்,

“நீங்கள் வேறே, எனக்கெதற்கு இதெல்லாம்.” என்று அலட்சியமாகப் பேசி எரிந்துவிழுந்தார்கள். ஆனால், தன்னிடமிருந்து இழந்துவிடுவதற்கு ஏதுமில்லாத பரம ஏழையொருவனை அந்தப் பதவிக்குத் தேர்ந்தெடுப்பதற்கும் எவருக்கும் விருப்பமில்லை. சோவியத் எல்லைப் புறங்களிலிருந்தும், இத்தகைய ஏழைகளைப் பற்றிய வதந்திகளும் வந்தன. அப்படிப்பட்ட ஏழையொருவனை ஒருமுறை தேர்ந்தெடுத்துவிட்டால், அவன் உடனே தனது பணிவையும் அடக்கத்தையும் உதறித் தள்ளிவிட்டு, மிகவும் தலைக்கனம் பிடித்து நடந்துகொண்டு விடுகிறானாம்.

கடைசியிலே பெண்கள்தான் இதற்கான நபரைக் கண்டு பிடித்தார்கள். எவளோ ஒருத்தி எவளிடமோ சொல்ல சிறிதுநேரத்திலேயே கிராமம் முழுவதும் அந்தப் பேச்சு பரவிவிட்டது: அதாவது, தாத்தா அபனாசிதான் கிராமத் தலைவனாக இருக்க வேண்டுமென்பது தெய்வ சங்கல்பம் என்பதுதான் அந்த விஷயம். அபனாசியின் இரண்டு புத்திரர்களும் ஜெர்மனியோடு நடந்த யுத்தத்தில் மாண்டுவிட்டார்கள். இப்போதோ இந்தக் கிழவன் தனது இரண்டு மருமகள்களோடும் வசித்துவந்தான்; அவன் வயல்களிலும் வேலைசெய்வதில்லை; வீட்டைச் சுற்றியுள்ள, கோழிப் பண்ணையைப் பார்த்துக் கொள்வதைத் தவிர, அவனது இரு மருமகள்களை ஏசுவதுதான் அவன் செய்துவந்த வேலை. அவன் சில்லறைத்தனமாக குதர்க்கவாதம் பேசக்கூடிய மனிதன்தான். அவனது இளமைக்காலத்தில் - அதாவது வெகுகாலத்துக்கு முன்பு - அவன் ஜெனரல் ஸ்கோபெலிவின் கீழே ராணுவத்தில் இருந்தான்.

அந்தப் பதவியை ஏற்றுக்கொள்ள, அபனாசி பிகுவொன்றும் பண்ணவில்லை; “நீங்கள் இந்தக் கெளரவத்தை எனக்களித்ததற்கு மிக்க நன்றி. என்றாலும் ஒன்றுமட்டும் சொல்லிவிடுகிறேன். நான் சொன்னால் நீங்கள் எனக்குக் கீழ்படிந்துதான் நடக்கவேண்டும்; நடக்கவைப்பேன்!” என்று மட்டும்தான் அவன் கூறினான். அவன் தாடியை ஜெனரல் ஸ்கோபெலிவைப்போல் இரண்டாக வகிடு

எடுத்துப் பிரித்துவிட்டுக் கொண்டான்; ஆட்டுத்தோல் மோஸ்தர் கோட்டில், வயிற்றுக்குக் கீழே இறக்கமாகப் பெல்ட்டைக் கட்டிக் கொண்டான். பின்னர் கைத்தடியை ஊன்றியவாறு, எதையாவது குற்றம்காணும் நோக்கத்தோடு கிராமத்தை வலம்வரத் தொடங்கினான்.

அலெக்சேய் அவனை வழியில் சந்திக்கும்போதெல்லாம் தொப்பியை எடுத்துவிட்டு, மரியாதையோடு தலைவணங்குவான். அபனாசியும் தனது அடர்த்தியான புருவத்தை நெரித்தவாறே கேட்பான்:

"என்னப்பா? என்ன விஷயம்?"

"ஒன்றுமில்லை. அதே பழைய தொல்லைதான்."

"இன்னும் விவசாயிகளோடு ஓர் உடன்பாட்டுக்கு உன்னால் வர முடியவில்லையா?"

"அபனாசி அபனாசியெவிச், உங்களைத்தான் நம்பியிருக்கிறேன். சௌகரியப்படும்போது, நீங்கள் என்னை வந்து ஒருமுறை சந்தியுங்களேன்."

"அப்படி வந்தால், உனக்கு நான் அத்துமீறிய மதிப்புக் கொடுத்ததாக ஆகிவிடாதா?"

ஆனால் அலெக்சேய் ஒருவழியாக அபனாசி அபனாசியெ விச்சைத் தன்வீட்டுக்கு வரவைத்துவிட்டான். அவன் மத்ரியோனாவை அந்தக் கிழவனின் வீட்டுக்கனுப்பி, அவனது மருமகள்களிடமிருந்து ஒரு கொழுத்தவாத்தை விலைக்கு வாங்கிவரச் சொன்னான்; அதேசமயத்தில் தனது வீட்டில் மறுநாள் ஒரு பெயர் நாள் வைபவம் இருக்கிறது என்று சொல்லிவிட்டு வரவும் சொன்னான். அவர்கள் குடியிருக்கும் அறை மிகவும் சிறியதாக இருப்பதால் யாரையும் அழைக்கவில்லை என்றும், என்றாலும் நல்லவர்கள் வந்தால் மகிழ்ச்சிதான் என்றும் சொல்லச் சொன்னான். அபனாசிக்கோ போகவேண்டும் என்ற குறுகுறுப்பு தானாகவே ஏற்பட்டுவிட்டது. குளிர் காலத்தின் இராப்பொழுது கிராமத்தின்மீது பூரணமாகக்

கவியுமுன்னரே, அவன் அந்தப் பெயர் விழாவுக்கு வந்துவிட்டான். குடிசை நன்கு கதகதப்பு ஊட்டப் பெற்றிருந்தது; வாசலிலிருந்து உள்ளே கிடந்த மேஜை வரையிலும் ஒரு ஜமுக்காளம் விரிக்கப்பட்டிருந்தது; அந்த மேஜைமீது நல்லநல்ல சாமான்கள் எல்லாம் காட்சியளித்தான. மற்றக் குடிசைகளிலோ சுள்ளிகளைப் போட்டு எரித்தார்கள் அல்லது தரக டப்பாவில் திரிபோட்டு எரியும் சின்னக் குப்பி விளக்குகள்தான் எரிந்தன; ஆனால், இந்தக் குடிசையில் மேசைக்குமேல் நல்லதொரு மெழுகுவத்தி விளக்கு தொங்கிக் கொண்டிருந்தது.

அபனாசி தாத்தா தனது பதவிக்கேற்ற முறுக்குப் பார்வையுடனேயே அங்கு பிரவேசித்தான்; பின்னர் தொப்பியைக் கழற்றினான். உள்ளே வந்ததும் அவனது பார்வை முதன்முதல் அழகி மத்ரியோனா மீதுதான் விழுந்தது. அவளோ உதட்டை இறுகப் பிதுக்கிக்கொண்டு, கனிவற்ற கறுத்த கண்களோடு நின்றாள். அடுத்தாற்போல் அங்கு நின்ற மற்றொரு பெண்ணையும் பார்த்தான். அவளைப் பற்றித்தான் ஊரிலே பலரும் பலவிதமாகப் பேசிக் கொண்டார்கள். மேலும், அவளுக்குத்தான் அன்று பெயர் நாள் விழா. அவளும் அழகாகத்தான் இருந்தாள். காத்யாவும், மத்ரியோனாவும் நகரத்தார் அணியும் உடைகளை அணிந்திருந்தார்கள். மத்ரியோனா சிவப்பு நிறத்திலும், காத்யா கறுப்பு நிறத்திலும் உடை அணிந்திருந்தார்கள். அபனாசி தனது கழுத்துக் கச்சையை அவிழ்த்தான்; தனது ஆட்டுத்தோல் கோட்டைக் கழற்றினான்; பின்னர் அவசரஅவசரமாக, தனது தாடியை வகிடெடுத்துப் பிரித்துவிட்டுக் கொண்டான்.

"நல்லது. இந்த இனிமையான சந்திப்புக்கு எனது வாழ்த்துகள்!" என்று அவன் முகஸ்துதி செய்யும் தொனியில் சொன்னான்.

பின்னர் அவர்கள் நால்வரும் மேசையை சுற்றி உட்கார்ந்தார்கள். அலெக்சேய் யுத்தகாலத்துக்கு முந்திய வோட்கா பாட்டிலொன்றை மேசையின் கீழிருந்து எடுத்துக்

கொண்டுவந்து வைத்தான். பின்னர் அவர்களுக்குள் இனிமையான பேச்சுத் தொடங்கியது.

"அபனாசி அபனாசியெவிச், முதலில் நான் எனது வருங்கால மனைவியை அறிமுகப்படுத்துகிறேன். இவளுக்குத்தான் இன்று பெயர்நாள். உங்களுக்கு இவளைப் பிடிக்குமென்று நம்புகிறேன்."

"அப்படியா சேதி. நல்லது. பிடிக்காமல் என்ன? பெண்களே நேசிக்கப்பட வேண்டியவர்கள்தானே. சரி. இவள் எங்கிருந்து வருகிறாள்?"

"இவள் ஒரு ராணுவ அதிகாரியின் விதவை" என்றான் அலெக்சேய்.

"நான் காலஞ்சென்ற இவளது கணவரிடம் பணியாளாக வேலை பார்த்தேன்."

"ஓஹோஹோ! அப்படியா?" என்று தாத்தா வியந்தான். பிறகு, பெண்களிடம் பேசுவதென்றால் அவனுக்கு நிறைய விஷயங்கள் இருக்கும். இருந்தாலும், அப்போது முதலில் தன்னைத்தானே சிறிது பெருமையாகச் சொல்லிக்கொள்ள வேண்டும் என்ற உணர்ச்சி அவனுக்குள் உந்தியெழுந்தது: "ப்லெவ்னாவில்வைத்து, நான் புனிதர் ஜார்ஜ் பதக்கத்தைப் பெற்ற காலத்தில்தான், ஜெனரல் ஸ்கோபெலிவ் என்னைத் தமது ஆர்டர்லியாக நியமித்துக் கொண்டார். அவர் எப்போதுமே பீரங்கிக் குண்டுமுழக்கம் பொழிந்துகொண்டிருக்கும் போதுதான் என்னைப் போர்முனைக்கு அனுப்புவார். குதிரையைச் சீக்கிரமாகத் தட்டிவிடு, அபனாசி!' என்று சொல்வார் அவர். அவருக்கு என்மீது ரொம்பப் பிரியம். அப்படியென்றால், நீ நிச்சயம் பண்ணியிருக்கும் இந்தப் பெண் பெருந்தனவர்க்கத்துப் பெண்ணென்று சொல். கிராமத்து வேலைகள் இவளுக்கு மிகவும் சிரமமாக இருக்குமே."

"இவள் ஒன்றும் கிராமத்து வேலைகள் செய்யப் போவதில்லை, அபனாசி அபனாசியெவிச். கடவுள் புண்ணியத்திலே, நாங்கள் அந்த வேலைக்குக் கூலியாளை

நியமித்துக் கொண்டுவிடுவோம்."

"ஆமாமாம். நல்லது, இனி நாம் இந்த வருங்கால மணப்பெண்ணுக்காக மது அருந்துவோம்! இனிய பெண்ணின் பேரைச்சொல்லி, கசந்த மதுவை அருந்துவோம்!" என்று சொல்லிவிட்டு, அபனாசி தனது வோட்காவைக் குடித்துவிட்டு, தொண்டையைக் கனைத்துச் செருமிக் கொண்டான்; பின்னர் மஞ்சள் நிறமான மீசையையும் கையினால் துடைத்துக் கொண்டான். "எனது மருமகள்கள் இப்போது சாக்கு மூட்டைகளைச் சுமக்கும் அழகை நீங்கள் பார்க்க வேண்டும். எவ்வளவு சுமக்கிறார்கள் தெரியுமா? முதலில், அவர்களது புருஷன்மார்கள் யுத்தத்துக்குப்போன காலத்தில், அந்த மூடப்பெண்களுக்கு ஆண்களின் வேலையையும் செய்யவேண்டி வந்துவிட்டது. அப்போதெல்லாம் அவர்கள், 'ஐயோ! என் முதுகு போச்சே! என் கால்போச்சே! கைபோச்சே!' என்று கத்துவார்கள். நானோ விழுந்துவிழுந்து சிரிப்பேன்." அபனாசி அசட்டுத்தனமான கெக்கலிச் சிரிப்பொன்றை உதிர்த்தான். "பெண்களைவைத்து வேலைவாங்க எனக்குத் தெரியும். ஜெனரல் ஸ்கோபெலிவ் என்னை 'பெண் மன்னர் அபனாசி' என்றுதான் அழைப்பார்."

மத்ரியோனா தனது சிரிப்பை மூடிமறைக்க முயன்றவாறே, வெடுக்கென்று எழுந்து, திரைமறைவிலிருந்த அடுப்புக்கருகில் சென்று, அங்கிருந்த வறுத்த வாத்துக்கறியை எடுத்துவர முனைந்தாள். காத்யாவோ தனது கண்களைக் கீழ்நோக்கித் தாழ்த்தியவாறே, மேஜைமுன் நாணத்தோடும் அமைதியோடும் உட்கார்ந்திருந்தாள். தம்ளர்களிலெல்லாம் மீண்டும் வோட்கா மதுவை ஊற்றிவிட்டு, அலெக்சேய் பின்வருமாறு உணர்ச்சிகரமாகப் பேசினான்:

"எங்களை வருத்தப்படச் செய்வது அதுவல்ல, அபனாசி அபனாசியெவிச். நான் திருமணத்தை நாளையே வேண்டுமானாலும் நடத்திவிடலாம். ஆனால், நான் எப்படி ஓர் இளம் மணப்பெண்ணை இத்தகைய சின்னஞ்சிறு குடிசையில் வசிக்கச் சொல்ல முடியும்?

இங்கோ மத்ரியோனாவும் இவளும் ஒரே படுக்கையில் முடங்கிக்கொண்டு படுத்துத் தூங்குகிறார்கள். நானோ தரையில்தான் தூங்க வேண்டியிருக்கிறது. கிராமத்து ஜனங்களோ எங்களை அன்னியர்கள்போல் மதித்து நடப்பதையெண்ணித்தான் வருந்துகிறேன். அவர்கள் அந்தப்புர வீடு சம்பந்தமாக, ஏன் இப்படிப் பிடிவாதம் செய்கிறார்கள்? அது இப்போதிருக்கிற இடத்தில் எந்தப் பிரயோசனமும் இல்லாமல்தான் நிற்கிறது. அதுவும் எரிந்து கரிந்து இடிந்துவிழாமல் இருந்ததே ஏதோ சந்தர்ப்பவசம்தான் என்று சொல்ல வேண்டும். அது யாருக்குத் தேவைப்படுகிறது? நிலப்பிரபு என்ன, மீண்டும் திரும்பிவரப் போகிறாரா? வந்து அவர்களுக்கு நன்றி சொல்லப்போகிறாரா?"

"அப்படித்தான் சிலர் நினைக்கிறார்கள்" என்று கூறியவாறே, அபனாசி வாத்தின் தொடையை முறித்தார்.

"நிலப்பிரபுவைக் காட்டிலும் பிசாசுதான் அந்த வீட்டுக்கு முதலில் வரும்! அதைப்பற்றிக் கவலையில்லை. நான் அந்தப் பகுதியை மட்டும், ஊராரிடமிருந்து ஒரு விலைபேசி வாங்கிவிட்டால், பிறகு அதனால் ஏற்படும் சாதகபாதகங்களுக்கெல்லாம் நானே பொறுப்பேற்றுக் கொண்டு விடுகிறேன்." (மத்ரியோனா அலெக்சேயை அர்த்தபுஷ்டியோடு பார்த்தாள்; அவனோ மேஜைமீது கையால் குத்தினான்.) "நான் அதை வாங்கத்தான் போகிறேன்! நான் ஓர் அவசரக் குடுக்கைதான். பரவாயில்லை. இப்படி எல்லோரும் கூடி இருப்பதற்கு மகிழ்ச்சி. மத்ரியோனா, என் தலையணைக்கடியில் ஒரு துணியில் சுற்றிவைத்திருக்கும் அந்தச் சாமானைக் கொண்டுவா." (மத்ரியோனா முகத்தைச் சுழித்தவாறே தலையை அசைத்தாள்.) "போம்மா. போய் அதைக் கொண்டுவா. நீ அதற்காக ஒன்றும் வருத்தப்படாதே. உலகத்தில் உயிரைவிடப் பெரிய பொருள் வேறு ஒன்றும் இல்லை."

மத்ரியோனா பொட்டலத்தைக் கொண்டுவந்து கொடுத்தாள். அலெக்சேய் அதனைப் பிரித்து,

அதனுள்ளிருந்த உருக்கினாலான ஓர் அலாரம் கடிகாரத்தை, அதன் உருக்குச் சங்கிலியுடன் வெளியே எடுத்தான். அந்தக் கைக்கடிகாரத்தை ஆட்டிவிட்டு, காதில்வைத்துப் பார்த்தான்.

"இந்தக் கடிகாரத்தை யாருக்காக நான் வாங்குகிறேன் என்பதே எனக்குத் தெரிந்திருந்ததுபோல், இது எனக்குச் சந்தர்ப்பவசமாக கிட்டியது. அபனாசி அபனாசியெவிச், இதோ இந்தக் கடிகாரத்தைக் கட்டிக்கொள்ளுங்கள். கடவுள் உங்களை ஆசீர்வதிக்கட்டும்!"

"என்ன இது? நீ என்ன எனக்கு லஞ்சம் கொடுக்கப் பார்க்கிறாயா?" என்று அபனாசி கடுமையாகச் சொன்னான்; என்றாலும் அலெக்சேய் அந்தக் கடிகாரத்தை அவனது உள்ளங்கையில் வைத்தபோது, அவனது கரம் நடுங்கியது.

"எங்கள் மனத்தைப் புண்படுத்தாதீர்கள், அபனாசி அபனாசியெவிச். இது எங்கள் இதயபூர்வமான பரிசு. நான் இந்தமாதிரி எத்தனையோ சாமான்களை வைத்திருக்கிறேன். மத்ரியோனா சாராயத்துக்கு விலையாக, இந்த மாதிரிச் சாமான்கள் பலவற்றைப் பெற்று வந்திருக்கிறாள். இது மிகவும் உயர்ந்ததாக இருப்பதற்குக் காரணம், இது மணியும் அடிக்கிறது என்பதுதான். நீங்கள் கோழி எப்போது கூவுகிறது என்றுகூடக் கேட்க வேண்டாம். இதோ. இந்தப் பொத்தானை மட்டும் அமுக்கிவிட்டு விட்டால், இது குறித்தநேரத்தில் உங்களை எழுப்பி விட்டுவிடும். பிறகு பூட்சுகளை மாட்டிக்கொண்டு, எழுந்துசென்று உங்களது ஆடுமாடுகளைப் பார்த்துவரலாம்."

"ஆ!" என்று பெருமூச்செறிந்தவாறே, தனது வாயை அகலமாகத் திறந்தான் அபனாசி; அந்த வாயிலோ பற்களைவிட, ஈறுதான் நிறைய இருந்தது. "இனி, நான் அந்தச் சிறுக்கிகளையும்கூட நேரத்தோடு எழுப்பிவிட முடியும். இனிமேல், அவர்கள் ரொம்ப நேரம் தூங்க முடியாது, தடிச்சிகள்!"

கிழவன் கரடுமுரடான கழுத்தின்மீது கழுத்துக்

கச்சையைச் சுற்றினான்; பின்னால் தடுமாறியவாறே, தனது ஆட்டுத்தோல் மோஸ்தர் கோட்டையும் எடுத்து மாட்டிக்கொண்டு, விடைபெற்றுச் சென்றான். விளக்கின் சுடரைக் குறைத்துவிட்டு, மத்ரியோனா காத்யாவோடு பண்டபாத்திரங்களைத் திரைக்குப்பின்னே கொண்டு போய் வைத்தாள். அலெக்சேய் மேசைமுன்பு உட்கார்ந்திருந்தான்.

“இந்த வோட்கா, யுத்தத்துக்கு முந்தைய சரக்காதலால் ரொம்பவும் காட்டமாக இருக்கிறது” என்று அவன் உள்ளடங்கிய குரலில் பேச முனைந்தான். “இல்லாவிட்டால், ரொம்ப நாட்களாக நான் எதுவும் குடிக்காமல் இருந்ததால் இப்படியிருக்குமோ? மதரியோனா, நீ போய் குதிரைகளை எல்லாம் ஒரு பார்வை பார்த்துவிட்டு வந்துவிடேன்.”

மத்ரியோனா அவன் பேசியதையே காதில் வாங்காதவள்போல் பதிலே பேசவில்லை. ஒரு நிமிஷம் கழித்து அவள் கிளுகிளுத்துச் சிரித்தவாறே, காத்யாவைப் பார்த்தாள்.

“எனக்கு உங்களைப் புரிந்துகொள்ளவே முடியவில்லை” என்று அலெக்சேய் மேலும் சொன்னான். “நாங்கள்தான் உங்களிடம் நல்லபடியாக நடக்கவில்லையா அல்லது நீங்கள் உண்மையிலேயே ஓர் அசட்டுப் பெண்ணா?”

மத்ரியோனா பார்த்த கொடிய பார்வையைக் கண்டு பணிந்து, காத்யா பதில்பேச வாயே திறக்கவில்லை. எனினும் - அவளது கன்னங்கள் மட்டும் கனன்று கொண்டிருந்தன.

அலெக்சேய் தன்பாட்டுக்குப் பேசிக்கொண்டே போனான்: “நீங்கள் ஒன்றும் செய்யாவிட்டால் அழவாவது செய்யக்கூடாதா? அடக்கடவுளே! உங்களைமாதிரி நான் யாரையுமே பார்த்ததில்லை. நானோ, இவளை எனது வருங்கால மனைவி என்று வந்தவரிடம் சொல்கிறேன். இவள் கொஞ்சமாவது அசைய வேண்டுமே. வெறுமனே தரையினைப் பார்த்துக்கொண்டு, கல்மாதிரி உட்கார்ந்திருக்கிறாள்.

இவள் ஒன்றும் சதையும்ரத்தமும் கொண்ட மனிதப் பிறவியாக எனக்குத் தோன்றிடவில்லை. இவள் ஏதோ கடற்கன்னிதான். நான் சத்தியம் வேண்டுமானாலும் செய்வேன்! மத்ரியோனா, இங்கே வா! தெருவிலுள்ள பிள்ளைகள்கூட இவளைச் சுட்டிக்காட்டிப் பலவிதமாகப் பேசுகிறார்கள். அதையும்கூட இவள் புரிந்துகொள்ளக் காணோம். எல்லோரும் என்ன சொல்கிறார்கள் தெரியுமா? 'அலெக்சேய் இந்தப் பெண்ணைத்தான் வண்டியிலே கூட்டி வந்தான். அவன் மாஹ்னோவிடம் சீட்டு விளையாடி அதிலே இவளை ஜெயித்துக்கொண்டு வந்திருக்கிறான்.' என்று பேசிக்கொள்கிறார்கள். ஆனால், இவளுக்கோ அதைப் பற்றியெல்லாம் கவலையில்லை. ஆனால், என் நிலைமை?" திடீரென்று அவன் ஆவேசத்தோடு சத்தம்போட முனைந்தான். *எல்லோரும் தெரிந்துகொள்ளட்டும் இவள்தான் எனது வருங்கால மனைவி!"*

காத்யாவின் முகம் வெளுத்துப் போய்விட்டது; அவள் சமையலறைத் துணியும், ஒரு தட்டுமாகச் செல்ல முயன்றாள். ஆனால், மத்ரியோனாவோ அவளது தோளைப் பலமாகப் பிடித்து அமுக்கிவிட்டாள்.

"இப்போது வாழ்க்கையை எப்படி நடத்த வேண்டும் என்று நமக்குத் தெரியும். முதன்முதலில் 1914ஆம் ஆண்டில்தான் நான் ஒரு மனிதனைக் கொலை செய்தேன்" என்று கூறிவிட்டு, அலெக்சேய் மெல்லச் சிரித்தான். "ஒரு ஜெர்மானியன் ஊர்ந்துவருவதைக் கவனித்தவாறே நான் உட்கார்ந்திருந்தேன். பிறகு அவன் தலையைத் தூக்கினான். நான் துப்பாக்கிக் குதிரையை இழுத்தேன். அவ்வளவுதான், அவன் பக்கவாட்டில் சுருண்டுவிழுந்தான். அவனது ஆத்மா பிரிந்துபோகிறதா, இல்லையா என்று பார்ப்பதற்காக, நான் காத்திருந்தேன். அதற்குப்பின்னர், நான் எவ்வளவோ கொலைகள் செய்துவிட்டேன். என்றாலும், நான் இதுவரையில் எந்தவொரு ஆத்மாவையும் பார்த்ததில்லை. அதுபோதும். நான் கற்ற பாடத்துக்கு நன்றி. நமது பழைய வீட்டின் சாம்பலின்மீது புதிய

வீடொன்றைக் கட்டுவோம். முதலிலே ஒரு மரவீடு; பிறகு ஒரு கல்வீடு. பிறகு தங்கத்தால் கூரைபோட்ட வீடு. எகதிரீனா திமீத்ரியெவ்னா, நீங்கள் அனாவசியமாக இது மாதிரி நடந்துகொள்கிறீர்கள். நான் ஒன்றும் உங்களைப் பலவந்தமாக நிறுத்தி வைத்துக் கொண்டிருக்கவில்லை. என்னை உங்களுக்குப் பிடிக்கவில்லை என்றால், நீங்கள் என்னை வெறுத்தால், உங்கள் இஷ்டப்படி எங்கு வேண்டுமானாலும் போகலாம். நிச்சயதார்த்தம் நடந்துவிட்டதல்லவா? இதிலேயே நான் எவ்வளவோ சுகத்தைக் கண்டுவிடுவேன்."

மத்ரியோனா, தனது உதடுகளைக் காத்யாவின் கன்னத்தருகே கொண்டுபோய், அவளது காதில் பின்வருமாறு ரகசியமாகச் சொன்னாள்: "அவர் நன்றாகக் குடித்திருக்கிறார். சரியான முட்டாள் அவர். அதை ஒன்றும் கவனிக்காதே." காத்யா துணியைக் கொடிமீது போட்டுவிட்டு, திரைக்குப் பின்னாலிருந்து வந்தாள். அலெக்சேய் மேசையருகே பக்கவாட்டாகத் திரும்பி, கால்மேல் கால்போட்டு அமர்ந்திருந்தான்; அவனது பெரிய தடித்த கையொன்று கீழேதொங்கி ஊசலாடியது. அவன் குழிந்த கண்களால் காத்யாவைப் பார்த்தான். காத்யா வந்து அவனுக்கு எதிரே கிடந்த பெஞ்சுமீது அமர்ந்தாள். அலெக்சேயின் கண்களில் குடிவெறியின் போதை ஒன்றும் இல்லை; உடனே அவள் தன் கண்களைக் கீழே தாழ்த்திக் கொண்டாள்.

"கிரசீல்னிகவ்! நாம் இதற்குமுன்பே பேசி முடித்திருக்க வேண்டும்" என்று அவள் தொடங்கினாள். "நான் உங்களை ஒரு நல்ல மனிதராகவே மதிக்கிறேன். நமது போராட்ட வாழ்க்கைக் காலத்தில் எல்லாம், நீங்கள் என்மீது உண்மையான அன்புணர்ச்சியே காட்டி வந்தீர்கள் என்பதையும் நான் கண்டேன். எனவே, நானும் உங்கள்மீது பிரியமாகத்தான் இருந்தேன். ஆனால், இப்போது நீங்கள் சொன்ன விஷயத்தில் ஆச்சரியப்பட என்ன இருக்கிறது? இதனை நான் வெகு நாட்களாகவே எதிர்பார்த்துக் கொண்டிருந்தேன். ஆனால், இங்குவந்த பின்பு உங்களிடம்

ஏதோ ஒரு மாறுதல் ஏற்பட்டிருக்கிறது. கிரசீல்னிகவ்! நீங்கள் முற்றாக மாறிவிட்டீர்கள்."

அலெக்சேய் பேசுவதற்குமுன் தொண்டையைக் கனைத்துக் கொண்டான்:

"முற்றும் மாறிவிட்டேன் என்றால் என்ன அர்த்தம்? நான் முப்பது வருஷமாக அதே மனிதனாகத்தான் இருந்துவருகிறேன். இப்போதோ நீங்கள் என்னை மாறிவிட்டதாகச் சொல்கிறீர்கள்."

"அலெக்சேய் இவானவிச், என் வாழ்க்கையே நீண்ட நெடுங்கனவாகத்தான் இருந்துவருகிறது. பாருங்கள். நான் உதவாக்கரையான வீட்டுப் பிராணியாக இருந்து விட்டேன். ஆமாம். என்னைக் காதலித்தவர்களும் உண்டு. உம். சரி! அதெல்லாம் கொஞ்சம் அருவருப்பு, கொஞ்சம் ஏமாற்றம். அவ்வளவுதான். யுத்தத்தால் நாலாபுறமும் நெருக்குண்டபோதுதான் நாம் விழித்துக் கொண்டோம். எங்குப் பார்த்தாலும் சாவு, அழிவு, துன்பம், பசி, பட்டினி, அகதிகள். எல்லாம்தான். இந்தச் சூழ்நிலையிலே, என்னைப்போல் உதவாக்கரை வீட்டுப் பிராணிக்கு விம்மிவிம்மி அழுது மடிவதைத் தவிர, வேறுவழியில்லை. ஆனால் ரோஷின் மட்டும் வராது போயிருந்தால், உண்மையில் அதுதான் நடந்திருக்கும். அவரோ வாழ்க்கையின் பரிபூரணமான அர்த்தமே காதல்தான் என்று என்னிடம் சொன்னார்; நானும் நம்பினேன். ஆனால் அவரோ அழிவுப் பாதையையும், பழிவாங்குவதையுமே நாடினார். இருந்தாலும், அவர் அன்புள்ளம்கொண்டவர். ஆனால், எனக்குத்தான் எதுவும் புரியவில்லை." (அவள் தன் தலையையுயர்த்தி, மேசைக்குமேல் தொங்கிக் கொண்டிருந்த விளக்கின் தணிந்த சுடரைப் பார்த்தாள்.) "ரோஷின் மடிந்து போனார். பிறகு, நீங்கள் ஏன் என்னை எடுத்து வந்தீர்கள்."

"எடுத்து வந்தேனா?" கிரசீல்னிகவ் சிரித்தான். அவனது பார்வை மட்டும் காத்யாவின் முகத்தைவிட்டு விலகவேயில்லை. "நீங்கள் உங்களை என்னவென்றுதான்

நினைத்துக்கொண்டிருக்கிறீர்கள்? வீடுவாசலற்ற பூனைக் குட்டியென்றா?"

"ஆம். நான் அப்படித்தான் இருந்துவந்தேன், அலெக்சேய் இவானவிச். ஆனால், இனியும் நான் அவ்வாறு இருக்க விரும்பவில்லை. நான் முன்பெல்லாம் நல்லவளும் அல்லாமல், கெட்டவளும் அல்லாமல், ருஷ்ய ஜாதியும் இல்லாமல், அன்னிய நாட்டினளாகவும் இல்லாமல், கடற்கன்னியாக இருந்தேன்." அவளது உதட்டின் ஓரங்கள் கட்டுக்கடங்காமல் துடித்து நெளிந்தன. கிரசீல்னிகவ் ஒரு பாசாங்காக முகத்தைச் சுழித்தான். காத்யா மேலும் சொன்னாள்: "நான் வேறு யாருமல்ல, ஒரு ருஷ்யப் பெண்தான் என்ற உண்மையை திடீரென்று கண்டறிந்தேன். இனி, அந்த ருஷ்யப் பெண் என்ற நிலைமையிலிருந்து என்றென்றும் நான் மாறப்போவதுமில்லை. நான் உங்களோடு இருந்த காலத்தில் எத்தனையோ துன்பங்களைப் பார்த்தேன்; பயங்கரங்களைப் பார்த்தேன். ஆனால், அதையெல்லாம் நான் தாங்கிக்கொண்டேன். அதையெல்லாம்கூட நான் பெரிதுபடுத்தி அழுது புலம்பவில்லை. ஆனால், ஒருநாள் மாலையில் நடந்தது எனக்கு நினைவுக்கு வருகிறது. சில வண்டிகளை அவிழ்த்துப் போட்டுக் கொண்டிருந்த நேரத்தில் குதிரைமீது சில மனிதர்கள் வந்தார்கள். எல்லோரும் கொதிக்கின்ற அண்டாச்சட்டியின் முன் ஆவேசத்தோடும், ஆரவாரத்தோடும் வட்டமிட்டுக் குழுமினார்கள்."

"கேட்டாயா, மத்ரியோனா? இவளுக்கு அது நன்கு நினைவிருக்கிறது."

"அந்தக் கொதிக்கும் அண்டாவைச் சுற்றி மேலும்மேலும் மனிதர்கள் வந்துகூடினார்கள். ஒவ்வொருவரும் அவரவர் எப்படியெல்லாம் தாக்கினார்கள் என்பதையும், எதிரிகளின் தலையை எப்படிச் சீவித் தள்ளினார்கள் என்பதையும், எதிரிகளினூடே பாய்ந்தோடிப் புகுந்து, அவர்களை நேரடியாக ஆயுதங்களைக் கொண்டு எப்படி நொறுக்கினார்கள் என்பதையும் பலபட

எடுத்துரைத்துப் பெருமைப்பட்டுக் கொண்டார்கள்; தம்மைத்தாமே பாராட்டிக் கொண்டார்கள். அவர்கள் சொன்ன விஷயங்களில் சில வெறும் கற்பனையாக, கட்டுக்கதையாகக்கூட இருக்கலாம். என்றாலும், அவற்றில் ஏதோ ஒரு பலம்வாய்ந்த ஒரு பெரிய சக்தி இருக்கத்தான் செய்தது."

"மத்ரியோனா! இவள் எதைப்பற்றிச் சொல்கிறாள் என்று உனக்குத் தெரிகிறதா? வேர்ஹ்னி பண்ணையில் ஜெர்மானியரோடு நடத்திய சண்டையைச் சொல்கிறாள். ஆமாமாம். அது மிகப்பெரிய சண்டைதான்!"

"அப்போது நீங்கள் வண்டியிலிருந்து குதித்து இறங்கியதை நான் பார்த்தேன். நான் உங்கள் பக்கம் வருவதற்கே பயப்பட்டேன்." காத்யா மௌனமானாள்; அவளது விரிந்து அகன்ற கருவிழிகள் எங்கோ தூரத்தில், வெகுதொலைவில் எதையோ நோக்குவதுபோல் தோன்றின. "ஆமாம். இவையெல்லாம் நடக்கத்தான் செய்தன. என்றாலும் நாம் இங்கே வரும்போது நான் ஒரு புதிய, அகண்ட வாழ்க்கையைத் தொடங்குவதாகத்தான் எனக்கு நானே சொல்லிக்கொண்டேன். ஏதோ சின்னஞ்சிறு நிலத்தில் வாழப்போவதாக நான் எண்ணவில்லை. ஆனால், இங்கோ பன்றிகளும் கோழிகளும் சிறு காய்கறித் தோட்டம், அதற்கப்பால் ஒரு பலகை வேலியும், எல்லாவற்றுக்கும் மேலே நம்பிக்கைக்கே இடமில்லாத இருண்ட நாட்களும்தான் தென்படுகின்றன." (காத்யா தனது நெற்றியைச் சுழித்தாள். ஸ்டெப்பி வெளியிலே இருந்தபோது, அவள் கிட்டத்தட்ட தெள்ளத்தெளிவாகவே உணர்ந்த அந்த விரிந்து பரந்த கனவுகளையெல்லாம் அவளது சிற்றறிவால் எடுத்துச் சொல்ல முடியவில்லை.) "நாம் இங்கே வந்தபின்போ, திருவிழாவிலிருந்து திரும்பி வந்த உணர்ச்சிதான் எனக்கு ஏற்பட்டது. இன்றோ நீங்கள் என்னை உங்களது வருங்கால மனைவி என்று அறிவித்தீர்கள்; வேண்டுமென்றே அறிவித்தீர்கள். இப்போதோ எல்லாமே முடிந்துவிட்டது. இனிமேல் என்ன? குழந்தைகளைப் பெற்றுத் தள்ளவேண்டியது.

நீங்கள் வீட்டைக் கட்டி முடிப்பீர்கள். சீக்கிரமே நீங்கள் செழிப்பாக வாழ்வீர்கள்; செல்வந்தராகக்கூட மாறுவீர்கள். அதெல்லாம் எனக்குத் தெரியும். அதையெல்லாம்தான் நான் விட்டுவிட்டு வந்தேன். அதையெல்லாம் நான் பீட்டர்ஸ்பர்கிலும் மாஸ்கோவிலும் பாரிசிலும் பார்த்து அனுபவித்துவிட்டேன். அதே விஷயம் இங்கு, இந்த விளதீமிர் ஸ்கோயே கிராமத்திலே மீண்டும் தொடங்கப்போகிறது."

அவள் தனது கைகளை முழங்கால்களின்மீது தளர்வாகப் போட்டிருந்த நிலையிலும், தலையைக் குனிந்திருந்த நிலையிலும், ஏதோ ஓர் ஆழ்ந்த சோர்வும் சோகமும் குடிகொண்டிருந்தன. நேர்வகிடும், இளம்பழுப்பு நிறமான தலைமயிரும் கொண்ட அவளது தலையைக் கண்டு கிரசீல்னிகவ் தனது கண்களைப் பலமாக ஒரு நிமிஷம் மூடினான். அந்தப் தீப்பறவை அவனது பிடியிலிருந்து நழுவிப் பறந்து போய்க்கொண்டிருந்தது.

"எகதிரீனா திமீத்ரியெவ்னா. என்ன, இப்படி அசட்டுத்தனமாகப் பேசுகிறீர்கள்?" என்று அவன் மென்மையாகச் சொன்னான். "எத்தகைய குழப்பத்தில் நீங்கள் இருக்கிறீர்கள்? நீங்களும் என் தம்பி செம்யோனைப்போல், ரத்தத்தில் குளிக்க வேண்டுமென்று விரும்புகிறீர்களா? நீங்கள் சொல்வதைக் கேட்டு, நான் திகைத்துப் போய் விட்டேன். என்றாலும், எது வந்தாலும் சரி, நான் உங்களைப் போகவிடப் போவதில்லை."

13

தெலேகினும் தாஷாவும் மீண்டும் படைக்கு வந்து சேர்ந்தார்கள்; ஒரு பண்ணையிலிருந்த களிமண் குடிசையில் அவர்கள் தங்கினார்கள். தெலேகினின் காரியாலயம் அந்தக் குடிசையையடுத்து, அந்தக் குடிசைக்கு வரும் மற்றொரு வழியையொட்டி இருந்தது.

அந்தக் காரியாலயத்தில் டெலிபோன்களும், படையின் பணப் பெட்டியும், உறையிடப்பெற்ற கொடியும் இருந்தன. அந்தக் குடிசை தாஷாவின் பரிபூரண ஆதிக்கத்தில் இருந்தது. அந்தக் குடிசையில் ஓர் உயரமான பெரிய ருஷ்ய அடுப்பு இருந்தது; எனினும், அது சமையலுக்குப் பயன்படுத்தப்படவில்லை. தாஷாதான் கசாக்குப் பெண்களிடம் கற்றுக்கொண்ட பிரகாரம், அதனுள் வைக்கோலைப் பரப்பிவைத்து அந்த அடுப்பினுள் நுழைந்து அதில் குளித்தாள்; அங்கு ஒரு படுக்கையும், இரண்டு கெட்டியான தலையணைகளும், ஒரு மெல்லிய போர்வையும் இருந்தன. தெலேகினோ போர்வைக்குப் பதிலாக, கம்பளிக் கோட்டைக் கொண்டு உடம்பை மூடிக்கொள்வான். சுத்தமான மேஜை விரிப்போடுகூடிய மேசையும் அங்கிருந்தது; அதில்தான் அவர்கள் சாப்பிட்டார்கள். சுவரிலே ஒரு சின்ன நிலைக்கண்ணாடி தென்பட்டது; வாசலோரத்தில் ஒரு துடைப்பம் கிடந்தது. வெள்ளையடிக்கப்பெற்ற அடுப்பின் மீதிருந்த ஒரு மாடக் குழியில், அந்தச் சீனப் பூனைக்குட்டிப் பொம்மையும் நாய்க்குட்டிப் பொம்மையும் இருந்தன.

இரண்டு வருஷங்களுக்கு முன்னால், தெலேகினும் தாஷாவும் காதல் போதையால் கிறுகிறுத்துப் போயிருந்த காலத்தில், அவர்கள் இருவரும் கிட்டத்தட்ட இதே மாதிரிதான் குடியேறினார்கள். காமினோ - ஆஸ்ட்ரோவ் தெருவிலிருந்த அந்த வீட்டில், மழையினால் நனைந்திருந்த தெருவுக்கு மேலாகத் திறந்துகிடந்த சன்னல்களோடு இருந்த அந்தப் புதிய வீட்டில் முதன்முதல் புகுந்த அந்த மாலைவேளையை தாஷா என்றுமே மறக்கமாட்டாள். அப்போது அவள் கன்னித்தன்மையின் தெளிவையும் அமைதியையும் தன்னுளே உணர்ந்தாள்; ஆனால், அதேசமயம் இவான் இலீச் பொழுதுசாய்கின்ற நேரத்தில் ஜன்னலுக்கருகே அமர்ந்திருந்ததையும், அவன் ஏதேதோ உள்ளக் கலவரங்களால் வேதனைப்பட்டுக் கொண்டிருப்பதையும் அவள் கண்டாள். எனவே, முதன்முதல் தானே முன்சென்று அவனை மகிழ்வுறுத்த வேண்டும் என்று தாஷா தீர்மானித்துக்கொண்டாள்.

"வா, இவான்!" என்று அவள், அவனை அழைத்தாள். பின்னர், அவர்கள் படுக்கையறைக்குள் சென்றார்கள். அங்கு தரை மீதிருந்த ஒரு பெரிய ஜாடியில் இனிய மணம் பரப்பும் மிமோசா மலர்கள் கொத்தாக நிறைந்திருந்தன. அவள் அலமாரியின் கதவைத் திறந்தாள்; அந்தக் கதவின் மறைவிலேயே தனது ஆடைகளைக் களைந்தாள்; பின்னர் வெறுங்கால்களோடு குடுகுடுவென்று ஓடி, படுக்கைப் போர்வைக்குள் புகுந்து படுத்துக்கொண்டு, மூச்சுவாங்கும் குரலில் பின்வருமாறு கேட்டாள்: "இவான், நீ என்னைக் காதலிக்கிறாயா?"

காதல் புரியும் விவகாரங்களைப் பற்றியெல்லாம் அவள் அளவுக்கு மீறிய அக்கறையோடு, என்னென்னவோ எல்லாம் எண்ணியிருந்தவள்தான்; என்றாலும், அந்த விவகாரங்களில் அவள் மிகவும் ஞானசூன்யமாகத்தான் இருந்தாள். அன்றிரவு அவளுக்கும் இவான் இலீச்சுக்கும் இடையில் நடந்துபோன விவகாரம் அவளுக்குப் பெரியதொரு ஏமாற்றமாகப் போயிற்று. இந்த அனுபவத்துக்காகவா எண்ணற்ற கவிதைகளும், நாவல்களும் சங்கீத சாகித்தியங்களும் இயற்றப் பட்டுள்ளன? யாருமேயில்லாத காத்யாவின் வீட்டில் உள்ள கன்னங்கரிய 'ஸ்டீன்வே' பியானோ வாத்தியத்தின் முன் அமர்ந்து, தாஷா அதனை வாசிக்கும்வேளையில், கண்களிலே நீரும், உள்ளத்திலே பேரானந்தமும் ஊற்றுப் பெருக்காய் எடுத்துவரும் நிலையில், அவள் கனவு கண்ட அந்த மாய மந்திரசக்தியா இது? அப்போது அவள் வாசிப்பதை இடையிலேயே நிறுத்திவிட்டு, எழுந்துநின்று கைகளைக் கோத்தவாறு நிற்பாள். அத்தகைய நேரங்களில் அவளது உடம்பு மட்டும் கண்ணாடியைப்போல் குளுமையாகவும் ஸ்படிகத் தெளிவாகவும் இல்லாது போயிருந்தால், அவளுக்குள்ளே கொதித்தெழுந்த உணர்ச்சிகளே அவளைத் திணற அடித்திருக்கும்.

அதன்பின்னர், அவள் சீக்கிரமே கருத்தரித்துவிட்டாள். அவள், இவான் இலீச்சை அதிகமாகக் காதலித்தாலும், அப்போது அவனிடமிருந்து சிறிது விலகியே இருந்தாள்.

பின்னர்தான் அந்தப் பயங்கரமான மாதங்கள் வந்தன: பசியும், பனிமூட்டமும் நிறைந்த பெத்ரொகிராதின் இலையுதிர்காலம், அத்துடன் லெபியாஜி கால்வாய்க்கருகில் நடந்த பயங்கரமான சம்பவம், அதன் விளைவாக உரியகாலத்துக்கு முன்னதாகவே நேர்ந்துவிட்ட பிரசவம், பிறந்த குழந்தையின் மரணம், அதன்பின்னர் வாழ்க்கையை முடித்துக்கொள்ள மூண்டெழுந்த ஒரே ஆசை - இவ்வளவும் தொடர்ந்து வந்தன. இதற்குப் பின்னர்தான் அவர்கள் இருவரும் பிரிந்தார்கள்.

இப்போதோ எல்லாமே மீண்டும் புதிதாகத் தொடங்கப் பட்டு விட்டன. முந்தைய நாட்களில் அவர்கள் இருவருக் குமிடையில் நிலவிய உணர்ச்சிகள், தெள்ளத்தெளிவற்ற நிலையிலேதான் இருந்தன; உள்ளே என்னென்ன பரிசுப் பொருள்களெல்லாம் நிறைந்திருக்கின்றன என்பதை இன்னும் கண்டுகொள்ளாத, பல்வேறு வர்ணஜாலம் கொண்ட மாய மந்திரப்பெட்டியைக் கையில் வைத்துக் கொண்டிருப்பதைப் போலத்தான், அவர்களது உறவில் எல்லாமே புதிராகவும் மர்மமாகவும் தோன்றி வந்தன; ஆனால், இப்போதோ அவர்களுக்கிடையே நிலவிய உணர்ச்சிகள் பலதரப்பட்டதாகவும், முன்னைவிட ஆழமானதாகவும் இருந்தன. இந்த இடைக்காலத்தில் இரண்டு பேரும் வாழ்க்கையில் எத்தனையோ சோதனைகளுக்குட்பட்டிருந்தனர். என்றாலும், தமது அனுபவங்களை ஒருவருக்கொருவர் சொல்லிக்கொள்வதற்கான சந்தர்ப்பம் இன்னும் ஏற்படவில்லை. இப்பொழுதோ அவர்களது காதல், குறிப்பாக தாஷாவுக்கு குளிர்க்காலத்தின் ஆரம்ப தசையில் நிலவும் சூழ்நிலையைப்போல் நிறைபெற்று உணரத்தக்கதாய் விளங்குவதாகத் தோன்றியது; அதாவது, நவம்பர் மாதத்தின் புயல்களெல்லாம் ஓய்ந்து, வெட்டியெடுக்கப்பட்ட தர்ப்பூசணிப் பழத்தைப்போல் மணம் பரப்பிப் பெய்யும் முதற்பனித்துகள்கள் எவ்வாறு பனிமூட்டத்தின் அமைதியை நிறைக்குமோ, அந்த மாதிரி இருந்தது அவர்களது காதல். இவான் இலீச்சோ எல்லாவற்றையும் அறிந்திருந்தான்; எதையும் அவனால்

செய்ய முடியும்; எந்தவொரு கேள்விக்கும் விடையளிக்க முடியும்; எந்தவொரு சந்தேகத்தையும் தீர்த்துவைக்க முடியும். மீண்டும் தாஷாவின் கண்முன்னால், அந்த வர்ணஜாலம் மிகுந்த மாய மந்திரப்பெட்டி தோன்றி மிதந்தது; என்றாலும், இப்போதோ அந்தப் பெட்டியில் சுயேச்சையான, சுயதிருப்தியுள்ள புதிர்களும் மர்மங்களும் நிறைந்து பொங்கியெழும் உணர்ச்சிகள் இல்லை; மாறாக, அவர்களது தவவாழ்க்கையிலே ஏற்பட்ட இன்பங்களும் துன்பங்களும்தான் நிறைந்திருந்தன.

என்றாலும், இவான் இலீச்சின் ஒரே ஒரு அம்சத்தை மட்டும் புரிந்துகொள்ள முடியவில்லை. அது தாஷாவை வருத்தப்படுத்தக்கூடச் செய்தது. முடியவில்லை. அதுதான் அவனது புலனடக்கம். ஒவ்வொரு நாள் இரவிலும், அவர்கள் படுக்கைக்குப் போவதற்கு முன்பு, இவான் இலீச் கவலை கொண்டவன்போலத் தோன்றுவான்; அப்போது தாஷாவைக்கூட ஏறிட்டுப் பார்க்காமல், ஒரு பெஞ்சின் மீது முனகிக்கொண்டு உட்கார்ந்திருப்பான்; பிறகு பூட்சுகளைச் கழற்றிப் போடுவான். சமயங்களில் அவன் பூட்சுகளையெல்லாம் கழற்றிய பின்னரும்கூட, அவளை நோக்கி, "தாஷா கண்ணு! போய்ப் படுத்துத் தூங்கு!" என்று சொல்லிவிட்டு, வெறுங்கால்களுடனேயே அடுத்தாற்போலிருந்த தனது காரியாலயத்துக்கு நடந்து சென்றுவிடுவான். பின்னர் அவன் அரவம் காட்டாமல், அடிமேல் அடிவைத்து நடந்துவந்து, படுக்கையில் மிகவும் ஜாக்கிரதையாக ஏறிப் படுப்பான்; படுக்கையின் ஸ்பிரிங்குகள் அசைந்து கிறீச்சொலி கிளப்பிவிடாதபடி, கட்டிலின் ஓரத்தில் மெல்லப் படுத்துக்கொள்வான்; அதன்பின் கம்பளிக் கோட்டால் உடலையும் தலையையும் நன்கு இழுத்துப் போர்த்திக்கொண்டு, மறுநிமிஷமே தூங்கிப் போய்விடுவான்.

பகற்பொழுதிலோ அவன் உற்சாகமாகவும், குதூகல மாகவும் செக்கச்சிவந்த கன்னங்களோடு அங்குமிங்கும் ஓடித் திரிவான்; போகும்போதும் வரும்போதும் தாஷாவின் கன்னங்களையும், அவளது இனிய அழகிய

கதகதப்பான பொன்னிறத் தலையின்மீதும் முத்தமிடுவான்.

"இன்னொரு முறையும் உனக்கு வணக்கம், அம்மா தளபதி அவர்களே! உன் விஷயங்களெல்லாம் எப்படியிருக்கின்றன?"

அவன் இதே கேள்வியை ஒருநாளைக்கு முப்பது தடவையாவது திரும்பத்திரும்பக் கேட்பான்.

கமிஸார் இவான் கொராவோ உள்ளூரிலுள்ள திறமைசாலிகளைப் பயன்படுத்திக்கொண்டு, படைப் பகுதிக்கான ஒரு நாடகக் குழுவை உருவாக்குமாறு தாஷாவிடம் கேட்டுக்கொண்டார்.

தாஷாவோ பயபீதி கொண்டவளாய், அதை மறுத்துப் பேசத்தான் முனைந்தாள்: "அடக்கடவுளே, எனக்கு அதுபற்றி ஒன்றுமே தெரியாதே!" ஆனால் இவான் கொரா அவளது கையைத் தட்டிக் கொடுத்தவாறே, பின்வருமாறு கூறினார்:

"எல்லாம் சரியாய்ப் போய்விடும், அம்மா. நீங்கள் செய்யும் தவறுகளின்மூலமே எல்லாவற்றையும் கற்றுக்கொண்டு விடுவீர்கள். இதைவிடச் சிரமமான காரியங்களை யெல்லாம் சாதித்திருக்கிறீர்களே. இதுவா பிரமாதம்? நாம் இந்த அன்றாட நடைமுறையின் அலுப்புச் சலிப்பை எல்லாம் உதறித் தள்ளியாக வேண்டும். பார்க்கிறவர்களின் கண்களில் மகிழ்ச்சி பொங்குகிற மாதிரி, ஏதாவது புரட்சிகரமான, உணர்ச்சிகரமான ஒரு நாடகத்தைத் தயார்செய்ய முயற்சி செய்யுங்கள்!"

கமிஸார் கொரா, நாடகக் கோஷ்டி ஒன்றைச் சீக்கிரமாக உருவாக்க வேண்டும் என்று அவசரப்பட்டார். அதற்குக் காரணமும் உண்டு. கச்சாலின் படையிலுள்ளவர்களுக்கு, த்ஸாரீத்ஸின் கமிஸார் காரியாலயத்திலிருந்து எளிய சேமிப்பிலிருந்து வந்த உடைகளையும், ஆயுத தளவாடங்கள் முதலியவற்றையும் வழங்கியிருந்தார்கள்; எனவே, அவர்கள் சீக்கிரமே மீண்டும் போர்முனைக்குச் செல்லவேண்டிய சூழ்நிலையில் இருந்தார்கள். அந்தப் படைவீரர்களுக்கு

அலெக்சேய் தல்ஸ்தோய்

நித்தம்நித்தம் காலையிலே தேகப்பயிற்சியும், அணிவகுப்பும், அதன்பின்னர் இரண்டு மணிநேரம் அரசியல் வகுப்பும் இருந்து வந்த போதிலும், கிராமத்தின் பண்ணை வீடுகளிலிருந்து அவர்களுக்குக் கிடைத்த வந்த நல்ல உணவின் காரணமாக, அவர்களெல்லாம் பொலி காளைகள்போல் பொறுமையிழந்து துறுதுறுத்துக் கொண்டிருந்தார்கள். எனவேதான் ஒரு கூட்டம் கூட்டப் பெற்றது.

அந்தக் கூட்டத்தில் சாபஷ்கோவ் பேசினான். பல வருஷங்களாக மௌனத்திலேயே மூழ்கிக் கிடக்க நேர்ந்துவிட்ட சாபஷ்கோவுக்கு அந்தக் கூட்டத்தில் வாய்திறந்து பேச ஒரு நல்ல சந்தர்ப்பம் கிடைத்துவிட்டது. எனவே, அவன் தனது மனத்தில் உறுத்திக் கொண்டிருந்த பல்வேறு கருத்துகளையும் அந்தக் கூட்டத்தில் பொழிந்து தள்ள முனைந்துவிட்டான். நாடக உலகில் ஏற்பட்டுள்ள புரட்சிகரமான மாறுதல்களையும், நடிகர்களுக்கும் ரசிகர்களுக்குமிடையேயிருந்த தடைமுடைகள் எல்லாம் தகர்ந்துபோனது பற்றியும், எதிர்கால நாடகத் துறையைப் பற்றியும் பேசத் தொடங்கினான். எதிர்காலத்தில் நாடகங்கள் திறந்தவெளியிலாவது அல்லது ஐம்பதினாயிரம் பேர்கள் ஒரேசமயத்தில் உட்கார்ந்து பார்க்கக்கூடிய நாடக மேடைகளிலாவதுதான் நடக்கு மென்றும், அந்த நாடகங்களில் பெரிய பட்டாளங்களே பங்கெடுக்குமென்றும், நாடகங்களில் பீரங்கிகள் வெடிக்குமென்றும், பலூன்கள் பறக்குமென்றும், உண்மையாகவே கருவிகள் பாய்ந்தோடுமென்றும், நாடகத்தில் நடிப்பவர்கள் தனிப்பட்ட நடிகர்களாக இருக்க மாட்டார்களென்றும், மாறாக மக்கள் பெருங்கூட்டமே அதில் பங்கெடுக்குமென்றும் ஏதேதோ பேசினான்.

"எதிர்காலத்தின் நாடக கர்த்தாக்களே, நீங்கள் எங்கே இருக்கிறீர்கள்?" என்று சாபஷ்கோவ் கைகளை விரித்துக் கொண்டு, அப்படியே முகட்டை நோக்கிப் பறந்து போகப் போவதுபோல் கேட்டான். அவனது பேச்சில் வார்த்தைகள் தடதடவென்று அசுரவேகத்தில் ஒன்றன்பின் ஒன்றாகச்

சரமாரியாக வந்தன; எனவே, அந்தப் பிரசங்கத்தைக் கேட்டுக்கொண்டிருந்த செஞ்சேனை வீரர்களுக்குப் பல விஷயங்கள் புரியவேயில்லை. என்றாலும், அவனது ஆர்ப்பாட்டமான பேச்சை அவர்கள் ரசித்துக் கேட்டுக் கொண்டிருந்தார்கள். "நமது எல்லையற்ற சகாப்தத்தின் நாடகாசிரியர்களே, நவீன காலத்து ஷேக்ஸ்பியர்களே, நீங்கள் எங்கே இருக்கிறீர்கள்? எந்தப் புதிய சோபாக்கிளஸ் தனது சலவைக்கல் மேடையை விட்டிறங்கி, நமது கலைத் திருவிழாவில், நமது படைப்புத் திருவிழா வைபவத்தில் பங்கெடுக்கப் போகிறான்? உங்கள் கண்முன்னால் மனிதன் இன்று நிற்பதுபோல் என்றேனும் பட்டவர்த்தனமாக, பகிரங்கமாகக் காட்சியளித்திருக்கிறானா? இதற்கு முன்னால் என்றேனும் சரித்திரம் இத்தனை கருத்துக் களஞ்சியங்களை உங்கள் முன் வாரியிறைத்திருக்கிறதா?"

இத்தகைய பேச்சைக் கேட்ட பின்பு, தாஷாவின் தயக்கம் மேலும் அதிகரிப்பது இயல்புதான். என்றாலும், இதிலிருந்தொன்றும் பின்வாங்கித் தப்பிப்பதற்கு வழியில்லை.

அவள் சாபஷ்கோவுடன் த்ஸாரீத்ஸினுக்குச் சென்று, புத்தகங்கள், நாடகத்திரை, வாணங்கள் மற்றும் தேவைப் பட்ட பொருள்கள் முதலியவற்றையெல்லாம் கிடைத்த மட்டுக்கும் பெற்றுக்கொண்டு வந்தாள். சாபஷ்கோவோ அவளுக்கு ஏராளமான உபதேசங்களையும் ஆலோசனைகளையும் வாரிவழங்கினான். அவற்றில் சிலமட்டுமே உபயோகமானதாக இருந்தன; பெரும்பாலானவை பைத்தியக்காரத்தனமாகவே இருந்தன. பின்னர், உதவாக்கரையான பூர்வாங்க ஏற்பாடுகளிலே நேரத்தைச் செலவழிக்காமல், நடிகர்களைத் தேர்ந்தெடுத்துக்கொண்டு, ஷில்லர் எழுதியுள்ள 'திருடர்கள்' என்ற நாடகத்துக்கான ஒத்திகைகளை உடனடியாகத் தொடங்குவது என்று தீர்மானிக்கப்பட்டது.

தெலேகினுக்கு ஒரே மகிழ்ச்சி. அந்த மகிழ்ச்சி, நடைபெறப் போகும் நாடகத்தைப் பற்றியதுகூட அல்ல. தாஷாவுக்கு ஒரு வழியாகச் செய்வதற்கு ஒரு வேலை கிடைத்ததே என்பதுதான். தாஷா, அந்த நாடக வேலைகளிலேயே

மூழ்கி, அங்குமிங்கும் சுறுசுறுப்பாக ஓடியாடித் திரிந்தாள்; செஞ்சேனை வீரர்களோடு பேசினாள்; சிலசமயங்களில் பொறுமையிழந்து எரிந்து விழுந்தாள்; சிலசமயங்களில் என்ன செய்வதென்று தெரியாமல் திகைப்புற்று அழவும் செய்தாள். இனிமேலாவது தனது சொந்த உணர்ச்சிகளிலேயே சிந்தனையைப் பெரிதும் செலுத்தி மனத்தை அலட்டிக் கொள்ளாமல், தாஷா இருப்பாள் என்று தெலேகின் தனது எளிய உள்ளத்தில் எண்ணிக் கொண்டான்.

அக்ரிப்பீனா, அனீஸ்யா, லதூகின் (லதூகின் மட்டும் தன்னை எங்கே விட்டுவிடுவார்களோ என்ற பயத்தில், நேரில்போய் கமிஸாரிடம் விண்ணப்பித்துக் கொண்டான்), குஸ்மா குஸ்மீச், பாய்கோவ் ஆகியோரும் நாடக நடிகர் கோஷ்டியுடன் சேர்ந்துகொள்ள வேண்டும் என்று படையிலிருந்து உத்தரவு பிறப்பிக்கப்பட்டது. இவர்களைத் தவிர, பலலாய்க்கா, அக்கார்டியன் முதலிய வாத்தியங்களை வாசிப்பதற்கும், பாட்டுகள் பாடுவதற்கும் மற்றும் பலரும் அனுப்பப்பட்டார்கள்.

தாஷா அன்றிரவில் அந்தக் கோஷ்டியினருக்கு அந்த நாடகத்தை ஒரு குடிசையில் வாசித்துக்காட்டினாள்; அங்கே ஒரேஒரு மெழுகுவத்திச் சுடர்தான் ஒளி வழங்கிக் கொண்டிருந்தது. மங்கிய ஒளிமூட்டத்தில் பலரது வாயிலிருந்தும் கிளம்பிய ஆவிகலந்த மூச்சினால், எவருடைய முகத்தையுமே தெளிவாகக் காண முடியவில்லை. மேலும் வெளியில் வீசிய காற்றும், கதவின் பலகைகளில் தென்பட்ட இடுக்குகளின் வழியாகப் பணித்துகள்களை உள்ளே பிதுங்கித் தள்ளிக் கொண்டிருந்தது. பெஸ்ஸோனவ் எப்படி வாய்விட்டு வாசிப்பாரோ, அதேபாணியை மனத்தில் நினைவுறுத்திக் கொண்டு, தாஷா அந்த நாடகத்தைத் தெள்ளந்தெளிந்த குரலில் வாசித்தாள். அவர் தனது கறுத்த நீளக் கோட்டுக்குள் கைகளை நுழைத்துக்கொண்டு, பனிக்கட்டிகளை உதிர்ப்பது மாதிரி, நிர்விசாரமான உயிரற்ற குரலில் கவிதைகளை வாசித்ததையும், அவரைச் சுற்றிலுமுள்ள சோபாக்களில்

ஆழ்ந்த பெருமூச்செறிந்தவாறே அமர்ந்திருக்கும் படித்த சீமாட்டிகள் அந்த வார்த்தைகளைப் பேரார்வத்தோடு காதில் வாங்கி விழுங்கியதையும் தாஷா நினைத்துப் பார்த்தாள்.

அவள் அந்த நாடகத்தில் பாதிப் பகுதியை வாசித்து முடிப்பதற்குள்ளாகவே, நாடக நடிகர்களுக்கு நாடகம் பிடிக்கவில்லை என்பதைக் கண்டுகொண்டாள்; இவ்வளவுக்கும் நாடகத்தில் எவ்வளவோ பகுதிகள் வெட்டிக் குறைக்கப்பட்டிருந்தன. எனவே, அவள் அந்த நாடகத்தின் பின்பகுதியை எவ்வளவு சீக்கிரம் வாசிக்க முடியுமோ, அவ்வளவு சீக்கிரத்தில் வாசித்து முடிக்க வேண்டும் என்ற எண்ணத்தில் மிகவும் வேகமாக வாசித்தாள். ஆனால் வாசித்து முடித்து, புத்தகத்தை மூடியதும், அங்கு ஒரு வேதனைமிக்க மௌனம்தான் நிலவியது. கடைசியில் அவள் பின்வருமாறு சொன்னாள்:

“நல்லது. இதுதான் நாம் நடிக்கப்போகும் ஷில்லரின் ‘திருடர்கள்’ என்ற நாடகம்.”

அங்கிருந்த மனிதர்கள் பலரும் சிகரெட்டுகளைப் பற்ற வைத்தார்கள். அவர்களில் லதூகின் மட்டும் மெதுவாகப் பேசினான்.

“புத்திசாலித்தனமான நாடகம்தான்.”

இதைக் கேட்டவுடன் குஸ்மா குஸ்மீச் தனது பாக்கெட்டிலிருந்து புதியதொரு மெழுகுவத்தியை எடுத்து, அதனை ஏற்றி வைத்துவிட்டு, தாஷாவுக்கருகில் போய் உட்கார்ந்தான்.

“தோழர்களே, தார்யா திமீத்ரியெவ்னா நாடகத்தை நமக்கு அறிமுகப்படுத்தினார். இப்போது நான் அதைப் படித்துக் காட்டுகிறேன்.”

அவன் புத்தகத்தை தாஷாவிடமிருந்து வாங்கி, உரக்க வாசித்தான்; குரலில் எற்ற இறக்கத்தையும், முகத்தில் பாவனைகளையும் காட்டி, அந்த நாடகத்தில் வரும்

பாத்திரமான கிழட்டுப் பிரபு மூர் என்பவனின் தந்தைப் பாசத்தின் சோகமெல்லாம் பிரதிபலிக்கும் வகையில் அதனை வாசித்தான். அப்புறம் மூக்கை உறிஞ்சிச் சுழித்தவாறும், கண்களை சாய்வாக மேலேற்றி விழித்தவாறும், உஸ்ஸென்று சீறியவாறும் பின்வருமாறு நாடக வசனத்தை வாசித்தான்: "என் தந்தையின் இதயத்திலிருந்து என் பிரியத்துக்கு மிகவும் பாத்திரமாகியுள்ள புதல்வனை என்னால் பிய்த்துப் பிரித்தெடுக்க முடியாது போனால், அந்த இதயத்தோடு அவன் இரும்புச் சங்கிலிகளால் பிணைக்கப்பட்டிருந்த போதிலும், அவனை நான் அங்கிருந்து அகற்றாது போனால், நான் ஓர் அருவருக்கத்தக்க அசடனாகத்தான் இருக்க வேண்டும். ஆ! மனச்சாட்சியே! குருவிகளை விரட்டியடிக்கும் கோதுமைக் கொல்லைப் பொம்மை நீ! நீந்தத் தெரிந்தவர்கள் நீந்திப் பிழைக்கட்டும்; தெரியாதவர்கள் மூழ்கிச் சாகட்டும்."

கேட்டுக் கொண்டிருந்தவர்களுக்கோ, அவர்களது மனக்கண் முன்னால், பிரான்ஸ் மூர் என்ற அந்தக் கதாபாத்திரமே விரியன் பாம்புபோல் நெளிவது போன்று தோன்றியது. ஆனால், இப்போதோ குஸ்மா குஸ்மீச்சின் குரல் மேலும் உரக்க ஒலித்தது; அவன் தன் தலைமயிரைக் கையினால் பிறாண்டி, அவனது வழுக்கைத்தலைக்கு மேல் அந்த ரோமங்கள் கலைந்து குத்திட்டு நிற்குமாறு செய்தான்; உதடுகளை மூர்க்காவேசத்தோடு பயங்கரமாகப் பிதுக்கினான்; அவனது கண்களிலோ மகத்தானதொரு கோபாவேசம் பளபளத்தது: "ஓ! மனிதர்களே! பொய் சொல்லியும் ஏமாற்றியும் பிழைக்கின்ற முதலைக் குட்டிகளே! உங்கள் உதடுகளிலே முத்தம்; கைகளிலோ அடுத்தவனின் இதயத்தில் பாய்ச்சுகின்ற கத்தி! ஆழ்நரகத்தின் ஆயிரம் பைசாசங்களே! நல்ல இதயத்தின் நாசமற்றுப் போன பொறுமையே, நீ நெருப்பாகக் கனன்றெழு! அஞ்சிக் கிடக்கும் ஆட்டுக்குட்டியே, புலியாகச் சீறியெழு!"

அனீஸ்யா மிருதுவாகப் பெருமூச்செறிந்தாள். லதூகின் மெழுகுவத்தி விளக்கின் அருகே குனிந்தான்;

மெழுகுவர்த்திச் சுடரின் ஒளிமந்திர சக்திவாய்ந்த புத்தகத்தின் மீது விழுந்தது; புத்தகத்தின் அச்சிட்ட வரிகளின் மீது குஸ்மா குஸ்மீச்சின் கைவிரலின் நகம் மெதுவாக நகர்ந்துசென்றது. நாடக வாசகத்தை உணர்ச்சிப் பரவசத்தோடு கேட்டுக் கொண்டிருந்தவர்களின் இதயத்துக்கு மிகவும் நெருங்கியதொரு கலகக்காரப் பாத்திரமாக கார்ல் மூர் விளங்கினான். அந்தப் பாத்திரத்தை அவர்கள் நன்கு உணரமுடிந்தது. இருண்ட குடிசைக்குள் கார்ல் மூரே இடிக்குரலில் முழங்கிப் பேசுவது மாதிரி அவர்களுக்குத் தோன்றியது. தனக்கிழைத்த கொடுமைகளை எடுத்துரைக்க அவன் பிரயேகிக்கும் வலிமைமிகுந்த வார்த்தைகள்! "அப்பப்பா! இதோ நமக்கு ஒரு நல்ல நாடகம் கிடைத்துவிட்டது. இந்த நாடகம் அடியாழத்தையே தொட்டு உலுப்புகிறது!"

எரிந்து கரைந்து இறக்கப்போகும் அந்த மெழுகுவர்த்திச் சுடரின் அந்திம தசையிலே, கொலையாளியின் கையில் பயங்கரமாய்ச் சாகப்போகும் நேரத்தில், சாதாரண அன்றாடக் கூலியான ஏழையை மறக்காமல் கார்ல் மூர் பேசும் அந்தக் கடைசி வாசகங்களைக் குஸ்மா குஸ்மீச் வாசித்தான். அதைக் கேட்டதும் அனீஸ்யாவும் அக்ரிப்பீனாவும் கண்களைக் கோட்டுக் கைகளால் துடைத்துக் கொண்டார்கள். "எதார்த்தமான வாழ்க்கையை ஒட்டியிருக்கிறது!" என்று சொன்னான் லதூகின். கணநேரக் கோபாவேசத்துக்குப் பலியாகி, கார்ல் மூர் தனது காதலியான அமாலியாவைக் கொன்றிருக்கக்கூடாது என்பதை எல்லோரும் ஒப்புக் கொண்டார்கள்; மாறாக, அவளைத் தனது கோஷ்டிக்குள் சேர்த்து, அவளது குணாம்சத்தை அவன் மாற்ற முயன்றிருக்க வேண்டும் என்றுதான் எல்லோரும் கருதினார்கள். இந்தக் கட்டத்தில் மட்டும் ஷில்லரின் நாடகத்தை மாற்றியமைக்க வேண்டியதுதான்; இல்லையென்றால், செஞ்சேனை வீரர்களுக்கு இந்த நாடகம் பிடிக்காமற்கூடப் போய்விடும். இது மிகவும் சின்ன விஷயம்தான் என்றாலும், இதனால் விபரீதமான விளைவுகளும்கூட ஏற்படக் கூடும். எனவே, கார்ல் மூர் தனது காதலி அமாலியாவைக் குத்திக் கொல்ல

வேண்டியதில்லையென்றும், மாறாக, அவளை நோக்கி, "துரதிருஷ்டம் பிடித்த பெண்ணே! வீட்டுக்குப் போ!" என்று மட்டும் அவளை நோக்கிச் சொல்லிவிட்டால் போதும் என்றும், அதன்பின் அமாலியா பொருமிப் பொருமி அழுதுகொண்டே அந்த மேடையை விட்டுப் போய்விடுகிறாள் என்றும் அந்த இடத்திலேயே கதையை மாற்றியமைத்துவிட்டார்கள்.

அமாலியாவின் பாத்திரத்துக்கு அனீஸ்யாவைத் தேர்ந்தெடுத்தார்கள்; கார்ல் மூரின் பாத்திரம் லதூகினுக்கு வழங்கப்பட்டது. அருவருக்கத்தக்க விரியன் பாம்புக் குட்டி போன்ற பிரான்ஸ் பாத்திரத்துக்கு, பாய்கோவின் பெயர் முதலில் பிரேரேபிக்கப்பட்டது; ஆனால், அவனால் தனது உணர்ச்சியைக் கட்டுப்படுத்தி நடிக்க முடியாது என்று அஞ்சினார்கள். மேலும், அவனது தாடியைப் பார்த்த உடனேயே பார்ப்பவர்களெல்லாம் கொட்டகையே இடிந்து விழும்படிச் சிரித்துவிடுவார்கள் என்றும் கருதினார்கள். எனவே, குஸ்மா குஸ்மீச்தான் பிரான்ஸாக நடிக்க வேண்டும் என்றும், அவன் வாலிபனாகத் தோன்றுவதற்காகத் தன் தாடியையும் மீசையையும் சிரைத்துவிட வேண்டும் என்றும் தீர்மானித்தார்கள். கனத்த, சரீரம்கொண்ட வானின் என்ற செஞ்சேனை வீரன் ஒருவனை, கிழட்டுப் பிரபு வான் மூரின் பாத்திரத்துக்குத் தேர்ந்தெடுத்தார்கள். ஏனைய பாத்திரங்களை எல்லாம் அக்ரிப்பீனாவும், சில இளம்வீரர்களும் பங்கிட்டுக் கொண்டார்கள். அந்தச் சமயத்தில் யாரோ ஒருவன் ஒரு பந்தத்தையும் எண்ணெய்யையும் கொண்டுவந்து சேர்த்தான்; உடனே அவர்கள் எண்ணெய்யை ஊற்றித் தீப்பந்தத்தை ஏற்றி வைத்தார்கள்; தீப்பந்தம் புகையைக் கக்கிக்கொண்டு பிரகாசமாக எரிந்தது. எனவே அந்த நிமிஷமே அவர்கள் தமது ஒத்திகையைத் தொடங்கிவிட்டார்கள்.

தாஷா தனது குடிசைக்குத் திரும்பும்போது, இரவு கடைச்சாம வேளையாகிவிட்டது; அந்த அகாலவேளையில் வந்தும்கூட, அவள் இவான் இலீச்சிடம் ஒத்திகையைப் பற்றி நெடுநேரம் உற்சாகமாகப் பேசிக் கொண்டிருந்தாள்.

அவனோ வெறுங்கால்களோடு கட்டிலின்மீது உட்கார்ந்துகொண்டும், கம்பளிக் கோட்டைத் தோள்மீது போட்டு மூடிக்கொண்டும், அவள் சொல்வதைக் கேட்டு, குலுங்கச்குலுங்கச் சிரித்தான்.

“என்னது? லதூகினா கார்ல் மூராக நடிக்கப் போகிறான்?” என்று அவன் குலுங்கிச் சிரித்தவாறே, இடுப்பை இரு கைகளாலும் பற்றிக்கொண்டு, சிரிப்பை அடக்க மாட்டாமல் தட்டுத்தடுமாறிக் கேட்டான். “சிரித்துச் சிரித்து வயிறே வெடித்துவிடும் போலிருக்கிறது. அவன் கார்ல் மூரின் பாத்திரத்தை ஏன் நடிக்க விரும்புகிறான் தெரியுமா? அவன் அனீஸ்யாவை வட்டம்போட்டுத் திரிகிறான். ஷரீகினோ, அவன் குடலை உருவியெடுத்து விடுவதாகக் கூறிக்கொண்டிருக்கிறான். குஸ்மா குஸ்மீச்சுக்கு பிரான்ஸ் வேஷம் பொருத்தம்தான். அது சரி. அவர்கள் என்ன அணியப் போகிறார்கள்? ராணுவ உடைகளை அணிந்துகொண்டு நடிக்க முடியாதே! யாரோ பெத்ரொகிராத் வக்கீல் ஒருவர் இங்கேயுள்ள பண்ணையொன்றிலே எங்கும் போகமுடியாமல் மாட்டிக்கொண்டு தங்கியிருக்கிறாராம். நான் சப்ளை மேனேஜரை அவரிடம் அனுப்பிவைக்கிறேன். அந்த வக்கீல் கொண்டுவந்திருக்கும் துணிமணிகளிலிருந்து இரண்டு குட்டைக் கோட்டையும், ஒன்றிரண்டு நீளக் கோட்டையும் வாங்கி நமது ஆடையலங்காரத்தைச் சமாளித்துக் கொள்வோம்.”

“நீ இந்தமாதிரி விழுந்துவிழுந்து சிரித்தால், நான் உன்னிடம் என்னத்தைத்தான் சொல்கிறதாம்? சரி. என்னை விடு.”

தாஷா படுக்கையில் ஏறிப் படுத்து, தனது கணவனுக்கு முதுகைக் காட்டியவாறே, சுவரோரமாகத் திரும்பிப் படுத்துக்கொண்டாள். அவளது உடம்பின் மேல் போர்வையைக் கவனமாக அவன் இழுத்து மூடினான்; அத்துடன் அவளது கால்களையும் தனது கம்பளிக் கோட்டால் மூடினான். ஏனெனில், அந்தக் குடிசைக்குள்ளிருந்த அடுப்பு அணைந்து வெகுநேரமாகி விட்டது; எனவே, குடிசைக்குள் ஒரே குளிராக இருந்தது.

தாஷா தூங்கிக்கொண்டே முணுமுணுத்தாள்:

"எல்லாம் சரியாய்ப் போய்விடும்."

இப்போது அந்தப் படையினர் மத்தியில் நாடகத்தைப் - பற்றிய பேச்சைத் தவிர, வேறு பேச்சையே காணோம். சாபஷ்கோவ் ஜெர்மானிய இலக்கியத்தின் 'புயலும் நெருக்கடியும்' மிகுந்த காலகட்டத்தைப் பற்றிச் சொற்பொழிவாற்றினான். அவன் ஜெர்மானிய இலக்கியத்தின் புயல்வேக மேதைகளான ஷில்லர், கோதே, க்ளிங்கெர் முதலானோரை, மகத்தானப் பிரெஞ்சுப் புரட்சியின் புயல்வேகத்தில் வெட்டிய மின்னல் வீச்சுகளால் உத்வேகம்பெற்றுச் சிறந்த இளங்கழுகுகளோடு ஒப்பிட்டுப் பேசினான். இந்தப் பிரசங்கத்துக்குப் பிறகு, ரசிகர்கள் அவனிடம் பல்வேறு கேள்விகளைக் கேட்டார்கள். இதன்விளைவாக, அவன் பதினெட்டாம் நூற்றாண்டின் பிற்பகுதியில் தோன்றிய சரித்திரத்தைப் பற்றிப் பல பிரசங்கங்கள் செய்யப் போவதாக அறிவித்தான். இதனால் சாபஷ்கோவ் ஒரு மண்சட்டி எண்ணெய் விளக்கை ஏற்றி வைத்துக்கொண்டு, அதன் ஒளியில் பல இரவுகளாக விடியவிடியக் கண்விழித்து, பென்சிலால் பல குறிப்புகள் எடுத்தான்; மூளையைப் போட்டுக் குழப்பிக்கொண்டான். ஏனெனில், அவனுக்குத் தேவையான புத்தகங்கள் எதுவும் கைவசம் இல்லை. எனவே, அவன் நாட்டுப் புகையிலையின் புகையைத்தான் நம்பியிருக்க வேண்டியிருந்தது. பிரசங்கம் செய்யும்போது செஞ்சேனை வீரர்கள் அவனைச் சரமாரியாகக் கேள்வி கேட்டார்கள். அவர்களுக்கோ எல்லாவற்றையும் தெரிந்து கொள்ள வேண்டுமென்ற ஆர்வம். அவன் ஏதாவது ஒரு விஷயத்தை லேசாகத் தொட்டுப் பேசினாலும், அவர்கள் அந்த விஷயத்தைப் பற்றிய பூராவிவரங்களையும் தெரிந்து கொள்ள வேண்டும் என்று விரும்பினார்கள். அவன் ஒருமுறை பேச்சுவாக்கில் 'டிஸம்பரிஸ்ட் இயக்கம்' என்ற வார்த்தையைச் சொல்லிவிட்டான்; அவ்வளவுதான். அவன் அந்த இயக்க கர்த்தாக்களைப் பற்றித் தனக்குத் தெரிந்ததையெல்லாம் சொல்லவேண்டி நேர்ந்துவிட்டது.

அவர்கள் தமது களைப்பையும் பொருட்படுத்தாமல், அவனது பிரசங்கத்தைப் பல மணிநேரம் கவனமாகக் கேட்டார்கள்; அப்படியே யாராவது தூங்கி வழிந்தாலும், ஒரே நிமிஷத்தில் தம்மைச் சமாளித்துக்கொண்டு, மீண்டும் பிரசங்கத்தைக் கேட்டார்கள். அவர்கள் அந்தக் கடந்தகாலத்துச் சரித்திரக் கதைகளை எல்லாம் கேட்டு வியப்படைந்தார்கள். ஓர் அன்னிய நாட்டில், அவர்களைப் போன்ற மக்களே தமது சிவப்புத் தொப்பியை ஒரு ஈட்டியின் உச்சியில்வைத்து மேலே தூக்கிக் காட்டி, உலகமனைத்தையுமே எதிர்த்துச் சவால் விடுத்து நின்ற விவரங்களையெல்லாம் கேட்டு நெஞ்சம் புளகித்தார்கள். அந்த மக்கள் வெறுங்கால்களோடும், வெந்துகுமையும் பசிவேதனையோடும் இருந்தபோதிலும், தாம் வெற்றிபெறுவதற்காக, புதிய ராணுவ தந்திரங்களை யெல்லாம் கையாண்டார்கள்; வெற்றியும் பெற்றார்கள். ஆனால் வெற்றிபெற்ற பின்னரோ, அவர்கள் யாருடைய தலைகளைத் தக்க தருணத்தில் சீவித்தள்ளாமல் தப்பிவிட்டு விட்டார்களோ, அதேநபர்கள் அந்த மக்களது காலையையும் கையையும்கட்டி, அவர்களை மீண்டும் அடிமைப்படுத்திவிட்டார்கள்.

சாபஷ்கோவ் அந்தப் பிரசங்கத்தின்போது கரகரத்த குரலில் உச்சஸ்தாயியில் தொண்டையே கிழிபடுவதுபோல் பின்வருமாறு கத்தினான்: "ஓ! மாக்ஸிமிலியன் ரோபஸ் பியேர்! நீ வெற்றிபெற்றிருக்க முடியும்! நீ புரட்சியைக் காப்பாற்றியிருக்க முடியும்! ஆனால், பாரிஸ் நகர மண்டபத்திலே பறந்துகொண்டிருந்த கம்யூனின் கறுப்புக் கொடியை நீ என்று கிழித்தெறிந்தாயோ, அன்றே உன் வாழ்வு அற்றுப் போய்விட்டது."

வெளிமுற்றங்களில் கோழிகள் ஏற்கெனவே கூவத் தொடங்கிவிட்டன. அந்தச் சமயத்தில், கமிஸார் இவான் கொரா உள்ளே வந்தார்; கம்பீரமான குரலில் பின்வருமாறு எச்சரித்தார்.

"தோழர்களே! காலை எக்காளம் ஒலிப்பதற்கு இன்னும் மூன்று மணி நேரம்தான் இருக்கிறது!"

நாடக ஒத்திகையின்போது, தாஷா வசனங்களைச் சரி பார்த்துக் கொண்டிருந்தாள். அப்போது திடீரென்று நடிகரிடம் குறுக்கிட்டுச் சொன்னாள்:

“தோழர் வானின். நிறுத்துங்கள்! நீங்கள் என்ன, செத்த சவம்போல் நடிக்கிறீர்கள்? நீங்கள் எதற்காக அடிக்கடி இருமுகிறீர்கள்? இத்தகைய அருவருக்கத்தக்க இயற்கை வாத நடிப்பை எங்கே கற்றுக் கொண்டீர்கள். இன்னும் உணர்ச்சியோடு நடிக்க வேண்டும். நடிப்பில் இன்னும் ஜீவன் ததும்ப வேண்டும். மீண்டும் ஆரம்பத்திலிருந்து தொடங்குங்கள்.”

த்ஸாரீத்ஸினிலிருந்து தாஷா எடுத்து வந்த புத்தகங்களுக்கிடையே ஒரு பத்திரிகையும் இருந்தது. அந்தப் பத்திரிகையில் கூகெல் என்பவர் நாடகக் கலை சம்பந்தமாக, பொருளுக்குப் பதிலாக ‘நிழல்’ என்ற தலைப்பில் ஒரு கட்டுரை எழுதியிருந்தார். அதை தாஷா படித்துப் பார்த்திருந்தாள்.

அந்தக் கட்டுரை மாஸ்கோவிலுள்ள கலைமாளிகையைப் பற்றிய கடுமையான, காரசாரமான தாக்குதலாகவே இருந்தது. அந்தக் கட்டுரையாளர் தமது மிருகத்தனமான மேதத்துவத்தால் ரசிகர்களின் மனத்தையும் இதயத்தையும் கவர்ந்து ஆட்சி செலுத்திய ருஷ்ய நாட்டின் மாபெரும் சோக நாடக நடிகர்களைப் பற்றிக் குறிப்பிட்டிருந்தார். அந்தக் காலத்திலே நாடக மேடை என்பது பூதாகாரமான விக்கிரகத்தைக் கொண்ட கோயில்மாதிரி இருந்தது; நாடகத்திரையோ ஆதிகாலத்து ஹூண ஜாதியாரின் சந்திர தேவதையான டானீத்தின் மாயாஜாலமான முகத்திரைபோல் காட்சியளித்தது. அந்தோ! அந்த மாபெரும் சோக நாடக நடிகர்களின் இனமே அப்போது அழிந்துவிட்டது!

அதன் கடைசிக் கொழுந்தான மாமன்த்தால் ஸ்கியோ, தமது அழகிய நாடக மேடைப் பூட்சுகளை, ஒரு சீட்டுக்கட்டுக்கு விலையாகக் கொடுத்துவிட்டார். உள்ளத்தைக் கிளறும் இந்த மாபெரும் சோக நாடக நடிகர்களின் இடத்தை,

நாடக மேடை முதலாளி கைப்பற்றிக் கொண்டுவிட்டார். படித்த கனவானான இந்த முதலாளியோ, மனித ஆன்மா எவ்வாறெல்லாம் சித்திரவதை செய்யப்படுகிறது என்பதை மேடைமீது காட்டாமல், பொதுமக்களுக்கு ஏதேதோ உணர்ச்சி பாவங்களையும் அலைபாயும் திரைகளையும், உண்மையான செதுக்கு வேலைப்பாடு நிறைந்த கதவுகளையும், ஈக்களின் ரீங்காரத்தையும் வழங்கிக் கொண்டிருந்தார். அந்தக் கட்டுரையாளரோ பின்வருமாறு ஆத்திரத்தோடு எழுதியிருந்தார்: "இல்லை. உண்மையான நாடக மேடை என்பது உணர்ச்சிகளால் உருக்குலைக்கப் பெற்ற கோரமான ராக்ஷஸ மிருகம்தான்!" தாஷா இந்தக் கட்டுரையிலிருந்து சில நடைமுறை சாத்தியமான குறிப்புகளை எடுத்துவைத்திருந்தாள்; ஒத்திகையின்போது அவை தனக்கு உதவிகரமாயிருக்கும் என்று எண்ணியிருந்தாள்.

லதூரகினும் அனீஸ்யாவும் மற்றவர்களிடமிருந்து சிறிது விலகியிருந்தார்கள்; அவர்கள் இருவரும் தமது ஒத்திகை முறையை எதிர்பார்த்துக் காத்திருந்தார்கள். இந்த நாட்களில் அனீஸ்யாவின் முகம் மிகவும் மெலிந்து போய்விட்டதாகத்தான் தோன்றியது - ஆம், இன்னொரு பாத்திரத்தினுள்ளே, தான் குடிபுகுந்து கொள்வது என்பது அப்படியொன்றும் இலகுவான காரியமில்லையே! அவளுக்கு இப்போது பசியே மந்தித்துப் போய்விட்டது. உணவைக் கண்டாலே அவளுக்கு வெறுப்புத் தட்டியது. அமாலியாவின் பாத்திரத்தைத்தான் உணர்ந்து உருவாக்கி நடிப்பதற்கான வழிவகையைத் தேடி மூளையைப் பெரிதும் அலட்டிக்கொண்டாள். கடைசியில் ஒரு வழியாக அவளுக்கு அதற்கான வழி தென்பட்டது. ஆம். அமாலியாவின் சித்திரமொன்றை அவள் இந்தப் புத்தகத்தில் பார்த்துவிட்டாள். அந்த இளம்பெண் அகலமான பாவாடையை உடுத்தியவாறு, மோவாயைத் தனது கையின்மீது தாங்கியவாறு சோகமாக உட்கார்ந்திருந்தாள். அனீஸ்யா பெருமூச்செறிந்தவாறே, அந்தப் படத்தை வெகுநேரம் பார்த்தாள். பிறகு திடீரென்று சரியான வழியைக் கண்டுபிடித்துவிட்டாள்:

அந்தக் காலத்திலே, நான் சோகத்திலே மூழ்கியிருந்த காலத்தில், நான் வேதனையோடு எங்கெங்கோ அலைந்து திரிந்தேன்; எங்கே செல்கிறோம் என்பதே தெரியாமல், தட்டுத்தடுமாறிக் கிராமம்கிராமமாக அலைந்தேன்; ஒரு துண்டு காய்ந்த ரொட்டிக்காக, கை நீட்டி யாசகம் ஏற்றேன். சீ! அந்த மாதிரியான சித்திரம் ஒத்துவராது. அமாலியாவின் சோகமும் அனீஸ்யாவின் சோகம் மாதிரியே இருந்திருக்குமானால், அவள் பட்டுப் பட்டாவளியும், வெல்வெட்டுத் துணிகளும் அணிந்திருந்தாலும், வலைப்பின்னல் வைத்துத் தைத்த சட்டையை அணிந்திருக்கும் கைகளை அவள் இப்படித்தான் பிசைந்திருப்பாள்; கண்களை இப்படித்தான் மேல்நோக்கித் திருப்பியிருப்பாள்!

இவ்வாறாக, கார்ல் மூரின் காதலியான அமாலியா, அனீஸ்யாவிடம் குடி புகுந்தாள். முந்தைய நாள் இரவில் நடந்த ஒத்திகையின்போது அனீஸ்யாவின் நடிப்பைப் பார்த்து, ஏனைய நடிகர்கள் எல்லாம் அப்படியே மௌனமாகி வியந்துபோய் உட்கார்ந்திருந்தார்கள். சிவப்புத் துணியினால் நட்சத்திரக் குறியிட்டிருந்த உயரமான ராணுவத் தொப்பியை அவள் தன் தலையிலிருந்து எடுத்துவிட்டு, கலைந்துபோயிருந்த தலைமயிரைத் தடவி ஒழுங்காக்கிவிட்டு, அனீஸ்யா ஒரு பெஞ்சின்மீது அமர்ந்தாள்; பின்னர் இதயத்தையே பற்றிப் பிடித்து உலுக்குகின்ற குரலில் பின்வருமாறு தனது வசனத்தைச் சொல்லத் தொடங்கினாள்.

“ஆண்டவனின் பேரால் நான் தங்களை மன்றாடிக் கேட்கிறேன். சகல மகானுபாவர்களின் திருநாமத்தின் பேராலும் நான் கேட்டுக் கொள்கிறேன். இனியும் நான் காதலுக்காக ஏங்கவில்லை. எனக்கு வேண்டியதெல்லாம் இனி மரணம் ஒன்றுதான். நிராகரிக்கப்பட்டேன்! நிராகரிக்கப்பட்டேன்! ‘நிராகரிக்கப்பட்டேன்!’ என்ற இந்த ஒரு வார்த்தைக்குள்ளே பொதிந்துள்ள பயங்கரமான ஒலியை நீங்கள் உணரமுடியுமா?”

மறுநாள் காலையிலோ, அனீஸ்யா அங்கம் வகித்த படைக்

குழுவின் தலைவர் தேகப்பயிற்சி அணிவகுப்பின்போது, மிகவும் கவனக்குறைவாகவும் அசிரத்தையாகவும் நடந்து கொண்டாள் என்பதற்காக, அவளுக்குக் கூடுதலான வேலைசெய்யுமாறு பணித்தார். கடைசியில் இந்த விஷயத்தில் கமிஸாரே நேரில் வந்து தலையிட்டு, அவளுக்களித்த தண்டனையை எச்சரிக்கையுடன் கூடிய கண்டனமாக மாற்றிவிட்டுப் போனார். இப்போதோ அவள் லதூகினின் அருகில் அமர்ந்திருந்தாள். அவளது நீலநிறமான அகன்ற விழிகளோ கனவு காண்பதுபோல் மிதந்தன; உதடுகளோ இடையிடையே சிரிப்பதும், துடிப்பதும், மௌனமாக வார்த்தைகளை உருவாக்கி முணுமுணுப்பதுமாக இருந்தன.

"எனது கிராமத்திலே பிரகாசமான கண்கள் கொண்ட ஒரு பெண் இருந்தாள்; அவள் பெயர் சாஷா" என்று லதூகின் உள்ளடங்கிய மெல்லிய குரலில் அனீஸ்யாவிடம் சொன்னான். "அப்போது எனக்கு வயது பதினாலுதான், அவளுக்குப் பதினேழு வயது. அவளது நடையிலே ஒரு புதுமை இருந்ததோ என்னவோ! பெண்களெல்லாம் வயலிலிருந்து வருவார்கள்; அவளும்கூட வருவாள். பளபளப்பான மஞ்சள் ரவிக்கையையும் சின்னஞ்சிறிய சால்வையும் அணிந்து அவள் அழகுநடை நடந்து வருவாள். அவள் வருவதைப் பார்த்தால், அப்படியே என்னிடம் வந்து கொஞ்சமாட்டாளா என்று தோன்றும். ஆனால், பெற்றோர்கள் அவளை ஒரு கிழவனுக்கு கட்டிக் கொடுத்துவிட்டார்கள். பிறகு என் சாஷா தண்ணீரைக் காணாத மலர்போல வாடிப் போய்விட்டாள். என்னைப் போன்றவர்கள் எல்லாம் ஏன் அமைதியற்றுத் துறுதுறுக்கிறார்கள் இப்போது தெரிகிறதா?" (பேசும்போது அவனது வார்த்தைகளெல்லாம் அவளை அரவணைப்பதுபோல், அனீஸ்யாவின் கன்னங்களில் மெல்லமெல்லச் சிவப்பேறியது.) "என் அருமை அனீஸ்யா! நாங்களெல்லாம் இதுவரையிலும் இல்லாத, எவருக்குமே தெரியாத ஒரு மகத்தான வாழ்க்கையைத்தான் நாடுகிறோம். எங்களால் கனவுகூடக் காண முடியாத ஒரு வாழ்வை, அதன் பற்றியதை மட்டும் நினைத்துப் பார்க்கிறோம்."

“அப்படிப்பட்ட பெண்ணே உலகத்தில் கிடையாது.”

“உனக்கென்ன தெரியும்? பசிபிக் மாகடலிலுள்ள ஒரு பவளத் தீவினில், அப்படிப்பட்ட வாழ்வு.”

அனீஸ்யா அவனது காளையைப் போன்ற பரந்த முகத்தையும், அகன்ற கண்களையும் பார்த்தாள்; மீண்டும் அவளது உள்ளத்துக்குள் ஏதோ ஒன்று நடுங்கியது; ஓர் இனிமையான, மிருதுவான உணர்ச்சி அவளது உடம்பு முழுவதிலும் சிலிர்த்துப் பரவிய அவளது பழைய பணிவும் அடக்கமும் மிகுந்த பெண்மையுணர்ச்சி இப்போது அவளிடம் இல்லை. அவையெல்லாம் அவளுக்குப் போதும் போதுமென்றாகிவிட்டது. அந்தக் காலம் என்னவாக இருந்தது. இப்போதோ அவள் குதூகலமாகத்தான் இருந்தாள். அத்துடன் கிளுகிளுத்துச் சிரித்தவாறே கேட்டாள்:

“நீ அந்தத் தீவுக்குப் போயிருக்கிறாயா?”

“போனால்தானா? கடல் - வழிகாட்டியில்தான் அதைப் பற்றி எல்லாம் எழுதியிருக்கிறதே.”

“என்னது? கடல் வழிகாட்டியா?”

“ஆமாம். கடற்பிரதேசத்திலுள்ள பல்வேறு அதிசயங்களைப் பற்றியும் கூறும் புத்தகம்.”

“இதெல்லாம் என்ன கட்டுக்கதை, லதூகின்?”

“கேளேன், அனீஸ்யா! நான் கதைதான் சொல்கிறேன் என்று வைத்துக்கொள்ளேன். ஆனால், உன்னிடம் உண்மையை கூறிவிடுகிறேனே: நான் உன்னிடம் தவறாக நடந்துகொள்வதற்கே ஒரு காலத்தில் விரும்பியதுண்டு. ஆனால், நான் ஒருவரிடம் அதுபற்றிப் பேசினேன். துஷ்டத்தனம் செய்யும் பூனையின் மூக்கைப் பிடித்து, தரைப்புழுதியிலே தேய்ப்பார்களே, அந்த மாதிரி என்னையும் மூக்கைப் பிடித்துத் தேய்த்து விட்டுவிட்டார்கள். ஆமாம். நல்லது. மனிதன் என்பவன் சிருஷ்டித் தொழிலின் ராஜா. கற்றுக்கொண்ட அந்தப்

பாடத்துக்கு நான் நன்றி செலுத்த வேண்டியது தான்.”

அனீஸ்யா மீண்டும் அவனைப் பார்த்தாள்; இப்போதோ அவளது கண்களில் வியப்பு குடிகொண்டிருந்தது. லதூகினோ உரத்த குரலில் பேசினான். எனவே தாஷா தனது பென்சிலை, மேசைமீது தட்டியவாறே பின்வருமாறு சொன்னாள்:

“தோழர்களே, நாம் ஒத்திகை பார்த்துக் கொண்டிருக்கிறோம். தொந்தரவு செய்யாதீர்கள்.”

லதூகினோ கிசுகிசுத்த குரலில் மேலும் சொன்னான்: “எங்கள் ஜில்லாவில் கேர்ஷெனெத்ஸ் என்ற இடத்தில் ஸ்கோப்த்ஸி[12] ஜாதியார் சிலர் வாழ்கிறார்கள். அவர்களால் தங்களது வேட்கையுணர்ச்சிகளைக் கட்டுப்படுத்தி, அடக்கிக்கொள்ள முடிவதில்லை. எனவே அவர்கள் தம்மைத்தானே காயடித்து நபுஞ்சகமாக்கிக் கொள்வார்கள். அவர்களில் ஒருவன் என்னை நோக்கி, ‘நான் எப்போது பார்த்தாலும் விண்ணுலகப் பறவையைப் பற்றிக் கனவு காண்கிறேன்; ஆனால் கண்ணைத் திறந்துவிட்டாலோ, இருளையும் துன்பத்தையும் தவிர,. வேறு எதுவுமே இருப்பதில்லை’ என்று ஒருமுறை சொன்னான். அவர்கள் தீயவழிகளில் வாழ்வார்கள், தமது மனைவிமார்களையும் உயிர்போகிற மாதிரி தாறுமாறாய் உதைப்பார்கள். பிறகு, தங்களது ‘வெண்புறா’ என்று அவன் சொல்லிக்கொள்ளும் குதிரை வைத்தியனிடம் போய், ‘என்னைக் காப்பாற்று’ என்று சொல்வான். அவனோ மெழுகுவத்தியினை ஊதியணைக்கிற மாதிரி, அவனது ஆண்மையை ஊதி அணைத்துவிடுவான். பிறகு, ‘நபுஞ்சகனே! இனி நீ நிம்மதியாகப் போ. சந்தோஷாமாக வாழ்க! கடவுள் உனக்கு அருள் செய்வார்!’ என்று சொல்லி வழியனுப்பி வைத்துவிடுவான். அனீஸ்யா! நீயே பார்க்கத்தான் போகிறாய். நாங்கள் ரத்தத்திலே தலைமுழுகுவோம்; திராவகத்திலே வெந்து கொதிப்போம்; என்றாலும், வாழ்க்கையின் எல்லைக்கே அந்த மகத்தான பறவை

---

12. ஸ்கோப்த்ஸி- காயடித்துக் கொள்ளும் ஒரு இனம். -(ப-ர்.)

பறந்தோடி விட்டாலும்கூட, நாங்கள் அதைப் பற்றிப் பிடித்துவிடுவோம்."

தாஷா மீண்டும் மேஜையைத் தட்டினாள்:

"தோழர்களே! அடுத்தாற்போல், கடைசிக் காட்சி கார்ல் மூரும், அமாலியாவும். மேடை தயாராகட்டும்."

பண்ணை வீடுகளின் புகைபோக்கியிலிருந்து எழுந்து சுழலும் புகை மண்டலத்துக்கப்பால், பனிமூட்டம் கவிந்த அருணோதய காலத்தின் செக்கச்சிவந்த ஒளிப் பிரவாகம் பரவிவரும் நேரத்தில், படைப் பகுதியின் தலைமைக் காரியாலயமாக விளங்கிய குடிசையின் முன்னால், ஒரு குதிரை வீரன் வெண்பனி படிந்த குதிரையின் முதுகிலிருந்து குதித்திறங்கினான்; இறங்கியவுடனேயே குடிசையின் கதவைப் படபடவென்று ஆவேசத்தோடு தட்டினான். உடனே, இவான் இலீச் தானேவந்து கதவைத் திறந்தான். அந்தக் குதிரை வீரன் அவனிடம் தான் கொண்டுவந்த கடிதத்தைக் கொடுத்தான். அன்றைய பகற்பொழுதிலேயே சுற்றுவட்டாரத்திலுள்ள பண்ணை வீடுகளிலுள்ள எல்லா வண்டிகளும் சேகரம் செய்யப்பட்டன; அத்துடன் அதேநாளில் படைப்பிரிவு போர்முனையை நோக்கிப் புறப்பட்டுவிட்டது.

ஆகஸ்ட் மாதத் தொடக்கத்திலிருந்து தோன் ராணுவம் த்ஸாரீத்ஸினை மூன்றுமுறை முற்றுகையிட்டுவிட்டது. இந்தத் தடவையோ, ஜெனரல் மாமன் தவ் த்ஸாரீத்ஸினை இரு பக்கத்திலிருந்தும் கிடுக்கித் தாக்குதல் மூலம் சுற்றி வளைத்துக் கொண்டார். நகரத்துக்குச் சுமார் முப்பது மைல்களுக்கு வடக்கே, ஜெனரல் தத்தார்கினின் மூன்று குதிரைப் படைப் பகுதிகளும் மின்வெட்டுத் தாக்குதலின் மூலம் போர் முனையை ஊடுருவிக்கொண்டு, வோல்கா நதிக்கரையை நோக்கிப் பாய்ந்தோடி, தூபவ்கா என்ற கிராமத்தை அடைந்துவிட்டன.

இதன்பின் ஜெனரல் பஸ்தோவ்ஸ்கியின் குதிரைப்படை ஒருநாள் கழித்து, சரேப்தாவுக்கருகில் தென்திசையில் தாக்குதலைத் தொடங்கியது. சரேப்தாவைப் பாதுகாக்கும்

பொறுப்பு திமீத்ரி ஷேலிஸ்தின் இரும்புப் படைப் பிரிவிடம் ஒப்படைக்கப்பட்டு இருந்தது. ஆனால் ஷேலிஸ்த், அப்போது அங்கில்லை. அவர் ராணுவக் கவுன்சிலோடு சண்டை பிடித்துக் கொண்டிருந்தார்; ராணுவக் கவுன்சிலோ அவரைக் கிராமப்புறத்தில் வசிக்கக் கூடாதென்றும், அதிகாரபூர்வமான உத்தரவுகள் இல்லாமல் இஷ்டப்படி நடக்கக் கூடாதென்றும் பொது மக்களிடம் பிடுங்கித் தின்னக் கூடாதென்றும் தடை விதித்திருந்தது. இதனால் ராணுவக் கவுன்சிலோடு அவருக்கேற்பட்ட தகராறினால், தாம் கைது செய்யப்படக்கூடும் என்ற பயத்தால், அந்தச் சமயத்தில் அவர் புகார் செய் வதற்காக, மாஸ்கோவுக்குப் புறப்பட்டுச் சென்றிருந்தார். 'இரும்புப் படையோ' கொதித்துக் கொண்டிருந்தது. சிலர் ஷேலிஸ்த் ராணுவத் தளபதியாகவே மீண்டும் வந்து சேருவார் என்றார்கள்; வேறு சிலரோ, அவர் கைது செய்யப்பட்டுவிட்டார் என்றும், எனவே படையினர் முழுதும் த்ஸாரீத்ஸினின் மீது அணிவகுத்துச் சென்று, அவரைக் காப்பாற்ற வேண்டும் என்று சொன்னார்கள். ஆனால் பெரும்பாலான படைவீரர்கள் அவர் ஆஸ்திரகனுக்கு ஓடிப்போய், அங்கு ஒரு சுதந்திர சேனையை உருவாக்க முயல்வதாகப் பேசப்பட்ட வதந்தியைத்தான் நம்பினார்கள். எனவே, கிட்டத்தட்ட ஆயிரத்தி ஐநூறு குதிரை வீரர்கள் போர்முனையைக் கை விட்டுவிட்டுத் தமது குதிரைகளோடு வோல்கா நதியைக் கடந்து, அதன் இடதுகரை வழியாக, ஆஸ்திரகன் பிரதேசத்தை நோக்கிப் போய்விட்டன. இந்தச் சூழ்நிலையால், 'இரும்புப் படை' முறியடிக்கப்பட்டது; ஜெனரல் பஸ் தோவ்ஸ்கி சரேப்தாவை ஆக்கிரத்துக்கொண்டு, த்ஸாரீத் ஸினைத் தென்புறத்திலிருந்து பயமுறுத்தக்கூடிய ஒரு நிலை உருவாகிவிட்டது.

இருபுறத்திலிருந்தும் இத்தகையதொரு கிடுக்கித் தாக்குதல் ஏற்படக் கூடும் என்பதை முன்னமேயே ஊகித்த பத்தாவது ராணுவத்தின் ராணுவக் கவுன்சில் இரண்டு குதிரைப் பிரிகேடுகளைக் கொண்ட ஓர் அதிரடிப் படையை உருவாக்கியிருந்தது. இந்தப் படையில்,

தோன் - ஸ்தாவ்ரப்பல் பிரிகேடும், புதியோனியின் பிரிகேடும் இடம்பெற்றன. ஆனால் போர்முனையில் ஏற்பட்ட இடைவெளியின் காரணமாக, இந்த இரண்டு பிரிகேடுகளும் ஒன்றுசேர இயலாது போய்விட்டது. எனவே, அந்தத் தாக்குதலால் ஏற்பட்ட அடியையும் பாரத்தையும் தோன் - ஸ்தாவரப்பல் பிரிகேடே, முழுதும் தாங்கிக்கொள்ள நேர்ந்தது. புதியோனியும் அவருடைய படையாட்களும் இரவுபகலாத் தமது குதிரைகளை முடுக்கி விரட்டிக்கொண்டு, தோன் - ஸ்தாவ்ரப்பல் படையினருக்கு உதவிக்கு வந்து சேரும் எண்ணத்தோடு பாய்ந்தோடி வந்து கொண்டிருந்தார்கள்.

இந்த அதிர்ச்சிப் படைகள் குழுமியிருந்த இடத்துக்குத்தான், கச்சாலின் படைப் பகுதியும் அனுப்பி வைக்கப்பட்டது. இடையில் எங்கோ சிறிதுநேரம் நின்றதைத் தவிர, அந்தப் படை புறப்பட்ட தினத்தின் பகற்பொழுதும், அன்றிரவுப் பொழுதும் நடந்து, மறுநாள் அதிகாலையில் அடிவானத்திலே பரவியிருந்த பனிப்புகை மூட்டத்தினிடையே தோன்றிய மங்கிய ஒளி மயக்கத்தை நோக்கி, அணிவகுத்துச் சென்றது. அந்த ஒளிமயக்கம் அருணோதயத்தின் ஒளியையும்கூட மிஞ்சுவதாக இருந்தது. உண்மையில், சூரியன் அந்த ஒளிமயக்கத்துக்கு வலது புறத்தில்தான் தலைகாட்டியது.

தெலேகின், கொரா, சாபஷ்கோவ் மூவரும் அந்தப் படைக்கு முன்னால் பனிபடிந்த ஸ்டெப்பி வெளியின் மீது குதிரைகளில் சென்றார்கள். அவர்களுக்குப் பின்னால், சாமான்களையும், பீரங்கிகளையும், துப்பாக்கிகளையும், செஞ்சேனை வீரர்களையும் சுமந்து கொண்டு, முடிவற்ற அணிவகுப்பாக ஏராளமான வண்டிகள் வந்துகொண்டிருந்தன. குதிரைமீது செல்லும் வேவுகார வீரர்கள் முன்னால் வெகுதொலைவில் தென்பட்டார்கள். அந்த இரு தளபதிகளும், கமிஸாரும் பீரங்கிப் படையின் கோபாவேசமான வெடிமுழக்கம் தமக்கு வெகு சமீபத்திலேயே கேட்பதை அறிந்து வியப்படைந்தார்கள். பின்னர் அவர்கள் குதிரைகளை

ஓட விரட்டிக்கொண்டு, படைகளைப் பின்தங்க விட்டுவிட்டு முன்னால் சென்றார்கள். பின்னர், அவர்கள் மூவரும் ஒன்றுகூடி நின்று தம்மிடமிருந்த பூகோள வரைபடத்தை உறையிலிருந்து எடுத்து, அதனைப் பரிசீலனை செய்தார்கள். உத்தரவின்படி, அவர்களது படை போய்ச் சேரவேண்டிய இடத்துக்கு இன்னும் வெகுதொலைவு இருந்தது, ஆனால் பீரங்கி முழக்கத்தைக் கேட்ட பின்போ, அவர்களுக்குப் போர்முனை மிகவும் அருகிலேயே நெருங்கி வந்துவிட்டதாகத் தோன்றியது. போர்முனையுடன் தொடர்புகொள்ள அவர்களுக்கு டெலிபோன் வசதியோ அல்லது அஞ்சல் குதிரை வீரர்களோ இல்லை. இத்தகைய நிச்சயமற்ற நிலைமை நீடித்தால், படை முழுவதுமே படுநாசத்துக்கு உள்ளாக நேரும்.

"இந்தப் பாழாய்ப்போன பரந்த ஸ்டெப்பி வெளியிலே, மேஜை விரிப்பின்மீது ஊர்ந்துசெல்லும் சின்னஞ்சிறு வண்டுகள் மாதிரி நாம் இருக்கிறோம்" என்றார் கொரா; "கசாக்குகள் நமது வருகையைக் கண்டு கொள்ளாதிருந்தால், அதுவே நமது அதிர்ஷ்டம்தான்."

"அவர்கள் கண்டுகொண்டிருப்பார்கள் என்று நீங்கள் நிச்சயம் நம்பலாம்" என்றான் தெலேகின்; "விஷயங்களைக் கண்டறிந்து கொள்வதற்கு அவர்கள் தனிவழிகளைக் கையாள்கிறார்கள். நாம் பண்ணை வீடுகளை விட்டுப் புறப்பட்டு வந்ததிலிருந்தே அவர்கள் நம்மைக் கவனித்துக் கொண்டுதான் வந்திருக்கிறார்கள்."

சாபஷ்கோவ் உயர்ந்த தொப்பியை புருவங்கள் வரையிலும் இழுத்துவிட்டுக் கொண்டு, முன்னே தென்பட்ட வேவுகார வீரர்களை நோக்கிக் குதிரையைத் தட்டிவிட்டான்.

இதற்குள் அந்தப் படையின் முன்வரிசை குதிரைகள் வேர்க்க விறுவிறுக்க, மூச்சு வாங்கியவாறே வண்டிகளை இழுத்துக்கொண்டு, முன்னால் வந்து சேர்ந்தன. அந்த வண்டிகளிலிருந்து குதித்திறங்கிய செஞ்சேனை வீரர்களை நோக்கி தெலேகின் உத்தரவிட்டான்.

அவர்களைப் பின்னால் ஓடிப்போகச் சொல்லி, எல்லா வண்டிகளுக்கும் சத்தம்கொடுத்து, பின்னால் வந்து கொண்டிருந்த எல்லா வண்டிகளும் ஒன்றுக்கொன்று நெருக்கமாக அணைத்து வரும்படிச் சொல்லுமாறு அவன் அவர்களைப் பணித்தான். பின்னர், தெலேகின் அந்த வண்டிகளுக்கிடையில் தனது குதிரையைப் புகுத்திச் செல்லும்போது, அவன் குஸ்மா குஸ்மீச்சைப் பார்த்தான். குஸ்மா கழுத்திலே ஒரு கந்தல் துணியைச் சுற்றிக் கட்டிக்கொண்டு ஒரு வண்டியை ஓட்டி வந்தான். அந்த வண்டியின் மீது குவிந்துகிடந்த நாடகமேடைச் சாமான்களின்மீது தாஷா ஏறியமர்ந்திருந்தாள். அவள் வெள்ளைநிறமான ஆட்டுத்தோல் கோட்டும், தலையில் ஒரு முக்காடும் போட்டிருந்தாள். அவளது முகமோ சின்னஞ்சிறு குழந்தையின் முகம்போல் தூக்கக் கலக்கத்தோடு சிவந்து தோன்றியது. பனிமூட்டத்தின் ஒளிப் பிரவாகத்தை எதிர்நோக்க முடியாமல், கண்களைச் சுருக்கி நெரித்துக்கொண்டு, தாஷா தெலேகினை நோக்கி ஏதோ வாய்விட்டுக் கத்தினாள்; ஆனால் வண்டிகளின் கிறீச்சொலியும், மற்றவர்களின் சளசளத்த பேச்சும் அவளது பேச்சை விழுங்கிவிட்டன. தெலேகினுக்கு அவள் என்ன சொன்னாள் என்பது புரியவில்லை. பின்னர், அக்ரிப்பீனா மூன்று செஞ்சேனை வீரர்களுடன் ஒரு வண்டியில் அமர்ந்திருப்பதை அவன் பார்த்தான். அவளும் ஏதோ சத்தமிட்டுக்கொண்டு, தனது உறையணிந்த கையினால் வானத்தைக் காட்டினாள். அவள் வானத்திலே என்ன அதிசயத்தைக் கண்டு விட்டாள்? தெலேகின் தலையைத் திருப்பி மேலே பார்த்தான். ஆம். வானத்தில் ஓர் ஆகாய விமானம் தெள்ளத்தெளிவாகத் தென்பட்டது. கரை கட்டியதுபோல் நீண்டுகிடந்த மேக மண்டலத்தின்கீழ் விளிம்புகளில் சூரிய ஒளியின் மங்கிய ஒளிக்கதிர்கள் சாய்வாகப் பாய்ந்துசென்றன. இந்தப் பகைப்புலத்தில் அந்த ஆகாய விமானம் சிறியதொரு கறுத்த பறவை மாதிரி வானில் பறந்துசென்றது.

இப்போதோ எல்லோரும் அதனைக் கண்டு கொண்டார்கள். தெலேகின் தனது குதிரையைச் சவுக்கினால் அடித்து

முடுக்கியவாறு, வண்டிகளுக்கூடே புகுந்து முன்னே சென்றான்: "கலைந்து செல்லுங்கள்!" கொரா தமது குதிரையின் சேணத்தில் நிமிர்ந்து நின்றவாறே விமானத்தை நோக்கிச் சுடுங்கள்!" என்று கர்ஜித்தார். தெலேகினைக் கடந்து ஒரு வண்டி கடகடத்துச் சென்றது; அதிலே தாஷா பயபீதி நிறைந்த கண்களோடு உட்கார்ந்திருந்தாள்; குஸ்மா குஸ்மீச் லகானை மாற்றிப் பிடித்து, அதன் முனைகளால் குதிரையை அடித்து விரட்டினான். உடனே தாறுமாறான வெடிமுழக்கங்கள் கேட்டன. அந்த ஆகாய விமானம் தனது இயந்திரங்களை முடுக்கி முழக்கிக்கொண்டு, ஓரமாக ஒதுங்கி, மேகமண்டலத்தின் பின்னால் சென்றது; பின்னர் அது தன் வயிற்றிலிருந்து முட்டைகளைப் பிதுக்கி வெளித் தள்ளியது - அந்த முட்டைகள் சீட்டியடித்துக் கொண்டு, பூமியை நோக்கி இறங்கிவந்தன; பின்னர் வெண்பனி படிந்த தரைமீது விழுந்து வெடித்து கன்னங்கரிய புகைமண்டலமாக விரிந்தன.

செஞ்சேனை வீரர்கள் பலருக்கும் இது ஒரு புதிய பயங்கரமான அனுபவம், இதனால் பல வண்டிகள் ஸ்டெப்பி வெளியில் வெகுதூரத்துக்குப் பிய்த்துக் கொண்டு சென்றுவிட்டன. பின்னர் நீண்ட ஒலியோடு எக்காளங்கள் ஊதப்பட்டு, சிதறிப்போன படைகள் ஒன்றுசேர்க்கப்பட்டன. இந்த நிகழ்ச்சிக்குப் பின்னர், இளைஞர்கள் எல்லாம் அந்தக் கரிய புகைமண்டலத்தை வெகுநேரம் வரையிலும் பரபரப்போடு பார்த்தார்கள்.

இனி எந்த நிமிஷத்திலும் கசாக்குப் படையினர் வந்து தாக்கக்கூடும். எனவே, வண்டிகளெல்லாம் ஒன்றொடொன்று நெருக்கமாக அணைத்துக் கொண்டுவரப்பட்டன. பீரங்கிகளின்மீது போட்டிருந்த தார்ப்பாய்கள் அகற்றப்பட்டன; அந்தப் பீரங்கிகள் எல்லாம் அந்த வண்டிகளுக்கு மத்தியில் நீண்ட சதுர வடிவில் அணிவகுத்து, மெல்ல முன்னேறி வந்தன. அந்திநேரம் நெருங்கும் சமயத்தில், ஒரு பண்ணை வீட்டின் வரிவடிவம் வானத்தின் பின்னணியில் பழுப்பு நிறமாகத் தோன்றியது.

சாபஷ்கோவ் இரண்டு வேவுகார வீரர்களோடு, தனது குதிரையை விரட்டிக்கொண்டு வந்து சேர்ந்தான். அவன் மிகுந்த உற்சாகத்தோடு, தெலேகினுக்கும், இவான் கொராவுக்கும் அருகில் வந்து, தொப்பியை எடுத்துவிட்டு, வியர்வையால் நனைந்துபோயிருந்த தலைமயிரைக் கோதிவிட்டுக் கொண்டான்.

"எல்லாம் ஒழுங்காகத்தான் இருக்கிறது" என்றான் சாபஷ்கோவ். "அந்தப் பண்ணையில் பெண்களையும் குழந்தைகளையும் தவிர, வேறு யாருமில்லை. கசாக்குகள் நான்கு மைல்களுக்கு அப்பாலுள்ள அடுத்த கிராமத்தில் தான் இருக்கிறார்கள்."

"கசாக்குகள் இருக்கிறார்களா? நல்ல செய்தி கொண்டு வந்தீர்கள்!" என்று இவான் கொரா எரிச்சலோடு சொன்னார். "நமது ஆட்கள் என்ன ஆனார்கள்?"

"அது எனக்குத் தெரியாது. அவர்கள் கிராமத்திலிருந்து போய்விட்டார்கள்; பண்ணையின் அருகில்கூடப் போக வில்லையாம்."

"அந்தப் பண்ணையை நாம் ஆக்கிரமித்தாக வேண்டும்" என்றான் தெலேகின்; "தலைமைக் காரியாலயத்தோடு நான் தொடர்புகொள்ளும் வரையிலும் மேற்கொண்டு அந்தப் பண்ணைக்கு அப்பால், ஓர் அடி எடுத்து வைக்க விரும்பவில்லை."

பண்ணையை அவர்கள் பொழுதுசாயும் நேரத்தில் ஆக்கிரமித்துக் கொண்டார்கள். பண்ணை ஒரு நீண்ட கடவின் கரைமீது இருந்தது; கடவினுள் தண்ணீர் நிரம்பி நின்றது. அவர்கள் அடைத்துக் கிடந்த ஜன்னல் கதவுகளைத் தட்டி, "வீட்டுக்குள்ளே யார்? கதவைத் திறந்து வெளியே வா!" என்று பயமுறுத்தும் தொனியில் சத்தமிட்டார்கள். பின்னர் அந்த இருண்ட, கதகதப்பான குடிசைகளுக்குள் சென்றார்கள். அங்குள்ள குடிசைகளில் பலவும் காலியாகத்தான் கிடந்தன. சிலவற்றில் மட்டும் குழந்தையை வைத்துக்கொண்டு ஒரு பெண்மணி தென்பட்டாள் அல்லது யாராவது

ஒரு கிழவி அடுப்புக்கருகில் முடங்கிக்கொண்டு, ஏதேதோ முணுமுணுத்துக் கொண்டிருந்தாள். அங்கிருந்த ஆண்கள் எல்லோரும் கிராமத்துக்கு ஓடிப் போய்விட்டார்கள். தெலேகின் பதுங்குக்குழிகள் வெட்டுமாறு உத்தரவிட்டான். பாதையில் அவர்கள் வண்டிகளைக் கொண்டு நிறுத்தி மறித்து அரண்செய்து கொண்டார்கள். வானம் பூரணமாக இருண்டு கறுக்குமுன், தெலேகின் சாபஷ்கோவைச் சில வேவுகார வீரர்களின் துணையோடு, தொலைவில் சுற்றித் திரிந்து உளவறியவும், பொழுது விடிவதற்குள் போர்முனையின் அணியுடன் தொடர்புகொள்வதற்கான வழியைக் கண்டு வரவும் ஏவினான்.

அன்றிரவை அவர்கள் மிகவும் பதைபதைப்புடன்தான் கழித்தார்கள். கசாக்குகள் இரவில் சண்டை போடுவதை அவ்வளவாக விரும்பமாட்டார்கள்; ஆனாலும், எந்தக் கணத்திலும் எதையும் அவர்களிடமிருந்து எதிர்பார்க்கலாம். இவான் கொராவும் தெலேகினும் பண்ணையின் ஒரு கோடியிலிருந்து மறுகோடிவரையிலும் நடந்துசென்றார்கள்; பின்னர் பூரணமாக இறுகாத அந்தக் கடவின் நீர்ப்பரப்பின்மீது படிந்திருந்த பனிக்கட்டியின் மீது மிகவும் பதனமாக நடந்து, அக்கரைக்குச் சென்றார்கள். வானம் ஒரேமூட்டமாக இருந்தது; வடகிழக்குத் திசையில் வெடித்துக்கொண்டிருந்த பீரங்கி முழக்கம் நின்றுவிட்டது. ஈரம்படிந்த காற்று வீசியது; குளிர்பனி ஓரளவுக்கு இளகிக் கரைந்தது; இப்போதோ காலுக்கடியில் பனித்துகள்கள் நெறுநெறுக்கவில்லை.

"நாம் சரியானபடி வந்து மாட்டிக்கொண்டு விட்டோம். பொறிக்குள் எலிமாட்டிய மாதிரி" என்று தெலேகினின் அருகில் நடந்துவந்த இவான் கொரா சொன்னார். "குறித்த இடத்துக்கு நமது படைப்பகுதியைக் கொண்டு போக முடியவில்லை. இது பெருத்த அவமானம்! அவர்கள் நம்மைத் தேடிக் கொண்டிருப்பார்கள்; நாமோ அவர்களைத் தேடிக் கொண்டிருக்கிறோம் - இது என்ன குழப்பம்?"

"வாயை மூடு, இது யார் குற்றமும் அல்ல."

“ஆனாலும் முதலில் பழி யார்மீது வந்து விழப்போகிறது? என் மீதுதான் விழும்! அதுவும் சரிதான்! கமிஸார் தமது படை முழுவதுடனும் காணாமற் போய்விட்டார் என்றுதான் பேச்சு வரும். என்ன குழப்படி இது!”

பின்னர் தனித்ததொரு வெடிச் சப்தம் கேட்டது. இவான் கொரா சட்டென்று நின்றார். அவரது இதயத்துடிப்புக் கூட வெளியே தெளிவாகக் கேட்டது. திடீரென்று சடசடவென்று வெடிச் சப்தங்கள் கேட்டன; பின்னர் சட்டென்று நின்றுவிட்டன. பின்னர் தூக்கத்திலிருந்து பதறியடித்து எழுந்து, குடிசைகளைவிட்டு வெளியே வந்த மனிதர்களின் பேச்சுக் குரல்கள் மட்டும் இருளினூடே கேட்டன.

“நமது பையன்கள்தான் கொஞ்சம் பதைத்துப் போயிருக்கிறார்கள். அவர்கள் இளைஞர்கள், அனுபவம் போதாது. சரி. நாம் புகைபிடிப்போம்” என்றான் தெலேகின்.

விடிவதற்கு முன்னால், தெலேகின் தான் தங்கியிருந்த குடிசைக்குள் சென்றான்; போகும்போது அங்கு படுத்திருக்கும் மனிதர்களை மிதித்துவிடாதபடி, தாண்டித் தாண்டி உள்ளே சென்றான்; பின்னர் குடிசையில் அடுப்பு இருக்கும் இடத்தை நாடி இருளுக்குள் தடவித் தடவிச் சென்றான். அந்த இருளில் தாஷாவின் கை அவனைத் தொட்டது; அவள் தனது கையால் அவனது கன்னத்தை வருடினாள். அவன் உதடுகளை அவளது கதகதப்பான கரத்தின் மீது அழுத்தினான்.

“நீ ஏன் இன்னும் தூங்கவில்லை?” என்று கேட்டான் அவன்.

“இவான், நான் என்ன சிந்தித்துக் கொண்டிருந்தேன், தெரியுமா? நாம் இந்தப் பண்ணையிலேயே அதிக நாட்கள் தங்க நேர்ந்தால், அந்தத் ‘திருடர்கள்’ நாடகத்தை இங்கேயே திறந்தவெளியில் நடத்திவிடலாம்; கம்பளிக் கோட்டுகளை அணிந்துகொண்டே நடத்திவிடலாம். நாடக மேடை அலங்காரங்கள் எல்லாம் அவ்வளவு முக்கியமில்லையே.”

"ஆமாமாம். தாஷா கண்ணே!"

"ஒத்திகை எல்லாம் மிகவும் நன்றாக நடந்துவந்தது. அதையெல்லாம் அவர்கள் மறந்துவிட்டால், அது பரிதாபம்தான்."

"உண்மைதான். நான் நாளை அதுபற்றிக் கவனிக்கிறேன். ஒருவேளை, நாம் உபயோகித்துக் கொள்ளக்கூடிய சிறு கொட்டகையாவது, தானியக்கிடங்காவது இருக்கலாம். சரி, இப்போது நீ தூங்கு. கண்ணே!"

அவன் மீண்டும் வெளியே வந்து, குளிர்ந்த காற்றை உள்ளுக்குள் வாங்கி ஆழ்ந்து சுவாசித்தான். எத்தனையோ வருஷங்களாக ஆனந்தத்தை எதிர்நோக்கி ஏங்கி நின்ற தெலேகினுக்கு, அந்த ஆனந்தம் கையெட்டுத் தூரத்திலேயே, அந்தத் தாழ்ந்த குடிசைக்குள் உள்ள, கதகதப்பான கணப்படுப்பின்மீது, ஆட்டுத்தோல் கோட்டுக்குள் முடங்கிப் படுத்திருக்கிறது என்ற எண்ணத்தைப் பூரணமாகப் புரிந்துகொள்ள முடியவில்லை.

அவளுக்குத் தூக்கம் வரவில்லை; அவள் பதைபதைத்துப் போயிருக்கிறாள். என்றாலும், அதைப் பற்றி ஒரு வார்த்தை பேசவில்லை. நான் அங்குச் சென்றதிலே அவளுக்கு ஓர் ஆனந்தம்; அந்த ஆனந்தத்தைப் புலப்படுத்துவதற்காக, தனது அன்பான கரத்தை மட்டும் என்னிடம் நீட்டினாள். என்ன அற்புதமான பெண் இவள்!"

அந்த இருட்டுக்குள் அவள் அவனை நோக்கிக் கை நீட்டித் தொட்டதும், கையைத் தடவிக் கொடுத்ததும், அந்தக் கையை அவனது உதடுகளின்மீது வைத்ததும், தெலேகினின் உள்ளத்தை மிகவும் தொட்டுவிட்டன; அங்கு வீசிய குளிர்ந்த பனிக்காற்றிலும்கூட, அவனது கன்னங்கள் கொதித்தன. அவன்தான் அவளைப் பற்றித் தவறாக எண்ணிவிட்டானா? "இல்லை, நண்பா! அதெல்லாம் ஒன்றுமே இல்லை. சுத்த அபத்தம் அதெல்லாம். நண்பர்தானா? ஆமாம். விசுவாசமுள்ளவள்தானா? ஆமாம். அந்த மட்டில் மகிழ்ச்சிகொள்."

அலெக்சேய் தல்ஸ்தோய் ▲ 421

பெத்ரொகிராதில் கழித்த அந்த மாலை நேரங்களை அவனால் என்றுமே மறக்க முடிந்ததில்லை. அப்போது மாலைநேரத்தில் அவசரஅவசரமாக வீடு திரும்புவான். வரும்போது எவ்வளவோ சிரமப்பட்டு, தாஷாவுக்கென ஒரு கேக்கையோ அல்லது மிட்டாய்களையோ வாங்கி வருவான். ஆனால் இவ்வளவுக்கும் அவளிடமிருந்து பெற்ற பிரதிபலனோ அருவருப்பும் பயங்கரமும்தான். அந்தமாதிரியான உணர்ச்சிகளை அவளுள்ளத்தில் ஏற்படச் செய்வதற்கு அவனிடமும் ஏதாவது குறைபாடு இருந்திருக்க வேண்டும்; அது இன்னும்கூட இருக்கலாம். ஆனால் கடவுளே! அவன் அவளை எவ்வளவு தூரம் காதலித்தான், அவளை எவ்வளவு விரும்பினான்!

இவான் கொரா, தமது சட்டைப்பைகளுக்குள் கைகளைப் புதைத்தவாறே இருளுக்குள்ளிருந்து வெளிப்பட்டார்:

“சாபஷ்கோவை அவர்கள் பிடித்துக் கொண்டுவிட்டால்?”

“நடக்கவும் கூடும். நான் எதற்கும் அதிகாலையில் இன்னொரு வேவு கோஷ்டியை அனுப்பிவைக்கிறேன்.”

“இதையெல்லாம் நாம் முன்னமேயே செய்திருக்க வேண்டும்; மிகவும் முன்னதாகவே செய்திருக்க வேண்டும்!”

இவான் கொரா, தமது ஒரு கையைப் பையிலிருந்து வெளியே எடுத்து, இறுகிய முஷ்டியால் நெற்றியில் அடித்துக்கொண்டார். பேஷான கம்யூனிஸ்டுதான் நான்! என்மீது வைத்துள்ள நம்பிக்கையை நிலைநாட்டத் தவறி விட்டேனே! நாம் இந்தக் குழப்பத்திலிருந்து எப்படியோ நெளிந்து வளைந்து தப்பி வெளியேறி விட்டாலும்கூட, நானே என்றென்றும் என்னை மன்னிக்கமாட்டேன். நானாக இருந்தால், அந்தக் கமிஸாரை என்ன செய்வேன் தெரியுமா? அவரை அதோ தெரிகிறதே, அந்தத் தானியக் கிடங்கின் மூலைக்கு அப்பால் அழைத்துச் சென்று, அந்த இடத்திலேயே, அங்கேயே ‘தோழரே! போய் வாருங்கள்!’ என்று நிரந்தரமாக விடைகொடுத்து அனுப்பிவிடுவேன்.”

அப்படிப் பார்த்தால் இது உன் குற்றம் மட்டுமல்ல,

கொரா. அந்தக் குற்றத்தில் எனக்கும் அந்த அளவுக்குப் பங்குண்டு!

"பரவாயில்லை. சரி. வாருங்கள் நாம், சிறிது புகைபிடிப்போம்!"

சாபஷ்கோவும் அவருடன் சென்ற ஐந்து வேவுகாரர்களும், போர்முனை இருப்பதற்கான அடையாளம் ஏதாவது கிட்டும் என்ற நம்பிக்கையுடன் இரவெல்லாம் ஸ்டெப்பி வெளியில் அலைந்து திரிந்தார்கள். ஆனால் ஸ்டெப்பி வெளியோ மௌனமாகவும், கடந்து செல்லமுடியாத பெரும்பரப்பாகவும் விளங்கியது. அவர்கள் தீக்குச்சிகளைக் கொளுத்தி, தம்மிடமிருந்த திசைகாட்டிக் கருவியைப் பார்த்து, திசைகளை நிர்ணயித்துக் கொண்டார்கள். குதிரைகளோ, பசியாலும் அலைச்சலாலும் களைத்துச் சோர்ந்து போய்விட்டன; அதிலும் இயந்திரத் துப்பாக்கியைச் சுமந்துவந்த குதிரையோ கால் முடமாகி, கடிவாளத்தை வெட்டிவெட்டி இழுத்தவாறே நடந்தது. சாபஷ்கோவ் எல்லோரையும் குதிரையை விட்டிறங்கச் சொன்னான்; பின்னர் கடிவாளத்தைக் கழற்றி, குதிரைகளின்மீது கட்டப்பட்டிருந்த தோல்வார்களைத் தளர்த்தவும் உத்தரவிட்டான். பிறகு, அவர்கள் தமது சேணப்பையிலே இருந்த கோதுமையையெடுத்து, தொப்பிகளிலே போட்டு, குதிரைகளைக் காற்றடிக்கும் திசைக்கு மறுபுறமாகத் திருப்பி நிறுத்திக்கொண்டு, அவற்றுக்கு அந்தத் தானியத்தைத் தின்னக் கொடுத்தார்கள்.

"தளபதித் தோழரே! நம்மால் ஏன் போர்முனையோடு தொடர்புகொள்ள முடியவில்லை என்பதற்கான காரணத்தை நான் கண்டுபிடித்து விட்டதாகவே எண்ணுகிறேன்" என்று ஷரீகின் வழக்கம்போல் வார்த்தைகளைக் கவனமாகத் தேர்ந்தெடுத்துக் கொண்டு சொன்னான். "ஏனென்றால், அவர்கள் எல்லோரும் ஏதோ ஓர் இடத்தில் ஒருமுகமாகக் குவிந்திருப்பார்கள்." (அவன் குளிரால் நடுங்கினான்; அவனது உதடுகளோ விறைத்து மரத்துப் போனதுபோல் தோன்றியது.) "நமது இரண்டு பக்கவாட்டுப் படைகளையும் நம்மவர்கள்

போர்முனையின் மத்தியக் பகுதிக்குக் கொண்டு சென்றிருக்கலாம்; கசாக்குகளும் அவ்வாறே செய்திருக்கக் கூடும். இது சாத்தியம்தானே?”

“ஓ! கசாக்குகளே! கசாக்குகளே! பொய்சொல்லியும், ஏமாற்றியும் பிழைக்கின்ற முதலைக் குட்டிகளே! ஆழ்நரகத்தின் ஆயிரம் பிசாசுகளே!” என்று பரிபூரணமான உணர்ச்சி பாவத்தோடு சொன்னான் லதூகின். இதைக் கேட்டதும் கசாக்குப் பண்ணையிலிருந்து படையில் சேர்த்துக்கொள்ளப் பட்டவர்களான ஏனைய மூன்று இளைஞர்களும் குபுக்கென்று வாய்விட்டுச் சிரித்தார்கள். உடனே ஷரீகின் சட்டென்று பதில் சொன்னான்:

“தோழர் லதூகின்! எல்லா இடத்திலும் தமாஷாகப் பேச முடியாது. இது ஒரு முக்கியமான விஷயம், இங்கேயெல்லாம் உன் வாய்க்கொழுப்பை நீ மூட்டை கட்டி வைத்துவிட வேண்டும்!”

“தம்பிகளா! போதும் நிறுத்துங்கள். சண்டை போடுவதற்கு இது நேரமல்ல!” என்று சாபஷ்கோவ் மிருதுவாகச் சொன்னான்.

அந்தக் குதிரைகள் கோதுமையைப் பற்களால் கடித்து அசைபோட்டுத் தின்னும்போது, தமது கடிவாளத்தையும் கலகலக்கச் செய்தன. வீரர்களின் தோள்களில் தொங்கிய துப்பாக்கியின் குழாய்களுக்குள் காற்றுப் புகுந்து ஊடாடி, சீட்டி அடித்தது.

“பிசாசே! விளையாட்டுப் போதும். சீக்கிரம் தின்று தொலை!” என்று லதூகின் தன் குதிரையைப் பார்த்து அதட்டினான்; அந்தக் குதிரையோ தொப்பியிலிருந்து வாயை வெளியே எடுத்து, லதூகினுக்கு வணக்கம் சொல்வது மாதிரி தலையை மேலும்கீழும் ஆட்டியது.

சில மணி நேரத்துக்கு முன்னால், சாபஷ்கோவ் அந்தப் பண்ணையின் முற்றவெளியிலிருந்த கிணற்றின் அருகே சென்று, அங்கு குழுமி நின்ற செஞ்சேனை வீரர்களிடம் தன்னோடு இரவில் வேவுபார்க்க யார்யார் வருகிறார்கள்

என்று கேட்டபோது, முதன்முதலில் ஷரீகின்தான் தயக்கமின்றி சட்டென்று, "நான் வருகிறேன்" என்று சொன்னான். அத்துடன் அவன் பின்வருமாறும் கூறினான்: "தளபதித் தோழரே! நான் சும்மா ஐம்பத்துக்காக வருகிறேன் என்று சொல்லவில்லை. இளம் கம்யூனிஸ்ட் லீகின் அங்கத்தினன் என்ற முறையில் நான் உங்களோடு வரக் கடமைப்பட்டவன்."

பீரங்கி வண்டிகளை இழுத்து வரும் குதிரைகளுக்குத் தண்ணீர் காட்டுவதற்காக, லதூகின் அவற்றைக் கிணற்றடிக்குக் கொண்டு வந்திருந்தான்; அவன் அங்கிருந்த செஞ்சேனை வீரர்களிடம் வம்பு பேசிச் சிரித்து விளையாடிக் கொண்டிருந்தான். ஷரீகினின் பேச்சையும், அவனது முகம் உணர்ச்சிப் பரபரப்பால் சிவந்துபோயிருப்பதையும் கண்டவுடன், லதூகின் பின்வருமாறு மனத்துக்குள் சொல்லிக்கொண்டான்: "ஏ, சப்பை மூக்குப் பிசாசே! நீ ஒன்றும் என்னை மிஞ்சிவிட முடியாது." பின்னர், அவன் தன் தோள்களை உலுக்கி விட்டு, சாபஷ்கோவிடம் பின்வருமாறு சொன்னான்:

"சாபஷ்கோவ்! என்னையும் நீங்கள் பயன்படுத்திக் கொள்ள முடியுமா? நீங்கள் சொன்னால் நான் இப்போதே ஓடிப்போய் எனது பீரங்கிப் படைத் தலைவரிடம் அனுமதி வாங்கிக்கொண்டு வருகிறேன்."

அவர்கள் புறப்பட்டுச் சென்றபின்பும், போகும் வழியெல்லாம் லதூகின் ஷரீகினைக் கிண்டலும்கேலியும் செய்தவண்ணமாகவே வந்தான்; அதைக் கேட்டு மற்றவர்களும் சிரித்தார்கள். இப்போதோ லதூகின் அவனை வாய்கொழுத்தவன் என்று கூறிவிட்டான்; தளபதியும்கூட அவனைக் கண்டித்துவிட்டார். சொன்னால் சொல்லிவிட்டுப் போகட்டுமே! அவன் தனது தொப்பிக்குள் மிஞ்சியிருந்த மீதிக் கோதுமையைக் கையில் எடுத்துத் தனது வாய்க்குள்ளே தள்ளினான்.

"நம் கையில் எவனாவது ஒருவன் கைதியாகச் சிக்க வேண்டும். அதற்கில்லாமல், நாம் ஸ்டெப்பி வெளியை

வெறுமனே வட்டம்வட்டமாகச் சுற்றிச்சுற்றி வருவதால் என்ன பயன்? கைதி ஒருவன் அகப்பட்டால், எதிரியின் போர்முனை எங்கேயிருக்கிறது என்பதையாவது முதலில் தெரிந்துகொள்ளலாம்."

"ரொம்ப சரி. புத்திசாலித்தனமான யோசனைதான்!" என்றான் ஷரீகின்.

"தோழர்களே! குதிரைகளில் ஏறுங்கள்!"

தொப்பியை தலையில் வைத்துக்கொண்டு, சாபஷ்கோவ் குதிரையின் கடிவாளத்தை மாட்டினான்; தோல் வார்களைப் பல்லைக் கடித்து முனகியவாறே இழுத்துக் கட்டினான்; பின்னர் சேணத்தில் தாவியேறி அமர்ந்தான். அருணோதயப்பொழுது நெருங்கிவரும் சமயத்தில், பனிமூட்டம் அதிகமாயிற்று; எனினும், இரவு அவ்வளவு இருளாக இல்லை. பொய்த் தோற்றமான அருணோதய ஒளி மயக்கத்தின் பசியநிறம் மேகக்கூட்டங்களின் உலைந்து கலைந்த விளிம்புகளின்மீது படர்ந்தது. சேணங்களின்மீது குனிந்தவாறே, அவர்கள் குதிரைகளை வேகமாகத் தட்டிவிட்டார்கள்.

"நில்லுங்கள்! அதோ அவர்கள்!" லதூகின் துப்பாக்கியைத் தலைக்கு மேலாக எடுத்த வேகத்தில், அவனது தொப்பி அடிபட்டுக் கீழே விழுந்துவிட்டது. "ஆறு பேர். இல்லை ஏழு!" கடற்படை வீரனான அவனது கூரிய கண்கள்தான் அந்த மங்கிய பசியநிற ஒளிமயக்கத்தில் அந்தத் தெளிவற்ற உருவங்களை இனங்கண்டு கொள்ள முடியும். "அங்கே இல்லையப்பா! அதோ சனியன்கள்!" என்று அவன் அருகில் வந்த இளைஞர்களிடம் கூறினான். "அதோ அங்கேதான். அவர்களைக் கண்டுகொள்வது அவ்வளவு சுலபமல்ல."

அவர்கள் அவசர அவசரமாகக் குதிரையின் முதுகிலிருந்து இயந்திரத் துப்பாக்கியை எடுத்து முடிப்பதற்குள், குதிரைகளின் குளம்போசை தெளிவாகக் கேட்கத் தொடங்கியது; தொடர்ந்து குதிரை வீரர்கள் ஆடியசையும் நிழல் வடிவத் தோற்றங்கள் மெல்லப் புலனாயின;

அந்தப் பகைப் புலனில் அவர்களது உருவங்கள் பிரம்மாண்டமானதாகத் தெரிந்தன.

“டேய், பயல்களா! துப்பாக்கிகளைப் போட்டுவிட்டுச் சரணடையுங்கள்!” என்று லதூகின் மூர்க்கத்தனமாகக் கர்ஜித்தான். அவன் குதிரையைத் துப்பாக்கியின் குழாயினால் ஓர் இடிஇடித்து, குதிரையை முன்னே பாய்ச்சலில் தட்டிவிட்டான்; ஷரீகினும் அவனை ஓட்டினாற்போல் பின் தொடர்ந்து வந்தான். “திரும்பி விடுங்கள்! திரும்புங்கள்!” என்று சாபஷ்கோவ் உச்சக்குரலில் கத்தினான். அந்தக் கசாக்குகள் – அவர்களும் வேவுகாரரர்கள் என்று தெளிவாகத் தெரிந்தது – சட்டென்று ஓர் கணம் நின்றார்கள்; பின்னர் குதிரைகளின் தலையை வெட்டித் திருப்பி, பாய்ந்தோடினார்கள். லதூகின் சேணத்தின் மீதிருந்தவாறே பலமுறை தொடர்ந்து சுட்டான். கடைசியாகச் சென்றுகொண்டிருந்த ஒரு கசாக்கின் குதிரை மட்டும் திடீரென்று துள்ளிச் சுழன்று கீழே விழுந்தது. மற்றவர்களெல்லாம் ஓடிவிட்டார்கள். மறுகணமே லதூகினும், ஷரீகினும் அந்தக் குதிரையிலிருந்து தாவி விழுந்த மனிதனின்மீது பாய்ந்து விட்டார்கள். “தோழர்களே! இங்கு வாருங்கள்!” என்று லதூகின் கத்திக்கொண்டே, கீழே விழுந்துவிட்ட குதிரையின் அருகில் குதித்த அந்தக் கசாக்குடன் கட்டிப்புரண்டான். மற்றவர்கள் அவனருகில் வந்து சேர்வதற்குமுன், லதூகின் கசாக்கின் முதுகின்மீது இருபக்கமும் கால்களைப்போட்டுச் சவாரி செய்த வண்ணம் அவனது கைகளைப் பிடித்துத் திருகிக் கொண்டிருந்தான். “இவன் ஆள் ஒன்றும் மோட்டா அல்ல; ஆனால், இவனுக்கு முரட்டுப் பலம் இருக்கிறது.” அந்தக் கசாக்கு குப்புற விழுந்துகிடந்தான்; அவனது கன்னம் பனியோடு ஒட்டிப்புதைந்திருந்தது. அவன் தன் கண்களை நெரித்துப் பார்த்துக்கொண்டு மேலும்கீழும் மூச்சுவாங்கினான்.

அவர்கள் அவனை எழுந்திருக்கச் சொன்னார்கள். பின்னர், அந்தக் கசாக்கைத் தள்ளி மல்லாக்கப் புரட்டிப் போட்டார்கள். அவனோ அவர்கள் தன்னை அந்த

இடத்திலேயே சுட்டுத் தள்ளிவிட வேண்டும் என்று விரும்பியவன்போல், ஆத்திரமூட்டும் வகையில் வாய்க்கு வந்தபடி மிகவும் கீழ்த்தரமாக ஏசினான்; சாபஷ்கோவ் வெளிறிப்போன முகத்தோடு, உடை வாளின் உறையினால் அவனை ஓர் அடி அடித்தான்; அத்துடன்: "உன்னைத்தான். எழுந்திரு!" என்று சத்தமிட்டான். அந்தக் கசாக்கு தலையைத் தூக்கி, தனது மூர்க்கமான பார்வையை சாபஷ்கோவின்மீது வீசியவாறே, தட்டுத் தடுமாறி எழுந்து நின்றான். அவன் குட்டையாகவும் கூனிய தோள்களுடையவனாகவும் இருந்தான். அவனது தாடியில் பனித்துகள்கள் அப்பிக் கொண்டிருந்தன.

"ஏ, கோழி திருடிப்பயலே! உன் ஆபாசமான வாயை அடக்கு!" என்று சாபஷ்கோவ் அவனை நோக்கிக் கத்தினான். "நீ ஒரு படைப்பகுதித் தளபதியின் முன்னிலையில் நிற்கிறாய் என்பதைத் தெரிந்துகொள்; நான் கேட்கும் கேள்விகளுக்குப் பதில் சொல்!"

இப்பொழுது கசாக்கின் கைகள் முதுகுப்புறத்தில் பிணைத்துக் கட்டப்பட்டிருந்தன. அவன் தன் கைகளை அந்தக் கட்டிலிருந்து விடுவித்துக்கொள்ள முயன்றான். அவனது உருண்ட, மஞ்சள் நிறமான கண்கள் தன்னைச் சூழ்ந்து நின்ற மனிதர்கள் ஒவ்வொருவரையும் அளந்து பார்த்தன. அங்கு நின்ற இளைஞனின் இளஞ்சிவப்பான முகம் எந்தநேரத்திலும் சிரித்துக் குலுங்கத் தயாராயிருப்பதுபோல் தோன்றியது. அந்த இளைஞனை கசாக்கு பார்த்த மாத்திரத்தில் சட்டென்று பின்வருமாறு சொன்னான்:

"உன்னை எனக்குத் தெரியும். குர்க்கினின் சகோதரி மகன்தானே நீ? உனக்கே வெட்கமாயில்லை?"

"பூ! உன்னையும் எனக்குத் தெரியும். நீ யாகவ் வசீலிய விச்தானே?

"ஓஹோ! தாங்கள்தான் யாகவ் வசீலியவிச்சா? வணக்கம், அருமை மனிதனே" என்று லதூகின் கிண்டல் செய்தான். உடனே அந்தச் சிரித்த முகக்கார இளைஞன், கெக்கெக்

கென்று சிரித்தான். லதூகின் மேலும் சொன்னான்: “ஏ, தாடிக்காரா! உன்னைத்தானப்பா நாங்கள் இருண்ட இரவு முழுவதும் தேடியலைந்தோம். உன் படை எது? நீ எந்த ராணுவத்தில் இருக்கிறாய்?”

சாபஷ்கோவ், லதூகினை அப்பால் விலகச் சொல்லிவிட்டு, தனது பூகோள வரைப்படத்தையெடுத்துப் பார்த்தவறே அந்தக் கைதியைக் கேள்விகள் கேட்கத் தொடங்கினான். முதலில் அந்தக் கசாக்குக்குப் பதிலளிக்கவே மனம் வரவில்லை; என்றாலும், கொஞ்சநேரம் பேசிக் கொண்டிருந்தால், அதற்குள் ‘இந்தச் செஞ்சேனைப் பன்றிப் பயல்களின்’ ஆத்திரம் ஓரளவுக்குக் குறைந்துவிடும் என்றும் அந்தச் சமயம் பார்த்து, தான் ஓடிவிடலாமென்றும் அவன் நம்பினான். எனவே, பேசத் தொடங்கினான். அவன் அளித்த பதில்களிலிருந்து, ஜெனரல் தத்தார்கின் போர்முனையைப் பிளந்து கொண்டு முன்னேறிச் சென்றதையும் அந்த முன்னேற்றம் மேலும் வெற்றியடையாதவாறு, தோன் - ஸ்தாவ்ரபப்பல் பிரிகேடு தடுத்து நிறுத்தியதையும் அவர்கள் அறிந்து கொண்டார்கள். மேலும் அவன் தூபவ்காவில் மூர்க்கமான யுத்தம் நிகழ்ந்து கொண்டிருப்பதாகவும், வெள்ளை ராணுவமும், செஞ்சேனையும் தமது துருப்புகளையெல்லாம் அங்கேயே ஒருமுகப்படுத்திக் குவித்திருப்பதாகவும் தெரிவித்தான்.

எனவே, இப்போது அவர்களுக்குத் துப்பு துலங்கி விட்டது. பின்னர் அவர்கள் அந்தக் கசாக்குக் கைதியைத் தமது படை இருக்குமிடத்துக்கு, யாராவது ஒருவரின் காவலில் அனுப்பிவைப்பது என்றும், மற்றவர்கள் எல்லோரும் தூபவ்காவுக்குச் சென்று, அங்குள்ள பிரதம தளபதியிடம் கச்சாலின் படைப் பகுதியின் வருகையைத் தெரிவித்து வருவதென்றும் தீர்மானித்தார்கள். அப்போதுதான் அவர்கள், தங்கள் மத்தியில் ஷரீகினைக் காணோம் என்பதையும், அவனுக்கு என்ன நேர்ந்தது என்று எவருக்குமே தெரியாமற் போய்விட்டது என்பதையும் கண்டார்கள்.

“ஷரீகின்! நீயும் குதிரைகளோடு சேர்ந்து தூங்கப் போய்

விட்டாயா?" என்று லதூகின் சத்தம் போட்டான்.

அங்கு லதூகினின் குதிரைக் காலுக்கடியில் விழுந்து கிடந்த கடிவாளத் தோல்வாரை மிதித்துக்கொண்டு நின்றது. அதற்கடுத்தாற்போல் நின்ற மற்றொரு குதிரையின் வயிற்றுக்குக் கீழாக, ஷரீகினின் கால்கள் மட்டும் நேராக நிற்காமல் வளைந்து வக்கரித்து நிற்பதைக் கண்டார்கள். ஷரீகின் அந்தக் குதிரையின் சேணத்தைப் பிடித்துத் தொங்கிக்கொண்டு, அதன்மீது முகத்தை அழுத்திவைத்த நிலையில் தென்பட்டான்.

லதூகின் அங்குச் சென்று ஷரீகினின் தோள்களைப் பற்றித் தன்பால் இழுத்தான். "ஷரீகின்! என்னடா, தம்பி நடந்தது?" என்று பதைபதைப்புடன் கத்தினான்.

ஷரீகின் பின்புறமாகத் தள்ளாடியவாறே, லதூகினின் மீது தொப்பென்று விழுந்தான். அவனது முகம் கறுத்துப் போயிருந்தது. கம்பளிக் கோட்டு மார்பிலிருந்து இடுப்பு வரையிலும் ரத்தத்தால் நனைந்து போயிருந்தது. லதூகின் அவனைப் பனித் தரையின்மீது படுக்கவைத்து, அவனது கோட்டை விலக்கி, வெண்மையான வயிற்றுக்குள் கை கொடுத்துத் தடவினான். அப்போதுதான் அங்கு கத்திக் குத்தினால் ஏற்பட்டிருந்த ஆழமான ரத்தக் காயம் அவன் கையில் தட்டுப்பட்டது.

"ஏ, யாகவ்! நீதானா இவனை வாளினால் குத்தினாய்?" பின்னர் லதூகின் தனது கம்பளிக் கோட்டையும் சட்டை யையும் கழற்றினான்; உட்சட்டையைக் காலரிலிருந்து கீழ் நோக்கி நீளமாகக் கிழித்தான்; அதனைச் சுருட்டியவாறு, அவன் ஷரீகினின் வயிற்றின்மீது திறமையோடு கட்டுப் போடத் தொடங்கினான்.

"சாபஷ்கோவ், இவனை நாம் உடனே பண்ணை வீட்டுக்குக் கொண்டுசெல்ல வேண்டும்."

"எப்படிக் கொண்டுசெல்வது?"

"எப்படியா? நானே இவனையும் தூக்கிக்கொண்டு,

இந்தக் கைதியையும் முன்னால்விட்டு ஓட்டிக்கொண்டு சென்றுவிடுகிறேன்."

இந்த நேரத்தில் சவக்களை தட்டிப் போயிருந்த ஷரீகினின் முகத்தின்மீது திடீரென்று வியர்வை தோன்றியது; அவனது கண்கள் இமைகளுக்கு மேலே சொருகிச் சுழன்று, பின்னர் நிதானத்துக்கு வந்தன; அவனது கண்கள் தெளிந்து மீண்டும் உயிர்ப்பு பெற்றன. அவற்றில் வியப்பும் பயமும் கலந்து மேலிட்டன; ஒருகணம்கூட, நோயுற்று அறியாத இவனது ஆரோக்கியமும் உறுதியும் நிறைந்த உடம்புக்கு என்ன நேர்ந்துவிட்டது?

"தோழர்களே! நண்பர்களே! நான் இப்போது என்ன செய்வது?"

"கொஞ்சம் பனிக்கட்டியை எடுத்துவையப்பா!"

லதூகின் உடனே கை நிறைய பனிக்கட்டியை அள்ளி, ஷரீகினின் உதட்டிலே வைத்தான்.

அவர்கள் ஷரீகினையும் கவனித்துக்கொண்டு, அந்த முடமான குதிரையின் மீதிருந்த இயந்திரத் துப்பாக்கியை வேறொரு குதிரையின்மீது ஏற்றி முடித்தார்கள்; அதற்குள் பொழுதும் நன்றாக விடியத் தொடங்கிவிட்டது. ஒரு பெருங்காற்று வீசியது; அந்தக் காற்று வானமண்டலத்தில் தாழ்ந்து இறங்கியிருந்த கலைந்த மேகங்களை எங்கோ தள்ளிச் சென்றது; அவ்வாறு தள்ளிச் செல்லும்போது, தூவானம் போன்ற பனிமழை சிலுசிலுத்துப் பெய்தது. அவர்கள் தமது காரியங்களிலேயே முழுக்கவனமும் செலுத்தியிருந்தார்கள். எனவே, தென்திசையில் நகர்ந்து நழுவிச் செல்லும் பனிமூட்டத்தின் புகை மண்டலத்தின் ஊடேயிருந்து பெரியதொரு குதிரைப்படை வந்து கொண்டிருந்ததை அவர்கள் கவனிக்கவில்லை.

குதிரைகளின் குளம்போசை ஸ்டெப்பி வெளியில் எதிரொலித்தது. ஆடியாடிச் செல்லும் குதிரைவீரர்கள் தமது குதிரைகளை ஓட்டத்தில்விட்டு வந்து கொண்டிருந்தார்கள்; அவர்களுக்குப் பின்னால் நான்கு குதிரைகள் இழுத்துவரும்

இயந்திரத் துப்பாக்கி வண்டிகளும் பீரங்கி வண்டிகளும் தொடர்ந்து வந்து கொண்டிருந்தன.

அந்த வேவுகார வீரர்கள் தமது குதிரைகளின் கடிவாளத்தை இழுத்துப் பிடித்துக்கொண்டு, அந்தப் படையினரைப் பார்த்தார்கள். இனி, அவர்கள் பின்வாங்கித் தப்பித்து ஓடவும் முடியாது; அதற்கு நேரமுமில்லை. மேலும் அங்கு வந்துகொண்டிருந்த படையினரும் இவர்களைக் கண்டுகொண்டுவிட்டார்கள்; அந்தப் படையினரில் சுமார் இருபதுக்கு மேற்பட்ட குதிரைவீரர்கள் தமது அணிவகுப்பிலிருந்து பிரிந்து, வேவு வீரர்களை நோக்கிப் பாய்ச்சலில் வந்தார்கள். சாபஷ்கோவ், தனது தோளுக்கு மேலாகப் பின்னால் திரும்பிப் பார்த்தான்; அங்கு லதூகின் வெளிறிக் களையிழந்த முகத்தோடு தனது வாளை மெதுவாக உருவியெடுத்துக் கொண்டிருந்தான். சிரித்த முகக்காரனான செஞ்சேனை வீரன் தனது முகத்தை வேதனையோடு நெரிப்பதுபோல் நெரித்துக்கொண்டு, துப்பாக்கியின் கொக்கியை ஏதோ நினைவில் இழுத்து மாட்டினான்.

அந்தக் குதிரை வீரர்களில் முதலாவதாக வந்து கொண்டிருந்தவன் ஓர் ஆட்டுத்தோல் தொப்பியையும், முதுகில் நீளமான துணிகொண்ட கறுத்த காகஸியச் சட்டையணிந் திருந்தான்; அந்தத் துணியோ அவனது குதிரையின் வால்வரையிலும் நீண்டுகிடந்தது. அவன் அந்த வேவுகார வீரர்களைக் கைநீட்டிக் காட்டியவாறே, ஏதோ சத்தமிட்டான். உடனே சாபஷ்கோவ் சுட்டான்; ஆனால், அதற்குள் லதூகின் தனது சேணத்திலிருந்து சபாஷ்கோவின் மீது பாய்ந்து அவனது கையைப் பற்றிப் பிடித்துக்கொண்டான்:

"சுடாதீர்கள்! அவர்கள் நம்மவர்கள்." அந்தக் குதிரை வீரர்களோ மேலும்மேலும் நெருங்கி வந்தார்கள்; பின்னர் அவர்கள் பக்கவாட்டிலும் பிரிந்து பாய்ந்து, சிறிது நேரத்தில் அந்த வேவு கோஷ்டியைச் சுற்றி வளைத்துக் கொண்டார்கள். காகஸியச் சட்டை அணிந்திருந்த அந்த உயரமான மனிதன் சாபஷ்கோவை இடித்துத்

தள்ளுகிற மாதிரி பாய்ந்து வந்தான். பின்னர் அவன் சாபஷ்கோவின், சட்டையைப் பிடித்து அவனைப் பலமாக உலுக்கினான்; அதனால் சாபஷ்கோவின் கால்கள் சேணத்தின் அங்கவடியிலிருந்து பிடி நழுவி வெளியே வந்துவிட்டன.

"உனக்கென்ன கண் குருடா? நீ யார்? உனது படை எது?" என்று அந்த மனிதன் கத்தினான்.

அவனது கரிய கண்கள் உருண்டு சுழன்றன; மீசையோ குத்திட்டு நின்றது; அவனைப் பார்த்தால், திடுக்கிட்டுப் பயந்து போயிருந்த சாபஷ்கோவைத் தனது உடைவாளின் கைப்பிடியால் இடிக்க வேண்டும் என்ற ஆத்திரத்தை மிகவும் சிரமப்பட்டு உள்ளடக்கிக் கொண்டிருப்பது போல் தென்பட்டது.

"நாங்கள் கச்சாலின் காலாட்படையைச் சேர்ந்தவர்கள். போர்முனையோடு தொடர்புகொள்வதற்காக முயன்று கொண்டிருந்தோம்" என்றான் சாபஷ்கோவ்.

"தொடர்புகொள்ளத்தான் முயன்றாயா? போர்முனை உன் கண்ணுக்கு முன்னாலேயே இருக்கிறது!" அந்த மீசைக்கார மனிதன் கூறிவிட்டு, தனது கோபத்தைத் தணித்துக்கொண்டு, உடைவாளை ஓசையெழும்ப உறையினுள் செலுத்தினான்: "சரி. குதிரைகளில் ஏறி, எங்களோடு வாருங்கள்."

"எங்களுடன் ஒரு காயப்பட்ட வீரனும் இருக்கிறான்."
"அடக் கடவுளே! உங்கள் படையிலுள்ள அத்தனை பேருமே உங்களைப்போலவே முட்டாள்கள்தானா? சரி, அந்தக் காயப்பட்டவனை ஒரு குதிரைமீது ஏற்றுங்கள்; அவனைக் கொண்டுவந்து சேர்க்கும் பொறுப்பை அதோ நிற்கிறானே, ஒரு முரட்டு ஆசாமி. அவனிடம் ஒப்படையுங்கள்" என்று கூறியவாறே அந்த மனிதன் லதூகினைச் சுட்டிக்காட்டினான்: "சரி. இதோ நிற்கிறானே, இவன் யார்? எதிரியில் ஒருவனா?"

"இவனை என்னிடம் விட்டுவிடு." சாபஷ்கோவ் அந்தக்

கைதியைத் தனது படையில், தான் வைத்துக்கொள்ள வேண்டும் என்பதைத் தட்டுத் தடுமாறிச் சொன்னான்; அந்த மனிதன் கூறினான்:

"இதோ பார். உன்னோடு வாதாடிக் கொண்டிருக்க எனக்குப் பொறுமையில்லை. அதை எல்லாம் எங்கள் பிரிகேட்டின் தலைமைக் காரியாலத் தலைவர் கவனித்துக் கொள்வார். நீ ஒன்றும் புத்திசாலித்தனமாக நடப்பதாகத் தெரியவில்லையே!"

பின்னர் அந்த மனிதன், தனது சட்டையின் பின்னால் தொங்கிக் கொண்டிருந்ததை சரிப்படுத்துவதற்காகத் தனது தோளை உலுக்கி விட்டுவிட்டு, தன் குதிரையைத் திருப்பி, அதனைத் தட்டிவிட்டான். அந்தக் குதிரையோ, தனது பளபளக்கும் காற்குளம்புகளால் பனிக்கட்டிகளைச் சிதறடித்துக் கொண்டு, நடனமாடுவதுபோல் நடந்து சென்றது. மற்றவர்களும் அந்தக் குதிரையைத் தொடர்ந்து சென்றார்கள்: லதூகினும் ஷரீகினைத் தனது மார்பின் மீது சாய்த்துப் பிடித்தவாறு, அவர்களைப் பின்தொடர்ந்து சென்றான். கைகளை அவிழ்த்துவிடப் பெற்ற அந்தக் கசாக்குக் கைதியோ வெட்கத்தாலும், துயரத்தாலும் முகத்தைச் சுழித்து நெரித்தான்.

சாபஷ்கோவ் அந்தக் குதிரை வீரர்களை நோக்கி, அவர்கள் எந்தக் குதிரையைப் படையைச் சேர்ந்தவர்கள் என்றும், இருள்கலையாத பனிமூட்டத்திலும், மழையிலும்கூட, இவ்வளவு வேகமாகச் செல்லும் அந்தக் குதிரைப்படை எதுவென்றும் கேட்டான். இந்தக் கேள்வியைக் கேட்டு, அந்தக் குதிரைப் படை வீரர்கள் பெரிதும் வியப்படைந்துவிட்டார்கள்.

"உங்களுக்குத் தெரியாதா? இதுதான் செம்யோன் மிஹாய்லொவிச் புதியோனியின் குதிரைப்படை!"

"தாஷா! நீ நன்றாகத் தூங்கினாயா? ஏன் உன் முகம் கவலையால் வாடியிருக்கிறது? விடிந்ததிலிருந்து உனக்கு உண்பதற்கு ஒன்றுமே கிடைக்கவில்லையா? ஆஹாஹோ! நான் என்ன செய்தேன் தெரியுமா? நானே பால் கறந்தேன்;

ஒரு வாளி நிறையக் கறந்துவிட்டேன். உனக்கும் கொஞ்சம் கொண்டுவந்திருப்பேன். நிச்சயம் கொண்டுவந்திருப்பேன். ஆனால், நமது ஆட்கள்தான் அதைக் குடித்துத் தீர்த்துவிட்டார்கள். நாங்கள் அந்தப் பாலில் ரொட்டியை உதிர்த்துப்போட்டு, அதைக் குடித்துவிட்டோம். மூன்றே பேர்தான். எங்கள் வயிறே புடைத்துப் போய்விட்டது."

குஸ்மா குஸ்மீச், ஒரே உற்சாகத்தோடு பொங்கி வழிந்தான். தாஷாவுக்கு அவனது முகத்தை பார்க்கவே சகிக்கவில்லை. அவன் தனது தாடியையும் மீசையையும் சிரைத்தெடுத்துவிட்டது அவளுக்கு என்னவோ ஆபாசமாகத் தோன்றியது. அவனது தொளதொளப்பான சின்ன மோவாயையும், உதடுகளையும் எதையாவது கொண்டு மூடவேண்டுமென்று அவளுக்குத் தோன்றியது. தாஷா காலையில் வெகுநேரம் கழித்துத்தான் எழுந்திருந்தாள்; அவள் எழுந்துவந்து பார்த்தபோது, குடிசையிலோ, மாட்டுக்கொட்டிலிலோ எவருமே இல்லை. எங்குப் பார்த்தாலும், உருகும் பனியின் மணமும், கொட்டில்களின் சாண நாற்றமும்தான் நிரம்பியிருந்தன; புல்வேய்ந்த கூரைகளின்மீது பனிப்படலம் திட்டுத்திட்டாகக் கவிந்திருந்தது. அடுத்த குடிசையின் முற்றத்திலிருந்த குஸ்மா குஸ்மீச் அவளைக் கண்டுவிட்டான்; உடனே அவன் இடையிலிருந்த மிளாறு வேலியை லாவகமாக ஏறிக்குதித்து, தனது அழுக்கடைந்த சின்னக் கரங்களைப் பிசைந்தவாறு, அவளைச் சுற்றி நடனமாடியவாறே வந்துசேர்ந்தான்.
"தாஷா! முதலிலே ஒரு விஷயம். நிலைமை எல்லாம் இப்போது ஒழுங்காய்த்தான் இருக்கிறது. உன் கணவர் இந்த நீர்த்தேக்கத்துக்கு அந்தப் பக்கம் போயிருக்கிறார். நீ நன்றாய்த் தூங்கிக் கொண்டிருந்தாய்; எனவே உன் காதில் எதுவும் விழவில்லை போலிருக்கிறது. இன்று காலையில் இங்கே ஒரேகுழப்பமாக இருந்தது. கசாக்குகள் நமது பலத்தைத் தெரிந்துகொள்ள, மெல்ல இங்கு வந்தார்கள். பிறகு நாங்கள் கொடுத்த உதையிலே குண்டோட்டம் குதிரையோட்டமாகக் கிராமத்தை நோக்கி ஓடிப்போய்விட்டார்கள். நாம் இப்போது பதுங்குக்குழிகள் வெட்டிக் கொண்டிருக்கிறோம். நான் பீரங்கிப்

படைப்பக்கம் சென்றிருந்தேன். வேவு பார்க்கச் சென்றுள்ள நமது கார்ல் மூர், இன்னும் திரும்பி வரவில்லை. அனீஸ்யா ஒரு பீப்பாய் வண்டியின்மீது ஏறிக்கொண்டு போனாள். நீ அப்போது அவளைப் பார்த்திருக்க வேண்டும். உதட்டை இறுகக் கடித்து மூடிக்கொண்டு, மூக்கையும் கூர்மையாக வைத்துக் கொண்டு போனாள். அவள் என்னிடம் பேசக்கூட இல்லை. வெளிவட்டாரத் தகவல்களின் சுருக்கம் இவ்வளவுதான். சரி, இப்போது நீ ஒரு வாளியை எடுத்துக்கொள்; செம்புச் சட்டியிலேயிருந்து அதிலே கொஞ்சம் வெந்நீரை ஊற்றிக் கொண்டுவா. வந்து பசுவின் பாலைக் கறந்துகொள். ஒரு மாட்டின் மடியை தொட்டு இழுப்பதுபோல் உடம்புக்கும் உள்ளத்துக்கும் இதமூட்டும் காரியம் வேறு எதுவும் இல்லை. அதிலும் உன்னைமாதிரி கனவுகாணும் படிப்பாளியாக இருந்து விட்டால், கேட்கவே வேண்டாம். வெகு சுகம்."

தாஷா சிரித்தாள். ஆனால் அவனோ மேலும் பேசிக் கொண்டே போனான்:

"ஷில்லர் எல்லாம் நன்றாகத்தான் இருக்கிறார்; ஆனால் இந்தப் பண்ணையின் சொந்தக்காரர்கள்தான் ஓடிப் போய்விட்டார்கள். பசுமாடுகளுக்குத் தண்ணீரும் வைக்காமல், தீனியும் போடாமல், பாலையும் கறக்காமல் போய்விட்டார்கள். அது சரியல்ல. சரி. நீ போய் வாளியைக் கொண்டுவா."

"குஸ்மா குஸ்மீச்! எப்படிப் பால் கறக்க வேண்டுமென்று எனக்குத் தெரியாதே!"

"உனக்கேற்ற சரியான பதில்தான் இது! தாஷா, உனக்கு எதைத்தான் எப்படிச் செய்ய வெண்டுமென்று தெரிகிறது? ஒன்றும் தெரிவதில்லை. உனக்கு ஊசியை எப்படிப் பிடிக்க வேண்டுமென்றும் தெரியாது. உன் புருஷனை எப்படிப் பிடித்துவைத்திருக்க வேண்டும் என்பதும் உனக்குத் தெரியாது. அதனால் நீ உனக்குத் தெரியாமலே, அவரை இழந்து நிற்கவும் செய்தாய். நான் உனக்குப் பால் பணியாரம் எப்படிச் செய்வதென்றும்,

சுள்ளி விறகுத் தீயிலே எப்படி முட்டையைச் சுட்டு எடுப்பதென்றும் சொல்லித் தருகிறேன். தெலேகினோ ஓநாய்ப் பசியோடுதான் வந்துசேர்வார். அவர் வந்தவுடனே, அவரது அழகான மனைவி அவர் முன்பு சுருசுருவென்று ஓசையெழும்பிவற்றும் சூடான வறுத்த பன்றிக்கறியை அப்படியே தட்டோடு வைப்பாள். உடனே, அவர் அதனை விழுந்துவிழுந்து தின்பார்! பிறகு, நீ அவருக்குப் பால்பணியாரங்களைக் கொடுப்பாய். அவருக்கு எதிரிலே உட்கார்ந்துகொண்டு, அவர் சாப்பிடுவதையே அமைதியான புன்னகையோடு பார்த்து ஆனந்திப்பாய்; அந்தப் புன்னகையோ மர்மம் நிறைந்த மோனலிஸாவின் புன்னகைபோல் அவரை மயக்கும். செஞ்சேனைத் தளபதிகளின் மனைவிமாரெல்லாம் இப்படித்தான் இருக்க வேண்டும்."

குஸ்மா குஸ்மீச்சுக்கு எப்போதுமே ஒரு தனிவழிதான். அவனுக்கு ஒருமுறை ஏதாவது ஒரு கருத்து உருவேறி விட்டால், அதை வைத்துக்கொண்டே அவன் விளையாடுவான். லேசாக இருண்டிருந்த மாட்டுக் கொட்டிலின் மங்கிய ஒளியிலே, தாஷா தனது பாவாடை முனையைத் தூக்கி இடுப்பிலே சொருகிக் கொண்டு, பசுவுக்கருகில் உட்கார்ந்தாள்; அந்தப் பசு உதைக்கவோ, திமிறவோ செய்யவில்லை. அவள் பால் மடுவை வெந்நீரால் கழுவினாள்; பின்னர் தனக்கருகில் உட்கார்ந்து கொண்டிருந்த குஸ்மா குஸ்மீச்சின் யோசனைகளைக் கேட்டவாறே, அவள் பசுவின் மடியைத் தொட்டு, சுரசுரப்பாக இருந்த பால் காம்புகளைப் பிடித்து இழுத்தாள். அவளுக்கோ அந்தக் காம்புகள் கையோடு வந்துவிடுமோ என்ற பயம்; ஆனால் குஸ்மா குஸ்மீச்சோ, அவளை இன்னும் பலமாக இழுக்கும்படி தூண்டிவிட்டுக் கொண்டேயிருந்தான். "நன்றாகப் பிடித்து இழு. பயப்படாதே!" என்று திரும்பத் திரும்பச் சொன்னான். அந்த அகன்ற முதுகுடைய பசு, தன் தலையைத் திருப்பிப் பார்த்தது; பின்னர் தனது கதகதப்பான மூச்சை தாஷாவின்மீது விட்டவாறே, 'புர். புர்.' என்று மூக்கைச் சிணுங்கியது. பின்னர், குழந்தையின் மணம்மிகுந்த

பால்வாளிக்குள் சொர்ரென்று கம்பிபோல் பாய்ந்து ஒலியெழுப்பியது. வாதப்பிரதிவாதங்களுக்கே இடமற்ற இந்தக் கீழ் உலகத்தைப் பற்றி, நல்லுலகத்தைப் பற்றி, தாஷா இதற்குமுன் என்றுமே தெரிந்து கொண்டிருக்க வில்லை. அவள் தனக்கேற்பட்ட இந்த உணர்ச்சியை, குஸ்மா குஸ்மீச்சிடம் கிசுகிசுத்த குரலில் சொன்னாள்; அவனும் அவளுக்குப் பின்னாலிருந்து அதே கிசுகிசுத்த குரலில் பதில் சொன்னான்:

"அது சரி. ஆனால் நீ இதையெல்லாம் வேறு யாரிடமும் சொல்லிக்கொண்டு திரியாதே. கேட்டால், சிரிக்கப் போகிறார்கள். 'மாட்டுக்கொட்டிலிலே தாஷா ஒரு மர்மமான உலகத்தைக் கண்டுபிடித்து விட்டாள்' என்று அவர்கள் கேலிசெய்வார்கள்! சரி. உனக்கு விரல்கள் வலியெடுக்கின்றனவா?"

"ஆமாம். ரொம்ப வலிக்கிறது."

"அப்படியென்றால், நான் கறக்கிறேன்." (அவன் அவளிடத்தில் போய் அமர்ந்துகொண்டான்). "இதோ பார்த்தாயா? இப்படித்தான் கறக்க வேண்டும். இப்படி. இப்படி. அட என் அருமை ருஷ்யப் படிப்பாளிகளே! நீங்கள் எல்லாம் நிரந்தரமான உண்மைகளைத் தேடிச் சென்று, கடைசியில் ஒரு பசுவைக் கண்டுபிடித்து விட்டீர்கள்!"

"நீங்கள் மட்டும் என்னவாம்?"

"நானா?"

அவனுக்கு வந்த கோபத்தில் அவன் பால்மடுவை விட்டுவிட்டான்.

"பசுமாட்டுக்கு அடியிலே உட்கார்ந்துகொண்டு, நீங்கள் தத்துவ விசாரம் செய்கிறீர்கள், இல்லையா?"

"என் அருமைச் சீமாட்டி! இதோ பார். பாதிரி உடையை இழந்துவிட்டு வந்திருக்கும் பாதிரியாரோடு நீ விவாதத்துக்கு வராதே. அப்புறம் உனக்குத்தான் சங்கடம்."

அவன் வாளியை எடுத்துக்கொண்டான்; பிறகு இருவரும் கொட்டிலைவிட்டு, வெளிவந்து குடிசைக்குள் சென்றார்கள். குஸ்மா குஸ்மீச் ஒரு விறகுக் கட்டையிலிருந்து சிலும்பல்களை ஒடித்து எடுத்துக் கொண்டும், செதுக்கிக்கொண்டும் இருந்தான்.

"தத்துவ விசாரம் செய்வதென்பது வெறுமனே மனத்தை மேயவிடுவதுதான். 'வடதிசையின் மந்திரவாதி' என்று பெயர்சூட்டப்பெற்ற ஜோகன் ஜார்ஜ் ஹமான் என்பவன் என்ன சொன்னான் தெரியுமா? 'நமது சொந்த உடம்பும், நமக்குப் புறம்பே தெரிகின்ற உலகத்துப் பொருள்களும் உண்மையிலேயே இருக்கின்றனவா, இல்லையா என்று நிரூபித்துக் காட்டமுடியாதவை; இருக்கிறது என்ற நம்பிக்கையைத் தவிர, வேறு ஆதாரம் எதுவுமில்லை.' என்று சொல்லிவைத்தான். அப்படியென்றால் அவ்வாறு நம்பாவிட்டால், புற உலகமும் இல்லையென்றுதானா அர்த்தம்? அப்படியென்றால் நீயும்நானும் இல்லையா? இதோ இந்த விறகுச் சிலும்பலும்கூட உண்மையிலேயே இல்லாது போய்விட்டதா? நாம் என்ன, முட்டைகளை ஒன்றுமற்ற சூன்யத்திலா சுட்டுப் பொரிக்கப் போகிறோம்?"

அவன் அடுப்பைக் கிளறி, அதிலே தென்பட்ட தீக்கங்குகளை வாயினால் ஊதிவிட்டு; அதன்மேல் சிலும்பல்களை வைத்தான்.

"தாஷா! வாழ்க்கைத் தத்துவமோ, அது முற்றிலும் வேறு விஷயம். நாம் வாழ்க்கையைக் கற்க வேண்டும்; அதைப் புரிந்துகொள்வதற்காக, அதனை அடைவதற்காகக் கற்கவேண்டும். உன்னதமான மனோசக்திகளின் தலையீடு இல்லாவிட்டால், வாழ்க்கை தவறான பாதைகளிலெல்லாம் சென்றுவிடும். நான் இருப்பது சந்தேகத்துக்கிடமற்ற உண்மை; இந்த உண்மை எனக்கே அதிமுக்கியமானது. தெரிந்துகொள்ள வேண்டுமென்ற ஆவலும், தெரிந்ததைச் சொல்ல வேண்டுமென்ற ஆவலும் என்னுள்ளே குடிகொண்டிருப்பதால், நான் எல்லாவற்றையும் காண, கண்டு புரிய விரும்புகிறேன். நம்மைச் சுற்றிலும் என்ன நடந்துகொண்டிருக்கிறது என்பதையும், நமக்கே

அலெக்சேய் தல்ஸ்தோய் ▲ 439

என்ன நேர்ந்து கொண்டிருக்கிறது என்பதையும் பற்றி நான் விரைவிலேயே நிறையத் தெரிந்துகொண்டு விடுவேன்; ஏனெனில், இந்த நிகழ்ச்சிகள் எல்லாம் ஏதோ சுயம்புவான திடீர் உத்வேகத்தால் விளைந்தவையல்ல; இவையனைத்தும் பகுத்தறிவின் படைப்புகள்தான். நமது கமிஸாரிடம் இதுபற்றிப் பேசுவதற்கு, எனக்குச் சந்தர்ப்பம் கிடைக்கவில்லை. இருந்தாலும், நான் இதுபற்றி அவரிடம் பேச வேண்டுமென்று விரும்பவில்லை; ஆனால் நான், சாதாரண உடைகள் உடுத்திய மனிதனோடுதான் இதுபற்றிப் பேச விரும்புகிறேன். அவன் மூளை அப்படி. நான் என்ன சொல்கிறேன் என்று உனக்குப் புரியுமென்று நம்புகிறேன். அத்தகைய மனிதனோடு எனக்குப் பேசுவதற்கு ஒரு மணிநேரம் கிடைத்தாலும் போதும். தாஷா! முன்றத்துக்கு ஓடு; அங்கே கோடியில் ஒரு தானியக்கிடங்கு இருக்கிறது. நான் அதைப் பார்த்தேன்; பார்த்தவுடனேயே முன்னேற்பாடாக அதன் பூட்டையும் உடைத்தெறிந்துவிட்டேன். நீ அதனுள் சென்று, அதிலிருந்து கொஞ்சம் மாவை அள்ளிக் கொண்டுவா."

காலையுணவு சீக்கிரமே தயாராகிவிட்டது. ஆனால், எந்த நிமிஷமும் வரக் கூடுமென்று தாஷா எதிர்பார்த்துக் கொண்டிருந்த தெலேகின் மட்டும் வரவில்லை. மாறாக, புடைத்த தோட்டாப் பையையும், துப்பாக்கியையும் சுமந்துகொண்டிருந்த ஒரு செஞ்சேனை வீரன்தான் அந்தக் குடிசைக்குள் திடுமென்று பிரவேசித்தான்.

"வண்டிகளைப் பூட்டுங்கள். சாமான்களை எல்லாம் மூட்டைகட்டி ஏற்றுங்கள். இது தளபதி உத்தரவு." அவனது நாசித்துவாரங்கள் நடுங்கின; அவன் தனது தொப்பியைப் பின்னால் தள்ளிவைத்துக் கொண்டே, அடுப்பருகே வந்தான்; தன் கைகளை கொள்ளுமட்டும் பணியாரங்களை அள்ளியெடுத்துக் கொண்டு, மன்னிப்புக் கேட்கும் பாவனையில் மூக்கைச் சிணுங்கி விட்டு, வெளியே சென்றான். ஆனால், தாஷா போட்ட சத்தத்தில் அவன் அப்படியே நின்றான்:

"என்ன நேர்ந்தது, தோழரே!"

"உங்களுக்குத் தெரியாதா? சன்னல் வழியே எட்டிப் பாருங்கள் தெரியும்." என்றான் அவன்.

அதேகணத்தில், மிகவும் அருகிலேயே, அந்தக் குடிசையின் முற்றத்தில்தானோ என்று எண்ணும்விதத்தில் ஒரு வெடிகுண்டு இடிமுழக்கம்போல் வெடித்தது; அந்த அதிர்ச்சியில் குடிசையின் இரண்டு சின்னஞ்சிறு ஜன்னல்களின் கண்ணாடிகள் உடைந்து பறந்தன.

த்ஸாரீத்ஸினின் மீது தொடுக்கும் டிசம்பர் மாதத் தாக்குதல் திட்டத்தை தெனீகினின் ராணுவத் தலைமைக் காரியாலயத்தின் ராணுவ நிபுணர்கள் தயாரித்து முடித்தார்கள். அந்த நகரைக் கைப்பற்றுவது எவ்வளவு அதிமுக்கியமானது என்பதை தெனீகினின் ஜெனரல்களிலேயே வயதில் இளையவனான விரான்கெல் பிரபு என்பவன் எடுத்துக் காட்டினான். அந்தத் திட்டத்தை அட்டமான் கிரஸ்னோவும் உடனே ஒப்புக்கொண்டு விட்டார். வடக்குக் காக்கஸஸ் பிரதேசத்தில் செஞ்சேனைமீது கொண்ட வெற்றியில் பங்குபெற்ற மாய் - மாயேவ்ஸ்கி என்பவனின் தலைமையில் ஒரு படை வரிசை தோன் ராணுவத்துக்குத் துணையாக அனுப்பப்பட்டது; அந்தப் படைவரிசையில் கொர்னீலாவ், மார்க்கோவ், டிரஸ்தோவ் முதலியோரின் படைவரிசைகளிலுள்ள போரிற் சிறந்த படைப்பிரிவுகள் சிலவும் இணைக்கப்பட்டன. மாய் - மாயேவ்ஸ்கியின் படை தோன் நிலக்கரிப் பிரதேசத்தின் வழியாக, தோன் ராணுவத்தின் பின்னணி முகாமை நோக்கிச் சென்றது; அங்கு தோன் ராணுவம் மேற்திசையில் உக்ரேனி லிருந்து தாக்கப்படுவதற்கான சூழ்நிலையில் இருந்தது; அத்துடன் அதன் வடதிசைப் போர் முனையிலும் உறுதியாகத் தாக்குப்பிடித்து நிற்கும் அளவுக்குத்தான் படைபலம் இருந்தது. த்ஸாரீத்ஸினை நோக்கி ஐம்பதினாயிரம் தேர்ந்தெடுத்த வீரர்களைக் கொண்ட படை அணிவகுத்துப் படையெடுத்துச் சென்றது.

இதற்கிடையில் குடியரசுச் செஞ்சேனைகளின் பொதுத் தலைமைக் காரியாலயத்திலும் எதிர்த்

தாக்குதலுக்கான திட்டங்கள் உருவாக்கப்பட்டன. தோன் ஜில்லாவின் வடதிசையெல்லைப் புறத்திலே அந்தச் சமயத்திலிருந்த எட்டாவது, ஒன்பதாவது செஞ்சேனை ராணுவங்கள் தோன் நதியின் இருகரைகளின் வழியாகவும் தோன் பிரதேசத்துக்குள் படையெடுத்துப் புகுவதென்றும், கிரஸ்னோவின் வெள்ளைக் கசாக்குப் படைகளை விரட்டியடித்து, அவர்களைப் பத்தாவது ராணுவத்தின் துப்பாக்கிச் சனியன்களுக்கெதிரே கொண்டு தள்ளுவதென்றும், இத்தகைய இருமுனைத் தாக்குதலால், தோன் ராணுவத்தை த்ஸாரீத்ஸின் ஸ்டெப்பி வெளியிலேயே கொஞ்சம்கொஞ்சமாக ஒழித்துக் கட்டுவதென்றும் தீர்மானிக்கப்பட்டது. எதிரிகளின் படைகளை இவ்வாறு முறியடித்தபின்பு, செஞ்சேனை ராணுவங்கள் வந்தவழியே திரும்பி, நீப்பரை நோக்கி, மேற்திசையில் சென்று, உக்ரேன் பிரதேசத்திலுள்ள பெத்லூராவின் ஆட்களை விரட்டியடிப்பதென்றும் தீர்மானிக்கப்பட்டது.

எனினும் செஞ்சேனைக்கான படையெடுப்புத் திட்டத்தை வகுத்தவர்கள் மிகமிக முக்கியமானதொரு அம்சத்தைக் கணக்கிலெடுக்கத் தவறிவிட்டார்கள். போர்த் தந்திர முறைகளுக்குதவும் வரைபடங்களில் ஆங்காங்கே குறியீடுகளையும், எண்ணிக்கைகளையும், கோடுகளையும், வளைவுகளையும் குறித்தார்களேயன்றி, அவர்கள் குறிப்பிட்டிருந்த இடங்கள் அத்தனையிலும் ஒரு வர்க்கப் போராட்டம் நடந்து வந்திருக்கிறது என்பதையும், அந்த வர்க்கப்போர் தனது சொந்தச் சக்தியனுசாரங்களின்படியும் நியதிகளின்படித்தான் நடந் திருக்கிறது என்பதையும் கணக்கிலெடுத்துக் கொள்ளத் தவறிவிட்டார்கள். அவர்கள் குறித்திருந்த கோடுகளும் புள்ளிகளும் கொண்ட இடங்கள் குணாம்சத்திலேயே இருவேறு தன்மைகள் கொண்டவை. அவற்றில் சில இடங்களில் செஞ்சேனைப் படைகளுக்குப் புதிய சக்திகளின் ஆதரவும் கிட்டும்; ஏனைய ஸ்தானங்களோ செஞ்சேனையின் பலத்தையே குறைப்பதற்குத்தான் உதவக்கூடும்.

பொதுத் தலைமைக் காரியாலயம் வரையறுத்த திட்டத் தின்படி, உள்நாட்டு யுத்தத்தின் போர்த் தந்திர முறைகளுக் கேற்ற முறைகளுக்குக் கட்டுப்படாமல், செஞ்சேனை ராணுவங்கள் தத்தமக்கு வகுத்த திசைகளை நோக்கிச் சென்றன. இவ்வாறு அந்தச் சேனைகள் வடக்கிலிருந்து தென்கிழக்குத் திசைநோக்கிச் செல்லும்போது, தோன், ஹோப்பர், மெட்வேடித்ஸா முதலிய நதிகளின் வழியாகக் கசாக்குக் கிராமங்களுக்குள்ளே புகுந்தார்கள்; அங்கெல்லாம் செஞ்சேனைக்கு எதிரானதொரு குரோத மனோபாவமே நிலவியது; எனவே, அவர்களது முன்னேற்றத்தை அந்த மனோபாவத்தால் விளைந்த சூழ்நிலைகள் பலவீனப்படுத்தியது; இதன்விளைவாக, எதிரிகளுக்கும் திட்டமிடுவதற்கான அவகாசமும், தமது படைகளையெல்லாம் புனரமைப்புச் செய்வதற்கான சந்தர்ப்பமும் கிட்டிவிட்டது.

பொதுத் தலைமைக் காரியாலயம் வகுத்துக் கொடுத்த இந்தத் தவறான திட்டத்தை, சுப்ரீம் ராணுவக் கவுன்சிலும் ஏற்றுக்கொண்டு நிறைவேற்ற முனைந்து விட்டது; இதன்மூலம் குடியரசின் சுப்ரீம் ராணுவக் கவுன்சிலுக்குள்ளேயே நிகழ்ந்த ரகசியமான சதிவேலைகளுக்கு அது பலியாகிவிட்டது. இந்தத் தவறு, தொடக்கத்தில் அவ்வளவு பெரிதாகத் தோன்றாவிட்டாலும், ஆறுமாத காலத்தில் மாபெரும் பேராபத்தாகப் பரிணமித்துவிட்டது.

செஞ்சேனை ராணுவங்களின் டிசம்பர் மாத எதிர்த் தாக்குதல் தொடங்கிவிட்டது. அந்தத் தாக்குதல் தோன் நிலக்கரிப் பிரதேசத்துக் கிழக்கே நல்லமுறையில் தொடங் கியது; ஏனெனில், அங்குள்ள சுரங்கப் பிரதேசங்களிலும், இயந்திர ஆலைகளிலும் வேலைபார்த்து வந்த தொழிலாளர்கள் ஆயுதந்தாங்கிய போராட்டங்களை மேற்கொள்வதற்காக, செஞ்சேனையின் வரவையே எதிர்நோக்கியிருந்தார்கள். ஆனால், அந்தச் சமயத்தில் மாய் - மாயேவ்ஸ்கியின் படைவரிசை தென்திசையிலிருந்து அந்தப் பகுதிக்குள் புகுந்து, அங்குள்ளவர்களைச் சவுக்கால்

அடிக்கவும் உதைக்கவும் தூக்கிலிட்டுக் கொல்லவும் முனைந்து, அங்கு ரத்த பயங்கரத்தை விதைக்கத் தொடங்கியிருந்தது. செஞ்சேனை ராணுவத்தின் வலதுபக்க அணிகளோ பாதுகாப்பின்றி இருந்தது; இதனால், தாக்குதலே ஸ்தம்பித்து நின்றுவிட்டது. இதன்மூலம் ஆகஸ்டு மாதத்துக்குப் பின்னர் மூன்றாவது முறையாக, பத்தாவது செஞ்சேனை ராணுவம் எதிரிகள் கொடுக்கும் அடிகளை யெல்லாம், தானே தாங்கிக்கொள்ள வேண்டி நேர்ந்தது.

எதிரிகளோ எண்ணிக்கையிலும், தளவாட பலத்திலும், உணவுப் பொருள் பலத்திலும் செஞ்சேனையினரைவிட, அதிகமான வசதி படைத்தவர்களாயிருந்தார்கள். எனவே, அவர்கள் மூர்க்கமான தாக்குதலைத் தொடுப்பதற்கான முழு வேகத்துடனும் ஊக்கத்துடனும் இருந்தார்கள். இருதரப்புத் துருப்புகளின் பலாபலம் சமதையாக இல்லை. த்ஸாரீத்ஸினின் இருப்பிலிருந்த ஐயாயிரம் தொழிலாளர்களையும் போர்முனைக்கு அனுப்பியாகிவிட்டது; அங்கு, இனி யாருமே மிஞ்சியிருக்கவில்லை. இவ்வாறாக, புரட்சியின் ஆக்க சக்திகளான தொழிலாளர்களை, போர்முனையில் ஏற்பட்ட உடைப்பிலே தள்ளிவிட்டாயிற்று.

1792ஆம் ஆண்டில் வெறுங்கால்களோடும் வெந்து குமுறும் பசியோடும் கிளர்ந்தெழுந்த பிரெஞ்சு மக்கள் தாமாகவே செய்துகொண்ட ஈட்டிகளைத் தாங்கியவாறு, ஐரோப்பியக் கூட்டு அரசாங்கங்களின் பயிற்சிபெற்ற படைவீரர்களை எதிர்த்துப் போராட வேண்டிய அவசியத்தினால், பீரங்கிக் குண்டுகளின் சூறாவளித் தாக்குதலைக் கண்டுபிடித்தார்கள்; அதுமட்டுமல்லாமல், யுத்த முறையின் நியதிகளுக்கெல்லாம் முற்றிலும் மாறாக, சக்கரவர்த்தி பிரீட்ரிக்கின் புகழ்வாய்ந்த சதுரங்க சேனைகளுக்கெதிராக, பெருவாரியான காலாட்படைத் தாக்குதலைத் தொடங்கி வெற்றியும்கண்டார்கள்.

ருஷ்ய மக்களோ, குதிரைப்படைப் பிரிவுகளை புதியபுதிய முறைகளில் உருவாக்கினார்கள். உதாரணமாக, சால்ஸ்க்

ஸ்டெப்பியிலிருந்து வந்துசேர்ந்த புதியோனியின் குதிரைப் பிரிகேட்டைச் சொல்லலாம். அதனுடைய பலம் அதன் துணிவாற்றலில் மட்டும் அடங்கியிருக்கவில்லை. புதியோனியின் படைவீரர்களைப்போலவே, வெள்ளைக் கசாக்குகளும் குதிரை மேலிருந்தவாறே வாள் யுத்தம் செய்வதில் திறமை பெற்றவர்கள்தான். புதியோனிப் பிரிகேட்டின் உண்மையான பலம் அதன் விசுவாசத்திலும், கட்டுப்பாட்டிலும்தான் அடங்கியிருந்தது; பயங்கரமான மீசைகொண்ட பதாகை தாங்கியிலிருந்து, சாமான் வண்டிகளுக்குக் காவலாக வந்த தாடிக்காரக் கிழவன் வரையிலும் அவ்வாறு இருந் தார்கள். ஒவ்வொரு படைப் பிரிவிலுள்ளவர்களும் ஒவ்வொரு குறிப்பிட்ட கிராமத்திலிருந்து தேர்ந்தெடுக்கப் பட்டவர்கள். எனவே, அந்தப் படைப் பிரிவிலுள்ள போர் வீரர்களெல்லாம் சின்னஞ்சிறு வயதில் ஸ்டெப்பி வெளியிலே விட்டில் பூச்சிகளைப் பிடித்து விளையாடிய காலத்தில் இருந்து ஒன்றாய் வாழ்ந்தவர்கள்; இப்போதும் அவர்கள் ஒருவர் பக்கம் ஒருவராகத்தான் அணிவகுத்துச் சென்றார்கள். மக்களும் மருமக்களும் போர் வீரர்களின் முன்னணியில் இருந்தார்களென்றால், தந்தைமார்களும், மாமன்மார்களும் சாமான் வண்டிகளோடு வந்து கொண்டிருந்தார்கள். எனவே பிளாத்தவ்ஸ்காயா கிராமத்திலிருந்து, முன்னூறு பேர்களைக் கொண்ட குதிரைப் படையோடு , புதியோனி முதன்முதல் கிளம்பி வந்த நாளையிலிருந்து, அந்தச் சமயம் வரையிலும் அவரது படையிலிருந்து ஒருவன்கூட, தப்பியோடியது கிடையாது. படையிலிருந்து தப்பியோடுபவன் எங்கே செல்லமுடியும்? தனது கிராமத்துக்கோ, பண்ணைக்கோதானே செல்லமுடியும்! அங்கு சென்றால், அவனுக்கு அவமானமும், பொதுமக்களின் கண்டனமும் தான் பரிசாகக் கிடைக்கும்!

அங்கீகாரம் பெற்ற ராணுவ நியதிகள் ஒருபுறமிருக்க, அந்தப் பிரிகேட்டில் எழுதாக் கிளவியான ஒரு சட்டமும் இருந்து வந்தது. அதன்படி, அதில் அதிகாரபூர்வமான விசாரணையுடன்கூட, அதிகாரபூர்வமல்லாத விசாரணைகளும் நடைபெற்றன. எவனாவது ஒருவன்

தவறு செய்தால், அதாவது யுத்தத்தின்போது போதிய துணிவாற்றலைக் காட்டாமல் கோழைத்தனமாக நடந்து கொண்டால் அல்லது உத்தரவுகளை மீறினால் அல்லது அடுத்தவன் பொருளைத் திருடத் துணிந்தால், அவன் விசாரணைக்குக் கொண்டு வரப்படுவான். ஆனால் சில பிரத்யேகமான வழக்குகளில், அதிகாரபூர்வமான விசாரணை ஒருபுறம் நடந்து முடிந்திருந்தபோதிலும், போர் வீரர்களே பொழுதுசாய்ந்த பின்னர் எங்காவது இருட்டிலே கூடி, அந்தக் குற்றவாளியை விசாரணை செய்வார்கள். சிலசமயங்களில், அதிகாரபூர்வமான விசாரணையின்போது, முக்கியத்துவம் பெறாத ஏதாவதொரு சந்தர்ப்பச் சூழ்நிலையைச் சாக்கிட்டு, குற்றவாளியை தண்டிக்காமல் விடுவித்துவிட்டாலும் கூட, அதிகாரபூர்வமல்லாமல் தோழமையுணர்ச்சியோடு நடத்தப்பெறும் கடுமையான விசாரணையின்மூலம், குற்றவாளிக்குப் போர் வீரர்களே தண்டனை வழங்கி விடுவார்கள்; இதனால் திடீரென்று காணாமற் போய்விடும் அந்தக் குற்றவாளியின் கதியைப் பற்றி எவரிடத்திலும் விசாரிக்க இயலாது போய்விடும்.

மேலும், அந்தப் பட்டாளத்தின் போர்முறையிலும் ஒரு புதிய வழி கடைப்பிடிக்கப்பட்டது; இந்தப் புதிய வழியும் அதிகாரபூர்வமான போர்முனை நியதிகளுக்குக் கட்டுப்படாத விதத்தில் எழுதாக் கிளவியாகத்தான் உருவாக்கப்பட்டிருந்தது. இந்த வழியின்மூலம் ஒரு படைப்பிரிவு இரண்டு அலை வீச்சுகளாகத் தாக்குதலைத் தொடங்கும். முதலில் செல்லும் அலைவீச்சில், வாள்வீச்சிலும் குதிரையேற்றத்திலும் வல்லுநர்களான குதிரைப்படை வீரர்கள் இடம்பெறுவார்கள். அவர்கள் எல்லாம் பழைய ராணுவத்தில் அனுபவம் பெற்றுக் காய்த்துப் போனவர்களாகவே இருப்பார்கள். அவர்களது தாக்குதலோ மிகவும் மூர்க்கத்தனமாக இருக்கும்; அவர்களது வாள்வீச்சின் சக்தியைச் சொல்ல வேண்டுமென்றால், அவர்களது தாக்குதலைத் தாங்கமாட்டாமல் பாய்ந்தோடும் குதிரைகளின்மீது மனிதர்கள் இருக்க மாட்டார்கள், மாறாகத் தலையையிழந்துவிட்ட

கவந்தங்கள்தான் இருக்கும் என்று சொல்லவேண்டும். இவர்களுக்குப் பின்னால் இரண்டாவது அலைவீச்சாக வரும் குதிரை வீரர்களோ ரிவால்வார்களையும் குதிரைப்படைத் துப்பாக்கிகளையும் தாங்கிவருவார்கள்; அவர்கள் எல்லோரும் தமக்கு முன்னால்சென்ற குதிரை வீரர்கள் ஒவ்வொருவருக்கும் பாதுகாப்பாகப் பின்னால் செயலாற்றுவார்கள். எனவே, தமக்குப் பின்னாலிருந்து துப்பாக்கிக் குண்டுகளின் மூலம் தம்மைப் பாதுகாக்கும் வீரர்கள் இருக்கின்ற தைரியத்தில், முதல் அலைவீச்சில் சென்ற முன்னணி வீரர்கள் பின்னால் திரும்பிப் பார்க்க வேண்டிய அவசியமேயின்றி, அஞ்சாநெஞ்சத்தோடும், துணிவாற்றலோடும் முன்னால் பாய்ந்து, தமது எதிரிகளின் உடம்பில் வாளைப் பாய்ச்சுவார்கள். எனவே, புதியோனிப் படையைக் காட்டிலும் எண்ணிக்கையில் இரண்டு மூன்று மடங்கு அதிகமுள்ள எதிரிகளின் குதிரைப்படை எதிர்த்து வந்தபோதிலும்கூட, அந்த எதிரிகளால் சமாளித்து நிற்க முடிவதில்லை; ஏனெனில், புதியோனியின் பிரிகேட்டில் ஒவ்வொரு சிறுசிறு பிரிவும் உணர்வுபூர்வமான ஒற்றுமையோடு செயலாற்றுவதும், அத்துடன் அந்தப் பிரிவுகள் அத்தனையும் ஒட்டுமொத்தமாக, ஒருமுகமாகச் செயலாற்றுவதும்தான் அதன் சிறப்பாகும்.

அந்தப் பண்ணையில் பல இடங்களில் தீப்பற்றியெரிந்தது. வரிசைவரிசையாக இருந்த கூரைகளின் மத்தியிலிருந்து புகைமண்டலம் படைப்படையாக மேலெழும்பிச் சென்றது; தீப்பிழம்புகள் துள்ளியெழுந்து சுழன்றன; எரிந்த வைக்கோல் துரும்புகளும் தீப்பொறிகளும் வெடித்துச் சிதறி, தாழ்ந்திறங்கியிருந்த மேகமண்டலத்தை நோக்கித் தாவின. புறாக்கள் வட்டமிட்டுச் சுழன்று பறந்து, நெருப்பிலே விழுந்து கருகி மாண்டன. மாட்டுக் கொட்டில்களிலே ஆடுமாடுகள் பரிதாபகமாகக் கத்தின. ஒரு பொலிகாளை கட்டையறுத்துக் கொண்டு தாவி, மிளாறு வேலியை மோதிச் சாய்த்துக்கொண்டு, பயங்கரமாக முக்காரமிட்டவாறே தெருவழியே பாய்ந்தோடியது. பெண்களெல்லாம் குழந்தைகளை மார்போடணைத்துக் கொண்டு, எரிந்துகொண்டிருக்கும்

அலெக்சேய் தல்ஸ்தோய் ▲ 447

குடிசைகளிலிருந்து புகலிடம்தேடி வெளியே ஓடி வந்தார்கள். கிரா்மத்துக்கு அப்பாலுள்ள குன்றுகளிலும் மண்மேடுகளிலிலும் மறைந்திருந்துகொண்டு, கசாக்குப் பீரங்கிகள் தொடர்ச்சியாகக் குண்டுமாரி பெய்தன.

மத்தியானவேளையில் கசாக்கு அணிகளின் முதற்படை அந்தத் திசையிலிருந்து, சின்னஞ்சிறிய கறுப்புப் புள்ளிகள் போல் தொலைவில் விட்டுவிட்டு முறையாகத் தலைகாட்டத் தொடங்கினார்கள். பற்றியெரிகின்ற அந்தப் பண்ணையைச் சுற்றி வளைத்துக்கொண்டு, அவசரஅவசரமாகத் தோண்டப்பெற்ற பதுங்குக் குழிகளிலே தங்கியிருக்கும் கச்சாலின் படையினரை, அந்த நெருப்புக்குள்ளே விரட்டியடிப்பதுதான் அவர்கள் நோக்கமெனத் தெரிந்தது. அந்தப் பண்ணையின் கடைக்கோடியிலிருந்த கொல்லுப்பட்டறையிலிருந்து, குளத்தின்கரை வரையிலும் அந்தப் பதுங்குக்குழி வரிசைகள் இருந்தன. அந்தக் குளத்தின்மீது படர்ந்திருந்த பனிக்கட்டிகளோ நாட்டு வெடிகுண்டுகளின் வெடிப்பினால் உடைந்து நொறுங்கிப் போயிருந்தது; பின்னர் அந்தப் பதுங்குக்குழிகள் ஒரு சின்னமேட்டின் மீதிருந்த காற்றாடி இயந்திரத்தின் திசையை நோக்கிச் சென்றன.

தெலேகினும் கொராவும் அந்தப் பதுங்குகுழி வரிசை களின் ஓரமாகக் குதிரைகளில் சென்றார்கள்; அவர்களுக்குப் பின்னால் கமிஸாரின் பணியானாகப் பணியாற்றிய அக்ரிப்பீனா அவர்களை ஒட்டினாற் போல் தொடர்ந்துவந்தாள். அவள் தனது ஆட்டுத்தோல் தொப்பியைக் கசாக்குகளின் பாணியில் தலையில் கோணலாக வைத்திருந்தாள். அவர்கள் அங்குமிங்கும் பீரங்கிப் படையின் பக்கமோ அல்லது தூவான மழையிலே நனைந்துகொண்டு, இடுப்பளவுள்ள குழிகளில் பதுங்கிக்கொண்டிருந்த வீரர்களின் பக்கமோ நின்று பார்த்துச்சென்றார்கள். தெலேகினின் முகத்திலோ ஒரு புதுக்களையும், கண்களிலே ஒரு பிரகாசமும் குடிகொண்டிருந்தன. முந்தைய நாள் இரவில்

பட்டபாட்டினால், களைத்தும் கறுத்தும்போயிருந்த போதிலும்கூட, நிலைமை இன்னதென்று இப்போது தெளிவாகப் புரிந்துவிட்டதால், கொராவின் முகத்தில்கூட இப்போது அமைதி குடிகொண்டிருந்தது. தெலேகின் தனது குதிரையின்மீது நிமிர்ந்து உட்கார்ந்துகொண்டு, உதட்டிலே தோன்றும் புன்னகையைத் துடைத்தெடுப்பது போல் உறையிட்ட கையினால் வாயைத் துடைத்துக் கொண்டான்; அங்கு நிலவிய மௌனத்தைக் குலைத்து, வெடிமுழக்கங்களின் இடையிலே கிடைக்கும் அவகாசத்தில் சொன்னான்:

"தோழர்களே! எதிரிகளுக்குப் பலத்த சேதத்தை விளைவிப்பதற்கேற்ற சந்தர்ப்பம் நமக்குக் கிட்டியுள்ளது. எனவே பயபீதிக்கு இரையாகாமல், அமைதியாகவும் கவனமாகவும் சுடுங்கள். எவனைச் சுடுகிறோம் என்று திட்டவட்டமாகத் தெரிந்துகொண்டு, அவனைக் குறிவைத்து ஒரேஒரு தோட்டாவை மட்டும் அவன்மீது கணக்காகப் பாய்ச்சுங்கள். நானும் கமிஸாரும் உங்களிடம் எதிர்பார்க்கும் துப்பாக்கிப் பிரயேக முறை இதுதான். துப்பாக்கிச் சனியன்களால் நேரடியாகத் தாக்கித் துவந்த யுத்தம் நடத்துவதற்கான உத்தரவு உங்கள் காதிலே விழுந்தவுடன் எல்லோரும் அதில் உற்சாகத்துடனும் ஊக்கத்துடனும் பங்கெடுத்துக் கொள்ளுங்கள். எந்த ஒரு சந்தர்ப்பத்திலும் எக்காரணம் கொண்டும் நீங்கள் பின்வாங்கக் கூடாது. இது என் உத்தரவு."

கமிஸார் கொரா, தமது தலையை மேல்நோக்கி நிமிர்த்தியவாறே கோஷமிட்டார்:

"தோழர் லெனின் நீடூழி வாழ்க! உலக முதலாளித்துவம் அடியோடு ஒழிக!"

பின்னர், அவர்கள் ஏனைய போர் வீரர்களின் கோஷ்டிகளை நாடிச் சென்றார்கள். இவ்வாறு அவர்கள் சுற்றி முடிந்தபின்பு, அந்தக் காற்றாடி இயந்திரத்துக்கு முன்னால் குதிரைகளைவிட்டு இறங்கினார்கள். இதற்குள் உளவறியச் சென்ற வேவுகாரர்கள் திரும்பிவந்தார்கள்;

அவர்கள் கிராமத்தில் இரவோடு இரவாக, பெரும் கசாக்குப் படைகள் வந்து குவிந்திருப்பதாகத் தகவல் தந்தார்கள். எதிரிகளின் அவசரகோல மான நடவடிக்கைகளைப் பார்க்கும்போது, அவர்கள் வேறு ஏதோவொரு நடவடிக்கையில் ஈடுபட்டிருந்த சமயத்தில், எதிர்பாராதவிதமாக, அந்தப் பண்ணையைக் கச்சாலின் படை ஆக்கிரமித்துக் கொண்டுவிட்டது என்பதையுணர்ந்து, அந்தச் செஞ்சேனையை ஒரு பலத்த அடியினால் ஒழித்துக்கட்டவே தீர்மானித்திருக்கிறார்கள் என்று தோன்றியது.

அந்தக் காற்றாடி இயந்திரத்தின் கூரைமீது காற்று ஊளையிட்டு வீசிற்று; அதனால், அந்த இயந்திரத்தின் மரக்கட்டையாலான அச்சுக்கள் கிறீச்சிட்டவாறே திருகிச் சுழன்றன. அந்த இயந்திரக் குடிசையின் உட்புறத்திலே எழுவதுபோன்ற மாவு மணமும், எலிப் பிழுக்கை நாற்றமும் நிறைந்திருந்தன. கொரா அதனுள் நுழைந்து, ஆழ்ந்த பெருமூச்செறிந்தார்; பின்னர் அந்த இயந்திரக் குடிசையின் பலகைச் சுவரிலே பலகைகள் விழுந்துபோயிருந்த இடைவெளியின் வழியாகத் தலையை வெளியேநீட்டி, பரந்துகிடக்கும் பழுப்புநிறமான ஸ்டெப்பி வெளியின் கீழ்த்திசையில் சாபஷ்கோவ் வந்துசேர்வதற்கான அறிகுறிகள் ஏதேனும் தோன்றுகிறதா என்று கூர்ந்துநோக்கினார். அந்த மேட்டுக்கடியிலுள்ள போர்முனை தொலைபேசிமூலம் ஏதேதோ உத்தரவுகளைப் பிறப்பித்து முடித்தபின், தெலேகின் அந்த மேட்டின் செங்குத்தான படிகள்மீது மேலே ஓட்டமாக ஏறிவந்தான்.

"நாம் த்ஸாரீத்ஸின் நடவடிக்கையைத்தான் மீண்டும் நடத்திக் கொண்டிருக்கிறோம்" என்று உணர்ச்சிப் பரவசத்தோடு கத்தியவாறே, தெலேகின் தனது தொலை நோக்கிக் கண்ணாடியைக் கண்களுக்குக் கொண்டு போனான்.

"உங்கள் நடவடிக்கைகளெல்லாம் நாசமாய்ப் போக! அவர்கள் நம்மை ஆட்டு மந்தையைச் சூழ்வதுபோல் சூழ்ந்து கொண்டுவிட்டார்கள். நான் நிச்சயமாகச்

சொல்கிறேன். அவர்கள் அவரைக் கொன்றுவிட்டார்கள். இல்லாவிட்டால், இப்போது மதியம் மணி இரண்டாகிறது. இருந்தும்."

"சாபஷ்கோவைக் கொல்வதென்பது அவ்வளவு சுலபமான காரியமல்ல!"

"நீங்கள் இவ்வளவு குதூகலமாயிருப்பதற்குக் காரணம் என்ன?"

"குதூகலத்தோடுதான் நாம் சண்டைபோட வேண்டும். அவ்வளவுதான் கொரா!"

களத்துமேட்டில் எரிந்துகொண்டிருந்த வைக்கோலிலிருந்து எழுந்த புகைமண்டலம் தரைமீது தாழ்ந்து நகர்ந்து கசாக்குகள் இருந்த திசைநோக்கி மிதந்துசென்றது. அப்போது தன்னந்தனியான மனித உருவங்கள் ஆங்காங்கே குடுகுடுவென்று ஓடிவருவது தெரிந்தது. முன்னணி வரிசையிலிருந்த செஞ்சேனை வீரர்கள் சுட்டுக்கொண்டே, பின்னாலிருந்த பதுங்குக் குழிகளை நோக்கிப் பின்வாங்கினார்கள். அந்தப் பண்ணையைச் சுற்றி கோணல்மாணலான குதிரைலாட வடிவத்தில் அமைந்திருந்த கச்சாலின் படைகளின் அணிகள் அனைத்துமே பதுங்கிக்கொண்டு விட்டன.

"பார்த்தீர்களா? அவர்கள் பதுங்குகிறார்கள்!" என்று கூச்சலிட்டான், தெலேகின்; "அவர்களால் சமாளிக்க முடியவில்லை. கற்றுக்குட்டிகள்! பாருங்கள், பாருங்கள். அவர்கள் பதுங்குகிறார்கள். கொரா! தயவுசெய்து அவர்களிடம் ஓடி, எந்தக் காரணம் கொண்டும் அவர்கள் சுடவேண்டாம் என்று சொல்லுங்கள். எனது உத்தரவில்லாமல் ஒரு தோட்டாவைக்கூடச் சுடக் கூடாது என்று சொல்லுங்கள்!"

***

"கமிஸார்!" என்று பாய்கோவ் பயந்தவன்போல் பாவனை செய்துகொண்டு கத்தினான்: "எல்லோரும் அவனவன்

இடத்திற்குச் செல்லுங்கள்!"

முதல் பீரங்கியைச் சேர்ந்தவர்கள் எல்லோரும் உடனே எழுந்து தத்தம் இடங்களுக்குச் சென்றனர். அந்தக் கோஷ்டியில் பாய்கோவ், சதூர்ய்வீதெர், காகின், அனீஸ்யா முதலியோர் இருந்தனர். அனீஸ்யா தளவாடங்களைத் தூக்கிக்கொண்டு வந்து கொடுக்கும் வேலையைக் கவனித்தாள். கொரா, எரிந்து கரிந்துபோன ஒரு குடிசையின் மண்சுவருக்குப் பின்னாலிருந்து வெளிப்பட்டார். அக்ரிப்பீனா அவருக்குப் பின்னால் வந்தாள். அவர்கள் இருவரும் பீரங்கிப் படையைச் சூழ்ந்து நின்ற கோஷ்டியை நோக்கி வந்தார்கள். கொரா செஞ்சேனை வீரர்களிடம் பேசத் தொடங்கினார். அக்ரிப்பீனா தனது கையில் ஒரு ரிவால்வரைத் தரையை நோக்கிப் பிடித்தவாறு, அவருக்கருகில் விறைப்புடன் நிமிர்ந்துநின்றாள்.

"விசேட உத்தரவுகள் எதுவுமில்லாமல், ஒரு தடவை கூட யாரும் சுடக்கூடாது!" என்று கொரா அழுத்தம் திருத்தமாக இடிமுழக்கம் செய்தார்: "தோழர்களே! நான் எச்சரிக்கை செய்கிறேன். இந்த உத்தரவுகளை எவரேனும் மீறி நடந்தால், அந்த இடத்திலேயே அவர்கள் சுடப்பட்டு வீழ்வார்கள்!"

பாய்கோவ் மழைத்துளிகளால் வெளுத்துப் போயிருந்த தனது தாடியை உலுக்கிவிட்டுக் கொண்டான்.

"தம்பிகளா! ரிவால்வரும் கையுமாக நிற்கும் அந்தப் பெண்ணைப் பார்த்தீர்களா? அவள் கண்ணிமைக்கும் நேரத்துக்குள் உங்களைச் சுட்டு மல்லாத்திவிடுவாள்!" என்றான் பாய்கோவ்.

"அவளை ஏன் கேலி செய்கிறீர்கள்?" என்று அனீஸ்யா எதிர்த்துக் கேட்டாள்: "அக்ரிப்பீனா இங்கு சிறந்த தோழராக்கும். தான் என்ன செய்கிறோம் என்பது அவளுக்கு நன்கு தெரியும்!"

கொரா, பீரங்கியை நோக்கியவாறே உறுத்தமுகத்தோடு திரும்பினார்; அங்கிருந்தவர்கள் எல்லோரும் உடனே

வாய்மூடி அடங்கிப் போய்விட்டார்கள். கொராவோடு கட்டிப் போடப்பட்டவள் போன்று, அக்ரிப்பீனா தன் கணவரையே நிழல்போல் பின்பற்றி வந்தாள். அந்த முதல் நம்பர் பீரங்கி வண்டிச் சக்கரங்களையும், பலகைகளையும் கொண்டுபிணைத்த ஏதோ ஒரு விசித்திரமான மேடைமீது நின்றது; அதனைச் சுற்றிலும், உளிகளும், ரம்பங்களும், மரச்சீவல்களும் சிதறிக் கிடந்தன. கொரா, அந்த விசித்திரமான அமைப்பைப் பார்த்து ஒன்றும் புரியாமல் விழித்தார்.

"இது என்ன ஏற்பாடு?" என்று அவர் கடைசியில் கேட்டார்.

"இது எங்கள் சொந்தக் கண்டுபிடிப்பு, கமிஸார் தோழரே!" என்று பதிலளித்தான் பாய்கோவ். "கப்பலிலுள்ள சுழலும் பீரங்கி மேடையைப் போன்றது."

"ஆமாம். இந்தச் சக்கரங்கள் எதற்கு?"

'இதனை வேகமாகச் சுழற்றுவதற்குத்தான். இது நன்றாக வேலை செய்கிறது."

"ஓஹோ! அப்படியா?" என்று கூறிவிட்டு, கொரா சொன்னார்; அக்ரிப்பீனாவும் அவரைப் பின் தொடர்ந்தாள். அவன் சென்றபின்னர் அவள் சென்ற திசையை நோக்கிக் கண்ணைச் சிமிட்டிக்கொண்டே, பாய்கோவ் கூறினான்:

"தோழர்களே! அவளும் நானும் ஒரே நாடகக் குழுவில் தான் இருக்கிறோம். என்றாலும் நான் கமிஸாரைப் பார்த்துப் பயப்படுவதைவிட, இவளைப் பார்த்துத்தான் அதிகம் பயப்படுகிறேன். அவள் கண்களோ சுண்டெலிக் கண்கள்மாதிரி வட்டமாக இருக்கின்றன. அதிலே கொஞ்சம்கூடக் கருணையுணர்ச்சியையே காணோம். அட, பெண்களே! பெண்களே! நாமெல்லாம் எதற்காகத்தான் சண்டை போடுகிறோமோ?"

"தாஷா நான் பணியாரத்தை எல்லாம் அவரிடம்

தூக்கிக்கொண்டு போனேன். ஆனால், அவர்கள் என்னை அந்தக் காற்றாடி இயந்திரத்தின் அருகே போகவிடவில்லை. பிறகு, அவர் மேலேயிருந்து என்னை வருமாறு கையைக் காட்டி அழைத்தார். நான் போனேன். 'இந்தப் பணியாரத்தை எல்லாம் உண்மையிலேயே தாஷாதான் செய்தாளா?' என்று கேட்டார் அவர். 'ஆமாம். அவளேதான் செய்தாள். ஆனால் எல்லாம் ஆவிப் போய்விட்டது' என்று நான் சொன்னேன். 'எல்லாவற்றைக் காட்டிலும் எனக்கு ஆவிப் போன பணியாரம்தான் ரொம்பப் பிடிக்கும். சரி. தாஷாவுக்கு நான் ஆயிரம் முத்தங்கள் அனுப்பியதாகச் சொல்லு' என்றார் அவர்."

"இதெல்லாம் உங்கள் கட்டுக்கதைதானே!" "இல்லவே இல்லை. நான் உண்மையைத்தான் சொல்கிறேன். அது சரி. இங்குள்ள நிலைமைகளைப் பற்றி கேள்விப் பட்டாயா? நமது டாக்டர் இருக்கிறாரே, அவர்தான் இவானோவ். பாவம், மனுஷனுக்கு ஒரே பயபீதி. அந்தப் பீதியிலே அவருக்கு வாந்தியும்பேதியும் கண்டு விட்டது. கமிஸாருக்கு ஒரே ஆத்திரம். 'முதலில் இவர் நரம்பைப் பலப்படுத்தவேண்டும்!' என்றார் அவர். பிறகு அந்த டாக்டரின் உடையையெல்லாம் களைந்து விட்டு, அவரது தலைமீது குளிர்ந்த தண்ணீரைக் கிணற்றிலிருந்து இறைத்துக் கொட்டினார்கள். பார்த்தாயா? அவர் போடும் கூச்சல் உனக்கு இப்போது கேட்கிறதா? அவர்கள் மூன்றாவது வாளித் தண்ணீரைக் கொட்டுகிறார்கள். ஒரே வேடிக்கைதான். இருந்தாலும் தாஷா, உனக்குத் தெரியுமா? நானும் ஒரு கோழைதான்."

தாஷா, அந்தக் குடிசைக்குள் வாசலுக்கும் ஜன்ன லுக்குமாக, அடைப்பட்ட விலங்குபோல் மேலும்கீழும் நடந்துதிரிந்தாள். மருந்து தடவுவதற்கும், கட்டுப் போடுவதற்குமான சாமான்கள் அந்த அறைக்குள்ளே பரப்பப்பட்டிருந்தன; அந்த அறைக்குள்ளேயே கார்பாலிக் நாற்றமும், அயடோபாரத்தின் நாற்றமும் கலந்துவீசத் தொடங்கிவிட்டன. குஸ்மா குஸ்மீச்சோ ஏதேதோ பேசிக்கொண்டு அவளைச் சுற்றிசுற்றி வந்தான்:

"நான் ஒவ்வொரு நாளும் இரவில் ஒரே கனவைக் கண்டு வருகிறேன். அதிலிருந்து நான் தப்பமுடியவில்லை. அந்தக் கனவிலே நான் கையில் ஒரு துப்பாக்கியைத் தாங்கி நிற்கிறேன். என் இதயமோ படபடவென்று அடித்துக் கொள்கிறது. அந்தத் துப்பாக்கியின் குதிரையை நான் பலத்தையெல்லாம் கொண்டு இழுத்துச் சுடுகிறேன்; அந்த துப்பாக்கிக்குள்ளேயே நான் புகுந்துகொள்வது மாதிரி உணர்கிறேன். ஆனால், அது ஒழுங்காகச் சுடுவதில்லை; அந்தத் துப்பாக்கிக் குதிரையோ மிகமிக மெதுவாகத்தான் அசைந்து கொடுக்கிறது; அத்துடன் அதன் குழாயிலிருந்து மிகவும் மெல்லியதாகத்தான் புகை வருகிறது. இவ்வளவுக்கும் நான் குறிபார்த்துச் சுடுகின்ற அந்த மனிதன் - அந்த மனிதனின் முகத்தைக்கூட நான் காண்பதில்லை. அவன் என்னை நோக்கியே கொஞ்சம் கொஞ்சமாக நெருங்கிவருகிறான். வரவர அவனது உருவம் பெரிதாக, பூதாகரமானதாகத் தோன்றுகிறது. சே! என்ன பயங்கரமான கனவு!"

"வெளியே ஒரே அமைதியாக இருக்கிறதே. ஏன்?" என்று கேட்டவாறே, தாஷா தன் கைவிரல்களைச் சொடுக்கு விட்டுக்கொண்டு, ஜன்னலருகே சென்று நின்றாள். பொழுதுசாயத் தொடங்கிவிட்டது; பிடித்தெரிந்த தீயும் வெந்து தணிந்துவிட்டது. உடம்பையெல்லாம் புல்லரிக்கச் செய்யும் ஊளைச் சத்தத்தோடு பறந்துவந்து விழுந்து வெடிக்கும் வெடிகுண்டுகளின் ஓசையும் நின்றுவிட்டது. துப்பாக்கி வேட்டுச் சத்தமும்கூட நின்றுவிட்டது. கசாக்கு அணிகளோ, மெல்லமெல்ல ஊர்ந்துவந்து அந்தப் பண்ணையை அநேகமாகச் சூழ்ந்து கொண்டுவிட்டன. தாஷா ஜன்னலிலிருந்து திரும்பி, மீண்டும் மேலும்கீழும் நடக்கத் தொடங்கினாள்.

"காயப்பட்டவர்கள் நிறையப் பேர் இருப்பார்கள். நாம் எப்படி அவர்களைச் சமாளிக்கப்போகிறோம்?" என்றாள் தாஷா.

"கமிஸார் அக்ரிப்பீனாவை அனுப்பிவைக்கிறார். அவள் வந்தால் மிகவும் உதவிகரமாக இருக்கும். நானும் அனீஸ்

யாவையும் அனுப்பிவைக்குமாறு கமிஸாரிடம் கேட்டுக் கொண்டேன். அவள் பீரங்கிக்கருகே நிற்பது அவ்வளவு நல்லதல்ல. பீரங்கிக்குப் பக்கத்தில் நிற்க வேண்டுமென்பதெல்லாம் வேண்டாத வெறும் ஆசைக் கனவுதான்." என்றேன் நான். அதுசரி. நீ என் கனவைப் பற்றி என்ன சொல்கிறாய்?"

"உண்மையைச் சொல்லுங்கள். தெலேகின் நன்றாகத்தானே இருக்கிறார்? எல்லாம் ஒழுங்காகத்தான் இருக்கிறதா?"

"அவர் அந்தக் குடிசையின் சுவரிலுள்ள ஓட்டை வழியாக என்னை எட்டிக் குனிந்துபார்த்தார். அப்போது அவருக்கு வாயெல்லாம் ஒரே புன்னகையாக இருந்தது. வெற்றியைப்பற்றி அவர் சர்வ நிச்சயமாகத்தான் இருக்கிறார்."

"ஓ!" என்று கத்தியவாறே தாஷா தலையைக் குலுக்கி யாட்டிக் கொண்டாள். காட்டுமிருகங்கள்போல் பதியிட்டு முன்னோக்கி ஊர்ந்துவரும் அந்த ஆயிரக் கணக்கான மனிதர்களைப் பற்றி அவள் நினைக்கவே கூடாது. அத்தகைய விஷயங்களையொன்றும் அவ்வளவு லகுவில் புரிந்துகொள்ள முடியாது. அவள் தனது பலத்தையெல்லாம் ஒன்றுதிரட்டி; ஒரு பிரம்மாண்டமான ராக்ஷஸ மிருகத்தைக் கயிற்றால் கட்டியிழுப்பதுபோல் தனது கற்பனையை, மேஜைமீது பரப்பி வைக்கப்பட்டிருந்த கட்டுப்போடும் துணிகள், மருந்துப் பாட்டில்கள், ரணவைத்தியக் கருவிகள் முதலியவற்றை நோக்கி, அந்தக் கணத்துக்கு இழுத்துவர அரும்பாடுபட்டாள். அயோடின் மருந்து போதுமான அளவுக்கு இல்லை. சீ! இது சுத்த மோசம்! அவளது கற்பனை அந்த நேரத்துக்கு அவளுக்குப் பணிந்து கொடுத்தது; ஆனால், மறு நிமிஷமே கண்ணுக்குப் புலப்படாத ஓட்டைகளின் வழியே தப்பி அந்த விஷயத்துக்கு மீண்டும் ஓடிவிட்டது. உடனே, அவளது கண்கள் இரண்டும் இருபெரும் ஏரிகளைப்போல் விரிந்தன. அன்பும் பரிவும் மிகுந்த இந்த அப்பாவி மக்களையெல்லாம் அவர்கள் ஏன் கொல்ல வேண்டும்? ஏன்தான் கொல்ல வேண்டும்?

குரோத புத்தியைவிடக் கொடுமையானது வேறு என்ன இருக்க முடியும்? குரோத உணர்ச்சி என்பது அவளைச் சூழ்ந்துகொண்டு, ஈவிரக்கமற்று நெருங்கிவந்து நெருக்கியது; அது எந்த நேரமும் விழிப்போடிருந்து அவளது மார்பில் ஒரு துப்பாக்கிச் சனியனைச் சொருகத் தயாராக, நேரத்தை எதிர்நோக்கிக் காத்திருந்தது. அவ்வாறு சொருகப்படும் துப்பாக்கிச் சனியனை அவளது கை பதறிப்போய் எட்டிப் பிடிக்கும்.

"கூடாது. இது கூடவே கூடாது" என்று தாஷா சொன்னாள்; அவளது விரிந்து பரந்த கண்களின் பார்வையைக் கண்டு, குஸ்மா குஸ்மீச் பயந்தான். அவளோ, அவனைப் பார்த்துச் சொன்னாள்: "என்னை ஏன் அப்படி வெறித்துப் பார்க்கிறீர்கள்? நானும் பயந்து போயிருக்கிறேன். புரிந்ததா? நமது டாக்டரை மாதிரி. என்னால் இந்தக் குரோதவெறியைத் தாங்கிக்கொள்ள முடியவில்லை. செல்லமாக வளர்க்கப்பட்டதன் விளைவு என்று சொல்கிறீர்களா? உங்களுக்கு அப்படித் தோன்றினால் அப்படியே சொல்லிவிட்டுப் போங்கள்!"

மேலும், அவள் மேஜைமீதிருந்த பாட்டில்களையும் பொட்டலங்களையும் அர்த்தமற்றுத் தள்ளிவைத்தாள்.

"மேலும் நீங்கள் ஏன் ஏதோவொரு கனவைப் பற்றிப் பேசினீர்கள் என்பதும் எனக்குப் புரியவில்லை."

"ஆஹா! தாஷா! கனவு பலித்துவிட்டது. காதலைப்போல் புனிதப்படுத்தக்கூடிய குரோத உணர்ச்சியும் ஒன்றிருக்கிறது. அகன்ற நெற்றியின்மீது விடிவெள்ளி போல் பிரகாசிக்கக்கூடிய குரோத உணர்ச்சி அது. ஆனால், வேறொரு குரோத உணர்ச்சியும் உண்டு. அது அடிவயிற்றிலேயிருந்து மிருகத்தனமாகப் பிறக்கும் இறுகிப் போன குரோத உணர்ச்சி. அதைக் கண்டுதான் நீ அஞ்சுகிறாய். நானும் அந்தக் குரோத உணர்ச்சியைக் கண்டு 1914ஆம் ஆண்டிலேயே பயப்பட்ட துண்டு யுத்தத்துக்கு ஆள் சேர்த்துக்கொண்டிருந்த காலத்தில், வெளிநாட்டில் இருந்த ருஷ்யர்கள் சிலர் கடைசி

ரயிலைப் பிடித்துச் சொந்த நாட்டுக்கு ஓடிவந்து விட முயன்றார்களாம். அப்போது ஜெர்மானிய கார்டுகள் ரயில் வண்டிகளின் கதவைப் படாரென்று அடித்து அடைத்த வேகத்தில் பல சின்னஞ்சிறு பிள்ளைகளின் பிஞ்சுக் கரங்களை நசுக்கி எறிந்துவிட்டார்களாம். எனது கனவைப் பொறுத்தவரையில் நான் அதைப் பற்றிக் கமிஸாரிடம் சொல்லமாட்டேன். உன்னைத் தவிர, வேறு யாரிடமுமே சொல்லமாட்டேன். உன்னிடம்கூட இத்தகையதொரு இக்கட்டான நேரத்தில் தான் சொல்வேன். நான் அசக்தனாகிவிட்டேன். எனது பூலோக யாத்திரை முடிந்துவிட்டது." எதிர்பாராத விதமாக அவன் விம்மிப் பொருமினான்: "எனது துப்பாக்கி வெடிக்காது, வெறுமனே பிசுபிசுக்கத்தான் செய்யும்."

"நான் அவர்களை வெறுக்கிறேன்" என்று தாஷா திடீரென்று கத்தியவாறே, தனது விரல்களால் நெஞ்சில் அறையத் தொடங்கினாள்: "நான் அவர்களைப் பார்த்திருக்கிறேன். அவர்களது முகங்களை நான் அறிவேன். கொலைசெய்யப் போகிறவர்களின் கண்கள்; காமவெறியால் பருக்கள் வெடித்துப்போன கன்னங்கள்; தொங்கித் தொளதொளத்துப்போன மோவாய்கள். மிருகங்கள்தான்! புத்திகெட்ட, புத்தியற்ற மிருகங்கள்! அத்தகையவர்களுக்கு இந்த உலகிலே இடமில்லை!"

"தாஷா! ஆத்திரப்படாதே. நான் செம்புச் சட்டியிலே வெந்நீர் கொதித்துவிட்டதா என்று பார்த்து வருகிறேன்."

தாஷா, சன்னலை நோக்கி அவசரமாக நடந்து சென்றாள். நீலம் பாரித்திருந்த கருக்கிருட்டில் செஞ்சேனை வீரர்கள் தாக்குதலுக்குத் தயாராகத் துப்பாக்கிகளை நீட்டிப்பிடித்ததுபோல் பிடித்துக்கொண்டு, பதுங்கிக் குனிந்தவாறு முன்னோக்கி ஓடினார்கள். அவர்களது முகங்களைக்கூட தாஷாவால் காண முடிந்தது; அவர்களது முகங்களிலெல்லாம் வேதனையின் சுருக்கங்கள் தென்பட்டன. அவர்களில் ஒருவன் கால் தடுமாறிக் கீழேவிழப் பார்த்தான்; எனினும், மறுகணமே தனது கைகளை அகலவிரித்துத் தன்னைச் சுதாரித்துக் கொண்டு,

பல்லைக் காட்டி இளித்துக்கொண்டு மீண்டும் ஓடத் தொடங்கினான்.

***

ஸ்டெப்பி வெளியில் வானமண்டலத்தில் ஒரு வாணவெடி உயர்ந்துசென்று வெடித்தது; விஷம் போன்ற பச்சைப் பசிய தீப்பொறிகளைச் சிதறியது. கீழ்நோக்கி விழுந்த அந்தத் தீப்பொறிகள் பதுங்குக் குழிகளில் முடங்கியிருந்தவர்களின் கபிலநிறமான முதுகுகளை இனம் காட்டியது; மேலும், அதேசமயத்தில் வெகுசமீபத்திலேயே சுமார் ஐநூறு கஜதூரத்தில், கசாக்குகளின் உருவங்கள் அப்போதுதான் தலைதூக்கி எழுந்து நிற்கத் தொடங்கின. அவர்களில் ஒருவன் தனது வாளைத் தலைக்குமேல் உயர்த்திச் சுழற்றியவாறே ஓடி வந்தான். வாணவெடியின் வெளிச்சம் ஒன்றன்பின் ஒன்றாக அங்கு மறைந்துவிட்டது; அந்தக் கணத்தில் கன்னங்கரிய இருளினூடே, ஆரவார ஒலியெழுந்தது; அது சீக்கிரமே புயலுக்குமுன் பேய்க்காற்றைப்போல் பரிணமித்து ஊளையிட்டது.

தெலேகின் தொப்பியை எடுத்துவிட்டு, நனைந்து போயிருந்த தலையைக் கையால் தடவிக் கொடுத்தான். எதிர்நோக்கக் கூடிய எல்லா நிலைமைகளையும் தீர ஆலோசித்து, செய்யவேண்டிய காரியங்களையெல்லாம் செய்து முடித்தாகிவிட்டது. இப்போதோ யுத்தத்தின் மனோதத்துவம்தான் தொடங்க வேண்டும். தெலேகின் தனது தொலைநோக்கிக் கண்ணாடியால் பார்த்துத் தேர்ந்து தெளிந்தவரைக்கும் எதிரிகளிடம் இருப்பிலுள்ள படைகள் செஞ்சேனையின் பலத்தைவிட, எண்ணிக்கையில் நான்கு மடங்காவது அதிகமாக இருக்குமென்று அவனுக்குத் தோன்றியது.

தெளிவாகக் காண வேண்டும் என்ற ஆர்வத்தால், அவன் அந்தக் குடிசையின் ஓட்டைவழியே தனது தலையையும் தோள்களையுமே வெளியே பூரணமாக நீட்டிக்கொண்டான். திடீரென்று அந்தப் பண்ணையிலே துப்பாக்கி வெடிகளின் சப்தமும் ஒளிவீச்சும் கணகணத்தன.

தெலேகினுக்குத் தலையே கிறங்கிச் சுழல்வதுபோல் தோன்றியது. ஜனங்களோ, பதுங்குக் குழிகளை நோக்கி அங்குமிங்கும் சிதறியோடினார்கள். தெலேகின், தனது தொப்பியைத் தேடிப் பார்த்தான்: சீ! அந்தத் தொப்பியை நான் நழுவ விட்டுவிட்டேன் போலிருக்கிறது. 'வெட்கம், வெட்கம்!' என்று மறுகணம் அவன் மேட்டுப்படிகளின் வழியாகப் பாய்ந்தோடி இறங்கி, பதுங்குக் குழிகளை நோக்கி ஓடினான்.

கசாக்குகளின் முதல் தாக்குதலை அநேகமாக எல்லா இடத்திலும் முறியடித்தாகிவிட்டது; ஒரேஒரு இடத்தில் மட்டும்தான், அதாவது அந்தக் கொல்லுப்பட்டறை இருந்த இடத்தில் மட்டும்தான் அவர்கள் இன்னும் நெருங்கி வருவதாக தெலேகினுக்குத் தோன்றியது. அங்கு கையோடு கைகலக்கும் துவந்த யுத்தமே நடந்தது; மூர்க்கத்தனமான கூப்பாடுகளும், கை வெடிகுண்டுகளின் கர்ஜனையும் அங்கிருந்து கிளம்பின. இருப்பிலுள்ள படைகள் இருக்கவேண்டிய கொட்டகையின் மண்சுவரை நோக்கி தெலேகின் சென்றான். ஆனால், அங்கு யாருமே இல்லை. அங்கிருந்த செஞ்சேனை வீரர்களெல்லாம் தம்மைத்தாமே கட்டுப்படுத்தித் தாங்கி நிற்கமாட்டாமல், உத்தரவுக்காகக் காத்து நிற்காமல், கொல்லுப்பட்டறையினருமே இக்கட்டான நிலைமைக்கு இரையாகிக் கொண்டிருந்த தமது தோழர்களைக் காக்க ஓடிப்போய் விட்டார்கள். தமது முதுகில் நாட்டு வெடிகள் நிறைந்த ஒரு சாக்கு மூட்டையைத் தூக்கிக் கொண்டு, கொராவும் அந்தக் கொல்லுப்பட்டறையை நோக்கி ஓடிக் கொண்டிருந்தார்.

"கமிஸார்!" என்று கத்தினான் தெலேகின்: "இதெல்லாம் என்ன? ஒரே குழப்பம்? கட்டுப்பாடே இல்லையே! இதை அனுமதிக்க முடியாது!"

கொராவோ, அந்தச் சாக்கு மூட்டைக்கடியிலிருந்து கோபம் பொங்கிச் சிவந்த மூக்கை மட்டும் அவனை நோக்கித் திருப்பினார். இன்னும் சிறிதுதூரத்தில் தெலேகின் தாஷாவைக் கண்டான்; அவள் காயப்பட்டு நொண்டிக்கொண்டே வரும் ஒரு போர்வீரனைக்

கைத்தாங்கலாகக் கூட்டிக்கொண்டு, வாசலுக்குள் நுழைந்துகொண்டிருந்தாள். தெலேகின் சட்டென்று நின்று, தனது விரல்களை அகலவிரித்தவாறு கையையுயர்த்தினான். "நல்லது. இதற்காகத்தான் நான் இங்கு வந்தேன்" என்று அவன் சத்தமிட்டுச் சொன்னான். பின்னர், அவன் பீரங்கிப் படையை நோக்கி ஓடினான்.

"இங்கே எல்லாம் நன்றாக இருக்கின்றதா?"

"இதைவிட நன்றாக இருக்க முடியாது. வாழ்த்துகள் தெலேகின்!"

"தோழர்களே! எதிரிகளின் இருப்புப் படைகள்மீது சிதர் குண்டுகளை வெடியுங்கள்!"

பக்கத்திலுள்ள ஒரு கூரையின்மீது ஏறிநின்று, தெலேகின் தனது தொலைநோக்கிக் கண்ணாடியால் பார்த்தான். சிறிதுநேரத்துக்கு முன்னால் காற்றாடி இயந்திர மேட்டிலிருந்து அவன் கண்டுகொண்டிருந்த அந்த இருப்புப் படைகள் அப்போது நெருங்கிய கும்பலாக முன்னேறி வந்து கொண்டிருந்தன.

அவன், தான் நின்றுகொண்டிருந்த கூரையிலிருந்தவாறே சத்தமிட்டான்: "இடைவிடாது சரமாரியாகச் சுடுங்கள்!"

அந்திக் கருக்கலின் இருளூடே, சிதர் குண்டுகள் ஒன்றன்பின் ஒன்றாகச் சடசடவென்று பொரிந்து தள்ளின. தாக்குதலுக்காக வந்து கொண்டிருந்த எதிரிகளின் அணி தள்ளாடியது; எனினும், அதன் முன்னேற்றம் நிற்கவில்லை. சிதர் குண்டுகள் தணிந்து தணிந்து அவர்களது தலைக்கு மேலேயே வெடித்தன; எனினும்கூட, அவர்கள் முன்னேறி வந்து கொண்டிருந்தார்கள். அந்தச் சமயத்தில் வான மண்டலத்தில் ஒரு வாணவெடி பறந்துசென்றது; நெருப்புப் பொறி கக்கும் பல்வேறு தலைகள் கொண்ட நாகசர்ப்பம்போல் அது அந்த கசாக்குப் போர் வீரர்களின் தலைக்குமேல் சென்று வெடித்துச் சிதறியது; அந்த வாணவெடி அவர்களது கம்பீரமான முன்னேற்றத்துக்கு வாழ்த்துக் கூறி, அவர்களைப் உற்சாக மூட்டுவதுபோல்

அலெக்சேய் தல்ஸ்தோய் ▲ 461

தோன்றியது: "தம்பிகளா! முன்னேறிச் செல்லுங்கள்! இன்று நீங்கள் போல்ஷெவிக்குகளின் எலும்புகளைப் நொறுக்கி எண்ணிவிடலாம்!" ஆனால் அந்த வாணவெடியின் தீப்பொறிகள் அணைந்து மடிவதற்குள்ளேயே, வலதுபுறத்தில் கிழக்குத் திசையில் ஒன்றன்பின் ஒன்றாக மூன்று வாணவெடிகள் விண்ணோக்கிப் பறந்தன; பின்னர், அவை சிவப்புத் தீப்பொறிகளாக வானமெங்கும் சிதறி விழுந்தன.

"நீங்களும் மூன்று வாணவெடிகளைத் தொடர்ச்சியாக விடுத்து, அதற்குப் பதிலளியுங்கள்!" என்று கத்தினான் தெலேகின்.

***

புதியோனியும் அவரது குதிரை வீரர்களும் இருளோடு இருளாய், ஒரு கடவுப் பாதையின் வழியாக முன்னேறி வந்து, அந்தக் கசாக்கு வீரர்களை எதிர்பாராத விதத்தில் இடதுபக்கமாக வந்து தாக்கினார்கள்; திடீரென்று மூர்க்காவேசத்தோடு தாக்கிய அந்தத் தாக்குதலைக் கசாக்குக் காலாட்படையினர் சிறிதும் சமாளிக்க முடியவில்லை; ஒரே நிமிஷத்துக்குள் அந்தக் கசாக்குக் காலாட்படை முறியடிக்கப்பட்டது. அதேநேரத்தில், காலாட்படையும் குதிரைப்படையும் நேர்முகமாக மோத நேருங்காலத்தில் விளையக்கூடிய பயங்கரமும் தலைதூக்கி விட்டது. குண்டோட்டமாகத் தப்பித்து ஓடும் காலாட்படைகளைக் குதிரைப் படையினர் விரட்டிவிரட்டி, வாளால் வெட்டிச் சாய்க்கத் தொடங்கினார்கள். பண்ணைக்கு மேலாக வான மண்டலத்தில் உயர்ந்து வெடித்த வாணவெடிகள் ஸ்டெப்பி வெளி முழுவதிலும் ஒளிபரப்பின; அந்த ஸ்டெப்பி வெளியிலோ எங்குப் பார்த்தாலும், வீலென்று கத்திக்கொண்டு பாய்கின்ற வாளுக்கு இரையாகி மடியும் மரண பயங்கரம் மட்டும்தான் நிலவியது. காலாட்படையினரோ தமது துப்பாக்கிகளை விட்டெறிந்துவிட்டு, கைகளால் தலையை மூடிக் கொண்டு ஓடினார்கள்; ஆனால் குதிரைகளும் குதிரை வீரர்களும் வீசிய கரிய நிழல்களோ அவர்களை

முந்திக்கொண்டு பாய்ந்தன. புதியோனியின் குதிரை வீரர்களோ, தமது அங்கவடிகளின்மீது நாசூக்காக எழுந்து நின்றவாறு, இருபுறத்திலும் சாய்ந்து, கையை உயர்த்திக்கொண்டு வாள்களை வீசி வெட்டினார்கள்; இதனால் வெட்டுண்டு விழுந்த கசாக்குச் சடலங்கள் குதிரைகளின் கால்களுக்கடியில் சிக்கி மிதியுண்டன.

அந்தக் கசாக்குத் துருப்புக்கள் முறியடிக்கப்பட்டதையும், அவர்கள் எங்குப் பார்த்தாலும் தப்பியோடுவதையும் பார்த்த புதியோனி குதிரையின் கடிவாளத்தை இழுத்து நிறுத்தி, தமதுவாளைச் சுழற்றியவாறே "என் பின்னால் வாருங்கள்!" என்று சத்தமிட்டார்; பின்னர் அவர் பண்ணையை நோக்கிக் குதிரையைத் தட்டிவிட்டார். அவரது உத்தரவைக் கேட்டு, அவருக்குப் பின்னாலேயே சுமார் ஐம்பது குதிரை வீரர்களுக்குமேல் பின்தொடர்ந்து சென்றார்கள். புதியோனி தமது சேணத்திலிருந்து பின்புறம் சாய்ந்தவாறும், வாளைத் தாங்கியிருந்த கைக்குச் சிறிது ஓய்வுகொடுக்கும் வண்ணம், அந்தக் கையைத் தொங்கவிட்டவாறும் பாய்ந்துசென்றார். வெள்ளிபோல் மினுங்கிய அவரது தொப்பி தலையில் பின்னோக்கித் தள்ளியிருந்தது; எனவே, வேர்த்துப் போயிருந்த அவரது நெற்றியில் நல்ல காற்று படுவதற்கு ஏதுவாயிற்று. அவரது படையினரோ, அவரையொட்டி வருவதற்காகக் குதிரைகளை மிகவும் வேகமாக முடுக்க வேண்டியிருந்தது. அவர்கள் குளத்துக்கரை வழியே பாய்ந்துசென்றார்கள்; வானத்திலிருந்து வெடித்துச் சிதறிய வாணவெடிகளின் தீப்பொறிகள், அந்தக் குளத்தின் திட்டுத்திட்டான பனிக்கட்டிப் பரப்பின்மீது பிரதிபலித்தன. அங்கு சில மனிதர்கள் அந்தக் குதிரை வீரர்களின் வழியிலிருந்து சிதறியோடிப்போய் தரையில் படுத்தார்கள். ஆனால் புதியோனியோ அவர்களையெல்லாம் கவனிக்காமல், தமது வாளால் கொல்லுப்பட்டறை இருந்த இடத்தைச் சுட்டிக்காட்டினார்; அந்த இடத்தில் கச்சாலின் படையினர் கசாக்குகளிடம் இன்னும் போர்புரிந்து கொண்டிருந்தார்கள். இருதரப்பாரும் மாறிமாறித் துப்பாக்கிச் சனியன்களால் தாக்குவதும், பின்னர்

பின்வாங்கித் தரையிலே படுத்துக்கொள்வதுமாக இருந்தார்கள்.

புதியோனியின் படையினர் பரவலாகப் பிரிந்து வந்தார்கள்; அவர்கள் தமது கடிவாளங்களைத் தளர்த்திப் பிடித்தவாறு, தமக்கு முன்னால் மேலும்கீழும் ஏறி இறங்கிக் குதித்துக்குதித்துச் செல்லும் வெள்ளி நிறமான ஆட்டுத்தோல் தொப்பியைப் பார்த்தவாறே, குளத்தையடுத்திருந்த சரிவில் தென்பட்ட கசாக்குகளின் மீது சரேலென்று மேட்டிலிருந்து செங்குத்தாகப் பாய்ந்தார்கள். இயந்திரத் துப்பாக்கிகள், துப்பாக்கிகள் முதலியவற்றின் வெடி முழக்கங்களோ, நீண்டு நிற்கும் துப்பாக்கிச் சனியன்களோ கனைத்துக்கொண்டு பாயும் அந்தக் குதிரைகளின் ஓட்டத்தைத் தடுத்து நிறுத்த முடியவில்லை. குதிரை வீரர்களின் கைவாளுக்கு எட்டும் தொலைவில் தட்டுப்பட்டவர்களெல்லாம் வெட்டுண்டு விழுந்தார்கள். அந்தப் பண்ணைக்குப் போய்ச் சேரும்வரையிலும், புதியோனி தமது குதிரையின் கடிவாளத்தை இழுத்துப் பிடிக்கவேயில்லை.

தெலேகின் அவரை நோக்கி ஓடிவந்தான். ஆனால், அவரோ அவனது வணக்கத்துக்கு உடனே பதிலளிக்கவில்லை. அவர் வாளைக் கைக்குட்டையொன்றினால் அழுத்தித் துடைத்துவிட்டு, கைக்குட்டையைத் தூர எறிந்தார்; பெரிய வாளை அதன் வெண்கல உறையில் கணீரென்று செலுத்திவிட்டு, தமது கையை விறைப்பாகத் தூக்கிச் சலாமிட்டவாறே பேசினார்:

"வணக்கம், தோழரே! நீங்கள் யார்? நீங்கள் இந்தப் படைப் பகுதியின் தளபதியா? நான்தான் பிரிகேடுத் தளபதி புதியோனி; இந்தக் கோஷ்டியின் தலைவன். என்னுடைய உத்தரவு இதுதான். இங்குள்ள சாமான் வண்டிகளையும், காயப்பட்டவர்களையும் கவனித்துக் கொள்வதற்கு ஒரு படைப்பிரிவை மட்டும் இங்கு நிறுத்திவிட வேண்டும். உங்களது மற்ற துருப்புகள் அத்தனை பேரும் பீரங்கிகளோடு கிராமத்தை நோக்கி உடனே புறப்பட்டுச் சென்று, அங்குள்ள வெள்ளைக்

கசாக்குகளை விரட்டியடித்துக் கிராமத்தைக் கைப்பற்ற வேண்டும்."

"நல்லது, தோழரே! அதன்படியே நடக்கும்!"

"ஒரு நிமிஷம், தோழரே!"

அவர் தமது சேணத்திலிருந்து கீழே குதித்து, அவரது சட்டையின் விளிம்பைப் பிடித்துப் பற்களால் கடித்துக் கொண்டிருந்த குதிரையின் மூக்கின்மீது ஓர் அறை அறைந்து, சட்டையை விடுவித்தவாறே, தெலேகினிடம் திரும்பிக் கைகொடுத்தார்.

"உங்களுக்கு அதிகமான சேதமா?"

"அதெல்லாம் ஒன்றுமில்லை."

"ரொம்ப நல்லது. எனவே நாங்கள் வந்து சேர்ந்திரா விட்டாலும்கூட, நீங்கள் உங்களது சொந்த பலத்திலேயே தாக்குப்பிடித்து நின்றிருப்பீர்கள் இல்லையா?"

"நிச்சயமாக நின்றிருப்போம். ஏன் முடியாது? எங்களிடம் ஏராளமான தளவாடங்கள் இருக்கின்றன."

"நல்லது. இனி நீங்கள் புறப்படலாம்."

"அனீஸ்யா! இப்போது என் வயிற்றில் வலியே இல்லை. எனது வயிறே எங்கிருக்கிறது என்பதைக்கூட நான் உணர வில்லை. இந்த வயிறுதான் எவ்வளவு மோசமாக அமைந் திருக்கிறது! நமது உடம்பிலேயுள்ள மிகவும் முக்கியமான உறுப்பு அது. எனினும், அதற்குப் போதுமான பாதுகாப் பில்லை. அந்த வாள் என் வயிற்றில் ஓர் அங்குல ஆழத்துக்குக்கூடச் செல்லவில்லை. எனினும், அது எவ்வளவு பெரிய நாசத்தை விளைவித்துவிட்டது. நாசம். படுநாசம். எனக்கு ஏதாவது குடிப்பதற்குக் கொடேன்."

அனீஸ்யா களைப்போடும், மௌனத்தோடும் அவனது படுக்கைக்கருகில் அமர்ந்திருந்தாள். ஆஸ்பத்திரியைக் கிராமத்துக்குக் கொண்டுவந்து விட்டார்கள்; அதனை ஒரு இரண்டடுக்குச் செங்கற் கட்டடத்தில் நிறுவியிருந்தார்கள்.

அங்கு லேசான காயம்பட்டவர்களே இருந்தார்கள். படுக்கையிலேயே இருக்க வேண்டியவர்களையும் மற்றவர்களையும் சில தினங்களுக்கு முன்பாகவே த்ஸாரீத்ஸினுக்கு அனுப்பி வைத்துவிட்டார்கள். ஷரீகின் இறந்துகொண்டிருந்தான். அவன் சாவதற்கே விருப்பமின்றி, தனது உயிரைப் பரிதாபகரமாக இழுத்துப் பிடித்துக் கொண்டிருந்தான். எனவே, அவனால் அனீஸ்யா மிகவும் துன்பப்பட்டுச் சோர்ந்து போய்விட்டாள். அவள், அவனுக்கு ஆறுதல் வார்த்தைகள் கூறி வந்ததைக்கூட நிறுத்திவிட்டாள்; அவனது படுக்கைக்கருகே மௌனமாக அமர்ந்து, அவன் பேசுவதைக் கேட்க மட்டுமே அவளால் முடிந்தது.

இப்போதோ அவள் எழுந்துசென்று ஒரு வாளியிலிருந்த தண்ணீரைக் குவளையால் முகந்துவந்து, அவனுக்குக் குடிக்கக் கொடுத்தாள். அவனது முகமோ கனன்று எரிந்தது. சின்னஞ்சிறு சிசுவின் கண்களைப்போல் நீலநிறத்தோடு விளங்கிய அவனது அகன்ற கண்கள் அனீஸ்யாவின் ஒவ்வொரு நடமாட்டத்தையும் தொடர்ந்து கவனித்தன. அவள் சாதாரண உடையணிந்து, அதன்மீது டாக்டரின் வெள்ளையங்கி தரித்திருந்தாள். அவனது கனவுகளிலெல்லாம் தோன்றி அவனை அலைக்கழித்த தங்கநிறமான அழகிய கேசத்தை, சுற்றிவளைத்துக் கொண்டையாகப் போட்டிருந்தாள். அவள் தன்னை விட்டுவிட்டுப் போய்விடுவாள் என்று அவன் பயந்தான்; ஏனெனில் அவ்வாறு நேர்ந்தால், தலையணைக்குள் முகத்தைப் புதைத்துக்கொண்டு, பற்களை இறுகக் கடித்தவாறு, தனது நெற்றிப் பொருத்திலே நிதானமற்றுத் துடித்துக் கொண்டிருக்கும் நாடித்துடிப்பைக் காது கொடுத்துக் கேட்பதைத் தவிர, அவனுக்கு வேறுவிதியே இல்லை. அவன் இடையறாது பேசினான். அவனது எண்ணங்கள் அணையப்போகும் திரியின்மீது ஆடுகின்ற சுடரைப்போல், ஏறவும்இறங்கவுமாக இருந்தன; அதாவது அந்தச் சுடர் ஒருசமயம் எண்ணெய்க் கிண்ணத்தின் விளிம்பைத் தொடுவதும், மறுகணம் சீறிச் சினந்தெழுந்து பிரகாசமான ஒளியைச் சிதறுவதுமாக, துள்ளுவதும்

அடங்குவதுமாக இருக்குமே, அந்த நிலையில்தான் அவன் இருந்தான்.

"அனீஸ்யா! அப்போது நீ கொஞ்சும்கூட அழகாகவே இல்லை; உன் வயதைவிட, நீ மிகவும் மூப்பாகத் தோன்றினாய். நீ உனது கன்னத்தைக் கையின் மீது தாங்கியவாறு, குறிப்பற்று வெறித்து நோக்கிக் கொண்டிருப்பாய். அப்போது உன் கண்கள் சோகத்தால் இருண்டிருக்கும். நான் ஒன்றும் பரிவுணர்ச்சி மிக்கவனல்ல; அந்த உணர்ச்சிகளை எல்லாம் நான் என்றோ உதறித் தள்ளிவிட்டேன். சொல்லப்போனால் இளகிய இதயம்கொண்ட மனிதர்கள்தான் மிகவும் கொடுமைக்காரரர்கள் என்று சொல்லவேண்டும். ஒருவன் வாழ்க்கையில் ஒரேஒரு முறைதான் பரிவுணர்ச்சி கொள்ள வேண்டும். அவ்வளவுதான். அப்புறம் அதனை நிறுத்திவிட வேண்டும். இதயத்தைப் பட்டறைக் கல்மீது வைக்க வேண்டும்; பின்னர், அதனை எடுத்து எரிந்து கொண்டிருக்கும் நெருப்பிலே போட்டுப் பழுக்கக் காய்ச்ச வேண்டும்; பின்னர், சம்மட்டியால் மீண்டும் மீண்டும் அடிக்க வேண்டும். இளம் கம்யூனிஸ்ட் லீகைச் சேர்ந்தவர்கள் அப்படித்தான் இருக்க வேண்டும். அந்த நாட்களில் நாம் கப்பலில் இருந்தபோது, நான் ஒரு ரகசியக் கூட்டம் நடத்தினேன்; அந்தக் கூட்டத்தில் 'உன்னை யாரேனும் தொடநேர்ந்தால், அது புரட்சி வீரர்களின் கௌரவத்துக்கே இழுக்கான செயலாகும்' என்று நமது தோழர்களிடம் எடுத்துரைத்தேன். லதூகின் மட்டும் சமையற்காரிகளைப் பற்றி ஏதோ சொன்னான். 'அந்த லதூகின் இருக்கிறானே! அனீஸ்யா! உனக்குத் தேவையானவன் அந்தமாதிரி நபரல்ல'. புரட்சி உன்னை நிமிர்ந்து நிற்க வைத்துவிட்டது; அதனால் நீ அழகெல்லாம் பெற்று மலர்ச்சியுற்றாய்; ஆனால் எல்லாம் அவனுக்காகவா? அப்படியா? அது ஒரு இருண்ட பாதை. இந்த விஷயத்தைக் கவனித்தாக வேண்டும். இந்தப் பிரச்னை குறித்து நாம் போராடித்தான் ஆக வேண்டும்."

அவனது ஜீவஜோதி வாழ்க்கையின் விளிம்பை நக்கி

நிமிர்ந்தது; வரப்போகும் இருளை அளவிட்டது; பின்னர் மீண்டும் தணிந்தது. ஷரீகின் தனது உதடுகளை வறண்டு போன நாக்கினால் தடவிக்கொடுத்துக் கொண்டான். அனீஸ்யா தண்ணீர்க் குவளையை அவனது வாய் அருகே வைத்துத் தண்ணீர் கொடுத்தாள்; அவன் மீண்டும் பேசத் தொடங்கினான்;

“நான் எதற்காகச் சாகிறேன் என்பது எனக்குத் தெரியும்; அந்த விஷயத்தில் எனக்குச் சந்தேகங்களே இல்லை. ஆனால், நீ என்னை நினைவுகூர வேண்டும் என்றே நான் விரும்புகிறேன். எனக்குச் சொந்த ஊர் பெத்ரொகிராத்; பெத்ரொகிராதிலுள்ள வசீலியவ்ஸ்கி தீவு. என் தந்தை ஒரு தச்சுத் தொழிலாளி. நான் ஒரு தொழிற்பள்ளியில் சென்று அதே தொழிலைக் கற்று, என் தந்தைக்காக உழைத்தேன். அவர் என்னிடம் ஒரு பலகையைத் தள்ளுவார்; நானும் அவரிடம் ஒரு பலகையைத் தள்ளுவேன். இவ்வாறே மாறிமாறிப் பலகைகளைத் தள்ளி வேலையைக் கவனித்தோம். நாங்கள் இருவரும் வாய்திறந்து என்றுமே பேசியதில்லை. பின்னர் நான் பால்டிகிலுள்ள கப்பல்கட்டும் துறைக்கு வேலைக்குச் சென்றேன். அப்போதுதான் நான் எல்லாவற்றிலும் மிக முக்கியமான விஷயத்தை, அதாவது நான் எதற்காக வாழ்கிறேன் என்ற விஷயத்தைக் கண்டுபிடித்தேன். என்னுடைய சிந்தனைகள் ஜுரவேகம் பெற்றன; எனது பொறுமையின்மை என்னையே தகித்தது. எனது மனமோ உன்னதமான விஷயங்களை நாடிற்று; எனவே என்னால் தாழ்வான நிலையில் ஒருமணி நேரம்கூட இருக்க முடியவில்லை. பின்னர் யுத்தம் வந்தது; என்னைக் கடற்படையில் இழுத்துக்கொண்டு விட்டார்கள். அப்போது கோபாவேசத்தோடு, எனது பற்களை நெறுநெறுவென்று கடிக்கத்தான் என்னால் முடிந்தது. உனக்குப் புரிந்துகொள்ள முடியுமா, அனீஸ்யா? அப்போது நான் ஓர் உயிருள்ள மனிதனைக் கண்டேன். நாங்களே கற்பனை செய்த, நாங்களே உருவாக்கிய, நாங்களே அதற்காகப் போராடிய கற்பனைசெய்த, அந்த மனிதனைக் கண்டேன். இந்த உலகத்தில் குனிந்த

தலையோடும் கொடிய சோகத்தோடும் நீ இன்னும் அலைவதற்கு நான் எப்படிச் சம்மதிப்பேன்? பின்னே புரட்சி என்பதுதான் எதற்காக? இல்லை. அப்படி நேரக் கூடாது. நீ ஒரு நடிகையாக வரவேண்டியவள். ஒவ்வொரு நாள் இரவிலும் ஒத்திகை நடக்கும்போது நான் அந்தக் குடிசையின் அருகிலேயே சுற்றிக்கொண்டு, உன்னைப் பார்த்தேன்; உன் பேச்சைக் கேட்டேன்:

'ஆண்டவனின் பேரால்! சகல மாகானுபவார்களின் திருநாமத்தின் பேரால்! நிராகரிக்கப்பட்டேன்! நிராகரிக்கப்பட்டேன்!' உனது நடிப்பைக் கண்டு ராணுவங்கள் அனைத்துமே பிரமித்துப் போய்விடும்! உள்நாட்டுப் போர் ஒருநாள் முடியத்தான் செய்யும்; பின்னர் நீ ஒரு பிரபல நடிகையாகிவிடுவாய். அதுதான் உன் வாழ்க்கைப் பாதை. நீ பலவீனமான உள்ளத்தோடு இருக்கக் கூடாது. அவன் உனக்காகப் பாடுவான்; ஆனாலும் நீ அவனைக் காது கொடுத்துக் கேட்காதே. அனீஸ்யா! தனிப்பட்ட வாழ்க்கையை மட்டும் வாழ்வதற்கு உனக்கு உரிமை கிடையாது என்பதைத்தான் நான் உணர்த்த விரும்புகிறேன். என் அருமை அனீஸ்யா! ஏன் இப்படி முகத்தைத் திருப்புகிறாய்? திருப்பாதே. நான் சிறிது களைப்பாறுகிறேன்; பிறகு என் எண்ணங்களைச் சேகரித்துக் கொண்டு பேசுகிறேன். நான் இன்னும் வேறு ஏதோ சொல்ல வேண்டும் என்று நினைத்தேன். ஏதோ ஒன்றை, ஏதோ மிகவும் முக்கியமான விஷயத்தை நான் மறந்துவிட்டேன்."

அவனது தலை, தலையணையின்மீது அங்குமிங்கும் புரண்டது. பின்னர் அவன் அமைதியடைந்தான். அவன் வெகுநேரமாக அமைதியாகக் கிடந்ததைக் கண்டு, அனீஸ்யா அவன்மீது குனிந்து பார்த்தாள். அரைக் கண் போட்டுத் திறந்திருந்த அவனது கண்களில் கருவிழிகள் மேலேறிச் சொருகி, வெள்ளை விழி மட்டுமே வெளியே தெரிந்தது. அவனது பேச்சைக் காட்டிலும், அவனது கண்கள் பரிதாபகரமாக மேலேறிச் சொருகிச் சுழல்வதுதான் அனீஸ்யாவின் இதயத்தைத் தொட்டது.

தெளிவற்ற, ஜன்னி வேகம்கொண்ட வார்த்தைகளின்மூலம் அவன் உணர்த்த முயன்ற விஷயம் அவளுக்குத் திடீரென்று புலப்பட்டது. அடுக்கி வைத்த எருக்குவியலுக்குள்ளே ஒருவரையொருவர் அணைத்தவாறு அடங்கியொடுங்கிக் கிடந்த அவளது சின்னஞ்சிறு குழந்தைகள் இரண்டும் தம்மைச் சுற்றிலும் தீப்பிழம்புகள் படர்ந்து வருவதைக் கண்டு பயந்தவேளையில், இந்த மாதிரிதான் அவர்களும் தன்னைக் கூப்பிட்டிருப்பார்கள் என்று தோன்றியது அவளுக்கு. அன்றுமுதல் அந்தக் குழந்தைகளைப் பற்றி எண்ணிப் பார்க்கவே அவள் பயந்து வந்தாள்; இப்போதோ, அவள் அந்தப் பச்சிளம் குழந்தைகளின் இருமுகங்களையும் நினைத்துப் பார்க்க முனைந்தாள்; ஆனால், அந்த முகங்களோ உயிருள்ள முகங்கள்போல் அவள் கண்முன் மிதந்தன. சுருட்டைத்தலையும், சிரித்த முகமும், புடைத்த கன்னங்களும், சப்பைமூக்கும் கொண்ட அந்த நான்கு வயதான பெத்ரூஷா, அதற்கும் சிறுபிள்ளையான அன்யூத்தா இருவரது முகங்களும் கண்முன் தோன்றின. இப்போதோ இன்னொரு குழந்தை. மூன்றாவது குழந்தை அவளை நோக்கிக் குரல் கொடுத்தது. ஆனால் இந்தக் குழந்தைக்கோ அவளே அருகிலிருந்து விடைகொடுப்பாள்; அவனது ஆவி பிரியும் வரையிலும் அவள் அவனுடன் இருப்பாள்.

அனீஸ்யா, அவனது அடர்த்தியான தலைமயிரை மெதுவாகத் தடவிக் கொடுத்தாள். அவன் கண்ணிமைகள் படபடத்தன; அவனது நெற்றிப் பொருத்துக்களில் திட்டுத்திட்டாக நீலம்பாரித்து வருவதை அவள் கண்டாள்.

14

ஒவ்வொரு நாள் மாலையிலும் பிரதம தளபதி தெனீகின், தமது தாய்வழியில் தூரத்து உறவினளான க்வாஷ்னினா என்பவளின் வீட்டில் 'வின்ட்' என்னும் ருஷ்யச் சீட்டு விளையாட்டு ஆடுவார். சென்ற

நூற்றாண்டின் இறுதிக் காலந்தொட்டே, அவருக்கு இந்தப் பழக்கம் ஏற்பட்டுவிட்டது. அப்போது அவர் பேரவை மாணவராக இருந்தார். அந்தக் காலத்தில் அவர் க்வாஷ்னினாவின் வீட்டில் தமக்கென்று ஓர் அறை எடுத்துக்கொண்டு தங்கியிருந்தார். அந்த ஜாகை பெத்ரொகிராதிலுள்ள வசீலியவ்ஸ்கி தீவில் ஐந்தாவது ஒழுங்கையில் இருந்தது; கட்டடத்தின்கீழ் வீட்டிலிருந்த அந்த ஜாகை பீட்டர்ஸ்பர்கின் பண்டைய சம்பிரதாய நடைமுறைகளின்படியே அலங்கரிக்கப்பட்டிருந்தது. அந்தக் காலத்தில் அவ்விளையாட்டில் முறையாகப் பங்கெடுத்துவந்த நால்வரில் இப்போது இருவர் மட்டுமே உயிர் பிழைத்திருந்தார்கள். அந்த இருவரும்கூட, காலப்புயலின் வேகத்தால் எகதிரினதாருக்கு விரட்டியடிக்கப்பட்டார்கள். ஆண்டவன் புண்ணியத்தில் தெனீகின் அங்கு வெள்ளை ராணுவம் அனைத்துக்கும் தலைவராக மாறியிருந்தார். க்வாஷ்னினாவோ 1918ஆம் ஆண்டின் தொடக்கத்திலேயே தனது குமாரி எகதிரீனா அலெக்சேயவ்னாவுடன் பீட்டர்ஸ்பர்கில் இருந்து எகதிரினதாருக்கு ஓடிவந்து அங்கு அமைதியாக வாழ்ந்து வந்தாள்.

பிரதம தளபதி பல்வேறு சந்தர்ப்பங்களைப் பயன்படுத்தி, அவளுக்குப் பண உதவி செய்யப் பலமுறை முயன்றார். ஆனால், அவளோ அந்த உதவியை மறுத்துப் பின்வருமாறு பதில் கூறிவிடுவாள்: "தெனீகின்! பண விஷயம் மட்டும் நம்மிடையே வேண்டாம். நட்புறவையே பணம் நாசமாக்கிவிடும்". அவள் வீட்டிலிருந்தவாறே செய்தி இலாகா வெளியீடுகளுக்கான அச்சுப்படிகளைத் திருத்திக்கொடுத்து, தனக்கும் தன் மகளுக்கும் தேவையான பணத்தைச் சம்பாதித்துக் கொண்டாள். மேலும் நெருக்கடிக் காலத்தில் உதவக்கூடிய அளவுக்கு இன்னும் அவளிடம் சில விலை உயர்ந்த பொருள்களும் இருந்தன.

வெள்ளிக்கிழமை மாலைப் பொழுதனைத்தும் மிகவும் புனிதமானவை. ஏனெனில், அந்த நாளில் தலைமைக் காரியாலயத் தலைவரான ஜெனரல் ரமானோவ்ஸ்கியும்

கூட, பிரதம தளபதியைச் சம்பிரதாயபூர்வமான ‘விஸ்ட்’ விளையாட்டுக்குச் செல்லவிடாமல், தடுத்து நிறுத்த முயலமாட்டார். அன்றிரவு சரியாக எட்டு மணிக்கு ஸ்டெப்பி வெளி எல்லையோரத்தில் நகரத்தின் கடைக்கோடியில் உள்ள ஒரு சாதாரண மரவீட்டின் முன் வாசல் முன்னால், உயர்ந்த தோல்கூண்டு போட்ட ஓர் ஒற்றைக் குதிரைவண்டி வந்து நின்றது. பிரதம தளபதி வண்டியைவிட்டு இறங்கினார். பின்னர் மார்பெல்லாம் புனிதர் ஜார்ஜின் பதக்கங்கள் அணிந்த தாடிக்காரச் சாரதியை நோக்கி, வண்டியை அங்கு மீண்டும் இரவு நடுச்சாமத்தில் கொண்டுவரும்படி தெனீகின் உத்தரவிட்டார்; பின்னர் உள்வாசலை நோக்கி மெல்ல நடந்துசென்று, கூடத்துப் படிகளின்மீது ஏறினார்; அவரைக் கண்டதுமே கதவு தானாகத் திறந்து கொள்வதுபோல் திறந்தது.

துப்பறியும் இலாகாவின் தலைவரால் வெள்ளிக்கிழமை தோறும் அந்த வீட்டுக்கு அனுப்பப்பட்டு வந்த உளவாளிகள் பிரதம தளபதியின் கண்ணில்பட்டு விடாமல், இருப்பதற்கு எல்லா முயற்சிகளும் மேற்கொண்டிருந்தார்கள். ஒருவன் கூரைமீது ஏறி, சமையலறைப் புகைபோக்கியின் மறைவில் பதுங்கியிருந்தான். இன்னொருவனோ, தெருவுக்கு எதிர்வரிசையிலிருந்த பழங்காலத்து பாப்லார் மரங்களுக்கு பின்னால் ஒளிந்துகொண்டிருந்தான். மேலும் இருவர் முற்றத்தில் குவிக்கப்பட்டிருந்த குப்பை மேட்டின் மறைவில் மறைந்துகொண்டிருந்தார்கள். எல்லா ராணுவ அதிகாரிகளையும்போலவே தெனீகின் உளவாளிகளைப் பெரிதும் வெறுத்தார். ஒருநாள் இரவில் அவர் தமது கையில் சீட்டுகளைப் பிடித்தவாறே, விளையாட்டை நிறுத்திவிட்டு, விரும்பத்தகாத இத்தகையதொரு அவசியத்தைக் குறித்து காலஞ்சென்ற ஜார் மன்னரின் போக்கைப் புலப்படுத்தும் ஒரு சம்பவத்தைச் சொல்லத் தொடங்கினார். ஜார் மன்னரான இரண்டாவது நிகலாய் ஜார்ஸ்கொயே ஸெலோவிலுள்ள பூங்காவில் தன்னந்தனிமையில் உலாவச் செல்வதைப் பெரிதும் விரும்புவார். ஜார் மன்னர் எந்த வழியாகவெல்லாம்

நடந்துசெல்லக் கூடுமோ, அங்கெல்லாம் காலை முதற்கொண்டே மலர்ப் பாத்திகளுக்கும், புதர்களுக்கும் மறைவில் உளவாளிகள் பதுங்கி மறைந்திருப்பார்கள். மாரிக் காலத்திலோ சமயங்களில் அவர்கள் மீதெல்லாம் பனித்துகள்கள் படிந்துபோய், கண்ணுக்கே சிறிதும் புலப்படாமல் மறைந்திருப்பார்கள். ஒருநாள் அவர் தன்னந்தனியே அங்கு நடந்துசெல்லும்போது, ஒரு புதருக்குப் பின்புறத்திலிருந்து கரகரத்த குரலொன்று காதில் விழுந்தது: "ஏழாம் நம்பர் கடந்துசெல்கிறது." அந்த உளவாளிகள் தம்மை 'ஏழாம் நம்பர்' என்று குறிப்பிட்டதைக் கேட்டு, ஜார் மன்னர் பெரிதும் மனக்கவலையடைந்தார். எனவே, அன்றே அவர் ரகசிய இலாகாவின் தலைவரை வேலையைவிட்டு நீக்கிவிட்டார்; அதன்பின் 'முதல் நம்பர்' என்றுதான் அவர் குறிப்பிடப்பட்டார்.

ஒற்றை மெழுகுவத்தி விளக்கினால் ஒளி ஊட்டப்பட்ட அந்த வீட்டின் சிறியகூடத்துக்குள் நுழைந்ததும், தெனீகின் பித்தளைக் குதிகளிட்ட நீண்டதோல் பூட்சுகளைக் கழற்றினார்; பின்னர் சிவப்புக்கரை வைத்துத் தைத்த தமது பெரிய ராணுவக் கோட்டைக் கழற்றினார் (கோட்டை வேறுயாரும் கழற்றி உதவுவதற்கு அவர் அனுமதிப்பதில்லை); பின்னர் ஈய நிறங்கொண்ட தமது உதிர்ந்துவரும் தலைமயிரைக் கோதி, நெற்றியிலிருந்து மேல்நோக்கி வருடியவாறே, க்வாஷ்னினாவின் கையைப் பற்றுவதற்காகத் தலைதாழ்த்தி முன்சென்றார். அதன்பின் அவர் எகதிரீனா அலெக்சேயவ்னாவின் அழகிய மிருதுவான கரத்தைப்பற்றி, தமது கரத்தால் மிருதுவாகத் தடவிக் கொடுத்தார். ஏனைய இரு விளையாட்டு ஜோடிகளான தமது துணையதிகாரி இளவரசர் லபனோவ் ரஸ்தோவ்ஸ்கியையும், வசீலி வசீலியவிச் ஸ்டுரூப்பேயையும் நோக்கி, 'வணக்கம், கனவான்களே!" என்று அமைதியான முறையில் கூறினார். ஸ்டுரூப்பே முன்னர் ஏதோ ஒரு மந்திரிக்குக் கீழுள்ள இலாகாவின் தலைவராகப் பணியாற்றியவர்; பீட்டர்ஸ்பர்கின் முன்னால்வாசி; கவர்ச்சிகரமான பேர்வழி.

கூடத்திலுள்ள மேஜையின்மீது எல்லாம் ஒழுங்காக அமைக்கப்பட்டிருந்தன. அதன்மீது பரப்பியிருந்த பச்சை நிறங்கொண்ட மேஜை விரிப்பின்மேல், இரண்டு மெழுகு வத்திகளும், விசிறிபோல், விரித்து வைக்கப்பட்ட சீட்டுக்கட்டும் தென்பட்டன. மேலும் மேஜையைத் துடைப்பதற்காக வைத்திருந்த சின்னஞ்சிறு ரோமங்கள் கொண்ட வட்டமான பிரஷ்களும் சாக்குக் கட்டித் துண்டுகளும்கூட, சம்பிரதாய பூர்வமாகவே இருந்தன; அவையனைத்தும் பீட்டர்ஸ்பர்கின் – வசீலியவ்ஸ்கி தீவில் வாழ்ந்த ஆனந்தமயமான காலத்தில் இருந்தது போன்றே காட்சியளித்தன.

க்வாஷ்னினா மிகவும் பழசாகிவிட்ட ஒரு கறுப்பு உடை அணிந்திருந்தாள்; எனினும், எப்போதும்போலவே அவள் குதூகல பாவத்தோடு தென்பட்டாள். தனது குட்டைக் கால்களால் நடந்து மேஜையருகே வந்தாள். அவள் குட்டையாகவும் தடிமனாகவும் இடுப்புக்குக் கீழே பூதாகாரமாகவும் தென்பட்டாள். அவளது வட்ட முகத்தில் பெரிதாக வாய் காட்சியளித்தது; அவள் எப்போதுமே சிரித்த முகத்தோடும், கலகலப்பாகவும் விளங்கினாள். அவள் ஒரு கால்மணையின்மீது தன் பாதங்களை வைத்தவாறு, பழைய பிரம்பு நாற்காலியின் மீது அமர்ந்தாள். அவள் அடிக்கடி அங்குமிங்கும் குழைந்து நெளியும்போது, அந்த நாற்காலி கிறீச்சிட்டு ஒலித்தது. அவள் சீட்டுகளைக் கையில் எடுப்பதற்கு முன்பே, தனது கூட்டாளி யாரென்று ஊகித்துவிடுவாள். அவளது ஊகம் எப்போதுமே தவறுவதில்லை. பிரதம தளபதிதான் அவளுக்கு விளையாட்டுக் கூட்டாளியாக இருக்க நேர்ந்தது. உடனே, அவள் தனது தடித்தகைகளை முகத்துக்கு நேராக உயர்த்தி, உவகையோடு கைகளைத் தட்டியவாறு சொல்வாள்:

"பார்த்தீர்களா? நான் சரியாகத்தான் ஊகித்தேன், கனவான்களே! காத்யா! தெனீகினும் நானும்தான் மீண்டும் கூட்டாளிகள்."

"சபாஷ்!" என்று சவக்களை தட்டிய தொனியில்

ஸ்டுரூப்பே பதிலளித்துவிட்டு, தமது ஆசனத்தில் அமர்ந்து தமக்கென்று ஒரு சாக்குக் கட்டியையும் பிரஷ்ஷையும் எடுத்துக்கொள்வார்.

ஸ்டுரூப்பே வக்கிரமாய், மெலிந்து, வயதுக்கு மீறிய மூப்புக் கொண்ட முகத்துடன் தென்பட்டார்; அவர் எதற்கும் அசைந்துகொடுக்காதவர்; பல விஷயங்களையும் தெரிந்தவர்; அத்துடன் அவர் வேடிக்கைச் சுவை மிகுந்த நாத்திகவாதியும்கூட. சீட்டு விளையாட்டிலோ அவர் பயங்கரமான எதிரியாகவே விளங்குவார். மேலும் எல்லாப் பீட்டர்ஸ்பர்க்வாசிகளையும் போலவே, அவர் அந்த 'வின்ட்' விளையாட்டில் தீவிர கவனத்தோடும் திறமையோடும்தான் விளையாடுவார்.

"சபாஷ்!" என்று அவர் மீண்டும் - சொல்லிவிட்டு, சின்ன அதிகாரி ஒருவர் தமது துருப்புகளை எல்லாம் இழந்துவிட்ட காலத்தில் சொன்ன மாதிரி!" என்று மேலும் கூறுவார். பின்னர் நன்கு பாதுகாக்கப்பட்ட உறுதியாக நகங்கள் கொண்ட கைவிரல்களால் சீட்டுக்கட்டை வெகுவேகமாகக் கலைக்கத் தொடங்குவார்.

அந்த விளையாட்டின் நான்காவது கூட்டாளியான லபனோவ் - ரஸ்தோவ்ஸ்கி இளைஞராக இருந்த போதிலும் திறமையான விளையாட்டுக்காரர். இந்தச் சீட்டு விளையாட்டிலே தாமும் ஒரு கையாகப் பங்கெடுப்பதிலும், பிரதம தளபதியின் சொந்தத் தேவைகள் சிலவற்றைக் கவனித்துப் பூர்த்தி செய்வதிலுமே, அவரது அதிகாரபூர்வமான அலுவல்கள் அடங்கிவிட்டன. மற்றபடி, நிர்வாகத்துறையைக் கவனித்துக்கொள்ள நவீனகால அறிவுமிக்க வேறு பலர் இருந்தார்கள். அவரது குடும்பத்தில் வந்த எல்லா இளவரசர்களையும்போலவே அவரும் அவலக்ஷணமாகத்தான் இருந்தார். உயர்ந்த நெற்றியும் நீளமாக வழுக்கை விழுந்த தலையும்கொண்ட அவரது முகத்தில் எதுவுமே துடிப்பாகத் தோன்றவில்லை. அவர் மேசை முன்னால் அமர்ந்திருக்கும் போது நீண்ட கால்களை மட்டும் கக்கூசுக்கு அவசரமாகப் போகத் துடிப்பவர் மாதிரி பொடுபொடுவென்று ஆட்டிய

வண்ணமிருப்பார். அவரிடமுள்ள இந்த ஒரு குறையை மட்டும் மன்னித்துவிட்டால், மற்றபடி அவரது நடையுடை பாவனைகள் எல்லாமே உயர்தரமாக இருந்தன. அவருக்குத் தமது சொந்த அபிப்பிராயம் என்று எதையுமே சொல்லிப் பழக்கமில்லை; அவரிடம் எதையாவது கேட்டால், சம்பந்தா சம்பந்தமின்றி எதையாவது உளறிக் கொட்டுவார். மேலும், முக்கியமான எந்த ஒரு விஷயத்தைப் பற்றியும் தம்மிடம் யாரும் பேச விரும்புவதில்லை என்பதையும் அவர் நன்கு தெரிந்தே வைத்திருந்தார். மற்றபடி, அவர் கூழைத்தனமில்லாமல் பணிவோடு நடந்துகொள்வார்; மேலும், சென்ற வேனிற்காலத்தின்போது அவர் யுத்தத்தில் அபாரமான துணிச்சல் காட்டினார்; அதிலே காயப்பட்ட பின்னர் அவர் அதிலிருந்து விடுதலைபெற்றார்.

அவர்கள் எல்லோரும் ஏதோ புனிதச் சடங்குகளை நிறை வேற்றுவதுபோல் ஆட்டத்தில் ஈடுபட்டிருந்தார்கள். அந்த நேரத்தில் அவர்கள் மத்தியிலே அரசியலைப் பற்றியோ யுத்தத்தைப் பற்றியோ எந்தப் பேச்சும் எழவில்லை. "டைமன் கிளாவர். ஆடு தன் துருப்புகள் இல்லை என்ற மாதிரியான வார்த்தைகளைத் தவிர, வேறு எதுவுமே பரிமாறப்படவில்லை. மெழுகுவர்த்திச் சுடர்கள் பொரிந்து வெடித்தன. மேசைமீதிருந்த கண்ணாடிச் சாம்பல் தட்டிலிருந்து ஒரு சிகரெட்டின் புகை கொடிபோன்று இழைந்து சென்றது. இறுதியில் ஒரு குரல் ஒலித்தது:

"க்வாஷ்னினா! நாம் ஆட்டத்தை விட்டுக்கொடுத்து விடலாமா?"

"பரிதாபகரமான நிலைதான். இல்லையா தெனீகின்?"

எகதிரீனா அலெக்சேயவ்னா பக்கத்திலுள்ள பட்டுறை போட்ட சோபாவின் மீதமர்ந்து தலையை நிமிர்த்திப் பாராமல் புன்னகை புரிந்தவாறே, எதையோ பின்னிக் கொண்டிருந்தாள். அவளது கண்கள், தோல், தலைமயிர் முதலிய எல்லாமே ஒளியிழந்து தோன்றின; அவ்வளவு மிருதுவான கழுத்தின் வளைவும், அழகிய கைகளும் அன்பின் அரவணைப்புக்களை எதிர்நோக்கி நிரந்தரமாக

ஏங்கித் தவிப்பனபோல் தோன்றியது. அவள் லகுவில் மனத்தைப் பறிகொடுத்துவிடுவாள்; அவளுக்கு வயது இருபத்தைந்துக்கு மேலாகிவிட்டது; அவளது காதல் விவகாரங்கள் எல்லாமே சோக நாடகமாகத்தான் முடிந்தன. அவளது காதலனான ஓர் இளைஞன் அவளிடம் அவசரஅவசரமாக விடைபெற்றுக் கொண்டு போர்க்களத்துக்குச் சென்றுவிட்டான்; இன்னொருவனோ வெறொருத்திமீது காதல்கொண்டு விட்டான்; அதுவுமல்லாமல், அவன் அந்த விஷயத்தை ஈவிரக்கமற்று நேரிலேயே அவளிடம் சொல்லிவிட்டுப் போய்விட்டான். இப்போதோ அவள் அவலட்சணமான எனினும், மிகவும் கவர்ச்சிகரமான லபனோவ் - ரஸ்தோவ்ஸ்கியின்மீது காதல்கொண்டிருந்தாள். அவரும், அவளை விளையாட்டாகக் காதலித்தார்; அதன்மூலம் எகதிரீனா அலெக்சேயவ்னாவைத் தமது மகள் மாதிரிக் கருதிவந்த பிரதம தளபதியை அவர் திருப்திப்படுத்த முயன்றார். அவளும் பழைய காலத்துக்கேற்ற காதற்கனவுகளில் ஈடுபட்டாள். அதாவது, தனது காதலர் ஒருநாள் சிகரெட் பெட்டியை மறந்துபோய் வைத்துவிட்டுப் போய் விடுவாரென்றும், பின்னர் தன் தாயில்லாத நேரத்தில், அவர் குதிரை மீதேறி, பூட்ஸ் குதிகள் ஒலிக்க அந்தச் சின்னஞ்சிறிய வீட்டின் ஜன்னலோரத்தில் வந்து நிற்பார் என்றும் அவள் கற்பனை செய்தாள். அப்போது, அவள் வெள்ளைக் காலரும் வெள்ளைக் கைப்பட்டிகளும் கொண்ட கறுப்புநிறக் கம்பளி உடையைத் தரித்து நிற்பாள். அவர் வந்து அவளுக்கு வணக்கம் கூறி, தமது சிகரெட் பெட்டியை வைத்துவிட்டுப் போனதற்காக வருந்துவார். பின்னர், அவர் சொல்லவந்த ஏதோ ஒரு வேடிக்கைப்பேச்சு முழுவதும் வெளிவராமல் வாய்க்குள்ளேயே நின்றுவிடும். அப்புறம், அவர் அவள் முகத்தைப் பார்ப்பார்; எல்லாவற்றையும் உடனே புரிந்து கொண்டுவிடுவார். பின்னர், அவர்கள் இருவரும் உணர்ச்சிப் பரவசத்தோடு உள்கூடத்துக்கு வருவார்கள்; திடீரென்று, அவர் அவளது முழங்கைக்கு மேலாகப் பற்றித் தம்பால் இழுத்து அணைப்பார்; அவளைத்

தமது மார்போடு அணைத்துக்கொண்டு, இந்த நிமிஷம் வரை நான் உன்னைத் தெரிந்துகொள்ளாமலே இருந்து விட்டேன்" என்று உணர்ச்சியோடு கூறுவார்: "நான் தெரிந்துகொள்ளவே இல்லை. நீங்கள் நறுமணம்போல் எவ்வளவு இனிமையாக இருக்கிறீர்கள்." அவளது கற்பனா சக்தி இதற்கப்பால் செல்வதில்லை. இதன் பின் அவள் புன்னகை புரிந்தவாறே பின்னத் தொடங்கி விடுவாள்; தனது கண்களை உயர்த்தி மேசை மீதிருந்த இரண்டு மெழுகுவர்த்திக்கும் இடையில் தென்பட்ட அந்த இளவரசரின் முகத்தை அவள் பார்க்கத் துணிவதே இல்லை. அவர் அங்கிருப்பதே அவளுக்குப் போதுமானது; அவர் புகைக்கும் உயர்ந்த புகையிலையின் மணத்தை மட்டுமே அவள் உணர்வாள்.

பழைய ருஷ்யாவின் மிச்சசொச்சமான விளங்கிய இந்தச் சின்னஞ்சிறு உலகத்தில்தான் பிரதம தளபதி தமது பல்வேறு சுமைகளையும் கவலைகளையும் மறந்திருக்க வேண்டி, வெள்ளிக்கிழமை இரவுகளில் வந்து அடைக்கலம் புகுவார்.

ஆனால், அந்தக் குறிப்பிட்ட வெள்ளிக்கிழமையன்று பிரதம தளபதி தமது வழக்கத்துக்கு மாறாக, நேரம் கழித்துவந்து சேர்ந்தார்; மேலும், அவர் மிகவும் கவலை கொண்டவராகவும், வேறு எதையெல்லாமோ எண்ணமிட்டுக் கொண்டிருப்பவராகவும் தோன்றினார். அவர் தமது மேல் பூட்சுகளைக் கழற்றும்போது தமது காலுக்கடியில் வட்டம்போட்டுக் கொண்டிருந்த ஒரு பூனையை மிதித்துவிட்டார்; அந்தப் பூனையோ, மிகவும் பயங்கரமாகக் கத்தியது. எனவே, லபனோவ் – ரஸ்தோவ்ஸ்கி அதனைத் தூக்கிக் கொண்டுபோய் சமையற் கட்டிலேவிடச் சொன்னார். க்வாஷ்னினாவோ வாய்விட்டுச் சிரித்தாள். ஸ்டுரூப்பே: "பூனைகள் இருந்தாலே பெரிய தொல்லைதான்!" என்றார். தெனீகினின் வருகையை எதிர்நோக்கி எல்லோரும் கூடத்தில் காத்திருந்தார்கள். அவரோ ஏதோ சிந்தனை வயப்பட்டவராய், கம்பளிக் கோட்டைக் கழற்றித் தொங்கவிட்டவாறே, இரண்டாகப்

பிரிந்திருந்த நரையோடிய தாடியை நெருடியவண்ணம் அங்கேயே நின்றார். இதைக் கண்டதும் எல்லோரது முகங்களிலுமே கவலை குடிகொண்டது; பயங்கரமான அமைதி சிறிது நேரம் நிலவியது. சமையலறைக்குச் சென்று திரும்பிய இளவரசர் வந்த பின்னர்தான் அந்த அமைதி குலைந்தது; அவர் அந்தப் பூனைக்குட்டிக்கு எவ்விதக் காயமும் ஏற்படவில்லை என்பதைத் தெரிவித்தார்.

“ஆஹா! அப்படியா?” என்றார் தெனீகின்: “.சரி. இனியும் நாம் காலத்தை வீணாக்க வேண்டாம்.”

அவர் வழக்கத்தைவிட மோசமாக விளையாடினார்; தவறான சீட்டுகளை இறக்கினார்; ஜன்னல் கதவுகள் மூடியிருந்தபோதிலும், ஜன்னல் பக்கமே அடிக்கடி திரும்பித்திரும்பிப் பார்த்தார். எகதிரீனா அலெக்சேயவ்னா தனது தோளின்மீது ஒரு கோட்டை எடுத்து மாட்டிக்கொண்டு, வெளியிலுள்ள உளவாளிகள் தத்தம் இடங்களில் இருக்கிறார்களா என்பதை நிச்சயப்படுத்திக் கொண்டு வருவதற்காக, அமைதியாக எழுந்து வெளியேசென்றாள். கூரைமீது வீலென்று கத்தி ஊளையிட்டுக் கொண்டு, காற்று வீசியது; அதற்குமேல் வானத்தில் மண்டிக் கவிந்திருந்த மேகங்களுக்கிடையே அர்த்த சந்திர வடிவம் மங்கலாகத் தெரிந்தது. கூரையின் மீது புகைபோக்கியின் பின்னால் மறைந்திருந்த உளவாளி பற்கள் கிடுகிடுக்கப் பின்வருமாறு குரல்கொடுத்தான்:

“சீமாட்டியே! உங்களுக்குப் புண்ணியமாகட்டும், தயவு செய்து எனக்குக் கொஞ்சம் வோட்கா தருகிறீர்களா?”

பத்து மணி சுமாருக்கு ஒரு மோட்டார் கார் அந்த வீட்டின் முன்னால் வந்து நின்றது. பிரதம தளபதி தமது சீட்டுகளை மேசைமீது வைத்தார்; அவரது கவனம் மிகுந்த கண்களில் ஒரு பிரகாசம் தோன்றியது. நல்ல உயரமும் பளபளப்பான சிவந்த முகமும், அகந்தையும் கொண்ட ஜெனரல் ரமானோவ்ஸ்கி உள்ளே வந்தார். அவர் அதிகாரிகள் அணியும் கனத்த கம்பளிக் கோட்டு அணிந்திருந்தார். அவரது தலையிலிருந்து பின்னால்

வழுவிக்கிடந்த அவரது கசாக்குத் தொப்பியின் இருமுனைகளும் அந்தக் கோட்டின்மீது வந்து விழுந்து குறுக்காகப் பின்னிக் கிடந்தன. அவர் தொப்பியை எடுத்துவிட்டு, எல்லோருக்கும் வணக்கம் செலுத்தினார்; அப்போது பூட்ஸ் குதிகள் மெல்லக் கிறுகிறுத்தன.

"உங்களைத்தான் பார்க்க வந்தேன், தெனீகின்!"

"நல்லது. எதிர்பார்த்தபடியே நடந்துவிட்டதா?"

"ஆம். தெனீகின்!"

"கனவான்களே! என்னை மன்னியுங்கள். நான் சீக்கிரமே திரும்பிவருகிறேன்." என்று தெனீகின் அவசரமாகச் சொன்னார்: "அவசரவேலை வந்துவிட்டது." கூடத்தில் அவர் தமது கம்பளிக் கோட்டின் கைகள் எங்கிருக்கின்றன என்று தேடிக்கொண்டே, உள்ளே திரும்பிக் குரல்கொடுத்தார்: "இளவரசே! நீங்கள் இங்கு இருங்கள். மூன்றுபேரை வைத்துக்கொண்டு விளையாடுங்கள். க்வாஷ்னினா! நான் விடைபெறவில்லை. திரும்பவும் வருவேன்."

மற்றவர்கள் எல்லோரும் மேசைக்குத் திரும்பிவந்தார்கள். ஆனால், எவருக்கும் விளையாட்டில் விருப்பமில்லை. க்வாஷ்னினா உள்ளடங்கிய முறையில் பெருமூச்செறிந்தாள். ஸ்டுருப்பே தமது அடர்த்தியான புருவங்களை நெரித்தவாறு, சாக்குக் கட்டியினால் மேசைத் துணிமீது குட்டிப் பிசாசுகளையும் தூக்குமேடைகளையும் சின்னஞ்சிறு படங்களாக வரையத் தொடங்கிவிட்டார். இளவரசரோ எழுந்து சென்று எகதிரீனா அலெக்சேயவ்னாவுக்கருகில் சோபாவில் அமர்ந்தார்; அவளோ ஆனந்தத்தால் முகமெல்லாம் சிவந்துபோய், பின்னுவதை நிறுத்தி விட்டாள். அவர் வழக்கம்போல் தமது காலையாட்டிக் கொண்டே, தாம் ஓர் அற்புதமான ஜோசியக்காரியைக் கண்டுபிடித்திருப்பதாகவும், அவளை, தாம் தெனீகினிடம் அழைத்து வர விரும்புவதாகவும் தெரிவித்தார்.

"அவள் நமது தலையிலேயிருந்து ஒரு ரோமத்தை எடுத்து,

அதனை மெழுகுவர்த்திச் சுடரில் எரித்துவிட்டு, பின்னர் அவளது வாயெல்லாம் நுரைபொங்க."

"அவள் தங்களைப்பற்றி என்ன சொன்னாள்?"

"நான் குதிரைமீது ஒரு பயணத்தை மேற்கொள்ளுவேன் என்றும், பின்னர் மூன்றுமுறை காயமடைவேன் என்றும், இறுதியில் எல்லாம் ஓர் ஆனந்தமான திருமண வைபவத்தில் முடிவடையும் என்றும் சொன்னாள்."

அவர் தமது கால்களை ஆட்டிக்கொண்டும், அவரது தோளைப் பிடித்தவாறு யாரோ அசைப்பதுபோல் அங்குமிங்கும் ஆடிக்கொண்டும், அந்த இளவரசர் மூச்சு முட்டுகிறவரையிலும் குலுங்கிச் சிரித்தார். எகதிரீனா அலெக்சேயவ்னாவின் மிருதுவான கழுத்தும், சின்னக் காதும் ரத்தம்பாய்ந்து குப்பென்று சிவந்தன.

"எல்லாமே ஒரே குழப்பமாய்த் தானிருக்கிறது" என்று கண்ணில் துளித்த கண்ணீரைத் துடைத்தவாறே சொன்னாள் க்வாஷ்னினா: "எல்லோருடைய உடம்புமே அதிர்ச்சியுற்றுப் போயிருக்கிறது. இந்த நிலைமைக்கு நாம் ஆளாவோம் என்று நாம் என்றேனும் நினைத்ததுண்டா?"

"ஆம். நாம் அதிகமாக நினைத்துப் பார்த்ததில்லை தான்" என்று ஸ்டுரூப்பே பதில் கூறிவிட்டு, மேஜை மீது ஒரு கோடரியையும் மரக்கட்டையையும் படமாக வரைந்தார்:

"ருஷ்யா ஒரு விசித்திரமான நாடு."

பிரதம தளபதி தமது வாக்கைக் காப்பாற்றிவிட்டார். கண்ணாடிக் கூண்டிலிருந்த இங்கிலாந்துக் கடிகாரம் தனது கீச்சுக்குரலில் பதினொன்று மணி அடிக்கும் சமயத்தில், ஜன்னல்களுக்கப்பால் மோட்டார்காரின் உறுமல் சப்தம் கேட்டது. தொடர்ந்து, தெனீகின் வெளிக்கூடத்தில் பிரவேசித்து, தமது மேல்பூட்சுகளைக் கழற்றியவாறே பின்வருமாறு குரல்கொடுத்தார்:

"க்வாஷ்னினா! நீங்கள் இன்று எங்களுக்கெல்லாம் வான்கோழிக் கறியும் பாதாம்பருப்பும் கொண்ட உணவை

வழங்கப் போகிறீர்கள் என்று எனக்குத் தெரியும். எனவே அருமை இளவரசே! எனது காரிலிலுள்ள சாம்பேன் மதுப்பாட்டிலை சென்று எடுத்துவருகிறீர்களா?”

அவர் தமது கைகளைக் குதூகலத்தோடு தேய்த்தவாறு, மிகுந்த உற்சாகத்தோடு காணப்பட்டார். எனினும், அந்தச் சீட்டு விளையாட்டில் குறையையும் ஆடி முடிக்க அவர் சம்மதிக்கவில்லை. “பரவாயில்லை. நானும் க்வாஷ்னினாவும் முன்கூட்டியே தோல்வியை ஒப்புக்கொண்டு விடுகிறோம்; எங்களது கௌரவம் மட்டும் மிஞ்சினால் போதும்!” என்றார் அவர். அவர் ஸ்டுரூப்பேயின் தங்கச் சிகரெட் பெட்டியில் இருந்து, ஒரு சிகரெட்டைத் தாமே எடுத்து, அதனைப் பற்ற வைத்தார். இந்தமாதிரியான காரியத்தை அவர் என்றுமே செய்ததில்லை. சாப்பாட்டுக் காரியம் அவசர காலத்தில் நடந்தேறியது. எல்லோரும் உணவருந்தும் சின்ன அறைக்குச் சென்றார்கள். அங்கே இரண்டு மெழுகுவர்த்தி விளக்குகள் மெல்லிய பழங்காலத்து மங்கிய ஒளியை, அறையின் சுவரில் ஒட்டப்பட்டிருந்த சாதாரண வண்ணக் காகிதங்களின் மீதும், மேசையின் மீதும் பரப்பின. மேசையின்மீது வீட்டில் அவித்த பட்டாணியும், தொடுகறியும் கண்ணாடித் தட்டுகளில் இருந்தன. என்றாலும், தெனீகினுக்கு மிகவும் பிடித்தமான கடுகுச் சட்னியில் தோய்த்த அசரை மீன்கறியை அங்கு காணவில்லை. மேலும் அங்கு வழக்கமாக நிலவும் அமைதியும், சீட்டு விளையாட்டைப் பற்றியெழும் சில்லறை விவாதங்களும் அன்று தென்படவில்லை. “நீங்கள் ஸ்பேடு சீட்டுகளைப் பொருட்படுத்தியிருக்கவே கூடாது.” என்றோ அல்லது அவரிடம் ஆசும், ராஜா ராணியும் இருந்தன என்று எனக்குத்தான் நன்றாகத் தெரியுமே, இருந்தும் என் அருமைச் சீமாட்டியே! மேஜைக்கடியில் நீங்கள் இடித்துக் காட்டியிருக்க வேண்டிய அவசியமில்லை” என்றோ பேச்சுகள் நிகழும். இப்போதோ அதெல்லாம் ஒன்றுமில்லை.

அங்கு நிலவிய சூழ்நிலையில் ஏதோ ஒரு விறைப்பைக்

கண்டுணர்ந்த இளவரசர் எல்லோருடைய கவனத்தையும் கவரும் அசட்டுத் துணிச்சலோடு, ஏதோ ஒரு கதையைச் சொல்லத் தொடங்கினார். அதாவது, பீட்டர்ஸ்பர்கிலிருந்த ஒரு நகரச் சுத்தியாளன் அபூர்வமான மாயா சக்திகளைப் பெற்றிருந்தான் என்றும், பல்வலி, நெஞ்சுவலி, மணல்வாரிக் காய்ச்சல் முதலியவற்றை அவன் அற்புதமாகக் குணப்படுத்தினான் என்றும், மேலும் அவன் ஒரு தட்டிலே காப்பித் தூளைப் பரப்பி வைத்துக்கொண்டு, அதனைப் பார்த்தவாறே ஜெர்மனியோடு நிகழவிருந்த யுத்தத்தையே தீர்க்கதரிசன மாகச் சொல்லிவிட்டான் என்றும் அவர் குறிப்பிட்டார். ஆனால், யுத்தத்தைப் பற்றி அவர் பிரஸ்தாபித்தது எவருக்கும் பிடிக்கவில்லை. ஸ்டுரூப்பே, வோட்கா ஜாடியையெடுத்து எல்லோருக்கும் அவசரஅவசரமாக ஊற்றி வைத்தவாறே சொன்னார்:

"ருஷ்ய நாட்டின் அற்புதமான நகரச் சுத்தியாளன் நலத்துக்காக நாம் மதுவருந்துவோம். ருஷ்ய நாட்டில் அத்தகைய அற்புதமான பேர்வழிகள் அதிகரிக்கட்டும்!"

அந்தச் சமயத்தில் அங்கு வான்கோழிக் கறி வந்து சேர்ந்தது. பிரதம தளபதியோ தமது நாற்காலியில் சாய்ந்தவாறு, ஏராளமான சாமான்கள் நிறைந்திருந்த அந்த மேசையில் வைக்கப்பட்ட வான்கோழிக் கறியை உறுத்து நோக்கினார். அந்தக் கறியிலிருந்து எழுந்த நீராவிப் புகை மெழுகுவர்த்திச் சுடர்களிலே மோதி, அதனை லேசாகப் படபடக்கவைத்தது.

"என்னதான் சொன்னாலும், இந்த மாதிரியான வான் கோழிகள் ருஷ்ய நாட்டில் மட்டும்தான் கிடைக்கும்!" என்று சொல்லியவாறே பிரதம தளபதி தமது பங்குக்கு ஒரு பக்கத்து இறக்கையை முறித்து எடுத்துக்கொண்டார். இளவரசர் தமது இருக்கையை விட்டெழுந்து, சாம்பேன் மதுப்பாட்டிலைத் திறமையுடன் திறந்து, தம்ளர்களிலே ஊற்றினார். தமது சட்டைக் காலருக்குள் சொருகியிருந்த கை துடைக்கும் துண்டின் முனையை மெதுவாக உருவியெடுத்தவாறே, தெனீகின் தம்ளரைக் கையிலெடுத்தார்; பின்னர் இடத்தை விட்டெழுந்து,

நாற்காலியை மற்றொரு கையால் பிடித்துக்கொண்டு சொன்னார்:

“சீமான்களே! சீமாட்டிகளே! இந்த நல்ல செய்தியை உங்களிடம் சொல்லாமல் என்னால் இருக்க முடியவில்லை. இன்று காலையில் பிரெஞ்சுத் துருப்புகள் ஒதேஸ்ஸாவில் இறங்கிவிட்டன; கிரேக்க நாட்டுத் துருப்புகள் ஹெர்ஸானையும், நிகலாயேவையும் கைப்பற்றி விட்டன. வெகுகாலமாக நாம் எதிர்பார்த்திருந்த நேசநாடுகளின் உதவி ஒருவாறாக நமக்கு வந்து சேர்ந்துவிட்டது.”

ஒருநாள் எகதிரினதாருக்கு வந்து சேர்ந்த பிரிட்டிஷ் ஆகாய விமானத்திலிருந்து மிகவும் விசித்திரமான ஒரு மனிதன் கீழிறங்கினான். செல்வாக்குள்ளவர்களின் வட்டாரத்திலும், ஆட்சியாளர்களின் வட்டாரத்திலும் அந்த மனிதனைப் பற்றி என்ன தீர்மானிப்பதென்றே தெரியாமல் விழித்தார்கள். அவன் கிளெமன்ஸோவினால் அனுப்பப்பட்ட ரகசிய ஒற்றனா அல்லது ஏமாற்றுக்காரப் பேர்வழிதானா அல்லது உண்மையிலேயே அவன் பொருட்படுத்த வேண்டிய நபர்தானா அவன் தன் பெயரை ‘சீரோ’ என்று சொன்னான்; அது சந்தேகத்துக்கிடமின்றி, பிரெஞ்சு நாட்டுப் பெயர்தான். ஆனால், அவனது தந்தைவழிப் பெயரோ பியோத்தர் பெத்ரோவிச் என்றிருந்தது. மேலும், தென் பிராந்தியத்தின் உச்சரிப்புடன் பேசியபோதிலும், அவன் ருஷ்ய மொழியில் மிகவும் சரளமாகப் பேசினான். அவனது பாஸ்போர்ட்டோ, உருகுவே நாட்டின் பெயரில் இருந்தது. அவன் எந்த நாட்டுப் பிரஜை என்பதைவிட, வாழ்க்கையை நடத்திச் செல்வதற்கான ஒரு குயுக்தியான ஏற்பாடுதான் இதுவெல்லாம் என்று கொள்ள வேண்டியிருந்தது. அவன் பாரிஸைவிட்டுக் கிளம்பி, துப்பாக்கிகள்; தோட்டாக்கள், தளவாடங்கள் முதலியவற்றைச் சுமந்து நோவரசீய்ஸ்க்குக்கு வந்து சேர்ந்த நீராவிக் கப்பலின்மூலம் வந்து சேர்ந்திருந்தான். நகரத்தின் ராணுவத் தளபதியிடம் அவன் எடுத்துக் காட்டிய அத்தாட்சிக் கடிதங்களோ மிகவும் ஒழுங்காக இருந்தன. அவற்றில் பார்லிமெண்ட் அங்கத்தினர்கள் அளித்திருந்த

சிபாரிசுக் கடிதங்கள், கல்வித்துறை மந்திரி அளித்திருந்த ஒரு கடிதம், வாயிலே நுழையாத ஏதோ ஒரு பெயர்கொண்ட பிரெஞ்சு நாட்டின் பிரெபு வம்சச் சீமாட்டி ஒருத்தி கொடுத்த கடிதம் முதலியனவும் இருந்தன. மேலும், அவனிடம் 'லேபெடிட் பரீஸின்' (பாரிஸ் வாலிபன்) என்ற பத்திரிகையின் நிருபர் என்ற அத்தாட்சிக் கார்டும் இருந்தது. இவை எல்லாவற்றுக்கும் மேலாக, உலகத்தின் சகல பகுதிகளிலிருந்தும் பிரான்ஸ் நாட்டுக்குள் வந்து குவிந்துகொண்டிருந்த பல்வேறுவிதமான சாமான்களையும் அழிந்து போகக் கூடிய சரக்குகளையும் நம்பி, ஆங்காங்கே காளான்கள் போல் அபரிமிதமாகத் தோன்றியிருந்த பல்வேறு வியாபார ஸ்தாபனங்களிடமிருந்து அவன் வியாபார சம்பந்தமான திட்டங்களோடும் வந்திருந்தான்.

அவர்கள் தங்கள் மூளையைப்போட்டு எவ்வளவுதான் குழப்பிக் கொண்டாலும், அவனைப் பற்றிய ஓர் உண்மையை மட்டும் புறக்கணித்துவிட முடியவில்லை. சகலவிதத்திலும் நல்லதொரு ஐரோப்பியனாகத் தோன்றும் ஒரு கனவான் அழகான உடைகள் தரித்து, மெல்லிய வெள்ளை ரோமத்தோடுகூடிய காலர் வைத்த கம்பளிக் கோட்டும், கண்ணைப் பறிக்கும் கவர்ச்சியோடு கூடிய கழுத்துக் கச்சையும் அணிந்து, கச்சிதமான கவர்ச்சியோடு தோற்றும் கைப்பெட்டிகளுடனும், தோளிலே தொங்கும் புகைப்படக் கருவியுடனும் ஆகாயத்திலிருந்து குதித்து வந்ததுபோல், பாரிஸிலிருந்து மார்ச் மாத, வேனிற்கால யுத்தத்தின் வடுக்கள் இன்னும் மறையாத எகதிரினதாருக்கு வந்து இறங்கியிருக்கிறார் என்பதுதான் அந்த உண்மை. அவன் அணிந்திருந்த தடிமனான காலடிகொண்ட அருமையான பழுப்பு நிறப் பூட்சுகளைக் கொண்டு, ராணுவ தளபதிகூட வைத்த கண் வாங்காமல் அதன் அழகைக் கண்டு பிரமித்தாரென்றால், சாதாரண மக்களைப் பற்றிச் சொல்லவேண்டியதே இல்லை. ஒரு கசாக்கு அவனது பெட்டிகளைச் சுமந்துகொண்டு பின்னே தொடர்ந்து வர, அந்த மனிதன் தலையிலே பின்புறமாக சாய்த்து வைக்கப்பட்ட இளங்கபில நிறத் தொப்பியை அணிந்து, நிமிர்ந்த நடை நடந்து கம்பீரமாகச்

சென்றதைக் கண்டு தெருவில் போவோர் வருவாரெல்லாம் பிரமித்தார்கள்.

நகரத்திலேயுள்ள சிறந்த ஹோட்டலின் சிறந்த அறையில் தங்கியிருந்த கொள்ளை லாபக்காரனான பப்ரிகாக்கியையும், அவனது வைப்பாட்டியையும் வெளியேற்றிவிட்டு, அந்த அறையில் அந்த அன்னியன் தங்கிக் கொண்டான். தான் வந்து சேர்ந்த தினத்துக்கு மறுநாள், சீரோ பிரதம தளபதி தெனீகினைச் சந்திக்க சென்றான்.

அவன் வந்திருப்பதைக் கேட்டு மனக்கலவரமுற்ற தெனீகின், ஜெனரல் ரமானோவ்ஸ்கியை அவன் அமர்ந்திருந்த முன்கூடத்துக்கு அனுப்பி, பிரதம தளபதிக்கு உடல் நலமில்லையாதலால் அவரால் சந்திக்க இயலவில்லையென்றும், அதற்காகப் பெரிதும் வருந்துவதாகவும், இருந்தாலும் நகருக்கு இத்தகைய குறிப்பிடத்தக்கதொரு பிரமுகர் வந்திருப்பது குறித்து, தாம் மகிழ்ச்சியடைவதாகவும் தெரிவிக்கச் சொல்லி விட்டார்.

பின்னர் சீரோ பேராசிரியர் கலகிரீவாவ் என்பவரைப் போய்ப் பார்த்தான். அவர் டூமாவின் தூண்களில் ஒருவர்; அவர், 'தேசிய நிலையம்' என்ற ஸ்தாபனத்தின் பெயரில் தெனீகினைச் சுற்றிலும் கலாசாரமும், ராஜதந்திரமும் மிகுந்த ஒரு சூழ்நிலையைச் சிருஷ்டித்திருந்தார். பேராசிரியர் கலகிரீவாவ் பாரிஸ் நகரத்தை நன்கு அறிவார்; அதன்மீது அவருக்கு அபாரமான பிரியம். எனவே அவர் கவர்ச்சிகரமான சீரோவைத் தம்முடன் பலமணி நேரம் தங்கச் செய்தார்; பாரிஸ் நகரத்திலே தாமிருந்த காலத்தில் அங்குள்ள சின்னஞ்சிறு ஹோட்டல்களிலெல்லாம் விருந்துண்ட சம்பவங்களையும், மோண்ட்மார்ட்ரேயில் அர்த்த ராத்திரிக் கேளிக்கைகளில் ஈடுபட்ட அனுபவங்களையும் அவனிடம் மிகுந்த உற்சாகத்தோடு எடுத்துக் கூறினார். பாரிசிலுள்ள சாலைகளில் வீசும் மணங்களையும் அவர் நினைவுகூர்ந்தார். அவரது சரிந்து கனத்த தொந்தியும், அடர்ந்து தெத்தும்குத்துமாக நின்ற தாடியும் ஒருபுறமிருந்தாலும்கூட, முகத்திலே மட்டும்

இளமை முறுக்கோடு கூடிய ஓர் அகன்ற அசட்டுப் புன்னகை விரிந்தது.

"ஆஹா! அருமை நண்பரே!" என்று அவர் பேசத் தொடங்கிவிட்டார்: "பாரிஸ் நகரத்துப் பெண்மணிகளுக்கே உரிய அந்தப் பிரத்யேகமான, ஒப்புயர்வற்ற நறுமணத்தை யாரால்தான் மறக்க முடியும்? ஓ! நான் பாரிஸ் நகரத்தின் தெருக்களிலே பாவப்பட்டுள்ள கற்களைக்கூட மகிழ்ச்சியோடு முத்தமிடுவேன்! நான் சொல்வதைக் கேட்டு நீங்கள் ஆச்சரியப்பட்டுப் போகாதீர்கள் - உண்மையில் ஒவ்வொரு ருஷ்ய நாட்டானும் உள்ளத்தில் அதியார்வம் மிக்க பிரெஞ்சு நாட்டுத் தேசபக்தனாக விளங்கும் உண்மையை, நீங்கள் லகுவில் உணரலாம். நீங்கள் உங்கள் பத்திரிகையில் இந்த விஷயத்தைப் பற்றித்தான் எழுத வேண்டும்!"

பின்னர் 'தேசிய நிலையத்தின்' அங்கத்தினர்களில் பொறுக்கி எடுக்கப்பட்ட சிலர் மட்டும் ஒரு தனிப்பட்ட வீட்டில் மதிய விருந்துக்குக் கூடுவதென்றும், அந்த விருந்தின்போது, கனம் சீரோ அவர்களுக்குச் சர்வதேச நிலைமையைப் பற்றி எடுத்துக் கூறுவதென்றும் தீர்மானிக்கப்பட்டது.

"அருமை நண்பரே!" என்று பேராசிரியர் கலகிரீவாவ் தமது விருந்தாளியின் கோட்டுப் பொத்தான்களை நட்புரிமையோடு நெருடியவாறே பேசத் தொடங்கினார்: "சதை வெட்டும் சிவப்பு இயந்திரத்தின் ராக்ஷஸ சொரூபமான பேராபத்தை, ஐரோப்பாவிலுள்ள உங்களைக் காட்டிலும் அதிசீக்கிரத்தில் கண்டுணர்ந்து கொண்ட ஆட்களைத் தான் நீங்கள் இங்கு காண்பீர்கள். போல்ஷிவிஸம் என்பது கீழ்த்தர வர்க்கத்திலுள்ளவர்களின் நாசவெறி பிடித்த கோபம்தான்; மனிதவர்க்கத்தின் குப்பைக் கூளங்களின் கோபாவேசம்தான். உங்கள் நாட்டிலும் கூட, உங்களில் சிறந்தவர்களும், அறிவாளிகளுமான சிலர், சோஷலிஸத்துக்குத் தலைவணங்கத் துணிகிறார்கள். அதெல்லாம் சுத்த அபத்தம்; பைத்தியக்காரத்தனம்! சோஷலிஸம் இருக்கத்தான் செய்கிறது; ஆனால் சோஷலிஸ்டுகள்தான் இல்லை. ஏனெனில், சோஷலிஸம்

நடைமுறை சாத்தியமற்றது. நாங்கள் அதை நிரூபித்து காட்டுவோம். அராஜகத்தின் நிரந்தரமான அலைவீச்சுகள் முட்டிமோதித் தோல்வியுற்று விழும் அரணாக ருஷ்ய நாடு விளங்க வேண்டும் என்பது சரித்திரம் விதித்த விதியாகும். எங்களது தியாகத்தினால், ஐரோப்பிய நாகரிகம் எந்தவிதக் குந்தகமுமில்லாமல் வளர்ச்சி பெறுவதற்கான வாய்ப்பை நாங்கள் உருவாக்கித் தருகிறோம். இவற்றையெல்லாம் உத்தேசித்துத்தான், சிவப்புப் பைசாசத்திடமிருந்து ஐரோப்பாவையும் அகில உலகத்தையும் விடுவிக்க வேண்டும் என்ற நோக்கத்தினால்தான், நாங்கள் உங்களை நோக்கிக் கரம் நீட்டி, 'எங்களுக்கு உதவுங்கள்!' என்று இறைஞ்சிக் கேட்கிறோம். இதற்காக, நாங்கள் எந்தச் சலுகையையும் தரத் தயாராயிருக்கிறோம். ருஷ்ய நாடு எந்தவிதமான தியாகத்தையும் இதற்காகச் செய்யக் காத்திருக்கிறது. உங்கள் பத்திரிகையில் நீங்கள் இப்படித்தான் எழுத வேண்டும்."

அந்த மதிய விருந்து ஒருதலை வேதனையாகப் போய் விட்டது. எகதிரினதாரில் நல்லது எதுதான் கிடைக்கும்? பன்றிக் கறியையும், வாத்துகளையும், இறைச்சியையும் தவிர, வேறு எதுவும் கிடைக்கவில்லை. பாரிஸ் பிரமுகர் ஒருவருக்கு வெறும் மாவுப் பலகாரங்களைப் படைப்பதாவது, எனவே 'தேசிய நிலையத்தின்' அங்கத்தினரும், பிரபலமான சாப்பாட்டு ரசிகருமான வான்லிஸே என்பவர் அந்த விருந்துக்கென்று பிரத்யேகமான ஒரு பதார்த்த வகைப் பட்டியலைத் தயாரித்தார்; தெளிவான சூப், இறைச்சி பொதிந்த சமோசாக்கள், சிவப்பு ஒயினுடன் கலந்த உயர்தரமான மீன் பொரியல் முதலியவற்றோடு, முதன்முதல் பரிமாறுவதற்கு, பன்றியின் ஊற்றாம் பைக்குள்ளே கட்டிப்போட்டு, ஒரு சொட்டுத் தண்ணீர்கூட நிற்காமல் வேகவைத்த கோழிக் குஞ்சு முதலியவை அந்தப் பண்டங்கள். மேலும், கள்ளச் சந்தைக்கார பப்ரிகாக்கியிடமிருந்து உயர்தரமான ஒயினையும் அவர்கள் பெற்றுக்கொண்டார்கள். சரியாக ஒரு மணிக்கு சீரோவை சேர்த்து, மொத்தம் ஆறு பேர் ஷூல்கீன் என்பவரின் வீட்டில் கூடினார்கள். அவர்

டூமாவில் ஓர் அங்கத்தினர்; மேலும், 'தாய் நாடு' என்ற பத்திரிகையின் ஆசிரியர், பிரசுரகர்த்தர். அந்த விருந்து உண்மையிலேயே சுவைமிக்கதாக இருந்தது. வறுத்த பார்லியிருந்து செய்த காப்பி பரிமாறத் தொடங்கிய வேளையில், சீரோ தனது அபிப்பிராயத்தைக் கூறத் தொடங்கினான்:

"கனவான்களே! பாரிசைப் பற்றிச் சில வார்த்தைகள். நீங்கள் அதைப் பற்றி ஏற்கெனவே நன்கறிந்தவர்கள்தான். அன்னியர்கள் பாரிஸ் நகரத்தில் ஆண்டாண்டுதோறும் நானூறு கோடித் தங்க பிராங்க் நாணய மதிப்புக்குப் பணத்தைச் செலவழித்துச் சென்றார்கள். அந்த நகரத்தின் நடைபாதைகளிலேயிருந்து எழுந்த பெருமூச்சுக் காற்று, உப்பரிகை ஜன்னல்களிலேயிருந்து தெருவிலே பளபளப்போடு ஓடும் கார்களின் மேல்முகட்டைப் பார்த்துக் கனவுகண்டு வந்தவர்களின் தலைகளை எல்லாம் கிறுகிறுக்கவைத்தது என்றால், அதில் ஆச்சரியப்படுவதற்கு எதுவுமே இல்லை. ஆனால், அந்தோ! இப்போதோ அத்தகைய கனவு காண்போர் யாருமே இல்லை. அவர்களது பிணங்களெல்லாம் சோம்மாவிலும், ஷாம்பேய்னிலும், ஆர்டென்னஸ்ஸிலும் புழுத்து நாறுகின்றன. பாரிஸ் நகரம் பழைய கோலாகலத்தை இழந்துவிட்டது; தெருக்களிலே ஜனங்கள் நடனமாடுவதும், மன்னர் லியோபால்டின் நீண்ட தாடியையும் அல்லது ருஷ்ய நாட்டுப் பெரும் பிரபுவின் காதல் லீலைகளின் தோல்வியையும் கண்டு பரிகசித்து வயிறு வெடிக்கச் சிரிப்பதும் இன்றைய பாரிசில் இல்லாது போய்விட்டன. பிரான்சும், பாரிசும் பதினைந்து லட்சம் மனிதர்களை இழந்துவிட்டது. அவர்கள் கொல்லப்பட்டு விட்டார்கள். பாரிசில் காமவிகாரமான ஓரினப் புணர்ச்சியையே தொழிலாகக் கொண்ட பையன்கள்தான் நிறைந்திருக்கிறார்கள். பாரிஸ் நகரத்துக் கபேக்களில் சோகத்தோடு காணப்படும் கிழவர்களைத் தவிர, வேறு யாரும் தென்படக் காணோம். இருபத்தி நான்கு பிராங்குகள் பெறும் விபசாரிகளுக்குக்கூட, அவர்களைப் பிடிக்கவில்லை. மார்னாவில் துப்பாக்கிக் குண்டுகளால் துளைக்கப்பட்டு,

லொடலொடத்துப்போன டாக்ஸிகள்தான் உடைந்து உருக்குலைந்துபோன தெருக்களிலே கடகடத்து ஓடுகின்றன. பந்தயக் குதிரைகளைப்போல் காமத் திமிர் ஏறிய அமெரிக்கப் போர்வீரர்களை மட்டும் சிறந்த ஹோட்டல்களிலும், கபேக்களிலும் இன்னும் அனுமதித்துக் கொண்டிருக்கிறார்கள். பெண்களோ? ஓ! அவர்கள் எந்த நிலைமைக்கும் ஈடுகொடுத்து விடுவார்கள்! இப்போதோ அவர்கள் முழங்கால் வரைக்கும் பாவாடை அணிகிறார்கள்; உள்ளாடை தரிப்பதையே அவர்கள் விட்டுவிட்டார்கள்."

"தயவுசெய்து இதனைக் கொஞ்சம் விளக்கமாகக் கூறுகிறீர்களா?" என்று மேஜைக்கருகிலிருந்து ஒரு குரல் எழுந்தது.

"இரவு நேரங்களில், தியேட்டர்களிலும் ஹோட்டல்களிலும் பெண்கள் எது அவசியமில்லையோ, அதை மட்டும்தான் துணியால் மூடிமறைக்கிறார்கள். திட்டவட்டமாகச் சொன்னால், மொத்த உடையே, இரண்டே இரண்டு ஒடுக்கமான துணித் துண்டுகள்தான். இந்தத் துண்டோடு, பாவாடையை எவ்வளவு குட்டையாகத் தரிக்கமுடியுமோ, அவ்வளவு குட்டையாகத் தரிக்கிறார்கள். அவர்களது அழகெல்லாம் அவர்களது திறந்தமேனியான கால்களில்தான் இருக்கிறது. பாரிஸ் நகரத்துப் பெண்களின் காலழகு பிரசித்தமானது தானே! பிறகு உள்ளாடை எதற்கு? பதுங்குக்குழிகளிலே எங்களது மனிதர்கள் பட்டபாடெல்லாம் பின்னே எதற்காக? அவர்கள் ஒன்றுமில்லாததற்காகவா கஷ்டப்பட்டார்கள்? ஆனால் இவையெல்லாம் அற்ப விஷயங்கள். பாரிஸ் நகரம் இன்று வெற்றிபெற்று வரும் நகரமாகும். என்றாலும், நகரம் முழுவதிலும் உத்வேகமும் கூடார்த்தமும் நிறைந்த பேச்சுகள்தான் ஒலிக்கின்றன. பாரிஸ் உலக யுத்தத்தில் வெற்றிபெற்று விட்டது; அகில உலக எதிர்ப்புரட்சியிலும் அது வெற்றி காணத் தயாராகவே இருக்கிறது."

"அங்கு கூடியிருந்தவர்களில் மூன்று பேர்களிடமிருந்து உள்ளடங்கிய குரலில் வாழ்த்தொலிகள் கிளம்பின.

நான்காவது நபரோ சிதறிவிழுந்த ரொட்டித் துண்டுகளை யெல்லாம் மாத்திரைபோல் உருட்டிக் கொண்டிருப்பதில் தான் மும்முரமாக இருந்தார். எனவே, அவர் எதுவும் பேசவில்லை. ஐந்தாவது நபரோ எதிலும் பட்டுக் கொள்ளாத பாவனையில் லேசாகக் கிளுகிளுத்துச் சிரித்தார்; மேலும், அவர் தமது தோளையும் லேசாக உலுக்கினார்; அதுவும்கூட எந்த அபிப்பிராயத்தையும் பிரதிபலிக்கவில்லை.

"இன்றைய பாரிஸ் நகரம் கோபாவேசம் கொண்ட ஒரு புலியின் குகைதான். கிளெமன்ஸோ பழிவாங்க வேண்டும் என்ற தாகத்தோடு துடிக்கிறார். சமாதான உடன்படிக்கை கையெழுத்தாகும் முன்பே - அது ஒன்றும் அவ்வளவு சீக்கிரத்தில் நிறைவேறப் போவதில்லை - ஜெர்மனி உணவு முற்றுகையால் ஏற்படும் கொடிய பஞ்சத்தின் பயங்கரங்களை அனுபவிக்கப் போகிறது. அதன் பற்கள் பிடுங்கப்படும்; அதன் நகங்கள் நிரந்தரமாக வெட்டப்பட்டு வீழும். கிளெமன்ஸோ ஒரு தனிப்பட்ட சம்பாஷணையின்போது, 'மூன்றாம் தரத்து நாடாக இருப்பதைத் தவிர, ஜெர்மானியர்கள் வேறுவிதமாகச் சிந்திக்கத் தொடங்கினால், அந்த நம்பிக்கையையே நான் கொன்றொழித்துவிடுவேன். முழுப் பட்டினி கிடக்கவேண்டிய அவசியத்துக்கு இடமில்லாத முறையில், அந்த அளவுக்குத்தான் அவர்களுக்கு உருளைக்கிழங்கும் பட்டாணியும் போய்ச் சேரும்' என்று சொன்னார். ஆனால், 'கனவான்களே! செடானில் நேர்ந்த அவமானத்தை மட்டுமல்லாமல், பாரிஸ் கம்யூனினால் உந்தப்பட்ட பயங்கரத்தால் ஏற்பட்ட அவமானத்தையும், கிளெமன்ஸோ ஐம்பது ஆண்டுகளுக்கு முன்பே அனுபவித்திருக்கிறார். ஒருமுறை அவர் பத்திரிகையாளர்களுக்கு அளித்த விருந்தின்போது பழைய சம்பவங்களை நினைவுகூர்ந்தார்; பிளேஸ் வெண்டோமிலுள்ள சக்கரவர்த்தி நெப்போலியனின் சிலையைப் பாரிஸ் கம்யூனின் ஆதரவாளர்கள் எண்ணற்ற கயிறுகளாலும், கடப்பாறைகளாலும் உடைத்து இழுத்துப் பெயர்ந்தெறிந்து, அந்தத் துண்டுதுக்காணிகளைக் கீழே

சிதறிவிடுத்திருந்த அலங்கோலத்தைக் கண்டபோது அவருக்கேற்பட்ட உணர்ச்சிகளை எல்லாம் எடுத்துரைத்தார். அப்போது அவர், 'அந்தப் படுநாசச் சீரழிவைக் கண்டும்கூட, நான் அவ்வளவாக நெஞ்சம் குலைந்துவிடவில்லை; ஆனால், இந்தக் காரியத்தைச் செய்யுமாறு பிரெஞ்சு நாட்டுத் தொழிலாளரைத் தூண்டிவிட்ட கருத்துகளைக் கண்டு தான் நான் அஞ்சினேன். மரணத்தை விளைவிக்கும் ஒரு பேரபாயம் நாகரிகத்தையே பயமுறுத்துகிறது. இந்த அபாயத்தைத் தற்காலிகமாகத் தவிர்த்துவிடலாம். என்றாலும், அது திரும்பவும் வரத்தான் செய்யும். ஜனங்களின் கையில் ஆயுதங்களைக் கொடுக்கும் நாளில் அது மீண்டும் வந்தே தீரும். அந்த நாள்தான் செடானில் நிகழ்ந்த அவமானத்துக்கு நாம் பழிவாங்கும் நாளாகும். அந்த நாளில் நாம் இருவேறு போர்முனைகளில் போராட வேண்டி நேரும்!' என்று அவர் சொன்னார். கனவான்களே! கிளெமன்ஸோவின் இந்த வார்த்தைகள் உண்மையாகிவிட்டன. யுத்தத்திலிருந்து விடுவிக்கப்பட்ட போர்வீரர்கள் பாரிசுக்குத் திரும்பி வந்துகொண்டிருக்கிறார்கள். அவர்கள் வெர்தேனிலும், சோம்மாவிலும் நடந்த பயங்கரங்களை எல்லாம் தெரிந்தவர்கள்; தெருக்களிலே அரண்கள் அமைத்து, சண்டை போடுவதெல்லாம் அவர்களுக்குச் சர்வசாதாரணமான சிறுபிள்ளை விளையாட்டுத்தான். அவர்கள் எல்லாச் சாராயக்கடையிலும் கூடி நின்று சத்தம்போடுகிறார்கள்; தாங்கள் ஏமாற்றப்பட்டு விட்டதாகக் கோஷிக்கிறார்கள். அவர்களது பேச்சையும் கேட்க ஏராளமான பேர் கும்பல் கும்பலாகக் கூடுகிறார்கள். 'யாரெல்லாம் யுத்தத்தில் போரிட்டார்களோ, அவர்களுக்கெல்லாம் பதக்கங்களும், ராணுவப் பதவிகளும், மரக்கட்டைக் கால்களும்தான் கிடைத்துள்ளன; ஆனால், அவர்கள் யாருக்காகச் சண்டை போட்டார்களோ, அந்த நபர்கள் எல்லாம் லட்சோப லட்சக்கணக்கில் ரொக்கப் பணத்தைச் சுருட்டிக் கொண்டுவிட்டார்கள்' என்று அவர்கள் கூறுகிறார்கள். பணவீக்கத்தின் விளைவால் கெட்டழிந்த முதலாளிகளோ,

கலகமூட்டும் பேர்வழிகளோடு கொஞ்சி விளையாடிக் கூடிக்குலாவுகிறார்கள். பாரிசின் சுற்றுப்புறத்திலுள்ள ஜில்லாக்களெல்லாம் பொங்கிப் புழுங்கி நிற்கின்றன. தொழிற்சாலைகளெல்லாம் ஸ்தம்பித்து வருகின்றன. பாரிசிலுள்ள ராணுவ முகாமில் இருக்கும் துருப்புகளின் மனோவேகம் எவ்வாறு இருக்குமென்று கூற முடியவில்லை. ஜெர்மனியோ புரட்சியின் பிடியில் சிக்கித் தவிக்கிறது; இப்போதைய நிலையில் சமுதாய ஜனநாயகவாதிகளால் அதிக நாட்கள் தாக்குப் பிடிக்க முடியாது. ஹங்கேரியிலோ சோவியத்துகளை அமைக்கக்கூடிய சூழ்நிலை நிலவுகிறது. இங்கிலாந்திலோ, அலைமேல் அலையாக வேலைநிறுத்தங்கள் வெடிக்கின்றன. லாயிட் ஜார்ஜின் அரசாங்கம் கற்பாறைகளுக்கு மத்தியிலே கப்பல்விட்டுப் பார்க்கிறது. இப்போதோ, எல்லோரது கண்களும் கிளெமன்ஸோவை நோக்கித்தான் திரும்பியுள்ளன. ஐரோப்பியப் புரட்சியைச் சாகடிக்கச் செய்யும் மரண அடியை உங்கள் நாட்டில், மாஸ்கோவின் மீது தொடுத்தாக வேண்டும் என்ற உண்மையை அவர் ஒருவர்தான் உணர்ந்திருக்கிறார். இத்தாலிய மீனவர்கள் ஆக்டோபஸ் என்னும் எட்டுக் கைகள் கொண்ட ராக்ஷஸக் கடல் மிருகத்தைத் தமது வலையில் பிடித்துவிட்டால் என்ன செய்வார்கள் தெரியுமா? அதன் காற்றுப்பையை வாயினாலேயே கடித்தெடுத்து விடுவார்கள்; அதன்பின் அட்டைபோல் ரத்தத்தை உறிஞ்சிக் குடிக்கும் அதன் எட்டுக் கைகளும் தானாகவே வலியிழந்து சோர்ந்து விழுந்துவிடும்.”

அந்த விருந்துக்கு வந்திருந்த விருந்தாளிகள், அனைவரும் தமது தலைமயிரை விரல்களால் அடிக்கடி கோதிவிட்டவாறும், ஒளிமங்கிப்போன தமது மூக்குக் கண்ணாடியைக் கழற்றி, அதனை அடிக்கடி, துடைத்தவாறும், சீரோ கூறியதைக் கேட்டார்கள். சீரோ பேச்சை ஒரு கணம் நிறுத்திவிட்டு, ஒரு புதிய சுருட்டின் முனையைக் கடிக்க முனைந்தபோது, எல்லோரும் அவனிடத்தில் சரமாரியாகக் கேள்விகளைப் பொழிந்தார்கள்:

“ஒதேஸ்ஸாவுக்கு பிரெஞ்சுப் படைகள் எவ்வளவு வந்துள்ளன?”

“பிரெஞ்சுக்காரர்கள் உள்நாட்டினுள்ளும் படையெடுக்க உத்தேசித்துள்ளார்களா?”

“சமீபகாலத்தில் த்ஸாரீத்ஸின் கிரஸ்னோவுக்கு நேர்ந்த தோல்விகளைப் பற்றியெல்லாம் பாரிசில் உள்ளவர்களுக்குத் தெரியுமா? கிரஸ்னோவுக்கு அங்கிருந்து உதவி கிட்டுமா?”

“ருஷ்ய நாட்டை அவரவர் செல்வாக்கு அதிகமுள்ள பிரதேசங்களாகப் பிரித்தாயிற்றா? சேவாசேனையினருக்கு பரிபூரணமான ஒத்துழைப்பை யார் வழங்கப் போகிறார்கள்?”

சீரோ, நீலநிறங்கொண்ட சுருட்டுப் புகையை மெதுவாக வெளியே விடுத்தான்.

“கனவான்களே! நான்தான் கிளெமன்ஸோ என்று நினைத்துக்கொண்ட மாதிரியல்லவா நீங்கள் கேட்கிறீர்கள்?” என்றான் அவன்: “நான் ஒரு பத்திரிகைகாரன். அவ்வளவுதான். சில செய்திப் பத்திரிகைகள் ருஷ்யப் பிரச்னையில் கவனம் செலுத்துகின்றன. அவைதான் என்னை இங்கு அனுப்பிவைத்தன. துருப்புகளுக்கு நேரடியான உதவியை வழங்கும் பிரச்னை மேலும்மேலும் சிக்கலாகி வருகின்றது. லாயிட்ஜார்ஜோ யாரையும் அநாவசியமாகப் புண்படுத்த வேண்டாம் என்று நினைக்கிறார். ஆங்கிலேயக் காலாட்படையிலிருந்து இரண்டே இரண்டு பட்டாளங்களை நோவரசீய்ஸ்க்குக்கு அனுப்புவதென்றால்கூட, வரப்போகும் உபதேர்தலில் இரண்டு டஜன் ஓட்டுகளை அவர் இழக்க நேரிடும். எனக்குக் கிடைத்துள்ள கடைசிச் செய்தி இதுதான். லாயிட்ஜார்ஜ் ஆகாய விமானத்தில் பாரிசுக்குப் பறந்து போயிருக்கிறார். சமீபகாலத்திலே நிகழ்ந்த குழப்பங்களால் இங்கிலீஷ் கால்வாயில் சுரங்க வெடிக் கண்ணிகள் மிதப்பதால்தான் அவர் இத்தகைய வாகனத்தைத் தேர்ந்தெடுத்திருக்கிறார். பாரிசுக்கு வந்த அவர் பத்துப் பேர்கூடிய ஆலோசனைக் கூட்டத்தில் தமது

கருத்தைத் தெரிவித்துள்ளார். ஒன்றிரண்டு நாட்களுக்கு முன்னர்தான் இது நிகழ்ந்துள்ளது. போல்ஷிவிக் அரசாங்கம் சமீபகாலத்தில் கவிழ்ந்துவிடும் என்ற நம்பிக்கைகள் பலனளிக்கவில்லை. போல்ஷிவிக்குகளோ முன்னெப்போதும் இருந்ததைவிட, இப்போது மிகுந்த பலம் வாய்ந்தவர்களாக இருக்கிறார்கள். அவர்களது செல்வாக்கு மக்களிடத்திலே மேலும்மேலும் வளர்ந்தோங்கி வருகிறது. விவசாயிகளும்கூட, அவர்கள் பக்கத்துக்குப் போகத் தொடங்கிவிட்டார்கள். பதினைந்தாம் நூற்றாண்டிலிருந்த மாஸ்கோ - சூஸ்டால் ராஜ்யத்தின் இயற்கையான எல்லைப் பிரதேசத்தின் வரையிலும், போல்ஷிவிக் ருஷ்யாவை விரட்டியடித்தாகி விட்டதால், இன்றைய நிலையில் போல்ஷிவிக் ருஷ்யாவால் யாருக்கும் பெரியதொரு ஆபத்தில்லை என்பதைக் கவனத்திலே கொண்டு, இந்தப் பத்துப் பேர்கொண்ட ஆலோசனை கவுன்சிலின் முன் ஆஜராகுமாறு மாஸ்கோ அரசாங்கத்துக்கு அழைப்பு விடுக்க வேண்டும்; ரோம சாம்ராஜ்யம் இருந்த காலத்தில், ரோம சாம்ராஜ்யத்துக்குக் கட்டுப்பட்ட சுற்று வட்டாரப் பிரதேசங்களின் தலைவர்களை ரோமாபுரிக்கு அழைத்து, அவர்களது நடவடிக்கைகளைப் பற்றிக் கூறச் சொல்லவில்லையா? அந்த மாதிரி. இவ்வாறுதான் லாயிட் ஜார்ஜ் பேசியுள்ளார். எனவே, கனவான்களே! இதுதான் மேலைநாட்டு நிலைமை. வேறு ஏதாவது கேள்விகள் உண்டா?"

இந்த விருந்தைப் பற்றி, பேராசிரியர் கலகிரீவாவ் தமது தேசிய நிலையத்தின் வரலாற்றுக் குறிப்பிலே எழுதி வைத்தார். இந்த விருந்துக்குப் பின்னர் சில நாட்கள் கழித்து, நகரத்தின் ராணுவத் தளபதி பிரதம தளபதியை நேரில் சந்தித்துப் பேச வந்தபோது, பின்வரும் தகவலைச் சொன்னார்:

"பிரதம தளபதி அவர்களே! 'ஸவாய்' ஹோட்டலுக்கு நேர் எதிரே, பொருள் வாங்கும் கடை ஒன்று திறக்கப்பட்டுள்ளது. அங்கு தங்கத்தையும் வைரத்தையும் தவிர, வேறு எதுவுமே வாங்கப்படுவதில்லை. பணப் பட்டுவாடா எல்லாம் தோன்

பிரதேசச் செலாவணியிலேயே நடைபெறுகிறது. ஆனால் விலைகளோ நம்பமுடியாத அளவுக்கு எக்கச்சக்கமாக உயர்ந்துள்ளன. அந்தப் பணநோட்டுகளின் தன்மையைப் பற்றியே சந்தேகங்கள் எழுந்துள்ளன. அந்த நோட்டுகள் எல்லாமே புத்தம்புதியனவாய் இருக்கின்றன."

"விட்டாலி விட்டாலிவிச்! உமக்கு எப்போதுமே சந்தேகங்கள்தான்!" என்று தெனீகின் கோபத்தோடு கூறிவிட்டு, அச்சடித்து வந்திருந்த யுத்தச் செய்திகளின் பக்கம் போடாத காலி புரூபுகளை பார்க்க முனைந்தார்: "மீண்டும் எனக்குத் தெரியாமல் ஒரு யூதனை அடித்து நொறுக்கியிருக்கிறார்கள். உண்மையில், அவன் ஒரு யூதனே அல்ல என்ற செய்தி இப்போது எனக்குக் கிடைத்திருக்கிறது. அவன் அர்யோல் பிரதேசத்தைச் சேர்ந்த ஒரு நிலச்சொந்தக்காரன். அர்யோல் ஜில்லாவிலே, கறுப்புத் தலைமயிர் கொண்டவர்கள் எவ்வளவோ பேர்கள் இருக்கிறார்கள். அவர்களில் பலர் நாடோடி ஜாதியினரைப்போலவே இருப்பார்கள். தப்பான பேர்வழியாயிருக்கிறீரே, நீர்?"

"பிரதம தளபதி, என்னை மன்னிக்க வேண்டும். க்ஷண நேர மாறாட்டத்தினால் தவறு நேர்ந்துவிட்டது. ஆனால், இந்தக் கடை விஷயம் இந்தக் கடைக்கு எகதிரின்ஸ்லாவின் பிரசித்தமான கள்ளச் சந்தைக்காரன் பப்ரிகாக்கியின் பேரில்தான் லைசென்ஸ் வழங்கப்பட்டிருக்கிறது. ஆனால், இந்தக் கடையில் சந்தேகப்படக்கூடிய அளவுக்குப் பெருந்தொகையை முதலீடு செய்திருக்கும் உண்மையான சொந்தக்காரன் வேறு நபர் என்று ஊர்ஜிதமாயிருக்கிறது. (இந்த இடத்தில் தளபதி தமது தொந்தி பெருத்த உடம்பு எந்த அளவுக்கு வளைந்து கொடுக்குமோ, அந்த அளவுக்கு உடம்பைக் கீழே வளைத்துப் பணிவோடு பேசினார்.) அந்த மனிதர் பிரெஞ்சுக்காரரர் சீரோதான்!"

தெனீகின் அந்தப் புரூபுகளை மேஜைமீது விட்டெறிந்தார்.

"கர்னல்! இதோ பாரும். ஏதோ சில சங்கிலிகளுக்காகவும், மோதிரங்களுக்காகவும் பிரெஞ்சு நாட்டுடன் நாம்

கொண்டுள்ள உறவுகளை நாசமாக்க வேண்டும் என்று நீர் விரும்புகிறீரா? இந்தக் கடை விஷயமாக வேறு என்ன நடவடிக்கைகள் எடுத்திருக்கிறீர்?" என்று கேட்டார் தெனீகின்.

"பணப்பெட்டியை மூடி, சீல் வைத்துவிட்டேன்."

"உடனே போம். அந்த சீல்களை எல்லாம் உடைத் தெறிந்துவிட்டு, இந்த நிமிஷமே மன்னிப்புக் கேட்டுக் கொள்ளும். இல்லையென்றால்."

"நல்லது. பிரதம தளபதியவர்களே!' அந்தத் தளபதி அடிமேல் அடிவைத்து நடந்துசென்று, தமது பெருத்த தொந்தியை வாசல் நடைக்கப்பால் தள்ளிக்கொண்டு போய்விட்டார். பிரதம தளபதி அந்த யுத்தச் செய்திகளின்மீது வெகுநேரம் வரையிலும் விரல்களால் தாளம் போட்டுக் கொண்டிருந்தார். அப்போது அவரது நரைத்த மீசை கோபத்தோடு சுருங்கி நெளிந்தது.

"அயோக்கியத்தனமான தேசம்!" என்று அவர் வாய்விட்டுச் சொன்னார். ஆனால், அவரது இந்த வார்த்தைகள் யாரைக் குறித்துச் சொல்லப்பட்டன என்பதைச் சொல்வதற்கு இயலாது. அவை அவரது சொந்த நாட்டைக் குறித்தவைதானா அல்லது பிரெஞ்சு நாட்டைக் குறித்ததா? அதைச் சொல்ல முடியாதுதான்.

15

பிரஹ்லாத்னி பண்ணைக்குப் போய்ச் சேர்ந்த ரோஷினுக்கு புதியதொரு ஏமாற்றம்தான் காத்திருந்தது. காத்யாவும் கிரசீல்னிகவ் குடும்பத்தாரும் வாழ்ந்த குடிசைக்குச் செல்லும் வெளிவாசல் வெளிச்சென்று திறந்து கிடந்தது. காலடிபட்டுத் தேய்ந்த ஒற்றையடிப் பாதைகளில் புத்தம்புதிய பனித்துகள்கள் படிந்திருந்தன.

ஆளரவம் அற்றுக் கிடந்த அந்தக் குடிசையின் வாசல் நடைக்கு எதிரே, கூரையிலிருந்து சொட்டுச்சொட்டாக நீர் வடியும் இடத்துக்குக் கீழே வெண்பனி பஞ்சுபோல் குவிந்து கிடந்தது; அந்தப் பனித்துகள்கள் மெல்லமெல்ல உருகி வழிந்தோடின.

அந்த இரு பெண்களோடும் கிரசீல்னிகள் எங்கு போனான் என்பதை ரோஷினுக்கு யாராலும் சொல்ல முடியவில்லை. கிரசீல்னிகவ் என்ற ஒருவன் அங்கு குடியிருந்தான் என்பதை மட்டும் யாரும் மறுக்கவில்லை. ஆனால் அவன் எங்கிருந்து வந்தான், அவனது சொந்தக் கிராமம் எது என்ற விவரங்கள் யாருக்குத் தெரியும்? எல்லாத் திக்கிலிருந்தும் எவ்வளவோ பேர் வந்து மாஹ்னோவுடன் சேர்ந்து கொண்டிருந்தார்கள்.

அந்தக் குடிசையின் உட்புறத்தில் அணைந்து நனைந்து போன அடுப்பின் மணம் நிலவியது; தரையிலே குப்பைக் கூளங்கள் சிதறிக் கிடந்தன; உடைந்துபோயிருந்த ஜன்னலின் வழியாக, வெண்பனி குடிசைக்குள்ளேயே வந்து பெய்திருந்தது. சுவரோரத்தில் இரண்டு மரக் கட்டில்கள் கிடந்தன. பொரிந்துவிழுந்து கொண்டிருந்த அந்தக் குடிசைச் சுவர்களில் காத்யாவைப் பற்றிய எந்த விதமான எச்சமச்சத்தையும் காண முடியவில்லை. எவ்வளவோ முயற்சிகள் எல்லாம் எடுத்துக்கொண்டும், அவர்கள் இருவரும் ஒருவரையொருவர் சந்திக்காமலே மீண்டும் திசைமாறிப் போய்விட்டார்கள். பாவம்! ரோஷின் மிகவும் காலதாமதமாக வந்திருக்கிறான்!

ரோஷின் அந்தக் கட்டில்கள் ஒன்றன்மீது, அதன் செதுக்கப்படாத முரட்டுப் பலகையின்மீது அமர்ந்தான். இந்த இரு கட்டில்களிலும் அவர்களது திருமண மஞ்சமாகப் பயன்பட்ட கட்டில் எது என்று அதிசயித்தான் ரோஷின். கிரசீல்னிகவ் அழகான பயல்; அத்துடன் துணிச்சல்காரனும்கூடத்தான். “இவ்வளவு அழுதது போதாதா? இனி உன் கண்களைத் துடைத்துக் கொள்” என்று அவன் அவளிடம் கூறியிருப்பான். ஆமாம். முரட்டுத்தனமாக கூறியிருக்க

மாட்டான். ஒரு சீமாட்டியிடம் முரட்டுத்தனமாக நடந்துகொள்ளக் கூடாது என்று தெரியும் அவனுக்கு. அந்த அளவுக்கு அவன் புத்திசாலிதான். ஒருவேளை அவன் அதனை ஆணித்தரமாகவும், குதூகலமாகவுமே சொல்லியிருப்பான். உடனே அந்தப் பூனைக்குட்டியும் அமைதியடைந்திருக்கும்; பணிந்துபோயிருக்கும்; அவனுக்குத் தன்னை விட்டுக்கொடுத்திருக்கும். நாணமும் புனிதமும்கொண்ட அவள், அவனது இஷ்டம் போல் நடக்கத் தன்னையே விட்டுக்கொடுத்திருப்பாள். அவள் ஒன்றும் சுவரிலே முட்டிமோதி மண்டையை உடைத்துக் கொண்டிருக்க மாட்டாள். உடைக்கவும்தான் இல்லையே! நிர்விசாரமான அடக்க ஒடுக்கத்தோடு, அவள் தனக்குக் கிடைத்த ஆதரவைப் பற்றிப் பிடித்துக் கொண்டிருப்பாள். கொழுகொம்பற்றுத் தவிக்கும் சின்னஞ்சிறிய கொடியொன்று உறுதியான மரத்தின் அடிப்பாகத்தைச் சுற்றித் தழுவிக் கொள்வதில்லையா? அந்த மாதிரி.

ரோஷின் அந்தக் குடிசைக்குள் பரப்பிக் கிடக்கும் காலித் தகர டப்பாக்களை மிதித்தவாறே, அங்குமிங்கும் நடந்தான். பின்னர் தனது கட்டுப்பாடற்ற ஆபாசமான கற்பனைதான் தன்னை இந்த மாதிரி பொய்யான வழியில் இட்டுச் சென்றுவிட்டது என்று அவன் தனக்குத்தானே சொல்லிக்கொண்டான். காத்யா போராடியிருப்பாள்; பணிய மறுத்திருப்பாள்; விசுவாசத்தையும் புனிதத் தன்மையையும் காப்பாற்றியிருப்பாள். சீ! எவ்வளவு கோழைத்தனமாக, கொச்சைத்தனமாக அவன் சிந்தித்து விட்டான்! ஆனால் விசுவாசத்தோடும் புனிதத் தன்மையோடும் அவள் ஏன் இருக்க வேண்டும்? தன்னைப்பற்றி அவளது மனத்தில் அத்தகைய பிரகாசமானதொரு நினைவுச் சித்திரத்தை அவன் உருவாக்கியிருந்தானா? அவனா? அவர்கள் இருவரும் அந்தக் கிறீச்சுக் கட்டிலில் ஒன்றாக இருக்கக்கண்டால், அவன் என்ன அவர்கள் தலையைச் சீவிவிடுவானா அல்லது வாசல் நடையிலேயே நின்று அவர்களைப் பார்த்துவிட்டு, தனது இழந்த சொர்க்கமான காத்யாவின்

கண்களைப் பார்த்து, "மன்னித்து விடு. நான் உங்கள் மத்தியில் தெரியாத்தனத்தால் குறுக்கிட்டு விட்டேன்!" என்று சொல்லியிருப்பானா? இதுதான் வேதனையின் சோதனை; சோதனையின் வேதனை. இதோ இதுதான் இறுதியான, பயங்கரமான அக்கினிப் பரீட்சை! உன்னால் இன்னும் இதனைச் சமாளித்து நிற்க முடியுமா? ஆம். உன்னால் முடியும்! முடியும்! நீ காத்யாவை இன்னும் தேடிச் செல்வாய். ஆம். தேடு; தேடு; தேடு.

கோணிய முகங்கொண்ட காரேத்னிக், ரோஷினோடு ப்ரஹ்லாத்னிக்குத் துணையாக வந்திருந்தான். அவனோ வெளியில் நின்ற வண்டியில் ரோஷினுக்காகக் காத்துக் கொண்டிருந்தான். ரோஷின் வெளிவாசலைக் கடந்துவந்து வண்டியில் ஏறினான்; குளிர்காற்றிலிருந்து முகத்தை மறைப்பதற்காக, அவன் தன் கோட்டுக் காலரை மேல் நோக்கித் திருப்பிவிட்டுக் கொண்டான். மாஹ்ரேனோவின் சொந்தச் சாரதியும், மெய்க்காப்பாளனும், தனது எஜமான் விடுக்கும் கட்டளைகளை எள் என்பதற்கு முன் எண்ணெய்யாய் நிறைவேற்றிவைக்கும் விசுவாசியும் ஆன அந்தக் கிழவனை எல்லோரும், 'மாபெரும் ஊமையன்' என்று அழைத்தார்கள்; அந்த ஊமையன் அழுத்த சுபாவம்கொண்ட உயரமான மனிதன்; அவனது முகத்தின் கீழ்ப்பகுதியும் பொருத்தமற்ற அளவுக்கு நீண்டு தொங்கிப் போயிருக்கும். எனவே, முகம் இணைகுவிந்த கண்ணாடியிலே வக்கரித்துத் தோன்றும் பிரதிபிம்பம்போல் காட்சியளிக்கும். அந்த ஊமையன், நான்கு குதிரை பூட்டிய அந்த வண்டியை அசுரவேகத்தில் தலைதெறிக்க ஓட்டிச் சென்றான்; எனவே, ஆசனத்திலிருந்து தான் விழுந்து விடாதபடி பார்த்துக் கொள்வதற்காக, ரோஷின் வண்டியின் இருபுறத்தையும் கைகளால் கெட்டியாகப் பிடித்துக் கொண்டான்.

அந்த வண்டியின் வேகத்தோடு மேலும்கீழும் ஆடிய சைந்தவனாய், காரேத்னிக் மிகுந்த உரிமை பாராட்டும் தொனியில் சொன்னான்:

"அட, முட்டாளே! அழுவதை நிறுத்து. உனது

மனைவியைக் கண்டுபிடிக்க வேண்டும் என்று பெரியவர் உத்தரவு கொடுத்துவிட்டால், எங்கிருந்தாலும் அவள் கண்டுபிடிக்கப்பட்டே தீருவாள். அடக்கடவுளே! இதற்குத்தானா நீ இவ்வளவெல்லாம் கவலைப்பட வேண்டும்? பெண்களெல்லாம் மேற்பூச்சினால்தான் ஒருவருக்கொருவர் வித்தியாசமாகத் தோன்றுகிறார்கள்; உள்ளுக்குள்ளே எல்லாப் பெண்களுமே ஒரே மாதிரிதான். எல்லோருமே ஒரு கொள்ளை நோய்தான்! அவள் எப்படியும் நாசமாய்ப் போகட்டும். அவள் ஒன்றும் கிரசீல்னிகவை விட்டுப் பிரிந்து வரப் போவதில்லை. கிரசீல்னிகவ் அவளுக்காக மூன்று வண்டி நிறைய கொள்ளைப் பொருள்களைக் கொண்டு சென்றிருக்கிறான். எங்கள் கூட்டத்திலேயே அவன்தான் பெரிய கொள்ளைக்காரன். நல்ல சமயம் பார்த்து அவன் நழுவிவிட்டான். அந்த மட்டுக்கும் அவன் அதிர்ஷ்டசாலிதான்."

ரோஷினோ, தனது தூக்கிவிட்ட காலருக்குள் தலை குனிந்து, முகத்தை நெற்றிவரையிலும் மூடிமறைத்தவாறு தனக்குத்தானே சொல்லிக் கொண்டிருந்தான்; உன்னால் முடியும், உன்னால் முடியும்! உனது சோதனைகளின் ஆரம்பம்தான் இது."

அந்த வண்டி குல்யாய் - போல்யேவின் கப்பிக்கல் ரஸ்தாவிலே அசுரவேகத்தில் கடகடத்துச் சென்றது; கடைசியில் ஊமையன் தலைமைக் காரியாலயத்துக்கு எதிரே வியர்த்து விதிர்விதிர்த்துப் போயிருந்த நான்கு குதிரைகளையும் பலமாக இழுத்து நிறுத்திய போதுதான் அந்த வண்டியும் நின்றது. ரோஷினின் வருகையை அங்கு எதிர்நோக்கியிருந்தார்கள்; எனவே, வந்தவுடனேயே அவனுக்கு மாஹ்னோவிடமிருந்து அழைப்பு வந்துவிட்டது. அந்தப் பள்ளிக் கட்டடத்தின் சூடேற்றப்படாத ஒரு வகுப்பறையில் மாஹ்னோவின் தலைமையில், யுத்த ஆலோசனைக் கூட்டம் கூடியிருந்தது; அந்த அறையிலிருந்த வசதிக் குறைவான சின்னஞ்சிறிய சாய்மான மேஜைகளுக்கெதிரே, வசதியற்று உட்கார்ந்திருந்தார்கள். கறுப்புச் சட்டையும், அதன்மீது

இளம்பழுப்பு நிறத்தில் குறுக்காக ஓடும் வார்களும் அணிந்தவனாய், மாஹ்னோ அந்த மேஜைகளுக்கு முன்னால் மேலும்கீழும் வேங்கைப் புலிபோல் நடந்து கொண்டிருந்தான். அவன் போதையிலில்லை என்று தெளிவாகத் தெரிந்தது; எனினும், நன்றாகக் குடித்திருக்கும்வேளையில் இருப்பதைவிட, அப்போது முகம் மிகவும் கனத்துப் போயிருப்பது போலத்தான் தோன்றியது. கைகள் இரண்டையும் அவன் பின்புறமாகக் கட்டியிருந்தான்; சோர்வுற்றுத் தளர்ந்து தொங்கும் இடதுகையை வலக்கரத்தால் இறுகப் பற்றியிருந்தான். இடையில் ஒரு கணநேரத்தில் ரோஷினை வைத்த கண் வாங்காமல் ஒருமுறை வெறித்து நோக்கினான்.

"நீ எகதிரின ஸ்லாவுக்குச் செல்ல வேண்டும்" என்று அவன் உள்ளத்தை ஊடுருவும் குரலில் சொன்னான்: "அங்குள்ள புரட்சிக் கமிட்டியிடம் நான் தரும் கட்டளையைச் சமர்ப்பிக்க வேண்டும். அத்துடன் எனது காரியாலயத்தின் பிரதிநிதி என்ற சார்பில், கலகத்தைத் தொடங்குவதற்காக அங்கு வகுக்கப்பட்டுள்ள திட்டத்தையும் நீ பரிசீலனை செய்ய வேண்டும். போ!"

ரோஷின் சுறுசுறுப்போடு சலாம் வைத்தான்; பின்னர் சட்டென்று திரும்பி, அறையைவிட்டு வெளியே சென்றான். லேவா, அவனுக்காக நடைகூடத்தில் காத்து நின்றான்.

"எல்லாம் தயாராயிருக்கிறது. அந்தக் கட்டளை என்னிடம் தான் இருக்கிறது" என்று லேவா கூறினான்; பின்னர் ரோஷினின் தோளில் கையைப் போட்டு அவனை முன்னே தள்ளிக்கொண்டு போனான்; அங்குள்ள வாசலின் முன் வந்ததும், அவன் ரோஷினைத் தனது தொடையால் இடித்து, முன்னே தள்ளினான்: "நீ உனது ராணுவக் கம்பளிக் கோட்டைக் களைந்து விட வேண்டும். நான் உனக்கு ஆட்டு ரோமக் கோட்டு ஒன்றைத் தருகிறேன்."

ரோஷினின் தோள்மீது போட்ட கையை எடுக்காமலே, அவன் அந்தக் கதவை மூன்று வெவ்வேறு விதமான சாவிகளால் திறந்தான்: "நான் உனக்கு எனது சொந்தக்

கோட்டு ஒன்றையே தருகிறேன். அற்புதமான கோட்டு. நீ லேவாவுடன் நட்புரிமையோடு நடந்துகொள்வது தான் உனக்கு நல்லது. எவனொருவன் லேவாவுடன் நண்பனாக இருக்கிறானோ, அவனுக்கு அதனால் லாபம்."

அவன் ரோஷினை அறைக்குள் இழுத்துக்கொண்டு சென்றான்; 'கலாசாரக் கல்வி நிலையத்தில்' இருந்தது போலவே அந்த அறைக்குள்ளும் புழுங்கிய நாற்றம்தான் நிரம்பியிருந்தது. லேவாவோ அறையிலே தாறுமாறாகக் குழம்பிக் கிடந்த தனது உடைமைகளைப் பற்றியும், தன்னைப்பற்றியும் பெருமையடித்துப் பீற்றிக் கொண்டிருந்தான். அவன் ரோஷினுக்காகத் தேர்ந்தெடுத்த கோட்டின் முன்னும்பின்னும் துப்பாக்கிக் குண்டுகள் துளைத்த ஓட்டைகள் சில இருந்தன; என்றாலும், உண்மையிலேயே அது அற்புதமான கோட்டுத்தான். லேவா நன்றாகத் தடித்த மனிதன். எனவே, அவன் படுக்கைக்கருகே குனிந்தபோது, ஆழ்ந்த பெருமூச்சு விட்டான்; அதன் அடியிலிருந்து ஏராளமான தலையணிகளை வெளியே இழுத்தான். அவற்றிலிருந்து உச்சியில் சிவப்புக் குஞ்சம் வைத்த ஓர் ஆட்டுத்தோல் தொப்பியைப் பொறுக்கியெடுத்து, ரோஷின் நின்ற இடத்தைநோக்கி விட்டெறிந்தான். அந்தத் தொப்பியை ரோஷின் பறந்து வரும்போதே தவறாமல் பிடித்து விடுவான் என்று அவனுக்குத் தெரியும். பின்னர் அவன் அனாயாசமான கம்பீர பாவத்தோடு, சுவரிலே தொங்கிக் கொண்டிருந்த வெள்ளிப்பிடி போட்ட ஓர் உடைவாளைக் கையால் எடுத்தான். "எடுத்துக் கொள். ஏன் எடுத்துக்கொள்ளக் கூடாது? இது ஒரு காலத்தில் ஒரு ராணுவ அதிகாரிக்குத்தான் சொந்தமாக இருந்தது." பின்னர் லேவாவும் உடை தரிக்கத் தொடங்கினான். இரண்டு கைகளில் தங்கக் கைக்கடிகாரங்களைக் கட்டிக் கொண்டான். தனது சட்டைக்கு மேலுள்ள பெல்ட்டை இறுக்கிக் கட்டினான்; அந்த பெல்ட்டில் இரண்டு கைத் துப்பாக்கிகளும், பழசாய்ப்போன உறையுடன் கூடிய ஓர் உடைவாளும் தொங்கின. அவன் அந்த வாளை உருவி, அதன் முனையை விரல்நுனியால் பரிசோதித்துப்

பார்த்துவிட்டு, "இதுதான் எப்பொழுதும் எனக்கு உதவி வரும் உடைவாள்!" என்று சொன்னான். பின்னர் அவன் தன் கால்களை உயரமான ரப்பர் மேல்பூட்சுகளுக்குள் செலுத்தியவாறு பின்வருமாறு சொன்னான்: "பழைய காலத்து ஒதே ஸ்ஸா பழமொழியைப்போல் – நான் ஒரு குதிரை வீரன் அல்லவென்று வைத்துக்கொள்வோம்." எல்லாவற்றுக்கும் மேலாக அவன் ஓர் ஆட்டுத்தோல் கோட்டை எடுத்து அணிந்துகொண்டான்.

"வாப்பா, கண்ணே! நாம் இருவரும் சேர்ந்துதான் போக வேண்டும்."

அவர்களை வண்டியிலேற்றிக் கொண்டு, அதே மாபெரும் ஊமையன்தான் ஸ்டேஷனுக்குக் கொண்டு போய்ச் சேர்த்தான்.

வண்டியில் செல்லும்போதே, அந்த ஊமையனுக்குக் கேட்டுவிடாதவாறு உள்ளடங்கிய குரலில் லேவா சொன்னான்: "இவன் மிகுந்த பலசாலி. இவன் ஒரு கைதியாக இருந்தான். ஜார் காலத்தில் சிறையில் கடுங்காவல் தண்டனை அனுபவித்து வந்தபோது, பெரியவரும் இவனுமாக அங்கிருந்து தப்பியோடி வந்து விட்டார்கள். இவனிடம் நீ எச்சரிக்கையாய் இரு. மேலும், இவனை யாரும் வெறித்து நோக்கினால், இந்த மிருகத்துக்குப் பிடிக்காது. இவனைக் கண்டால் எனக்கும்கூடப் பயம்தான்."

மிகுந்த திருப்தியுணர்ச்சியோடும் மகிழ்வோடும் லேவா அந்த வண்டியில் சாய்ந்துகிடந்தான்.

"ரோஷின்! நீ அதிர்ஷ்டசாலிதான். என்னவோ தெரியவில்லை. உன்னை எனக்கு மிகவும் பிடித்துப் போய் விட்டது. எனக்குப் பிரபுக்களைக் கண்டாலே மிகவும் பிடிக்கும். அன்றொரு நாள் மூன்று சகோதரர்களைத் தீர்த்துக்கட்ட நேர்ந்தது. மூவரும் கோலீத்சின் இளவரசர்கள். அந்தத் தண்டனையை அவர்கள் நிமிர்ந்து நின்று ஏற்றுக்கொண்ட கம்பீரத்தைப் பார்க்க வேண்டுமே!"

ரயிலிலும்கூட, லேவா இந்த மாதிரியேதான் தன்னைப் பற்றிப் பேசிக் கொண்டிருந்தான். மேலும், அவன் ரயில்வே ஸ்டேஷனில் உள்ள ஹோட்டலிலிருந்து மதுவகைகளையும் உணவுப் பண்டங்களையும் வேறு வாங்கி வந்திருந்தான். தனது ஆட்டுத்தோல் கோட்டைக் கழற்றிவிட்டு, பெல்ட்டைத் தளர்த்தி விட்டுக் கொண்டான்.

அவன் பன்றிக் கொழுப்புக் கறியைத் துண்டுதுண்டாக வெட்டிக்கொண்டே, பின்வருமாறு பேசத் தொடங்கினான்: "எனக்கு விளங்கவேயில்லை. என்னைப்பற்றி இதற்குமுன் நீ ஒன்றுமே கேள்விப் பட்டதில்லை என்பது எனக்குப் புரியவே இல்லை. ஒதே ஸ்ஸாவிலே நான் ஆடாத ஆட்டமில்லை. ஏராளமான பணம்; ஏராளமான பெண்கள்! எனக்கு எல்லாம் இருந்தன. என் உடம்பிலேயிருந்த அசுரபலத்தால்தான் அவற்றையெல்லாம் தாக்குப்பிடிக்க முடிந்தது. ஆஹா! என்ன அருமையான இளமைக்காலம் அது! என்னைப் பற்றி எல்லாப் பத்திரிகைகளிலும் எழுதினார்கள். 'சாதவ் - நகைச்சுவைமிக்க கவிஞர்' என்று மகுடமிட்டு எழுதினார்கள். உனக்கு அதெல்லாம் கூடவா நினைவுக்கு வரவில்லை? என் வாழ்க்கை வரலாறே மிகவும் ருசிகரமானது. நான் பள்ளிக்கூடத்தில் தங்க மெடல் பரிசுபெற்று வெளியே வந்தேன். இவ்வளவுக்கும் என் தந்தை பெரேசிப்பில் ஒரு வண்டி கட்டும் தொழிலாளியாகத்தான் இருந்தார். நான் இங்கு வந்தேன். திடீரென்று புகழின் உச்சாணிக் கொம்பில் ஏறிவிட்டேன்! இதிலே அதிசயப்படுவதற்கு ஒன்றுமில்லை. நான் தெய்விக அழகோடு விளங்கினேன். அப்போது எனக்கு இந்தத் தொந்தி கிடையாது. அபரிமிதமான துணிச்சலும் அகந்தையும் கொண்டவன் நான். என் குரலும் அருமையான மணிக்குரல்; நல்ல சாரீரம்! அத்தோடு, நான் வேடிக்கையான பாட்டுகளையும் விதவிதமாக, ஏராளமாகக் கட்டி விடுவேன். குட்டையான ஆட்டுத்தோல் சட்டையையும், முழங்கால் வரைக்குமுள்ள அழகிய தோல் பூட்சுகளையும் சேர்த்து அணியும் நாகரிக பாணியையே நான்தான் கண்டுபிடித்தேன். அதுதான் ருஷ்ய வீரத்திருமகனின் உடை! ஒதேஸ்ஸாவில் எங்குப்

பார்த்தாலும் என்னைப் பற்றி சுவரொட்டிகள்தான். நல்லது. ஆனால், லேவா எதையேனும் எண்ணி வருந்தியதே கிடையாதா? அதெல்லாம் ஒன்றுமே கிடையாது. அராஜகம் - அதுதான் வாழ்க்கை! நான் ரத்தவெள்ளத்திலே நீந்தி வந்திருக்கிறேன். ஏதாவது நீயும் சொல்லேன். கண்ணே! நீ லேவாவுடன் இன்னும் நட்புரிமையோடு பழக வேண்டும். இன்னும் உனக்கு என்மீது கோபம் இல்லையே! நீ என்னை விரும்ப வேண்டும் என்றே நானும் விரும்புகிறேன். என் பேச்சை எதிர்நின்று கேட்டால், எத்தனையோ பேர் முகம் வெளிறிப்போய் விடுவார்கள். ஆனால், நான் யாராருடன் நட்புக் கொள்கிறேனோ, அவர்களெல்லாம் நான் சாகுமட்டும் எனக்கு நண்பர்களாகவே இருப்பார்கள். அவர்கள் என்னை நேசிக்கிறார்கள். மிகவும் நேசிக்கிறார்கள்."

ரோஷினுக்குத் தலைசுற்றியது. அன்று காலையில் அவனுக்கு நேர்ந்த அதிர்ச்சியால் அவன் கிறுகிறுத்துப் போயிருந்தான். ஏதோ ஓர் ஆளரவமற்ற வெட்டவெளியில் நின்றுகொண்டு, மங்கித் தோன்றும் நிலா வட்டத்தைப் பார்த்து அழுது ஓலமிடும் நாயைப் போல் தானும் ஓலமிட வேண்டுமென்று தோன்றியது அவனுக்கு. எதிர்பாராதவிதத்தில், தெள்ளத்தெளிவற்ற உத்தரவுக்குக் கட்டுப்பட்டு வரும் அந்தப் பயணமோ, அவனுக்கு மேலும் பல புதிய சோதனைகளை வழங்கும் என்று தெரிந்தது. தான் ஏதாவது தவறாகவோ, சந்தேகாஸ்பதமாகவோ நடந்துகொள்ள நேர்ந்தால், தனது உயிரே பறிபோய்விடும் என்பதையும் அவன் நன்கு அறிந்திருந்தான். அதன் காரணமாகத்தான் லேவாவும் அவனோடு அனுப்பப்பட்டிருக்கிறான். அவன் போய்ப் பரிசீலனை செய்யவேண்டிய அந்த 'ராணுவப் புரட்சிக் கமிட்டி' என்பதுதான் என்ன? அவன் எந்தக் கலகத் திட்டத்தைப் பரிசீலனை செய்யவேண்டும்? யார் கலகம் செய்யப் போகிறார்கள்? யாரை எதிர்த்து? அதெல்லாம் லேவாவுக்கு நிச்சயமாகத் தெரியும். ரோஷின் இந்த விஷயத்தைப் பற்றிப் பேச்சை இழுப்பதற்காகப் பலமுறை கேள்விகள் கேட்டுப் பார்த்துவிட்டான். ஆனால் அப்போதெல்லாம் லேவாவின் புருவங்கள்தான்

மேல்நோக்கி நெரிந்தன; கண்களிலே ஓர் உயிரற்ற ஒளிதான் தென்பட்டது. லேவா அதைப் பற்றி எதுவுமே பேசாமல், ரோஷினின் கேள்வியையே காதில் வாங்கியது போல் காட்டிக்கொள்ளாமல் தனது கதையையே அளந்துகொண்டு போனான்; உதட்டைக்கூடத் துடைத்துக் கொள்ளாமல் வாயிலிருந்து ஓசையெழும்பத் தின்றான்; அவனது முகமோ, மேலும்மேலும் சிவந்து வந்தது; கடைசியில் அவன் பூவேலைப்பாடு நிறைந்த சட்டைக் காலரின் பொத்தானைக் கழற்றிவிட்டுக் கொண்டான்,

ரோஷினும் ஒரு தம்ளர் வோட்காவை உள்ளே விட்டு வைத்தான்; பின்னர் கொஞ்சம்கூட, திருப்தியுணர்ச்சி ஏற்படாமல், ஒரு துண்டு பன்றிக் கொழுப்பையெடுத்து, வாயிலிட்டு அசை போட்டான். அந்தப் பயங்கரமான, படுமோசமான, அருவருக்கத்தக்க மனிதனைக் கண்டு தன்னுள்ளே எழும் வெறுப்புணர்ச்சியை அவன் தனது சக்தியை எல்லாம் திரட்டி உள்ளடக்க முயன்றான். கட்டுக்கதையான நாவலிலேகூட, அவன் இத்தகையதொரு ராக்ஷஸப் பிறவியைப்பற்றிப் படித்ததில்லை. இந்த ராக்ஷஸப் பிறவி தனக்கென்று ஒரு கொள்கையையும் அல்லவா வகுத்துக் கொண்டிருக்கிறது: “நான் ரத்த வெள்ளத்திலேயே நீந்தி வந்திருக்கிறேன்!” அந்த வோட்காவின் மதுசாரம் ரோஷினின் ரத்தநாளங்களிலே ஓடிப் பரவி, அவனது மூளையைப் பிடித்த முக்கிக்கொண்டிருந்த கிடுக்கிப் பிடியைத் தளர்த்திவிட்டது; பின்னர் முன்னைய யாந்திரிகமான, பலனில்லாத எண்ணத்துக்குப் பதிலாக, அனாயாசமான, தன்னம்பிக்கை மிகுந்த ஒரு மனோபாவம் அவனுள் குடிபுகுந்தது: “உன்னால் முடியும். உன்னால் முடியும்!”

“சரி. லேவா! உன் அசட்டுப் பேச்சை எல்லாம் நிறுத்து!” என்று பேசமுனைந்தான் ரோஷின்: “பெரியவர் எனக்குத் திட்டவட்டமான உத்தரவு கொடுத்திருக்கிறார். நான் ஒரு போர்வீரன். எனக்கு இந்தப் புதிர்களெல்லாம் பிடிக்காது. எனவே சொல்லிவிடு. இதெல்லாம் என்னவென்று எனக்குத் தெளிவாகவே சொல்லிவிடு!”

மீண்டும் லேவாவின் உதட்டில் புன்னகை நின்றது. பெரிதுபெரிதாக ஓட்டைப் புள்ளிகள் தென்பட்ட தனது தடித்த கரத்தினால் பாட்டிலைத் தூக்கி, மதுவைத் தம்ளரில் ஊற்றிக் கொண்டிருந்தான்; அந்தக் கை பாட்டிலைப் பிடித்தவாறே அப்படியே நின்றது.

"நீ உன் குறுகுறுப்பைக் குறைத்துக்கொண்டு, கூடிய மட்டிலும் கேள்விகள் கேட்காமல் இருப்பதே நல்லது. எல்லாம் ஏற்பாடாகிவிட்டது."

"அப்படியென்றால், என்மீது நம்பிக்கையில்லை என்று தானே அர்த்தம். பின்னே, ஏன் என்னை அனுப்பிவைக்க வேண்டும்?"

"நான் யாரையுமே நம்புவதில்லை. நான் பெரியவரைக் கூடத்தான் நம்புவதில்லை. சரி, வா. நாம் மீண்டும் குடிப்போம்!"

லேவா, தன் வாயை அகலமாகத் திறந்தான்; அந்தக் குறுகிய கண்ணாடித் தம்ளரே அவனது வாய்க்குள் புகுந்துவிட்ட மாதிரி தோன்றியது. அந்த மதுவை மெதுவாகத் தொண்டைக்குழிக்குள் இறக்கினான். பச்சை மாமிசமும் சர்க்கரையும் கலந்தாற்போன்ற ஓர் அருவருக்கத்தக்க நாற்றம் அவனது வாயிலிருந்து வெளிப்பட்டது. மின்சக்தி கிறுகிறுக்கும் தன் அடர்த்தியான தலைமயிரை அவன் பின்னோக்கித் தள்ளிவிட்டவாறே, அவன் ஒரு கோழிக்குஞ்சின் காலையெடுத்து ஓடிக்கத் தொடங்கினான்.

"உன் ஸ்தானத்தில் நான் இருந்திருந்தால், இந்தப் பணியை நான் ஏற்றிருக்க மாட்டேன். பெரியவர் உனக்கு இந்த உத்தரவைக் கொடுத்து விட்டால்தான் என்னவாம்? பெரியவருக்கு அடுத்தவனை முட்டாளாக்கிப் பார்ப்பதிலே ஒரு பிரியம். தம்பி! நீ சரியான குழப்பத்தில் மாட்டிக்கொள்ளப் போகிறாய்."

ரோஷின் சிரித்துக்கொண்டே, தனது உள்ளங்கைகளால் முகத்தைப் பரபரவென்று பலமாகத் தேய்த்துவிட்டுக்

கொண்டான்.

"எனவே, நான் இதிலிருந்து தப்பிவிடுவதுதான் நல்லது என்றா நீ உபதேசிக்கிறாய்? அப்படியானால், நான் கக்கூசுக்குப் போவதுபோல் எழுந்துசென்று ஓடுகின்ற ரயிலிலிருந்து குதித்து ஓடுவதுதான் நல்லது என்றா சொல்கிறாய்? நண்பன் என்ற முறையில் இதுதானா உன் புத்திமதி?"

"சொல்வதற்கு ஒன்றுமில்லை. நான் நினைத்ததைச் சொல்லிவிட்டேன். நீயே உனது சொந்த முடிவுகளை வரையறுக்கலாம்."

"சாரமற்ற வார்த்தை! மரணத்தைக் கண்டு நான் அஞ்சுகிறேன் என்றா நீ நினைக்கிறாய்?"

"நான் ஏன் நினைக்க வேண்டும்? உனது உள்ளக் கிடக்கையைத்தான் நான் தெள்ளத்தெளிவாகக் காண்கிறேனே. பின், ஏன் நான் நினைக்க வேண்டும்? ஊர்ந்துவரும் விரியன் பாம்புக்குட்டி நீ! சும்மா பல்லைக் காட்டாதே! - நான் அவற்றைப் பிடுங்கியெறிந்து விடுவேன்! நல்லது. இப்போது நீயும் ஒரு தம்ளர் ஊற்றிக்கொள்!"

ரோஷின் மூச்சை உள்வாங்கிச் சிரமத்தோடு பெருமூச்சு விட்டான்.

"நீ என்னை நன்கறிவாய் என்றா நினைக்கிறாய்? இல்லை, லேவா, இல்லை! உனக்கு என்னைத் தெரியாது. உன்னை இப்போது சுவரோடு மல்லாக்கச் சாத்திவைத்து நெருக்கினால், நீ பன்றிக்குட்டியைப்போல் கீச்சுக் குரலில் கத்துவாய்." கோழிக்குஞ்சின் காலைக் கடிக்கத் தயாராயிருந்த லேவா, தனது பற்களை ஓசையெழும்ப இறுக மூடினான்; வேர்த்து வடியும் அவனது முகம் தொளதொளத்து நடுங்கியது.

"இதுவரையில் நீ எதிர்பார்ப்பதற்கு மாறாகத்தான் நடந்து கொண்டிருக்கிறது" என்று அவன் கடுப்போடு பதிலளித்தான்: "இதுவரையில் மற்றவர்கள்தான் கீச்சுக்

குரலில் கத்தியிருக்கிறார்கள். நீ என்னையே தீர்த்துக்கட்ட நினைக்கிறாயா, என்ன?”

“நீ மட்டும் மூன்று மாதங்களுக்கு முன்பே என் கையில் சிக்கியிருந்தால்.”

“வெள்ளை அதிகாரியே! சும்மா சுற்றி வளைத்துப் பேசாதே. விஷய்த்துக்கு வா.”

“கொலைகாரா! உன்னால் காத்திருக்க முடியாதா?”

“காத்துத்தான் இருக்கிறேன். மேலே சொல்.”

இருவரும் அவசரகதியில் பேசினார்கள்; ஆழ்ந்து மூச்சு வாங்கினார்கள்; ஆசனத்துக்கடியில் கால்களை நீட்டியவாறு இருவருமே ஒருவரையொருவர் அசையாமல் வெறித்து நோக்கினார்கள். ஜன்னலை ஒட்டியிருந்த மடக்கு மேஜைமேலிருந்த மெழுகுவர்த்தி படபடத்துப் பொரிந்தது; அதன் சுடர் தணிந்து எரிந்தது. லேவாவின் செக்கச்சிவந்த முகம் கபிலநிறமாக மாறி வருவதைக் கண்ட ரோஷின் உயிரற்ற கரகரத்த குரலில் சொன்னான்:

“வா. நாமிருவரும் நடைகூடத்துக்குச் செல்வோம். நீ முதலில் போ.”

“நான் போகமாட்டேன்.” போகிறாயா, இல்லையா?”

“நீ யார் எனக்கு உத்தரவிடுவதற்கு? நான் போக மாட்டேன்!”

இப்போதோ அந்த மெழுகுவர்த்தித் திரியின் முனையில் பற்றியெரிந்து கொண்டிருந்த நீலநிறமான மெல்லிய சுடர் மட்டும்தான் மிஞ்சி நின்றது; அதுவும்கூட, சாகமாட்டாத உயிர்போலத்தான் துடித்தது. அந்த இருளில் அவர்கள் இருவரும் சண்டைபோடத் தொடங்கி, அதில் வெற்றிக்கான சாத்தியப்பாடுகள் ஒடிசலான எனினும் உறுதிவாய்ந்தவனாக விளங்கும் ரோஷினுக்குத்தான் அதிகம் என்பதை லேவா கண்டுணர்ந்தான். எனவே, அவன் காளை மாட்டைப்போல் கனத்த குரலில்

முழக்கமிட்டான் :

"எழுந்திரு. நடைகூடத்துக்குப் போ." திடீரென்று அந்த ரயில் வண்டியின் கதவு திறக்கப்பட்டது; உடனே அந்த மெழுகுவர்த்திச் சுடர் படபடத்து நிமிர்ந்து எரிந்தது. அதைத் தொடர்ந்து சுகாய் உள்ளே வந்தான்.

"வணக்கம், நண்பர்களே!" அவனது சின்ன மீசைக்குக் கீழே தென்பட்ட உதடுகளில் ஒரு புன்னகை நெளிந்தது அவனது துடியான கண்கள் லேவாவையும் ரோஷினையும் மாறிமாறிப் பார்த்துச் சுழன்றன: "நான் உங்களை ரயில் முழுவதிலும் தேடிக்கொண்டு வருகிறேன்."

அவன் ரோஷினுக்கு அருகாகவும், லேவாவுக்கு எதிராகவும் அமர்ந்தான். அங்கிருந்த காலியான மதுப்பாட்டிலையெடுத்து, அதனைக் குலுக்கிப் பார்த்தான்; பின்னர் அதனை மோந்துபார்த்துச் சிணுங்கி விட்டு, பாட்டிலைக் கீழேவைத்தான்;

"ஏன் இரண்டுபேரும் இப்படி உம்மென்று இருக்கிறீர்கள்?"

"இருவருக்கும் ஒத்துப் போகவில்லை" என்று லேவா சொன்னான்; அதேசமயத்தில், சுகாயின் கிண்டல் செய்யும் கண் பார்வையைக் காணாமல் முகத்தைத் திருப்பிக்கொண்டான்.

"நீங்கள் இவரோடு கமிஸாரைப் போலத்தானே கூட வருகிறீர்கள்?"

"நான் இவரோடு எதைப்போலவும் வரவில்லை. எதுவாக இருந்தாலும், உங்களுக்கும் அதற்கும் என்ன சம்பந்தம்?"

"இந்த தோழருக்குத் துணையாக வரும் நீங்கள், அந்தப் பொறுப்பான பணியின் முக்கியத்துவத்தையும் உணர்ந்திருக்க வேண்டுமே. நீங்கள் உங்களது ஆத்திரபுத்தியைக் கட்டுப்படுத்த முயலவேண்டும். நல்லது. நீங்கள் இப்போது தயவுசெய்து வண்டியைவிட்டுச் சிறிதுநேரம் வெளியே இறங்கிச் செல்கிறீர்களா? நான் இந்தத் தோழரோடு தனியாகப் பேச வேண்டும்."

தனது கால்களை அகட்டி வைத்தவாறும், கைகளை வயிற்றின்மீது மடித்துப் போட்டவாறும், சுகாய் தனதிடத்தில் வசதியாக உட்கார்ந்துகொண்டான். அந்த மெழுகுவர்த்திச் சுடரின் ஒளியிலே அவனது முகம் சீனாக் களிமண் பொம்மைபோல் பழுப்பு நிறமாகத் தெரிந்தது. அவனது சின்னஞ்சிறிய, நீண்ட ரிப்பன்கள் கொண்ட கப்பற்படைத் தொப்பி, அவனது தலைமேல் எப்படிக் கீழே விழாமல் இருக்கிறது என்பதே ஓர் அதிசயமாய்த்தானிருந்தது. தனக்கு ஏற்பட்ட அவமான உணர்ச்சியிலிருந்து விடுபட்டு, லேவா சொன்னபடி எழுந்துசெல்லும் வரையிலும் சுகாய் அமைதியுடன் காத்திருந்தான்.

சிவந்து தொங்கிப்போன முகத்தோடு தென்பட்ட லேவா, ஆழ்ந்த பெருமூச்சோடு ரோஷினைப் பயமுறுத்துவது போல் ஒரு பார்வை பார்த்தான்; பின்னர் அவன் ஓசையெழும்ப இடத்தைவிட்டு எழுந்துசென்றான்; அவன் வெளியே செல்லும் சமயத்தில், அவனது உயர்ந்த தோல் பூட்சுகள் வாசல் நடையில் பளபளத்தன. சுகாய் கதவை அடைத்துவிட்டான்.

"நீங்கள் இருவரும் எதற்காகச் சண்டைப் பிடித்துக் கொண்டீர்கள்?"

"அதுவா! ஒன்றுமில்லை. நாங்கள் குடித்துக் கொண்டிருந்தோம்!" என்றான் ரோஷின்.

"நல்லது. அப்படித்தான் பதில்சொல்ல வேண்டும். ஆனால் நண்பரே. இதோ பாருங்கள். உங்களை எனது நேரடியான பொறுப்பில் விட்டிருக்கிறார்கள். எனவே, எனது கேள்விகளுக்கெல்லாம் நீங்கள் பதிலளிக்கத்தான் வேண்டும்."

சுகாய் எழுந்திருந்து எதிர்த்த ஆசனத்தில், மெழுகுவர்த்திக்கு அருகில் சென்று அமர்ந்தான்; பின்னர், அவன் மாஹ்னோவின் கையெழுத்திட்ட ஒரு கடிதத்தை எடுத்துப் பிரித்தான். அது டைப் அடிக்கப் பெற்ற கடிதம்; ஏராளமான இலக்கணத் தவறுகளோடும், அர்த்தமற்ற

அரைப்புள்ளி, முழுப்புள்ளிக் குறியீடுகளோடும், கோணல் மாணலாக அச்சடிக்கப்பட்டிருந்தது. எகதிரினஸ்லாவ் ஜில்லாவுக்கான ராணுவப் புரட்சித் தலைமைக் காரியாலயத்தின் முழுப் பொறுப்பிலும் ரோஷினை விட்டிருப்பதாக அந்தக் கடிதம் கூறியது.

"இதைப் பொறுத்தவரையில் உங்களுக்குப் பிடித்தம் தானே!" என்று சுகாய் கேட்டான். ரோஷின் தலையை அசைத்தான். "சபாஷ்! இப்போது சொல்லுங்கள். நீங்கள் இவர்களிடத்தில் வந்து எப்படி மாட்டிக்கொண்டீர்கள்?"

"இதென்ன, சாதாரணக் கேள்விதானா?"

"அப்படித்தான். ஒரு மனிதனைப்பற்றி தெரிந்துகொள்ளும் வரையிலும் அவனை நம்பமுடியாது. அதிலும் இந்த மாதிரியான முக்கியமான விஷயத்தில்! நான் சொல்வது சரிதானே?" (ரோஷின் மீண்டும் தலையை அசைத்தான்.) "நான் உங்களைப் பற்றி விசாரிக்கத்தான் செய்கிறேன். என்றாலும், கிடைத்த தகவல்கள் ஒன்றும் உற்சாகமளிப்பவையாக இல்லை. நீங்கள் எங்களது எதிரி; பரம எதிரி!"

ரோஷின் பெருமூச்செறிந்தவாறே பின்னால் சாய்ந்தான். ஜன்னல் கண்ணாடியில் மெழுகுவர்த்திச் சுடர் பிரதிபலித்தது. அந்த ஜன்னலுக்கு அப்பால், எல்லையற்ற இருட்படலம் வேகமாகச் சென்றது. அவன் மிகவும் அமைதியாகவே இருந்தான். அவனது உடம்பு ரயிலின் வேகத்தால் மெதுவாக அசைந்தாடியது. கடந்த மூன்று நாட்களுக்குள் அவனுக்கு நேர்ந்த மூன்றாவது விசாரணை இது. கடந்த மூன்று நாட்களாக அவனுக்குச் சரியான தூக்கமும் இல்லை. இருந்தாலும், இதுதான் அவனது இறுதியான, முடிவான விசாரணையாக இருக்கப் போகிறது, என்று தெரிந்தது. மேலும், என்னதான் இருந்தாலும் அவனைப்பற்றிச் சொல்லிக் கொள்ளக் கூடிய அளவுக்கு என்ன இருக்கிறது? எந்த உண்மையை அவன் சொல்வது? பிள்ளைப் பருவத்தைக் கழித்த பிறந்த வீட்டிலிருந்து, அன்னியர்களால் விரட்டப்பெற்றும்,

பிறந்த தெருவிலிருந்து வெளியேற்றப்பட்டும், அவனது சொந்த சாம்ராஜ்யத்திலிருந்து பிரஷ்டம் செய்யப்பட்டும் வந்துள்ள குழப்பமும்; சிக்கலும் நிறைந்த கதையைச் சொல்வதா? ஆனால் அதுதான் உண்மையா? அவனைக் கழுத்தைப் பிடித்துத் தூக்கிக் குப்பைமேட்டின் மீது தூக்கியெறிந்தது யார்? அவனைத் தவிர வேறு யாராம் அது? உண்மையிலேயே அவன் பயந்து நடுங்கிய விஷயம் தான் என்ன? அவன் அத்தனை மூர்க்கமாக வெறுத்த, பகைத்த விஷயம்தான் என்ன? அவனது அந்தப் பழைய வீடும், வசதியான சாம்ராஜ்யமும் நல்வாழ்வுக்கும் ஆனந்தத்துக்கும் இன்றியமையாதவைதானா? அவையெல்லாம் அவனது ஆரோக்கியமற்ற இதயத்தில் தோன்றிய, அதீதக் கற்பனையில் தோன்றிய மாயைத் தோற்றங்கள்தானே? இப்போது அவன் அதைப்பற்றிச் சிந்தித்துப் பார்க்கும்போது, சென்ற வருஷத்தில், தான் நடந்துகொண்ட விதத்திலே எவ்வித அர்த்தமும் இருப்பதாகவோ, அந்த நடத்தை மன்னித்துவிடக் கூடியதாகவோ இல்லையென்றே தோன்றியது. அவன் இருந்த அந்த ரயில் வண்டிப் பெட்டியிலே விசாரணைக்கூடமோ, ஜூரிகளோ அல்லது தனது அலங்காரமான தலைமயிரை உலுக்கிக்கொண்டு, பேச்சுத்திறமையோடு வீசிவிளாசும் பிரதிவாதத் தரப்பு வக்கீலோ இல்லைதான். அங்கோ அவனுக்கும் எதிர்த் தரப்புக்கும் இடையே சாதிக்க முடியாத ஒன்றைச் சாதித்தாக வேண்டும். அங்கு அவன் உண்மையைச் சொல்லித்தான் ஆக வேண்டும். சர்வசாதாரணமான மனிதனான தனது செய்கைகளைப் பற்றிய உண்மையை அல்ல; மாறாக, அவனுக்குள்ளே குடிகொண்டிருக்கும் மகத்தான, உண்மையான மனிதனைப் பற்றிய பிரச்னையைப் பற்றிய கேள்வியே எழுந்துவிட்டதால், அவர்களது சம்பாஷணையால் ஏற்படக்கூடிய நடைமுறை விளைவுகள்கூட அவ்வளவு முக்கியமல்லதான்.

"உங்களுக்குள்ளேயே பேசிக் கொள்கிறீர்களே! வாய்திறந்து பேசுங்கள்!" என்றான் சுகாய்.

"இல்லை. நான் ஓர் எதிரியல்ல. இப்படிச் சொன்னால் போதாதுதான்!" என்று ரோஷின் மெதுவாகச் சொன்னவாறே, தனது தலையை ஆசனத்தின் பின்னால் சாய்த்தான்: "எதிரி என்றால், அவனுக்கு ஒரு நோக்கம் இருக்கும்; அவனிடத்தில் தந்திரமும், கோபாவேசமும் தான் தலைதூக்கி நிற்கும். சரி. நான் உங்களிடம் ஒரு கேள்வியினை கேட்க விரும்புகிறேன்."

"கேளுங்கள்."

"ராணுவ நிபுணனாக நான் உங்களிடம் வருவதால் உங்களுக்கு லாபமுண்டா?"

ரோஷினின் முகத்தையும், கன்னக்குழிகளில் விழும் கறுத்த நிழல்களையும் சுகாய் மௌனமாகப் பார்த்தான்.

பின்னர் அவன் ஒருவழியாக பதிலுக்குக் கேட்டான்.

"இந்தக் கேள்விக்கு உங்கள் விடைதான் என்ன?"

"மாஹ்னோவைக் காட்டிலும் உங்களுக்கு லாபம் உண்டு என்றுதான் நினைக்கிறேன்."

"நீ என்னை ஒருமையில் 'நீ' என்றே அழை."

"சரி, அப்படியே ஆகட்டும்."

"ஆனால், நீ சேவாசேனையில் வலுக்கட்டாயமாகச் சேர்க்கப்பட்டாய் என்றும், என்றாலும் நீ ஒரு திட்டவட்டமான, விசுவாசமிக்க அராஜகவாதியென்றும், உனது வர்க்க வரலாறும் அதற்கு ஒத்து வருகின்றது என்றும் அல்லவா மாஹ்னோ சொன்னான்!"

"அத்தனையும் பொய்! எனது கடந்தகால வாழ்க்கை முற்றிலும் பொருத்தமற்றது. நான் சேவாசேனையில் சேர்ந்திருந்தேன்; ஏனெனில், நான் அதில் சேர விரும்பினேன். அதைவிட்டு நான் விலகவும் செய்தேன்; ஏனெனில், நான் அதைவிட்டு விலக விரும்பினேன்."

"ஏன்? வெட்கமாக இருந்ததா?"

"இல்லை. நீயே வார்த்தைகளை எனக்கு ஏன் சொல்லித் தருகிறாய்? எனக்கு எந்தவிதமான பற்றுக்கோடும் இல்லை. நான் அதலபாதாளத்துக்கு உருண்டு சென்று அனேக யுகங்களாகிவிட்டன. பயங்கரமான பாவங்களுக்கெல்லாம்கூட, பிராயச்சித்தம் உண்டு என்று நான் நம்பினால். ஆனால், அத்தகையதொரு மனச்சாந்தியும்கூட எனக்கில்லை."

"ஏன்? படுபாதகச் செயல்களை நிறையச் செய்து விட்டாயா?"

"அதுவும்தான் செய்திருக்கிறேன். என் வாழ்க்கை முழுவதிலுமே, நானே என்னிடம் நேர்மையை எதிர்பார்த்தேன். ஆனால், எனது நேர்மை அத்தனையுமே எனக்கு அவமதிப்பாகத்தான் மாறியது. எல்லா விஷயங்களுமே இப்படித்தான். உலகமே கூடத்தான் நிலைபுரண்டு கிடக்கிறது. கறுப்பெல்லாம் வெள்ளையாக மாறிவிட்ட கதையில்."

"நண்பரே! உன் கதையைச் சொல்லு. எல்லாம் சரிவரத் தெரிவதற்காக."

"நான் பீட்டர்ஸ்பர்க் பல்கலைக்கழகத்தில் சட்டக் கல்வி பயின்றேன்; சட்டத்துறையில் பட்டமும் பெற்றேன். ஆமாம். நான் எந்த வர்க்கத்தில் தோன்றினேன் என்பதையும் தெரிந்துகொள்ள நீ விரும்புகிறாய் இல்லையா? நான் ஒரு நிலப்பிரபு; சின்ன நிலச் சுவான்தார்தான். என் தாய் இறந்தபிறகு எனது பண்ணையில் இருந்த அனைத்தையும் விற்றுவிட்டேன். வீடு, நிலம், குடும்பத்துக்குரிய சமாதி இடம் உட்பட எல்லாவற்றையும் விற்றுவிட்டேன். படையிலிருந்து விலகினேன். வேறென்ன செய்வது? கண்ணியத்தையே அனேகமாக இழந்துவிட்ட எல்லா மிதவாதிகளையும் போலவே நானும் ஒரு மிதவாதியாகத்தான் இருந்தேன்." (இந்த இடத்தில் ரோஷின் தனது முகத்தை அருவருப்போடு சுழித்து நெரித்தான்). "வரப்போகும் புரட்சியின்பால் எனக்கு அனுதாபமும் இருந்தது. 1913ஆம் ஆண்டில் என்று நினைக்கிறேன். அப்போது நடந்த

வேலைநிறுத்தங்களின்போது, நான் ஜன்னலைத் திறந்து கொண்டு, அதன்வழியாகத் தெருவிலே குதிரைகளின் மீது சென்ற ஆயுதம்தாங்கிய போலீஸாரை நோக்கி, 'கொலைகாரர்களா! வெட்டிக் கொல்லும் வெறியர்களா!' என்றுகூடச் சத்தம் போட்டிருக்கிறேன். எனது புரட்சி நடவடிக்கைகள் எல்லாம் இந்த மட்டுக்குத்தான் இருந்தன. நான் ஒன்றுக்கும் அவசரப்படவில்லை. ஏனென்றால், அப்போது என்னைப் பொறுத்தவரையில் எனக்கு வாழ்க்கை வசதியாகத்தான் இருந்தது." (இந்தச் சமயத்தில் சுகாயின் மீசைதான் சுருங்கி நெரிந்தது.) "பொறு. அதற்குள் என்னை வெறுக்கத் துணிந்துவிடாதே. நான் உன்னிடம் ஒளிவுமறைவின்றி உண்மையையே பேசிவருகிறேன். என்றாலும், நான் செய்யாத காரியங்களும் பலவுண்டு. நான் மாபெரும் விருந்துகளுக்குப் போகவோ, அங்குச் சென்று நுரைக்க நுரைக்கப் பொங்கும் சாம்பேன் மதுக்கோப்பையைக் கையிலேந்திக் கொண்டு, துன்பப்படும் ருஷ்ய மக்களுக்காக அதனை அருந்தவோ, நான் என்றுமே துணிந்ததில்லைதான். 1917ஆம் ஆண்டிலே, நான் போர் முனையிலிருந்த காலத்தில், வெட்கத்தாலும், வெறுப்பாலும் எனக்குப் பைத்தியமே பிடித்துவிடும் போலிருந்தது. இரண்டரை ஆண்டுக்காலமாகப் பதுங்குக் குழிகளுக்குள்ளேயே கிடந்தேன். எனினும், பதவி உயர்வு கேட்கவில்லை. அத்துடன் சீலைப்பேன் கடியிலிருந்து தப்புவதற்காக, பட்டுச் சட்டைகளைக் கூட அணிந்ததில்லை."

"ரொம்ப நல்ல காரியம்தான்!"

"நீ ஒன்றும் என்னைப் பார்த்துக் கிண்டலாகச் சிரிக்க வேண்டாம்!" (ரோஷினின் புருவம் மேல்நோக்கி நெரிந்தது; அவனது மெலிந்த முகத்தில் நிழல்கள் திட்டுத் திட்டாக விழுந்தன.) "இதைச் சொல். உன் நாட்டை நீ எப்படி மதிக்கிறாய்? நீ சிறுபிள்ளையாயிருக்கும்போது, ஒரு ஜூன் மாதப் பொழுதில், எலுமிச்சை மரங்களைச் சுற்றி தேனீக்கள் ரீங்காரித்திருக்கும்; அப்போது உன் இதயத்துக்குள்ளே தேனொழுக்கைப்போல், ஆனந்த

உணர்ச்சி பொங்கி வழிந்திருக்கும். ருஷ்ய நிலத்தின்மீது ருஷ்ய வானம் பரந்துகிடந்திருக்கும். அவற்றையெல்லாம் நானும் நேசிக்கவில்லை என்று நீ நினைக்கிறாயா? போர்முனையை நோக்கி, போர்முனையில் எதிர்நோக்கி நிற்கும் சாவை நோக்கி, லட்சோப லட்சக்கணக்கான மக்கள் கம்பளிக் கோட்டுகளை அணிந்துகொண்டு சென்றார்களே. அவர்களை எல்லாம் நான் நேசிக்கவில்லை என்று நினைக்கிறாயா? நானும் சாவுக்குத் துணிந்துதான் நின்றேன்; யுத்தத்திலிருந்து உயிரோடு திரும்பிவருவேன் என்ற நம்பிக்கையும் எனக்கு இருந்ததில்லை. எனது நாடே நானாகத்தான், பெருமிதம் கொண்ட பெரியதொரு மனிதனாகத்தான் எனக்கிருந்தது. பின்னர்தான் எனது நாடு அப்படியிருக்கவில்லை என்று விளங்கியது. அது ஏதோ மாதிரியாகத் தோன்றியது. அது நானாக இருக்கவில்லை; அவர்களாக இருந்தது. இப்போது எனக்குப் பதில் சொல். எனது நாடு என்பது என்ன? நாட்டுக்கும் நமக்கும் என்ன சம்பந்தம்? ஏன் மௌனமாக இருக்கிறாய்? நீ என்ன பதில் சொல்வாய் என்று எனக்குத் தெரியும். இந்த மாதிரியான கேள்வியை மனிதர்கள் வாழ்க்கையில் ஒரே ஒருமுறைதான் கேட்கிறார்கள். ஆம். அவர்களது நாட்டை இழந்துவிட்ட காலத்தில்தான் கேட்கிறார்கள். நான் எனது பீட்டர்ஸ்பர்கிலுள்ள எனது வீட்டை இழந்துவிட்டதையோ, எனது வக்கீல் தொழிலை இழந்துவிட்டதையோ குறிப்பிடவில்லை. என்னுள்ளே குடிகொண்டிருந்த அந்த மாபெரும் மனிதனை நான் இழந்துவிட்டேன்; நான் ஒன்றும் சிறுமைப்பட்டவனாக இருக்க விரும்பவில்லை. வேண்டுமானால், என்னைச் சுட்டுத் தள்ளு. நான் சொல்வதில் எதாவது ஒருவார்த்தை தவறாக, பொய்யாக இருந்தாலும்கூட, என்னைத் தாராளமாகச் சுட்டுத் தள்ளு! அந்தக் கபிலநிறக் கம்பளிக் கோட்டை அணிந்த மக்கள் தங்கள் வழியிலேயே எல்லாவற்றையும் அமைத்துக்கொண்டு விட்டார்கள். பிறகு நான் செய்வதற்கு என்னதான் மிஞ்சிக் கிடந்தது? நான் அவர்களை வெறுக்கத் தொடங்கினேன். எனது மூளையில் ஈயக்கனம் கொண்ட ஏதேதோ கொக்கிகள்

மாட்டிக்கொண்டு என்னை அழுத்தின. பழிவாங்க வேண்டும் என்ற ரத்தவெறிகொண்ட, மூர்க்காவேசம் மிகுந்த மனிதர்கள்தான் சேவாசேனையில் போய்ச் சேர்ந்தார்கள். 'ஜாருக்காகவும், தாய்நாட்டுக்காகவும், நமது மதத்துக்காகவும் நாம் ஜெயகோஷம் போடுவோம்!' என்று கிளம்பினார்கள். நாங்கள் நாடோடி வண்டியிலே ஏறிக்கொண்டு 'யாரு' என்ற இடத்துக்குச் சென்றோம்; அங்கு மிகவும் பிரபலமான மீனையும் பட்டாணியையும் தின்றோம்."

"நண்பரே! நீ நன்றாகத்தான் பக்குவம் அடைந்திருக்கிறாய்!" என்றான் சுகாய். இப்போதோ அவனது துடியான கண்களில் குடிகொண்டிருந்த வெறித்த நோக்கு மென்மை பெற்றது: "படிப்பாளிகளான உங்களோடு பேசுவது விசித்திரமான அனுபவம்தான்! இந்த மாதிரியான குழப்பங்களையெல்லாம் நீங்கள் எங்கிருந்து பெற்றீர்கள்? என்னதான் இருந்தாலும், நீங்களும் ரஷ்யர்கள்தானே. புத்திசாலிகளாகவும் தோன்றிகிறீர்கள். இருந்தும். இதெல்லாம் முதலாளித்துவ வர்க்கத்தின் வளர்ப்பினால் வந்த விளைவுதான். நீ உன்னையே இழந்துவிட்டாய். இல்லையா? நான் உண்மையிலேயே இருக்கிறேனா அல்லது இல்லையா என்ற சந்தேகமே வந்துவிட்டது! இல்லையா? ஐயோ! தெனீகின் ஆதரவாளர்களே! உன் பேச்சு எனக்குச் சிரிப்பைத்தான் மூட்டுகிறது. போகட்டும். இப்போது நீயும் நானும் என்ன முடிவுக்கு வருவது? உயிர் வாழவேண்டுமென்பதற்காக உழைக்காமல் உண்மையிலேயே முழு மனத்தோடு நீ எங்களுடன் உழைக்க விரும்புகிறாயா?"

"நீ இப்படிக் கேட்டால், நான் உழைக்கத்தான் விரும்புகிறேன்."

"ஆனால் உனக்கு இதில் ஆர்வமில்லையே!"

"உழைக்கிறேன் என்று சொல்லிவிட்டேன். உழைக்கவும் செய்வேன்."

சுகாய் மீண்டும் காலி மதுப்பாட்டிலையெடுத்து,

அதனை ஆட்டிப் பார்த்தான்; பிறகு அவன் மடக்கு மேஜைக்கடியிலும், மேலேயுள்ள சாமான்வைக்கும் பரணையும் பார்த்தான்.

"இப்போது உனது அந்த நாய்க்குப் பிறந்த பயலை உள்ளே கூப்பிடுவோம்!" என்று அவன் சொல்லியவாறே, கதவைத் திறந்து நடைகூடத்தை நோக்கி உரக்கக் குரல் கொடுத்தான்: "கமிஸார்! மதுப்பாட்டிலை எங்கே ஒளித்து வைத்திருக்கிறீர்கள்?" பின்னர் அவன் ரோஷினிடம் திரும்பி அர்த்தபுஷ்டியோடு கண்ணைச் சிமிட்டிக்கொண்டு சொன்னான்: "இவனை மட்டும் ஒழுங்காக இருக்கும்படி பார்த்துக்கொள். இவன் ஒன்றும் சரியானபடி பணிந்து வராவிட்டால், அந்த நிமிஷமே இவனைச் சுட்டுத் தள்ளு. மாஹ்னோவின் ஆட்களிலேயே இவன்தான் மிகவும் ஆபத்தான பேர்வழி."

ரோஷின், சுகாய், குடிபோதையிலிருந்த லேவா மூவரும் பாலத்துக்கு ரயில் போய்ச் சேர்வதற்கு முந்தைய நிறுத்தத்திலேயே ரயிலைவிட்டு இறங்கிவிட்டார்கள். நீப்பர் நதியிலிருந்து மேலெழுந்து வந்த பனிமூட்டம் ஆற்றுக்கு அக்கரையிலுள்ள எகதிரின்ஸ்லாவ் நகரத்தின் மீது கவிந்திருந்தது. அவர்கள் மூவரும் ஒன்றும் பேசிக்கொள்ளாமல், அங்கு நிலவிய குளிரில் தமது தோள்களைத் தூக்கி, தலையைக் கம்பளிக் கோட்டுக்குள் இழுத்துக் கொண்டார்கள்: ரயில் பாலத்தின்மீது ஊர்ந்து செல்லத் தொடங்கியது; அப்போது அதன் சக்கரங்கள் கடகத்துச் சென்றன. கம்பளிச் சால்வையால் உடம்பு முழுவதையும் போர்த்திக்கொண்டிருந்த ஒரு பெண் ரயில்வே பிளாட்பாரத்துப் பலகைகளின்மீது நடந்து வந்தாள்; கம்பளிச் சால்வைக்கு உள்ளேயிருந்து அவளது இரண்டு கண்கள் மட்டுமே வெளியே தெரிந்தன. அவள் அவர்களைக் கடந்து ஒருமுறை நடந்துசென்றாள்; பின்னர் மீண்டும் திரும்பிவந்து அவர்களைக் கடந்து சென்றாள்; பின்னர் மீண்டும் அவள் மிகமிக மெதுவாக அவர்கள் அருகில் நடந்துசென்றாள். அப்போது சுகாய் அவளைப் பார்த்துப் பேசாமல் தனக்குத்தானே பேசிக்

கொள்வதுபோல் வாய்விட்டுச் சொன்னான்:

"எங்கே தேநீர் கிடைக்குமென்று தெரியவில்லையே!"

உடனே அவள் சட்டென்று நின்றாள்.

"எங்கே கிடைக்குமென்று நான் சொல்கிறேன்" என்றாள் அவள்.

"ஆனால், எங்களிடம் சர்க்கரை இல்லையே!"

"எங்களிடம் இருக்கிறது."

இதைக் கேட்டவுடன், அவள் தன் கம்பளிச் சால்வையைத் தூர விலக்கினாள். அப்போது அவளது அற்புதமான அழகும், இளமையும் நிறைந்த முகமும், சின்னஞ்சிறிய குவிந்த வாயும், உருண்டுதிரண்ட கன்னத்தில் தோன்றிய கன்னக்குழிவும் வெளியே தென்பட்டன.

"தோழர்களே! நீங்கள் எங்கிருந்து வருகிறீர்கள்?"

"எங்கேயிருந்து வந்தால் உனக்கென்ன? நீயும் உன் சதிவேலையும்! வழியைக் காட்டு!" என்று லேவா கோபத்தோடு பதிலளித்தான்.

அந்த யுவதி வியப்புடன் தன் புருவங்களை நெரித்தாள். ஆனால் சுகாயோ, 'அவள் சந்திக்க வேண்டிய நபர்கள்தான் அவர்கள்' என்ற உண்மையை அவளிடம் கூறினான். பின்னர், அவள் பிளாட்பாரத்திலிருந்து கீழே குதித்து, பழுதுபட்டுக் கிடந்த ரயில் வண்டிகள் குவிந்துகிடந்த இடத்தைக் கடந்து அவர்களைக் கூட்டிச் சென்றாள். அவர்கள் பிரேக்குகளுக்கான பிளாட்பாரங்களில் ஏறியிறங்கியும், ரயில் வண்டிகளுக் கடியில் புகுந்தும் சென்றார்கள். ஆனால், செல்லும் வழியில் யாருமே அவர்கள் முன் எதிர்ப்படவில்லை. கடைசியில் அந்த யுவதி மூடிக்கிடந்த ஒரு சாமான் வண்டியின் பக்கச் சுவரைத் தட்டியவாறு, பின்வருமாறு குரல் கொடுத்தாள்:

"நான்தான், மரீயா. அவர்களை அழைத்து வந்திருக்கிறேன்."

அந்த வண்டியின் இரட்டைக் கதவுகள் சர்வ ஜாக்கிரதையோடு திறக்கப்பட்டன; பின்னர் கன்னங்கரிய கண்களும், உறுத்த நோக்கும்கொண்ட ஒரு மெலிந்து வெளிறிய முகம் வெளியே எட்டிப் பார்த்தது.

“உள்ளே வந்துவிடுங்கள்! குளிரும் உள்ளே வந்துவிடப் போகிறது” என்று அந்த முகம் மெல்லக் குரல் கொடுத்தது.

அவர்கள் மூவரும் வண்டிக்குள் ஏறினார்கள்; மரீயாவும் ஏறிக்கொண்டாள். அந்தக் கறுத்த கண்கள் கொண்ட மனிதன் கதவுகளை அடைத்துவிட்டான். உள்ளே கதகதப்பாகத்தான் இருந்தது. அந்த வண்டிக்குள் ஒரு சின்ன இரும்பு அடுப்பு இருந்தது. பழைய பூட்பாலிஷ் டப்பாவின் மூடியில் ஊற்றப்பட்டிருந்த எண்ணெய்யில் மிதந்துகொண்டிருந்த திரியிலிருந்து மெல்லிய சுடரொன்று ஒளி வீசியது. அந்த இருண்ட வெளிச்சத்தில் புரட்சி ராணுவக் கமிட்டித் தலைவரின் தெளிவற்ற முகமும், அவருக்குப் பின்புறத்திலிருந்த வேறு இருமங்கிய உருவங்களும் தென்பட்டன.

சுகாய் தனது அத்தாட்சிப் பத்திரங்களைக் காட்டினான்; லேவாவும் ஏதோ ஒரு காகிதத்தை வெளியே எடுத்துக் காட்டினான். விளக்கு அருகில் அமர்ந்தவாறு, அந்தத் தலைவர் அவற்றை வெகுநேரம் பரிசீலித்தார்.

“நல்லது” என்று அவர் எழுந்தவாறே பதில் சொன்னார்: “நாங்கள் நேற்றைக்கு முந்தைய நாளிலிருந்து உங்களை எதிர்பார்த்துக் காத்துக் கொண்டிருக்கிறோம். சரி. உட்காருங்கள்.” அவர் லேவாவின் பளபளப்பான பூட்சுகளை ஓரக்கண்ணிட்டுப் பார்த்தார்: “மாஹ்னோவுக்கு ஒன்றும் அவசரமிருப்பதாகத் தெரியவில்லையே!”

லேவா, அங்கு கிடந்த சின்ன மேஜைக்கருகில், ஒரே ஒரு சிறு பெஞ்சின்மீது முதலில் அமர்ந்துகொண்டான். சுகாய், அங்கு கிடந்த மரக்கட்டைமீது ஏறியமர்ந்தான். ரோஷினோ சிறிது தள்ளிச்சென்று, ரயில் வண்டிச் சுவரின்மீது சாய்ந்து நின்றுகொண்டான். அப்படியென்றால், இதுதான் போல்ஷிவிக்குகளின் தலைமைக் காரியாலயம்.

ஒரு வெம்பரப்பான சரக்கு வண்டி; அதிலே ஜாக்கிரதையுணர்ச்சியும் அழுத்த சுபாவமும் கொண்ட ரயில்வே தொழிலாளிகளைப்போல் தோன்றும் உறுத்த முகங்கள். இவ்வளவேதான்.

தலைவர் நிதானமான குரலில் பேச முனைந்தார்: "நாங்கள் தயாராயிருக்கிறோம். மக்களும் ஆர்வத்தோடு இருக்கிறார்கள். நாம் உடனே தொடங்கியாக வேண்டும். இதுவரையில் கிடைத்த தகவல்களிலிருந்து, பெத்லூராவின் ஆட்களுக்கு ஏதோ சந்தேகம் தட்டி விட்டிருக்கிறது என்றே தோன்றுகிறது. நேற்று நகரத்தில் ஒரு பலத்த பீரங்கிப் படையை இறக்கியிருக்கிறார்கள். மேலும், அவர்கள் கீவிலிருந்தும் துருப்புகளை எதிர்பார்க்கிறார்கள். இங்கே நம்மிடையே துரோகிகள் இல்லை; எனவே, அவர்களுக்குக் கிடைத்த தகவல்கள் குல்யாய் - போல்யே வட்டாரத்திலிருந்துதான் கிடைத்திருக்கக் கூடும்."

"பொறுங்கள். என்ன சொல்கிறோம் என்பதை எண்ணிப் பார்த்துப் பேசுங்கள்" என்று பயமுறுத்தும் உறுமல் குரலில், லேவா குரல் கொடுத்தான்.

உடனே பின்னணியில் இருளிலிருந்த இரண்டு உருவங்களும் முன்னால் நெருங்கிவந்தன. தலைவரோ, அதே நிதானமான குரலில் மேலும் பேசினார்:

"அங்கு எல்லாமே பகிரங்கமாக நடைபெறுகின்றது. அது கூடாது. தோழர்களே. எகதிரினஸ்லாவில் கைதுசெய்யும் படலம் தொடங்கிவிட்டது. இதுவரையிலே அவர்கள் எதையும் முறையாக திட்டமிட்டுச் செயல்படுத்தா விட்டாலும், சமீபத்திலே நமது தோழர்களில் ஒருவரைக் கைதுசெய்திருக்கிறார்கள்."

"இளம் கம்யூனிஸ்ட் லீகைச் சேர்ந்த மிஹயில் கிரிவமாஸ்!" என்று மரீயா கணீரென்று குரல்கொடுத்தாள்; அவளது குரலிலே லேசான, பெண்மைத் தன்மையின் உடைவு தென்பட்டது. அவள் ரோஷினுக்கு அருகில், தனது சால்வையைத் தோளின் மீது போர்த்தியவாறு நின்றாள்.

"மிஹயிலை அவர்களது துப்பறியும் இலாகாத் தலைவரான நரெகரோத்ஸவ என்பவனே விசாரித்திருந்திருக்கிறான். இதிலிருந்து அவர்களும் விழிப்பாக இருக்கிறார்கள் என்றே தெரிகிறது."

"அவர்கள் மிஹயிலை ஒரு ரப்பர் தடியினால் மண்டையில் ஓங்கியடித்திருக்கிறார்கள். பாவம். அந்தப் பையனின் கண்கள் இரண்டும் வெளியே வந்துவிட்டன!" என்று மரீயா அவசரஅவசரமாகச் சொல்லியவாறே மூக்கைக் கிணுங்கினாள்: "அவனது இரண்டு விரல்களையும் துண்டித்துவிட்டார்கள்; வயிற்றையும்கூடக் கிழித்துவிட்டார்கள். எனினும் அவன் எதையும் சொல்லிவிடவில்லை."

லேவா, தனது வாளினைக் கால்களுக்கிடையில் ஊன்றியவாறு, ஏளனபாவத்தோடு சொன்னான்:

"இதெல்லாம் சில்லறை விஷயம். நரெகரோத்ஸவ் என்றா சொன்னீர்கள்? நாங்கள் அவனை மறக்கமாட்டோம். இங்கே பப்ளிக் பிராசிகூட்டர் யார்? அவர்களது போலீஸ் தலைவர் யார்?"

"நாங்கள் அவர்களது பெயர்களையும் விலாசங்களையும் தருகிறோம்."

தலைவர் மரீயாவின் பேச்சில் குறுக்கிட்டார்: "தோழர்களே! நாம் கட்டுப்பாடான ஒழுங்கான முறையில் செயல்பட வேண்டும். எதிரிகளின் பலத்தைப்பற்றி உங்களுக்கு இப்போது பெட்யூக் அறிவிப்பார்." (அவர் அங்கிருந்த கட்டுமஸ்தான ஒரு மனிதனைச் சுட்டிக்காட்டினார். அந்த மனிதனின் எண்ணெய் படிந்த சட்டையின் ஒருபுறத்துக் கை உள்ளே ஒன்றுமே இல்லாமல் இடுப்பின் இடைவாரில் சொருகப்பட்டிருந்தது.) "புரட்சிக் கமிட்டியின் வேலையைப்பற்றி மட்டும் நான் தெரிவிக்கிறேன். மாஹ்னோவைப் பற்றிய விவரங்களை நீங்கள் சொல்லுங்கள். நாலாவதாகவுள்ள பிரச்னை மென்ஷிவிக்குகள், அராஜகவாதிகள், இடதுசாரி சோஷலிஸ்டு புரட்சிவாதிகள் முதலியோரைப் பற்றியது.

அந்த நாய்க்குப் பிறந்த பயல்கள் எதையோ மோப்பம் பிடித்துக்கொண்டு, சோவியத்தில் இடம்பிடிக்கப் போராடி வருகிறார்கள். சரி. பெட்யூக், நீங்கள் சொல்லுங்கள்."

பெட்யூக் உறுதி நிறைந்த குரலில் உலக முதலாளித்து வத்தின் ரத்தவெறிகொண்ட திட்டங்கள் பற்றி தனது பேச்சைத் தொடங்கினான். ஆனால், உடனே தலைவர் குறுக்கிட்டார்: "நீங்கள் பொதுக்கூட்டத்தில் பிரசங்கம் செய்யவில்லை. புள்ளிவிவரங்களை மட்டும் சொன்னால் போதும்." அந்தப் புள்ளிவிவரங்களோ மிகவும் கவலைக்குரியதாகத்தான் இருந்தன: "எகதிரின ஸ்லாவில் மட்டும் பெத்லூராவின் காலாட்படையினர் இரண்டாயிரம் பேருக்குமேல் இருக்கிறார்கள். அத்துடன் பதினாறு பீரங்கிகள்; அவற்றில் நான்கு கனரக பீரங்கிகள். மேலும், முதலாளித்துவ வர்க்கத்திலிருந்தும், அதிகாரிகள் வர்க்கத்திலிருந்தும், திரட்டப்பட்ட சேவாசேனையும் கணிசமான அளவுக்கு இருந்தன; அவர்களிடம் ஏராளமான இயந்திரத் துப்பாக்கிகளும் இருக்கின்றன. எல்லாவற்றுக்கும் மேலாக, கீவிலிருந்தும் புதிய படைகள் வந்துசேரக் காத்திருக்கின்றன.

இரண்டாவது தெரிவித்த அறிக்கையிலிருந்து பின்வரும் விஷயங்கள் தெரிய வந்தன. புரட்சி ராணுவக் கமிட்டியினரின் கையில் மூவாயிரத்து ஐநூறு தொழிலாளிகள் மட்டுமே இருக்கிறார்கள்; என்றாலும் அவர்கள் அனைவரும் போல்ஷிவிக் ஸ்தாபனத்தை எந்தவிதத் தயக்கமுமின்றி ஆதரிப்பார்கள். அத்துடன் சுற்றுவட்டாரத்திலுள்ள கிராமங்களிலுள்ள விவசாய வர்க்கத்து இளைஞர்களின் ஆதரவும் கிட்டும்; அந்த அளவுக்கு அங்கெல்லாம் போதிய பிரசாரம் செய்தாகி விட்டது. என்றாலும், அவர்களிடம் ஆயுதபலம் மட்டும் போதிய அளவுக்கு இல்லை. 'பத்துச் சதவீதம் பேர்களுக்குத்தான் நாம் ஆயுதம் வழங்க முடியும். மீதியுள்ளவர்கள் தங்கள் சொந்தக் கைகளை நம்பித்தான் போராட வேண்டும்' என்று நாம் சொல்லிவிடலாம்."

சுகாய் நிலையற்று நெளிந்துகொடுப்பதையும், லேவாவின்

மோவாய் தொங்கிப்போனதையும் கண்ட தலைவர், நெருப்புக் கங்குகள்போல் பளபளக்கும் தமது கண்களோடு, குரலை உயர்த்திச் சொன்னார்:

"நாங்கள் ஒன்றும் வற்புறுத்தவில்லை. நகரத்தைத் தாமே தாக்குவதற்கு மாஹ்னோ பயந்தால், அவர் குல்யாய் - போல்யேவிலேயே இருந்துவிட்டுப் போகட்டும். நமக்கு அவர் துப்பாக்கிகளையும் தளவாடங்களையும் கொடுத்து உதவினால் போதும்."

லேவாவோ சிவந்து கன்றிய முகத்தோடு, தனது வாளால் தரையை இடித்தான்.

"தோழரே! என்னை ஒன்றும் முட்டாளாக்கப் பார்க்க வேண்டாம். நாங்கள் ஒன்றும் ஆயுத வியாபாரம் செய்யவில்லை. அந்தப் பெத்லூரா நாய்களை மாஹ்னோ ஒரேவீச்சில் ஒழித்துக்கட்டி விடுவார்."

இதைக் கேட்டதும் சுகாய் பின்வருமாறு சொன்னான்:

"தோழர் லேவா! ஆத்திரப்படாதீர்கள். உங்கள் வாயைக் கொஞ்சநேரம் அமைதியாய் அடக்குங்கள். தோழர்களே! நாம் மாஹ்னோவுடன் ஓர் ஒப்பந்தத்துக்கே வந்திருக்கிறோம். உக்ரேனிய பிரதம தளபதிக்குக்கீழ் தாம் பணியாற்றத் தயாராயிருப்பதாகத்தான் அவர் கருதிக் கொண்டிருக்கிறார். எனவே, இப்போது ஐந்தாவது படை வரிசையாகவுள்ள மாஹ்னோவின் மக்கள் ராணுவம் உத்தரவு கிடைத்தவுடனேயே எகதிரினஸ்லாவ் நோக்கிக் களத்தில் இறங்கிவிடும். பிரதம தளபதியின் உத்தரவு என் பையில்தான் இருக்கிறது. எனவே, நாம் கூட்டு முறையில் நமது நடவடிக்கைகளை இணைத்துப் போராடுவோம். நம்மிடம் ஒரு ராணுவ நிபுணரும் இருக்கிறார். தோழர் ரோஷின். தயவுசெய்து நீங்கள் இங்கு அருகில் வருகிறீர்களா."

சுகாய் அன்றிரவே குல்யாய் - போல்யேவிலுள்ள மாஹ்னோவிடம் போய்ச் சேர்ந்தான். அவன், தான் வரும்போது லேவாவையும் தன்னுடன்

அழைத்து வந்து விட்டான். அவனது பளபளப்பான குதிரைப்படை பூட்சுகளையும் தடித்துப் புடைத்த முகத்தையும் தொழிலாளர்கள் கடைக்கண் போட்டுப் பார்க்கக்கூடிய நிலைமையைத் தவிர்க்கவும், ரோஷினோடு அத்தகைய முட்டாளைத் தன்னந்தனியே விட்டுவர விருப்பமில்லாமலும்தான் சுகாய், அவனைத் தன்னுடன் அழைத்துக் கொண்டுபோய் விட்டான்.

மரீயா, ரோஷினின் பொறுப்பில் விடப்பட்டாள். துருப்புகளோடு ரோஷினைத் தொடர்புகொள்ளச் செய்வதும், ரோஷினின் தேவைகளைக் கவனித்துக் கொள்வதும், அவளது வேலையாயிற்று. புரட்சி ராணுவக் கமிட்டி வகுத்திருந்த திட்டம் ஒன்றுக்கும் பிரயோசனமில்லாத திட்டம். ரோஷின் சுற்றிவளைத்துப் பேசாமல், அதனை எடுத்த எடுப்பிலேயே முகத்தில் அறைந்தாற்போல் சொல்லிவிட்டான். பின்னர், புரட்சிக் கமிட்டியினர் ரோஷினே நகரத்தைச் சுற்றிப் பார்த்து, பரிசீலனைசெய்து, அவனது திட்டத்தை வழங்குமாறு ஆலோசனை தெரிவித்தார்கள். அதன்பேரில், ஒவ்வொரு நாள் காலையிலும் மரீயாவும் அவனும் நீராவிப் புகையெழும்பும் நீப்பர் நதியின் மிதக்கும் பனிக்கட்டிகளுக்கிடையே படகை ஓட்டிக் கொண்டு, நதியின் வலதுகரைக்குச் சென்றார்கள்; அங்கு மாண்டீரவ்காவின் சுற்றுப்புறத்தில் படகைவிட்டு இறங்கினார்கள்; அங்கிருந்து சந்தைக்குச் செல்லும் விவசாயிகளின் வண்டிகளில் ஏதாவது ஒன்றில் தொற்றிக் கொண்டு, ரயில்வே ஸ்டேஷனுக்குச் சென்றார்கள்; அங்கிருந்து கால்நடையாகவோ அல்லது டிராம் வண்டி மூலமாகவோ எகதிரினஸ்லாவ் நகருக்குள் சென்றார்கள்.

ரயில்வே ஸ்டேஷனும், ரயில்வே பாலமும் நகரத்தின் தென்கோடியில் இருந்தன; இருபுறத்திலும் வேல மரங்களும், லொம்பார்ட்டி பாப்லார் மரங்களும் நிறைந்த எகதிரீனின்ஸ்கி சாலை என்ற அகன்று விரிந்த ஜன நடமாட்டம் அதிகமுள்ள நெடுவழி நகரம் முழுவதிலும் நீண்டுசென்றது. அந்தச் சாலையின் இருபுறத்திலும்

கண்ணாடிச் சன்னல்கள் கொண்ட புதிய கற்கட்டடங்கள் தென்பட்டன; அவற்றில் பாங்கிகளும், ஹோட்டல்களும், தபாலாபீசும், நகர மண்டபமும் இடம் பெற்றிருந்தன. அந்த நெடுஞ்சாலை பழைய நகரத்தை நோக்கி, ஏறுமுகமாக உயர்ந்து சென்றது; அந்தப் பழைய நகரம் ஒரு தேவாலயத்தைச் சுற்றிலும் அமைந்திருந்தது. அங்கும் ராணுவ முகாம் கட்டடங்கள் இருந்தன.

ரோஷின் மரீயாவுக்குக் காலடிகளின்மூலம் தூரத்தைக் கணக்கிடவும், கண்பார்வையின்மூலம் கோணத்தை நிர்ணயிக்கவும், தாக்குதலுக்கு லாயக்கான முக்கியமான இடங்களை மனத்திலேயே பதிவு செய்துகொள்ளவும் உரிய வழிகளைக் கற்றுக் கொடுத்தான். இடையிடையே அவர்கள் ஏதாவது ஒரு ஹோட்டலுக்குள் புகுந்து, அங்கமர்ந்து ஒரு துண்டுக்காகிதத்தில் தமது திட்டத்தைக் குறித்துக்கொண்டார்கள். அந்தத் துண்டுக் காகிதத்தைச் சிறிதாக மடித்து, அதனை மரீயா தனது முஷ்டிக்குள்ளேயே இறுக்கப் பிடித்துக்கொண்டாள்; யாராவது ஒரு போலீஸ்காரன் அவர்களை நிறுத்தி விசாரித்தாலும் அவள் அந்தக் காகிதத்தைச் சட்டென்று விழுங்கிவிடலாம் என்பது அவர்கள் திட்டம். அழகியான மரீயா தனது கைக்குட்டையைத் தலையில் உக்ரேனிய பாணியில் கட்டியிருந்தாள்; என்றாலும்கூட, எவரும் அவளை ஏறிட்டுப் பார்க்கவில்லை. ரோஷினும் தனது சிவப்புக் குஞ்சம் வைத்த ஆட்டுத்தோல் தொப்பியைத்தான் அணிந்திருந்தான்; எதையுமே கவனிக்காமல் போகிறவன் கண்ணைக்கூட, அது இழுத்து நிறுத்தக் கூடியதுதான். என்றாலும் அங்குள்ள எவருக்குமே அவர்களைக் கவனிக்கவோ, அவர்களைப் பற்றிச் சிந்திக்கவோ நேரமில்லை. பெத்லூராவின் அதிகாரிகள் தம்மைக் குடியரசுவாதிகள் என்றும், ஜனநாயகவாதிகள் என்றும் பிரகடனப்படுத்தியிருந்ததால், பல்வேறுவிதமான கமிட்டிகளுக்கு மத்தியில் சிக்கிக் கொண்டிருந்தார்கள். சோஷலிஸ்டுகள், சியோனிஸ்டுகள், அராஜகவாதிகள், தேசியவாதிகள், சட்டசபைவாதிகள் சோஷலிஸ்ட் புரட்சிவாதிகள், தேசிய சோஷலிஸ்டுகள், போலந்து

சோஷலிஸ்டுகள், நிதானவாதிகள், நிதானவாதிகளை ஒத்தவாதிகள் முதலிய பற்பல கமிட்டிகளும் தத்தமக்குரிய திட்டங்களோடும் அல்லது திட்டங்களேயில்லாத கமிட்டிகளோடும் அங்கு இருந்தார்கள். இந்தப் புல்லுருவிகள் எல்லாம் தத்தமக்கு அரசாங்கத்தின் அங்கீகாரத்தைப் பெறவும், காரியாலயத்துக்கான இடம், நிதி வசதி முதலியவற்றைப் பெறவும் முயன்று கொண்டிருந்தார்கள்; இவர்களெல்லாம் பொது ஜனங்கள் மத்தியிலே அரசாங்கத்தைப் பற்றிய மதிப்பையும் நம்பிக்கையையும் குலைத்துவிடப் போவதாகப் பயமுறுத்தி, தமக்கு வேண்டிய சலுகைகளைப் பெற முயன்றார்கள். எல்லாவற்றுக்கும் மேலாக, நகர டூமா (கவுன்சில் பெரியதொரு குழப்பத்தை உண்டு பண்ணிக் கொண்டிருந்தது; அந்த டூமாவுக்கு பப்ரிகாக்கி ஜூனியர் தான் தலைவர். (இவனது அப்பனான பப்ரிகாக்கி சீனியர் புத்திசாலித்தனமாக, தெனீகினிடம் ஓடிப் போய் விட்டான்.) நகர டூமாவோ அரசாங்க அதிகாரத்துக்கு மாறாக, தானே ஒரு மாற்று அரசாங்கக் கொள்கையைக் கடைப்பிடிக்க முயன்றது; பெத்லூராவின் படைப்பிரிவே தனக்கென்று ஒரு பிரத்யேகமான படைபலம் வேண்டுமென்றும் கோரியது; மேலும் காலஞ்சென்ற முன்னாள் மேயரான ஹாயிம் ஸாலமோனவிச் ஜிஸ்டோரி என்பவரின் பெயரில் அந்தப் படையை அழைக்க வேண்டும் என்றும் வற்புறுத்தியது. எனவே இரவு நேரங்களில் வீடுகளில் புகுந்து சோதனையிட்டு, கம்யூனிஸ்ட் ஊழியர்களைக் கைதுசெய்வதைத் தவிர, பெத்லூராவின் அதிகாரிகளுக்கு அங்குச் செய்வதற்கு வேறு வேலையே இல்லை; வேறு எதையும் அவர்கள் செய்யவும் முடியவில்லை. அதிலும்கூட, நீப்பர் நதியின் வலதுபுறத்துக் கரையில் வாழ்ந்துவந்த கம்யூனிஸ்டுகளைத்தான் அவர்களால் கைதுசெய்ய முடிந்தது.

நகரமெங்கணும் சுற்றித்திரிந்த பின்னர், மரீயாவும் ரோஷினும் குறுக்குவழியாகத் தமது இடத்துக்குத் திரும்புவார்கள். அதாவது, ஆற்றின் மீதுள்ள ரயில்வே பாலத்தின்மீது நடந்து ஆற்றைக் கடந்து, ஆற்றின் இடது

கரையிலுள்ள சுற்றுப்புறத்தை நோக்கி நடப்பார்கள்; அங்கு நீப்பர் நதிக்கரைக்கு மேலேயுள்ள ஒரு திரட்டின் மீதுள்ள வெள்ளையடிக்கப்பட்ட ஒரு குடிசைக்கு வந்து சேர்வார்கள்.

அந்தக் குடிசையிலுள்ள அடுப்பு எப்போதுமே நன்கு மூட்டப் பெற்று, அங்கு நல்ல கதகதப்பை நிலவச் செய்யும்; மேலும், அந்த அடுப்பில் காய்ந்துபோன சாண முட்டிகளையே எரித்ததால், சாதாரணமாகக் குடிசை வீடுகளில் நிலவும் பிரத்யேகமான சாம்பல் மணம் அங்கு நிறைந்திருக்கும். மரீயாவின் தாய் ரயில்வேக்களில் உபயோகிக்கும் ஒரு தடித்த மெழுகுவர்த்தியை ஏற்றிக் கொண்டு தனது அறையிலிருந்து வெளிப்படுவாள்; (மரியாவின் தந்தை ரயில்வே இலாகாவில்தான் வேலை பார்த்தார்.) மரீயாவின் தாய் தனது கையால் அடுப்பை மெல்லத் தொட்டுப் பார்த்துக்கொண்டு, மெதுவாகக் கேட்டாள்.

"கதகதப்பு போதுமா, உங்களுக்கு?"

"போதும் அம்மா. மிகவும் நன்றாயிருக்கிறது."

"சரி. சாப்பிடுகிறீர்களா?"

"போடு, போடு. எங்களுக்கு ஓநாய்ப் பசி அம்மா."

பின்னர் மரீயாவின் தாய் பெருமூச்செறிந்தவாறே சொல்வாள்:

"உன் அப்பாவும் நானும் இப்போதுதான் சாப்பிட்டு முடித்தோம். உள்ளே போய், உங்கள் சாப்பாட்டை முடியுங்கள். இளம்பிள்ளைகளுக்கு எப்போதுமே பசி அதிகம்தான்."

பின்னர் வாய்விட்டுச் சொல்ல முடியாத சோகச் சிந்தனையிலே ஈடுபட்டவள்போல், அவள் மெல்ல நடந்து குடிசையின் தட்டி மறைவுக்கு அப்பால் செல்வாள். அவள் அடுப்புப்பற்றுக் குறட்டையெடுத்து, மிகவும் சிரமத்தோடு குனிந்து, அடுப்பிலிருந்து சூப்பு நிறைந்த

பெரிய இரும்புச் சட்டியை மெல்ல இறக்குவாள். இறக்கும்போது, அவள் வாய்க்குள் முணுமுணுத்துக் கொள்வாள்: "கடவுள் புண்ணியத்திலே, நீ கீழே விழுந்து உடைந்து போகாதே!" மரீயாவின் தந்தையோ, தமது புகைக் குழாயைப் பிடித்துக்கொண்டு, கட்டிலின் விளிம்பில் கோணல்மாணலாக உட்கார்ந்திருப்பார். அவர்கள் இருவருமே ரோஷினை அவ்வளவாகக் கவனிப்பதில்லை. ரோஷினை, அவர்கள் 'ரகசியமனிதர்' என்று அழைத்துக்கொண்டார்கள். ஆனால் ரோஷின் தண்ணீராவது, தீப்பெட்டியாவது கேட்டால், மரீயாவின் தந்தை தமதுப்படுக்கையிலிருந்து துள்ளியெழுந்து நிற்பார்; தாயோ, அவனுக்கு அதை எடுத்துக் கொடுப்பதற்காக அங்குமிங்கும் பரபரப்பாள்.

ரோஷினும் மரீயாவும் உட்கார்ந்து, அந்த சூப்பைச் சட்டியிலிருந்து, உடைந்த தட்டுக்களில் எடுத்து ஊற்றிக்கொண்டு சாப்பிடுவார்கள். மரீயாவுக்கு வாய் ஓயவே ஓயாது; அவள் எதையாவது பேசிக் கொண்டேயிருப்பாள். அன்றைய தினத்தில் அவள் கண்ட, கேட்ட காட்சிகள், அனுபவங்கள் எல்லாம் அவளது நினைவில் மிகவும் முழுக்க துல்லியமாகப் பதிந்துபோயிருக்கும்.

"கடவுள் புண்ணியத்திலே, நீ ஒழுங்காகச் சாப்பிடேன்!" என்று அடுப்பினருகில் நின்றவாறே தாயின் குரல் கொடுப்பாள். "பேசிக்கொண்டே சாப்பிட்டால், உணவு உடம்பில் சேராது."

"அம்மா! நான் இன்று முழுவதும் ஒரு வார்த்தைகூடப் பேசவில்லை!" என்று சொல்லிக்கொண்டே, அவ்வளவு பெரியனவாக இல்லாத ஆனால், மிகுந்த நீலநிறம் கொண்ட கண்களால் ரோஷினைப் பார்ப்பாள்: "உங்களுக்குத் தெரியுமா? நான் பெரிய வாயாடி. எனவே இதன் காரணமாக, அவர்கள் முதலில் இளம் கம்யூனிஸ்ட் லீகில் என்னைச் சேர்த்துக்கொள்ள விரும்பவில்லை. வாயைக் கட்டிப் போடாவிட்டால், பிறகு ரகசிய வேலைகளை எப்படிப் பார்க்க முடியும்? எனவே, நான் எனக்கு வைத்த

அலெக்சேய் தல்ஸ்தோய் ▲ 531

பரீட்சையில் வெற்றி பெற்று விட்டேன். ஒரு வாரம் முழுவதும் நான் ஒரு வார்த்தைகூடப் பேசவில்லை."

சாப்பாட்டுக்குப் பின்னால், மரீயா தனது கம்பளிச் சால்வையைத் தோளில்போட்டுப் போர்த்திக்கொண்டு, கட்சிக் கூட்டத்துக்கு ஓடிவிடுவாள். ரோஷின் தனக்கு உணவளித்த வீட்டுக்காரர்களுக்கு நன்றி சொல்லிவிட்டு; தட்டி மறைவுக்குப் பின்னாலிருந்த ஓர் ஒடுக்கமான தாழ்ந்த சின்ன அறைக்குள் நுழைவான். அந்த அறையின் கரடுமுரடான கூரையைக்கூட அவனால் எட்டித் தொட்டுவிட முடியும். அவன் தன் கைகளைப் பெல்ட்டுக்குள் சொருகிக்கொண்டு, அறையின் சின்னஞ்சிறு ஜன்னலிலிருந்து, மரத்தாலான மரீயாவின் பீரோ இருக்கும் இடம்வரையிலும் மேலும்கீழும் நடப்பான்; பின்னர் தனது பெல்ட்டையும் சட்டையையும் கழற்றுவதற்கு முன்னால், அந்த ஜன்னலின் விளிம்பில் அமர்ந்து, அதன் அடைத்த கதவுகளுக்கப்பால், கீழே வெகுதூரத்தில் ஓடிக் கொண்டிருக்கும் நீப்பர் நதியில் மிதந்து சரசரக்கும் பனிக்கட்டிகளின் மெல்லிய ஓசையைச் சிறிதுநேரம் காதுகொடுத்துக் கேட்பான். அந்தத் தட்டி மறைவுக்கப்பால் மரீயாவின் தாயும் தந்தையும் அதற்குள் படுத்துத் தூங்கியிருப்பார்கள். அந்தச் சின்னஞ்சிறு வீட்டு அடுப்பில் பூசப்பட்டுள்ள மண் லேசாக வெடித்துப் பிளக்கும் ஒலியும், தனது சின்னஞ்சிறு அரம்போன்ற கால்களால், சின்னஞ்சிறு விறகுத் துண்டை அறுக்கமுயலும் சிள்வண்டுகளின் கீச்சிட்டான் ஒலியும்தான் கேட்கும். வேறு ஒலி எதுவும் கேட்பதில்லை. ரோஷினுக்கு எதிர்பாராத வகையில் மனச்சாந்தி ஏற்பட்டது; மிகவும் எளிதான, அன்றாடச் சிந்தனைகள்தான் அவன் மனத்தில் நிரம்பின.

மரீயா திரும்பி வருவதற்கு முன்பே, தான் படுத்துறங்க விரும்பாதவனாய், மீண்டும் ஜன்னலிலிருந்து எழுந்து, தனது தூக்கத்தைக் கெடுத்துக்கொண்டு மேலும்கீழும் நடப்பான். வெள்ளையடிக்கப்பெற்ற சுவர்களோடுகூடிய அந்தச் சின்னஞ்சிறு அறை அவனுக்கு மிகவும் பிடித்துப்

போய்விட்டது. அங்கு மரீயாவுக்குரிய சின்னஞ்சிறு உடைமைகள்தான் இருந்தன. ஓர் ஆணியிலே அவளது பாவாடை தொங்கியது; உருவும் அறைகள்கொண்ட அவளது பீரோவின் மீது ஒரு சீப்பும், சின்னஞ்சிறு முகம்பார்க்கும் கண்ணாடியும் இருந்தன; மேலும் வாசக சாலையிலிருந்து எடுத்துவந்த சில புத்தகங்களும் இருந்தன. மரீயா அந்த அறையில் கிடந்த குட்டையான இரும்புக் கட்டிலை ரோஷினுக்குக் கொடுத்துவிட்டாள்; அவள் தரைமீது ஒரு கம்பளிப் பாயை விரித்து அதன் மீதே படுத்துறங்கிவிடுவாள்.

ஒருநாள் இரவில் முன் வாசற்கதவு வழக்கம்போல் படாரென்று சாத்திக்கொண்டது; சமையலறைக் கதவு கிறீச்சொலியுடன் மெல்லத் திறந்தது. பின்னர் மரீயா வந்து சேர்ந்தாள். பனிக்குளிரின் காரணமாக, அவள் முகம் - செக்கச்சிவந்து போயிருந்தது. அவள் தனது சால்வையை உலைத்து எடுத்துக்கொண்டே சொன்னாள்:

"நீங்கள் தூங்காமல் விழித்திருந்தது பற்றி எனக்கு மகிழ்ச்சிதான். கடைசியாக வந்த செய்தி தெரியுமா? மாஹ்னோ, இங்கு இன்னும் மூன்று தினங்களில் வரப் போகிறார். நீங்கள் உங்களது திட்டத்தை நாளைக்குச் சமர்ப்பிக்க வேண்டும். இரவு எவ்வளவு அழகாக இருக்கிறது தெரியுமா? பரிபூரணமான அமைதி; அத்துடன் கொள்ளைகொள்ளையாக நட்சத்திரங்கள்."

முக்கியமான காரியங்களிலும், தனது இதயத்தைக் கவ்விக் கொண்டிருக்கும் பல்வேறு நினைவுகளிலும் அவள் தன்னையே மறந்து ஈடுபட்டிருந்தாள். மேலும் அவள் கள்ளங்கபடு அற்றவளாகவும் விளங்கினாள். எனவே, தரைமீது படுக்கையை விரித்துப் போட்டபின்பு, அவள் கொஞ்சம்கூடக் கூச்சப்படாமல், ரோஷினின் முன்னிலையிலேயே தனது உடைகளைக் கலையத் தொடங்கினாள். பாவாடை, ரவிக்கை, காலுறை முதலியவற்றைக் கழற்றித் தரையில் ஆங்காங்கே விட்டெறிந்தாள். பின்னர் அவள் அந்தக் கம்பளிப் பாயின் மீது முழங்கால்களை இருகைகளாலும் கட்டியவாறே ஒரு

கணம் இருந்தாள். அதன்பின், "அடேயப்பா! எனக்கு எவ்வளவு களைப்பாயிருக்கிறது!" என்று சொல்லியவாறே, தனது முஷ்டியால் தலையணையைக் குத்தினாள், பின்னர் போர்வையைத் தலைக்குமேல் இழுத்து மூடியவாறு படுக்கையில் படுத்தாள். அடுத்த நிமிஷமே தனது கன்னக்குழிவும் சின்ன மூக்கும் கொண்ட சிவந்த முகத்தை வெளியே நீட்டினாள்.

"அப்பா! எப்படிப் புழுங்குகிறது!" என்று கூறிக்கொண்டே, திகம்பரமான கைகளை மெத்தையின்மீது தூக்கிப் போட்டுக் கொண்டாள். "நீங்கள் தூங்கிவிட்டீர்களா? இல்லையே?"

"இல்லை, மரீயா. இன்னும் தூங்கவில்லை."

"நீங்கள் வெள்ளை ராணுவ அதிகாரியாமே. உண்மைதானா?"

"உண்மைதான், மரீயா."

'உங்களைப் பற்றி இன்று விவாதிக்க நேர்ந்தது. சில தோழர்கள் நம்ப மறுக்கிறார்கள். சிலருக்கு, உங்கள் மீது ரொம்ப சந்தேகம். அவர்கள் தங்களைப் பெற்ற தாயைக்கூடத்தான் சந்தேகிப்பார்கள். ஒருவரை நம்பலாம் என்று நாம் உணரும்போது, அவரை எப்படி நம்பாமலிருக்க முடியும்? நான் சந்திக்கின்ற ஒவ்வொருவரையுமே புல்லுக்குள்ளே மறைந்துகிடக்கும் பச்சைப்பாம்பு மாதிரி எண்ணிச் சந்தேகப்படத் தொடங்கிவிட்டால், அப்புறம் நான்தானே தவறு செய்தவளாவேன். 'எல்லோருமே பாம்பாக இருந்தால், நீங்கள் யாரை நம்பிப் புரட்சியை நடத்தப் போகிறீர்கள்' என்று அவர்களைக் கேட்டேன். நாமோ ஓர் உலகப் புரட்சியை உருவாக்கி வருகிறோம். புரட்சி என்பது ஓர் அபூர்வமான பிரத்யேகமான சக்தி என்று கூறினேன். நான் சொல்வது உங்களுக்குப் புரிகிறதா? புரட்சி இல்லாவிட்டால், நான்தான் எங்கிருப்பேன்? எங்காவது ஒரு காகிதத் தொழிற்சாலையில் நித்தநித்தம் பன்னிரண்டு மணிநேரம் அட்டைகளுக்குப் பசை தடவிக் கொண்டிருப்பேன்.

ஞாயிற்றுக்கிழமையன்று, எகதிரீனின்ஸ்கி சாலையிலே சூரியகாந்தி விதைகளைக் கொறித்துத் தின்பது ஒன்றுதான் நான் பெறும் ஒரே ஆனந்தமாக இருக்கும். நான் எப்படியோ காசை மிச்சம்பிடித்து. குஞ்சம்வைத்த குதியுயர்ந்த பூட்சுகளையே ஒரு ஜோடி வாங்குகிறேன் என்று வைத்துக் கொள்ளுங்களேன். அதனால் எவ்வளவு மகிழ்ந்து விடப்போகிறேன்? 'தோழர்களே! நீங்கள் ஏன் அவரை நம்பவில்லை?' என்று அவர்களிடம் கேட்டேன். 'அவர் ஓர் அறிவாளி. அறிவாளியும்கூடத் தவறு செய்ய முடியும். இல்லையா? அவர் தமது வர்க்கத்துக்காக உழைத்தார் என்றால்தான் என்ன? அவரும் நம்மைப் போல் ஒரு மனிதர்தானே. புரட்சி அவரைவிடவும் மோசமான ஆட்களையெல்லாம் கூடத்தான் தன்பால் கவர்ந்திழுத்திருக்கிறது. உலகப் புரட்சிக்காக, அவர் தமது பாழாய்ப்போன சின்னஞ்சிறிய வர்க்கத்தை உதறித்தள்ள முடியாதா, என்ன? ஏன் முடியாது? தொழிலாளர்களின் லட்சியத்துக்காகப் போராட, அவர் தாமாகத் தானே நம்மிடம் வந்து சேர்ந்திருக்கிறார். இதற்குப் பின்னும் நீங்கள் அவரை நம்பாவிட்டால், உங்கள் சந்தேக புத்தியில்தான் கோளாறு இருக்கிறது.' என்றெல்லாம் நான் எடுத்துக் கூறினேன். அவர்களில் பலரை நான் மனம் மாற்றிவிட்டேன்."

ரோஷின் தனது குட்டையான கட்டிலில் சுருண்டு படுத்துக்கொண்டு, மரீயாவையே பார்த்துக் கொண்டிருந்தான். அவளோ வெண்மையான கைகளை அகலவிரிப்பதும், பின்னர் உணர்ச்சிவேகத்தோடு தன்னைத்தானே அணைத்துக் கொள்வதுமாக இருந்தாள். இந்தச் சின்னஞ்சிறு அறைக்குள் யாரோ ஒருவர் வெண்மையான லிலாக் பூங்கொத்துகள் நிறைந்த ஒரு கிளையையே கொண்டுவந்த மாதிரி, அங்கு கன்னிமைத்தன்மையின் புதுமை நிரம்பித் ததும்புவதாகத் தோன்றியது.

"அறிவாளிகளுக்குப் புதிய முறையில் அறிவுபுகட்ட வேண்டியதுதான். அதில் சந்தேகமில்லை. உங்களையும்

கூடத்தான் நாங்கள் புதிய முறையில் பயிற்றுவிப்போம். ஆமாம். சிரிக்கிறீர்களே? என்ன?"

"நான் சிரிக்கவில்லை, மரீயா. நல்லதொரு லட்சியத்துக்காக உழைக்கும் தகுதி எனக்கு இருக்கிறது என்று நான் உணர்ந்த காலம்போய் எத்தனை எத்தனையோ ஆண்டுகள் ஆகிவிட்டன. நான் என்ன தீர்மானித்திருக்கிறேன் என்று உனக்குத் தெரியுமா? பாலத்தைக் கைப்பற்றச் செல்லும் முதல் படைப் பிரிவிலேயே நானும் சேர்ந்து செல்லப்போகிறேன்."

"போவீர்களா? நிஜமாகத்தானா?"

மரீயா சட்டென்று தனது மெத்தையை உதறித் தள்ளி விட்டுத் துள்ளியெழுந்தாள்; மறுகணம், அவள் அவனது கட்டிலின் ஓரத்தில் வந்து அமர்ந்துகொண்டாள்.

"இப்போதுதான் நீங்களும் எங்களில் ஒருவர் என்று நான் நம்புகிறேன்" என்றாள் அவள்: "நானும்தான் அவர்களிடம் எவ்வளவோ சத்தமிட்டேன்; விவாதித்தேன். இருந்தாலும், என் கட்சியை வலியுறுத்த என்னிடம் திட்டவட்டமான சாட்சியம் இல்லையே, அப்போது."

இருபத்தி ஆறாம் தேதியன்று பெத்லூராவின் குதிரை வீரர்களில் ஐம்பது பேர் நீப்பர் ரயில்வே பாலத்தின் இரும்புத் தகடுகளின்மீது தட தடவென்று இடிமுழக்கம் போல் குதிரைகளை விரட்டிக்கொண்டு வந்தார்கள்; பின்னர், அவர்கள் சரக்குகள் வைக்கப்பட்டிருக்கும் ரயில்வே ஸ்டேஷன்மீது பாய்ந்தார்கள்; மணல் மூட்டைகளால் பாதுகாக்கப்பட்டிருந்த நான்கு வண்டிகளைக் கொண்ட ஒரு ரயிலைப் பாதுகாத்து நின்ற தொழிலாளிகளை வெட்டிச்சாய்த்தார்கள்; ரயில் பாதைகளின் வழியே இருபுறமும் கலைந்துசென்று, ரயிலின் ஜன்னல்களை நோக்கிச் சுட்டார்கள். இவையனைத்தையும் பரபரப்போடும் அவசரத்தோடும் செய்துமுடித்தார்கள். இந்தத் தாக்குதல் புரட்சி ராணுவக் கமிட்டியின் தலைமைக் காரியாலயத்தைக் குறிவைத்துத், திட்டமிட்டு நடத்தியதுதான்; என்றாலும் அந்தப் பெத்லூராக் குதிரை

வீரர்கள் ஏகப்பட்ட ரயில் தண்டவாளங்களின்மீது நின்றுகொண்டிருந்த பல்வேறு ரயில் வண்டிகளின் மறைவில், எதிரிகள் பதுங்கியிருக்கக் கூடும் எனப் பயந்து, கூடிய விரைவில் வெட்டவெளிப் பிரதேசங்களுக்கு வந்து, தாம்வந்த திக்கைநோக்கியே திரும்பிச் சென்றுவிட்டார்கள்.

அவர்கள் பாலத்தின் மறுபுறத்தில் இயந்திரத் துப்பாக்கிகளை நிறுத்திவைத்து, பாலத்தின் வழியாக வருவோர் போவோர் எல்லோரையும் நிறுத்தி, அவர்களது அத்தாட்சிப் பத்திரங்களைச் சோதனை போட்டார்கள். நிலைமையோ மேலும்மேலும் விறைப்பெய்தியது. தொழிலாளர் வர்க்கத்தினர் குடியிருக்கும் வட்டாரங்களில் சகட்டுமேனிக்கு வீடுகளெல்லாம் சோதனை போடப்பட்டன; தாக்கப்பட்டன. சுற்று வட்டாரக் கிராமங்களிலிருந்து அன்றைய தினத்தில் பல விவசாயிகள் வந்தார்கள்; அவர்களெல்லாம் ஒவ்வொருவராக வராமல் பத்துப் பத்துப்பேராக வந்தார்கள். தமது ஆட்டுத்தோல் சட்டைகளின்மீது இடைவார்களை இறுக்கிக் கட்டியவாறு அதிகமான சுமையேதும் இல்லாமல் அவர்கள் வந்து சேர்ந்தார்கள். புரட்சிக் கமிட்டி அவர்களையெல்லாம் ஒன்றுதிரட்டி, ஒரு தனிப்படைப் பிரிவாக உருவாக்கிற்று. அதற்கான மாமூல் விசாரணைக்கெல்லாம் அதிக நேரம் செல வழிக்கப்படவில்லை. ஒவ்வொருவரையும் பின்வருமாறு கேட்டார்கள்:

"நீ ஏன் இங்கு வந்தாய்?"

"எனக்கு ஒரு துப்பாக்கி வேண்டும். அதனால் வந்தேன்."

"துப்பாக்கி எதற்கு?"

"சோவியத்துகளை அமைப்பதற்கு; இல்லாவிட்டால், அந்தத் தொல்லை மீண்டும் தலையெடுத்துவிடும்."

"நீ நிபந்தனையற்றமுறையில் சோவியத் ஆட்சியை அங்கீகரிக்கிறாயா?"

"அங்கீகரிக்கிறேன். நிபந்தனைகள் யாருக்கு வேண்டும்?"

“போய் இரண்டாவது படைப்பிரிவில் சேர்ந்துகொள்.”

ஆனால் துப்பாக்கிகள் போதுமானதாக இல்லை; கடைசியில் சுகாய் ஒருவாறாக மத்தியானவேளையில் திரும்பிவந்தான்; ஒரு இஞ்சினும், ஒரு சரக்கு வண்டியும் பூட்டிய ரயிலில் அவன் வந்துசேர்ந்தான். அந்த வண்டியில் முன்னூறு ஆஸ்திரியத் துப்பாக்கிகளும், மற்றும் தளவாடங்களும் நிரம்பியிருந்தன. இதனால் நெருக்கடி ஓரளவு சுளுவாயிற்று. கடைசியில் அன்றிரவில் அவர்கள் வெகு ஆவலோடு எதிர்பார்த்திருந்த மாஹ்னோவின் ராணுவம் ஸ்டெப்பி வெளியிலே கடகடத்து முழக்கமிட்டு வந்துகொண்டிருக்கும் பேரரவம் அவர்கள் காதில் விழுந்தது.

முதன்முதல் தொழிலாளர் குடியிருப்புக்கு வந்து சேர்ந்தவர்கள் ‘கிராபோத்கின் வீரர்கள்’ என்று தம்மை அழைத்துக்கொண்ட குதிரைப்படை வீரர்கள்தான்; அவர்கள் பெரியவரின் விசுவாச ஊழியர்கள்; இவர்கள் எல்லோருமே அளந்து வைத்தாற்போல் ஒரே உயரத்தில் இருந்தார்கள். அவர்கள் வந்தவுடனேயே அங்குள்ள பள்ளிக்கூடத்திலிருந்த புத்தகங்கள், சாய்வுமேஜைகள், உபாத்தியாயினி எல்லாவற்றையுமே வெளியே தூக்கியெறிந்துவிட்டு, அதனை ஆக்கிரமித்துக் கொண்டார்கள்; பின்னர் அவர்கள் ஒவ்வொரு குடிசையாகச் சென்று அதிகார தோரணையோடு கதவுகளைத் தட்டினார்கள். அவர்களுக்குப் பின்னால், இருநூறு வண்டிகளும், வேறுபல வாகனங்களும் வந்தன; அவற்றில் காலாட்படை வீரர்கள் நெருக்கியடித்து அமர்ந்திருந்தார்கள். அந்த வண்டிகளில் கடைசியாக வந்தது ஒரு பெரிய சாரட்டு வண்டி; அது ஒருகாலத்தில் யாராவது ஒரு பிஷப்பின் - பிரதான சத்குருவின் சொத்தாக இருந்திருக்க வேண்டும். அந்த வண்டியை நான்கு குதிரைகள் இழுத்துவந்தன. அது பள்ளிக்கூடத்தின் முன்னால் நின்றது. வண்டியின் கோச்சுப் பெட்டியில், மாபெரும் ஊமையன் அமர்ந்திருந்தான். அந்தச் சாரட்டு வண்டியிலிருந்து மாஹ்னோ, லேவா, காரேத்னிக் மூவரும்

கம்பீரமாகக் கீழே இறங்கினார்கள்.

வந்திறங்கியவுடனேயே மாஹ்னோ புரட்சிக் கமிட்டியின் காரியாலயத்தினரைத் தன்னோடு வந்து ஆலோசனை நடத்துமாறு பணித்தான். இதற்குள் பரபரப்புடன் தோன்றிய பல தொழிலாளர்கள் புரட்சிக் கமிட்டியின் ரயில் பெட்டியினருகே கும்பலாகக் கூடிவிட்டார்கள்; உள்ளேயிருக்கும் தலைவரைச் சத்தம்போட்டுக் கூப்பிடத் தொடங்கிவிட்டார்கள்.

"மிரோன் இவானவிச்! நீங்களே வந்து பாருங்கள். இதைத்தானா நீங்கள் சோவியத் துருப்புகள் என்று சொன்னீர்கள்? இவர்களெல்லாம் கொள்ளைக்காரர்கள் தான். இதோ காப்கா அத்தை வந்திருக்கிறாள். அவர்கள் அவளுக்கிழைத்த கொடுமையை அவளிடம் நீங்களே கேளுங்கள்."

காப்கா அத்தை, கண்ணீரும் கம்பலையுமாகச் சொன்னாள்: "மிரோன் இவானவிச். என்னைப் பற்றி உங்களுக்கு நன்றாய்த் தெரியும். இரண்டு பயல்கள் என் குடிசைக்குள்ளே நுழைந்துவிட்டார்கள். 'எனக்குப் பாலைக் கொடு; எனக்குப் பன்றிக்கறி கொடு.' என்று பிடுங்கத் தொடங்கிவிட்டார்கள். பட்டினி கிடந்து வந்த ராக்ஷஸப் பயல்கள்மாதிரி தின்கிறார்கள். 'முற்றத்துக்குக் கூட்டிக்கொண்டு போ. பன்றிக் கொட்டில் எங்கே இருக்கிறது? கோழிகள் எல்லாம் எங்கே?' என்று அதிகாரம் செய்தார்கள். அவர்கள் எல்லாவற்றையும் வாரிக் கொட்டிக்கொண்டு போய்விட்டார்கள். மிருகங்கள்! பாழாய்ப்போன பிசாசுகள்!"

புரட்சிக் கமிட்டித் தலைவரோ, கண்டிப்பான குரலில் சில விஷயங்களை விளக்கினார். நடந்துபோனதைப் பற்றி ஒப்பாரிவைப்பதில் பயனில்லையென்றும், மாஹ்னோவை அவர்கள்தான் வரவழைத்திருப்பதாகவும், இனி அவர்களைத் திரும்பப்போகச் சொல்ல முடியாதென்றும், எனவே, நகரத்தை உடனடியாக மின்னல் தாக்குதலின்மூலம் கைப்பற்றி, அங்கு சோவியத் ஆட்சியைச் சீக்கிரமே

நிறுவுவதற்குத்தான் அவர்கள் முழுமூச்சுடன் ஒத்துழைக்க வேண்டும் என்றும் கூறினார். பின்னர் அவர் காப்கா அத்தையிடம் திரும்பி, சத்தமிட்டார்:

"உனக்கு இரண்டு நல்ல பன்றிப் போத்துகளைத் தந்தால் போதுமா? இல்லையென்றால், நாங்கள் உனக்கு ஒரு பெரிய மந்தையையே வேண்டுமானாலும் தருகிறோம். ஜனங்கள் மத்தியிலே அதிருப்தியுணர்ச்சியைப் பரப்புவதை மட்டும் உடனே நிறுத்து."

யுத்த ஆலோசனைக் கூட்டத்தின்போது மாஹ்னோவின் நடத்தை மிகவும் விசித்திரமாக இருந்தது. அந்த நடத்தையிலே குறும்பும்கோழைத்தனமும் கலந்து பிரதிபலித்தன. துருப்புகள் அனைத்துக்குமே தன்னைத்தான் பிரதம தளபதியாக நியமிக்க வேண்டுமென்றும், அவ்வாறு செய்யாவிட்டால், தனது படைகள் அத்தனையும் வந்தவழியைப் பார்த்துத் திரும்பப் போய்விடுமென்றும் அவன் மிரட்டினான். மேலும், அவன் தனது படையையொத்த எந்தவொரு பலம்வாய்ந்த படையும் சோவியத் அரசாங்கத்திடம் இல்லையென்றும், எனவே அவனது படையைக் காப்பாற்ற வேண்டுமென்றும், ஆலோசித்துத் தீட்டப்பட்ட திட்டங்களை அடிப்படையாகக் கொண்டு மேற்கொள்ளப்படும் நடவடிக்கைகளால், தனது படை நாசமாகிவிடக் கூடாதென்றும் திரும்பத்திரும்பப் பலமுறை கூறினான். அவன் தனது கைவிரல் நகத்தை இடைவிடாது கடித்துக்கொண்டும், இடையிடையே தனது சட்டைப்பைக்குள் கையைவிடுவதும் எடுப்பதுமாகவும், தன்னுடம்பைச் சொரிந்துகொண்டும் இருந்தான். பெத்லூராவின் பதினாறு பீரங்கிகளைக் கண்டுதான் அவன் அவ்வளவு தூரம் அஞ்சினான் என்று தோன்றியது.

கடைசியாக, சுகாய் அவனை நோக்கிக் கூறினான்:

"நல்லது. அந்தப் பீரங்கிகளைக் கண்டுதான் நீ அஞ்சுகிறாய் என்றால், நான் இன்றிரவே நகரத்துக்குள் சென்று, அந்தப் பீரங்கிப் படைத் தலைவரைக் கண்டு பேசி வருகிறேன்."

“அவரிடம் நீ என்ன பேசுவாய்?”

“அது என் விஷயம்.”

“பொய். அது உன் விஷயமல்ல.”

“ஆம். அது என் விஷயம்தான். அவர்களது பீரங்கிப் படையின் தளபதி யார்? மர்தீனின் கோ. பால்டிக் கப்பற்படையில் அவனும் என்னோடு இருந்தவன்தான். கங்கூட் கப்பற்படையில் அவன் பீரங்கியை இயக்குபவனாக இருந்தான். அவனும் எங்களூர்க்காரன் தான். எனக்கு ஒருவிதத்தில் உறவினனாகக்கூட இருப்பான். அவன் நம்மீது சுடமாட்டான்.

“பொய்! எல்லாம் பொய்!” என்று மாஹ்னோ கத்தியவாறே, சுகாயின் கரத்தை எட்டிப் பிடித்தான். என்றாலும், உண்மையில் அவன் சுகாய் சொன்னதை நம்பினான் என்றே தெரிந்தது; ஏனெனில், அவன் அதன்பின் திடீரென்று அமைதி பெற்றான்; அத்துடன் தனது கம்பீரத்தையும் திரும்பப் பெற்றுவிட்டான்.

“சரி. உங்கள் தாக்குதல் திட்டத்தைச் சொல்லுங்கள்.”

புரட்சிக் கமிட்டி அவனிடம் பின்வரும் திட்டத்தைச் சமர்ப்பித்தது: “ஒரு தொழிலாளர் கோஷ்டி கரங்களிலே எறிகுண்டுகளை ஏந்திக் கொண்டு, இரவோடு இரவாக ஆற்றைக் கடந்து, ஒருவர்பின் ஒருவராக, ரயில்வே பாலத்தை அடைவது; பாலத்தின் வாசலிலே இருக்கும் எதிரிகளைத் தாக்குவது, அவர்களது இயந்திரத் துப்பாக்கிகளையும் கைப்பற்றி, பாலத்துக்கு வந்துசேரும் தெருக்களிலே துப்பாக்கிப் பிரயேகம் செய்வது. அந்த எறிகுண்டுகளின் ஓசை கேட்டவுடனே, நான்கு வண்டிகள் பூட்டிய ஒரு கவச ரயில் வண்டியில் ஆயுதந்தாங்கிய தொழிலாளர்களையும், புதிதாக உருவாக்கப்பட்டுள்ள விவசாயப் படைப் பிரிவையும் அனுப்புவது; அவர்கள் பாலத்தைக் கடந்து, பிரதான ரயில்வே ஸ்டேஷனைத் தாக்க வேண்டும். அதேசமயத்தில் புரட்சிக் கமிட்டி தொலைபேசியை உபயோகித்து, தமக்கு மட்டுமே

தெரிந்த விலாசத்தார்களுடன் பேசி, ஜில்லா போல்ஷிவிக் கமிட்டிகளுக்குத் தகவல் கொடுப்பது; அதன்பேரில் போல்ஷிவிக் கமிட்டியினர் நகரத்திலும் கலகத்தைத் தொடங்கி, ஜனங்களை ரயில்வே ஸ்டேஷனுக்குக் கொண்டுவந்து சேர்ப்பது; அவ்வாறு வந்து சேர்பவர்களின் கையில் கவச ரயிலிலிருந்து ஆயுதங்களை எடுத்து வழங்குவது; இதற்குள் புரட்சிக் கமிட்டியினர் தமது நடவடிக்கையின் கேந்திரத்தை ஸ்டேஷனுக்கு மாற்றி விடுவார்கள். பின்னர், மாஹ்னோவின் குதிரைப்படை பாதசாரிகளுக்கான பாலத்தின் வழியாக நகரத்துக்குள் புக வேண்டியது; அத்துடன், மாஹ்னோவின் காலாட்படையும் இரண்டு அணிகளாகப் பிரிந்து பாலத்துக்கு மேலாகவும், பாலத்தின் அடிப்புறம் வழியாகவும் ஆற்றைக் கடந்து, எகதிரீனின்ஸ்கி சாலையில் குறிப்பிட்ட இடங்களில் இரண்டு அணிகளும் சந்திப்பது; பின்னர் அங்கிருந்து தாக்குதலை மேல் நோக்கி நடத்தி, நகரசபைக் கட்டடத்தையும், ராணுவ முகாங்களையும் கைப்பற்றுவது. இந்தக் கிளர்ச்சியின் வெற்றி எவ்வளவுக்கெவ்வளவு துரிதமாகவும், திடும் பிரவேசமான தாக்குதலாகவும் இருக்கிறதோ, அந்த அளவுக்குத்தான் வெற்றியைத் தரும். எனவே, இன்றிரவே தாக்குதலைத் தொடங்க வேண்டும் - இதுதான் திட்டம்."

"அணிவகுத்து வந்து சேர்ந்ததால், எல்லோரும் களைத்துப் போயிருக்கிறார்கள்; மேலும் குதிரைகளுக்கு வேறு லாடம் கட்ட வேண்டும்" என்றான் மாஹ்னோ.

இதைக் கேட்டதும் தலைவர் பின்வருமாறு பதிலளித்தார்:

"நாம் நகரத்தைக் கைப்பற்றியவுடனேயே அவர்கள் எல்லோரும் ஓய்வுபெறலாம். மேலும், குதிரைகளுக்கு சோவியத் லாடங்களையும் கட்டிவிடலாம்."

சுகாய் அதனைத் தொடர்ந்து பேசினான்:

"நகரத்தின் கண்ணெதிரிலேயே வந்து நீ முகாமிட்டிருப்பதெல்லாம் இங்குவந்து ஓய்வு பெறுவதற்காகத்தானா? நீ இப்போது ஓய்வை விரும்பினால், தமது ஆறு அங்குல

வாயுள்ள பீரங்கிகளால் நாளைக்கு அவர்களே உனக்கு ஓய்வு கொடுத்துவிடுவார்கள்! இன்றிரவே தாக்குதல்; இல்லாவிட்டால், நீ தாராளமாக உடனே திரும்பி ஊர்போய்ச் சேர்.”

அன்றிரவு நீப்பர் நதியின் மேற்பரப்பு உறைந்து போய் விட்டது. என்றாலும், அந்தப் பனிக்கட்டிகளைப் பூரணமாக நம்புவதற்கில்லை. அன்றிரவு முழுவதும், தொழிலாளர்கள் ஆற்றைக் கடப்பதற்காகப் பல பலகைகளை ஆற்றங்கரைக்கு எடுத்துச் சென்றார்கள். இதற்காக அவர்கள் வீட்டு முற்றத்தின் கதவுகளையும், பலகை வேலிகளையும் பறித்தெடுத்துக் கொண்டு சென்றார்கள். புரட்சிக் கமிட்டித் தலைவரும், கமிட்டி உறவினர்களும் இந்தக் காரியாலயத்தில் தோளோடு தோள் நின்று ஒத்துழைத்தார்கள்.

மாஹ்றனோ புத்திரர்கள் மட்டும் இந்த வேலையில் ஒத்துழைக்கவில்லை. அவர்களோ உடம்பெல்லாம் ஆயுதங்களைத் தரித்துக்கொண்டு, அதிகப்படியாக உழைக்கும் ஆர்வமே இல்லாமல், கரையின்மீது அங்குமிங்கும் உலவித் திரிந்தார்கள்; அடுத்த கரையிலே அங்காங்கே தெரியும் விளக்கு வெளிச்சங்களை ஒருவருக்கொருவர் சுட்டிக்காட்டிக் கொண்டு பேசிக் கொண்டார்கள். எகதிரினஸ்லாவ் நகரம் எவ்வளவு பெரிய நகரம்! எவ்வளவு செல்வ வளமிக்க நகரம் அது!

பொழுது புலர்வதற்கு இரண்டுமணி நேரம் இருக்கும் போது, ரோஷினின் தலைமையில் வந்த இருபத்து நான்கு பேர் நதியின் மேல் பரந்திருந்த பனிக்கட்டிகளின்மீது இறங்கினார்கள். தேவையான எல்லா விவரங்களையும் முன்கூட்டியே அவர்களுக்குத் தெளிவாக எடுத்துக் கூறியாயிற்று. நடந்து செல்லும்போது இரண்டு பனிக்கட்டிப் பாறைகள் ஒன்றுகூடும் இடத்தில் உடைந்து நொறுங்கும் சப்தங்கள் கேட்டன; மேலும் ஆங்காங்கே தம் கையோடு கொண்டுசென்ற பலகைகளை ஆற்றுப் பரப்பின்மீது போட்டும் அவர்கள் ஆற்றைக் கடந்துசென்றார்கள். கடந்து செல்லும்போது,

தெளிவற்றுத் தெரிந்த பாலத்தின் கன்னங்கரிய இரும்பு உத்திரங்களுக்கருகில் பாலத்தின் மறுகரையிலிருந்து ஒரே ஒருமுறைதான் ஒளிவீச்சு பிரகாசமாகப் பளிச்சிட்டது; அத்துடன் ஒரே ஒரு வேட்டுச் சப்தம் கேட்டது. உடனே எல்லோரும் பனிக்கட்டியின்மீது படுத்துவிட்டார்கள். அதன்பின் அவர்கள் அனைவரும் கூடியவரையிலும் ஒருவருக்கொருவர் பக்கமாக இருந்தவாறே, குறை தூரத்தையும் ஊர்ந்துதான் கடக்கவேண்டி நேர்ந்தது.

தான் எங்கே கரையேற வேண்டும் என்று நினைத்தானோ, அதே இடத்தில், அங்கு தண்ணீரில் மூழ்கியும் மூழ்காமலும் கிடந்த ஒரு தோணியின் அருகில், ரோஷின் கரையேறினான். அந்த இடத்திலிருந்து நகரத்தின் குன்றுப் பகுதியை நோக்கி ஓர் ஒடுங்கிய இருண்ட பாதை சென்றது; அவன் அதன் வழியாகச் சென்று, ஒரு திருப்பத்துக்கு வந்தான். வலதுபுறமாகத் திரும்பிய அந்தத் திருப்ப வழி காலியாகக் கிடந்த ஒரு கிட்டங்கியின் பின்புறத்தில் கொண்டு அவனைச் சேர்த்தது. திட்டப்படி அவர்களது படைகள் ஒன்றுகூட வேண்டிய இடங்களில் அதுவும் ஒன்று. ரயில்வே ஸ்டேஷனின் விளக்கொளி அந்த இடத்தில் மங்கிய ஒளிக்கிரணங்களை லேசாகப் பாய்ச்சியது. நகரமோ ஆழ்ந்து துயின்று கொண்டிருந்தது. அவன் அந்தக் கிட்டங்கியின் வேலிப்புறத்துக்கு அருகிலேயே மேலும் கீழும் சிறிதுநேரம் மெல்ல நடந்தான்; அப்போது அவன் அர்த்தமற்ற முறையில் ஏதோ முணுமுணுத்தவாறே, வாயில் இசை கூட்டினான். அவனது கண்கள் உயர்ந்த வேலியைத் திருப்தியுணர்ச்சியோடு பார்த்து, அதிலேயே சிறிது நேரம் நிலைத்தன; அவனது மெலிந்து வாடியிருந்த தேகம் அந்த வேலியை எவ்வளவு சுலபமாகத் தாண்டி விடும் என்பதை அவன் உணர்ந்து மகிழ்ந்தான். மற்ற தோழர்களும் ஒருவர்பின் ஒருவராகப் பதுங்கிப் பதுங்கி வந்து சேர்ந்தார்கள். அவன் அவர்கள் எல்லோரையும் வேலியைத் தாண்டி, கிட்டங்கியின் முற்றத்தில் குதித்து, வாசல் புறத்தில் கூடிநிற்குமாறு பணித்தான். பின்னர் அவன் மீண்டும் மேலும்கீழும் மெல்லமெல்ல அடியெடுத்துவைத்து நடந்தான்.

இருபத்து நான்கு பேர்களில் இருபத்து மூன்று பேர்தான் வந்து சேர்ந்திருந்தார்கள். அந்த ஒருவன் வழியைத் தவறவிட்டிருக்க வேண்டும் அல்லது பாராக் காவல்காரரர்களின் கையில் சிக்கியிருக்க வேண்டும். ரோஷின் ஒரு துள்ளுத் துள்ளி வேலியின் உச்சியைக் கைகளால் எட்டிப் பிடித்தான்; அவனது பூட்சுகளின் முனை வேலியின் பலகைகளின்மீது உரசியது; வேலியைத் தாவிக் குதிப்பது அவன் நினைத்தமாதிரி அவ்வளவு சுலபமாக இல்லை. எனினும், அதனைத் தாண்டி அந்தப் பக்கத்தில் கிடந்த உடைந்த செங்கல் குவியலின்மீது குதித்தான்.

அந்தத் தொழிலாளர்கள் வாசலுக்கருகே கூடி நின்று, தம்மை நோக்கி வரும் ரோஷினின் உருவத்தை மௌனமாகப் பார்த்துக் கொண்டிருந்தார்கள். சிலர் தரைமீது உட்கார்ந்து, தமது மடக்கிய முழங்கால்களுக்கிடையில் தலையைப் புதைத்தவாறு இருந்தார்கள். சீக்கிரமே பொழுது விடிந்துவிடும். இந்தக் கடைசி நேரத்தில் காத்திருப்பதுதான் மிகவும் முக்கியமான காலகட்டம்; எனவே, அந்தப் பரபரப்பில் அவர்களில் பலர் மிகவும் சங்கடப்பட்டார்கள்; அதிலும் அன்றுதான் முதன் முறையாகப் போருக்கு வந்திருந்தவர்கள்தான் நிலை கொள்ளாமல் தவித்தார்கள். அவர்கள் உறுதியோடு உதட்டை இறுக மடித்துக் கடித்திருப்பதையும், இமை கொட்டாத அவர்களது கண்களில் ஒரு வறண்ட ஒளி பிரதிபலிப்பதையும், ரோஷினால் மங்கலாகக் கண்டுகொள்ள முடிந்தது. அவர்கள் அனைவருமே நேர்மையுள்ளம் படைத்தவர்கள்; எளிமையும் விசுவாசமும் ஒளிவுமறைவற்ற சிந்தனையும், உரம்வாய்ந்த கைகளும் வாய்ந்த ருஷ்யர்கள். என்னென்னவோ, எத்தனையெத்தனையோ பேராபத்துகள் எதிர்நோக்கக் கூடிய அந்தப் போராட்டத்தில் அவர்கள் தமது சொந்த விருப்பத்தின் பேரிலேயே குதித்திருக்கிறார்கள். வெள்ளையடிக்கப் பெற்ற, மெழுகுவர்த்திச் சுடரால் ஒளி செய்யப்பட்ட அந்தச் சின்னஞ்சிறு குடிசையில் மரீயா அவனிடம் சொன்னாளே, அந்த உலகப் புரட்சியின்

லட்சியத்துக்காக அவர்கள் குதித்திருந்தார்கள். ரோஷினுக்கு ஏதோ ஒரு பெருமித உணர்ச்சி மேலோங்கியது; அந்த உணர்ச்சியால் அவனுக்கு உடற்பாரமே குறைந்து, தான் காற்றில் மிதப்பது போல் தோன்றியது. உணர்ச்சி வேகம் அவனையே திக்குமுக்காடச் செய்தது. இந்த உணர்ச்சி இதற்குமுன் அவன் என்றுமே அனுபவித்தறியாதது. முற்றிலும் வேறுபட்ட புதிய அனுபவம் அது.

"தோழர்களே!" என்று அவன் புருவங்களை நெரித்தவாறே சொன்னான்: "நாம் இந்தக் காரியத்தை அமைதியாக முடித்துவிட்டால், தொடர்ந்து பல வெற்றிகள் நமக்குக் கிட்டும். இந்தக் கிளர்ச்சி முழுவதின் வெற்றியும் நம்மைச் சார்ந்துதான் இருக்கிறது." (கீழே உட்கார்ந்திருந்த நபர்கள் துள்ளியெழுந்து பக்கத்திலே வந்து நின்றார்கள்.) "திரும்பவும் சொல்கிறேன். இந்தக் காரியத்தை முடிப்பதில் பெரிய சிரமங்கள் நமக்கு எதுவும் இருக்கப் போவதில்லை. எனினும், செய்வதையெல்லாம் விரைவாகவும் அமைதியாகவும் செய்து முடிக்க வேண்டும். அதுதான் பிரதானமான விஷயம். எதிரிகள் வேறு எதைக் காட்டிலும் ஒன்றே ஒன்றைக் கண்டு மட்டும்தான் மிகவும் அஞ்சுகிறார்கள். ஆயுதங்களைக் கண்டல்ல; மனிதர்களைக் கண்டுதான்! இந்தத் தோழர்" - ரோஷின் ஒரு கணம் நிறுத்திவிட்டு, பின்னர் பேச்சைத் தொடர்ந்தான்; எனினும், அப்போது அவன் பலம் வாய்ந்த கழுத்தோடு நிற்கும் ஒரு வாலிபனையே பார்த்தான்; அத்துடன் தன்னுள் எழுந்த பலத்ததொரு உள்ளுணர்ச்சியால், அவன் அந்த இளைஞனின் தோள் மீது தனது கையைப்போட்டு, அவனது புடைத்த கழுத்தைத் தடவிக் கொடுத்தான்: "உதாரணமாக, இந்தத் தோழருக்கு எலும்புக் குருத்தெல்லாம் குளிர்ந்து உறைவதுபோலத் தோன்றினால், எதிரிக்கும் கூடத்தான் அப்படித் தோன்றும்! எனவே எவனொருவன் தனது லட்சியத்தில் நம்பிக்கை வைத்திருக்கிறானோ, அவனே வெற்றி பெறுவான்."

அந்த இளைஞன் தலையைப் பின்னால் சாய்த்து உலுக்கிக்கொண்டு சிரித்தான்.

"நீங்கள் சொன்னது ரொம்ப சரி. நம்மில் யார் திறமைசாலி என்று பார்க்கலாம். அவர்கள் முட்டாள்கள், நாம் அப்படியல்ல. நாம் எதற்காகப் போர் புரிகிறோம் என்பதுதான் நமக்குத் தெரியுமே." அவன் தனது புடைத்த கழுத்தை மீண்டும் உலுக்கிக் கொண்டான்; அத்துடன், அவனது வடிவமைந்த வாயில் ஓர் அசட்டுப் புன்னகையும் தோன்றியது: "நாம் எதற்காகச் சாகப் போகிறோம் என்று நமக்குத் தெரியும்."

இன்னொருவன் அவனைத் தள்ளிக்கொண்டு முன்னால் வந்து கேட்டான்:

"இதைச் சொல்லுங்கள். எனது எறிகுண்டை விட்டெறிந்தவுடனே, நான் என்ன செய்வது? பிறகு என்னிடம் ஆயுதங்கள் எதுவும் இருக்காதே!"

உடனே கரகரத்த குரலில், பதிலுக்கு எவனோ ஒருவன் கிசுகிசுத்தான்:

"மரமண்டையே! பின் கைகள் எதற்காக உன்னிடம் இருக்கின்றன?"

"தோழர்களே! நான் நமது திட்டத்தை உங்களுக்கு மீண்டும் ஒருமுறை விளக்குகிறேன்" என்று ஆரம்பித்தான் ரோஷின்: "நாம் இரண்டு கோஷ்டிகளாகப் பிரிவோம்."

பேசிக் கொண்டிருக்கும்போதே நீப்பர் நதியின் மேல் ஊடுருவ இயலாது படர்ந்து கவிந்திருக்கும் இருள் மண்டலத்தினூடே அருணோதயப் பொழுதினின் ஒளிப்படலம் புலப்படுகிறதா என்று பார்த்துக் கொண்டேயிருந்தான். இதுவரையிலும் கனத்துத் திரண்ட மேகங்கள்தான் அந்த ஒளியைக் காணவிடாமல் மறைத்துக் கொண்டிருந்தன. ஆனால், அவர்களை அதற்கு மேலும் பரபரப்பான நிலைமையில் அதிக நேரம் காக்கவைத்து நிற்பதில் அர்த்தமில்லை.

"புறப்பட வேண்டியதுதான்!" அவன், தான் பெல்ட்டை இழுத்துவிட்டுக் கொண்டான்: "இரண்டு கோஷ்டியாகப்

அலெக்சேய் தல்ஸ்தோய் ▲ 547

பிரியுங்கள். கதவுகளைத் திறவுங்கள்!"

கதவுகள் மிகவும் கவனத்தோடு மெல்லத் திறக்கப் பட்டன. அவர்கள் ஒருவர்பின் ஒருவராகக் குனிந்த நிலையில் முன்னேறிச் சென்று, அந்த வேலியின் கடைக்கோடிக்குப் போய்ச் சேர்ந்தார்கள். அங்கிருந்து உறைந்து இறுகிப்போன நதியின் பின்னணிக்கு எதிரே, அந்தப் பாலம் நிழல் வடிவமாகத் தென்படுவதை நன்கு கண்டார்கள். அதன்முன்னால், பாலத்தின் தலைவாயிலுக்கருகேயுள்ள பதுங்குக்குழிகளின் மேற்சுவர்கள் தெளிவற்றுத் தெரிந்தன; அவற்றின்மீது இயந்திரத் துப்பாக்கிகள் தென்பட்டன; அங்குள்ள காவல் வீரர்கள் தூங்கிக் கொண்டிருக்கிறார்கள் என்று தோன்றியது. ரயில்வே பாதைக்கு மறுபுறத்திலும் அத்தகைய பதுங்குக்குழிகளின் வரிசை தென்பட்டது.

"எறிகுண்டுகளைக் கையில் எடுத்துக் கொள்ளுங்கள். இனி ஓடுங்கள்."

இருபத்தி மூன்று பேரும் ஒருவருக்கொருவர் எதுவும் பேசிக் கொள்ளாமல், ஏதோ ஒரு பந்து விளையாட்டில் ஓட்டங்களைக் கணக்கெடுக்கும் போட்டியில் ஓடுவதுபோல் ஒட்டுமொத்தமாக முழு வேகத்தில் ஓடினார்கள். அவர்களில் பாதிப்பேர் நேராகப் பதுங்குக் குழிகளை நோக்கி ஓடினார்கள்; மற்ற பதின்மூன்று பேரும் ரயில் பாதைகளை நோக்கி ஓடினார்கள். ரோஷினும் அவர்களுக்குச் சமமாக ஓட வேண்டுமென்றே முயன்றான். இறுகக் கட்டிய பெல்ட்டுகளோடு கூடிய சட்டைகளையணிந்த அவர்கள் ரயில் பாதைத் திட்டின்மீது தாவியபோது, அவர்கள் எல்லோரும் நீண்ட நிழல்கள்போல் தோன்றியதை ரோஷின் பார்த்தான். திரும்பி அவர்களைத் தொடர்ந்து ஓடினான். ஏதோ ஒரு தவறு நேர்ந்துவிட்டதை உணர்ந்தான்; அதாவது, அபாய அறிவிப்பைத் தெரிவிப்பதற்கு முன் அவர்கள் இரண்டாவது பதுங்குக் குழிவரிசையைப் போய் எட்டிவிட முடியாதென்றே அவன் உணர்ந்தான். அவனுக்குப் பின்னால் ஒரு குண்டு வெடித்து முழங்கியது; தொடர்ந்து பயங்கரமான கூச்சல்கள் கேட்டன. அத்துடன்

எறிகுண்டுகளும் ஒன்றன்பின் ஒன்றாக வெடித்தன. முதலாவது பதுங்குக் குழி பிடிப்பட்டுவிட்டது. திரும்பிப் பார்க்காமலும், ஊசிபோல் குத்தும் பனிக்காற்றைத் திறந்த வாயினால் சுவாசித்துக்கொண்டும், அவன் திட்டின்மீது ஏறினான். அவனுக்கு முன்னால் பதின்மூன்று பேர், பெரும் பாய்ச்சலில் வேகமாக முன்னேறினார்கள். அதோ அவர்கள், அங்கு அநேகமாகப் போய்விட்டார்கள். ஆனால், அதற்குள் ஒரு ராக்ஷஸ ரூபங்கொண்ட, வெறிபிடித்த வண்ணத்துப் பூச்சி இறக்கைகளை அடித்துக் கொள்வதுபோல், ஓர் இயந்திரத் துப்பாக்கி நெருப்பைக் கக்கிக்கொண்டே அவர்கள் பக்கம் திரும்பியது. தலைக்குமேல் பிய்த்துப் பிடுங்கிக் கொண்டு பேய்வேகத்தில் அது வீசியதுபோல் ரோஷினுக்குத் தோன்றியது. "ஆண்டவனே! ஓர் அற்புதத்தை நிகழ்த்து! அற்புதங்கள் நிகழத்தானே செய்கின்றன!" என்று அவன் தனக்குத்தானே சொல்லிக்கொண்டான்: "அப்படியில்லாவிட்டால், நாங்கள் தொலைந்தோம்." அந்தப் புடைத்த கழுத்துடைய நெடிய இளைஞன் முதலிலே குனிந்துகொள்ளக்கூட முனையாமல், தனது எறிகுண்டை விட்டெறிந்தான்; மறுகணம் பதின்மூன்று பேரும் எந்தவிதக் காயமும் படாமல், பதுங்குக்குழிகளுக்குள் தாவிப் பாய்ந்துவிட்டார்கள். மூச்சுத் திணறிக்கொண்டு முண்டிமுண்டிப் பார்க்கும் உடம்புகள் ஒன்றோடொன்று பின்னிப்பிணைந்து உருளுவதைத்தான் அவனால் காண முடிந்தது. பின்னர் தோளில் அதிகாரியின் சின்னம் தரித்த ஒரு தாடிக்கார மனிதன் தென்பட்டான்; அவன் எல்லோருக்கும் மேலாக எழுந்து நின்றுகொண்டு, தன்னைப் பிடிக்கத் தாவி வருபவர்களையெல்லாம் தனது உடைவாளை மூர்க்கத்தனமாக வீசி வெட்டித் தள்ளினான். ரோஷின் அவனை நோக்கிச் சுட்டான்; உடனே அந்தத் தாடிக்காரன் சரிந்துவிழுந்தான். அடுத்த கணமே, அவனது இடத்தில் அதிகாரியின் கம்பளிக் கோட்டணிந்த வேறொருவன் காலை உதைத்துக் கொண்டும், ஊளைக் குரலில் சத்தமிட்டுக் கொண்டும் தோன்றினான். ரோஷின் அவனைப் பற்றிப் பிடித்தான்;

அலெக்சேய் தல்ஸ்தோய் ▲ 549

ஆனால் அந்த அதிகாரியோ பிடியிலிருந்து திமிறி விடுபட்டுக் கொண்டு, ரோஷினின் தொண்டையைப் பிடித்து நெரித்தவாறே, “பன்றிப் பயலே! பன்றிப் பயலே!” என்று கத்தினான்; ஆனால் திடீரென்று அவனது பிடி தளர்ந்தது; அத்துடன் அவன் கத்தினான்: “ரோஷின்!”

அவன் யாரென்று கடவுளுக்குத்தான் வெளிச்சம் - ஒருவேளை, எவர்ட்டின் காரியாலயத்தைச் சேர்ந்த அதிகாரிகளில் எவனாகவாவது இருக்கலாம்! ரோஷின் பதிலே பேசாமல் அவனது நெற்றிப் பொருத்தில் தனது ரிவல்வரால் அடித்தான்.

அந்தப் பதுங்குக் குழியையும் கைப்பற்றி ஆகிவிட்டது. அந்தத் தொழிலாளர்கள் இயந்திரத் துப்பாக்கிகளின் வாய்களை எதிர்த் திசையில் திருப்பிக் கொண்டிருப்பதை ரோஷின் பார்த்தான்; அதேசமயம், ரயில்வே ஸ்டேஷனைத் தாக்கிக் கைப்பற்றுவதற்காக, கவச ரயிலும் பாலத்தின்மீது இடிமுழக்கம்போல் தடதடவென்று பேரொலி கிளப்பியவாறு வந்துகொண்டிருந்தது.

***

சூரியன் வெகுநேரத்துக்கு முன்பே மேலெழுந்து தகித்துக் கொண்டிருந்தது. அந்தக் கவச ரயில் வண்டி கரும்புகையைக் கக்கிக்கொண்டு, மீண்டும் பாலத்தைக் கடந்து வந்தது; கைப்பற்றப்பட்ட ரயில்வே ஸ்டேஷனுக்கு மனிதர்களையும் ஆயுத தளவாடங்களையும் சுமந்து வந்தது. பதுங்குக்குழிகளுக்குள்ளிருந்த ஆட்கள் பெரும் கூச்சல்போட்டு அதை வழியனுப்பினார்கள். திட்டமெல்லாம் நன்றாகத்தான் நிறைவேற்றி வந்தன. மாஹ்னோவின் காலாட்படையினர் சிறிது நேரத்துக்கு முன்பே ஆற்றின் பனிக்கட்டிப் படிவங்களின் வழியே ஆற்றைக் கடந்துவந்து, ஆற்றின் செங்குத்தான கரையில் எறும்புகள்போல் சாரிசாரியாக வந்தார்கள்; ஆங்காங்கே உள்ள போலீஸ் காவல் கூடங்களையெல்லாம் தட்டி கவிழ்த்துவிட்டு, தெருக்களிலே பரவலாகப் பிரிந்து சென்றார்கள். துப்பாக்கி வெடிச்சத்தமோ ஒரு கணம்கூட

ஓயவில்லை. ஒருகணம், தொலைவிலும் மறுகணம் எங்கோ சமீபத்திலுமாக அந்த ஒலி மாறிமாறிக் கேட்டது.

"சாஷா! ரயில்வே ஸ்டேஷனுக்கு ஓடு; தளபதியைக் கண்டுபிடித்து, நாம் காலை ஐந்து மணிமுதல் இங்கே மாட்டிக்கொண்டு அசையமாட்டாமல் நிற்கிறோம் என்றும், இங்கு ஒரே குளிரும் பசியுமாய் இருக்கிறதென்றும் சொல். அத்துடன் நம்மைச் சீக்கிரமே இங்கிருந்து விடுவிக்குமாறு அவரிடம் சொல்லிவிட்டு வா" என்று ரோஷின் புடைத்த - கழுத்துடைய இளைஞனிடம் சொன்னான். அந்த இளைஞனின் முகத்தில் மயிரே இல்லை; அவனது கன்னங்களில் மட்டும்தான் பூமயிர் கீழ்நோக்கிச் சிறிது தென்பட்டது; அவனது முகத்திலே ஆண்மையும் குழந்தைத் தன்மையும் கலந்து தோன்றின. அந்த முகத்தில் ரத்தக் கீறல்கள் தென்பட்டன. தனது ஆவி துறக்குமுன்னர் ஒரு முரட்டு இயந்திரத் துப்பாக்கி வீரன் அவனது முகத்தில் விடுத்த வடுக்கள் அவை.

தான் அணிந்திருந்த மெல்லிய சட்டைக்குள் அவனது உடம்பு நடுங்கியது. அவன் அங்கு வீலென்று ஊளையிட்டுக்கொண்டு வந்த துப்பாக்கிக் குண்டுகளையும் பொருட்படுத்தாமல், பாதுகாப்பற்ற களத்தின் வழியாக ஓடினான். அவனுக்குப் பின்னால், "முட்டாளே! குண்டடிபட்டுச் செத்துப் போவாய்!" என்றும், "டேய், சாஷா! வரும்போது சிகரெட் வாங்கி வாடா!" என்றும் குரல்கள் ஒலித்தன. அவன் சீக்கிரமே திரும்பி வந்துவிட்டான்; ஒரு பதுங்குக் குழியின் உச்சியில் அமர்ந்தவாறே, தனது தோழர்களிடம் ஒரு சிகரெட் பாக்கெட்டைத் தூக்கி விட்டெறிந்தான்; ரோஷினிடம் ரப்பர் ஸ்டாம்பினால் அப்போதுதான் குத்தப்பட்டு, அதன் மை அழிந்திருந்த ஒரு குறிப்பைக் கொடுத்தான் :

"காத்திருங்கள். புதிய படைகளை அனுப்புகிறோம். மாஹ்னோ."

"மரீயா வாழ்த்துகளைத் தெரிவிக்கச் சொன்னாள்" என்று ரோஷினிடம் சொன்னான் சாஷா.

- ரோஷின் வியப்பினால் வாயைப் பிளந்தான்; பதுங்குக் குழியில் இருந்தவாறே, அமர்ந்திருக்கும் சாஷாவை நிமிர்ந்து பார்த்தான்.

"அவள் ஓர் அருமையான பெண். தோழர் ரோஷின்! நீங்கள் அதிர்ஷ்டசாலிதான்."

"நீ எங்கே அவளைப் பார்த்தாய்?"

அவள் ஸ்டேஷனில்தான் எல்லோரையும் அதிகாரம் பண்ணிக்கொண்டு திரிகிறாள். அவள் மட்டும் அங்கிருந்திருக்காவிட்டால், நான் மாஹ்னோவிடமே சென்றிருக்க முடியாது. "அண்ணன்மார்களா! அங்கேயுள்ள கூட்டத்தை நீங்கள் பார்க்க வேண்டும். எல்லோரும் துப்பாக்கிகளுக்காக அடி பிடியில் முண்டிக் கொண்டிருக்கிறார்கள். எகதிரினஸ்லாவ் நம்முடையது தான்!"

***

மாஹ்னோ ஸ்டேஷனிலேயே தலைமைக் காரியாலயத்தை வைத்துக்கொண்டான். முதல் வகுப்புப் பிரயாணிகள் தங்கும் அறையிலே தென்பட்ட செயற்கைக் கூந்தல் பனைகளுக்கு மத்தியிலிருந்த சிற்றுண்டிச் சாலையின் மேசைக்கெதிரே மாஹ்னோ அமர்ந்திருந்து உத்தரவுகளை எழுதித் தள்ளிக் கொண்டிருந்தான். அந்த மேசைமீதிருந்த கண்ணாடிப் பாத்திரங்களெல்லாம் தூரத் தள்ளப்பட்டுத் தரையிலே உடைந்து சிதறிக் கிடந்தன. காரேத்னிக், மாஹ்னோவின் உத்தரவுகளில் முத்திரைகளைக் குத்திக்கொண்டிருந்தான். உத்தரவுகளை வாங்கிக் கொண்டுசெல்பவர்கள், கையில் உத்தரவு கிடைத்தவுடனேயே தலைதெறிக்க ஓடினார்கள். பரபரத்த உணர்ச்சிவேகத்தோடு பற்பல பேர் ஓடிவருவதும் போவதுமாக இருந்தார்கள். அவர்கள் புதிய படைகள், தளவாடங்கள், போர்க்களச் சமையல் ஏற்பாடுகள், சிகரெட்டுகள், ரொட்டிகள், வைத்திய உதவிக்கான சிப்பந்திகள் முதலிய பற்பல தேவைகளைப் பூர்த்திசெய்யக் கோரும் கோரிக்கைகளோடு படையெடுத்து வந்தார்கள்.

சில சமயங்களில் ஒரு தளபதியே மிகுந்த ஆத்திரத்தோடு வந்தார்; தாம் தமது படைகளோடு நகரத்தின் வாணிபத் தொழில் வங்கியின் கட்டட வாயில் வரையில் சென்றும்கூட, போதுமான தளவாட பலம் இல்லாத காரணத்தால், அங்கே மேற்கொண்டு எதுவும் செய்ய இயலாமல் தரையில் பதுங்கிக் கிடக்க நேர்ந்துவிட்டதே என்ற ஆத்திரமும் கோபமும் அவருக்கு. அந்தக் கோபத்தில் அவர் நேராக மாஹ்னோவின் முன்னால்சென்று, தமது இடைவாரிலே தொங்கிக் கொண்டிருக்கும் எறிகுண்டு களைப் பிடுங்கி மேசைமீது வீசினார்; அவ்வாறு அவர் மாஹ்னோவையே பயமுறுத்தினார்:

"இங்கே என்னதான் செய்து கொண்டிருக்கிறீர்கள்? உட்கார்ந்து ஜெபம் பண்ணுகிறீர்களா? எங்களுக்குத் தளவாடங்களையும் தோட்டாக்களையும் கொடுத்து விட்டு, அப்புறம் எப்படியும் போய்த் தொலையுங்கள்!"

யார் யார் கோரிக்கைகளோடு வந்தார்களோ, அவர்களுக்கு மட்டுமே மாஹ்னோ உத்தரவுகளை வழங்கினான். அவன் மூர்க்காவேசத்தோடு தனது கீழ்த்தாடையை முன்னே நீட்டியவாறு, தானே தனிநின்று எல்லா நடவடிக்கைகளையும் திறமையோடு சமாளிப்பதுபோல் பாவலாக் காட்டினான்; ஆனால் உண்மையில், அவனது மூளையிலோ படுமோசமான குழப்ப நிலைதான் குடிகொண்டிருந்தது. அவன் காகிதத்தில் பென்சில் முனையால் துளைகள் போட்டவாறு, நகரத்தின் அமைப்பைக் குறித்தான்; அதிலே துருப்புகள் எங்கெங்கே முன்னேறுகின்றன, எங்கே பின்வாங்குகின்றன என்பதையும் பெருக்கல் குறியின்மூலம் குறிப்பிட்டான். அந்தப் பாழாய்ப்போன நகரத்தில் நடமாடுவதற்கே இடத்தைக் காணோம்; தெருக்களெல்லாம் மிகவும் ஒடுங்கியவை. எதிரிகளே, கட்டடங்களின் மேலிருந்தும், பக்கவாட்டிலிருந்தும், பின்னாலிருந்தும் எந்த நேரமும் தாக்கினார்கள். அவர்கள் எங்கிருந்து தாக்குகிறார்கள் என்பதுகூடத் தெரியவில்லை. அந்த நகரத்தின் வரைபடத்தைப் பார்த்த மாஹ்னோவுக்கு

தெருக்களோ, வீடுகளோ புலப்படவில்லை. அவனுக்குத் திசைகளைப் பற்றியே ஞானமே அற்றுப் போய்விட்டது. என்னமோ இருட்டில் கண்ணைக்கட்டி விளையாடுவது போலிருந்தது அவனுக்கு. நகரங்கள் என்றாலே அவனுக்குப் பயம்தான். அவை மிகவும் ஆபத்தானவை; மோசத்திலும் மோசமானவை.

மேலும், மர்தீனின்கோவின் நிலையைப் பற்றிய தெளிவின்மையும் அவனது மனத்தைப் பெரிதும் அலட்டின. மர்தீனின்கோ தனது சொந்த இன பந்துக்கள் மீது குண்டுப் பிரயேகம் செய்ய மாட்டான் என்று சுகாய் அவனுக்கு உறுதி கூறியிருக்கத்தான் செய்தான். அவர்கள் இருவரும் உண்மையிலேயே நேற்றிரவுதான் சந்தித்தார்களா அல்லது அதற்கு முன்பே ஓர் ஏற்பாட்டுக்கு வந்திருந்தார்களா என்பது மாஹ்னோவுக்குத் தெரியாது. என்றாலும் பீரங்கிப் படைத் தளத்தில் எல்லாம் அமைதியாகத்தான் இருந்தன. அதன் படைவீரர்களில் பாதிப் பேர் ஓடிவிட்டார்கள். மர்தீனின்கோவோ தனது மனக் கலவரத்தை மூழ்கடிப்பதற்காக நன்றாகக் குடித்துவிட்டு வெறியிலே மூழ்கிக் கிடந்தான். அவனது ஸ்டேஷனுக்கு அருகில் இரண்டே இரண்டு பீரங்கிகள் மட்டும் இருந்தன; அவற்றையும்கூட பெத்லூராவின் ஆட்கள் கைவிட்டுவிட்டுப் போய் வட்டார்கள். அதற்குமுன் பீரங்கிகளையே கைப்பற்றியறியாத மாஹ்னோ, அவற்றைக் கைப்பற்றியதால் பெருத்த மகிழ்ச்சியடைந்தான்; அந்த பீரங்கிகளை நெடுவழிச்சாலைக்குக் கொண்டு செல்லும்படி உத்தரவிட்டான். அவன் அந்தப் பீரங்கிகளை வெடிக்கச் செய்யும் கம்பியைத் தானே தனது கைப்பட இழுத்துவிட்டான். அந்தப் பீரங்கி இடிமுழக்கமிட்டு வெடித்ததையும், உடனே பக்கத்தில் நின்றவர்களெல்லாம் பயந்துபோய் பதுங்கி ஒடுங்கியதையும், பீரங்கிக் குண்டு கும்மென்று இரைந்து கொண்டு, உயரமான பாப்லார் மரங்களுக்கு மேலாகப் பாய்ந்து சென்றதையும் கண்டு, அவனது முகத்தில் ஒரு புன்னகை நெளிந்தது.

புரட்சிக் கமிட்டியின் தலைமைக் காரியாலயம் ஸ்டேஷன்

சதுக்கத்தில் இருந்தது. அங்கு நெருப்புகள் எரிந்து கொண் டிருந்தன; எல்லா வட்டாரங்களிலுமிருந்தும் அலைமேல் அலையாக வந்துகொண்டிருந்த தொழிலாளர்கள் அந்த நெருப்புகளைச் சுற்றிக் கும்பல்கும்பலாக நின்றார்கள். புரட்சிக் கமிட்டியின் அங்கத்தினர்களுக்கு அவர்களில் அநேகமாக எல்லோரையுமே தெரியும்; அவர்கள் எங்கெங்கு வந்திருந்தார்கள் என்பதும் தெரியும். அவர்கள் தொழிற்சாலைகளிலிருந்தும், தொழில் பட்டறைகளிலிருந்தும் வந்திருந்தார்கள்; வார்ப்புத் தொழிலாளர்கள், மாவு மல் தொழிலாளர்கள், தோல் பதனிடும் தொழிலாளர்கள், நெசவுத் தொழிலாளர்கள் முதலியோரும் அங்கிருந்தனர். எல்லோரும் உத்தரவின் பேரில் ஐம்பது ஐம்பதுபேராகப் பிரிந்து, அந்த நெருப்பை விட்டு விலகி அணிவகுத்து நின்றார்கள். அந்தக் கோஷ்டி களுக்கு, அவர்கள் மத்தியிலிருந்தே பொருத்தமான தலைவர்களைத் தேர்ந்தெடுத்தார்கள். அப்படி யாரும் அமையாவிட்டால், புரட்சிக் கமிட்டி அங்கத்தினர் ஒருவரே அந்தத் தலைமையை ஏற்றுக்கொண்டார். அவர்களுக்குத் துப்பாக்கிகள் வழங்கப்பட்டன. துப்பாக்கிகளை எப்படிப் பிடித்துச் சுடுவது என்பது தெரியாதவர்களுக்கு, அங்கேயே கூடியமட்டிலும் கற்றுக் கொடுக்கப்பட்டது. அந்தப் படைப் பிரிவு தனக்கான உத்தரவுகளைப் பெற்றது. பின்னர், அதன் தளபதி துப்பாக்கியைத் தூக்கியாட்டிக் கொண்டு, "தோழர்களே! முன்னேறுங்கள்!" என்று கத்தினான்.

அவர்கள் கையில் ஒருவழியாக வந்து சேர்ந்துவிட்ட அவர்களது வெகுநாள் விருப்பமான அந்தத் துப்பாக்கிகளைத் தாமும் உயர்த்தியவாறு முழங்கினார்கள்:

"சோவியத் ஆட்சிக்காக!"

அந்தப் படையினர் கோஷ்டிகள் எகதிரீனின்ஸ்கி சாலை வழியை நோக்கிச் சென்று, களத்தில் புகுந்தன.

***

ரோஷின் கூட்டத்தினரை இடித்துத் தள்ளிக்கொண்டு,

தளபதி மாஹ்னோவிடம் போய்ச் சேர்ந்தான்; பாலத்தின் தலைவாயிலைக் கைப்பற்றிய விவரத்தையும், அதனால் ஏற்பட்ட சேதத்தையும் அறிவித்தான்: நாலு பேருக்குக் காயம்; ஒருவன் மிதிபட்டே இறந்துபோனான். மாஹ்னோ தனது பென்சிலின் முனையைக் கடித்தவாறே, அகந்தையும் படபடப்பும் மிகுந்த முகபாவத்தோடு ரோஷினின் பழுப்பு நிறமான வாடிய முகத்தை வெறித்துப் பார்த்தான்.

"நல்லது. உனக்கு ஒரு வெள்ளிக் கைக்கடிகாரம் பரிசாகக் கிடைக்கும்" என்று மாஹ்னோ கூறிவிட்டு, நகரத்தின் வரைபடத்தை மேஜைமுனையில் தள்ளி, "இதைப்பார்" என்று சுட்டிக் காட்டினான். அவன் அந்தப் பெருக்கல் குறிகளைப் பென்சிலால் இணைத்துக் காட்டினான்: "தாக்குதல் ஸ்தம்பித்து நிற்கிறது. நாம் இந்த இடத்தை எய்திவிட்டோம். இதுவரையில் இதோ இந்தப் பெரிய தெருவும் இந்தக் குறுகிய சந்தும், இந்தச் சாலையும் நம் வசம் கிட்டியுள்ளன. இதற்குமேல், இந்தப் பெருக்கல் குறிகள் வளைந்து செல்கின்றன. எனக்குக் காரணம் தெரிய வேண்டும். என்னவோ சாணக் கிடங்கின்மீது சிக்கிக் கொண்டுவிட்ட மாதிரி, நாம் ஏன் மேலும்கீழும் காலை உதைத்துக் கொண்டே நிற்க வேண்டும்?" என்று அவன் பறவையின் ஒலியைப்போன்ற கீச்சுக்குரலில் கத்தினான். "போ. போய்க் காரணத்தைக் கண்டு வா." அவன் காகிதத்தில் ஏதோ சில வார்த்தைகளைக் கிறுக்கினான். காரேத்னிக், தனது முழங்கைக்கடியிலே வைத்திருந்த ரப்பர் ஸ்டாம்பை எடுத்து, அதன்மீது ஊதிவிட்டு, கையெழுத்துக்கு மேல் முத்திரை குத்தினான். "கோழைகளை நீயே சுட்டுத் தள்ளிவிடலாம். அந்த உரிமையை நான் உனக்கு வழங்குகிறேன்."

ரோஷின் சதுக்கத்துக்கு வந்தான்; அங்கு கோணலும் மாணலுமாக நின்றுகொண்டிருந்த தொழிலாளர் அணிகள் இன்னும் தமது அணிகளை ஓர் ஒழுங்குக்கு கொண்டு வரவில்லை. தளபதியின் கட்டளைகளும் "உர்ரா" என்ற கூச்சலும் கேட்டுக் கொண்டிருந்தன. அங்கு எரிக்கப்பட்டிருந்த நெருப்பிலிருந்து புகை

மண்டியெழும்பியது; அந்த நெருப்பில் சில இடங்களில் பெரிய இரும்பு அண்டாக்களில் கஞ்சி காய்ச்சப்பட்டிருந்தது. ரோஷினுக்கோ அந்தப் புகைமூட்டம் தலையைக் கிறுகிறுக்கச் செய்தது; அவனது மனத்தில் பல்வேறுவிதமான நினைவுகளெல்லாம் மிதந்து அலைமோதத் தொடங்கின. மரீயா மேசை மீதிருந்து குதித்து, தன் தாயின் கையிலிருந்த இரும்புச் சட்டியை எடுத்து வந்ததும், அந்தச் சட்டியில் இருந்த முட்டைக்கோஸ் சூப்பும், மணம் வீசும் புத்தம்புதிய ரொட்டியை மரீயாவின் பற்களால் கடித்துத் தின்றதும் அவனுக்கு நினைவு வந்தன. நல்லது. அதைப்பற்றி இப்போது நினைப்பானேன்!

அவனது கோஷ்டியிலிருந்து சாஷாவும், வேறு இருவரும் துப்பாக்கியைத் தூக்கிக்கொண்டு, ரோஷினைப் பின்பற்றி நடந்தார்கள். அவர்களில் ஒருவனுக்கு முகத்தில் புள்ளிகள் விழுந்திருந்தன. அவன் இரும்புச் சட்டிபோல கட்டுக் குட்டாக உறுதியோடிருந்தான்; மேலும் அவன் ஒரு குதூகலமான தனிப் பேர்வழி; அவன் பெயர் சீஷ். மற்றவனோ முரட்டுத்தனமிக்க இளைஞனாகத் தோன்றினான்; என்றாலும், அவன் சிரித்த முகத்தோடு அழகாக இருந்தான். அவனது கண்ணுக்கருகில் சிறு காயம் பட்டிருந்தது; அவன் தனது கறுத்த தொப்பியை புருவங்கள்வரை இழுத்துவிட்டிருந்தான்; ஈயவேலைத் தொழிலாளியான அவன் தன் பெயரை ரோபர்ட் என்று தெரிவித்தான். அவர்கள் எகதிரீனின்ஸ்கி சாலையை நோக்கிச் சென்றார்கள்; அங்கு ஆங்காங்கே நீட்டிக் கொண்டிருக்கும் சுவர்களுக்குப் பின்னே பதுங்கியும், ஒவ்வொரு கட்டடத்தின் வாசல் கூடத்திலிருந்தும், அடுத்ததற்குக் குனிந்தவாறே சமயம் பார்த்து ஓடுவதுமாய் அவர்கள் சென்றார்கள். அவர்களது தலைக்கு மேல் துப்பாக்கிக் குண்டுகள் வீலென்று கத்தியவாறு பறந்தன. சாலைவழி வெறிச்சோடிக் கிடந்தது; ஆளரவமே இல்லை. என்றாலும் கட்டடங்களின் ஜன்னல்களிலிருந்து, மெத்தைகளால் தம்மைப் போர்த்திப் பாதுகாத்துக் கொண்டு, குறுகுறுப்போடு எட்டிப்பார்க்கும் மனிதர்களின்

முகங்கள் மட்டுமே ஆங்காங்கே தென்பட்டன. ஆட்டுத் தோல் கோட்டணிந்த ஒரு மனிதன் ஒரு நகைக் கடையின் வாசலில் உட்கார்ந்திருந்தான்; அவனது வாடி வதங்கிப்போன சின்ன முகம் மேல்நோக்கி நிமிர்ந்திருந்தது; அதனால் அவன் தனது நரைத்த தாடியையே புராதனமான யூத சொர்க்கத்தை நோக்கித் தூக்கிக்கொண்டு, வாய் திறந்து பேசாமல் மனத்துக்குள்ளாகவே பின்வருமாறு கேட்பதுபோல் தோன்றியது: "கர்த்தாவே! இதெல்லாம் என்ன?"

"இங்கே நீ என்ன செய்துகொண்டிருக்கிறாய்?" என்று சீஷ் அவனைக் கேட்டான்.

"நானா?" என்று அந்த மனிதன் சோகக் குரலில் பதிலளித்தான்: "நான் சாவை எதிர்நோக்கிக் காத்திருக்கிறேன்."

"வீட்டுக்குப் போ."

"நான் ஏன் வீட்டுக்குப் போக வேண்டும்? பப்ரிகாக்கி என்ன சொல்வார் தெரியுமா? 'உனக்கு எது மிகவும் பெரிதாகப் போய்விட்டது? உனது அட்டுப்பிடித்த உயிரா அல்லது என் கடையா?' என்று கேட்பார். எனவே கடைக்கு அருகிலேயே குண்டடிபட்டுச் செத்துப் போகிறேன்."

அவர்கள் அவனைக் கடந்துசெல்லும் சமயத்தில், காவல்காரன் தனது தாடியை வாசலுக்கு வெளியே நீட்டியவாறு சத்தமிட்டான்:

"தம்பிகளா! அவர்கள் அங்கே ஜனங்களைச் சுட்டுத் தள்ளிக் கொண்டிருக்கிறார்கள்."

அவர்கள் ஒரு தெருமூலையைச் சென்றடைந்தார்கள்; அதேசமயத்தில் அவர்களது தலைக்கு மேலுள்ள சுவர்களில் இயந்திரத் துப்பாக்கிக் குண்டுகள் பாய்ந்து, சுவரின் காரையைப் பெயர்த்தெறிந்தன. அவர்கள் பதுங்கிக் குனிந்தவாறே, பக்கத்துச் சந்துத் தெருவில்

நுழைந்தார்கள்; பின்னர் ஒரு வெளிவாசல் ஓரமாகச் சென்று, அதன்மீது கதவை ஒட்டினாற்போல் சாய்ந்து நின்றார்கள். பின்னர் நெடுமூச்செறிந்தவாறு, சுற்றுமுற்றும் பார்த்தார்கள். அங்கு தெருச் சந்தியில் ஏழு பிணங்கள் காலைப் பரப்பிக்கொண்டு விழுந்துகிடந்தன; அவர்களது துப்பாக்கிகளும் கீழே சிதறிக் கிடந்தன. அப்படியென்றால் அந்த இடத்தில் ஒரு தொழிலாளர் படைப் பிரிவு நாசத்துக்கு உள்ளாகியிருக்க வேண்டும். ரோபாட் கசந்துபோய்ச் சிரித்தான்; பின்னர், அவன் ஒவ்வொரு வார்த்தையையும் கடித்து நொறுக்கிச் சொல்வதுபோல் சொன்னான்:

"அஸ்டோரியா ஹோட்டலின் மேல்மாடியிலிருந்து அவர்கள் சுடுகிறார்கள். அந்தத் தளத்தை நாம் முதலில் ஒழித்துக்கட்ட வேண்டும் என்பதுதான் என் யோசனை."

அந்த யோசனையை எல்லோரும் ஒப்புக்கொண்டார்கள். அந்த அஸ்டோரியா ஹோட்டலில்தான் ரோஷின் இரண்டுமாத காலம் தங்கியிருந்தான்; அது சாலையின் மறுபக்கத்தில் இருந்தது. அதனை அடைய வேண்டுமெனில், துப்பாக்கி வெடிகளுக்கு மத்தியில் புகுந்துதான் மறுபுறம் செல்ல முடியும். ரோஷின் கைகளை அகலவிரித்து, தோழர்களை அந்தக் கதவோடு வைத்து அணைத்துக்கொண்டான்:

"ஒவ்வொருவராகத்தான் செல்ல வேண்டும். ஒருவர் சென்று சிறிது நேரம் கழிந்த பின்னர்தான் மற்றவர் செல்ல வேண்டும். எவ்வளவு விரைவாக ஓடமுடியுமோ, அவ்வளவு விரைவாக அக்கரைக்கு ஓடிவிட வேண்டும். அப்படி ஓடினால் ஆபத்தொன்றும் வராது."

அவன் கீழேயே விழுந்து விடுவதுபோல் அவ்வளவு தாழ்வாகக் குனிந்துகொண்டு, அந்தச் சந்தின் முனைக்குச் சென்று, அங்கு கிடந்த பிணத்துக்கருகில் படுத்துக் கொண்டான். அஸ்டோரியா ஹோட்டல் மேல்மாடியிலிருந்து இரண்டு துப்பாக்கிக் குண்டுகள் வெடித்தன. பின்னர் அவன் துள்ளியெழுந்து ஒரு

முயலைப்போல் குறுக்கும்மறுக்குமாகப் பாய்ந்து சாலையின் மத்தியிலிருந்த பாப்லார் மரங்களை நோக்கி ஓடினான். உடனே மேல்மாடியிலிருந்து படபடவென்று அவசர கதியில் துப்பாக்கி வேட்டுக்கள் வெடித்தன; ஆனால் அதற்குள் காலம் கடந்துவிட்டது. அவன் ஆபத்தற்ற இடத்துக்கு வந்து சேர்ந்துவிட்டான். ஒரு பாப்லார் மரத்தின்மீது சாய்ந்துகொண்டு, தனது தொப்பியைக் கழற்றி, முகத்தைத் துடைத்துக் கொண்டான்; பின்னர் காற்றை உள்ளே இழுத்து நன்றாகச் சுவாசித்தவாறு சத்தமிட்டான்:

"சாஷா! நீ வா இப்போது!"

அவர்கள் அந்த ஹோட்டலின் கனத்த கண்ணாடிக் கதவுகளைத் தம்மிடமிருந்து கை எறிகுண்டுகளால் இடித்தார்கள்; அதன் பின்னர்தான் உட்புறத்தில் கதவுக்கு அணைகொடுத்து வைத்திருந்த பீரோவை அகற்றிவிட்டு, எவனோ ஒருவன் கதவைத் திறந்தான். ரோபர்ட் அந்தத் தடித்த காவலாளியைப் பிடித்துத் தள்ளிவிட்டு உள்ளே சென்றான்; அந்தக் காவலாளியோ "அட, பாவி! ரோபர்ட்? நீ எங்கேடா போகிறாய்?" என்று குரல் கொடுத்தான். அவனோ அந்தக் குரலையே காதில் வாங்கிக்கொள்ளாமல், தனது எறிகுண்டைச் சுழற்றியவாறே, முன்னால் பாய்ந்துசென்றான். ஹோட்டலின் முன்கூடத்தில் ஹோட்டல்வாசிகள் குழுமியிருந்தார்கள்; அவர்களெல்லாம் மேலேயுள்ள மாடிகளிலிருந்து இறங்கி வந்திருந்தார்கள். வெடிகுண்டைச் சுழற்றிக் கொண்டு வீராவேசத்தோடு வரும் அந்த இளைஞனையும், அவனுக்குப் பின்னால் ஆயுதந் தாங்கியவாறு வரும் மூவரையும் பார்த்தவுடன் அவர்கள் சுவரோடு ஒண்டிப் பதுங்கியவாறு, நெருக் கியடித்துக் கொண்டு, மூச்சுப்பேச்சுக் காட்டாமல் மாடிப்படியை நோக்கி நழுவத் தொடங்கினார்கள். அவர்களுக்குப் பின்னாலேயே சென்ற ரோஷின், அவர்களில் பலரை இனம் கண்டுகொண்டான். அவர்களும் அவனை இனம் கண்டுகொண்டு, சுட்டு விடுவதுபோல் பார்த்தார்கள்; அவர்களது கண்பார்வைக்கு

மட்டும் கொல்லும் சக்தியிருந்தால், அவன் அங்கேயே நூறுமுறை செத்து விழுந்திருப்பான். கல்யாணமாகாத மூன்று புதல்வியரைத் கையிலே வைத்துக் கொண்டிருக்கும் அந்தக் கிராமத்து நிலப்பிரபு தனது அறையில் எதையோ அருந்திவிட்டு, தளர்ந்தாற்போல் நடந்துவந்தான்; அவன் ரோஷினை இனம் கண்டுகொண்டு, அவனைக் கட்டித் தழுவ வருவதுபோல் கைகளை விரித்துக்கொண்டு, நெருங்கி வந்தான். அப்போது அவனது வாயிலிலிருந்து ஒயின் வாடை அடித்தது.

"ரோஷினா? என் அருமை நண்பரே!" என்று அவன் கூறினான்: "வந்திருப்பது நீங்கள்தானா? என் புதல்வியரெல்லாம் யாரோ போல்ஷிவிக்குகள்தான் ஹோட்டலுக்குள் நுழைந்துவிட்டதாக அல்லவா பேசிக் கொண்டார்கள்."

ஆனால், முகத்திலே ரத்தக்கோரைகளுடன் வந்த பிரமாண்டமான சாஷாவைப் பார்த்ததுமே, அந்த நிலப்பிரபுவின் வார்த்தைகள் வாய்க்குள்ளேயே அடங்கிச் செத்துவிட்டன; சாஷாவுக்குப் பின்னால் தனது கறுத்த கண்ணுக்குமேல் தொப்பியை இழுத்து விட்டுக் கொண்டிருந்த ரோபர்ட்டும், அவனுக்குப் பின்னால் குதூகலமும் சிவந்த கன்னமும் கொண்ட சீஷூம் வந்தான்; ஆனால், அவனது முகத்திலோ தனது வர்க்க விரோதியைக் கண்டவுடன் எழுந்த குரோத உணர்ச்சி பிரதிபலித்தது.

ரோபர்ட்டுக்கு அந்த ஹோட்டலின் எல்லா இடங்களும் நன்கு தெரிந்திருந்தன. அவர்கள் மூன்றாவது மாடிக்குச் சென்றதும், அவன் அவர்களைப் பின்புறப் படிக்கட்டுகளின் வழியே அழைத்துச் சென்றான்; பின்னர், அங்கிருந்து ஹோட்டலின் மேல்மாடிக்குக் கூட்டிப் போனான். அங்கிருந்த இரும்புக் கதவு பூட்டாமல் லேசாகத் திறந்துகிடந்தது. "இங்கேதான் இருக்கிறார்கள்" என்று அவன் கிசுகிசுத்தான்; பின்னர் கதவைத் தள்ளிக்கொண்டு, அவன் அந்த ஒரு கணத்துக்காகவே தனது ஆயுட்காலம் முழுவதும் காத்திருந்த மாதிரி, அசுரவேகத்தில் உள்ளே பாய்ந்து சென்றான். ரோஷின் இருள் மண்டிக்கிடந்த

அந்த வழியில் மேலேயுள்ள உத்திரக்கட்டைகள் தலையில் இடித்துவிடாதபடி குனிந்து நடந்தான்; ஆனால், அவனும் அங்குச் செல்வதற்குள் கம்பளிக் கோட்டணிந்த ஒரு மனிதன் இயந்திரத் துப்பாக்கிக்கு அருகில் குப்புற விழுந்து கிடப்பதையும், ரோபர்ட் அந்த மனிதனின் உடம்பில் துப்பாக்கிச் சனியனைக் குத்தி இறக்குவதையும் ரோஷின் கண்டான்.

"நான்தான் சொன்னேனே! ஹோட்டல் முதலாளியேதான் இவன்!"

அவர்கள் படிக்கட்டின் வழியாகக் கீழே இறங்கி வந்த சமயத்தில், பையன் தவறொன்று செய்தான், பயத்தினால் ரோபர்ட்டின் உதடுகள் பிரிதாபகரமாக நடுங்கின; அவனது கால்கள் தளர்ந்தன; அவன் தனது முகத்தைத் தொப்பியால் மூடிக்கொண்டு, படியிலேயே உட்கார்ந்து விட்டான். உடனே சாஷா, அவனது கையிலிருந்து துப்பாக்கியைப் பிடுங்கிக்கொண்டு, "உனக்காக நாங்கள் ஒன்றும் காத்திருக்க முடியாது!" என்று கரகரத்த குரலில் சொன்னான்; "பூ! இதற்குத்தானா நீ உன்னை ரோபர்ட் என்று அழைத்துக் கொள்கிறாய்?" என்று சீஷ் சொன்னான். உடனே அவன் தள்ளியெழுந்தான்; சாஷாவிடமிருந்த துப்பாக்கியை வெடுக்கென்று பிடுங்கிக்கொண்டு, ஒரே தாவில் பல படிகளைத் தாண்டியவனாகக் கீழே இறங்கிவந்தான். ரோஷின் அவனையும், சீஷையும் அங்கு நிறுத்தி, ஹோட்டலைக் காவல்காக்கச் சொன்னான். பின்னர் அஸ்டோரியா ஹோட்டலுக்கு ஒரு படைப் பிரிவை அனுப்புமாறு, தலைமைக் காரியாலயத்துக்கு ஒரு குறிப்பை எழுதி, அதனைச் சாஷாவிடம் கொடுத்தனுப்பினான். அதன் பின் அவன் தன்னந்தனியனாகச் சாலைக்குத் திரும்பிச் சென்றான்.

அன்றைய பகற்பொழுது அனேகமாக முடிந்துவிட்டது. தொழிலாளர் படைகள் தபால், தந்தி அலுவலகங்களையும் நகர மண்டபத்தையும், கஜானாவையும் கைப்பற்றி விட்டார்கள். ரோஷின் இந்த இடங்கள் இனைத்தையும் சுற்றிப் பார்த்தான்; பின்னர் ஒவ்வொரு இடத்திலிருந்தும்

தூதுவர்கள்மூலம் தலைமைக் காரியாலயத்துக்குத் தகவல் அனுப்பினான். சண்டை இன்னும் சிறிது நீடிக்கத்தான் செய்யும் என்று தோன்றியது. மாஹ்னோவின் காலாட்படையிலோ ஆரம்பத்திலேயிருந்த அசுர வேகம் தளர்ந்துவிட்டது; நகரத்தின் ஒடுங்கிய தெருக்களிலே சண்டைபோடுவதில் அவர்கள் அலுத்துச் சலித்துப் போய்விட்டார்கள். அந்த யுத்தம் வெட்டவெளி ஸ்டெப்பியிலே நடந்திருக்குமானால், அவர்கள் இதற்குள்ளேயே தமது கொள்ளைப் பொருட்களைப் பங்குபோடத் தொடங்கியிருப்பார்கள்; நெருப்பு மூட்டிக் கொண்டு, தமது உணவைச் சமைக்கத் தொடங்கியிருப்பார்கள்; இறந்துபட்ட மனிதர்களின் கால்களிலிருந்து பறித்தெடுத்த அழகான பூட்சுகளை அணிந்து, கால்களை வீசிக்கொண்டு 'ஹோபாக்' என்ற நடனத்தை வெறி பிடித்தாற்போல் ஆடியிருப்பார்கள்; அவற்றையும் மற்றவர்கள் கும்பல்கும்பலாக வட்டமிட்டு நின்று வேடிக்கை பார்த்திருப்பார் கள். ஆனால், இப்போதோ பெத்லூராவின் ஆட்கள் எதிர்பாராது நேர்ந்த குழப்பத்தின் அதிர்ச்சியிலிருந்து விடுபட்டு, சாலையின் மத்திப் பகுதிக்குப் பின்வாங்கி, அங்கே பதுங்கிக் கொண்டார்கள். இடையிடையே இங்குமங்குமாக எதிர்த் தாக்குதல் தொடுத்துக் கொண்டிருந்தார்கள்.

ரோஷின் ஸ்டேஷனுக்குத் திரும்பிவந்த சமயத்தில் இருள் சாயத் தொடங்கிவிட்டது. மாஹ்னோ, அப்போது அங்கில்லை; அவன் தனது தலைமைக் காரியாலத்தையே அஸ்டோரியா ஹோட்டலுக்கு மாற்றிக்கொண்டு போய் விட்டான். எனவே, ரோஷினும் ஹோட்டலை நோக்கிச் சென்றான். மேலும், அவன் அன்று முழுவதும் எதுவுமே உண்ணவில்லை; ஒரு குவளைத் தண்ணீரோடுதான் அவன் இருந்தான். அவனது கணுக்கால்கள் களைத்துச் சோர்ந்து நிற்க மாட்டாமல் தளரத் தொடங்கின; அவன் அணிந்திருந்த கோட்டே அவனுக்குப் பெரும்பாரமாக இருந்தது.

ஆனால், அவனால் ஹோட்டலுக்குள் நுழைய

முடியவில்லை. ஹோட்டல் வாசலில் இரண்டு இயந்திரத் துப்பாக்கிகள் நிறுத்தப்பட்டிருந்தன. குல்யாய் - போல்யே மாதிரியில் நீண்ட தலைமயிரை நெற்றிவரையிலும் இழுத்துவிட்டுக் கொண்டிருந்த மாஹ்னோவின் வீரர்கள் தமது பூட்சுக் கால்குதிகள் கலகலக்க நடைமேடையில் அங்குமிங்கும் உலாவிக் கொண்டிருந்தார்கள். அவர்களில் ஒருவன் குளிரைத் தாங்கிக் கொள்வதற்காக, குதிரைப் படைச் சட்டைக்குமேல், ஒரு கம்பளிக் கோட்டு அணிந்திருந்தான். இன்னொருவனோ, ஒரு கம்பளி மப்ளரைக் கழுத்தில் சுற்றியிருந்தான். அந்தக் காவலர்கள் ரோஷினை உள்ளே அனுமதிப்பதற்கு அவனது அத்தாட்சிப் பத்திரங்களைக் காட்டுமாறு கேட்டார்கள். ஆனால், உண்மையில் இருவருமே தற்குறிகள் என்று பின்னர் தெரிய வந்தது. அவர்களோ ரோஷின் உள்ளே புக முயன்றால், அவனை நடைமேடையிலேயே சுட்டுத் தள்ளி விடுவதாகப் பயமுறுத்தினார்கள். "நீயும் உன் பெரியவரும் எப்படியும் நாசமாய்ப் போங்கள்!" என்று ரோஷின் சலிப்போடு கூறிவிட்டு மீண்டும் ஸ்டேஷனுக்குப் போனான்.

அங்குச் சென்றதும், உடைந்து நொறுங்கிக் கிடந்த சிற்றுண்டி விடுதியின் மங்கிய இருள்சூழ்ந்த அறைக்குள் அவன் நுழைந்தான்; அந்த அறையின் நீண்ட கண்ணாடி சன்னல்களில் வழியே மூட்டப்பட்டிருந்த நெருப்புகளின் ஒளி பிரதிபலித்தது. அவன் எதையும் கவனிக்காமல், அங்கு கிடந்த ஓக் மரப்பெஞ்சின் மீது காலைநீட்டிப் படுத்தான்; மறுகணமே தூங்கிப் போனான். கூச்சல்களோ, ரயிலின் அலறல்களோ, துப்பாக்கிவேட்டுகளோ அவனை எழுப்பவோ, தூங்கவிடாமல் கொடுக்கவோ செய்யவில்லை. என்றாலும், அன்றைய தினத்தில் நடந்த சம்பவங்களைப் பற்றிய முன்னும்பின்னுமான பல்வேறு நினைவுகள் அவனது அந்தப் பெருங் களைப்புக்கிடையிலும் மனத்தில் புகுந்து நிழலாடின. அன்று முழுவதும் அவன் மிகவும் நேர்மையாகத்தான் நடந்துகொண்டிருந்தான். என்றாலும், ஒரே ஒரு குறை மட்டும் இருக்கத்தான் செய்தது. அவன் ஏன் அந்த மனிதனை நெற்றிப்

பொருத்தில் அடித்து வீழ்த்தினான்? எப்படியானாலும் அவன் சரணடையத்தானே விரும்பினான். தான் வந்த வழியை, பழங்காலத்தை மூடி மறைப்பதற்காகத்தான் அவன் அப்படிச் செய்தானா? ஆமாம், ஆமாம், ஆமாம். பின்னர்தான் அவனுக்கு எல்லாம் நினைவுக்கு வந்தது: மேசை மீதுள்ள சீட்டுக்கட்டு, காரம் மிகுந்த ஒயின் நிறைந்த கண்ணாடித் தம்ளர்கள். அதன்பின் அவன் அடித்து வீழ்த்திய அந்த மனிதன் - அவன்தான் கேப்டன் வெடெனியாப்பின் - அவனும் அங்கு தோன்றினான்; அந்த மனிதன் சந்தர்ப்பத்துக்கேற்ப வளைந்துகொடுத்து காரியத்தைச் சாதிப்பான். ரோஷின் அவனது சொத்தை விழுந்த பற்களையும், கோழியின் ஆசனவாய்போல் ஈரம் படிந்து தோன்றிய உதடுகளையும் நினைவுகூர்ந்தான்; அந்த வாயோ, ஆளைப் பார்த்துச் சலுகை காட்டுபவரான ஜெனரல் எவர்ட்டின் காலை முத்தமிடத் தயாராயிருப்பதுபோல் குவிந்து தோன்றும். அவன் நாசமாய்ப் போக! அவனை அடித்து வீழ்த்தியது சரிதான்! அவன் சாக வேண்டியவன்தான்!

அவனது படபடக்கும் இதயவேகத்தை மிஞ்சிக்கொண்டு தூக்கம் அவனைப் பூரணமாக வெற்றிகொள்ள முடியவில்லை. எனவே அவன் கண்களைத் திறந்தான், திறந்தவுடனே அவன் முன் இனிமையும் அமைதியும் நிரம்பித் ததும்பும் ஒரு முகம் ஜன்னலின் வழியாக வரும் சிவந்த ஒளியால் செம்மை பெற்றுத் தென்பட்டது. அவன் பெருமூச்செறிந்தவாறே, எழுந்து உட்கார்ந்தான். கையிலே ஒரு குவளையில் வெந்நீரையும், மடிமீது ஒரு ரொட்டித் துண்டையும் வைத்துக் கொண்டு, மரீயா அவனருகே உட்கார்ந்திருந்தாள்.

"இதோ, இதைச் சாப்பிடுங்கள்!" என்றாள் அவள்.

***

அன்றிரவில் சுகாயும் புரட்சிக் கமிட்டித் தலைவரும் பீரங்கிப் படைத் தளத்துக்குச் சென்றார்கள்; அந்தப் பீரங்கிப் படையைச் சோவியத் அனுதாபிகள்தான் காவல்

புரிந்து நின்றார்கள். அவர்கள் தூங்கிக் கொண்டிருந்த மர்தீனின்கோவை உசுப்பியெழுப்பினார்கள். சுகாய் அவனிடம் கூறினான்:

“தோழரே! உன்னோடு பேசத்தான் நாங்கள் வந்திருக்கிறோம். நீ நடந்துகொண்ட போக்கு மிகமிக மோசமானது. ஒன்று நீ பெத்லூராவின் பக்கம் போய்விட வேண்டும்; நீ அப்படிப் போக விரும்பினாலும், நாங்கள் உன்னை உயிரோடு போக விட்டுவிட மாட்டோம் அல்லது நீ உன் பீரங்கிகளை ஒழுங்காக எங்களிடம் ஒப்படைத்துவிட வேண்டும்.”

“அதற்கென்ன? அப்படியே செய்துவிடுகிறேன். நாளைக் காலையில் நான் இவற்றைக் கொண்டுவந்து விடுகிறேன்.”

“காலையில் அல்ல; இப்போதே அவை எங்களுக்குத் தேவை. மர்தீனின்கோ! மர்தீனின்கோ! தூக்கத்துக்காக நீ சொர்க்க சாம்ராஜ்யத்தையே இழந்துவிடுவாய் போலிருக்கிறதே.”

“நல்லது. இப்போதே இவற்றை ஏற்றுக்கொள்ளுங்கள்.”

மறுநாள், எகதிரினஸ்லாவிலுள்ள சன்னல்களெல்லாம் பீரங்கிகளின் முழக்கத்தால் அதிர்ந்து நடுங்கின. நடைபாதைக் கற்களும், பாப்லார் மரக்கிளைகளும், தெருமுனைகளிலுள்ள சின்னஞ்சிறு பெட்டிக் கடைகளும் சாலை வழியெங்கணும் தும்புதும்பாய்ப் பறக்கத் தொடங்கின. அதன் முழக்கவொலியின் நாத சங்கீதத்தைக் கேட்டு, தொழிலாளர் படைகளும், விவசாயிகளின் படையும் மாஃனோவின் காலாட் படைகளும் பெத்லூராவின் ஆட்களின்மீது சாடி விழுந்து, அவர்களைக் குன்றுப்புறத்தில் பாதி வழிவரையிலும் தள்ளிக்கொண்டு போய்விட்டார்கள். நகரிலுள்ள பல்வேறு கட்சி ஸ்தாபனங்கள், கட்சி சார்பற்ற நிறுவனங்கள் முதலியவற்றின் பிரதிநிதிகளும் தங்களது உயிரையும் பொருட்படுத்தாமல் புரட்சிக் கமிட்டியின் தலைமைக் காரியாலயத்தை நோக்கி வந்தார்கள், அவர்களுடன் பப்ரிகாக்கி ஜூனியரும் வந்தான். அவர்கள்

வெள்ளைக்கொடிகளை ஏந்திக்கொண்டு, உள்நாட்டு யுத்தத்துக்கு முடிவுகாணவும், சமாதானம் பேசுவதற்கான உடனடியாக பேச்சுவார்த்தைகளைத் தொடங்கவும் தாங்கள் மத்தியஸ்தர்களாக இருந்து உதவுவதாகத் தாமே முன்வந்து சொன்னார்கள்.

பொத்தான்களில்லாத கோட்டையும், எண்ணெய்ப் பிசுக்குப் பிடித்த தொப்பியும் அணிந்த புரட்சிக் கமிட்டித் தலைவரான மிரோன் இவானவிச், அஸ்டோரியா ஹோட்டலின் கூடத்தில் ஒரு மேசை முன் அமர்ந்தவாறு ஒரு வறண்ட ரொட்டித் துண்டைத் தின்று அசை போட்டுக் கொண்டிருந்தார். அவரது வறண்டுபோன வாயில் ஒரு துளி எச்சில்கூட ஊறவில்லை. அவர் அந்தப் பிரதிநிதிகளை நோக்கிச் சொன்னார்:

“நகரத்தை அழிக்க வேண்டுமென்பது எங்கள் விருப்பமில்லை. எனவே, நாங்கள் ஓர் எச்சரிக்கைக் கெடு தருகிறோம். மாலை மூன்று மணிக்குள் பெத்லூராவின் படைகள் தமது ஆயுதங்களைக் கீழே போட்டு விடவேண்டும்; மேல்மாடிகளிலிருந்து சுட்டுத் தள்ளும் எதிர்ப்புரட்சிக்காரக் கும்பல்களும் அதேநேரத்துக்குள் ஓய்ந்துவிட வேண்டும். இல்லாவிட்டால், மூன்று மணி கழிந்த மறு நிமிஷமே எங்களது பீரங்கிப்படை நகரை நோக்கிக் குண்டுப் பிரயேகம் செய்யத் தொடங்கிவிடும்.”

தலைவரின் முகம் கரி படிந்து கறுத்துப் போயிருந்தது. அவர் மிகவும் மெதுவாகப் பேசினார்; அதைக் காட்டிலும் மெதுவாக ரொட்டியை அசைபோட்டார். மனச் சோர்வுற்ற அந்தப் பிரதிநிதிகள் வெகுநேரம் வரையிலும் தமக்குள் குசுகுசுவென்று கூடிப் பேசினார்கள்; பின்னர் விவாதத்தில் ஈடுபட விரும்பினார்கள். அந்தச் சமயத்தில் பல்வேறு விதமான உடைகள் பூண்ட சில மனிதர்கள் சத்தமாக மாடிப்படியிலிருந்து கீழிறங்கி வருவதை அவர்கள் கண்டார்கள். அந்த மனிதர்களில் முன்னால் வந்த இருவரும் லூயிஸ் இயந்திரத் துப்பாக்கிகளை அணைத்துப் பிடித்தவாறு வந்தார்கள். அவர்களுக்குப் பின்னால் சுமார் பத்துப் பன்னிரண்டு துணிவுமிக்க

இளைஞர்கள் ஆயுதந்தாங்கி வந்தார்கள். அவர்களுக்கு மத்தியிலே நீண்ட தலைமயிரும், கொள்ளிக் கண்களும் கொண்ட ஒரு குட்டையான மனிதன் வந்தான்.

அந்தப் பிரதிநிதிகள் தலைவரின் கையிலிருந்த அந்த எச்சரிக்கைக் கெடுவைப் பிடுங்கிக்கொண்டு, சாலையை நோக்கி அவசரஅவசரமாகச் சென்றார்கள்; பறந்து வரும் துப்பாக்கிக் குண்டுகளையும் பொருட்படுத்தாமல் விழுந்தடித்துக் கொண்டு ஓடினார்கள்.

அந்த எச்சரிக்கையைப் பெத்லூராவின் தலைமைக் காரியாலயம் நிராகரித்துவிட்டது. மூன்று மணியடித்து ஒரு நிமிஷம் கழிந்ததுமே, புரட்சி ராணுவக் கவுன்சில் கூடியமர்ந்திருந்த மேஜையின்மீது மாஹ்னோ தனது ரிவால்வரால் ஓங்கியடித்தான்; அவனோ ஈவிரக்கமற்று நகரத்தின்மீது பீரங்கிப் பிரயேகம் செய்வதற்கு அனுமதி தர வேண்டும் என்று கோபாவேசமாகக் கூறத் தொடங்கினான். நகரத்தை அழித்து நாசமாக்கும் விஷயமோ; புரட்சிக் கவுன்சிலுக்கு மிகுந்த வருத்தத்தைத் தந்தது; அந்த நகரத்தை உள்ளூர்த் தொழிலாளர்கள்தான் உருவாக்கியிருந்தார்கள். என்றாலும், இந்த விஷயத்தில் தயக்கமோ, தாமதமோ காட்டுவது பலவீனமாகவே முடியும் என்றும், முதலாளிகளைக் கதிகலங்க அடிப்பதும்தான் முக்கியம் என்றும் அவர்கள் தீர்மானித்தார்கள். மர்தீனின்கோவின் பதினான்கு பீரங்கிகளும் முழங்கத் தொடங்கின. சில உயர்ந்த கட்டடங்களின் சுவர்களிலிருந்து செங்கலும் காரையும் அடிபட்டுப் பெயர்ந்து தூள்தூளாக வானில் உயர்ந்து விழுந்தன. பல்வேறு கமிட்டிகளின் பிரதிநிதிகளும், பெத்லூராவின் ஆட்களிடமிருந்து சுண்டெலிகளைப் போல் நழுவி, புரட்சி ராணுவக் கவுன்சிலுக்கு ஓடி வந்தார்கள். தொழிலாளர் படைப் பிரிவுகளும் தொடர்ந்து தாக்குதலில் முனைந்திருந்தன. பெத்லூராவின் ஆட்கள் சாலையின் கடைக்கோடிக்குப் பின்வாங்கி, குன்றின் உச்சிக்கே போய்ச் சேர்ந்துவிட்டார்கள்.

அந்தக் கிளர்ச்சியின் நான்காவது நாள் இரவில், புரட்சிக் கமிட்டி நகரில் சோவியத் ஆட்சியைப் பிரகடனப்

படுத்தியது.

***

புரட்சிக் கமிட்டி இரவெல்லாம் கண் விழித்தமர்ந்து, அரசாங்கத்தை அமைப்பதில் ஈடுபட்டிருந்தார்கள். முன்னொரு முறை புரட்சிக் கமிட்டித் தலைவர் மிரோன் இவானவிச், ரயில் வண்டியில் தீர்க்கதரிசனம் போல் சொன்ன வாக்கு பலித்துவிட்டது. அராஜகவாதிகளும், இடதுசாரி சோஷலிஸ்ட் புரட்சிவாதிகளும் மாஹ்னோவுடன் கூடி ஒரு கூட்டணி அமைத்துக் கொண்டு விட்டார்கள்; மாஹ்னோவின் பாதுகாப்பில் அவர்கள் அந்தக் கூட்டத்துக்கு வந்துசேர்ந்து, ஒவ்வொரு பதவிக்காகவும் வெறிபிடித்தவர்கள்போல் போராடினார்கள். என்ன காரணத்தாலே, சோஷலிஸ்டு புரட்சிவாதிகள் எல்லோருமே குட்டையாக இருந்தார்கள்; ஆனால், அவர்கள் எல்லோரும் கட்டுமஸ்தான உடம்புடன் தென்பட்டார்கள். அவர்கள் நன்றாகத் தூங்கி ஓய்வெடுத்துக் கொண்டு வந்திருந்தார்கள். வாதத்தில், அவர்களைத் தோற்கடிப்பதென்பது மிகவும் சிரமமாக இருந்தது.

அவர்கள் ஒவ்வொருவரும் தமது இடத்திலிருந்து துள்ளியெழுந்து பேசினார்கள்; பேசத் தொடங்கும் போதெல்லாம் முதன்முதல் மாஹ்னோவைப் புன்னகையோடு பார்த்து, அவனைப் புகழ்ந்து விட்டுத்தான் மற்ற விஷயத்துக்கு வந்தார்கள்; இவர்தான் பொதுமக்களின் உண்மையான பிரதிநிதி; இதிகாசப் புகழ்பெற்ற வீரர்; மாபெரும் ராஜதந்திரி; இவர்தான் புனிதப்படுத்தும் தீபஜோதி; பழமையைத் தூர்த்துத் தள்ளும் இரும்புத் துடைப்பம்! அவரது இளைஞர்கள் தான் எவ்வளவு திறமைசாலிகளாக இருந்தார்கள்! விசுவாசமும் வீராவேசமும் மிக்கவர்கள் அவர்கள்!

மாஹ்னோவோ பதில் ஒன்றும் பேசாமல், தனது வெளிறிய உதடுகளை இறுகக் கடித்தவாறும், குடிபோதையில் கனத்துப் போயிருந்த முகத்தைச் சாய்த்தவாறும், அவர்கள்

சொல்வதையெல்லாம் ஆமோதிப்பதுபோல் தலையை மட்டும் ஆட்டிக் கொண்டிருந்தான். அலுப்புச் சலிப்பையே அறியாத அந்தச் சோஷலிஸ்டு புரட்சிவாதிகள் மிகவும் உரக்கச் சத்தம் போட்டுப் பேசினார்கள்; அந்தக் கூடத்துக்கப்பால் திறக்கவும் அடைக்கவுமாக இருந்த கதவுக்கு அப்பாலுள்ள நடைகூடத்துக்கே அவர்கள் குரல் எட்டியது; அங்கோ மாஹ்னோவின் ஆட்களும், வேறு யாராரெல்லாமோ கூடி நின்றார்கள். அவர்களெல்லாம் அங்கே எப்படி வந்து - கூட்டம் போட்டார்களோ? - அது ஆண்டவனுக்கே தெரியும்!

"போல்ஷிவிக் தோழர்களே! நாமிருவரும் விவாதிப்பதற்கே எதுவும் இல்லை. நீங்களும் சோவியத்துகளுக்காகத்தான் நிற்கிறீர்கள்; நாங்களும் சோவியத்துகளுக்காகத்தான் நிற்கிறோம். போர்த் தந்திர முறைகளைப் பொறுத்த வரையிலேதான் நாம் மாறுபடுகிறோம். இந்த நகராட்சி முதலாளித்துவ நிர்வாக இயந்திரம் எங்கள் கைக்கு வந்து விட்டது. நீங்கள் ஒரேநாளில் அதனைச் சோவியத் ஆட்சியாக மாற்றியமைக்க விரும்புகிறீர்கள். ஆனால், நகராட்சி நிர்வாகிகள் கம்யூனிஸ்டுகளோடு ஒத்துழைக்க முன்வரமாட்டார்கள் என்பதை நாங்கள் அறிவோம். எனவே, நாசவேலைதான் விளைவாக இருக்கும். அதன் காரணமாக, பஞ்சமும் பட்டினியும் தோன்றும். ஆனால், அவர்கள் எங்களுடன் ஒத்துழைப்பார்கள். இது சம்பந்தமாக நகரசபை டூமாவே ஒரு தீர்மானத்தை நிறைவேற்றியுள்ளது. எனவேதான் உணவு இலாகாவின் கமிஸார் பதவிக்குத் தோழர் வோலின் அவர்களது அபேட்சையை நாங்கள் ஆதரிக்கிறோம். எனவே மேலும் விவாதத்தை நீடிக்காமல், இத்துடன் நிறுத்தி, ஓட்டெடுக்க முனைவோம் என்று நான் கூறுகிறேன்."

இதுவரையிலும் வெறுப்புமிக்க மௌனத்தோடு, புரியாத புதிர்ப் பேர்வழிகளாக அமர்ந்துகொண்டிருந்த அராஜகவாதிகள் திடீரென்று எதிர்பாராத விதத்தில் தமது குயுக்தியைக் காட்ட முனைந்தார்கள்; அதைக் கண்டு, மாஹ்னோவின் ஒடுங்கிய கழுத்தும்கூட முன்னால்

நீண்டுவந்தது.

சிவப்பு நிறத் தொப்பியணிந்திருந்த மாணவனான அந்த அராஜகவாதிகளின் பிரதிநிதி கமிஸார் பதவிக்கு, பப்ரிகாக்கி ஜூனியரின் பேரைப் பிரேரேபிக்க முன் வந்தான்.

"அவருக்கு இந்தப் பதவி கிடைப்பதற்காக, நாங்கள் எங்கள் சக்தியையெல்லாம் பிரயேகிப்போம். பப்ரிகாக்கி ஜூனியர் எங்களது கொள்கைகளை ஆதரிப்பவர். அவர் அராஜகவாதத்தை ஆதரிக்கும் தத்துவவாதி; மேலும், அவர் ஒரு பொருளாதார நிபுணர். எங்களிடமோ அவர் பணிவுடன் நடந்துகொள்வார்; கிளர்ந்தெழுகின்ற சுதந்திரமான மக்களுக்கு அவர் ஒரு பேராயுதமாக விளங்குவார். எனவே, எந்தவிதமான விவாதமுமின்றி கைகளைத் தூக்கச் சொல்லி நாம் ஓட்டெடுப்பை உடனே நடத்த வேண்டும் என்று நான் கோருகிறேன்."

சுவரையடுத்திருந்த நாற்காலியொன்றில் மரீயாவும் ரோஷினும் ஒன்றாக அமர்ந்திருந்தார்கள். மரீயாவோ கோபாவேசத்தால் தன் கைகளைப் பிசைந்துகொண்டு, தனது ஆசனத்திலிருந்து துள்ளியெழுந்தாள்; அத்துடன் தனது சில்லுக்குரலில், "இது அவமானம்! அவமானம்!" என்று கத்தினாள்; இன்னொரு சமயத்திலோ, "நாங்களெல்லாம் போராடுகிறபோது, நீங்கள் எங்கே போய்த் தொலைந்தீர்களாம்?" என்று ஆத்திரத்தோடு கேட்டாள். இவ்வாறு சத்தம் கொடுப்பதற்கிடையில், அவள் சிவந்து ஜொலிக்கும் கன்னங்களோடு அங்கு அமர்ந்திருந்தாள். அவளைப் பொறுத்தவரையில் அவளது ஓட்டு ஆலோசனை ஓட்டுத்தான்; அது எண்ணிக்கையில் சேராது.

கடந்த சில நாட்களுக்குள் அவள் அலைச்சலாலும் அலுப்பாலும், முகம் கறுத்து, மெலிந்து போயிருந்தாள். அவளது தலையோ உலைந்து கலைந்திருந்தது; அவள் புழுக்கம் தாங்கமாட்டாமல் தனது ஆட்டுத்தோல் சட்டையின் பொத்தான்களைக் கழற்றிவிட்டிருந்தாள்.

அலெக்சேய் தல்ஸ்தோய் ▲ 571

பேச்சுகளுக்கு நடுவிலே கிட்டும் இடைவேளையில், அவள் ரோஷினிடம் தனது வீரதீரச் செயல்களைப்பற்றி அவசரஅவசரமாக விளக்கம் கொடுத்துக் கொண்டிருந்தாள். முதலிலே படைப் பிரிவுகளுக்கு வெந்நீரும் ரொட்டியும் கொண்டுபோய்க் கொடுக்க வேண்டிய கோஷ்டியில் அவள் வேலை பார்த்தாள்; பின்னர், அவளை வைத்திய உதவிக் கோஷ்டியோடு அனுப்பிவைத்தார்கள். கடைசியில் அவள் செய்தி கொண்டுசெல்லும் தூதாளாக வேலை பார்த்தாள். அவள் நகரமெங்கணும் ஓடியாடித் திரிந்தாள். நூறு முறை அவளை நோக்கியே துப்பாக்கி வேட்டுகள் வெடித்தன. அவள் தனது பாவாடை ஓரத்திலே ஏற்பட்டிருந்த ஓட்டைகளை ரோஷினிடம் காட்டினாள்.

"நான் மட்டும் வெகுவிரைவாக ஓடியிராவிட்டால், இதற்குள்ளே நான் போயிருப்பேன்". யாரோ, 'மரீயா!' என்று கூப்பிட்டார்கள். உடனே நான் துள்ளிப் பாய்ந்தேன். அதற்குள் நான் துள்ளிப் பாய்வதற்கு முன் நின்ற இடத்தில் ஓர் எறிகுண்டு 'டமார், டமார்!' என்று வெடித்தது. ஆனால் நானோ ஒரு பாப்லார் மரத்துக்குப் பின்னால் மறைந்து தப்பித்துக் கொண்டேன். எனக்கு ஒரே பயம்தான்; இன்னும்கூட காலெல்லாம் நடுங்குகிறது."

இன்னும் ஒரு பத்துப் போராட்டங்கள் வந்தால்கூட; அத்தனைக்கும் ஈடுகொடுக்கக்கூடிய அபாரமான ஜீவசக்தி மரீயாவிடம் குடிகொண்டிருந்தது. அவள் இவ்வாறு சளசளத்துக் கொண்டிருந்த வேளையில், ரத்தக் கீறல்கள் பட்ட சாஷாவின் முகம் வாசல் நடைக்கருகே தெரிந்தது; அவன் அறைக்குள் வரமுடியாமல் திண்டாடிக் கொண்டிருந்தான். எனவே அவன் மரீயாவைக் கையைக் காட்டி அழைத்தான்; அவள் ஓடி வந்ததும், அவளது காதில் ரகசியமாக ஏதோ அவன் சொன்னான். உடனே தன் கைகளிரண்டையும் அவள் அகல விரித்தாள்.

சுகாய் எழுந்து நின்று, அந்தப் பல்வேறு பிரதிநிதிகளுக்கும் எதிராக முழங்கினான்:

"தோழர்களே! நாம் விவாதிப்பதற்காகவோ அல்லது

நமது கொள்கையை வற்புறுத்திப் பேசுவதற்காகவோ இங்கு கூடவில்லை. உத்தரவுகள் கொடுக்கத்தான் நாம் கூடியிருக்கிறோம். எந்தக் கோஷ்டியின் கைகள் பலத்தால் ஓங்கியிருக்கின்றனவோ, அவர்கள்தான் உத்தரவையும் கொடுப்பார்கள்."

அவரது பேச்சு முடிவதற்குள்ளாகவே, மரீயா மேசையருகே ஓடிச்சென்று, அறிவித்தாள்:

"நகரமெங்கும் கொள்ளையடிக்கப்படுகிறது. எங்கள் தோழர்கள் சொல்ல விரும்பும் விஷயத்தைக் காது கொடுத்துக் கேளுங்கள். அவர்கள் எங்கள் தோழர்களை உள்ளே வரவிடாமல் தடுக்கிறார்கள். கையைப் பிடித்துத் திருகுகிறார்கள்."

இந்தச் சமயத்தில் வாசற்புறத்தில் சலசலப்பும் ஆரவாரமும் எழுந்தன; அத்துடன் பலத்த கூச்சல்களும் கேட்டன. அதனைத் தொடர்ந்து சாஷாவும், வேறு சில தொழிலாளர்களும் தமது துப்பாக்கிகளுடன் அந்த அறைக்குள் முண்டியடித்துக் கொண்டு வந்து சேர்ந்தார்கள். வரும்போது எல்லோரும் ஒரே சமயத்தில் சத்தம்போட்டுப் பேசினார்கள்:

"இதற்கெல்லாம் என்ன அர்த்தம்? வாசல்புறத்திலே போலீசை நிறுத்திவைத்திருக்கிறீர்களே! வெளியே சென்று நீங்களே கண்ணால் பாருங்கள். சாலை முழுவதையும் மாஹ்னோவின் ஆட்கள் சூழ்ந்துகொண்டு விட்டார்கள். அவர்கள் கடைகளையெல்லாம் உடைத்துத் திறக்கிறார்கள். சாமான்களை வண்டிவண்டியாகக் கொள்ளை அடிக்கிறார்கள்."

மாஹ்னோ கடிக்கப்போவதுபோல் உதடுகளைப் பிதுக்கினான். பின்னர் அவன் மேசையைவிட்டு எழுந்து வெளியே சென்றான். நடைகூடத்திலும், கூடத்திலும் நின்றுகொண்டிருந்த மாஹ்னோவின் ஆட்கள், கிழட்டு நாயின் பற்களைப்போல் மஞ்சள் பூத்துத் தோன்றிய மாஹ்னோவின் பற்களைக் கண்டவுடனேயே பின் வாங்கினார்கள். அவன் அதிக தூரம் செல்லும்

அவசியம் நேரவில்லை. வெளியில் சென்றவுடனேயே சாலையின் எதிர்வரிசையிலிருந்த ஒரு பெரிய கடையின் சன்னல்களுக்கருகில் தெளிவற்ற நிழல்கள் சுறுசுறுப்போடு இயங்கிக் கொண்டிருப்பதை அவன் கண்டான். அவன் ஹோட்டலின் நடையைவிட்டுத் தெருவில் இறங்கியதுமே, லேவா அவன் முன் எதிர்ப்பட்டான்.

"என்ன விஷயம்?" என்று லேவா கேட்டான்; என்றாலும் அவன் உள்ளுக்குள் குன்றி நடுங்கினான்.

"அயோக்கியப் பயலே! நீ எங்கே போயிருந்தாய்?" என்று கர்ஜித்தான் மாஹ்னோ.

"நானா? என் வாளே மொட்டையாகிவிட்டது. இந்தக் கையாலேயே முப்பத்தாறு பேரை வெட்டிச் சாய்த்தேன். ஆமாம். முப்பத்தாறு!"

"நகரத்திலே உடனே ஒழுங்கை நிலைநாட்டு!" என்று கீச்சுக்குரலில் கத்தினான் மாஹனோ. அவன் லேவாவின் மார்பைப் பிடித்து, அவனைப் பலமாக அப்பால் தள்ளிவிட்டு, எதிர்த்தாற்போலிருந்த கடையை நோக்கி ஓடினான். அவனுக்குப் பின்னால் லேவாவும் வேறு சில காவலர்களும் ஓடிவந்தார்கள். ஆனால், அவர்கள் அங்குப் போய்ச் சேர்வதற்குள் அங்கு சன்னலருகே தென்பட்ட பேர்வழிகள் எப்படியோ விஷயத்தை மோப்பம் பிடித்தறிந்து கொண்டு நழுவிவிட்டார்கள்; தூரத்தில் சில பேர் மூட்டைகளைத் தூக்கிக் கொண்டு ஓடுவதைத்தான் அவர்கள் காண முடிந்தது. என்றாலும் அந்தக் காவலர்கள் கடைக்குள் எங்கோ ஒளிந்துகொண்டிருந்த மாஹ்னோவின் ஆட்களில் ஒருவனைக் கண்டுபிடித்து விட்டார்கள்; அவன் பெரிய மீசை வைத்திருந்தான். அவனோ அந்தப் பாழாய்ப் போன முதலாளி, எப்படி மக்களின் ரத்தத்தைக் குடிக்கிறான் என்பதை, தான் பார்க்கப்போனதாகச் சொல்லி ஒப்பாரிவைத்து அழுதான். அவனைப் பார்த்தவுடனேயே மாஹ்னோவின் உடம்பெல்லாம் நடுங்கிற்று. எதிர்த்த வரிசையிலிருந்த ஹோட்டல் பக்கமிருந்து பலர் குறுகுறுப்போடு வேடிக்கை பார்க்க

வந்து குழுமிவிட்டார்கள்; அந்தச் சமயத்தில் மாஹ்னோ அந்த மனிதனின் முகத்துக்கு நேரே, தனது முஷ்டியை உயர்த்தி ஆட்டினான்.

"இவனா? இவன் ஒரு பிரசித்தமான எதிர்ப் புரட்சிக்கார ஏஜெண்டாயிற்றே! இந்த மாதிரியான அயோக்கியர்களையெல்லாம் சும்மாவிடக் கூடாது. இவனை வெட்டித் தள்ளு; அத்தோடு இவன் தொலையட்டும்!"

அந்தப் பெரிய மீசைக்காரனோ பயங்கரமாகக் கத்தினான்: "ஐயோ! வேண்டாமே!" லேவா, வாளை உருவினான்; பற்களை நெறுநெறுவெனக் கடித்து மொறுமொறுத்தான்; புயல் வீசுவதுபோல் மூச்செறிந்தான். மறுகணம் தன் பலத்தையெல்லாம் கொண்டு அந்த மனிதனின் கழுத்தை ஓங்கி வெட்டினான்!

"முப்பத்தி ஏழு!" என்று அவன் பெருமிதத்தோடு சொன்னவாறே, ஓரடி பின்வாங்கினான்.

தரையிலே விழுந்து வக்கரித்துக் கொண்டு ரத்த வெள்ளத்திலே, கிடக்கும் அந்த உடம்பைக் கோபாவேசத்துடன் மாஹ்னோ எட்டியுதைத்தான்; அந்த உடம்பிலிருந்து ரத்தம் நடைமேடை மீது பொங்கி வழிந்தோடியது.

"இதுவே மற்றவர்களுக்கும் ஒரு பாடமாக இருக்கட்டும். கொள்ளையடிக்கும் காலம் மலையேறிவிட்டது! ஆம். மலையேறிவிட்டது!"

பின்னர் அவன் கூட்டத்தினரை நோக்கிச் சட்டென்று திரும்பினான்; கூட்டத்தினரோ உடனே பின்வாங்கினார்கள்.

"நீங்கள் எல்லோரும் இப்போது அமைதியாக வீடுபோய்ச் சேருங்கள்."

***

அலெக்சேய் தல்ஸ்தோய் ▲ 575

மரீயா, அந்த நாற்காலியிலிருந்தவாறே ரோஷினின் தோள்மீது சாய்ந்துகொண்டு திடீரெனத் தூங்கத் தொடங்கினாள்; அவளது கலைந்துபோன தலைமயிர் அவனது மார்பின்மீது விழுந்து புரண்டது. அப்போது காலை ஆறுமணியாகிவிட்டது. அந்த ஹோட்டலின், உற்சாகமிழந்த முகத்தோடு தோன்றிய கிழட்டு வேலைக்காரன் ஒருவன் சோவியத் ஆட்சி அங்கு நிறுவப்பட்ட பின்னர், தனது நீண்ட கோட்டைக் கழற்றிவிட்டு, பழசாய்ப்போன ஒரு சாதாரணக் கோட்டையணிந்து கொண்டு வந்து, அவர்களுக்குத் தேநீரும், பெரியபெரிய வெள்ளை ரொட்டிகளையும் பரிமாறினான். சர்க்காரை அமைத்து முடித்தாயிற்று; என்றாலும், மிகவும் அவசரமான பல பிரச்னைகள் இன்னும் தீர்க்கப்படாமலே இருந்தன. உதாரணமாக, ரயில்வே தொழிலாளிகள் முந்தைய நாள் மாலையிலிருந்து சில கேள்விகளுக்குப் பதில் தெரிந்து கொள்வதற்காகக் காத்திருந்தார்கள். அவர்களுக்கு யார் சம்பளம் கொடுப்பது? எவ்வளவு கொடுக்கப் போகிறார்கள்? அராஜகவாதிகளின் ஆதரவைப் பெற்ற மாஹ்னோவோ பின்வரும் யோசனையைக் கூறினான்: "டிக்கட்டுகளுக்கான தொகையை ரயில்வே தொழிலாளிகளே நிர்ணயிப்பது; அவர்களே பணத்தையும் வசூலிப்பது;. அந்தப் பணத்தைக் கொண்டு அவர்களே தத்தமக்குச் சம்பளம் போட்டு எடுத்துக்கொள்வது."

ஆனால், சிறிது இந்த விஷயத்தில் விவாதம் வளர்வதற் குள்ளாகவே சிகரெட்டுப் புகையால் பனிமூட்டம்போல மங்கிக்கிடந்த அந்த அறையின் ஜன்னல் கண்ணாடி அதிர்ந்து குலுங்கியது; அத்துடன் ஒரு வெடிகுண்டின் முழக்கமும் கேட்டது. சோபாவின் மீது படுத்துறங்கிய மர்தீனின்கோ தூக்கத்தில் ஏதோ முனகினான். சன்னல் கண்ணாடி மீண்டும் குலுங்கியது. மர்தீனின் கோ விழித்தெழுந்தான்: "நாசமாய்ப் போக! அவர்கள் என்ன செய்கிறார்கள்? விளையாடுகிறார்களா?" என்று கத்தியவாறே, தனது மொட்டையடித்த தலையில் தொப்பியை அறைந்துகொண்டான். மூன்றாவது

முழக்கமும் கேட்டது. சுகாயும், புரட்சிக் கமிட்டித் தலைவரும் தமது கையிலிருந்த ரொட்டியைக் கீழே வைத்துவிட்டு, ஒருவரையொருவர் பரபரப்புடன் பார்த்துக் கொண்டார்கள். தொப்பியில்லாத தனது தலையை அங்குமிங்கும் கரடி மாதிரி ஆட்டிக் கொண்டு வந்த ஒரு குதிரை வீரனும், லேவாவும் அந்த அறைக்குள் தடதடவென்று பிரவேசித்தார்கள்.

"நாம் தொலைந்தோம்!" என்று அந்தக் குதிரை வீரன் கத்தியவாறே, தனது கரத்தைக் காதருகே உயர்த்தியவாறே ஆட்டினான்: "துருப்புகள் அத்தனையும் தொலைந்தன!"

"அவர்கள் டீயவ்காவுக்கு வந்துவிட்டார்கள்!" என்று தனது கன்னங்களை ஆட்டிக்கொண்டே கத்தினான் லேவா:

"பெரியவரே! நீங்கள் உட்கார்ந்து பேசிக் கொண்டிருக்கிறீர்கள். அங்கோ கர்னல் சமோகீஷ், ஆறு படைப் பிரிவுகளோடு வந்து சேர்ந்துவிட்டான். அவர்கள் கனரக பீரங்கிகளைக் கொண்டு, ஸ்டேஷனை நோக்கிக் குண்டுமழை பொழிகிறார்கள்."

***

எகதிரீனின்ஸ்கி சாலையிலுள்ள கட்டடங்களில் வசிப்பவர்களோ ஒளிவுமறைவற்ற குரோத உணர்ச்சியில் விளைந்த மனமகிழ்ச்சியோடு, மெத்தைகளுக்குப் பின்னால் மறைந்துகொள்ளாமலே, சன்னல்களின் வழியே தைரியமாக வெளியே பார்த்தார்கள்; அந்தச் சாலை வழியே மாஹ்னோவின் ராணுவம் பின்வாங்கிச் செல்வதைத் தெளிவாகப் பார்த்தார்கள். குதிரை வீரர்களோ வலமும் இடமும் சவுக்கால் ஓங்கியடித்தவாறு, குதிரைகளை விரட்டிச் சென்றார்கள்; அப்போது அவர்கள் அணிந்திருந்த கம்பளிக் கோட்டுகள், கசாக்கு உடுப்புகள், பட்டு மேலணிகள், முதலிய பல்வேறு உடைகளும் காற்றின் வேகத்தில் முதுகுப் புறத்தில் பொம்மென்று புடைத்தெழுந்தன. குதிரைகளிலேயோ கொள்ளையடிக்கப் பெற்ற சாமான்களின் கனத்த மூட்டைகள் தொங்கின; அந்தப் பாரத்தைத் தாங்க மாட்டாமல், அவை பனி

அலெக்சேய் தல்ஸ்தோய் ▲ 577

படிந்திருந்த பாதையிலே கால்வழுக்கித் தடுமாறின; அதனால், குதிரையும், குதிரை வீரனும், கொள்ளைப் பொருள் மூட்டையும் எல்லாம் சேர்ந்து அடிக்கடி கீழேவிழ நேர்ந்தது. அதேசமயத்தில் பின்னாலிருந்து அசுர வேகத்தில் ஓடிவந்து கொண்டிருந்த குதிரைகள் கீழே விழுந்துகிடந்த வீரர்களையும், குதிரைகளையும் மிதித்துத் துவைத்தவாறே ஓடின. "ஆஹா! அதோ பார் இன்னொருவன்." என்ற குரல்கள் ஜன்னல் புறத்தில் இருந்து குதூகலத்தோடு ஒலித்தன. கொள்ளைப் பொருட்களைக் குவித்துப் போட்டிருந்த வண்டிகள் தடதடவென்று பாய்ந்தோடின. நான்கு குதிரைகள் பூட்டிய வண்டிகளோ தம்மெதிரே எதிர்ப்படும் எதையும் சட்டை செய்யாமல் அசுரவேகத்தில் பாய்ந்துசென்றன; அவை சென்ற வேகத்தில் குதிரைகளின் காற்குளம்புகளிலிருந்து தீப்பொறிகள் பறந்தன. வண்டிகளில் ஏறிக்கொள்ளத் தவறிவிட்ட காலாட்படையினர் குண்டோட்டம் குதிரையோட்டமாகத் தலைதெறிக்க ஓடிவந்தார்கள்.

மூர்க்காவேசமான கூச்சலும், வண்டிகளின் கடகடத்த இடிமுழக்கமும் ஒலிக்க, அந்தப் பெரும்படை சாலையின் கடைக்கோடியில் உள்ள குன்றுப்புறத்தை நோக்கி ஓடியது. ஏனெனில், ரயில்வே ஸ்டேஷனையும், பாலத்தையும் கர்னல் சமோகீஷின் படைகள் கைப்பற்றி விட்டன. மாஹ்னோவே அந்த ஹோட்டலைவிட்டு அவசரஅவசரமாக வெளியே ஓடி வந்தானென்றும், கையாலாகாத கோபாவேசத்தோடு தரையை ஓங்கிமிதித்தானென்றும், அந்தச் சமயத்திலே ஹோட்டல் முன்னால் லேவா கொண்டுவந்து நிறுத்திய வண்டியில் அழுதுகொண்டே தாவி ஏறினானென்றும், வெட்கத் தினாலோ அல்லது தன்னை யாரும் இனம் கண்டுகொள்ளக் கூடாது என்ற பயத்தினாலோ தனது தலையை ஆட்டுத்தோல் கோட்டினால் மூடிக்கொண்டு, அந்தப் பாழாய்ப்போன நகரத்தைவிட்டு, ஏதோ ஒரு கண்காணாத திசையை நோக்கி ஓடிப் போய் விட்டானென்றும் பலரும் பேசிக்கொண்டார்கள்.

மாஹ்னோவின் படையினர் ஒருமுறை துப்பாக்கியால்

சுடாமல் விரைந்தோடினார்கள்; ஆனால் எதிர்பாராத விதமாக, பெத்லூராவின் எல்லைக்காவல் படைகள் நகரத்திலிருந்து வெளியே செல்லும் எல்லாம் பாதைகளையும் வழிமறித்து நின்றன. எனவே, மாஹ்னோவின் படையினர் பயபீதிக்கு இரையாகி, சர்வ நிச்சயமான அழிவை நோக்கி, நீப்பர் நதியிருந்த திக்கை நோக்கித் திரும்பியோடினார்கள். அவர்கள் சென்று சேர்ந்த இடத்திலே ஆற்றங்கரை செங்குத்தாக இருந்தது. அங்கிருந்த வேலிகள் புதர்கள் முதலியவற்றையெல்லாம் அடித்து நொறுக்கிக்கொண்டு, அந்த வண்டிகளும் வண்டியிலிருந்த மனிதர்களும், குதிரைகளும் கடகடவென்று பள்ளத்தில் குடைசாய்ந்து உருண்டுவிழ நேர்ந்தது; இவ்வாறாக அவர்கள் எல்லோரும் தலைகுப்புறப்போய் ஆற்றுப் பரப்பின் மீது விழுந்தார்கள். ஆற்றுப் பரப்பின்மீது உறைந்திருந்த பனிக்கட்டிப் படிவங்களோ மிகவும் மெல்லிதாக இருந்ததால், அவை உடைந்து நொறுங்கின. எனவே, அந்தப் பனிப் படிவங்களுக்கு மத்தியிலே ஆற்றின் கன்னங்கரிய நீருக்கடியில் வண்டிகள் மூழ்கின; குதிரைகள் தத்தளித்துத் திணறின; மனிதர்கள் மூழ்கி மூழ்கி உயிருக்கு மன்றாடினார்கள். கடைசியில் மாஹ்னோவின் ராணுவத்தில் ஒரு சின்னஞ்சிறு பகுதியினர் மட்டுமே எப்படியோ நீந்தி உயிர் தப்பி, ஆற்றின் இடதுகரையில் ஏறினார்கள்.

புதிதாக அமைக்கப்பட்டிருந்த தொழிலாளர் படைப் பிரிவுகளில் இருந்தவர்கள் அன்றிரவே வீடு திரும்ப வேண்டுமென்றும், வீடு சென்று குளிர் காய வேண்டுமென்றும், பூட்சுகளை மாற்ற வேண்டுமென்றும், சூடாக ஏதாவது தின்ன வேண்டுமென்றும் கூறிப் போய் விட்டார்கள். எனவே, வேறு எங்குமே போவதற்கு வழியற்றுப்போன விவசாயிகளும், பாராக்கார வீரர்களும் மட்டும்தான் ஆயுதம் தாங்கி நின்றார்கள். எனவே கர்னல் சமோகீஷின், துருப்புகள் மேற்கொண்ட தாக்குதலின் முழுப் பாரத்தையும் அந்த விவசாயப் படையே தாங்கிக்கொள்ள நேர்ந்தது. அப்படையை ஸ்டேஷனுக்கு முன்னாலிருந்த சதுக்கத்துக்கு

வெகுசமீபத்திலேயே துருப்புகள் சுற்றிவளைத்துக் கொண்டன; அத்துடன் துப்பாக்கிச் சனியன்களைக் கொண்டே, அந்தப் படையைக் கிட்டத்தட்ட முற்றிலும் அழித்தொழித்தும் விட்டன. அவர்களில் சிலர்தான் அந்த நேரடித் தாக்குதலிலிருந்து எப்படியோ தப்பிப் பிழைக்க முடிந்தது; அவ்வாறு தப்பியவர்கள் சந்து பொந்துகளில் விழுந்தோடி, தமது கிராமங்களை நோக்கிப் பறந்தார்கள்; ஊருக்குச் சென்றவர்களோ, சோவியத் ஆட்சியை நிலைநிறுத்துவதற்காக எகதிரினஸ்லாவிற்குச் சென்றவர்களில், முன்னூறு பேர்கள் மாண்டொழிந்தார்கள் என்ற செய்தியைத்தான் ஊராருக்குச் சொல்ல முடிந்தது.

மிரோன் இவானவிச், சுகாய் இருவர் தலைமையிலும் இயங்கிய புரட்சிக் கமிட்டியின் அங்கத்தினர்கள் தொழிலாளர் படைகளை ஒன்றுதிரட்டவும், பாராக்கார வீரர்களை ஒன்றுதிரட்டவும் எண்ணி வேகமாகப் புறப்பட்டுச் சென்றார்கள். அவர்களுக்கு நகரைத் தம் கைவசம் வைத்திருக்க முடியும் என்ற நம்பிக்கையே அற்றுப் போய்விட்டது; அவர்களுக்குள்ள பிரச்னையெல்லாம் ஒன்றே ஒன்றுதான். அந்தப் போராட்டத்தில் பங்குகொண்ட அத்தனை பேரையும் ஆற்றின் மீதுள்ள பாதசாரிகளின் பாலம் வழியாக, எப்படியாவது இடது கரைக்குக் கொண்டுசெல்ல வேண்டும் என்பதுதான் அது. ஒன்றுதிரட்டப்பட்ட படைப் பகுதிகள் வீடுகளின் மூலைமுடுக்குகளிலும், பெயர்த்தெடுக்கப்பட்ட தரையின் தளவரிசைக் கற்களுக்குப் பின்புறத்திலும், தெருவை மறித்து உருவாக்கியிருந்த அரண்களுக்குப் பின்னும் மறைந்திருந்தார்கள்; அவர்கள் முன்னேறி வந்து கொண்டிருந்த பெத்லூராவின் ஆட்களை நோக்கி இயந்திரத் துப்பாக்கிகளால் சுட்டார்கள். அதேசமயம் தொழிலாளர்கள் தமது மனைவி மக்களையும் உடன் இழுத்துக்கொண்டு, எல்லாத் திசைகளிலிருந்தும் பாலத்தை நோக்கிவந்தார்கள்; தாங்கள் எந்தவிதமான மனவருத்தமுமின்றி, புறக்கணித்துவிட்டு வந்திருக்கக்கூடிய, வேண்டாத மூட்டை முடிச்சுக்களைச் சுமந்துகொண்டு, அவர்கள் பாலத்தின்மீது முண்டியடித்துச் செல்ல

முனைந்தார்கள். அப்போது ஆற்றின் கரையிலிருந்தும், கட்டடக் கூரை மீதிருந்தும், கீழிறந்தும் அவர்கள்மீது துப்பாக்கிப் பிரயேகம் செய்யப்பட்டது.

சுகாய், மிரோன் இவானவிச், ரோஷின், மரீயா, சாஷா, சீஷ் முதலியோரும் மற்றும் விரல்விட்டு எண்ணிவிடக்கூடிய வேறுசில தோழர்களும் கடைசியாக பின்வாங்க முனைந்தார்கள். அவர்கள் ஓர் இயந்திரத் துப்பாக்கியையும், தம்மோடு இழுத்துக்கொண்டு, மூலைக்குமூலை பாய்ந்தும், பதுங்கியும் சென்றார்கள். அந்தச் சமயத்தில் சமோகீஷின் ஆட்களின் உயரமான சாம்பல் நிறத் தொப்பிகள் பாலத்துக்குச் செல்லும் வழிக்கு மிகவும் அருகிலேயே தென்படத் தொடங்கின. இனிமேல்தான் அவர்களது சிரமசாத்தியமான காரியம் எதிர்நோக்கி நின்றது. இனி, பாலத்தின்மீது செல்ல வேண்டும் - ஆனால் பாலத்திலோ பதுங்கவோ, மறையவோ இடம் கிடையாது; மேலும், அங்கு வழியெல்லாம் பிணங்களும் மூட்டைமுடிச்சுக்களும்தான் குவிந்துகிடந்தன. சுகாய் இயந்திரத் துப்பாக்கியைத் திருப்பி நிறுத்தி, அவன் மறைவுத் தகட்டுக்குப் பின்னால் படுத்துக்கொண்டான்; சாஷாவை மட்டும் அவன் தன்னுடன் நிறுத்திக்கொண்டு, மற்றவர்களை நோக்கி, "வெறிபிடித்ததுபோல் ஓடிச் செல்லுங்கள்!" என்று சத்தமிட்டான். அந்த இயந்திரத் துப்பாக்கி கொஞ்சம்கூட ஓய்வின்றிக் கடகடவென்று இடையறாது சுடத் தொடங்கியவுடன் அவர்கள் ஓடத் தொடங்கினார்கள்; அவர்கள் சுட்ட வேகத்தில், அந்த இயந்திரத் துப்பாக்கியே சூடுதாங்காமல் உருகி வழிந்தோடி விடும்போல் தோன்றியது.

பாலத்தின் மத்திக்கு வந்தபோது, மரீயா தடுமாறினாள், நிதானமிழந்து காலைத் தட்டுத்தடுமாறி எடுத்து வைத்தாள். ரோஷின், அவளைக் கீழே தாழ்த்திக் கைத்தாங்கலாக அணைத்துக் கொண்டான். அவளோ அவனை வியப்புடன் பார்த்தாள்; ஏதோ சொல்ல விரும்புவதுபோல் வாயைத் திறந்தாள்; ஆனால் எதுவுமே சொல்லாமல் அவனைப் பார்த்தாள். ரோஷினோ

கீழே குனிந்து, அவளை ஒரு குழந்தையைப்போல் தன்னிரு கைகளாலும் தூக்கிக் கொண்டான்; அவள் அவனது உடம்பில் தொற்றிக்கொண்டாலும், அவளது உடற்பாரம் வரவர அதிகரிப்பதுபோல் தோன்றியது. கடைசியில் ஒருவாறு அவர்கள் பாலத்தின் கோடிக்கு வந்துவிட்டார்கள்; ஆனால் அந்தத் தருணத்தில், தனது தொடையின் மீது யாரோ இரும்புத் தடியினால் அடித்தது போன்று ரோஷின் உணர்ந்தான். அவனால் காலை ஊன்றவே முடியவில்லை. மரீயாவைக் கை சோரவிட்டு, கீழேபோட்டுக் காயப்படுத்திவிடக் கூடாதே என்று மட்டுமே அவன் முயன்றான். அதற்குள் சுகாய் பின்னாலிருந்து வேகமாக ஓடிவந்தான்.

“நான் இவளை விட்டுவிடுவேன். நீங்கள் இவளைப் பிடித்துக் கொள்ளுங்கள்” என்று சுகாயிடம் சொன்னான் ரோஷின். அந்தக் கணத்தில், ஏதோ ஒன்று அவனது தலையிலிருந்த தொப்பியைத் தட்டிக்கொண்டு போயிற்று; மறுகணம் அவனுக்கு உலகமே கண்முன் இருண்டது. அவன் கீழே மயங்கி விழவிருந்த சமயத்தில் அவன் காதில் சுகாயின் பின்வரும் குரல் கேட்டது: “சாஷா! நாம் இவரை விட்டுவிட்டுப் போக முடியாது.”

16

பிப்ரவரி மாதம் வரையிலும் ‘திருடர்கள்’ நாடகத்தை நடத்துவதற்கான சந்தர்ப்பமே கிட்டவில்லை; அப்போது தான் கச்சாலின் படைக்குச் சிறிதுகாலம் ஓய்வுபெறும் அவகாசம் கிடைத்தது. அவர்கள் பனிமூட்டத்திலும், பனிப்புயலிலும் நெடுந்தூரத்துக்கு அணிவகுத்துச் சென்றார்கள். இரவிலே தங்குவதற்குக்கூட, அவர்களுக்குக் கதகதப்பான இடங்கள் கிட்டவில்லை. மேகமண்டலத்துக்குப் பின்னால் மறையும் அந்திநேரச் சூரியனின் மங்கிய ஒளிப்படலம் ஒன்றுதான் அவர்களை எதிர்நோக்கி நின்றது. பனியால் குளிர்ந்து விறைத்துப்

போன உடம்புக்குக் கதகதப்பூட்டும் விதத்தில் தீமூட்டிக் குளிர் காயலாம் என்றாலும்கூட, பனிபடிந்து பரந்து கிடந்த ஸ்டெப்பி வெளியிலே அவர்களால் ஒரு துண்டு விறகைக்கூடக் கண்டுபிடிக்க முடியவில்லை. இடையறாத போரும், அதிகாலையிலே கேட்கும் அபாய அறிவிப்பு ஒலிகளும், கசாக்குகளோடு இடையிடையே நேரும் மூர்க்கமான சண்டைகளும் இப்போது கடந்தகாலச் செய்திகளாகி விட்டன. உடைந்து உருக்குலைந்துபோன தமது படைப் பிரிவுகளின் மிச்சசொச்சங்களோடு, மாமன்தவ், தோன் நதிக்கு அப்பால் வெகுதூரம் சென்றுவிட்டார். அவரது ராணுவமே கரைந்து கொண்டிருந்தது. இப்போது யாருமே அவரை நம்பத் தயாராக இல்லை. தோன் ராணுவத்தின் சிறந்த வீரர்கள் என்று கருதப்பட்ட பல்லாயிரக்கணக்கான வீரர்களை, அவர் த்ஸாரீத்ஸினின்மீது தொடுத்த மூன்று தாக்குதல்களிலும் பலிகொடுத்து விட்டார். அந்தப் பலியும் பயனற்ற பலியாகிவிட்டது.

எந்தவிதமான போராட்டமும் இன்றி, செஞ்சேனையினர் வசம் வந்துவிட்ட ஒரு பெரிய கிராமத்தில் கச்சாலின் படை தங்கியிருந்தது. அந்தப் படையினர் மிகுந்த குதூகலத்தோடு, நன்றாக வயிறுமுட்டத் தின்று களித்தவாறும், சுகமாகத் தூங்கியவாறும் அங்கு ஓய்வுபெற்றார்கள். வசந்த பருவம் வருவதற்கான காலம் நெருங்கிவந்தது. ஒரு வேளை வசந்தத்தின் வருகையுடனேயே அந்த நீண்ட நெடுநாள் போராட்டமும் ஒரு முடிவைக் காணலாம்.

ஒன்றரை மாத காலமாக ஓய்வு ஒழிச்சலின்றி நெடுந் தூரம் வந்த சிரமமயமான அணிவகுப்பினால், தாஷா மிகவும் களைத்துச் சோர்ந்து போய்விட்டாள்; எனவே அந்த நாடகத்துக்கான ஏற்பாடுகளை மீண்டும் கவனிக்க வேண்டும் என்ற எண்ணமே அவளுக்கு ஏற்படவில்லை. நாடக மேடைக்கான சாமான்களெல்லாம் எங்கெங்கோ சிதறிக் கிடந்தன; நாடகக் கோஷ்டியைச் சேர்ந்த பலர் காயமுற்றிருந்தார்கள்; இத்தனைக்கும் மேலே அந்த நாடகப் புத்தகமே தொலைந்து போய்விட்டது.

தாஷாவோ, கதகதப்பான சூழ்நிலையில் தெலேகினுடன் இருந்து இரவு நேரங்களைக் கழிக்க வேண்டுமென்று விரும்பினாள். எந்தவிதப் பேச்சுமில்லாமல், எந்தவிதச் சிந்தனையுமில்லாமல், வெறுமனே தெலேகினுக்கு அருகில் அமர்ந்து, இரவின் அமைதியான பொழுதைக் கழிக்கவும், அந்த அமைதியினூடே ஓய்வு ஒழிச்சலின்றி, அடுப்புக்குப் பின்னாலிருந்து கிச்சிட்டான் ஒலியெழுப்பும் சிள் வண்டுகளின் பழகிப் போய்விட்ட சப்தத்தின் நாத சுகத்திலே லயித்திருக்கவுமே அவள் விரும்பினாள்.

அத்துடன் துணிமணிகளை துவைத்து வெளுக்கவும், பழுதுபார்க்கவும் வேண்டியிருந்தது. தெலேகினின் கம்பளிப் பூட்சுகளை ஒட்டுப் போடுவதற்காக அனுப்ப வேண்டும். மேலும் தாஷாவும்கூட, தனது தோற்றத்தைக் கொஞ்சம் கவர்ச்சிகரமாக வைத்துக்கொள்ள வேண்டும். ஏனெனில், அவளது கணவனும், மற்றவர்களும், ஏன் அவளுமேகூட அவள் ஒரு பெண்தான் என்பதை மறக்கத் தொடங்கி விட்டார்கள். அந்தக் கிராமத்துக்கு வந்த அன்று மாலையில் தாஷாவும் அக்ரிப்பீனாவும் குளியல் விடுதியிலிருந்து, பனிபடிந்து தேங்கிநிற்கும் புல்வெளியின் வழியாக வந்தார்கள்; அப்போது ஆவி கிளம்பிவரும் அவர்களது சூடான கன்னங்களின் மீது பனிக்குளிர் படிந்த மெல்லிய காற்று வீசியது. அப்பா! என்ன பரமானந்தம் அது! அவர்கள் இருவரும் அடுப்பில் தேநீர்க் கெட்டிலை வைத்து, இரவுச் சாப்பாட்டைத் தயாராக்கி முடித்தார்கள். தெலேகினும் கொராவும் குளியல் விடுதியிலிருந்து திரும்பிவந்தார்கள். பின்னர் அவர்கள் நால்வருமாகச் சாப்பிடுவதற்கு அமர்ந்தார்கள். ஆண்கள் இருவரும் மகிழ்ச்சியோடு லேசாக உறுமினார்கள். அந்த முட்டைக்கோஸ் சூப் கமகமவென்று மணம் வீசியது: தேநீர்க் கெட்டிலில் மணமும் கூட இனிமையாக இருந்தது.

"இதோ பாருங்கள், தெலேகின்!" என்று கொரா பேசினார்: "நமது வேலைகளிலிருந்து நாம் சிறிது ஓய்வு பெற வேண்டியதுதான்."

ஆனால் தாஷாவுக்கோ ஓய்வுக்கே வழியில்லை. மறுநாள்,

தெலேகின் வீடு திரும்பும் நேரத்துக்குச் சிறிது முன்னால், அனீஸ்யா கையில் ஒரு புத்தகத்தோடு வந்து சேர்ந்தாள். ஆம். ஷில்லரின் நாடகத் தொகுதிதான்! அவள் முகம் நிதானத்தோடும், ஆழ்ந்த போக்கும் கொண்டதாகத் தென்பட்டது. அவள் கனவுகாணும் கண்களை உயர்த்தியவாறு சொன்னாள்:

"தாஷா! எனக்கு மனமகிழ்ச்சியே இல்லை. ஒருவேளை நான் கெட்டுக் குட்டிச்சுவராய்ப் போய்விட்டேனோ, என்னவோ? எல்லோரும் எப்போதும்போலத்தான் இருக்கிறார்கள். ஆனால் நான் கெட்டுப் போய்விட்டேன். நான் சிறுமியாக இருந்த காலத்திலும் இப்படித்தான் இருந்தேன். அப்புறம் எனக்குச் சின்ன வயசிலேயே கல்யாணமாகிவிட்டது; பிள்ளைகளையும் பெற்றேன் இதெல்லாம் கொஞ்சம் மறந்திருந்தது. பிறகுதான் எனக்கு அந்தப் பெருந்துர்ப்பாக்கியம் வந்தது. தாஷா! எனக்கு இப்போது இருபத்தி நான்கு வயது ஆகிறது. இந்தப் போரெல்லாம் முடிந்தபின்னர், நான் என்னதான் செய்வது? எவனாவது ஒரு விவசாயியுடன் அவனது குடிசையிலே போய் வாழ்வதா? பின்னர் சன்னலோரத்திலே அமர்ந்து வெம்பரப்பாய்க் கிடக்கும் ஸ்டெப்பி வெளியையே வெறித்துப் பார்த்துக் கொண்டு உட்கார்ந்திருப்பதா? என்னதான் இருந்தாலும், நானும் எவ்வளவோ பார்த்திருக்கிறேன்; கேட்டிருக்கிறேன். எனக்குப் புதியதாக ஏதாவதொரு மாறுபட்ட வாழ்க்கை வேண்டும்."

கம்பளிக் கோட்டுக்கடியில் அவளது மார்பகங்கள் விம்மித் தாழ்ந்தன. அவள் தன் கண்களை மெல்ல மூடினாள்.

"இந்தப் புத்தகத்தை முழுதும் படித்து முடித்துவிட்டேன். போர் புரியும் காலத்திலும்கூட, நான் இதனைவிட்டுப் பிரியவில்லை. ஒருவேளை, நான்தான் போதுமான அளவுக்கு வர்க்க உணர்வைப் பெறவில்லையோ, என்னவோ? நான் ஓர் அசடு; படிக்காதவள். ஆனால் அதை எல்லாம்கூடச் சீர்படுத்திவிடலாம். தாஷா! என்னுள்ளே ஏதேதோ குரல்கள் எல்லாம் பேசுகின்றன. எனக்கு

அலெக்சேய் தல்ஸ்தோய் ▲ 585

என்னைப் பற்றியே சரியாகத் தெரியவில்லை. ஆனால், மற்றவர்களைப் பற்றியோ நான் எல்லாம் அறிந்திருக்கிறேன். அந்தச் சீமாட்டி அமாலியாவைப் பற்றி நான் என்ன சொல்ல முடியும் என்பதை எண்ணிப் பார்க்கும்போது, எனக்கு அழவேண்டும் போலிருக்கிறது. அவள் இந்தப் புத்தகத்தின் பக்கங்களிலிருந்து அப்படியே குதித்திறங்கி வந்துவிடுவாள். ஆமாம். பாவம், காலமான ஷரீகின்கூட என்னிடம் அப்படித்தான் சொன்னார். தாஷா! இன்று நாங்கள் ஓர் இடத்தைக் கண்டுபிடித்து விட்டோம். ஒரு பள்ளிக்கூடம் அது. அதில் பேர் தாராளமாக உட்காரலாம். மேலும் இங்குத் தச்சுத் தொழிலாளரும் இருக்கிறார்கள். பலகைகளையும், திரைச்சீலைகளையும் நாம் பெற்றுக்கொள்ளலாம். 'திருடர்கள்' நாடகத்தை நாம் நடித்தால் என்ன? எங்களது பாகங்களெல்லாம் எங்களுக்கு நன்கு நினைவில் இருக்கின்றன. இன்றுதான் நமது ஆட்கள் அதைப்பற்றிப் பேசிக் கொண்டார்கள். அவர்களும் நாடகத்தைப் பார்த்துச் சற்றே சிரிக்க விரும்புகிறார்கள்."

அந்தச் சமயத்திலே தெலேகின் உள்ளே வந்தான்; அவன் வழக்கம்போலவே குதூகலமாக இருந்தான்.

"அற்புதமான யோசனை! நாம் இங்கு இன்னும் ஒரு வார காலத்துக்குக் குறையாமல் இருப்போம். நமது பிள்ளைகளுக்கும் இது ஓர் அருமையான விருந்தாகத் திகழும்!"

தெலேகின் அற்புதமான மனிதன்; அவனது உற்சாகத்தையும் உத்வேகத்தையும் எதுவும் மழுங்கடிக்க முடியாது. தாஷா அவனருகில் இருந்தாள். அவர்கள் இருவரும் ஆனந்தத்தை நோக்கிக் கனவேகத்தில் முன்னேறிக் கொண்டிருந்தார்கள். அந்தத் தூராதொலைவிலுள்ள நீலவானமும், நெஞ்சைத்தொடும் காற்றும் நிறைந்த ஆற்றுப் பரப்பின்மீது சென்ற நீராவிக் கப்பலில் அவர்கள் இருவரும் ஜூன் மாதத்தில் என்றோ ஒரு நாள் சென்றார்களே, அந்த மாதிரி.

எனவே தாஷாவுக்கும் அந்த அமைதியான இரவு நேரத்தில் தனது காதலனின் இருதயத் துடிப்பை மட்டும் கேட்டுக் கொண்டு இருக்க முடியவில்லை; அவனது மிகமிக அந்தரங்கமான எண்ணங்களுக்குள் பூனை மாதிரி அரவங்காட்டாமல் உள்ளே புகுந்து செல்ல முடியவில்லை. உண்மையிலேயே, அவனிடம் அந்தரங்கமான, ரகசியமான எண்ணங்கள் எதுவும் இருந்ததா? அப்படியே இருந்தாலும், தாஷாவுக்கும் அதற்கும் என்ன சம்பந்தம்? தெலேகின் விரிந்த உள்ளம்படைத்த மனிதன், அவனிடம் இருக்கின்ற எதையும் கடைசித் துளிவரை எடுத்துக் கொள்ளலாம். காற்றினாலும், பனியினாலும் காய்த்துப் பதப்பட்டு விட்ட அவனது முகம்கூட, சூரியனைப்போல் எளிமையோடுதான் தோன்றியது. ஆஹா! தாஷாவின் மெலிந்த உடலுக்குள் உள்ள மிருதுவான அந்தகாரத்தினுள்ளே, அவனது சதையின் சதையாக, ரத்தத்தின் ரத்தமாக, இன்னொரு சின்னஞ்சிறு ஜீவன் ஒண்டி ஒடுங்கிக் குடுகுடுத்துக் கொண்டிருந்தால். அப்போது எல்லாமே மாறிப் போய்விடும்.

நாடகக் கோஷ்டி மீண்டும் ஒத்திகை பார்க்கத் தொடங்கியது. அது ஒரு நரக வேதனையாகத்தான் இருந்தது. தாஷா வெளிக்குத் தெரியாமல், அமைதியாக அழுதாள். நடிகர்களோ ஒருவரையொருவர் பார்த்துக்கொள்ளவே வெட்கப்பட்டார்கள். பனிமூட்டத்திலே நெடுநாள் நடந்து வந்ததன் விளைவாக, அவர்கள் மெருகிழந்து உருவமிழந்து உற்சாகமிழந்து போயிருந்தார்கள்; அத்துடன் அவர்களது குரலும் கனத்துத் தடித்துக் கரகரத்துப் போய்விட்டது. சாபஷ்கோவ், நாடகக் கலையின் தோற்றம்பற்றி ஒரு பிரசங்கம் செய்து, அவர்களை ஊக்குவித்தான். பறவைகள், மிருகங்கள் முதலியவற்றின் வாழ்க்கையில்கூட நாடகத் தன்மைக்குப் பஞ்சமில்லை என்று எடுத்துரைத்தான். உதாரணமாக, நரியொன்று ஒரு சுண்டெலியைப் பிடிக்க நேர்ந்தால், தனது குட்டிகளின் எதிரில் ஒரு நாடகமே நடத்திக் காட்டும்; ஆகாயத்தில் துள்ளிப் பாயும்; தரையிலே படுத்து உருளும்; பின்னங்கால்களால் நடந்து செல்லும்; வாலையாட்டும் - என்றெல்லாம் எடுத்துக்

கூறினான். இதை எல்லாம் கேட்டு, கோஷ்டியினர் குதூகலமடைந்தார்கள். இதன்பின் காரியங்கள் ஓரளவு சுமுகமாக நடைபெறத் தொடங்கின. பள்ளிக்கூட அறையிலே ஒரு நாடக மேடை அமைக்கப்பட்டது; பின்னணித் திரைகள் வர்ணம்தீட்டப் பெற்றன. வரிசையாக ஏற்றி வைக்கப்பட்ட எண்ணெய்விளக்குகள் மேடைக்கு ஒளியூட்டும் விளக்குகளாகப் பயன்பட்டன. முன்னர் இருந்த கிராமத்துக்கு வந்திருந்த வக்கீலிடமிருந்து தெலேகின் பெற்று வைத்திருந்த நீளக் கோட்டுகளும் அங்கிகளும் நாடக உடைகளாகப் பயன்பட்டன; அவை எல்லாம் வரும்வழியிலே எங்கோ தொலைந்துபோய் விட்டன என்றுதான் முதலில் கருதியிருந்தார்கள். ஆனால், எதிர்பாராதவிதமாக அவை அவர்களது மூட்டைமுடிச்சுகளோடு கலந்திருந்ததைப் பின்னர்தான் கண்டுபிடித்தார்கள்.

ஒருவாறாக, நாடக அரங்கேற்றத்துக்கான நாள் வந்து சேர்ந்தது. அன்று மாலை, சூரியன் அடிவானத்தில் பூரணமாக மறைவதற்கு முன்பே பழுப்புநிறமான பீரங்கிப் படைக் குதிரையில் சவாரி செய்தவனாக, ஒரு செஞ்சேனை வீரன் கிராமத்தைச் சுற்றிவந்தான்; அவன் ஒரு பித்தளை எக்காளத்தை ஊதி முழங்கினான். (இந்த யோசனையை தெலேகின்தான் வெளியிட்டான்.) பின்னர் அந்தச் செஞ்சேனை வீரன் கிராமத்தாரை நோக்கிப் முழக்கமிட்டான்; "தோழர்களே! பிரஜைகளே! ஷில்லரின் 'திருடர்கள்' என்ற நாடகம் இன்று இன்னும் சிறிதுநேரத்தில் அரங்கேறப் போகிறது."

கிராமம் முழுவதுமே பள்ளிக்கூடத்தில் திரண்டுவிட்டது. பள்ளிக்கூடத்தின் முன் முற்றத்திலே ஒரே ஜன நெரிசல்; வாசலின் வழியாக ஜனங்கள் இடித்துப் பிடித்துக் கொண்டுதான் உள்ளே நுழைந்தார்கள். இதனால் அவர்களது கண்விழிகளே வெளியே பிதுங்கி வந்துவிடும்போல் தோன்றின; அவர்களில் பலரது தொப்பிகளும், சட்டைப் பொத்தான்களும் போன இடம் தெரியவில்லை. உள்ளே சீக்கிரமாகச் சென்று

இடம் பிடிக்கத் தவறியவர்கள் பாடும், அப்படியொன்றும் மோசமாகிவிடவில்லை. வானவெளியிலே வசந்தத்தின் வருகையைக் கூறுவதுபோல் நிலா வட்டம் தென்பட்டது; அத்துடன் பள்ளியின் முன்னாலுள்ள இடத்தில் அக்கார்டியன் வாத்தியங்களின் இசை முழக்கமும் நிரம்பி வழிந்தது. சோவியத் ஆட்சியைச் சமீபத்தில் ஏற்றுக் கொண்டுவிட்ட அந்தக் கிராமத்தின் கசாக்குப் பெண்களை, தமக்கு மிகவும் பிடித்தமான அந்தப் பாட்டைப் பாடி மகிழ்வித்தார்கள் செஞ்சேனை வீரர்கள். "அர்த்த ராத்திரி வானத்திலே அழகுத் தேவதை பறந்துசென்றாள்." மேலும், அவர்கள் அந்தப் பெண்களுடன் சீக்கிரமே பழகிவிட்டார்கள்; பின்னர் அங்கு தமாஷ் பேச்சுகளும் நடமாடின: "கனிவோடு பார்ப்பதற்குத்தான் கண்கள்." "முத்தமிட்டு மகிழ்வதற்குத்தான் இதழ்கள்." "போர் வீரன் கல்யாணம் செய்து கொள்வதென்பது தும்மல்போடுவது மாதிரி அவசர காரியமல்ல; அதற்குப் பொறுத்துத்தான் இருக்க வேண்டும்." என்பன போன்ற பேச்சுகள்.

செஞ்சேனை வீரனான வானின், கிழவன்மாதிரி முகத்தில் அரிதாரம்பூசித் தோன்றினான்; அவனது வர்ணம் தீட்டிய முகத்தையும், பழைய நிலையங்கியிலிருந்து வெட்டித் தைத்த அவனது தொளதொளத்த அங்கியையும், கொத்தாகத் தொங்கிய தலைமயிரையும் கண்டவுடன் அவனை ரசிகர்கள் இனம் கண்டுகொண்டு, முதலில் விழுந்துவிழுந்து சிரிக்கத்தான் செய்தார்கள். "அதோ அவன்தான்!" என்று கத்தினார்கள். "வானின்! வெட்கப்படாதே! வெளுத்துக்கட்டு!" என்று கூச்சலிட்டார்கள். பின்னர் வால்மாதிரி நீண்டு தொங்கும் விசித்திரமான கோட்டும், பெண்கள் அணிவதுபோன்ற காலுறையும் தரித்து, ஒருவன் திரைக்கு வெளியே பல்லைக் காட்டிக்கொண்டும், கண்ணைச் சுருக்கிக்கொண்டும், கோணலும்மாணலுமாய் நடந்து வந்தான். அவன் பாம்புமாதிரி உஸ்ஸென்று இரையும் குரலில், "தந்தையே! இதோ நான் வந்திருக்கிறேன். உங்கள் விசுவாசமுள்ள மகன் பிரான்ஸ் வந்திருக்கிறேன்!" என்று வசனம் பேசினான். உடனே ரசிகர்கள், அவனை இன்னாரென்று அடையாளம் கண்டுகொண்டு விலா

வெடிக்கச் சிரித்தார்கள்! குஸ்மா குஸ்மீச்தான் அவன்.

திரை மறைவிலோ தாஷா, தனது கைகளால் நெற்றிப் பொருத்துகள் இரண்டையும் அழுத்திப் பிடித்துக்கொண்டு, சாபஷ்கோவிடம் திரும்பத்திரும்பச் சொல்லிக் கொண்டிருந்தாள்:

“இத்தோடு தொலைந்தோம். இந்த நாடகம் படுதோல்வி. இது இப்படித்தான் முடியும் என்று எனக்கு முன்னமேயே தெரியும்.”

ஆனால், நடிகர்கள் சபையிலே நிலவிய ஹாஸ்யச் சூழ்நிலையைச் சீக்கிரத்திலேயே வெற்றிகண்டு விட்டார்கள். நடிகர்கள் ஒவ்வொருவரையும் இனம் கண்டுகொண்ட பின்னர் அவர்கள் சிரிப்பை நிறுத்தி, நாடகத்தைக் கேட்க முனைந்தார்கள். மேடைமுன் வரிசையாகப் புகை கக்கியவாறு எரிந்துகொண்டிருந்த எண்ணெய் விளக்குகளின் முன்னால் லதூகின் வந்தான்; அந்த விளக்குகள் அவனது உறுதிவாய்ந்த முகத்தின் மீது கீழிருந்து ஒளிக்கதிர்களைப் பாய்ச்சின. அவன் ஆட்டு ரோமத்தால் ஒட்டுத்தாடி வைத்திருந்தான்; அவனது புருவங்கள் வளைவாகத் தீட்டப்பட்டிருந்தன; அவன், தான் அணிந்திருந்த வக்கீல் கோட்டின்மீது கைகள் இரண்டையும் மார்பின்மீது மடித்து இறுகக் கட்டியிருந்தான்; அந்த வேகத்தில் பழைய கோட்டு தையலில் மூட்டு விட்டுப் பிரிந்து கிழியத் தொடங்கியது. அவன் ஆத்திரமான குரலில் பேசினான்:

“ஓ! இயற்கையனைத்தையும்: வான், கடல், பூமி அனைத்தையும் கிளர்ந்தெழும்படி என்னால் செய்ய முடியுமென்றால், இந்தக் கொடுமைக்கார ஓநாய்க் கூட்டத்தின்மீது என்னால் போர்தொடுக்க முடியுமென்றால்.”

அந்த நாடகம் எந்தப் போக்கில் செல்கிறது என்பதை உணர்ந்து, ரசிகர்கள் எல்லோரும் மௌனமானார்கள்.

பின்னணித் திரை மாற்றப்படவில்லை; பிரத்யேகமான

காட்சி ஜோடனைகள் எதுவும் இல்லை. ஒவ்வொரு காட்சியும் தொடங்கப் பெறுவதற்கு முன்பு, சாபஷ்கோவ் முன்திரைகளுக்கிடையேயுள்ள இடைவெளியில் தலையை நீட்டியவாறு அர்த்தபுஷ்டி நிறைந்த புன்னகையோடு காட்சிகளைப் பற்றி அறிவிப்புச் செய்தான்:

"மூன்றாவது காட்சி. மூர்பிரபுவின் பிரம்மாண்டமான அரண்மனை; ஜன்னல்களின் வழியே தோட்டத்துப் பூக்களின் மணம் மிதந்துவருகிறது. அழகி அமாலியா தனது அறையில் அமர்ந்திருக்கிறாள்."

பின்னர் அவனது முகம் மறைந்தது; திரைகள் இழுக்கப் பட்டன. அகலமான பாவாடையுடுத்தி, மார்பின்மீது பளபளப்பான கைக்குட்டை ஒன்றைக் குறுக்குவசத்தில் கட்டி; சிவந்த கன்னமும், சுருண்ட கேசமும், அகன்ற கண்களும் கொண்டு, கோபம் கனியும் முகத்தோடு கூடிய அழகியாக அமாலியா வந்தாள். ஆனால் இரண்டாவது படைப்பகுதியைச் சேர்ந்த அனீஸ்யாதான் அவள் என்பதை அவர்கள் எண்ணிக்கூடப் பார்க்கவில்லை.

அவள் தனது முஷ்டியை மேசைமீது ஓங்கிக் குத்திக் கொண்டு, தணிந்த, நடுநடுங்கிய மணிக்குரலில் பிரான்ஸ் மூரை நோக்கிச் சொன்னாள்: "தீயவனே! என் கண்ணில் விழிக்காதே, அப்பாலே போ." நாடகம் மேலும் நடந்தது. மாரிக்கால மாலைவேளையில், கணப்படுப்புக்கு மேலே உள்ள திண்ணையிலிருந்து குழந்தைகள் தமது தலைகளைத் தொங்கவிட்டுக்கொண்டு, தாத்தா சொல்லும் கற்பனைக் கதையைக் கேட்பதுபோல் ரசிகர்கள் நாடகத்தில் ஈடுபட்டுவிட்டார்கள்.

அமாலியா தனது கன்னத்தில் அறையவேண்டிய கட்டம் வந்தபோது, குஸ்மா குஸ்மீச் உள்ளுக்குள் ரொம்பவும் பயந்தான். அவளது கண்கள் எவ்வளவுதான் கனவு காண்பதுபோல் சொக்கிப்போய்த் தோன்றினாலும், அவளது கைகள் போர்வீரனின் கையைப்போல் உறுதி வாய்ந்தவை என்பதை அவன் அறிவான். "பலமாக அடித்துவிடாதே!" என்று அவன் அவளிடம்

அலெக்சேய் தல்ஸ்தோய் ▲ 591

ரகசியமாகச் சொல்ல முயன்றான்; ஆனால் அவளோ, வெட்கங்கெட்ட பொய்ச் சாட்சிக்காரனே!” என்று இதய உணர்ச்சியையெல்லாம் கூட்டிச் சொன்னவாறு, தனது கடந்த காலத்தையெல்லாம் தனது கைக்குள்ளே பிடித்திருப்பதுபோல் உள்ளங்கையை உயர்த்தி, அவனைப் பலமாக ஓங்கி அறைந்தாள். அந்த அடியின் வேகத்தைத் தாங்கமாட்டாமல், அவன் நிலைதவறி திரைக்கு அப்பால் உள்ளேபோய் விழுந்தான். என்றாலும் யாருமே சிரிக்கவில்லை. அதற்கு மாறாக, “அப்படித்தான் செய்ய வேண்டும்!” என்ற குரல்கள்தான் ரசிகர்கள் மத்தி யிலிருந்து எழுந்தன. எல்லோரும் கைதட்டினார்கள். ஏனெனில், எல்லோருமே அந்தத் தீயவனைத் தாமே உதைக்க வேண்டும் என்றுதான் விரும்பினார்கள்.

பின்னர் அவள் தன் கழுத்தில் கிடந்த பாசிமாலையை அறுத்துப் பிடுங்கி தரையிலே எறிந்தாள்; அவற்றைக் காலால் மிதித்தாள்.

“பணம் படைத்தவர்களே! தங்கத்தையும் வெள்ளியையும் நீங்களே தரித்துக் கொள்ளுங்கள்! உல்லாச விருந்து மேசைகளிலே நீங்களே உண்டு களியுங்கள்! காமாதூரமான பஞ்சணைகளிலே உங்கள் கால்களை நீட்டிக்கொள்ளுங்கள்! கார்ல்! கார்ல்! நான் உங்களைக் காதலிக்கிறேன்.”

சாபஷ்கோவ் திரையை இழுத்துவிட்டு, மீண்டும் வழக்கம் போல் தலையை வெளியே நீட்டாமல் அதே புன்னகையோடு ‘இடைவேளை’ என்று அறிவித்தான். அனீஸ்யா திரைமறைவிலிருந்த தாஷாவிடம் சென்றாள்; பின்னர் அவள் தாஷாவின் மார்பில் தன் முகத்தைப் புதைத்துக்கொண்டு, உடம்பெல்லாம் நடுங்கியவாறு சொன்னாள்:

“தாஷா! வேண்டாம் தாஷா! என்னைப் பாராட்ட வேண்டாம்! போதுமே!”

இதன்பின்னர் நாடகம் அதன் சொந்த உத்வேகத்திலேயே கனஜோராராக முன்னேறியது. முதல் அங்கத்தில் நடிகர்களெல்லாம் வியர்வை சொட்டச்சொட்ட

நடித்தார்கள்; இப்போதோ முறுக்கேறி நின்ற அவர்களது தசைகளெல்லாம் தளர்ந்து இதம்பெற்று விட்டன; ஆரம்பத்தில் மிகுந்த சிரமத்தோடு வெளிப்பட்ட குரல்களெல்லாம் நிதானமடைந்து இயல்புக்கிசைந்து வந்துவிட்டன. திரைமறைவிலிருந்து மறந்துபோகும் பாடத்தை ரகசியக் குரலில் முணுமுணுத்த சாபஷ்கோவின் குரல் அவர்கள் காதில் விழாமற்போனாலும்கூட, அவர்கள் தமது சொந்த வசனங்களையே கலந்து பேசத் தொடங்கிவிட்டார்கள். அந்த வசனங்கள் அந்த இடத்தில் ஷில்லர் எழுதியதைப்போலவே பொருத்தமாகவும், அழகாகவும் அமைந்துவிட்டன.

ரசிகர்களுக்கு நாடகம் மிகவும் பிடித்துப் போய்விட்டது. முன்வரிசையில் கொராவுக்கு அடுத்தாற்போலிருந்த தெலேகினுக்குப் பல சந்தர்ப்பங்களில் கண்ணில் கண்ணீரே முட்டிக்கொண்டு வந்துவிட்டது. கமிஸார் கொரா தமது ஸ்தானத்துக்கேற்ப, உணர்ச்சிகளை உள்ளடக்கிக்கொண்டு, தன்னடக்கத்தோடு இருந்த போதிலும்கூட, ஏதாவதொரு வெற்றிகரமான ராணுவ நடவடிக்கையை மேற்கொள்ளும் காலத்தில் அவர் எவ்வாறு ஆழ்ந்து பெருமூச்செறிவாரோ, அப்படியே அப்போதும் பெருமூச்செறிந்தார். எல்லோரையும்விட, நடிகர்களுக்குத்தான் பரம திருப்தி. அவர்கள் தமது வேஷத்தையும் ஆடையணிகளையும் கலைப்பதற்குக்கூட அவசரப்படவில்லை. கிராமப்புறத்திலே சேவற்கோழிகள் உரத்துக் கூவத்தொடங்கிவிட்ட போதிலும்கூட, மற்றவர்கள் விரும்பினால், அவர்கள் அப்போதே மறுமுறையும் நாடகத்தை நடித்துக் காட்டுமளவுக்கு உற்சாகமாக இருந்தார்கள்.

கொண்டாட்டங்கள் முடிந்துவிட்டன. அக்கார்டியன் வாத்தியங்களின் கீதமும், ஆடல்பாடல்களும் ஓய்ந்துவிட்டன. மிளாறு வேலிக் கதவுகளைத் திறந்து மூடும் சப்தம்தான் அவ்வப்போது கேட்டது. கோழிகளும்கூடக் கூவுவதை நிறுத்திவிட்டன. கிராமமே நன்கு அயர்ந்து தூங்கிவிட்டது. அனீஸ்யா, கிராமத்தின் தெருவழியே

காலாற மெதுவாக நடந்துசென்றாள்; அப்போதும் லதூகினுக்கு உடற்புழுக்கம் தீரவில்லை. எனவே, அவன் தனது கம்பளிக் கோட்டைத் தோள்மீது போட்டவாறு, அனீஸ்யாவுக்கருகில் நடந்துசென்றான்.

"அனீஸ்யா! இது ஒரு விசித்திரம்தான், அனீஸ்யா!" என்று அவன் சொல்லி வந்தான்: "நீ உனது கம்பளிக் கோட்டையணிந்து அதற்குள் உன்னை மூடி மறைத்தவாறு நடந்துவருகிறாய். என்றாலும் அதனையும் மீறிக்கொண்டு, என்னால் உன் இதயத்தைக் காண முடிகிறது. சாதாரண வார்த்தைகளால் அதைச் சொல்ல முடியாது; உன்னிடம் பேசும்போது, நான் அன்றாட வார்த்தைகளை உபயோகிக்க விரும்பவில்லை."

அவர்கள் கிராமத்தின் கோடிக்கே சென்றுவிட்டார்கள்; அங்கிருந்து தொடங்கிய பரந்த ஸ்டெப்பி வெளி, இருண்ட அடிவானத்தில்தான் ஒன்று கலந்தது. இருண்டுகிடந்த வானமண்டலத்தில் நிலவு மேலேறி நின்றது. ஆனால் அனீஸ்யாவின் கண் முன்போ, நாடக மேடையின் விளக்குகள்தான் இன்னும் மிதந்து கொண்டிருந்தன. மூச்சைப் பிடித்துக்கொண்டு நாடகத்தைப் பார்த்த சபையும், அவள் உச்சரித்த ஒவ்வொரு வார்த்தையும் நாடக ரசிகர்களின் மத்தியிலே சக்தி மிகுந்த எதிரொலியைக் கிளப்பிய விந்தையும், ஆழ்ந்த பெருமூச்சொலிகள் அவளைநோக்கி மிதந்து வந்த விதமும் அவள் நெஞ்சை நிறைத்தன. அந்தச் சமயத்தில், அவளது உள்ளத்திலிருந்த அந்த உத்வேக உணர்ச்சியில் அதுவரையிலும் புலப்படாத ஏதோ ஓர் ஆழமான பெண்மையுணர்ச்சி குடிகொண்டிருந்ததையும் அவள் உணர்ந்தாள். எனவே லதூகினின் பேச்சைக் கேட்பதில் அவளுக்கு ஓர் இன்பம் தோன்றியது.

"என் இதய ராணியே! நானும் எவ்வளவோ பெண்களைப் பார்த்திருக்கிறேன். அவர்களெல்லாம் பாழாய்ப் போக! என்றாலும், உன்னைப் போன்ற ஒருத்தியை நான் சந்தித்ததேயில்லை. நான் தலைக்கு மிஞ்சிய காதலில் தத்தளிக்கிறேன். நான் சொல்வதைக் கேட்க விரும்பினால்

கேள், இல்லையா விட்டுவிடு."

அவன் நின்றான்; அவளும் நின்றாள். அவன் அவளைத் தன் கரங்களால் சுற்றிவளைத்து அணைத்தான். அப்போது அவனது கம்பளிக் கோட்டு தோளிலிருந்து நழுவித் தரையிலே பரவிக்கிடந்த பனிமீது விழுந்தது. அவன் அவளது குளிர்ந்த அதரங்களின் மீது பேரார்வத்தோடு நெடுநேரம் முத்தமிட்டான். பின்னர் அவன் சிறிது பின்வாங்கி நின்று, கன்னத்திலே சிவந்த வர்ணம் தடவப்பட்டிருந்த அவளது நிர்விசாரமான பாவம் தோன்றிய முகத்தைப் பார்த்தான். அவளோ அவனைப் பார்க்காமல், மை தீட்டப்பட்டிருந்த தனது கண்களால் நிலவை வெறித்து நோக்கிக் கொண்டிருந்தாள்.

"இங்குதான் எனது சித்திரவதை தொடங்குகிறது!" என்று கூறியவாறு அவன் பெருமூச்செறிந்தான்: "நல்லது."

அவன் தனது கம்பளிக் கோட்டைக் குனிந்து எடுத்துக் கொண்டான்; பின்னர் இருவரும் மீண்டும் நடந்தார்கள்.

தாஷாவுக்கு அன்றிரவு தூக்கமே வரவில்லை. அவள் முழங்கையைத் தலையணைமீது அழுத்தமாக ஊன்றியவாறு சொன்னாள்:

"இந்த நேரத்திலே அதைச் செய்ய முடியாது என்பதை நான் அறிவேன். என்றாலும் நான் சொல்வதைக் கேளுங்கள். நம்மிடம் அனீஸ்யாவும் லதூகினும் இருக்கிறார்கள். குஸ்மா குஸ்மீச் மிகுந்த திறமைசாலி. அவரே இயாகோவாக நடிக்க முடியும். நாம் 'ஒதெல்லோ' நாடகத்தை நடத்தலாம். நாடகக் கோஷ்டியையும் நாம் விரிவுப்படுத்தலாம். நாளைக்கே நீங்கள் இது சம்பந்தமாகப் படையினருக்கு ஓர் உத்தரவு கொடுக்கலாம். நாங்கள் பெரியதொரு ராணுவத்தின் முன்னிலையிலேயே நடிக்கிறோம். அந்தக் காலம் வரத்தான் போகிறது. ஆனால், முதன்முதலில் நமது காட்சி ஜோடனைகளை எல்லாம் பொருத்தமாகச் சேகரித்து வைக்க வேண்டும். கமிஸாரிடம் பேசிப் பாருங்கள். அவர் நினைத்தால் நாடகச் சாமான்களை எல்லாம் கொண்டுசெல்வதற்கு

அவர் தனி வண்டிகளை ஒதுக்க முடியும். ரசிகர்கள்தான் எப்படிக் கூர்ந்து கேட்டார்கள். அந்த ரசிகர் கூட்டம் கலையையே உறிஞ்சிக் குடிக்கும் கடற்பஞ்சுபோலல்லவா இருந்தது."

"நீ சொல்வது முற்றும் சரி" என்றான், தெலேகின். அவன் தன் சட்டையை இடைவாரிட்டுக் கட்டாமல் தளர விட்டவாறு, கைகளைப் பின்னால் கட்டியவாறு மேலும் கீழும் நடந்தான்; அப்போது தாஷா அவனுக்கென்று ஒரு கசாக்குப் பெண்ணிடமிருந்து விலைக்கு வாங்கிய மிருதுவான செருப்புக்களைக் காலில் அவன் தரித்திருந்தான். ஒவ்வொரு முறையும் அவன் தாஷாவைக் கடந்து செல்லும்போது, மேசை மீதிருந்த எண்ணெய் விளக்கை அவனது பிரம்மாண்டமான இருண்ட நிழல் வடிவம் மறைத்தது; தாஷாவுக்கு இதனை ஏனோ பொறுத்துக் கொண்டிருக்க முடியவில்லை. பின்னர் அவன் ஜன்னலருகே சென்று திரும்பும்போது, அந்த விளக்கொளி அவனது புன்னகை நிறைந்த சிவந்த முகத்தில் விழுந்தது; அப்போது அவனது முகம் வெண்கலத்தில் வடித்து வைத்த சிலையுருவம்போலத் தோன்றியது. அந்தவேளையில், அவளது இதயம் படபடவென்று அடித்துக்கொண்டது.

"நீ சொல்வது ரொம்ப சரி. ருஷ்யர்கள் நாடகத்தை விரும்பத்தான் செய்கிறார்கள். கலையில் அவர்களுக்கு அபரிமிதமான பற்று இருக்கிறது. ஓர் அதீதமான தேவையுணர்ச்சி, நிரந்தரமான தாகம் இருக்கிறது. நினைத்துப் பாரேன். ஒன்றரை மாத காலமாக இடையறாது போராடி, நைந்து தேய்ந்து எலும்பும் தோலும்தான் அவர்கள் உடம்பில் மிஞ்சியிருக்கிறது. நாய்கூட இத்தகைய பாடுபட்டிருக்காது. இந்தச் சமயத்திலே, அவர்களுக்கு ஷில்லர் எதற்கு? ஆனால் இன்றோ மாஸ்கோவின் கலை மாளிகையிலே நாடகத்தின் முதல் நாள் அரங்கேற்றத்தைப் பார்ப்பதைப் போன்றல்லவா இருந்தது! அனீஸ்யாவைத்தான் பாரேன். இந்தமாதிரி நான் எங்குமே கண்டதில்லை. அவள் ஒரு பிறவி நடிகை. என்ன அங்க அசைவுகள்! என்ன பெருமிதம்! என்ன உணர்ச்சி பாவம்!

எவ்லாவற்றுக்கும் சிகரம் வைத்தாற்போல் எத்தனை அழகு அவளுக்கு!"

அவன் தன் கைகளை விரித்து வியந்துகொண்டே, மீண்டும் அந்த விளக்கொளியைக் கடந்துசென்றான். உடனே தாஷா சொன்னாள்:

"தெலேகின்! நீ இப்படி மேலும்கீழும் நடப்பதை - நிறுத்தமாட்டாயா?"

அவளது குரலில் ஓர் எரிச்சல் பாவம் பிரதிபலித்தது; இந்த மாதிரியான தொனியை அவன் வெகுகாலமாகக் கேட்கவில்லை. அவள் தன் முழங்கையைத் தலையணையின்மீது ஊன்றியவாறே, முன்னால் வெறித்து நோக்கிக் கொண்டிருந்தாள். அவளது கண்களில் ஏதோ ஒரு நிழல் படர்ந்தது. தெலேகின் சட்டென்று நின்றான்; படுக்கையை நோக்கி நடந்து வந்து, அதன் ஓரத்தில் அமர்ந்தான். அவன் பயந்து போய் விட்டான் என்பது தெளிவாகத் தெரிந்தது.

"தெலேகின்!" (அவளும் படுக்கையில் எழுந்து உட்கார்ந்தாள்.) "தெலேகின்! உன்னை வெகுநாட்களாக ஒன்று கேட்க வேண்டுமென்று நான் நினைத்திருந்தேன்." அவள் தனது விரல்நுனிகளை அவசரஅவசரமாகக் கண்ணின்மீது தடவிக் கொண்டாள்: கேட்கத்தான் சிரமமாக இருக்கிறது. ஆனால் நான் இனியும் இவ்வாறே இருக்க முடியாது."

அவள் கேட்க விரும்பிய கேள்வி என்னவென்பதை அவன் புரிந்துகொண்டான் என்றே அவனது முகபாவம் சொல்லிற்று. என்றாலும், தனக்குள்ளாகவே ஆயிரமாயிரம் தடவை அவள் கேட்டுப் பழகியிருந்த அந்தக் கேள்வியை அவள் ஒருவாறு வாய்விட்டு கேட்டே விட்டாள்:

"தெலேகின்! நீ என்னைப் பெண்ணாக நினைப்பதையே மறந்துவிட்டாயா?"

அவனது தோள்கள் உயர்ந்தன; அவன் தனது தலையைப்

பிடித்துக்கொண்டு வார்த்தையாக வெடித்து வராத ஏதோ ஒன்றை வாய்க்குள் முனகினான். தாஷா அவனைத் துளைத்து விடுவதுபோல், கூர்ந்துநோக்கினாள். அவளுக்கும் இன்னும் நம்பிக்கை முழுதும் அற்றுப் போய்விடவில்லை அல்லது இதுவேதான் முடிவா?

"தாஷா, தாஷா! உனக்குப் புரியவில்லையா? நீ பெருந் தன்மையுடன் நடந்துகொள்ள முயலவேண்டும்."

"பெருந்தன்மையா?" (அப்படியென்றால் முடிவு தெரிந்துவிடும்.)

"தாஷா! நான் உன்னை எவ்வளவோ காதலிக்கிறேன். ஒருவேளை, நீ என்னை வெறுக்கலாம். ஆனால் நீ ஏன் வெறுக்க வேண்டும் என்பதுதான் எனக்குத் தெரியவில்லை. ஒருவேளை, ஏதோ ஓர் உள்ளுணர்ச்சியால் ஏற்பட்ட வெறுப்பாகவும் இருக்கலாம். அதையெல்லாம் என்னால் புரிந்துகொள்ள முடியும். நான் உன்னை ஒரு முறை காதலித்தேன்; அன்றே உன்மீது ஆயுட்காலம் முழுவதற்குமே காதல் கொண்டுவிட்டேன். அதனால் எனக்குச் சிரமமோ, இல்லையோ அதைப் பற்றிக் கவலையில்லை. இருந்தாலும் நான் உறுதியாகக் கூறுகிறேன். என் இதயத்தைப்போல் நீ எனக்கு மிகவும் நெருங்கியவள், இனிமையானவள். எனவே ஒன்றைப் பற்றியும் கவலைப்படாதே. வாழ்ந்து, மகிழ்ச்சியோடு இரு."

அவன் கூறுவதைக் கேட்டு, அவள் தலையை அசைத்தாள்.

இவனோ முகத்தைச் சுழித்தவாறு மீண்டும் மிகுந்த சிரமத்தோடு தன் பேச்சைத் தொடங்கினான்:

"எப்படியோ உனது சின்னஞ்சிறிய எளிய பாதங்களை எப்போதும் நான் நினைத்துக் கொள்வேன். ஆனந்தத்தைத் தேடித்தேடி அலைந்து அந்தக் கால்கள்தான் எவ்வளவு களைத்து நொந்துபோய் விட்டன. அலைந்தும் எல்லாம் வீணாய், விழலாய்."

தாஷா தனது மெலிந்த வெறுங்கால்களைப் போர்வைக்கு

வெளியே நீட்டினாள்; அந்த அறையின் மண் தரைமீது துள்ளிக் குதித்தோடி, மேஜை மீதிருந்த விளக்கை ஊதி அணைத்துவிட்டாள்.

***

நாடகம் முடிந்ததும் அக்ரிப்பீனாவுடன் கொரா திரும்பி வந்தார். வந்ததும் ஒரு மெழுகுவர்த்தியை ஏற்றிவைத்து விட்டு, அன்றைய தினத்தில் வந்து குவிந்திருந்த கடிதங்கள் முதலியவற்றைப் பார்க்கத் தொடங்கினார். எப்போதுமே அவர் இரவில் படுக்கப் போகுமுன் அவற்றைப் பார்த்து, ஒழுங்காகக் கவனித்து முடித்து விட்டுத்தான் படுப்பார். அக்ரிப்பீனா தனது கோட்டையும் தொப்பியையும் களையாமலே அவரிடமிருந்து விலகி, வாசலுக்கருகில் கிடந்த பெஞ்சின்மீது அமர்ந்திருந்தாள்.

"நீ இன்று மோசமாக நடிக்கவில்லை" என்று கூறியவாறே, கொரா கொட்டாவிவிட்டு, தமது கழுத்தைச் சொறிந்து கொடுத்துக் கொண்டார்; "நீ கிச்சுக்கிச்சென்று ஏதோ பேசித் திரிந்தாய்; ஆனால், என்ன பேசினாய் என்றே எனக்குக் கேட்கவில்லை. உன் பாகமும் மிகவும் சிறிது. ஆனால் அனீஸ்யா! அற்புதம் அனீஸ்யா!" அவர் தமது முகத்தை விளக்குக்கு அருகில் கொண்டுபோய் லேசாகக் கிளுகிளுத்துச் சிரித்தவாறே, தமது கடிதங்களை பார்க்கத் தொடங்கினார்: பெண்களாகிய நீங்கள் சொல்கிற மாதிரி. அவள் தன் பாவாடையை அதிகமாகக் குலுக்கிச் சிலுப்பிக் கொண்டாள் போலும்! தன்னிடம் ஓர் ஆடவன் இருக்கிறான் என்று அவள் உணர்கிறாள். அது தெரிகிறது. அவளை நாம் கவனித்துக்கொள்ள வேண்டும். புரட்சி அவளைப் போன்ற பல திறமைசாலிகளை முன்னுக்குக் கொண்டு வந்திருக்கிறது. இல்லையா? அதுதான் விஷயம். எல்லாமே அதில்தான் அடங்கி யிருக்கிறது. ஜனங்கள் ஒன்றும் மட்டமானவர்கள் அல்ல. அவர்கள் திறமையுள்ளவர்கள்தான். நமது போரிலேதான் நமது சக்தி வீணாகச் செலவழிகிறது. இயந்திரங்கள் நமக்குத் தேவை. இதோ இதைப் படித்துப் பார். அவர் ஒரு காகிதத்தைத் தடவிக் கொடுத்தார். 'நம்மவர்கள் வெறுங்கையால் ஒரு

டாங்கியைக் கைப்பற்றி விட்டார்களாம். இது மிகவும் காட்டுமிராண்டித்தனமானது. எனக்கு ஒரு மகன் இருந்தால், நான் அவனது மார்பில் சூடுபோட்டு எழுதிவிடுவேன். என்ன எழுதுவேன் தெரியுமா? உனது நல்வாழ்வுக்குக் காரணமானவர்களை, ஸ்டெப்பி வெளியிலே செத்துச் சுண்ணாம்பாகி வெளிறிய எலும்புக்கூடாகப் போனவர்களை நீ என்றும் மறந்துவிடாதே!" என்று.

அக்ரிப்பீனா சுவரில் சாய்ந்து கண்களை மூடி, வாயையும் இறுக மூடியவாறு, அவளது நினைவுகளிலெல்லாம் மிகமிக வேதனை தரக்கூடிய ஒன்றைப் பற்றிச் சிந்தனை செய்தாள். ஸ்டெப்பி வெளியிலே இரவுநேரத்தில் கொரா விழுந்துகிடந்தார்; அவரது உடம்பிலே அசைவோ மூச்சின் இழைவோ தென்படவில்லை. அவர் உயிரோடிருந்தாலும் இல்லாவிட்டாலும் அவரருகிலேயே அவள் உட்கார்ந்திருக்கத் தீர்மானித்துவிட்டாள். அவளது துப்பாக்கியிலோ இன்னும் ஒரே ஒரு ரவுண்டுக்குப் போதுமான தோட்டாக்கள்தான் மிஞ்சியிருந்தன. அவள் மற்றவர்களோடு செல்ல மறுத்துவிட்டாள். அன்றிரவில் அவள் அவரை ஸ்டெப்பி வெளியிலே தன்னந்தனியாக விட்டுவிட்டுச் செல்லவில்லை. அன்றிரவு முதல் அவளது எலும்புகள் வெளிறத் தொடங்காமல் போனது ஒரு பரிதாபம்தான்.

"நீ ஏன் இன்னும் தூங்கவில்லை, அக்ரிப்பீனா?" அவர் விளக்கொளி கண்ணில் விழாமல் கண்ணை மறைத்துக் கொண்டு, அக்ரிப்பீனாவைத் திரும்பிப் பார்த்தார். அவளது இறுக மூடியிருந்த கண்ணிமைகளுக்கு அடியிலிருந்து, கண்ணீர் பெருந்துளிகளாக வடிந்து கொண்டிருந்தது; அவளது கரிய புருவங்களோ மேலே உயர்ந்து தோன்றின . அவர் அந்தக் கடிதங்களைத் தமது சாக்குப்பையில் திணித்துவிட்டு அக்ரிப்பீனாவின் அருகில் சென்று, அவள்முன் அமர்ந்தார்.

"என்ன விஷயம், கண்ணே! களைப்பாயிருக்கிறதா?"

"போ. போய் அவன் மார்பில் சூடு போடு! வெளிறிய

எலும்புகளைப் பற்றி அவனுக்குக் கற்றுக் கொடு."

"அக்ரிப்பீனா! இதென்ன அசட்டுத்தனம்?"

அவள் பரிதாபம் மிகுந்த சிறுமிபோலப் பேசினாள்:

"எனக்கு இரண்டு மாதம் முடிந்துவிட்டது. நீங்கள் எதைத்தான் கவனிக்கிறீர்கள்? உங்களுக்கு வேறு நினைவேயில்லை. எல்லாம் அனீஸ்யா. அனீஸ்யாதான்!"

கொரா, அக்ரிப்பீனாவின் காலுக்கடியில் தரையிலேயே உட்கார்ந்துவிட்டார். அவர் வாய் அசட்டுத்தனமாய் பிளந்து தொங்கியது.

"அக்ரிப்பீனா! உண்மையாகத்தானா? அக்ரிப்பீனா! என்ன ஆனந்தமாயிருக்கிறது, தெரியுமா? நீ உண்மையிலேயே குழந்தை உண்டாகியிருக்கிறாயா? என் அருமைக் கண்ணே! என் அருமை அக்ரிப்பீனா."

அவர் அந்தமாதிரிப் பேசியதைக் கேட்டவுடன், அவள் தணிந்த பெண்மைக் குரலில் பேசினாள்:

"போதும், போதும். தூரப் போ!"

பின்னர் அவள் சுவர்பக்கமாகச் சாய்ந்து, அவரது தோள் மீது இரண்டு கைகளையும் போட்டு அவரை அணைத்து அவர்மீது சாய்ந்துகொண்டாள். அப்போதும் அவள் விம்மிவிம்மிப் பொருமத்தான் செய்தாள். ஆனால், ஒவ்வொரு விம்மலும் ஒன்றைவிட ஒன்று சிறுத்ததாகவும் வலுவிழந்ததாகவும் ஒலித்தன.

அட்டமான் கிரஸ்னோவ் மூன்றாவது முறையாகவும் த்ஸாரீத்ஸினைத் தாக்கத் தொடங்கிய பின்னால், தென்திசைப் போர்முனையின் எல்லை முழுவதிலுமே புதியதொரு அபரிமிதமான உத்வேகம் தலையெடுத்தது; அந்தப் போர்முனையில் எட்டாவது, ஒன்பதாவது, பதின்மூன்றாவது ராணுவங்கள் குவிந்து தோன் பிரதேசத்துக்கும், தோன் நிலக்கரி பிரதேசத்துக்கும் செல்லும் வழியையெல்லாம் மறித்து நின்றன. குரோத

உணர்ச்சியோடு இருந்த கசாக்கு மக்கள் எல்லாம் தமது குரோதத்தையும் பகைமையையும் துறந்துவிடத் தயாராகி விட்டதுபோல் தோன்றியது. அவர்களெல்லாம் தமது குதிரைச் சேணங்களை வீட்டுக் கூரைகளிலே கட்டித் தொங்கவிடவும் (வேண்டுமானால் அவற்றில் புறாக்கள் குடியிருந்துவிட்டுப் போகட்டுமே!) தமது துப்பாக்கிகளை எண்ணெய் தடவிய துணிகளில் சுற்றித் தரையிலே ஆழப் புதைத்துவிடவும் தயாராக இருப்பதாகவே தோன்றியது. போல்ஷிவிக்குகளின் ஆட்சியின்கீழ் வாழ முடியாது என்று எந்தப் பாவிப் பயல் சொன்னான்? பூமி என்ன ஓடியா போய்விட்டது? வசந்த காலத்தின் சூரிய ஒளியிலே அதோ அந்தத் தரிசான மண்மேடுகள் நீராவியை வெளிவிடுத்துக் கொண்டுதானே இருக்கிறது! அத்துடன் அவர்களது கைகளும் இருந்தன. அத்துடன் எருதுகளும் குதிரைகளும் நுகக்காலையே தமது கழுத்தில் பூட்ட வேண்டும் என்று கோருவதுபோலவும் அவர்களுக்குத் தோன்றின.

சேர்புஹவிலிருந்த செஞ்சேனையின் பிரதம தளபதியோ தாக்குதலை எவ்வளவு சீக்கிரமாகத் தொடங்கமுடியுமோ, அவ்வளவு சீக்கிரமாகத் தொடங்க வேண்டும் என்று துடித்துக் கொண்டிருந்தார். அதற்கென முதலில் வகுத்த தவறான திட்டம் ஓரளவுக்குத் திருத்தப்பெற்றது. நடவடிக்கைகளை மேற்கொள்ளும் காலத்திலேயே ராணுவத்தையும் புனரமைத்து ஒன்றுதிரட்டினார்கள். உருகும் பனிபடிந்து சேறும் நீருமாகவுள்ள ரோடுகளின்மூலம் தென்கிழக்குத் திசை நோக்கி தோன் பிரதேசத்துக்குப் போவதற்குப் பதிலாக, செஞ்சேனை ராணுவங்கள் தென்மேற்குத் திசையில் திரும்பி, தோனேத்ஸ் பிரதேசத்தை நோக்கிச் செல்ல முனைந்தன. ஆனால், இந்த நடவடிக்கை கால தாமதமான நடவடிக்கையாகி விட்டது. புரட்சியின் ராஜபாட்டையாக விளங்கும் தொழிலாளிவர்க்கம் மிகுந்த தோன் நிலக்கரி பிரதேசத்துக்குப் போகும் வழி உறுதியாக அடைபட்டுப் போயிற்று. அவர்கள் சமயத்தை எதிர்நோக்கி இரண்டுமாத காலத்தைக் கடத்திவிட்ட அதேசமயத்தில், மாய் - மாயேவ்ஸ்கியின் படைவரிசைகள் தோன் நிலக்கரி பிரதேசத்துக்குள் புகுந்து, அங்கு பல்வேறு சேவாசேனைப்

படைப் பகுதிகளின் துணையையும் பெற்றுக்கொண்டு விட்டன. பதினொன்றாம் செஞ்சேனை ராணுவத்தார் வடக்குக் காக்கஸஸ் பிரதேசத்திலிருந்து ஆஸ்திரகன் பாலைவெளிகளில் விரட்டியடித்த சேவாசேனைப் படைப் பிரிவினர்தான் அவர்கள். இவ்வாறாக, மாய் - மாயேவ்ஸ்கி, பாக்ரோவ்ஸ்கி, ஷ்குரோ முதலியோரின் தலைமையில், தோனேத்ஸ் நதியின் வலது கரையருகே ஐம்பதினாயிரம் பேரைக் கொண்ட வெள்ளை ராணுவத் துருப்புகள் திரண்டுவிட்டன.

வசந்த பருவம் திடீரென்று வந்தது. சூரியக் கதிர்களால் பனிக்கட்டி சட்டென்று உருகி வழிந்தது; ஸ்டெப்பி வெளியிலேயுள்ள கடவு வழிகளில் நிரம்பியிருந்த பனிப்படிவங்கள் உருகி, நீலநிறங்கொண்ட நீராக மாறி ஓடத் தொடங்கின. தோனேத்ஸ் நதி இருகரையும் புரண்டு வெள்ளமாகப் பொங்கியெழுந்தது; எங்குப் பார்த்தாலும் வெள்ளக்காடாகத் தோன்றும் புல்வெளிகளே காட்சியளித்தன. ரயில் பாதைகள் அந்த வட்டாரத்தில் தெற்கும் வடக்குமாகச் சென்றதால், செஞ்சேனை ராணுவங்களை ஒன்றுகூட்டும் காரியத்தை, வெள்ளக்காடாகக் கிடக்கும் கிராமப்புறத்தின் வெட்ட வெளிகளின் வழியாகவும், புழுதியும் சேறும்மிகுந்த மண்ரோடுகளின் வழியாகவும்தான் மேற்கொள்ள வேண்டியிருந்தது. ராணுவத்தின் சாமான் வண்டிகளோ, சேற்றில் சிக்கிப் புதைந்து ஸ்தம்பித்தன; அதனால் தமது படைகளுக்கு மிகவும் பின்தங்கி நின்றுவிட்டன. இவையனைத்தும் எல்லா ராணுவத்தையும் ஒன்று திரட்டும் பணியைத் தாமதமாக்கியது. வெள்ளக்காடாகப் பரந்து கிடக்கும் தோனேத்ஸ் நதியின் பாலங்கள் அனைத்தும் வெள்ளை ராணுவத்தாரின் ஆதிக்கத்தில் இருந்தன. எனவே, தாக்குதல் என்பது இழுத்தடிக்கும் நெடும் போர்களாகவே இருந்தன. இந்தச் சமயத்தில் வெகுகாலமாகச் செஞ்சேனையினர் பக்கம் வராமலிருந்த பின்னணியிலுள்ள கிராமமான வேஷென் ஸ்காயாவில், தெனீகினின் ஏஜெண்டுகள் ஒரு திட்டவட்டமான, ரத்த பயங்கரமான கசாக்குக் கலகத்தைக் கிளப்பி

விட்டுவிட்டார்கள். அந்தக் கலகக்காரர்களுக்கு உதவி செய்வதற்காக, பிரசாரகர்களும், பணமும், ஆயுதங்களும் வெள்ளை ராணுவத்தின் ஆகாய விமானங்களின்மூலம் கொண்டு போகப்பட்டன.

தென்திசைப் போர்முனையின் இடதுபுறத்தில் இருந்த பத்தாவது ராணுவம் மட்டும், வேறு யாருடைய உதவியையும் பெறாமல், பிரதம தளபதியின் உத்தரவுகளின்படி, ரயில் பாதைகளை ஒட்டியவாறே, தென்திசையை நோக்கி இடையறாது முன்னேறி, கிரஸ்னோவ் துருப்புகளின் எச்சமச்சங்களை ஒழித்துக் கட்டிக்கொண்டும், விரட்டியடித்துக்கொண்டும் சென்றது.

பத்தாவது ராணுவம் தனது அழிவை நோக்கித்தான் முன்னேறிக் கொண்டிருந்தது.

மத்தியான வேளையில் ஸ்டெப்பிவெளியைக் காணக் கண்கள் கூசின; சிற்றோடைகளிலும் நீர்த்தேக்கங்களிலும், குட்டைகளிலும் சூரிய ஒளி பிரதிபலித்தது; அந்த நீர்ப் பரப்புக்களிலிருந்து இனிமையான மணம் கலந்த காற்று வீசிற்று. தெளிவான நீலவெளிப் பரப்பாகத் தோற்றிய வானமண்டலத்தில் பறவைக் கூட்டங்கள் சிறகடித்துப் பறந்துசென்றன; செங்கால் நாரைகள் கூம்பிய வடிவத்தில் அணிவகுத்து, இடையிடையே ஒலியெழுப்பிக் கொண்டு பறந்துசென்றன. ரயில் வண்டிப் படிக்கட்டின்மீது நிற்கும் ஆண் பெண்கள் தமது தலைகளை மேல்நோக்கித் திருப்பி, பறவைகள் கண் மறைந்துசெல்லும் வரையிலும் அவற்றைப் பார்த்தார்கள். சுதந்திரமான பிறவிகளே! நீங்கள் எங்கே செல்கிறீர்கள்? உக்ரேய்னுக்கா? பொலேஸ்யேக்கா? வலீனுக்கா அல்லது இன்னும் தொலைவுக்கா? ரைன் நதியைக் கடந்து ஜெர்மனியிலுள்ள பழைய கூடுகளைத் தேடிச் செல்கிறீர்களா? நாரைப் பட்சிகளே! எங்களது நல்லெண்ணத்தை எல்லா நல்ல மனிதர்களிடம் எடுத்துக் கூறுங்கள்; நீங்கள் உங்களது சிவப்பான ஒற்றைக் காலைக் கூரைமீது ஊன்றி நிற்கும்போது பேசுங்கள். நீங்கள் சோவியத் ருஷ்யாவின்மீது பறந்து வந்ததையும், அங்கு பனி உருகி வழிவதையும், ஆறுகள் கரையுடைத்துப்

பெருகியோடுவதையும் எடுத்துச் சொல்லுங்கள். இத்தகையதொரு செழிப்பான, தீவிரமான சூறாவளி வேகம்கொண்ட வசந்த பருவத்தை இதற்குமுன் என்றுமே கண்டதில்லை என்று சொல்லுங்கள்.

தாஷா, அக்ரிப்பீனா, அனீஸ்யா மூவரும் தங்களது ரயில் வண்டிக்குப் பின்னாலிருந்த திறந்த மேடையின் மீது அமர்ந்து சூரியஒலியையும் காற்றையும் அனுபவித்துக் கொண்டிருந்தார்கள். துருப்புகளை ஏற்றிச் செல்லும் அந்த ரயில் தென்திசையை நோக்கி, வசந்தத்தை எதிர்கொண்டு சந்திப்பதற்காக வேகமாகச் சென்றது. ஆண்களெல்லாம் சட்டையைத் தவிர, மேலே எதுவும் அணியாமல் சென்றார்கள்; அந்தச் சட்டைகளின் கழுத்துப் பொத்தான்களையும்கூட அவர்கள் கழற்றி விட்டிருந்தார்கள். அவர்களுக்கு முன்னாலிருந்த அடிவானத்திலிருந்து இடையிடையே வேட்டுச் சப்தங்களும் குண்டுமுழக்கங்களும் கேட்டுக் கொண்டிருந்தன. முன்னேறி வந்துகொண்டிருந்த பத்தாவது ராணுவத்தினர் கிராமங்களில் கலகங்களைக் கிளப்பிவிட்ட கசாக்குகளின் கடைசிக் கோஷ்டிகளை விரட்டியடிக்கும் முழக்கமே அது. விலிக்ககினி யாஷெஸ்காயா கிராமம் அதிகமான சிரமமின்றி கைப்பற்றப்பட்டு விட்டது. அவர்கள் அதனைக் கடந்து வந்தபோது, கச்சாலின் படையினர் ரயிலை மானிச் நதிக்கரையில் விட்டுவிட்டு, கீழே இறங்கிப் போர் முனையில் தத்தம் இடங்களுக்குச் சென்றுவிட்டார்கள்.

சால்ஸ்க் ஸ்டெப்பி வெளியில் வசந்த பருவத்தின்போது மானிச் நதியின் கொழுகொழுத்த தண்ணீர் அந்தப் பரப்பிலுள்ள நாணற்புல்லைத்தான் மறைத்துக் கொண்டிருக்கும்; இப்போதோ அந்த ஸ்டெப்பி வெளி உறைந்து போய்விட்ட பச்சைப் பசிய நிறமான மகா சமுத்திரம்போல் பரந்து விரிந்து தோன்றியது. அந்த வெட்டவெளியில்தான் பண்டைக் காலத்தில் மானிச் நதியின் அக்கரைக்கும் இக்கரைக்கும் அம்புகள் பறந்தன. ஆசிய நாட்டு நாடோடி ஜாதியினர் ஸ்கீதியர்கள், அலானியர்கள், கோத்தியர்கள் முதலியோரை எதிர்த்துப்

அலெக்சேய் தல்ஸ்தோய் ▲ 605

போர் தொடுத்தார்கள். அங்கிருந்துதான் ஹூணர்கள் புறப்பட்டுச் சென்று வடக்குக் காக்கஸஸ் வரையிலுமுள்ள நிலத்தை எல்லாம் பொட்டல் காடாக்கினார்கள். அங்குதான் கல்மீக்குகள் தமது கம்பளிக் கூடாரங்களுக்கு முன்னால் அமர்ந்து மானஸரைப் பற்றிய வீரம் செறிந்த பண்டைய கதைகளைக் கேட்டார்கள். அந்த ஸ்டெப்பி வெளி வசந்த பருவத்தில்தான் கோலாகலமாகச் செழித்திருக்கும்; தாகம்தணிந்த நீருண்ட நிலப்பரப்பில் புல்லும் பூவும் மளமளவென்று மண்டி வளரும், மலரும். ஈரம்படிந்த அந்திநேரச் சூரியனின் மஞ்சள் ஒளி கருங்கடலுக்கு மேலுள்ள வானமண்டலத்தில் கலந்து புரையோடித் தோன்றும்; அடிவான வளையம் வரையிலும் பெரியபெரிய நட்சத்திரங்கள் வானில் சுடர் விட்டுப் பிரகாசிக்கும். தகதகவென்று எரியும் சூரிய கோளம் காஸ்பியன் கடலுக்கப்பால் இருந்து உருண்டு மேலேறும். அந்தப் பரந்தவெளிப் பொட்டலிலே தென்பட்ட, வசிப்பதற்கு லாயக்கான ஒரே ஒரு இடத்தில்தான் கச்சாலின் படையின் தலைமைக் காரியாலயம் அமைந்திருந்தது. அது ஒரு கூரைவேய்ந்த மண்குடிசை. அந்தக் குடிசை காலியாகக் கிடந்த ஒரு குதிரைக் கொட்டிலுக்குப் பின்னே இருந்தது. அந்தச் சுற்று வட்டாரத்தில் எதிரிகளின் நடமாட்டம் பற்றிய அறிகுறிகள் இல்லை; எனவே ராணுவப் பாராக்கார வீரர்கள் மேலும்மேலும் தூரத்துக்குச் சென்றார்கள். சிலர் தென்திசையிலிருந்த திகரேத்ஸ்காயாவுக்கும், சிலர் மேற்கிலிருந்த ரஸ்தோவுக்கும் சென்றார்கள். அங்கு அவர்களுக்கு மிகவும் சிரமமான ஒரு பெரும் போர் வரக் காத்திருக்கிறது என்பதையும், மானிச் நதியிலே எறிகுண்டுகளை விட்டெறிந்து மீன்களைப் பிடிக்கவோ, அந்திநேரத்தில் குள்ள வாத்துகளைச் சுட்டுத் தள்ளி, விலையுயர்ந்த தோட்டாக்களை வீணாக்கவோ அங்கு வரவில்லை என்பதையும், அந்தப் படை வீரர்களின் மண்டையில் ஏறச் செய்வது பெரும்பாடாக இருந்தது. அந்த ராணுவம் எதிரிகளின் பின்னணிக்குத் தொலைவில் தான் இருந்தது. இதுவரையிலே எதிரிகளோடு போரிடும்

அனுபவம் கிட்டாவிட்டாலும், அவர்கள் எல்லாம் நன்றாக அனுபவப்பட்டவர்கள்; அலட்சியமாக ஒதுக்கித் தள்ளிவிடக் கூடியவர்களல்ல. எனவே, போரும் கடுமையாகத்தான் இருக்கும்.

படைவரிசைகளின் தலைமைக் காரியாலயத்திலிருந்து ஒருநாள் கொரா திரும்பி வந்தார்; வந்ததும் அவர் தெலேகினுக்கு ஆளனுப்பி அவனை வரவழைத்தார். பின்னர் இருவரும் வாய் பேசாமல் ஆற்றங்கரை வழியே நடந்துசென்று, தண்ணீருக்கு வெகுசமீபமாகக் கீழே அமர்ந்தார்கள்; சிகரெட்டுகளைப் பற்றவைத்துக் கொண்டார்கள். செக்கச்சிவந்த சூரிய வட்டம் அடிவானத்தில் இறங்கி மறைந்துகொண்டிருந்தது; தரையிலிருந்து எழுந்த நீராவிப் படலம் அந்தச் சூரியனைச் சல்லாத் திரையிட்டதுபோல் மறைத்திருந்தது. மானிச் நதியின் கரை எல்லாம் தவளைகள் கத்தின. உரக்கக் கத்துவது, பொடுபொடுப்பது, அழுவது; முணமுணப்பது போன்ற பல்வேறு சுருதி பேதங்களோடு அவை கத்திக் கொண்டிருந்தன.

“பிசாசுகள்! எல்லாம் காமவெறி கொண்டு கத்துகின்றன” என்றார் கொரா.

“நல்லது. நீ என்ன கண்டறிந்து வந்தாய்?”

புதிதாக ஒன்றுமில்லை. பொதுவான பரபரப்புதான். எல்லோருக்கும் நிலைமை புரிகிறது. எதுவும் செய்வதற்கில்லை என்பதையும் உணர்கிறார்கள் பிரதம தளபதியின் உத்தரவோ, திகரேத்ஸ்காயாவைத் தாக்க வேண்டுமென்று திட்டவட்டமாகக் கூறுகிறது. சரி. நீ என்ன நினைக்கிறாய்?”

“கொரா! விவாதம் செய்யவேண்டியது என் வேலையல்ல. கட்டளைகளுக்குப் பணிந்து காரியங்களை நிறைவேற்றுவதுதான் நான் செய்யக்கூடியது.”

“நீ இதைப்பற்றி என்ன நினைக்கிறாய் என்றுதான் நான் கேட்டேன்.”

"நானா? நான் நினைப்பதைச் சொன்னால் என்னை ஒன்றும் சுட்டுத்தள்ள மாட்டாயே?"

"நீ ஒரு வேடிக்கையான பேர்வழிதான். எல்லோரும் அப்படித்தான் என்னிடம் சொல்கிறார்கள். நீங்கள் எல்லோருமே கோழைக்கூட்டம் என்கிறார்கள்."

கொரா, தமது தொப்பியைத் தலையில் பின்னால் தள்ளிவைத்துவிட்டு, தலையைச் சொறிந்தார்; பின்னர் இடுப்பிலும் ஊறல் எடுத்தது; அங்கும் சொறிந்தார். காலடியில் இருந்து ஒரு களிமண் கட்டி பெயர்ந்து உருண்டோடி ஆற்றுத் தண்ணீரில் போய்த் தொப்பென்று விழுந்தது. தவளைகளோ முழுமூச்சான காதல்வெறி வேகத்தோடு கத்தின; அதைப் பார்த்தால், அவை தமது வழுப்வழுப்பான தவளைக் குஞ்சுகளைப் பொரித்துத் தள்ளி உலகமனைத்தையுமே தவளைகள் மயமாக்கிவிடத் துடிப்பதுபோல் தோன்றியது.

"அப்படியென்றால், பிரதம தளபதியின் உத்தரவுகள்தான் சரியானது என்பதுதானே உங்கள் அபிப்பிராயம்."

"இல்லை. நான் அவ்வாறு கருதவில்லை" என்று தெலேகின் அமைதியோடும் உறுதியோடும் பதிலளித்தான்.

"ஆஹா! அவ்வாறு கருதவில்லையா? அதுவும் நல்லதுதான். ஏன் கருதவில்லை?"

"இப்போதுள்ள நிலைமையில் நாம் கிட்டத்தட்ட நமது இருப்புப் படைகளிலிருந்தும், தளவாட வினியோக தளத்திலிருந்தும் துண்டுபட்டுப் பிரிந்து கிடக்கிறோம். த்ஸாரீத்ஸினுக்கும் நமக்கும் இடையிலுள்ள நூலிழையில் தொக்கி நிற்கும் தொடர்பினை எதிரிகள் எந்த இடத்திலும் அறுத்தெறிந்து விடலாம். அப்புறம், நாம் அடியோடு தொலைந்த மாதிரிதான். எனவே, பொதுவாகப் பார்த்தால் எல்லாமே உறுதியற்று இருக்கின்றன."

"சொல்லு. நான் கேட்டுக் கொண்டுதான் இருக்கிறேன்."

"நாம் தெற்கில் இன்னும் முன்னேறிச் சென்று, திகரேத்

ஸ்காயாவைத் தாக்க முனைந்தால், சுருக்குக்கயிற்றுக்குள் நாமாகப் போய், தலையைக் கொடுக்கிறோம் என்றுதான் அர்த்தம். அதனால் ஒரு பயனும் விளையப் போவதில்லை. வெள்ளை ராணுவத் துருப்புகளை தோன் நிலக்கரி பிரதேசத்திலிருந்து எந்தவிதத்திலும் வெளியே இழுத்து, திறமையைக் காட்டுவதற்கென்று நமது ராணுவம் அனுப்பப்பட்டாலாவது என்னால் அதைப் புரிந்துகொள்ள முடியும்."

"ம்"

ஆனால் திறமையைக் காட்டுவதற்காக ஒரு ராணுவத்தையே பலி கொடுப்பது அளவுக்கு மீறிய சோதனையாகத்தான் முடியும்."

"எனவே - உன் முடிவுதான் என்ன?"

தெலேகின் தனது கன்னங்களை உப்பவைத்தவாறு "சிகரெட்டுத் துண்டைத் தண்ணீரில் விட்டெறிந்தான்.

"நான் எந்த முடிவுக்கும் வரவில்லை, கொரா."

"நீ ஒரு முடிவுக்கு வந்துவிட்டாய் என்பது உனக்கே தெரியும். போகட்டும். நீ சொல்லவேண்டாம்! நீ வாய் திறந்து சொல்லாவிட்டாலும், அது என்னவென்று எனக்குத் தெள்ளத்தெளிவாகவே தெரிகிறது. தெலேகின்! ஒருமுறை நீ உனது கமிஸார் கீம்ஸாவைப்பற்றி என்னிடம் குறிப்பிட்டாய். நினைவிருக்கிறதா? துரோகி சரோகினைப் பற்றிய ரகசியச் செய்தியை உனக்குக் கொடுத்து அவர் உன்னைப் பிரதம தளபதியிடம் அனுப்பினாரென்று சொல்லியிருக்கிறாய். இப்போது." (கொரா பின்னால் திரும்பிப் பார்த்துவிட்டு, குரலைத் தாழ்த்தினார்.) "இப்போது நானே போகலாமென்று நினைக்கிறேன். சேர்புஹறவிலுள்ள பிரதம தளபதியிடமில்லை; நேராக மாஸ்கோவுக்கு. அங்கே சுப்ரீம் தலைமையிலோ அல்லது சுப்ரீம் ராணுவக் கவுன்சிலிலோ அல்லது வேறு எங்கேயோ எவனோ ஒரு நாய்க்குப் பிறந்த துரோகிப் பயல் இருக்க வேண்டும். இருக்கத்தான் வேண்டும் - இது யுத்தம்!

நாம் அளவுக்கு மீறி நம்பிக்கை வைத்து விடுகிறோம். நமது எண்ணங்கள் மகத்தானதாகவும், இதயங்கள் விரிவானதாகவும் இருப்பதால், பூர்ஷ்வாக்களைத் தவிர உலகிலுள்ள எல்லோருமே நல்ல மனிதர்கள் என்று நினைத்துவிடுகிறோம்; எனவே நம்பிக்கைக்குப் பாத்திரமான நமது வாட்களை மட்டும் சுழற்றினால் போதும் என்றும் எண்ணுகிறோம். பெத்ரொகிராதில் நான் தோழர் லெனினை நன்றாகப் பார்த்திருக்கிறேன். அவருடைய கண் ருஷ்யக் கண். கவனம் மிகுந்த நெரிந்து சுருங்கிய கண்கள். அவர் ஒரு சிந்தனையாளர்; பேரார்வமிக்கவர். அவர் கோட்டுக்கடியில் கைகளைப் பின்னால் கோத்தவாறு மேலும்கீழும் நடப்பார்; பின்னர் திடீரென்று நெற்றி மேலேறிச் சுருங்கும்; கண்கள் ஒருவனைப் பார்க்கும். அந்தப் பார்வையிலேயே அவனை ஒரே கணத்தில் புரிந்து கொண்டு விடுவார். அப்படிப்பட்ட பார்வை நமக்கு வேண்டும். நான் உனது ஒவ்வோர் அசைவையும் கவனிக்கிறேன்; ஒவ்வொரு வார்த்தையையும் நெஞ்சில் வாங்கிக் கொள்கிறேன். ஆனால், நீ என்னைக் கவனிப்பதில்லை. என்னைக் கண்ணை மூடிக் கொண்டு நம்பிவிடுகிறாய். நான் உனக்குத் துரோகத்தனமான உத்தரவுகளையே தருகிறேன் என்று வைத்துக் கொள். நீ கொஞ்சம்கூட முணுமுணுக்காமல், தயங்காமல் அதை நிறைவேற்றுவாயா?"

"இல்லை. நிறைவேற்ற மாட்டேன்."

"இப்போதுதான் சொன்னாய், நிறைவேற்றுவேன் என்று. விவாதிப்பது உன் வேலையல்ல. பிறகு, நீ என்ன செய்வாய்?"

"நான் உனக்கு விஷயத்தை விளக்க முனைவேன்."

"விளக்குவதா? படிப்பாளி என்பது இருக்கிறதே! நீ என்னைச் சுட்டுத்தள்ள வேண்டும்! அடக் கடவுளே!"

கொரா, தமது முழங்கைகளைக் கால்களின்மீது ஊன்றி, இரண்டு பெரிய கைகளையும் தொப்பிமீது வைத்தார். என்றாலும், மிகவும் முக்கியமான ஒரு விஷயத்தை

அவர் தெலேகினிடம் சொல்லவில்லை. முந்தையநாள் மாலையில் படைவரிசையின் தலைமைக் காரியாலயத்தில் ஒரு கட்சிக் கூட்டம் நடந்தது; அந்தக் கூட்டத்தில், சுப்ரீம் ராணுவக் கவுன்சில் தலைவரிடமிருந்து அப்போதுதான் வந்துசேர்ந்த ஒரு தந்தி வாசிக்கப்பட்டது; பத்தாவது ராணுவத்தின் தளபதி பதைபதைப்போடு கேட்டிருந்த ஒரு கேள்விக்கு வந்திருந்த பதில் அது. அந்தத் தந்தி அகந்தையும் பயமுறுத்தலும் நிறைந்த தொனியில், ஏற்கெனவே இடப்பட்ட உத்தரவுகளைத் திட்டவட்டமாக ஊர்ஜிதப்படுத்தும் முறையில் இருந்தது.

கடைசியாக வந்த செய்தியை உங்களுக்கு நான் சொல்கிறேன். தோன் நிலக்கரி பிரதேசத்திலிருந்து மாற்றப்பட்ட ஜெனரல் பாக்ரோவ்ஸ்கியின் நான்கு படைவரிசைகள் நமது போர்முனையின் வலது பாரிசத்தில் குவிந்துகொண்டிருக்கின்றன; ஜெனரல் குத்தேபவின் துருப்புகளோ நேர்முகமாகத் தாக்குவதற்கு முன்னேறி வருகின்றன. அவன் நம்மை ஏற்கெனவே திகரேத்ஸ்காயாவிலிருந்து துண்டுபடுத்திவிட்டான். நமது பிரதம தளபதியின் திட்டமே அவனுக்குப் புரிந்து போய்விட்டது. ஜெனரல் உலகாயின் குதிரைப் படையோ இடதுபாரிசத்தில் ஒன்று கூடுகின்றது. நமக்குப் பின்புறத்திலோ இருநூறு மைல் தூரத்துக்கு வெறும் வெட்டவெளிதான் மிஞ்சி நிற்கிறது.”

“அப்படியென்றால், இதுதான் எல்லாவற்றையும் தீர்மானிக்கும்” என்றான் தெலேகின்: “எனது அபிப்பிராயத்தைக் கேட்டால், நம்மிடையேயுள்ள நோயாளிகளையும், காயப்பட்டவர்களையும் வெளியேற்றி விட வேண்டும். இந்தச் சமயத்திலே தேவையற்ற அனைத்தையுமே நாம் பின்னணிக்கு அனுப்பிவிட வேண்டும். அதன்மூலம் நாம் சிக்கலிலே மாட்டாமல் இருக்கலாம். எப்படியும், மானிச் எல்லையை தாக்குப் பிடித்து நம் வசம் வைத்திருக்க இயலாது.”

கொரா, பதில் பேசவில்லை; சிறிதுநேரம் கழித்து, ஆற்றுக்குள் கோபாவேசமாகக் காறித் துப்பிவிட்டு

சொன்னார்:

"இந்த மாதிரியான பேச்சுக்கு என்னையும் உன்னையும் ராணுவ விசாரணைக்குத்தான் கொண்டுசெல்ல வேண்டும். மானிச் எல்லைக்காக நீ சாகத்தான் வேண்டும் என்று உத்தரவிடப்பட்டால், பின்னர் சாக வேண்டியதுதான்."

"என்றுமே நான் அவ்வாறு செய்ய மறுத்ததில்லை; இப்போதும் மறுக்கவில்லை."

மே மாதம் இரண்டாம் தேதியன்று குத்தேபவ் படையின் குதிரைப் படைப் பாராக்காரரர்கள் ஆற்றுக்கு அக்கரையில் தலைகாட்டத் தொடங்கினார்கள். முதலில் முன்னணி வீரர்களின் சிறுசிறு கும்பல்கள்தான் தென்பட்டன. அவர்கள் ஸ்டெப்பி வெளி முழுவதும் பரந்து திரிந்தார்கள்; இடையிடையே ஆங்காங்கு நின்றார்கள்; சிலசமயங்களில் பின்னாலிருந்து பாய்ந்துவரும் துப்பாக்கிக் குண்டுகளிலிருந்து தப்பி, பளபளக்கும் தண்ணீர்க் குட்டைகளின்மீது தலைதெறிக்கப் பாய்ந்தோடினார்கள். தொடர்ந்து மேலும் பலர் வந்தார்கள்; மேலும்மேலும் நெஞ்சழுத்தம் மிகுந்த தைரியத்தோடு போர்முனையில் வந்து குவிந்தார்கள்; பின்னர் குதிரைகளை விட்டிறங்கி, குதிரைகளையும் படுக்கவைத்தார்கள்; செஞ்சேனையினரின் முன்னணிக் காவல் நிலையங்களை நோக்கிச் சுடத் தொடங்கினார்கள்.

மே மாதம் மூன்றாம் தேதியன்று, குத்தேபவின் துருப்புகள் பீரங்கிப் படையின் இடிமுழக்கத்தோடு வந்து சேர்ந்தன. ரயில்வே பாதையைச் சுற்றிலும் அவர்கள் ஒருமுகமாகச் சூழ்ந்துகொண்டு, மானிச் நதியின் கரை மீது அலைமேல் அலையாக இடையறாது தாக்குதலைத் தொடங்கினார்கள். ருஷ்ய மாதிரியிலோ அல்லது ஜெர்மானிய மாதிரியாகவோ இல்லாமல் ஏதோ ஒரு விதத்தில் வேறுபட்ட உளவறியும் விமானங்கள் தலைக்கு மேலே பறந்துசென்றன. ஏராளமான படகுகளைச் சுமந்து வந்த லாரிகள் தண்ணீரையும் சேற்றையும் வாரியிறைத்தவாறு பாய்ந்து வந்தன. அன்றைய தினமே குத்தேபவின் அதிர்ச்சிப்

படைகள் ஆற்றைக் கடந்து, மரோசவின் படைவரிசைகள் இருந்த இடத்தில் கரை யேறினார்கள். ஆனால் அங்கு நடந்த துவந்த யுத்தத்தில், துப்பாக்கிச் சனியன்களுக்கு இரையாகி மடிந்தார்கள்.

மாலை மங்கத் தொடங்கியதும், போர்முனையில் இருந்து வாபஸ் வாங்கி, பதுங்குக்குழிகளில் இறங்கிக்கொண்டார்கள். கணப்புத் தீ எங்கும் மூட்டப்படவில்லை. இருதரப்பிலும் குண்டு முழக்கம் ஓய்ந்துவிட்டது; ஸ்டெப்பி வெளியின்மீது இரவு சூழத் தொடங்கியது; ஈரவாடை கலந்த காட்டுப் பூக்களின் மணமும் அமைதியும் எங்கும் நிலவின. அடங்காப் பிறவிகளான அந்தத் தவளைகள் மட்டும் எதுவுமே நடக்காததுபோல் கோஷ்டியாகச் சங்கீத சாதகம் செய்யத் தொடங்கிவிட்டன. தரையோடு காதைவைத்துப் படுத்திருந்தவர்களுக்கு மட்டும் அந்த அந்தகாரத்தினூடே மெல்லிய எனினும் உறுதியான புல்லிதழ்கள் சலசலக்கும் ஒலியைக்கூடக் கேட்பதாக நினைத்தார்கள்.

தலைமைக் காரியாலயத்தாருக்காக வெட்டப்படிருந்த பதுங்குக்குழிக்குள் தெலேகின் அன்றிரவு முழுவதும் ஒரு யுத்த ஆலோசனைக் கூட்டத்தை நடத்தினான். படைவரிசைகளின் தலைமைக் காரியாலயத்தில் இருந்து தாக்குதலுக்காக உத்தரவை அவர்கள் பொறுமையற்று எதிர்நோக்கியிருந்தார்கள். ஏனெனில், அத்தகைய பலம்வாய்ந்த எதிரிகள் தமது படைகளை எந்தவிதமான இடையூறுமில்லாமல், பரவலாக அனுப்புவதற்கும், நாற்பது மைல் நீளத்துக்குப் பரந்து கிடந்ததோடு மட்டுமல்லாமல், இரண்டு பாரிசத்திலும், பின்னணியிலும் போதிய பாதுகாப்பும் இல்லாமலிருக்கும் பத்தாவது ராணுவத்தின் இற்றுப்போய் மெலிந்திருந்த போர்முனை எல்லையில் எதிரிகள் ஏதாவது ஓர் இடத்தைத் தேர்ந்தெடுப்பதற்குச் சிறிதுகூட அவகாசம் கொடுக்கக் கூடாது என்பது அவர்கள் எண்ணம். தளபதிகள் எல்லோரும் தத்தம் ஆணையின் கீழுள்ள படைவீரரின் மனோநிலையைப் பற்றித் தெரிவித்தார்கள்: செஞ்சேனை வீரர்களோ பரபரப்போடு தூக்கமிழந்து

இருந்தார்கள்; பதுங்குக்குழிகளிலே ஒருவருக்கொருவர் ரகசியமாகப் பேசிக் கொண்டார்கள். 1918ஆம் ஆண்டாக இருந்திருந்தால் படைவீரர்களே ஒன்றுதிரண்டு ஒரு கூட்டத்தைக் கூட்டி, "முன்னேறித் தாக்குங்கள்!" என்ற உத்தரவை உடனடியாகக் கொடுக்க முன்வராத தளபதிகளைத் தும்புதும்பாகப் பிய்த்தெறிந்து விடுவதாகப் பயமுறுத்துவார்கள். கோபாவேசமும் நிர்க்கதியான நிலைமையும் எல்லாவிதத் தடைமுடைகளையும் தவிடு பொடியாக்கி விடக்கூடும் என்று தோன்றக்கூடிய ஒரு நேரமும் வரத்தானே செய்கிறது!

படைப் பகுதித் தளபதி மோஷ்கின் பதுங்குக் குழிக்குள் வந்து சேர்ந்தார்; அப்போதுதான் அவர் ஆற்றில் கழுத்தளவு தண்ணீரில் இறங்கி அக்கரையிலிருந்து இக்கரைக்கு வந்திருந்தார்; அக்கரையில் அவரது படையினர் சிலர் பதுங்கியிருந்தார்கள். அவர் த்ஸாரீத்ஸின் நகரத்தில் உலோகத் தொழிலாளியாக வேலை பார்த்தவர்; ராணுவ விவகாரங்களைப் பெரிதும் நேசித்தார்; வேட்டையாடப் போகிறவனுக்குள்ள உற்சாகமும் உத்வேகமும் அவருக்குப் போர் விஷயத்தில் உண்டு.

"தோழர்களே! இங்கு என்னவோ நன்கு மணக்கிறதே!" என்று சொல்லியவாறே அவர் தமது முகத்தை நெரித்தார்; அங்கு நிலவிய சிகரெட்டுப் புகை எரிந்து கொண்டிருந்த மெழுகுவர்த்தியையே மூடி மறைத்துவிடும் போலிருந்தது. அவர் முதலில் ஒரு காலிலும் பின்னர் மறுகாலிலும் துள்ளித்துள்ளி நின்றவாறு, தமது காலில் கிடந்த பூட்சுகளைக் கழற்றி அதில் நிரம்பி நின்ற தண்ணீரை வெளியே கொட்டினார்: "எனது ஆட்கள் ஒரு பயிற்சிப் படை வீரனைச் சுட்டுவிட்டார்கள். நான் அவனை இங்கு கொண்டு வரவேண்டுமென்று நினைத்தேன். ஆனால், பாவம், அதற்குள் அவன் இறந்துவிட்டான். ரொம்பவும் சின்னப் பயல்தான். இன்னும் பால் மணம்கூட மாறவில்லை. ஆனால் சரியான மூர்க்கன். நமது ஆட்களைப் பார்த்து, 'பன்றிகளா! மிருகங்களா!' என்றெல்லாம் கத்திக் கொண்டேயிருந்தான். நமது

பிள்ளைகளுக்கு ஒரே வியப்பு. அந்தமாதிரிப் பயலை எங்குமே பார்த்ததில்லை. அவன் அணிந்திருந்த உடுப்பு, பூட்சு, பெல்ட் எல்லாமே உயர்தரமானவை. கசாக்குகளைப் பற்றி ஏதோ பேச்சுகள்! கசாக்கு ஒரு முட்டாள்; குடியானவன், சகோதரன். நீ அவனைத் திட்டினால் அவனும் உன்னைத் திட்டிவிட்டு ஒதுங்கி விடுவான். ஆனால் இவர்களோ ஈவிரக்கமற்றவர்கள். அந்தக் கோஷ்டியில் உள்ளவர்கள் எல்லோருமே அதிகாரிகள்; இதன் தளபதியோ ஒரு கர்னல். எல்லோரும் கைக்கடிகாரம் அணிந்திருக்கிறார்கள். நான் நமது பையன்களிடம் சொல்லிவிட்டேன். 'ஏ, நாடோடிகளா! அந்தக் கடிகாரங்களை மறந்துவிடுங்கள். கடிகாரத்துக்கு ஆசைப்பட்டு வெள்ளை ராணுவத்தின் காவல் நிலையங்களை நோக்கி ஊர்ந்து சென்றீர்களோ உங்கள் பல்லை தட்டிக் கையில் கொடுத்துவிடுவேன்' என்று சொல்லிவிட்டேன்."

மோஷ்கின் சிரித்தார்; அப்போது அவரது அழகிய பல்வரிசை வெளியே தெரிந்தது; அத்துடன் லேசாகத் தழும்புப் புள்ளிகள் விழுந்திருந்த, புத்திக்கூர்மை மிகுந்த எளிய முகத்தில் குதூகலம் பொங்கிவழிந்தது.

"தோழர்களே! இதுதான் நிலைமை. ஸ்டெப்பி வெளியிலே படுபயங்கரமான இரைச்சல். நாங்கள் அதனைப் பொழுது இருட்டிய நேரத்திலிருந்து கேட்டுக் கொண்டிருக்கிறோம். நான் ஸ்தெபான் ஷாவெலேவ் என்ற ஓர் உளவாளியை அனுப்பிவைத்தேன். அவன் ஒரு மனிதனல்ல; அற்புதப் பிறவி. அவன் போய்விட்டு வந்து, எதிரிகள் தமது பீரங்கிப் படைகளைக் கொண்டு வந்துவிட்டார்கள் என்றும், காலாட்படைகளும்கூட வண்டிகளிலேயே வந்து சேர்ந்துவிட்டன என்றும் சொன்னான். எனவே; தோழர்களே! நாம் எல்லாவற்றுக்கும் உடனே தயாராக இருப்பதுதான் நல்லது."

புகையிலைப் புகையினால் கிறுகிறுத்துப்போன தெலேகின், கொஞ்சநேரம் சுத்தமான காற்றைச் சுவாசிப்பதற்காகப் பதுங்குக் குழியைவிட்டு வெளியே வந்தான். ஒளிமங்கிக்

கொண்டிருக்கும் நட்சத்திர கணங்களுக்கு மத்தியில் பளிச்சென்று துலாம்பரமாகத் துலங்கும் இளம்பிறை நிலவு தென்பட்டது. தரைமீது ஊன்றப்பட்டிருந்த ஒரு மரக்கட்டை வேலிமீது மூன்று பெண்கள், அமர்ந்திருப்பது தெரிந்தது. தெலேகின் அங்குச் சென்று அவர்களை நோக்கிச் சொன்னான்: "எல்லோரும் பதுங்குக்குழிகளில்தான் இரவைக் கழிக்க வேண்டும் என்று உத்தரவிடப்பட்டிருப்பது தெரியுமல்லவா? பின்னே இப்படி வந்து உட்கார்ந்தால் அதற்கு என்ன அர்த்தம்?"

"எங்களால் தூங்க முடியவில்லை" என்று உட்கார்ந்திருந்த இடத்திலிருந்து தெலேகினை நோக்கிக் குனிந்தவாறு சொன்னாள் தாஷா.

தாஷா, அனீஸ்யா, அக்ரிப்பீனா மூவருமே மெலிந்த தோற்றமும் பெரிய கண்களும் கொண்டு ஏதோ விசித்திரமாகத் தோன்றுவதாகப் பட்டது தெலேகினுக்கு. அவர்கள் தன்னைப் பார்த்துப் புன்னகை செய்கிறார்களா, அல்லது ஏதோ விசித்திரமான வகையில் வாயைக் கூட்டி வக்கணை காட்டுகிறார்களா என்பதை தெலேகினால் புரிந்துகொள்ள முடியவில்லை.

"நீங்கள் உங்கள் காரியங்களை முடிக்கும்வரையிலும் நாங்கள் இங்கேதான் இருப்போம்" என்றாள் அக்ரிப்பீனா.

"தளபதித் தோழரே! என்னையும் அவர்களோடு இருக்க அனுமதி கொடுங்கள்" என்று முறையிட்டாள் அனீஸ்யா.

வேலியைவிட்டு உடனே கீழே இறங்குங்கள். பெட்டைக் கோழிகள் மாதிரி இதிலே ஏன் ஏறியமர்ந்திருக்கிறீர்கள்? எந்த நேரமும் துப்பாக்கிக் குண்டுகள் பறந்தவண்ணமாய் இருக்கின்றன. உங்கள் காதில் அது விழவில்லையா?"

"தரையிலே ஒரே சாணமும் தெள்ளுப்பூச்சிகளுமாக இருக்கிறது" என்றாள் தாஷா: "மேலும் இங்கே காற்று மிகவும் சுகமாக வீசுகிறது."

"அவை ஒன்றும் தோட்டாகள் அல்ல; அவை

கருவண்டுகள்தான். நீங்கள் ஒன்றும் எங்களை ஏமாற்ற முடியாது" என்றாள் அக்ரிப்பீனா.

தாஷா மீண்டும் கீழே குனிந்தவாறு சொன்னாள்: *"தவளைகளுக்கு வெறிபிடித்துவிட்டது. நாங்கள் அவற்றின் சங்கீதத்தைக் கேட்டுக் கொண்டிருக்கிறோம்."*

தெலேகின் ஆற்றை நோக்கித் தலையைத் திருப்பினான். அவன் அந்தத் தவளைகளின் பெருமூச்சையும் தாள லயம் தவறாது மோகத்தோடும், தாகத்தோடும் முனகுவதையும் அதுவரையில் கவனிக்கவில்லை. திடீரென்று காதலிலே வெற்றி கண்டுவிட்ட ஒரு பெருத்தவாயும், பச்சைநிறமான புடைத்த கண்களும், நான்கு அங்குல நீளமும்கொண்ட ஒரு தவளைப் பாகவதர் தனிக் கச்சேரி நடத்தினார்! அந்தத் தனி ஆவர்த்தனத்தில் தன்னம்பிக்கையோடு ஒலித்து வாழ்க்கையைப் போற்றிப் புகழ்ந்த அந்தச் சாகித்தியத்தை நட்சத்திரங்கள்கூடக் கவனமாகக் கேட்பதுபோல் தோன்றியது.

"சபாஷ்! நன்றாகத்தான் பாடுகிறாய்!" என்று சிரித்துக் கொண்டே சொன்னான் தெலேகின்: *"நல்லது. பின்னே நீங்கள் இங்கேயே இருந்துவிட்டுப் போங்கள். ஆனால் ஏதாவது நடக்கத் தொடங்கிவிட்டால், உடனே ஒளிந்துகொண்டு விடுங்கள்."* அவன் தன் கரங்கள் இரண்டையும் தாஷாவின் தோள்மீது சுற்றிப் போட்டவாறு, தன்பால் மெல்ல இழுத்து, அவளது காதில் ரகசியமாகச் சொன்னான்:

"எல்லாமே அற்புதமாக இருக்கிறது. இல்லையா? நீயும் கூடத்தான்."

பின்னர் அவன் தன் கையை ஆட்டி விடைபெற்றுக் கொண்டு, மீண்டும் பதுங்குக்குழிக்குள் சென்றான். தெலேகின் சென்ற பிறகு, அனீஸ்யா மெதுவாகச் சொன்னாள்:

"நாம் மட்டும் என்றென்றும் இப்படியே உட்கார்ந்திருக்க முடிந்தால்."

“ஆனந்தத்தை ரத்தத்தால்தான் பெற முடியும்” என்றாள் அக்ரிப்பீனா. “அதனால்தான் அது அத்தனை அருமையாக இருக்கிறது.”

தாஷா அவர்களிடம் பின்வருமாறு சொன்னாள்:

“நான் வாழ்க்கையிலே எவ்வளவோ விஷயங்களைப் பார்த்துவிட்டேன். எல்லாமே என்னருகில் பறந்து சென்றன; என்னைச் சிறிதுகூடத் தொடாமல் பறந்து சென்றன. பிரத்யேகமான, ஈடு இணையற்ற ஏதோ ஒன்றைத்தான் நான் எப்போதும் எதிர்நோக்கிக் காத்திருந்தேன். எனது அசட்டுத்தனமான இதயம் என்னை வருத்தியது; மற்றவர்களையும் வருத்தத்துக்கு உள்ளாக்கியது. ஒரேஒரு நாள் இரவு காதலித்தாலும் ஒழுங்காகக் காதலித்தால், அதுவே போதும். இதயமெல்லாம் பொங்கிவழிய எல்லாவற்றையும் உணர்ந்துகொள்ளும் விதத்தில் ஒரு நாள் இரவு இருந்தால் போதும். அந்த ஒருநாள் இராப்பொழுதிலேயே பத்து லட்சம் ஆண்டுகளை நாம் வாழ்ந்து முடித்துவிடலாம்.”

அவள் தன் தலையை அனீஸ்யாவின் தோள்மீது சாய்த்தாள். அக்ரிப்பீனா, முதலில் சிறிது தயங்கினாள். பின்னர் அவளும் அனீஸ்யாவின் மறுதோளில் சாய்ந்தாள். அதன்பின், அவர்கள் மூவரும் அந்த வேலியின்மீதே வெகுநேரம் வரையில் அமர்ந்திருந்தார்கள்; நட்சத்திரங்கள் அவர்களது முதுகுக்குமேல் பளபளத்தன.

குத்தேபவின் பீரங்கிப் படைகளுக்குத் தேவையான இலக்குகளைக் கண்டறியும் வேலையைச் சில புதிய ஆகாய விமானங்கள் மேற்கோண்டன. அவை குண்டு வீச்சு நடக்கும் இலக்குகளுக்கு மேலாக வட்டமிட்டுப் பறந்தன; அத்துடன் செஞ்சேனையினர்மீதும் ஆகாயத்திலிருந்து சிலகுண்டுகளைப் பொழிந்தன. பின்னர் வெள்ளை ராணுவத்தின் பீரங்கிப் படைகளை நோக்கிக் கழுகுகளைப்போல் அடிவானத்தில் பறந்து சென்றன. அந்தப் பீரங்கிப் படைகளோ, அதிகாலையிலேயே மானிச்சை நோக்கி பலத்த குண்டுவீச்சைத்

தொடங்கிவிட்டன.

எதிரிகளைப் பயமுறுத்துவதற்காக, செஞ்சேனைப் படை வரிசைகளின் தலைமைக் காரியாலயமும் ஓர் ஆகாய விமானத்தை மேலே அனுப்பிவைத்தது; தரையை விட்டுக் கிளம்பி மேலே பறக்கும் அளவுக்கு அவர்களிடம் ஒரே ஒரு விமானம்தான் இருந்தது. அதுவும் சென்ற ஏகாதிபத்திய யுத்தகாலத்தில் உழைத்துழைத்துப் போன பழைய இயந்திரம், அத்துடன் அது வேகமாகவும் பறக்காது. பழுதாகிக் கிடந்த அந்த விமானத்தை த்ஸாரீத்ஸினின் காமாசோமாவென்று எப்படியோ பழுதுபார்த்து, பறக்க வைத்துவிட்டார்கள்.

மரத்தாலான கட்டுமானமும், ஒட்டுப்போட்ட இறக்கைகளும் கொண்ட விமானம் பறந்த விதத்தைப் பார்க்கவே பயங்கரமாயிருந்தது. விமானம் ஓட்டும் வித்தையின் நியமங்களுக்கெல்லாம் முற்றிலும் மாறாக அது தலைக்குமேல் எப்படியெல்லாமோ பறந்தது. சிலசமயங்களில் இடிமுழக்கம்போல் கர்ஜித்தது; சிலசமயங்களில் மூச்சே நின்றுவிட்டதுபோல் அமைதியடைந்தது. ஆனால், அந்த விமானத்தை ஓட்டி வந்தவனோ வால்க்கா செர்டாகோவ் என்பவன்; தென்திசைப் போர்முனை முழுவதிலுமே அவன் மிகவும் பிரசித்தமானவன்; வெள்ளை ராணுவத்தாருக்கும் அவனை நன்கு தெரியும். எத்தனையோ முறை கீழேவிழுந்து உடம்பில் நொறுங்காத எலும்பே பாக்கியில்லாததுபோல் இருந்தான் அவன்; அதனால் அவன் முடமாகி, தோள்கள் கூனி வளைந்துபோய் ஒரு மனிதக்குரங்கு மாதிரி இருந்தான். அவனை நோக்கி "என்ன வால்க்கா? 1916ஆம் ஆண்டிலே நீ நிபுணனான ஒரு ஜெர்மானிய விமானியைக் கீழேவிழத் தட்டிவிட்டு, மறுநாள் அவனது சமாதியின்மீது ரோஜா மலர்களை அர்ச்சிப்பதற்காக, மறுபடியும் பறந்துசென்றாயாமே! வாஸ்தவம்தானா?' என்று கேட்டால், அவன் தனது கீச்சுக் குரலில் பதில் சொல்வான்: "ஆமாம். அதனால் என்ன?" அவன் தன்னிடமுள்ள இயந்திரத் துப்பாக்கிக்கான

தோட்டாக்களையெல்லாம் சுட்டுத்தீர்த்த பின்பு, மேற்கொண்டு எதிரியைத் தாக்குவதற்குத் தன்னிடம் தளவாடமே இல்லையென்றால், அதற்காக அவன் சும்மா இருக்கமாட்டான். தனது விமானத்தையே எதிரியின் விமானத்தை நோக்கிப் பாயவிட்டு, அதனை மேற்புறமாக வந்து மோதுவான். அவனுக்கு மிகவும் பிடித்தமான யுத்த தந்திரம் இது. "வால்க்கா! இவ்வளவெல்லாம் செய்தும் நீ மட்டும் உடைந்து நொறுங்காமல் தப்பி விடுகிறாயே, அது எப்படி?" என்று அவனைக் கேட்டால், "ஆமாம். அதனால் என்ன?" என்று அவன் பதிலளித்து விடுவான்.

அவனது விமானம் ஸ்டெப்பி வெளிமீது தாழ்ந்து பறந்து வருவதைக் கண்டால், எல்லோருக்குமே ஒரு குதூகலம் தோன்றும். ஆனால், அதில் குதூகலப்படுவதற்கு ஒன்றுமில்லை. மானிச் நதியின் இருகரைகளிலும் படுபயங்கரமான வெடிகுண்டுகள் வெடித்தவண்ணமாகவே இருந்தன. இதனால் செஞ்சேனையினர் பதுங்குக் குழிகளுக்குள்ளேயே அடங்கிக் கிடக்கவேண்டிய நிர்ப்பந்தம் ஏற்பட்டது. செஞ்சேனையின் ஒவ்வொரு பீரங்கிப் படைக்கும் எதிராக, எதிரிகள் ஆறு பீரங்கிப் படைகளைக் கொண்டு இடையறாது முழங்கிக் கொண்டிருந்தார்கள். எதிரிகளின் எல்லையோ மேலும்மேலும் மறைவிடங்களை நோக்கிக் கொஞ்சம்கொஞ்சமாக, தவிர்க்கவோ, தடுத்துநிறுத்தவோ இயலாத வேகத்தோடு முன்னணிக்கு நெருங்கிவந்து கொண்டிருந்தது.

வால்க்கா தனது விமானத்தைத் தலைகுப்புறச் செலுத்திக் கீழேவந்து, சமீபத்திலேயே இறக்கி நிறுத்திவிட்டு, கீழிறங்கி நொண்டி நடந்தவாறே விமானத்தை சுற்றிச்சுற்றிப் பார்த்தான். அதற்குள் சில செஞ்சேனை வீரர்கள் அவனை நோக்கி ஓடிவந்தார்கள். அவர்கள் எல்லோரது முகங்களிலும் இயந்திர எண்ணெய் படிந்திருந்தது.

"என்னத்தை வெறித்துப் பார்க்கிறீர்கள்?" என்று வால்க்கா கோபத்தோடு கேட்டவாறே, தனது பழுதுபார்க்கும் கருவிகள் நிறைந்த பெட்டியையும், விமானத்தின் உதிரிப்பாகங்கள் சிலவற்றையும் வெளியே எடுத்தான்:

"எதிரிகளின் விமானங்கள் எனது விமானத்துக்கருகில் வராமல் பார்த்துக் கொள்ளுங்கள். நான் பழுது பார்க்க வேண்டியிருக்கிறது."

ஆனால் வெள்ளை ராணுவத்தார் அவன் இருக்குமிடத்தை இனம் கண்டுகொண்டார்கள். எனவே மூன்று எதிரி விமானங்கள் அவன் இறங்கியிருந்த இடத்துக்கு மேலாக தாழ்ந்து இறங்கி வட்டமிடத் தொடங்கின; செஞ்சேனை வீரர்களும் அவற்றை நோக்கிச் சுட்டுக்கொண்டுதான் இருந்தார்கள். அந்த விமானத்திலிருந்து வரிசையாகக் குண்டுகள் விழுந்து வெடித்தன. அதனால் அவனது விமானம் கிடுகிடுத்து அங்குமிங்கும் ஆடியது; மண்மாரி அதன் இறக்கைகளில் வந்து பொழிந்தது. அப்போதுதான் வால்க்கா ஆகாயத்தை ஏறிட்டுப் பார்த்துவிட்டு, தனது கையை மேலே நீட்டி, சுட்டுவிரலை நீட்டி மிரட்டினான். அவன் தனது ரிப்பேர் வேலைகளை முடித்தபின்பு, செஞ்சேனை வீரர்களைச் சத்தம் போட்டுக் கூப்பிட்டான்.

"இங்கே ஓடி வாருங்கள். காற்றாடியைச் சுழற்றிவிடுங்கள்!" என்று கூறிவிட்டு, அவன் தனது ஆசனத்தில் ஏறியமர்ந்து கொண்டான்: தோழர்களே! இதுதான் நீங்கள் சுற்றுகிற லட்சணமா? இது ஒன்றும் பெண்ணல்ல. சும்மா பயப்படாமல் வேகமாகச் சுழற்றிவிடுங்கள்!"

விமானத்தின் இயந்திரம் சிணுங்கிக் கனைத்தது; பின்னர் செவிடுபடும்படியாக உறுமி கர்ஜிக்கத் தொடங்கியது. செஞ்சேனை வீரர்கள் அப்பால் தாவிக் குதித்தார்கள். அந்த விமானம் ஆடியசைந்தது; ஸ்டெப்பி வெளியை ஒட்டினாற்போன்றே வெகுதூரம் ஓடியது; விமானம் ஒன்றும் தரையைவிட்டுக் கிளம்பிப் பறக்கப் போவதில்லை என்று எண்ணமிடப் போவதற்குள், அது திடீரென்று மெலெழும்பி வானில் சென்றுவிட்டது. வால்க்கா மேலே சென்று விமானத்தைச் சமநிலைக்குக் கொண்டு வந்துவிட்டாலும், அந்த விமானத்தின் எண்ணெய் டாங்கியில் ஏறுக்கு மாறாகக் கலந்து ஊற்றியிருந்த பெட்ரோலும், சாராயமும் ஒன்றோடொன்று நன்றாகக் கலந்த ஐக்கியமாவதற்காக, அவன் ஆகாயத்தில்

விமானத்தை கரணம்போட வைத்தான். பல்வேறு கரணங்களைப் போட்டு முடிந்தபின், அவன் எதிரிகளின் மூன்று விமானங்களையும் நோக்கிச் செங்குத்தாகப் பாய்ந்து சென்றான். ஆனால், அந்த விமானங்களோ எதிர்த்து நின்று போரிட விரும்பாமல் வாலைத் திருப்பிக் கொண்டு வேகமாக ஓடிப்போய்விட்டன.

– போர்முனையில் எவ்வளவு தொலைவுக்குப் பறந்து செல்லமுடியுமோ, அவ்வளவு தூரம் பறந்து சென்றுவிட்டு, வால்க்கா மீண்டும் கீழே இறங்கி, தெலேகினுக்குப் பின்வரும் குறிப்பை அனுப்பிவைத்தான்:

"போர்முனைக்கு மேல் பறந்துசெல்லும்போது, நான் எட்டுப் புதிய மோட்டார் கார்களைப் பார்த்தேன். தெனீகினும் அன்னிய நாட்டாரும்தான் அதில் இருக்க வேண்டும். அதுமட்டும் எனக்குச் சர்வ நிச்சயம். நீங்களும் அப்படியே நம்பலாம். எதிரிகளின் இரண்டு பீரங்கிகளை வேலை செய்ய முடியாதபடி நொறுக்கித் தள்ளியாகி விட்டது. அணிவகுத்து வந்த ஓர் எதிரிப்படை மீது நான் சுட்டேன். இப்போது பெட்ரோல் போட்டுக்கொண்டு வருவதற்காக, தளத்துக்குத் திரும்பிப் போகிறேன்."

தெனீகின் போர்முனையில்தான் இருந்தார். ஒரு வருஷத்துக்கு முன்னர் கொர்னீலாவின் தலைமையில் எகதிரினதாரை நோக்கி, ரத்த பயங்கரமான பாதையை வகுத்துக்கொண்டு சென்ற ஏழாயிரம் பேரைக் கொண்ட சேவாசேனையினரின் வண்டிகளில் ஏதோ ஒன்றில் தெனீகின் இருமல் நோயால் அவதிப்பட்டுக்கொண்டும், கழுத்திலே ஒரு கம்பளி மப்ளரைச் சுற்றிக்கொண்டும் ஆடியசைந்து சென்றார். இப்போதோ, வடக்குக் காக்கஸஸ், தேரெக் நதி, செழிப்பான குபான் ஜில்லா, தோன் நதியின் கீழ்ப்பிரதேசம் முதலிய அனைத்தும் அவரே சர்வசக்தி படைத்த சர்வாதிகாரியாகத் திகழ்ந்தார்.

ஜெனரல் குத்தேபவின் போர்முனைப் பகுதிக்குத் தாம் செய்யும் விஜயத்தின்போது, தெனீகின் இரண்டு பிரெஞ்சு ஆங்கிலேயே ராணுவ ஏஜெண்டுகளையும்

தம்முடன் அழைத்துச் சென்றார்; ஒதேஸ்ஸா, ஹெர்ஸான், நிகலாயேவ் முதலியவற்றைப் போல்ஷிவிக்குகளிடம் தாரை வார்த்துச் சரணாகதி அடையச் செய்து விட்ட நேச நாடுகளின் அவமானகரமான செய்கையை எண்ணி அவர்கள் வெட்கப் படவும், மனக் கலவரம் கொள்ளவும் வேண்டும் என்று எண்ணியே அவர்களைத் தம்முடன் கூட்டிச் சென்றார். பிரெஞ்சுக்காரர்களையும் கிரேக்கர்களையும் விரட்டியடித்தவர்கள் ராணுவப் பயிற்சிபெற்ற செஞ்சேனைத் துருப்புகளாக இருந்தாலும் பரவாயில்லை. ஆனால், சாதாரண விவசாயிகளான கொரில்லாப் படையினர்தான் நிகலாயேவில் பிரெஞ்சுக் கப்பற் படையின் கண்ணெதிரிலேயே, ஒரு கிரேக்க நாட்டுப் பிரிகேடு முழுவதையும் தமது வாளினால் வெட்டிக் குவித்துவிட்டார்கள்! உலக யுத்தத்திலே வெற்றி வீரர்களாகத் திரும்பிவந்த பிரெஞ்சுக்காரர்கள் ருஷ்ய விவசாயிகளைக் கண்டு ஏன் பயபீதி கொள்ள வேண்டும்? அவர்களுக்குப் பயந்தா ஹெர்ஸானை அவர்கள் வசம் சரணடையச் செய்துவிட்டு வாபஸாக வேண்டும்? அந்த விவசாயிகளுக்கு அஞ்சியா, அவர்கள் ஒதேஸ்ஸாவிலுள்ள தமது இரண்டு படை வரிசைகளையும் வாபஸ் பெற வேண்டும்! சே! இது அபத்தமானது! அசட்டுத்தனமானது அல்லது மாஸ்கோ கம்யூனைக் கண்டுதான் அவர்கள் அஞ்சி நடுங்கி விட்டார்களா? தெனீகினோ வெற்றிவாகையையும் வாளையுமே சின்னமாகக் கொண்டு தமது ராணுவம் கம்யூனிஸ்டுகளை எப்படி அழித்தொழிக்கிறது என்பதை அந்தப் பிரசித்தமான ஐரோப்பியர் இருவருக்கும் கண்முன்னே நிகழ்த்திக் காட்ட வேண்டும் என்று தீர்மானித்துக் கொண்டார்.

மேலும், அவருக்கு அந்தரங்கமாக இன்னொரு வருத்தமும் இருந்தது. பாரிஸில்கூடிய பத்துப்பேர் கொண்ட ஆலோசனைக் கவுன்சில் ருஷ்யா முழுமைக்கும் அட்மிரல் கல்ச்சாக்கை ஏகச் சக்ராதிபதியாக நியமித்தது குறித்தும் அவர் உள்ளுக்குள் வருத்தப்பட்டார். கல்ச்சாக்கிடம் அவர்கள் அப்படியென்ன அதிசயத்தைக் கண்டுவிட்டார்கள்? 1917ஆம் ஆண்டில் தங்கவாளை

உருவியெடுத்து, தமது கொடிக் கப்பலின் பாலத்திலிருந்து, கருங் கடலுக்குள்ளே வீசியெறிந்துவிட்டார். இந்தச் செய்தியை உலகமெங்கணுமுள்ள பற்பல நாடுகளின் பத்திரிகைகள் பலவும் பிரபலமாக வெளியிட்டிருந்தன. அந்தச் சமயத்தில் ஜெனரல் தெனீகின் கைது செய்யப்பட்டு, பிஹோவ்ஸ்க் சிறையில் அடைக்கப்பட்டார். அதைப் பற்றி அந்தப் பத்திரிகைகள் எதுவும் பிரஸ்தாபிக்கவில்லை. 1918ஆம் ஆண்டில் கல்ச்சாக் அமெரிக்காவுக்கு ஓடிப்போனார்; அங்குச் சென்று கப்பல்களைச் சுரங்க வெடிகுண்டுகளால் தகர்ப்பது எப்படி என்பது பற்றி, அமெரிக்கக் கப்பற்படை வீரர்களுக்கு வகுப்புகள் நடத்தினார். அப்போது அவரது உருவப்படம் சினிமா நட்சத்திரங்களின் படங்களுக்கு அருகில் பத்திரிகைகளிலே பிரசுரமாயின. பிஹோவ்ஸ்க் சிறையிலிருந்து தப்பி வெளிவந்த தெனீகின் பனிக்கட்டிப் படையெடுப்பில் பங்கெடுத்துக் கொண்டார்; இறந்துபட்ட கொர்னீ லாவின் சவத்துக்கருகில் நின்று, ராணுவத் தலைமையென்னும் கனமிகுந்த பாலத்தைச் சுமக்கும் பொறுப்பை ஏற்றுக்கொண்டார்; அன்றுமுதல் அவர் பிரான்ஸ் நாட்டின் எல்லைப்பரப்பைக் காட்டிலும் பெரியதொரு நிலப்பரப்பைக் கைப்பற்றி வெற்றி கண்டார். ஆனால், இந்தச் சம்பவத்தையோ பாரிஸ் நகரத்தில் சாக்கடைப் பத்திரிகை உலகத்தின் ஏதோ ஒரு சின்னஞ்சிறு பத்திரிகைதான் பிரசுரித்திருந்தது. அதுவும் மூன்றே மூன்று வரிச் செய்திதான். அத்துடன் 'ஜெனரல் தெனீகின்' என்ற வாசகத்துக்கு மேலே விசித்திரமான மீசையுடன் கூடிய எவனோ ஒருவனின் புகைப்படத்தையும் வெளியிட்டிருந்தது! கல்ச்சாக்கையோ ருஷ்ய நாட்டின் அதிபதியாக நியமித்திருந்தார்கள்! போதை தரும் கொக்கேன் மாத்திரைகளை உண்டுவிட்டு வெறிகொண்டதுபோல் விளம்பரப்படுத்தி, தனக்குத்தானே புகழ்மாலைச் சூட்டிக்கொள்ளும் கல்ச்சாக்குக்கா இந்தப் பதவி?

கல்ச்சாக்கின் படைகள் இறுதி வெற்றியடையும் என்ற நம்பிக்கை தெனீகினுக்குக் கொஞ்சம்கூடக் கிடையாது. கல்ச்சாக்கின் அரைவேக்காட்டுத் தளகர்த்தனான ஜெனரல்

பெப்பிலாயேவ் என்பவன் பெர்ம் என்ற இடத்தைக் கைப்பற்றிவிடப் போவதுபோலத்தான் முன்னேறிச் சென்றான். உடனே அன்னிய நாட்டுப் பத்திரிகை உலகம் அனைத்தும் மாஸ்கோவிலுள்ள போல்ஷிவிக்குகளுக்கு எதிராக, ஓர் இரும்புக்கரம் உயர்ந்துவிட்டது!" என்று பிரமாதமாக விளம்பரப்படுத்திற்று. தெலேகினும் கூடத்தான் அதை நம்பினார். பெப்பிலாயேவின் வெற்றி முகத்தைக் கண்டு, அவரும்தான் உள்ளுக்குள் மனம் புழுங்கினார். ஆனால் மாஸ்கோவிலிருந்து, கமிஸார் ஸ்டாலினைக் காமா நதிப் பிரதேசத்துக்கு அனுப்பிவைத்தார்கள். (இந்தச் செய்தியை வெள்ளை ராணுவத்தினர் தமது ரகசிய இலாகாவின்மூலம் தெரிந்துகொண்டார்கள்). சென்ற இலையுதிர்காலத்தின்போது, இந்த ஸ்டாலின் த்ஸாரீத்ஸினில் கிரஸ்னோவின் படைகளை இரண்டு முறை ஏற்கெனவே முறியடித்திருந்தார். ஸ்டாலின் தற்காப்புக்கான நடவடிக்கைகளைத் துரிதமாகவும், தீவிரமாகவும் மேற்கொண்டார். பின்னர் அவர் அந்தப் பெப்பிலாயேவுக்குத் கொடுத்த அடியில் அவன் தலை கிறுகிறுத்துப் போய், இடையிலே எங்குமே நிற்காமல் பெர்மிலிருந்து யூரல் பிரதேசத்துக்கு அப்பால் போய் விழுந்தான். வோல்காப் பிரதேசத்திலே இப்போது கல்ச்சாக் மேற்கொண்டிருக்கும் தாக்குதலும்கூட, இதே கதியைத்தான் அடைய நேரும். ஏனெனில், உண்மையில் அந்தத் தாக்குதலுக்கான முறையான முன்னேற்பாடுகள் எதுவும் மேற்கொள்ளப்படவில்லை; எல்லாமே சும்மா வெறுமனே பம்மாத்துக் காட்டுவதற்கான ஏற்பாடாகத் தான் இருந்தது; இருந்தும்கூட, இதனைப்பற்றி வெளி நாட்டுப் பத்திரிகைகள் 'ஆஹா ஊஹூ' என்று போற்றிப் புகழ்ந்து தம்பட்டம் அடித்தன; அத்துடன் குடிவெறியிலே மூழ்கிக்கிடக்கும் சைபீரிய வர்த்தகர்களும் இதைக் கண்டு பெரிதும் மனம் மகிழ்ந்துபோயிருந்தார்கள்.

"எங்களது போர்த்தந்திர முறைகள் சென்ற உலகத்தில் ஜெர்மானியர்களும், உங்கள் நாட்டாரும், எங்கள் நாட்டாருமே கையாண்ட முறைகளிலிருந்து ஓரளவுக்கு வேறுபட்டவைதான். எங்களது அணிகள் நெருக்கமாகப்

பின்னிப்பிணைக்கப்பட்டவை; எனவே, பல்வேறு படைப் பிரிவுகளுக்கு மத்தியிலே பெரிய இடைவெளி இருக்கும். மேலும் ஒவ்வொரு கோஷ்டிக்கும் தனித்தனியான சுதந்திரமான கடமைகளும் வகுக்கப்பட்டிருக்கும்" என்று திறந்த மாடல் வண்டியான புத்தம்புதிய பியட்காரின் மீது நின்றுகொண்டு, தெனீகின் சொன்னார்; அத்துடன் அவர் வெள்ளைக் கையுறையணிந்த தமது கையை நீட்டி, மேஜர் ஜெனரல் தெப்லோவின் துப்பாக்கிப் படை, ராணுவ அணிவகுப்பின் துல்லியமான இயக்கத்தோடு விரிந்து பரவிச் செல்வதையும் சுட்டிக்காட்டினார்.

பிரதம தளபதிக்கருகில் அந்தக் காரில் ஒரு பிரெஞ்சு அதிகாரி நின்றார். ஆகாய நிறத்தில் அருமையான சட்டையும், அதற்கிசைந்தவாறு குதிரை வீரரின் கால்சராயும் அணிந்திருந்தார்; தலையிலே தங்க சரிகைக் கரையிட்ட வெல்வெட்டுத் தொப்பி கவர்ச்சியான கோணத்தில் காட்சியளித்தது; அவரது சின்னத் தலைக்கு அந்தத் தொப்பி மிகவும் கச்சிதமாகப் பொருந்தியிருந்தது. பட்டுப்போன்ற மீசை முனைகள் இரண்டும் அவர் கண்ணுக்கு நேராகப் பிடித்திருந்த தொலைநோக்கிக் கண்ணாடியின் இருபுறத்திலும் நீண்டுகொண்டிருந்தன; அவரது இடுப்புக்குப் பக்கத்தில் ஒரு பிராந்திப் பாட்டில் ஊசலாடிக் கொண்டிருந்தது. இவரைப் பார்க்கிலும் சுகவாசியான பிரெஞ்சுக்காரனைக் கற்பனைகூடப் பண்ணி பார்க்க வேண்டியதில்லை! காரின் படிமீது நின்ற ஆங்கிலேயே அதிகாரியும் கண்ணுக்கெதிரே, தொலைநோக்கிக் கண்ணாடியைப் பிடித்தவாறுதான் நின்றார். அவர் சாதாரணமாகத்தான் தோன்றினார்; அவ்வளவு கனகச்சிதமான உடைகளை அவர் அணிந்திருக்கவில்லை. அவர் அணிந்திருந்த காக்கிச் சட்டையின் பெரிய பைகளில் போட்டோபிலிம் சுருள்களும் புகையிலைப் பொட்டலங்களும், புகைக் குழாய்களும், சிகரெட்டைப் பற்றவைக்கும் 'லைட்டர்'களும்தான் நிரம்பியிருந்தன. அவர், தாம் அணிந்திருந்த தட்டையான தொப்பியைப் பணியாரம் மாதிரி நெற்றிவரையிலும் இழுத்துவிட்டிருந்தார்.

அவர்களுக்குச் சிறிது தூரத்தில் மரியாதையோடு நின்று கொண்டிருந்த தெனீகினின் அதிகாரிகள் மத்தியிலே அந்தத் தொப்பி விவாதத்துக்குரிய ஒரு பிரச்னையாகி விட்டது: "நீங்கள் என்னதான் சொல்லுங்கள். ஆங்கிலேயர்களுக்கு ராணுவ உடைகளை எப்படியணிவ தென்றே தெரியாது. ஆனால், நமது குதிரைப் படையின் முன்னணி வீரர்கள் தொப்பி அணிவதைப் பாருங்கள். அல்லது மாட்சிமை தங்கிய ஜார் சக்கரவர்த்தினியின் பாதுகாவலர்களான ஜார்ஸ்கோயே ஸெலோவைச் சேர்ந்த ஹுஸ்ஸார்கள் தொப்பியணிந்த விதத்தையும் எண்ணிப் பாருங்கள்! அவர்கள், எத்தனை கம்பீரமாக நடந்துசெல்வார்கள் தெரியுமா?"

குத்தேபவ் ஒரு கால்மீக்கு குதிரையின்மீது ஏறி அமர்ந்தவாறு உற்சாகமற்ற முகத்தோடு அந்தக் காருக்கருகில் நின்றார். பாதி நரைத்த தலையும் கட்டுமஸ்தான உடம்பும்கொண்ட அவர், தமது ஆட்டுத்தோல் கோட்டின் பொத்தான்களைக் கழற்றி விட்டிருந்தார். அணிவகுப்பு மரியாதைக்காக, அவர் கைகளிலே உறையும், கால்களிலே குதிகொண்ட பூட்சுகளையும் அணிந்திருந்தார்; அவரது சின்னக் கண்கள் செக்கச்சிவந்து வீங்கியிருந்தன; பாழாய்ப்போன அந்த மானிச் எல்லையைக் கைப்பற்றுவதற்காக, அவர் ஐந்து நாட்களாகப் படாத பாடுபட்டார்; அன்னிய நாட்டாரான இந்த அகந்தைக்காரப் பேர்வழிகளின் முன்னால் படம்காட்டுவதற்காக, தெப்லோவின் துப்பாக்கிப் படையைப் பரவலாக அணிவகுத்துச் செல்லச் சொல்லும் இந்த நிகழ்ச்சியால், அந்தப் துப்பாக்கிப் படைக்குப் பெருத்த சேதம் உண்டாகப்போகிறது என்பதையும் அவர் நன்கறிந்திருந்தார்.

"இந்தப் போரின் பிரத்யேகமான தன்மை என்னவென்றால், இதில் அபரிமிதமான இயக்கமும் திறமையும் இடம்பெற்றாக வேண்டும்" என்று தெனீகின் விளக்கிக் கொண்டிருந்தார்: "எனவேதான் எங்கள் ராணுவத்தில் குதிரைப் படை மிகுந்த முக்கியத்துவத்தைப் பெற்றுவிடுகிறது. இங்கே எனக்கு ஒரு திட்டவட்டமான சாதகச் சூழ்நிலை நிலவுகிறது. தேரெக்,

குபான், தோன் முதலிய பிரதேசங்களிலிருந்து எனக்கு ஒரு லட்சம் பேர் கொண்ட அருமையான குதிரைப் படை வீரர்கள் கிடைப்பார்கள்."

"ஓ-ல - ல - ல -ல" என்று தமது தொலைநோக்கிக் கண்ணாடியைக் கண்களிலிருந்து எடுக்காமலே கவனமின்றிப் பதிலளித்தார், அந்தப் பிரெஞ்சு அதிகாரி.

செஞ்சேனையிடம் குதிரைப்படைகள் இல்லை; இத்தகைய படைகளைத் தயாரிப்பதற்கான சக்திகளும் அவர்கள் வசம் இல்லை. புதியோனியின் குதிரைப்படை ஒன்று மட்டும்தான் அவர்களிடம் உண்டு. துரதிர்ஷ்டசாலியான மாஜி அட்டமான் கிரஸ்னோவுக்கு அந்தப் பட்டாளம் பெருத்த தொல்லையைக் கொடுத்துவிட்டது."

லட்சம் சேணங்களையும் கடிவாளங்களையும் பெறுவதென்பது அப்படியொன்றும் சுலபமான காரியமில்லையே!" என்று அந்த ஆங்கிலேயர் இறுகக் கடித்த பற்களின் இடைவழியாகக் கூறினார். அவரும் தமது தொலைநோக்கிக் கண்ணாடியைக் கண்களிலிருந்து அகற்றவில்லை.

"ஆமாம். வாஸ்தவம்தான்!" என்று வறண்ட குரலில் சொன்னார் தெனீகின். உண்மையில், அவர் அந்த நேசநாட்டினரிடம் அங்கேயே அப்போதே தமது துருப்புகளுக்கும் பீரங்கி முழக்கத்துக்கும் மத்தியிலேயே முழு உண்மையையும் சொல்லிவிடத்தான் விரும்பியிருப்பார்; என்றாலும், நாவைக் கட்டுப்படுத்திக் கொண்டார். (பீரங்கிப் படைகளுக்குச் சுமார் ஒரு மைல் தூரத்தில்தான் அந்தக் கார் நின்றுகொண்டிருந்தது.) அவர்களெல்லாம் குறுகிய புத்தி படைத்த வியாபாரிகள் தான் என்றும், குறுகியநோக்கமும், கோழைத்தனமும், கஞ்சத்தனமும் நிறைந்ததுதான் அவர்களது கொள்கையெல்லாம் என்றும் அவர் அவர்களிடமே சொல்லத்தான் விரும்பியிருப்பார். இருநூற்றைம்பது ஜெர்மானியப் படைவரிசைகளைக் காட்டிலும் போல்ஷிவிக்குகள்தான் மிகவும் பேராபத்தான பேர்வழிகள் என்ற உண்மை இரண்டும் இரண்டும் நாலு

என்பதுபோல் அத்தனை திட்டவட்டமாக அவர்களுக்கு நிரூபித்துக் காட்டியாகிவிட்டதே! பின்னர் கனவான்களே! நீங்கள் உங்கள் போர்வீரர்களை ருஷ்ய நாட்டுக்கு அனுப்புவதற்குப் பயந்தால், நான் கேட்கும் அளவுக்கு எனக்கு ஆயுதங்களை வழங்குங்கள்! நாம் பின்னர் நமது கணக்குகளை மாஸ்கோவில் தீர்த்துக் கொண்டுவிடுவோம்!

ஆனால், அவரால் தம்மைக் கட்டுப்படுத்திக் கொள்ள முடியவில்லை; தமது மொழிபெயர்ப்பாளரிடம் திரும்பினார்; நட்புறவின் எல்லைகளைக் கடந்து விடாமலும் அதேசமயத்தில், வேண்டாத சௌஜன்யத்தைக் காட்டிக்கொள்ளாமலும் அவர் பேச முனைந்தார்.

"என்னிடம் போதுமான சேணங்கள் இல்லாவிட்டால், சேணங்கள் இல்லாமலே குதிரைகளின்மீது கசாக்குகளைப் போகச் செய்வேன்" என்று சொல்லியவாறே மொழிபெயர்ப்பாளருக்கும் சேர்த்துச் சொன்னார்: "இதை அவர்களுக்குப் புரிய வை."

ஆனால் தென்பிராந்தியத்து முகவெட்டும், அடிமைத்தனத்தின் பணிவும் மிகுந்த இளைஞனான அந்த மொழிபெயர்ப்பாளன் தெனீகினின் வார்த்தைகளை மொழிபெயர்ப்பதற்குப் பதிலாக, பயபீதியுடன் உள்ளே மூச்சு வாங்கினான். அதேசமயம் குத்தேபவ் தமது குதிரையின் தலையை வெட்டித் திருப்பி, கால்குதிகளால் அதன் இடுப்பில் குத்தியவாறே சத்தமிட்டார்: "கனவான்களே! உடனே காருக்கடியில் மறைந்துகொள்ளுங்கள்!"

அங்கு நிலவிய பீரங்கி முழக்கத்தின் ஆரவாரத்திலே, அந்தக் காரை நோக்கி ஆகாயத்தில் நேராகப் பறந்து வந்த அந்த மஞ்சள் நிறங்கொண்ட அவலட்சணமான ஆகாய விமானத்தை யாருமே கவனிக்கவில்லை. அந்த விமானத்தைச் சுட்டுத் தள்ளக்கூட நேரமில்லை. அது அத்தனை வேகமாகப் பறந்துவந்தது. அதற்குள்ளேயிருந்த கலைந்த தலையும் சின்னமுகமும் கொண்ட வால்க்கா வெளியே எட்டிப் பார்த்தான். அத்துடன் இரண்டு

எறிகுண்டுகளையும் விட்டெறிந்தான். ஒரு குண்டு, அந்த மகத்தான பியட் காரின் திறந்துவைத்திருந்த மூடியின் மீதே வந்து விழுந்தது; மற்றொன்று, வெகு சமீபத்திலேயே விழுந்து வெடித்தது. பின்னர், வால்க்கா தனது வெள்ளைப் பற்களைக் காட்டிச் சிரித்தவாறே, வானத்தில் செங்குத்தாக மேலேறிச் சென்றான்.

ஆனால் ஜெனரல் தெனீகினும் அந்த ஆங்கிலேய, பிரெஞ்சு அதிகாரிகளும் காருக்கடியில் சென்று மறைந்து கொள்ளப் போதிய அவகாசம் இல்லாது போய்விட்டது. அதிலும் தெனீகினுக்கு தடித்த கம்பளிக் கோட்டையும் பெருத்த தொந்தியையும் தள்ளிக்கொண்டு உள்ளே போக முடியவே இல்லை. என்றாலும், அவர்கள் படுபயங்கரமாகப் பயந்து நடுங்கியதோடு சரி. வேறு ஆபத்து ஒன்றுமில்லை. சற்றுத் தொலைவில் நின்று கொண்டிருந்த தெனீகினின் காவல் அதிகாரிகள் எல்லாத் திசைகளிலும் பறந்தோடிவிட்டார்கள். ஜெனரல் குத்தேபவும்கூட, பாதுகாப்பான இடத்தை நோக்கிப் பாய்ந்தோடிவிட்டார்.

சேவாசேனையினர் எதிர்பாராத அளவுக்கு மூர்க்கமாகத் தாக்கினார்கள். அவர்களில் பலர் சமவெளியான ஸ்டெப்பி நிலத்தில் முகம் குப்புறவிழுந்து தரையோடு தரையாகக் கிடந்தார்கள். என்றாலும்கூட, மானிச் எல்லையை நோக்கி அலைமேல் அலையாகப் புதிய படைகள் வந்த வண்ணமாகவே இருந்தன. சின்ன இயந்திரத் துப்பாக்கிகளின் வெடிமுழக்கத்துக்கிடையிலும் அவர்கள் பல திசைகளிலும் இருந்து தலைதூக்கி, முன்னால் பாய்ந்துவந்து ஆற்றின் அக்கரையில் கூடி விட்டார்கள். தெலேகின் பதுங்குக்குழியிலிருந்து தனது படைப் பிரிவின் பதாகையைக் கொண்டுவந்து பிரிக்குமாறு உத்தரவிட்டான்.

உரிய தருணம் வந்துவிட்டது. வெள்ளை ராணுவத்தின் பீரங்கிப் படைகள் கச்சாலின் படையின் இருப்புப் படைகள் இருந்த இடத்தை நோக்கிக் குண்டுகளைப் பொழிந்தன; அதனால் குண்டுவெடித்த இடங்களிலெல்லாம் பூமிப்பரப்பு

வெடித்து சிதறி மலைபோல் அரண் வகுப்பதுபோல் தோன்றியது; மேலும், அக்கரையிலிருந்து அவர்கள்மீது ஈயக்குண்டுகள் சரமாரியாக வந்து பொழிந்தன. கடைசியாக வந்த சேவாசேனையின் அணியில் இருந்தவர்கள் முன்னால் ஓடிவந்தார்கள்; அவர்கள் தமது முன்னேற்றப் பாதையில் நாணற்புதர்களுக்கிடையே படுத்துப் பதுங்கக்கூட முனையவில்லை. இயந்திரத் துப்பாக்கிகளின் முழக்கம் சட்டென்று நின்றது; போர் வீரர்கள் நூற்றுக்கணக்கில் மானிச் நதியின் நீர்ப்பரப்பின்மீது மூர்க்காவேசத்தோடு குதித்தார்கள்; அவர்கள் குதித்த வேகத்தில் ஆற்றுநீரே பொங்கிச் சிதறியது. அவர்கள் தமது துப்பாக்கிகளைத் தலைக்குமேலே உயர்த்திச் சுழற்றியவாறே மார்பளவுத் தண்ணீரிலும், பின்னர் கழுத்தளவுத் தண்ணீரிலும் நடந்தார்கள்; பின்னர் நீந்திவரத் தொடங்கினார்கள்.

அவர்களில் சிலர் துப்பாக்கிக் குண்டுகளால் அடிபட்டு, தண்ணீரில் உயிருக்குத் தத்தளித்தார்கள்; மூழ்கினார்கள்; மடிந்தார்கள். ஆனால் அப்போதும்கூட, மேலும்மேலும் அலையலையாகப் பின்னாலிருந்து படையினர் வந்து குதித்து, அந்த விழுந்துபட்ட பிணங்களை எல்லாம் தாண்டிக்கொண்டு, மேலும்மேலும் வரத்தான் செய்தார்கள். அவர்கள் இறங்கிவந்த இடத்தில் ஆற்றின் அகலம் சுமார் நூற்றைம்பது அடிதான் இருந்தது. மூர்க்காவேசத்தோடு கூப்பாடு போட்டுக் கொண்டுவரும் அந்த வெறிபிடித்த கூட்டத்தைத் தடுத்து நிறுத்துவதற்கு இயந்திரத் துப்பாக்கிகளால் முடியவில்லை. அக்கரையிலுள்ள நாணற்புதர்களுக்கு மத்தியிலே நின்றுகொண்டு, தமது வாளைச் சுழற்றியவாறே மேஜர் ஜெனரல் தெப்லோவ்: "முன்னேறுங்கள்! முன்னேறுங்கள்!" என்று சத்தமிட்டவாறே இருந்தார்; ஆனால், இத்தகையதொரு மூர்க்காவேசமான தாக்குதலைக் கண்டு, செஞ்சேனையினர் பீதிகொண்டு பின்வாங்கி ஓடத் தொடங்கிவிடுவார்கள் என்று அவர் எண்ணியதுதான் தவறாகப் போய்விட்டது.

கச்சாலின் படையிலுள்ளவர்களோ இந்தத் தருணத்தை எதிர்நோக்கித்தான் நாள் முழுவதும் காத்திருந்தார்கள்.

உள்ளப் பதைபதைப்பினால் தைரியமிழந்து கிடந்தவர்கள் கூட, தமது தளர்ச்சியையும் நடுக்கத்தையும் வெற்றிகண்டு, கோபாவேசமாக முறுக்கேறி உறுதிபெற்று விட்டார்கள். தாக்குதல் தொடங்கியவேளையில் தளபதிகளும், கம்யூனிஸ்டுகளும் செஞ்சேனை வீரரின் சட்டையையும் கால்சராயையும் பிடித்திழுத்து அவர்களை ஓடிப் போகாமல் தடுத்து நிறுத்தி, “சுடுங்கள்! சுடுங்கள்!” என்று முன்னே பிடித்துத் தள்ள வேண்டியிருந்தது. இதனால் பதுங்குக் குழிகளுக்குள் தாறுமாறான ஆபாசமான வசைமொழிகளெல்லாம் பரிமாறப்பட்டன. எனினும், அவர்கள் துணிந்துநின்று போரிடத் தொடங்கி விட்டார்கள். தமது இடைவார்களை இறுக்கிக் கட்டிக் கொண்டும், தோல் கையுறைகளை மாட்டிக் கொண்டும் முஷ்டி யுத்தம்செய்து பழக்கப்பட்டவர்களும் அந்தப் படையிலே ஏராளமானவர்கள் இருந்தார்கள். பரம்பரை விளையாட்டான முஷ்டி யுத்தத்தைப் பற்றிய வேட்கை அவர்களது ரத்தத்திலேயே ஊறியிருந்தது. “மிருகங்களா! மிருகங்களா!” என்று அவர்கள் கத்தினார்கள். அவர்களது உள்ளத்திலே கோபாவேசம் பொங்கியெழுந்தது. “பன்றிப் பயலே! என்னைப் போகவிடு!” என்று லதூகின் கத்தினான்; முதன்முதல் அவன்தான் பதுங்குக் குழியிலிருந்து வெளியே தாவிப் பாய்ந்தான். அவன் தன் துப்பாக்கி சனியனை நேராக ஏந்திப் பிடித்தவாறு, காட்டுமிராண்டித்தனமாகக் கத்தினான். மற்றவர்கள் அவனைப் பின்தொடர்ந்து ஆற்றின் சரிவில் இறங்கினார்கள்; அங்கு எதிரிகள் வெற்றி முழக்கமிட்டவாறே எதிர்ப்பட்டு வந்தார்கள். அந்த மிருகங்களும் பதிலுக்குக் கோஷமிட்டன. கச்சாலின் படையினரின் துப்பாக்கிச் சனியன் தாக்குதல் தடுத்து நிறுத்த முடியாத மூர்க்காவேசத்தோடு இருந்தது. ஏற்கெனவே கரையேறி வந்துவிட்ட எதிரிகளை அவர்கள் குத்தி உருட்டித் தள்ளினார்கள்; பின்னர் அவர்கள் தண்ணீருக்குள்ளும் பாய்ந்து ஆற்றின் நட்டநடுப் பகுதியிலேயே துவந்த யுத்தம் செய்தார்கள்; துப்பாக்கி மட்டையைக் கொண்டு எதிரிகளை அடித்து வீழ்த்தினார்கள்; கைக்குண்டுகளை வீசி எறிந்தார்கள்;

நேரடியான கைகலப்பில் எதிரிகளை நிலை கலங்க அடித்தார்கள். ராணுவ அதிகாரிகளாயினும், மென்மையான உடல்கொண்ட அந்தச் சீமான் வீட்டுப் பிள்ளைகளால் உருக்குப் போன்ற உடலுறுதி பெற்ற கிராமத்து வாலிபர்களின் உடல் பலத்தைத் தாக்குப் பிடித்து நிற்க முடியுமா? கச்சாலின் படையில் கிராமத்து விவசாய வாலிபர்களும், தோன் நிலக்கரி பிரதேசச் சுரங்கத் தொழிலாளர்களும், வோல்கா நதியின் துறைமுகத் தொழிலாளிகளும், மரமறுக்கும் தொழிலாளர்களும் நிரம்பியிருந்தார்கள். அவர்கள் அனைவரும் உணர்ச்சி உத்வேகத்துடனும், உடலுறுதியுடனும் இருந்தார்கள். அவர்கள் தண்ணீருக்குள்ளிருந்து திடீரென்று மேலே கிளம்பி எதிரிகளின் தோள்மீதே ஏறியமர்ந்தார்கள். கூச்சல்களும், ஆயுதங்களின் மோதலும்; எறிகுண்டுகளின் இடிமுழக்கமும் மானிச் நதியின் நீர்ப்பரப்பைக் கிடுகிடாய்க்க வைத்தன. ஆற்றின் பொங்கிவரும் தண்ணீர் ரத்தம் கலந்ததால் குங்குமச் சேறுபோல் தோன்றியது. வெள்ளை ராணுவத்தினர் முறியடிக்கப்பட்டார்கள்; பின்னால் தள்ளப்பட்டார்கள். அவர்கள் தண்ணீரை விட்டு வெளியேறி, எதிர்க்கரையிலே ஏறத் தொடங்கினார்கள். மேஜர் ஜெனரல் தெப்லோவ் புதிய படைகளை மேலும் கொண்டுவந்து குவித்தார். உடனே கமிஸார் கொரா, பதாகை தாங்கியின் கையிலிருந்து படைப் பிரிவின் கொடியைத் தம் கையில் வாங்கிக் கொண்டார். செக்கச்சிவந்த அந்தப் பட்டுக் கொடியில் தங்கமயமான ஒரு தாரகை மின்னிற்று. அந்தக் கொடியிலே ஏனைய போர்களிலே வாங்கிய துப்பாக்கி வடுக்கள் ஆங்காங்கே ஓட்டைகளாகத் தென்பட்டன. அவர் அந்தக் கொடியினை உயரத் தூக்கிப் பிடித்துக் கொண்டு, கம்யூனிஸ்டுகள் சூழ்ந்துவர, மானிச் நதியின் கரையை நோக்கித் தடதடவென்று ஓடினார்.

அந்த ஆற்றின் ஏறுமுகத்தில், ஆழம் அதிகமில்லாது ஆற்றின் மத்தியிலே நாணற்புதர்கள் தலைகாட்டிக் கொண்டிருந்த இடத்துக்கருகே, தெலேகின் தனது இருப்புப் படைகளை சாபஷ்கோவின் தலைமையில்

நிறுத்திவைத்திருந்தான். கொரா கொடியைத் தூக்கிக் கொண்டு புறப்பட்டவுடனேயே, தெலேகின் தனது பொறுப்பிடத்தை விட்டுவிட்டு, குதிரை மீது தாவியேறி, தண்ணீர் நிரம்பி வெள்ளக்காடாகக் காட்சி அளிக்கும் இடத்திற்குப் பாய்ந்துசென்றான். அங்கு அன்று காலை முதல் பன்றிகள்போல் சேற்றில் படுத்துக் கிடந்த செஞ்சேனை வீரரை நோக்கி, தெலேகின் கத்தினான்:

“தோழர்களே! எதிரிகள் ஓடத் தொடங்கிவிட்டார்கள்! அவர்கள் அந்தப் பயபீதியிலிருந்து மீளாமல் விரட்டியடிங்கள்!”

சுமார் நூற்றைம்பது போர் வீரர்கள் கைகளில் கனத்த இயந்திரத் துப்பாக்கிகளை இழுத்துக்கொண்டும், சேற்றிலே புதைந்திருந்த பூட்ஸ் கால்களை வெளியே இழுத்துக் கொண்டும் ஊர்ந்தும் நீந்தியும் புதர்களுக்கு ஊடாகவே மறைந்துசென்று ஆற்றைக் கடந்து, எதிரிகளைப் பக்கவாட்டிலிருந்து தாக்கினார்கள். இந்தத் தாக்குதலே அந்தப் போரின் முடிவை சர்வ நிச்சயமாக்கிவிட்டது. வெள்ளை ராணுவத்தார் மானிச்சிலிருந்து பின்வாங்கி, எதிரும்புதிருமாகப் பறக்கும் இயந்திரத் துப்பாக்கிக் குண்டுகளுக்கு மத்தியில் பின்வாங்கினார்கள். சீக்கிரத்திலேயே அவர்களது வாபஸ் படலம் பயந்தடித்து ஓடுவதாக முடிந்தது. அதேசமயத்தில், போர்முனையின் அருகிலுள்ள ஏதோ ஒரு படையிலிருந்து கச்சாலின் படைக்கு உதவுவதற்கு அனுப்பப்பட்ட குதிரைப் படையினர் வலது பாரிசத்தில் பரந்து விரிந்த நீளமான வரிசையாக நின்று, எதிரிகளைத் துண்டிக்க முனைந்தனர்.

தெப்லோவ் படையின் மிச்சசொச்சங்களான போர் வீரர்களோ இந்த முற்றுகையைப் பிளந்துகொண்டு சென்றார்கள். எனவே, வெள்ளை ராணுவத்தின் சிற்சில கோஷ்டிகள்தான் செஞ்சேனை வீரர்களின் துப்பாக்கிச் சனியன்களால் மாண்டுபட்டார்கள். இதற்கு மேலும் அவர்களை துரத்திக்கொண்டு போவதென்பது பேராபத்தாகவே முடியும். எனவே, சிதறிப்போன படையினரை ஒன்றுகூட்டி, மீண்டும் பதுங்குக் குழிகளில்

தங்குமாறு தெலேகின் சாபஷ்கோவுக்கு உத்தரவிட்டான்; பின்னர், அரைமைல் தூரத்தில் படைப் பிரிவின் வண்ணப் பதாகை பறந்துகொண்டிருந்து இடத்தை நோக்கி அவன் குதிரையைத் தட்டிவிட்டான். அவன் அந்தப் பதாகையை வெகுநேரமாகக் கவனித்துக் கொண்டுதான் இருந்தான்; பதாகை ஆற்றைக் கடந்ததையும், அக்கரை சென்று முன்னேறியதையும், சட்டென்று நின்றதையும், பின்னர் தாழ்ந்ததையும், உயர்ந்தோங்கிப் படபடத்தவாறு முன்னேறிச் சென்றதையும் அவன் கவனிக்கத் தவறவில்லை.

அஸ்தமன சூரியனை பனிபடிந்த மேகப் படலங்கள் மறைத்துக் கொண்டுவிட்டன; எனவே, ஸ்டெப்பி வெளியில் இருள் சீக்கிரமே கவிந்தது. குத்தேபவின் பீரங்கிகள் அடிவானத்தில் பளிச்சிட்டன. வெடிகுண்டுகள் ஏதோ இலக்கற்ற திசையை நோக்கி ஊளையிட்டவாறு பறந்துசென்றன. பின்னர் அதுவும் அடங்கி, எங்கும் அமைதி நிலவியது. ரத்த பயங்கரமான யுத்தம் நடந்த களத்தின்மீது இரவு வரத் தொடங்கியது.

தெலேகின் கமிஸார் கொராவைத் தேடிக்கொண்டு, வெளிச்சம் மங்குகிறவரையிலும் அங்குமிங்கும் பார்த்துக்கொண்டே சென்றான். வழியில் அவன் சந்தித்த செஞ்சேனை வீரர்களெல்லாம் ஒன்றுக்கொன்று முரண்பட்ட தகவல்களைத் தந்தார்கள். ஆனால், அவர் பதாகையைத் தாங்கிக்கொண்டு மானிச் நதியைக் கடப்பதை மட்டும் எல்லோரும் பார்த்திருந்தார்கள். அதன்பின் அந்தக் கொடியைப் படைப் பகுதித் தளபதியான மோஷ்கின் சுமந்து சென்றார். ஆனால் மோஷ்கினும் காயப்பட்டுவிட்டார். பின்னர் அந்தக் கொடி, எவனோ ஒரு கட்டுமஸ்தான இளைஞனின் கையில் தென்பட்டது. லதூகினும் காகினும் தெலேகினுக்கு அருகே வந்தார்கள். அவர்களது பீரங்கிப் படையில் அவர்கள் இருவர் மட்டுமே உயிர் பிழைத்திருந்தார்கள்; அவர்களுக்கு விசுவாசமாக உழைத்த அவர்களது பீரங்கியும் வெடிகுண்டு வீச்சினால் தகர்ந்து நொறுங்கிப் போய்விட்டது.

அலெக்சேய் தல்ஸ்தோய் ▲ 635

"தோழர் தெலேகின்! எல்லாம் எத்தனை பயங்கரமாக இருந்தது தெரியுமா?" என்று இறுகக் கடித்த பற்களோடு சொன்னான், லதூகின். "அதை நினைத்துப் பார்த்தாலே ரத்தம் உறைந்துவிடும் போலிருக்கிறது."

"இப்போதும்கூட சில இளைஞர்கள் பக்கம் போகப் பயமாயிருக்கிறது" என்று எப்போதுமே அடக்கமாக இருக்கக்கூடிய காகின், தணிந்த குரலில் சொன்னான்: "அவர்கள் மூச்சு வாங்கும்பொழுது அவர்களது மார்பு எலும்புகளெல்லாம் விரிந்து அடங்குகின்றன. நீங்கள் அவர்களை மிகவும் ஜாக்கிரதையாகத்தான் பார்க்க வேண்டும். கூட, கொஞ்சநேரம் வெறித்துப் பார்த்தால், அவர்கள் உங்கள் மார்பிலேயே துப்பாக்கிச் சனியனைப் பாய்ச்சிவிடுவார்கள்."

"தோழர் தெலேகின்! நீங்கள் கொராவைத்தான் தேடுகிறீர்களா?"

"ஆம். ஆம். நீ அவரைப் பார்த்தாயா?"

"எங்களோடு வாருங்கள்."

அவர்கள் ஆற்றங்கரைக்குச் சென்று, அங்கு கிடந்த பிணங்களின் ஊடாக நடந்தார்கள். இருளினூடே அங்குமிங்கும் முக்கலும் முனகலும் கேட்டன. மருத்துவ உதவியாளர்கள் காயப்பட்டுக் கிடப்பவர்களைத் தேடும்போது ஒருவருக்கொருவர் குரல்கொடுத்துக் கொண்டார்கள். குஸ்மா குஸ்மீச்சின் ரகசியக் குரல் தெலேகினின் காதில் விழுந்தது. முன்னால் சென்று கொண்டிருந்த லதூகின் திடீரென்று நின்று, கீழே உட்கார்ந்தான்.

நெடிய உயரமும் ஆஜானுபாகுவான ஆகிருதியும் கொண்ட கொரா, முகம் குப்புற விழுந்துகிடந்தார்; ஒரு துப்பாக்கிக் குண்டு அவரது இருதயத்திலேயே பாய்ந்திருந்தது; எனவே அடிப்பட்ட அந்த இடத்திலேயே விழுந்து விட்டார்; அவரது நீண்டுகிடக்கும் இரு கரங்களும் நிலத்தை ஆரத் தழுவி அணைத்திருந்தன. மரணத்திலும்கூட அவர் அந்தப்

பூமிப்பரப்பை எதிரியிடம் விட்டுவிடச் சம்மதிக்கவில்லை.

கச்சாலின் படையில் நெடுங்காலம் இருந்து வருபவர்கள், இவான் கொரா செஞ்சேனை வீரனாகச் சேர்ந்த காலத்திலும், பின்னர் அவர் படைப் பகுதித் தளபதியாகப் பணியாற்றிய காலத்திலும் அவரைத் தெரிந்தவர்கள் எல்லோரும் அன்றிரவு களத்தில் கூடினார்கள்; நன்றாக அடையாளம் காணக்கூடிய ஒரு நல்ல இடத்தில், மானிச் நதியின் கரையிலிருந்த ஒரு உயர்ந்த மேட்டின்மீது, தமது கமிஸாரின் சடலத்தைப் புதைப்பதென்று தீர்மானித்தார்கள்.

அந்தக் கரைமீது அத்தகைய மேடுகள் பல இருந்தபோதிலும், கோபுரம்போல் உயர்ந்து நின்ற ஒரு பெரிய மேட்டைத் தேர்ந்தெடுத்தார்கள். ஒருவேளை பழங்காலத்தில் அந்த மேடு, யாராவது கான் ஒருவனின் கூடாரத்துக்காக உருவாக்கப்பட்ட மேடாக இருக்கலாம்; ஏனெனில், அத்தகைய மேட்டின் மீது அந்தக் குறுநிலத் தலைவன் ஏறிநின்று பார்த்தால், பரந்துகிடக்கும் ஸ்டெப்பி வெளியிலே மேய்ந்துகொண்டிருக்கும் எண்ணற்ற மந்தைகளை நன்றாகக் காண முடிந்திருக்கும் அல்லது அதற்கும் முந்திய பண்டைப் பழங்காலத்திலே ஸ்கீதியர்கள் தமது தலைவனையும் அவன் குதிரையையும், அவனது பேரபிமானத்துக்குரிய மனைவியையும் அந்த இடத்திலே புதைத்திருக்கலாம்; பின்னர் அந்தச் சமாதி மேட்டின் மீது தூங்குமூஞ்சி மரக்கிளைகளை வட்டமாக நட்டு, அவற்றுக்கு மத்தியிலே, நல்வாழ்வுக்கும் வளத்துக்கும் அதிபதியான தெய்வத்தின் சின்னமாக, பெரியதொரு, வெண்கல வாளை, அதன்முனை வானைநோக்கி நிற்கும் விதத்தில் நட்டுவிட்டும் சென்றிருக்கலாம்.

கமிஸார் கொராவைத் தோளுக்கு மேலாக உயரத் தூக்கி, ஆற்றைக் கடந்தார்கள்; பின்னர் அந்த மண்மேட்டின் உச்சியில் வளர்ந்திருந்த பருவத்தின் இளம் புல்லந்தரிசில் படுக்கவைத்தார்கள். அவரது கலைந்துபோன தலையை மீண்டும் வாளிப்பாக சீவி ஒழுங்குபடுத்தினார்கள்; அவரது நெடிய உடலின்மீது படைப் பிரிவின் பதாகையைப்

போர்த்தினார்கள்.

அன்றிரவு முழுவதும் மிகவும் அமைதியாக இருந்தது. நிலவொளியில் எல்லாமே துலாம்பரமாகப் புலனாயிற்று. தெலேகின், தனது வாளை உருவிப் பிடித்தவாறு கமிஸாரின் காலடியில் நின்றான்; பெத்ரொகிராதில் இருந்து வந்த கம்யூனிஸ்டான முதல் நம்பர் படைப் பகுதியின் கமிஸார் பாபுஷ்கின் தலைப் பக்கமாக நின்றார். செஞ்சேனை வீரர்கள் சடலத்தின் அருகே ஒருவர்பின் ஒருவராக வந்தார்கள்; சடலத்தை அவர்கள் கடந்து செல்லும்போது தமது ஆயுதங்களைக் கையில் தூக்கி, ராணுவ வணக்கம் செலுத்தினார்கள்.

"விடை பெறுகிறோம், தோழரே!" இவ்வாறு ஒவ்வொருவரும் விடைபெற்றுக் கொண்டு சென்ற பின்னர், சமாதிக் குழிக்குள் கமிஸாரை இறக்க வேண்டிய தருணம் நெருங்கியது. அந்தச் சமயத்தில், லதூகின் அந்த மண்மேட்டின் உச்சிக்கு மீண்டும் ஒருமுறை ஓட்டமாக ஓடிவந்தான்.

"நமது ஜென்ம விரோதிகள் இன்று நமது சிறந்த தோழரைக் கொன்றுவிட்டார்கள்!" என்று அவன் கத்தினான்: "இதோ இந்தத் துப்பாக்கியை நமது கையில் ஏன் தந்திருக்கிறார்கள் என்பதை அவர்தான் நமக்குச் சொல்லித் தந்தார். சத்தியத்தை வென்று பெறுவதற்காக! இதோ, அதற்காகத்தான் அது என் கையில். அவரே சத்தியமும் நியாயமுமே உருவான மனிதர். முழுக்க முழுக்க அவரும் நம்மவரில் ஒருவராகவே திகழ்ந்தார்! மேலும், அவர் நமக்கு என்ன கற்றுக் கொடுத்தார் தெரியுமா? உங்கள் தாய் உங்களைப் பெற்றெடுத்தாள்; நீங்கள் அழுதுகொண்டே இந்த உலகத்துக்கு இதற்காகவே வந்து சேர்ந்தீர்கள். என்வே, 'சத்தியத்துக்காகப் போராடு' என்று அவர் சொல்லிக்கொடுத்தார். நான் படைப் பிரிவுத் தளபதியையும், கமிஸார் பாபுஷ்கினையும் கேட்டுக் கொள்வது ஒன்றே ஒன்றுதான். என்னையும் கட்சி அங்கத்தினனாக ஏற்றுக் கொள்ளுங்கள். இதனை நான் இதோ இந்தச் சடலத்தின், இந்தக் கொடியின் பக்கத்திலே

நின்றுகொண்டு, எனது இதயத்தின் ஆழத்திலிருந்து எடுத்துக் கூறுகிறேன்."

***

அவர்கள் கமிஸாரைப் புதைத்து முடித்தார்கள். அன்றிரவு அர்த்த சாமத்துக்குப் பின்னால், தாஷா தனது கைவிரல்களைச் சொடக்கு விட்டவாறே, பதுங்குக் குழிக்குள்ளிருந்த தெலேகினைத் தேடிவந்து பேசினாள்.

"தயவுசெய்து அவளிடம் போ, அவளை அங்கிருந்து அழைத்துவா."

அவள், தெலேகினை மண்மேட்டுக்கு அழைத்துச் சென்றாள். அருணோதய காலத்துக்கு முந்தைய குமரியிருட்டு சூழ்ந்து கறுத்தது; சந்திரப் பிறையும் அடிவானத்தில் மூழ்கிக் கொண்டிருந்தது; ஸ்டெப்பி வெளியின் காற்று அவர்களது காதில் உரசிக் கொண்டு போயிற்று.

"அனீஸ்யாவும் நானும் எங்களால் முடிந்ததையெல்லாம் செய்து பார்த்துவிட்டோம். அவள் ஒரு வார்த்தையைக் கூட காதில் வாங்குவதாகத் தெரியவில்லை."

கொராவின் சமாதிக்கருகில் அக்ரிப்பீனா அமர்ந்திருந்தாள். அவளது தலை, கீழ்நோக்கிக் கவிழ்ந்திருந்தது; தொப்பியும் துப்பாக்கியும் அவளுக்கருகில் கிடந்தன. சிறிது தூரத்துக்கப்பால் அனீஸ்யா அமர்ந்திருந்தாள்.

"அவள் அப்படியே கல்லாய் மாறிவிட்டதுபோல் தோன்றுகிறாள்; அவளை அப்புறப்படுத்திக் கூட்டிச் செல்வதே பெரும்பாடுதான்" என்று தாஷா கிசுகிசுத்த குரலில் சொல்லிவிட்டு, அக்ரிப்பீனாவிடம் சென்றாள்: "பார். உன்னை அழைத்துச் செல்வதற்கு படைப் பிரிவுத் தளபதி வந்திருக்கிறார்."

அக்ரிப்பீனா தலை நிமிரவில்லை. அந்தச் சமாதியின்மீது வீசும் காற்றைப்போலவே, வார்த்தைகளும் அவளருகே பறந்து சென்றுவிட்டன. சிறிது தூரத்தில் அமர்ந்திருந்த

அனீஸ்யாவும் தனது முகத்தை முழங்கால்களுக்கிடையில் புதைத்துக்கொண்டாள். தெலேகின் தன் தொண்டையைச் செருமிச் சரிப்படுத்திக் கொண்டான்.

"இது சரியல்ல, அக்ரிப்பீனா" என்று தெலேகின் சொன்னான்: "பொழுது விடியும் நேரமாகிவிட்டது. நாம் மறு கரைக்கு இன்னும் சிறிதுநேரத்தில் புறப்பட்டு போய் விடுவோம். நீ இங்கே தன்னந்தனிமையில் இருக்க முடியாது."

"அது நியாயமும் அல்ல."

தனது தலையை நிமிர்த்தாமலே அக்ரிப்பீனா முணுமுணுத்தாள்: "நான் அவரை அப்போதுவிட்டுப் பிரிந்ததில்லை; இப்போதும் விட்டுப் பிரியப் போவதில்லை. நான் எங்கே போக வேண்டும்?"

தாஷா தனது நெற்றியையே சுட்டிக்காட்டினாள். "இதோ பாருங்கள். இவளுக்குப் புத்தி சரியில்லை" என்று ரகசியமாகச் சொன்னாள்.

"அக்ரிப்பீனா, நாம் இருவருமே பேசி முடிப்போம்" என்று சொல்லியவாறே தெலேகின், அவளுக்குப் பக்கத்தில் கீழே உட்கார்ந்தான்: "நீ அவரைவிட்டுப் பிரிய விரும்பவில்லை என்றுதானே சொல்கிறாய். அக்ரிப்பீனா! கொரா, இந்தச் சமாதியை மட்டும்தானா விட்டுச் சென்றிருக்கிறார்? அவர் நமது நினைவிலே வாழ்வார்; நமக்கு உணர்ச்சியூட்டியவாறே இருப்பார். இதை மறந்துவிடாதே. அக்ரிப்பீனா! நீ அவரது மனைவி. அவரது உயிர் உனது வயிற்றிலே வளர்ந்துவருகிறது."

அக்ரிப்பீனா தனது கைகளை உயர்த்தினாள்; அவற்றைத் தனது முகத்துக்குப் நேராகப் பின்னிப்பிணைத்தாள். மீண்டும் அவற்றைச் சோரவிட்டாள்.

"இப்போது நீ எங்களுக்கு இருமடங்கு பிரியமானவள் ஆகிவிட்டாய். படைப்பிரிவு உன் குழந்தையை ஏற்றுக்கொள்ளும். உனக்கு எவ்வளவு பெரிய

பொறுப்பிருக்கிறது என்று எண்ணிப் பார்." (தெலேகின் அவளது தலையைத் தடவிக் கொடுத்தான்.) "உன் துப்பாக்கியை எடுத்துக்கொள்; நாம் போகலாம்."

அன்றிரவு முழுவதும் தான் அமர்ந்திருந்த அந்த இடத்தை நோக்கி, அக்ரிப்பீனா தன் தலையைச் சோகத்துடன் தாழ்த்தினாள்; பின்னர் அங்கிருந்து எழுந்து, தனது தொப்பியையும் துப்பாக்கியையும் கையில் எடுத்துக்கொண்டு மேட்டைவிட்டு இறங்கத் தொடங்கினாள்.

மானிச் நதிக்கரைகளில் நடந்த ரத்த பயங்கரமான யுத்தம், மே மாதம் இறுதிவரையிலும் நீடித்தது; பின்னர் ஓய்ந்துவிட்டது. பத்தாவது ராணுவத்தின் போர்முனை எல்லையை ஊடறுத்துக் கொண்டுசெல்லும் முயற்சியில் குத்தேபவ் அடைந்த தோல்வியையும் அவர் சமர்ப்பித்திருந்த சேத விவரங்களைப் பற்றிய பயங்கரமான பட்டியலையும் கண்டு, ஜெனரல் தெனீகின் மனம் சோர்ந்துபோனார்; எனவே, அவர் குத்தேபவை எகதிரினதாருக்கு வரவழைத்தார். தெனீகின் தமது தனியறையில், அகந்தையும் ஏளன சுபாவமும் மிகுந்த ரமானோவ்ஸ்கி அருகிலே நிற்க அமர்ந்திருந்தார்; மேஜைமீது பரந்து கிடந்த காகிதங்களின்மீது தடித்த பென்சிலை பொறுமையின்மையுடன் புழுக்கத்தோடு விட்டெறிந்தவாறு, எரிச்சல்மிகுந்த தொனியில் குரலை உயர்த்திக்கொண்டு கூறினார்:

"நாம் என்ன செய்துகொண்டிருக்கிறோம்? யுத்தம் புரிகிறோமோ அல்லது மதிப்புக்குரிய நேசநாட்டு பிரமுகர்கள் முன்னிலையிலே சர்க்கஸ் வித்தை காட்டுகிறோமா? ஜெனரல் அவர்களே! நாம் ஒன்றும் பயில்வான்கள் அல்ல. இந்தச் சூராதி சூரத்தனங்களுக்கெல்லாம் என்ன அர்த்தம்? அவமானம், அவமானம்! கொஞ்சங்கூட நாகரிகமற்ற நடவடிக்கை இது. நாம் போர் வீரர்கள்; கொரில்லாக்கள் அல்ல!"

தெனீகினை நன்கறிந்த குத்தேபவ், அவரது கோபாவேசத்

துக்குக் காரணம் என்ன என்பதையும் நன்கு புரிந்து கொண்டிருந்தார். அவர் எதுவும் பேசவில்லை. மேசை மீதிருந்த மைப்புட்டிக்கு அருகிலிருந்த சிறிய பூக்கொத்தை மட்டும் சோர்ந்த முகத்தோடு பார்த்துக் கொண்டிருந்தார்.

"இதைப் படித்துப் பார்த்து சந்தோஷப்படுங்கள்!" என்று சொல்லியவாறே, தெனீகின் மேசைமீது கிடந்த காகிதங்களுக்கு மேலாகக் கிடந்த காகிதத்தை எடுத்தார் :

ஒன்பதாவது ராணுவத்தின் போரெல்லையிலே குறைந்தபட்சச் சேதத்தோடு பள்ளம் பறித்து முன்னேறியிருக்கிறோம். பிரமாதமான நடவடிக்கை இது. நாம் கசாக்குக் கிளர்ச்சி நடக்கும் பிரதேசத்துக்குள் புகுந்துவிட்டோம். வேஷென்ஸ் காயா கிராமத்தையும் நாம் சில தினங்களில் கைப்பற்றிவிடலாம். நமது துருப்புகள் மானிச் எல்லையிலே சிக்கிக் கொண்டிரா விட்டால், தோனேத்ஸ் ஜில்லாக்களில் மேற்கொண்ட நடவடிக்கைகள் விரிந்து பரந்ததொரு தாக்குதலாகப் பரிணமித்திருக்க முடியும். கனவான்களே! நமது போர் முறைமையைக் கண்டு நான் வெட்கப்படுகிறேன். உலகம் முழுவதுமே நம்மைக் கூர்ந்து கவனித்துக் கொண்டிருக்கிறது; அவர்கள் அங்கு நிலவிவரும் நிலைமையைக் கண்டு நல்ல அபிப்பிராயம் கொண்டிருக்கிறார்கள். அதுமட்டும் நிச்சயம். சரி. தயவுசெய்து இங்கே வாருங்கள்."

தெனீகின் அந்தக் கடிதங்களுக்கு மத்தியில் தமது மூக்குக் கண்ணாடியைத் தேடித் துழாவினார்; பின்னர் குத்தேப்வுடனும் ரமானோவ்ஸ்கியுடனும் யுத்த தந்திர வரைபடங்கள் பரவிக் கிடந்த ஓக் மரமேசையை நோக்கிச் சென்றார்.

அவரது திட்டம் இதுதான்: பத்தாவது ராணுவத்தின் இரு பாரிசத்திலும் பெரும்பெரும் குதிரைப் படைகளைக் கொண்டு குவித்து முடித்துவிட்ட ஜெனரல் பாக்ரோவ்ஸ்கியும், ஜெனரல் உலகாயும், அந்த ராணுவத்தின் பின்னணிக்கு ஊடுருவிக் கொண்டு பாய வேண்டும்; போல்ஷிவிக் குதிரைப் படையை அழிக்க

வேண்டும்; விலிக்ககினியாஷெஸ்காயா கிராமத்தைக் கைப்பற்ற வேண்டும்; அதன்மூலமும் நாலைந்து நாட்களுக்குள் மானிச் எல்லையிலே போராடிக் கொண்டு இருக்கும் செஞ்சேனையினரைச் சுற்றி வளைத்து முற்றுகையிட்டுவிட வேண்டும்.

தெனீகின் தமது பையிலிருந்து யூடிகொலான் மணம்வீசும் ஒரு சுத்தமான லினன் கைக்குட்டையை வெளியே எடுத்தார்; அதனைக் கொண்டு, தமது மூக்குக் கண்ணாடியைத் துடைத்தார். அப்போது அவரது வறண்டு பளபளக்கும் தடித்த கைவிரல்கள் லேசாக நடுங்கின.

சேவாசேனை உலகத்தின் அரசியல் பிரச்னைகளுக்கே தீர்வு கண்டு வருகிறது. ஒதேஸ்ஸா, ஹெர்ஸான், நிகலாயேவ் முதலியவற்றின் வீழ்ச்சிக்குப் பின்னர் மேலைநாட்டினர் இதனை உணரத் தொடங்கியிருக்கிறார்கள். நாம் மின்னல் வேகத்தில் படுநாசம் விளைவிக்கும் அடிகளைக் கொடுக்க வேண்டும். இந்த யுத்தத்திலே பாராட்டு என்பது ஆயுத தளவாடங்களின் ரூபத்தில் வந்துசேரும். நான் எப்போதும் கண்மூடித்தனமான சூரத்தனங்களையெல்லாம் எச்சரித்தே வந்திருக்கிறேன். போர் முனையில் சூதாட்டம் கூடாது; அது எனக்குப் பிடிக்காது. ஆனால், அதேசமயம், நான் நட்டம் அடையவும் விரும்பவில்லை. தோன் நிலக்கரி பிரதேசத்தில் பெறும் வெற்றிகள், தேசத்தின் ஜீவாதாரமான உட்பகுதிக்கே நம்மைக் கொண்டுசெல்லும் பொதுவான தாக்குதலாக விரிந்து பரிணமித்து, நம்மை மாஸ்கோவரையிலும் கொண்டு சேர்க்காவிட்டால் – கனவான்களே! என் மூளையிலேயே நான் ஒரு குண்டைப் பாய்ச்சிக் கொண்டுவிடுவேன்."

கவர்ச்சிகரமான தோற்றமுடைய ரமானோவ்ஸ்கி தமது சிகரெட்டின் முனையை வெள்ளிச் சிகரெட் பெட்டிமீது தட்டிக் கொண்டார்; அப்போது அவரது முகத்தில் அகந்தை மிகுந்த சர்வஞான சொரூபமான ஒரு புன்னகை தவழ்ந்தது. ஜெனரல் குத்தேபவ் தணிந்த சுருக்கம் விழுந்த தமது நெற்றிக்குக் கீழாக, அவரை அர்த்த புஷ்டியோடு பார்த்தார்; அதேநேரத்தில் தெனீகினின் இந்தத் திடீர்ப்

பிரவேசமான மகத்தான கருத்துகள் எங்கிருந்து வந்தன என்பதையும் ஊகித்துக் கொண்டுவிட்டார். இங்கே அவருக்குச் சரியான சூடு கிடைத்திருக்க வேண்டும். ஆனால் குத்தேபவோ போர் முனைத் தளபதிதான்; தலைமைக் காரியாலயத்தைச் சேர்ந்தவரல்ல. எனவே, உயர்ந்த ரகமான போர் முறைமைகளெல்லாம் அவருக்குத் தெளிவற்றதாகவும் அலுப்புத் தருவதாகவுமே பட்டது. அவரைப் பொறுத்த வரையில் யுத்தகளத்தில் எதிரியின் கழுத்தைப் பிடித்துக் குதறுவது ஒன்றுதான் அவரது வேலை.

"பிரதம தளபதி அவர்களே! எங்களது சக்திக்குட்பட்ட எல்லாவற்றையும் நாங்கள் செய்கிறோம்" என்றார் குத்தேபவ்: "இந்த இலையுதிர் காலத்திலேயே நாங்கள் மாஸ்கோவைக் கைப்பற்ற வேண்டும் என்று நீங்கள் சொன்னால், அப்படியே செய்யக் காத்திருக்கிறோம்."

கச்சாலின் படையினர் ஒரு சொட்டுத் தண்ணீரோ அல்லது ஒரு துண்டு ரொட்டியோகூட உண்ணாமல் மூன்று நாட்களாக ரயில்வே பாதைகளை நோக்கிச் சென்றுகொண்டிருந்தார்கள். வாபஸ் வாங்குவதற்கான உத்தரவு மே மாதம் 21ஆம் தேதியன்றே வந்துவிட்டது. பத்தாவது ராணுவம் எதிரிகளின் முற்றுகையை அசுர முயற்சியாலும் பலத்த சேதத்துடனும் ஊடுருவி வெளிப் பாய்ந்து, மானிச்சிலிருந்து வாபஸாகி வடதிசையில் திரும்பி, த்ஸாரீத்ஸினை நோக்கிச் சென்றது. வறண்ட காற்று காஞ்சிரைச் செடிகளின்மீது மோதி, அவற்றைத் தரையோடு படுக்கவைத்தது; ஸ்டெப்பி வெளியை பழுப்பு நிறமாகத் தெளிவற்றுக் கிடந்த தூராதொலைவிலே ஜெனரல் உலகாயின் குதிரைப்படை ஓநாய்க் கூட்டம் போல் ஒன்றுதிரண்டிருந்தது.

சாமான் வண்டிகளை இழுத்துவந்த குதிரைகள் பலவும் செத்துவிழுந்தன. ஏற்கெனவே நிறையச் சாமான்கள் போட்டிருந்த வண்டிகளில் காயப்பட்டவர்களை ஏற்றிக்கொண்டு செல்லவேண்டியிருந்தது; லேசான காயம்பட்டவர்களும், நர்சுகளும் வண்டிகளுக்குப்

பின்னால் தள்ளாடித் தள்ளாடி நடந்தார்கள்; தாகத்தால் உதடுகள் வீங்கின; பின்னர் வெடித்தன. கிழக்குத் திக்கிலிருந்து வீசிய காற்றினால் கண்கள் நெருப்பாய்ச் சிவந்துவிட்டன; அவர்கள் அந்தக் கண்களை நெரித்து, அடிவானத்தில் எங்கேனும் ரயில்வேயின் தண்ணீர் டாங்கி தட்டுப்படுகிறதா என்று பார்த்தார்கள். பரத்த ஸ்டெப்பி வெளியிலுள்ள அகன்ற கடவுகளிலே ஈர வாடைகூட வீசவில்லை; கொஞ்ச நாட்களுக்கு முன்னால் அவர்கள் அந்த வழியாக வந்தபோதோ, அதே கடவுப் பள்ளங்களில் பனிக்குளிர் நிறைந்த தண்ணீரில் இடுப்பளவுக்கு இறங்கி நடந்துதான் வந்தார்கள். இப்போது, அவர்களது உலர்ந்து ஒட்டிப்போன வாயை நனைத்துக்கொள்ள ஒரு வாய்த் தண்ணீர் கிடைத்தால்! அந்தக் கடவுகளில் ஒன்றிலே மறைந்திருந்த துருப்புகளின் மத்தியிலே போய் அவர்கள் தெரியாமல் மாட்டிக் கொண்டுவிட்டார்கள். அவர்களது வண்டிகள் புல் நிறைந்த சரிவின் வழியாக இறங்கி வந்தபோது, வெடிச் சப்தங்கள் மிகவும் அருகிலேயே கேட்டன; (அந்த கசாக்குகள் எங்கு மறைந்திருந்தார்களோ?) தொடர்ந்து பல கசாக்குகள் சுலபமாகக் கொள்ளையடிக்கலாம் என்ற நம்பிக்கையோடு, தமது மெலிந்த குதிரைகளை தட்டியெழுப்பி அவற்றை விரட்டிக் கொண்டுவந்து, சாமான் வண்டித் தொடரின்மீது சாடினார்கள்; உடனே அந்த வண்டித்தொடர் குழப்பத்துக்குள்ளாயிற்று. சுமார் ஐம்பதுக்கு மேற்பட்ட கொள்ளைக்காரர்கள் தமது தாடிகளை முன்னால் நீட்டிக்கொண்டு, சரிவை நோக்கிப் பாய்ந்துவந்தார்கள். ஆனால் அந்த வண்டிகளில் இருந்து துப்பாக்கிப் பிரயேகம் செய்யத் தொடங்கியவுடனேயே, அவர்கள் வந்த வேகத்திலேயே திரும்பவும் குதிரைகளைத் திருப்பிக்கொண்டு ஓடிப் போனார்கள். அந்த வண்டிகளிலோ காயப்பட்டவர்கள் கையிலும்கூட, துப்பாக்கி இருந்தது; தாஷாவும்கூட தனது கண்ணை எவ்வளவு தூரம் நெரித்து மூட முடியுமோ, அந்த அளவுக்கு மூடியவாறு துப்பாக்கியைப்பிடித்துச் சுட்டாள்.

அந்தக் கசாக்குகள் குதிரைகளைத் திருப்பிக்கொண்டு ஓட முனைந்தபோது, ஒரு கசாக்கும் அவனது குதிரையும் தடம்புரண்டு சாய்ந்து சரிவில் உருண்டு வருவதை வண்டியின் அருகிலிருந்தோர் கவனித்தார்கள். உடனே சிலர், அந்தக் குதிரைக்காரனிடம் தண்ணீர் பாட்டில் இருக்கக்கூடும் என்ற நம்பிக்கையில் அவனை நோக்கி ஓடினார்கள். ஆனால், அவனோ தோளில் ராணுவச் சின்னங்கள் தரித்திருந்தான். அவனைக் குதிரைக்கு அடியிலேயிருந்து வெளியே இழுத்துப் போட்டார்கள்; குதிரை செத்துப் போய்விட்டது. "நான் சரணடைகிறேன்! சரணடைகிறேன்!" என்று அவன் பயபீதியுடன் கத்தினான்: "நான் உங்களுக்குத் தகவல் எல்லாம் சொல்கிறேன். என்னை உங்கள் தளபதியிடம் அழைத்துச் செல்லுங்கள்."

அவனது தண்ணீர் பாட்டிலைத்தான் முதலில் பிடுங்கினார்கள் அவர்கள்; சேணப் பையில் இன்னும் இரண்டு தண்ணீர் பாட்டில்கள் இருந்தன.

"அவனை உயிரோடு இங்கு கொண்டுவாருங்கள்" என்று படைப் பகுதித் தளபதி மோஷ்கின் சத்தமிட்டார். அவர் ஒடிந்த கையோடும் கட்டுப்போட்ட தலையோடும் ஒரு வண்டியில் அமர்ந்திருந்தார்.

அகப்பட்டுக் கொண்ட அந்த அதிகாரி, அவருக்கு முன்னால் ராணுவ முறைப்படி விறைப்பாக நின்றான். தொங்கிய உதடுகளும் உயிரற்ற கண்களும் கொண்ட சதை போட்ட தொளதொளத்த முகத்தை எங்குமே காண முடியாது எனத் தோன்றியது. மேலும், அவனது உடம்பிலிருந்த புழுக்கம் மிகுந்த புளித்த நாற்றம் வேறு அடித்தது.

"நீ யார்? ராணுவத்தைச் சேர்ந்தவனா அல்லது கொரில்லாவா?"

"ஒழுங்குபடுத்தப்படாத உபரிப் படையைச் சேர்ந்தவன்!"

"எங்களது பின்னணியில் கலகத்தைக் கிளப்பிவிடத் தானே வந்தீர்கள்?"

"ஜெனரல் உலகாயின் உத்தரவுப்படி, நாங்கள் புதிதாகப் படைக்கு ஆள் சேர்க்கத்தான் வந்தோம்."

வண்டித் தொடர் மீண்டும் புறப்பட்டது; அந்த அதிகாரி, வண்டிக்கு அருகிலேயே நடந்துவந்தவாறு கேட்கின்ற கேள்விகளுக்கெல்லாம் சட்டென்று, தெளிவோடு பதிலளித்தான். அவன் ஒரு கைதேர்ந்த உளவு இலாகப் பேர்வழி என்பதும், தனது உயிரை எப்படிக் காப்பாற்றிக் கொள்வது என்பதைத் தெரிந்து கொண்டவன் என்றும் புரிந்தது. சில செஞ்சேனை வீரர்கள் அவன் என்ன சொல்கிறான் என்பதைக் கேட்டுக் கொண்டே வண்டிக்கருகில் நடந்துவந்தார்கள். அவன் சொன்ன பதில்களைக் கேட்டு அவர்கள் ஒருவரையொருவர் அர்த்தபுஷ்டியோடு பார்த்துக் கொண்டார்கள். தோனேத்ஸ் பிரதேசத்திலிருந்து ஒன்பதாவது செஞ்சேனை வாபஸானது, ஒன்பதாவது எட்டாவது ராணுவங்களுக்கிடையில், ஜெனரல் சேக்ரெத்தாவ் தமது குதிரைப் படைகளின்மூலம் போர்முனையில் பள்ளம்பறித்து, உள்ளே ஊடுருவிப் புகுந்தது, செஞ்சேனையின் பின்னணியில் சர்வநாசம் விளைத்தது முதலியவற்றையெல்லாம் அவன் சொன்னான்.

"நீ பொய் சொல்கிறாய் - அப்படியெல்லாம் ஒன்றுமே நடக்கவில்லை" என்று மோஷ்கின், அந்த அதிகாரியைப் பாராமலே சொன்னார். எனினும், அவருக்கே அது விஷயத்தில் எந்த நிச்சயமுமில்லை.

"இல்லை. நான் சொல்வதெல்லாம் உண்மை. வேண்டுமென்றால், சுப்ரீம் தலைமை வெளியிட்ட அறிக்கையின் பிரதி ஒன்று என்னிடம் இருக்கிறது. காட்டுகிறேன்."

அனீஸ்யா வண்டியிலிருந்து நழுவியிறங்கி, அந்தக் கைதியைச் சுற்றி நின்ற செஞ்சேனை வீரர்களோடு வந்து சேர்ந்துகொண்டாள். மோஷ்கின் அந்த அறிக்கையின் பிரதிகளைப் படித்தார்; அந்தக் காகிதங்கள் காற்றில் சலசலத்தன. அவர் என்ன சொல்லப் போகிறார் என்பதையே எல்லோரும் எதிர் பார்த்துக் காத்திருந்தார்கள்.

இதற்குள் அனீஸ்யா, தனது தோழர்களை மெல்ல இடித்துத் தள்ளிக்கொண்டு, அந்தக் கைதியின் அருகே செல்ல முயன்றாள். "உனக்கென்ன வந்துவிட்டது? அங்கே என்னத்தைப் பார்க்கப்போகிறாய்?" என்று அவர்கள் அவளிடம் சொன்னார்கள். அவளது கால்களோ ஈயக்கனம் கொண்டதுபோல் பாரமாய்த் தோன்றின; தலையோ வலித்தது; கண்களோ மண்ணும் மணலும் நிரம்பியடைந்திருப்பதுபோல் தோன்றின. அந்தக் கைதியின் அருகே செல்ல முடியாமல், அவள் முன்னே ஓடிப்போய் தடுமாறியவாறே, குதிரையின் கடிவாளத்தைப் பிடித்து இழுத்தாள். வண்டி நின்றுவிட்டது. முதலில் அவள் என்னதான் செய்ய விரும்பினாள் என்று எவருக்குமே புரியவில்லை. அவள் கழுத்தை நீட்டிக்கொண்டு அந்தக் கைதியைத் தனது வெளிறிய கண்களால் பார்த்தாள்; அவள் பார்க்கப் பார்க்க அந்தக் கண்கள் இரண்டும் மேலும்மேலும் பெரிதாகி, அவளது வறுத்த வாடிப்போன முகம் முழுவதையுமே அடைத்துக் கொள்வதுபோல் தோன்றியது.

"எனக்கு இந்த மனிதனைத் தெரியும்!" என்றாள் அனீஸ்யா: "தோழர்களே! இவன்தான் என் குழந்தைகளை உயிரோடுவைத்து எரித்தவன். என்னை உயிர் போகிற மாதிரி சவுக்கால் அடித்தவனும் இவன்தான். எங்கள் கிராமத்திலே இருபத்தி ஒன்பது பேரைச் சவுக்கால் அடித்தே கொன்றுவிட்டான் இவன்!"

அந்த அதிகாரி சிரித்துக்கொண்டே, தோளை உலுக்கினான். மேலும் வட்டமாக நெருங்கிவந்த செஞ்சேனை வீரர்கள் அவனையும் அனீஸ்யாவையும் மாறிமாறிப் பார்த்தார்கள்.

"நல்லது" என்றார் மோஷ்கின். "நாம் அதையும் விசாரணை செய்வோம். அருமைப் பெண்ணே! நீ வண்டியில் போய்ப் படுத்துக்கொள்."

அனீஸ்யாவோ ஏதோ வசிய மந்திரத்துக்காளானவள் போல் தொடர்ந்து பேசினாள்: "தோழர்களே! "தோழர்களே! இவனை உயிரோடு வைத்திருக்கவே

கூடாது. இவனை உயிரோடு விடுவதானால், எனது இருதயத்தையே நீங்கள் பிடுங்கியெறிந்துவிடுங்கள்! இவனைச் சோதனை போடுங்கள்! இவன் பெயர் நிமிஷாயாவ்! இவனுக்கு என்னை நினைவிருக்கும்." திடீரென்று, அவள் அந்தக் கைதியைக் குதூகலமிக்க கூச்சலோடு சுட்டிக்காட்டினாள்: "பார்த்தீர்களா? இவன் என்னை இனம்கண்டு கொண்டுவிட்டான்!"

உடனே பல்வேறு கைகள் அந்தக் கைதியின்பால் நீண்டன. அந்த அதிகாரியின் வியர்வை படிந்த கோட்டும் சட்டையும் முதுகுப்புறத்தில் கிழிபட்டன; அவனது சட்டைப் பைகள் எல்லாம் வெளியே திருப்பிப் போடப்பட்டன; கடைசியில் அனீஸ்யா சொன்னபடியே அவனது ராணுவ அத்தாட்சிக் கார்டைக் கண்டுபிடித்து எடுத்துவிட்டார்கள்; அந்தக் கார்டில் கேப்டன் நிகலாய் நிகலாயவிச் நிமிஷாயாவ் என்ற பெயர் காணப்பட்டது!

"நீங்கள் என்ன பேசுகிறீர்கள் என்றே எனக்குப் புரியவில்லை!" என்று அவன் சோர்ந்தாற்போல் முனகினான். "அந்தப் பெண் பொய் சொல்கிறாள்; அவள் உளறுகிறாள். அவளுக்கு டைபாய்டோ என்னவோ?"

செஞ்சேனை வீரர்களுக்கோ அனீஸ்யாவின் வரலாறு நன்கு தெரியும்; எனவே, அனீஸ்யா தன்னருகிலிருந்து எவனோ ஒருவனிடமிருந்து ஒரு துப்பாக்கியை எடுத்துக்கொண்டு நிமிஷாயாவை நோக்கி வந்தவுடன் அவர்கள் மௌனமாகப் பின்வாங்கி நின்றார்கள். அவள் அவனருகே சென்று அவனது தோளில் தட்டிச் சொன்னாள்:

"என்னோடு வா."

அவன், உம்மென்று உணர்ச்சியற்றிருந்த செஞ்சேனை வீரர்களின் முகங்களை, பயங்கரமாக வெறித்துப் பார்த்தான். ஆழ்ந்த பெருமூச்செறிந்தான்; மோஷ்கினுடன் பேச விரும்புவதுபோல் எச்சிலை விழுங்கினான். ஆனால் மோஷ்கினோ அவனிடமிருந்து முகத்தைத் திருப்பிக் கொண்டு, அந்த அறிக்கையையே படித்துக்

கொண்டிருந்தார். பின்னர் அவனது விமோசனமே அந்த வண்டியில்தான் அடங்கியிருப்பதுபோல் அவன் அதன் பக்கமாக ஒதுங்கி அதைப் பிடித்துக்கொண்டு தொங்கினான். ஆனால், அந்தச் செஞ்சேனை வீரர்கள் அவனை வண்டியிலிருந்து இழுத்துப் பிடுங்கி, முதுகைப் பிடித்து முன்னே தள்ளிச் சொன்னார்கள்:

"போ. போ. அவளோடு போ."

அவன் பிரமை பிடித்தவன்போல் ஸ்டெப்பி வெளியில் நடந்தான்; தனது தலையைப் பாதுகாத்துக் கொள்வதுபோல் தோள்களுக்கிடையில் தலையை உள்ளுக்கிழுத்தான்; குருடன் மாதிரி தள்ளாடித் தள்ளாடி நடந்தான். அவனுக்குப் பின்னால் பத்தடி தூரத்தில் சென்றுகொண்டிருந்த அனீஸ்யா அந்தக் கனத்த துப்பாக்கியைத் தூக்கி, அதன் மட்டைப் பாகத்தைத் தோளில்வைத்து அழுத்திப் பிடித்தாள்.

"என்னை நோக்கித் திரும்பு."

நிமிஷாயாவ் அவள் மீது தாவுவதற்கான தயாரிப்புடன் சுழன்று திரும்பினான். அதற்குள் அனீஸ்யா அவனது முகத்துக்கு நேராகச் சுட்டுத் தீர்த்தாள். பின்னர் அவன் என்ன ஆனான் என்பதைக்கூட பார்க்காமல் சட்டென்று திரும்பி, தனது தோழர்களிடம் திரும்பி வந்தாள். அவர்கள் எல்லோரும் அசைவற்ற உறுதிவாய்ந்த கண்களோடு அந்த நியாய பூர்வமான தண்டனை எப்படி நிறைவேற்றப்படுகிறது என்பதைப் பார்த்துக் கொண்டு நின்றார்கள்.

"யாருடைய துப்பாக்கி, எடுத்துக் கொள்ளுங்கள்" என்று அனீஸ்யா சொன்னாள்; பின்னர் அந்த வண்டித் தொடரின் - கடைசி வண்டிக்குச் சென்று, அதனுள் ஏறிப் படுத்து உடம்பை ஒரு தார்ப்பாயினால் மூடிக் கொண்டாள்.

17

*கா*த்யா, சொல்லி எழுதப்பட்ட பாடங்களை நோட்டுப் புத்தகங்களில் திருத்திக் கொண்டிருந்தாள். அந்த நோட்டுகளெல்லாம் சுவரில் ஒட்டும் வண்ணக் காகிதங்களை மடித்து வெட்டித் தைக்கப்பட்டிருந்தன. அவற்றில் ஒரேஒரு பக்கத்தில் மட்டும்தான் எழுத முடியும். அவளது வறுமைப்பட்ட வாழ்க்கையிலே இதுவே ஒரு மகத்தான சாதனைதான். அவற்றுக்காக அவள், தானே நேரில் கீவ் நகருக்குச் சென்றுவந்தாள். கல்வி இலாகாவின் மக்கள் கமிஸாரைப் பேட்டி காண்பதும் மிகவும் சுலபமாக முடிந்துவிட்டது. அவள் யாரென்பதையும், எதற்காக வந்திருக்கிறாள் என்பதையும் தெரிந்துகொண்ட கமிஸார், அவளது கையைப் பிடித்து அழைத்துக்கொண்டு போய் ஒரு நாற்காலியில் உட்கார வைத்தார். அங்கிருந்த அழகானதொரு மேசை மீதிருந்த கரிபடிந்த கெட்டிலிலிருந்து, அவர் காரட்டிலிருந்து தயாரித்த தேநீரை அவளுக்கு ஊற்றி மிட்டாய் எடுத்துக் கொள்ளுமாறு சொன்னான். அவர் காலில் கம்பளிப் பூட்சுகள் அணிந்தவாறும், கம்பளிக் கோட்டைத் தோள் மீது போட்டவாறும் ஜமுக்காளத்தின்மீது மேலும்கீழும் நடந்தார்; நடந்தவாறே பொதுஜனக் கல்விக்கான திட்டத்தின் சுருக்கத்தை எடுத்துக் கூறினார்: அதைக் கேட்டதுமே காத்யாவுக்குத் தலைசுற்றியது.

"இன்னும் பத்துப் பதினைந்து ஆண்டுகளுக்குள் நமது நாடு நல்ல கல்வியறிவுபெற்ற நாடாகிவிடும். உலகத்தின் அறிவுச் செல்வங்களையெல்லாம் நமது மக்கட் சமுதாயத்தின் உடைமையாக்கிவிடுவோம்" என்று முகத்திலே தன்னம்பிக்கை மிகுந்த புன்னகை தவழ, தமது தாடியை நெருடியவாறே சொன்னார் அவர்: "எழுத்தறிவின்மையை ஒழித்துக்கட்டும் அரும்பெரும் பணி நம்முன் காத்திருக்கிறது. இந்த அவமானத்தை நாம் துடைத்தாக வேண்டும். ஒவ்வோர் அறிவாளிக்கும் இது தன்மானம் சம்பந்தப்பட்ட விஷயமாகும். இளைஞர்

சமுதாயம் அனைத்தையும் சின்னஞ்சிறுவர் பள்ளிகள், கிண்டர் கார்டன் பள்ளிகள் முதலியவற்றிலிருந்து சர்வகலாசாலை வரையிலும் உள்ள எல்லாக் கல்வி முறைகளிலும் ஈடுபடுத்த வேண்டும். அறிவாளிகள் கூட்டத்தின் திறமான பிரதிநிதிகள் கனவு காணக்கூடிய எல்லாவற்றையும் நடைமுறை சாத்தியமான சாதனைகளாக போல்ஷிவிக்குகள் மாற்றுவதை யாரும், எந்தச் சக்தியும் தடுத்து நிறுத்த முடியாது."

கல்வி இலாகாவின் மக்கள் கமிஸார் காத்யாவுக்குப் பத்தாயிரம் நோட்டுப் புத்தகங்களும், பாலர் பாடப் புத்தகங்களும், பிற பாடப் புத்தகங்களும் பென்சில்களும் சிலேட்டுகளும் தருவதாக வாக்களித்தார். அவள் அவரிடமிருந்து விடைபெற்று, அந்தச் சலவைக்கல் படிக்கட்டின் வழியாக இறங்கிவரும்போது, ஏதோ கனவுலகில் நடப்பது போலத்தான் தன்னை மறந்து அடியெடுத்துவைத்து நடந்தாள். ஆனால் சீக்கிரத்திலேயே சிரமங்களும் சிக்கல்களும் தலைதூக்கிவிட்டன. காத்யா, அந்த நோட்டுப் புத்தகங்களுக்கும் பாடப் புத்தகங்களுக்கும் அருகில் நெருங்கநெருங்க, அவை மேலும்மேலும் எதார்த்தமற்ற நிலையை நோக்கி விலகிப்போய்க் கொண்டேயிருந்தன. அவளிடமிருந்து அவற்றைப் பெற வேண்டிய பொதுமக்களோ மேலும்மேலும் பிடிகொடாமலும், ஏளனபாவத்தோடும் உற்சாகமற்றுப் போய்க் கொண்டிருந்தார்கள். கதகதப்பு ஊட்டப் பெறாத அவளது ஹோட்டல் அறையில், கட்டிலுக்கு விரிப்புகூட இல்லை; மேலும் அறையின் முகட்டிலிருந்து தொங்கிய மின்சார விளக்கும் மிகவும் மங்கலாக எரிந்தது; அது எந்த நிமிஷத்திலும் அணைந்துவிடத் தயாராக இருப்பது போல் தோன்றியது. இத்தகைய சூழ்நிலையில் காத்யா தனது கம்பளிக் கோட்டை அணிந்தவாறு, அங்கு கிடந்த ஆட்டங்கண்டுபோன பழைய சோபாவின்மீது என்ன செய்வதெனத் தெரியாமல் திகைப்புற்று அமர்ந்திருந்தாள்.

ஒருநாள் கசங்கிப்போன கம்பளித் தொப்பியும், இறுகலாக பெல்ட் மாட்டிய சட்டையும் அணிந்த ஓர் உயரமான

மனிதன் கதவைக்கூடத் தட்டாமல் அவளது அறைக்குள் வந்தான்; வந்தவுடன் தனது கனத்த தடித்த குரலில் நேரடியாக விஷயத்தைச் சொல்லத் தொடங்கினான்:

"நீங்கள் இன்னும் இங்குதான் இருக்கிறீர்களா? உங்கள் விஷயமெல்லாம் எனக்குத் தெரியும். உங்களிடமுள்ள கடிதங்கள் முதலியவற்றை என்னிடம் காட்டுங்கள்."

அந்த மங்கல்விளக்கின் சிவந்த ஒளிக்குக் கீழே நின்று கொண்டு, அவன் அந்தக் கடிதங்கள் முதலியவற்றைப் பார்த்தான். காத்யா அவனது உறுதிமிக்க, கவர்ச்சிகரமான, எனினும் ஏதோ ஒரு புதிர் நிறைந்த முகத்தை நம்பிக்கையோடு பார்த்தாள்.

"பன்றிப் பயல்கள்!" என்றான் அவன்: "நாசவேலைக்காரர்கள். அயோக்கியர்கள்! சரி. நீங்கள் நாளைக் காலையில் நகரக் கமிட்டிக் காரியாலயத்தில் வந்து என்னைப் பாருங்கள். நாம் ஏதாவதொரு வழி செய்வோம். ஏதாவது ஒரு வழி கண்டுபிடிப்போம். நான் வருகிறேன்."

இந்த மனிதனின் ஒத்துழைப்பின்மூலம் காத்யா, சுவர்க் காகிதங்களையும் பென்சில்களையும் பண்டகசாலையிலிருந்து வாங்கினாள்; அத்துடன் கலையார்வம் மிகுந்த ஒரு சர்க்கரைத் தொழிற்சாலையின் அதிபரிடமிருந்து ஒரு நூல் நிலையத்தையும் கேட்டு வாங்கினாள். (அந்த நூல் நிலையத்தில் பாதிக்கு மேல் பிரெஞ்சு நாவல்கள்தான் இருந்தன.) இந்தச் செல்வங்களையெல்லாம் ஒரு சரக்கு வண்டியிலே ஏற்றிக்கொண்டு வந்து சேர்ப்பதுதான் பெரும்பாடாகப் போய்விட்டது. ஒவ்வொரு நிறுத்தத்திலும் பயங்கரமான பார்வைகொண்ட தாடிக்கார ஆண்களும், பரபரப்பு மிகுந்த பெண்களும் அந்த வண்டிக்குள்ளே ஏற முயன்றார்கள். ஆண்களெல்லாம் பெரிய சாக்கு மூட்டைகளைச் சுமந்துகொண்டிருந்தார்கள்; பெண்களோ ரவிக்கைக்குள்ளும் பாவாடைக்குள்ளும் ரகசியமாகக் கொண்டுவரும் உணவுப் பொருள்களை மறைத்து வைத்து இருந்தார்கள். எனவே, அவர்களது உடம்பெல்லாம்

மாடுபோல் ஊதிப்பருத்து விட்டதுபோல் தோன்றியது.

எனவே காத்யா, ஒருவழியாக எப்படியோ தனக்கென்று சிறிது பலத்தைத் தேடிக்கொண்டு விட்டாள். இனியும் அவள் மென்மையான உடம்பும் கவர்ச்சிகரமான கண்களும் கொண்டு, அடுத்தவர் வீட்டுப் படுக்கை மீதேறிக் கத்துகின்ற நிராதரவான பூனைக் குட்டியல்ல.

கிரசீல்னிகவ், அவளைத் தனது வருங்கால மனைவி என்று நிச்சயித்துவிட்டதாக சந்தர்ப்பா சந்தர்ப்பமற்ற நேரத்தில் எப்போது அறிவித்தானோ, அன்றிரவிலிருந்தே அவளிடம் இந்தப் புதிய சக்தி தலைதூக்கி வளரத் தொடங்கிவிட்டது. காத்யா, அன்றைய தினத்தில் தன்னை எதிர்நோக்கி நிற்கும் எதிர்காலத்தை ஒரு பார்வை பார்த்தாள். சுகமாக வாழும் ஒரு கிராமத்து வியாபாரியின் மனைவியாகவே, தான் வாழ நேருமென அவளுக்குத் தோன்றியது. உடனே வாய்திறந்து கிடக்கும் ஒரு சவக்குழியில் விழப்போன மனிதன், திடுக்கிட்டுப் பின்வாங்குவதுபோல் அவள் விழிப்புற்று விட்டாள். வருங்காலக் கணவனாக, எஜமானாக மாற எண்ணிய கிரசீல்னிகவின் வோட்கா போதையும் அவளை அடைய வேண்டும் என்றவெறியும் கலந்து பிரதிபலித்த கண்கள்தான் அந்தப் படுபாதாளமான சவக்குழியாக அவளுக்குத் தோன்றியது! காத்யாவின் சர்வாங்கமுமே அதனை எதிர்த்தன; இதனால் அவள் வியப்பும் மகிழ்ச்சியும் அடைந்தாள்; நீண்டநெடுநாள்களாக நோய்ப் படுக்கையிலிருந்து பிழைத்த ஒருவன், தனது உடம்பில் பலம் ஊறி வருவதை உணர்வதுபோல் உணர்ந்து மகிழ்ந்தாள். எனவே சீதோஷ்ணச் சூழ்நிலை மாறி கதகதப்புத் தோன்றியவுடனேயே, தான் எப்படியும் மாஸ்கோவுக்குத் தப்பிச் செல்ல வேண்டும் என்ற திடீர்த் தீர்மானத்துக்கும் அவள் வந்தாள். இந்தத் தீர்மானத்தை எவரிடமும் வாய் திறந்து சொல்லாமல் மனத்துக்குள்ளேயே அடக்கி வைத்திருப்பதிலும் அவள் திறமையுடன் நடந்துகொண்டாள். அவள் முன்னைவிட உற்சாகமாக இருப்பதையும் வேலை செய்யும்போது பாடுவதையும்தான் மத்ரியோனாவும் கிரசீல்னிகவும்

கண்டறிய முடிந்தது.

கிரசீல்னிகவ் மத்தியானத்திலும் இரவிலும் சாப்பிட உட்காரும்போதெல்லாம் கண்ணைச் சிமிட்டிக்கொண்டு, தமாஷ் பேச்சுகளில் ஈடுபடத் தொடங்கினான். (சாப்பாட்டு நேரத்தைத் தவிர, வேறு நேரங்களில் அவன் வீட்டிலேயே இருக்கக் காணோம்.) "நமது புதுப் பெண்ணைத்தான் பாரேன்." என்று தொடங்கி ஏதாவது பேசுவான். அவனும் மிகுந்த குதூகலத்தோடு தான் தென்பட்டான்; மேலும் கிராமத்தார்களும், அவனது வேண்டுகோளை ஒருவழியாக ஏற்றுக்கொண்டு விட்டார்கள். அவன் அந்த இளவரசர் மாளிகையின் வெளிப்புறத்து வீட்டை இடித்து, அவற்றிலிருந்த பெயர்த்தெடுத்த உத்திரங்களையும் கட்டைகளையும் செங்கற்களையும் வண்டியிலேற்றித் தனது இடத்துக்குக் கொண்டுவந்து கொண்டிருந்தான்.

ஜனவரி மாதத் தொடக்கத்தில் செஞ்சேனை ராணுவம் கீவ் நகரைக் கைப்பற்றியது; அந்தச் சமயத்தில், விளதீமிர்ஸ் கோயே கிராமத்தின் வழியாக, செஞ்சேனைப் படைப் பகுதி ஒன்று சென்றது. அந்தப் படை வருவதைக் கண்டதும், அதனை ஜெயகோஷமிட்டு வரவேற்ற முதல் நபரே கிரசீல்னிகவ்தான். ஆனால், சீக்கிரத்திலேயே நிலைமைகள் வேறு தினுசாக மாறின.

யாகவ் என்ற ஒரு தோழர் அந்தக் கிராமத்துக்கு வந்தான். அவன், அந்தக் கிராமத்தின் பாதிரியார் வசித்து வந்த நல்லதொரு வீட்டைத் தனக்கென எடுத்துக்கொண்டு விட்டான்; பாதிரியாரையும் அவரது மனைவியையும் வீட்டைவிட்டு வெளியேற்றி, குளியல் விடுதியில் போய் வசிக்கச் சொல்லிவிட்டான். அவன் ஒரு கூட்டத்தைக் கூட்டி, அதில் பின்வருமாறு பேசினான்: "மதம் என்பது மக்களுக்கு அபின். தேவாலயத்தை இழுத்து மூடுவதை யார் எதிர்க்கிறார்களோ, அவர்கள் சோவியத் ஆட்சிக்கும் எதிரிகள்." மேலும் அங்கேயே, அப்போதே வேறு யாரையும் பேசவிடாமல், ஒரு ஓட்டெடுப்பையும் நடத்தினான்; அதன்மூலம் கிராமத்தின் தேவாலயத்தையும் இழுத்துமூடி, சீல் வைத்துவிட்டான்.

இதன்பின் அவன் அந்தக் கிராமத்திலுள்ள விவசாயக் கூலியாட்களையும், ஒரு குதிரைகூட வைத்திராத விவசாய ஆண் பெண்களையும் மற்றவர்களிடமிருந்து பிரித்தான். அப்படிப்பட்டவர்கள் அந்தக் கிராமத்தில் சுமார் நாற்பது பேருக்கு மேல் இருந்தார்கள். அவர்களை ஒன்றுதிரட்டி, 'ஏழை விவசாயிகள் கமிட்டி' ஒன்றை உருவாக்கினான். பின்னர் அந்தக் கமிட்டியைக் கிராமப் பாதிரியாரின் வீட்டில் கூட்டி, கடிய கசப்பு மிகுந்த உணர்ச்சியோடு பின்வருமாறு பேசினான்.

"ருஷ்ய விவசாயி ஒரு முட்டாள் மிருகம். அவன் ஆயிரம் ஆண்டுக்காலமாக, சாணக்கிடங்கிலே கிடந்து வாழ்ந்து வந்திருக்கிறான். எனவே குரோதத்தையும் பேராசையையும் தவிர, வேறு எதுவும் அவனது இதயத்தில் இல்லை. நாங்கள் விவசாயியை நம்பவில்லை; என்றும் நம்பவும் போவதில்லை. அவன் எங்களது வழியிலே வரும்வரையிலும் நாங்கள் அவனைவிட்டு வைத்திருப்போம்; அவ்வாறு விட்டு வைத்து இருப்பதையும் சீக்கிரமே நிறுத்திவிடுவோம். நீங்களெல்லாம் கிராமத்தின் பாட்டாளி வர்க்கம்; எனவே நீங்கள்தான் இங்கு அதிகாரத்தை உறுதியாகக் கைப்பற்ற வேண்டும். விவசாயியின் இறக்கைகளையெல்லாம் வெட்டியெறிவதற்கு, நீங்கள் எங்களுக்கு உதவ வேண்டும்."

யாகவின் பேச்சு, ஏழை விவசாயிகள் கமிட்டி அங்கத்தினர்கள் உட்பட கிராமத்தார் எல்லோரது மனத்திலும் பயபீதியைக் கிளப்பிவிட்டது. கிராமத்தில் பேசப்படும் ஒவ்வொரு வார்த்தையும் கிராமம் முழுவதும் விரைவில் பரவியது. வீட்டுக்கு வீடு ரகசியமாகப் பல பேச்சுவார்த்தைகள் நடமாடத் தொடங்கின:

"அவர் ஏன் அப்படிச் சொல்ல வேண்டும்? நாமென்ன மிருகங்களா? நாம் ருஷ்யர்கள். நாம் நமது சொந்த நாட்டில் தானே வாழ்ந்து கொண்டிருக்கிறோம்! இல்லையா? திடீரென்று நம்மீதெல்லாம் நம்பிக்கையில்லை என்று சொன்னால்? ஏன் ஒவ்வொருவரின் இறக்கையையும் வெட்டியெறிய வேண்டும்? கிரசீல்னிகவின் இறக்கைகளை வெட்ட வேண்டியதுதான்; அவன் ஒரு கொள்ளைக்காரன்.

கொந்திரதேங்கோவ், நிச்சீபரோவ் முதலியோரின் பலத்தையும் குறைக்க வேண்டியதுதான். அவர்களெல்லாம் பிரசித்தமான கொள்ளை வட்டிக்காரர்கள்; அட்டைகள். ஆனால், எனது இறக்கையை ஏன் வெட்ட வேண்டுமாம்? எனது சட்டை வேர்வை படிந்திருக்கிறதே, அதற்காகவா? இது சரியல்ல. சரியல்ல. இதில் எங்கோ கோளாறு இருக்கிறது. எதிலோ தவறு இருக்கிறது." மற்றவர்களோ பின்வருமாறு சொன்னார்கள்: "அடக்கடவுளே! இதுதானா சோவியத் ஆட்சியின் லட்சணம்?"

யாகவ் பல நாட்களாகச் சவரம் செய்யப்படாத முகத்தோடும், குளிக்காத உடம்போடும், கசங்கிப் போன ஒரு பழைய கம்பளிக் கோட்டும், கிழிந்துபோன தொப்பியும் அணிந்து, தனது வேண்டாத வேலைகளைக் கவனிப்பதற்காக நடந்துசெல்வான். அப்போது காலில் மட்டும் நல்ல பூட்சுகள் அணிந்திருப்பான். இந்தக் கோலத்தைக் கண்டு, அவன் தனது அழுக்கடைந்த கம்பளிக் கோட்டுக்கடியில் நல்ல உடைகளை அணிந்திருப்பதாக ஜனங்கள் பேசிக்கொண்டார்கள். அவன் தெரு வழியே நடந்து செல்லும்போது எல்லோரும் அவனை ஜன்னல் வழியாகப் பார்த்தார்கள். அப்போது அவர்கள் மிகுந்த திகைப்போடு தலையை ஆட்டியவாறே, அடுத்தாற்போல் என்ன நடக்குமோ என்று பயந்து பதைபதைத்தார்கள்.

மார்ச் மாதத்தில் அவர்கள் சாண உரத்தை வண்டிகளில் ஏற்றி, வயலுக்குக் கொண்டு போகத் தொடங்கினார்கள். அப்போது யாகவ் ஒரு பொதுக் கூட்டத்தைக் கூட்டினான். அதில் கிராமத்தில் எதிர்ப்புரட்சி நடவடிக்கைகள் அதிகரித்துவிட்டதாகக் குற்றம் சாட்டினான்; கிராமத்திலுள்ள எல்லாக் குதிரைகளைப் பற்றிய விவரத்துக்கும் பட்டியல் தயாரித்தான்; தேவைக்கு அதிகமாயுள்ள குதிரைகளை எடுத்துக்கொள்ளவும், இளவரசரின் பண்ணை நிலத்தில் ஒரு கிராமக் கூட்டுப் பண்ணையை உடனடியாகத் தோற்றுவிக்கவும் திட்டம் தீட்டினான். அட்டுப்பிடித்த பிசாசுப் பயல்! கிராமத்தில் உரம் ஏற்றிக் கொண்டிருந்ததும், வசந்த காலத்தின்

அலெக்சேய் தல்ஸ்தோய் ▲ 657

உழூகையும் இதனால் தாமதமாயின.

இதற்குச் சில நாட்களுக்குப் பின்னர் அந்தக் கிராமத்துக்கு, ஓர் உணவு தானியக் கொள்முதல் குழு வந்து சேர்ந்தது. யாகவ் அவர்களிடம் உபரி தானியம் எவ்வளவு இருக்கிறது என்று விவரப் பட்டியலைக் காட்டினான்; அந்த அபரிமிதமான அளவைக் கண்டு, அந்தக் கொள்முதல் குழுவினரே வியந்து திகைப்புற்றுப் போனார்கள். யாகவ், தானே வீடுவீடாகச் சென்று ஒவ்வொரு வீட்டிலிருந்து எவ்வளவு கொள்முதல் செய்ய வேண்டும் என்ற விவரத்தை அந்தந்த வீட்டுக் கதவுகளின் மீது சாக்குக் கட்டியால் எழுதிவிட்டு வந்தான்.

“என் ஆயுட்காலத்திலேயே நான் இந்த அளவு தானியத்தைப் பார்த்ததில்லையே!” என்று ஒரு விவசாயி சத்தமிட்டுவிட்டு, தன் வீட்டுக் கதவின்மீது எழுதப்பட்ட இலக்கத்தைத் தனது சட்டைக் கையினால் அழிக்க முயன்றான். “இவன் வீட்டுத் தானியக்கிடங்கைச் சோதனை போடுங்கள்” என்று யாகவ், அந்தக் கொள்முதல் கோஷ்டியிடம் சொன்னான். விவசாயியோ, யாகவின் முன்னிலையில் சிலுவைக் குறி போடப் பயந்தவனாய், தனது சட்டையைக் கிழித்துக்கொண்டு, கண்ணீர்விட்டு அழுதான்: அங்கு ஒன்றுமே இல்லை. தயவுசெய்து நான் சொல்வதைக் கேளுங்கள்!” யாகவோ பின்வருமாறு உத்தரவிட்டான்: “இவன் வீட்டு அடுப்பை உடைத்துப் பாருங்கள்; இவன் அதற்கடியில் புதைத்து வைத்திருக்கிறான்.”

அவனது முயற்சியால் கிராமமே தூர்த்துத் துடைத்தது போல் துப்புரவாகக் காலியாகிவிட்டது; அந்தக் கொள்முதல் குழு விதைக்கு வைத்திருந்த தானியத்தையும் கூட அள்ளிக்கொண்டு போய்விட்டது. யாகவ், கிரசீல்னிகவை மட்டும் கமிட்டிக் காரியாலயத்துக்குத் தனியே கூட்டிக்கொண்டு போனான்; அவனை உள்ளே விட்டு, அந்தக் அறைக் கதவை அடைத்தான். அந்தக் கதவின் மீது சுப்ரீம் ராணுவக் கவுன்சில் தலைவரது உருவப்படம் ஒன்று ஆணியால் அறையப்பட்டிருந்தது. அவன் அந்த அறையிலிருந்து மேஜைமீது ஒரு

ரிவால்வரைத் தனக்கெதிரே எடுத்து வைத்துக்கொண்டு, தொங்கிப்போன முகத்தோடு நின்ற கிரசீல்னிகவைக் கேலிநிறைந்த பாவத்தோடு பார்த்தான்.

"நல்லது. நாம் பேசலாமா? உன்னிடம் தானியம் ஏதாவது இருக்கிறதா?"

"என்னிடம் ஏது தானியம்? நான் உழவுமில்லை; விதைக்கவுமில்லை."

"நீ உன் குதிரைகளை எங்கே அனுப்பிவைத்தாய்?"

"பண்ணைகளிலுள்ள என் நண்பர்களுக்கு அவற்றைக் கொடுத்துவிட்டேன்."

"பணத்தை எங்கே ஒளித்துவைத்திருக்கிறாய்?"

"பணமா? எந்தப் பணம்?"

"நீ கொள்ளையடித்துக் கொண்டு வந்தாயே, அந்தப் பணம்."

கிரசீல்னிகவ் தலையைத் தொங்கவிட்டவாறே அமர்ந்திருந்தான். அவனது வலதுகையின் விரல்கள் மட்டும் மூடித் திறந்துகொண்டிருந்தன; எதையோ விடுவதும் பிடிப்பதுமாக இருப்பதுபோல் அந்தச் செய்கை தோன்றியது.

"இது ஒன்றும் நல்லதாகப் படவில்லை" என்றான் அவன்: "வரி - ஆமாம். வரியென்றால் வரிதான். அதை விட்டு விட்டு, ஒருவனைக் குரல்வளையைப் பிடித்து நெரித்து, சட்டையைக் கொடு என்று கேட்டால்?"

"உன்னைச் செக்காவுக்கு முன்னால் அனுப்பிவைத்தால் தான் நீ வழிக்கு வருவாய்."

"நான் என்ன மறுத்தேனா? மறுக்கவில்லையே! பணத்தைக் கொண்டுவரத்தான் வேண்டும் என்றால், கொண்டுவந்து தந்துவிடுகிறேன். அவ்வளவுதானே!"

வீடு திரும்பிவந்ததும், கிரசீல்னிகவ் தனது வீட்டின்

தரைக்குக் கீழேயிருந்த அறையில் புகுந்து, அங்கு ஒளித்து வைத்திருந்த பிரயாணப் பை, சாக்குமூட்டைகள், மற்றும் மூட்டை முடிச்சுகள் எல்லாவற்றையும் வெளியே இழுக்கத் தொடங்கினான். அந்தப் பைகளில் ஒன்றில், அவன் ஜார்காலத்து ரூபிள்களையும், தோன் பிரதேசத்து நாணய நோட்டுகளையும் நிறைத்துவைத்திருந்தான். அவற்றை எடுத்து, தனது சட்டைப்பைகள் கொள்ளும் அளவுக்கு அடைத்துவைத்தான்; சட்டையினுள்ளே மார்புப் பக்கத்திலும் அவற்றைச் செலுத்தினான். மற்றொரு பையில் எதற்கும் உதவாத குப்பையாகப் போய்விட்ட கெரென்ஸ்கி, ஆட்சிக் காலத்து நோட்டுகள் நிறைந்திருந்தன; அந்தப் பையை அவன் மத்ரியோனாவிடம் கொடுத்தான்.

"இந்தப் பையைக் கமிட்டிக் காரியாலயத்துக்கு எடுத்துக் கொண்டு போ. இதைத் தவிர, நம்மிடம் வேறு எதுவும் இல்லையென்று சொல்லிவிடு. அவர்கள் உன் பேச்சை நம்பாமல், இங்குவந்து சோதனை போட வந்தால், நீ ஒன்றும் அதை ஆட்சேபித்துப் பேசாதே. அவர்கள் வருவதற்கு முன்னால், நீ கடிகாரங்களையும் சங்கிலிகளையும் கிணற்றில் தூக்கிப் போட்டுவிடு. துணிகளையெல்லாம் வண்டியிலே போட்டு அடைத்து, மேலே வைக்கோலைப் போட்டு மூடிவிடு. அபனாசியிடமிருந்து ஒரு குதிரையைக் கேட்டு வாங்கி, அந்தத் துணிகளை எல்லாம் திமேந்தியேவின் பண்ணைக்குக் கொண்டு வந்துவிடு. நான் உனக்காக அங்கு காத்திருப்பேன்."

"கிரசீல்னிகள்! நீங்கள் எங்கே போகப் போகிறீர்கள்?"

"தெரியாது. நான் சீக்கிரத்தில் திரும்பிவரப் போவதில்லை. அப்புறம் என்னைப்பற்றி வேறுமாதிரிக் கேள்விப்படுவாய்."

மத்ரியோனா, தனது சால்வையை புருவங்கள் வரையிலும் இழுத்துவிட்டுக் கொண்டு, அந்தச் சால்வைக்குள் கெரென்ஸ்கி நோட்டுகள் நிறைந்த பையையும் மறைத்து இறுக்கிக்கொண்டு, கமிட்டிக் காரியாலயத்துக்குச் சென்றாள். கிரசீல்னிகவ் கதவை அடைத்துத் தாளைப் போட்டுவிட்டு, காத்யாவின் பக்கம் திரும்பினான். அவள்

அடுப்புக்குப் பக்கத்தில் நின்றுகொண்டிருந்தாள். அவனது கண்களில் மகிழ்ச்சி மிக்க குரோத உணர்ச்சி பிரதிபலித்துப் பளபளத்தது; நாசித்துவாரங்கள் விரிந்துகொடுத்தன.

"காத்யா! கதகதப்பான உடைகளைத் தரித்துக் கொள்ளுங்கள். கம்பளிக் கோட்டையும், கம்பளிக் காலுறைகளையும் அணிந்துகொள்ளுங்கள். உள்ளாடையையும்கூட, கனத்ததாக, கதகதப்பானதாக அணிந்துகொள்ளுங்கள். சீக்கிரம் புறப்படுங்கள்; நாம் இங்கு ஒரு கணம்கூட தாமதிக்கக் கூடாது."

காத்யாவைப் பார்த்தபோது, அவனது கண்கள் விரிவடைந்தன; கண்ணின் கருவிழிகளிலிருந்து தீப்பொறிகள் பறப்பதுபோல் தோன்றின. அவனது விறைப்பான சிவந்த மீசை திறந்த பற்களுக்கு மேல் நடுநடுங்கியது.

"நான் உங்களோடு எங்கும் வரவில்லை" என்றாள் காத்யா.

"இதுதான் உன் பதிலா? இல்லை. வேறு எதுவும் சொல்லப் போகிறாயா?"

"நான் வரவில்லை."

கிரசீல்னிகவ், அவளருகே நெருங்கிச் சென்றான்; அவனது விரிந்த நாசித்துவாரங்கள் வெளிறத் தொடங்கின.

"நான் ஒன்றும் உன்னை இங்கு தனியே விட்டுவிட்டுப் போகப் போவதில்லை. அந்த எண்ணத்தை மட்டும் விட்டுவிடு. பெட்டை நாயே! இன்னொருத்தன் வந்து உன்னோடு படுப்பதற்காக, உனக்கு நல்ல நல்ல உணவெல்லாம் கொடுத்து நான் உன்னைக் காப்பாற்றவில்லை. பெரிய சீமாட்டி நீ! இதுவரையிலும் நான் உன்னைத் தொட்டதில்லை. ஆனால், நான் உன் கையையும் காலையும் பிடித்துத் திருகத் தொடங்கினால், அப்புறம் தெரியும் உனக்கு. அப்போது வீணில் அழுது அரற்றப் போகிறாய்."

அவன் உறுமலோடு மூச்சு வாங்கியவாறே, தனது

இரும்புக்கரத்தால் காத்யாவை எட்டிப் பிடித்தான். அவளோ அவனது குரல்வளையில் தனது முழங்கையால் இடித்தாள். அவன் அவளைக் குண்டுக்கட்டாகத் தூக்கிக்கொண்டு, இரண்டே தாவில் கட்டிலுக்குக் கொண்டுசென்றான். காத்யா, அதுவரையிலும் தன்னில் இருந்தறியாத பலத்தை எல்லாம் ஒன்றுதிரட்டி, அவனது பிடியிலிருந்து விலாங்கு மீன் மாதிரி துள்ளித் திமிறினாள்: "முடியாது! முடியாது! மிருகமே! மிருகமே!" என்று கத்தினாள். பின்னர், அவள் பிடியிலிருந்து நழுவித் துள்ளியெழுந்தாள்; அவனோ அவள்மீது மீண்டும் பாய்ந்துவிழுந்தான். கிரசீல்னிகவின் கம்பளிக் கோட்டுக்குள் புழுங்கியது. அதில் எங்குப் பார்த்தாலும் பணத்தை வேறு நிறைத்து அடைத்து வைத்திருந்ததால், அவனது அங்க அசைவுகளை அவை தடைசெய்தன. அவன் காத்யாவைக் கண்மூடித்தனமாக அடிக்கத் தொடங்கினான். காத்யாவோ தனது தலையை இருகைகளாலும் மூடிக் கொண்டு, மூர்க்கத்தனமான பகைமை உணர்ச்சி பீறிட்டுப் பொங்க, பற்களைக் கடித்துக்கொண்டு திரும்பத்திரும்பக் கத்தினாள்:

"மிருகமே! என்னைக் கொன்றுபோடு! கொன்றுபோடு!" கதவின் நாதாங்கி கலகலத்து ஆடியது; மத்ரியோனா வெளியேயிருந்து கத்தினாள்: "கிரசீல்னிகவ்! கதவைத் திறவுங்கள்!" அவன் தன் முகத்தைப் பிடித்தவாறே, படுக்கையிலிருந்து பின்வாங்கினான். மத்ரியோனா இன்னும் பலமாகக் கதவைத் தட்டத் தொடங்கினாள். கிரசீல்னிகவ் கதவைத் திறந்தான். மத்ரியோனா உள்ளே வந்ததும் சொன்னாள்:

"முட்டாளே! சீக்கிரமாக ஓடிப் போ! ஆட்கள் வந்து கொண்டிருக்கிறார்கள்!"

அந்த வார்த்தைகளைப் புரிந்துகொள்வதற்குமுன், அவன் அவளை ஒரு கணம் வெறித்துப் பார்த்தான். பின்னர், அவனது முகத்தில் குடிகொண்டிருந்த மிருக சுபாவம் மறைந்து, தெளிவு பிறந்தது. உடனே அவன் துணிமூட்டைகளையும், சாக்குமூட்டைகளையும் தூக்கிக்கொண்டு வீட்டைவிட்டு வெளியே ஓடினான்.

பண்ணையிலே மிஞ்சிநின்ற அவனது ஒரே ஒரு குதிரையின் மீது ஏறிக்கொண்டு, புழக்கடை வழியாகத் திரும்பி, அங்கிருந்த மிளாறு வேலியை ஒரே தாவாகத் தாண்டி, ஆற்றைநோக்கிக் குதிரையை விரட்டிக் கொண்டு போனான்; கரையை அடுத்ததும், அவன் குதிரையைக் குத்தி முடுக்கி, பாய்ச்சலில் விரட்டினான்; பின்னர் மரங்களுக்கிடையே மறைந்து போய்விட்டான்.

சிறிது நேரம் கழித்து, மத்ரியோனா பெட்டியிலிருந்து ஒரு பாவாடையையும் உள் ரவிக்கையையும் எடுத்தாள்; தும்புதும்பாய்க் கிழிந்துபோன ஆடையலங்காரத்தோடு கட்டிலில் கிடந்த காத்யாவின்மீது அவற்றை விட்டெறிந்தாள்.

"இவற்றை அணிந்துகொண்டு, எங்கேயாவது போய்த் தொலை. உன்னைப் பார்க்கவே அவமானமாயிருக்கிறது."

யாகவும் அவனது ஆட்களும் கிரசீல்னிகவின் வீட்டை எங்கும் சோதனை போட்டுப் பார்த்தார்கள். ஆனால் அவர்கள் வண்டியில் மறைத்துவைத்திருந்த துணிமணிகள் முதலியவற்றை மட்டும் கண்டுபிடிக்கவில்லை. மத்ரியோனா, அன்றிரவே ஒரு குதிரையைக் கொண்டு வந்தாள்; அந்தப் பண்ணையை நோக்கி வண்டியை விரட்டிக்கொண்டு போய்விட்டாள். இருளும் குளிரும் நிறைந்த அந்தக் குடிசைக்குள்ளே காத்யா தடித்த கோட்டைத் தரித்தவாறு, அருணோதயப் பொழுதை எதிர்நோக்கிப் பேசாது அமர்ந்திருந்தாள். எனவே, அந்த நேரத்தில் அவள் எல்லாவற்றையும் அமைதியுடன் சிந்தித்துப் பார்த்தாள். பொழுதுவிடியத் தொடங்கியவுடனேயே, அவள் சீக்கிரம் புறப்பட்டுப் போய்விட வேண்டும். ஆனால் எங்கு போவது? அவள் தனது முழங்கைகளை மேசைமீது ஊன்றியவாறு, இரு கைகளாலும் தலையைப் பிடித்துப் பிசைந்தவாறு விம்மி விம்மியழுதாள். பின்னர் அவள் கதவருகே இருந்த தண்ணீர் வாளிக்கருகில் சென்று, ஒரு குவளைத் தண்ணீர் குடித்தாள். மாஸ்கோவுக்குத்தான் செல்ல வேண்டும். ஆனால் அங்கு அவளது பழைய நண்பர்களில் யார்

மிஞ்சியிருக்கப் போகிறார்கள்? எல்லோருமே சிந்திச் சிதறி, எங்கெங்கோ போய்விட்டார்கள். அவள் மேசை முன்னால் அமர்ந்தவாறே தூங்கிப் போய்விட்டாள். பின்னர் திடுக்கிட்டு நடுங்கியவாறு கண்விழித்தாள். அதற்குள் பொழுது நன்றாக விடிந்துவிட்டது. மத்ரியோனா, இன்னும் திரும்பி வரவில்லை. அவள் சால்வையைச் சரியாக இழுத்துப் போர்த்தியவண்ணம் சுவரிலிருந்த நிலைக் கண்ணாடியை வெறுப்போடு பார்த்தாள். பின்னர் கமிட்டிக் காரியாலயத்துக்குச் சென்றாள்.

அந்தப் பாதிரியார் வீட்டில் தங்கியிருப்பவர்கள் எல்லோரும் விழித்தெழும் வரையிலும், அவள் அந்த வீட்டின் பின்வாசலிலேயே வெகுநேரம் காத்திருந்தாள். பிறகு யாகவ், ஒரு குப்பை வாளியைத் தூக்கிக்கொண்டு வெளியே வந்தான்; அந்த வாளியிலிருந்த குப்பைக் கூளத்தை அங்கு குவிந்துகிடந்த அழுக்கடைந்த பனிக் குவியலின்மீது கொட்டிவிட்டு, காத்யாவின் பக்கம் திரும்பினான்:

"நீங்கள்தானா? நான் இப்போதுதான் ஆள் அனுப்பலாம் என்று நினைத்தேன். சரி, என்னோடு வாருங்கள்."

அவன், காத்யாவை வீட்டுக்குள் அழைத்துச் சென்றான்; ஆசனமளித்து அமரச் சொன்னான்; பின்னர் மேசை டிராயரைத் திறந்து சிறிதுநேரம், அதில் எதையோ துழாவிக் கொண்டிருந்தான்.

"நாங்கள் உங்களது கணவனை, அவனை நீங்கள் எப்படிக் கருதியிருந்தாலும் - அவனை நாங்கள் சுட்டுத் தள்ளப் போகிறோம்."

"அவன் என் கணவனல்ல. அவனுக்கும் எனக்கும் எந்த உறவும் இல்லை" என்று காத்யா சட்டென்று பதில் சொன்னாள்: "நான் கேட்க வந்ததெல்லாம் நான் இங்கிருந்து வெளியேறுவதற்கான சந்தர்ப்பத்தை எனக்கு அளிக்க வேண்டும் என்பதுதான். நான் மாஸ்கோ செல்ல விரும்புகிறேன்."

"நான் மாஸ்கோ செல்ல விரும்புகிறேன்" என்று யாகவும் அவள் சொன்னதை ஏளனத்தோடு திரும்பச் சொன்னான்: "ஆனால் நீங்கள் சுடப்படாமல் காக்க நான் விரும்புகிறேன்."

காத்யா, அந்த அறையில்பொழுது சாயும்வரையிலும் அமர்ந்திருந்தாள். அப்போது அவள் அவனிடம் தனது வரலாறு முழுவதையும், கிரசீல்னிகவுக்கும் அவளுக்கும் உள்ள உறவுகளையும் சொல்லி முடித்தாள். யாகவ் மட்டும் இடையிடையே வெளியே எழுந்து சென்றுவிட்டு வெகுநேரம் கழித்துத் திரும்பிவந்தான். திரும்பி வந்ததும் அவன் நாற்காலியில் சாய்ந்துகிடந்தவாறு ஒரு சிகரெட்டை பற்ற வைத்துக்கொண்டு, அவளது வரலாற்றைத் திரும்பவும் கேட்கத் தொடங்கிவிடுவான். கடைசியில் அவன் பின்வருமாறு சொன்னான்:

"கல்வி இலாகா மக்கள் கமிஸாரின் உத்தரவின்படி, இந்தக் கிராமத்தில் ஒரு பள்ளிக்கூடம் தொடங்கியாக வேண்டும். ஆனால், நீங்கள் அதற்கு அவ்வளவு லாயக்கில்லை. என்றாலும் வேறு நல்ல நபர் கிடைக்காததால், நாங்கள் உங்களை அதற்குப் பயன்படுத்த முயல்கிறோம். உங்களுக்கு இன்னொரு வேலையும் உண்டு. கிராமத்தில் நடப்பதை எல்லாம் நீங்கள் என்னிடம் வந்து முறையாகத் தெரிவிக்க வேண்டும். இதுபற்றிய விபரங்களை எல்லாம் நாம் பின்னர் விவாதித்து முடிவுசெய்வோம். ஒன்று மட்டும் எச்சரித்துவிடுகிறேன். இதைப்பற்றி நீங்கள் யாரிடமும் வாய்திறந்து பேசத் தொடங்கினால், பிறகு உங்களுக்குக் கடுமையான தண்டனை வழங்கப்படும். தற்சமயத்துக்கு நீங்கள் மாஸ்கோவை மறந்துவிடுவதுதான் நல்லது என்பது என் கருத்து."

எனவே, சற்றும் எதிர்பாராதவிதமாக காத்யா ஒரு பள்ளி ஆசிரியையாக மாறிவிட்டாள். பள்ளிக்கூடத்தை அடுத்திருந்த சின்னஞ்சிறிய காலிக் குடிசையொன்றை அவளது உபயோகத்துக்கு ஒதுக்கித் கொடுத்தார்கள். முன்னாலிருந்த வயதான ஆசிரியர், சென்ற நவம்பர் மாதத்தில் நிமோனியா ஜுரத்தால் மாண்டுவிட்டார்;

அந்தப் பள்ளிக்கூடத்தில் பெத்லூராவின் படையினர் கோஷ்டியொன்று வந்து தங்கியிருந்த காலத்தில், சிகரெட்டுச் சுருட்டுவதற்காக அங்கிருந்த நோட்டுப் புத்தகங்கள், பாடப் புத்தகங்கள் எல்லாவற்றையும் கிழித்துக் கொண்டுவிட்டார்கள்; சுவரில் தொங்கிய பூகோள வரைபடத்தைக்கூட, அவர்கள் மிச்சம் வைக்கவில்லை. காத்யாவுக்கு வேலையை எப்படித் தொடங்குவது என்று தெரியவில்லை. எனவே, அவள் யாகவிடம் ஆலோசனை கேட்கச் சென்றாள். ஆனால் அவன் கிராமத்திலேயே இல்லை. ஏதோ ஓர் அவசரத் தந்தி வந்ததால், அவன் அந்தக் கிராமத்துக்கு எப்படி திடும் பிரவேசமாக வந்தானோ, அதேவேகத்தில் திடுதிப்பென்று புறப்பட்டுப் போய்விட்டான். கிழவன் அபனாசியிடம் மட்டும், தான் போவதைச் சொல்லிக் கொண்டுபோக முடிந்தது அவனால். அபனாசி கிழவனோ, தனது செல்வாக்கு குறைந்து போய்விடக் கூடாதே என்ற பயத்தில், ஏழை விவசாயிகள் கமிட்டிக் காரியாலயத்தையே இப்போது வட்டமிட்டுக் கொண்டிருந்தான்.

"விவசாயிகளுக்கு எந்தவிதமான சலுகைகளும் கொடுக்க வேண்டாம் என்று தோழர்களுக்குச் சொல்லுங்கள். எதுவும் நடக்கக் கூடாது! நான் திரும்பவும் வருவேன், வந்து விசாரிப்பேன்" என்று யாகவ் அவரிடம் சொல்லி விட்டுப் போயிருந்தான்.

யாகவ் சென்ற பின்னர், கிராமத்தில் பூரண அமைதி நிலவியது. விவசாயிகள் பாதிரியார் வீட்டு வாசற்படியில் அமர்ந்துகொண்டு, கமிட்டி அங்கத்தினர்களை நோக்கிப் பின்வருமாறு பேசினார்கள்:

"தோழர்களே! இவ்வளவு நாளும் நல்ல வேலை பார்த்து இருக்கிறீர்கள். இதற்கெல்லாம் நீங்கள் என்ன பதில் சொல்லப்போகிறீர்கள்? சீ!சீ!"

அந்தக் கமிட்டி அங்கத்தினர்களே தாங்கள் செய்த தெல்லாம் மிகவும் மோசமான செயல்தான் என்றும், கிராமத்தில் அமைதி நிலவுகிறது என்பதெல்லாம்

மேலோட்டத்தில்தான் என்றும் நன்கு உணர்ந்தார்கள். யாகவ், திரும்பி வரவேயில்லை. கிரசீல்னிவ் பக்கத்து ஜில்லாவிலுள்ள ஒரு படைப்பிரிவோடு சேர்ந்து அட்டமான் கிரிகோரியவுடன் போய்ச் சேர்ந்துகொண்டதாக வதந்திகள் நடமாடின. மேலும் கிரிகோரியவைப் பற்றியும் கிராமம் முழுவதிலும் பேச்சுகள் உலாவின. அந்த நபர் தன்னைத்தானே அட்டமானாகப் பிரகடனப்படுத்திக்கொண்டு, சோவியத் ஆட்சி நிலவும் நகரங்களைத் தாக்கி அழிப்பதற்கு முனைந்திருக்கிறான் என்று பேசப்பட்டது. எனவே ஜனங்கள் மீண்டும் மாற்றங்களை எதிர்நோக்கத் தொடங்கினார்கள்.

கிராம சோவியத்திலிருந்து காத்யாவுக்கு விதவிதமான வாக்குறுதிகள்தான் கிடைத்தன. அடுப்புகளை ரிப்பேர் செய்து தருவதாகவும், ஜன்னல்களுக்குக் கண்ணாடி போட்டுத் தருவதாகவும் வாக்களித்ததோடு சரி. ஆனால் பள்ளிக்கூடத்தின் தரையையும் சன்னல்களையும் அவளேதான் கழுவிச் சுத்தம் செய்தாள். ஒடிந்து முடமாகிக் கிடந்த சாய்வு மேசைகளையும் எப்படியோ நிற்கவைத்தாள். அவள், மனச்சாட்சி மிகுந்த பெண். எனவே, பள்ளிக் குழந்தைகளை எவ்வாறெல்லாமோ ஏமாற்ற நேர்வது குறித்து அவள் வெட்கப்பட்டாள்; அதையெண்ணி, தனது சிறுகுடிசையில் அமர்ந்தவாறு, இரவில் அமைதியாக அழுதாள். ஆரம்பப் பாடப் புத்தகங்களும் நோட்டுப் புத்தகங்களும் இல்லாமல், அவர்களுக்கு என்னதான் கற்றுக் கொடுப்பது? அவளே பல்வேறு பொய்மைகளின் திருவுருவமாக விளங்கும்போது, அவள் அந்தக் குழந்தைகளுக்கு எந்த உண்மைகளைக் கற்றுத் தருவது? ஆனால் மறுநாட்காலையில் பள்ளிக்கூடத்தைச் சுற்றிலும் சிறுவர் சிறுமியர்களின் குதூகலமிக்க மழலைப் பேச்சுகள் கேட்கத் தொடங்கும்போதோ அவள் தன்னைத்தானே சுதாரித்துக்கொண்டு விடுவாள். அவள் தன் தலைமயிரை வாளிப்பாக வழித்துச் சீவி, இறுகலாகக் கொண்டைபோட்டுக் கொள்வாள்; பின்னர், கைகளையும் அப்பழுக்கின்றி நன்றாகக் கழுவிக் கொள்வாள். அதன்பின் பள்ளிக் கதவைத் திறப்பாள். தங்களது சின்னஞ்சிறிய

கூர்மை பெறாத மூக்குகளை நிமிர்த்திக்கொண்டு நிற்கும் சிறுவர் சிறுமியரைப் பார்த்துப் புன்னகை புரிந்தவாறே, பின்வருமாறு சொல்வாள்:

“வணக்கம், குழந்தைகளே!” “வணக்கம், வாத்தியாரம்மா!” என்று அந்தக் குழந்தைகள் தெளிவான, குதூகலமான மணிக்குரலில் ஏகோபித்துப் பதிலளிப்பார்கள். அதைக் கேட்கும்போது காத்யாவுக்கு தன் இதயம் திடீரென்று இளமை பெறுவதுபோல் தோன்றும். அவர்களை சாய்வு மேஜைகளின்முன் அமரச் சொல்லிவிட்டு, அவள் ஆசிரியையின் இடத்தில்போய் அமர்ந்து, தனது சுட்டு விரலை உயர்த்திச் சொல்லுவாள்:

“குழந்தைகளே! நம்மிடம் பாடப் புத்தகங்களும், நோட்டுப் புத்தகங்களும், எழுதுவதற்கான கருவிகளும் இல்லை. எனவே, நான் உங்களுக்குச் சில விஷயங்களைக் கற்றுக் கொடுக்கிறேன். உங்களுக்கு எதுவும் புரியாவிட்டால், நீங்கள் கட்டாயம் என்னைக் கேட்க வேண்டும். இப்போது நாம் ரூரிக், சினேவுஸ், த்ரூவோர் என்பவற்றோடு நமது பாடத்தை ஆரம்பிப்போம்.”

காத்யாவின் குடிசை மிகவும் எளிமையாகத் தோற்றமளித்தது. அவள், மத்ரியோனாவின் வீட்டிலிருந்து எதையும் எடுத்துவர விரும்பவில்லை; மேலும், இப்போது உம்மணாமூஞ்சியாக மாறிவிட்ட மத்ரியோனாவின் முகத்திலும் விழிக்க அவள் விரும்பவில்லை. காத்யாவின் குடிசையில் வாசலின் பக்கத்தில் மிளாறினால் கட்டப்பட்ட ஓர் ஈக்குத் துடைப்பம் கிடந்தது; பரணில் இரண்டு மண்பானைகள் இருந்தன; முற்றத்தில் தண்ணீர் நிறைந்த பழைய மரத்தொட்டி ஒன்றும் இருந்தது. அவளுக்கிருந்த ஒரே ஆறுதலான இடம் அங்கிருந்த சின்னஞ்சிறிய தோட்டம்தான். அதில் இரண்டு செர்ரி மரங்களும், ஒரு ஆப்பிள் மரமும், சில நெல்லி மரங்களும் இருந்தன; தோட்டத்தைச் சுற்றிலும் மிளாறு வேலி போடப்பட்டிருந்தது. அந்த வேலிக்கப்பால் வயல்வெளி தொடங்கியது.

சொரி மரங்கள் பூவிடத் தொடங்கியவுடன், காத்யா மீண்டும் தான் பதினேழு வயதுக் குமரியாகி விட்டது போல் உணர்ந்தாள்.

அவள் தோட்டத்தில் அமர்ந்துதான் தனது அன்றாடப் பாடங்களைத் தயாரிப்பாள்; மேலும் அந்தச் சர்க்கரைத் தொழிற்சாலை அதிபரிடமிருந்து பெற்றுவந்த பிரெஞ்சு நாவல்களையும் அங்குதான் படிப்பாள். அத்துடன் கடந்துபோன காலத்தின் மங்கிய பகைப்புலத்திலே தோன்றும் தனது பாரிஸ் நகரத்து நினைவுகளையும் அங்குதான் அவள் அடிக்கடி ஞாபகப்படுத்திப் பார்த்தாள். வெகுகாலத்துக்கு முன் 1914ஆம் ஆண்டில் அவள் பாரிஸ் நகரத்தின் சுற்றுப்புறத்திலிருந்த ஒரு மெத்தை வீட்டின் மேல்மாடியில் தங்கியிருந்தாள்; அந்த மாடியின் உப்பரிகை மாடம், ஓர் ஒடுங்கிய தெருவுக்கு மேல் நீண்டுகொண்டிருந்தது. அங்கிருந்து பார்த்தால், ஒரு காலத்தில் பால்ஸாக் குடிவாழ்ந்த ஒரு சின்ன வீட்டின் கூரை தென்படும். அவரது படிப்பறையின் ஜன்னல்கள் தெருவை நோக்கி அமைந்திருக்கவில்லை; மாறாக, அவை சீன் நதியை நோக்கிச் செல்லும் சரிவில் தட்டுத்தட்டாக அமைந்திருந்த தோட்டத்தை நோக்கி அமைந்திருந்தன. அவரது காலத்தில் அந்தப் பக்கமெல்லாம் நாட்டுப்புறமாகத்தான் இருந்திருக்க வேண்டும். கடன்காரர்கள் அவரைத் தேடி தெருவிலே வரக் கண்டால், அவர் அந்தத் தோட்டத்தின் வழியாக அவர்களிடமிருந்து தப்பி, நதிக்கரைக்குச் சென்று விடுவார். இப்போதோ அந்தத் தோட்டங்கள் ஒரு பணக்கார அமெரிக்கச் சீமாட்டியின் உடைமையாகி விட்டன. காத்யா மாலை நேரத்தில் அந்த உப்பரிகையில் போய் நிற்கும்போது, மயில்களின் வசந்த பருவத்தின் கரகரத்த குரல்கள் அங்கிருந்து வந்து அவளது காதில் கேட்கும். அவள் தன் கணவனை விட்டுப் பிரிந்து அப்போதுதான் பாரிசுக்கு வந்திருந்தாள்; அவளது சோகத்திலும் தனிமையிலும் தனது வாழ்வே முடிந்து விட்டதுபோல் அப்போது அவளுக்குத் தோன்றியது.

குழந்தைகளுக்குக் காத்யாவை மிகவும் பிடித்துப் போய் விட்டது; எனவே ருஷ்ய சரித்திரத்திலிருந்து அவள் கூறும் கதைகளை அவர்கள் மிகுந்த கவனத்தோடு கேட்டார்கள். அந்தக் கதைகளெல்லாம் பாட்டி கதைகள் போல் மிகவும் கவர்ச்சிகரமாக இருந்தன. கணக்குகள், பெருக்கல் வாய்ப்பாடுகள், வாசகம் சொல்லுதல் முதலியன எல்லாமே குழந்தைகளுக்கு மட்டுமல்லாமல், காத்யாவுக்குமே சிரமம் தருவதாகத்தான் இருந்தன. என்றாலும், தமது கூட்டு முயற்சியால் அவர்கள் அந்தச் சிரமங்களை எல்லாம் வெற்றிகண்டார்கள். இப்போதோ அவள் கிராமத்திலும் மிகவும் பிரபலமாகிவிட்டாள்; கிரசீல்னிகவ், அவளை எப்படிக் கொல்லாமல் கொன்று வந்தான் என்பதையும் எல்லோரும் தெரிந்துகொண்டு விட்டார்கள். பெண்களெல்லாம் அவளுக்குப் பரிசுப் பொருள்கள் கொண்டுவந்து கொடுத்தார்கள். ஒருத்தி பால் கொண்டுவந்தாள், இன்னொருத்தி முட்டைகளைக் கொண்டுவந்தாள்; வேறொருத்தி ரொட்டி கொண்டு வந்தாள். இந்தப் பரிசுப் பொருள்களே அவளது உணவுப் பிரச்னையைத் தீர்த்துவிட்டன.

காத்யா, ஒரு பழைய பாசி படிந்த ஆப்பிள் மரத்துக்கடியில் அமர்ந்து நோட்டுப் புத்தகங்களைத் திருத்திக் கொண்டிருந்தாள். அந்த ஆப்பிள் மரத்தைப் போலவே பழமையானதும், ஆட்டங்கண்டு போனதுமான தாழ்வான மிளாறு வேலிக்குப் பக்கத்தில் ஒரு சிறுவன் வெகுநேரமாகச் சிணுங்கிச் சிணுங்கி அழுதபடி நின்று கொண்டிருந்தான்.

"நான் இனிமேல் அப்படிச் செய்யமாட்டேன். காத்யா மாமி!"

"காவரிகோவ்! உன்மேலே எனக்கு ரொம்பக் கோபம்; எனவே, நான் உன்னோடு இரண்டு நாட்கள் பேசவே போவதில்லை."

அந்தச் சிறுவனின் நீலநிறமான கண்கள் மிகவும் அப்பாவித்தனமாகத் தோன்றியபோதிலும், அவன்

மிகவும் சுட்டித்தனம் நிறைந்தவன். பாடம் நடக்கும் சமயத்திலேயே அவன் சிறுமிகளின் எலிவால் போன்ற தலைமயிரைப் பிடித்து இழுப்பான்; இதற்காக அவனைக் கண்டிக்க முனைந்தால், அந்தச் சாய்வு மேசையின் மீது தூங்கிவழிந்து தெரியாமல் சாடிவிட்டதாக அவன் துணிந்து பொய் சொல்லுவான். அவனது சுட்டித்தனங்களுக்கும் கட்டுக்கதைகளுக்கும் அளவே கிடையாது.

"இல்லை, காவ்ரிகோவ்! நீ உண்மையிலேயே வருந்தவில்லை என்று எனக்குத் தெரியும்; வேறு வேலையெதுவும் இல்லாததால்தான் நீ இங்கு வந்து பொழுதைப் போக்குகிறாய்."

"இல்லை மாமி. இனிமேல் நான் செய்யவே மாட்டேன். சத்தியமாகச் செய்யமாட்டேன்."

தெருவிலிருந்து யாரோ குடிசைக்குள் வரும் அரவம் கேட்டது. தொடர்ந்து காத்யாவை மத்ரியோனா கூப்பிடும் குரல் கேட்டது.

"அவளுக்கு என்ன வேண்டுமாம்?" காவ்ரிகோவை சட்டென்று மன்னித்துவிட்டு, காத்யா குடிசைக்குள் சென்றாள். மத்ரியோனா குரோதம் மிகுந்த வெறித்த நோக்கினால் காத்யாவை வரவேற்றாள்:

"உனக்கு விஷயம் தெரியுமா? கிரசீல்னிகவ், இங்குதான் சமீபத்தில் எங்கோ இருக்கிறாராம். காத்யா! மீண்டும் அந்தத் தொல்லையெல்லாம் தலைதூக்க நான் விரும்பவில்லை. நீ எங்களோடு ஒட்டாதவள்; உறவற்றுப் போனவள். அவர் எப்படியும் உன்னைக் கொல்லத்தான் போகிறார். அவர் ஒரு மிருகம் மாதிரி. அவர் எவ்வளவு பேருடைய ரத்தத்தைச் சிந்தியிருக்கிறார் தெரியுமா? எல்லாம் உன்னால் வந்த வினை. கிரசீல்னிகவ் இயந்திரத் துப்பாக்கி வண்டிகளோடு வருவதாக, யாரோ என்னிடம் இப்போதுதான் சொன்னார்கள். எனவே, காத்யா! நீ இங்கிருந்து போய்விடு. நான் உனக்கு ஒரு குதிரையும் வண்டியும் கொஞ்சம் பணமும் தருகிறேன்."

அலெக்சேய் தல்ஸ்தோய் ▲ 671

ரோஷின் கார்க்கவிலுள்ள ஆஸ்பத்திரியில் படுத்திருந்தான்; எனவே, அவனுக்கும் எல்லாவற்றையும் சிந்தித்துப் பார்க்கப் போதுமான ஓய்விருந்தது. இப்போது அவன் தகிக்கின்ற நெருப்பெல்லையில் மறுபக்கத்தில் இருந்தான். அந்தப் புதிய உலகம் வெளிப்பார்வைக்குக் கவர்ச்சியற்றதாகவே இருந்தது. கதகதப்பு ஊட்டப் பெறாத ஆஸ்பத்திரி வார்டு, ஜன்னல் கண்ணாடிகளுக்கு அப்பால் ஈரம்படிந்த பனித்துகள்கள் பெய்வது, உதவாக்கரையான உணவு - கருவாட்டினால் மணமூட்டப் பெற்ற தண்ணீர்ப்பாகமான பழுப்பு நிற சூப் - உணவைப் பற்றியும், நாட்டுப் புகையிலையைப் பற்றியும், தமது உடலின் உஷ்ண நிலையைப் பற்றியும், தலைமை டாக்டரைப் பற்றியும் நோயாளிகள் பேசிக் கொள்ளும் உப்புச்சப்பற்ற பேச்சு -- இவைதான் அங்கிருந்தன. ருஷ்ய நாடு எதிர்நோக்கிச் செல்லும் இனம்தெரியாத எதிர்காலத்தைப் பற்றியோ, நாட்டை உலுக்கிக் குலுக்கி ஆட்டிப் படைக்கும் சம்பவங்களைப் பற்றியோ, இடையறாத ரத்த பயங்கரமான போராட்டத்தைப் பற்றியோ அங்கு எவரும் ஒரு வார்த்தைகூடப் பேசவில்லை. இவற்றிலெல்லாம் முன்னர் நேரடியாகப் பங்கெடுத்த அந்த நோயாளிகள் அழுக்குப் படிந்த பழைய அங்கிகளோடும், மொட்டைத் தலையோடும் காட்சியளிக்கும் அந்தக் காயப்பட்ட வீரர்களும் நோயாளிகளும் நாட்கணக்காகத் தூங்கினார்கள் அல்லது படுக்கையிலே எழுந்து உட்கார்ந்துகொண்டு, தாமாக உண்டாக்கிக் கொண்ட பலகையோடும் காய்களோடும், சதுரங்கம் ஆடினார்கள்; இடையிடையே எவனாவது ஒருவன் சோக மயமான பாட்டொன்றை வாய்க்குள்ளேயே முணுமுணுத்தான்.

ரோஷினைக் கண்டு, அவர்கள் ஒதுங்கவும் இல்லை; அவனைத் தம்மில் ஒருவனாகக் கருதி அவனோடு பழகவும் முன்வரவில்லை. எனவே, அவன் தனக்குள் தானே பேசிக்கொள்ள வேண்டிய ஒரு நிலையில் இருந்தான். அவனது மனத்திலோ இன்னும் நன்றாகச் சிந்தித்துப் பார்க்கப்படாத, தீர்மானத்துக்கு வரப்படாத

பல்வேறு விஷயங்கள் ஏராளமாகக் குவிந்து கிடந்தன. ஒரு புத்தகத்தின் மிகவும் பரபரப்பு ஊட்டக்கூடிய இடத்தில் பக்கங்கள் கிழிந்து போய்விட்ட மாதிரி, எத்தனையோ நினைவுகள் இடையிலே அறுபட்டு நின்றன. இந்தப் புதிய உலகத்தை எந்தவிதத் தயக்கமுமின்றி ரோஷின் ஏற்றுக்கொண்டு விட்டான். ஏனெனில், நடப்பவை எல்லாம் அவனது சொந்த நாட்டைத்தான் பாதித்தன. இப்போதோ அவன் அவற்றை எல்லாம் புரிந்து, ஆராய்ந்து பார்ப்பதற்கான தருணம் வந்துவிட்டது.

ஒருநாள் தலைமை டாக்டர் அவனுக்குச் சில மாஸ்கோ பத்திரிகைகளைக் கொண்டுவந்தார். முன்னெல்லாம் படிப்பதற்கு முன்பே, அவற்றைப் பற்றிக் குரோத உணர்ச்சி மிகுந்த ஏளன பாவத்தோடு கிண்டல் செய்தவாறுதான் அவற்றைத் தொட்டுப் பார்ப்பான்; இப்போதோ அவற்றைப் புதுமையான கண்களோடு படித்துப் பார்த்தான். ருஷ்யப் புரட்சி ஹங்கேரி, ஜெர்மனி, இத்தாலி முதலிய நாடுகளுக்கும் பரவிக் கொண்டிருந்தது. அந்தப் பத்திரிகையிலே வந்த செய்திகள் துணிவாற்றலையும் நம்பிக்கையையும், சர்வானுகூல மனப்பான்மையையும் பிரதிபலித்தன. யுத்தத்தால் நசுக்கப்பட்டும், உள்நாட்டுக் குழப்பங்களால் சீரழிக்கப்பட்டும், வல்லரசுகளிடமிருந்து முன்கூட்டியே பிரிக்கப்பட்டும் போயிருந்த ருஷ்ய நாடு உலக அரசியலின் தலைமையையே ஏற்றுக்கொள்ளத் தொடங்கிவிட்டது; புறக்கணிக்க முடியாத மாபெரும் சக்தியாக வளர்ந்தோங்கத் தொடங்கிவிட்டது.

பழுப்பு நிறமான நிலையங்கிகளைத் தரித்துக் கொண்டிருக்கும் தனது சகாக்களின் அடக்கமிகுந்த அமைதியை ரோஷின் புரிந்துகொள்ளத் தொடங்கினான். எத்தகைய சாதனை நிறைவேற்றப்பட்டிருக்கிறது என்பதையும் அதில் அவர்கள் தாங்களும் தங்கள் கடமையை முடிந்தமட்டிலும் ஆற்றியிருந்தார்கள் என்பதையும்தான் அந்த அமைதி புலப்படுத்தியது. கையும்காலும் கனத்துப் போய் நிரந்தரமான சிந்தனை வயப்பட்டுத் தோன்றும், அந்த அமைதி

ஐந்து நூற்றாண்டுகளாக எத்தனையோ புயல்களைச் சமாளித்துத் தாங்கி நின்றிருந்தது. இந்தக் காலத்திலே எத்தனை எத்தனை சூறாவளிகள் சுழன்று வீசின என்பது கடவுளுக்குத்தான் தெரியும்! ருஷ்ய நாட்டின், ருஷ்ய மக்களின் சரித்திரமே விசித்திரமானதுதான்; பிரத்யேகமானதுதான். உலகமனைத்தையும் தழுவக்கூடிய மகத்தான கருத்துகள், அறவழி நிற்கும் வாழ்க்கையைப் பற்றிய பல்வேறு கருத்துகள், விரிந்துபரந்து விகசித்து உருவ அமைதியற்ற கருத்துகள் அந்த நாட்டைப் பல்லாண்டு பல்லாண்டாய் ஆட்டிப் படைத்திருக்கின்றன. இந்த நாட்டின் துணிவாற்றலால் இதற்குமுன் எவருமே தொட்டறியாத கோட்பாடுகளெல்லாம் நடைமுறை அனுபவத்தில் பரீட்சித்துப் பார்க்கப்பட்டன; அதைக் கண்டு ஐரோப்பாவின் ஏனைய பகுதிகளெல்லாம் மிகுந்த மனோசஞ்சலத்துக்கு உள்ளாயின; ஒரே சமயத்தில் பலவீனனாகவும், பலசாலியாகவும், பஞ்சத்தில் அடிபட்டவனாகவும், செல்வ வளத்தில் மிகுந்தோங்கியவனாகவும் விளங்கிய இந்தக் கீழைத்திசை விஸ்வ சொரூபமான அசுரனை, இந்த நாட்டின் இருண்ட பேராழத்திலிருந்து சர்வலோகத்தையும் அணைத்துச் செல்லக்கூடிய அளவுக்கு ஏராளம் ஏராளமான கருத்துகளையும் கோட்பாடுகளையும் வாரி வழங்கும் இந்த விந்தையுலகை ஐரோப்பிய நாடுகள் ஆத்திரத்தோடும் அச்சத்தோடும் பார்த்து வந்தன.

இறுதியில் அதே ருஷ்யாதான், உலகின் எந்த ஒரு நாடும் இதுவரையிலும் பரீட்சித்துப் பாராத புதியதொரு பாதையைத் தேர்ந்தெடுத்தது; அந்தப் பாதையிலே முதன் முதல் அடியெடுத்துவைத்து நடக்கும் காலடியோசையோ உலகம் எங்கணும் எதிரொலித்தது.

இத்தகைய எண்ணங்கள் ரோஷினின் மூளையில் வட்டமிட்டுச் சுழலத் தொடங்கிவிட்டதால், அவன் ஜன்னலுக்கு வெளியேயுள்ள தெருவில் மார்ச் மாதத்துப் பனித்துகள்களை வாரியிழுத்துச் செல்லும் அழுக்கடைந்த சிற்றோடைகளைப் பற்றியோ அல்லது கால்களிலே

கிழிந்து பிதிர்ந்த பூட்சுகளையும் கைகளிலே சாமான் வாங்கும் பைகளையும், முதுகிலே மண்ணெண்ணெய் வாங்குவதற்கான தகரடப்பாவையும் சுமந்துகொண்டு, அந்தச் சமயத்திலே இயங்கிக் கொண்டிருந்த எண்ணற்ற கமிட்டிகளில் ஏதோ ஒன்றை நோக்கி, தொங்கிப்போன, அதிருப்தி நிறைந்த முகத்தோடு செல்லும் சோவியத் அதிகாரியையும் பற்றி அவன் ஒரு சிறிதும் கவலைப்படவில்லை. அவன் குடிக்கும் சூப் எப்படி ருசிக்கிறது என்பதைப் பற்றியோ அவன் கவலைப்படவேயில்லை. அதிலே எப்படி மீனின் கண்கள் மிதக்கத் தொடங்கியது என்பதைப் பற்றியோ அவன் கவலைப்படவில்லை. இவையனைத்திலும் தானும் கூடிய விரைவிலேயே பங்கெடுக்கத் தொடங்க வேண்டும் என்ற ஆர்வத்தினால்தான் அவன் பொறுமை இழந்து தவித்துக் கொண்டிருந்தான்.

உக்ரேனிலிருந்து பெத்லூராவின் ஆட்களை விரட்டியடித்தாகி விட்டது. சமீபகாலத்தில் செஞ்சேனை ராணுவம் எகதிரின ஸ்லாவையும் கைப்பற்றிவிட்டது. பேலயா சேர்கொவில் பெத்லூராவின் படைகள் சிறிது காலத்துக்கு உறுதியோடு தாக்குப்பிடித்து நின்றன; பின்னர் பெத்லூரா அங்கிருந்தும் விரட்டியடிக்கப் பெற்று, தமது எச்சமச்சங்களான சில படைகளோடு எல்லையைக் கடந்து கலீஷியாவுக்குப் போக நேர்ந்து விட்டது. செஞ்சேனை ராணுவத்தின் துருப்புகள் முன்னேறுவதற்கு முன்னால், அங்கெல்லாம் கொரில்லாப் படைகள் மாபெரும் அலைவீச்சாக எழுந்து போராடின. இந்தக் கொரில்லாப் போராட்டங்களின் தன்மை அவற்றின் அளவைக் கணக்கிட முடியாததாகவும் இருந்தன. அவை காட்டுத்தீபோல் கிராமங்களிலும் ஜில்லாக்களிலும் வெடித்துக் கிளம்பின; அந்த வட்டாரங்களிலே பலம்வாய்ந்த குலாக்குகளுக்கும், நிலப்பசி கொண்ட ஏழை விவசாயிகளுக்கும் நடக்கும் மூர்க்காவேசமான போராட்டமாக அவை விளங்கின. இருதரப்பாருமே காலாட்படைகளையும் குதிரைப் படைகளையும் திரட்டிக்கொண்டு ரத்த பயங்கரமான யுத்தங்களில் ஈடுபட்டிருந்தார்கள். பெத்லூரா, தெனீகின்,

போலந்துக்காரர்கள் மற்றும் பல்வேறுவிதமான மர்மமான அநாமதேயமான ஸ்தாபனங்கள் முதலிய பலரும் அனுப்பிவைத்த ரகசிய உளவாளிகள் எங்கும் மறைந்து திரிந்தனர்; குழப்பத்தையும் ரத்தவெறியையும் தூண்டிவிடும் துரோக நடவடிக்கைகளிலே ஈடுபட்டனர். நகரங்களிலும், பிரதான ரயில்வே மார்க்கத்தின் எல்லைகளிலும் சோவியத் ஆட்சி நிறுவப்பட்டு விட்டது; ரயில்வே மார்க்கத்தின் இருபுறத்திலும், ஆயுதந்தாங்கி ரயில் வண்டிகளிலிருந்து குண்டு வீசக்கூடிய எல்லைக்கப்பால் மட்டும் யுத்தம் நடந்து கொண்டிருந்தது.

ஒருவாறாக, ரோஷின் வெகுநாட்களாக எதிர்பார்த்திருந்த நியமன உத்தரவு வந்துசேர்ந்தது. சுகாய், கமிஸாராக இருந்த ராணுவ மாணவர்கள் பட்டாளத்தின் அதிகாரிகளில் ஒருவனாக, அவன் நியமிக்கப்பட்டான். மார்ச் மாத மத்தியில் ஆஸ்பத்திரியிலிருந்து வெளிவந்ததும், அவன் நேராகக் கீவிலுள்ள தனது படையில்போய்ச் சேரப் புறப்பட்டுவிட்டான். அப்போதும்கூட, அவன் காலைக் கெந்திக் கெந்தி நொண்டியவண்ணம் கைத்தடியின் உதவியோடுதான் நடந்துசென்றான்.

ஜெலேனி என்ற ஒருவன் அட்டமான் கிரிகோரியவின் கூட்டத்திலிருந்து தன்னைப் பின்பற்றும் ஒரு கோஷ்டியோடு பிரிந்து போய்விட்டான். அவன் கிராம சோவியத்துகளுக்குச் சென்று அங்குள்ள மக்களை அடித்து நொறுக்கினான்; கம்யூனிஸ்டுகளை வேட்டையாடிக் கொன்றான். நூற்றுக்கணக்கான இயந்திரத் துப்பாக்கி வண்டிகளோடு புறப்பட்டுச் சென்ற அவனது கோஷ்டி கீவ் நகரத்தின் தலைவாசலுக்கே வந்துவிட்டது. ஜெலேனி சென்ற பாதை எல்லாம் ஆண்களும் பெண்களும் உயிரோடு தோலுரிக்கப் பெற்றுக் குற்றுயிராகக் கிடந்தார்கள் அல்லது கூராகத் தீட்டிய கழுமரங்களின்மீது ஏற்றப்பட்டு மாண்டு கிடந்தார்கள். அவன் ஏழை விவசாயிகள் கமிட்டிகளைச் சேர்ந்த அங்கத்தினர்களைத் தானியக்கிடங்கிலே பூட்டி வைத்து, உயிரோடு எரித்துச் சாம்பலாக்கினான்; யூதர்களை எல்லாம் கதவுகளிலே ஆணிகளால் அறைந்து கொன்றான்;

அவர்களது வயிற்றைக் கிழித்து, உள்ளே பூனைகளை வைத்துத் தைத்தான். அந்தக் கொலைக்காரக் கும்பலை ஒழித்துக்கட்டும் திட்டத்தை, யுத்த இலாகாவின் மக்கள் கமிஸார் தலைமைக் காரியாலயம் ரோஷினின் உதவியுடன் தீட்டியது. அவர்களது கைவசமுள்ள ஆள்பலம் மிகவும் குறைவாகத்தான் இருந்தது. இந்த நடவடிக்கைகளை ஸ்தலத்திலிருந்தே மேற்பார்வையிடுவதற்காக, உக்ரேனிய யுத்த இலாகாவின் மக்கள் கமிஸார் கீவிலிருந்து ஒரு நீராவிக் கப்பலில் புறப்பட்டு வந்தார்.

நீப்பர் நதியில் இன்னும் வெள்ளப்பெருக்கு வடியவில்லை. அந்த நதியின் தெளிந்த நீர்ப்பரப்பிலும், அசையாத சுழிகளிலும் கப்பலின் இறைவைச் சக்கரங்கள் திருகிச் சுழன்று நீரை வாரியிறைத்தன. அந்தச் சக்கரங்களின் ஓசையும், ராணுவ மாணவர்களின் பேச்சுக்குரலும் கேட்டுக் கொண்டிருந்தபோதிலும்கூட, அவற்றையும் மீறி இருகரைகளிலுமிருந்து இனிய நாதமிசைத்த குயில்களின் கீதம் கேட்கத்தான் செய்தது. இருகரைகளிலும் புதிய தளிர்களும், மலர் மொட்டுகளும் நிறைந்து செழித்து இனிய மணம் பரப்பும் மரங்களும் செடிகொடிகளும் நிறைந்திருந்தன. அந்தப் பூக்களும் தளிரும் அன்று பிறந்த கோழிக் குஞ்சுகள்போல் சில பச்சையாகவும், சில மஞ்சளாகவும் காட்சியளித்தன. வெள்ளப் பரப்புக்கும் மேல் உதயமாகி வந்த சூரியன் கப்பலின் மேல்தளத்தையும் பொசுக்கியது. ரோஷின் கைப்பிடிக் கம்பியின் அருகே நின்று ஒளிமயமாய்ப் பிரகாசிக்கும் நீர்ப்பரப்பைப் பார்த்துக் கொண்டிருந்தான்.

அவன் எத்தனையோ வசந்த பருவங்களைப் பார்த்திருந்தான். என்றாலும், வாழ்க்கையின் மதுவேகம் அன்றுபோல் என்றுமே அவனது ரத்தநாளங்களிலே அத்தனை வேகத்தோடு பொங்கிப் புடைத்து ஜீவப் பிரவாகமாய்ச் சென்றதில்லை. இத்தகைய உணர்ச்சி இந்த நேரத்திலா? சமயப் பொருத்தமும், சந்தர்ப்பப் பொருத்தமும் அற்ற இந்த வேளையிலா? அவனது தலை, தெளிவற்ற சுபசூசகச் சிந்தனைகளால் இருண்டு

கிறுகிறுத்துப் போயிருந்தது. பையில் சிகரெட் இருக்கிறதா என்றா தடவிப் பார்க்கிறாய்? ஞானோதயத் தெளிவுபெற்ற மாதிரியா புருவங்களைப் பார்த்து நிற்கிறாய்? நீ என்னதான் செய்தாலும் உன்னை ஆட்கொண்டுவிட்ட அந்த வசிய மந்திரத்தை உதறித் தள்ளிவிட்டு நீ விடுபட முடியாது. அதோ அது அங்குதான் இருக்கிறது. வசந்தத்தின் மெல்லிய திரை தண்ணீரின் மீதும், சிறுசிறு தீவுகளின்மீதும், தண்ணீரில் பாதி மூழ்கித் தோன்றும் குடிசைகளின்மீதும், எழுந்து வருகின்றது; மேலெழுந்துவரும் பெரிய சூரிய வட்டத்தின் ஒளிக்கதிர்கள் அந்தத் திரையை ஊடுருவி ஒளிர்கின்றன. ஆற்றுப் பரப்பின்மீதும், மரங்களின்மீதும், அலைமோதி நெளியும் அந்த மரங்களின் பிரதி பிம்பங்களின்மீதும், முழங்காலளவுத் தண்ணீரில் இறங்கிநிற்கும் பசுக்களின் முதுகின்மீதும், ஒரு புல்லந்தரிசான திரட்டின்மீது ஏறி நிற்கும் காளையின்மீதும் அந்த ஒளி மெல்லமெல்லப் பரவிப் படிந்தது. வசந்தத்தின் புதுமையும் வியப்பும் மிகுந்த அந்த அற்புதத்தை ரோஷின், கண்ணாரக் கண்டு விழுங்கினான்.

எகதிரினஸ்லாவுக்குச் சென்றதிலிருந்து இத்தனை நாட்களும் ரோஷின் காத்யாவைப் பற்றிச் சிந்திக்கவேயில்லை. அதுவே அதிசயம்தான். அவளும் அவனது கடந்த வாழ்க்கையோடு மங்கி மறைந்து விலகிப் போய்விட்டதாகவும், இப்போது அவன் மிகவும் காரசாரமாகக் கண்டனம் செய்யும் அந்தப் பழைய வாழ்க்கையுடனேயே அவள் மிகவும் நெருங்கிய சம்பந்தம் கொண்டிருப்பதாகவும் அவனுக்குத் தோன்றியது. அவனது சிந்தனைகள் காத்யாவிடம் திரும்பியவுடனேயே, முன்னொரு நாள் சவரத் தொழிலாளியின் கடையிலுள்ள நிலைக் கண்ணாடியில் அவன் கண்ட அந்த ரோஷினையும் நினைவுகூர்ந்தான். அன்றைத் தினத்தில் அந்தப் பிரதி பிம்பத்தைப் பார்த்தபோது அவனுக்குள்ளே எழுந்த வெறுப்பில் அதனைச் சுட்டுத் தள்ளுவதற்கோ அல்லது குறைந்தபட்சம் அந்த முகத்தில் காறி உமிழ்வதற்கோ அப்பொழுது அவனுக்குப் போதிய தெம்பில்லை. இப்போதோ, அவன் அவ்வாறு செய்யச் சிறிதும் தயங்கியிருக்க மாட்டான்.

இரண்டு வசந்தங்களுக்கு முன்னால் காத்யாவின் மீது அவன்கொண்ட காதல், பிரபஞ்சத்தையே நிறைத்து நின்றதாகத் தோன்றியது. அப்போது குழம்பிய மனமும், மரணக்காயமும் பெற்ற ஒரு மனிதனின் சுருக்கம் விழுந்த நெற்றிக்கப்பால் அந்தப் பிரபஞ்சம் விரிந்து கிடந்தது. அந்தச் சமயத்தில், அவன் காத்யாவின் காதலை விரும்பினான்; அதிலும் எகதிரினஸ்லாவிலுள்ள ஹோட்டலில் தங்கியிருந்த காலத்தில், அந்த ஹோட்டல் அறைக் கதவின் கைப்பிடியைப் பார்த்து, அதிலே பெல்ட்டைக் கட்டியிழுத்துத் தன்னைத்தானே தற்கொலை செய்துகொள்ளலாமா என்று யோசித்த அந்தத் தன்னந்தனிமையான நேரத்தில் அவன் காத்யாவின் காதலை மிகவும் விசேஷமாக விரும்பினான். ஆனால் இப்போது? இப்போது அவனுக்கு அந்தக் காதல் தேவையில்லையா? அப்படித்தானா? அப்படியென்றால், முதன்முறையாக ரஸ்தோவிலும், இரண்டாவது முறையாக எகதிரினஸ்லாவிலும் அவன் காத்யாவுக்குத் துரோகம் செய்தானா?

கடந்துசெல்லும் கரைகளின்மீது அவனது பார்வை நிலைத்தது. ஈரவாடையும் தேனின் மணமும் கலந்து வந்த காற்றை, அவன் நன்றாக உள்ளிழுத்து, தனது சுவாசகோசங்களை நிரப்பினான்; அப்போது அவன் மனச்சாட்சியின் உறுத்தலையோ, தவறுக்கான வருத்தத்தையோ உணரவில்லை. அங்கு, அவன் தன் பழங்கால வாழ்க்கையின் கணக்கை முடித்து, அவற்றுக்கு முற்றுப்புள்ளி வைத்தான். அதன்பிறகோ, மரீயா வந்தாள். அவள் தனது சுருக்கமான, கள்ளங்கபடமற்ற உணர்ச்சி வேகமிக்க புதிய வாழ்க்கையின் கீதத்தை இசைத்தாள் - அந்தப் புதுமைக் கீதத்திலே இந்த வசந்தப் பிரவாகமும், எல்லையற்ற, இனந்தெரியாத ஆனந்தமும் குடிகொண்டிருந்தது.

புல்லந்தரிசு மேட்டிலிருந்து ஒரு காளைமாடு முக்காரமிட்டு முழங்கியது. நீராவிக் கப்பலின் முனைகளிலே நின்ற ராணுவ மாணவர்கள் சிரித்தார்கள்; அவர்களில் ஒருவன்,

அந்தக் காளை மாட்டைப்போலவே தானும் முக்கார ஒலியெழுப்பினான். ரோஷின் ஆனந்த பரவசனாய் கண்களை மூடினான். எப்படியிருந்தாலும் மரணம் என்பது நம்பிக்கை வறட்சியல்ல. மரியாவின் மரணம் மகத்தான ஒன்றுதான். உயிர்பிழைத்து மிஞ்சியிருப்பவர்களை நோக்கிப் பின்வருமாறு கோஷமிட்டு விடைபெறுவதுபோலவே அவளது மரணம் அமைந்தது: "வாழ்க்கையை நேசியுங்கள்! வாழ்க்கையை உங்கள் பலத்தையெல்லாம் கொண்டு பற்றிப் பிடியுங்கள்! பின்னர், அந்த வாழ்க்கையை ஆனந்தமயமாக்குங்கள்!"

காத்யாவைக் கண்டுபிடிக்கும் முயற்சியை அவன் கை விட்டுவிடவில்லை. அவனது வேண்டுகோளின்பேரில், யுத்த இலாகவின் கமிஸார் காரியாலயத்திலிருந்து எகதிரினஸ்லாவ், கார்க்கவ் ஜில்லாக்களிலுள்ள நிர்வாகக் கமிட்டிகளுக்கு. கிரசீல்னிகவைப் பற்றி விசாரித்துத் தகவல் அனுப்பும்படி தாக்கீதுகள் அனுப்பப்பட்டன. ஆனால், இதுவரையில் அவன் எங்கிருக்கிறான் என்பதைப் பற்றி எந்தத் தகவலும் வந்து சேரவில்லை. அந்தச் சமயத்தில் வேறு எதுவும் செய்வதற்கு ரோஷினுக்கு வழியில்லை. கடந்த ஒன்றரைமாத காலமாக நித்தம் பதினெட்டு மணி நேரம் பணியாற்றிய பின்னர், கப்பலில் செல்லும் அந்தச் சில மணி நேரம்தான் அவனுக்குக் கிட்டிய ஓய்வாக இருந்தது.

சுகாயும், யுத்த இலாகாக் கமிஸாரும் அவனிடம் வந்தார்கள். கமிஸார் மெலிந்த உடம்பும், சூரிய ஒளியால் சிவந்துபோன முகமும் கொண்டவராக விளங்கினார். அவர் முரட்டுத் துணியில் உடுப்பணிந்து அதன்மீது பெல்ட்டை இறுக்கமாகக் கட்டியிருந்தார். அவரது கண்களோ, குடிகாரனின் கண்களைப்போல் செக்கச்சிவந்து ஈரம்பாய்ந்து தோன்றின. ஆனால், அவர் மதுவைத் தொட்டுக்கூடப் பார்த்ததில்லை; குடிகாரர்களைக் கண்டாலே, அவருக்கு ஒரே வெறுப்பு. ஒருமுறை மிகவும் கண்ணியமான மனிதரான தமது படைத்தளபதி ஒருவர், அவரது குடிசையில் மேசைமீது வோட்கா பாட்டிலும்

கையுமாக அமர்ந்திருந்ததைக் கண்டு, அந்த மனிதரையே சுட்டுவீழ்த்தப் போய்விட்டார். செங்குத்தான கரையில் ஒரு தேவாலய மணிக்கூண்டு வெள்ளைவெளேரெனத் தெரிந்தது. அவனைச் சுட்டிக்காட்டியவாறே கமிஸார் சொன்னார்:

"அதுதான் எனது பிறந்த ஊர். நீராவிக் கப்பலின் சத்தம்கேட்டதுமே, என் பாட்டி ஒரு கூடையில் பிளம்போன்ற பழங்களையும் கொட்டைகளையும் நிரப்பி என்னிடம் கொடுப்பாள். அவற்றைக் கப்பலின் இறங்குதுறையில் வந்திறங்கும் மனிதர்களிடம் விற்றுவரச் சொல்வாள். தொணதொணப்பு மிகுந்த கிழவி அவள். ஆனால், அவள் எவ்வளவெல்லாமோ முயற்சி எடுத்துக் கொண்டும் என்னை ஒரு வியாபாரியாக்க முடியாது போய்விட்டது."

"எனது பாட்டி பயபக்தி மிகுந்த நல்ல மனுஷி" என்று சுகாய் கூறினான்: எப்போது பார்த்தாலும் அவள் புனிதமான க்ஷேத்திரங்களுக்குப் போன வண்ணமாகவே இருப்பாள். மேலும், அவள் எனக்குப் பத்து வயது ஆகிற வரையிலும், பிச்சையெடுப்பதற்கு என்னையும் தன்னோடு அழைத்துக்கொண்டு போனாள்."

சுகாய் என்ன சொன்னான் என்பதைக் காதிலேயே வாங்காமல் கமிஸார் பேசிக் கொண்டிருந்தார்:

பிறகு என்னைக் கொல்லுலைத் தொழிலாளியிடம் சித்தாள் வேலைக்காக அனுப்பிவைத்தார்கள். அந்தக் கொல்லுலை இன்னும் அங்கேயே இருக்கிறது என்று நினைக்கிறேன். அதோ அந்த மணிக்கூண்டுக்குக் கீழேதான் இருக்கிறது. இன்றைக்கும்கூட, கொதிக்கும் இரும்பும் எரியும் கரியும் சேர்ந்து மணக்கும் மணத்தை நான் விரும்பவே செய்கிறேன். அந்தக் கொல்லுலையிலே கழுத்திலே வாங்கிய குத்தையும் அடியையும் மேலும் சகித்துக்கொள்ள முடியாமல், நான் கீவுக்குப் புறப்பட்டு வந்தேன்; அங்குள்ள ரயில்வே இஞ்சின்களின் கூடத்தில் வேலை பார்த்தேன்; பின்னர், நான் கார்க்கவிலுள்ள

இஞ்சினியரிங் தொழிற்சாலைக்கு வேலைக்குப் போனேன்."

சுகாயும் கமிஸார் என்ன சொல்கிறார் என்பதைக் காதில் வாங்காமல் பேசினான்:

"தேவாலய முற்றத்திலே நின்று பிரார்த்தனைகள் சொல்லி, பிச்சையெடுப்பதில் நான் பெரிய கை. என் உடம்பில் எங்காவது ரத்தவிளாறாகச் சொரிந்து, ரத்தத்தை வழித்து முகமெல்லாம் தடவிக் கொள்வேன்; அப்புறம் எனது கண்ணின் இமைகளை மேலே தூக்கிவிட்டுக்கொண்டு, குருடன்மாதிரி நடித்து, சங்கீத வாசகங்களைப் பாடுவேன். பிறகு, என் பாட்டியோடு கோபெக்குகளுக்கு எப்படி அடிபிடி சண்டை பிடிப்பேன் தெரியுமா?"

அவர் பேச்சு சட்டென்று நின்றது. பின்னர் ஒரு கணம் கழித்து சொன்னார்:

"இப்படியாக நானும் பாட்டியும் அடித்துக் கொள்வோம்."

பின்னர், அவர் கரையையே பார்த்தார். அங்கு கரை ஒரு முனைபோலக் குவிந்திருந்தது. அதனைச்சுற்றி வளைத்து, நீப்பர்நதி வெள்ளக்காடாகத் தோன்றும் புல்வெளிகளை நோக்கிச் சென்றது. அவரது துடியான பெரிய கண்களில் திடீரென்று ஒரு தீக்ஷணியம் குடிகொண்டது. அவர் தமது தலையிலிருந்த ரிப்பன் கட்டிய தொப்பியைத் தலைக்குமேல் அறைவதுபோல் தூக்கி வைத்துவிட்டு, கேப்டனின் பாலத்தை நோக்கி வேகமாகச் சென்றார்:

"என்ன தாத்தா?" என்று தொங்கு மீசையும் மெலிந்து சிறுத்த உடலும்கொண்ட கிழவனான கேப்டனை நோக்கி, சுகாய் குரல் கொடுத்தார்: "கரையை நோக்கி கப்பலை லேசாகத் திருப்பு."

"தோழரே! அது முடியாது. நாம் கால்வாயின் வழியாகத் தான் செல்ல வேண்டும். அங்கே மணல் திட்டுகள் நிறைய இருக்கின்றன."

"கால்வாய் வழியாகப் போக வேண்டாம்!" என்று கூறியவாறே சுகாய், தமது ரிவால்வரின் உறைமீது

அடித்துக்கொண்டார்: "சட்டென்று வெட்டித் திருப்பு!"

அந்த நீராவிக் கப்பல் முனையைச் சுற்றிவளைத்துத் திரும்பியது. உடனே உயரமான தேவாலய மணிக்கூண்டும், காற்றாடி இயந்திரங்களும், வெள்ளையடித்த குடிசைகளும்கொண்ட ஒரு பெரிய கிராமம் தென்பட்டது. தணிவாக இருந்தாலும் செழிப்பாகத் தோன்றிய தோட்டங்கள் புத்தம்புதிய பசிய தளிர்கள் நிறைந்து விளங்கும் காட்சி அந்த ஆற்றங்கரைச் சரிவில் மெல்லமெல்லக் கண்களுக்குப் புலனாயிற்று.

"அதோ அங்கே பாருங்கள். அந்தச் சரிவில் கொஞ்சம் தள்ளி, ஒரு குடிசை தெரிகிறதல்லவா? அந்தக் குடிசையில்தான் நான் பிறந்தேன்" என்று கமிஸார் ரோஷினிடம் சொன்னார்.

சுகாய் கோபத்தோடு கத்தினான்: "உன்னைத்தான். வேகமாகச் செல். இடதுபக்கமாகத் திருப்பு!"

கரைமீது ஏராளமான வண்டிகள் நின்றன; அதற்குக் கீழே எண்ணற்ற படகுகள் தென்பட்டன. ஜனங்கள் அந்தப் படகுகளை நோக்கி முண்டியடித்துக் கொண்டு ஓடிவந்து, அவற்றில் ஏறிக் குதித்தார்கள். அதற்குள் அந்தப் படகுகளில் ஒன்றில் ஏறிய மனிதர்கள் அதனை வேகமாக ஓட்டிக்கொண்டு சென்றார்கள். தனது சட்டை படபடத்துப் பறக்க, சுகாய் ஏணி வழியாகக் கப்பலின் தளத்துக்கு இறங்கிவந்தான். அதேசமயத்தில், கரை மீதிருந்தும், படகுகளிலிருந்தும், கப்பலை நோக்கித் துப்பாக்கிக் குண்டுகள் பறந்துவந்து பொழிந்தன. கப்பலிலிருந்தும் பதிலுக்கு இயந்திரத் துப்பாக்கிகள் முழங்கத் தொடங்கின. அந்தப் படகுகளில் ஒன்றிலிருந்த மனிதர்கள் தண்ணீருக்குள் பாய்ந்தார்கள். கரைமீது நின்ற கூட்டத்தினரிடையே குழப்பம் ஏற்பட்டது; அவர்கள் அடித்துப் புரண்டோடி வண்டிகளில் ஏறிக் கொண்டு, அவற்றைச் செங்குத்தாகச் செல்லும் அகன்ற தெருவிலே புழுதிப் படலம் எழும்ப விரட்டியடித்துச் சென்றார்கள். தேவாலய மணிக்கூண்டிலிருந்து அபாய அறிவிப்பு

மணியோசை கலகலத்து முழங்கியது.

துப்பாக்கிப் பிரயேகமும் ஓட்டசாட்டமும் சில நிமிஷ நேரமே நீடித்தன. அதற்குள் கரையின்மீது எவருமே இல்லை. தனது துடியான கண்களில் பரவச ஒளி பளிச்சிட்ட வண்ணம், சுகாய் மீண்டும் ஏணிமீது ஏறினான்:

"ஜெலேனிதான்! அந்த நாய்க்குப் பிறந்த பயல் இங்கேயே வந்துவிட்டான்! ரோஷின்! நீங்கள் அவனைச் சுற்றிவளைத்து முற்றுகை போடத்தான் வேண்டும். நல்லது. கமிஸார்! நாம் கரையில் இறங்குவதுதான் நல்லது என்று தோன்றுகிறது."

ஜெலேனியின் கோஷ்டி சுற்றி வளைக்கப்பட்டது; எனவே, அவர்கள் ஓநாய்க்கூட்டம்போல் அங்குமிங்கும் தலைதெறிக்க ஓடினர். பின்னர், ஒருவழியாக ரயில்வே பாதையிலிருந்து வந்த ஆயுதந்தாங்கி ரயிலில் இருந்து பிரயேகித்த குண்டுவீச்சினால், அவனது கூட்டம் நெருக்கியடிக்கப்பட்டது; அவனது கோஷ்டியும், வண்டிகளும் வெளியே தப்பியோடிவிடும் நோக்கத்தோடு அங்கே தென்பட்ட ஓர் அடர்ந்த தோப்புக்குள் சென்றன. ஆனால், அந்தத் தோப்புக்குள்ளேயே அவர்கள் ஒழித்துக் கட்டப்பட்டார்கள். தோப்பைச் சுற்றிலுமுள்ள புதர்கள் மண்டிய வயல்வெளியில் முன்கூட்டியே குழிகள் வெட்டப்பட்டிருந்தன. எனவே, வாயிலே நுரைபொங்க இழுத்தும் நான்கு குதிரைகள் பூட்டிய வண்டிகள் எல்லாம் நாட்டு வெடிகுண்டுகளாலும், துப்பாக்கிக் குண்டுகளாலும் பயபீதிகொண்டு, தோப்பின் பின்புறமாகத் தலைதெறிக்கும் வேகத்தில் ஒன்றன்பின் ஒன்றாக ஓடிவந்தன. அவையனைத்தும் அந்தக் குழிகளுக்குள் குடைசாய்ந்து விழுந்து முறிந்து நொறுங்கின. கொள்ளைக்காரர்களோ குழிக்குள்ளேயிருந்து மேலே ஏறிவந்து, புதர்களுக்கிடையே ஓடி மறைந்தார்கள். ஆனால், அங்கு அவர்களுக்குக் மரணம்தான் காத்திருந்தது. அவர்களில் எவனும் இரக்கம் காட்டுமாறு கெஞ்சிக் கேட்கத் துணியவில்லை. ஜெலேனியோ, காய்ந்துபோன

சுள்ளிகளின் மறைவில் மறைந்துகிடந்தான். அந்த ராணுவ மாணவர்கள், காலைப்பிடித்து அவனை வெளியே இழுத்துப் போடும்போது ஒரு பயங்கரமான அரக்கனைக் காணப்போகிறோம் என்று எண்ணினார்கள். ஆனால், அவர்கள் பெரிதும் வியப்படைந்தார்கள்; அம்மைத் தழும்பு விழுந்த முகத்தோடுகூடிய ஓர் ஒல்லியான சிறு மனிதனைத்தான் அங்கே அவர்கள் கண்டார்கள். அங்குமிங்கும் அலைபாயும் ஒளியற்ற குரோதம் மிகுந்த சிறு கண்கள் மட்டும்தான் அவன் ஓர் ஓநாய்ப் பிறவி என்பதைக் காட்டிக் கொடுத்தன. அவனது கையையும் காலையும் கட்டி, அவனைக் கீவ் நகருக்கு உயிரோடு அனுப்பிவைத்தார்கள்.

என்றாலும், அவனது கோஷ்டியில் ஒரு பிரிவினர் மட்டும் ஏதோ ஒரு பக்கத்தில் முற்றுகையை உடைத்து வெளியேறி, கிழக்குத் திசைநோக்கி ஓடிவிட்டார்கள். சுகாய், ரோஷின் இருவர் தலைமையிலும், முன்னூறு பேர்கொண்ட குதிரைப் படையொன்றை அந்தப் பிரிவினருக்குப் பின்னால் அனுப்பிவைத்தார் யுத்த இலாகா கமிஸார். எனவே நெடிய, தந்திரமான வேட்டை தொடங்கியது. கொள்ளைக்காரர்கள் பண்ணைகளில் இறங்கித் தமது குதிரைகளை மாற்றிக்கொண்டு தப்பியோடினார்கள். செஞ்சேனையினர் குதிரைகளை மாற்றாமலே அவர்கள் சென்ற தடத்தில் தொடர்ந்து சென்றார்கள். அந்தக் கொள்ளைக்காரர்கள் எல்லோரும் விளதீமிர் ஸ்கோயே கிராமத்தை நோக்கிச் செல்வதாகத் தோன்றியது. இந்தச் செய்தியை வழியிலுள்ள ஒரு கிராமத்து விவசாய மக்கள் தெரிவித்தார்கள். கொள்ளைக்காரர்கள் ஒருநாளைக்கு முன்னர் அந்தக் கிராமத்துக்கு வந்து, குதிரைகளை எல்லாம் பறித்துக்கொண்டும், அவசரத்திலே எவ்வளவு கொள்ளையடிக்க முடியுமோ, அவ்வளவையும் அடித்துக் கொண்டும், புறப்பட்டுச் சென்றதாகச் சொன்னார்கள்.

தோழர்களே! அந்தப் பயல்களை ஒழித்துக்கட்டி விடுங்கள். இந்தப் போராட்டங்களை எல்லாம் பார்த்துப்பார்த்து நாங்கள் சலித்துப் போய்விட்டோம்”

என்று செஞ்சேனை வீரர்கள், அந்தக் கிராமத்தின் கிணற்றடியில் தமது குதிரைகளுக்குத் தண்ணீர் காட்டிக் கொண்டிருந்தவேளையில், கிராமவாசிகள் சுகாயிடமும் ரோஷினிடமும் கூறினார்கள்: "இந்தக் கோஷ்டியின் தலைவனையும் எங்களுக்கு நன்றாய்த் தெரியும். அவனுக்கும் விளதீமிர் ஸ்கோயே கிராமம்தான் சொந்த ஊர். அவன் பெயர் கிரசீல்னிகவ். அவன் மிகவும் நல்லவனாகத்தான் இருந்தான். அதை மறுக்க முடியாது. ஆனால், இப்போது அவன் கெட்டுக் குட்டிச்சுவராய்ப் போய் வெறிபிடித்த பைசாசமாகத் திரிகிறான்."

இவ்வாறாக வாரக் கணக்காகக் கிரசீல்னிகவைப் பற்றிய தகவலைத் தேடியலைந்த ரோஷின் சற்றும் எதிர்பாராத விதத்தில் அவன் சென்றுள்ள தடத்தைக் கண்டறிந்துவிட்டான். அதுமட்டுமா? காத்யாவைத் தேடிச்செல்லும் தடத்தையும் கண்டுவிட்டான். எனவே, அவன் மிகுந்த உணர்ச்சிப் பரபரப்புக்கு ஆளானான். காத்யாவுக்கும் அவனுக்கும் இடையில் ஒரே ஒருநாள் வழிநடைத் தூரம்தான் இருந்தது. அவன், அவளை எத்தகைய நிலையில் காண்பான்? ஆளே அடையாளம் தெரியாதபடி மாறியிருப்பாளோ? ஒருவேளை, அவளது நரைத்த தலையைத்தான் அவன் தனது மார்போடு இறுக அணைத்துக்கொள்ள நேருமோ? காத்யாவுக்கு நரைத்த தலையா? நரைத்த தலையா?" எல்லாம் முடிந்து விட்டது. "காத்யா! இனி நீ ஓய்வு பெறலாம். காத்யா! நாமிருவரும் வாழ்வோம்; நாம் வாழத்தான் வேண்டும்." இல்லை. அது இருக்க முடியாது! அதை நினைத்துக்கூடப் பார்க்க முடியாது! காத்யா, கிரசீல்னிகவுக்கு அடங்கி வாழும் மனைவியாக மாறுவதா? இல்லை. அதை நினைத்துக்கூடப் பார்க்க முடியாது! ஒருவேளை, அந்த ஒருநாள் வழியையும் கடந்துமுடிந்த பின்னர், ரோஷின் காத்யாவின் சமாதிக்கருகில்தான் தனது குதிரையின் கடிவாளத்தை இழுத்துப் பிடித்து நிறுத்துவானா? ஆமாம். அதுதான் பெரும்பாலும் எதிர்பார்க்கக்கூடியது. ஒருவேளை, அவள் அனுபவித்ததற்கெல்லாம் அதுவே நல்ல முடிவாக, சிறந்த முடிவாக அமைந்திருக்கும்.

அவ்வாறாயின் காத்யாவின் உருவம் களங்கப்படாமலே, கைபடாமலே காப்பாற்றப்பட்டிருக்கும்.

புழுதிநிறைந்த அந்த ரஸ்தாவின் வழியாக ரோஷினின் படை வேகமாகப் பாய்ந்துசென்றது. ரோஷின் சேணத்திலிருந்தவாறே குலுங்கிக்குலுங்கி ஆடினான். அவனது நினைவுத் திரையில் காத்யாவின் உருவம் மங்கலாகவும் குழம்பியும், வருவதும்போவதுமாக இருந்தது. அவள் எத்தகைய நிலையிலே இருக்கக் கண்டாலும், அவன் அவளை ஏற்றுக்கொள்ளத்தான் போகிறான்.

விளதீமிர் ஸ்கோயே கிராமத்தில் தீக்கிரையான குடிசைகள் இன்னும் புகைந்துகொண்டிருந்தன. இன்னும் சாம்பலால் ஈரம் உறிஞ்சப்படாது, ஆங்காங்கே குட்டைகள்போல் தேங்கிநின்ற ரத்தத்தைச் சிறுவர் சிறுமியர் பயபீதியோடு உற்றுநோக்கிக் கொண்டிருந்தார்கள். பெண்களோ, அழுதழுது வீங்கிய கண்களோடும் நடுநடுங்கிய உடம்போடும் அண்டை அயலார் வீட்டு முற்றங்களில் இன்னும் மறைந்திருந்தார்கள். இந்தச் சமயத்தில்தான் ரோஷினும், சுகாயும் கிராமத்தின் இருகோடிகளிலிருந்தும் இரண்டு பிரிவாகப் பிரிந்து கிராமத்துக்குள்ளே புகுந்தார்கள். ஆனால், கிரசீல்னிகவ் அதற்குள் அங்கிருந்து போய்விட்டான். செஞ்சேனை வீரர்களின் வருகையைக் குறித்து யாரோ அவனை அரைமணி நேரத்துக்கு - முன்னர் எச்சரித்துவிட்டார்கள். உடனே அவனும், அவனது கோஷ்டியினரும் ஏழை விவசாயிகள் கமிட்டியைச் சேர்ந்தவர்கள்மீது பழிதீர்க்க முனைந்தார்கள்; கையிலகப்பட்ட பதினேழு பேரைத் தமதுவாளால் வெட்டிக் கொன்றார்கள்; காணும் காணாததற்குக் காரணகாரியமின்றி அபனாசி கிழவனையும் பதினெட்டாவது நபராக வெட்டிக் கொன்றார்கள்; பின்னர், அந்தக் கிராமத்தைவிட்டு ஓடிப் போய்விட்டார்கள். கிராமத்து ஜனங்களுக்கோ கிரசீல்னிகவின்மீது அடங்காத கோபம் மூண்டிருந்தது. எனவே, செஞ்சேனை வீரர்கள் வந்ததும் கிராமமே திரண்டு ஓடிவந்தது; கிராமத்து மக்கள் அந்தக் குதிரை

வீரர்களைச் சூழ்ந்துகொண்டார்கள்; அந்தக் குதிரைகளோ களைத்துப்போய் தள்ளாடி நடந்தன.

"அவனை விரட்டிப் பிடியுங்கள்!" என்று அந்த ஜனங்கள் கத்தினார்கள்: "கிரசீல்னிகவைக் கொல்லுங்கள். அவனிடம் போதிய ஆள்பலம் இல்லை; அத்துடன் ஆயுத தளவாடங்களும் இல்லை. அவன் அதிக தூரம் போய்விடவில்லை. அந்தப் பன்றிப்பயல் எங்கே போனான் என்று எங்களுக்குத் தெரியும். நீங்கள் அவர்களை வெறுங்கைகளாலேயே மடக்கிப் பிடித்து விடலாம்."

"பிரஜைத் தோழர்களே! நீங்கள் எங்களுக்குப் புதிய குதிரைகள் தரமுடியுமா?" என்று கேட்டான் சுகாய்.

"தாராளமாகத் தருகிறோம். வேண்டிய குதிரைகளைத் தேடிப்பிடித்துத் தருகிறோம்."

"எத்தனை குதிரைகள்?"

"கிட்டத்தட்ட ஐம்பது குதிரைகளைத் திரட்டித் தருகிறோம். நீங்கள் உங்கள் குதிரைகளை இங்குவிட்டுப் போங்கள். பின்னர் திரும்பிச் செல்லும்போது அவற்றை மாற்றிக்கொள்ளலாம். அவனைக் கொல்லுங்கள். அவனால் எங்கள் நிம்மதியே குலைந்து போய்விட்டது."

அவர்கள் குதிரைகளுக்காக அலைந்து, குதிரைகளைத் திரட்டி, அவற்றுக்குச் சேணங்கள் கட்டத் தொடங்கினார்கள். அந்தச் சமயத்தில், ரோஷின் பெண்கள் பக்கமாகச் சென்றான். அவன் எதையோ கேட்க விரும்புகிறான் என்று அறிந்ததும் அந்தப் பெண்கள் அவனருகே நெருங்கிவந்தார்கள்.

"ஜெர்மனியோடு யுத்தம் நடந்த காலத்திலேயே எனக்குக் கிரசீல்னிகவைத் தெரியும்" என்றான் ரோஷின்: "அவன் தம்பிக்குக் கல்யாணம் ஆகியிருந்தது. ஆனால், அவனுக்குக் கல்யாணம் ஆனதும் ஆகாததும் எனக்குத் தெரியாது. அவனுக்குக் கல்யாணம் ஆகிவிட்டதா?"

அவன் எதற்காக இப்படிப் பேசுகிறான் என்பதைப்

புரிந்துகொள்ளாமல், அந்தப் பெண்கள் ஆர்வத்தோடு பதிலளித்தார்கள்:

"ஆம். ஆகிவிட்டது. ஆகிவிட்டது!"

"ஊஹும். அவனுக்குக் கல்யாணம் ஆகவில்லை. அந்தப் பெண் அவன் மனைவியல்ல."

"இருந்தாலும், அவள் அவனோடுதானே வாழ்ந்தாள்!"

"அதுவும் இல்லை. அவள் அவ்வாறு வாழவேயில்லை. தோழரே! நான் சொல்கிறேன். அவன், அந்தப் பெண்ணை மாஹ்னோவிடம் சீட்டு விளையாடி ஜெயித்து, இங்கே கூட்டிக்கொண்டு வந்தான்; அவளைக் கல்யாணம் செய்துகொள்ள விரும்பினான். அவளோ, 'நீ விரும்பினால் என்னைக் கல்யாணம் செய்துவிட்டுப் போ. ஆனால், நான் ஒன்றும் சாதாரண விவசாயிபோல் வாழ்ந்து பழக்கப்பட்டவள் அல்ல' என்று சொல்லிவிட்டாள். அவள் சீமான் வீட்டுப் பெண்ணாம். அவள் நல்ல இளமையோடும் அழகோடும்தான் இருந்தாள். போன வருஷத்து வசந்த காலத்திலே ஜெர்மானியர்கள் அவனது வீட்டை எரித்துச் சாம்பலாக்கிவிட்டார்கள். எனவே, அவன் ஒரு புதிய வீட்டைக் கட்ட விரும்பினான். அதற்குப் பிறகுதான் யாகவின் விவகாரங்களெல்லாம் வந்து சேர்ந்தன."

மூன்றாவது பெண்ணுக்கோ முன்னர் பேசியவளைக் காட்டிலும் அதிகப்படியான தகவல்கள் தெரிந்திருந்தன. எனவே, அவள் முண்டியடித்துக்கொண்டு முன்னே வந்து ரோஷினிடம் பின்வருமாறு தெரிவித்தாள்:

"அவன் அந்தப் பெண்ணை அடித்தான். பயங்கரமாக அடித்து நொறுக்கினான். என்றாலும் அந்தப் பிசாசுப் பயல் அவளை ஒரேயடியாக அடித்துக் கொன்று விடவில்லை. சென்ற மார்ச் மாதம்முதல் அவள் இங்குதான் பள்ளிக்கூடத்தில் ஆசிரியைத் தொழில் பார்த்துவந்தாள்."

"அப்படியா?" என்று ரோஷின் கூறிவிட்டு, இருமித் தொண்டையைச் சரிப்படுத்தினான்: "அவள் இப்போதும் இங்கு, இந்தக் கிராமத்தில்தானே இருக்கிறாள்?"

பெண்கள் ஒருவரையொருவர் திருகத்திருகப் பார்த்தார்கள். பிறகு நான்காவது பெண்ணொருத்தி சொன்னாள்:

"அவன், அவளை வண்டியிலே தூக்கிப்போட்டு, வைக்கோலால் மூடிக்கொண்டு போய்விட்டான். ஆனால் அவள் செத்துப்போனாளா, உயிரோடுதான் இருந்தாளா என்பது – எங்களுக்குத் தெரியாது."

ஒரு சிறுவன் ரோஷினையே பிரமிப்பு நிறைந்த கண்களோடு பார்த்துக் கொண்டிருந்தான். ரோஷின் அணிந்திருந்த பித்தளைக் கைப்பிடிகொண்ட உடைவாள், தூசிப்படிந்த குதிரைப்படை பூட்சுகள், கையில்கட்டியிருந்த பெரிய கைக்கடிகாரம், இடையில் ஊசலாடிய ரிவால்வர் எல்லாவற்றையும் அந்தச் சிறுவன் வியப்போடு பார்த்தான். அவன் தன் தலையை நிமிர்த்தி ரோஷினின் முகத்தைப் பார்த்தவாறு, அடைத்துக் கரகரத்த குரலில் சொன்னான்:

"மாமா! இவர்களெல்லாம் பொய் சொல்கிறார்கள். காத்யா மாமியைப் பற்றி இவர்களுக்கு ஒன்றுமே தெரியாது. ஆனால் எனக்குத் தெரியும்!"

உதட்டிலே புண்ணிருந்த ஒரு மெலிந்த எளிய தோற்றங்கொண்ட சிறுமியும் அந்தச் சிறுவனுக்குப் பின்னாலிருந்து சத்தமிட்டாள்:

"இவன் சொல்வதை நீங்கள் நம்புங்கள், மாமா. இவனுக்கு எல்லாம் தெரியும்."

"நல்லது – உனக்கு என்னென்ன தெரியும்?"

"மத்ரியோனா, காத்யா மாமியை ஸ்டேஷனுக்குக் கூட்டிக் கொண்டு போனாள். காத்யா மாமிக்கு இங்கிருந்து போகவே விருப்பமில்லை. அவள் ரொம்பவும் அழுதாள்; மத்ரியோனாவும்கூட அழுதாள். பிறகு காத்யா மாமி என்னைப் பார்த்து, 'நான் திரும்பவும் வருவேன்

என்று மற்ற பிள்ளைகளிடமும் சொல்' என்றாள். கிரசீல்னிகவ், தனது வண்டிகளோடு கிராமத்துக்குள்ளே வந்தான். அவன் ஒரு பக்கமாக வருவதற்குள், காத்யா மாமியும் மத்ரியோனாவும் வேறொரு பக்கமாகப் போய் விட்டார்கள். நாங்கள் மூவரும் குன்றின் உச்சிக்குப் போய்ச்சேர்ந்ததும், அவர்கள் என்னைத் திரும்பிப் போகச் சொல்லிவிட்டார்கள்."

"குதிரைகளில் ஏறுங்கள்!" என்று சுகாய் சத்தமிட்டான்.

எனவே, அந்தப் பையன் சொன்ன விவரத்தின் முடிவையும் கேட்டுத் தெரிந்துகொள்ள ரோஷினுக்கு அவகாசமில்லாது போய்விட்டது. அவர்களது படை புதிய குதிரைகளோடும், இயந்திரத் துப்பாக்கி வண்டிகளோடும் கிராமத்தைவிட்டுக் கிளம்பிச் சென்றது. ரோஷினுக்கும், சுகாய்க்கும் வழிகாட்டியாக ஒரு விவசாயியும் அவர்கள்கூடவே வந்தான். கட்டுமஸ்தான தேகக்கட்டும், கறுத்த உடலும்கொண்ட அந்த மனிதன் குட்டையாக இருந்தான். கிரசீல்னிகவுக்குப் பயந்து, கிணற்றுக்குள்ளே இறங்கி இடுப்பளவு தண்ணீரிலும் பணியிலும் மறைந்திருந்த கிராமவாசிகளில், அவனும் ஒருவன். அவன் அப்போதுதான் கிணற்றுக்குள்ளேயிருந்து வெளியே வந்திருந்தான். எனவே, உடம்பெல்லாம் நனைந்து சேறும்மண்ணும் படிந்திருந்தது. அவன் காலிலும் பூட்சுகள் அணியவில்லை; தாடி கலைந்து சிக்குண்டிருந்தது; சட்டை நனைந்து கந்தல்கந்தலாகக் கிழிந்துபோயிருந்தது. அவன் அந்தக் கோலத்திலேயே சேணம்கட்டாத குதிரையின்மீது தாவி, அதன் முதுகில் உட்கார்ந்து, குதிரையை விரட்டிவந்தான். அவன் அந்தக் கிராமத்தின் சுற்றுவட்டாரத்திலுள்ள ஓக் மரக்காட்டிற்கு அந்தப் படையினரை அழைத்துச் சென்றான். அந்த வட்டாரத்தில் கொள்ளைக்காரர்கள் தங்கியிருக்கக்கூடிய இடம் அது ஒன்றுதான் என்பது அவனது கணிப்பு.

அவர்கள் பொழுது சாய்வதற்கு முன்பே, அங்குச் சென்று அந்தக் காட்டைச் சுற்றிவளைத்துக் கொண்டார்கள். கொள்ளைக்காரர்கள் தப்பியோடி வந்து, மறைந்திருக்கும்

துருப்புகளின் கையில்சிக்கும் வண்ணம் ஒரேஒரு இடத்தில் மட்டும் இடைவெளிவிட்டு நின்றார்கள். மேற்றிசையில் இறங்கிக்கொண்டிருந்த சூரியனின் கதிர்கள் பளபளக்கும் பசிய இலைச்செறிவினூடே புகுந்து முண்டும்முடிச்சுமான அடிமரத்தின்மீது ஒளிபாய்ச்சின. ரோஷினின், குதிரை நிலையிழந்து துறுதுறுத்து நின்றது. அது, தலையை அசைத்தது; தனது முழங்காலைக் கடித்தது; பின்னங்கால்களை உதைத்தது. கடைசியில் ரோஷின் கடிவாளத்தைத் தளரவிட்டுவிட்டு, தன்னிடமிருந்து குதிரைப்படைத் துப்பாக்கியை இருகைகளாலும் தயாராகப் பிடித்துக் கொண்டான். அந்தக் காட்டுக்குள்ளே சாய்வான கிரணக் கோடுகளாகவும், ஒளித்திட்டுகளாகவும் விழுந்த சூரிய ஜோதியில், மேகம்போல் மொய்த்துப் பறக்கும் ஈக்கூட்டம் தங்கமயமான நிறம்பெற்று நடனமாடியது. முன்புறத்திலும் பக்கவாட்டிலும் எதையும் தெளிவாகத் தெரிந்துகொள்ள முடியவில்லை. ரோஷினுக்கு வலப்புறத்திலும் இடப்புறத்திலும் குதிரைகளைவிட்டு இறங்கிய படையினர் அந்தக் காட்டுக்குள் வளர்ந்திருந்த புதர்களிலும் செடிகொடிகளிலும் மறைந்துமறைந்து, முன்னோக்கி முன்னேறிச் சென்றார்கள். அப்போது அவர்களது காலுக்கடியிலே காய்ந்துபோன சுள்ளிகள் ஒடிந்து மெல்லிய ஓசையை எழுப்பின.

அங்கு சமீபத்திலேயே காட்டு இலாகா காவல்காரனின் விடுதி ஒன்று உண்டென்றும், அதன் அருகிலேயே அந்தக் காட்டுக்குள் கொள்ளைக்காரர்கள் புகுந்து சென்றிருக்கக் கூடிய பாதையும் உண்டென்றும், அந்த வழிகாட்டி அவர்களிடம் கூறினான். அவர்கள் முன்னேறிச் செல்லும்போது, திடீரென்று அவர்களுக்குச் சிறிது தூரத்தில் பாசிபடிந்த பழங்கூரையோடு கூடிய ஒரு குடிசை தென்பட்டது. உடனே, ரோஷின் குதிரையை இழுத்துநிறுத்தினான்; பின்னர், அங்கு அடர்ந்து மண்டிவளர்ந்திருந்த இலைச்செறிவுக்கடியில் கூர்ந்து பார்த்தான்; அதன்பின், அவன் மெல்லச் சீட்டியடித்தான். காலடியிலே நொறுங்கி ஒடியும் சுள்ளிகளின் ஓசை அருகிலேயே கேட்கத் தொடங்கியது. அவன் தன்

குதிரையை முடுக்கிக்கொண்டு, புதர்களுக்கூடாகப் புகுந்துசென்றான்; பின்னர், ஆளரவமற்றுக் கிடந்த அந்தப் பாழடைந்த குடிசையைக் கண்டான். அதற்கு முன்னாலிருந்த சிறு வெட்டவெளியில் பல வண்டிகள் அவிழ்த்துப் போடப்பட்டிருந்தன; அவற்றைச் சுற்றிலும் கந்தல்துணிகளும் குப்பைக்கூளங்களும் கிடந்தன. கொள்ளைக்காரர்கள் அங்கிருந்து அகன்றுபோய் விட்டார்கள்.

ரோஷின், தனது துப்பாக்கியைத் தயாராகப் பிடித்துக் கொண்டு, அந்தக் குடிசையைச் சுற்றிச் சர்வ ஜாக்கிரதையோடு குதிரையைச் செலுத்தினான். கிரசீல்னிகவும் அதே ஜாக்கிரதை உணர்ச்சியோடு ரோஷினுக்கு முன்னால் பின்வாங்கி நடந்தவாறே, சென்றான். அவனது எண்ணமெல்லாம் குதிரைமீது இருப்பவனைக் கீழே தள்ளிவிட்டு, அவனது குதிரையைப் பறித்துக்கொள்ள வேண்டும் என்பதுதான். ரோஷின் சட்டென்று திரும்பிப் பார்த்துவிட்டு, ஒருபக்கச் சுவரின் அருகில் குதிரையை நிறுத்தினான். கிரசீல்னிகவ் உடைந்த ஜன்னல் சட்டங்களும், கீல் பெயர்ந்துகொண்டு வந்திருந்த ஓட்டைக் கதவும்கொண்ட முன்புறத்துச் சுவரருகே பதுங்கி நின்றுகொண்டிருந்தான். அவன் தனது காரியத்தை எந்தவித அரவமும் இல்லாமல் செய்து முடிக்கவேண்டும் என்பதற்காக, கத்தியை மட்டும் உபயோகிக்கத் தீர்மானித்து, கையில் கத்தியைத் தயாராகப் பிடித்தவண்ணம் காத்திருந்தான். ரோஷின் குடிசையின் மூலையிலிருந்து திரும்பிவந்ததும், கிரசீல்னிகவ் அவனை நோக்கித் தனது கத்தியுடன் பாய்ந்தான். ஆனால், ரோஷின் தனது கையிலிருந்த துப்பாக்கியால் தன்னைப் பாதுகாத்துக்கொண்டு விட்டான். பின்னர் கிரசீல்னிகவ், பின்னால் துள்ளிப் பாய்ந்தான்; அந்தவேகத்தில் குடிசையின் சுவரில் போய் மல்லாக்க விழுந்தான். அந்தவேகத்தில், அவனது கையிலிருந்த கத்தியும் நழுவி விழுந்துவிட்டது. செத்தவன் பிழைத்து வந்ததைப் பார்ப்பதுபோல், அவன் ரோஷினை வெறித்து நோக்கினான். பின்னர் மூடத்தனமான பயபீதியோடு

அலெக்சேய் தல்ஸ்தோய் ▲ 693

வீலென்று கத்தினான். கீழே பதுங்கியவாறு, கைகளை அகலப் பரப்பி ஆட்டிக்கொண்டு, பேயைக் கண்டு பயந்தவன்போல் அவன் ஓட்டம்பிடித்தான்.

"கிரசீல்னிகவ்!" என்று கத்தியவாறே ரோஷின் கடிவாளத்தைச் சுண்டியிழுத்து, குதிரையை அவன் பின்னால் விரட்டினான். கிரசீல்னிகவ், ஒரு ஓக் மரத்தை நோக்கி ஓடி, திடீரென்று அதனை இரண்டு கைகளாலும் அணைத்து, முகத்தை அடிமரத்தின்மீது வைத்து அமுத்தினான். ஓடிக்கொண்டிருக்கும் குதிரையின் முதுகிலிருந்து ரோஷின் துள்ளியெழுந்து, நடுநடுங்கிக் கொண்டிருந்த கிரசீல்னிகவின் அகன்ற முதுகை நோக்கி, சரியாகக் குறிபார்த்து அவனைச் சுட்டுத் தள்ளினான்.

"அவள் இங்கேதான் வசித்தாளா?"

"உம் - உம்" என்றான், காவ்ரிகோவ்.

ரோஷின் அந்தக் குடிசையின் வாசலில் குனிந்துகொண்டு உள்ளே நுழைந்தான். அந்த இடிபாடான சின்னக் குடிசையில் ஒரேஒரு சிறு ஜன்னல்தான் இருந்தது; அதுவும் மிகவும் தணிவாக இருந்ததால், ஜன்னலுக்கு வெளியே வளர்ந்திருந்த செடியின் இலைகள் அந்த ஜன்னலை முற்றும் மூடிமறைத்திருந்தன. ஜன்னலுக்கருகே தென்பட்ட பசிய நிற ஒளியில் ஒரு மேஜை தென்பட்டது; அதுவும் அந்த ஜன்னலைப் போலவே தணிவாகவும் சிறிதாகவும் இருந்தது. அதன்மீது சுவர்க் காகிதங்களிலிருந்து செய்யப்பட்ட நோட்டுப் புத்தகங்களும், ஆரம்பப்பாடப் புத்தகங்கள் சிலவும் இருந்தன. அந்த நோட்டுப் புத்தகங்களில் ஒன்று மேஜைமீது விரித்தாற்போல் கிடந்தது; அதனருகே ஒரு மைப்புட்டியும் பேனாவும் இருந்தன. அவற்றைப் பார்க்கும்போது எல்லாவற்றையும் அப்படி அப்படியே போட்டுவிட்டு ஓடத்தான் காத்யாவுக்கு நேரமிருந்திருக்கிறது என்று புலனாயிற்று. அவன் அந்த மேசையினருகே உட்கார்ந்தான். அந்தச் சிறுவன் வாயைப்பொத்தி மூடி, பொங்கிவந்த சிரிப்பை உள்ளடக்கியவாறு, அடுப்பின் பக்கம் பார்க்குமாறு

ரோஷினுக்குக் கண்களால் ஜாடை காட்டினான்.

அந்த அடுப்பின் முன்னாலிருந்த மாடக்குழியில் கிடந்த தீயிடுக்கியின்மீது ஒரு காக்கைக் குஞ்சு, தனது வட்டமான அசடு வழியும் கண்களை உருட்டியுருட்டி விழித்தவாறு அமர்ந்திருந்தது. அடுப்புக்கு மேலேயிருந்த புகைக் கூண்டிலிருந்த கூட்டிலிருந்துதான் அது விழுந்திருக்க வேண்டும். தன்னை யாரோ கவனிக்கிறார்கள் என்பதை உணர்ந்ததும், அந்தக் காக்கைக் குஞ்சு பக்கவாட்டில் துள்ளிக்குதித்து, தனது இறக்கைகளை மெல்ல அடிக்க முயன்றவாறு, அடுப்புக்குள்ளே போய்ப் புகுந்து கொண்டது.

"அந்தக் கூட்டிலே நாலு குஞ்சுகள் இருக்கின்றன. நான் அவையெல்லாவற்றையும் பிடித்துவிடுவேன்" என்றான் பையன்.

அங்கிருந்த நோட்டுப் புத்தகங்களைப் புரட்டிப் பார்க்கும்போது ரோஷின், காத்யாவின் பள்ளிக்கூட நாட்காட்டியைக் கண்டெடுத்தான். அதில் அவள் தனது பாடங்கள் சிலவற்றையும் வேறு சில பள்ளிச் சம்பவங்களையும் குறித்து வைத்திருந்தாள். அநேகமாக ஒவ்வொரு நாட்குறிப்பும் பின்வரும் வரிகளோடு முடிந்திருந்தன: "காவ்ரிகோவ் மீண்டும் துஷ்டத்தனம் செய்தான்." "நான் மூன்று தினங்களுக்கு காவ்ரிகோவுடன் பேசுவதில்லை என்று உறுதிபூண்டேன்." "காவரிகோவ் சிறுமிகளைப் பயமுறுத்துவதற்காக மீண்டும் கூரையுச்சியின்மீது இன்று நடந்துசென்றான். இவனை, எப்படிக் கட்டி மேய்ப்பதென்றே எனக்குப் புரியவில்லை."

"யார் இந்த காவ்ரிகோவ்?" என்று கேட்டான் ரோஷின்.

"நான்தான்."

"நீ ஏன் துஷ்டத்தனம் செய்து, காத்யாவுக்கு மிகுந்த தொல்லை கொடுத்தாய்?"

காவரிகோவ் ஆழ்ந்து பெருமூச்சுவிட்டான்;

அவனது நீலநிறக் கண்களிலோ ஒரு பாவமுமறியாத அப்பாவித்தனமே பிரதிபலித்தது.

"என்னால் சுட்டித்தனம் பண்ணாமல் இருக்க முடியவில்லை. என்றாலும், நான் பாடத்திலே மிகவும் கெட்டி! அதோ அந்தச் சிறுமிகளின் காப்பி நோட்டுகளைப் பாருங்கள். எல்லாம் வெறும் கோடுகோடாகத்தான் இருக்கும். இதோ, இதுதான் என் நோட்டு. பார்த்தால், நீங்களே அதிசயப்பட்டுப் போவீர்கள். மேலும், எனக்கு எல்லாப் பெருக்கல் வாய்ப்பாடும் நல்ல மனப்பாடம். வேண்டுமென்றால் ஏதாவது கேட்டுத்தான் பாருங்களேன்."

"நீ சொல்வதை நான் நம்புகிறேன்."

ரோஷின் தரைமீது உட்கார்ந்து, கால்கள் இரண்டையும் மடித்துப் போட்டுக்கொண்டு, அந்த நாட்காட்டியின் பக்கங்களைப் புரட்டிப் படித்தான். அந்தக் குறிப்புகளில் காத்யா, தன்னைக் குறித்து எதுவுமே எழுதவில்லை. என்றாலும், அவளது மாறாத இளமை, விசுவாச குணம், புனிதமான பரிவுணர்ச்சி எல்லாம் அந்தப் பக்கங்களில் இருந்து எழுந்து வருவதாக அவனுக்குத் தோன்றியது. அதேசமயத்தில், அவளது நீல நரம்போடிய கையையும், தெளிவும் பிரகாசமும் மிகுந்த அவளது கண்களையும் கண்ணாரக் காண்பதுபோல் அவனுக்குத் தோன்றியது.

"ஒன்பதுக்கொன்பது எண்பத்தொன்று - சரிதானே?" என்றான் காவ்ரிகோவ்.

"சபாஷ்! நன்றாகச் சொல்லிவிட்டாயே. இதோ பார். அவள் எங்கே போகிறாள் என்பதை உன்னிடம் சொல்லவில்லையா?"

"கீவ் நகருக்குப் போவதாகத்தான் சொன்னாள்."

"உண்மையைத்தானா சொல்கிறாய்?"

"நான் ஏன் பொய் சொல்ல வேண்டும்?"

"ஒருவேளை, அவள் மேலும் சில கடிதங்களையும், நோட்டுப்

புத்தகங்களையும் வேறு எங்காவது வைத்திருக்கலாம். எங்கேயென்று தெரியுமா, உனக்கு?"

"எல்லாமே இங்குதான் இருக்கின்றன. நான் இவற்றை இன்று வீட்டுக்குக் கொண்டுபோகிறேன். காத்யா மாமி 'நோட்டுப் புத்தகங்களை எல்லாம் நாம்தான் ஜாக்கிரதையாகப் பார்த்துக்கொள்ள வேண்டும் என்றும் இல்லாவிட்டால், விவசாயிகள் அவற்றைக் கிழித்து, சிகரெட்டுச் சுருட்டத் தொடங்கிவிடுவார்கள்' என்றும் சொல்லியிருக்கிறாள்."

அந்த நாட்காட்டியின் கடைசிப் பக்கத்தில் ரோஷின் பின்வரும் வரிகளைப் படித்தான்:

"எப்படியோ நீ உயிரோடுதான் இருக்க வேண்டும் என்றும், நாம் மீண்டும் ஒருநாள் சந்திக்கத்தான் போகிறோம் என்றும்தான் நம்புகிறேன். உனக்குத் தெரியுமா? ஏதோ ஒரு நீண்ட நெடும் இரவின் இருளிலிருந்து வெளிப்பட்ட மாதிரி நான் இப்போது உணர்கிறேன். நான் வாழ்ந்து கொண்டிருக்கும் இந்தச் சின்னஞ்சிறு உலகத்தைப் பற்றி உனக்குச் சொல்ல விரும்புகிறேன். காலையில் இந்தக் குடிசையின் ஜன்னலிலே வந்தமர்ந்து பாடும் பறவைகளின் ஒலியைக் கேட்டு நான் விழித்தெழுகிறேன். பிறகு, நான் ஆற்றுக்குக் குளிக்கப் போகிறேன். திரும்பிவரும் வழியில், அகாபியா பாட்டி வீட்டுக்குச் சென்று பால் அருந்துகிறேன் - அவளுக்கு நான் இப்போது ஒரு ரூபிளும், அறுபது கோபெக்குகளும் பாக்கி கொடுக்க வேண்டும். ஆனால், அவள் ஒன்றும் அவசரப்படமாட்டாள். பிறகு பிள்ளைகள் வருகின்றனர்; நாங்கள் பாடத்தைக் கவனிக்கிறோம். எங்கள் வாழ்வில் எதுவும் குறுக்கிடவில்லை. எங்களுக்குக் கவலைகளே இல்லை. நாமெல்லாம் நமக்கு எதுஎது தேவையென்று கருதி வந்தோமோ, எவையில்லாவிட்டால் நம்மால் வாழவே முடியாதென்று நினைத்தோமோ, அவை எல்லாம் மனிதர்களுக்குச் சற்றும் தேவையில்லை என்று எனக்குத் தோன்றுகிறது. இன்னொரு விஷயம். அதைச் சொல்வதற்கே எனக்கு வெட்கமாக இருக்கிறது; நான் மீண்டும் பதினேழு வயதுக் குமரியாக மாறிவிட்டதுபோல்

உணர்கிறேன்; நான் என்னசொல்ல விரும்புகிறேன் என்பதை நீ புரிந்துகொள்வாய் என்று நினைக்கிறேன். தாஷா! எனக்குள்ள ஒரே தொல்லை எல்லாம் இங்குள்ள எனக்கு மிகவும் பிடித்தமான காவ்ரிகோவ் என்ற சிறுவனின் நடத்தைதான். அவனால் சில சமயங்களில் நான் மிகவும் தொல்லைப்படுகிறேன். அவன் ஒரு அற்புதமான..."

இந்த இடத்திலே கடிதம் பூர்த்தியாகாமலே நின்று விட்டது; ஏனெனில், அந்த நோட்டுப் புத்தகத்தில் அதற்குமேல் எழுதுவதற்கு இடமில்லை. ரோஷின் காவ்ரிகோவைத் தன்பால் இழுத்து, அவனைத் தன் மடி மீது இருத்திக்கொண்டான்.

"நல்லது. நான் உனக்கு என்ன தரட்டும்?"

"ஒரு துப்பாக்கித் தோட்டா."

"என்னிடம் காலித்தோட்டா எதுவும் இல்லையே!"

"பின்னே முற்றத்துக்கு வந்து, எதையாவது சுடுங்கள்."

ரோஷின் தரையிலிருந்து எழுந்தான்; அந்த நோட்டுப் புத்தகத்தை இரண்டாக மடித்து, தனது சட்டையின் உட்புறத்திலே திணித்துவைத்துக் கொண்டான்.

"காவ்ரிகோவ். நான் இந்த நோட்டுப் புத்தகத்தை எடுத்துச் செல்கிறேன்."

"ஊஹூம். கூடாது. காத்யா மாமி கோபித்துக் கொள்வாள்."

"நான் சீக்கிரமே காத்யா மாமியைப் பார்ப்பேன்; அப்போது இதை நான்தான் எடுத்துக்கொண்டேன் என்று அவளிடம் சொல்லிவிடுகிறேன். சரி, வா. . நாம் வெளியே போய்ச்சுடலாம்."

18

ஆளரவமற்றுக் கிடந்த த்ஸாரீத்ஸின் நகரத்தின் வீதிகளிலே சூரியன் பழுக்கக் காய்ந்தது; அத்துடன் அங்கு காற்றும் இல்லை. நடைமேடைகளில், அகலமாகத் திறந்துகிடந்த வீட்டின் வெளிமுற்றத்தின் கதவுகளுக்கும் வாசலுக்கும் முன்னால் குப்பைக்கூளங்கள் மலிந்து குவிந்து கிடந்தன. குடியிருப்போர்களெல்லாம் எங்கெங்கோ மறைந்திருந்தார்கள். வோல்கா நதியை நோக்கிச் சரிவாக இறங்கிச்செல்லும் தெருக்களில் மட்டும் அரசாங்கச் சொத்துகளையும், தஸ்தாவேஜுகளைக் கொண்ட பீரோக்களையும் சுமந்துசெல்லும் வண்டிகள்தான் இடிமுழக்கத்தோடு கடகடத்துச் சென்றன. அந்த நகரத்தை எதிரிகள் ஆக்கிரமிப்பதற்கு முன்னுள்ள இறுதிநேரத்தில் அந்த நகரம் மூச்சுவாங்கித் திணறிக்கொண்டிருந்தது. அந்த நகரத்தின் பிரவேச வாயில்களில், மானிச்சில் நடந்த போர்களால் பெரிதும் பலம் குறைந்துபோய்விட்ட பத்தாவது ராணுவம், ஜெனரல் விரான்கெல் என்பவரின் புதிதாக உருவாக்கப்பட்ட வடக்குக் காக்கேஷிய ராணுவத்தின் தாக்குதலைச் சமாளித்து நிற்க அரும்பாடுபட்டுக் கொண்டிருந்தது.

நகரத்தின் தொலைபேசி நிலையம் இன்னும் இயங்கிக் கொண்டிருந்தது; ஆனால் நகரத்தில் தண்ணீரோ மின் சிறிதும் இல்லை. தொழிற்சாலைகளெல்லாம் ஸ்தம்பித்து நின்றன. எவற்றையெல்லாம் கழற்றி எடுக்க முடியுமோ, எவற்றையெல்லாம் தூக்கிச்செல்ல முடியுமோ, அவற்றையெல்லாம் ஆற்றின் இறங்குதுறைக்குக் கொண்டுபோய்ச் சேர்த்தார்கள். தொழிலாளி வர்க்கத்தினரின் குடியிருப்புகளில் குழந்தைகளையும் முதியோர்களையும் தவிர, வேறு எவரும் தங்கியிருக்கவில்லை. த்ஸாரீத்ஸின் நகரத்தின் பாட்டாளி வர்க்கம் கடந்த பத்துமாத காலமாக, அந்த நகரத்தைத் தற்காத்து நிற்பதற்காக, மாபெரும் தியாகங்களைச் செய்திருந்தது; அவர்கள் வெள்ளை

ராணுவத்தாரிடமிருந்து இரக்கத்தையோ தயவையோ எதிர்பார்க்கவில்லை. ஆயுதம் தாங்கிப் போராடும் வலிமை பெற்றவர்களெல்லாம் செஞ்சேனையில் சேர்ந்து இன்னும் போராடிக்கொண்டுதான் இருந்தார்கள். மற்றவர்களெல்லாம் ரயில் வண்டிகளின் கூரைகளின் மீது ஏறிக்கொண்டும், ஆற்றில்செல்லும் நீராவிக் கப்பல்களின் மேல்தளங்களிலும் சாமான்போடும் அறைகளிலும் அடைந்துகொண்டும் நகரைவிட்டு வெளியேறிக் கொண்டிருந்தார்கள். எங்காவது தப்பியோட வேண்டும் என்ற காரணத்துக்காகவே அந்த ஜனங்கள் வடதிசையை நோக்கிச் சென்றார்கள். வோல்கா நதியின் துறைமுகக் கிடங்குகளிலிருந்த உத்திரக் கட்டைகள் அனைத்தும் எரிந்து சாம்பலாகிக் கொண்டிருந்தன. கனரக பீரங்கிகளின் முழக்கம் மேலும் மேலும் அருகில் கேட்டுக்கொண்டே வந்தது.

அந்த நகரத்தின் வாழ்க்கையே ரயில்வே நிலையங்களையும், இறங்கு துறைகளையும் சுற்றியே இயங்கியது. ஆற்றங்கரையிலுள்ள இறங்கு துறைக்கருகே எண்ணற்ற சாக்குமூட்டைகளும், இயந்திரக் கருவிகளும், கடைசல் இயந்திரங்களும், இயந்திரங்களின் பாகங்களும் பெட்டிகளும் உயரமாகக் குவிந்துகிடந்தன. நூற்றுக்கணக்கான மனிதர்கள் உடம்பிலே வியர்வை வழிந்தோட, கூச்சல் போட்டுக்கொண்டும் வாய்க்கு வந்தபடி வைதுகொண்டும் அந்தச் சாமான்களை எல்லாம் தொங்குபாலத்தின் வழியாக இழுத்துச் சென்று கப்பல்களில் ஏற்றினார்கள். ஆயிரக்கணக்கான ஆண்களும் பெண்களும் கப்பலில் ஏறுவதற்காகப் பல்வேறு வரிசைகளில் காத்து நின்றார்கள்; அல்லது பசியும் மௌனமும் நிறைந்த கும்பல்களாக ஆற்றங்கரையின்மீது படுத்து, தூசிப்படலத்தின் வழியாக, சூரியஒளியில் பளபளக்கும் எண்ணெய் கலந்த ஆற்று நீர்ப்பரப்பைப் பார்த்துக்கொண்டிருந்தார்கள். அப்போது ஜூன் மாதக் கடைசிக்காலம் அந்தச் சமயத்தில் அகன்ற வோல்கா நதியில் ஆழம் குறைந்துபோய் விட்டது; எனவே அடுத்தகரையிலே தென்பட்ட ஒரு மணற்குன்று முன்னைவிட மிகவும் அருகில் வந்து விட்டதுபோல்

தோன்றியது. அந்த மணற்கரையில் ஜனங்கள் நிர்வாணமாக உலவித் திரிந்தார்கள்; அல்லது தண்ணீரில்விழுந்து குளித்தார்கள். இந்தக் கரையிலும் ஜனங்கள் ஆற்றில் குளிக்கத்தான் செய்தார்கள்; துறைமுகக் கிடங்குகளைச் சுற்றியுள்ள குப்பைக்கூளங்கள் மிதக்கும் மாசுபடிந்த ஆற்று நீரில்தான் குளித்தார்கள். ஆற்றுநீரும்கூட அவர்களுக்குக் குளிர்ச்சியைத் தரவில்லை.

உடைந்து நெளிந்தும், அழுக்கடைந்தும் தோன்றிய அந்த நீராவிக் கப்பல்கள் ஒன்றன்பின் ஒன்றாகத் துறைமுகத் தருகில் வந்து நங்கூரமிட்டு நின்றன. அவற்றிலிருந்து ஜன்னி வேகங்கொண்ட கூச்சல்கள் எழுந்தன. அந்தக் கப்பல்களின் மேல்தளங்களில், பிணங்களுக்கும் மணல்வாரியுடன்கூடிய டைபாய்டு ஜுரத்துக்கு ஆளானவர்களுக்கும் மத்தியில் செஞ்சேனை வீரர்களும் அகதிகளும் காணப்பட்டார்கள். அந்த நோயாளிகள் முனகிக்கொண்டும், முணுமுணுத்துக்கொண்டும், ஜன்னிவேகத்தில் தலையை அங்குமிங்கும் ஆட்டிக்கொண்டும் கிடந்தார்கள். டஜன் கணக்கிலுள்ள நீராவிக் கப்பல்களும் படகுகளும் சாமான்களை ஏற்றவும் இறக்கவும் காத்திருந்தன; அவை ஒன்றையொன்றை உரசிக்கொண்டு, கரகரத்த ஒலியோடு தமது சங்கை முழக்கிக்கொண்டிருந்தன. அவையெல்லாம் ஆற்றுப் போக்கை அனுசரித்து, ஆஸ்திரகனிலிருந்தும், சோர்னி இயாருவிலிருந்தும் வந்திருந்தன.

உடம்பெல்லாம் சுண்ணாம்புத்தூள் படிந்த சுகாதார ஊழியர்கள் கப்பல்களின் மேல்தளத்தை நோக்கி ஓடினார்கள்; அங்கு படுத்துக்கிடக்கும் நோயாளிகளைத் தாண்டிக் கொண்டுசென்று, இறந்தவர்களைக் கரைமீது தூக்கியெறிந்துவிட்டு, இருப்பவர்களுக்கு இடவசதி செய்துகொடுக்க முனைந்தார்கள். சுண்ணாம்புத் தூளையும், பினைல் எண்ணெயையும் அவர்கள் அங்கு தெளித்தார்கள். இறந்தவர்களை எல்லாம் கரைமீதிருந்த சோடாக்கடைகள், பீர்க்கடைகள், சிற்றுண்டிவிடுதிகள் முதலியவற்றில் அடைத்துவைக்குமாறு உத்தரவிடப்பட்டிருந்தது. அவ்வாறு அடைக்கப்பட்ட

பிணங்களோ, உஷ்ணத்தால் பூரித்து வீங்கின; எனவே, அந்தப் பெட்டிக் கடைகளின் பலகைகள் விரிந்துகொடுத்து வெடித்து விழுந்தன. எதிர்நோக்கி வந்துகொண்டிருந்த ஆபத்தைக் காட்டிலும் குடலைப் புரட்டும் அந்தப் பிணவாடையைத் தாங்க மாட்டாமல்தான் த்ஸாரீத்ஸினின் கரையைவிட்டு, சீக்கிரம் விலகிப் போய்விட வேண்டும் என்று மக்கள் அவசரப்பட்டார்கள். நகரத்தின்மீது புழுதிப் படலத்துக்கப்பால் மங்கிய நிழலுருவங்களைப் போன்று ஜெனரல் விரான்கெலின் ஆகாய விமானங்கள் பறந்து வந்தன; அவை ஆற்றுக்குள்ளே இடையிடையே குண்டுகளைப் பொழிந்தன.

ஆண்களும் பெண்களும் நிறைந்த ஜனக்கூட்டம் துறைமுகத்தின் தடைமுடைகளை எல்லாம் தள்ளி வீழ்த்தியவாறு, நீராவிக் கப்பல்களில் எப்படியோ உருண்டு புரண்டுபோய் ஏறினார்கள். அவர்கள் சுமந்துசென்ற சாக்குமூட்டைகள் சமயங்களில் அங்கு காவலுக்கு நிற்கும் செஞ்சேனை வீரரின் துப்பாக்கிச் சனியனில் குத்தி மாட்டிக்கொண்டு, முன்னுக்கும் செல்லவிடாமல், பின்னுக்கும் நிற்கவிடாமல், அவர்களைத் தடுமாற வைத்தன. பெட்டிகளும் சாக்கு மூட்டைகளும் கப்பல்களின் மேல்தளத்தின் குவிந்தன. எனவே, அந்த நீராவிக் கப்பல்கள் நீரில் மிகவும் தாழ்ந்து ஆழ்ந்தன; அதனால் நீர்மட்டம் வழக்கமாக இருக்க வேண்டிய அளவுக்கும் மேலாக உயர்ந்து கப்பல்களைத் தொட்டது.

இத்தகைய கும்பலுக்கு மத்தியில் துறைமுகத்தின் தொங்கு பாலத்துக்கு நேராகக் கரைமீது ஒரு வண்டி நின்றது. அந்த வண்டியிலே அனீஸ்யாவும், தாஷாவும் படுத்துக் கிடந்தார்கள். குஸ்மா குஸ்மீச்தான் அவர்களைப் போர்முனையிலிருந்து படைப் பிரிவுத் தளபதியான தெலேகினின் உத்தரவுப்படி அங்கு கொண்டுவந்திருந்தான். பெண்களை ரயில்மூலமாக வெளியேற்ற வேண்டாமென்றும் எப்படியும் அவர்களுக்கு நீராவிக் கப்பலில் இடம்பிடித்து ஏற்றியனுப்ப வேண்டுமென்றும், அந்த முயற்சியில் அவன் செத்துப் போனாலும்கூடப் பரவாயில்லையென்றும்

தெலேகின் குஸ்மா குஸ் மீச்சிடம் கூறியிருந்தான்.

"தோழர் குஸ்மா குஸ்மீச்! இதற்கு முன் இதைவிடப் பொறுப்புள்ள காரியத்தை நீங்கள் நிறைவேற்றியதில்லை" என்று தெலேகின் குஸ்மா குஸ்மீச்சிடம் சொல்லியிருந்தான்: "நீங்கள் நல்லதைச் செய்வீர்களோ, கெட்டதைச் செய்வீர்களோ, எதைச் செய்தாகிலும் இவர்களைக் கப்பலில் ஏற்றிவிட்டு, உங்களால் முடிந்த மட்டிலும் அவர்களைக் கவனித்துக் கொள்ளுங்கள். அவர்களது உயிருக்கு நீங்கள்தான் பொறுப்பு."

அந்த வண்டியிலே வைக்கோல் பரப்பப்பட்டிருந்தது; அதன்மீது அரையும்குறையுமாகக் கந்தல் துணிகளால் போர்த்தப்பட்டு, சதையையே இழந்துவிட்ட எலும்புக் கூடுகள்போல் அவர்கள் இருவரும் படுத்துக்கிடந்தனர். அனீஸ்யாவுக்குப் பிரக்ஞை திரும்பிவிட்டது; எனினும், வாயைக்கூடத் திறக்கமுடியாத அளவுக்கு அவள் பலவீனமாக இருந்தாள். எனவே, குஸ்மா குஸ்மீச் அவளது பற்களைத் தனது கைவிரல்களால் பிளந்துகொண்டு, அவளுக்கு கதகதப்பான தண்ணீரைப் பருகக் கொடுத்தான். அனீஸ்யாவுக்குப் பின்னால் மணல்வாரி டைபாய்டு ஜுரத்துக்கு ஆளான தாஷா ஜன்னி வேகத்தில் கோபாவேசமாக தணிந்த தொனியில் ஏதேதோ முணுமுணுத்துக் கொண்டிருந்தாள்.

குஸ்மா குஸ்மீச் ஏற்கெனவே எத்தனையோ கப்பல்களைப் போக விட்டுவிட்டான். அந்தப் பெண்களைக் கப்பலில் ஏற்றுவதற்காக அவன் கண்ணீரும் கம்பலையுமாய் பல பேருடைய உதவியை நாடிப் பார்த்தான்; என்னென்னவோ சாகசங்களைச் செய்து பார்த்தான். ஆனால் அங்கு நிலவிய இக்கட்டான, படுமோசமான சூழ்நிலையிலே யாரும் அவன் சொல்வதைக் காது கொடுத்துக் கேட்பதாக இல்லை. அவன் வண்டியின் மீது சாய்ந்துகொண்டு, கொதித்துச் சிவந்துபோன கண்களோடு, பேய்க் கனவுபோன்ற அந்தக் காட்சியைப் பார்த்துக் கொண்டிருந்தான். புழுதிப் படலத்துக்கப்பால், கதகதப்பான கொழுகொழுத்த ஆற்றுநீரின்மீது சூரியஒளி செக்கச்செவேலென்று

பிரதிபலிப்பதையும், பிணங்கள் நிறைந்த கப்பல்கள் பொறுமையிழந்து அலறிக் கொண்டிருப்பதையும் அவன் பார்த்துக் கொண்டிருந்தான். மீண்டும் அந்த ஆகாய விமானங்களின் பயங்கரமான இயந்திர முழக்கம் கேட்டது; இந்தத் தடவை, குண்டு தரையில் வெகுசமீபத்திலேயே விழுந்து வெடித்தது; எனவே ஆற்றங்கரை முழுவதும் ஒரே புழுதி மண்டலமாகக் காட்சியளித்தது. கரைமீது நின்றவர்களில் பலர் ஆற்றுக்குள் தாவிப் பாய்ந்து, துறைமுகத்தை நோக்கி வந்துகொண்டிருந்த கப்பலை நோக்கி நீந்திச் சென்றார்கள்; "கயிறு ஒன்று எறியுங்கள்" என்று தண்ணீருக்குள்ளிருந்தவாறே கத்தினார்கள். ஆனால், கயிறு எறிவார் யாருமில்லை. எனவே, கறுத்த தர்ப்பூசணிப் பழங்களைப்போல், அந்தக் கப்பலுக்கருகே அவர்களது தலைகள் மேலும்கீழும் ஏறவும் இறங்கவுமாகத் தோன்றின.

இப்போதோ ஒரேஒரு நீராவிக் கப்பல் மட்டுமே நின்றது; ஒருவேளை இதுவே கடைசிக் கப்பலாகவும் இருக்கலாம். உடைந்துபோன இறைவைச் சக்கரப் பெட்டிகள்கொண்ட மஞ்சள்நிறமான சிறியதொரு பழைய கப்பல் அது. அது இறங்குதுறைக்கருகில் வராமல், அதற்கப்பால் சிறிது தள்ளிச்சென்று ஜனக்கூட்டம் அதிகமில்லாத ஓர் இடத்தில் தாமதித்தது. குஸ்மா குஸ்மீச் வண்டியைத் திருப்பிக்கொண்டு, ஆழமாக மணல் பரவிய கரையின் வழியாக அதனை விரட்டிக் கொண்டு சென்றான்; பின்னர், அந்தக் கப்பலின் தொங்கு பாலத்தின் பலகைகளின் மீது குடுகுடுவென்று ஓடியவாறே, கைகளைப் பலமாக ஆட்டினான்.

"கேப்டன் தோழரே!" என்று அவன் அந்தப் பாலத்தின் கோடியில் நின்ற நரைத்த தலைகொண்ட ஒரு பழைய காலத்துக் கேப்டனைப் பார்த்துக் கத்தினான்; "தோழரே! நான் போர்முனைத் தளபதியின் மனைவியையும் சகோதரியையும் வெளியேற்றுவதற்காக வந்திருக்கிறேன். உங்கள் கப்பலிலிருந்து இரண்டுபேரை அனுப்பி, அவர்களைத் தூக்கிச்செல்லச் சொல்லுங்கள். இல்லாவிட்டால், நீங்கள் ராணுவ தண்டனைக்கு ஆளாக

நேரும்."

பரபரப்பு மிகுந்த அவனது முகமும், உறுதிவாய்ந்த வார்த்தைகளும் பலனளிக்கத்தான் செய்தன. உறுத்து நோக்கும் முகமும், கறுத்த உடம்பும் கந்தலான கால்சராயும் கொண்ட ஓர் உலைத் தொழிலாளி வெளியே வந்தான். அவன் இடுப்புக்குமேல் எந்த உடையும் அணியவில்லை. அவன் கப்பலிலிருந்து அந்தத் தொங்கு பாலத்தின்மீது இறங்கினான்.

"அவர்கள் எங்கே இருக்கிறார்கள்?"

"நீங்கள் ஒருவர் மட்டும் வந்தால் போதாது, தோழரே!"

"அதெல்லாம் நான் சமாளித்துக் கொள்வேன்."

அந்த உலைத் தொழிலாளி வண்டிக்கருகில் சென்றான்; அங்கு படுத்திருக்கும் பெண்களைக் பார்த்தான். பின்னர் அனீஸ்யாவைச் சுட்டிக் காட்டிக்கொண்டு கேட்டான்: "இவள்தானா போர்முனைத் தளபதியின் மனைவி?"
"ஆமாம். அவளேதான். அவளுக்கு ஏதாவது நேர்ந்தால், நாம் எல்லோருமே சுடப்பட்டுச் சாவோம். ஆமாம்."

"சும்மா கதைவிட்டு, என்னை முட்டாளாக்கப் பார்க்காதே. இவள் எங்கள் சமையற்காரி, அனீஸ்யா" என்று அமைதியாகச் சொன்னான் அந்த உலைத் தொழிலாளி.

"தோழரே! உங்களுக்கென்ன பைத்தியமா? சமையற்காரி எங்கே இருக்கிறாள்?"

"கிழட்டு முட்டாளே! சும்மா ஏன் என்னைப் பார்த்துச் சத்தம் போடுகிறாய்?"

அவன் வண்டியிலிருந்து அனீஸ்யாவை மெல்லத் தூக்கி, அவளைத் தன் தோளின்மீது போட்டான்; பின்னர் அவளை வசதியாகத் தொங்கவிட்டுக் கொண்டான்.

"எனக்கு ஒரு கை கொடுத்து உதவு. அந்தப் பெண்ணையும் தூக்கிக் கொண்டுபோக வேண்டியதுதான்."

அவன் இரண்டு பெண்களையும் தனது இருதோள்களிலும் சுமந்தவண்ணம் கப்பலை நோக்கிச் சென்றான்; அவன் தொங்குபாலத்தின்மீது நடந்துசெல்லும்போது, அந்தப் பலகைகள் அவனது காலுக்கடியிலே வளைந்து தண்ணீரையே தொடுவதுபோலத் தோன்றின.

குஸ்மா குஸ்மீச் மிகுந்த மனநிம்மதியோடும் நிவர்த்தி யோடும் மருந்துச் சாமான்கள் அடங்கிய ஒரு பையையும், தானியங்களும் கொழுப்பு முதலியனவும் அடங்கிய சாக்கு மூட்டையையும் தூக்கிக்கொண்டு அவனைப் பின்தொடர்ந்து சென்றான்.

ஜூலை மாதம் 3ஆம் தேதியன்று காலையில் பள்ளியாசிரியரான ஸ்தெபான், மெத்தைகள், தலையணைகள், பச்சை நிறமான உறைகளிட்டு மூடிய சோபாக்கள், புத்தகங்கள், கையெழுத்துப் பிரதிகள் எல்லாவற்றையும் கொஞ்சம்கொஞ்சமாகச் சுமந்துகொண்டு, பூமியடிச் சமையற்கட்டிலிருந்து அவற்றைச் சின்ன முற்றத்துக்குக் கொண்டுவந்து சேர்த்தான். பின்னர் தூசிபடிந்த கால்சராய்கள், கோட்டுகள், பாவாடைகள், கம்பளி உடைகள் முதலியன நிறைந்த ஒரு மலைபோன்ற மூட்டையையும் இழுக்கமாட்டாமல் இழுத்து வெளியே கொண்டு வந்து தரையிலே போட்டான். அதன்பின் வாயைத் திறந்தவாறு, முகத்திலே வடிந்துகொண்டிருந்த வியர்வையைத் சட்டைக் கைகளால் துடைத்துக் கொண்டான். உடம்பெல்லாம் வியர்வையால் நனைந்து விட்டது. அவனது மஞ்சள் நிறமான தலைமயிர், தாடி, முரட்டுத் துணியாலான கால்சராய், துருத்திக் கொண்டிருக்கும் தோள் பட்டையில் இருந்து தொங்கிய அழுக்கடைந்த சட்டை முதலியன எல்லாமே நனைந்து போய்விட்டன.

தொங்குசதை போட்ட உடம்பும், கறுப்புநிற உடையும் கொண்ட ஸ்தெபானின் தாய் முற்றத்தில் கிடந்த பிரம்பு நாற்காலியில் அமர்ந்து ஒரு சின்னக் கம்பினால் ஜமுக்காளத்தில் மெல்ல அடித்துத் தூசி தட்டிக் கொண்டிருந்தாள். வாதம் கண்டு கால்கள் விளங்காமல்

போய்விட்ட ஸ்தெபானின் தங்கை சக்கரங்கள் பூட்டிய நாற்காலியில் சாய்ந்து, வேலமரங்களின் நிழலில் சுகமாக ஓய்வுபெற்றுக் கொண்டிருந்தாள். சூம்பிச் சிறுத்துப்போன முகம்போல் தோன்றிய அவளது சின்ன முகத்தில் நெற்றி மட்டும் பெரிதாகப் புடைத்திருந்தது. அங்கு நல்ல வெப்பம் நிலவியது. அந்த வெப்பத்தினால் குருவிகள்கூட வாயைமூடாமல் மூச்சு வாங்கின.

"அம்மா! எல்லாம் இவ்வளவுதான் என்று நினைக்கிறேன்" என்றான் ஸ்தெபான்; "இனிமேல் என்னால் எதுவும் செய்யமுடியாது. அடக்கடவுளே! ஒரு கோப்பை குளிர்ந்த பீர் மட்டும் இப்போது கிடைத்தால்! அதற்காக நான் எதுவும் தருவேன்!"

"ஸ்தெபான்! வீட்டில் ஒரு சொட்டுத் தண்ணீர்கூட இல்லை. கண்ணே! நீதான் வாளியைத் தூக்கிக்கொண்டு போய்க் கொஞ்சம் தண்ணீர்கொண்டு வரவேண்டும்."

"அம்மா! என்னால் முடியவே முடியாது! தண்ணீரில் லாமல் உன்னால் இருக்க முடியாதா என்ன? ஐயோ! இது மிகவும் மோசம்; பெருஞ்சாபக்கேடு!"

ஸ்தெபான் மிகவும் தீவிரமான நிராதரவுணர்ச்சிக்கு ஆளானான்: தண்ணீர்கொண்டு வருவதென்றால் லேசான காரியமா? வோல்கா நதியின் சரியான கரைக்குச் செல்ல வேண்டும்; அங்கோ பீர்க்கடைகளிலும் சோடாக் கடைகளிலும் அடைத்து வைக்கப்பட்டிருந்த பிணங்கள் அந்தக் கடைகளுடனேயே சேர்த்துக் கொளுத்தப்பட்டு, கருகிப்போன பிணங்களும், சாம்பற்குவியலுமாய்க் கிடக்கும்; அவற்றை எல்லாம் தாண்டிக்கொண்டு மார்பளவுத் தண்ணீருக்குப் போனால்தான் தண்ணீர் கொஞ்சம் சுத்தமாக இருக்கும்; அதிலே வாளியை முக்கி, தண்ணீரைத் தலைக்குமேல் தூக்கிக் கொண்டு வரவேண்டும்; அதன்பின் கணுக்கால் அளவுக்குப் புதையும் மணல்வெளியில் நடந்துவர வேண்டும். அந்த மணல்வெளியிலா? அதிலும் நெருப்பாய்ப் பொரியும் இந்த வெயிலிலா?

“நாம் யாரையாவது கூலிக்கமர்த்திக்கொள்ள முடியாதா? ஒரு வாளித் தண்ணீருக்குப் பத்து ரூபிள் பணம்கூடக் கொடுக்க நான் தயார்தான். என் உயிர் அதைவிட மேலானதுதான் எனக்கு!”

“உன் இஷ்டம்போல் செய்.” “ஆனால், அம்மா! அந்தப் பாழாய்ப்போன வாளியில் நான்தான் தண்ணீர் கொண்டுவர வேண்டும் என்றுதான் நீ நினைக்கிறாய்.”

அவனது தாயோ பதிலே பேசாமல், அவள் பாட்டுக்கு அந்த ஐமுக்காளத்தைத் தட்டிக்கொடுப்பதிலேயே முனைந்திருந்தாள். ஸ்தெபான் ஆழ்ந்து பெருமூச்சு விட்டவாறே, வியர்வை வழிந்துகொண்டிருக்கும் அவனது தாயின் பரந்து புடைத்த முகத்தை நோக்கினான்.

“சரி. வாளி எங்கே இருக்கிறது?” என்று அவன் அமைதியாகக் கேட்டான். “வாளி எங்கே?” என்று அடுத்தாற்போல் மிருகத்தனமாகக் கத்தினான். அதைக் கேட்டு வேலமரத்தடியிலே அமர்ந்திருந்த அவனது தங்கை கெஞ்சிக் கேட்பதுபோல் சொன்னாள்:

“வேண்டாம், ஸ்தெபான்! வேண்டாம்!”

“இல்லை. நான் கொண்டு வரத்தான் செய்வேன்! உங்களுக்குத் தண்ணீர் கொண்டுவரத்தான் செய்வேன்! குடகுடமாகத் தண்ணீர் கொண்டுவருவேன்! எனது ஆயுள் முடியுமட்டும் தண்ணீர் வண்டியின் நுகக்காலைத் தாங்கி இழுத்துவரும் மிருகம்மாதிரி உங்களுக்கு உழைப்பேன்! எனது எதிர்காலம் நாசமாய்ப் போகட்டும்! எல்லாமே சமாப் தியாகித் தொலைந்து போய்விட்டது! எனது உத்தியோகம், எனது ஆராய்ச்சி எல்லாம் பாழாய்ப் போகட்டும்! எல்லாமே முடிந்தது! அருவருக்கத்தக்க வெட்டவெளியும், எரிந்து கரிந்துபோன சவங்களும், சமாதிக் குழியும்தான் இனி மிச்சம்! தெனீகினோ வேறு எவனோ எதையும் மீட்டுக் கொண்டுவரப் போவதில்லை!”

முன்னொரு முறை அவன் தாஷாவின் முன்னிலையில் செய்ததுபோலவே, தனது வியர்வை நிறைந்த கைகளைத்

திருகிப் பிசைந்தான். அவன் தண்ணீர் கொண்டுவரும் பிரச்னையிலிருந்து எப்படியாவது தப்பிவிட வேண்டும் என்றுதான் நினைத்தான். தேவாலயக் கோபுரத்திலுள்ள பெரிய காண்டாமணி ஒரு வருஷகாலத்துக்கும் மேலான மௌனத்தைக் கலைத்துவிட்டு, திடீரென்று முழங்கத் தொடங்கியது. அந்த மணியோசை ஆளரவம் அற்றுக் கிடந்த அந்த நகரத்தின்மீது பரந்து ஒலித்து, குழப்பத்துக்கு ஆளாகியிருந்த இதயங்களுக்கெல்லாம் மனச்சாந்தியைக் கொடுத்தது. ஸ்தெபான் வாக்கியத்தைக்கூட முடிக்காமல் தனது பேச்சைச் சட்டென்று நிறுத்தினான். அவனது மெலிந்து சுருங்கிய முகத்தில் திடீரென்று ஓர் அமைதி தோன்றியது; அவன் அசடுவழியப் புன்னகை புரிந்தான்.

"ஸ்தெபான்!" என்று அழைத்தாள் அவனது தாய்: "ஒழுங்காக உடை உடுத்திக்கொண்டு, பிரார்த்தனைக்குப் போய்விட்டு வா."

"அவனுக்கு அதிலே நம்பிக்கை கிடையாது. அம்மா. அவன் ஒரு நாஸ்திகன்" என்று வேலமரத்தடியிலிருந்த அவனது முடத் தங்கை அமைதி நிறைந்த குரோத உணர்ச்சியுடன் சொன்னாள்.

"நல்லது. அவன் அப்படியிருந்தால்தான் என்ன? இருந்தாலும் அவன் தேவாலயத்துக்குப் போய் தலையையாவது காட்டிவிட்டு வரலாமே. இல்லாவிட்டால், இப்போதுள்ள நிலைமையில் நம்மையும் செஞ்சேனையை ஆதரிப்பவர்கள் என்றல்லவா நினைத்துவிடுவார்கள்."

"அம்மா! நீ என்னதான் பேசுகிறாய்?" என்று ஸ்தெபான் வேதனையுடன் பேசுவதுபோல் கத்தினான்: போல்ஷிவிசத்தின் ஆனந்த வாழ்விலிருந்து நாம் இப்போதுதான் விடுபட்டிருக்கிறோம். அதற்குள்ளே நீ என்னை மத்திய தர வர்க்கத்தின் ஆபாசச் சேற்றில் இழுத்துவிட விரும்புகிறாயா? ஆம். அப்படித்தான் செய்கிறாய்!"

அவன் அந்தக் கடைசி வார்த்தைகளை விஷமத்தனமான ஏளனத்தோடு அந்த வேலமரத்தின் திசையை நோக்கிச்

சொன்னான். ஆனால் அங்கிருந்த அவனது தங்கையோ அவன் பேசுவதையே காதில் வாங்காதவள்போல், கண்களை மூடியவாறு இருந்தாள். அவனோ மீண்டும் பேசினான்: "என்னை எவன் 'சிவப்பன்' என்று கருதுகிறான்? எல்லாம் உங்களது ஷவேர்தாவ்களும், பிரேயிஸ்களும்தானே! ஆபாசம் பிடித்த பயல்கள்! அநாமதேயங்கள்! அவர்கள் தரத்துக்கு நான் இறங்கிவருவதா? அடக்கடவுளே! தன்னைத்தானே மறுப்பதற்கு அழிப்பதற்குச் சமானமல்லவா அது! என்னுடைய படிப்பும் சிந்தனையும் கனவுகளும் என்னத்துக்கு ஆயிற்று? பாதாளவீட்டில் போய் என்னை அவர்கள் விரட்டியடித்தார்களே. அதற்காகவா நான் போல்ஷிவிக்குகளை வெறுக்கிறேன்? இல்லை! அல்லது தண்ணீர் சப்ளை நிலையத்திலிருந்த நிலக்கரியையெல்லாம் அவர்கள் அள்ளிக்கொண்டு போய்விட்டார்களே! அதற்காகவா? அதுவுமில்லை! அவர்கள் எனது ஆத்மார்த்த சுதந்திரத்தைக் காலடியில் போட்டு மிதிக்கிறார்களே, அதற்காகத்தான் அவர்களை வெறுக்கிறேன். எனது மனச்சாட்சி, எனது மேதாவிலாசம் எப்படி ஆணையிடுகிறதோ, அப்படித்தான் நான் சிந்திக்க விரும்புகிறேன். எனது உணர்ச்சிகளைத் தூண்டிவிடும் புத்தகங்களையே நான் வாசிக்க விரும்புகிறேன். நான் கார்ல்மார்க்ஸைப் படிக்க மாட்டேன். படிக்கவே மாட்டேன். நான் சொல்வது கேட்கிறதா? ஆயிரம் தடவை பார்த்தாலும் அவர் சொல்வது சரியாகவே இருக்கலாம். இருந்தாலும் நான் நான்தான். அம்மா! தங்கச்சி! அதேபோல் நான் உங்கள் தெனீகினின் கையையும் முத்தமிடமாட்டேன். அதே காரணங்களுக்காகத்தான் தெரிந்ததா?"

இவ்வளவும் சொல்லிமுடித்த பின்னால், நூறு டிகிரி உஷ்ணமுள்ள அந்தச் சூரிய ஒளியில், கையையும் காலையும் ஆவேசத்தோடு ஆட்டினான் ஸ்தெபான்; பின்னர் அவன் அங்கு கிடந்த துணிக் குவியலிலிருந்து கால்சராயையும் கோட்டையும் உருவியெடுத்தவாறு, பாதாள வீட்டுக்குள் இறங்கிச் சென்றான். அவன் மீண்டும் அரைமணி நேரம் கழித்து வெளியே வந்தான். வரும்போது கஞ்சிபோட்ட

காலருடன் கூடிய சட்டையோடு பூரணமாக உடைதரித்து வெளியே வந்தான்; கையிலே ஒரு கைத்தடியும் மறுகையில் சீருடைத் தொப்பியும் இருந்தன. முற்றத்தில் இருந்தவர்கள் யாரும் அவனுடன் ஒரு வார்த்தைகூடப் பேசவில்லை. அவன் தெருவுக்குச் சென்று, அங்குள்ள மரங்களின் நிழலோரமாக, தேவாலயத்தின் சதுக்கத்தை நோக்கி நடந்தான்.

தேவாலயத்தைச் சுற்றியிருந்த, வெட்டிவிடப்பட்ட தணிந்த வேலமரக் கன்றுகளின் புதர்கள் புழுதியில் பழுப்புநிறமாக மாறிப் போயிருந்தன. கந்தலும் கிழிசலும் அணிந்த சில நாட்டுப்புறத்து நபர்கள் அங்கு அமர்ந்திருந்தார்கள். அவர்களில் ஒருவன் கிண்டல் நிறைந்த பார்வையோடு, மேலே நிமிர்ந்து அந்தப் பள்ளி ஆசிரியரான ஸ்தெபான் தன்னைச் கடந்து போகும்போது அவனைச் கூர்ந்துநோக்கித் தெளிவாகவும் ஆணித்தரமாகவும் சொன்னான்:

“தெய்வீகமான மனிதரின் மேல் அற்புதமான மாறுதல்கள் ஏற்பட்டிருக்கின்றன!”

தேவாலயத்தின் வேலிக்குள்ளே குதிரைகளிலிருந்து இறங்கி வந்திருந்த காக்கி உடையணிந்த கசாக்குகளும், பூரண ராணுவ உடைபூண்ட பயிற்சிப் படையாளர் கோஷ்டியினரும் காணப்பட்டார்கள். அவர்கள் தமது கம்பளிக் கோட்டுகளை மடித்து முதுகுக்குக் கீழ் போட்டவாறு, அங்குள்ள கருகிப் போன புல்லின்மீது படுத்திருந்தார்கள். அவர்களது சாப்பாட்டுப் பெட்டியும், மண்வெட்டிகளும், பக்கத்திலே கிடந்தன. நகர மாந்தர் சிலர், தேவாலயத்தின் படிக்கட்டுகளுக்கருகே கூடி நின்றார்கள். அவர்கள் மத்தியிலே பிடிகொடுக்காது பழகும் சிறு வியாபாரியான ஷவேர்தாவ் நிற்பதை ஸ்தெபான் கண்டான். அவன் பூவேலைப்பாடு நிறைந்த ருஷ்ய உடுப்பை அணிந்தவனாய் தனது மனைவியுடனும் இரு குழந்தைகளுடனும் நின்றுகொண்டிருந்தான். அத்துடன் அங்கு அட்டுப்பிடித்தவனும் பம்மாத்து மிகுந்தவனுமான சின்னஞ்சிறு அச்சக உரிமையாளனான பிரேயிஸூம் தனது மனைவியுடனும் ஆறு குழந்தைகளுடனும்

நின்றுகொண்டிருந்தான். அவன் ஒரு மதம் மாறிய யூதன். ஸ்தெபான் அவர்களை நோக்கி அலட்சியமாகத் தலையை அசைத்துவிட்டு, குளுமையாக இருந்த தேவாலயத்துக்குள் நுழைந்தான். அவன் அணிந்துவந்த உத்தியோக உடையினால் அவன் உள்ளே செல்வதை யாரும் தடைசெய்யவில்லை; சிலர் அவனுக்காக வழிவிட்டு ஒதுங்கிநிற்கவும் செய்தார்கள்.

போல்ஷிவிக்குகளின் காலத்தில் அந்தத் தேவாலயம் ஓர் உணவு டிப்போவாகப் பயன்படுத்தப்பட்டது. இப்போதும்கூட, அது கவனிப்பாரற்றுக் கிடக்கும் நிலைமையைப் பறைசாற்றத்தான் செய்தது. அதன் பெரிய ஜன்னல்களிலிருந்த கண்ணாடிகளெல்லாம் உடைந்திருந்தன. காரை பொரிந்துவிழும் சுவர்களிலே "94 மூட்டை உருளைக்கிழங்கு பெற்றுக் கொள்ளப்பட்டது." (கையெழுத்து தெளிவாக இல்லை.) என்பன போன்ற அறிக்கைகளெல்லாம் இன்னும் காட்சியளித்தன. என்றாலும், தேவாலய பீடத்துக்கெதிரே தொங்கிய தங்கம் போன்ற ஜரிகைத் திரையில் பல்வேறு மெழுகுவத்திச் சுடர்கள் ஒளி செய்தன, தேவாலயத்தின் விதானத்துக்கே மிதந்து செல்லும் களப கஸ்தூரிப் புகையின் மணம், தேவாலயத்தின் விதான கூடத்திலே முட்டிமோதி மிருகத்தின் கர்ஜனைபோல் ஒலிக்கும் மதகுருவின் உபதேசங்கள், உணர்ச்சியற்ற பிள்ளைக்குரலில் ஒலித்த ஜெபக் கீர்த்தனைகள் – முதலிய எல்லாம் ஸ்தெபானின் உள்ளத்தில் கலவையான பல்வேறு உணர்ச்சிகளை எழுப்பின. பழையதொரு உணர்ச்சியினால் அவன் அவை அனைத்தையும் பவித்திரமானதாகக் கருதினான்; அதேசமயத்தில், வேறொரு பழகிப் போய்விட்ட பழைய உணர்ச்சியினால் அவமான உணர்ச்சியும் அடைந்தான். அத்துடன் அவன் எப்போதும் கடைப்பிடிக்கும் படிப்பாளி வர்க்கத்தின் மமதையும் அந்தச் சமயத்தில் வாலைச் சுருட்டிக் கொண்டுவிட்டது.

பீடத்துக்கு எதிரே முன்வரிசையில் பெரிய மனிதர்களான சர்வாதிகாரிகள் நின்றார்கள்; பத்து ஜெனரல்கள்

நின்றார்கள். அவர்களில் சிலர் குட்டையாகவும் சிலர் நெட்டையாகவும் சிலர் மெலிந்தவராகவும், சிலர் தடித்தவர்களாகவும் இருந்தார்கள். எல்லோரும் பனிவெள்ளை நிறமான உடைகளையும், அகலமான, மிருதுவான தங்க, வெள்ளி ராணுவச் சின்னங்களையும் தோளில் தரித்திருந்தார்கள். எல்லோரும் தமது தொப்பியை இடதுகையில் பிடித்திருந்தார்கள். வலது கையின் பெருவிரலாலும், இரண்டு விரல்களாலும் "மதகுரு பரமபிதாவே! தாங்கள் உம்மை வேண்டிக் கொள்கிறோம்!" என்று சொல்லும்போதெல்லாம் மார்பின்மீது அலட்சியமாகச் சிலுவைக் குறி கீறிக் கொண்டார்கள். அவர்களுக்கும் முன்னால், தனித்ததொரு கம்பளத்தின்மீது நடுத்தர உயரமுள்ள ஒரு ஜெனரல் நின்றார்; அவர் தொளதொளப்பான காக்கிச் சட்டையும் பக்கவாட்டில் கீழே வரையிலும் சிவப்புப் பட்டி வைத்துத் தைத்த கால்சராயும் அணிந்திருந்தார்; அவரது நரையோடிய தலைமயிர் பின்புறமாக வழித்துச் சீவப்பட்டிருந்தது; அந்தத் தலைமயிர் பிடரியில் மட்டும் சிறிது மறைந்துவிட்டதுபோல் தோன்றியது. அவர் தமது தடித்த வெள்ளை நிறங்கொண்ட சிறு கரத்தை எப்பொழுதாவதுதான் உயர்த்தினார்; அவர் கையை வீசி மடித்து தமது ஒன்றுகூட்டிய கைவிரல்களால் லேசாக மேலுயர்ந்து வளைந்து தோன்றும் சுருக்கம் விழுந்த தமது நெற்றியின்மீது அழுத்தமாகச் சிலுவைக் குறி கீறினார்.

அவர்தான், தெனீகின் என்று ஸ்தெபான் ஊகித்தான். அவரை ஆர்வத்தோடு பார்த்தான்; அவனது உதடுகளில் கசப்பு மிகுந்த சந்தேக சுபாவத்தோடு கூடிய புன்னகை தோன்றியது; சொல்லப்போனால், அந்தப் புன்னகை அவனையும் அறியாமல் அவனிடம் தோன்றுமளவுக்குப் பழகிப் போய்விட்டது. அவனை வெகுநேரமாகக் கவனித்துவந்த ஓர் அதிகாரி அவனுக்குத் தெரியாமல் அவனருகே நெருங்கிவந்து பக்கத்தில் நின்றுகொண்டார். ஸ்தெபான் தனது குழம்பிப்போன மனோவுணர்ச்சிகளுக்கு ஆளாகி நின்றான். ஜெனரல் தெனீகினின் வெண்மையான கரத்தைக் கண்டு அவன் மயங்கிப் போய்விட்டான்.

ஜெனரலின் கையின் தனித்தன்மையையும், அதன் மெதுவான சோர்ந்த அசைவையும் யார்தான் அறிய மாட்டார்கள்? எவ்வளவுதான் முயன்று பார்த்தாலும், ஒருவன் ஒரு கைக்குத் தனித்ததொரு கௌரவத்தை ஊட்டிவிட முடியாது; அதிலும் கௌரவத்தை எய்துவதற்காக அவர்கள் மேற்கொள்ளும் வீணான முயற்சிகளின் பலனாய் ஜெனரல்களின் கைகள் பரிதாபத்துக்குரியவையாகி விடுகின்றன. அதிலும் அவர்கள் நம்மோடு கைகுலுக்குவதற்காக, தயை புரிவதுபோல் கையை நீட்டும்போதும் அல்லது ஒரு ஜெனரல் தமது நரம்புகளற்றுக் கொழுத்துத் திரண்ட கைவிரல்களால் ஒரு சீட்டுக்கட்டைக் கையாளும் போதும் அல்லது ஒரு கைக்குட்டையைச் சாப்பிடுவதற்கு முன் கழுத்துக் காலரில் சொருகும்போதும் அந்தக் கை மிகவும் பரிதாபத்துக்குரியதாகவே விளங்கும். அதிலே சந்தேகமில்லை. ஆனால், தெனீகினின் இந்த வெண்ணிறமான கரமோ சரித்திரத்தின் குரல்வளையையே எட்டிப் பிடித்தது; இந்தக் கையின் ஒரு வீச்சு எத்தனை எத்தனையோ ராணுவங்களை ரத்தபயங்கரமான யுத்தகளத்தில் உருட்டித்தள்ளியது.

இந்த எண்ணங்களால் ஸ்தெபான் உணர்ச்சிவசப்பட்டுத் தன்னை மறந்து நின்றான்; எனவே, பிரார்த்தனை முடிந்துவிட்டது என்பதைக்கூட அவன் அறியவில்லை. இப்போதோ மூக்குக் கண்ணாடியணிந்திருந்த குள்ளமான கிழட்டுப் பாதிரியார் பிரசங்க மேடையில் வந்து தெனீகினைப் பார்த்தவாறே சபையினருக்குப் பிரசங்கம் செய்துகொண்டிருந்தார்:

"நமது அருமைத் தலைவரும், தென்பிராந்திய ருஷ்யாவின் வெள்ளை ராணுவப் பிரதம தளபதியுமான லெப்டினென்ட் ஜெனரல் அன்தோன் அன்தோனவிச் தெனீகின் அவர்கள் இன்று விடுத்துள்ள சரித்திரப் பிரசித்தமான உத்தரவு, வைதீகமான தேவாலய வணக்கத்தில் நம்பிக்கையுள்ள ஒவ்வொரு ருஷ்யப் பிரஜையின் உள்ளத்திலும், நெருப்பின் சின்னம்போல் நின்றெரியத் தொடங்கிவிட்டது. பிரதம

தளபதியின் உத்தரவு பின்வருமாறு தொடங்குகின்றது: "ருஷ்ய நாட்டின் இதயமான மாஸ்கோவைக் கைப்பற்றுவதே நமது இறுதி லட்சியமாதலால், ஜூலை மாதம் மூன்றாம் தேதியான இன்று பொதுத் தாக்குதலைத் தொடங்க வேண்டும் என்று இதன்மூலம் நான் உத்தரவிடுகிறேன்." கனவான்களே! வானமண்டலமே நமக்குத் திறந்து கொண்டதுபோல் தோன்றுகிறது. ஆர்க்கேஞ்சல் மிஹயில் குரலே அவரது புனிதமான வெள்ளை ராணுவத்துக்கு அழைப்புவிடுக்கிறது."

ஸ்தெபான் மூக்கில் ஏதோ ஊசி குத்துவதுபோல் உறுத்துவதாக உணர்ந்தான்; அவனது கஞ்சிபோட்டுத் தேய்த்த சட்டைக்கடியில் அவனது மார்பு விம்மித் தாழ்ந்தது; அந்தச் சட்டையோ, வியர்வையினால் விறைப்பு இழந்து போய்விட்டது. அவனை ஓர் உணர்ச்சிப் பரவசம் கவ்வியது. தெனீகினின் கரம் அவரது நெற்றிக்கு உயர்வதை கண்டான். திடீரென்று அவரது அந்தக் கையை முத்தமிட வேண்டும், முத்தமிடத்தான் வேண்டும் என்று ஸ்தெபானுக்குப் தோன்றியது. சில நிமிஷங்கள் கழித்து சிலுவையை முதன்முதல் முத்தமிடுவதற்காக, வெட்டிவிடப் பெற்ற தமது சின்னத் தாடியோடும் எளிமையோடும் தெனீகின் கம்பளத்தின் மீது நல்லதொரு கனவானைப்போல் மெதுவாக நடந்து சென்றார்; அதைக் கண்டதும் ஸ்தெபான் வெறிகொண்ட உணர்ச்சி வேகத்தோடு அவரை நோக்கி வெகுவேகமாக நடந்தான். தெனீகினோ, ஏதோ ஒரு தாக்குதலைத் தடுப்பதுபோல் தமது கையை உயர்த்திக் கொண்டு, பின்னால் துள்ளிப் பாய்ந்தார். அத்துடன் அவரது முகமும் வேதனையோடு பரிதாபகரமாகச் சுருங்கியது. ஏனைய ஜெனரல்களெல்லாம் தெனீகினுக்கும் ஸ்தெபானுக்கும் இடையில் சட்டென்று புகுந்துவிட்டார்கள். அவர்களில் யாரோ ஒருவர் பின்னாலிருந்து ஸ்தெபானை முழங்கையைப் பிடித்துக் கரகரவென்று இழுத்தார்; அவன் தடுமாறி தடாலென்று கீழே சாய்ந்தான். அதனால் அவன் கால்கள் வளைந்துகொடுத்தன.

“கேளுங்கள். நான் வந்து.”

அவனைப் பற்றியிழுத்த அதிகாரி ஸ்தெபானின் முகத்தைக் கூர்ந்து அளந்து நோக்கினார். “நீ எப்படி உள்ளே வந்தாய்?” “நான் அவரது கையை முத்தமிடத்தான் விரும்பினேன்.”

“உனது அனுமதிச் சீட்டு எங்கே?”

அந்த அதிகாரி ஸ்தெபானைப் பிடித்த பிடியை விடாமல், அவனைக் கூட்டத்துக்குள்ளே பிடித்துத் தள்ளியவாறு வெளியே வந்தார். அவர்கள் ஒரு பக்கத்து வாசலருகே வந்ததும், துப்பாக்கிகளோடு நின்ற இரண்டு பயிற்சிப் படையாளரைத் தமது தலையை அசைத்து வரவழைத்தார்.

“இந்தப் பயலைத் தளபதியின் காரியாலயத்துக்கு இழுத்துச் செல்லுங்கள்.”

“அன்புக்கும் மதிப்புக்குமுரிய தெலேகின் அவர்களுக்கு, இந்தக் கடிதத்திலிருந்தே நாங்கள் காஸ்திரமாவுக்கே வந்துவிட்டோம் என்பதை அறிவீர்கள். நான் வழியில் வேறு எங்கும் இறங்கத் துணியவில்லை. ராணுவத்தின் போக்குநீக்குகளைக் கவனிக்கும்போது, நீஷ்னி நோவ்கரத்கூட பந்தோபஸ்தான இடமாக எனக்குப் படவில்லை. எனவே நாங்கள் காஸ்திரமாவில் இறங்கி, நகரின் சுற்றுப்புறத்தில் வோல்கா நதிக்கரையிலுள்ள ஒரு சிறிய மரவீட்டில் தங்கி இருக்கிறோம். இங்குள்ள தோட்டத்தில் வெள்ளை ரோஜாச் செடிகளும், செந்நிற பொரிமரங்களும் உள்ளன. எல்லாம் எப்படியிருக்க வேண்டுமோ, அப்படியிருக்கின்றன. இது ஓர் அருமையான சின்ன நகரம்; ரோம் நகரைப்போல் குன்றின்மீது இருக்கிறது; மேலும் இது மிகவும் தள்ளியிருப்பதால், மிகுந்த அமைதியும் இங்கு நிலவுகிறது. எங்களுக்கும் இப்போது அதுதான் தேவை.

“தாஷா மெதுவாகத்தான் என்றாலும், நாளுக்குநாள் குணமடைந்து வருகிறாள். அவள் இன்னும் மிகுந்த பலவீனமாய்த்தான் இருக்கிறாள். கையில் குழந்தையைத் தூக்கிக் கொண்டு போவதுபோல், அவளை நான்

தோட்டத்துக்குச் சுமந்து செல்கிறேன். அவளுக்கு நல்ல பசி. அவளால் வாய்திறந்து பேச முடியாவிட்டாலும், ஏதாவது சாப்பிட விரும்புகிறாள் என்பதை அவளது கண்களே எனக்குக் கூறிவிடுகின்றன. அவளது உடம்பிலேயே கண்கள் மட்டும்தான் மிஞ்சியிருப்பதாகத் தோன்றுகிறது; முகமோ எனது முஷ்டியின் அளவுக்குச் சிறுத்துப் போய்விட்டது. மிகவும் பலவீனமாயிருப்பதால் அடிக்கடி அழுகிறாள். கண்ணீர் கன்னங்களிலே வழிந்தோடுகிறது. நாங்கள் வோல்கா நதியில் இறைவைச் சக்கரங்கள் சுழலும் நீராவிக் கப்பலில் வந்த காலத்தில், அவள் கிட்டத்தட்ட மூன்று வார காலத்துக்குப் பிரக்ஞையற்றவளாகவும், ஜன்னி கண்டு பிதற்றுபவளாகவும்தான் இருந்தாள். அவளது ஜன்னி அவளை நிலையற்றிருக்கச் செய்தது; அத்துடன் ஏதேதோ புலம்பவும் செய்தாள். அவளது இதயமோ கடந்த காலத்தின் மாயைத் தோற்றங்களைக் கண்டு இடையறாது போராடிக் கோண்டிருந்தது. மிகவும் வியப்பூட்டக்கூடிய விஷயம் என்னவென்றால் அவளது புலம்பலில் இருந்து, ஒரு குற்றச்செயலுக்குப் பின்னர் வைரங்களையொத்த ஏதோ சில நகை நட்டுகள் அவள் கைக்குவந்து சேர்ந்திருப்பதாக எண்ணமிடுகிறாள் என்று தெரிந்தது. தனது ஜன்னிப் புலம்பலில் இருவேறு குரல்களில் பேசினாள். ஒருகுரல் குற்றம்சாட்டியது; மறு குரலோ அதற்கு நியாயம் கற்பித்தது. இந்த இரண்டாவது குரலோ விசித்திரமான விம்மல் நிறைந்து மெலிந்து இற்ற குரலாக இருந்தது. என்றாலும் சந்தர்ப்பவசமாக நான் சமீபத்தில் ஓர் அசாதாரணமான உண்மையைக் கண்டுபிடித்தேன்; அதைக் கண்டுபிடித்திராவிட்டால் நான் இந்த விஷயங்களை எல்லாம் உங்களுக்கு எழுத வேண்டிய அவசியமே நேர்ந்திருக்காது.

“உங்களது உத்தரவைத் கருத்தில்கொண்டு இந்த இரு நோயாளிகளுக்கும் நான் நல்ல உணவளித்துக் கவனிக்க வேண்டும் என்று கருதினேன். இதனால் நான் பலமுறை மனச்சோர்வுக்கும் சில சமயம் பயபீதிக்கும் ஆளானேன். காலமோ, மிகவும் கொடுமையான காலம். இந்தக் காலத்திலே மனிதர்களெல்லாம் பிரபஞ்சத்தையே

தழுவி நிற்கும் அளவுக்கு மகோன்னதமான மாபெரும் சிந்தனைகளிலும் உணர்ச்சிகளிலும் ஈடுபடுகிறார்கள் அல்லது தமது உயிரை மட்டும் காப்பாற்றிக்கொள்ளும் அளவுக்கு மான ஈனமற்ற வெகுஜனவிரோதப் போக்கில் செல்கிறார்கள். இரண்டு விதத்திலும் அவர்களிடம் அன்றாடம் காணவேண்டிய இரக்க உணர்ச்சி என்பதே இல்லாது போய்விட்டது. சிலருக்கு நாம் விஷயத்தைப் புரியவைக்கலாம்; சிலரைப் பயமுறுத்தலாம்; ஆனால், அவர்களது இதயங்களைத் தொட்டு உருக்குவதென்பதோ இயலாத காரியம். நம்முடைய கண்களெல்லாம் பசிக் கொடுமையால் கண்ணீர் பொழிய அவர்களிடமிருந்து ஒரு பத்துப் பவுண்டு ரொட்டியைக் கேட்டு வாங்குவதென்பது சிறிதும் இயலாத காரியமாக இருக்கிறது.

"எங்களோடு கொண்டுவந்த, குறைந்தபட்சத் தேவைக்கு அதிகமாகத் தோன்றிய ஏதேதோ சில்லறைச் சாமான்களை எல்லாம் நான் கொஞ்சம்கொஞ்சமாக ரொட்டிக்கும் முட்டைக்கும், மீனுக்கும் பண்டமாற்றாகக் கொடுத்து விட்டேன். சென்ற இலையுதிர் காலத்தின்போது சமாராவிலிருந்து தாஷா அணிந்துவந்த கம்பளிக் கோட்டு இருக்கிறதே. அதையும்கூட விற்றுவிடலாமா என்ற ஊசலாட்டத்துக்கு நான் அடிக்கடி ஆளானேன். ஆனால், நான் அந்த ஊசலாட்டத்தை வெற்றி கண்டு விட்டேன். சீக்கிரமே மீண்டும் இலையுதிர் காலம் வரவிருக்கிறது என்ற காரணத்தால்கூட அல்ல. மாறாக, தாஷாவின் ஜன்னிப் புலம்பலில் இந்தக் கோட்டைப் பற்றி அவள் அடிக்கடி பிரஸ்தாபித்தாள். அதுமட்டும் அல்லாமல் அதைப்பற்றிய ஏதோ ஒரு கண்டனக் குரலும் புலம்பலில் பிரதிபலித்தது. எனவே, நான் எப்படியாவது ஏமாற்றிப் பிழைக்கவேண்டி நேர்ந்தது. வெகுளித்தனமாக எதையும் நம்பிவிடுபவர்களை ஏமாற்றவோ அல்லது நேரடியாகவே திருடவோதான் வேண்டியிருந்தது. மீண்டும் எனது கைரேகை சாஸ்திரம் எனக்குக் கை கொடுத்து உதவுகிறது. நான் செய்ய வேண்டியதெல்லாம் தோளின்மீது சாக்குமூட்டையைச் சுமந்துவரும் யாராவது ஓர் அப்பாவியான கிராமாந்தரத்து விவசாயப்

பெண்ணைச் சந்திக்க வேண்டியது. அவ்வளவுதான். அவளோடு பேச்சுக் கொடுத்து அவளது இதயத்தின் பலவீனமான அம்சத்தைக் கண்டறிய வேண்டியது. இத்தகைய இதய பலவீனங்கள் யாரிடமும் கண்டு பிடிக்கலாம். இதனைக் கண்டறிய கொஞ்சம் அனுபவம் தான் தேவை. நான் அவளிடம் கிறித்துவ விரோதிகளைப் பற்றிப் பேச்சைத் தொடங்கினேன். ஏனெனில், வோல்கா பிரதேசத்தில் அதிலும் முக்கியமாக கசானுக்கு அப்பால், அவர்களைப்பற்றிய பேச்சு எங்கும் நடமாடுகிறது. எனவே, அந்த அசட்டுப் பெண்ணைப் பயமுறுத்துவதற்கு எனக்கு அதிக நேரம் ஆவதில்லை. நான் அவளது நம்பிக்கையை மட்டும்தான் பெறவேண்டும். அதைப் பெற்றுவிட்டால், அப்புறம் அவள் சுமந்துசெல்லும் மூட்டையிலுள்ளதில் பாதி எனக்கு வந்து சேர்ந்துவிடும்.

"ஞாயிற்றுக்கிழமையன்று, அதாவது நேற்றுத்தான் நான் தாஷாவின் துணிமணிகளை ஒழுங்குபடுத்தி வைக்க முயன்றேன். சொல்லப்போனால், காஸ்திரமாவிலேயே பெரிய நூல்கண்டை வைத்திருப்பவன் நான்தான் என்று தோன்றுகிறது. நூல் கிடைப்பது ஒன்றும் அப்படிச் சுலபமான காரியமாக இங்கு இல்லை. எனவே, தைப்பதற்கு நூல்கேட்டு ஜனங்கள் எங்களிடம் பாத யாத்திரை வருகிறார்கள். துணிமணிகளுக்கு ஒட்டுப் போடவோ, பொத்தான் தைக்கவோ அவர்களுக்கு நூல் வேண்டும் அல்லவா? அவர்களுக்குக் கொடுக்கும் நூலுக்கு விலையாக ஏதாவது உணவுப் பொருள்களை பெற்றுக்கொள்வதற்கு நான் சற்றும் கூசுவதே இல்லை. ஒருநாள் நான் படிமீது அமர்ந்து தாஷாவின் கம்பளிக் கோட்டை உலைத்துப் பார்த்துக்கொண்டிருந்தேன். உங்களுக்கு நினைவிருக்கலாம். அந்தக் கோட்டின் உட்புறத்தில் கட்டம்போட்ட பிளானல் துணிவைத்துத் தைத்திருப்பதை நீங்கள் அறிவீர்கள். அந்தப் பிளானல் துணியை மட்டும் பிரித்தெடுத்தால், அந்தத் துணியைக் கொண்டு ஓர் அருமையான பாவாடை தைக்கலாமே என்று நான் நினைத்தேன். அவளது பழைய பாவாடையோ சல்லடைக்கண் மாதிரி ஓட்டை விழுந்து போய்விட்டது.

அந்தக் கோட்டின் உட்புறத்துணிக்கு வேண்டுமானால் வேறு எதையாவது உபயோகித்துக் கொள்ளலாம் என்று எனக்குப் பட்டது. நான் இந்த எண்ணத்தினால் மனமகிழ்ச்சி பெற்று, இதுபற்றி அனீஸ்யாவிடமும் பேசி அவள் யோசனையையும் கேட்டேன். அவளும் ஆமோதித்தாள். 'ஆமாம், அதிலே நல்ல பாவாடை தைக்கலாம். பிரித்தெடுங்கள்!' என்றாள். ஆனால் நான், அந்தப் பிளானல் துணியைப் பிரித்தெடுக்கும் போதோ அதனுள்ளிருந்து வைரங்கள் - ஆமாம் - வைரங்கள் வெளியே சிந்திவிழத் தொடங்கின. மிகவும் விலையுயர்ந்த வைரங்கள்; மொத்தம் முப்பத்தி நான்கு இருந்தன! அப்படியென்றால், தாஷா ஜன்னி வேகத்தில் புலம்பியதெல்லாம் உண்மைதான்! அன்றே நான் அந்த வைரங்களை தாஷாவிடம் காட்டினேன். உடனே திடீரென்று அவள் எல்லாவற்றையும் நினைவுகூர்ந்து விட்டாள் என்று எனக்குத் தோன்றியது. அவளது கண்களிலே பயபீதியும், கெஞ்சிக் கேட்கும் பாவமும் கலந்து பிரதிபலித்தன. உதடுகள் எதையோ சொல்ல விரும்பி நெளிவதையும் என்னால் காண முடிந்தது. அவளுக்கு எப்படிப் பேசுவதென்பதே மறந்துபோய் விட்டது. நான் அவளது வெளிறிய உதடுகளின் அருகில் குனிந்தேன்; நெடுநாள் நோய்க்குப் பின்னர் அன்றுதான் கிசுகிசுத்தகுரலில் முதன்முதலில் பேசினாள்: 'அவற்றைத் தூர எறிந்துவிடுங்கள்! விட்டெறிந்துவிடுங்கள்!' "

"தெலேகின்! உங்களது உத்தரவில்லாமல் நான் எதையும் செய்யத் துணியமாட்டேன். அவள் இந்த விலையுயர்ந்த செல்வத்தை எங்கிருந்து பெற்றாள், அதனைக் கண்டு ஏன் அவ்வளவு வெறுப்படைகிறாள் என்று எனக்குத் தெரியவில்லை. அத்துடன் இவற்றை என்ன செய்வதென்றும் எனக்குத் தெரியவில்லை. இவற்றை வீட்டில் வைத்திருக்கவும் பயமாக இருக்கிறது; தூர எறிந்து விடுவதென்பதும் முட்டாள்தனமாகத் தோன்றுகிறது. நான் வோல்கா நதியின் மத்திக்குப் படகை ஓட்டிச் சென்று, அந்த வைரக்கற்களை ஆற்றுக்குள் எறிந்து விட்டதாக, தாஷாவிடம் உறுதியோடு கூறி விட்டேன். அந்த நிமிஷமே

அவள் அமைதி பெற்று விட்டாள். அருவருக்கத் தக்க ஏதோ ஒன்றை ஒருவழியாகத் தொலைத்துத் தலைமுழுகி விட்டதுபோல் அவளது கண்கள் அந்த நிமிஷமே பளிச்சிட்டு ஒளிர்ந்தன.

தெலேகின்! நான் இவற்றை எல்லாம் இவ்வளவு விவரமாக உங்களுக்கு எழுத நேர்ந்ததற்கு என்னை மன்னியுங்கள். ஆனால், நான்தான் இயல்பாகவே ஒரு சளசளத்த வாயாடியாயிற்றே! உங்களது உடல் நலம்பற்றி எப்படியேனும் எங்களுக்குத் தெரிவிக்க முயலுங்கள்; அத்துடன் வரும் மாரிக்காலத்தையும் நாங்கள் இங்கு தான் கழிக்க வேண்டுமா அல்லது மாஸ்கோவுக்குச் செல்ல முயலலாமா என்ற விவரத்துக்கும் பதில் தெரிவியுங்கள்.

"உங்களுக்கும் தாஷாவுக்கும் என்றென்றும் விசுவாசமாக இருக்கும் உங்கள் குஸ்மா நெபேதவ்."

"நான் தபால்கொண்டு வந்திருக்கிறேன்" என்று சாபஷ்கோவ் கூறியவாறே அந்த வண்டியில் ஏறி, தெலேகினின் அருகில் வைக்கோலில் உட்கார்ந்தான்: "பாராட்டுகள், தெலேகின்!"

"சாபஷ்கோவ்! எனக்கு இதைப் பற்றியெல்லாம் வருத்தம்தான். எனது இஷ்டப்படிவிட்டால், நான் நமது கச்சாலின் படையின் தளபதியாகவே இருந்துவிட்டுப் போவேன். புதிய ஜனங்கள், புதிய கவலைகள் - நான் அவற்றைச் சற்றும் விரும்பவில்லை."

"ஏன் அதற்குள் கிழவன்மாதிரிப் பேசுகிறாய்?"

"எல்லாம் சரியாப் போய்விடும். நான் சிறிது களைத்துப் போயிருப்பதாக உணர்கிறேன்."

வண்டிக் குதிரைகள் அந்த வயல்வெளித் தடத்தின்மீது ஆடியசைந்து சென்றன; வண்டி கிறீச்சிட்டுச் சென்றது. இடது புறத்திலே ஒரு ஓக் மரக்காடு கன்னங்கரேலெனத் தோன்றியது; வலதுபுறத்திலோ அறுவடைப் பருவ மெய்திட்ட கோதுமைக் கதிர்கள் குறுக்காகச் சாய்ந்து

அலெக்சேய் தல்ஸ்தோய் ▲ 721

கிடப்பது அந்திநேரத்தின் மங்கிய ஒளியிலே நன்கு தெரிந்தது. கோதுமைத்தாள்களின் மணம் மிதந்துவந்தது. ஆகஸ்ட் மாதத்தின் நட்சத்திரங்கள் வானில் நிறைந்து தோன்றின.

"அந்தப் பிரிகேடில் யார் உனது காரியாலயத் தலைவராக இருப்பார்கள்?"

"யாராவது ஒருவரை நியமிப்பார்கள்."

அந்தப் பாதை, காட்டை ஒட்டினாற்போல் திரும்பியது; காட்டிலிருந்து ஈரம்படிந்த காற்று வீசிற்று. குதிரைகள் கனைத்துச் சிணுங்கின.

"எனக்கு ஒன்றும் தபால் வரவில்லையா?" என்று கேட்டான் தெலேகின்.

"இதோ, உனக்கும் ஒரு கடிதம் இருக்கிறது, தெலேகின்."

களைப்பின் சொரூபமாய்ச் சோர்ந்து குன்றிப் போய் உட்கார்ந்திருந்த தெலேகின் உடனே நிமிர்ந்து உட்கார்ந்தான்.

"சாபஷ்கோவ். நீ என்னப்பா ஆள்? சரி, கடிதம் எங்கே?"

சாபஷ்கோவ் பையை வெகுநேரமாகத் துழாவினான். அவர்கள் குதிரைகளை நிறுத்திவிட்டு, தீக்குச்சிகளைக் கிழித்தார்கள். ஆனால் அந்தக் குச்சிகளின் தலைகளோ ஒரு கணத்துக்குக் கிசுகிசுத்துவிட்டு, தலையொடிந்து விழுந்தன. தெலேகின் கடிதத்தைக் கண்டெடுத்தான். குஸ்மா குஸ்மீச் எழுதியிருந்தான். அவன் அந்தக் கடிதத்தைத் திருப்பித்திருப்பிப் பார்த்தான்.

"கனத்த கடிதமாக இருக்கிறதே, ரொம்ப எழுதியிருப்பான் போலிருக்கிறது" என்று கிசுகிசுகித்தான் சாபஷ்கோவ்.

"ஏன்? அப்படியெழுதியிருந்தால் நல்ல சேதி இருக்காதா?" என்று பதிலுக்குக் கிசுகிசுத்தான் தெலேகின்.

அவன் வண்டியைவிட்டுக் குதித்து, காட்டின் ஓரத்துக்கு

நடந்துசென்றான். அங்கே சென்றதும் அவன் அவசர அவசரமாகச் சுள்ளிகளைப் பொறுக்கி ஒடித்துப் போட்டு, அதிலே தீக்குச்சியைக் கிழித்துவைத்து நெருப்பை மூட்டினான்; பின்னர், அந்த நெருப்பில் பற்றியெரியுமாறு ஊதினான்.

"கோதுமைத்தாள் ஒன்றை அதிலே போடு. அது உடனே பற்றிக்கொள்ளும்!" என்று சொல்லியவாறே சாபஷ் கோவ் ஓடிப்போய் ஒரு கோதுமைத்தாளைக் கொண்டு வந்து போட்டுவிட்டு, தெலேகினைத் தனிமையில் விட்டு விட்டு விலகிக்கொண்டான். அந்தக் கோதுமைத்தாள் உடனே பற்றிக்கொண்டு விட்டது. தெலேகின் அந்த நெருப்புக்கருகில் உட்கார்ந்து கடிதத்தைப் படிக்க முனைந்தான். சாபஷ்கோவ் தெலேகினைக் கவனித்துக் கொண்டிருந்தான். அந்தக் கடிதத்தை வாசிக்கும்போது தெலேகின், தனது சட்டைக் கையினால் கண்களைத் துடைத்துக்கொண்டான்; ஒருமுறை படித்து முடித்ததும் அவன் அதைத் திரும்பவும் படித்தான். அப்படியென்றால், அவன் கதை முடிந்தமாதிரிதான். சாபஷ்கோவ் மூக்கைச் சிணுங்கிவிட்டு, மீண்டும் வண்டியிலேறி புகை பிடிக்க முனைந்தான். வண்டியோட்டியின் இடத்தில் அமர்ந்திருந்த கிழவனோ, வீட்டுக்குச் சீக்கிரமே திரும்ப வேண்டும் என்ற அவசரத்தில் சொன்னான்:

"நீங்கள் சீக்கிரமே போகாவிட்டால், ரயிலைத் தப்ப விட்டுவிடுவீர்கள். மேலும், இந்தப் பாதையோ வெறும்மணற்காடு. அத்துடன் ஆற்றைக் கடந்து செல்வதற்கும் ஓர் இடம் பார்க்க வேண்டும். அதிலேயும் நமக்கு அதிக நேரம் போய்விடும்."

தெலேகின் திரும்பிவந்து வண்டியில் ஏறிக்கொண்டபோது, சாபஷ்கோவ் அவனைப் பார்க்கவில்லை. தெலேகின் வண்டியில் ஏறியபோது, அந்த வண்டி அவனது பாரத்தினால் ஒருபுறமாக அழுந்தியது. பின்னர் அவன் மீண்டும் வைக்கோலுக்குள் புதைந்து உட்கார்ந்தான். குதிரைகள் ஓட்டத்தில் கிளம்பின, சாபஷ்கோவின் தலைக்கு மீதோ முப்பது லட்சம் ஒளி வருஷங்களின்

தொலைவிலுள்ள பாற்பாதைக் கூட்டம் இருகூறான வாலோடு வானமண்டலத்தில் மங்கலாகத் தெரிந்தது. கொடகொடத்து ஆடியசைந்து வந்த அந்த வண்டியின் பின்சக்கரம் கிறீச்சிட்டது. ஆனால் வண்டிக்காரக் கிழவனோ, அதைப்பற்றிக் கவலைப்படவில்லை. அது ஒடிந்து விழுந்தால், ஒடிந்து விழுந்ததுதான். அதை ஒன்றும் செய்வதற்கில்லை.

தெலேகின் அடைத்துப்போன குரலில் சொன்னான்: "அவளிடம்தான் எவ்வளவு மனோபலம் இருக்கிறது! தன்னைத்தானே புதுப்பிக்கவும் புனிதப்படுத்தவும் பூரண மாக்கவும் அவள் நடத்தும் இடையறாத போராட்டம். நான் அப்படியே பிரமித்துப் போய்விட்டேன்!" என்றான் தெலேகின்.

"அப்படியென்றால், அவள் இன்னும் உயிரோடுதான் இருக்கிறாளா?"

"நீ என்ன நினைத்தாய்? அவள் காஸ்திரமாவில் இருக்கிறாள். குணமடைந்தும் வருகிறாள்."

சாபஷ்கோவ் அவனை நோக்கித் திரும்பினான். பின்னர் இருவரும் குபீரென்று வாய்விட்டுச் சிரித்தார்கள். சாபஷ் கோவ் தெலேகினை முஷ்டியால் ஓர் இடி இடித்தான்; தெலேகினும் பதிலுக்கு அவ்வாறே இடித்தான். பின்னர் தெலேகின் அந்தக் கடிதத்திலுள்ள விஷயத்தைக் விளக்கமாகக் கூறினான். அந்த வைரங்களைப் பற்றி விஷயத்தைமட்டும் விட்டுவிட்டான். ஒரு வருஷத்துக்கு முன்னால் அவள் தன் தந்தைக்கு எழுதியிருந்த கடிதத்தில், குறிப்பிட்டிருந்த அந்த விலைமதிப்பற்ற வைரங்களாகத்தான் இருக்க வேண்டும். அவள் தனது உயிர் வாழ்க்கைக்காக மானஈனமற்றுப் போராடிக் கொண்டிருந்த காலத்தில், அதேசமயம் தன்னைத்தானே அழித்துக்கொண்டிருந்த காலத்தில், அவள் கைக்குவந்து சேர்ந்த வைரங்களாகத்தான் அவை இருக்க வேண்டும். திகைப்பு மிஞ்சிநின்ற அந்த நாட்களில்தான் அதனைத் தனது கோட்டுக்குள் வைத்துத் தைத்திருக்க வேண்டும். அவள் அதைப்பற்றி

அவனிடம் எதுவும் பேசியதில்லை. ஒருவேளை, அவளே எல்லாவற்றையும் மறந்து போயிருக்கலாம். அவள் அப்படி மறக்கக்கூடியவள்தான்! மறந்து போய்விட்ட அதனை ஜன்னிவேகத்தில் நினைவுகூர்ந்திருக்கலாம். பிறகுதான் "தூர எறியுங்கள்! தூர எறியுங்கள்!" என்று சொல்லியிருக்கலாம். ஒரு பரவசமான உணர்ச்சி தெலேகினின் உடம்பெல்லாம் பரவியது. இந்த விவகாரத்தில் எவ்வளவோ புரியாத அம்சங்கள் இருக்கத்தான் செய்தன; இருந்தாலும் தாஷாவைப் பரிபூரணமாகப் புரிந்துகொள்ள வேண்டும் என்று அவன் என்றுமே முயன்றதில்லை.

"சாபஷ்கோவ்! எனக்கு ஒன்றுமட்டும் தெளிவாகத் தெரிகிறது" என்றான் தெலேகின்: "ஒரு பெண்ணின் காதலை, அதிலும் தாஷா போன்ற ஒரு பெண்ணின் காதலைப் பெறுவதென்றால் அது பெரியதொரு அதிர்ஷ்டம்தான்."

"ஆம். நீ எப்போதுமே அதிர்ஷ்டசாலிதான். இதைத்தான் நானும் எப்போதும் சொல்லி வந்திருக்கிறேனே."

"ஒவ்வொருவனும் மேலும்மேலும் உயரவேண்டியது தான். ஆனால் அவ்வாறு உயர்த்திக் கொள்வதற்குள்ளே தான் எத்தனைஎத்தனை தடுமாற்றங்கள்! சாபஷ்கோவ்! நீயும் கூடத்தான் அவ்வாறு செய்கிறாய், இல்லையா?"

"என் விஷயம் முற்றிலும் வேறுபட்டது."

"நீயும் கூடத்தான் எனது தாஷாவைப்போன்ற ஒரு பெண்ணை அடைய வேண்டும் என்று அந்தரங்கத்தில் ஏங்கிக் கொண்டிருப்பாய்!"

"எப்படியோ எனது வாழ்க்கையில் பெண்கள் பிரச்னை ஒன்றும் குறுக்கிடுவதில்லை. அந்த விஷயங்களை எல்லாம் நான் மிகவும் சர்வசாதாரணமாகப் பார்க்கிறேன். அந்த மட்டிலே எனக்கு அது விஷயத்தில் அவ்வளவு அலட்டல் இல்லை."

"நீ அப்படியா சொல்கிறாய்? உன்னை எனக்குத் தெரியும்.

சாபஷ்கோவ்! இன்று வாழ்க்கை உயர்ந்த மட்டத்துக்கு முறுக்கேற்றி விடப்படிருக்கிறது. வாழ்வா, சாவா என்பதுதான் இப்போதுள்ள பிரச்னை. ஆனால் நாம் வாழத்தான் செய்கிறோம்! வாழ்க்கை என்ற சொல்லின் பூரண அர்த்த பாவத்தையும் உணர்ந்துதான் நாம் வாழ்கிறோம். பெண்களோடு நாம் கொள்ளும் உறவுகளில் ஏற்படும் சில்லறை விஷயங்களை எல்லாம் நாம் ஒதுக்கித் தள்ளிவிட வேண்டும். காதல் என்பது போற்றிப் பாதுகாக்கப்பட வேண்டிய ஒரு விஷயம். நாம் எப்போதும் தன்னைத்தானே காப்பதில் விழிப்போடிருக்க வேண்டும். நமது காதலுக்குரியவரின் கண்களை நீ எப்போதாவது ஆழமாகப் பார்த்துக் கொண்டிருக்க முயன்றிருக்கிறாயா? வாழ்க்கையின் பேரதிசயமே அது தான்."

சாபஷ்கோவ் பதில் எதுவும் பேசவில்லை. அவனது தொப்பி கொஞ்சம்கொஞ்சமாக அவனது தலைக்கு பின்னால் நழுவி இறங்கிப் போய்விட்டது. அவன் மீண்டும் அந்தப் பாற்பாதைக் கூட்டத்தை ஏறிட்டுப் பார்த்துக் கொண்டிருந்தான்.

"அதோ மேல்வானத்தில் அங்கு பிரபஞ்சப் பரப்பிலே ஓர் இடைவெளி தெரிகிறது" என்றான் சாபஷ்கோவ்: *"நட்சத்திரங்களற்று குதிரைத் தலைபோன்ற உருவத்தில் ஒன்றுமற்ற இருட் பிரதேசம் தென்படுகிறது. புகைப்படத்திலே பார்க்கும்போது அது மிகவும் பயங்கரமாகத் தோன்றுகிறது. எல்லையற்றுப் பரந்து கிடக்கும் வெட்டவெளியிலே எந்தப் பயபீதிக்கும் இடமில்லை என்பதை நாம் எளிதாகவும் தெளிவாகவும் புரிந்துகொள்ளக்கூடிய காலம் வரத்தான் போகிறது. நமது உடம்பிலுள்ள ஒவ்வோர் அணுவுமே எல்லையற்ற நட்சத்திரக் கூட்டம்தான். எங்கு பார்த்தாலும் எல்லையற்ற தன்மைதான். நாமும்தான் எல்லையற்றவர்கள்; நம்மிடமுள்ள எல்லாமே எல்லையற்றவைதான். நீயும்நானும் எப்போதும் எந்த நேரமும் எல்லையற்ற தன்மைக்காகவே எல்லையுள்ள தன்மையை எதிர்த்துப் போராடிக் கொண்டிருக்கிறோம்."*

அவர்களுக்கு முன்னால் உயரமான மரங்களின் நிழல்

வடிவங்கள் தோன்றின. ஆனால், பக்கத்தில் நெருங்கிப் பார்த்த போது அவை ஆற்றங்கரையிலுள்ள தணிவான புதர்கள்தான் என்று தெரியவந்தது. ஆற்றிலிருந்து ஈரவாடை கலந்த இனிய மணம் மிதந்துவந்தது. வண்டி கீழ்நோக்கி இறங்கத் தொடங்கியது. குதிரைகள் உரக்கக் கனைத்தன; பின்னர் ஆற்றின் ஆழமற்ற நீரில் கலவரத்தோடு இறங்கின.

"நாம் எங்கேயாவது ஒரு பள்ளத்தில் மாட்டிக்கொள்ளாத வரைக்கும் க்ஷேமம்தான்" என்றான் வண்டிக்காரக் கிழவன்.

ஆனால் எந்தவிதமான அசம்பாவிதமும் நேராமல், அவர்கள் ஆற்றைக் கடந்துவிட்டார்கள். கடந்து முடிந்ததும் வண்டிக்காரக் கிழவன் ஒரு சிறுவனைப்போல் வண்டியிலிருந்து லாவகமாகத் துள்ளிக்குதித்து இறங்கினான். கடிவாளத்தைப் பிடித்துக்கொண்டும், நாக்கைச் சுழற்றி ஒலியெழுப்பிக் குதிரைகளை முடுக்கிக் கொண்டும் வண்டிக்கருகிலேயே ஓடிவந்தான். அந்த வண்டி மணல் பரந்த ஏறுமுகமான பாதையில் ஏறிச் சென்றது. அந்த ஏற்றத்தைக் கடந்து உச்சிக்கு வந்ததும், குதிரைகளின் உடம்பு மூச்சுவாங்கி விம்மியது. வண்டிக்காரன் மீண்டும் தனது இடத்தில் ஏறியமர்ந்து கொண்டான். அவர்கள் ஸ்டேஷனுக்கு அருகிலேயே வந்துவிட்டார்கள். அவன் தனது பிரயாணிகளை நோக்கித் திரும்பினான்.

"இந்த நடவடிக்கைகளால் ஒரு லாபமும் விளையப் போவதில்லை" என்று சொன்னான் அவன். அவன் ஒன்று மற்றதற்கெல்லாம் ஏராளமான மக்களைக் கொன்று தள்ளுகிறான். எங்கள் கிராமத்தில் என்ன பேசிக் கொள்கிறார்கள் தெரியுமா? "நாங்கள் எந்தக் காரணம் கொண்டும் நிலத்தைத் திருப்பிக் கொடுக்கப் போவதில்லை. எங்களையொன்றும் பலாத்காரத்தினால் பணியவைக்க முடியாது. இது ஒன்றும் 1906ஆம் ஆண்டல்ல.[13] விவசாயிகள் இப்போது பலம்வாய்ந்தவர்கள்;

---

13. 1906ஆம் ஆண்டு ஜார் ராணுவம் விவசாயிகள் போராட்டத்தைக் குருதி வெள்ளத்தில் மூழ்கடித்தது. - (ப-ர்.)

அவர்கள் இனி எதற்கும் அஞ்சமாட்டார்கள்” என்று தான் பேசிக்கொள்கிறார்கள். அவர்கள் ஓர் ஆகாய விமானத்திலிருந்து கொலொகோல்த்ஸெவோவின் மீது துண்டுப் பிரசுரங்களை விட்டெறிந்தார்கள்.” (இந்த இடத்தில் அவன் தனது சவுக்கினால் இருளில் ஏதோ ஒரு திசையைச் சுட்டிக்காட்டினான். பிறகு தொடர்ந்து பேசினான்.) “விவசாயிகள் அதனைப் படித்துப் பார்த்தார்கள்; அவன் எங்கள் நிலத்தைத் திரும்பவும் விலைக்கு வாங்கத் தயாராயிருக்கிறானாம்! நிலைமை இப்போது அப்படித்தான் இருக்கிறது. எனவே, விவசாயிகளிடமிருந்து நிலத்தை ஒன்றுமே கொடுக்காமல் சும்மா வாங்கிவிடலாம் என்று அவன் எதிர்பார்த்திருக்க வில்லை என்று தெரிகிறது. பரவாயில்லை. நாங்கள் காத்திருக்கத் தயார்! அவன் எந்த வழியாக வந்தானோ, அந்த வழியிலேயே திரும்பவும் போய்ச் சேர்வான்! தெனீகினாம் தெனீகின்!”

***

காலையில் தெலேகினும் சாபஷ்கோவும் தென்திசைப் போர்முனையின் தலைமைக் காரியாலயத்துக்கு வந்து சேர்ந்தார்கள்; அது ஆப்பிள் பழங்களுக்குப் பெயர் பெற்ற கஸ்லோவில் இருந்தது. அதுதான் உண்மையான ருஷ்யத் தாயகம்! வெயிலால் வெளிறிப்போன கூரைகளைக் கொண்ட சிறுகுடிசைகள், சின்னஞ்சிறு ஜன்னல்களிலே வளர்ந்து படர்ந்திருந்த கிரேனியம் செடிகள்; கரடுமுரடான கப்பிக்கல் பாதையில் குதித்துக் குதித்து ஓடிவரும் லொடலொடத்த வண்டியின் அடியிலிருந்து எழுந்து மண்டும் தூசிப்படலம்; அந்த வண்டிவரும் பாதை ஓரத்தில் பரிதாபகரமாக நிற்கும் தந்திக் கம்பங்கள்; அவற்றின் கம்புகளிலே சிக்கிக் கிழிந்துபோய்த் தொங்கும் காகிதப் பட்டங்கள்; ஜன்னல்மீது முரட்டுத்துணித்திரை தொங்கும் செங்கற் கட்டடமான கிராமாந்திரத்துச் சிறுகடை, குறுக்கும் மறுக்குமாக இரண்டு பலகைகள் ஆணியறைந்து அடிக்கப் பெற்றிருக்கும் அந்தக் கடையின் கதவு; பாதையின் குறுக்காகப் பயந்துபோன முயலைப்போல்

குடுகுடுவென்று வெறுங்கால்களோடு நடந்துசெல்லும் ஒரு கிராமத்து யுவதி; அவள் கையிலே பிடித்துக் கூட்டிக் கொண்டுபோகும் வளைந்த கால்களையுடைய அவளது தம்பிச் சிறுவன்; அதற்கப்பால் தோன்றிய அழிந்துபோன ஒரு தேவாலயத்தின் இடிபாடுகள்; அவற்றின் அகற்றப்படாத காரைக் கட்டிகள்; செங்கற்கள், அதற்கடுத்தாற்போல் தோன்றிய குப்பைக்கூளம் நிறைந்த சதுக்கத்தில் தென்பட்ட பொதுமக்களுக்கான குடி தண்ணீர்த் தொட்டி, அதுவேதான் அந்த ஊரின் சந்தையாகத் தென்பட்டபோதிலும், அப்போது அது வெம்பரப்பாய் ஒன்று மற்றிருந்த நிலை; கீழே கவிழ்ந்து விழுந்துகிடந்த வேலிப்புறத்துக்கப்பால் நின்ற ஆப்பிள் மரங்கள்; சிவப்பு நிறத்திலும் பச்சைப் பசிய நிறத்திலும் அந்த மரத்தில் தொடங்கிய ஆப்பிள் பழங்கள்; பழத்தோட்டங்களுக்கும் கூரைகளுக்கும் மேலாக, தமது இறக்கைகளின் அடிப்பாகத்தைக் காட்டிக்கொண்டு, குதூகலமாகப் பறந்துசெல்லும் பறவைக் கூட்டம் – முதலிய எல்லாம் அவர்களது பார்வையைக் கடந்து சென்றன.

புரட்சி மட்டும் வந்திராவிட்டால், அந்த ஊரிலுள்ள மக்கள் அனைவரும் இன்னுமொரு ஆயிரம் ஆண்டுகளான போதிலும்கூட, காலவரையறை அற்று என்றும் போலவே வாழ்ந்திருப்பார்கள் என்றே தோன்றியது. எப்படியிருந்தாலும், அங்குள்ளவர்கள் எதையும் எண்ணி அழுது வடியவில்லை. வாழ்க்கையே அங்கு பரிதாபகரமானதாக உப்புச்சப்பற்றதாகத்தான் தோன்றியது. அங்குள்ள ஜனங்கள் நன்றாகப் படுத்துத் தூங்கினார்கள். அவ்வளவுதான்.

“கொஞ்சம் நினைத்துப் பார்!” என்று சாபஷ்கோவ் அந்த வண்டியின் ஆட்டத்தோடு மேலும்கீழும் குதித்தாடியவாறு, தன்னருகிலிருந்த தெலேகினை நோக்கிப் பேசத் தொடங்கினான்: “கடலுக்கப்பாலுள்ள அயல்நாடுகளிலோ விநாடிகளை எல்லாம்கூடப் பணமாக்கிக் கொண்டிருக்கிறார்கள்; இயந்திரத் தொழிலுக்கேற்ற விதத்தில், கடைசல் பட்டறையில்

கொடுத்து கடைந்தெடுப்பதுபோல் மனிதனையே உருமாற்றிவிடுகிறார்கள்; அந்த மனிதர்களின் உழைப்பால், தொழிற்சாலைகளில் பேய்க்கனவின் வேகத்தில் பொருள்கள் படைத்துக் குவிக்கப்படுகின்றன. இந்தப் பொருட்களை எல்லாம் விற்று முதலாக்குவதற்காக, அதற்கான வசதியைப் பெறுவதற்காக, நூறு லட்சம் மனிதர்களையும் கொன்று குவிக்கிறார்கள். இதைத்தான் அவர்கள் நாகரிகம் என்கிறார்கள்! ஆனால், இங்கோ? இங்கு தந்திக் கம்பங்களின்மீது காகிதப் பட்டங்கள் தொங்குகின்றன. அதோ அந்த ஜன்னலோரத்தில் தென்படும் மனிதனைப் பார்த்தாயா? அவன் இப்போது தான் தூங்கி விழித்து, தனது உலைந்துபோயிருக்கும் தலையைச் சொரிந்துகொடுக்கிறான். என்றாலும் நாமோ மனிதவர்க்கத்தின் கனவை நனவாக்குவதற்காக, இங்கிருந்துதான் இனந்தெரியாத எதிர்காலத்துக்குள் ஒரே தாவாகத் தாவிக் குதிக்கிறோம்! இதோ இருக்கிறது பார், இதுதான் ருஷ்யத் தாய்! தெலேகின், வாழ்க்கை நன்றாகத்தான் இருக்கிறது. ஆப்பிள் பழங்களும் இனிமையோடு மணக்கின்றன - தேகாரோக்கியம் மிகுந்த பெண்ணைப்போல! நான் மட்டும் நெடுங்காலம் வாழ்ந்தால்? நான் நிச்சயம் ஒரு புத்தகம் எழுதுவேன் என்றே நான் உணர்கிறேன்."

அந்த வண்டி அவர்களைத் தலைமைக் காரியாலயத்தின் முன்னால் கொண்டுசேர்த்தது; அந்தக் காரியாலயத்தின் திறந்துகிடந்த ஜன்னல்களின் வழியாக, டைப்ரைட்டர் இயந்திரங்களின் கடகடத்த சப்தம் கேட்டுக் கொண்டேயிருந்தது.

பேட்டிக்காகக் காத்திருந்த சமயத்தில் தெலேகினும் சாபஷ்கோவும் யுத்தச் செய்திகள் அனைத்தையும் கேட்டுத் தெரிந்துகொண்டார்கள். அவர்கள் தெரிந்து கொண்ட செய்திகளின் சுருக்கம் வருமாறு: "ஏதோ ஒரு தற்காலிகமான தடங்களால் சிறிதுகாலத்துக்குச் செயலற்று நின்ற பிரதம தளபதி தெனீகினின் துருப்புகள் அப்போது மூன்று பிரிவாகப் பிரிந்து மீண்டும் மாஸ்கோவை நோக்கி

முன்னேறிக் கொண்டிருந்தன. ஜெனரல் விரான்கெலின் வடக்குக் காக்கேஸிய ராணுவம் (இந்த ராணுவத்தின் முற்றுகையிலிருந்து தப்பிப்பதற்காகத்தான் பத்தாவது செஞ்சேனை ராணுவம் காமீஷினைக் கைவிட்டுவிட்டு வெளியேறியது) வோல்கா நதிக்கரை வழியாக முன்னேறிக் கொண்டிருந்தது; இது செல்லும் வழியில் உணவு உற்பத்தி மிகுந்த வோல்கா, சைபீரியப் பிரதேசங்களிலிருந்து, மத்திய ருஷ்யாவைத் துண்டித்துத் தொடர்பற்றுப் போகச் செய்தவாறே சென்றது. தெனீகினின் சீடரான அட்டமான் பொகாயேவ்ஸ்கியால் புனரமைக்கப்பட்ட தோன் ராணுவம் அட்டமான் சிடோரின் தலைமையில் வரோனிஷை நோக்கித் தீவிரமாக முன்னேறிச் சென்றது; இத்துடன் இரண்டு சிறந்த குதிரைப்படைகள் மாமன் தவினும் ஷ்குரோவினும் தலைமையில் சென்றன. எப்போதும் குடிபோதையிலிருந்த போதிலும், திறமை வாய்ந்த ஜெனரலாக விளங்கிய மாய் - மாயேவ்ஸ்கியின் தலைமையில் சென்ற சேவாசேனை ராணுவம் ஒரு பரந்து விரிந்த போர்முனையில் தாக்குதலை மேற்கொண்டவாறும், உக்ரேய்னிலுள்ள செஞ்சேனைத் துருப்புகளையும் கொரில்லாப் படைகளையும் விரட்டியடித்தவாறும், ஜெனரல் குத்தேபவின் காவல் படையின் மூலம் தனது 'முஷ்டியை' முன்னோக்கி இடித்தவாறும், அர்யோல், தூலா இவற்றின் வழியாக மாஸ்கோ நோக்கி முன்னேறியது.

தெனீகினின் ராணுவ வெற்றிகள் மறுக்க முடியாதவை. அத்துடன் தளவாட பலமும், சப்ளை பலமும் அபரிமிதமானவை. அவரது சேவா சேனைப் படைகளில் இப்போது விவசாயப் படைக் கோஷ்டிகளும் சேர்ந்து கலந்திருந்தபோதிலும்கூட, அந்தப் படைகள் திறமையோடும் நம்பிக்கையோடும் போராடின. ஆனால் பின்னணியிலோ அங்குள்ள மக்கள் பெருங்கூட்டத்தின் மனப்பான்மை அவருக்கு எதிராக நாளுக்குநாள் அபாயகரமாக வளர்ந்துகொண்டிருந்தது; ஆனால் அவரோ அந்த உண்மையைக் கணக்கிலெடுக்காமல், அதன் விளைவைக் குறைத்து மதிப்பிட்டுச் சீரழிந்து கொண்டிருந்தார். குபான் பிரதேசமோ பிரிவினையை

நாடி, முற்றிலும் தனித்ததொரு சுதந்திர நாடாக இருக்க விரும்பியது; அங்கு தமது ஏகாதிபத்தியக் கொள்கையை நிலைநாட்ட வேண்டும் என்பதற்காக, தெனீகின் குபானின் ராதாவைச் சேர்ந்த இரண்டு முக்கியமான அங்கத்தினர்களைத் தூக்கிலேபோடும் அளவுக்குச் சென்றுவிட்டார். தேரெக் நதியின் கரைகளிலோ ரத்த பயங்கரமான மோதல்கள் நடந்தவண்ணம் இருந்தன. மாஸ்கோவின்மீது படையெடுப்பு தொடங்கப் போவதைக் கேள்விப்பட்டவுடன்னேயே தோன் கசாக்குகள் பின்வருமாறு சொல்லிவிட்டார்கள்: "அமைதியான தோன், எங்களது பிரதேசமாகத்தான் இருந்தது; இனியும் அவ்வாறே இருக்கும். மாஸ்கோவை வேண்டுமானால் தெனீகின் தாமே சென்று கைப்பற்றிக் கொள்ளட்டும்!" சேவாசேனையினர் கைப்பற்றிய ஜில்லாக்களிலோ விவசாயப் பிரச்னை ராணுவத்தின் எளிமையுடனேயே தீர்த்து வைக்கப்பட்டது; அதாவது கசையடிகளின் மூலம்தான் அந்தப் பிரச்னை தீர்க்கப்பட்டது! கவர்னர்கள், ஜில்லா அதிகாரிகள், ஜார்காலத்துப் போலீஸ்காரர்கள் எல்லோரும் திரும்பவும் பதவிகளில் அமர்த்தப்பட்டார்கள். எனவே சென்ற ஆண்டு ஜெர்மானியரின் ஆக்கிரமிப்பு நிகழ்ந்தபோது, அங்குள்ள விவசாயிகள் எவ்வாறு தங்கள் துப்பாக்கிகளுடன் தயாராக இருந்தார்களோ, அதேபோல் தயாராகிக் கொண்டு, செஞ்சேனை ராணுவத்தின் வருகைக்காகக் காத்திருந்தார்கள். மாஹ்னோவோ, தனது முக்கியமான போட்டியாளனான அட்டமான் கிரிகோரியவைத் தனது கையினாலேயே சுட்டுக் கொன்றுவிட்டு, எகதிரின ஸ்லாவைச் சுற்றியுள்ள ஜில்லாக்கள் அனைத்திலும் தனது "சுதந்திர அராஜக ஆட்சியைப் பகிரங்கமாகப் பிரகடனப்படுத்தி விட்டான்; அத்துடன் அவன் கிட்டத்தட்ட ஐம்பதினாயிரம் கொள்ளைக்காரர்களைச் சேர்த்துத் திரட்டிக்கொண்டு, ரஸ்தோவ், தகன்ரோக், எகதிரினஸ்லாவ், ஒதேஸ்ஸா, கிரீம் முதலிய பிரதேசங்களை தெனீகினிடமிருந்து பறித்துக் கொள்வதாகவும் பயமுறுத்திக் கொண்டிருந்தான். அத்துடன், 'பச்சையர்கள்" என்று சொல்லப்பட்ட புதுமாதிரியான கொள்ளையர்

கூட்டமும் இருந்தது; இவர்களெல்லாம் பெரும்பாலும் ராணுவத்திலிருந்து ஓடிவந்தவர்கள்தான்; இவர்களோ எங்கெங்கு மலைகளும் காடுகளும் தமக்குப் பாதுகாப்புத் தருகின்றனவோ, அங்கே மறைந்துகொண்டு, தெனீகினின் பக்கவாட்டுப் படைகளுக்கு மிகுந்த தொல்லைகொடுத்துக் கொண்டிருந்தார்கள்.

செஞ்சேனை ராணுவத்திலோ ஒன்பதாவது, பதின்மூன்றாவது ராணுவங்கள் பலத்த தோல்விகளுக்கு ஆளாயின; பன்னிரண்டாவது ராணுவமோ த்னேஸ்டரிலிருந்தும் புக்கிலிருந்தும் தீரத்துடன் வாபஸாயிற்று; இந்தத் தோல்விகளுக்குப் பின்னால் செஞ்சேனை பெத்ரொகிராத், மாஸ்கோ இவானவோ முதலிய நகர்களிலிருந்தும், மற்றும் பல வடதிசை நகரங்களிலிருந்தும் படைபடையாகக் கம்யூனிஸ்டுகள் வந்து சேர்ந்திருந்த காரணத்தால், செஞ்சேனை ராணுவத்தின் உற்சாகமும் போர்த்திறமையும் மேலும் வளர்ச்சி பெற்று அதிகரித்து வந்தன. செஞ்சேனை ராணுவம் எதிர்த் தாக்குதலுக்கான தனது பிரதம தளபதியின் உத்தரவை ஒவ்வொரு நாளும் எதிர்நோக்கியிருந்தது.

தெலேகின், சாபஷ்கோவ் இருவருடைய புதிய நியமனங்கள் ஊர்ஜிதம் செய்யப்பட்டன. அதன்பேரில் தெலேகின் ஒரு விஷேசப் பிரிகேடுக்குத் தளபதியானான்; சாபஷ்கோவ் கச்சாலின் படைப் பிரிவின் தளபதியானான். பின்னர் அவர்கள் இருவரும் அன்றே திரும்பிவிட்டார்கள். வரும் வழியில் தாம் கேள்விப்பட்ட யுத்தச் செய்திகளின் முக்கியத்துவத்தையே விவாதித்துக்கொண்டு வந்தார்கள். தெனீகினின் பேராசை பிடித்த திட்டத்துக்கு உறுதியான அஸ்திவார பலம் இல்லை என்பதை இருவரும் ஒப்புக் கொண்டார்கள். மேலும், சென்ற ஆண்டில் குபான் பிரதேசத்தில் மேற்கொண்ட அதே வெற்றிகளை மகா ருஷ்யாப் பிரதேசத்திலும் தெனீகின் அடைய முடியாது என்றும் அவர்கள் கருதினார்கள். அங்கோ சரோகினைத் தான் தெனீகின் தோற்கடித்தான்; ஆனால் இங்கோ லெனினையும், பரம்பரை பரம்பரையாக வளர்ந்து

வந்துள்ள நேர்மையான பாட்டாளி வர்க்கத்தையும் தெனீகின் எதிர்த்து நிற்கவேண்டி நேரும்; மேலும், இங்குள்ள விவசாயிகளோ முற்றிலும் மாறுபட்ட தன்மையுடையவர்கள்; அவர்கள் தம்மிடமுள்ள முள்ளுக் கவட்டைக் கருவிகளால், நெப்போலியனையே ருஷ்ய நாட்டுக்கு வெளியே தூக்கியெறிந்தவர்களின் வழித்தோன்றல்கள்!

***

"பதாகையை முன்னால் கொண்டுவாருங்கள்! உறையைக் கழற்றுங்கள்!"

பதாகை தாங்கியும், அவனுக்கருகில் காவலுக்கு வந்த லதூகினும், காகினும் முன்னால் வந்தார்கள். தெலேகின் புதிய தளபதியான சாபஷ்கோவிடம் தனது படைப் பிரிவை ஒப்படைத்தான்; அப்போது அவனது முகத்தில் உறுத்து நோக்கும் வருத்தமும் கலந்திருந்தது. நெற்றி சிந்தனையால் சுருங்கியது. அவனது பதப்பட்டுப் போன கன்னத்தின் செம்மைகூட மறைந்து போய்விட்டது. அவன் தன் கையிலே ஒரு காகிதம் வைத்திருந்தான்; அதில் தனது பிரசங்கத்துக்கான குறிப்புகளை எழுதி வைத்திருந்தான்:

"கச்சாலின் படைவீரர்களே!" என்று சொல்லிவிட்டு, தெலேகின் தன்னெதிரே ராணுவ முறையோடு விறைப்பாக நின்ற செஞ்சேனை வீரர்களைப் பார்த்தான்; ஒவ்வொருவரையும், அவர்களது துன்ப துயரங்களையும், யுத்தத்தில் பெற்ற வடுக்களையும் அவன் அறிவான்; அவர்கள் எல்லோருமே அவனுக்குச் சொந்தமானவர்கள் தான்: "தோழர்களே! நீங்களும் நானும் மாரிக்காலத்தின் குளிரிலும், கோடைகாலத்தின் வெயிலிலும் ஆயிரக்கணக்கான மைல்கள் அணிவகுத்துச் சென்றிருக்கிறோம். த்ஸாரீத்ஸினில் நீங்கள் இருமுறை மகோன்னமான புகழுக்கு உரியவர்களாவீர்கள். நாம் வாபஸாக நேர்ந்தது நமது குற்றமல்ல. என்றாலும், தாற்காலிகமான நிலையற்றதொரு வெற்றிக்காக எதிரிகள் ஏராளமான பேரைப் பலிகொடுக்குமாறு செய்தவர்கள்

நீங்கள். உங்களது புகழோங்கும் வீரச் செய்கைகள் எண்ணிறந்தவை. அவற்றையெல்லாம் படாடோபமான வார்த்தை அலங்காரங்களால் யாரும் எழுத்தில் பதிந்து வைக்கவில்லைதான்; உங்களது அந்தப் புகழ் எல்லாம், அதிகாரபூர்வமான எண்ணற்ற அன்றாட அறிக்கைகளோடு மறைந்து போய்விட்டது. ஆனால் அதைப் பற்றிக் கவலையில்லை." (தெலேகின் தனது மடித்த கைக்குள்ளிருந்த துண்டுக் காகிதத்தை அவசரமாகப் பார்த்துக் கொண்டான்.) "நான் எச்சரிக்கை விடுக்கிறேன். இனிமேல்தான் உங்களுக்கு இன்னும் மேலான சிரமங்கள் வரக் காத்திருக்கின்றன. எதிரியை நாம் இன்னும் முறியடிக்கவில்லை; முறியடித்தால் மட்டும் போதாது; எதிரியை முற்றும் தொலைத்து அழித்தாக வேண்டும். இந்த யுத்தத்தில், நாம் வெற்றி பெறத்தான் வேண்டும்; வெற்றி பெறமாட்டோம் என்பதோ நடக்கமுடியாத விஷயம். மனிதர்கள் மிருகங்களை எதிர்த்துச் சண்டை போடுகிறார்கள்; போட்டால், மனிதர்கள்தான் வெற்றி வீரர்களாகத் திரும்பி வரவேண்டும். இன்னொரு உதாரணம் சொல்கிறேன். ஒரு விதை, தரைக்குள்ளிருந்து முளைவிட்டுக் கிளம்புகிறது. ஆரம்பத்தில், அது மென்மையான பசுந்தளிரோடுதான் காட்சியளிக்கிறது. என்றாலும், அதுதான் இறுகலான கருத்த பூமியைத் துளைத்து மேலே வருகிறது; கற்பாறையையும்கூடத் துளைத்துவிடுகிறது. ஏன்? வளர்ந்துவரும் விதையில் புதிய வாழ்க்கையின் ஜீவசக்தி அடங்கியிருக்கிறது; இந்த வாழ்க்கை பிறந்துதான் தீரும்; இதனை எந்த ஒரு சக்தியும் தடுத்து நிறுத்தமுடியாது. நாமோ புதியதொரு ஒளிமிகுந்த பகற்பொழுதைக் காண்பதற்காக, குளிர்நிறைந்த வெளிறிய சோகம் சூழ்ந்த காலைப் பொழுதில் போராடிக் கொண்டிருக்கிறோம். நமது எதிரிகளோ கொள்ளைக்காரர்களுக்கே லாயக்கான இரவை விரும்புகிறார்கள். எதிரி எவ்வளவுதான் கோபாவேசமாகத் துள்ளிப் புடைத்தாலும், நாம் எதிர்நோக்கும் அந்த ஒளிமிகுந்த பகற்பொழுது வந்தே தீரும்." (அவன் மீண்டும் தனது குறிப்பைப் பார்த்து விட்டு, அந்தக் காகிதத்தைக்

கைக்குள்ளேயே கசக்கிச் சுருட்டிக் கொண்டான்.) "தோழர்களே! உங்கள் பிரிவை நான் பெரிதும் நினைத்து வருந்துவேன் என்பதை ஒப்புக்கொள்கிறேன். நீங்கள் இல்லாமல் நான் மிகவும் சிரமப்படத்தான் செய்வேன். ஒரு வருஷ காலமாக எங்கெங்கோ ஏற்றிய கணப்புத் தீயைச் சுற்றி நாமெல்லாம் அமர்ந்திருந்தோம். அது ஒன்றும் சாதாரண விஷயமல்ல. நான் உங்களைவிட்டுப் பிரிகிறேன். உங்களிடமிருந்தும், போர்க் குணம் மிகுந்த உங்களது கொடியிடமிருந்தும் நான் விடைபெறுகிறேன். இந்தக் கொடி புகழ்வாய்ந்த கச்சாலின் படைப்பிரிவை என்றென்றும் வெற்றி முகத்திலேயே வழிநடத்திச் செல்ல வேண்டும் என்பது என் விருப்பம் மட்டும் அல்ல; என் கோரிக்கையும்கூட."

தெலேகின் தொப்பியை அகற்றிவிட்டு, அந்தக் கொடியினருகே சென்றான்; துப்பாக்கித் தோட்டாக்களால் துளைக்கப்பெற்ற ஓட்டைகளோடு நிறம் வெளிறித் தோன்றிய அந்தக் கொடியின் முனையைப் பிடித்துத் தூக்கி, அதனை உதடுகளில் வைத்து முத்தமிட்டான். பின்னர் தொப்பியைத் தலையில் வைத்து, அதற்கு வணக்கம் செலுத்தினான்; பின் கண்களை மூடினான்; கண்ணீரை உள்ளடக்க முயன்றவாறு முகம் முழுவதையும் நெரித்துச் சுருக்கினான்.

***

சாபஷ்கோவும் மற்றத் தளபதிகளும் சேர்ந்து அளித்த பிரியாவிடை விருந்துக்குப் பின்னர், தெலேகினுக்குத் தலை கிறுகிறுத்துச் சுழலத் தொடங்கிவிட்டது. அவன் அந்தப் பிரம்பு வண்டியில் தனது சாக்குப் பையைப் பிடித்தவாறு ஏறி உட்கார்ந்தான்; (அந்தச் சாக்குப் பைக்குள்ளிருந்த பல்வேறு சாமான்களுடன் தாஷாவின் பொம்மைகளான சீனாப் பூனைக் குட்டியும் நாய்க்குட்டியும் இருந்தன.) வண்டியிலமர்ந்ததும், அந்த விருந்தின்போது பேசப்பட்ட பிரசங்கங்களை அவன் நினைவுகூர்ந்தான். அவர்களைக் காட்டிலும் மனிதர்கள்

ஒருவருக்கொருவர் அவ்வளவு பிரியமாக இருக்க முடியாது என்றே அவனுக்குத் தோன்றியது. அவர்கள் அவனைத் தழுவினார்கள்; முத்தமிட்டார்கள்; கையைப் பிடித்து அழுத்தமாகக் குலுக்கினார்கள். அருமையும் உண்மையும் நேர்மையுமிக்கவர்கள் அவர்கள்! இளைஞர்களாயுள்ள தளபதிகள் துள்ளியெழுந்து நின்று உலகப் புரட்சிக்கு வாழ்த்துக் கூறிப் பேசினார்கள். அவர்களது பேச்சு வெகுளித்தனமாகவும், தடபுடலான வார்த்தை அலங்காரத்துடனும் இருந்த போதிலும், அதில் ஆழ்ந்த பற்றும் நம்பிக்கையும் பிரதிபலித்தன. அமைதியும் அடக்கமும் மிகுந்தவரான பட்டாளத் தளபதி ஏதோ ஓர் உணர்ச்சி வேகத்தில் திடீரென்று மேஜையின்மீது ஏறி நின்றுகொண்டு, மேஜைமீது கிடந்த கடித்துப் போடப்பட்ட வாத்து எலும்புகளுக்கும், தர்ப்பூசணிப் பழத் தோடுகளுக்கும் மத்தியில் வெறிவேகம் மிகுந்த ஒரு கசாக்கு நடனத்தையே ஆடித் தீர்த்துவிட்டார். இதையெண்ணிப் பார்த்ததும் தெலேகின் தனக்குத் தானே வாய்விட்டுச் சிரித்துவிட்டான்.

கிராமத்தைவிட்டு வெளியே செல்லும் சமயத்தில் அந்த வண்டி சட்டென்று நின்றது; தொடர்ந்து மூன்று பேர் வந்தார்கள். லதூகின், காகின், சதூய்வீதெர் மூவரும்தான் அவர்கள். அவர்கள் எல்லோரும் தெலேகினை வாழ்த்தினார்கள். பின்னர் லதூகின் பேசினான்:

"தெலேகின்! நீங்கள் எங்களை மறந்துவிட மாட்டீர்கள் என்று நாங்கள் நினைத்தோம். ஆனால் மறந்து விட்டீர்கள்!"

"ஆம். உங்களுக்காக நாங்கள் காத்திருந்தோம்" என்றான் காகின்.

"என்ன இது, தோழர்களே? நீங்கள் என்ன சொல்கிறீர்கள்?"

"நாங்கள் உங்களுக்காகக் காத்திருந்தோம்" என்று சொல்லியவாறே, லதூகின் வண்டியின் அச்சுக்குடத்தின் மீது காலை வைத்தான்: "நாமெல்லாம் ஒரு வருஷ காலம் ஒருவருக்கொருவர் அருகில் வாழ்ந்தோம்; ஒருவருக்கொருவர் நமது உயிரையே கொடுத்திருந்தோம்.

ஆனால், நீங்கள் அதை எல்லாம் பற்றிக் கவலை கொள்ளவில்லை. எனவே நாம் விடைபெற்றுக் கொள்ள வேண்டியதுதான் போலிருக்கிறது."

அவன் கோபத்தோடு நடுங்கிக் கொண்டிருந்தான். "கொஞ்சம் பொறுங்கள்!" என்று சொல்லியவாறே தெலேகின் வண்டியைவிட்டு இறங்கினான்.

"நாங்கள் இங்கே காலாட்படையிலே என்ன செய்துகொண்டிருக்கிறோம்?" என்றான் சதூய்வீதெர்: "எங்களுக்கும் அதற்கும் சம்பந்தமில்லை. என்றென்றைக்கும் நாங்கள் புழுதியிலேயே நடந்து கொண்டிருக்க வேண்டுமா?"

"நாங்களெல்லாம் கடற்படைப் பீரங்கிகளைச் சேர்ந்தவர்கள். எங்களைப் போன்ற ஆட்களை நீங்கள் வேறு எங்கு சென்றாலும் காண முடியாது" என்றான் காகின். அவனது கண்கள் ஒளிபெற்றுத் துலங்கின.

"நீஷ்னி நோவ்கரதில் இருந்தபோது, நாங்கள் பன்னிரண்டு பேர் இருந்தோம்" என்றான் லதூகின்: "இப்போதோ மூன்று பேர் இருக்கிறோம். உங்களையும் சேர்த்தால் நான்கு பேர். ஆனால், நீங்களோ குதூகலமாக விடைபெற்றுப் புறப்பட்டாயிற்று! நாங்கள் எல்லாம் மனிதர்களல்ல. நாங்கள் எல்லாம் கம்பளிக் கோட்டணிந்த வெறும் உருவங்கள். நீங்களும் எங்களைத் தெரிந்து வைத்திருந்தீர்கள். திடீரென்று உங்களுக்கு நாங்கள் இல்லாமலே போய்விட்டோம். ஆனால், உங்களிடம் பேசி என்ன பயன்? நீங்கள் நல்ல குடிவெறியில் இருக்கிறீர்கள்."

சதூய்வீதெர் குறுக்கிட்டுப் பேசினான்: "இப்போது உங்கள் தலைமையின்கீழ் பெரிய பிரிகேடே ஒன்று இருக்கப்போவதால், அதில் உங்களுக்குச் சொந்தமான கனரக பீரங்கிகளும் இருக்கத்தானே செய்யும்."

"உங்கள் பீரங்கி பாழாய்ப் போக!" என்றான் லதூகின். "அவசியமானால், நான் கக்கூசைக்கூடக் கழுவத் தயாராயிருக்கிறேன். ஆனால் மனிதனை இழப்பதென்பதை என்னால் தாங்கிக்கொள்ள முடியவில்லை. தெலேகின்!

நான் உங்களை நம்பினேன். நேசித்தேன். ஒருவரை நேசிப்பது என்றால், என்னவென்று உங்களுக்குத் தெரியுமா? இப்போதோ நான் உங்களுக்கு வலதுபுறத்திலே நிற்கும் ஐந்தாவது மனிதன் மாதிரி ஆகிவிட்டேன். இனிப் பேசி என்ன பயன். நான் சொன்னதை, போகும் வழியில் எண்ணிப் பாருங்கள். அப்போது புரியும்."

"தோழர்களே!" அவர்களது பேச்சினால் தெலேகினுக்குப் போதை மறைந்து புத்தி தெளிந்துவிட்டது: "நீங்கள் என்னை அவசரப்பட்டுத் தவறாகக் கருதிவிட்டீர்கள். நான் அந்தப் பிரிகேடுக்குப் போய்ச் சேர்ந்ததுமே, அதன் பீரங்கிப் படைக்கு உங்கள் மூவரையும் வரவழைத்துக் கொள்ள வேண்டும் என்றுதான் எப்போதும் எண்ணியிருந்தேன்."

"ரொம்ப நன்றி" என்றான் சதுரய்வீதெர். அவனது முகத்தில் குடிகொண்டிருந்த கவலை மறைந்தது.

ஆனால், லதூகினோ தனது உடைந்த பூட்சினால் தரையை ஓங்கி மிதித்தான்:

"அதெல்லாமில்லை. இவர் பொய் சொல்கிறார்! இப்போதுதான் இவர் அதைப் பற்றியே நினைத்திருக்கிறார்!" பின்னர் அவன் தன் குரலை மிருதுவாக மாற்றி, தனது வளைந்த சுட்டுவிரலை தெலேகினை நோக்கிப் பயமுறுத்துவதுபோல் நீட்டிக் கொண்டே சொன்னான்: "தோழரே! மனச்சாட்சி மட்டும் இருந்தால் போதாது. அதைக்கொண்டு நீங்கள் நினைத்தால் மட்டும் போதாது. ஆனாலும் நீங்கள் சொன்னதற்கு நன்றி கூறிக் கொள்கிறேன்."

தெலேகின் சிரித்துக்கொண்டே, லதூகினின் தோளில் தட்டிவிட்டுச் சொன்னான்:

"எவ்வளவு கோபக்காரனப்பா, நீ? இருந்தாலும் நீ நியாயமாக நடந்துகொள்ளவில்லை."

"எனக்கு எதற்கு நியாயம்? நான் என்ன, யாரையாவது ஏமாற்ற நினைத்தேனா? இருந்தாலும் நீங்கள் ஓர் எளிய

மனிதர். உங்களை மன்னிக்கத்தான் வேண்டும். அதனால் தான் பெண்களுக்குக்கூட உங்களைப் பிடித்துப் போய் விடுகிறது. நல்லது. கோபப்படாதீர்கள். வண்டியில் ஏறுங்கள்!" என்றான் லதூகின். பின்னர் அவன் தெலேகினின் முழங்கையை இறுகப் பற்றியவாறே மேலும் சொன்னான்: "ஒரு தோழரைக் காப்பதற்காக, எதிரியின் வாள்முனைக்குக் குறுக்கே போய் விழுவதென்றால் என்ன என்று உங்களுக்குத் தெரியுமா? அத்தகைய சந்தர்ப்பமே உங்களுக்குக் கிட்டவில்லையா?" அவனது ஒளிமிகுந்த அகன்ற இடைவெளியுள்ள கண்களில் ஒரே சமயத்தில் விரக்தியும் ஆர்வமும் பிரதிபலித்தன. அந்தக் கண்கள் தெலேகினைக் கூர்ந்து நோக்கின: "இப்போது நீங்கள் பொய்தானே சொன்னீர்கள். இல்லையா?"

அவன் கண்களைச் சுருக்கித் தலையை ஆட்டினான். "ஆம். பொய்தான் சொன்னேன். என்றாலும் நீங்கள் எனக்கு நல்லதைத்தான் செய்தீர்கள். நான் மறந்துவிட்ட ஒன்றை எனக்கு நினைவூட்டி, என்னைத் திருத்திவிட்டீர்கள்."

"இப்படித்தான் பேச வேண்டும்!"

"சரி. அவரைப் போக விடு. நீ அவரைப் போக விட மாட்டாயா? உனது படைத் தொழிலின் ராஜா வேஷம் போட ஆரம்பித்துவிட்டாயா?" என்று முழங்கினான் காகின்.

தெலேகின் மறுவார்த்தை பேசாமல், அவர்களிடமிருந்து விடைபெற்று வண்டியில் ஏறினான்; போகும் வழியில் அவன் வெகுநேரம் வரையிலும் தலையை ஆட்டியவாறும், கிளுகிளுத்துச் சிரித்தவாறும் இருந்தான்.

அந்த விஷேசப் பிரிகேடின் தலைமைக் காரியாலயத்துக்கு விமானத்தில் சென்றால், ஒரு மணி நேரத்தில் சென்று விடலாம்; குதிரையில் சென்றால்கூட, ஒருநாளில் போய்ச் சேர்ந்துவிடலாம். தெலேகினோ ரயிலில் சென்றான். நான்கு நாட்களாகப் பல்வேறு ரயில்களில் மாறிமாறி ஏறியும், அசுத்தம் நிறைந்த, பஞ்சம் பீடித்த ரயில் நிலையங்களில் பல மணிநேரம் காத்துக் காத்து

அலுத்தும் அவன் பிரயாணம் செய்தான். அவனுக்கென அனுப்புவதாக வாக்களித்த சலூன் ரயில் வண்டியும் வந்து சேரவில்லை. எனவே, அவன் தனது பயணத்தின் கடைசிக்கட்டத்தை மாடுகள் அடைக்கும் ஒரு சரக்கு வண்டியில் ஏறித்தான் பிரயாணம் செய்ய நேர்ந்தது. அந்த வண்டியிலும் பாதிக்குமேல் சாக்குக் கட்டிகள் அடைத்துக் கொண்டிருந்தன. அத்தகைய காலச் சூழ்நிலையில் அந்தச் சாக்குக் கட்டிகள் யாருக்குத்தான் எதற்குத்தான் போயிற்றோ? அது யாருக்கும் தெரியாத விஷயம். இத்தனைக்கும் மேலே சிகரம் வைத்தாற்போல் அந்த வண்டியில் கொழுத்த முகம் படைத்த ஒரு பிரயாணி இருந்தான். அவன் முகத்தைப் பார்த்தால், ஜாடிக்கு மூக்குக் கண்ணாடி போட்டு விட்டதுபோல் தோன்றியது. அவன் அங்கிருந்த பலகைகளில் ஒன்றின் மீது படுத்துக்கொண்டு அவஃபன்பாஹ் கூத்து நாடகப் பாடல்களில் ஏதோ ஒன்றை இடையறாது முனகிக் கொண்டிருந்தான். பொழுது இருட்டிய பிறகு, அவன் தனது மூட்டை முடிச்சுக்களை அவிழ்த்து, அவற்றிலிருந்த சாமான்களை ஒரு சாக்குப் பையிலிருந்து இன்னொன்றுக்கு மாற்றினான்; எதுஎதையோ வெளியில் எடுத்தான்; பிறகு அவற்றை முகர்ந்து பார்த்துச் சிணுங்கி விட்டு, அவற்றை மீண்டும் பைக்குள்ளே திணித்து வைத்தான்.

தெலேகினோ பசிக்கும் களைப்புக்கும் பெரிதும் ஆளாகிச் சோர்ந்திருந்தான். இந்தச் சமயத்திலே பல்வேறு உணவுப் பொருட்களின் மணமும் அவனது மூக்கைத் தொட ஆரம்பித்தது. கடைசியில் அந்தப் பாழாய்ப்போன பிரயாணி ஓர் அவித்த முட்டையையெடுத்து, அதன் தோட்டை உடைத்து உரித்துவிட்டு, அதனைத் தின்றான்; தின்னும்போதே எப்போதும் மூக்கைச் சிணுங்கிக் கொண்டான். அதைப் பார்த்ததும், தெலேகினுக்குப் பொறுமையே இழந்து போய்விட்டது.

“பிரஜையே! இதோ பாருங்கள். சீக்கிரத்திலேயே அடுத்த ஸ்டேஷனில் வண்டி நிற்கப் போகிறது. நின்றவுடனே நீங்கள் உங்கள் சாமான்களையும் மூட்டை முடிச்சுகளையும்

எடுத்துக்கொண்டு இறங்கிப் போய் விடுங்கள்."

இருட்டில் அந்தப் பிரயாணி அசைபோடுவதை நிறுத்தி விட்டு, அசைவற்று அமர்ந்திருந்தான். ஒரு நிமிஷம் கழித்து, இருளில் தெலேகினின் மூக்குக்கு நேராக நெடிமிகுந்த ஒரு மாமிசக் கறியின் வாடை அடித்தது; உடனே அவன் கண்ணுக்குத் தெரியாத அந்தக் கையைக் கோபாவேசத்தோடு தூரத் தள்ளினான்.

"போர் வீரர் தோழரே! நீங்கள் என்னைத் தவறாக நினைத்துவிட்டீர்கள்" என்று அந்தப் பிரயாணி மிருதுவான தொனியில் சொன்னான்: "நான் உங்களுக்குத் தின்பதற்கும் குடிப்பதற்கும் ஏதாவது தரலாம் என்று தான் நினைத்தேன்." அவன் பெருமூச்செறிந்தான்; மீண்டும் அந்த மாமிசக் கறியின் மணம் தன்னருகே வருவதை தெலேகின் உணர்ந்தான்.

"கொள்கைகள். எல்லாம் கொள்கைகள். ஆனால் வெள்ளைப்பூண்டும் பன்றிக்கறியும் சேர்ந்த உக்ரேனிய மாமிசக் கறியை சாப்பிடுவதற்கும் கொள்கைக்கும் என்ன சம்பந்தம்? மேலும், என்னிடம் கொஞ்சம் வோட்காவும் இருக்கிறது. ஆளுக்கு ஒரு மடக்குக் குடிக்கலாம்." அவன் ஆவலோடு காத்திருந்தான்; ஆனால், தெலேகினோ பதிலே பேசவில்லை. "நீங்கள் ஒருவேளை என்னைக் கொள்ளை லாபக்காரனென்றோ, கள்ள மார்க்கெட்காரனென்றோ நினைத்துவிட்டீர்கள், போலிருக்கிறது. மன்னியுங்கள். நான் ஒரு கலைஞன்; நடிகன். கச்சாலாவ், யூரியேவ், மாமன்த் தால்ஸ்கி முதலியவர்களைப்போல் அவ்வளவு சிறந்த நடிகனாக நான் இல்லாமல் போகலாம். ஆனால் மாமன்த் தால்ஸ்கி! ஆண்டவன் அவரது இருண்ட ஆத்மாவை மன்னித்து அருளட்டும்! அவன்தான் பெரிய துன்பியல் நாடக நடிகன்! ஆனால் அவனோ உலகரீதியான அராஜக ஆட்சியின் தலைவனென்று தன்னைத்தானே சொல்லிக்கொண்டான்! அயோக்கியன்! அவன் மாஸ்கோ நகரத்திலுள்ள மாளிகைகளையெல்லாம் கொள்ளையிட்டான்! மேலும், அவனோடு சீட்டு விளையாட உட்கார்ந்தால், நமது உயிருக்கே ஆபத்து

வந்தாலும் வந்துவிடும்! போகட்டும். என் பெயர் பாஷ்கீன் – ரஸ்தோர்ஸ்கி. மாகாணங்களில் என் பெயர் தெரியாத ஒன்றல்ல. முதல்தர நடிகர்களின் வரிசையிலேயே என் பெயர் இடம்பெற்றுவிடும்." அவனோ மீண்டும் காத்திருந்தான்; தெலேகின் தன்னை நோக்கி பின்வருமாறு சொல்வான் என்று எதிர்பார்த்தான்: "ஆஹா! நீங்கள்தான் பாஷ்கீன் – ரஸ்தோர்ஸ்கியா? உங்களைச் சந்திக்க நேர்ந்தது குறித்து எனக்கு மிக்க மகிழ்ச்சி!" ஆனால், தெலேகின் இப்போதும் ஒன்றும் பேசவில்லை. அவன் மீண்டும் தன் பேச்சைத் தொடர்ந்தான்; "நான் மாஸ்கோவில் இரண்டு சீசன்களில் நடித்தேன். நெமிரோவிச் – டான் சென்கோ[14] என்னை ஒப்பந்தம் செய்துகொள்ள வேண்டுமென்று வளைய வளைய வந்தார். 'முடியாது. என் ஆசை தீருமட்டும் நான் முதலில் நடிக்கட்டும். அப்புறம், நீங்கள் என்னை ஒப்பந்தம் செய்யலாம்' என்று அவரிடம் சொல்லிவிட்டேன் நான். 1918ஆம் ஆண்டில் நாங்கள் கோர்ஷ் தியேட்டரில் 'டன்தோனன் மரணம்' நாடகத்தோடு அரங்கேற்றினோம். நான்தான் டன்தோனாக நடித்தேன். கர்ஜிக்கும் சிங்கம்; மக்களின் தலைவன்; தடித்த உதடுகள்; காளை; காட்டுமிருகம்; மேதாவி; பெருந்தீனிக்காரன்; காமலோலன் – ஆஹா! எத்தகைய பாத்திரம் அது! நீங்கள் என்னை அப்போது பார்த்திருக்க வேண்டும்! எத்தனை பெரிய வெற்றி! ஆனால், அங்கு எரிபொருளும் இல்லை. மாஸ்கோ நகரமே இருள் மண்டிக் கிடந்தது. 'பாக்ஸ் ஆபீஸ்' விற்பனை இல்லை. எனவே எங்கள் கம்பெனி கலைந்து போய்விட்டது. 'டன்தோனின் மரணம்' நாடகத்தோடு நாங்கள் ஐந்து பேர் மட்டும் மாகாணங்களில் சுற்றுப் பிரயாணம் செய்தோம். கல்வி இலாகா கமிஸாரான லூனச் சார்ஸ்கி மாஸ்கோவில் அந்த நாடகத்தை நடத்துவதைத் தடுத்துவிட்டார். ஆனால் மாகாணங்களிலோ நாங்கள் எங்கள் இஷ்டப்படி நடத்தினோம். கடைசிக் காட்சியிலே

---

14. மாஸ்கோ நாடக அரங்கின் புகழ்பெற்ற இசை அமைப்பாளர். - (ப-ர்.)

நாங்கள் ஒரு 'கில்லட்டின்' கொலைக் கருவியையே மேடைக்குக் கொண்டுவந்தோம். அது திடுமென்று இறங்கிவந்து என்மீது விழும்; என் தலை தெறித்துப் போய் தூர விழும்! டிக்கட்டுக்கள் என்னமாய் விற்றன தெரியுமா? கொட்டகையே நிரம்பிவழியும். நம்புவீர்களோ, மாட்டீர்களோ? ஜனங்களெல்லாம் 'மீண்டும் தலையை வெட்டுங்கள்!' என்று கத்துவார்கள். நாங்கள் கார்க்கவிலும் கீவிலும் அதனை நடத்திக் காட்டினோம். அப்போது செஞ்சேனையினர் அங்கிருந்தார்கள். பிறகு உமானிலுள்ள தீயணைக்கும் நிலையத்தின் கொட்டகையில் நடத்தினோம். பிறகு நிகலாயேவ், ஹெர்ஸான், எகதிரினஸ்லாவ் முதலிய நகரங்களில் நடத்தினோம். பிறகுதான் எங்களது கெட்ட காலத்தால், நாங்கள் ரஸ்தோவுக்கும் போகலானோம். அங்கும் பிரமாதமான வெற்றிதான். 'பாக்ஸில்' அமர்ந்திருந்த ஒரு அதிகாரி ரோபஸ்பியேரின்மீது துப்பாக்கியால் சுடக்கூடத் துணிந்துவிட்டார். ஆனால், மறுநாளே போலீஸ் தலைமையதிகாரி என்னைக் கூப்பிட்டு அனுப்பி, பழைய ஜாராட்சிக்கால பாணியிலேயே என் முகத்தில் ஒரு குத்துவிட்டார். 'உன் பிரார்த்தனைகளில் கூட, பிரதம தளபதி தெனீகினின் தயவை நினைத்துக் கொள். என் வழியில் விட்டிருந்தால், நான் இதற்குள் உன்னைத் தூக்கிலிட்டிருப்பேன். இந்த நிமிஷமே ரஸ்தோவைவிட்டு ஓடிப் போய்விடு!' என்று சொல்லி விட்டார். ஆமாம். இந்தக் காலத்திலே நடிகனாக வாழ்வது மிகவும் சிரமம்தான். நாங்கள் நாடோடிகளைப்போல் எங்கெல்லாமோ மூலைமுடுக்குகளிலெல்லாம் பட்டிதொட்டியெல்லாம் சுற்றித் திரிகிறோம். எங்களது காட்சித் திரைகள் எல்லாம் பழுதாகிப் போய்விட்டன; அவற்றை உபயோகிக்கவே அவமானமாக இருக்கிறது. மேலும் கஸ்லோவில் அவர்கள் எங்களது 'கில்லட்டின்' கருவியை ரயிலில் ஏற்ற மறுத்துவிட்டார்கள். 'எந்த உபயோகத்துக்கென்று தெரியாத கருவி' என்று காரணம் காட்டி விட்டார்கள். எனவே இப்போது என் தலையைக் கோடரியால் வெட்டுவதாக நாங்கள் கதையை அமைத்துக்கொண்டோம்! 'தீப்பெட்டி இருக்கிறதா?'

இருந்தால், உங்களுக்கு அதனை எடுத்துக்காட்ட முடியும். என் தலை இங்கேயுள்ள ஒரு பைக்குள் இருக்கிறது. மாஸ்கோவிலுள்ள மாலி தியேட்டரிலுள்ள சிற்பி ஒருவன் அதனைச் செய்துகொடுத்தான். அவன் ஒரு மேதை! மேலும் தணிக்கைத் தொல்லை வேறு. தணிக்கை இலாகாத் தோழரிடம் நாடகப் பிரதியைக் கொண்டு போய்க் கொடுத்தால், அவர் அதைப் படிக்கிறார், படிக்கிறார்; அப்படிப் படிக்கிறார். அப்புறம் நான் அவரிடம், 'இது சரித்திர சம்பந்தமான உண்மை' என்று சொன்னால், அவர் அப்போதும் பக்கங்களைப் புரட்டிப்புரட்டிப் பார்க்கிறார். 'இது சரித்திரகால உண்மைதான் என்பதற்கு உங்கள் ஆதாரம் எங்கே?' என்று கேட்கிறார். பிறகு அவரிடம் லுனச்சார்ஸ்கி எழுதிய உற்சாகமிக்க விமர்சனத்தை எடுத்துக் காட்ட வேண்டும். அவர் அதையும் படித்துப் பார்க்கிறார். அப்புறமும், 'இதைவிட, ஏதாவது கொஞ்சம் தமாஷாக உள்ள நாடகங்கள் எதுவும் இல்லையா? இருந்தால் அதை நீங்கள் நடிக்கலாமே!' என்று சொன்னார் அவர். இதனால் நமது நாடிநரம்புகளைப் பிறாண்டிப் பிடுங்குகிற மாதிரி எனக்கு எரிச்சல் வருகிறது. எங்களுக்கு என்ன நேரப் போகிறது என்று தெரியாது. நாங்கள் இப்போது என்ஸ்க்நகரத்துக்குப் போய்க் கொண்டிருக்கிறோம். அங்குள்ள 'விஷேசப் பிரிகேடின்' தலைமைக் காரியாலயத்தில் நாடகம் நடத்துவதற்காகப் போகிறோம்."

தெலேகின் பின்வருமாறு கேட்டான்: "உங்கள் நாடகக் கோஷ்டி எங்கே?" தெலேகினின் கேள்வியைக் கேட்டு அவன் வியந்துபோனான். "அவர்கள் அடுத்த வண்டியில் நாடகக் கருவிகளோடு வருகிறார்கள். ரோபஸ்பியேர் இஞ்சின் வண்டியிலேயே ஏறிக் கொண்டுவிட்டான். அவன் இயற்பெயர் தீன்ஸ்கி. அவனைப் பற்றி நீங்கள் கேள்விப்பட்டிருக்கலாம். குடியரசிலேயே ரோபஸ்பியேராக நடிப்பதில் அவன்தான் தலைசிறந்தவன். அவனைப்பற்றி நீங்கள் ஒன்று மட்டும் நிச்சயமாகக் கொள்ளலாம். அவன் எங்கிருந்தாலும் எப்படியாது வோட்காவுக்கு வழிபார்த்து விடுவான். மகாமேதை அவன். எப்போதுமே

அவன் இஞ்சின் வண்டியிலேதான் வருவான். எனவே நாங்கள் நிம்மதியாகப் பயணம் செய்யலாம். 'சரி, என்ன தோழரே! நாம் சாப்பிடலாமா? வேண்டாம்' என்று சொல்லிவிடாதீர்கள்!"

"நல்லது. நான் வேண்டாம் என்று சொல்லவில்லை."

"மிக்க நன்றி" என்றான் பாஷ்கீன் - ரஸ்தோர்ஸ்கி. பின்னர் அவன் தனது பைகளைத் துழாவத் தொடங்கினான்: "அந்த இழவை எங்கே வைத்தேன் என்று தெரியவில்லையே!

அவன் ஒரு முட்டையையும், மாமிசக்கறியையும், காய்ந்த ரொட்டியையும் தெலேகினிடம் கொடுத்தான். "நாங்கள் என்ஸ்கில் ஆடி முடித்த பின்னர் மாஸ்கோவுக்குச் செல்கிறோம். இந்த நாடோடி வாழ்க்கை போதும்போது மென்றாகிவிட்டது! நிக்லீன்னாயா தெருவில் ஐந்தாம் நம்பர் இடத்தில் ஒரு ஆர்மீனியாக்காரன் - மகாமேதை அவன் - ஓர் உணவுவிடுதி வைத்திருக்கிறான். மாமிசக்கறி, வறுத்த தொடைக்கறி எல்லாம் கிடைக்கும். போலீஸ்காரர்கள் ஒவ்வொரு நாளும் அதனைச் சோதனை போடுகிறார்கள். என்றாலும் அவர்களால் ஒன்றையுமே கண்டுபிடிக்க முடிவதில்லை. அந்தக் கடைக்குப் போய்விட்டு வருபவர்கள் எல்லோருடைய வாயிலும் சாராய நாற்றம் அடிக்கிறது. ஆனால் அந்த இடத்தைச் சோதனை போட்டார்கள், சாராயத்தையே அவர்களால் கண்டுபிடிக்க முடிவதில்லை. கண்டு பிடிக்கவும் முடியாது. அவன் சாராயப் பீப்பாயை நாலாவது மாடியிலுள்ள மேன்மாடத்தில் வைத்திருக்கிறான்; அதனை ஒரு காலியான தண்ணீர்க் குழாயோடு இணைத்து வைத்திருக்கிறான். கீழேயுள்ள கடையிலே ஒரு சாதாரண தண்ணீர்க் குழாயும் கை கழுவும் தொட்டியும்தான் தென்படும். அந்தச் சிறு குழாயைத் திறந்துவிட்டு, சாராயத்தை நிரப்பிக்கொள்ள வேண்டியதுதான்."

அந்த மாமிசக் கறியை ஆனந்தமாக அசை போட்டான் தெலேகின்; அத்துடன் வோட்காவையும் சிறிது அருந்தி, அதன் சுகானந்தத்துக்கும் ஆளானான். பிறகு, தனது சக

பிரயாணியை நோக்கிச் சொன்னான்.

"உங்களுக்கு எல்லா வசதிகளையும் செய்து தர முயல்கிறேன். முதலிலே ஓய்வெடுத்து, ஒத்திகைகளை நடத்துங்கள். அவசரப்பட வேண்டாம். ஆனால், எங்களுக்கு நல்லதொரு நாடகத்தை நடத்திக் காட்டி விட வேண்டும். என்ஸ்கில் நீங்கள் எல்லோரும் எனது விருந்தாளியாக இருப்பீர்கள். நான்தான் அந்த 'விசேஷப் பிரிகேடின்' தளபதி."

"ஓ!" என்று பெருமூச்செறிந்தான் பாஷ்கீன் - ரஸ்தோவ்ஸ்கி: "இப்போதுதான் நீங்கள் யார் என்று புரிகிறது. நான் உங்களையே வெகுநேரம் பார்த்துக் கொண்டு, 'அதோ எனது வீழ்ச்சி அமர்ந்திருக்கிறது!' என்று என்னுள் நினைத்துக்கொண்டேன். நீங்கள் அப்படிப் பயமுறுத்திவிட்டீர்கள். நானும் பேசினேன்; பேசினேன். அதேசமயம் இந்த மனிதர் என்னை ஏன் இன்னும் வெளியில் பிடித்துத் தள்ளாமல் இருக்கிறார் என்றும் அதிசயித்தேன். நல்லது, நண்பரே! நாங்கள் உங்களுக்கு நடித்துக் காட்டுகிறோம். நாங்கள் ஒரு வைராக்கியத்தோடு, கலைக்காகவே, உண்மையான நடிகர்களாக நடித்துக் காட்டுகிறோம், பாருங்களேன்!"

***

தெலேகின் தனது சாக்குப் பையுடன் ரயிலிலிருந்து இறங்கினான். உடைந்துபோன சிம்னியுடன் கூடிய ஓர் எண்ணெய் விளக்கு பிளாட்பாரத்தின்மீது நின்ற சில ராணுவ வீரர்களின்மீது மங்கிய ஒளியைப் பாய்ச்சியது.

"வணக்கம், தோழர்களே!" என்று தெலேகின் அவர்களை அணுகியவாறு சொன்னான்: "விசேஷப் பிரிகேடின் தளபதியையா எதிர்பார்த்து நிற்கிறீர்கள்? அப்படியானால், அது நான்தான். தெலேகின். நானாக வந்து பேசியதற்கு மன்னியுங்கள்."

அவன், அவர்கள் ஒவ்வொருவருடனும் வரிசையாகக் கைகுலுக்கினான். எனினும், அந்த இருளில் ஒரே

ஒருவனை மட்டும் அவன் வியப்போடு நோக்கினான். நரைத்த தலையும், மெலிந்த தோற்றமும், கண்டிப்பு நிறைந்த பார்வையும் ராணுவ வீரனின் பெருமிதமும் கொண்ட மனிதன் அவன். அவர்கள் ஸ்டேஷனைவிட்டு வெளியேறி, வெளியிலுள்ள இருண்டுகிடந்த சதுக்கத்துக்கு வந்ததும் மீண்டும் தலையைத் திருப்பி, தோளுக்கு மேலாக அந்த மனிதனைப் பார்த்தான். அப்போதும் அவனால் அந்த மனிதனைப் பூரணமாக அடையாளம் கண்டுகொள்ள முடியவில்லை. தெலேகினை ஒரு வண்டியில் ஏற்றினார்கள்; அந்த வண்டி கருக்கிருட்டுச் சூழ்ந்த வயல்வெளிகளின் வழியே நெடுந்தூரம் சென்றது; அந்த வயல்களிலிருந்து சாணக் குவியலின் நாற்றம் வந்துகொண்டிருந்தது. அந்த வண்டி ஒரு நீண்ட கட்டடத்தின் முன் நின்றது. அது உயர்ந்த கூரையையுடைய ஒரு கொட்டகைபோல் தென்பட்டது. அங்கு தெலேகினுக்கென்று ஓர் அறை தயாராக இருந்தது. புதிதாக வெள்ளையடிக்கப் பெற்றிருந்தது; எனினும், அதில் மேஜை நாற்காலிகள் எதுவுமே இல்லாதது போலத்தான் வெறிச்சோடிச் தோன்றியது. ஜன்னல் விளிம்பின் மீது ஒரு மெழுகுவத்தி எரிந்து கொண்டிருந்தது. ஒரு தட்டிலே உணவு வைக்கப்பட்டு, வேறொரு தட்டினால் மூடப்பட்டிருந்தது. அவன் தனது மூட்டையைத் தரையிலே போட்டுவிட்டு, சட்டையைக் கழற்றினான்; கையைக் காலைநீட்டி உடம்பின் அலுப்பை முறித்துக்கொண்டான். பின்னர் அங்கு கிடந்த புதிதாகப் போடப்பெற்ற சுத்தமான படுக்கையிலமர்ந்து, சாக்குக் கட்டித் தூள் படிந்திருந்த தனது பூட்சுகளைக் கழற்ற முனைந்தான்.

கதவில் மெல்லத் தட்டும் ஓசை கேட்டது.

"நான் மெழுகுவத்தியை வந்தவுடனேயே அணைத்திருக்க வேண்டும். இனிமேல் பேச்சுக்கு முடிவேயிருக்காது. இப்போதே மணி ஐந்தாகிறது. சீ!" என்று தெலேகின் தனக்குத்தானே எரிச்சலோடு சொல்லிக் கொண்டான். பிறகு வாய்விட்டுக் கத்தினான்:

"உள்ளே வாருங்கள்."

அவன் ஏற்கெனவே கவனித்திருந்த அந்த நரைத்த தலை மனிதன் சட்டென்று உள்ளேவந்து, கதவை அடைத்துவிட்டு, தனது விறைப்பான கையை நெற்றிப் பொருத்துக்கு உயர்த்திச் சலாமிட்டான்.

தெலேகின், தான் கழற்றிக் கொண்டிருந்த பூட்சின் அடிப்பாகத்தைத் தரையிலே ஓங்கி மிதித்துவிட்டு, பூட்சுக் கால்களுடன் எழுந்து நின்று, அந்த மாயைத் தோற்றத்தை இரட்டை மனிதனைத் தன்னால் முடிந்த மட்டும் கூர்ந்துநோக்கினான்.

"என்னை மன்னித்துக்கொள்ளுங்கள் தோழரே!" என்று ஆரம்பித்தான் தெலேகின்: "பிளாட்பாரத்தில் ஒன்றும் சுகப்படவில்லை. எனவே, அறிமுகங்கள் செய்து கொள்வது மற்றும் சம்பிரதாயமான காரியங்களை எல்லாம் நாளைக்கு வைத்துக்கொள்ளலாம் என்று தீர்மானித்தேன். நான் நினைப்பது தவறில்லையென்றால் - நீங்கள்தான் எனது காரியாலயத் தலைவரா?"

அந்த ராணுவ அதிகாரி இன்னும் கதவுக்கருகிலேயே நின்றவாறே சுருக்கமாகப் பதிலளித்தான்:

"நான்தான்."

"உங்கள் பெயரைத் தெரிந்துகொள்ளலாமா?"

"ரோஷின்!"

தெலேகின் அவனை நோக்கி வியப்போடு திருகத்திருக விழித்தான்; வாயைத் திறந்தவாறு. மூச்சைப் பலதடவை உள்ளே வாங்கினான்.

"ஆஹா! அப்படியா?" பின்னர் அவனது முகம் நடுங்கியது; அவன் கிசுகிசுத்த குரலில் கேட்டான்: "ரோஷினா?"

"ஆம்."

"அப்படியா? அதிசயம்தான். பெரிய அதிசயம்தான்! நீ இப்போது எங்கள் பக்கமா? எனது காரியாலயத் தலைவரா? அடக் கடவுளே!"

அலெக்சேய் தல்ஸ்தோய் ▲ 749

அதே உறுதியோடும் உணர்ச்சியற்ற குரலோடும் ரோஷின் சொன்னான்:

"தெலேகின்! நான் உன்னோடு இப்போதே பேசி விடுவது தான் நல்லது என்று தீர்மானித்தேன். நாளைக்கு நீ இக்கட்டான நிலைமைக்கு ஆளாக வேண்டாம் என்பதற்காகத்தான்."

"அப்படியா? நீ என்னிடம் பேச வேண்டுமா"?

தெலேகின் அவசரஅவரசமாக, கழட்டிக் கொண்டிருந்த பூட்சை மாட்டிக்கொண்டான்; பின்னர் தரையில் கிடந்த சட்டையையும் எடுத்து, அதனையும் மீண்டும் அணியத் தொடங்கினான். ரோஷினோ தலையைக் குனிந்து, தெலேகினின் செய்கைகளை எல்லாம் கூர்ந்து கவனித்தான்; ஆனால் அப்போதும் அவன் உணர்ச்சி வேகத்தையோ, பொறுமையின்மையையோ சிறிதும் காட்டிக்கொள்ளவில்லை.

"ரோஷின்! நாமிருவரும் ஒருவரையொருவர் புரிந்து கொள்வதில் எனக்குக் கொஞ்சம் சிரமம் இருக்குமோ என்று அஞ்சுகிறேன்."

"அப்படியொன்றும் சிரமம் இருக்காது."

"ரோஷின்! நீ மிகுந்த புத்திசாலி. ஆம். அது எனக்குத் தெரியும். நான் உன்னை எவ்வளவு அருமையாக நேசித்தேன், தெரியுமா? சென்ற வருஷம் ரஸ்தோவ் ரயில்வே ஸ்டேஷனில் நாமிருவரும் சந்திக்க நேர்ந்தது நினைவுக்கு வருகிறது. நீ அப்போது என்னிடம் மிகுந்த தாராள மனப்பான்மையுடன் நடந்துகொண்டாய். எப்போதுமே அன்பு நிறைந்த இதயம் உனக்கு. அடக்கடவுளே!"

தெலேகின் தனது பெல்ட்டை இறுக்கினான், பொத்தான்களைத் திரும்பினான்; சட்டைப் பைகளைத் துழாவினான். இவ்வளவையும் தனது அபரிமிதமான மனக்கலவரத்தால்தான் செய்தானோ அல்லது தவிர்க்க

முடியாத அந்த வேதனை தரக்கூடிய பேட்டியை ஒத்திப் போடத்தான் எண்ணினானோ?"

பின்னர் அவன் பின்வருமாறு சொன்னான்: "ஒருவேளை நாமிருவரும் அதே நிலைமையில் இடம் மாறியிருக்கிறோம் என்றும், இந்தச் சமயத்தில் நான் எனது தாராள மனப்பான்மையைக் காட்ட வேண்டும் என்றும் நீ கருதுகிறாய் போலும். உன்மீது எனக்கு பெருத்த மதிப்பு உண்டு; ஆமாம். மிகப்பெரும் மதிப்பு. நாமிருவரும் மிகவும் நெருக்கமாக, எவ்வளவு நெருக்கமாக முடியுமோ, அவ்வளவு நெருக்கமாகப் பிணைந்திருக்கிறோம். ஆனால். நீ. நீ இங்கே என்ன செய்துகொண்டிருக்கிறாய், ரோஷின்? நீ ஏன் இங்கிருக்கிறாய்? அதைச் சொல்."

"அதைச் சொல்லத்தான் வந்தேன், தெலேகின்!"

"ரொம்ப நல்லது. ஆனால் நான் எல்லாவற்றையும் மூடி மறைத்து உனக்கு உதவக்கூடும் என்று நீ எதிர்பார்த்தால்? நீ ஒரு புத்திசாலி. ஒரு விஷயத்தை நாம் தெளிவுப்படுத்திவிடுவோம். நான் உனக்காக எதுவும் செய்ய இயலாது. அந்த விஷயத்தில் நீயும்நானும் அடிப்படையிலேயே மாறுபட்டிருக்கிறோம்."

தெலேகின் முகத்தை நெரித்தான்; தன் கண்களை ரோஷினைப் பார்க்காமல் வேறுபக்கம் திருப்பிக் கொண்டான். ஆனால் ரோஷினோ, அவன் சொல்வதை எல்லாம் புன்னகை புரிந்தவாறே கேட்டுக் கொண்டிருந்தான்.

"நீ ஏதோ திட்டத்தோடுதான் இங்கிருக்கிறாய்" என்று மேலும் சொன்னான் தெலேகின்: "அது என்னவென்றும் எனக்குத் தெளிவாகத் தெரிகிறது. நீ இறந்துபோனதாகக் கட்டிவிடப் பெற்ற வதந்தியும் இந்தத் திட்டத்தோடு சம்பந்தப்பட்டதுதான் என்பதிலும் சந்தேகமில்லை. உண்மையைச் சொல். ஆனால் உன்னை எச்சரித்து விடுகிறேன். நான் உன்னைக் கைது செய்யத்தான் நேரும். ஐயோ! இப்படியா நேரவேண்டும்?" தெலேகின் நம்பிக்கை வறட்சி பாவத்தோடு கையை அசைத்தான்.

அவன் அந்த நேரத்தில் ரோஷினுக்காகவும், தனக்காகவும், உருக்குலைந்துபோன அவர்களது வாழ்வுக்காகவும் வருந்திக் கையை அசைப்பதுபோலத்தான் தோன்றியது. ரோஷினோ, தெலேகினின் அருகில் வேகமாகச் சென்று, அவனை இரு கைகளாலும் தழுவி, அவனது உதடுகளில் உறுதியோடு முத்தமிட்டான்.

"தெலேகின்! நீ மிகவும் நல்லவன். எப்போதும் போலவே, எளிமையும் நேர்மையும் மிகுந்தவனாக விளங்குகிறாய். உன்னை இந்தமாதிரி நிலையில் பார்ப்பதில் நான் பெருமகிழ்ச்சி கொள்கிறேன். நான் உன்னை எவ்வளவு நேசிக்கிறேன். தெரியுமா? சரி. நாம் உட்காருவோம்" என்று ரோஷின் சொல்லியவாறே, தனது பிடியிலிருந்து திமிறிக் கொண்டிருந்த தெலேகினை இழுத்துப் பிடித்து, கட்டிலில் உட்காரவைத்தான்:

"அசடுமாதிரி நடந்துகொள்ளாதே, நான் உளவாளியோ, ரகசிய ஏஜெண்டோ அல்ல. எனவே நீ கவலைப்படத் தேவையில்லை. நான் சென்ற டிசம்பர் மாதம் முதல் செஞ்சேனையில்தான் இருக்கிறேன்."

தெலேகினோ, அவனது எலும்புக் குருத்துக்கள் வரையிலும் உலுக்கி விட்டுவிட்ட முடிவிலிருந்து இன்னும் பூரணமாக விடுதலை பெறாமல், நம்பிக்கையும் அவநம்பிக்கையும் கலந்த நிலையில் ரோஷினைப் பார்த்தான்; நிறமாறிக் காய்த்துப் போயிருந்தபோதிலும், கனிவை இழந்துவிடாத ரோஷினின் முகத்தையும், அறிவுக்கூர்மையும் ஒளியும் மிகுந்த அவனது கறுத்த கண்களையும் கூர்ந்துநோக்கினான். இருவரும் ஒருவர் கையை ஒருவர் விடாது பற்றிய நிலையில், அந்தப் படுக்கையின்மீது அமர்ந்தார்கள். ரோஷினோ தான் இந்தப் பக்கத்துக்கு, தனது வீட்டுக்கு, தனது சொந்தத் தாயகத்துக்கு எப்படி வந்துசேர நேர்ந்தது என்பது பற்றிய எல்லா விவரங்களையும் கூறத் தொடங்கினான்.

இந்தப் பேச்சின் தொடக்கத்திலேயே தெலேகின் குறுக்கிட்டுக் கேட்டுவிட்டான்:

“சரி. காத்யா எங்கே? அவள் உயிரோடுதானே இருக்கிறாள்? நல்லது. இப்போது எங்கே இருக்கிறாள்?”

“காத்யா இப்போது மாஸ்கோவில்தான் இருக்க வேண்டும் என்பது எனது நம்பிக்கை. அவளும் நானும் மீண்டும் சந்திக்காமல் திசைமாறிவிட்டோம். நான் அகதிகள் வெளியேற்றத்துக்குச் சிறிது முன்னர்தான் கீவுக்குப் போனேன். எனவே, நான் அங்கும் பிந்தித்தான் போய்ச் சேர்ந்தேன். என்றாலும் அவள் சென்ற தடத்தைப் பற்றிய தகவல் எனக்குக் கிடைத்தது.”

“அது சரி. நீ உயிரோடிருப்பதும், இப்போது எங்கள் பக்கத்திலே இருப்பதும் அவளுக்குத் தெரியுமா?”

“தெரியாது. அதுதானே என்னைப் பைத்தியமாக்கிக் கொண்டிருக்கிறது!”

19

இரண்டு மாதங்கள் கழிந்தன.

ஜெனரல் தெனீகினின் தாக்குதலைச் செஞ்சேனை ராணுவத்தால் தடுத்து நிறுத்த முடியவில்லை. ருஷ்ய மாநிலத்தின் ஏகச் சக்ராதிபதியான கல்ச்சாக் தமது மூர்க்கமான இறுதி முயற்சியாக, யூரல் பிரதேசத்துக்குள் முண்டியடித்துப் பிரவேசித்துக் கொண்டிருந்தார். பால்டிக் பிரதேசத்திலோ செஞ்சேனையின் ஏழாவது ராணுவம் அலைமேல்அலையாகப் பற்பல தோல்விகளை அடைந்தது; கடக்க முடியாது உளைச் சேற்றின் வழியாக வாபஸ் வாங்கி வந்த அந்த ராணுவம் ஜெனரல் யுடேனிச் தொடுத்த தாக்குதலைத் தாங்க மாட்டாமல், பிஸ்கோவ், லூகா, காத்சினா முதலிய இடங்களை ஒன்றன்பின் ஒன்றாக இழந்துவந்தது. ஜெனரல் யுடேனிச்சோ “பெத்ரொகிராதுக்குள் பிரவேசியுங்கள்” என்று தமது படைகளுக்கு உத்தரவிட்டிருந்தார்.

சோவியத் குடியரசோ உணவுப் பொருட்களும் எரி பொருட்களும் பெறுவதற்கான மார்க்கமின்றி, துண்டிக்கப் பெற்றுத் தொடர்பற்றுப்போயிருந்தது. இருக்கின்ற போக்குவரத்துச் சாதனங்களோ துருப்புகளையும் தளவாடங்களையும் - ஏற்றிக்கொண்டு செல்லும் அளவுக்குச் சற்றும் போதுமானதாக இல்லை. இந்த நிலையில் அக்டோபர் மாதத்து மாரிக்கால வானமும் ருஷ்ய நாடு முழுவதன்மீதும் அழுது வடிந்தது; பஞ்சத்தாலும் பசியாலும் நகரங்கள் ஸ்தம்பித்து வாடி நின்றன; அங்கெல்லாம் இன்னும் படுமோசமாக வரக் காத்திருந்த மாரிக்காலத்தை எதிர்நோக்கி, வாழ்க்கை உள்ளூரப் புகைந்து எரிந்துகொண்டிருந்தது; தொழிலாளர்களெல்லாம் வெவ்வேறு போர்முனைகளுக்குச் சிதறிப் போய்விட்டார்கள்; எனவே, தொழிற்சாலையின் புகைபோக்கிகள் புகையிழந்து சோம்பிக் கிடந்தன; தொழிற்பட்டறைகள் ஆள் நடமாட்டமற்று அடங்கிக் கிடந்தன; உடைந்துபோன ரயில் வண்டிகளும் பழுதுபட்ட ரயில் இஞ்சின்களும் எல்லையற்ற சமாதிக் குழிக்குள் புதைந்துகிடந்தன; நிரந்தரமான அமைதி நிலவிய கூரைக் குடிசைகள் கொண்ட கிராமப்புறங்களில் மிகவும் கொஞ்சப் பேர்தான் மிஞ்சியிருந்தார்கள்; அங்கெல்லாம் பழங்காலத்தில் அவர்களது முன்னோர்கள் செய்ததுபோலவே, கட்டைத் தீவட்டிகள்தான் இரவில் ஏற்றி வைக்கப்பட்டன; அத்துடன் சிலவீடுகளில் கைத்தறிகளும் மீண்டும் கடகடக்கத் தொடங்கின - மாரிக்கால வானமோ இவையனைத்தின்மீதும் அழுது வடிந்து கொண்டிருந்தது.

இத்தகைய மோசமான காலச் சூழ்நிலையில், ஜெனரல் மாமன்தவ் இரண்டாவது முறையாகவும் செஞ்சேனையின் போர்முனையை ஊடறுத்துப் புகுந்துவிட்டார்; செஞ்சேனையின் போர்முனையை தாக்குவதோடு மட்டுமல்லாமல், அதன் போக்குவரத்து தொடர்புகளையும் அழித்தொழிந்தார். பின்னர் தமது கசாக்குப் படைகளுடன் குடியரசின் எல்லையைக் கடந்து ஆழப் புகுந்துவிட்டார்.

தெலேகின், ரோஷின் அவர்களது கமிஸாரான செஸ்ன கோவ் மூவரும் ஆங்காங்கே மடிப்புகளில் எச்சிலால் ஒட்டப்பெற்ற ஒரு கிழிந்த பூகோள வரைப்படத்தைக் குனிந்து பார்த்துக் கொண்டிருந்தார்கள். செஸ்னகோவ் அந்த ஸ்தானத்துக்குப் புதியவர். அவருக்கு முன்னிருந்த கமிஸார் டைபாய்டு ஜுரத்தால் படுத்துவிட்டதால், அவரது இடத்துக்கு இவர் அனுப்பப்பட்டிருந்தார். அவர் ஒரு மாஸ்கோ தொழிலாளி. ஜாராட்சிக் காலத்தில் சிறையிலே அனுபவித்த கடுங்காவல் தண்டனையாலும், ஊட்டமில்லாத உணவாலும் அவரது தேகாரோக்கியம் மிகவும் சீர்கெட்டிருந்தது; அத்துடன் வயதுக்கு மீறிய முதுமையும் தட்டியிருந்தது. தமது தலையில் ஏதோ வேதனை எடுப்பதுபோல், தமது வழுக்கை விழுந்த தலையைத் தடவிக் கொடுத்தவாறே, அவர் செஞ்சேனைப் பிரதம தளபதியின் உத்தரவைப் பத்தாவது தடவையாகப் படித்துப் பார்த்தார்.

தெலேகின் தனது புகைக்குழாயை உறிஞ்சினான். ரொம்ப காலத்துக்குப் பின் அவன் சிகரெட்டுகளைச் சுருட்டிப் பிடிப்பதை விட்டுவிட்டு புகைக்குழாயை வைத்துப் புகைபிடிக்கும் வழக்கத்துக்கு வந்துவிட்டான். அந்தப் புகைக்குழாய் லதூகின் அவனுக்களித்த பரிசாகும். வேவுபார்க்கப் போன இடத்தில், லதூகின் அந்தப் புகைக்குழாயை ஒரு வெள்ளை ராணுவ அதிகாரியிடமிருந்து தட்டிக்கொண்டு வந்திருந்தான். மேலும் நெருக்கடியான சமயங்களில் அவனுக்கு அந்தப் புகைக்குழாய் ஓர் ஆதரவாகவும், சாந்தியளிப்பதாகவும் இருந்தது; சமீபகாலத்திலோ அத்தகைய சமயங்களுக்குப் பஞ்சமே இல்லை. அந்தப் புகைக்குழாயை நெடுநாட்களுக்குச் சுத்தம் செய்யாது விட்டுவிட்டால், குளிர்காலத்து இரவில் கொதிக்கின்ற தேநீர்க் கெட்டிலைப்போல், அதனை உறிஞ்சும்போது உஸ் என்று இனிமையான சத்தமும் கிளம்பும்.

எடுத்த எடுப்பிலேயே அந்த உத்தரவு எந்தவிதக் காரண காரியத்தையும் உணராமல், நம்பிக்கை வறட்சியின் ஜன்னி

வேகத்திலே கிறுக்கித் தள்ளப்பட்ட உத்தரவுதான் என்று ரோஷின் உணர்ந்துகொண்டான். எனவே தங்களது அறையின் பலகைச் சுவரிலே சாய்ந்து கொண்டு, பாதி மூடியிருந்த கண்ணிமைகளுக்கிடையே கோபாவேசத்தோடு பளபளக்கும் கண்களோடு, அவன் கமிஸாரையே பார்த்து நின்றான். சுப்ரீம் ராணுவத் தலைமைக் காரியாலயம் அரும் பாடுபட்டு வகுத்துக் கொடுத்துள்ள அந்த உத்தரவைக் குறித்து, கமிஸார் என்ன முடிவுக்கு வருகிறார் என்பதை எதிர்நோக்கிக் காத்திருந்தான்.

போர் முனையிலிருந்து ஐந்தாறு மைல் தூரத்திலுள்ள பண்ணையில் அவர்கள் தங்கியிருந்தார்கள்; அங்குதான் அவர்களது பிரிகேடின் தலைமைக் காரியாலயம் அமைந்திருந்தது. சென்ற ஆகஸ்ட் மாதத்தில் தெலேகினின் தலைமையின்கீழ் ஒதுக்கப்பட்ட இரண்டு படைப்பிரிவுகளில் இரண்டுமாதப் போருக்குப் பின்னால், முன்னூறு போர் வீரர்கள்தான் மிஞ்சியிருந்தனர். காலியான இடத்துக்குப் புதிதாக அனுப்பப்பட்டவர்களைப் போர்வீரர்கள் என்றே சொல்ல முடியாது. சுப்ரீம் ராணுவத் தலைமை அவர்களை அவசரஅவசரமாகத் திரட்டி அனுப்பியிருந்தது; அவ்வாறு அனுப்பப்பட்டவர்களும் மாரிக்காலத்து மழைக்குப் பயந்து, நகரங்களிலும் கிராமங்களிலும் புகலிடம் தேடிவந்து புகுந்திருந்த 'பச்சையர்களின்' ஓடுகாலிப் பேர்வழிகள்தான்; அவர்களைத்தான் பிடித்து அனுப்பியிருந்தார்கள். எந்தவிதமான பயிற்சியும் தயாரிப்பும் இல்லாமலேயே, அவர்களனைவரும் படைகளில் சேர்க்கப்பட்டார்கள்; போர்முனைக்கும் அனுப்பப்பட்டுவிட்டார்கள். மேலும் பிரதம தளபதியின் பரிபூரண அமைதி நிலவும் காரியாலயத்திலுள்ள யுத்த தந்திர வரைபடத்தின்மீது, மிகுந்த கர்ம சிரத்தையோடு சிவப்புப் பென்சிலால் தீட்டிக் காட்டிவிட்ட பிரகாரம், அவர்கள் அந்தந்த இடங்களில் யுத்த நடவடிக்கைகளை மேற்கொள்ள வேண்டும் என்பது ஏற்பாடு.

"எனக்குப் புரியவேயில்லை" என்றார் செஸ்னகோவ். அந்த உத்தரவின் பின்புறத்தில் எதுவும் எழுதப்படா

விட்டாலும்கூட, அவர் அதனையும்கூடத் திருப்பிப் பார்த்துப் பரிசோதித்துப் பார்த்தார்: "எனக்குப் பொதுவான போக்கே இன்னதென்று புரியவில்லை; புரிந்துகொள்ள முடியவில்லை."

"அதிலே புரிவதற்கு ஒன்றுமில்லை" என்று பதிலளித்தான் ரோஷின்: "இது காரியாலயத்தின் மாமூல் உத்தரவு. பிரதம தளபதி காலையில் இரண்டு முட்டைகளையும் ஒரு கோப்பை கோக்கோவையும் சாப்பிட்டுவிட்டு, விலையுயர்ந்த சிகரெட் ஒன்றையும் பற்றவைத்துக் கொண்டு, வரைபடத்தினருகே நடந்து போயிருப்பார். இந்தப் படுபயங்கரமான பேய்க் கனவெல்லாம் என்றாவது ஒருநாள், எப்படியாவது ஓய்ந்து போய்விடாதா என்று ஏங்கிக் கொண்டிருக்கும் அவரது காரியாலயத் தலைவர் அந்த வரைபடத்தை இரண்டு விரல்களால் கீழே இழுத்திருப்பார். பிறகு நமது படைப்பிரிவின் 123ஆம் படைப் பிரிவைக் குறிக்கும் சின்னச் செங்கொடியைக் கையில் எடுத்திருப்பார்; அதிகாரபூர்வமான அறிக்கைகளின்படி இந்தப் படைப்பிரிவிலுள்ள மொத்த வீரர்களின் எண்ணிக்கை 2700 இருக்க வேண்டுமல்லவா? எனவே, அந்தச் செங்கொடியை அந்த வரைபடத்தில் அறுபது மைல்களுக்குத் தெற்கே தள்ளி நாசூக்காக நட்டிருப்பார். பிறகு, "இவ்வாறாக, நாம் டெர்மோவ்கா கிராமத்தை ஆக்கிரமித்துவிட்டால், எதிரியின் பக்கவாட்டுப் படைக்குப் பெரியதொரு ஆபத்தை உண்டாக்கிவிடுகிறோம்." என்று வாய் வலிக்காமல் சொல்லியிருப்பார்; பின்னர் ராணுவ அறிக்கையின்படி "2100 பேர் இருப்பதாகச் சொல்லப்படும் நமது பிரிகேடின் 39வது படைப்பிரிவைக் குறிக்கும் இன்னொரு கொடியையும் அவர் வெளியே எடுத்திருப்பார். அதனைத் தென்மேற்கு திசையில் நாற்பத்தைந்து மைல்களுக்கப்பால் நட்டிருப்பார். இவ்வாறு, 39வது படைப்பிரிவு எதிரியை நேர்முகமாகத் தாக்குகிறது." என்று சொல்லியிருப்பார். பிரதம தளபதியும் தமது சிகரெட்டு புகை மண்டலத்தின் வழியாக, கண்களை நெரித்துக்கொண்டு, சுவரில் தொங்கிய வரைபடத்தைப் பார்த்திருப்பார்; காரியாலயத் தலைவர் இரவெல்லாம்

யோசித்து யோசித்துத் திட்டமிட்டிருப்பார் என்பதையும், அந்தக் கோடுகளும், அம்புக்குறிகளும் சிவப்பு, நீலமையினால் கவனத்தோடு தீட்டப்பட்டிருப்பதையும் பார்த்துக் காரியாலயத் தலைவரின் யோசனையை அங்கீகரித்திருப்பார். கொடிகளை எப்படி வைத்தாலென்ன? பலன் ஒன்றுதானே. 'யுத்த களத்திலே உயிராற்றல் மிக்க நடவடிக்கைதான் தேவை!' என்று அவர் நினைத்திருப்பார்."

"இதோ பாருங்கள்" என்று செஸ்னகோவ் தமது வழுக்கைத் தலையை ஆட்டியவாறே குறுக்கிட்டார். "'தோழரே! இது விமர்சனம் அல்ல; இது விஷமத்தனமான பேச்சு!'

"எனக்கும் அது தெரியும். ஆனால் நான் அப்படித்தான் நினைக்கிறேன் என்று சொன்னால், ஏன் என் வாயைக் கட்டிப்போட வேண்டும்? தெலேகினும் அப்படித்தான் நினைக்கிறான். நமது போர் வீரர்களும் அப்படித்தான் நினைக்கிறார்கள். சொல்கிறார்கள்."

தெலேகின் தனது புகைக்குழாயை வாயிலிருந்து அகற்றாமலே, நீண்ட பெருமூச்செறிந்தான். கமிசார் எவற்றை மனத்துக்குள்ளே அடக்கி அமுக்கிவிட வேண்டும் என்று நினைத்தாரோ, அவையனைத்தும், அந்தக் கசப்புணர்ச்சி, குழப்பங்கள், ஐயப்பாடுகள் எல்லாம் அவரது இதயத்துக்குள் மீண்டும் தலைதூக்கின. ஜாராட்சிக் காலத்தில் பத்தாண்டுக் காலமாகச் சிறைக்குள்ளே கடுங்காவல் தண்டனை அனுபவித்ததால் அவர் வாழ்க்கையோடு ஓரளவுக்குத் தொடர்பற்றுப் போயிருந்தார் என்பது மட்டும் காரணமல்ல; இப்போதைய காலச்சூழ்நிலையே மிகமிகச் சிக்கல்கள் நிறைந்ததாகவே இருந்தது. எங்குத் திரும்பினாலும் ஆழமான சேற்றுக்குழிகளே எதிர்ப்பட்டன. பல்லாண்டுக் காலத் துன்பதுயரங்களால் புனிதமடைந்திருந்த அவரது இதயம் புரட்சியின் பக்கமிருந்து போராடும் மனிதர்களின் மீது எப்படி அவநம்பிக்கை கொள்வது என்று தெரியாமலே விழித்தது. அவர் அப்படிப்பட்ட மனிதர்களைக் கண்ணால் கண்டவுடனேயே நேசிக்கத் தொடங்கினார்; ஆனால் அவர்களெல்லாம் அந்தரங்கத்தில் துரோகத்தனமான

எண்ணங்களையே கொண்டிருக்கிறார்கள் என்பதை அவர் மீண்டும்மீண்டும் காண நேர்ந்தது. இதனால்தான் ரோஷினின் கசப்பு மிகுந்த பட்டவர்த்தனமான பேச்சுக்கூட அவருக்குப் பிடித்தது. அவன் யாருக்கும் அஞ்சுவதில்லை; அவனது நெற்றிக்கு நேரே துப்பாக்கியைப் பிடித்தாலும்கூட, அவனை ஒன்றும் பயமுறுத்தி விடமுடியாது என்பதை அவர் அறிவார்.

“நல்லது. போர்வீரர்கள் என்னதான் பேசிக் கொள்கிறார்கள்?” என்று கேட்டார் கமிஸார். “நாம் அவர்களுக்குச் சீக்கிரமே கதகதப்பான மெத்தைக் கோட்டுகளும், கம்பளிப் பூட்சுகளும் வழங்கப்போகிறோம். அதற்குப் பின்னரோ அவர்கள் பேச்சு வேறு தினுசாக இருக்கும். அங்கே முணுமுணுப்பவர்கள்தான் யார்? அந்த ஓடுகாலிகளா, பாவம்! மழை அவர்களது எலும்புக் குருத்தைக்கூட உலுக்குகிறது; அத்துடன் காய்ந்த வயிறு வேறு. அதுதான் அவர்கள் முணுமுணுக்கிறார்கள்.

“சரி. நாம் எப்போது மெத்தைக் கோட்டும், கம்பளிப் பூட்சும் வழங்கப்போகிறோம்?” என்று கேட்டான் ரோஷின்.

“சப்ளை இலாகா கமிஸார் காரியாலயத்திலே, நிச்சயமாக அனுப்பிவிடுவதாகத்தான் என்னிடம் வாக்குறுதி அளித்தார்கள். நானும்கூட அவற்றுக்கான கைச்சாத்துப் பட்டியலைக் கண்ணாலே பார்த்தேன். அவர்கள் பதினையாயிரம் வாத்துகளும், அரை ரயில் வண்டிப் பாரத்துக்கான பன்றிக்கறியும் அனுப்புவதாகத்தான் சொன்னார்கள்.”

“சொர்க்கலோகத்துக் கற்பனைப் பறவைகளைச் சுட்டு வறுத்து அனுப்புவதாக அவர்கள் சொல்லவில்லையா?”

இந்தக் கிண்டலுக்குக் கமிஸார் பதில் பேசவில்லை: வெறுமனே உள்ளுக்குள் மொறுமொறுத்துக் கொண்டார். அதுவும் உண்மைதான். இதுவரையிலும் அந்தப் பிரிகேடுக்கு அவர் வாக்குறுதிகளையும், உத்தரவுகளையும் பெற்றுத் தந்தாரே தவிர, மற்றபடி உருப்படியாக எதுவும் வந்துசேரக் காணோம். அவரும் சேர்புஹவுக்கு அடிக்கடி

போகத்தான் செய்தார். அங்குச் சென்று டெலிபோன் மூலமாகக் காரசாரமாகப் பேசத்தான் செய்தார்; என்றாலும், அவரது சிறை வாழ்க்கைக் காலத்திலே செய்ததுபோல், இரவெல்லாம் குடிசைக்குள்ளே மேலும் கீழும் நிலையற்று நடந்து திரியத்தான் அவரால் முடிந்தது. புரிந்துகொள்ள முடியாத ஏதோ ஒன்று இருக்கத்தான் செய்தது. அவரது புரட்சிகரமான மனப்பான்மை அவரை எங்கே கொண்டு சென்றாலும் அங்கெல்லாம் அவரை எதிர்த்து மாயமந்திரமான, மர்மமான ஒரு தடைமதில் குறுக்கிடத்தான் செய்தது; அதிலோ எல்லாமே சிக்கலாகவும் குழப்பமாகவுமே காட்சி தந்தன.

"இருந்தாலும் – அவர்கள் என்னதான் சொல்கிறார்கள்?" என்று கேட்டார் கமிஸார்.

ரோஷின் தனது சுட்டுவிரலால் உத்தரவைக் கோபத்தோடு சுட்டினான்:

"இதுதான் உத்தரவு. இரண்டு படைப் பகுதிகள் மித்ர பானவ்கா கிராமத்துக்கும் டால்னி பண்ணைக்கும் சென்று, அவற்றைவிடாது கைப்பற்றி நிற்க வேண்டுமாம். பிரதம தளபதியின் உத்தரவுப்படி நாம் இந்த மித்ரபானவ்கா கிராமத்தையும், டால்னி பண்ணையையும் ஏற்கெனவே ஒருமுறை ஆக்கிரமித்தாகி விட்டது. ஆனால், அங்கிருந்து நாம் துப்பாக்கிக் குண்டுகள் மாதிரி வெளியே தூக்கியெறியப்பட்டு விட்டோம். இங்கே எழுதியுள்ள உத்தரவுப்படி, நாம் நடந்தாலும், நாளை மறுநாள் அதே கதைதான் திரும்பவும் நடக்கப்போகிறது."

"ஏன்?"

"ஏனென்று சொல்கிறேன். இந்த ஸ்தானத்தை நம்மால் கைப்பற்றி நிற்க முடியாது; நாம் அங்கே போகத் துணியாமல் இருப்பதே நல்லது."

"உண்மைதான்" என்று தன் வாயிலிருந்த புகைக் குழாயுடன் தலையை அசைத்து சொன்னான் தெலேகின்.

“நாம் அங்கே போவோமானால், இந்த நடவடிக்கையில் நாம் குறைந்தபட்சம் நூறு மனிதர்களையேனும் இழக்க நேரும்; அத்துடன் வெள்ளை ராணுவத்தின் போர்முனையை நாம் ஊடறுத்துப் புகுந்தாலும், பின்னணியிலுள்ள சகோதரத் துருப்புகளோடு நமக்குத் தொடர்பு இருக்காது. அப்புறம் அவர்கள் நம்மை இருபுறத்திலிருந்தும் நெருக்குவார்கள்; உடனே நாம் அந்த முற்றுகையிலிருந்து தப்புவதற்காக, துள்ளிப் பாய்ந்து ஓடி வருவோம். அப்படி வருவதென்றால் அந்தச் சிற்றாற்றை மூன்று முறை கடக்க நேரும்; ஒவ்வொரு முறையும் அவர்கள் நம்மைச் சுட்டுத் தள்ளுவார்கள். பிறகு பரந்துகிடக்கும் வெட்டவெளிக்கு வருவோம். அங்கு குதிரைப் படையால் தாக்கப்படுவோம், சேற்றில் சிக்கிக் கொள்வோம். அந்தச் சதுப்பு நிலத்தில் நமது வண்டிகளில் பாதியாவது சேற்றிலே புதைந்து சிக்கிக் கொண்டுவிடும்.”

“ஆனால், பொதுவான போர்த் தந்திரத் திட்டத்துக்கு ஏதோ ஒரு வழியில், இந்தக் கிராமமும், பண்ணையும் அத்தியாவசியத் தேவையாக இருக்கத்தான் வேண்டும்” என்று மறுத்துப் பேசினார் செஸ்னகோவ்.

“அதெல்லாமில்லை. இதோ வரைபடத்தைப் பாருங்கள். நமது ஆட்கள் இப்படித்தான் பேசிக் கொள்கிறார்கள். கடந்த இரண்டுமாத காலமாக நாம் மேற்கொண்ட இந்த நடவடிக்கைகளிலெல்லாம் அர்த்தமோ, குறிக்கோளோ, திட்டமோ இல்லையென்றுதான் சொல்கிறார்கள். எந்தவிதமான குறிக்கோளும் இல்லாமல், நாம் காலத்தைப் பாழாக்கிக் கொண்டிருக்கிறோம்; வேண்டாத தாக்குதல்களையெல்லாம் வாங்கிக் கட்டிக் கொள்கிறோம்; ஆட்கள் செத்துக் கொண்டிருக்கிறார்கள். வெற்றிமீது நாம் கொண்டுள்ள நம்பிக்கையை இழந்து வருகிறோம். நீங்களே பாருங்கள் இன்றிரவிலேயே சொல்லாமல் கொள்ளாமல் பல டஜன் பேர்வழிகள் நம்மைவிட்டு ஓடத்தான் போகிறார்கள். பிறகு ஒரு மாதம் கழித்து, அவர்களைப் பிடித்து நம்மிடம் திரும்பவும் அனுப்பிவைப்பார்கள். நான்தான் கேட்கிறேன்? என்ன நடந்திருக்கிறது

இதுவரையில்? இப்போதுதான் என்ன நடக்கிறது? ஏன் இந்த முடக்குவாத நிலை?”

தெலேகின் தனது புகைக்குழாயை ஓசையெழுப்பி உறிஞ்சியவாறே சொன்னான்:

“இன்று படையிலே ஒரு விஷயம் கேள்விப்பட்டேன். அவர்களுக்கு இந்தச் செய்தியெல்லாம் எப்படித்தான் எட்டுகிறதோ? மாமன்தவின் படைகள் மீண்டும் தோன் நதியைக் கடந்து, நமது பின்னணியை நோக்கி வந்து கொண்டிருக்கின்றனவாம்.”

ரோஷின் உத்தரவை எட்டிப் பிடுங்கி, மீண்டும் ஒரு முறை அதனைப் பார்த்தான்; பிறகு அந்தக் காகிதத்தை மேஜைமீது விட்டெறிந்துவிட்டு, மீண்டும் சுவரில் போய்ச் சாய்ந்துகொண்டான்.

“நடக்கக் கூடியதுதான்” என்றான் அவன்: “ஆனால். இங்கு, உத்தரவிலே அதைப்பற்றி ஒரு குறிப்பும் இல்லையே!”

குட்டையான தோற்றமும் தாடியும்கொண்ட ஒரு பணியாள் அழுக்கடைந்த துப்பாக்கித் தோட்டாப் பையைச் சுமந்தவாறே குடிசைக்குள்ளே வந்தான். அவன் சொன்னான்:

“பிரிகேடுத் தளபதித் தோழரே! உங்களை டெலிபோனில் அழைக்கிறார்கள்.”

தெலேகின் கமிஸாரை வியப்போடு பார்த்துவிட்டு, தனது கம்பளிக் கோட்டை அவசரஅவசரமாக மாட்டியவாறே, வெளியே சென்றான்.

கமிஸார் மீண்டும் தமது வழுக்கைத் தலையைத் தடவிக் கொடுத்தார்: “ரோஷின்! உங்கள் பேச்சைக் கேட்டால், ஒருவன் எல்லா நம்பிக்கையையுமே இழந்துவிடுவான். பின்னே இதற்கெல்லாம் என்னதான் அர்த்தம்? நமக்கு மத்தியிலேயே துரோகச் செயல்கள் நடக்கின்றனவா?”

“நான் எதையும் சுட்டிக்காட்ட இல்லை; சொல்லவும்

இல்லை. நாம் இந்த மாதிரிப் போர் புரிந்துகொண்டே போகமுடியாது என்பது மட்டும் எனக்குத் தெரியும்."

"அப்படியென்றால் இந்த உத்தரவை நிறைவேற்றுவதா, இல்லையா?"

"நிறைவேற்றத்தான் வேண்டும். நாளையே நான் அவற்றை நிறைவேற்ற முனைகிறேன்."

ஒருகணம் சிந்தித்துவிட்டு, கமிஸார் கிளுகிளுத்துச் சிரித்தவாறே, ரோஷினை நோக்கிக் கேட்டார்:

"உங்களுக்கு வாழ்க்கை சலித்துப் போய்விட்டதா, என்ன?"

"இந்த விஷயத்துக்கும் அதற்கும் எந்தவிதச் சம்பந்தமும் இல்லை. மேலும் அது உங்கள் வேலையும் அல்ல. நானும் வாழ்க்கையில் சலித்துப் போய்விடவில்லை. நீங்கள் மட்டும் இங்கு எங்களிடம் முன்கூட்டியே வந்திருந்தீர்களானால், படைப்பிரிவினர் இந்த உத்தரவை நிறைவேற்ற விரும்பவில்லை என்ற உண்மையை நீங்களே கண்டிருப்பீர்கள். ஆனால், அவர்கள் நிறைவேற்றத்தான் வேண்டும். ராணுவத்தின் ஜீவன் முழுவதுமே நடவடிக்கை உத்தரவுகளை நிறைவேற்றுவதில்தான் அடங்கியிருக்கிறது. இல்லையென்றால் அழிவும், அராஜகமும் மரணமும்தான் சம்பவிக்கும். நானே உத்தரவை வாசித்துக் காட்டி, அவர்களைத் தாக்குதலுக்கு அழைத்துச் செல்கிறேன். இந்த யுத்த நடவடிக்கையை நமது கட்டுப்பாட்டுக்கான பரீட்சையாகக் கருதுவோம். அவ்வளவுதான் இதைப்பற்றிச் சொல்ல முடியும்."

அந்தச் சமயத்தில் தெலேகின் உள்ளே திரும்பிவந்து, அவர்கள் பக்கத்திலே அமர்ந்தான். அப்போதும்கூட, அவன் தன் பைகளுக்குள்ளிருந்து கைகளை எடுக்கவில்லை. அவனது கண்கள் வியப்பால் விரிந்து போயிருந்தன.

"தோழர்களே! சுப்ரீம் ராணுவக் கவுன்சிலின் தலைவர் போர்முனைக்கு விஜயம் செய்கிறார். இன்னும் ஒரு மணி நேரத்தில் அவர் இங்கிருப்பார்."

ஒருமணி நேரம் கழிந்தது; இரண்டு மணி நேரமும் கழிந்தது. வெளியிலோ மழைத் தூறல் விழத் தொடங்கி விட்டது. ஊர்க்காவல் படைப் பிரிவும் குதிரைப் படைப் பிரிவும் அந்தப் பண்ணைக்குப் பின்னாலுள்ள மேய்ச்சல் புல்வெளியில் ஒன்றாகக் கூடி அணிவகுத்து நின்றன. அலையலையாகப் படிந்த குதிரைகளின் பிடரிமயிர் மீதும், கவனத்தோடு சீவி விடப்பெற்ற அவற்றின் நெற்றி மயிர்மீதும், குதிரைவீரர்களின் கம்பளிக் கோட்டுகளின் மீதும் மழைத்துளிகள் பளபளத்தன. குதிரைகளோ காலுக்கடியிலுள்ள சேற்றுநிலத்தில் குளம்புகளை மாற்றிமாற்றி வைத்துக் குழிபறித்தவாறு நின்றன. புடைத்துத் திருத்திய மார்பு எலும்புகளும், தொளதொளத்த வயிறும், தொங்கிப்போன உதடுகளும் கொண்ட அந்தக் குதிரைகள் ஜலசமாதியடைந்த பிணங்களை வெளியே இழுத்து நிறுத்தியது போலத்தான் காட்சியளித்தன. முன்னர் கிரோத்னோ ஹுஸ்ஸார் படையில் லெப்டினெண்டாகவும், இப்போது இந்தக் குதிரைப்படையின் தளபதியாகவும் உள்ள உருண்ட முகமும், சின்ன மூக்கும்கொண்ட இம்மெர்மான் தெலேகினைப் பரிதாபகரமாகப் பார்த்தார். இதென்ன அவமானம்! இவையனைத்துக்கும் சிகரம்வைத்த மாதிரி நீண்டகால்களும் அட்டுப்பிடித்த உடம்பும்கொண்ட ஒரு நாய்க்குட்டி திடீரென்று எங்கிருந்தோ வந்து, அந்தக் குதிரைப் படையின் முன்னால் போய் சௌஜன்ய பாவத்தோடு கூடிய குறுகுறுப்போடு படையினரைப் பார்த்தவாறே உட்கார்ந்துகொண்டது.

இம்மெர்மான் உஸ்ஸென்று சத்தம் கொடுத்துப் பார்த்தார். ஆனால், அந்த நாய்க்குட்டியோ காதுகளை நிமிர்த்திப் பார்த்துவிட்டு, தலையை ஒருபக்கமாகச் சாய்த்துக் கொண்டது. பின்னர் அருகிலுள்ள ஒரு மேட்டின் மீது முன்னறிவிப்புச் செய்வதற்காக நிறுத்தி வைக்கப்பட்டிருந்த குதிரை வீரன் திடீரென்று தனது குதிரையைக் குத்தி முடுக்கியவாறு சுழன்று திரும்பி, வலமும்இடமும் சேற்று மண் தெறித்துவிழ, தெலேகினை நோக்கி வெகுவேகமாக வந்தான்.

பளபளக்கும் முன் பாகமும், பெரிய விளக்குகளும் கொண்ட ஒரு நீண்ட, இளஞ்சாம்பல் நிறம்கொண்ட மோட்டார் கார் மேட்டின்மீது ஏறி மேலே வந்தது.

அந்தக் காரின் கனத்த கர்ஜனையைக் கேட்டு, அணிவகுப்பில் நின்ற குதிரைகள் நிலையற்றுக் கால்களை மாற்றியவாறும், தலைகளை ஆட்டியவாறும் துறுதுறுத்தன. “அட்டென்ஷன்!” என்று கத்தினார் இம்மெர்மான். அந்த நாய்க்குட்டியை நசுக்கிக் கொன்று விடுவதுபோல் அந்தக் கார் வந்து நின்றது; நாய்க்குட்டியோ பக்கவாட்டிலே துள்ளிப் பாய்ந்து சென்று, பழையபடியும் அதேமாதிரி உட்கார்ந்து பார்க்கத் தொடங்கிவிட்டது. தெலேகின் குதிரையைக்காரருகே கொண்டுபோய், உடைவாளை உயர்த்தி, காரிலுள்ள அனைவருக்குமே ஒட்டுமொத்தமாக ராணுவ வணக்கம் செலுத்தினான். காரில் மூன்று ராணுவ அதிகாரிகள் இருந்தார்கள்; மூவருமே தமது கம்பளிக் கோட்டுக்குமேல், எண்ணெய்த் துணியாலான மழைக் கோட்டுகளை அணிந்திருந்தார்கள். டிரைவருக்கு அருகில் அமர்ந்திருந்த மனிதர் எழுந்து நின்று, காரின் முன்புறக் கண்ணாடியின்மீது கையை வைத்தவாறு, தெலேகினைப் பார்க்காமலே அவனது வணக்கத்தை ஏற்றுக்கொண்டார்.

பின்னர், அவர் குதிரைப் படையைச் நோக்கிச் சட்டென்று திரும்பினார். காரின் பின்சீட்டில் அமர்ந்திருந்த இரண்டு மனிதர்களும் எழுந்துநின்று சலாமிட்டார்கள். அவர்களில் ஒருவர் காகிதத்தைப்போல் வெள்ளைவெளேரென்று இருந்தார்; அவரது தாடி, மழையால் நனைந்திருந்தது. இன்னொருவரோ தடிமனாகவும், தோரணையாகவும், கொடிய பார்வை கொண்டவராகவும் விளங்கினார். முன்பக்கம் நின்றவர், குலைப்பதுபோன்ற குரலில் பேசினார். தலையை கிட்டத்தட்ட அண்ணாந்து மேல் நோக்கித் திருப்பியிருந்ததால், அவரது நாசித்துவாரங்கள் இரண்டும் கறுப்புப் புள்ளிகளாகத் தோன்றின; மங்கலாக இருந்த மூக்குக் கண்ணாடி மூக்கின்மீது நடனமாடியது;

“போர் வீரர்களே! தொழிலாளர்கள் விவசாயிகளின் ஆட்சியின் பேரால் நான் உங்களுக்கு உத்தரவிடுகிறேன்.

உங்கள் வாட்களைத் தீட்டிக்கொள்ளுங்கள்; துப்பாக்கிச் சனியனை இறுகச் சொருகிக் கொள்ளுங்கள். அமைதியான தோன் நதியின் தண்ணீர்த் துறையிலே உங்கள் குதிரைகளுக்குத் தண்ணீர் காட்ட வேண்டுமென்று உங்களில் யார்தான் விரும்பமாட்டார்கள்? கோழைகள்தான் அதனை விரும்பமாட்டார்கள். இன்னும் இங்கே ஏன் இருக்கிறீர்கள்? நீங்கள் அங்கேயல்லவா இருக்க வேண்டும்? உங்களிடமிருந்து குடியரசு வீராவேசமான செயல்களை எதிர்நோக்கி நிற்கிறது. முன்னேறுங்கள்! எதிரிகளை முறியடியுங்கள்; அவர்களது அஸ்தியை நமது தாயான ஸ்டெப்பி வெளியின்மீது பரப்புங்கள்."

அவர் மேலும்மேலும் தீவிரமாகப் பேசினார்; பேச்செல்லாம் இதே ரீதியில்தான் இருந்தது. பேசி முடித்ததும், அணிவகுப்பின்மீது தமது கண்ணோட்டத்தைச் செலுத்தினார். பின்னர் "வெற்றி நமக்கே!" என்று இறுகிய முஷ்டியைத் தலைக்குமேல் உயர்த்தியவாறே சத்தமிட்டார்; படைவீரர்களும் பலப்பல குரலில் அதனை எதிரொலித்தார்கள். அவர் பேச்சு அவர்களது மனத்தைக் கலக்கியது. சந்திர மண்டலத்திலிருந்து குதித்து வந்து பேசும் மனிதரின் பேச்சைக் கேட்பதுபோல் இருந்தது அவர்களுக்கு. என்ன இருந்தாலும் இத்தகையதொரு பேச்சை அவர்கள் எதிர்பார்க்கவில்லை - அவர்களையா கோழைகள் என்பது!

அந்தப் பிரசங்கி தலையை அசைத்து தெலேகினைக் கூப்பிட்டார்.

"உங்களது துருப்புகளைக் கண்டு எனக்குத் திருப்தியில்லை. எல்லோரும் கதம்பமான உதவாக்கரைக் கும்பல்தான். உங்களது குதிரைகளைக் கண்டும் எனக்குத் திருப்தி ஏற்படவில்லை. அவையெல்லாம் சாதாரண மட்டக் குதிரைகள். என் பின்னால் வாருங்கள்."

அவர் டிரைவருக்கு அடுத்தாற்போல் தமது ஆசனத்தில் அமர்ந்தார். அந்தப் பெரிய கார் பண்ணையை நோக்கி முன்னே பாய்ந்துசென்றது.

தெலேகின் காருக்குப் பின்னாலேயே குதிரையை ஓட்டிச் சென்றான். அப்போது அவன் அவசரஅவசரமாக நடந்து போனவற்றையெல்லாம் சிந்தனை செய்தான். தன்னை அவர்கள் சுட்டுக் கொள்வதன்மூலம் இதற்கெல்லாம் முடிவுகாணும் ஒரு சாத்தியப்பாடும் இருப்பதாகவே அவனுக்குத் தோன்றியது.

தலைமைக் காரியாலயம் அமைந்திருந்த குடிசையின் முன்னால் கார் நின்றது. தெலேகின் குதிரையில் பாய்ந்துவந்தான்; அவனுக்குப் பின்னால் கமிஸார் செஸ்னகோவும் சேணத்தின்மீது ஆபாசமாகத் துள்ளித்துள்ளி எழுந்தவாறு வந்துகொண்டிருந்தார். வாசலுக்கருகே நின்ற தொலைபேசிப் பணியாள் பயபீதி நிறைந்த முகத்தோடு நடுங்கும் கரத்தையுயர்த்தி சலாமிட்டான். அவனது கண்கள் பேசுவதற்கான அனுமதியை எதிர்பார்த்து, தெலேகினை நோக்கி மௌனமாகக் கெஞ்சின. அதிகாரபூர்வமான சம்பிரதாயங்களோடு, அவன்தான் சொல்ல வேண்டியதைத் தட்டுத்தடுமாறிச் சொல்ல முனைந்தான். ஒரு நிமிஷத்துக்கு முன்னால் பிரிகேடுத் தலைமைக் காரியாலயத்திலிருந்து தெலேகினுக்கு ஒரு டெலிபோன் அழைப்பு வந்ததாகச் சொன்னான். (பிரிகேடின் இலாகாகளும், சொத்துகளும், பணப்பெட்டியும், தஸ்தா வேஜுகளும் கிழக்குத் திசையில் முப்பத்தைந்து மைல் தூரத்திலுள்ள காய்வொரொனி என்ற கிராமத்தில் இருந்தன.) எல்லைக் காவல் புரியும் வெள்ளை ராணுவக் குதிரை வீரர்கள் காய்வொரொனி கிராமத்தின்மீது தாக்குதல் நடத்தியதாகவும், அவர்கள் மாமன்தவின் ஆட்களாகவே இருக்கக் கூடுமென்றும் அங்கிருந்த தகவல் வந்ததாக அவன் சொன்னான். அதற்குள் டெலிபோன் தொடர்பு அறுந்துபோய்விட்டதாகவும் அவன் தெரிவித்தான்.

தோரணையோடு இருந்த அந்த ராணுவ அதிகாரி - அவர்தான் பிரதம தளபதியின் காரியாலயத் தலைவர் - காரின் முன் பக்கத்து ஆசனத்தின்மீது குனிந்தவாறே, தலைவரின் காதில் ஏதோ கிசுகிசுத்தார். முன்புறத்து

ஆசனத்திலிருந்தவரும், தலையை ஆட்டிவிட்டு, தோள் பக்கமாகத் திரும்பி தெலேகினை நோக்கிச் சொன்னார்.

"எனது மேல் உத்தரவுகள் உங்களுக்கு வழக்கமான மார்க்கத்தில் வந்துசேரும்."

தெலேகினும் செஸ்னகோவும் திக்பிரமையடித்தாற் போல் அந்தக் கன்னங்கரிய பாதையின் மீதே வெகுநேரம் வரையில் மௌனமாக நின்றார்கள்; மழைக்காலத்தின் பனி மூட்டத்தினூடே ஏதோ ஒரு மாயைத் தோற்றம்போல் ஓடி மறைந்துவிட்ட அந்தக் கார் சென்ற திசையையே வெறித்துப் பார்த்துக் கொண்டிருந்தார்கள்.

தாஷா, சோவியத் நிர்வாகக் கமிட்டியின் புனரமைப்பு இலாகாவில் ஒரு வேலையை ஒப்புக்கொண்டாள்; அந்த இலாகாவின் திட்டப் பிரிவின் தலைவருக்கு அவள் உதவியாளராக நியமிக்கப்பட்டாள். சில சமயங்களில், அவள் காஸ்திரமா ஜில்லாவின் பூகோள வரைபடத்தில் நீர் வர்ணங்களால் சில இடங்களில் வர்ணம் தீட்டினாள்; அந்த ஜில்லாவிலுள்ள பாசியும் பச்சையுமாய்ச் செடிகொடிகள் மண்டிக் கிடக்கும் குட்டைத் தேக்கங்களிலுள்ள சாக்கடை நீரை வெளியேற்றிவிட்டு, அவற்றிலிருந்து எரிபொருளாகப் பயன்படக்கூடிய பாசிய பற்றைக் கரியை ஏராளமான அளவுக்கு உற்பத்திசெய்வது என்ற திட்டத்தின் அடிப்படையில்தான், அவள் வரைபடங்களில் அந்த இடங்களை வர்ணத்தால் குறித்துக் கொண்டிருந்தாள். சிலசமயங்களில் அவள் இஞ்சினீயர் கிரிப்சோலாவ் எழுதி வைத்துள்ள குறிப்புகளைப் பிரதியெடுப்பாள்; அதன்மூலம் அவரது மாபெரும் திட்டங்களைப் பற்றிய உணர்ச்சி உத்வேகத்திலேயே நிர்வாகக் கமிட்டியினர் இருந்து வருவதற்காகத் தீட்டப்பெற்ற திட்டம்தான் அது. உண்மையில், அவரது திட்டங்களெல்லாம் உப்புச்சப்பற்ற உதவாக்கரைத் திட்டங்கள்தான். ஏனென்றால், நீர்வர்ணங்கள் அடங்கிய பெட்டியையும் சில பிரஷ்களையும், படம் வரைவதற்கான சில வாட்மன் காகிதங்களையும் தவிர, அந்தப் புனரமைப்பு இலாகாவில் உருப்படியான வேலையை மேற்கொள்ள

வேறு சாதனங்கள் எதுவும் இல்லை. மண்வெட்டிகள், வண்டிகள், குதிரைகள் இறைவைக் குழாய்கள், பணம், இத்தனைக்கும் உழைப்பதற்கான ஆள்பலம் முதலிய எதுவுமே இல்லை.

தாஷாவுக்கு ரேஷன் உணவு கிடைத்து வந்தது. தினசரி கால் பவுண்டு ரொட்டி; அந்த ரொட்டியிலும் வைக்கோல் துரும்புகள் ஒட்டிக்கொண்டிருக்கும். சமயங்களில் அவளுக்குச் சிறிதளவு மிளகும் இன்னும் ஏதாவதும் கிடைக்கும். அனீஸ்யாவும் நிர்வாகக் கமிட்டியில் செய்தி கொண்டுசெல்லும் ஊழியராகப் பணியாற்றினாள். யுத்தத்தில் அவள் ஆற்றிய பணிகளை உத்தேசித்து அவளுக்கு உபரி ரேஷனும் அளிக்கப்பட்டது. அன்றாடம் கிடைக்கும் ரொட்டியையும், மிளகையும் தவிர, அவளுக்கு ஒன்று அல்லது ஒன்றரை காய்ந்த மீனும் கிடைக்கும்; சமயங்களில் துருநிறம் கொண்ட உப்புவைத்த பெரிய மீனே அவளுக்குக் கிட்டும்.

அனீஸ்யா நிர்வாகக் கமிட்டியில் வேலை பார்த்ததோடு, ஒரு நாடகக் கோஷ்டியில் அங்கத்தினராகச் சேர்ந்து ஓய்ந்தநேரத்தில் அங்கும் பணியாற்றி வந்தாள். அத்துடன் சர்வகலாசாலையின் இங்கு இடம் மாற்றப்பட்ட சரித்திர, சொல்லாராய்ச்சித் துறையில் நடைபெற்ற பொதுஜனங்களுக்கான பிரசங்கங்களுக்கும் அவள் போய் வந்தாள். நிர்வாகக் கமிட்டியின் உதவித் தலைவரின் அறையின் வாசலருகே கிடக்கும் உயர்ந்த முதுகு கொண்ட ஓர் ஓட்டை நாற்காலியில் உட்கார்ந்திருப்பது தான் அவளது வேலை; ஆனால் இந்த வேலை அவளுக்குக் கொஞ்சம்கூடப் பிடிக்கவில்லை. எனவே வேலையில் மிகவும் அசிரத்தையாக இருந்தாள். சமயங்களில் அந்த - இடத்திலேயே இருக்கமாட்டாள்; இருக்கின்ற வேளையிலும் தன் இரு காதுகளையும் கைகளால் பொத்தித் தலையைப் பிடித்துக்கொண்டு, குனிந்தமர்ந்து, ஷேக்ஸ்பியரின் துன்பியல் நாடகங்களில் ஏதாவதொன்றை மடிமீது விரித்துப் போட்டவாறு படிப்பாள்; அறைக்குள்ளிருந்து அவளுக்கு அழைப்பு

வந்தால், "ஏதோ நினைவில் வருகிறேன் வருகிறேன்" என்று குரல் கொடுப்பாள்; இரண்டாம் தடவையும் கூப்பிட்டால் அவள் பொறுமையையிழந்து எரிச்சலோடு பதிலளிப்பாள். அவளை அங்குள்ள எண்ணற்ற அறைகளில் ஏதாவதொன்றுக்கு ஏதாவதொரு பொட்டலத்தையோ வேறு எதையோ கொண்டுபோய்க் கொடுக்கத்தான் அழைப்பார்கள். அந்த அறைகளிலே ஏராளமான மேஜைகள் இருக்கும்; அவற்றிலே தத்தமக்கென்று ஏதேதோ பதவிகளை உருவாக்கிக் கொண்டுவிட்ட நபர்கள் அமர்ந்திருப்பார்கள். சில சமயங்களில் அனீஸ்யா வேலைக்கே போகாமலும் இருந்து விடுவாள். இதைக் கண்டு அவளது மேலதிகாரிகளில் ஒருத்தியான உருளைக்கிழங்கு போன்ற முகம்கொண்ட ஒரு பெண் அனீஸ்யாவைக் கண்டித்தாள். அனீஸ்யாவோ அவளை உறுத்துப் பார்த்துவிட்டுப் பின்வருமாறு சொன்னாள்: "சும்மா உரக்கச் சத்தம் போட்டுப் பேசாதீர்கள். தோழரே! நான் கசாக்குகளின் வாளுக்கே பயந்தவள் அல்ல!" படிப்பாளி வர்க்கத்தைச் சேர்ந்த அந்த நல்ல மனுஷியோ பெண்களின் விடுதலைக்காக ஆர்வத்தோடு உழைத்தவள்; எனவே தொழிலாளி - விவசாயி வர்க்கத்தில் வந்த இந்த அகந்தைபிடித்த பிரதிநிதியுடன் வீணாகப் பேசி வம்பை விலைக்கு வாங்க வேண்டாம் என்று ஒதுங்கியிருந்துவிட்டாள்.

தாஷா சமயங்களில் மாலை ஐந்து மணிக்கெல்லாம் வீடு திரும்பிவிடுவாள்; அனீஸ்யாவோ சமயங்களில் இரவு வெகுநேரம் கழித்துத்தான் வருவாள். அவர்கள் வோல்கா நதியின் கரைமீதுள்ள ஒரு சின்ன மரவீட்டில் குடியிருந்தார்கள். தாஷாவுக்கும் அனீஸ்யாவுக்கும் நல்ல உணவளித்துப் பாதுகாப்பதாக, தெலேகினிடம் தான் கொடுத்த வாக்குறுதியைக் குஸ்மா குஸ்மீச் இன்னும் மறந்துவிடவில்லை. எனவே உணவுப் பொருளையும் எரிபொருளையும் பெறுவதற்காக, தன் மனச்சாட்சிக்கு விரோதமான காரியங்களிலும் ஈடுபட்டு, எப்படியோ எத்துசித்து வேலைகள் செய்து தனது வாக்குறுதியைக் காப்பாற்றி வந்தான். மேலும், அவனது முதுமையையும்

அவன் உணரத் தொடங்கினான். இலையுதிர் காலத்தின் குளிரிலோ அடுப்பருகே அமர்ந்து குளிர்காயத்தான் பெரிதும் விரும்பினான்; வெளியிலோ கூரைமீது மழை மிருதுவான ஒலியோடு பெய்துகொண்டிருக்கும். அதிலே வெளியில் சென்று அலைவதைவிட, குளிர் காய்வதே மேலென அவனுக்குத் தோன்றும். எனவே இந்தச் சோம்பியிருக்கும் சூழ்நிலையின் அமைதியிலே அவன் மனம் தத்துவார்த்த சிந்தனையிலே பெரிதும் ஈடுபடத் தொடங்கியது.

ஜன்னல் கண்ணாடிகளின்மீது அருணோதயப் பொழுதின் ஒளி நீலநிறமாகப் படியத் தொடங்கும் சமயத்திலேயே தாஷாவும் அனீஸ்யாவும் சிவப்பு முள்ளங்கித் தேநீரையும், வேறு எதையேனும் அருந்தி முடித்துவிட்டு, தமது வேலைக்குப் புறப்பட்டுச் செல்வார்கள். குஸ்மா குஸ்மீச் எல்லாவற்றையும் கழுவிவிட்டு, குப்பை வாளியைக் கொண்டுபோய்க் கொட்டிவிட்டு வந்து, அங்குள்ள இரண்டு சிறிய அறைகளையும் பெருக்கிச் சுத்தம் செய்வான். இந்த வேலைகளைச் செய்யும்போதே அவன் இடையிடையே பெருமூச்செறிந்தவாறு வழக்கமான அன்றாடப் பிரச்னைகளைத் தீர்ப்பது பற்றிச் சிந்திப்பான்; இரண்டு முட்டைகள், கொஞ்சம் பன்றிக்கறி, ஒரு புட்டி பால், பாதித் தொப்பியளவுக்கு வரக்கூடிய உருளைக்கிழங்கு முதலியவற்றை எங்குப் போய்ப் பெறுவது? குஸ்மா குஸ்மீச் யாசகம் கேட்கத் துணியவில்லை. கேட்கவும் மாட்டான். அவன் உணவுப் பொருளுக்காகத் தனது தத்துவார்த்த, ஒழுக்கக் கருத்துகளைத்தான் பண்டமாற்றுச் செய்தான். இரண்டு மாத காலத்தில் காஸ்திரமாவிலுள்ள மக்களெல்லோருமே அவனைத் தெரிந்துகொண்டு விட்டார்கள். இடையிடையே அவன், அக்கம்பக்கத்துக் கிராமங்களுக்கும் சென்று திரும்பினான்.

சிந்தனையில் ஈடுபட்டிருக்கும்போதே, அவன் ஜன்னலோரமாக அமர்ந்து கொஞ்சம்கொஞ்சமாக அதிகரித்துவரும் வெளிச்சத்தில் எதையாவது தைத்துக் கொண்டிருப்பான் அல்லது பழுது பார்ப்பான். வாழ்க்கை

என்பது ஒரு மகத்தான சக்தி. மாபெரும் சரித்திர நிகழ்ச்சிகளும் கடும் சோதனைகளும் நிறைந்திருக்கும் காலத்தில் கூடத்தான் மனித ஜீவன்கள் தமது தாய்மார்களின் கருப்பைக்குள்ளிருந்து தலையை நீட்டி வெளியே வருகின்றன; வெளியே வரும்போதே, தமது பெற்றோர்களுக்கு பிடித்தாலும் பிடிக்காவிட்டாலும் இந்த உலகத்தில் தமக்கும் இடம் வேண்டும் என்றும் கோபத்தோடு அழுது அடம்பிடிக்கின்றன. வசந்த பருவத்தின் காதல் களத்திலே தனது பளபளப்பான வாலையாட்டி, நடனமாடிச் சென்று காதல்புரியும் கறுத்த சேவலுக்குள்ள வசதிகளைக்கூடப் பெறாத வர்க்கமும், தமது வாழ்க்கை வசதிகளைப்பற்றிச் சற்றும் எண்ணிப் பாராமலே காதல்கொள்ளத் தொடங்கிவிடுகிறார்கள். ஜனங்களோ எப்போதும் மன ஆறுதலை நாடுகிறார்கள். இதனால், "நிலைமை இவ்வாறே நீடித்தால் நமது கதி என்னாகும்? நாம் இனி புல்லைத் தின்னவும், நமது மானத்தை முட்டைக்கோஸ் இலையினால் மூடி மறைக்கவும்தான் நேருமோ?" என்று எப்போது பார்த்தாலும் சந்தேக எண்ணங்களிலேயே தத்தளிப்பவர்கள்கூட, தமது இதயத்தினுள் எதிர்பாராத விதமாக மனச்சாந்தியைப் பெய்ய முன்வரும் மனிதனுக்குத் தமது ரொட்டியில் பாதியையும் கொடுக்க முன்வந்து விடுகிறார்கள். மற்றவர்களோ ஜில்லாவின் செக்காஸ்தாபனத்துக்கு அஞ்சி நடுங்காமல் தமது உள்ளத்திலே பொங்கிக் குமுறிக் கொண்டிருக்கும் குரோதத்தையும் கோபத்தையும் வாய்விட்டுச் சொல்லி மனப்பாரத்தைத் தீர்த்துக் கொள்வதைக் காதுகொடுத்துப் பொறுமையோடு கேட்பவனுக்கு நன்றி காட்டினார்கள்.

குஸ்மா குஸ்மீச் பண்ணை வீடுகளுக்குச் சென்று வருவான். இருண்டு கிடக்கும் வாசல்புறத்தில் அவன் கால்களைத் துடைத்துச் சுத்தம் செய்துகொண்டு, சமையலறைக்கே சென்றுவிடுவான். சில சமயங்களில் ஒரு வீட்டுக்காரி கோபத்தோடு கூறுவாள்:

"அந்தப் புல்லுருவி மீண்டும் வந்துவிட்டானா? இன்று

என்னிடம் எதுவும் இல்லை. எதுவுமே கிடையாது."

"நான் மத்ரியோனா சாவிஷ்னாவைப் பற்றி விசாரித்து விட்டுப் போகத்தான் வந்தேன்" என்று தனது சிவந்த முகத்தை நட்புரிமையோடு ஆட்டியவாறும், உதடுகளைச் சப்புக் கொட்டியவாறும் சொல்வான் குஸ்மா குஸ்மீச்: "அவளுக்கு உடம்புக்கு இன்னும் மோசமாகத்தான் இருக்கிறதா?"

"ஆமாம். ரொம்ப மோசமாகத்தான் இருக்கிறது."

"ஆன்னா இவானவ்னா! மரணம் பயங்கரமானதல்ல; ஆனால் பயனற்று வாழ்கின்ற வாழ்க்கையைப் பற்றிய மனோவுணர்ச்சிதான் நம்மை ஆழ்ந்த சோகத்துக்கு ஆளாக்கிவிடுகிறது. அதனால் ஒவ்வொருவரும் மன ஆறுதலை நாடுகிறார்கள். எனவேதான் மரணம் நெருங்கி வரும்வேளையில், அந்த நபரின் நெற்றியில் யாராவது கையை வைத்துத் தடவி ஆறுதல் வார்த்தைகள் சொல்ல வேண்டும்." "எப்படி?" "மத்ரியோனா! உன் வாழ்க்கை ஒன்றும் பிரகாசமானதல்ல; எனவே அதைவிட்டுப் பிரிந்துபோவதற்கும் நீ வருந்துவதற்கும் எதுவும் இல்லை. என்றாலும், நீ சின்னஞ்சிறு சிற்றெறும்பு மாதிரி உழைத்தாய். எந்தவிதப் பிரதிபலனையும் எதிர்பாராமல், உனது பாரத்தை நீயே வாழ்நாள் முழுதும் சுமந்தாய். என்றாலும், உழைப்பு வீண் போவதில்லை. எல்லாமே பயன்படத்தான் செய்யும். மனிதச் சமுதாயத்தின் கோபுரம் மேலும்மேலும் உயரமாகவும் விரிவாகவும் வளரத்தான் செய்கிறது. அந்தக் கோபுரத்தின் சுவர்களிலே உனது உழைப்பும் ஒரு சிறு செங்கல்லாக இடம் பெற்றிருக்கத்தான் செய்யும். நீ குழந்தைகளைப் பெற்றாய்; பேரன் பேத்திகளைக் கண்டாய்; இப்போதோ உன் வாழ்வின் இரவுநேரம் வந்துவிட்டது. எனவே கண்ணை மூடிக்கொண்டு அமைதியாகத் தூங்கு. எதை நினைத்தும் வருந்தாதே. உனது துன்பமயமான வாழ்க்கைக்கு நீ எவ்விதத்திலும் பொறுப்பாளியாக மாட்டாய்."

குஸ்மா குஸ்மீச் வாசலருகில் கிடந்த சிறு பெஞ்சின்மீது

அமர்ந்து பேசிக்கொண்டே இருந்தான். வீட்டுக்குள்ளே சமையற்கட்டில் அடுப்பெரிப்பதற்காக சுள்ளி விறகுகளை வெட்டிக் கொண்டிருந்த வீட்டுக்காரி கோடரியைக் கைசோர விட்டுவிட்டு, பலமுறை பெருமூச்சு வாங்கினாள். அவளது கன்னங்களிலே கண்ணீர் மாலை மாலையாக வழிந்தோடியது.

"நாம் வாழ்கிறோம். ஆனால் நாம் இறக்கின்ற சமயத்திலே நமக்கு ஒரு வார்த்தை நன்றி சொல்லக்கூட ஒருவரும் முன்வரமாட்டார்கள்."

"ஏனென்றால், வாழ்க்கை என்பது இன்னும் அநியாயங்களே நிரம்பியதாகத்தான் இருக்கிறது. ஒவ்வொருவனும் பட்டபாட்டை எண்ணி, அவர்களுக்கு நினைவுச் சின்னம் எழுப்ப வேண்டும். வரப்போகும் காலத்தில் அதுதான் நிகழப்போகிறது. ஆன்னா இவானவ்னா! வரவிருக்கும் காலத்தில் வாழ்க்கையும் நன்றாக இருக்கும்."

"மறுவுலகைப் பற்றிச் சொல்கிறீர்களா?"

"இல்லையில்லை. இந்த உலகத்தில்தான்."

"உங்களைப்போல் கருணையுள்ளம் படைத்த அசடை நான் பார்த்ததேயில்லை."

"இது என் தொழில், ஆன்னா இவானவ்னா. இது கருணையல்ல; உள்ளமே எல்லாவற்றையும் தெரிந்து கொள்ளக் குறுகுறுக்கிறது. அவ்வளவுதான். மனிதர்கள் மற்றவர்களின் அனுதாபத்தை விரும்பவில்லை. மாறாக, மற்றவர்கள் தமது விஷயத்தில் அக்கறைகாட்ட வேண்டும் என்றுதான் விரும்புகிறார்கள். நல்லது. நான் மத்ரியோனா சாவிஷ்னாவைப் பார்க்கலாமா?"

"சரி. உள்ளே போங்கள்." இந்த மாதிரியான வீட்டைவிட்டுத் திரும்பும்போது, குஸ்மா குஸ்மீச் வெறுங்கையோடு வருவதில்லை. மாலையிலோ அவன் யார்வீட்டு முற்றத்திலுள்ள குவியலிலிருந்து கொண்டுவந்த விறகுக் கட்டையை அறுத்துத் தறித்து, அடுப்பை மூட்டிவிட்டு,

தேநீர்ச் சட்டியின்மீது படிந்த சாம்பலையும் ஊதித் தள்ளிவிட்டு, மேஜைமுன் வந்து உட்கார்ந்து தாஷாவிடமும் அனீஸ்யாவிடமும் அன்றைய தினத்தில் தான் செய்த சாகசச் செயல்களையெல்லாம் எடுத்தியம்புவான்.

"எனக்கு ஒரு போட்டி ஆள் வந்திருக்கிறான்" என்று ஒருநாள் தட்டிலிருந்த தேநீரை ஊதிக்கொண்டே சொன்னான்: "ஒரு கிழவன். அவன் சாக்குத் துணியாலான சட்டை அணிந்திருக்கிறான்; காலில் எதுவுமே அணியவில்லை. தாடியையும் காரணத்தோடு உலைத்துவிட்டிருக்கிறான். மூக்கு மட்டும் முகத்தையே அடைக்கிறமாதிரி பெரிதாக, துடிப்பாக இருக்கிறது. இவன் வீடுவீடாகச் செல்லத் தொடங்கிவிட்டான். பிதா ஏஞ்செல் என்பது அவன் பெயர். இந்த ஏமாற்றுக்காரப் பயல் நல்ல கதையளக்கவும் கற்றுக் கொண்டிருக்கிறான். ஏதாவது ஒரு வீட்டுக்குள்ளே போய், தரையிலே உட்காருகிறான். பிறகு கைகளை விரித்துக்கொண்டு அங்குமிங்கும் அசைந்தாடுகிறான். பிறகு முன்கி அழுகிறான்: "ஏஞ்சல்! ஏஞ்சல்! உனக்கு அப்படித்தான் வேண்டும். நீ நம்ப மாட்டாய். உஹூ. உஹூ! இப்போதோ நீ உன் கண்களாலேயே பார்த்து விட்டாய்; உன் கைகளாலேயே தொட்டுப் பார்த்து விட்டாய். உஹூ. உஹூ.! என்று அழுகிறான். ஜனங்களோ வாய்பிளந்த வண்ணம் அவன் சொல்வதைக் கேட்கிறார்கள். அவன் நாடகத்தை நன்கு தொடர்ந்து நடத்துகிறான். பிறகு, அவர்களிடம் ஒரு கட்டுக்கதையை அவிழ்த்துவிடுகிறான். சில தினங்களுக்கு முன் ஒரு வெள்ளிக்கிழமை இரவில், செஞ்சேனையிலுள்ள ஒருவனின் மனைவி ஒரு பெரிய ஆண் பிள்ளையைப் பெற்றெடுத்தாளாம். அந்தப் பிள்ளைக்குப் பிறக்கும்போதே வாயெல்லாம் பல்லாய் இருந்ததாம். அந்தப் பிள்ளையைக் கழுவியெடுத்து, துணியிலே சுற்றி, அதன் தாயிடம் பால்கொடுக்கக் கொடுத்தார்களாம். ஆனால் அந்தப் பிள்ளை பாலைக் குடிக்காமல் தாயின் முகத்தையே பார்த்ததாம். பிறகு, 'அம்மா! அம்மா! நான் வந்துவிட்டேன்!' என்றதாம்." குஸ்மா குஸ்மீச் தேநீரை ஒரு மடக்குக் குடித்துவிட்டு கிளுகிளுத்துச் சிரித்தான். "இந்த ஏஞ்செல் எனது

வாடிக்கைக்காரர்களையெல்லாம் பறித்துக் கொள்கிறான். பொறாமைக்காரப் பயல் அவன்! நாங்கள் இருவரும் ஒரு நாள் ஒரே வீட்டின் முற்றத்தில் சந்தித்துக்கொண்டோம். அவன் என்னை முறைத்துப் பார்த்துவிட்டு, ‘இதென்ன குஸ்மா? நீ என் பிழைப்பைச் கெடுக்கப் பார்க்கிறாயா? இதோ பார். இனியும் நீ என்னைத் தொடர்ந்து வந்தால், என் கைத்தடிதான் உனக்குப் பதில் சொல்லும்’ என்று சொன்னான்.”

“குஸ்மா குஸ்மீச்! இந்த உதவாக்கரை வேலையையெல்லாம் விட்டுத் தொலையுங்கள்” என்று தாஷா கண்டிப்போடு சொன்னாள்: “சோவியத்தில் ஏதாவது ஒரு வேலையை ஏற்றுக்கொள்ளுங்கள். எங்களைப் பற்றிய கவலை வேண்டாம். எங்களுக்குக் கிடைக்கிற ரேஷன் உணவிலேயே நாங்கள் சமாளித்துக் கொள்வோம். ஜனங்கள் உங்களைப்பற்றி அருவருக்கத்தக்க விதத்தில் பேசத் தொடங்கிவிட்டார்கள். எனக்கு அது பிடிக்கவில்லை.”

அனீஸ்யா வழக்கம்போலவே தனது பகற்கனவு காணும் நிலையிலிருந்து விடுபட்டுச் சொன்னாள்:

“நான் இன்று ஒரு மனிதரிடம் பேச நேர்ந்தது. சரியான மிருகப் பிறவி.” இந்தச் சமயத்திலே அவள் ஒவ்வொருவருடைய குரலையும் முகபாவத்தையும் பிரதிபலித்துக் கிண்டல் செய்தவாறே பின்வருமாறு பேசத் தொடங்கினாள்: “நான் வழக்கம்போல் உட்கார்ந்து படித்துக் கொண்டிருந்தேன். சிவில் சப்ளை இலாகாவில் வேலைபார்க்கும் ஒரு மனிதர் வந்தார். பெரிய பூதாகாரமான தொளதொளத்த உடம்பு, வாயோ ஒரு பக்கம் கோணிக்கொண்டு இருந்தது.

“நான் உன் மாமாவைச் சந்திக்கப் பெரிதும் விரும்புகிறேன்” என்றார் அவர்.

“மாமாவா?” என்றேன் நான்.

“உங்களோடு வசிக்கிறாரே, அவர்தான். அவரிடம் நான் ஆத்மார்த்த உபதேசம் பெற விரும்புகிறேன்” என்றார்

அவர்.

"அவர் ஒன்றும் உபதேசம் செய்வதில்லை" என்றேன் நான்.

"அவர் உபதேசம் செய்கிறார் என்று கேள்விப்பட்டேனே. பலபேர் அவரிடம் போய் உபதேசம் கேட்டு, மனச்சாந்தி பெற்றிருக்கிறார்களே" என்றார் அவர்.

"தோழரே! உங்களது அபத்தங்களையெல்லாம் கேட்டுக் கொண்டிருக்க நான் தயாராயில்லை. நான் காரியமாக இருப்பது தெரியவில்லையா?" என்றேன் நான்.

பிறகு அவர் என் காதருகே குனிந்து, காதெல்லாம் எச்சில் தெறிக்க, "அந்தப் பேசும் குழந்தையைப் பற்றிக் கேள்விப்பட்டாயா நீ?" என்று ரகசியமாகக் கேட்டார்.

"தூரப் போங்கள். நரகத்துக்குப் போய்த் தொலையுங்கள்!" என்றேன் நான்.

"அதற்கு ஒன்றும் தூரம் அதிகமில்லை. நாமெல்லாம் நெடுங்காலமாக நரகத்தில்தான் இருந்துவருகிறோம். சரி. நீ என்ன நினைக்கிறாய்? 'அந்தக் குழந்தைதான் கிறிஸ்து விரோதியா?' என்று கேட்கிறார் அவர்."

"சகிக்கவில்லை!" என்றாள் தாஷா. "ஆமாம். இது படுமோசமான இடம்தான்!" என்று கூறியவாறே, குஸ்மா குஸ்மீச் ஏதோ சிந்தித்தவண்ணம் மேலும் ஒரு கோப்பை வெந்நீரை ஊற்றிக்கொண்டான்; "மோசமான இடம். நமது காதுகளே அடைத்துப் போய்விடும் போலிருக்கிறது. ஆனால் ருஷ்ய மக்களே விஷயத்தைத் தெரிந்துகொள்ள வேண்டும் என்ற குறுகுறுப்பு உள்ளவர்கள்தான். குறுகுறுப்பு மட்டுமல்ல; மற்றவர்களையும் நம்பவைத்து விடுவார்கள். அவர்களுக்கு அற்புதமான மூளை உண்டு. அவர்களுக்கு வேண்டியதெல்லாம் அறிவும், இந்த ஆதிகாலத்துச் சேற்றிலிருந்து மீள்வதற்கான சரியான பாதையும்தான். என் அருமைப் பெண்களே! நானும் வெகுநாட்களாக உங்களிடம் ஒரு விஷயத்தைச் சொல்ல வேண்டும் என்றுதான் நினைத்திருந்தேன். நாம் மாஸ்கோவுக்குப்

போய்விடலாம் என்பதுதான் அந்த யோசனை. என்றாலும், அதைப் பற்றிச் சொல்வதற்குத்தான் எனக்கு இதுவரை துணிச்சல் இல்லை."

"மாஸ்கோவுக்கா?" என்று எதிரோலித்தாள் அனீஸ்யா. அவளது நீலநிறக் கண்கள் வியப்பால் விரிந்தன.

"ஆமாம். ஒளியை நோக்கி; கருத்துகளை நோக்கி; மாபெரும் விஷயங்களை நோக்கி! நான் எனது அசட்டுத்தனங்களை எல்லாம் விட்டுவிடுவேன். ஆமாம். சத்தியமாக விட்டுவிடுவேன். அவையெல்லாம் எனக்கே சலித்துப்போய் வெகுகாலமாகிவிட்டது. அதிலும் எனது புகைப்படம் போன்ற ஏஞ்சல் பிதாவைப் பார்த்த பின்னால், நான் அப்படியே நிலைகுலைந்து போய்விட்டேன்."

"மாஸ்கோவுக்கு; மாஸ்கோவுக்கு!" என்றாள் தாஷா:

"நமக்கு அங்கே தங்குவதற்குக்கூட ஓர் இடம் இருக்கிறது.

காத்யா ஒரு வயதான சீமாட்டியின் வீட்டில் ஒரு அறையை எடுத்திருந்தாள். அந்தக் கிழவியின் பெயர் மரீயா கொந்தி ராதியவ்னா. ஒருவேளை, இப்போது அங்கு ஒன்றுமே இல்லாமலும் போகக்கூடும். குஸ்மா குஸ்மீச்! இந்த எண்ணத்தைக் கைவிட வேண்டாம். நாமோ ஏதோ அரைவயிற்று உணவுக்காக, இங்கு அரும்பெரும் சக்திகளையெல்லாம் பாழடித்துக் கொண்டிருக்கிறோம். நீங்களும் இங்கு வந்தபின் மிகவும் மாறிவிட்டீர்கள். நீங்கள் மிகவும் படுபயங்கரமாகச் சீர்கெட்டுப் போனீர்கள். கேளுங்கள்! மாஸ்கோவுக்குப் போய்ச் சேர்ந்தவுடனேயே நாம் அனீஸ்யாவை ஒரு நாடகக் கலைப் பயிற்சிப் பள்ளிக்கு அனுப்பி விடுவோம்."

அனீஸ்யா இதைக் கேட்டு எதுவும் பேசவில்லை. ஆனால், அவள் தன் கண்களை மட்டும் மூடினாள். கன்னங்களோ குப்பென்று சிவந்துவிட்டது.

"குஸ்மா குஸ்மீச்! நாளைக்கு நீங்கள் முதல் வேலையாகச் சென்று, 'யரஸ்லாவிலுக்குக் கப்பல்கள் ஏதேனும்

போகிறதா' என்று விசாரித்து வாருங்கள்."

தாஷா மிகுந்த உணர்ச்சிப் பரவசத்துக்கு ஆளானாள்; எனவே, அதிகம் பேசவில்லை. இடையிடையே ஆழ்ந்த பெருமூச்சு மட்டும் விட்டுக்கொண்டாள். குஸ்மா குஸ்மீச்சோ குனிந்து உட்கார்ந்து, கையை வயிற்றில் வைத்தவாறே தனக்குத்தானே மனத்துக்குள் பேசிக் கொண்டான். இந்தப் பெண்களுக்கு ஒழுங்காக உணவளிந்து வருவதொன்றும் அவ்வளவு சிரமமான பிரச்னையாக இருக்காது. நிலைமை ரொம்பவும் மோசமாகப் போனால், அவன் ரகசியமாக ஒளித்து வைத்துள்ள தாஷாவின் வைரங்கள் இருக்கவே இருக்கின்றன. மேலும் காஸ்திரமாவிலிருந்து சில மூட்டைகள் ரைதானிய மாவையும் கொண்டு செல்லலாம். மாஸ்கோவைப் பற்றிய கருத்தை அவன் திடீரென்று வாய்விட்டுச் சொன்னது பெரிய அதிசயம்தான்! எப்படியோ அதனை இப்போது சொல்லி முடித்துவிட்டான். அதுவும் நன்மைக்குத்தான். அவனது சிந்தனையில் அவன் தெலேகினுக்கு விவரமான கடிதம் எழுத வேண்டுமென்று தீர்மானித்து, எழுத வேண்டிய விஷயத்தையும் விதத்தையும்கூட முடிவு கட்டிவிட்டான். தெலேகினிடமிருந்து ஒரே ஒரு தபால் கார்டு மட்டும்தான் சமீபத்தில் வந்திருந்தது. அந்தக் கடிதத்தில்தான் உயிரோடு சுகமாக இருப்பதாக எழுதியிருந்தான்; அத்துடன் அவனது காதலையும் முத்தங்களையும் அனுப்பியிருந்தான்.

அனீஸ்யா மேஜைமீது ஊன்றிய முழங்கைகளின்மீது சாய்ந்துகொண்டு, எதிரேயுள்ள தகர எண்ணெய் விளக்கின் மெல்லிய சுடரையே பார்த்துக் கொண்டிருந்தாள்; அவளது கற்பனையில் (நிர்வாகக் கமிட்டி காரியாலயத்தில் உள்ளதுபோல்) பெரியதொரு மாடிப் படிக்கட்டுகள் தோன்றின; அதன் வழியாக, அவள் தோள்களை வெளிக்காட்டும் உடுப்பு அணிந்து, பட்டுப் பாவாடை சரசரக்க, ரத்தம்படிந்த கைகளைத் துடைத்துக்கொண்டே இறங்கி வருகிறாள்; அங்கே ஒரு நீளச் சவப்பெட்டி தோன்றுகிறது; அந்தச் சவப்பெட்டியிலிருந்து அவள்

வெளியே எழுந்து, ரோமியோவையும், அந்த விஷக் குப்பியையும் பார்க்கிறாள்.

இரைந்துகொண்டிருந்த தேநீர்க் கெட்டிலுக்கு அருகில் அவர்கள் மூவரும் வெகுநேரம்வரையிலும் அமர்ந்திருந்தார்கள். அந்த இரவில் மழைநீர் அங்குள்ள சின்ன ஜன்னலின் கண்ணாடிமீது சோவென்று அறைந்து பெய்துகொண்டிருந்தது. ஆனால், அந்த மோசமான சீதோஷ்ண நிலை, அவர்களது மோசமான இருப்பிடம், அன்றாட வாழ்க்கையில் நேரும் வறுமைச் சங்கடங்கள் இவற்றைப் பற்றியெல்லாம் அவர்கள் ஏன் கவலைப்படப் போகிறார்கள்? அவர்களது இதயங்களோ என்றென்றும் அழியாத இளமையைப் பெற்றுவிட்டதுபோல், பரபரப்போடும் நம்பிக்கையோடும் வாழ்க்கையின் தலைவாசலையே தட்டத் தொடங்கிவிட்டது.

தெலேகின் எப்போதும் தன்னை ஒரு நிதான புத்தி படைத்தவனாகவே கருதியிருந்தான். அவனிடம் குறைபாடுகள் இருந்தபோதிலும், அவன் நிதானத்தை மட்டும் இழப்பதில்லை. ஆனால் இப்போதோ அவன் ஒரு கணம்கூட எண்ணிப் பாராமல், ஏதோ ஒரு குருட்டுத்தனத்துக்கு இரையாகிவிட்டதுபோல், நடுங்கும் விரல்களால் தனது ரிவால்வாரின் உறையைக் கழற்றி, அதனுள்ளிருந்த ரிவால்வாரை வெளியே எடுத்தான்; பின்னர் அதனைத் தன் தலையில் வைத்து அழுத்தியவாறு, ரிவால்வாரின் குதிரையை இழுத்தான். ஆனால் அது வெடிக்கவில்லை. யாரோ என்ன காரணத்தாலோ அதிலேயிருந்த தோட்டாக்களை அகற்றியிருந்தார்.

ரோஷினும், கமிஸார் செஸ்னகோவும் தெலேகினை நோக்கித் தாறுமாறாக வாய்க்கு வந்தபடி வைது தீர்த்தார்கள். அவனை *சிறுபிள்ளையென்றும்*, *படிப்பாளியென்றும்*, *உதவாக்கரையென்றும்*, *பெட்டைக் குதிரையின் பிருஷ்டபாகத்தைத் துடைப்பதற்குக்கூட லாயக்கற்ற கந்தல் துணியென்றும்* வசைமாரி பொழிந்தார்கள். அவர்கள் மூவரும் குதிரைகளை விட்டிறங்கி, மழையால் நனைந்து குறுத்துப்போயிருந்த ஒரு வைக்கோற்போருக்கருகே

நின்றபோதுதான் இந்த நிகழ்ச்சி நடந்தது. மேலும் வெகுசமீபத்திலேயே தளபதியின் படைப் பகுதியும், குதிரைப்படையும் இருந்தது. தெலேகினின் பிரிகேடில் இப்போது மிஞ்சி நின்றவர்களே அவ்வளவுதான்.

மாமன்தவின் படைகள் அவர்களது பின்னணியில் அகலமாக ஊடறுத்துக் கொண்டு புகுந்துவந்து அவர்களைத் தாக்கின; சகலவிதமான போக்குவரத்து, செய்தித் தொடர்புகளையும் துண்டித்தன; நாசமாக்கின; பாதைகளையும் பாலங்களையும் அழித்தொழித்தன; காய்வொரொனியிலிருந்த அவர்களது உணவுப் பொருள் கிட்டங்கியையும், ஆயுத தளவாடச் சேமிப்பு நிலையத்தையும் தகர்த்தெறிந்தன. சில நாட்களுக்காகவே, பிரிகேடின் பின்னணி முழுவதும் படு நாசமாக்கப்பட்டது. இத்தகைய குழப்பத்தில், எந்தவொரு தலைமை நிலையத்தோடும் தொடர்புகொள்ளும் சாத்தியப் பாடு இல்லாமல், படைப் பகுதிகள் சிதறிக் குலைந்தன; ஆங்காங்கே தனிப்பட்ட போர் வீரர்கள் மட்டும் ஒளிந்தும் மறைந்தும் வாபஸ் வாங்கினார்கள்; நோக்கும் போக்கும் அற்று, எங்கெங்கோ அர்த்தமற்று அலைந்து திரிந்தார்கள்.

அவர்கள் தம்மைச் சுதாரித்துக் கொள்ளுமுன்பே, இரண்டு காலாட்படைப் பிரிவுகளையும் பின்னணியில் மாமன்தவின் துருப்புகளும், முன்னணியில் தோன் கசாக்குகளும் சுற்றிவளைத்துக் கொண்டார்கள். இதனால் செஞ்சேனைப் படையினர் போர்முனையைக் கைவிட்டு, பல்வேறு திசைகளில் சிதறியோடினர்.

இந்தப் பேரழிவின் அளவைக் கொஞ்சம்கொஞ்சமாகத் தான் தெரிந்துகொள்ள முடிந்தது. தெலேகின் குதிரைப் படையுடனும், ஊர்க்காவல் படைப் பகுதியுடனும் சேர்ந்து, தனது பிரிகேடைத் தேடிப் புறப்பட்டுச் சென்றான். இப்போது மாமன்தவ் வெகுதூரத்திற்குச் சென்றுவிட்டதாலும், பயபீதியும் அடங்கிப் போய் விட்டதாலும், சிதறிப்போன தனது படைவீரர்களின் மிஞ்சியவர்களையெல்லாம் மீண்டும் ஒன்றுதிரட்டி விடலாம் என்று அவன் இன்னும் நம்பினான். ஆனால்,

அழுதுவடியும் வானமண்டலம், நனைந்து சதுப்பு நிலமாகப் போயிருந்த புல்வெளிகள், கடந்துசெல்ல முடியாது உழுது போடப்பட்டிருந்த வயல்வெளிகள், பனிமூட்டம் படிந்த கடவுப்பாதைகள், காட்டுப்புதர்கள் முதலியவற்றின் மத்தியிலே சென்று அவர்களை ஒன்று திரட்டுவது அசாத்தியமான காரியம் என்பதை அவன் விரைவிலேயே கண்டுகொண்டான்.

அந்தப் போர் வீரர்களில் சிலர், தாம் சேர்ந்துகொள்ளக் கூடிய வேறொரு போர்முனையைத் தேடிச்சென்று விட்டார்கள்; வேறுசிலரோ பண்ணை வீடுகளைத் தேடிச்சென்று, ஜன்னல்களுக்கருகிலே நின்று, தமக்கு அடைக்கலம் தருமாறும், குளிர்காய அனுமதிக்குமாறும் கெஞ்சிக் கேட்டுக் கொண்டார்கள்; போர்முனையிலிருந்து தப்பித்துச் செல்வதற்காக நெடுநாட் சந்தர்ப்பத்தை எதிர்நோக்கியிருந்தவர்களோ, நேராகத் தங்கள் வீடுவாசல்களையும் பெண்டுபிள்ளைகளையும், கணப்புத் தீயையும் தேடிப் புறப்பட்டுப் போய்விட்டார்கள்.

முப்பத்தொன்பதாவது படைப்பிரிவைச் சேர்ந்த இரண்டு செஞ்சேனை வீரர்கள் எலும்பும்தோலுமான நிலையில் எழுந்து நிற்கக்கூடச் சீவனில்லாமல் ஒரு வைக்கோல் போரின்மீது அமர்ந்திருந்தார்கள். ரோஷின், தெலேகின், செஸ்னகோவ் மூவரும் எதிர்பாராதவிதமாக அந்த வழியாக வந்து அவர்களைச் சந்தித்தபோது, அவர்கள் சோகமயமான கதையைத்தான் சொன்னார்கள்.

"இப்படிச் சுற்றியலைவதிலே பிரயோஜனமில்லை. நீங்கள் ஒருவரைக்கூடக் காணப்போவதில்லை. ஒரு படைப் பிரிவு இருக்கத்தான் செய்தது. ஆனால், இப்போதோ அப்படியொன்று இல்லாமலே போய்விட்டது" என்றான் அவர்களில் ஒருவன்.

மற்றவனோ வைக்கோலின்மீது சாய்ந்தவாறே, பற்களை மட்டும் கோபத்தோடு இளித்துக் காட்டினான்:

"நம்மைக் காட்டிக் கொடுத்துவிட்டார்கள். அவ்வளவு தான். யுத்த நடவடிக்கை உத்தரவுகளை எங்களால் புரிந்து

கொள்ள முடியாது என்று நீங்கள் நினைக்கிறீர்களா? எங்களுக்கு எல்லாம் புரியும். நாங்கள் காட்டிக் கொடுக்கப்பட்டு விட்டோம். உங்கள் தலைமை நாசமாய்ப் போகட்டும்! அவர்கள் எங்களுக்கு அட்டை வைத்துத்தைத்த பூட்சுகளை அனுப்பித் தந்திருக்கிறார்கள்! அவன் தனது கிழிந்த பூட்சுகளுக்கு வெளியே எட்டிப் பார்த்துக் கொண்டிருக்கும் கால் விரல்களை ஆட்டிக் காட்டினான். "போதும், போதும். நாங்கள் சண்டைபோட்ட லட்சணம். எல்லாம் முடிந்தது. அவ்வளவுதான். ஆமென்!"

இந்த வைக்கோற்போருக்கருகிலேதான் தெலேகின் திடீரென்று மனம் உடைந்துபோனான். பளபளப்பான முன்புறமும், இருபுறத்திலும் ஒளிவீசும் பெரிய விளக்குகளும் கொண்ட அந்த மோட்டார் கார் அவன் நினைவில் எழுந்தது. இனி, அவன் தன்னைப் பற்றி என்னதான் சொல்லிக்கொள்ள முடியும்? அவனது சோம்பிப்போன நல்ல சுபாவத்தின் காரணமாக, எல்லாவற்றையுமே பெருங்குழப்பத்துக்கு ஆளாக்கி விட்டுவிட்டான்; அவன் தனது பிடியை இழந்தான்; அத்துடன் தனது படையினரையும் இழந்துவிட்டான்.

"ஏசியது போதும். நிறுத்துங்கள்!" என்று தெலேகின் ரோஷினையும் செஸ்னகோவையும் பார்த்துச் சொன்னான்: "ஆமாம். நான் தவறிவிட்டேன். பலவீனத்துக்கு இடம் கொடுத்துவிட்டேன். குற்றம்தான்!" பின்னர், அவன் தனது ரிவால்வரை உறைக்குள் போட்டவாறே, முகத்தைப் பயங்கரமாக நெரித்தான். "என் வாழ்க்கை பூராவும் நான் அதிர்ஷ்டசாலியாக இருந்தேன். எனது அதிர்ஷ்டம் என்னை ஒருநாள் காலை வாரிவிடும் என்று எனக்குத் தெரியும். நல்லது. புரட்சி ராணுவ விசாரணை ஸ்தலம் என்னை விசாரித்துவிட்டுப் போகட்டும்."

"முட்டாளே! இந்த நேரத்திலே உன்னை யார் நினைத்துக் கொண்டிருக்கப் போகிறார்கள்?" என்று ரோஷின் கத்தினான்; அவனது கன்னத்துச் சதை துடித்தது; "நீ இனி எங்கே குதிரைப் படையை நடத்திச் செல்லப் போகிறாய்? கிழக்கிலா? மேற்கிலா? உனது திட்டங்கள்

என்ன? உடனடியாக என்ன செய்ய உத்தேசிக்கிறாய்? அதைச் சிந்தனை செய், முதலில்!"

"வரைபடத்தைக் கொடு!"

தெலேகின் ரோஷினின் கையிலிருந்து வரைபடத்தை வெடுக்கென்று பிடுங்கி அதனைக் குனிந்து பார்த்தான்; அதேசமயம், தன்னைத்தானே ஆபாச வசைமொழிகளால் வைது கொண்டான். நகரங்கள், கிராமங்கள், பண்ணைகள் முதலியவற்றின் பெயர்கள் அவனது கண்முன்னால் மேலும்கீழும் மிதந்து நிழலாடின. அவன் சீக்கிரமே சுதாரித்துக்கொண்டான். சிறிதுநேர விவாதத்துக்குப் பின்னர், எட்டாவது ராணுவத்தின் படைப் பகுதியினரைச் சந்திக்கக்கூடும் என்ற நம்பிக்கையில் அவர்கள் கிழக்குத் திசை நோக்கிச் செல்வதெனத் தீர்மானித்தார்கள்.

அன்றைய பகற்பொழுது முழுவதும் எங்கெங்கு சாத்தியமோ, அங்கெல்லாம் தமது குதிரைகளை ஓட்டத்தில் விட்டுச் சென்றார்கள். பொழுது இருட்டிய பிறகு, அவர்களது குதிரைகளின் காதுகள்கூடக் கண்ணுக்குப் புலப்படாதவாறு இருள்சூழ்ந்த பின்னர், சமீபத்தில் எங்கோ மண்டிக் கிடக்கும் இருளினூடே மறைந்துகிடக்கும் ரஷ்டேஸ்ட்வென்ஸ் கொயே கிராமத்தைக் கண்டுபிடிப்பதற்காக வேவு வீரர்களை அனுப்பிவைத்தார்கள். பின்னர் தமது குதிரைகளைவிட்டு இறங்காமலே வெகுநேரம் காத்திருந்தார்கள். ரோஷின் தனது குதிரையை தெலேகினின் குதிரைக்கருகில் நெருக்கிக்கொண்டு வந்தான். அப்போது ரோஷினின் முழங்கால் தெலேகினின் முழங்காலைத் தொட்டது.

"நல்லது" என்று ரோஷின் பேசமுனைந்தான்: "இப்போதாவது நீ அதனை விளக்குவாய் என்று எதிர்பார்க்கலாமா? ஒருவேளை, நீ பேசவே தயாராக இல்லையோ?"

"பேசாமலென்ன?"

"நீ நடத்தினாயே, நாடகம். அது ஏன்?"

"என்ன நாடகம், ரோஷின்?"

"தோட்டா இல்லாத ரிவால்வாரோடு நடத்திய நாடகம் தான்."

"உனக்கென்ன பைத்தியமா?" தெலேகின் தனது சேணத்திலிருந்து ரோஷினின் பக்கமாகக் குனிந்தான். ஆனால் அவனால் பார்க்க முடிந்ததெல்லாம் கறுத்துத் தோன்றும் கண்குழிகளுக்குள் தோன்றிய மங்கிய ஒளி மட்டும்தான்; "அப்படியென்றால், ரிவால்வாரிலிருந்து தோட்டாக்களை நீ அகற்றவில்லையா, ரோஷின்?"

"நான் உன் ரிவால்வரிலுள்ள தோட்டாக்களை எடுக்கவில்லை. நீ எதிர்பார்த்ததைவிடத் தந்திரசாலியாக இருப்பாயோ என்றுதான் எண்ணத் தோன்றுகிறது."

"எனக்கு ஒன்றும் புரியவில்லை. நான் ஒரு கணம் மனமுடைந்து போனேன். அதற்கும் தந்திரத்துக்கும் என்ன சம்பந்தம்? உன்னிடத்தில் நான் இருந்தால், அந்தப் பேச்சையே எடுத்திருக்க மாட்டேன்."

"சும்மா மழுப்பாதே!"

அவர்கள் இருவரும் தணிந்த குரலில்தான் பேசினார்கள். ரோஷினோ கட்டிப் போடப்பெற்ற வேட்டை நாய் மாதிரி நடுங்கினான்.

"அந்த அருவருப்பான காட்சியை வைக்கோல் போருக்கு அருகில் நின்ற குதிரைப்படை வீரர்கள் அத்தனை பேரும் நன்றாகப் பார்த்துக் கொண்டிருந்தார்கள். அவர்கள் என்ன பேசிக்கொள்கிறார்கள் என்று உனக்குத் தெரியுமா? நீ ஒரு நாடகமாடினதாகத்தான் அவர்கள் கருதுகிறார்கள். புரட்சி ராணுவ விசாரணையிலிருந்து தப்பிப் பிழைப்பதற்காகத்தான் நீ அவ்வாறு செய்ததாகப் பேசுகிறார்கள்."

"நீ என்னதான் சொல்ல வருகிறாய்?"

"நான் சொல்வதை முழுதும் கேள். கேட்பாயா?"

ரோஷினின் குதிரையும் கூட நிலையிழந்து துறுதுறுத்தது: “நீ மிகுந்த நேர்மையுணர்ச்சியோடு எனக்குப் பதிலளிக்க வேண்டும். இத்தகைய காலம்தான் ஒரு மனிதனின் தன்மையை நிர்ணயிக்க உதவுகின்றது. நீ சோதனையில் வெற்றிபெற்று விட்டாயா? உன்னிடம் ஒரு கறை படிந்து விட்டது என்பதை நீ உணர்கிறாயா? அந்தக் கறையை வைத்திருப்பதற்கு உனக்கு உரிமை கிடையாது.”

ரோஷினின் குதிரை நெளிந்துகொடுத்து, தெலேகினின் முகத்தில் தனது வாலினால் உறைத்து அடித்துவிட்டது.

அந்த வேதனை தரும் அடியைப் பெற்றதும் தெலேகின் அடைப்பட்ட குரலில் உறுமினான்:

“விலகிப் போ அல்லது நான் உன்னைக் கொன்று விடுவேன்.”

அதேசமயத்தில், இருளுக்குள்ளிருந்து கமிஸார் செஸ்னகோவின் குரல் கேட்டது:

“தம்பிமார்களே! போதும், போதும். இரண்டுபேரும் சண்டை பிடித்தது போதும். நான்தான் தோட்டாக்களை அகற்றினேன்.”

ரோஷினும் சரி, தெலேகினும் சரி, பதிலுக்கு ஒருவார்த்தையும் பேசவில்லை. அவர்களால் ஒருவரையொருவர் பார்க்க முடியவில்லை. என்றாலும், திணறிப்போய் மூச்சுவாங்கினார்கள். ஒருவனுக்கோ அவமானத்தால் ஏற்பட்ட புழுக்கம்; இன்னொருவனுக்கோ கோபாவேசத்தால் ஏற்பட்ட நடுக்கம். திடீரென்று துப்பாக்கி வேட்டுக்களைப்போல் பட்பட்டென்று மனிதக் குரல்கள் இருளினூடே கேட்டன.

“நில். நில்.” “யாரங்கே?” “டேய்! கையை எடு!” – “நீ எந்தப் பக்கம்?” “எல்லாம் சரியான பக்கம்தான். நீ எந்தப் பக்கம்?”

இரண்டு வேவு கோஷ்டிகள்தான் மோதிக் கொண்டு விட்டன; அந்தக் கருக்கிருட்டில் வாளை உருவப் பயந்து கொண்டு, அந்தக் குதிரைவீரர்கள் ஒருவரையொருவர்

வட்டமிட்டுச் சுழன்றார்கள். என்றாலும் சண்டை போடுவதற்கான சந்தர்ப்பம் கிட்டியுள்ளதையும் அவர்களுக்கு விட்டுவிட மனமில்லை. இருவரும் சத்தம் போட்டார்கள்; வாய்க்கு வந்தபடி வைதார்கள். கடைசியில் அவர்களது வசைமொழிகளில் குடிகொண்டிருந்த காரசாரத்தின்மூலம் இருதரப்பாருமே ஒரே பக்கத்தை, செஞ்சேனைப் படையைச் சேர்ந்தவர்கள்தான் என்பது தெளிவாயிற்று.

"ஏன் என் கடிவாளத்தை மிதித்துக் கொண்டிருக்கிறாய்? காலை எடு."

"நீ எந்தப் பிரிவு?" "அதைப் பற்றி உனக்கென்னடா, நாய்க்குப் பிறந்த பயலே! நாங்கள் பெரிய குதிரைப் படையைச் சேர்ந்தவர்கள்."

"உன் படை எங்கே இருக்கிறது?"

"எங்களோடு வாருங்கள்." ஒருவாறாக இருதரப்பாரும் மௌனமாகி, குதிரைப் படையை நோக்கி அமைதியாக வந்தார்கள். ரஷ்டேஸ்ட்வென்ஸ்கொயே கிராமம் மிகவும் அருகிலேயே காட்டுக்கும் சிற்றாற்றுக்கும் அப்பால் மறுகரையில் இருப்பதாகத் தெரியவந்தது. அந்தக் கிராமத்தில் என்னென்ன துருப்புகள் இருக்கின்றன என்ற கேட்டபோது, அந்த விசித்திரமான வேவு கோஷ்டியைச் சேர்ந்த எவனோ ஒருவன் கொஞ்சம்கூட அடக்கமில்லாமல் சொன்னான்: "அங்கு போய்ப் பார்த்தால் அது தெரிந்துவிட்டுப் போகிறது."

புதியோனியும், அவரது இரண்டு படைவரிசைகளின் தளபதிகளும் ஒரு குடிசையில் தேநீர்க் கெட்டிலைச் சுற்றிச்சூழ்ந்து அமர்ந்துகொண்டு, தேநீர் அருந்திக் கொண்டிருந்தார்கள். தெலேகின், ரோஷின், செஸ்னகோவ் மூவரும் உள்ளே வந்ததும் புதியோனி குதூகலமாகச் சொன்னார்:

"இதோ நமக்குப் புதிய படைகள் வந்து சேர்ந்துவிட்டன! உங்களைக் கண்டதில் மிக்க மகிழ்ச்சி! உட்காருங்கள்.

உட்கார்ந்து எங்களோடு தேநீர் அருந்துங்கள்."

அவர்கள் மேஜைப் பக்கம் சென்று முதலிலே புதியோனியுடன் கைகுலுக்கினார்கள். பிறகு மற்றவர்களிடமும் கை குலுக்கிக் கொண்டார்கள். புதியோனியோ அங்குமிங்கும் அலையும் அந்தப் பட்டாளத் தளபதியையும் அவனது காரியாலயத்தைச் சேர்ந்த இருவரையும் குறுகுறுப்போடு பார்த்தார். (அவர்களைப் பற்றிய செய்திகளையெல்லாம் அவர் அறிவார்.) நாலாவது படைவரிசையின் தளபதி குட்டையான மனிதர்; ஆனால், அவரது நீண்டு பெருத்த மீசையை அவரது காதுவரை இழுத்துக் கட்டி விடலாம் போலிருந்தது. ஆறாவது படைவரிசையின் தளபதி புதிதாக வந்தவர்களிடம் தமது விரிந்தகன்ற பெரிய கரத்தை நீட்டினார்; அவர்களது கைகளை அவர் பிடித்துக் குலுக்கும்போது, ஏதோ ஒரு குதிரை லாடத்தைப் பிடித்து வளைக்க முனைவதுபோல் அந்தக் கைகளை இறுகப் பற்றினார். அவரது சிவந்த இளமை மிக்க முகத்திலோ ஆழ்ந்த அமைதியே பிரதிபலித்தது.

புதியோனி அவர்களை நோக்கி, படையினருக்கு இரவில் தங்குவதற்கு வசதியான இடம் கிடைத்ததா என்றும், ஏதாவது குறைபாடுகளை அல்லது வேண்டுகோள்களைத் தெரிவிக்க வேண்டியிருக்கிறதா என்றும் விசாரித்தார். தாங்கள் கூடியமட்டிலும் வசதியாகவே தங்கிக் கொண்டிருப்பதாகவும், எனவே தெரிவிக்கக்கூடிய குறைபாடுகள் எதுவும் இல்லையென்றும் ரோஷின் பதில் அளித்தான்.

"நல்லது!" என்றார் புதியோனி. அவரது குதிரைப்படை இரவில் கொஞ்சநேரமே ஒரு கிராமத்தில் தங்க நேர்ந்த போதிலும், அங்கு ஓர் ஈகூட சௌகரியமாகத் தங்குமளவுக்கு இடவசதி இருக்காது போய்விடும் என்பதை அவர் நன்கறிவார். "ஏன் நிற்கிறீர்கள்? உட்காருங்கள். தோழர் தெலேகின்! உங்களை எனக்கு நன்கு நினைவிருக்கிறது. தோன் கசாக்குகளுக்கு மகத்தான வரவேற்பு அளித்தது, உங்கள் படைப் பிரிவுதானே. இல்லையா?" அவர்

மிகுந்த மனமகிழ்ச்சியோடு, தமது கண்களை நெரித்து, மேஜையைச் சுற்றியமர்ந்திருந்த தமது சகாக்களைப் பார்த்தார். ஆறாவது படை வரிசையின் தளபதி அந்த வரவேற்பு மகத்தானதாகத்தான் இருந்தது என்பதை ஆமோதிப்பதுபோல் தலையை லேசாக அமைதியுடன் அசைத்தார். நாலாவது படைவரிசைத் தளபதியோ தமது மெலிந்த கால்மீக்கால் இனத்தோற்றமுடைய முகத்தைப் பெருமிதம் மிகுந்த பாவத்தோடு ஆட்டிக் காட்டினார். "அப்படியென்றால், அந்தத் தடவை மாமன்தவ் உங்களைச் சரியானபடி அடித்து நொறுக்கிவிட்டானாக்கும்? சரி. நீங்கள் என்ன படையைக் கொண்டு வந்திருக்கிறீர்கள்? போரிடுபவர்களா? போர்முனையில் பழக்கப் பட்டவர்கள்தானா?"

"போர்க்களப் படைத்தான். புதிய வீரர்கள் சேர்க்கப்பட்ட குதிரைப்படை" என்றான் தெலேகின்.

"உங்கள் குதிரைகளெல்லாம் எந்த நிலைமையில் உள்ளன?"

"முதல்தரமான நிலைமையில்தான். அவற்றின் முன்னங் கால்களுக்கு லாடம் அடித்திருக்கிறோம்" என்று ரோஷின் அவசரஅவசரமாகச் சொன்னான்.

"இந்த விசித்திரத்தைப் பார்த்தீர்களா? முன்னங்கால்களுக்கு லாடம் கட்டியிருக்கிறார்களாம்!" என்று கேலிநிறைந்த வியப்போடு எதிரொலித்தார் புதியோனி: "அப்படியென்றால். நீங்கள் எட்டாவது ராணுவத்தைத் தேடி ஏன் வெகு தூரத்துக்குச் செல்ல வேண்டும்? ராணுவம் அந்த இடத்தில் இன்னும் இருக்கப் போவதில்லை."

"நான் அந்த ராணுவத்தின் தளபதியின் முன் ஆஜராக வேண்டும்; ஆஜராகி அறிக்கை சமர்ப்பிக்க வேண்டும்" என்றான் தெலேகின்.

"நீங்கள் என்னிடமே ஆஜராகலாம்; அறிக்கை சமர்ப்பிக்கலாம். படைவரிசைத் தளபதிகளே நீங்கள் என்ன சொல்கிறீர்கள்! இந்தப் பிரிகேடுத் தளபதியையும் அவரது குதிரைப் படையையும் நாம் சேர்த்துக்கொண்டு

விடலாமா?"

இருவரும் சம்மதம் எனத் தலையை அசைத்தார்கள். புதியோனி ஒரு தகர டப்பாவிலிருந்து கொஞ்சம் தூள் புகையிலையை எடுத்து, அதனைச் சிகரெட்டாகக் காகிதத்தில் சுருட்டத் தொடங்கினார்.

"நீங்கள் அவ்வளவு தொலைவுக்குப் போவதில் அர்த்தமில்லை" என்று அவர் திரும்பவும் சொன்னார்: "எங்களோடு சேர்ந்துவிடுங்கள். இப்போதுதான் படைவரிசைத் தளபதி களும் நானும் அமர்ந்து யோசனை செய்து, கடைசியில் ஒரு முடிவுக்கு வந்திருக்கிறோம். எங்கள் குதிரைகளும் கொழுத்துப் போய்விட்டன. ஆட்களும் சலித்துப் போய்விட்டார்கள். எனவே நாங்கள் வடதிசையில் மாமன்தவின் படைகளை நோக்கிச் செல்வதென்று தீர்மானித்தோம். ஆமாம். அவன் நம்மைவிட்டு ஓடிஓடிப் போகவேண்டியது; நாமும் அவனுக்குப் பின்னால் ஓடிஓடி விரட்ட வேண்டியது."

புதியோனி கேலியாகப் பேசக்கூடியவர்தான். என்றாலும் நிலைமை கவலை தருவதாக இருந்தது. மாமன்தவின் துருப்புகள் செஞ்சேனைப் போர்முனையை ஊடறுத்து உட்புகுந்துவிட்டது என்று கேள்விப் பட்டவுடனே, அவர் சுப்ரீம் ராணுவக் கவுன்சில் தலைவர் தம்மிடம் நேரடியாக அளித்த உத்தரவை தமது உயிருக்கே ஆபத்து விளைவிக்கும் முறையில் மீறிச் செயல்படுத்திவிட்டார். அவருக்குக் கொடுக்கப் பட்ட உத்தரவை நிறைவேற்ற முயல்வதென்பது அர்த்தமற்ற படையெடுப்பை மேற்கொள்வதாக இருக்குமென்ற போதிலும், துரோகத்தனமான திட்டம் என்று சொல்ல முடியாவிட்டாலும், நெடுநாட்களாகவே தவறான திட்டம் என்பதை அனுபவபூர்வமாகக் கண்டுகொண்டிருந்தபோதிலும், அவர் அதனை நிறைவேற்றத் துணியாமல், அதற்கு மாறாக, மாமன்தவை விரட்டிக்கொண்டு செல்லத் துணிந்துவிட்டார். இந்தச் செயலைக் கேள்விப்பட்டு, பிரதம தளபதியின் காரியாலயத்தில் எவ்வளவு கோபாவேசத்தோடு பேனாவைத் தீட்டி எழுதுவார்கள் என்பதையும்,

டெலிபோன் தொடர்பின் மறுமுனையிலிருந்து, அவர்களுக்கு மரண பயத்தையே ஊட்டக்கூடிய அளவுக்கு எத்தகைய பயமுறுத்தல்கள் வந்துசேரக் கூடும் என்பதையும் புதியோனியும் அவரது படை வரிசைத் தளபதிகளும் நன்கு உணரவே செய்தார்கள். ஆனால், அவர்களோ தங்களது தலைகளைக் காப்பாற்றிக் கொள்ளாவிட்டாலும் மாஸ்கோவைக் காப்பாற்றியாக வேண்டும் என்றே கருதினார்கள். ஏனெனில், அவர்களது கருத்தில், எந்தவிதத் தாமதமுமின்றி மாமன்தவைத் தொடர்ந்து சென்று, அவரது சிறந்த குதிரைப் படைகளை அழித்தொழிப்பதன் மூலமே மாஸ்கோவைக் காப்பாற்ற முடியும் என்று தோன்றியது. மேலும், புதியோனியின் ஏழாயிரம் வாள்வீரர்களைக் கொண்ட தாக்குதலைச் சமாளித்து நிற்க முடியாமல், த்ஸ்னாவுக்கும், தோனுக்கும் இடையேயுள்ள ஏதாவதொரு போர்க்களத்தில் வெள்ளை ராணுவத்தின் அந்தச் சிறந்த குதிரைப்படை கண்டம் கண்டமாக வெட்டுண்டு வீழ்ந்து மடியும் என்று அவர்கள் பூரணமாக நம்பினார்கள். மாமன்தவ் கொள்ளைக்காரர்களின் முறையைப் பின்பற்றி, ஓடி ஓடிக் களைத்துச் சோர்ந்துபோன குதிரைகளை, ஆங்காங்குள்ள கிராமங்களிலும் பண்ணைகளிலும் விட்டுவிட்டு, அங்குள்ள புதிய குதிரைகளைக் கொண்டு போய்விடுவது வழக்கம். மாமன்தவின் தோன் கசாக்குக் குதிரைப் படையில் உள்ளவர்களோ துணிவாற்றல்மிக்க போர்வீரர்கள்; அத்துடன் அவர்கள்பெற்ற வெற்றிப் போதையினால் தலைசுற்றி ஆடினார்கள்; மேலும் புதியோனியின் குதிரைப் படையில் உள்ளவர்களைக் காட்டிலும் அவர்கள் எண்ணிக்கையில் அதிகம். இருந்தபோதிலும் மாமன்தவ் ஒரு மோதலை விரும்பவில்லை; தன்னை விரட்டிக்கொண்டு வரும் போர்த்திறமையும் அனுபவமுமிக்க எதிரிகளைக் கண்டு அவர் அஞ்சினார். ஏனெனில், விரட்டி வருபவர்கள் சாதாரண கொரில்லாப் படையைச் சேர்ந்த குதிரை வீரர்கள் அல்ல; அவர்கள் மிகமிக ஆபத்தான பேர்வழிகளான ருஷ்யக் குதிரைப் படையைச் சேர்ந்தவர்கள். வெட்டவெளியான வயற்பரப்பில்

அவர்களை எதிர்த்துச் சண்டை போடுவதென்பது தனக்குப் பேரழிவைத்தான் கொண்டுவரும் என்பதை மாமன்தவ் உணர்ந்திருந்தார். புதியோனி கொஞ்சம் மெதுவாகத்தான் பின்தொடர்ந்தார்; என்றாலும் மிகுந்த புத்திசாலித்தனத்தோடு முன்னேறினார். அதாவது சௌகரியமான வழிகளையும் குறுக்குவழிகளையும் சில சமயம் தேர்ந்தெடுத்தார்; சிலசமயங்களில் புதிய குதிரைகளும், குதிரைகளுக்கான தீனியும் கிடைக்காத இடங்களுக்குப் போய்ச்சேரும் நிர்ப்பந்தத்தை மாமன் தவுக்கு உண்டாக்கினார்.

நாளுக்குநாள் முன்னேற்றம் தொடர்ந்து நடந்தது. இந்தப் படுபயங்கரமான விளையாட்டில் இருதரப்பையும் சேர்ந்த சக்திவாய்ந்த குதிரைப்படைகள் ஈடுபட்டிருந்தன. மாமன்தவ் எந்தெந்த வழியாகச் செல்கிறார் என்பதை இலையுதிர் காலத்தின் பனிமூட்டத்தினூடே ஆங்காங்கே தீப்பற்றிப் பிடித்து எரியும் கிராமங்களும், அவற்றின் புகை மண்டலங்களும் தடம்காட்டிக் கொண்டேயிருந்தன. அவரோ செஞ்சேனையின் பின்னணிப் படைகள்மீது திடீரென்று தாவித் தாக்கிவிட்டு, அதேவேகத்தில் பக்கவாட்டிலும் பாய்ந்து தப்பித்துக்கொள்ளவும் செய்தார். கடைசியில் ஒருநாள் புதியோனி மாமன்தவைத் தந்திரமாக மடக்கி, அவரது படைகளுக்கு முன்னால் சென்றுவிட்டார். ஒரு நாள் அதிகாலையில், காய்கறித் தோட்டங்களுக்கப்பால் இலைகளை உதிர்த்துவிட்ட பழைய தூங்குமூஞ்சி மரங்களெல்லாம் கரியால் வரைந்த சித்திரத்தின் கோடுகளைப்போல் தம்மை இனங்காட்டத் தொடங்கும் நேரத்தில் புதியோனியும் அவரது குதிரைப்படையும் மாமன்தவின் துருப்புகள் முந்தைய நாள் இரவைக் கழிப்பதற்காகத் தங்கியிருந்த ஒரு மோசமான கிராமத்துக்குள்ளே திடீரென்று புகுந்து விட்டார்கள்.

அதேகணத்தில், மூன்று சிவப்புக் குதிரைகளால் இழுக்கப்பட்ட ஒரு திறந்த சாரட்டு வண்டி கிராமத்தின் மறுகோடியிலுள்ள வேறொரு பாதை வழியாக வெளியே

சாடிப் பாய்ந்து, முழுவேகத்தில் ஓடத் தொடங்கியது. அந்த வண்டியின் ஆசனத்தில் மாமன்தவ் தென்பட்டார்; அவர் தலையிலே தொப்பியணியாமல், கம்பளிக் கோட்டில் பொத்தான்களை மாட்டாமல் காட்சியளித்தார்; அவர் தமது ஆசனத்திலிருந்தவாறே பின்புறம் நோக்கித் திரும்பி, கறுப்பு உரோமக் கோட்டும் மீசைகளும் கொண்ட குதிரை வீரர்களின் துள்ளித் துள்ளிப் பாய்ந்துவரும் தலைகளை நோக்கிச் சுட்டார். மேலும், அவர் அந்தக் குதிரை வீரர்களுக்கு மத்தியில் புதியோனியையும் இனம் கண்டுகொண்டார்; அவ்வாறு கண்டவுடனேயே அவரது கையில் இருந்த துப்பாக்கி குறிபார்க்கும் போதெல்லாம் நடுங்கத் தொடங்கியது. செஞ்சேனையினர் அந்தக் குதிரை வண்டியை விரட்டிக் கொண்டுதான் சென்றார்கள். என்றாலும், தோன் பிரதேசத்தைச் சேர்ந்த அந்தச் சிவப்புநிறக் குதிரைகள் வாயுவேகம் மனோவேகமாகப் பறந்துசென்று எங்கோ கண்மறைந்து போய்விட்டன.

அந்தக் கிராமத்திலோ இன்னும் மூர்க்காவேசமான கூச்சல்களும் ஆயுதங்களின் மோதலும், துப்பாக்கி வேட்டு முழக்கமும் கேட்டுக் கொண்டுதான் இருந்தது. ஜெனரல் மாமன்தவின் பாதுகாவலர் கோஷ்டியைச் சேர்ந்த கசாக்குகள் தங்களது உயிரைக் காப்பாற்றிக் கொள்வதற்காகப் போராடிக் கொண்டிருந்தார்கள். புதியோனியின் வீரர்கள் கிராமம் முழுவதையும் சல்லடை போட்டுச் சலித்தாற்போல் அலசிப் பார்த்தார்கள்; அப்போது அங்கே பல்வேறு மூலைமுடுக்குகளிலும் சந்துபொந்துகளிலும் பயந்து நடுங்கியவாறு பதுங்கிக் கொண்டிருந்த பல பேர்களைக் கண்டுபிடித்தார்கள்; அவர்களில், சிலர் உள்ளாடையுடன் மட்டும்தான் இருந்தார்கள். சிலரோ தாம் அடித்துப் புரண்டு ஓடிவந்த வேகத்தில் தமது கால்களில் ஒரேஒரு பூட்சு மட்டும் இருப்பதை அப்போதுதான் கண்டார்கள். அவர்களெல்லாம் அந்தப் படையின் வாத்தியக்காரர்கள் என்பது பின்னர் தெரியவந்தது. குதிரைப்படை வீரர்களோ அவர்களைச் சூழ்ந்துகொண்டு, சிரித்துத் தீர்த்தார்கள். புதியோனி அந்தப் பக்கமாகத் தமது குதிரையை

நடத்திச் சென்று பார்த்தார்; விஷயம் என்ன என்று தெரிந்துகொண்டு அந்த வாத்தியக்காரரர்களைத் தமது வாத்தியக் கருவிகளை எடுத்துக்கொண்டு வருமாறு உத்தரவிட்டார்.

போல்ஷிவிக்குகள் தமது வாளினால் அவர்களை வெட்டிச் சாய்க்காமல் வெறுமனே விழுந்துவிழுந்து சிரிப்பதைப் பார்த்த அந்த வாத்தியக்காரரர்கள் உடனே ஓடிப்போய், உற்சாக ஆடை அணிந்துகொண்டார்கள் தமது எக்காளங்கள், கொம்பு வாத்தியங்கள், பெரிய தாளங்கள் முதலியவற்றைக் கொண்டுவந்தார்கள்; அவர்களது எக்காள வாத்தியங்கள் எல்லாம் சுத்த வெள்ளியினால் செய்யப்பட்டிருந்தன. புதியோனியின் வீரர்கள் வியப்பால் நாக்கைச் சப்புக் கொட்டினார்கள். எவ்வளவு அருமையான சொத்துகள்!

“நல்லது” என்று புதியோனி சொன்னார்: “நாயைப் பிடிக்கப்போய் அதன் மயிரைப் பிடுங்கிய கதையாகி விட்டது! போகட்டும். உங்களுக்குச் சர்வதேசிய கீதம் வாசிக்கத் தெரியுமா?”

அந்த வாத்தியக்காரரர்கள் எதையும் வாசிக்கத் தயாராக இருந்தார்கள்.

வாத்தியக் கோஷ்டியில் மாஸ்கோ சங்கீதப் பள்ளியில் பயிற்சிபெற்ற மாணவர்களும் இருந்தார்கள்; அவர்களெல்லாம் கடந்த ஒன்றரை வருஷங்களாக உணவுக்காகவும் பிழைப்புக்காகவும் எங்கெங்கோ அலைந்து திரிந்தார்கள்; நகரம் நகரமாக அலைந்தார்கள். படுகொலைகளுக்கும், தெருச்சண்டைகளுக்கும், விசாரணைகளுக்கும் தப்பிப்பிழைத்து ஒருவழியாக ரஸ்தோவுக்கு வந்துசேர்ந்தார்கள்; அங்குதான் அவர்களை ராணுவத்தில் சேர்த்துக்கொண்டுவிட்டார்கள். அந்த வாத்திய கோஷ்டியின் தலைவன் குடிபோதையில் இருந்தான்; அவனோ தன்னையும் ஒரு நீண்டநாள் புரட்சிவாதியென்றே சத்தியம் செய்தான். கடல் பஞ்சுபோல் தோன்றிய அவனது சிவந்திருந்த மூக்கைப்

பார்த்தாலே அவன் ஒன்றும் ஆபத்தான பேர்வழியல்ல என்று தெளிவாகத் தெரிந்தது.

மீண்டும் மாமன்தவ் மோதலிலிருந்து தப்பியோடி விட்டார். ஒரு விறுவிறுப்பான சாகசத்தின்மூலம் அவரது படைகள் புதியோனியின் பிடிக்கு வசப்படாமல் தப்பியோடிவிட்டன. மீண்டும் பின்தொடரும் படலம் தொடங்கியது. இப்போதோ மாமன்தவின் அந்தரங்க நோக்கம் தெளிவாகத் தெரிந்தது. அவர் செஞ்சேனையின் போர்முனையை உடறுத்துக் கொண்டே, தமது போர்முனையைப் போய் எட்டத் திட்டமிட்டார். புதியோனியும் இப்படி நேர்ந்துவிடக் கூடாது என்றுதான் மிகவும் பயந்தார். ஏனெனில், இந்த முயற்சியில் மாமன்தவ் வெற்றி பெற்றுவிட்டால், புதியோனியின் படையெடுப்பு முயற்சியே முற்றிலும் பாழாகிப் போய்விடும்; அப்புறம் புதியோனி தமது செய்கைக்காக, பிரதம தளபதியிடம் பதில்சொல்ல நேரும் என்பது மட்டுமல்லாமல், அதையும்விட மோசமான நிலைமைக்கு ஆளாகும் விதத்தில், சுப்ரீம் ராணுவக் கவுன்சிலின் தலைவருக்கே அவர் பதில் சொல்லவேண்டி நேர்ந்துவிடும்.

மேலும் துரதிர்ஷ்டவசமாக, இந்த நாட்களில் வேறு எங்கும் தொடர்புகொள்ளக் கூடிய சாதன வசதிகள் எதுவும் அவருக்குக் கிட்டாமல் போய்விட்டது. எனவே, இந்தக் காலத்தில் வெளியுலகத்தில் என்னென்ன நிகழ்ச்சிகள் நடந்துள்ளன என்ற விவரத்தையும் அவர் தெரிந்துகொள்ள இயலவில்லை. ஒருவழியாக அவர்கள் ரயில்வே பாதையை எட்டிப்பிடித்து விட்டார்கள். ரயில் நிலையம் கண்ணில்பட்டதுமே, புதியோனி தமது காரியாலயத் தலைவரோடும், கமிஸாரோடும் அங்கு குதிரையைச் செலுத்திச் சென்றார்; அங்கு போய்ச் சேர்ந்ததும் தந்தியடிக்கும் கருவியின் முன்னால்போய் அமர்ந்துகொண்டார். அந்தத் தந்திக் கருவியின்மூலம் அவருக்குக் கிட்டிய செய்தியோ பெருவியப்பையூட்டுவதாக இருந்தது; எனவே, அவர் தமது படைவரிசைத் தளபதிகளையும், படைப்பிரிவுத் தளபதிகளையும் உடனே

ஸ்டேஷனுக்கு வருமாறு அவசர அழைப்பு அனுப்பினார்.

அவர்கள் ஸ்டேஷனின் சிற்றுண்டி விடுதியில் கூடினார்கள். அங்குள்ள பெரிய உடைந்த ஜன்னல்களின் வழியாக, ரயில்வே பாதையைத் தாண்டி வந்து தமது குதிரைப் படைகள் அணிவகுத்துக் கொண்டிருப்பதைக் காண முடிந்தது. அந்தக் குதிரை வீரர்களுக்குப் பின்னால், ஒரு மேகமண்டலத்துக்குக்கீழ் அந்திநேரத்தின் பழுப்புநிறமான ஒளி பரவியிருப்பதைக் காண முடிந்தது. ரயில்வே பதையைக் கடந்து இறங்கிவரும் குதிரை வீரர்கள் தமது ஈட்டிகளில் படைப்பிரிவுகளின் சின்னங்களைத் தரித்திருந்தார்கள்; அவ்வாறு அவர்கள் இறங்கிவரும்போது அவர்களெல்லாம் இரும்பால் செய்த மனிதர்கள்போலவும் பலமிகுந்த குதிரைகளின் மீதுவரும் பலம்வாய்ந்த வீரர்கள்போலும் தோன்றினார்கள். ஜன்னலின் வழியாக வெளியே பார்த்துக்கொண்டிருந்த ரோஷினின் முகத்தைக் கண்டு தெலேகின் திகைப்புற்றான். அந்திநேரச் சூரிய ஒளியில் பளபளத்த அந்த முகம் கோபாவேசத்தின் பரவசத்தோடு அப்படியே இறுகி உறைந்துவிட்டதுபோல் பெருமை மிகுந்து தோன்றியது.

"இவன் இப்படித்தான் இருக்கிறான் என்பதை நாம் தெரிந்து கொண்டிருக்க வேண்டும்." அவன் தாழ்ந்த குரலில் தனக்குத்தானே பேசிக் கொண்டான். அவன் என்ன பேசுகிறான் என்பதைத் தெரிந்துகொள்ள, தெலேகின் அவனருகே நெருங்கிச் சென்றான்: "நாம்தான் மறந்துவிட்டோம். இத்தகைய துரோகத்துக்கு எந்த ஒரு தண்டனையும் பெரிதாகாது. உன்னை மன்னித்தருளியதற்காக, பூமியை முத்தமிடு."

வைக்கோல்போரின் அருகில் நடந்த தகராறுக்குப் பின்னால், ரோஷின் தெலேகினிடம் இப்போதுதான் முதன்முதலில் இப்படிப் பேசினான். அவன் தன்னைத்தானே வதைத்துக் கொண்டிருக்கிறான் என்பதும், அவன் இதுவரையிலும் மௌனமாக இருந்தானென்றால், அதற்குக் காரணம் அவனது நம்பிக்கை வறட்சிதானே தவிர, அகந்தை காரணமல்ல என்பதையும்

தெலேகின் உணர்ந்தான். ஏனெனில், ரோஷினுக்குத் தனது வருத்தத்தைப் புலப்படுத்தக்கூட வழியில்லை. "நான் வருந்துகிறேன், இவான்" என்று சுருக்கமாக ஒருவார்த்தையில் சொல்லிவிட்டுப் போக முடியாது. இப்போதோ இடையறாத களைப்பும் பரபரப்பும் மிகுந்த அந்தச் சூழ்நிலையிலே, அவனை ஒரு பேருணர்ச்சி கவ்வியது; இழந்துபோன, மறந்துபோன, எனினும் திரும்பவும் வெற்றிகண்டு தாய்நாட்டைப் பார்த்ததால் ஏற்பட்ட உணர்ச்சி அது. அந்த உணர்ச்சியே, மன்னிப்பை வேண்டி நிற்கும் அவனது பிரார்த்தனையாகவும் அமைந்தது.

தெலேகினும் ரோஷினிடம் ஏதோ சொல்ல விரும்பினான்; அவர்கள் இருவரும் புரிந்த முட்டாள்தனமான சண்டையை மறந்துவிட்டதாக, அவனை உணரவைக்க வேண்டுமென்றும், அப்படி ஒரு தகராறு நடந்ததாகவே கருதவில்லையென்றும் சொல்ல விரும்பினான். ஆனால் அதனைச் சொல்வதற்காகக் கனைத்துச் செருமிக் கொள்ளத்தான் முடிந்தது. அதற்குள் புதியோனி தந்தி நிலையத்திலிருந்து வெளிவந்தார்; உடனே எல்லோரும் அவரைச் சூழ்ந்துகொண்டார்கள். அவர் அவர்களை நோக்கிப் பின்வருமாறு சொன்னார்:

"தோழர்களே! ஏராளமான செய்திகள். முதலில் மோசமான செய்திகளைச் சொல்லி முடித்துவிடுகிறேன். தோழர்களே! குத்தேபவ் அர்யோலைக் கைப்பற்றி விட்டான். அவனது வேவுகாரர்கள் தூலாவரைக்கும்கூடப் போய்விட்டார்கள். இந்த நடவடிக்கையின்மூலம் அவன் நமது போர்முனையில் விரிந்த அளவுக்குப் பள்ளம் பறித்து உள்ளே புகவும் செய்திருக்கிறான். எட்டாவது பத்தாவது ராணுவங்கள் கிழக்குத் திசையில் பின்வாங்கும்படி நேர்ந்திருக்கின்றன. ஒன்பதாவது பதின்மூன்றாவது ராணுவங்கள் மேற்குத் திசையில் சென்றிருக்கின்றன. ஆனால், இவையெல்லாம் சென்ற வாரத்துச் செய்திகள்." புதியோனி தமது பேச்சை ஒருகணம் நிறுத்தினார்; பின்னர், அவரது கண்கள் ஜொலிக்கத் தொடங்கின: "தோழர்களே! அதன்பின்

எவ்வளவோ பெரும் மாறுதல்கள் நிகழ்ந்திருக்கின்றன. முதலாவதாக நீங்களெல்லாம் கேட்டு மகிழக்கூடிய ஒரு செய்தி. சுப்ரீம் தலைமையிலிருந்தவர்கள் அனைவருமே மாற்றப்பட்டுவிட்டார்கள். சுப்ரீம் ராணுவக் கவுன்சிலின் தலைவர் இனி, தென்திசைப் போர்முனையின் மேலதிகாரி அல்ல. நாம் அர்யோலை மீண்டும் கைப்பற்றிவிட்டோம். அர்யோலுக்கும், க்ரோமிக்கும் மத்தியில் கொர்னீலாவ், மார்க்கோவ் டிரஸ்தோவ் மூவரின் தலைமையிலுள்ள பேர்பெற்ற பிரபலமான துருப்புகள் முழுவதும் அழித்தொழிக்கப்பட்டு விட்டன. நாம் வெகுகாலமாக எதிர்பார்த்திருந்த சூழ்நிலை இப்போது உருவாகத் தொடங்கிவிட்டது. இன்னும் பூரண விவரங்கள் கிட்டவில்லை. எனினும், ஒரு பிரத்யேகமான அதிர்ச்சிப்படை குத்தேபவை எதிர்த்து வெற்றிகரமாகப் போராடுகின்றது."

புதியோனி மீண்டும் சிறிதுநேரம் தாமதித்தார். பின்னர் அவர் தம் கையிலுள்ள தந்திக் காகிதச் சுருளைச் சுருட்டினார்; தமது மீசையையும் திருகிவிட்டுக் கொண்டார்; பின்னர் தம்மைச் சுற்றியுள்ள தளபதிகள் அனைவரையும் கழுகுக் கண்களால் பார்த்தார்.

"நமது படையின் நடவடிக்கைகள் பிரதம தளபதியின் உத்தரவின் பிரகாரம் மேற்கொள்ளப்படவில்லை; ஆனால், அதற்கு எதிராகவே மேற்கொள்ளப்பட்டன. எங்கே பத்தாவது ராணுவம் கிட்டத்தட்ட அழித்தொழிக்கப்பட்டதோ, அங்கே, அந்த மானிச்சை நோக்கி, நாம் தெற்குநோக்கிச் சென்று சால்ஸ்க் ஸ்டெப்பி வெளிக்குள் பிரவேசிக்க வேண்டும் என்பதுதான் நமக்கு இடப்பெற்ற உத்தரவு, ஆனால் நாமோ வடக்கு நோக்கித் திரும்பினோம். தோன் நதியின் இடதுகரையின் வழியாகச் செல்வதற்குப் பதிலாக வலது கரையை நோக்கித் திரும்பினோம். தோன் குதிரைப் படைகளிடமிருந்து வாபஸ் வாங்குவதற்குப் பதிலாக அவர்களது வாலைப் பிடித்துக்கொண்டே பின்னால் சென்றோம். நாம் செய்தது சரியல்ல; நாம் செய்தது

அனைத்தும் தவறு! நம்முடைய பகுத்தறிவைப் பொறுத்த வரையிலும் நமக்கு இன்னும் விவசாயிகளின் புத்தியும், கசாக்குகளின் புத்தியும்தான் இருக்கின்றது. பிரதம தளபதியின் காரியாலயத்திலே - நம்மைவிட அதிகம் கற்ற, அறிவுபெற்ற பெருந்தலைவர்கள் இருக்கும்போது, நாம் நமது அறிவைப் பயன்படுத்த முனைந்திருக்கக் கூடாது; அந்த உரிமை நமக்குக் கிடையாது. நாமோ நம் வழியில் சென்றோம்; பிரதம தளபதியின் உத்தரவுகளோ நமக்குப் பின்னால் வந்தன. நான் அவற்றைப் பார்க்கவும் இல்லை; படிக்கவும் இல்லை. அவற்றைப் படிக்கத் தொடங்கிவிட்டால், அப்புறம் நம்மையறியாமலே நமது வாள், கைசோர்ந்து கீழே விழுந்துவிடும்! இருந்தாலும், நான் விரும்பினாலும் விரும்பாவிட்டாலும், இப்பொழுது ஓர் உத்தரவு என்னை வந்து எட்டிப் பிடித்துவிட்டது. அந்த உத்தரவிலே எல்லாம் சுருக்கமாகத்தான்." புதியோனி சுருண்டிருந்த தந்திச் செய்தியைப் பிரித்து, அந்த உத்தரவை வாசிக்கத் தொடங்கினார்: *"குதிரைப் படைத் தலைவர் தளபதி புதியோனிக்கு : நமது வேவுகாரர்களிடமிருந்து கிடைத்த கடைசிச் செய்தியின்படி, வரோனிஷ் ஜில்லாவிலிருந்து எதிரிகளின் குதிரைப்படை வடக்கு முகமாகச் செல்வதாகத் தெரியவருகிறது. எனவே, குதிரைப் படைத் தலைவர் தளபதி புதியோனி எதிரிகளின் குதிரைப் படையை ஒழித்துக்கட்ட வேண்டும் என்று நான் உத்தரவிடுகிறேன்."* உத்தரவு இவ்வளவுதான். சுருக்கமாகவும் தெளிவாகவும்தான் இருக்கிறது. எனவே, நமது அறிவும் புத்திசாலித்தனமாகத்தான் வேலை செய்திருக்கிறது. இல்லையா? உத்தரவில் கையெழுத்திப்பட்டிருப்பவர் சேர்புஹவிலுள்ள பொதுத் தலைமைக் காரியாலயத்திலிருக்கும், தென்திசைப் போர்முனையின் புரட்சி ராணுவக் கவுன்சிலின் தலைவர் ஸ்டாலின்."

காத்யா மாஸ்கோவுக்கு, ஸ்தரகொன்யூஷன்னீ தெருவிலுள்ள அதே சின்ன வீட்டுக்கே திரும்பவும் வந்து சேர்ந்தாள். அந்த வீடு அர்பாத் தெருவின் பிரதான வீதியிலிருந்து திரும்பும் தெருவில் இருந்தது. யுத்தம்

தொடங்கிய புதிதில், நிகலாய் இவானவிச்சும் தாஷாவும் பீட்டர்ஸ்பர்கிலிருந்து கிளம்பிவந்து, குடிபுகுந்த வீடும் அதுதான்; பாரிசிலிருந்து திரும்பிவந்ததும் காத்யா புகுந்தவீடும் அதுதான்; அந்த வீட்டிலுள்ள அறையில்தான் நிகலாய் இவானவிச்சின் சவ அடக்கத்துக்குப் பின்னால், காத்யாவின் வாழ்க்கையே பெருஞ்சோகக் கடலில் ஆழ்ந்துபோயிற்று. அப்போதுதான் அவள் அந்தத் துக்க தினத்தன்று, தன் படுக்கையில் கம்பளிக் கோட்டுக்கடியில் சுருண்டு முடங்கிப் படுத்திருந்தாள்; மேலும், தான் இனியும் உயிர்வாழ்வதில் அர்த்தமில்லை என்று முடிவுசெய்தாள்; பின்னர் கோட்டை உதறித் தள்ளி விட்டுப் பெருமூச்செறிந்தவாறே, ஒரு கண்ணாடித் தம்ளரில் தண்ணீர் முகந்துவரும் உத்தேசத்தோடு சாப்பாட்டு அறைக்குள் சென்று அதன்பின், தான் வைத்திருந்த விஷத்தை விழுங்குவதற்காக இருந்தாள். அந்தச் சமயத்தில், இருட்டில் திடீரென்று அவளது இரண்டாவது புதிய வாழ்க்கை அவள் கண்ணில் தட்டுப்பட்டது. ஆம், அந்த அறையின் ரோஷின் அமர்ந்திருந்தான்; அவளுக்காகத் காத்திருந்தான்.

இப்போதோ, அவளது இரண்டாவது வாழ்க்கை பரபரப்போடும், காதலோடும், வேதனையோடும் சுற்றிச் சுழன்று முடிவு கண்டுவிட்டது. அவளது கடந்தகாலப் பாதையிலோ ஈடுசெய்ய முடியாத பல்வேறு கஷ்ட நஷ்டங்கள்தான் மிஞ்சி நின்றன. மாஸ்கோவிலுள்ள கீவ் ரயில் நிலையத்திலிருந்து தனது சிறிய மூட்டையைச் சுமந்துகொண்டு, காத்யா வெளியே நடந்து வந்தபோது, அவள் இந்தக் கஷ்டங்களைத்தான் அபரிமிதமான வேதனையுணர்ச்சியோடு எண்ணிப் பார்த்தாள். மாஸ்க்வா நதியின் மணற்கரைகளிலே சின்னஞ்சிறு சிறுவர் சிறுமியர்கள் அங்குமிங்கும் தண்ணீர் தெறிக்க ஓடி விளையாடிக் கொண்டிருந்தார்கள்; அங்கு நிலவிய அமைதியிலே அவர்கள் எழுப்பிய கீச்சுக்குரல்கள் ஊடுருவி ஒலித்தன. ஆற்றின் கரைமீதுள்ள காய்ந்து வறண்ட புல்லின்மீது உட்கார்ந்து ஒரு கிழவன் தனது தூண்டிலையே பார்த்துக் கொண்டிருந்தான். காத்யா சதோவயா தெருவில்

திரும்பியபோது, அங்குள்ள வேலிகளையெல்லாம் காணவில்லை. அங்கு நிலவிய பூரண அமைதியைக் கண்டு காத்யா வியப்புற்றாள். சாலையோரமாக நின்ற பெரிய எலுமிச்சை மரங்கள் மட்டும்தான் கம்பீரமாகச் சலசலத்தன; அந்த மரங்களுக்குப் பின்னால் ஆளரவம் அற்றுக்கிடந்த மாளிகைகளை, அந்த மரங்களின் பசிய நிழல்கள் மறைத்துக் கொண்டிருந்தன. அர்பாத் தெருவில் முன்பெல்லாம் ஒரே சத்தமும் ஆரவாரமும் இருக்கும்; இப்போதோ, டிராம் வண்டிகளையோ குதிரை வண்டிகளையோ காணவில்லை. அவ்வப்போது அபூர்வமாகத் தென்படும் பாதசாரிகள் துருப்பிடித்துக் கொண்டிருந்த அந்தத் தண்டவாளங்களைப் பார்த்து, குனிந்த தலையோடு கடந்துசென்றார்கள். காத்யா ஸ்தரகொன்யூஷன்னீ தெருவின் மூலையையடைந்து தெருவுக்குள் திரும்பினாள்; தெருவிலுள்ள அந்த வீட்டைக் கண்டுகொண்டதுமே, அவளது கால்கள் குழலாடித் தளர்ந்தன. அவள் வீட்டுக்கு எதிர்சாரியிலுள்ள நடை மேடையின்மீது நின்று அந்த வீட்டையே வெகுநேரம் பார்த்துக் கொண்டு நின்றாள். அழகான தங்க நிறமும், தட்டையான வெள்ளைத் தூண்களும், பளபளப்பான வெண்திரையிட்ட ஜன்னல்களும், அவற்றுக்கப்பால் ரோஷின், தாஷா, காத்யா மூவரது நிழல்களும் கொண்ட வீடாகத்தான் அந்த வீடு அவளது நினைவில் இடம் பெற்றிருந்தது. ஒரு காலத்தில் அப்படியிருந்த ஒன்று, எந்தவிதமான எச்சமச்சமும் இல்லாமல் அடியோடு மறைந்துபோய் விடமுடியுமா? வாழ்க்கையென்பது படுத்துறங்குபவன் காணும் கனவைப்போல் பறந்துபோய் விடுமா? அதாவது உதவாக்கரையான நம்பிக்கைகளை அளித்துக் கவர்ந்திழுத்துச் செல்லும் அந்தக் கனவு, சுயநினைவு திரும்பத் தொடங்கியவுடனே சொல்லாமல் கொள்ளாமல் மறைந்தோடிப் போய்விடுகிறதே - வாழ்க்கையும் அதுபோலத்தானா? இல்லை. அது அப்படியிருக்க முடியாது. அது அங்குதான் இருக்க வேண்டும். காத்யா தனது கையிலிருந்த விஷப் புட்டியைக் கீழேயுள்ள ஜமுக்காளத்தின்மீது கை

சோரவிட்டதும், பின்னர் ரோஷினின் பலத்த கரங்களிலே நிராதரவான நிலையிலே சோர்ந்து விழுந்து கிடந்ததும், உணர்ச்சிவேகத்தால் திக்குமுக்காடிப் போன ரோஷின் அவளது காதில் இனிய காதல் மொழிகளைக் கிசுகிசுத்துச் சொன்னதும். அது ஒன்றும் கனவல்ல. அது மறையவில்லை. அதோ அந்த இருண்ட ஜன்னல்களுக்கப்பால் அது இருக்கத்தான் வேண்டும். அது மட்டுமல்ல. அவர்களது முதல் இரவும்கூட அங்குதான் நிகழ்ந்தது. அன்றிரவு அவர்கள் இருவரும் தூங்காமல், வாய்திறந்து பேசாமல் ஒருவரையொருவர் அணைத்து, சோகத்தைப்போல் ஆழமான முத்தங்களைச் சொரிந்தார்கள்; பழைய வார்த்தைகளையே திருப்பிச் சொன்னாலும், என்றென்றைக்கும் புதிய வார்த்தைகளாகவே தோன்றும் அற்புதமும், உலகத்தின் ஒரு பெரும் பேரதிசயமுமாகத் திகழ்ந்தது அன்றிரவு. அந்த அற்புதம் அவர்களை ஒன்றுபடுத்தியது; மிகுந்த ஆண்மையும் மிகுந்த பெண்மையும் அங்கு கூடிக் கலந்தன; காய்த்துப் பதப்பட்ட உறுதியான கைவிரல்களும், வெண்மையான மென்மையான கைவிரல்களும் பிணைந்தன.

அந்தச் சிறு வீடோ, வாடிவதங்கி வறுமைதட்டிப் போய் நின்றது. அதன் சுவரெல்லாம் பெயர்ந்துவிழத் தொடங்கி விட்டன. அதில் வெண்மையான தூண்கள் ஒன்றும் இல்லை; அதெல்லாம் காத்யாவின் கற்பனையில்தான் இருந்திருக்கிறது. முதல் மாடியின் இருகோடியிலுமுள்ள இரண்டு ஜன்னல்களிலும் உட்புறமாக, செய்திப் பத்திரிகைத் தாள்கள் ஒட்டப்பெற்றிருந்தன. மற்ற ஜன்னல்களிலெல்லாம் சேறு படிந்து காய்ந்திருந்தது. அங்கு யாருமே வாழ்ந்து வரவில்லை என்பதை அது தெளிவாகப் புலப்படுத்தியது. கீழ் வீட்டிலிருந்து தாஷாவின் படுக்கையறையிலுள்ள எல்லா ஜன்னல்களும் உடைந்துபோயிருந்தன.

காத்யா தெருவைக் கடந்துசென்று, முன்வாசற்கதவைத் தட்டினாள். அந்தக் கதவின்மீது பூசப்பட்டிருந்த கரும் பழுப்புவர்ணம் நீளம்நீளமாக பொரிந்து உரிந்து

போயிருந்தது. அவள் வெகுநேரம் கதவைத் தட்டினாள். பிறகுதான் அந்தக் கதவின் கைப்பிடியைக் காணவில்லை என்பதையும், கைப்பிடி இருந்த இடத்தில் தூசி நிறைந்திருந்த ஒரு தொலைதான் இருக்கிறது என்பதையும் அவள் கண்டறிந்தாள். பிறகுதான் அந்த வீட்டின் பின்வாசலுக்கு, பக்கத்துச் சந்தின் வழியாகச் செல்ல வேண்டும் என்பதை அவள் நினைவுகூர்ந்தாள். அங்குச் சென்றாள்; வெளிக்கதவு திறந்துகிடந்தது. அதற்கப்பால் புல்மண்டி வளர்ந்திருந்த முற்றத்தின் வழியாக ஒரு நடைபாதைத் தடம் மங்கலாகத் தெரிந்தது. அப்படியென்றால், அங்கு மனிதர்கள் வசிக்கத்தான் செய்கிறார்கள்!

காத்யா, சமையற்கட்டின் கதவைத் தட்டினாள். ஒன்றிரண்டு நிமிஷங்களுக்குப் பின்னால் குள்ளமான ஒரு மனிதன் கதவைத் திறந்தான். அவன் மூக்குக் கண்ணாடி அணிந்திருந்தான்; அவனது முகம் காகிதம்போல் வெளுத்திருந்தது. அவனது தலைமயிரோ சீவப்படாமல் சிக்கல் விழுந்து தலைக்குமேல் புடைத்துத் தோன்றியது.

"கதவு பூட்டாமல்தான் இருக்கிறது என்று நான் உள்ளேயிருந்து சத்தமிட்டேனே. கேட்கவில்லையா? உங்களுக்கு என்ன வேண்டும்?" என்று கேட்டான் அவன்.

"மன்னித்துக் கொள்ளுங்கள். இங்கு மரீயா கொந்திரா தியவ்னா என்று ஒரு வயதான அம்மாள் குடியிருந்தாரே. அவள் இருக்கிறாரா?"

"ஆமாம்" என்று அவன் ஏதோ ஒரு கணக்கின் விடையைக் கண்டுபிடிப்பவன்போல் பேசினான்: "ஆனால், அவள் இறந்துவிட்டாள்."

"இறந்துவிட்டாளா? எப்போது?"

"சமீபத்தில்தான். எனக்குத் தேதி ஞாபகமில்லை."

"இப்போது நான் என்ன செய்வது?" என்று திகைப்புற்ற குரலில் சொன்னாள் காத்யா: "சரி. எனது வீட்டில் வேறு யாராவது குடியிருக்கிறார்களா?"

"அது உங்கள் வீடா, இல்லையா என்பது எனக்குத் தெரியாது. ஆனால், அதில் ஆட்கள் குடியிருக்கிறார்கள்."

அவன் கதவை மூடப் போனான்; ஆனால், அந்த நல்ல தோற்றம்கொண்ட பெண்ணின் கண்களில் கண்ணீர் நிரம்பி நிற்பதைக் கண்டதும், அவன் தயங்கி நின்றான்.

"ரொம்பவும் பயங்கரம்தான். நான் ஸ்டேஷனிலிருந்து நேராக இங்குதான் வந்தேன். இனி, நான் எங்கே போவது? நான் மாஸ்கோவிலேயே இரண்டு வருஷமாக இல்லை. இப்போது வீட்டுக்குத் திரும்பிவந்தால். வந்தால்."

"வீடா?" என்று அவன் வியப்போடு எதிரொலித்தான்: மாஸ்கோவிலா?"

"ஆமாம். இவ்வளவு காலமும் நான் தென்பிராந்தியத்தில் இருந்தேன்; பிறகு உக்ரேனில் இருந்தேன்."

"அது சரி. உங்கள் புத்தி ஒழுங்காகத்தானே இருக்கிறது? இல்லை, கேட்கிறேன்."

"ஏன்? வீட்டுக்குத் திரும்பிவருவது விசித்திரமாகத் தெரிகிறதா?"

அந்த மனிதனின் வெளிறிய களைத்த முகத்தில் உதடுகள் ஒருபக்கமாகப் பிதுங்கின; எனவே, அவனது குழிந்த கன்னத்தில் சுருக்கம் விழுந்தது.

"மாஸ்கோவிலுள்ளவர்கள் எல்லாம்பட்டினியால் செத்துக் கொண்டிருக்கிறார்கள் என்பது உங்களுக்குத் தெரியாதா?"

"இங்கு உணவு கிடைப்பது கஷ்டம் என்று நானும் கேள்விப்பட்டேன். ஆனால், எனக்கு அதிகமாக ஒன்றும் தேவையில்லை. மேலும், இதெல்லாம் தற்காலிகமானதுதான். நிலைமைகள் மோசமாக இருக்கும் போது, சொந்த ஊரில், வீட்டில் தங்கியிருப்பதுதான் நல்லது."

"நீங்கள் யார்? அதை நான் தெரிந்துகொள்ளலாமா?"

"நான் ஒரு பள்ளி ஆசிரியை. என் பெயர் காத்யா ரோஷின். பொறுங்கள் காட்டுகிறேன்."

அவள் தனது துணிப்பையின் முடிச்சை பற்களால் கடித்து அவிழ்த்தாள்; கல்வி இலாகாவின் மக்கள் கமிஸார் அவளுக்கு அளித்திருந்த அத்தாட்சிப் பத்திரத்தை வெளியே எடுத்தாள்.

"ஜனங்களை வெளியேற்றுகிறவரையிலும் நான்கீவில் உள்ள ருஷ்யப் பள்ளியில் சிறுகுழந்தைகளுக்குப் பாடம் கற்றுக்கொடுத்து வந்தேன். வெள்ளை ராணுவ ஆட்சியின்கீழ் இருக்க வேண்டாம் என்று மக்கள் கமிஸார் எனக்கு உத்தரவிட்டார். நானும் அங்கு இருக்க விரும்பவில்லை. அவர்தான் மக்கள் கமிஸார் லுனச்சார்ஸ்கியிடம் கொடுக்கச்சொல்லி, இந்தக் கடிதத்தை என்னிடம் தந்தார். ஆனால் இது சீல் வைக்கப்பட்டிருக்கிறது."

அந்த மனிதன் அந்த அத்தாட்சிப் பத்திரத்தையும், கவரின் மீதுள்ள விலாசத்தையும் பார்த்தான். அவனது செய்கைகள் எல்லாமே மெதுவாகவும் சோர்ந்தும் தென்பட்டன.

"சொல்லப்போனால், அந்தக் கிழவியின் அறை இன்னும் காலியாகத்தான் இருக்கிறது. நீங்கள் வேறு எங்கும் தங்க விரும்பாமல், இங்குதான் தங்க வேண்டுமென்று விரும்பினால், பின்னே அதில் வந்து தங்கிக் கொள்ளுங்கள். ஆனால், இங்கு எல்லாமே படுமோசமான நிலையில்தான் இருக்கின்றன. நீங்கள் விரும்பினால் மாஸ்கோவில் எந்த ஒரு காலியான வீட்டிலும் குடியிருக்கலாம்."

அவன் வழிவிட்டு ஒதுங்கி, காத்யாவைச் சமையலறைக்குள் வரவிடுத்தான். அங்கு மங்கிய இருள் படிந்திருந்தது; உடைந்துபோன மேஜை நாற்காலிகள்தான் அங்கு குவிந்துகிடந்தன. அவன் அங்கிருந்த புகைபடிந்த நடைகூடத்தின் சுவரிலுள்ள ஓர் ஆணியில் தொங்கிக் கொண்டிருந்த சாவியைச் சுட்டிக்காட்டினான். அதுதான் அந்தக் கிழவியின் அறைச் சாவி. பின்னர் அவன் (முன்னர் நிகலாய் இவானவிச்சின் படிப்பறையாக

விளங்கிய) தனது அறைக்குள் சென்றான். காத்யா அந்த அறையின் கதவை மிகவும் சிரமப்பட்டுத் திறந்தாள். பின்னர் அந்தப் புழுக்கமிகுந்த அறைக்குள் துழைந்தாள். அறையில் தூசி அப்பிக்கிடந்த இரண்டு ஜன்னல்கள் இருந்தன. அந்த அறை தான் முன்னர் காத்யாவின் படுக்கையறையாக விளங்கியது. அவளது கட்டிலும்கூட அதே பழைய இடத்தில்தான் கிடந்தது. அவள் அந்த விஷப்புட்டியை எதிலிருந்து எடுத்தாளோ, அந்தப் பலகை அலமாரியும்கூட, சுவரில் அதே இடத்தில்தான் தொடங்கிக் கொண்டிருந்தது. செதுக்கு வேலைப்பாடுடன்கூடிய அந்த அலமாரியில், கிரேக்க நாட்டு கதைகளில் வரும் இரண்டு வனதேவதைகளின் உருவம் செதுக்கப்பட்டிருந்தது. இப்போதோ அந்த உருவங்கள் தூசிபடிந்து மங்கிப் போயிருந்தன. இறந்துபோன மரீயா கொந்திராதியவ்னா அந்த வீட்டின், எல்லா அறைகளிலுமிருந்த நல்ல சாமான்கள் அனைத்தையும் அந்த அறைக்குள் கொண்டுவந்த போட்டு அடைத்து வைத்திருந்தாள். சோபாக்களும் மேஜைகளும் வேறுபல சாமான்களும் அங்கு உடைந்து நொறுங்கிய நிலையில் குவிந்துகிடந்தன. அவற்றின் மீது தூசியும் நூலாம்படைகளும் அப்பிக் கிடந்தன.

காத்யாவை நிராதரவுணர்ச்சி ஆட்கொண்டது. அவள் மீண்டும் வாழ்க்கையைத் தொடங்க வேண்டும். ஆம். ஜூலை மாதத்தின் வெயிலியே சுட்டுப் பொசுங்கிக் கொண்டிருக்கும் பெருநகரமான மாஸ்கோவில் அவள் தனது மூன்றாவது வாழ்க்கைச் சக்கரத்தை ஓட்டத் தொடங்க வேண்டும்; ஆள் நடமாட்டம் இழந்து, பஞ்சத்திலும் பசியிலும் சிக்கித் தவிக்கும் இந்த மாஸ்கோ நகரத்தில், வேண்டாத பொருட்கள் அடைந்து கிடக்கும் இந்தப் புழுக்கமிகுந்த அறையில், அவள் மீண்டும் வாழ வேண்டும். உறைபோடப்படாது கிடந்த கட்டிலின்மீது காத்யா உட்கார்ந்தாள்; உட்கார்ந்து, ஓசையற்று அழுதாள். அவளுக்கு மிகவும் களைப்பாகவும் பசியாகவும் இருந்தது. அவள் முன்னிருந்த சிரமங்களையும் சிக்கல்களையும் பார்க்கும்போது, அவளிடம் மிஞ்சிநிற்கும் சக்திக்கெல்லாம்

மிஞ்சிய, சமாளிக்கமுடியாத விஷயங்களாக அவை தோன்றின. அப்போது தனது பள்ளிக்கூடத்தை அடுத்திருந்த சின்னஞ்சிறு குடிசையை நினைவுகூர்ந்தாள்: குடிசைக்கு வெளியேயுள்ள தோட்டத்தில் கதவுக்கருகில் கிடந்த ஈர்க்குத் துடைப்பம்; வாசல் வழியிலிருந்த தண்ணீர்த் தொட்டி, வெளியேயுள்ள பச்சைப் பசிய இலைகளின் மூலமாகப் புகுந்து, சின்னஞ்சிறு ஜன்னலின் வழியாக அறைக்குள் பரவும் பசிய நிறமான வெளிச்சம், அந்த வெளிச்சம் அந்தச் சின்ன மேஜைமீதுள்ள நோட்டுப் புத்தகங்களின்மீது விழுவது. கவலையற்றுக் குதூகலமாகத் துள்ளித்திரியும் குழந்தைகள். அவளுக்கு மிகவும் பிடித்தமான சிறுவனான காவ்ரிகோவ். எல்லாவற்றையும் அவள் நினைவுகூர்ந்தாள்.

அவள் ஏன் அங்கேயே என்றென்றைக்கும் தங்கியிருந் திருக்கக் கூடாது?

காத்யா தான், கீவிலிருந்து கொண்டுவந்திருந்த காய்ந்து போன ரொட்டியை நனைப்பதற்குத் தண்ணீர் எடுத்துக் கொண்டுவர எண்ணி, படுக்கையைவிட்டு எழுந்தாள். ஆனால் அவளது புதிய வாழ்க்கையைத் தொடங்குவதற்கு, அங்கு ஒரு தம்ளர்கூட இருக்கவில்லை! எனவே, அவளுக்குக் கோபம் வந்தது. அவள் தன் கண்களைத் துடைத்துவிட்டு, அந்த வெளுத்த முகக்காரனைப் பார்ப்பதற்காக வெளியே சென்றாள்.

அவள் கதவை மெதுவாகத் தட்டியவாறே மிருதுவாகக் குரல்கொடுத்தாள்:

"மன்னியுங்கள். உங்களுக்கு நான் தொல்லை கொடுப்பதற்கு வருந்துகிறேன்."

அவன் மெதுவாக வந்து, கதவைத் திறந்தான்; தனது சிந்தனைகளையெல்லாம் சிரமப்பட்டு ஒன்றுதிரட்ட முனைவதுபோல், அவன் காத்யாவைப் பார்த்தான்.

"மன்னித்துக் கொள்ளுங்கள், ஒரு தம்ளர் தர முடியுமா? எனக்குத் தாகம் அடிக்கிறது."

“என் பெயர் மாஸ்லாவ், தோழர் மாஸ்லாவ்.”

“உங்களுக்கு எப்படிப்பட்ட தம்ளர் வேண்டும்?”

“ஏதாவது ஒன்று தாருங்கள்.”

“நல்லது.”

அவன் கதவைத் திறந்தவாக்கில் விட்டவாறே அறைக்குள் போனான். அப்போது அங்கே செதுக்கப்படாத பலகைகளில் செய்த, சாய்ந்துகொண்டு நின்ற அலமாரிகளில் நிறையப் புத்தகங்கள் இருப்பதைக் காத்யா கண்டாள். எழுதும் மேசை மீது புத்தகங்களும், கையெழுத்துப் பிரதிகளும் இரைந்துகிடந்தன. அங்கு ஒரு பாடாவதியான இரும்புக் கட்டில் ஒன்றும், அதன்மீது புத்தகங்களும் சிதறி இருந்தன. தரையிலோ குப்பைகள் பரவிக்கிடந்தன. ஜன்னல்களின்மீது மஞ்சள் நிறமாக மாறிக் கொண்டிருக்கும் பத்திரிகைக் காகிதங்கள் ஒட்டப்பட்டிருந்தன. மாஸ்லாவ் முன்போலவே மெதுவாக வந்து, காத்யாவிடம் அட்டுப்படிந்த ஒரு கண்ணாடித் தம்ளரைக் கொடுத்தான்: “இதை நீங்களே வைத்துக்கொள்ளலாம்.” காத்யா சமையற்கட்டிலுள்ள கை கழுவும் தொட்டிக்குச் சிரமத்தோடு போய்ச் சேர்ந்தாள். அங்கும் குப்பைக்கூளங்கள் குவிந்து கிடந்தன. என்றாலும், குழாயில் தண்ணீர் வந்தது. அவள் தம்ளரைக் கழுவிவிட்டு, தண்ணீரை ஆர்வத்தோடு குடித்தாள். பிறகு அறைக்குத் திரும்பிவந்தாள். ரொட்டியைத் தின்பதற்குமுன் ஜன்னலைத் திறந்து விட்டுவிட்டு, குளித்துவிட்டு வர எண்ணினாள். ஆனால், நன்றாக இறுகிப்போயிருந்த அந்த ஜன்னலைத் திறப்பது பெரும்பாடாக இருந்தது. வெகுநேரம் அதில் சிரமப்பட்டாள். பெருத்த பெருமூச்சோடு கொக்கிகளைப் பிடித்து இழுத்துப் பார்த்தாள். ஜன்னல் கதவின் பிடிப்பான பாகங்களை ஒரு நாற்காலியின் காலை எடுத்து, மூச்சு வாங்கியவாறே அடித்து நெகிழச் செய்ய முனைந்தாள். அந்தச் சத்தத்தைக் கேட்டு, மாஸ்லாவ் அவளது அறைவாசலில் வந்து நின்றான்; ஒன்றும் பேசாமல், அவளையே வியப்போடு சிறிதுநேரம்

பார்த்துக்கொண்டு நின்றான்.

"ஜன்னலை ஏன் இப்போது திறக்க வேண்டும்?"

"இங்கே மூச்சு முட்டுகிறது."

தெருவிலிருந்து வரும் காற்று மட்டும் சுத்தமாக இருக்கிறதா, என்ன? ஒரே தூசியும் நாற்றமும்தான் வரும். ஒவ்வொரு வீட்டு முற்றமும் நாற்றமடிக்கத்தான் செய்கிறது. கதவைத் திறக்க முயல வேண்டாம் என்றுதான் நான் சொல்வேன்."

காத்யா, அவன் சொன்னதை ஜன்னலின்மீது நின்றவாறே கேட்டாள். பின்னர், தனது கீழுதட்டைப் பல்லால் கடித்துக்கொண்டு, மீண்டும் அந்த நாற்காலியில் கட்டையால் அடிக்கத் தொடங்கினாள்.

"நீங்கள் அதை இப்போது திறந்தாலும், மீண்டும் மாலையில் அதை அடைக்கத்தான் வேண்டும்" என்று அவன் தொடர்ந்து சொன்னான்: "எதற்காக அதில் போய் மூச்சைத் தொலைக்கிறீர்கள்?"

ஒருவழியாக கதவு நெகிழ்ந்து கொடுத்தது. காத்யா, ஜன்னல் விளிம்பிலிருந்து கீழே குதித்தாள்; ஜன்னலைத் திறந்து விட்டுவிட்டு, தலையை ஜன்னலுக்கு வெளியே நீட்டி, தெருவிலிருந்து வரும் காற்றைப் பேராசையோடு உள்வாங்கிச் சுவாசித்தாள்.

"ஆம்" என்று ஏதோ நினைத்தவாறே சொன்னான் மாஸ்லாவ்: "நாங்கள் இன்னும் நகரப் பிரச்னையைத் தீர்க்கவில்லைதான்."

திடீரென்று அவனது கால்கள் நடுங்கிவளைந்தன. எனவே, அவன் உட்கார்வதற்கு ஏதாவது இடம் கிடைக்குமா என்று பார்த்தான்; பிறகு, அவன் கதவுக் கைப்பிடியின்மீதே சாய்ந்துகொண்டான்; பெருவிரல்களை மட்டும் அழுக்கடைந்த முரட்டுச் சட்டையின்மீது கட்டப்பட்டிருந்த கயிற்றுக்குள்ளே சொருகிக் கொண்டான்.

"பனி உருகிவிட்டது. ஆனால் தெருக்களிலும்

முற்றங்களிலும் இன்னும் குப்பையும் கூளமும், செத்த நாய்களும், பூனைகளும், ஏன் குதிரைகளும்கூட ஆங்காங்கே கிடக்கின்றன. மழை வந்ததால் அவற்றில் ஒரு பகுதியை அடித்துக்கொண்டு போய்விட்டது. என்றாலும், இந்தப் பிரச்னைக்கு அது தீர்வாகாது."

காத்யா, குறுக்கிட்டுக் கேட்டாள்: "குளிக்கும் அறை ஒழுங்காக இருக்கிறதா?"

"தெரியாது. ஒருசமயத்தில் ஒரு குழாய் ரிப்பேர் செய்பவன் இங்கு வசித்து வந்தான். ஞாயிற்றுக்கிழமைகளில் அவன் சமையலறையிலும் குளிக்கும் அறையிலும் ஏதேதோ செய்து கொண்டிருப்பான். எல்லாம் அவன் இஷ்டப்படியே செய்வான். பிறகோ, அவன் போர்முனைக்குப் போய் விட்டான்."

"சரி. நீங்கள் இப்போது போங்கள்" என்று உறுதியோடு சொன்னாள் காத்யா: "நான் இந்த அறையைச் சுத்தம் செய்து ஏதோ ஒரு மாதிரி ஒழுங்குபடுத்தி வைக்கிறேன். அப்புறம் குளித்துவிட்டு, உங்களைப் பார்க்க வருகிறேன். முதலில் என்னிடம் சில விலாசங்கள் இருக்கின்றன. அந்த இடங்களை நான் கண்டுபிடித்தாக வேண்டும். எனக்கு மாஸ்கோவில் ஒன்றுமே தெரியாது. நீங்கள் எனக்கு உதவ முடியும். இல்லையா?"

"தாராளமாய்! இன்று ஞாயிற்றுக்கிழமைதானே. நான் இன்று முழுதும் அறையில்தான் இருப்பேன்."

அவன் கதவின் கைப்பிடியைவிட்டு மெதுவாக விலகி, தனது அறையை நோக்கிச் சென்றான். அவன் போனதுமே, காத்யா கதவைச் சாத்திப் பூட்டினாள். முதலில் கொஞ்சம் நிதானத்தை இழக்க வேண்டியதுதான்; அப்புறம் எல்லாம் மளமளவென்று நடந்துவிடும். காத்யா ரவிக்கையையும் பாவாடையையும் அழுக்காகிவிடாமல் கழற்றி மடித்துவைத்தாள். பின்னர் அங்கு அப்பிக்கிடந்த தூசிப் படலத்தின்மீது தனது போராட்டத்தைத் தொடங்கினாள். அங்குள்ள பல்வேறு பெட்டிகளில் வேண்டிய அளவுக்குக் கந்தல் துணிகள் இருந்தன. அவற்றைத் துளைத்து

கலைத்துப் பார்த்தபோது, அவளது பெயர்பொறித்த துணிகளே அகப்பட்டன. அத்துடன் அவளது உள்ளாடைகளும், உள்ரவிக்கைகளும், பழுதுபார்க்கப்பட்ட ஒரு ஜோடி காலுறைகளும் கிடைத்தன. மரீயா கொந்திராதியவ்னா அற்புதமான மனுஷிதான்! இந்த விலைமதிப்பற்ற பொருட்களையெல்லாம் எவ்வளவு பதனமாகப் பத்திரப்படுத்தி வைத்திருக்கிறாள்! அந்தக் கிழவி பேராசைக்காரிதான்; கொஞ்சம் திருட்டுப்புத்தியும் கொண்டவள்தான். பரவாயில்லை. அதைப் பற்றியென்ன? அவள் சாந்தியடையட்டும்!

***

அன்று மாலையிலேயே மாஸ்லாவ் தனது கையெழுத்துப் பிரதிகளைக் காத்யாவிடம் காட்டினான். அவன் கற்பனா சோஷலிஸத்தைப் பற்றிய நூல்களைக் குறித்து ஒரு சரித்திர ஆராய்ச்சி நடத்தியிருந்தான். ஒழுங்காக விரிக்கப்படாத அவனது கட்டிலின் ஓரத்தில் அமர்ந்திருந்த காத்யாவிடம் அவன் சொன்னான்:

"இந்த மாதிரியான காலகட்டத்தில், கற்பனாவாதிகளைப் பற்றி ஆராய்ந்துகொண்டிருப்பதைப் பார்த்தால், உங்களுக்கு விசித்திரமாகக்கூடத் தோன்றலாம். பாட்டாளிவர்க்கச் சர்வாதிகாரம் நடக்கும் நேரத்திலா கற்பனாவாதிகள்? இது எந்தத் தர்க்க நியாயத்தோடு சேர்ந்தது? என்று நீங்கள் ஆச்சரியப்படலாம். இல்லையா?"

காத்யாவுக்குக் கண்களைத் திறந்துகொண்டு இருக்கவே முடியவில்லை. அவளுக்குத் தூக்கம்தூக்கமாக வந்தது. எனவே, அவள் வாய்திறந்து பேசாமல்தான் ஆச்சரியப்படுவதாகவே ஆமோதித்துத் தலையை அசைத்தாள்.

"இருந்தும் இதில் தர்க்க நியாயம் இருக்கத்தான் செய்கிறது. நானோ பத்தொன்பதாம் நூற்றாண்டின் மத்திய காலத்தில் வாழ்ந்த சில தனிப்பட்ட நபர்களும், சில சிறுகோஷ்டிகளும் கற்பனைக் கொள்கைகளை நடைமுறைக்குக் கொண்டு

வருவதற்கு மேற்கொண்ட முயற்சிகளைப் பற்றியெல்லாம் விளக்கமாக ஆராய்ந்திருக்கிறேன். சமூக இயக்கத்தின் சரித்திரத்திலேயே இது மிகவும் விசித்திரமான ஒரு பகுதி."

அவனையும் மீறிவந்த புன்னகையையும் அதனால் வெளியே தெரிந்த அவனது சிறு பற்களையும் காத்யாவிடமிருந்து மறைப்பதற்காக அவன் வேறுபுறம் முகத்தைத் திருப்பினான்.

"ஆனால், என்னால் ஞாயிற்றுக்கிழமைகளில்தான் எழுத முடிகிறது. நான் ஜில்லாக் கமிட்டியில் வேலை பார்க்கிறேன். அங்கே எங்களில் ஒரு சிலர்தான் மிஞ்சி நிற்கிறோம். சொல்லப் போனால், மாஸ்கோவிலேயே கட்சி அங்கத்தினர்கள் யாரும் இல்லையென்றுதான் சொல்லவேண்டும். எனது படுமோசமான பலவீனமான தேகநிலையை உத்தேசித்துத்தான் போர்முனைக்குச் செல்லும் ராணுவத்தில் சேர்வதிலிருந்து எனக்கு விதிவிலக்கு அளித்திருக்கிறார்கள். நான் உடலாலும் உள்ளத்தாலும் களைத்துச் சோர்ந்துபோயிருக்கிறேன்.

எலும்பும்தோலும் தவிர, மாஸ்லாவின் உடம்பில் எதுவும் இருப்பதாகத் தெரியவில்லை. உடம்பு இவ்வளவு மோசமாக இருந்தபோதிலும், அவன் அபரிமிதமான திறமைசாலியாக இருந்தான். மறுநாள் அவன் காத்யாவை அழைத்துக்கொண்டு, கல்வி இலாகா கமிஸார் காரியாலயத்துக்குச் சென்றான்; அவளைச் சரியான நபர்களிடம் அறிமுகப்படுத்தினான்; அவளது பெயரைப் பதிந்து, அவளுக்கு ரேஷன் கார்டுகள் வாங்கிக் கொடுக்கவும் உதவி செய்தான்.

அவன் மட்டும் இல்லாவிட்டால், அவள் அந்த மாபெரும் கமிஸார் காரியாலயத்திலே இன்னது செய்வதெனத் தெரியாமல் மிகவும் திண்டாடிப் போயிருப்பாள். அங்கோ எண்ணற்ற இலாகாக்களும், பிரிவுகளும், காரியாலயங்களும் இருந்தன; அவற்றின் தலைவர்களும் ஊழியர்களும் இருந்தார்கள். அவர்களுக்கு மாமூல் வேலைகளிலே வெறுப்பும், இடையறாத

பரபரப்பும் நிலைகொள்ளாத் தன்மையும் இருந்ததால், வாரத்துக்கு ஒருமுறையாவது தமது இடங்களை அவர்கள் மாற்றிக்கொண்டார்கள்; இதற்காக அவர்கள் தமது மேஜை நாற்காலிகளையும், பீரோக்களையும், தஸ்தாவேஜுகளையும் ஓர் அறையிலிருந்து இன்னொரு அறைக்கு மாற்றியவண்ணம் இருந்தார்கள்; அத்துடன் ஸ்தாபன அமைப்பையும் பொறுப்புகளையும்கூட அடிக்கடி மாற்றிக் கொண்டிருந்தார்கள்.

காத்யாவுக்கு உடனடியாக வேலை நியமனம் கிடைத்து விட்டது. பிரேஸ்னியா ஜில்லாவிலுள்ள ஓர் ஆரம்பப் பள்ளியில் ஆசிரியை உத்தியோகம். பிறகு இன்னொரு இலாகாவிலே அறியாமையை ஒழித்துக்கட்டும் முதியோர் கல்வித் திட்டத்தின்கீழ் நடைபெறும் இரவுப் பள்ளிகளில் வந்து பாடம் கற்றுக்கொடுக்கும் சமூக சேவகியாக அவளைச் சேர்த்துக் கொண்டுவிட்டார்கள். மூன்றாவது இலாகாவிலே நம்பமுடியாத அளவுக்கு மெலிந்த உடம்பும், பெரிய கொதிப்புற்ற கண்களும், ஆலிவ் நிறமுள்ள முகமும்கொண்ட ஒரு மனிதன் அவளைப் பிடித்துக்கொண்டான். அவன் அவளை நீண்ட நடைகூடங்களின் வழியாகவும் மாடிப்படிகளின் வழியாகவும் பலமுறை ஏறவும் இறங்கவும் வைத்து, கலைப் பிரசார இலாகாவுக்குக் கூட்டிக்கொண்டு போய்ச் சேர்ந்தான். அங்கேயோ தொழிற்சாலைகளிலே கலையைப் பற்றிப் பிரசங்கங்கள் செய்ய வேண்டும் என்று அவளுக்கு வேலை கொடுத்தார்கள்.

"பிரசங்கங்களுக்கான விஷயங்கள் என்ன என்பதை நாம் பின்னர் தீர்மானிப்போம்" என்றான் அந்த ஆலிவ் நிற மனிதன்: "உங்களுக்கு அதற்குத் தேவையான புத்தகங்களும் பாடத்திட்டங்களும் தருகிறோம். பயப்படாதீர்கள். நீங்கள் படித்த பெண்; அது போதும். எங்களிடம் போதுமான படித்த நபர்கள் இல்லை. அதுதான் பெரிய வேதனை. இருக்கின்ற படிப்பாளி வர்க்கத்தாரிலும், பாதிப்பேர் நாசவேலைதான் செய்கிறார்கள். அவர்கள் அதன் பலனைப் பின்னால் சரியானபடி, அனுபவிக்கத்தான்

போகிறார்கள். இன்னொரு பாதிப்பேரையோ போர்முனை விழுங்கிக் கொண்டுவிட்டது. நீங்கள் இங்குவந்து சேர்ந்தது பற்றி, எல்லோருக்குமே உங்கள்மீது ஒரு நல்ல அபிப்பிராயம் ஏற்பட்டிருக்கிறது."

கடைசியாக, இன்னொரு நடைகூடத்தில் தடித்த உருவமும் பெருத்த வாயும் கொண்ட ஒரு மனிதனைச் சந்தித்தாள். அவன் மிகுந்த ஆர்ப்பாட்டப் பேர்வழியாகத் தோன்றினான். அவன் அணிந்திருந்த முரட்டுச் சட்டையின் கட்கங்களில் பச்சைநிறமாக வியர்வை பட்டு அழுக்கேறியிருந்தது.

"நீங்கள் ஒரு நடிகையா?" என்று அவன் அவசரமாகக் கேட்டான். பின்னர் "உங்களைப்பற்றி நான் இப்போது தான் கேள்விப்பட்டேன்" என்று சொல்லிக்கொண்டே, தான் ஓர் ஆசிரியை என்று காத்யா சொன்னதையும்கூட அவன் காதில் வாங்கிக்கொள்ளாமல், காத்யாவின் தோள்மீது கை போட்டு, அவளை ஒரு நடைகூடத்தின் வழியாகக் கூட்டிச் சென்றான்: "நான் உங்களை ஒரு நடமாடும் கலா கோஷ்டியுடன் சேர்த்துவிட்டு விடுகிறேன். நீங்கள் ஒரு தனி ரயில் வண்டிப் பெட்டியிலே போர்முனைக்குப் போய்ச் சேருங்கள். மாஸ்கோவை விட்டு நீங்கள் போகும்போது, உங்களுக்கு எவ்வளவு வேண்டுமோ அவ்வளவு ரொட்டியும், சர்க்கரையும், நல்ல வெண்ணெயும் தர ஏற்பாடு செய்கிறேன். நிகழ்ச்சி நிரலைப் பற்றியெல்லாம் நீங்கள் கவலைப்பட வேண்டாம். உங்கள் அழகுக்கு நீங்கள் வெறுமனே பாடி நடனமாடினாலே போதும். செஞ்சேனை வீரர்கள் உங்களை அமோகமாகப் பாராட்டுவார்கள். நான் பேராசிரியர் செபுதீகினைப் போர்முனைக்கு அனுப்பினேன். அவருக்கு வயது அறுபதாகிறது. ரசாயனசாஸ்திரியோ அல்லது வான்சாஸ்திரியோ அல்லது அந்த மாதிரி ஏதோ ஒருவர் அவர்! இப்போதோ அவர்கள் அவரைக் கலாகோஷ்டிகளுக்கே ராஜா என்று அழைக்கிறார்கள். அவர் பெரந்ஷே இயற்றியுள்ள சிலேடைப் பாட்டுகளைப் பாடுகிறார். நீங்கள் ஒன்றும் எனக்கு நன்றி கூறவேண்டாம்.

முழுக்க முழுக்க ஆர்வத்துடன்தான் நான் இதனைச் செய்கிறேன்."

"இதைக் கேளுங்கள்!" என்று கத்தியவாறே, காத்யா அந்த மனிதனின் பிடியிலிருந்து விடுபட்டாள்: "இதோ பாருங்கள். ஏற்கெனவே எனக்கு ஒரு பள்ளிக்கூடம், முதியோர் கல்வித் திட்டம், இலக்கியப் பிரசங்கம் இத்தனையையும் கொடுத்தாகிவிட்டது. இதற்கு மேலும் வேலை செய்வதென்றால் உடம்பு தாங்காது!"

"நீங்கள் என்ன சொல்கிறீர்கள்? உடம்பு தாங்காதா? உடம்பு தாங்கக்கூடிய காரியங்களை மட்டுமா நான் செய்கிறேன்? ஷலாபினும் இப்படித்தான் உடம்பு தாங்காது என்று சொல்லிக் கொண்டிருந்தான். உடனே நான் அவனுக்கு ஒரு பெட்டி பிராந்தி பாட்டில்களை அனுப்பிவைத்தேன். அவ்வளவுதான். உடனே அவன் தன்னைப் போர்முனைக்கு அனுப்புமாறு கேட்டுக் கொண்டான். நல்லது. நான் சொல்ல வேண்டியதைச் சொல்லிவிட்டேன். யோசித்துப் பாருங்கள். தேவைப்படும் போது நான் உங்களைச் சந்திக்கிறேன்."

காத்யா, தன்மீது சுமந்துவிட்ட பொறுப்புகளை எண்ணியவாறே வீட்டுக்கு நடந்துவந்தாள். உஷ்ணம் மிகுந்த காற்று புழுதிபடிந்த தெருக்களின் வழியே வீசிற்று. அந்தக் காற்று தெருவெல்லாம் புழுதி மண்டலத்தைக் கிளப்பிவிட்டது. அவள் திவேர் ஸ்கோய் சாலையில் திரும்பினாள். அப்போது, அவள் தனக்குத்தானே பலவாறு எண்ணமிட்டாள். தினசரி இரவில் ஆறு மணி நேரம் தூங்கினாலும்கூட, அவளுக்குப் போதுமான கால அவகாசம் இருக்குமோ? பதினெட்டு மணி நேரம். போதவே போதாது! பாடங்களை நடத்துவது, நோட்டுப் புத்தகங்களைத் திருத்துவது, மறுநாள் பாடங்களைத் தயாரிப்பது, இலக்கிய சங்க வேலைகள், முதியோர் கல்வி... அதற்கு இரண்டிரண்டு மணிநேரம். பிறகு அங்குமிங்கும் போவதற்கும் வருவதற்குமான நேரம். அப்புறம் பிரசங்கங்கள். அவற்றுக்கும்தான் தயாரிப்பு வேண்டும். பதினெட்டு மணி நேரம் போதவே போதாது!

காத்யா, ஒரு பெஞ்சின்மீது உட்கார்ந்தாள்; ஒருவேளை 1916ஆம் ஆண்டில் அவளும் தாஷாவும் எந்த ஒரு பெஞ்சின்மீது அமர்ந்து கவிஞர் பெஸ்ஸோனவைச் சந்தித்தார்களோ, அதே பெஞ்சாகவும் அது இருக்கலாம். அப்போது, அவர் உடம்பெல்லாம் புழுதிபடிந்த நிலையில் காலை இழுத்து நடந்துவந்தார். வேடிக்கைதான்! தங்களது அபரிமிதமான ஓய்வுநேரத்தை எப்படிப் போக்குவது என்பதுகூடத் தெரியாது விழித்த, ஒன்றுக்கும் உதவாத இரண்டு பெண்கள், பெஸ்ஸோனவ் அவர்களை நோக்கித் தலையை வணங்கியதும், என்னென்ன விதமான இதய வேதனைக்கெல்லாம் இரையானார்கள்! அலெக்சான் தர்பிளாக்கின் கவிதையிலிருந்து குதித்து வந்த உருவம் மாதிரி - (இருப்பவர்களின் மத்தியிலே இறந்தவர்கள் வந்து, உயிரும் உணர்ச்சியும் இருப்பதாகக் காட்டி, திரிவதுதான் எத்தனை சிரமமான வேலை!) - பெஸ்ஸோனவ் மெதுவாக நடந்துசென்றார். அவர்கள் இருவருமே அவர் செல்வதையே நெடுநேரம் பார்த்தார்கள்! கழன்று விழுந்து விடுவதுபோல் தோன்றிய அவரது கால்சராயைக் கண்டுதான் அவர்கள் எவ்வளவு பரிதாபப்பட்டார்கள்!

அவள் தினசரி நான்கு மணி நேரம்தான் தூங்க முடியும்; தூங்க வேண்டும். மற்றப்படி பாக்கித் தூக்கத்தை யெல்லாம் ஞாயிற்றுக்கிழமைகளில்தான் வைத்துக் கொள்ள வேண்டும். பிறகு உணவுப்பொருட்களைப் பெறுவதற்காக, க்யூவில் நிற்பது வேறு! காத்யா தன் கண்களை மூடி, முனகிக்கொண்டாள். காற்று அவளது மென்மையான கழுத்தின்மீது புரண்ட கேசச் சுருள்களை உலுப்பி விட்டுவிட்டு, அவளது தலைக்கு மேலிருந்த பழைய எலுமிச்சை மரத்தின்மீது தாவி, அதன் இலைகளைச் சரசரக்கச் செய்தது. அந்த இலைகளின் சரசரக்கும் ஒலி காத்யாவை மெய்மறக்கச் செய்தது; அந்தப் பரவசத்தில் அவள் தனது பிரச்னையை - ஒருநாளில் இருபத்தி நான்கு மணி நேரத்துக்குமேல் எப்படிப் பெறுவது என்ற பிரச்னையை- மறக்கத் தொடங்கினாள். பரவாயில்லை. எப்படியும் சமாளித்துக் கொள்ளலாம்! அதன் பின்னர் அவள் சிந்தனை அவளது வாழ்வில் ஏற்பட்டு வரும்

வியக்கத்தக்க மாறுதலை நோக்கித் திரும்பியது. அந்த மாறுதல் அவளுக்கு அதிசய உணர்ச்சியையும் அகமகிழ்ச்சியையும் ஊட்டியது. அவள் அடுப்பின் பக்கமாக நின்று, தலையைச் சுவரில் சாய்த்தவாறு கிரசீல்னிகவின் கோபாவே சமான முகத்தை நேர்நின்று நோக்கி, "முடியாது!" என்று எந்த நேரத்தில் சொன்னாளோ, அந்த நேரத்திலிருந்தே ஏதோ ஒரு புதிய ஆனந்தத்தைப் பற்றிய அமைதியும் தன்னம்பிக்கையும் மிகுந்த ஒரு தெம்பு அவளது இதயத்தில் வளரத் தொடங்கிவிட்டது. அவள் இந்த ஆனந்தத்தின் முதல் அனுபவத்தைச் சென்ற வசந்த பருவத்தின்போது பெற்றாள். அப்போது அவள் ஒவ்வொரு நாள் இரவிலும் படுக்கப் போகுமுன், கழிந்து போன அந்தத் தினத்தைப் பற்றித் தனக்குத்தானே எண்ணிப் பார்ப்பாள்; அந்த நாளில் எந்தவிதமான இருளோ, இதயத்திணறலோ ஏற்படவில்லை என்பதை அப்போது உணர்ந்தாள். அப்போது முதற்கொண்டே அவள் தன்னைத்தானே விரும்பத் தொடங்கிவிட்டாள். இப்போதும்கூட, அவள் தன்மீது சுமந்துவிட்ட வேலைகளையெல்லாம் எப்படி முடிக்கப்போகிறோம், அதற்கு நேரம் போதுமா என்றெல்லாம் எண்ணி ஆயாசப்படுவதும் அச்சப்படுவதும்கூட ஒரு நாடகம்தான். ஏனெனில், சமீபகாலம் வரையிலும் எடுத்துக்கொண்டு போகக்கூடிய, வழிதவறிப் போன, பரிதாபகரமான பூனைக்குட்டி மாதிரி இருந்த காத்யா திடீரென்று முக்கியத்துவம் வாய்ந்த நபராக அல்லவா மாறிவிட்டாள்! காத்யாவுக்கும் அல்லவா கிராக்கி வந்துவிட்டது! ஆலிவ் நிறமும் அழகிய கண்களும் கொண்ட அந்தச் செல்வாக்குள்ள தோழர் அவளிடம் எவ்வளவு மரியாதையோடு பேசினார்! எனவே, அவள் இந்த நம்பிக்கைக்கெல்லாம் பாத்திரமாக நடந்துகொள்ள வேண்டும். நாளைக்கு ஒருநாள் கல்வி இலாகா கமிஸாரின் காரியாலயத்திலே அவர்கள் பின்வருமாறு சொல்ல நேர்ந்தால், அது எவ்வளவு பயங்கரமாக இருக்கும்: "நாங்கள் காத்யாவை மிகவும் நம்பியிருந்தோம்; அவள்தான் எங்களைக் கை விட்டுவிட்டாள்." இங்கு, மாஸ்கோவில், வாழ்க்கைக்கே அர்த்தம் வேறு. பரந்த ஸ்டெப்பி

வெளியிலே செல்லும் கிரசீல்னிகவின் வண்டிக்குப் பின்னால் தொடர்ந்துசெல்லும் வண்டியிலே அமர்ந்து, மேலும்கீழும் ஆடியாடியசைந்தவாறும், வைக்கோல் துரும்பைக் கடித்தவாறும், "உன் அழகால் உனக்கு என்ன பயன் விளையப்போகிறது? நீயோ - நீயும் ஒரு கொள்ளைப் பொருள்தான்!" என்று காத்யா நினைத்தாளே, அந்த வாழ்க்கையிலிருந்து முற்றிலும் மாறுபட்டது இது.

மாஸ்லாவ், காத்யாவிடமிருந்து பூரண விவரத்தையும் கேட்டுத் தெரிந்துகொண்டான். அவள் அந்த ஆலிவ் நிறங்கொண்ட தோழரோடு நடத்திய சம்பாஷணையின் சுருக்கத்தை அவனிடம் கூறியபோது, வதங்கிய கோணற் புன்னகையால் அவனது வலது கன்னம் முழுவதுமே சுருக்கங்கள் விழுந்தன.

"ஆமாம். ஆமாம்." என்று சொல்லியவாறே அவன் முகத்தை அப்பால் திருப்பிக்கொண்டான். படித்த நபர்களைப் பற்றிய தலைவேதனை எல்லாம் கொஞ்சம்தான். அதைவிட மோசமான தலைவேதனைகள் இருக்கின்றன" என்றான் அவன்.

***

*கா*த்யா, ஆகஸ்ட் மாதம் முதல் தேதியன்று பள்ளிக் கூடத்தைத் தொடங்கினாள். காலில் செருப்பு அணியாத சின்னஞ்சிறு சிறுமியர்கள் வந்தார்கள்; எலி வால்போல் பின்னிவிடப்பட்டிருந்த அவர்களது தலைமயிர் ஒரு நூலினாலோ அல்லது கந்தல் துணியினாலோ கட்டி முடிந்துவிடப்பட்டிருந்தது. மொட்டையடிக்கப் பெற்ற தலையும், கிழிந்த சட்டையும்கொண்ட சிறுவர்களும் வந்தார்கள். இந்தச் சிறுவர் சிறுமியர் பள்ளிக்கூடத்துக்குள் மிகவும் அமைதியாக வந்து, அதே அமைதியுடன் சாய்வு மேஜைகளின் முன்னர் போய் அமர்ந்துகொண்டார்கள். அவர்களில் பலருடைய முகங்கள். வறுமையால் வாடி வதங்கிப் போயிருந்தன; மேலும், அவர்கள் முகத்திலே வயதுக்கு மீறிய மூப்பும், ஊடுருவிப் பார்த்துவிடலாம் என்று தோன்றுமளவுக்கு மெலிவும் குடிகொண்டிருந்தன.

முதல்நாள் முழுவதும் காத்யா அந்தப் பிள்ளைகளோடு சிநேகம் பிடிப்பதிலேயே நேரத்தைச் செலவிட்டாள். அவள் அவர்களருகே சென்று, அவர்களோடு சேர்ந்து உட்கார்ந்துகொண்டு, ஏதேதோ கேள்விகள் கேட்டாள்; அவர்களைப் பேசவைக்கவும், பேசுவதற்கு அவர்களுக்கே ஆர்வம் பிறக்குமாறு செய்யவும் அவள் முயன்றாள். அவளுக்கு ஏற்கெனவே சிறிது அனுபவம் ஏற்பட்டிருக்கிறது; எனவே, குழந்தைகளின் ஆர்வத்தைக் கவர்வது எப்படி என்பதையும் அவள் ஓரளவு அறிந்திருந்தாள். ஒரு புத்தகத்தையெடுத்து, அதனை அவர்கள் முன்திறந்து காட்டினாள்: "இதோ ஒரு புத்தகம் இருக்கிறது. இதன் பக்கங்களெல்லாம் வெள்ளை; எழுத்துகளெல்லாம் கறுப்புக்கோடுகளெல்லாம் கபிலநிறம். இல்லையா? இந்தப் புத்தகத்தை நீங்கள் நாள்முழுதும் பார்த்துக் கொண்டிருக்கலாம். அப்படிப் பார்த்தாலும், உங்களுக்கு அதிலே எதுவுமே தெரியாது. ஆனால், நீங்கள் எழுதவும் படிக்கவும் கற்றுக்கொண்டால், சரித்திரம், பூகோளம், கணிதம் முதலியவற்றையும் மற்றும் பல விஷயங்களையும் கொஞ்சம்கொஞ்சமாகக் கற்றுக் கொண்டுவிட்டால், அப்புறம் இப்புத்தகம் திடீரென்று உயிர்பெற்று உங்கள் முன்வந்து விடும்."

விளதீமிர் ஸ்கோயே கிராமத்திலுள்ள பள்ளிக்கூடத்தில் அவள் அங்குள்ள சிறுவர் சிறுமியர்களுக்குக் கவிஞர் புஷ்கினின் 'ஜார் மன்னர் சால்டான்' என்ற கற்பனைக் கதையைப் பற்றிக் கூறினாள். அப்போது அந்தக் குழந்தைகளெல்லாம் அதனை மிகவும் ரசித்து அனுபவித்தார்கள். அதனால் அவர்களது கண்களில் வியப்பும் குறுகுறுப்பும் திடீரென்று பளிச்சிட்டு மலர்ந்தன. காத்யா அதனை நினைவுகூர்ந்து பார்த்தாள்.

"முதலில் நீங்கள் அ, ஆ என்ற எழுத்துகளைக் கற்றுக் கொள்வீர்கள்; பிறகு அவற்றைக் கரும்பலகையில் எழுதிப் பழகுவீர்கள். அதன்பின் வார்த்தைகளை எழுத்துக்கூட்டிப் படிக்கவும், பின்னர் அவற்றை வாய்விட்டுப் படிக்கவும் கற்றுக்கொள்வீர்கள்.

ஆமாம். உரக்கத்தான் படிக்கவேண்டும். பிறகு எல்லா வார்த்தைகளையும் ஆரம்பம் முதல் முடிவுவரையிலும் விடாமல் படித்து முடிப்பீர்கள். அப்புறம் திடீரென்று ஒருநாள் இந்த வரிகளெல்லாம் மறைந்து போய்விடும்; வரிகளிலுள்ள வார்த்தைகளெல்லாம் மறைந்துபோய் விடும். அதற்குப் பதிலாக நீங்கள் ஒரு பெரிய நீலநிறமான கடலைப் பார்ப்பீர்கள்; அந்தக் கடலின் அலைகள் கரைமீது அலையலையாக வந்து மோதுவதுகூட உங்களுக்குக் கேட்கும். அப்புறம் இரும்புக் கவசமும், இரும்புத் தொப்பிகளும் அணிந்த முப்பது வீரர்கள் கடலின் நுரையிலிருந்து வெளிப்படுவார்கள்; அவர்களது உடம்பெல்லாம் நனைந்து சொட்டும்; என்றாலும் அவர்கள் குஷாலாக இருப்பார்கள். அவர்களோடு நீண்ட தாடிகொண்ட சொன்மோர் மாமாவும் வருவார்."

ஆனால் பிரேஸ்னியாவிலுள்ள பள்ளிக்கூடத்தில் அவள் இந்த மாதிரியெல்லாம் சொல்ல முனைந்தபோது, தான் சொல்லும் வார்த்தைகள் அந்தக் குழந்தைகளின் காதைப் போய் எட்டவில்லை என்பதையும், மாறாக, உள்ளேயுள்ள செங்கற்களெல்லாம் தெரியும்படியாக, காரைக் கட்டிகள் பெயர்ந்து விழுந்துவிட்ட சுவர்களும், கண்ணாடிகளுக்குப் பதிலாக பாதிக்குமேல் பலகைகள் வைத்து அடைத்த ஜன்னல்களும் நிறைந்த அந்தப் பள்ளிக்கூடத்தின் அறைக்குள்ளேயே அந்த வார்த்தைகளெல்லாம் பயனற்றுச் செத்து மடிகின்றன என்பதையும் காத்யா உணர்ந்தாள். அந்தச் சிறுமியரின் கைகளெல்லாம் மிகவும் வற்றலாக மெலிந்திருந்தன. அந்தக் கைகள் ஒரு பெரிய மோதிரத்தின் உள்ளேகூட நுழைந்துவிடும் போலிருந்தன. சிறுவர்களின் முகங்களோ வற்றி மெலிந்து சுருங்கிப்போய், புண்கள் நிறைந்து காணப்பட்டன. அவர்கள் அமைதியுடன்தான் கேட்டார்கள்; என்றாலும் அவர்களது கண்களோ அவர்கள் பணிவின் காரணமாகத்தான் அப்படி நடந்து கொள்கிறார்கள் என்பதைக் காட்டிக் கொடுத்தன. உண்மையில், அவர்களெல்லாம் வேறு எதையோ பற்றித்தான் சிந்தித்துக் கொண்டிருந்தார்கள்.

நீண்ட இடைவேளையின்போது, பிள்ளைகளெல்லாம் வெளிமுற்றத்திலுள்ள விளையாடும் இடத்துக்குச் சென்றார்கள். ஆனால் சில சிறுமியர்தான் நொண்டியடித்துக் கொண்டு, பாண்டி விளையாட்டு விளையாடினார்கள்; பையன்களில் இருவரோ அடிபிடி சண்டையில் இறங்கிவிட்டார்கள். மற்றவர்களெல்லாம் வேலிப்புறத்தின் நிழலில் அமர்ந்திருந்தார்கள். ஆமாம். அவர்கள் வெறுமனே அமர்ந்திருக்கத்தான் செய்தார்கள். அவர்களில் யாருமே உணவு கொண்டுவரவில்லை. எல்லோரும் அந்த ஜில்லாவிலுள்ள தொழிலாளரின் குழந்தைகள். அந்தக் குழந்தைகளின் தந்தைமார்களில் பெரும்பாலோர் போர்முனைக்குச் சென்றிருந்தார்கள். அவர்களில் ஒரு பையன் தன் கைகளைத் தரையில் ஊன்றியவாறு உட்கார்ந்திருந்தான். தெருவுக்குமேல் புகைபோல் தோன்றிய மேகங்களைப் பார்த்துக் கொண்டிருந்தான். காத்யா அவனருகே சென்று உட்கார்ந்தாள்; அவனிடம் சுறுசுறுப்போடு பேச்சுக் கொடுத்தாள் :

“உன் பெயர் பெத்ரோவ் மீத்யா! இல்லையா?”

“உம் - உம்.”

“உன் அப்பா எங்கே வேலை பார்க்கிறார்?”

“அப்பா யுத்தத்துக்குப் போய் ரொம்ப காலமாகிவிட்டது!”

“உன் அம்மா என்ன செய்கிறாள்?”

“வீட்டிலிருக்கிறாள். அவளுக்கு உடம்புக்குச் சுகமில்லை.”

“உன் அப்பா வீட்டுக்குக் கடிதம் எழுதுகிறாரா?”

“இல்லை.”

“ஏன் எழுதுவதில்லை?”

“எழுதுவதற்கு என்ன இருக்கிறது? அவர் போகும்போது அம்மாவைப் பார்த்து, ‘நீ உழைத்து உழைத்து உடம்பை நாசமாக்கிக் கொள்கிறாயே. இதற்குப் பழிவாங்குவது

போல் நான் பத்து ஜெனரல்களைக் கொன்று தள்ளப் போகிறேன்' என்று சொல்லிவிட்டுப் போனார். என் அப்பா பெரிய தைரியசாலி!"

"சரி. நீ பெரியவனான பிறகு என்ன செய்யப் போகிறாய்?"

"எனக்குத் தெரியாது. இந்த மாரிக்காலம் முடியும் வரையில்கூட, நாங்கள் உயிர்வாழ மாட்டோம் என்று என் அம்மா சொல்கிறாள்."

***

வெள்ளை ராணுவத் துருப்புகள் மாஸ்கோவை நோக்கி வந்துகொண்டிருந்தன; ஆனால் இலையுதிர்காலமோ அவர்களையும் முந்திக்கொண்டு விரைவாக வந்து கொண்டிருந்தது. தங்கமயமான நிறமும், சோகத் தோற்றமும் கொண்ட வெப்பவேனில் காலச் சூழ்நிலை சில நாட்கள் இருந்தன; அதன்பின் அலையலையாக மேகங்களை விரட்டியடித்துக்கொண்டு, வடக்குத் திக்கிலிருந்து கொடிய வாடைக்காற்று ஊளையிட்டுக் கொண்டு வீசத்தொடங்கிற்று.

பள்ளிக்கூடத்திலுள்ள இரும்பு அடுப்பைப் பற்ற வைப்பதற்கு எரிபொருள் எதுவுமே இல்லை. காத்யா கல்வி இலாகா கமிஸார் காரியாலயத்துக்குச் சென்றாள்; அந்த ஆலிவ் நிறத்துத் தோழரிடம் முறையிட்டுக் கொண்டாள். அவரோ வெறுமனே தலையை மட்டும் குனிந்து அசைத்துவிட்டு, காத்யாவின் இனிமையான முகத்தின்மீது வைத்த கண்களை வாங்காமல் பேசினார்: "உங்கள் பிரச்னையை நான் உணரத்தான் செய்கிறேன், காத்யா. அத்துடன் உங்கள் ஆர்வத்தையும் பாராட்டுகிறேன். ஆனால், எரிபொருள் நிலைமை இந்த மாரிக்காலத்தில் மிகமிக மோசமாக இருக்கப் போகிறது. கல்வி இலாகா கமிஸார் காரியாலயத்துக்கு விறகு அளிப்பதற்காக வாக்குறுதி அளித்திருக்கிறார்கள். ஆனால் விறகோ வோலொக்டா மாகாணத்தில் இருக்கிறது. அதனைக் குதிரை வண்டிகளின் மூலமாகத்தான்

இங்கு கொண்டுவர வேண்டியிருக்கிறது. இருந்தாலும் மனம் தளராதீர்கள். ஜனங்களிடம் பேசிப் பாருங்கள். எங்கெல்லாம் முடிகிறதோ, அங்கெல்லாம் முடிந்த மட்டுக்கும் முண்டியடித்துப் பாருங்கள். அதன்மூலம் ஏதாவது கொஞ்சம் கிடைக்கலாம்."

குழந்தைகள் குளிரால் விறைத்துப் போய்த்தான் பள்ளிக்கு வந்தார்கள். உடம்பெல்லாம் நனைந்தும் போய் விடும்; அவர்கள் அணிந்திருந்த துணிகளும் போதாது. (மெல்லிய கிழிந்த கோட்டுகளையோ அல்லது தங்கள் தாய்மார்களின் பழைய ரவிக்கைகளையோதான் அவர்கள் அணிந்து வந்தார்கள். அந்தத் துணிமணிகளெல்லாம் சோளக்கொல்லைப் பொம்மைக்கு மாட்டிவிடத்தான் லாயக்கானவை.) காத்யாவால் இந்த நிலைமையைச் சகித்துக் கொண்டிருக்க முடியவில்லை. எனவே, அவள் பட்டவர்த்தனமான திருட்டுத்தொழிலில் இறங்கவே முடிவு செய்துவிட்டாள். அதற்காக, அவள் வேலிகளைப் பிடுங்கிக்கொண்டு வருவதற்கென்று ஒரு கோஷ்டியையே தயாரித்துவிட்டாள். பள்ளிக்கூடத்துக் காவல்காரனாக ஒரு செவிட்டுக் கிழவன் இருந்தான்; அவனுக்கு ஒரு கால் நொண்டி, மரக்கால் அணிந்திருந்தான். அந்தக் கிழவனும், காத்யாவும் பிள்ளைகளும் புறப்பட்டார்கள். (பிள்ளைகளில் அநேகமாக எல்லோருமே திரண்டுவந்து விட்டார்கள்.) பிறகு எல்லோரும் சேர்ந்து, இருள் சூழ்ந்த ஒரு இரவிலே வேலிகளை முறித்தார்கள்; அப்போது பனிப்புயல் காற்று அவர்களது காதில் ஊளையிட்டு வீசிற்று. அவர்கள் வேலிகளிலிருந்து பிடுங்கிய விறகையெல்லாம் பள்ளிக்கூடத்தின் முற்றத்துக்குச் சுமந்துவந்தார்கள். அந்தக் கிழவன் அவற்றில் சிலவற்றை அறுத்தும் உடைத்தும் போட்டான். மறுநாள் காலையில் பள்ளிக்கூடத்தின் அறை கதகதப்பாகவும், ஈரவாடையுடனும் இருந்தது. அந்த அறையிலே ஏற்றப்பட்ட நெருப்பின் காரணமாக, நனைந்து போயிருந்த பள்ளிச் சுவர்கள் வெளியிட்ட நீராவிதான் அந்த ஈரவாடைக்குக் காரணம். குழந்தைகளெல்லாம் குதூகலமாக இருந்தார்கள். காத்யாவோ, அவர்களுக்குச் சூரிய உஷ்ணத்தின் சக்தியைப் பற்றிச் சொல்லிக்

கொண்டிருந்தாள். (அவளே அதற்கு முந்தைய நாளன்றுதான் 'இயற்கையின் சக்திகள்' என்ற ஓர் உபயோககரமான புத்தகத்திலிருந்து அந்த விஷயத்தைப் பற்றிக் கற்றுக் கொண்டிருந்தாள்.)

"குழந்தைகளே! நீங்கள் இங்கு பார்க்கும் ஒவ்வொன்றும் - இந்த மேஜை, நீங்கள் அமர்ந்திருக்கும் பெஞ்சுகள், அடுப்பிலே எரியும் நெருப்பு முதலிய எல்லாமே சூரிய சக்தியிலிருந்து வந்தவைதான். ஏன், நீங்களுமே அப்படி வந்தவர்கள்தான். இந்தச் சக்தியை அடக்கி ஆள்வது தான் மனிதச் சமுதாயத்தின் கடமை. எனவேதான் நாம் மேலும்மேலும் கல்வி கற்க வேண்டும்; மேலும் மேலும் போராட வேண்டும். இப்போது நாம் ருஷ்ய மொழியிலே ஒரு பாடத்தைக் கற்கப் போகிறோம். இந்த ருஷ்ய மொழியும்கூட சூரிய சக்தியின் ஓர் உருவம்தான். எனவே நாம் இதனை நன்றாகக் கற்க வேண்டும்."

இடைவேளையின்போது, அந்தக் குழந்தைகள் காத்யாவுக்கு எல்லாவிதமான செய்திகளையும் சொல்வார்கள். அந்த ஜில்லாவிலும் மாஸ்கோவிலும் மட்டுமல்ல, வெளிநாடுகளிலே பிரபுக்கள் வாழக்கூடிய பிரதேசங்களில் நடக்கும் செய்திகளைக்கூட அவர்கள் தெரிந்துவைத்திருந்தார்கள்.

அவர்கள் சொல்லும் கதைகளிலிருந்து காத்யா எவ்வளவோ விஷயங்களைத் தெரிந்துகொண்டாள். இவ்வாறாக, பத்திரிகைகளில் வெளிவருமுன்பே அவள் பல செய்திகளைத் தெரிந்துகொண்டாள். வெள்ளை ராணுவத்தார் அர்யோலுக்குள் புகுந்து விட்டதால், அங்கிருந்து காயம்பட்ட மனிதர்கள் திரும்பிவந்து கொண்டிருந்தார்கள். இரண்டு சிறுமிகள் மிக்கூலின் என்பவனின் வீட்டில் தாங்கள் காதாரக் கேட்டு வந்த செய்திகளைச் சொன்னார்கள்; அவர்கள் வேண்டுமென்றே அந்த வீட்டுக்குப் போய் வந்திருந்தார்கள்: "ஸ்தெபான் மிக்கூலின் ஒரு கடைசல் பட்டறைத் தொழிலாளி; அவன் அப்போதுதான் திரும்பி வந்திருக்கிறான். உடம்பெல்லாம் ஒரே துப்பாக்கிக் காயங்கள். அவன் படுக்கையைவிட்டு

எழுந்திருக்கக் கூடாது" என்று வைத்தியர் கண்டிப்பாக உத்தரவிட்டிருந்தார். எனினும், அவன் படுக்கைமீது எழுந்து உட்கார்ந்து கொண்டு, தன் மனைவியையும் தாயையும் நோக்கிப் படுமோசமான குரலில் சத்தம் போட்டான்.

"போர்முனையிலே துரோகச் செயல்கள் நடக்கின்றன. ஆமாம். துரோகம்தான்! எனக்கு ஒரு பேனாவும் காகிதமும் கொண்டுவா! நான் இப்போதே அதைப் பற்றி லெனினுக்கு நேரே எழுதப் போகிறேன்! மாஸ்கோவை வெள்ளை ராணுவத் தளபதியிடம் சரணடையவிடக் கூடாது என்பதற்காக, அருமையான பாட்டாளி வர்க்கத் தோழர்களெல்லாம் அங்கு போர்முனையில் தமது ரத்தத்தைச் சிந்திக் கொண்டிருக்கிறார்கள். அர்யோலைச் சரணடையச் செய்ததற்கு நாங்கள் காரணம் அல்ல; துரோகச் செயல்தான் காரணம்!"

அந்தச் சிறுமியர் சொல்லும் கதைகளைக் கேட்டு, பெத்ரோவ் மீத்யாவின் முகம் காகிதம்போல் வெளுத்துப் போய்விட்டது; அவனது கண்கள் மேலும் மேலும் விரிந்தன; அத்துடன் அவற்றில் மிகுந்த வேதனையுணர்ச்சியும் பிரதிபலித்தது. எனவே, காத்யா அவனுக்கருகில் சென்று அமர்ந்தாள்; அவனது தலையைத் தனது மார்பில் அணைத்துப் புதைத்தாள். அவனோ ஒன்றுமே பேசாமல், அவளிடமிருந்து திமிறி விடுபட்டுக் கொண்டான்; அரவணைப்பாலோ, ஆறுதல் மொழியாலோ மனச்சாந்தி பெறக்கூடிய நிலையில் இல்லை அவன்.

மழை தொடர்ந்தாற்போல் பல நாட்கள் சோனாமாரியாகப் பெய்தது. பிரேஸ்னியா பிரதேசம் முழுவதிலும் முழங்காலளவுக்குப் புதையும் கொழுகொழுத்த கறுத்த சேறு நிறைந்திருந்தது. குழந்தைகளெல்லாம் பள்ளிக்கு மிகவும் மோசமான நிலையில் வந்தார்கள்; மேலும் நகரில் தொத்துநோய்போல் பரவிய பயங்கரமான வதந்திகளைக் கேட்டு அவர்கள் உள்ளம் குமைந்து உருக்குலைந்து போயிருந்தார்கள். பாடத்தில் அவர்கள் கவனத்தைத் திருப்புவதென்பதே பெரும்பாடாக இருந்தது. தனது

கூட்டல், கழித்தல் கணக்குகளைச் செய்யாத, சிவந்த தலைமயிர் கொண்ட சிறுமியான க்லாவ்தியா பாடம் நடந்து கொண்டிருக்கும்போதே திடீரென்று விம்மிவிம்மி உரக்க அழத் தொடங்கி விட்டாள். காத்யா பென்சிலால் மேஜைமீது ஓசை எழும்பத் தட்டினாள்:

"க்லாவ்தியா! இந்த நிமிஷமே அழுவதை நிறுத்திவிடு."

"என்னால். என்னால் முடியவில்லை, காத்யா மாமி."

"என்ன விஷயம்?" "என் அம்மா என்னைப் பார்த்து, 'க்லாவ்தியா! நீ கணக்குப் பாடம் படித்து என்ன ஆகப் போகிறது? நீ ஒரு போதும்.' "

"சீ! அதெல்லாம் அபத்தம். உன் அம்மா அப்படியொன்றும் சொல்லியிருக்க மாட்டாள்."

"இல்லை. அவள் சொன்னாள். 'நீ மண்ணிலிருந்துதான் வந்தாய்; மீண்டும் மண்ணோடு மண்ணாகத்தான் போகிறாய்.' அதிகாரிகளின் படைகள் வந்து தமது குதிரைகளின் காலுக்கடியில் நம்மைப் போட்டு மிதித்துக் கொல்லத்தான் போகின்றன."

காத்யா, பொழுது இருட்டும் சமயத்தில் இலக்கிய வகுப்புகளுக்குச் சென்றாள். கால்களில் கூடுமானவரை சேறு படியாமல் இருக்க வேண்டுமென்பதற்காக அவள் வேலியோரங்களை ஒட்டியவாறே நடந்துசென்றாள். ஆனால் தெரு மூலைகளுக்கு வந்துவிட்டால், அதனைக் கடந்து அடுத்த பக்கத்துக்கு எப்படிச் செல்வது என்று தெரியாமல் விழித்துக்கொண்டு நிற்பாள். அவள் பாடம் சொல்லிக் கொடுக்கும் பத்துப் பெண்களில் ஒருத்திகூட செஸ்னகோவ் என்ற தொழிலாளியின் வீட்டுக்கு வந்து சேரவில்லை. (அவர் சமீபத்தில்தான் போர்முனைக்குக் கமிஸாராக அனுப்பப்பட்டாராம்.) ஆறு மாதங்களுக்கு முன்னர்தான் அவரை மணந்துகொண்ட அவரது மனைவியோ கர்ப்பமுற்றிருந்தாள்; அத்துடன் படுமோசமாக மெலிந்தும் போயிருந்தாள். அவளது முகத்தில் திட்டுத்திட்டாக மஞ்சள் பாரித்திருந்தது. அவள்

காத்யாவை நோக்கிக் கூறினாள்:

"இன்னும் கொஞ்ச நாட்களுக்கு நீங்கள் இங்கு வர வேண்டாம். சற்று பொறுங்கள். இப்பொழுது சிந்திப்பதற்கு எங்களுக்கு வேறு விஷயங்கள் இருக்கின்றன. உங்களுக்கும்கூட கொஞ்சம் ஓய்வாக இருக்கும்."

அவள் தன் கணவர் போர்முனையிலிருந்து எழுதிய ஒரு கடிதத்தைக் காத்யாவிடம் காட்டினாள்: "லியூபா! அவர்கள் தூலாவைக் கைப்பற்றினால், நீ எதற்கும் தயாராக இருக்க வேண்டும். நாங்கள் மாஸ்கோவைக் கைவிட்டு விடமாட்டோம். கடைசி மனிதன் உள்ள வரையிலும் அதற்காகப் போராடுவோம். மாஸ்கோவுக்குச் செல்லும் ஒருவர்மூலம் இதனைக் கொடுத்தனுப்ப வேண்டியிருப்பதால், இதனை மிகுந்த அவசரத்தில் எழுதுகிறேன். என்னுடனுள்ள சகத் தோழரான ரோஷின் என்பவர் உன்னைக் காண வரக்கூடும். நீ அவரை நம்பலாம். அவர், எல்லாவற்றையும் உனக்குச் சொல்வார். அவர், சொல்லுவதை நமது தோழர்கள் எல்லோரும் கேட்டால் மிகவும் பயனுள்ளதாக இருக்கும். அவருக்கு ஏதாவது உதவி தேவைப்பட்டால் அந்த உதவியையும் அங்குள்ள தோழர்களே பூர்த்தி செய்து வைப்பதற்கான முயற்சிகளைச் செய். நான் உயிரோடு சுகமாகவே இருக்கிறேன். நான் இப்போது குதிரையேற்றமும் பழகிக் கொண்டுவிட்டேன். இந்தப் பழக்கத்தை நான் என்றுமே எதிர்பார்த்ததில்லை."

"நாங்கள் தோழர் ரோஷினின் வருகைக்காகத்தான் காத்திருக்கிறோம். அவர் வந்து சேர்ந்த பாடாகக் காணோம்" என்று செஸ்னகோவின் மனைவி நனைந்து போயிருந்த ஜன்னல் கண்ணாடியை ஆதங்கத்தோடு பார்த்தவாறே சொன்னாள்; "அவர் வந்த பின்னால் நீங்களும் வந்து அவர் சொல்வதைக் கேட்கலாம். நான் ஒரு சிறுமி மூலம் அவரது வருகை குறித்து, தகவல் அனுப்புகிறேன். இந்த ரோஷின் யாராயிருக்கலாம்? ஒருவேளை, அவர் உங்கள் கணவராக இருக்கக் கூடுமோ?"

"இல்லை" என்றாள் காத்யா: "என் கணவர் ரொம்ப காலத்துக்கு முன்பே கொல்லப்பட்டுவிட்டார்."

அவள் வீடு திரும்பிவந்ததும், அங்குள்ள சின்ன இரும்பு அடுப்பைப் பற்றவைத்தாள். அந்த அடுப்பிலிருந்து கிளம்பிச்செல்லும் குழாய், ஜன்னல் சட்டத்திலுள்ள ஓட்டை வழியாக வெளியே நீட்டிக்கொண்டிருந்தது. அத்தகைய அடுப்புக்கு அக்காலத்தில் 'இசைத் தேனீ' என்று பெயர் வைத்திருந்தார்கள். ஏனெனில், அந்த அடுப்பில் நீளமான சுள்ளி விறகுகளை வைத்து எரிக்கும்போது அது உஸ்ஸென்று ரீங்காரம் செய்யத் தொடங்கிவிடும். காத்யாவின் அடுப்பைப் பிரேஸ்னியாவிலுள்ள தொழிலாளர்களே செய்து கொடுத்திருந்தார்கள்; மேலும், அவர்களே அதைக் கொண்டுவந்து அவளது அறையில் ஒழுங்குபடுத்தி வைத்துச் சென்றார்கள். தங்களது ஆசிரியை இரவில் கதகதப்போடு தூங்கினால், அவள் மேலும் உற்சாகமாக வேலைசெய்வாள் என்று அவர்கள் கருதினார்கள். காத்யா, நனைந்துபோன பூட்சுகளையும் காலுறைகளையும், சேறு தெறித்திருந்த பாவாடையையும் கழற்றினாள். தனது கால்களைப் பனிக்குளிர் நிறைந்த தண்ணீரில் கழுவிக் கொண்டாள். பின்னர் ஈரமில்லாத உடைகளைத் தரித்துக்கொண்டு, கெட்டிலில் தண்ணீரை நிரப்பி, அந்தத் தேனீ அடுப்பின் மீது வைத்தாள். அதன்பின் வைக்கோல் துரும்புகள் ஒட்டிக்கொண்டு முள்போலக் குத்தும் பழுப்பு நிறமான ரொட்டியைக் கோட்டுப் பையிலிருந்து எடுத்து, ஒரு சுத்தமான கைக்குட்டையின்மீது வைத்தாள்; பக்கத்தில் ஒரு கோப்பையையும் வெள்ளித் தேக்கரண்டியையும் வைத்தாள். இவையனைத்தையும் வேறு ஏதோ ஒரு நினைவில்தான் கைபோன போக்கில் செய்துமுடித்தாள். அந்தச் சமயத்தில் சமையலறையின் கதவு படாரென்று திறந்த ஓசையைத் தொடர்ந்து மாஸ்லாவ் மிக மெதுவாக, நடைகூடத்தின் வழியாகச் செல்லும் காலடியோசையும் கேட்டது. அவள் எழுந்து சென்று, மாஸ்லாவின் அறைக் கதவைத் தட்டினாள்.

"ஆஹா! காத்யாவா? வணக்கம்! உட்காருங்கள். சீதோஷ்ண நிலை படுமோசம். என்ன இது? நீங்கள் நாளுக்குநாள் மேலும் அழகாக மாறி வருகிறீர்களே! ஆமாம். உண்மைதான்."

என்ன காரணத்தாலோ, அவன் அன்று எதிர்பாராத விதமாக மிகுந்த ஆத்திரத்தோடும் எரிச்சலோடும் இருந்தான். நகரத்தில் என்னென்ன நடக்கிறது என்றும், எங்கு பார்த்தாலும் ஏன் ஒரே பயபீதி காணப்படுகிறது என்றும் காத்யா அவனிடம் விசாரித்தாள்; அவள் கேள்வியைக் கேட்டதும், அவனது மெல்லிய உதடுகளில் வழக்கமான விஷத்தன்மை நிறைந்த கோணற் புன்னகைதான் நெளிந்தது; மேலும் காத்யாவிடமிருந்து வழக்கமாக முகத்தைத் திருப்பிக்கொள்ளும் அவன் அன்று முகத்தைக்கூடத் திருப்பவில்லை.

"நீங்கள் கட்சிச் செய்திகளைக் கேட்கிறீர்களா அல்லது வேறு செய்திகளையா? யுத்தத்தைப் பற்றியா? யுத்தம் என்று சொன்னால், இப்போது அவர்கள் நம்மை நன்றாக அடித்து நொறுக்குகிறார்கள். வேறென்ன சொல்லக் கிடக்கிறது? நல்ல அடி விழுகிறது நமக்கு. என்றாலும் வழக்கம்போல் மாஸ்கோவில் குதூகலம் மிகுந்த தன்னம்பிக்கையுணர்ச்சிதான் நிலவுகிறது. தெனீகினை எதிர்த்து, கம்யூனிஸ்டுகளையெல்லாம் படை படையாகத் திரட்டுகிறார்கள். பெத்ரொகிராதிலோ முதலாளித்துவ வட்டாரங்களில் படைபடையாகப் புகுந்து வீடுகளைச் சோதனை போடுகிறார்கள். எரிபொருள் இல்லாத காரணத்தால் எல்லாத் தொழிற்சாலைகளையும் இயந்திர சாலைகளையும் மூடிவிடும்படி ஒரு தீர்மானம் நிறைவேற்றப்பட்டிருக்கிறது. கடைசியாக வந்த மிகுந்த உற்சாகமளிக்கக்கூடிய செய்தியென்னவென்றால், கட்சிக் கார்டுகளைப் புதுப்பித்துக்கொள்ள வேண்டும் என்று உத்தரவு பிறந்திருக்கிறது. இதன்மூலம் கட்சியைச் சுத்தப் படுத்தத் திட்டம் போட்டாகிவிட்டது. இப்படித்தான் நாம் தெனீகினையும், யுதேனிச்சையும் கல்ச்சாக்கையும் வெற்றிகொள்ள நினைக்கிறோம்."

அவன் அந்த அறையில் காலை இழுத்தவாறே, அங்குமிங்கும் நடந்தான்; அந்த அறையின் தரை முழுவதும் சிகரெட்டுத் துண்டுகள் சிதறிக் கிடந்தன. அவனது நீண்ட உள்ளாடையின் கயிறுகள் அவிழ்ந்து விழுந்து, ஈரமும் அழுக்கும்படிந்த கால்சராய்க்குக் கீழே வந்து தரையிலே இழுபட்டுக் கொண்டிருந்தன. அவன் மேலும்கீழும் நடக்கும்போதே, தனது விரல்களைச் சொடுக்குவிட்டான்; ஆனால், கைவிரல்கள் மிகவும் பலவீனமாக இருந்ததால், சொடுக்குச் சத்தம்கூடச் சரியாகக் கேட்கவில்லை.

"ஆம். அவர்களை நாம் வெற்றிகொள்வோம்; வெற்றிகொள்ளத்தான் செய்வோம்" என்று அவன் கிண்டல் தொனிக்கும் குரலில் பேசினான்: "ஆனால் இவையெல்லாம் உங்களுக்குப் புரியாதுதான். அதிலே ஆச்சரியப்படுவதற்கு ஒன்றுமில்லை: ஆனால் இன்னும் ஆச்சரியப்படத்தக்க விஷயம் என்னவென்றால் அது எனக்கும்கூடப் புரியவில்லை என்பதுதான். உதாரணமாக, சோஷலிஸம் என்பது பௌதிகமான கலாசாரத்தின் அடிப்படையில் கட்டியமைக்கப்படுவது. சோஷலிஸம் என்பது உற்பத்திச் சக்திகளின் ஆகச் சிறந்ததொரு மேலான படைப்பு. நல்லது. இருக்கட்டும். அப்படியென்றால், மிகவும் உயர்ந்த தரம்வாய்ந்த இயந்திரத் தொழில் வளர்ச்சியும் அவசியம்தானா? அவசியம்தான். மிகுந்த வளர்ச்சிபெற்ற எண்ணற்ற பாட்டாளி வர்க்கத்தாரும் அவசியம்தானா? சந்தேகமில்லாமல் அவசியம்தான்! நாங்கள் கார்ல் மார்க்ஸைப் படித்திருக்கிறோம்; அவரது நூல்களை மிகுந்த கவனத்தோடு முழுதும் படித்திருக்கிறோம். நல்லது. எனவே இப்போது கட்சிக் கார்டுகளைப் புதுப்பிக்கும் வேலையைத் தொடங்கியிருக்கிறோம். நமது ஆயுத தளவாடங்கள் அத்தனையையும் உபயோகித்து விட்டோமா, என்ன? இன்னும் நமக்கு உயிர் இருக்கத்தான் செய்கிறது!"

அவனது பேச்சினால் காத்யாவுக்கு எவ்விதத் திருப்தியும் ஏற்படவில்லை. மறுநாள் அவள் ஆலோசனைகளைப் பெற்று வருவதற்காக, கல்வி இலாகா கமிஸார்

காரியாலயத்துக்குச் சென்றாள். அங்கேயுள்ள பிரதானமான நடைகூடத்தில் பலத்த பனிக்காற்று வீசியது; அங்கு அப்படி நிகழ்வது வழக்கமே இல்லை. (ஒருவேளை ஏதாவது ஜன்னல் உடைந்திருக்க வேண்டும்; அல்லது வேண்டுமென்றே யாராவது ஜன்னலைத் திறந்துபோட்டிருக்க வேண்டும்.) இது ஒரு பக்கம் இருந்தாலும், அங்கு ஆங்காங்கே ஊழியர்கள் கும்பல் கும்பலாகக் கூடி நின்று, ரகசியமாக கிசுகிசுத்துப் பேசிக் கொண்டிருந்தார்கள். காத்யா ஒவ்வோர் அறைக்கும் வீணில் சென்று திரும்பினாள்; கடைசியில் மூக்கை அழுக்கடைந்த கோட்டுக் காலருக்குள் புதைத்துக் கொண்டு நின்ற ஒரு பெண் குமாஸ்தா காத்யாவை நோக்கிச் சொன்னாள்:

"பிரஜையே! நீங்கள் என்ன, தூங்கிக் கொண்டிருக்கிறீர்களா? எங்களையெல்லாம் வோலொக்டாவுக்கு வெளியேற்றிக் கொண்டு செல்லப் போகிறார்கள் என்பது உங்களுக்குத் தெரியாதா?"

அந்தச் சமயத்தில், திடீரென்று, அங்கு நிலவிய சூழ்நிலையே தலைகீழாக மாறிப் போய்விட்டது. மறுநாள் அதிகாலையில் காத்யா பள்ளிக்கூடத்துக்கு அவசரஅவசரமாகப் புறப்பட்டுச் சென்றபோது, அவள் சதோவயா தெருவின் மூலையில் சிறிது நேரம் காத்து நிற்க வேண்டியதாகிவிட்டது. ஆயுதந்தாங்கிய தொழிலாளர் படையினர், அப்பிக்கொள்ளும் சேற்றின் மீது நடந்துசென்றார்கள். அந்தத் தெருவின் பிரம்மாண்டமான மொட்டை எலுமிச்சை மரங்களுக்கடியில் தென்பட்ட குட்டைகளில் படிந்திருந்த பனிப்படிவங்கள் அவர்களது கால்பட்டு நொறுங்கிச் சிதறி விழுந்தன; அந்த மரங்களினூடே மாரிக் காலத்தின் பனிக்காற்று ஊளையிட்டுக் கொண்டு வீசிற்று. அவர்களுக்குப் பின்னால், பல வண்டிகள் சாரிசாரியாக வந்தன. அதன்பின்னர் மீண்டும் நெருக்கமாக அணிவகுத்துச் செல்லும் புதிய படைகள் ஏதோ மந்திரவசப்பட்டவர்கள் போல் மெதுவாக நடந்துவந்தன. அங்குமிங்கும் கரகரத்த

குரல்கள் சர்வதேசிய கீதத்தைப் பாடிக் கொண்டிருந்தன.

"தெனீகினின் வெள்ளைக் கோஷ்டிகளை எதிர்த்து வீரமாகப் போராடுவோம்!" "பாட்டாளி வர்க்கப் புரட்சி பாரெங்கிலும் நீடூழி வாழ்க!" "உலக முதலாளித்துவ வர்க்கம் அடியோடு ஒழிக!" என்ற கோஷங்களைச் சிவப்புத் துணிகளின்மீது கோணல்மாணலாக எழுதப்பட்டிருந்த பதாகைகளை அவர்கள் தூக்கிப்பிடித்து வந்தார்கள். அந்த வெளிறிய வைகறைப் பொழுதின் பனிமூட்டத்தினூடே புதிய புதிய படைகள் அணிவகுத்து வந்து, மேலும்மேலும் முன்னேறிச் சென்றுகொண்டிருந்தன. காத்யா அவர்களது முகங்களைப் பார்த்தாள். சவரம் செய்யப்படாத, வாடிவ தங்கி மெலிந்து கறுத்த முகங்களாகவே அவை இருந்தன. அவர்கள் அத்தனை பேருடைய கண்களிலும் இறுகிப்போன உதடுகளிலும் ஒரேஒரு உணர்ச்சி பாவமே பிரதிபலிப்பதாகக் காத்யா உணர்ந்தாள்: வேதனைகளை உள்ளடக்கிக் கொண்டு வெற்றிமுனை நோக்கிச்செல்லும் வளைந்து கொடுக்காத உறுதிப்பாடும், நெஞ்சழுத்தமுமே அந்த முகங்களில் பிரதிபலித்தன.

அவள் பள்ளிக்கூடம் போய்ச் சேர்ந்ததுமே, பள்ளிப் பிள்ளைகள் அவளிடம் பின்வரும் செய்தியைச் சொன்னார்கள். நேற்று பிரேஸ்னியாவில் உள்ள இஞ்சினீயரிங் தொழிற்சாலைக்கு லெனின் வந்திருந்தார்; அவர் இங்கு ஒரு கட்சி வாரத்தைத் தொடங்கிவைத்தார்.

வரோனிஷுக்குச் சமீபத்திலேயே ஷ்குரோவின் குபான் துருப்புகள் மாமன்தவின் துருப்புகளோடு கூடிக்கொண்டுவிட்டன. புதியோனியிடம் இரண்டு குதிரைப்படை வரிசைகள்தான் இருந்தன; ஆனால் இப்போதோ மாமன்தவிடம் ஆறு குதிரைப்படை வரிசைகள் இருந்தன. தமது படைகளை நிறுத்திவிட்டு, மாமன்தவ் புதியோனியின் வரவை எதிர்நோக்கிக் காத்திருந்தார். மாமன்தவ் எச்சரிக்கையான பேர்வழி. எனவே, அவர் தமது துருப்புகளின் ஒரு பகுதியை வரோனிஷின் தற்காப்பைப் பலப்படுத்தி நிற்குமாறு ஒதுக்கிவிட்டார். இருவரது துருப்புகளும் மூன்று

பேரணிகளாகப் புனரமைக்கப்பட்டன. பின்னர் செஞ்சேனையின் குதிரைப் படையைச் சுற்றிவளைத்து ஒழித்துக்கட்டக்கூடிய விதத்தில் உதவக்கூடிய ஒரு போர்க் களத்தையும் தேர்ந்தெடுத்தார்; அந்தப் போர்க்களம் பரந்த வெம்பரப்பாக விரிந்து, ரயில்வே பாதையில் வந்து முடிவுற்றது; ரயில் பாதையிலோ ஆறு அங்குல வாய் கொண்ட பீரங்கிகளைச் சுமந்து செல்லும் கவச ரயில் வண்டி ஒன்று உருக்காலான ஆமைமாதிரி மேலும் கீழும் மெதுவாக வந்து போய்க்கொண்டிருந்தது.

புதியோனி தைரியமாகத்தான் இருந்தார்; விழிப்போடும் இருந்தார். ஜெனரல் மாமன்தவின் தயாரிப்புகளையும் திட்டங்களையும் பற்றிய எல்லாத் தகவல்களும் அவருக்கு விவரமாகவே கிடைத்திருந்தன. அவசரம் அவசரமாகக் கிறுக்கப்பெற்ற ஒரு குறிப்பை ஒரு கிராமத்துச் சிறுமி தனது சால்வைக்குள்ளேயோ அல்லது கைக்குட்டைக்குள்ளேயோ மறைத்துக்கொண்டு வந்தாள்; அல்லது குப்பைகளை அள்ளிப் பொறுக்கும் கூடையைச் சுமந்துகொண்டு யாராவது ஒரு கிழவி வெள்ளை ராணுவத்தின் காவல் நிலையங்களைத் தாண்டிக்கொண்டு வந்துசேர்ந்தாள்: பேன் பற்றிக் கொண்டிருக்கும் கிராமத்துச் சிறுமியைப் பற்றி யார்தான் கவலை கொள்வார்கள்? மேலும் எந்தக் கசாக்கும் நரைத்துப்போன கிழவியைத் திரும்பிக்கூடப் பார்க்கமாட்டான். எனவே இப்படிப்பட்ட கிராமவாசிகள், எல்லைப்புறங்களிலே திரியும் புதியோனியின் வேவு வீரர்களைச் சந்தித்து, செய்திகளை அனுப்பிவிடுவார்கள்.

தம்மை அழிப்பதற்காகத் தேர்ந்தெடுத்த அந்தப் பரந்த வயல்வெளிக்குள் பிரவேசிக்காமலே, புதியோனி காட்டுக்கும் சதுப்புநிலத்துக்கும் இடையில் தமது படைகளை நிறுத்திக்கொண்டார். குதிரைகளுக்கெல்லாம் வயிறு நிறையத் தீனி கொடுக்குமாறும், அவற்றின் காற்குளம்புகளையும் சோதித்து பார்க்குமாறும் அவர் உத்தரவிட்டார். (அந்தக் குதிரைகளுக்கெல்லாம் முன்னங்கால்களில் மட்டும்தான் லாடம் கட்டப்பட்டிருந்தது.) பிறகு அவர் ஆயுத தளவாடங்களை

யெல்லாம் ஒழுங்காக நிரப்பிக்கொள்ள உத்தரவிட்டார். அத்துடன் வழக்கமாகப் படைவீரர்களுக்கு உணவாக அளிக்கும் புஞ்சைத் தானியக் கஞ்சிக்குப் பதிலாக, எதிரிகளிடமிருந்து பறித்துப் பிடுங்கிய உப்புப் போட்ட மாமிசம், பச்சைப் பட்டாணி முதலியவற்றை வழங்கச் செய்தார். மேலும் இனிப்பான பிஸ்கோத்துகளையும், கணப்பு நெருப்பினருகில் அமர்ந்து குளிர்காயும்போது புகைத்து மகிழ்வதற்காக மணமிகுந்த புகையிலையையும் வழங்கினார். இவையனைத்தும் 'நடமாடும் சப்ளைக் கிடங்குகள்' என்று பெயரிட்டு அழைக்கப்பட்ட வெள்ளை ராணுவத்தாரின் செழிப்புமிக்க சரக்கு வண்டிகளிலிருந்து பெற்றவையாகும். இந்த வண்டிகள் வரோனிஷிலிருந்து மாமன்தவ் இருக்கும் இடத்துக்குத் தினம்தினம் இரவிலும்பகலிலும் சென்றவண்ணமாக இருந்தன. புதியோனியோ, தமது படையினரிடம் உள்ள நாட்பட்டும் பழுதுபட்டும்போன பழைய துப்பாக்கிகளுக்கு பதிலாக, கூடுமானவரையிலும் புதிய ஜப்பானிய மாடல்கட்டைத் துப்பாக்கிகளைக் கொடுத்தால் நல்லது என்று எண்ணினார். வெள்ளை ராணுவத்தின் அத்தகைய துப்பாக்கிகளைக் கைப்பற்றுவதில் அவர் மிகுந்த கவனத்தோடு இருந்தார். அத்துடன் காரியாலயத்துக்குத் தேவையான சாமான்களும்கூட அவருக்குத் தேவைப்பட்டன. அவற்றையும் பறித்துப் பிடுங்குவதில் அவர் ஒரு கண் வைத்திருந்தார்.

காட்டுப்புறத்திலும் சதுப்பு நிலத்திலும் வசதியாக மறைந்து கொண்டிருந்த புதியோனியின் படையினர் தம்மை எதிர்நோக்கி நிற்கும் பெரும் நடவடிக்கைக்கு முன்னால் நன்றாகத் தூங்கி ஓய்வுபெற அவகாசம் இருந்தது. ஆனால், ஆறு தோன் குதிரைப் படை வரிசைகளோடு கைகலந்து போராட நேரும் அந்த நடவடிக்கை மிகமிக ஆபத்தானதுதான்; எனவே அவர்களில் பலருக்கு அமைதியாகத் தூங்கவே மனம் வரவில்லை. அவர்கள் தமது குதிரைகளை நன்றாகத் தேய்த்துச் சுத்தப்படுத்தினார்கள். அவ்வாறு சுத்தம் செய்து பின்னால் அந்தக் குதிரையை ஒரு சுத்தமான

கைக்குட்டையினால் திரும்பவும் தேய்த்தாலும்கூட, அந்தக் கைக்குட்டையில் ஒரு துளி அழுக்குப்படாது என்று சொல்லும் அளவுக்குக் கர்ம சிரத்தையோடு அவற்றைத் தேய்த்துவிட்டார்கள். பின்னர் சேணங்களையும் துடைத்து மெருகேற்றினார்கள்; உடைவாட்களைத் தீட்டிக் கொண்டார்கள். அந்தப் படை முழுவதிலும், ஆடல்பாடல்களோ, அக்கார்டியன் வாத்திய சங்கீதமோ கேட்கவில்லை. மாறாக, எங்கு பார்த்தாலும் தீவிரமான விவாதங்கள்தான் நடந்து கொண்டிருந்தன. கமிஸார் அவர்களது கண்களில் பட்டுவிட்டால் குரல்கொடுத்துக் கூப்பிட்டார்கள்; "தோழர் கம்யூனிஸ்ட்! இங்கே வாருங்கள். தோழரே! எங்களுக்கு இதை மட்டும் சொல்லுங்கள். மாமன்தவைத் தீர்த்துக்கட்டிய பிறகு நாம் வரோனிஷையும் கைப்பற்றப் போகிறோமா? அங்கே அவர்கள் ஏராளமான சாமான்களைச் சேமித்துவைக்கிறார்கள். தெரியுமல்லவா?" கமிஸாரோ, வரோனிஷைப் பற்றி இன்றும் புதியோனி எந்தவிதமான உத்தரவும் கொடுக்கவில்லை என்று சொன்னார். பிறகு வாதப் பிரதிவாதங்கள் எழுந்தன; அரண் செய்யப்பட்ட ஒரு பிரதேசத்தைக் குதிரைப் படையால் கைப்பற்ற முடியுமா? சிலர் தீவிரமாக முயன்று பார்த்தால், அது முடிகிற காரியம்தான் என்றார்கள். வேறு சிலரோ அது சாத்தியமான காரியமே அல்ல என்று சாதித்தார்கள்.

காவல் வேலைக்கு நியமிக்கப்பட்டிருந்த தெலேகினின் குதிரைப் படை சதுப்புநிலப் பகுதியின் எல்லையோரத்திலே நின்றது. அதற்குத் தென்புறத்தில் இருந்த வயலில் இடையிடையே வெள்ளை ராணுவத்தின் வேவுகாரரர்களின் உருவங்கள் அங்குமிங்கும் தோன்றின. மாமன்தவின் மூன்று பேரணிகளில் ஒன்று அந்த வயல்வெளியில் ஒன்றுதிரட்டப் பெற்றிருந்தது என்பது தெளிவாகத் தெரிந்தது. இரவு நேரத்தில் அவர்களது கணப்புத் தீயின் ஒலி வானமண்டலத்தின் தாழ்ந்த மேகங்களின்மீது மெல்லிய ஒளியைப் பரப்பியது.

தெலேகினின் குதிரைப்படையிலும்கூட, வரப்போகும்

போரைப் பற்றி, அந்தப் போருக்காக எதிரிகள் பலம் வாய்ந்த ஏராளமான குதிரைப் படைகளைத் திரட்டி வைத்திருப்பதைப் பற்றித்தான் எல்லோரும் விவாதித்தார்கள். அனுபவமிக்க குதிரைப்படை வீரனான கொர்பூஷின் என்பவன் பிரோதி என்ற இடத்தில் 1914இல் நடந்த ஒரு சண்டையைப் பற்றிய தனது நினைவுகளைச் சொன்னான்: நமது எளிய குதிரைப் படையின்மீது ஆஸ்திரியக் குதிரைப் படையைச் சேர்ந்த நான்கு படைப் பிரிவுகள் மூர்க்கமான தாக்குதலொன்றைத் தொடங்கின. ஆனால் முடிவில் ஆஸ்திரியக் குதிரைப் படைகள் மிஞ்சி நின்ற தமது குதிரை வீரர்களோடு, பின்னணியை நோக்கி வாபஸாகத் தொடங்கின. அவர்கள் ஒரு குன்றின் மேலிருந்து இறங்கிவந்து தாக்கினார்கள்; குன்றின் பாதிவழி வரைக்கும் இறங்கிவந்து, துருப்புகளைக் கீழேயுள்ள பள்ளத்தாக்கில் உருட்டித் தள்ளிவிடலாம் என்று அவர்கள் நினைத்தார்கள். ஆனால் நமது துருப்புகளோ அவர்களைக் குன்றின்மீதே சந்தித்து விடுவதற்காக முன்னேறிச் சென்றன. நம்மிடம் கசாக்கு ஈட்டி வீரர்களைக் கொண்ட நான்கு குதிரைப் படைக் கோஷ்டிகள் இரண்டு பாரிசத்திலும் நிறுத்தி வைக்கப்பட்டிருந்தன. உலானீ வீரர்கள் மத்தியிலே இருந்தார்கள்; அவர்களிடமும் ஈட்டிகள் இருந்தன. அத்துடன் அஹ்தீர்ஸ்கி ஹுஸ்ஸார் வீரர்களும் இருந்தார்கள். அவர்களது தொப்பியில் மஞ்சள் பட்டியும், சட்டைகளில் மஞ்சள்நிறக் கரையும் வைத்துத் தைக்கப்பட்டிருக்கும். அழகர்கள் அவர்கள்! ஆஸ்திரியர்கள் தமது குதிரைகளை மலையிலிருந்து இறக்கிக் கொண்டுவரும் அதேவேகத்தில் திரும்பவும் ஏற்றிச்செல்ல முடியாது என்பதை நமது பக்கத்தில் தெரிந்துவைத்திருந்தார்கள். ஆஸ்திரியர்கள் எங்களுக்கு அருகில் நெருங்கி வந்தவுடன் குதிரைகளை இழுத்து நிறுத்த முயன்றார்கள்; அவர்கள் எங்களிடமிருந்து மூர்க்கமான தாக்குதலை எதிர்பார்க்கவில்லை. ஆனால் அவர்கள் திரும்பிச் செல்வதற்கும் நேரமில்லை. நம்மவர்களோ கீழேயிருந்து எதிரிகளை ஈட்டிகளால் குத்தித் தள்ளினார்கள். அற்புதமான சாகசம் அது!

நாங்கள் ஒரு ஆஸ்திரியனின் முதுகில் ஈட்டியைக் குத்தி, அதைச் சுமந்துகொண்டே அவன் ஓடும்படி செய்து விட்டோம். பிறகு, அவர்களது அணிகளுக்குள்ளே புகுந்து, திரும்பி நின்றுகொண்டு, அவர்களை வெட்டித் தள்ள முனைந்தோம். தோளிலிருந்தல்ல. ஆனால் குறுக்காக, அவர்களது உடம்பையே துண்டித்த மாதிரி வெட்டத் தொடங்கினோம். ஏனென்றால், அவர்கள் தோளின்மீது சட்டைக்குள்ளே இரும்புக் கவசங்கள் அணிந்திருந்தார்கள்.

பிறகு அவர்களது நான்கு படைப் பிரிவுகளும் குன்றின் மத்தியிலே அங்குமிங்கும் சிதறி நின்றன. அவர்கள் எல்லாம் ஈட்டிகளால் தரையோடு தரையாகக் குத்தப்பட்டுச் செத்தார்கள்; வெட்டுப்பட்டு மாண்டழிந்தார்கள். அந்த ரத்தக்களரியைப் பார்க்கவே சகிக்கவில்லை. மகா பயங்கரம்!

பரப்பரப்பான கதைகளைக் கூறி எல்லோருடைய கவனத்தையும் ஒருவன், தானே கவர்ந்துகொள்வதை லதூகின் விரும்புவதில்லை. எனவே, அவன் அந்தக் குதிரை வீரனின் கதையில் குறுக்கிட்டுப் பேசினான்:

"ஆமாமாம், என்னென்னவோ நடந்தது. எல்லாம் அதிர்ஷ்டத்தினால் கிடைத்த வெற்றிதான். மூன்றே மூன்று செஞ்சேனை வீரர்கள் ஒரு பெரிய ஜெர்மன் பட்டாளத்தையே கைப்பற்றினார்களே. அந்தக் கதையைச் சொல்லேன். உனக்குத் தெரியாதா? ஆஹா! அந்தக் கதையை அல்லவா முதலில் தெரிந்துகொள்ள வேண்டும்."

"லதூகின், லதூகின்! அந்தக் கதையைச் சொல்லப்பா!" என்று பல குரல்கள் கேட்டன.

லதூகின் கணப்புத்தீயின் எதிரே, தீக்கங்குகளுக்கு மிகவும் அருகில் முழங்காலிட்டு உட்கார்ந்திருந்தான்; தீப்பிழம்புகள் அவனது காய்த்துப்போன முகத்தில் ஒளி வீசின. பல வாரங்களாகக் குதிரையின் சேணத்தின் மீதே நாட்களைக் கழித்ததால், அவன் எலும்பும் தோலுமாக மெலிந்து போயிருந்தான். ஆரம்பத்திலேயே, தெலேகின் அவனையும் சதூய்வீதெர், காகின் இருவரையும்

தளபதியின் பட்டாளத்தில் சேர்த்துக் கொண்டுவிட்டான். அதிலிருந்த இரண்டுமாத காலத்தில் அதில் அவர்கள் சிறிது பணியாற்றினார்கள். பின்னர், அவர்கள் குதிரைப் படையிலேயே சேர்த்துக்கொள்ளப்பட்டார்கள்.

"பத்தாவது ராணுவத்தில் லேனிக்கா ஷூர் என்று ஒரு மனிதன் இருந்தான். உலகமெல்லாம் தேடியலைந்தாலும், அவனைப்போன்ற அசகாய சூரனைப் பார்க்க முடியாது" என்று லதூகின் கதையைத் தொடங்கினான். அப்போது அவன் கைகளைத் தனது வாளின் கைப்பிடி மீது மடித்து வைத்துக்கொண்டான். வாளின் முனையோ பூமியில் குத்திப் புதைந்திருந்தது: "சென்ற இலையுதிர் காலத்தின்போது, அவன் உக்ரேனியப் பட்டாளத்தில் தான் இருந்தான். ஒருநாள் இரண்டு தோழர்களோடு வேவு பார்க்கச் சென்றான். சந்தேகம் ஏதுமின்றி அவர்கள் குதிரைகளில் நெடுந்தூரம் சென்றார்கள். எனினும், திடீரென்று அவர்கள் ஜெர்மானியர்களைக் கண்டார்கள். ஒரு பெரிய பட்டாளமே அங்கிருந்தது. அந்தப் பட்டாளத்தார் அந்த அத்துவானமான இடத்தில் காவலுக்காக நின்றுகொண்டிருந்திருக்கிறார்கள். அவர்கள் அங்கு சூப்பு சமைத்துக் கொண்டிருந்தார்கள்."

"அப்படி இருக்காது" என்று எவனோ ஒருவன் ஆட்சேபித்தான்: "தன்னந்தனியான இடத்தில் ஜெர்மானியர்கள் சூப்பு தயாரிப்பதில்லை."

லதூகின் கேள்வி கேட்டவனை உறுத்துப் பார்த்தான். "அவர்கள் ஏன் சூப்பு தயாரித்துக் கொண்டிருந்தார்கள் என்பதைச் சொல்ல வேண்டுமா? நல்லது. அந்த ஜெர்மானியர்கள் தாய்நாட்டுக்குத் திரும்பிக் கொண்டிருந்தார்கள். அவர்களது நாட்டிலேயே புரட்சி வெடித்தபின்னர் நடந்த சங்கதி இது. சுற்று வட்டாரத்திலுள்ள உக்ரேனியக் கிராமங்களெல்லாம் கிளர்ந்தெழுந்து நின்றன; அவர்கள் எங்குப் பார்த்தாலும் இயந்திரத் துப்பாக்கிகளை நிறுத்தியிருந்தார்கள். எனவே, ஜெர்மானியர்களுக்குப் போவதற்கே இடமில்லை. ஆனால், அவர்களுக்கு நல்ல பசி. இப்போதாவது உனக்குப் புரிந்ததா?

ஜெர்மானியர்கள் போருக்கு ஆயத்தம் ஆவதற்கு முன்பே, லேனிக்கா தனது பையிலிருந்து ஒரு சுத்தமான வெள்ளைத் துணியை உருவியெடுத்து, அதனைத் தனது வாளில் சொருகிக் கொண்டு, அவர்கள் முன்னால் தைரியமாகச் சொன்னான். "சரணமடைந்து விடுங்கள்! உங்களைச் சுற்றிலும் பெரிய குதிரைப்படை சுற்றி வளைந்து நிற்கிறது. நாங்கள் எங்களது வாளைக்கூட ரத்தக்கறை படியவிட மாட்டோம்! வாளைச் சுழற்றக்கூட மாட்டோம்! மாறாக, உங்களை எல்லாம் குதிரைகளின் காலடியிலே போட்டு மிதித்துக் கொன்றுவிடுவோம்!" என்று அவன் சொன்னான். பிறகு, ஒரு மொழிபெயர்ப்பாளன் அகப்பட்டான். அவன் லேனிக்கா கூறியதை மொழிபெயர்த்துச் சொன்னான். அந்தப் பட்டாளத்தின் தளபதியான ஒரு கடைத்தர அதிகாரி இருந்தான். கட்டுமஸ்தான பேர்வழிதான் அவன். அவன் லேனிக்காவை நோக்கி, "நீ சொல்வதை உண்மையென்று நான் எப்படி நம்புவது?" "நான் நம்பவில்லை" என்று சொன்னான். லேனிக்கா பதிலுக்கு, "சந்தேகப்படுவது நியாயம்தான். நீங்கள் குதிரைமீது ஏறி, எங்கள் தலைமைக் காரியாலயத்துக்கு வாருங்கள். நியாயமான நிபந்தனைகள்தான் அங்கு உங்களுக்கு விதிக்கப்படும்" என்று சொன்னான். ஜெர்மானியர்கள் தீவிரமாகக் கூடிப் பேசினார்கள். பிறகு அந்தத் தளபதி, "நல்லது, நாங்கள் உங்களுடன் வருகிறோம். ஆனால், உங்கள் மூவருக்கும் நாங்கள் ஆளுக்கு மூன்று பேராக மொத்தம் ஒன்பதுபேர் வருகிறோம். நீங்கள் ஏதாவது விஷமம் செய்துவிடக் கூடாதல்லவா? நீங்கள் ஏதாவது அப்படிச் செய்யமுனைந்தால் வழியிலேயே உங்களைக் கொன்று தள்ளிவிடுவோம்" என்று சொன்னான். லேனிக்காவோ, "அது சரிதான். நாங்கள் ஒன்றும் விஷமம் செய்யமாட்டோம். புரட்சிப் போர் வீரர்களிடம் பேசிக் கொண்டிருக்கிறீர்கள் என்பதை நீங்கள் மறந்துவிடுகிறீர்கள்." என்று பதில் சொன்னான். பிறகு, அவர்கள் புறப்பட்டார்கள். தலைமைக் காரியாலயத்துக்கும் வந்துசேர்ந்தார்கள். உடனேயே பேச்சுவார்த்தைகள் தொடங்கின. ஜெர்மானியர்களோ

ரயில் போவதற்கு அனுமதியும், 400 கிலோ எடையுள்ள புஞ்சைத் தானியங்களையும் கேட்டார்கள். நம்மவர்களோ, ஜெர்மானியர்கள் தமது ஆயுதங்களையும் இரண்டு பீரங்கிகளையும் தந்துவிட வேண்டும் என்று கோரினார்கள். இருதரப்பாருமே விட்டுக்கொடுக்கவில்லை. இதுவரையிலும் லேனிக்கா அங்கேயேதான் சுற்றிக்கொண்டிருந்தான். எனவே, கடைசியில் அவன் முன்னால் வந்து, "பட்டாளத் தளபதித் தோழரே! இவர்கள் எல்லோரும் பசியோடு இருக்கிறார்கள். எனவேதான் அவர்கள் இவ்வளவு தூரம் அடம்பிடிக்கிறார்கள். நான் கொஞ்சம் இவர்களிடம் பேசிப் பார்க்கிறேன். நீங்கள் இவர்களுக்குக் கொஞ்சம் நல்ல பன்றிக் கறியும், கோதுமை ரொட்டியும் கொடுக்க உத்தரவு செய்யுங்கள்!" என்று சொன்னான். அவன் வோட்காவைப் பற்றி வாய்திறந்து சொல்லவில்லை. சரியான குள்ள நரி! என்றாலும் வினியோக நிர்வாகி லேனிக்காவுக்கு ஆப்த நண்பர். எனவே, அவன் அவரிடமிருந்து ஒரு புட்டி வோட்காவையும் தட்டிக் கொண்டு வந்துவிட்டான். பின்னர், அவன் அந்த ஜெர்மானியர்களோடு ஒரு குடிசைக்குச் சென்று உட்கார்ந்தான்; பன்றிக்கறியையும், ரொட்டியையும் நறுக்கிவைத்தான்; ஒரு குவளையில் வோட்காவையும் ஊற்றிவைத்தான். பிறகு அவர்களிடம் ஏதேதோ விஷயங்களைப் பற்றி பேசத் தொடங்கினான். உக்ரேனியப் பிரதேசத்திலுள்ள மக்கள் எவ்வளவு அருமையாக உண்டு களித்தார்கள் என்றும், அவர்கள் எவ்வளவு நல்ல மனிதர்கள் என்றும் அவன் சொன்னான். பின்னர் அவன் கெய்ஸர் சக்கரவர்த்தியைத் தூக்கி எறிந்ததற்காக, ஜெர்மானிய மக்களைப் பாராட்டிப் பேசினான். இந்தத் தடவை அவர்கள் மத்தியில் மொழிபெயர்ப்பாளன் இல்லாவிட்டாலும்கூட, அந்த ஜெர்மானியர்கள் அவன் சொன்னதைப் புரிந்து கொண்டார்கள். லேனிக்காவோ அவர்களது முதுகில் நட்புரிமையோடு இடித்தான்; காதுகளைப் பிடித்துத் தூக்கி, அவர்களை முத்தமிட்டான். சீக்கிரத்திலேயே அந்த மேஜைமுன் அந்த ஜெர்மானியத் தளபதியும் லேனிக்காவும்தான் இருந்தார்கள். லேனிக்கா

எவ்வளவோ முயன்று பார்த்தான்; ஆனால், அந்தத் தளபதியோ வாய்விட்டுச் சிரித்தவாறு, விரலைமட்டும் நீட்டி லேனிக்காவை மிரட்டினான். பின்னர் காரியாலயத் தலைவரிடம் இருந்து யாரோ வந்தார்கள். நிலைமை என்ன என்று கண்டறியத்தான் அவர்கள் வந்தார்கள். லேனிக்கா அவர்களை நோக்கி, "ஒன்றும் சாரமில்லை. தளபதி மட்டும் எனது பிரசாரத்தை ஒப்புக்கொள்ள மறுக்கிறான். இன்னும் ஒரு புட்டி வேண்டும்" என்று சொன்னான். இரண்டாவது புட்டியும் வந்தது; தீர்ந்தது. அதுவும் முடிந்தபின்னர் லேனிக்கா ஒருவன் மட்டும்தான் ஆசனத்தில் இருந்தான். அந்த ஜெர்மானியர்கள் இரவில் அங்கு தங்கினார்கள். காலையில் அந்தக் கடைத்தர அதிகாரியான ஜெர்மன் தளபதி தனது ஏனைய தோழர்களைப் பணயமாக விட்டுவிட்டு, லேனிக்காவுடன் புறப்பட்டுச் சென்றான். மற்றவர்களையும் கூட்டிக்கொண்டு போகவழியில்லை; அவர்களுக்கு குடிபோதையே காலை வரையிலும் தெளியவில்லை. அன்று மாலையிலேயே அந்தத் தளபதி தனது பட்டாளம் முழுவதையும் கூட்டிக்கொண்டு வந்துவிட்டான். மொத்தம் நானூறு பேர். அத்தனை பேரும் செங்கொடியின்கீழ் வந்து சேர்ந்தார்கள். லேனிக்காவின் பிரசாரம் அந்த அளவுக்கு வேலை செய்துவிட்டது."

லதூகின் கதையைச் சொல்லிமுடித்தான்; பிரோதியில் நடந்த யுத்தத்தைப் பற்றி கொர்பூஷின் சொன்ன கதையைவிட, இந்தக் கதை சந்தேகத்துக்கிடமின்றிச் சிறந்த கதையாகவே இருந்தது. எனவே இதனைக் கேட்டு, போர் வீரர்களெல்லாம் விழுந்துவிழுந்து சிரித்தார்கள். இந்தச் சிரிப்பினால் சிலர் பல்லைக் காட்டினார்கள்; சிலர் கண்ணீர்முட்டிய கண்களைத் துடைத்தார்கள்; சிலர் அழவே தொடங்கிவிட்டார்கள்; சிலர் முனகினார்கள்; சிலர் கைகளை ஆட்டினார்கள். இந்தச் சமயத்தில், ரோஷின் கணப்புத் தீயருகே வந்து லதூகினின் மீது குனிந்து, அவன் காதில் பின்வருமாறு சொன்னான்:

"காகினையும் சதூய்வீதெரையும் கண்டுபிடித்து அவர்களைக் கூட்டிக்கொண்டு, கூடாரத்துக்கு வந்து சேர்."

***

அகன்று பரந்த சமவெளிமீது அதிகாலையின் வெண் பனிமூட்டம் அடர்த்தியாகக் கவிந்து நின்றவேளையில், ஐந்து குதிரைவீரர்கள் தமது குதிரைகளை மிகவும் விரைவாக விரட்டிச் சென்றார்கள். கட்டையாக வெட்டிவிடப் பெற்ற பிடரி மயிர்கொண்ட ஒரு செம்பழுப்பு நிறக் குதிரையின்மீது ரோஷின் சென்றான். அவனுக்கு முன்னால்சென்ற கறுப்புக் குதிரையின்மீது புதியோனியின் குதிரைப் படைத் தளகர்த்தர்களில் ஒருவரும், சிறிய செர்பியா நாட்டவருமான டூண்டிச் சென்றார். இவர்கள் இருவருக்கும் பின்னால், லதூகின், காகின், சதூய்வீதெர் மூவரும் தமது குதிரைகளை முடுக்கிக்கொண்டுச் சென்றார்கள். ரோஷினும், டூண்டிச்சும் இளநிறங்கொண்ட அதிகாரிகளின் கம்பளிக் கோட்டுகளையும், பளபளப்பான ஜரிகை வேலைப்பாடுடன் கூடிய ராணுவச் சின்னங்களையும் தரித்திருந்தார்கள். மற்ற மூவரும் ஆட்டுத் தோல் சட்டையும், சார்ஜெண்ட் பதவிக்கான ராணுவச் சின்னங்களையும், தொப்பிகளையும் அணிந்திருந்தார்கள்.

வாழ்க்கையிலே எந்தவிதமாகவும் திசைமாறிப் போகாமல் முன்னேறிவந்த டூண்டிச் தமது இரண்டாவது தாய் நாட்டைக் கண்டுகொண்டார். எளிமையும், ஆர்வமும், தைரியமும் நிறைந்த சுபாவம்கொண்ட அவர் எல்லையற்றுப் பரந்து கிடக்கும் ருஷ்ய நாட்டின்மீதும், அதன் எல்லையற்ற புரட்சியின்மீதும் உணர்ச்சிப் பெருக்கோடு காதல்கொண்டு விட்டார்.

அவர்களுக்கு இட்டிருந்த பணி இதுதான்: வரோனிஷுக்குச் சென்று, அங்கு பீரங்கிப் படைகள் எப்படி நிறுத்திவைக்கப்பட்டுள்ளன என்பதை அறிவது; அங்குள்ள குதிரைப்படை, காலாட்படை முதலியவற்றின் அளவையும் பலத்தையும் கண்டுபிடிப்பது; இறுதியாக, அதன் தற்காப்புத் தளபதியாக விளங்கும் ஷ்குரோவிடம் புதியோனியின் கடிதம் அடங்கிய முத்திரையிட்ட கவரைக்

கொடுப்பது.

டூண்டிச் வாழ்க்கையை நேசித்தார்; அத்துடன் வாழ்க்கையுடன் பயங்கரமாக விளையாடுவதையும் நேசித்தார். அதிலும் உடம்பில் கதகதப்பூட்டும் அந்த அக்டோபர் மாதத்தில், பல்வேறு விதமான நறுமணங்களை எல்லாம் சுமந்து நிற்கும் காலைப் பனிமூட்டத்தின் கடுங்குளிர் காற்றை அவர் உள்வாங்கிச் சுவாசிக்கும்போது, உடம்பின் தசைகளெல்லாம் சட்டைக்கு அடியில் முறுக்கேறி விறைத்து நின்றன. எனவே, சோம்பியிருப்பது அவருக்குச் சகிக்க முடியாததாக இருந்தது. எனவே, ஷ்குரோவிடம் அந்தக் கடிதத்தைத் தாமே கொண்டுபோய் கொடுப்பதாக, அவர் முந்திக்கொண்டு விட்டார். பின்னர், அவர் ரோஷினைக் கண்டுபிடித்து அவனிடம் பின்வருமாறு சொன்னார்:

"ரோஷின்! ஒரு சின்னக் காரியம் ஆக வேண்டும். அதற்கு நீங்கள்தான் ஏற்ற மனிதர். அதிகாரிகளின் நடையுடை பாவனைகள் முதலியனவும் அவர்களது சின்னச் சின்னச் சம்பிரதாயங்களும் உங்களுக்கு நன்கு தெரியும். எனவே, என்னோடு நீங்களும் வரோனிஷ் வரையிலும் வரமுடியுமா? ஒரே ஒருநாள்தான் ஆகும்; சவாரியும் பிரமாதமாக இருக்கும். புதியோனி அவரது சொந்தக் குதிரைகளான பெத்துஷோக், அரோரா இரண்டையும் தருவதாக வாக்களித்துள்ளார்."

"வரமுடியுமா என்று என்ன கேள்வி? அது அர்த்தமற்ற பேச்சுத்தான். ஆனால், அவர் அதிகாரிகளின் சம்பிரதாயங்களைப் பற்றிப் பேசியதுதான் ரோஷினின் காதில் விகாரமாக ஒலித்தது. என்றாலும், அவன் அதற்காக ஒருநாள் மாலை நேரம் முழுவதையுமே செலவிட்டான். கடைத்தர அதிகாரிகள் எப்படி வரவேண்டும். சேவாசேனை அதிகாரி எப்படித் தோற்றமளிக்க வேண்டும் என்பதை எல்லாம் கற்றுக்கொடுத்தான்; உதாரணமாக, டிரஸ்தோவின் ஆட்கள் தமது மறைந்துபோன தலைவருக்கு மரியாதை செய்வதாக நினைத்து, அவரைப்போலவே ஒன்றை மூக்குக் கண்ணாடி அணிவதில் பிரியம் காட்டி,

முகத்தைக் கேலி பாவத்தோடு வைத்திருப்பார்கள்; கொர்னீலாவின் ஆட்களோ உயிரும் ஒளியும் அற்ற பார்வையும் அவநம்பிக்கையும் விரக்தியும் பிரதிபலிக்கும் முகபாவமும் கொண்டிருப்பார்கள்; மார்க்கோவின் ஆட்களையோ அவர்கள் அணிந்திருக்கும் அட்டுப்பிடித்த கம்பளிக் கோட்டுகளையும் அவர்கள் பேசும் ஆபாசமான வசைமொழிகளையும் கொண்டு அடையாளம் கண்டு கொள்ளலாம்.

எனவே யாராவது அவர்களை நிறுத்தி, கேள்விகள் கேட்டால் பின்வருமாறு சொல்ல வேண்டும் என்று தீர்மானிக்கப்பட்டது: "தென் திசையில் இருந்து காஸ்டோர்னயாவுக்கு வந்து சேர்ந்துள்ள சேவாசேனையின் இருப்புப் படைப்பிரிவின் தளபதியிடமிருந்து வரோனிஷுக்கு ஒரு ரகசியக் கடிதத்தைக் கொண்டு செல்கிறோம்." இந்தப் பதிலைச் சொன்னால், அது ஒரேசமயத்தில் நம்பக்கூடியதாகவும், விளக்கமில்லாமலும் இருக்குமென்று அவர்கள் நினைத்தார்கள்.

கனத்த மேகங்களுக்கு அடியிலிருந்து இடையிடையே பளிச்சிட்டு வீசும் வெளிறிய ஒளியில், அவர்கள் மூன்று மணிநேரம் வேகமாகக் குதிரைகளை ஓட்டிச்சென்ற பின்பு, அவர்களது பார்வையில் வரோனிஷ் புலப்படத் தொடங்கியது; அதன் கலசகூடங்களும், அலங்காரக் கோபுரங்களும், சிவந்த கூரைகளும் தென்பட்டன. வரும் வழியில் எந்தக் காவல் கோஷ்டியும் அவர்களை நிறுத்திச் சோதனை போடவில்லை. காவல் கோஷ்டியினரெல்லாம் தமது தொலைநோக்கிக் கண்ணாடிகளைக் கொண்டு, அந்த ஐந்து குதிரை வீரர்களையும், அவர்கள் நகரத்தை நோக்கிச் செல்வதையும் பார்த்தார்கள். என்றாலும், அவர்கள் அதற்குமேல் அக்கறை காட்டாமல், தமது குதிரைகளை மெதுவாக நடத்திச் சென்றார்கள். ரோஷின் முதலியோருக்கு முதல் தடங்கல் ஒரு பாலத்தின் அருகே ஏற்பட்டது. அது ஒரு மரப்பாலம். அந்தப் பாலத்துக்குக் காவலும் போடப்பட்டிருந்தது. சப்பையான தொப்பிகளும், உக்ரேனிய விவசாயப் பெண்கள் அணிவது போன்ற

வெண்ணிறமான ஆட்டுத்தோல் கோட்டுக்களும் அணிந்த, கம்பீரமாகத் தோன்றும் மனிதர்கள் பலர் அதனைக் காவல் புரிந்தவாறு மேலும்கீழும் நடந்துகொண்டிருந்தனர். அவர்கள் எல்லோருக்குமே நீளமும் அகலமும் கொண்ட தாடிகள் இருந்தன. மேலும், பாலத்தின் மறுகோடியில் பாலத்தின் தலைவாயிலையொட்டியமைந்த பதுங்குக் குழிகளுக்கருகே, சில பயிற்சிப் படைவீரர்கள் புகை பிடித்தவாறு நின்றுகொண்டிருந்தார்கள்.

டூண்டிச் தமது குதிரையை இழுத்துநிறுத்தி சேணத்திலிருந்து கீழே குதித்தார்; சேணத்தின் இடைவார்களை இறுகக் கட்டினார்.

"இந்த இடத்தில் போலி அத்தாட்சிகளைக் காட்டாமலிருப்பதே பொருத்தமானது" என்று அவர் உள்ளடங்கிய குரலில் சொன்னார்: "என்றாலும், ஆற்றிலோ வெள்ளம் போகிறது. வேறு எங்காவது சென்று ஆற்றைக் கடந்தாலும், கழுத்துவரையிலும் நனைந்துபோக நேரும். அதுவும் விரும்பத்தக்கதல்ல. எனவே, பாலத்தின் வழியாகத்தான் போயாக வேண்டும்."

"நல்லது. எப்படியாவது நாம் பாலத்தைக் கடந்து அப்பால் போவோம்" என்றான் லதூகின்.

"தோழர்களே, பார்த்தீர்களா? பாலத்தின்மீது நிற்பவர்கள் பாதிரியார்கள்தான். ஆமாம். தாடிக்காரப் பட்டாளம்!" என்று கூறிச் சிரித்தான் சதூய்வீதெர்.

"தோழர்களே! குதிரைகளை நடையிலே விடுங்கள். முன்னால் போங்கள். முகத்திலே குதூகல பாவம் தோன்றட்டும்" என்று சொல்லியவாறே, தமது குதிரையின் மீது ஒரு பூனைபோல் தாவியமர்ந்தார்.

பாலத்தின்மீது நின்ற தாடிக்கார மனிதர்கள் ஒரே சமயத்தில் ஆளுக்கொரு குரலில், "நில்லுங்கள்! நில்லுங்கள்!" என்று கத்தத் தொடங்கினார்கள். நீண்டிச், நேராக அவர்களருகில் தமது குதிரையைச் செலுத்தி, கடிவாளத்தை இழுத்துப் பிடித்தவாறு நின்றார்; அப்போது

பெத்துஷோக் என்ற அந்தக் குதிரையின் இடுப்பில் கால்களால் லேசாக இடித்தார். ஆனால், அவர்களோ பெரிய ஆரவாரம் செய்தார்கள். கூச்சல் போட்டார்கள்; துப்பாக்கிகளைத் தூக்கி ஆட்டத் தொடங்கினார்கள். இதனால் அவரது குதிரை பின்னடித்து, வாலைக் கோபாவேசமாக வீசியடிக்கத் தொடங்கியது. டூண்டிச், குதிரையை நிறுத்தினார். உடனே பல கைகள் குதிரையின் கடிவாளத்தை எட்டிப்பிடிக்க முன்வந்தன. லதூகின் உடனே தனது குதிரையை முன்னே விரட்டிவந்து சத்தமிட்டான்;

"உங்களுக்கென்ன பைத்தியமா? கனம் கர்னல் அவர்களின் கடிவாளத்தை நீங்கள் எப்படித் தொடத் துணிந்தீர்கள்? நீங்கள் யார்? உங்கள் அத்தாட்சிப் பத்திரங்களைக் காட்டுங்கள்!"

"வாயை மூடு! உன் குதிரையை இழுத்து நிறுத்து!" என்று தமது தோளுக்கு மேலாகத் தலையைத் திருப்பி, லதூகினைப் பார்த்து அமைதியாகச் சொன்னார் டூண்டிச், பிறகு அவர் சேணத்திலிருந்தவாறே அந்தத் தாடிக்கார மனிதர்கள் பக்கமாகக் குனிந்தார்; அப்போது சிறிய மீசைக்குக் கீழ் அவரது வெள்ளிய பற்கள் பளபளத்தன.

"இந்தப் பாலத்தின்மீது செல்வதற்குக்கூட, அனுமதிச் சீட்டு வேண்டுமா? என்னிடம் அப்படி எதுவும் இல்லை. நான்தான் கர்னல் டூண்டிச்; இவன் எனது காவலாளி. திருப்திதானே? மிக்க நன்றி."

பின்னர் அவர் சிரித்துக்கொண்டே, தமது குதிரையான பெத்துஷோக்கை முன்னே முடுக்கினார்; அவர் முடுக்கிய வேகத்தில் அந்தக் குதிரை கனைத்தவாறு பின்னடித்தது; அப்போது வெல்வெட்டுபோல் மினுமினுக்கும் அதன் பழுப்பு நிற அடிவயிறு புடைத்துத் தெரிந்தது. மறுகணம், அந்தத் தாடிக்கார மனிதர்களைக் கடந்து முன்னே பாய்ந்து சென்றது; அது பாய்ந்த வேகத்தில், அந்தத் தாடிக்காரர்கள் பக்கவாட்டில் துள்ளி விழுந்தார்கள். ஆனால் டூண்டிச், குதிரையின் வேகத்தை உடனே கட்டுப்படுத்தி அதனை

நடையிலே விட்டார். இதற்குள் பாலத்தின் மறுகோடியில் பரபரப்பு ஏற்பட்டு விட்டது. அந்தப் பயிற்சிப் படைவீரர்கள் தமது சிகரெட்டுகளை வீசியெறிந்துவிட்டு, தமது நீண்ட கம்பளிக் கோட்டுகளோடு தட்டுத்தடுமாறி ஓடிவந்து, களிமண் நிறைந்த பதுங்குக்குழிகளை அடைந்தனர். அதனுள்ளிருந்து இரண்டு இயந்திரத் துப்பாக்கிக் குழாய்கள் குதிரைகளின் மீது வருபவர்களை நோக்கித் திரும்பியது. பாலத்தின் தலைவாயில் அரண்களின் தளபதி நெடிய உயரமும், மீசையும் சோர்ந்த முகமும் கொண்டவனாய்த் தோன்றினான். அவன் உயரமும், சோர்ந்த முகமும் கொண்டு அகந்தை மிகுந்த குரலில் இழுத்துப் பேசினான்; அந்தப் பேச்சைக் கேட்டு ரோஷின் அருவருப்பால் பற்களைக் கடித்தான்:

"ஏய்! யாரங்கே பாலத்தின் மீது? குதிரைகளை விட்டிறங்கி, உங்கள் அத்தாட்சிப் பத்திரங்களைக் கையில் எடுங்கள். இரண்டு எண்ணுவதற்குள் நான் சுடத் தொடங்கிவிடுவேன்."

டூண்டிச், வாயின் ஓரத்தின் மூலமாகவே ரோஷினை நோக்கிச் சொன்னான்:

"வேறு வழியில்லை. நாமும் தாக்க வேண்டியதுதான்." அவரது கை வாளருகே சென்றது. ரோஷின் சட்டென்று அவரைத் தடுத்து நிறுத்தினான்.

"தெப்லோவ்!" என்று அவன் அந்த நெடிய அதிகாரியைப் பார்த்துக் கத்தினான்: "அந்த இயந்திரத் துப்பாக்கிகளைத் தொடாதே. நான்தான் ரோஷின்!"

அவன் சாவதானமாக, குதிரையை விட்டிறங்கி அதன் கடிவாளத்தைப் பற்றி, அதனைப் பாலத்தின்மீது நடத்திக் கூட்டிக்கொண்டு போனான், அந்த அதிகாரி ஒரு காலத்தில் ரோஷினின் சகாவாக இருந்த வசீலி தெப்லோவ்தான்; அவன் ஒரு குடிகாரன்; அத்துடன் பெரிய தற்பெருமை முட்டாள். ஒருமுறை அவனது ஆபாசமான அவமானகரமான கோள் மொழிகளைக் கேட்டு, ரோஷினே அவனை முகத்தில் ஓங்கிக் குத்தி

விடுவதாகப் பயமுறுத்தியிருந்தான். தெப்லோவ் தனது ரிவால்வாரை மெதுவாக மீண்டும் உறையிலே போட்டவாறு, தன்னை நோக்கிவரும் ரோஷினை சந்தேகத்தோடு பார்த்தான்.

"என்னைத் தெரியவில்லையா? நீ என்ன குடித்திருக்கிறாயா? வணக்கம்" என்று சொல்லியவாறே, ரோஷின், தனது கையுறையைக்கூடக் கழற்றாமல் அவனது கையைப் பிடித்துக் குலுக்கினான்: "ஆமாம். நீ இங்கே என்ன செய்துகொண்டிருக்கிறாய்? இந்தத் தாடிக்காரங்களோடும் தொந்திக்காரங்களோடும் நீ என்னப்பா செய்துகொண்டிருக்கிறாய்? நீ இதற்குள் ஒரு படைப்பிரிவுக்கே தளபதியாகி இருக்க வேண்டுமே! மீண்டும் உனக்குப் பதவி பறிபோய்விட்டதா? என்ன விஷயம்? குடிவெறியினால்தானே பதவி போயிற்று?"

"அடக்கடவுளே! ரோஷின்தானா நீ?" என்று முனகினான் தெப்லோவ். அவனது மீசைக்குக்கீழ் ஒரு கறுத்த ஓட்டை தெரிந்தது. அந்த இடத்தில் முன்னர் பற்கள் இருந்திருக்க வேண்டும். அவனது பழுப்பு நிறமான தொங்கிப்போன கீழ் இமைகள் கண்ணுக்குக் கீழே நடுங்கின: "நீ எங்கிருந்து வருகிறாய்? நீ படையைவிட்டு ஓடிப்போய் விட்டாய் என்றல்லவா நாங்கள் நினைத்திருந்தோம்."

"நன்றாகத்தான் நினைத்தீர்கள்!" என்று சொல்லியவாறே, ரோஷின் தெப்லோவின் கண்களைக் கடுத்த கொதித்த பார்வையோடு கூர்ந்து நோக்கினான். அந்தப் பார்வையிலேயே ஓடிப்போன விஷயம் பற்றி இனிப் பேச்செடுக்கக் கூடாது என்று தெப்லோவ் தீர்மானித்து விட்டான். ரோஷின் மேலும் பேசினான்: "நீ என்னைப் பற்றி உயர்ந்த அபிப்பிராயம்தான் வைத்திருக்கிறாய் போலிருக்கிறது. நான் ஒதேஸ்ஸாவிலுள்ள கிரீஷின் - ஆல்மாஸாவின் படையில்தான் இத்தனை காலமும் இருந்துவந்தேன். இப்போது நான் ஐம்பத்தொன்றாவது இருப்புப் படைப் பிரிவின் காரியாலயத் தலைவராக இருந்துவருகிறேன். ஒருவேளை, நீ எனது அத்தாட்சிப் பத்திரங்களையும் பார்க்க விரும்புவாயோ?" பிறகு அவன்

அநாயாசமாகத் திரும்பி, குரல் கொடுத்தான்: "இங்கே வாருங்கள், டூண்டிச். நீங்கள் குதிரையைவிட்டு இறங்க வேண்டாம்."

தெப்லோவ் கோபத்தோடு சிணுங்கிக்கொண்டான்; ரோஷினைக் கண்டால், அவனுக்கு எப்போதுமே பயம்தான்.

"சீ! நீயா என்னிடம் இப்படிப் பேசுவது? விசித்திரம்தான். ரோஷின்! நீ இப்போது எங்கே போகிறாய்"

"ஜெனரல் ஷ்குரோவிடம், நாங்கள் உங்களுக்கு உதவியாக ஒரு படைப் பிரிவைக் கொண்டுவந்திருக்கிறோம். புதியோனி, உங்களை ரொம்பவும் பயமுறுத்தி வைத்திருப்பதாகக் கேள்விப்பட்டேனே!"

"ஆமாம். இந்த இடமே ஒரு தொல்லைபிடித்த சாக்கடைக் குழிதான். ஊரிலுள்ளவர்களை எல்லாம் படையில் சேர்த்துக் கொண்டாகிவிட்டது. ஓய்வுபெற்ற ஜெனரல்களும், மிருகத்தனமான சிவில் அதிகாரிகளும் சேர்ந்திருக் கிறார்கள். இவர்கள் பாதிரியார்களுக்கெல்லாம் ராணுவ உடையை மாட்டி, என்னிடம் அனுப்பிவைத்து விட்டார்கள்."

ரோஷின் தனது சிகரெட் பெட்டியை எடுத்தான். அதில் வெளிநாட்டுச் சிகரெட்டுகள் நிறைந்திருந்தன. அவையனைத்தும் எதிரியின் தலைமைக் காரியாலயத்திலிருந்து வரும் வண்டிகளை முந்தைய நாளன்று மறித்துக் கைப்பற்றியபோது கிடைத்தவைதான். தெப்லோவ், சிகரெட்டை பற்றவைத்தான்; தனது மீசையின் மீது மணமிகுந்த புகையை விடுத்தான்.

"அதிசயம்தான்!" என்று அவன் வியப்போடு சொன்னான்: "உண்மையான வெளிநாட்டுச் சிகரெட்டுகள்தான். இவை உனக்கு எங்கே கிடைத்தன? எங்களுக்கு இங்கு மட்டமான புகையலையான மஹோர்க்காதான் கிடைக்கிறது. அதைப் புகைத்தால் நெஞ்செல்லாம் எரிகிறது. ஒரே நரக வேதனை. எனக்கு நீ இன்னும் இரண்டு கொடேன்.

அலெக்சேய் தல்ஸ்தோய் ▲ 849

சும்மா வைத்துக்கொள்ளத்தான்."

"தெப்லோவ்! இங்கு நிலைமைகள் பொதுவாக எப்படி இருகின்றன?"

"கண்றாவிதான். பணமும் கிடையாது. எனக்கு எல்லாமே சலித்துப் போய்விட்டது."

தெப்லோவ் தனது புருவங்களுக்குக் கீழே குதிரையிலிருந்து துள்ளி இறங்கும் டூண்டிச்சையும், அவருக்குப் பின்னால் நின்ற உம்மென்று முகத்தை வைத்துக்கொண்டிருந்த மூன்று குதிரை வீரர்களையும் கூர்ந்துபார்த்தான்.

"கனவான்களே! வரோனிஷில் நீங்கள் பொழுதைத் தமாஷாகக் கழிக்கலாம் என்று நினைத்தால், ஏமாந்து போவீர்கள். செஞ்சேனைப் பன்றிப் பயல்கள் எல்லாவற்றையுமே தூர்த்துத் துடைத்துவிட்டார்கள். கள்ளுக்கடை விபசார விடுதிகளோ ஒன்றுகூட இல்லை. உல்லாச இடம் ஒன்றும் இல்லை."

"கர்னல் டூண்டிச்சை அறிமுகப்படுத்திவிடுகிறேன்" என்றான் ரோஷின்: "இவர் கேப்டன் தெப்லோவ்."

இரண்டு பேரும் சலாமிட்டுக் கொண்டார்கள். துள்ளிப் பாயும் கண்கள்கொண்ட டூண்டிச்சின் பழுப்பு நிற முகம் சிரிப்பினால் சுருங்கியது.

"என்ன பரிதாபம்? நாங்கள் பொழுதைத் தமாஷாகக் கழிக்கலாம் என்றல்லவா நம்பியிருந்தோம்! அதற்கான தயாரிப்புகளோடும் அல்லவா வந்திருக்கிறோம்!"

"நல்லது. இருந்தாலும் தனிப்பட்ட வீடுகளில் பெண்கள் கிடைப்பார்கள். அத்துடன் யுத்தகாலத்து முந்தைய பழைய வோட்காவும் கிடைக்கும். கள்ள மார்க்கெட்காரர்கள் சாம்பேன் மதுகூட வைத்திருக்கிறார்கள். ஒரு பாட்டில் விலை ஐநூறு ரூபிள். அவமானம்! அவமானம்!"

எப்போது பார்த்தாலும் கண்ணீர் ததும்பிக் கொண்டிருந்த தெப்லோவின் கண்கள், புடைத்த கண்ணிமைகளுக்குக்

கீழே கோபாவேசத்தோடு தோன்றின. ராணுவ அதிகாரிகளோ இந்தக் கொள்ளை லாபக்காரர்களை ஏதோ பெரிய மகான்கள் மாதிரி மதித்து நடத்துகிறார்கள். தாய்நாட்டின் ரக்ஷர்கள் மாதிரி! நாங்கள் டாம்போவில் கொஞ்சம் குடித்தோம். அதற்குத் தந்த பில்தொகையைப் பார்த்தால் - பெருத்த அநியாயம் அது! எங்களிடம் அந்தத் தொகை அளவு பணமில்லை. எனவே, நான் அந்தக் கடைக்காரனின் முகத்தில் ஒரு குத்து விட்டுவிட்டு வெளியே வந்து விட்டேன். அதற்காக, என்னைப் பதவியிலிருந்து இறக்கிவிட்டார்கள். இந்த மாதிரியான போக்கு படைவீரர்களின் உற்சாகத்தையே குறைத்துவிட்டது. ரோஷின். பாழாய்ப் போக! நாங்கள் எங்கள் உயிரையே கொடுக்க முன்வரவில்லையா? எங்களது இளமை எல்லாம் பாழாகிக் கொண்டிருக்கிறது. எதிர்காலத்திலும்தான் எங்களுக்கு என்ன இருக்கிறது? மாஸ்கோ பாழாய்ப் போய்விட்டது. ஒரே வறுமை. உன் பாடு பரவாயில்லை. நீ சர்வ கலாசாலையில் படித்தவன்; பட்டம் பெற்றவன். இந்தச் சீலைப்பேன் பற்றிய ராணுவ உடையைக் களைந்தெறியும் காலத்தில், நீ பிரசங்கங்கள் செய்யலாம் அல்லது வேறு எதுவாயினும் வேலை பார்க்கலாம். ஆனால், நான் - நான் இதே சலித்துப்போன வாழ்க்கையில் கிடந்து சங்கடப்பட வேண்டியதுதான். நிரந்தரமான ராணுவத்தை வைத்திருக்கக்கூட, நமக்கு அனுமதி கிடைக்காது."

"கேப்டன்! உங்களுக்கு வேண்டியது இப்போது ஏதாவதொரு மாற்றம்தான்" என்றார் டூண்டிச்: "எங்களோடு நகரத்துக்கு வாருங்கள். எங்கள் வேலை எல்லாம் தளபதியிடம் ஒரு கடிதத்தைக் கொடுக்க வேண்டும். அவ்வளவுதான். பிறகு இரவு பூராவும் நமது இஷ்டம்தான். சாம்பேன் மதுவுக்கு நான் பொறுப்பாளி."

"பாழாய்ப் போன துரதிர்ஷ்டம்!" என்று கூறியவாறே, தெப்லோவ் தன் கையைச் சட்டென்று உயர்த்தி காதுக்குப் பின்னால் சொரிந்து கொடுத்தான்: "நான் எனது இடத்தைவிட்டு நினைத்த மாத்திரத்தில் வந்துவிட

முடியாதே.”

“தலைமையை உனக்குக் கீழேயுள்ள யாராவது ஒரு சீனியர் கடைத்தர அதிகாரியிடம் கொடுத்துவிட்டு வாயேன்” என்றான் ரோஷின்: “எங்களைச் செஞ்சேனையின் வேவுகாரரர்களாய் இருப்பார்களோ என்று நீ ஓரளவுக்குச் சந்தேகப்பட்டதாகவும், அதனாலேயே கூடவந்ததாகவும் தளபதியிடம் சொல்லிவிடு. அவர்கள் உன்னை முட்டாள் என்று ஏசுவார்கள். பரவாயில்லை. ஏசிவிட்டுப் போகட்டும்.”

தெப்லோவ், தனது பல் இல்லாத வாயைத் திறந்து சிரித்தான்; தனது கண்களையும் துடைத்துக்கொண்டான்.

“நல்ல யோசனைதான்! அப்படியென்றால், நான் உங்களைக் கைதுசெய்ய விரும்பினேன் என்றா.”

“ஆமாம். அப்படித்தான்.”

“சார்ஜெண்ட் க்வாஸ்டேவ்!” என்று தெப்லோவ் சத்தமிட்டான். இப்போது அவனது குரலில் ஒரு குதூகலத் தொனி இருந்தது. அவன் பதுங்குக் குழியை நோக்கித் திரும்பினான். அங்கோ இயந்திரத் துப்பாக்கிக்கு அருகிலிருந்த பயிற்சிப் படைவீரர்கள் எல்லாம் மீண்டும் தமது சலிப்புக்கு ஆளாகி, சோர்ந்து போய் இருந்தார்கள். அகந்தை மிகுந்த நீலநிறக் கண்கள் கொண்ட பதினெட்டு வயது இளைஞனான சார்ஜெண்ட் வந்து சேர்ந்தான்; வந்ததும், தனது முழங்கையைத் தோள்மட்டத்துக்கு உயர்த்தி, கம்பீரமாகச் சலாம்வைத்தான். தெப்லோவ் அவனிடம் பொறுப்பை ஒப்படைத்துவிட்டு, தனது குதிரையைக் கொண்டுவரச் சொன்னான்.

***

நகரத்துக்குச் செல்லும் வழியில், தெப்லோவ் பொறுமையின்மையால் சேணத்தின்மீது நெளிந்து கொடுத்தவாறு இருந்தான். அவன் தேவைப்பட்ட விவரங்கள் அனைத்தையும் சொல்லி முடித்தான்:

வரோனிஷில் உள்ள ராணுவப் படைப் பிரிவுகளின் எண்ணிக்கை, பீரங்கிகளின் எண்ணிக்கை, அவை எங்கெங்கே நிறுத்தப்பட்டிருக்கின்றன என்ற எல்லாவற்றையும் சொன்னான்.

"இங்கே ஒரு மிருகத்தனமான பயபீதி நிலவுகிறது. அவ்வளவுதான். குத்தேபவ் அர்யோலில் தோற்று வந்தது உண்மையே, உடனே இங்குள்ளவர்கள் எல்லாம் கால்சராய்க்குள்ளேயே கழிந்து, பயந்து சாகிறார்கள். முன்னெல்லாம் இப்படியா இருந்தது? ரோஷின் உனக்கு அந்தப் பனிப்போர்க் காலம் நினைவிருக்கிறதா? இப்போதோ எங்குப் பார்த்தாலும் ஒரே பேச்சுத்தான்."

"நாம் நம்பிக்கை இழந்துவிட்டோம்!"

"ஆம். ஏதோ ஒன்று போய்விட்டது. பழைய உத்வேகம் இப்போது இல்லை. மேலும், இங்குள்ள விவசாயிகளோ சரியான பன்றிப் பயல்கள். அவர்கள் எங்களை ஓநாய் மாதிரி பார்க்கிறார்கள். ஜெனரல் குத்தேபவ், பிரதம தளபதியிடம் நாய்மாதிரி குலைத்துச் சத்தம் போட்டார். ஆயிரம் தடவை பார்த்தாலும் அவர் சொன்னதுதான் சரியானது. "மாஸ்கோவை நாம் ஒரேஒரு நிபந்தனையின் பேரில்தான் கைப்பற்ற முடியும். அதாவது ஜனங்களுக்கு நாம் நிலச்சீர்திருத்தத்தையும் தூக்குமேடைகளையும் சேர்த்து கொடுக்க வேண்டும்" என்று சொன்னார் அவர்.

"ஆமாம். ஒரு தந்தி மரம்கூட காலியாக இருக்கக் கூடாது. புகச்சோவின் காலத்தில் செய்தமாதிரி, கிராமத்தில் உள்ள அத்தனை பேரையுமே ஒரே நேரத்தில் தூக்கிலே போடவேண்டும். ஆனால், இதெல்லாம் ஒரு பெரிய தலைவேதனை! யாரோ என்னிடம் இரண்டு சகோதரிகளின் விலாசத்தைத் தந்தார்கள். மிகவும் நல்லபடியாக நடந்துகொள்ளக் கூடிய பெண்கள். அவர்களுக்கு சாரங்கி வாத்தியமும் வாசிக்கத் தெரியும்; அத்துடன் நாடோடிப் பாடல்களும் பாடுகிறார்கள். அதைக் கேட்டாலே நமக்குத் தலைசுற்றி ஆடத் தொடங்கிவிடும்! கேளுங்கள். நாம் இப்போதே நேராக

அங்கு போகலாமா?"

தெப்லோவை எல்லோருமே நன்கறிந்து வைத்திருந்தார்கள்; செல்லும் வழியில் எதிர்ப்பட்ட காவல் வீரர்கள் அவருக்குச் சலாமிட்டார்கள்; அவர்கள் டூண்டிச்சையோ, ரோஷினையோ ஏறிட்டுக்கூடப் பார்க்கவில்லை. பின்னர் தெப்லோவும் மற்றவர்களும் பிரதானமான கடைவீதியாகத் தோன்றிய தெருவிலுள்ள ஒரு ஹோட்டலின் இரும்புக்கதவு போட்ட முற்றத்துக்குள் சென்றார்கள். தெப்லோவ் குதிரையைவிட்டுக் கீழிறங்கி, தனது கால்களை உதறிவிட்டுக் கொண்டான்.

"நான் இன்னும் அங்குவந்து தலையைக் காட்டிக் கொண்டிருக்க விரும்பவில்லை" என்று அவன் நாணத்தோடு சொன்னான்: "நான் இங்கு உங்களுக்காகக் காத்திருக்கிறேன். தலைமைக் காரியாலயம் இரண்டாவது மாடியில் இருக்கிறது. கனவான்களே! ரொம்ப நேரம் தாமதித்து விடாதீர்கள்." இவர்களை உள்ளே விடு மட்டித்தலையா என்று மீசைக்காரக் குபான் கசாக்கிடம் சொன்னான்.

ரோஷினும், டூண்டிச்சும் வார்ப்பு இரும்பினால் கட்டப்பெற்ற மாடிப்படிகளின் மீது ஏறினார்கள். புதியோனியின் கடிதத்தின் உறையின்மீது 'மேஜர் ஜெனரல் ஷ்குரோவின் நேரடி கவனத்துக்கு -- ரகசியம்' என்ற வாசகம் மட்டும்தான் எழுதப்பட்டிருந்தது. அவர்கள், அதனை ஜெனரலின் துணையதிகாரிகளில் ஒருவர்மூலம் கொடுத்தனுப்பத் தீர்மானித்தார்கள். காரியாலயம் பழைய ஹோட்டலின் சாப்பாட்டு அறையில் இருந்தது. அந்த அறையின் ஜன்னல் கண்ணாடிகளெல்லாம் உடைந்துபோயிருந்தன. டூண்டிச்சும், ரோஷினும் அங்கு நுழைந்தவுடனேயே, இன்னொரு வாசலின் வழியாக அவர்களை முந்திக் கொண்டு இரண்டு மனிதர்கள் வந்தார்கள். அவர்களில் ஒருவர் நல்ல உயரமாகவும் தடிமனாகவும் இருந்தார்; அவர் பெருத்த மீசைகளும் வைத்திருந்தார்; அவரது காய்த்துப்போன முகத்திலும் ஓர் அழகு இருக்கத்தான் செய்தது. அவர் கட்கத்தில் ஒரு கம்பை

ஊன்றியவாறு நடந்துவந்தார்; பழுப்பு நிறங்கொண்ட ஜெனரலின் கம்பளிக்கோட்டு கட்கத்துக்கடியில் சுருக்கி இழுத்துக் கொண்டிருந்தது. அவர்தான் மாமன்தவ் என்பதை ரோஷின் இனம்கண்டு கொண்டான். இன்னொரு மனிதரோ பழுப்பு நிறமான செர்க்காஸிய உடுப்பு அணிந்திருந்தார். புடைத்த கன்ன எலும்புகள் கொண்ட அவரது முகம் கனன்று சிவந்துபோயிருந்தது; அவரது மேல்நோக்கி நிமிர்ந்த மூக்குக்குக் கீழே அகலமான நாசித்துவாரங்கள் தெரிந்தன. அவர்தான் ஷ்குரோ. உள்ளே வந்ததும், அவர்கள் இருவரும் மேஜைமுன் நின்றார்கள்; அங்கு குதிரைப் படைக் கால்சராய் அணிந்த இளைஞரான ஒரு காரியாலய அதிகாரி தென்பட்டார்; அவர் ஓர் அழகிய சிவப்பான பெண்ணிடம் எதையோ சொல்லிக் கொண்டிருந்தார். அந்த யுவதியின் கைவிரல்கள் அண்டர்வுட் டைப்ரைட்டரின் பொத்தான்களின்மீது ஏறி இறங்கிக் கொண்டிருந்தன.

ரோஷின், டூண்டிச்சிடம் ஷ்குரோவைச் சுட்டிக்காட்டி விட்டு கேட்டான்: "அடுத்தபடி நான் என்ன செய்வது?" அந்தச் சமயத்தில், மாமன்வ் திரும்பினார். அங்கு இனம்தெரியாத இரண்டு அதிகாரிகள் நின்று கொண்டிருப்பதைக் கண்டதும், அவர் கனத்த குரலில் பேசினார்:

கனவான்களே! இங்கே அருகில் வாருங்கள். "ரோஷின் விறைப்பாக நிமிர்ந்தவாறே, வாசலருகிலேயே நின்றான். டூண்டிச், ஷ்குரோவை நோக்கிச் சென்றார்:

"கனம் மேஜர் ஜெனரல் அவர்களிடம் நான் ஒரு கடிதம் தரவேண்டும்."

கிட்டத்தட்ட டூண்டிச்சுக்கு முதுகைக் காட்டிய மாதிரி நின்றுகொண்டிருந்த ஷ்குரோ திரும்பிப் பார்க்கவில்லை. அவர் தமது உறுதியான சிவந்த கழுத்தை மட்டும் நீட்டினார்; அந்தக் கழுத்து தங்க ஜரிகை வேலைப்பாடு மிகுந்த காலருக்குள் புதைந்திருந்தது. பின்னர் அவர் டூண்டிச்சின் முகத்தைக்கூடப் பார்க்காமலே, தமது

மேலுதட்டை ஓநாய்மாதிரி உயர்த்தியவண்ணம் கேட்டார்:

"யாரிடமிருந்து?"

"உங்களுக்குக் கீழ் பணியாற்ற வேண்டும் என்ற உத்தரவுடன், தோன் நதியின் வடகரைக்கு வந்து சேர்ந்துள்ள ஐம்பத்தொன்றாவது இருப்புப் படைப் பிரிவின் தளபதியிடமிருந்து."

"ஐம்பத்தொன்றாம் படைப் பிரிவா? கேள்விப்பட்டதே இல்லை" என்று முன்னர்கேட்ட தொனியிலேயே பேசினார் ஷ்குரோ. ஆனால், இப்போது திரும்பிப் பார்த்தார்; கடிதத்தைக் கையில் வாங்கி அதனைக் கைவிரல்களால் சுழற்றிக் கொண்டிருந்தார்: "அந்தத் தளபதி யார்?"

வாசலருகே நின்ற ரோஷினின் முதுகெலும்புக் குருத்துக்குள் ஒரு குளிர்ச்சி பரவியோடியது; அவன் தனது கம்பளிக் கோட்டின் பைக்குள் இருந்த ரிவால்வாரின் கைப்பிடிமீது கையைப் போட்டான். நினைத்தபடி எதுவும் நடக்கவில்லை. எல்லாம் அசட்டுத்தனமாக, குழப்பமாக நடந்துவிட்டது. டூண்டிச், ஏதாவது ஒரு தெரியாத பெயரை உளறிவைப்பார். அவ்வளவுதான்! பரிதாபம்! புதியோனிக்கு எவ்வளவோ அரிய விவரங்களைப் போய்ச் சொல்வது பாழாகிப் போயிற்று.

ஆனால் டூண்டிச்சோ, ஷ்குரோவின் மஞ்சள் பூத்த, தூக்கக் கண்களைத் தைரியமாக எதிர்நோக்கி, கம்பீரமாகப் பார்த்தவாறே எந்தவிதத் தயக்கமுமின்றிப் பின்வருமாறு பதிலளித்தார்:

"சாம்பாட்டின் பிரபுதான் ஐம்பத்தொன்றாவது படைப் பிரிவின் தளபதி. மேஜர் ஜெனரல் அவர்களே! நாங்கள் போகலாமா?"

"ஒரு நிமிஷம், கர்னல்!" என்று தமது ஊன்றுகோலோடு திரும்பிச் சொன்னார் மாமன்தவ்: "கேள்விப்பட்ட பெயராகத் தோன்றுகிறது. எதற்கும் பார்க்கலாம்!"

ஆனால், அவரது சதைப்பற்று மிகுந்த அழகிய முகத்தில் சட்டென்று வேதனையுணர்ச்சி பிரதிபலித்தது. அவர் திரும்பிய வேகத்தில் ஏதோ ஒன்று கட்டுப்போட்டிருந்த அவரது கால்மீது தடுக்கிவிட்டு விட்டது. சென்ற வாரம் அவர் புதியோனியிடமிருந்து தப்பியோடி வந்தபோது, ஒரு துப்பாக்கிக் குண்டு காலில் பாய்ந்து ஓர் எலும்பை முறித்துவிட்டு விட்டது. 'ச்சீ! சனியனே!' என்று அவர் முன்கினார்: "கர்னல்! நீங்கள் போகலாம்."

டூண்டிச் சலாமிட்டார்; திரும்பினார்; கதவை நோக்கி நடந்தார். வேதனையால் இன்னும் முகத்தைச் சுழித்துக் கொண்டிருக்கும் மாமன்தவிடம் ஏதோ பேசியவறே, ஷ்குரோ அந்தக் கடிதத்தின் உறையை மெல்லக் கிழிப்பதை ரோஷின் கவனித்தான். அந்த உறைக்குள் இருந்த கடிதத்தில் புதியோனி கையெழுத்திட்டிருந்தார். அந்தக் கடிதத்தில் உள்ள விஷயமும் டூண்டிச், ரோஷின் இருவருக்கும் தெரிந்ததுதான்: "ஜெனரல் ஷ்குரோ! அக்டோபர் மாதம் 24ஆம் தேதிக்காலை 6 மணிக்கு நான் வரோனிஷில் இருப்பேன். எனவே, நீர் தொழிலாளர்களைத் தூக்கிலிட்டுக் கொன்ற அதே சதுக்கத்தில் எல்லா எதிர்ப்புரட்சித் துருப்புகளையும் ஒன்றுகூட்டி அணிவகுத்து நிற்க வேண்டும். அந்த அணிவகுப்பை நீரே நேரடியாக நின்று கவனிக்க வேண்டும். இது எனது உத்தரவு."

அவர்கள் இரும்புப் படிக்கட்டுகளின் வழியாக இறங்கி வந்தார்கள். எதிர்த்தூற்போல் துப்பாக்கிகளைத் தாங்கிய பயிற்சிப் படையினர் சிலர், ஒருவர்முன் ஒருவராக மேலேறி வந்தார்கள். ரோஷினுக்கோ தனக்கு முன்னால் கால் குதிகள் கலகலக்க, நிமிர்ந்தாற்போல் நடந்துசென்று கொண்டிருக்கும் டூண்டிச் மிகவும் மெதுவாகச் செல்வது போல் தோன்றியது. சே! இதென்ன தேவையில்லாத, அசட்டுத் துணிச்சல்!

இரண்டாவது மாடியிலிருந்து ஓர் உரத்த, கரகரத்த கூச்சல் கேட்டது. டூண்டிச்சும், ரோஷினும் வாசலிலிருந்து வெளியே வந்தார்கள். தெப்லோவ் நடைமேடையிலிருந்து ஆவலோடு ஓடிவந்தான். தொங்கிப்போன மீசை கொண்ட

அவனது தொளதொளத்த முகத்தில் சாம்பேன் மதுவையும், நாடோடிப் பாடல்களையும், பெண்களையும் எண்ணி ஏங்கித் தவிக்கும் உணர்ச்சி குடிகொண்டிருந்தது.

"திரும்பி வந்துவிட்டீர்களே! கடவுளுக்கு நன்றி சொல்லுங்கள், கனவான்களே! சரி. வாருங்கள்."

அவன் சேணத்தின் அங்க வடியில் காலைக் கொடுத்து, தனது துறுதுறுத்த குதிரையின்மீது தாவினான். ரோஷின் அதற்கு முன்பே குதிரையில் ஏறியமர்ந்துவிட்டான். டூண்டிச்சோ, தமது சிகரெட் பெட்டியில் இருந்து ஒரு சிகரெட்டை எடுத்துப் பற்றவைத்தார். அப்போது அவரது வறண்ட பழுப்பு நிறமான கைவிரல்கள் லேசாக நடுங்கின. பின்னர் எரிந்துகொண்டிருந்த தீக்குச்சியைத் தூர எறிந்துவிட்டு, கடிவாளத்தை லதூகினின் கையிலிருந்து பெற்றவாறே, கரகரத்த குரலில் சொன்னார்:

"முதலில் இடதுபுறமாகத் திரும்பி, குறைந்த வேகத்தில் ஓட்டுங்கள்."

இடதுபுறத்திலுள்ள முதல் திருப்பம் பத்து வீடுகளுக்கு அப்பால்தான் இருந்தது. லதூகின், காகின், சதூய்வீதெர் மூவரது குதிரைகளும்தான் இடதுபுறத்திலிருந்த சந்துக்குள் முதலில் திரும்பின. அந்தக் குதிரைகள் செல்லும்போது, கப்பிக்கல் ரஸ்தாவில் அந்தக் குதிரைகளின் காற்குளம்புகள் ஒலியெழுப்பின. தெப்லோவும் தனது குதிரையைத் திருப்பி, கடிவாளத்தை இழுத்தவாறே கத்தினான்:

"கனவான்களே! நாம் வலதுபுறம் திரும்ப வேண்டும்."

ஆனால் குதிரையோ, அவனையும் சுமந்துகொண்டு மற்றவர்களோடு இடதுபுறமாகவே திரும்பிவிட்டது. மூலை திரும்பியதும் ரோஷின் திரும்பிப் பார்த்தான்; அந்தப் பயிற்சிப் படைவீரர்கள் பரபரப்போடு பார்த்தவாறும், தமது துப்பாக்கிக் குதிரைகளை இழுத்து மாட்டியவாறும் ஹோட்டலின் வாசலுக்கு வெளியே ஓடிவருவதை அவன் கண்டான்.

"ரோஷின்! என்னப்பா இது?" என்று தெப்லோவ் கண்களில் கண்ணீர்பொங்கக் கத்தினான்; அவனும் மற்றவர்களோடு சேர்ந்து குதிரையை வேகமாகப் பாய்ச்சலில் விரட்டிக்கொண்டு போனான். டூண்டிச், தமது குதிரையை தெப்லோவின் குதிரைக்கருகில் விரட்டிச்சென்று, அந்த வேகத்திலேயே அவனது பக்கம் குனிந்து, அவனது மணிக்கட்டைக் கெட்டியாகப் பிடித்தார்; அதேவேகத்தில், அவனது ரிவால்வார் தொங்கும் கயிற்றையும் அறுத்து, ரிவால்வாரையும் உறையிலிருந்து பிடுங்கியெடுத்துவிட்டார்.

"சாம்பேன் மதுவா வேண்டும்! வா. தருகிறேன்!" என்று அவர் பல்லைக்காட்டிச் சிரித்தவாறே சத்தமிட்டார்.

அவர்கள் ஐவரும், ரோஷின், டூண்டிச் மற்றும் ஏனைய மூவரும் - அந்த ஒடுங்கிய வளைந்த தெருவின் வழியாக முழுவேகத்தில் குதிரைகளை விரட்டிவந்தார்கள்; வீடுகளும் வேலிகளும் அவர்களைத் தாண்டிச் சென்றன; அவர்களது தொப்பிகள் தலைக்கு மேலிருந்த பழைய எலுமிச்சை மரங்களின் இலைகளற்ற கிளைகளில் உரசின. அவர்களுக்குப் பின்னால் துப்பாக்கி வேட்டுகள் முழங்கின. அவர்களோ, வேகத்தைக் கொஞ்சம்கூடத் தளர்த்தாமல், சமவெளிக்கு வந்தார்கள்; பின்னர் மீண்டும் பாலத்தருகே வரும்போது வேகத்தைக் குறைத்து, சிறு ஓட்டத்தில் குதிரைகளை ஓட்டினார்கள். பாலத்தின் தலைவாயிலிலுள்ள பதுங்குக் குழிகளுக்கு வரும்போது வேகத்தையே முற்றும் மட்டுப்படுத்தி, குதிரைகளை நடையிலேவிட்டார்கள். டூண்டிச், நீராவி கிளம்பிவரும் தமது குதிரையின் கழுத்தைத் தட்டிக் கொடுத்தவாறே, உரத்துக் கூப்பிட்டார்:

"சார்ஜெண்ட் க்வாஸ்டேவ்!"

அந்த சார்ஜெண்ட் தனது சிகரெட்டைக் கைக்குள் மறைத்துப் பிடித்தவாறே டூண்டிச்சின் அருகில் வந்தான். உடனே, அவர் அவனிடம் சொன்னார்: *"கேப்டன் தெப்லோவ், இன்னும் அரைமணி நேரத்தில் இங்கு*

வருவதாக உன்னிடம் சொல்லச் சொன்னார். நாங்கள் மீண்டும் இங்கு இருபத்தி நாலாம் தேதிக் காலையில் வந்து சேருவோம். எனவே, நீ தயவுசெய்து இனியும் உனது இயந்திரத் துப்பாக்கிகளைக் காட்டி, எங்களைப் பயமுறுத்தாதே!"

"ஆகட்டும், ஐயா!"

அவர்கள் பாலத்தைவிட்டு வெகுதூரம் வந்ததும், பொழுது இருட்டிவிட்டது. பின்னர் அவர்கள் வியர்த்துக் கொட்டி, கால்கள் தடுமாடும் குதிரைகளை ஓரிடத்தில் சிறிதுநேரம் இளைப்பாறவிட்டார்கள். இப்போது டூண்டிச், ரோஷினை நோக்கிப் பின்வருமாறு சொன்னார்:

"உங்கள் முன்பும் இந்தத் தோழர்கள் முன்பும் நிற்பதற்கு நான் பெரிதும் வெட்கப்படுகிறேன். இந்த மாதிரியான தற்பெருமைச் சாகசங்களைச் செய்வது குறித்து, பலமுறை என்னை நானே கண்டித்திருக்கிறேன். இருந்தாலும், ஆபத்து போதைவெறியை ஊட்டிவிடுகிறது; அதேசமயம், புத்தியையும் தீட்டிவிடுகிறது. ஆபத்துக்குள்ளாகும் மனிதனை அது தன்னைத்தானே நேசிக்கவைக்கிறது. அதனால், அவன் லட்சியத்தை மறந்துவிடுகிறான்; பொறுப்புணர்ச்சியையும் இழந்துவிடுகிறான். அதற்குப் பிறகுதான் ஒவ்வொரு முறையும் அவன் வருந்த நேர்கிறது. இப்போது என்னை என் குதிரையிலிருந்து காலைப் பிடித்துக் கீழே இழுத்துப் போட்டு, என்னை அடிஅடியென்று அடித்தாலும்கூட, நான் மனவருத்தம் கொள்ளமாட்டேன். மாறாக, அது எனக்கு ஒரு நிவர்த்தியாகவும்கூட இருக்கும்."

ரோஷின், தலையை அண்ணாந்து நோக்கிக் கடகடவென்று சிரித்தான்; அத்தனை நேரமும் இடையறாத பரபரப்பிலேயே இருந்த அவனுக்கும்கூட ஏதோ ஒரு நிவர்த்தி தேவைப்பட்டது.

"டூண்டிச்! அடிவாங்க வேண்டிய ஆள்தான் நீங்கள்! அதிலும் வாசலுக்கு வந்ததும், சிகரெட் பற்றவைத்த செய்கை இருக்கிறதே."

***

புதியோனியின் தந்திரம் பலிக்கத் தொடங்கியது. நம்புதற்கே இயலாத அபாரத் துணிச்சலோடு தங்களது கையிலேயே நேரில் கொண்டுவந்து கொடுத்துவிட்டுச் சென்ற அந்தக் கடிதத்தைப் படித்த பின்னால், மாமன்தவுக்கும் ஷ்குரோவுக்கும் வர்ணிக்க முடியாத மாபெரும் கோபாவேசம் கிளர்ந்தெழுந்தது. வரோனிஷ் நகரத்தைக் கைப்பற்றுவதற்கான தேதியையும் நேரத்தையும்கூட, அந்த மாதிரி குறிப்பிட்டு எழுத வேண்டுமென்றால், அதில் எவ்வளவு தன்னம்பிக்கை இருந்திருக்க வேண்டும்! புதியோனிக்கு அந்தத் தன்னம்பிக்கை நிச்சயம் இருக்கத்தான் வேண்டும்! அவ்வளவுதான். அந்த வெள்ளை ராணுவத் தளபதிகள் தமது நிதானத்தை முற்றிலும் இழந்துவிட்டார்கள்.

வெள்ளை ராணுவத்தின் குதிரைப் படையைத் தோல்வியுறச் செய்வதற்கு, புதியோனி வகுத்த திட்டம் இதுதான்; தன்னைச் சூழ்ந்துகொள்ள வேண்டும் என்ற முயற்சியின் காரணமாக, மூன்று பேரணிகளாகப் பிரிந்து நிற்கும் தோன், குபான் படைவரிசைகளின்மீது, தனது சகலவிதமான சக்திகளையும் ஒன்றுதிரட்டிக் கொண்டு ஒன்றன்பின் ஒன்றாய் அலைமேல்அலையாய்ச் சாடி; எதிர்த் தாக்குதலைத் தொடங்குவது என்பதே அவர் திட்டம். இதுவரையிலும் அந்தப் பேரணிகள் தாக்குதலைத் தாமதப்படுத்தின; செஞ்சேனைப் படையினர் எங்கெங்கு தங்கியிருக்கிறார்கள் என்பதை வேவு பார்ப்பதிலேயே அவை திருப்தியடைந்துவிட்டன. இப்போதோ அவர்கள் இனியும் தாமதம் செய்யாமல் தன் மீது பாயத் தொடங்குவார்கள் என்பது புதியோனிக்குச் சர்வ நிச்சயமாகிவிட்டது.

அக்டோபர் மாதம் 18ஆம் தேதியன்று இரவில், செஞ்சேனையின் எல்லைக் காவல் வீரர்கள் எதிரிகள் முகாம் அசையத் தொடங்கிவிட்டது என்ற தகவலைச் சொன்னார்கள். எனவே, ரத்த பயங்கரமான போருக்கான வேளை வந்தாகிவிட்டது. தமது படைவரிசைத் தளபதிகளோடு, வரைபடத்தைப் பார்த்தவண்ணம்

இருந்த புதியோனி, "நல்ல அதிர்ஷ்டம்தான்!" என்று சொல்லிவிட்டு உடனே எல்லாப் படைவரிசைகள், பிரிவுகள் அனைத்துக்கும் உத்தரவு கொடுத்தார்:

"ஏறுங்கள் குதிரைமேல்!"

இருண்டகுடிசைகளிலும், ஸ்டெப்பி வெளியிலும் பதுங்குக் குழியிலும் வைக்கோலுக்கும், புதர்களுக்கும் மறைவிலும், வைக்கோல் போர்களுக்கும் மறைத்து வைக்கப்பட்டிருந்த போர்க்களத்துத் தொலைபேசிகள் கணகணத்தன.

ரிசீவரை எடுத்த சமிக்ஞைகாட்டிகள் ஒவ்வொரு மணிநேரமும் அவர்கள் எதிர்பார்த்திருந்த அந்தச் செய்தியைக் காதில் கேட்டார்கள். செய்திகளை எடுத்துக்கொண்டு அஞ்சல் குதிரைவீரர்கள் சேணத்தின் மீது தாவிப் பாய்ந்து, குதிரைகளைப் படுவேகத்தில் விரட்டிக்கொண்டு, இருட்டிலே பறந்துசென்றார்கள். எதிரியின் சமாதிக் குழியைப்போல் இருண்டுகிடந்த பாழிருட்டில், காற்றில்லாத இரவில் தமது உடுப்புகளோடு தூங்கிக்கொண்டிருந்த போர் வீரர்களெல்லாம் "ஏறுங்கள் குதிரைமேல்!" என்ற உரத்த கூச்சலைக் கேட்டு விழிப்புற்றார்கள். உடனே அவர்கள் துள்ளியெழுந்து, தூக்கத்தை உதறித் தள்ளிவிட்டு, குதிரைகளிடம் ஓடினார்கள்; சேணங்களைப் பூட்டினார்கள்; தோல்வார்களை அந்தக் குதிரைகளே திணறும்படியாகப் பலமாக இழுத்துக் கட்டினார்கள்.

குதிரைப் படைகள் உத்தரவுகளை வழங்கும் உரத்த குரல்களைக் கேட்டு, அந்த இருட்டுக்குள்ளே தத்தம் ஸ்தானங்களில் சென்று குழுமத் தொடங்கின. அணிவகுத்து முடிந்ததும். அவர்கள் வெகுநேரம் காத்து நின்றார்கள். அருணோதய காலத்தின் அறிகுறிகளை எதிர்நோக்கி, வானத்தையே பார்த்து நின்றார்கள். குதிரைகளோ, இன்னும் தூக்கக் கலக்கத்தோடு ஆழ்ந்து மூச்சுவாங்கிய வண்ணம் நின்றன. குளிர்ந்த பனிக்காற்றோ போர் வீரர்கள் அணிந்திருந்த மெத்தைச் சட்டைகள், ஆட்டுத் தோல் கோட்டுகள், மெல்லிய ராணுவக் கம்பளிக் கோட்டுகள்

எல்லாவற்றினுள்ளும் ஊடுருவிப் புகுந்து வீசியது. போர் வீரர்கள் பேசவில்லை; புகைபிடிக்கவில்லை.

பின்னர் வெகுதூரத்திலிருந்து முதல் துப்பாக்கி வேட்டின் சப்தம் உருண்டோடி வந்து எதிரொலித்தது. கமிஸார்களின் குரல்கள் கணீரென்று ஒலித்தன; "தோழர்களே! எதிரிகளை ஒழித்துக் கட்டியாக வேண்டும் என்று புதியோனி உங்களுக்கு உத்தரவிடுகிறார். முதலாளிகளின் கைக்கூலிகள் மாஸ்கோவுக்குப் போய்ச் சேர துடிக்கிறார்கள். அவர்களைக் கொல்லுங்கள்! புரட்சி ஆயுதங்களுக்குப் புகழ்மாலை சூட்டுங்கள்!"

தரையின்மீது தேங்கி நின்ற பனிமூட்டத்தின் காரணமாக, வயல்வெளிகளில் இன்னும் பொழுது சரியாக விடியவில்லை. புதியோனியின் எட்டுப் படைப் பிரிவுகள் அனைத்தும் அங்கவடியும் அங்கவடியும் தொடும் நிலையில், பலமைல் தூரத்துக்குப் பரவலாக அணிவகுத்தன; அவ்வாறு அணிவகுக்கும்போது அந்தக் குதிரைகளின் காலடியோசை முழங்கியது. அங்கு நிலவிய கனத்த பனிமூட்டத்தால், ஒவ்வொரு குதிரைவீரனும், தனது வலதுபக்கத்திலும் இடதுபக்கத்திலும் அடுத்து நிற்கும் போர்வீரர்களை மட்டும்தான் காண முடிந்தது; அதேபோல், தமக்கு முன்னால் குதிரையின் பின்பாகம், பால் நிறமாக மங்கி மறைந்துவரும் பனித்திரையினூடே, மேலும்கீழும் ஆடியசைவதையும்தான் அவனால் காண முடிந்தது.

எதிரிகள் அருகில் வந்தார்கள்; மேலும்மேலும் அருகில் வந்தார்கள்; வந்துகொண்டிருந்தார்கள். இப்போதோ இடையிடையே துப்பாக்கி வேட்டுகள் ஒலித்தன. புதியோனியின் வீரர்கள் குதிரைகளை முன்னால் முடுக்கிக்கொண்டு, எதிரிகளைக் காண்பதற்காகக் கழுத்தை நீட்டிநீட்டிப் பார்த்தார்கள். கடைசியில் ஒருகுரல், மேலும்மேலும் உரக்கவும், மேலும் மூர்க்கமாகவும், ஆவேசமாகவும் அந்த அணிவகுப்பு முழுவதுமே ஒலித்தது. முன்வரிசை அணியிலுள்ளவர்கள் எதிரியைக் கண்டுவிட்டார்கள்.

பனிமூட்டத்துக்குள்ளிருந்து குதிரைமீது ஏறிவரும் மனித உருவங்கள் நிழல்போன்று வெளிப்பட்டன; ஆனால், அவர்கள் தமது குதிரைகளின் தலைகளைத் திருப்புவதும் புலனாயிற்று. தோன் கசாக்குகளின் மனோதைரியம் கழன்றோடிப் போய்விட்டது. அவர்களும் ஆயிரக்கணக்கில் எதிரியின்மீது பாய்ந்தவர்கள்தான். என்றாலும், அவர்களைப் பிடித்த கெட்டகாலம்தான் அவர்களை இங்கே கொண்டுவந்து தள்ளியிருந்தது; தமது சொந்த நாடு நகரங்ளைவிட்டு, எவ்வளவோ தூரதொலைக்கு வந்து, இந்தச் செஞ்சேனைப் பிசாசுகளின் வாளோடு மோதுமாறு அது செய்துவிட்டது! பூமியே அதிர்ந்து குலுங்கி இரையும் ஓசையை அவர்கள் கேட்டார்கள்; பயங்கரமான ஒரு படைவந்து தம்மீது பாயப்போகிறது என்பதையும் அவர்கள் அறிந்தார்கள். அந்தப் படை பாய்ந்து தாக்கும்; மனிதர்களையும் குதிரைகளையும் காலடியில் போட்டு மிதித்து நசுக்கும்; அணிகளை உடைக்கும்; இறுதியில் அவர்கள் எல்லோரையும் மலைபோல் வெட்டிக் குவித்துவிடும்! ஆனால், இந்த ரத்த பயங்கரமெல்லாம் எதற்காக? அந்தக் கசாக்குகள் இப்போது வாயு வேகமாகச் செல்லும் தமது குதிரைகளைத்தான் நம்பினார்கள்; எனவே அவர்கள் அவற்றை இழுத்து நிறுத்தி, வந்த வழியே திருப்பினார்கள்; தமது சொந்தத் துணிவாற்றலின் போதை தலைக்கேறிய சில தைரியசாலிகள் மட்டும் புதியோனியின் அணிகளை நோக்கி, முன்னே சாடி வந்தார்கள்; சாடி வந்த வேகத்திலேயே வெட்டுப்பட்டு, தமது வாட்களோடு சாய்ந்தார்கள்.

வாயு வேகங்கொண்ட தோன் குதிரைகளாலும் தம்மீதிருந்த கசாக்குகளைக் காப்பாற்ற முடியவில்லை. முன்னால் வந்துகொண்டிருந்தவர்கள் குதிரைகளைத் திருப்பிக்கொண்டு ஓட ஆரம்பித்ததும், முன்னேறி வந்து கொண்டிருந்த குதிரைகளோடு அவர்கள் மோதிக் கொண்டார்கள். எனவே, அவர்களது சகாக்களே ஒருவரையொருவர் தாக்கினார்கள். வெள்ளையர்களே வெள்ளையர்களை வெட்டிக் கொன்றார்கள். அத்துடன் புதியோனியின் வீரர்களும் அவர்களை வெட்டிச்

சாய்த்தார்கள்; தமது குதிரைகளின் காலடியிலே அவர்களைத் தள்ளி மிதித்து நசுக்கிக் கொன்றார்கள்; ஓடஓட அவர்களை விரட்டினார்கள். பயங்கரமான கூச்சல்கள் எதிரொலித்தன. எங்குப் பார்த்தாலும் இரண்டிரண்டு குதிரை வீரர்கள் தென்பட்டார்கள்; அவர்களில் ஒருவன் குதிரையின் கழுத்தோடு ஒட்டிக் கொண்டு கிடந்தான்; இன்னொருவனோ அவனை விரட்டிக்கொண்டும், சேணத்தில் நிமிர்ந்து சாய்ந்தவாறு தனது வாளைச் சுழற்றிக்கொண்டும், பாய்ந்துசென்றான். வெறிபிடித்த குதிரைகள் வீலென்று கத்தின; அறுத்துக் கொண்டு ஓடின.

இப்போது எல்லாக் கசாக்குப் படைப்பிரிவுகளும் வாலைத் திருப்பிக்கொண்டு ஓடத் தொடங்கிவிட்டன. ஆனால், அவர்கள் ஓட்டத்தை இயந்திரத் துப்பாக்கி வண்டிகள் தடுத்து நிறுத்தின; அந்த இயந்திரத் துப்பாக்கிகள் அவர்களைப் பக்கவாட்டிலிருந்து தாக்கி, உள்ளே புகுந்தன; எனவே, அவர்கள் ஒருபுறமாக ஒதுங்கி ஓட முனைந்தார்கள். ஆனால், அங்கோ புதியோனியின் புதிய குதிரைப்படைகள் தோன்றி, குழப்பத்தோடும் ஒழுங்கற்றும் ஓடிவந்த கசாக்குக் குதிரைவீரர்களின் மீது சாடி விரட்டின. மாமன்தவின் இரண்டு படைவரிசைகளையும் விரட்டியடிக்கும் போராட்டம் பொழுது நன்றாக விடியும்வரையிலும் நீடித்தது. நீலநிறக் கசாக்குச் சட்டைகளையும், பக்கவாட்டில் சிவப்புப் பட்டிவைத்துத் தைத்த குதிரைப்படைக் கால் சராய்களையும் தரித்த ஆயிரக்கணக்கான பிணங்கள் வயல்வெளியெங்கணும் சிதறிக் கிடந்தன; வீரர்களை இழந்துவிட்ட பயபீதியும் வெறியும்கொண்ட குதிரைகள் அந்தப் பிணங்களுக்கு மத்தியில் பாய்ந்தோடிச் சென்றன.

மத்தியானத்துக்குள் புதியோனியின் துருப்புகள் சமவெளியில் ஒரு பெரிய முகாமாகத் திரண்டுவிட்டன; எதிரிகளிடமிருந்து கைப்பற்றிய அருமையான செம்புப் பாத்திரங்களைக் கொண்ட, போர்க்களச் சமையல் நடக்கும் இடங்களிலே படைகள் கும்பல்கும்பலாகக்

குவிந்து நின்றன. அந்தப் பாத்திரங்களில் வழக்கமான புஞ்சைத் தானியக் கஞ்சியும், பன்றிக்கொழுப்பும்தான் ஆவி வரக்கொதித்துக் கொண்டிருக்கும்; இப்போதோ அவற்றுடன் சேமியா, அரிசி, பச்சைப் பட்டாணி, மாட்டுக்கறி முதலியனவும் மற்றும் இன்னும் என்னென்ன சேர்த்தால் அது இன்னும் நன்றாக இருக்குமென்று சமையற்காரர்களுக்குத் தோன்றிற்றோ அவையும் அந்தப் பாத்திரங்களில் வெந்துகொண்டிருந்தன.

வயிறு புடைக்கத் தின்று முடித்தபின்பு, எல்லோரும் புகைபிடித்தார்கள்; தமக்குக் கிடைத்த வெற்றிப் பொருட்களைப் பற்றி அவர்கள் பெருமை பேசிக் கொண்டார்கள்; வெள்ளிப் பிடிபோட்ட குதிரைப்படை உடைவாள்; ஜப்பானியமாதிரிக் கட்டைத் துப்பாக்கி; சிவந்த நிறத்தில் வெள்ளைப் புள்ளிகளும், நெற்றியிலே மரபின் படியமைந்த வெள்ளையான திட்டும் அமைந்த தோன் பிரதேசத்து ஜாதிக் குதிரை.

அந்த யுத்தத்தின் உணர்ச்சி உத்வேகம் அடக்குவதற்குப் பதிலாக, அதிகரிக்கத்தான் செய்தது. எங்குப் பார்த்தாலும், அக்கார்டியன் வாத்தியங்களின் இசைமுழக்கம் கேட்டது. பாட்டுக் குரல்கள் முழங்கத் தொடங்கின: "தலைக்கு மேலே தலைக்கு மேலே மேகக் கூட்டம்! இங்குத் - தரையினிலே தேங்குதடா பனிமூட்டம்." மற்றக் குரல்கள் அடுத்துவரும் வரிகளைப் பாடத் தொடங்கின. ஆங்காங்கு எவனாவது ஒரு நாட்டியக்காரன் தரைமீது உட்கார்ந்த நிலையிலிருந்தவாறு, சுற்றிச் சுழன்றவாறு வட்டம்போட்டு ஆடினான்; கால்களை முன்னும்பின்னும் விரைவாக நீட்டியும்மடக்கியும், அன்னப்பறவைபோல் கைகளை மடக்கியும் விரித்தும், வாத்தியக் கருவிகளின் இசைக்கும், பார்த்துக் கொண்டிருப்பவர்களின் சீட்டியொலிக்கும் ஏற்றவாறு நடனம் ஆடினான்.

ஆனால், அதென்ன? மீண்டும் எக்காள ஒலிகள் முழங்கின; அவர்களை மீண்டும் யுத்தம், கடினமான வேலைக்கும் அழைத்துவிட்டது. கறுத்த கசாக்கு உடையையும், வெள்ளிபோல் பளபளக்கும் ஆஸ்திரகன் பிரதேசத்துத்

தொப்பியையும் அணிந்தவாறு, புதியோனி தொலைவில் தமது குதிரைமீது மெதுவாகச் சென்றார்; அவரது படைவரிசைத் தளபதிகள் இருவரும் உடன் சென்றார்கள். மீண்டும் படைப்பிரிவுகள் அணிவகுக்கப்பட்டன; எட்டுப் பெரிய செங்கொடிகள் அந்த அணிவகுப்புகளுக்கு மத்தியில் மேலும்கீழும் ஆடியசைந்தவாறும், காற்றில் படபடத்தவாறும் காட்சியளித்தன.

***

தமது முதற்பேரணி பயங்கரமாக முறியடிக்கப்பட்ட தாலும், தாம் ஏற்கெனவே வகுத்திருந்த திட்டம் பாழானதாலும், மாமன்தவ் புதியோனியின் படைகளைச் சுற்றிவளைத்து முற்றுகையிடும் எண்ணத்தைக் கைவிடும்படியாயிற்று. மேலும், எதிரிகளின் அணியில் ஏற்பட்ட குழப்பத்தையும் புதியோனி தமக்குச் சாதகமாக உடனே பயன்படுத்திக் கொள்ளவும் தவறவில்லை. மறுநாள் அதிகாலையில் புதியோனியின் வீரர்கள் மாமன்தவின் இரண்டாவது பேரணியையும் தாக்கினார்கள். அந்தத் தாக்குதலைச் சமாளித்து நிற்க முடியாமல், ஒரு கவச ரயிலின் பக்கபலத்தோடும், பாதுகாப்போடும் ரயில்வே பாதைக்கு வாபஸானார்கள். அந்த கவச ரயில் வண்டி வரோனிஷிலிருந்து பாலங்களின்மீது கடகடத்துப் பேரொலியெழுப்பியவாறே ஓடிவந்தது. அந்த வண்டியின் உருக்குக் கவச வடங்களின் பின்னிருந்து பீரங்கிப் படை அதிகாரிகள் ஆறு அங்குல வாயுள்ள பீரங்கிகளையும் இயந்திரத் துப்பாக்கிகளையும் மெல்லமெல்ல மங்கி மடியும் பனிமூட்டத்தை நோக்கித் திருப்பிக் கொண்டிருந்தார்கள்.

இடையிடையே கொடியை ஆட்டிச் சமிக்ஞை காட்டுபவன் தண்டவாளங்களின் மீது தலைகாட்டினான். உடனே அந்த ரயில் ஒரு நிமிஷம் நின்று தகவலை வாங்கிக் கொண்டது. இதன்மூலம் ரயிலிலிருந்தவர்கள் புதியோனியின் துருப்புகளால் ரயில் பாதையை நோக்கி விரட்டியடிக்கப்பட்ட இரண்டாவது பேரணியின் படுமோசமான நிலையை அறிந்துகொண்டார்கள்.

அந்த ஆயுதந்தாங்கி ரயில் வண்டி வேகத்தை அதிகரித்தது. அதன் கரகரத்த விசில் சத்தம் இடையறாது அலறியது; அந்த அலறல் மாமன்தவின் துருப்புகளுக்கு விரைவிலேயே நிவர்த்தியளிக்க வருவதாகப் பறைசாற்றி வந்தது.

அந்த வண்டியின் உருக்குக் கவசங்களின் ஓட்டைகள் வழியே பனிமூட்டத்தைப் பார்த்துக் கொண்டிருந்த அதிகாரிகள் பனிமூட்டத்தின் ஊடேயிருந்து, ஏதோ ஒரு தெளிவற்ற உருவம் தம்மை நோக்கி ரயில் தடத்தின் மீது வந்துகொண்டிருப்பதைக் கண்டார்கள். உடனே வண்டியின் வேகம் குறைக்கப்பட்டது. இஞ்சின் டிரைவர் பிரேக்குகளை இழுத்து, வண்டியைப் பின்னோக்கிச் செலுத்த முனைந்தான். பீரங்கி அதிகாரிகளோ தம்மை நோக்கி நிமிஷத்துக்கு நிமிஷம் பிரம்மாண்டமாகவும் பெருத்து விரிந்து வந்த அந்த நிழல்போன்ற உருவத்தின் மீது பீரங்கிப் பிரயேகம் செய்ய முனைந்தார்கள். ஆனால், அதற்குள் காலம் கடந்துவிட்டது. ஆட்கள் யாருமே இல்லாது ஒரு பெரிய சரக்கு ரயில் இஞ்சின் முழுவேகத்தோடு வந்து, அந்த ஆயுதந்தாங்கி ரயில் வண்டியின் முதல் இரும்புக் கவச வண்டியின்மீது இடி முழக்கத்தோடு மோதியது. அந்த இஞ்சினின் முன்புறத்திலும், பக்கவாட்டிலும் சுரங்க வெடி மருந்துகள் வைக்கப்பட்டிருந்தன. எனவே, மோதியவுடனேயே அவையும் வெடித்தன. இந்த அதிர்ச்சியில் ஆயுதந்தாங்கி ரயிலின் முன் வண்டியில் இருந்த வெடிகுண்டுகளும் அதேகணத்தில் வெடித்துச் சிதறின. மண்ணும் மணலும் புகையும் கரியும், நெருப்பும் நீராவியும் கலந்து நிரம்பிய சூழலிலே அந்தக் கவச ரயில் -- வண்டி பின்வாங்கியது; பின்னர் உருக்காலான ஆமைபோல் தோன்றிய அந்த ரயில் வண்டி முழுவதும் குடைசாய்ந்து ஒன்றோடொன்று மோதி நொறுங்கிக்கொண்டு, ரயில் பாதைக்கப்பால் உருண்டுவிழுந்தது.

மாமன்தவின் இரண்டாவது பேரணி வரோனிஷ் நோக்கிப் பறந்தது. மூன்றாவது பேரணியும், ஒருமுறைகூட துப்பாக்கியை வெடிக்காமல், அதே திசையில் வாபஸ்

வாங்கியது. ஆனால் நாலாவது நாளன்று, அது போரைக் கைவிடும்படியான நிர்ப்பந்தத்துக்கு ஆளாயிற்று. ஏனெனில் அந்தப் போரில் மாமன்தவின் படை முற்றிலும் முறியடிக்கப்பட்டது; சீர்குலைக்கப்பட்டது. வயல்வெளிகளிலும் குன்றுப்புறங்களிலும் எங்குப் பார்த்தாலும் பலமைல்கள் சுற்றளவுக்குக் கசாக்குகள் பிணக்காடாய் வெட்டி வீழ்த்துப்பட்டுச் செத்துக் கிடந்தார்கள்.

சீர்குலைந்துபோன தோன், குபான் படைவரிசைகள் ஆற்றின் அக்கரைக்குச் சென்றன. அவற்றின் படைப் பிரிவுகளில் பலவும் தமது பலத்தில் பாதிக்குமேல் இழந்து விட்டன. இருபத்தி நாலாம் தேதியன்று அதிகாலையில் புதியோனியின் பிரதானப் படைகள் அங்கு அவர்களைத் தொடர்ந்து சென்றன. முன்னர் தெப்லோவின் பயிற்சிப் படைவீரர்களும் பாதிரியார் படைப்பகுதியும் பாதுகாத்து நின்ற அந்த மரப்பாலத்தில் இப்போது நாதியே இல்லை; அந்தப் பாலத்தை வெடிவைத்து உடைத்தெறிவதற்குக்கூட அவகாசம் இல்லாம் அவர்கள் ஓடிப் போய்விட்டார்கள். நகரிலிருந்து பல பீரங்கிகள் சுட்டுக் கொண்டிருந்தன; அந்தக் குண்டுகள் ஆற்றுத் தண்ணீரில் விழுந்து வெடித்து நீரையும் சேற்றையும் வாரியிறைத்தன. புதியோனி பாலத்துக்குச் சென்றார்; அப்போதுதான் அந்தப் பாலம் தற்காலிகமாக அமைக்கப்பட்ட ஓர் ஏற்பாடு என்பதைத் தெரிந்துகொண்டார். வெள்ளியால் செய்த எக்காளங்களை வாசிக்கும் அந்த வாத்தியக் கோஷ்டியை அவர் வரவழைத்தார்; அணிவகுப்புக்கும் நாட்டியத் துக்கும் ஏற்ற அருமையான, இனிமையான, குதூகலமிக்க மெட்டுகளை வாசித்துக்கொண்டு, பாலத்துக்கப்பால் அவர்களைச் செல்லுமாறு அவர் உத்தரவிட்டார். சங்கீதப் பள்ளியைச் சேர்ந்த மாணவர்கள், தாம் அகப்பட்டுக் கொண்ட சமயத்தில் அணிந்திருந்த அதே பழைய கோட்டுகளையும் தோளில் மஞ்சள் - சிவப்பு நிறச் சின்னங்களையும் தரித்திருந்தார்கள். எல்லோரும் பாலத்துக்கு அப்பால் ஓடிச் சென்றார்கள்; அவர்கள் மறுபுறத்தில் போய்ச் சேர்ந்ததுமே அந்தப் பாலத்தின்

மீது ஒரு குண்டுவந்து விழுந்து வெடித்தது; அத்துடன் பாலமும் தகர்ந்துவிழுந்தது. அவர்கள் பயத்தால் உயிரே போய் விட்டதுபோல் நடுங்கினார்கள்; என்றாலும் வெடிகுண்டு முழக்கத்துக்கு எதிராக, அவர்கள் தமது வெள்ளி வாத்தியங்களை உரக்க ஊதத் தொடங்கி விட்டார்கள்.

குதிரைமீது செல்லும் ஒவ்வொரு செஞ்சேனை வீரனின் கையிலும் ஒரு வெடிகுண்டு கொடுக்கப்பட்டது; அதைச் சுமந்துகொண்டே அவர்கள் அக்கரை செல்ல வேண்டும். "முன்னேறுங்கள்!" என்று தளபதிகளும் கமிஸார்களும் கத்தியவாறே, தத்தம் படைகளுக்கு முன்னால் அந்தப்பனிக் குளிர்நிறைந்த தண்ணீரில் பாய்ந்து முன்னேறினார்கள்; ஆற்றின் தண்ணீரோ வெடித்துச் சிதறும் வெடிகுண்டுகளால் நுங்கும் நுரையுமாய்ப் பொங்கித் தெறித்துக் கொண்டிருந்தது. ஆற்றின் மத்தியில் வந்ததும், வீரர்கள் சேணத்திலிருந்து நழுவி நீந்தத் தொடங்கினார்கள்; அதேசமயம், ஒரு கையிலே வெடிகுண்டையும், மறுகையிலே குதிரையின் பிடரி மயிரையும் பிடித்தவாறு நீந்தினார்கள். பீரங்கிப் படை வீரர்களோ, குதிரைகளோடு அந்த ஆற்றுக்குள் பாய்ந்து, பீரங்கிகளையும் ஆற்றின் அடிப்பாகத்தின் வழியாக இழுத்துக்கொண்டு சென்றார்கள். மறுகரைக்குச் சென்றதுமே, உடம்பெல்லாம் நீர் சொட்டச்சொட்ட மூர்க்காவேசத்தோடு நின்ற புதியோனியின் வீரர்கள் நனைந்துபோயிருந்த தமது குதிரைகளின் மீது தாவியேறி வரோனிஷைத் தாக்குவதற்காகப் பாய்ந்துசென்றார்கள். ஆனால், மாமன்தவ், ஷ்குரோ ஆகியோரின் படை வரிசைகள் அங்கும் எதிர்த்து நின்று போரிடத் துணியவில்லை. அவர்கள் காஸ்டோர்னயாவை நோக்கி, தோன் நதியை அவசரஅவசரமாகக் கடந்து சென்று விட்டார்கள்.

***

வெள்ளை ராணுவத்தின் சிறந்த குதிரைப் படைத் துருப்புகளை ஒழித்துக் கட்டியதும், வரோனிஷைக்

கைப்பற்றியதும் ஒரு மாபெரும் யுத்த தந்திரத் திட்டத்தின் ஆரம்ப நடவடிக்கைகளைச் சேர்ந்த முதற்பெரும் வெற்றிதான். அந்த யுத்த தந்திரத் திட்டத்தை தென் திசைப் போர்முனையின் புதிய தலைமைதான் தீட்டிக் கொடுத்திருந்தது.

திட்டத்தின் பிரதிகள் நீலநிறமான காகிதத்தில் டைப் அடிக்கப் பெற்றிருந்தன; அவற்றில் ஸ்டாலின் கையெழுத்திட்டிருந்தார். பிரதிகள் எல்லா ராணுவத் தளபதிகளுக்கும், படைவரிசைத் தளபதிகளுக்கும், துருப்புகளின் தளபதிகளுக்கும், பட்டாளத் தளபதிகளுக்கும் படைப் பிரிவுத் தளபதிகளுக்கும் அனுப்பப்பட்டிருந்தன. அந்தத் திட்டத்தில் ஒவ்வொரு செஞ்சேனை வீரனுக்கும் புரியக்கூடிய எளிய பாஷையில் விளக்கமான ஷரத்துகள் குறிப்பிடப்பட்டிருந்தன; அதில் தென்திசைப் போர்முனையிலுள்ள எல்லாப் படைகளும் அர்யோல், க்ரோமி ஜில்லாக்களிலிருந்து தொடங்கவேண்டிய எல்லா நடவடிக்கைகளுக்கும் விவரம் இருந்தன; அந்த ஜில்லாக்களிலிருந்துதான், (ஒரு காலத்தில்தான் முதன்முதலில் மாஸ்கோவுக்குள் பிரவேசிக்கப் போவதாகச் சபதம் எடுத்த) ஜெனரல் குத்தேபவின் தலைமையில் சீர்குலைந்துபோன தெனீகினின் காவல் படைகள், செர்கோ ஓர்ஜோனி கிட்ஸே என்ற செஞ்சேனைத் தளபதியின் தலைமையில் போராடிய பிரத்யேகப் படையினரின் தாக்குதலைத் தாக்குப்பிடித்து நிற்க மாட்டாமல் வாபஸாகிக் கொண்டிருந்தன. மேலும் அந்தத் திட்டத்தில், தோன் ராணுவமும் சேவாசேனை ராணுவமும் சந்திக்கின்ற சந்திப்பு ஸ்தானத்தில் வெள்ளை ராணுவத்தின் போர்முனையை ஊடறுத்துத் துண்டிக்கும் பொறுப்பில் விடப்பட்டிருந்த, புதியோனியின் துருப்புகள் வரோனிஷிலும், காஸ்டோர்னயாவிலும் மேற்கொள்ள வேண்டிய நடவடிக்கைகளைப் பற்றிய விவரமும் பின்னர், அதே புதியோனியின் துருப்புகள் பாட்டாளி வர்க்கத்தார் நிறைந்த தோன் பிரதேச நிலக்கரிச் சுரங்க வயல்களின் வழியாக, அங்கு அந்தச் சமயத்தில் ஏற்பட்டிருந்த போர்முனையின் உடைப்பையும் ஊடறுத்து

முன்னேறியவாறு, தோன் நதியின் முகத்துவாரத்தில் அமைந்த ரஸ்தோவைக் கைப்பற்றுவதற்கான விவரமும் அடங்கியிருந்தன.

தப்பிப் பிழைப்பதற்குரிய மரணப் பிடியில் சிக்கித் தவித்ததாகத் தோன்றிய போல்ஷிவிக்குகள் சாதிக்க முடியாததைச் சாதித்துவிட்டார்கள்; ஒருபக்கத்திலே டைபாய்டு போன்ற தொத்துநோய்களும், பஞ்சமும், பொருளாதாரச் சீர்குலைவும் நிலவிவந்த சூழ்நிலையிலும் கூட, அவர்கள் தமது எதிர்த்தாக்குதலை வெற்றிகரமாகச் சாதித்து முடித்தார்கள்; அதன்மூலம் சோவியத் ருஷ்யாவை நெரித்துக் கொல்ல முயன்ற உலகரீதியான திட்டங்களையே உருக்குலைத்துவிட்டார்கள்; எல்லையற்றுப் பரந்துகிடக்கும் அந்த மாபெரும் நாடு வெளியுலகத்தாருக்கு இன்னும்புரியாத புதிராகத்தான் இருந்தது; அது எல்லோரையுமே வியப்பில் ஆழ்த்தியது. ஆம். ஒவ்வொருவரும் அதைக் கண்டு திடுக்கிட்டுப் போனார்கள். புது வருஷப் பிறப்புக்குள்ளே பிரெஞ்சுக்காரர்கள் மாஸ்கோவுக்குள் பிரவேசித்து விடுவார்களென்றும், அவர்கள் வரும்போது சாம்பேன் மதுவையும், இரால் மீன்களையும், ஏன் பார்மா வயலெட் பூக்களைக்கூடக் கொண்டு வருவார்களென்றும் நம்பிக் கொண்டிருந்த ஹோட்டல்வாசிகளும்கூட அதைக் கண்டு ஆச்சரியப்பட்டார்கள்; அவர்கள் எல்லாம் அட்டுப்பிடித்த ஹோட்டல் அறைகளிலே பெட்டி படுக்கைகளை மூட்டை கட்டிக்கொண்டு அதன்மீது வியப்போடு அமர்ந்திருந்தார்கள். அதேபோல் பாரிசில் உள்ளவர்களுக்கும் இது பெருவியப்பையே அளித்தது. முன்பெல்லாம் ஐரோப்பாவின் அதிபதியினது வெளிக்கூடத்திலே மணிக்கணக்காக எத்தனையோ நாட்கள் காத்துக்காத்துக் கால்கள் மரத்துப்போன கனவான்கள், நிமிர்ந்த தலையோடும் சட்டசபை மூலமாக இயங்கப்போகும் ருஷ்யாவைக் கிட்டத்தட்ட தமது பாக்கெட்டுக்குள்ளும் வைத்தவாறு கிளெமன்ஸோவின் தனியறைக்குச் சென்றார்கள்; அங்கேயுள்ள கணப்புத் தீயிலே தீக்கங்குகள் வெடிக்கும் சப்தங்கள் கேட்டன; அந்தச் சூழ்நிலையில் உருண்டுதிரண்ட சிறிய

தோள்களையுடைய அந்தச் சர்வாதிகாரி நரைவிழுந்த புருவங்களை நெரித்தவாறு, உலகம் முழுவதற்கும் சமாதி நிலையின் மோக சாந்தியை வழங்குவதற்கான ஒரு திட்டத்தைக் குனிந்தமர்ந்து பரிசீலனை செய்து கொண்டிருந்தார்; பின்னர் தமது இடத்தைவிட்டு எழுந்து அந்த ருஷ்யக் கனவான்களிடம் கை கொடுத்தார்; அவர்களோ உணர்ச்சிப் பரவசத்தோடு அவரது கையை இறுகப்பிடித்துப் பிழிந்தார்கள் - ஆனால் அந்தோ, அவர்களது திட்டமெல்லாம் பாழாகி, எல்லோருமே வியப்பில் ஆழ்ந்தார்கள். இத்தனைக்கும் மேலாக, வெள்ளிக்கிழமைகளில் 'வின்ட்' சீட்டு விளையாடுவதை வெகுகாலத்துக்கு முன்பே துறந்துவிட்டு, எல்லோரையும் போலவே பலவீனமானவராய் இருந்தும்கூட, ஏதோ ஒரு தெய்வீகமான திருப்பணியை நடத்தி முடிக்கப் புறப்பட்டுவிட்ட தியாக புருஷராகத் தம்மைத்தாமே நினைத்துக்கொண்டிருந்த தெனீகினுக்கும் இது அளப்பரும் வியப்பாக அமைந்தது.

ருஷ்ய மக்களின் உணர்ச்சி உத்வேகத்துக்கான மூல பலம் எங்கேயிருக்கிறது என்பது எவருக்குமே புரியாத புதிராக, மர்மமாகத் தோன்றியது. சர்வதேசிய சுபிட்சத்தையும், சத்திய பூர்வமும் தர்மநியாயமுமான சமுதாய அமைப்பையும் பற்றிய கருத்துகள், சென்ற உலகப்போரில் கொன்றுகுவிக்கப்பட்ட மனிதப் பிணங்களின் மலைகளுக்கடியிலேயே என்றென்றைக்கும் புதையுண்டு போய்விட்டதாகத் தோன்றியதுண்டு. ஆனால், அந்தக் கருத்துகள் ஈடன் தோட்டத்து மரத்தின் விதைகளைப்போல் திடீரென்று மீண்டும் தோன்றிவிட்டன. மேலும், எங்கே யுத்தங்களையும் விருந்துகளையும் மாவீரர்களின் திருமணங்களையும் பற்றிய நெடிய இதிகாசப் பாடல்களைக் கண்ணிழந்த கிழவர்களும் கிழவிகளும் இன்னும் கானமிசைத்து மெல்லப் பாடிக் கொண்டிருந்தார்களோ, எங்கே மந்திர ஜமுக்காளங்களையும் மாயமந்திரச் சூனியக்காரிகளையும், முட்டாள் இவானையும் பற்றிய நாடோடிக் கதைகளை, எழுத்து வாசனையில்லாத ஏழை விவசாயிகள் இன்னும்

ஒருவருக்கொருவர் கூறி மகிழ்ந்தார்களோ, அங்கே – அந்த ருஷ்ய நாட்டில், பஞ்சமும் நோயும் படுநாசச் சீரழிவும் பரவிக்கிடந்த அந்த ருஷ்ய மண்ணில், அந்தக் கருத்துகள், அந்த விதைகள் வந்து விழுந்துவிட்டன.

அந்தக் கருத்துகள் உருக்கால்செய்த மெல்லிய கத்திகளைப் போல், ருஷ்ய நாட்டு மக்களிடையே உறுதியும் பலமும், நெளிவும் சுழிவும் ஒருங்கே பெற்று விட்டன. புகையை இழந்து நின்ற புகைபோக்கிகளோடு, அழிந்தும் அழியாமல் நின்ற தொழிற்சாலைகளைச் சேர்ந்த தொழிலாளர்களும், நாடோடிக் கதைகளைச் சொல்லி மகிழ்ந்த விவசாயிகளும் டைபாய்டு தொத்து நோயையும், பஞ்சத்தையும், பொருளாதார சீர்குலைவையும் வெற்றிகண்டார்கள்; வெற்றி கண்டு, தெனீகினின் முதல் தரமான ராணுவத்தை விரட்டியடித் தார்கள்; வெற்றிகண்டு அழித்தொழித்தார்கள்; ஜெனரல் யுடேனிச்சினின் அதிர்ச்சிப் படைத் துருப்புகளைப் பெத்ரொகிராத் நகரத்தின் தலைவாசலிலேயே தடுத்து நிறுத்தினார்கள்; பின்னர் அந்தத் துருப்புகளை ஏஸ்தோனியாவுக்கு விரட்டியடித்தார்கள். மேலும் கல்ச்சாக்கின் தலைமையிலே வந்த மாபெரும் சைனியத்தை முறியடித்து, அதனைச் சைபரியாவின் பனிப் பிரதேசங்களிலே சீர்குலைந்து சிந்திச் சிதறிப் போக வைத்தார்கள்; ருஷ்ய நாட்டின் 'ஏகச் சக்ராதிபதியான' கல்ச்சாக்கையே பிடித்துச் சுட்டுக் கொன்றார்கள்; தூரக் கிழக்கிலே அவர்கள் ஜப்பானியர்களையும் அடித்து நொறுக்கித் தூக்கியெறியத் தொடங்கிவிட்டார்கள். இத்தனையையும் செய்வதற்கான உணர்ச்சி உத்வேகத்தை அவர்கள் லெனினது கருத்துகளின்மூலம் பெற்றார்கள். ஆமாம், கருத்துகள் மட்டும்தான்! ஏனெனில் ருஷ்ய நாட்டில் உண்பதற்கோ, உடுத்துவதற்கோ எதுவுமேயில்லை – இந்தக் கருத்துகளால், உலகம் முழுவதிலும் உள்ள எந்த ஒரு நாட்டாரையும்விட, தாங்களே பலம் வாய்ந்தவர்கள் என்று அவர்கள் நம்பினார்கள்; அத்துடன் பஞ்சத்தால் அடிபட்டு பவிசழிந்துபோன தமது நாட்டின் இடிபாடுகளுக்கு மேலேயே, சத்திய தர்மபூர்வமான கம்யூனிச சமுதாயத்தைத்

தாங்கள் கூடிய விரைவிலேயே கோபுரம் போல் எழுப்ப முடியும் என்றும் அவர்கள் நம்பினார்கள்.

20

காத்யாவுக்குத் தனது வயிறு சில்லறை போட்டுவைக்கும் சின்னஞ்சிறு பையைப்போலவே இருப்பதாகத் தோன்றியது. இரண்டு அவுன்ஸ் எடையுள்ள ரொட்டியும், உப்பிட்ட மீன் துண்டம் ஒன்றும், சில கரண்டி அளவுள்ள சூப்பும்தான் அந்த வயிற்றுக்குள்ளே செல்ல முடிந்தது. அவளது பாவாடைகளும் ஒரு தொல்லையாகத்தான் இருந்தன. இவை இடுப்பிலேயே தரித்து நிற்க மறுத்தன; அதனை இறுகக் கட்டிக்கொள்வதற்கான ஊசி நூலோ அல்லது அதைச் சுருக்கித் தைத்துக் கொள்வதற்கான நேரமோ அவளுக்கு இல்லை. ஆனால் இத்தனைக்கும் மாறாக, அவளது கண்கள் மட்டும், சென்ற இலையுதிர் காலத்தின்போது மத்ரியோனா அவளுக்குச் சத்து மிகுந்த மாவுப் பணியாரங்களைத் தந்து ஊட்டம் கொடுத்து வளர்த்த காலத்தில் இருந்ததைவிட, இரண்டு மடங்கு பெரிதாகத் தோன்றின.

பள்ளிக்கூடத்திலுள்ள சிறுமிகளோ தமது பசித்த வாய்களில் வதங்கிய புன்னகைதோன்ற, சில சமயங்களில் உணர்ச்சிப் பரவசத்தோடு சொன்னார்கள்:

“காத்யா மாமி! நீங்கள் எவ்வளவு அழகாக இருக்கிறீர்கள்!”

இதைக் கேட்டு காத்யா மகிழ்ச்சியடைந்தாள்; ஏனெனில், இப்போது அவளது வாழ்க்கை முழுவதுமே எதிர்காலத்தில்தான் அடங்கிக் கிடந்தது. பழைய வாழ்க்கையின் ஒரே எச்சமச்சமாக விளங்கிய அந்தப் பச்சைக்கல் மரகத மோதிரத்தையும் அவள் வெகுநாட்களுக்கு முன்பே, விளதீமிர் ஸ்கோயே கிராமத்தில் தொலைத்துவிட்டாள். ஸ்தரகொன் யூஷன்னீ தெருவிலுள்ள அந்தப் பாழடைந்த பழம்வீட்டில் நிழலாடிக் கொண்டிருந்த அவளுக்குப் பிரியமான அந்த நிழல்களும்

இப்போது அவளது மனத்தை அலைக்கவில்லை; அவற்றை அவள் எண்ணிக்கூடப் பார்ப்பதில்லை. ஆனால் எதிர்காலமோ - பஞ்சத்தாலும், பசியாலும், வறுமையாலும், குளிராலும், யுத்தத்தாலும் வாடிவதங்கி வதைப்பட்டுக் கொண்டிருந்த மக்கள் அனைவரது சகலசிந்தனைகளும் சர்வநம்பிக்கைகளும் ஒருகாலத்தை நோக்கித் திரும்பியிருந்த அந்த எதிர்காலமோ - காத்யாவுக்கு விரிந்துபரந்த ராஜபாட்டைபோல் தோன்றியது; அந்த ராஜபாட்டை சூரியஒளியிலே பளபளக்கும் கண்ணாடியைப்போல் பிரகாசிப்பதாகவும், அதன் இருபுறத்திலும் பச்சைப்பசிய புல்வெளிகளும், சூரியனை நோக்கிக் கரம்நீட்டிக் கொண்டிருக்கும் மரங்கள் சூழ்ந்த ஆவிகிளம்பும் ஏரிப் பரப்புகள் தென்படுவதாகவும் அவளது மனக்கண்ணில் சித்திரம் தோன்றியது. அந்த ராஜபாட்டையோ, தூரா தொலையிலே நீலவரி வடிவமாகத் தோன்றும் ஒரு நகரத்துக்கு, அழகும் செழிப்பும் செறிவும் நிறைந்த ஒரு நகரத்துக்கு, எங்கு எல்லோரும் ஆனந்தத்தைக் காண முடியுமோ, அந்த நகரத்துக்கு வழிகாட்டிச் செல்வதாக அவளுக்குத் தோன்றியது.

ஒருநாள் இந்த விஷயத்தைப்பற்றி, காத்யா வகுப்பு நடந்து கொண்டிருக்கும்போதே பள்ளிப் பிள்ளைகளிடம் சொன்னாள். அவர்கள் திறந்தவாயை மூடாமல், அவள் கூறியதை வியப்போடு கேட்டார்கள். உணர்ச்சி வசப்படக்கூடிய சிறுமிகளுக்கு, அந்த ராஜபாட்டை மிகவும் பிடித்துப் போய்விட்டது. ஏனெனில், அது பச்சைப்பசிய புல்வெளிகளுக்கு மத்தியிலே செல்வதால், அவர்கள் அங்குவண்ணம் வண்ணமான வண்ணத்துப்பூச்சிகளைப் பிடிக்கலாம்; நட்சத்திரங்களைப்போல் கொத்துக்கொத்தாக மலர்ந்திருக்கும் சின்னஞ்சிறு பூக்களைப் பறிக்கலாம். ஆனால், சிறுவர்களுக்கு அந்த ராஜபாட்டைக் கதை திருப்தியளிக்கவில்லை - அந்தப் பச்சைப்பசிய புல்வெளிகளுக்கும் வயல்பரப்புகளுக்கும் மத்தியில் கைகாட்டி மரங்களையும், இரும்புப் பாலங்களையும் குகைவழிகளையும் தாண்டிக் கடந்தவாறு கடகடத்துச் செல்லும் ரயில்வண்டிகளைப் பற்றியோ அல்லது

அந்த ரயிலின் ஜன்னல்களின் வழியே தெரியும் பிரம்மாண்டமான தொழிற்சாலைப் புகைபோக்கிகளைப் பற்றியோ, அவற்றிலிருந்து உற்சாகத்தோடு மேலெழுந்து, சுருண்டு சுருண்டுசெல்லும் புகையைப் பற்றியோ காத்யா ஒருவார்த்தைகூடச் சொல்லவில்லை. என்றாலும் அந்த நகரத்தைப் பற்றிய வர்ணனையில் மட்டும் அவர்கள் எல்லோரும் ஒரே கருத்தை ஒப்புக்கொண்டார்கள்; அந்த நகரம் நீலநிறமாகத் தோன்றும்; அதிலே மேக மண்டலங்களையே தொட்டு நிமிரும் உயர்ந்த வீடுகள் உண்டு; அங்கு படுவேகத்தில் டிராம் வண்டிகள் ஓடும்; சாலைகளிலெல்லாம் ஊஞ்சல்கள் இருக்கும்; கடைகளிலெல்லாம் ரொட்டியும் கறியும் எவ்வளவு வேண்டுமானாலும் கிடைக்கும்: "சரி. அங்கு ஐஸ்கிரீம் கிடைக்குமா?" என்று காத்யா கேட்டாள். அந்தப் பிள்ளைகளில் எவருமே ஐஸ்கிரீமைச் சாப்பிட்டுப் பார்த்ததாகத் தெரியவில்லை; அப்படியே சாப்பிட்டிருந்தாலும், அவர்கள் மிகவும் சிறு குழந்தைகளாக இருந்தபோதுதான் சாப்பிட்டுப் பார்த்திருந்தார்கள்; இப்போதோ அவர்களுக்கு அது எப்படியிருக்கும் என்பதே மறந்து போய்விட்டது.

காத்யா தனது தேகபலத்தையும் கவனித்துக்கொள்ள வேண்டியிருந்தது. ஒருநாள், அவள் தண்ணீர் நிறைந்து தளும்பிய ஒரு வாளியை முற்றத்துக்குள் தூக்கிக் கொண்டு வரும்போது, திடீரென்று தன்னால் அதனை மேலும் தூக்கிக்கொண்டிருக்க முடியாது என்ற உணர்ச்சி அவளுக்கு ஏற்பட்டது. எனவே, அவள் வாளியைக் கீழே வைத்துவிட்டு, கிறுகிறுத்து மயங்கிய தனது தலைச்சுற்றலைத் தவிர்ப்பதற்காக, சுவரின்மீது சாய்ந்துகொண்டாள். அதிர்ஷ்டவசமாக, கலையைப் பற்றி அவள் செய்ய ஒப்புக்கொண்ட பிரசங்கங்களுக்குச் சந்தர்ப்பமே இல்லாது போய்விட்டது. மாஸ்கோ ஒவ்வொரு நாளும் மேலும்மேலும் வெறுமையாகி வந்தது. அர்பாத் சதுக்கத்திலிருந்து ஸ்ட்ராஸ்ட்நாயா சதுக்கம் வரையிலும் நடந்தாலும், எதிரே ஒரு பாதசாரிகூடத் தென்படக் காணோம். என்றாலும் இப்போதோ

இஸ்வேஸ்தியா பத்திரிகையில் ராணுவ வெற்றிகளைப் பற்றிய செய்தி அறிக்கைகள் தினசரிவந்த வண்ணமாக இருந்தன. செஞ்சேனையினர் காஸ்டேர்னயாவிலுள்ள வெள்ளை ராணுவப் போர்முனையை ஊடறுத்துப் புகுந்து, தோன் நிலக்கரி பிரதேசத்தை நோக்கி அகன்று பரந்த வெள்ளம்போல் முன்னேறிக் கொண்டிருந்தார்கள். மேலும் வெள்ளை ராணுவத்தின் பின்னணியிலும் விவசாயிகளின் ஆயுதந்தாங்கிய கிளர்ச்சிகள் வெடித்தன. ஒருவழியாக யுத்தத்தின் முடிவும், அவர்களது துன்ப துயரத்தின் விடிவும் கண்ணுக்குப் புலனாகத் தொடங்கின.

காத்யா, ஒரு நாள் மாலை தனது அறையில் வீற்றிருந்தாள். அப்போது கிட்டத்தட்ட எட்டு மணியாகி விட்டபோதிலும், அவள் இன்னும் விளக்கேற்றவில்லை. ஏனெனில் அந்த இசைத் தேனீ, அடுப்பின் புதிதாகக் கிண்டிவிடப் பெற்ற நெருப்பு, அடுப்பின் துளைவழியே போதுமான வெளிச்சத்தைப் பரப்பிக் கொண்டிருந்தது. அவள் அடுப்பின் முன்னால் ஒரு சிறிய பெஞ்சின்மீது உட்கார்ந்து, அடுப்புக்குள் விறகுச் சுள்ளிகளைப் பதனமாகச் செலுத்தினாள்; உடனே அவை சடசடவென்று பொரிந்துகொண்டு, பிரகாசமாக எரியத் தொடங்கின; பள்ளிக்கூடத்துச் சிறுவர் சிறுமியர்களுக்கு அவள் சூரியசக்தியைப் பற்றிச் சொன்னாளே, அந்தச் சூரியசக்தியின் ஒரு பகுதியாகவே அந்த நெருப்பு எரிந்தது.

அப்போது அவள் 'குற்றமும் தண்டனையும்' என்ற நாவலை வாசித்துக்கொண்டிருந்தாள். அடக்கடவுளே! அந்தக் காலத்திலேதான் வாழ்க்கை எவ்வளவு படுமோசமாக இருந்திருக்கிறது! புத்தகத்தின் பக்கங்களின் மீது கையை வைத்தவாறே, காத்யா தீப்பிழம்புகளைப் பார்த்தாள். போல்ஷோய் சதுக்கத்திலிருக்கும் அந்த மரவீட்டு ஹோட்டலில் ஸ்விட்ரிகாய்லாவ் கழித்த அந்த இரவுதான் எத்தனை பயங்கரமானது! அதே ஹோட்டலுக்குத்தான் ஒருமுறை அவளது வாழ்க்கையிலே ஒரேஒரு முறை பெஸ்ஸோனவுடன் காத்யா சென்றிருந்தாள். தனது வாழ்க்கையில் ஏற்பட்ட வெறுப்பையும் பயங்கரத்தையும்

தன்னால் என்றுமே வெற்றிகொள்ள இயலாது என்று தெரிந்தவனாய், நம்பிக்கை வறட்சியோடு ஒவ்வொரு மணி நேரத்தையும் ஸ்விட்ரிகாய்லாவ் கழித்தானே, அதே அறையில்தான் காத்யாவும் பெஸ்ஸோனவும் இருந்தார்களோ என்னவோ?

அந்தச் சாபக்கேடு இப்போது நீங்கிவிட்டது; நீறிச் சாம்பலாகிக் காற்றோடு காற்றாய்க் கலந்துவிட்டது. இப்போதோ அடுப்புக்குள் மேலும் சுள்ளிகளைப் போட்டுவிட்டு, ஆனந்தத்தில் நம்பிக்கைகொண்டு, கடந்த காலத்தைப்பற்றி அமைதியாகப் படிக்கலாம்.

நடைகூடத்தில் ஒழுங்கற்ற காலடியோசைகள் கேட்டன. ஒருவேளை, மாஸ்லாவுடன் மீண்டும் ஆலோசனைகள் நடத்த மனிதர்கள் வந்திருக்க வேண்டும். பல்வேறு விதமான நபர்களும் அவனது அறைக்கு இரவில் அகாலவேளையிலும் வந்துசென்றார்கள். அவர்களது கோபாவேசமான குரல்கள் காத்யாவின் அறைக்கும்கூட எட்டிவிடும். அவர்கள் எவ்வளவு நேரம் கழித்துத் திரும்பிச் சென்றாலும், மாஸ்லாவ் அவர்களைச் சமையலறை வரையிலும் சென்று வழியனுப்பிவிட்டு, காத்யாவின் அறைக்கதவைப் பதனமாக மெல்லத் தட்டுவான்.

"நீங்கள் தூங்கப் போய்விட்டீர்களா? இல்லையே! இவ்வளவு சீக்கிரமாகத் தூங்கப் போகிறீர்களே! உங்களுக்கு வெட்கமாக இல்லை. மேலும், நீங்கள் ஒரு நவீனகாலத்துப் பெண். சேச்சே!"

அவன் கதவின் கைப்பிடியை இடைவிடாது கலகலக்கச் செய்வான். அதனால் காத்யாவுக்குக் கோபாவேசத்தால் உடலெல்லாம் நடுங்கும். மாஸ்லாவ் மிகுந்த பிடிவாதமும், தற்பெருமையும் மிகுந்தவன். எனவே, அவன் விடியுமட்டும் வேண்டுமென்றாலும் அந்தக் கதவருகிலேயே நிற்கத் தயாராயிருப்பான்;

"காத்யா! நான் உங்கள் அடுப்பின் அருகில்தான் கொஞ்ச நேரம் அமைதியாக உட்கார விரும்புகிறேன். என் நரம்பெல்லாம் கலகலத்துப் போயிருக்கிறது. கதவைத்

திறந்து என்னை உள்ளேவர விடுங்கள். கொஞ்சம் தயவு செய்து, நல்ல தோழராக நடந்துகொள்ளுங்கள்."

அவனுக்குப் பதிலளிக்காமலிருப்பதும் அர்த்தமற்ற செயலாகும்; எனவே, காத்யா வேறுவழியின்றி எப்போதுமே கதவைத் திறந்துவிட்டு விடுவாள். அவன் அந்த இசைத் தேனீயின் முன்னால் அமர்ந்து, விறகு கிடைப்பதோ, தங்கம் கிடைப்பது மாதிரியிருந்த அந்தக் காலத்தில், அடுப்புக்குள் பெரியபெரிய விறகுக் கட்டைகளைத் திணிப்பான். பின்னர் புரியாதவிதத்தில் கிளுகிளுத்துச் சிரித்தவாறே, தனது மெலிந்த கரங்களை சூடேறிச் சிவந்த இரும்புக்கு மேலாக நீட்டுவான்; பின்னர், அவன் பிரபஞ்சகோளத்தின் ஈர்ப்புச் சக்திக்கு இணையான இனக்கவர்ச்சியைப் பற்றி நீண்டநேரம் அதிகப் பிரசங்கம் செய்ய முனைந்துவிடுவான். இந்தக் கவர்ச்சிக்கு இடங்கொடுத்துப் பணிந்துபோவதில்தான் அழகு இருக்கிறது. மற்றவை எல்லாம் அருவருக்கத்தக்க சந்நியாச யோகம்தான். மேலும், காத்யா மட்டும் அழகான பெண்ணில்லையா? தனிமையில் வேறு வாழ்கிறாள். அவன் சொல்கிற மாதிரி, "தங்க வருபவர்களின் தொல்லை" அவளுக்கில்லை. எனவே, என்றாவது ஒருநாள் அவனைத் தன்னோடு படுக்க அவள் அனுமதித்துவிடுவாள் என்பது அவனது அசைக்க முடியாத நம்பிக்கை."

அன்றிரவிலோ, தஸ்தயேவ்ஸ்கியை அவள் வேண்டுமட்டும் படித்திருந்தாள். எனவே, மாஸ்லாவின் அறையிலிருந்து வரும் பல்வேறு குரல்களையும் அவளால் கேட்காமல் இருக்க முடியவில்லை. அங்கு கோபாவேசமான கூச்சல்கள் எழுந்தன; ஏதேதோ சாமான்கள் விழும் சப்தமும் இடையிடையே கேட்டது; யாரோ புத்தகங்களை எடுத்து விட்டெறிவதுபோல் தோன்றியது. எனவே, அன்றிரவு அவன் ஆறுதலை நாடி அவளது அறைக் கதவை நிச்சயம் தட்டத்தான் போகிறான்.

கதவுக்கு வெளியே கதவைச் சுரண்டும் சத்தம் கேட்டது; அத்துடன் சாவித் துவாரத்தின் வழியாக ஒரு சிறுபிள்ளைக்குரலும் வந்தது: "காத்யா மாமி! உள்ளே

இருக்கிறீர்களா?"

க்லாவ்தியாதான் வந்திருந்தாள். அவள் பெரிய கம்பளிப் பூட்சுகளைக் காலில் மாட்டி, கயிற்றினால் சுற்றிக் கட்டியிருந்தாள்.

"செஸ்னகோவின் மனைவி லியூபா உங்களை அழைத்து வரச் சொன்னாள் - போர்முனையிலிருந்து ரோஷின் வந்திருக்கிறார்."

"வெளியே ரொம்பக் குளிராக இருக்கிறதோ?" "பயங்கரமாக இருக்கிறது. காத்யா மாமி! சரியான காற்று - கண்களையே திறக்க முடியவில்லை! பனித்துகள் மட்டும் பெய்தால் - ஆனால், பனி பெய்யவே காணோம்! என்ன விசித்திரமான மாரிக்காலம் இது! காத்யா மாமி! உங்கள் அறை எவ்வளவு கதகதப்பாக இருக்கிறது!"

காத்யாவுக்கு அந்தக் குளிரில் வெளியே புறப்பட்டுப் போவதற்கே மனமில்லை. மேலும் அவள் பிரேஸ்னியாவிலுள்ள செஸ்னகோவின் மனைவி லியூபாவின் வீட்டுவரையிலும் செல்லவேண்டும். ஆனால் அறையில் தங்கியிருந்தால், அந்தத் தவிர்க்க முடியாத சம்பாஷணைத் தொல்லையோ அந்தக் குளிரைக் காட்டிலும் மோசமானதாகத்தான் இருக்கும்! எனவே, அவள் கோட்டை மாட்டிக்கொண்டாள்; தலைமீது கதகதப்பான ஒரு சால்வையைப் போட்டுக் கொண்டாள். பின்னர் மாஸ்லாவுக்குத்தான் வெளியேபோகும் விஷயம் தெரியாதவண்ணம் சர்வ ஜாக்கிரதையாக க்லாவ்தியாவையும் கூட்டிக்கொண்டு, அவள் வெளியேறிவிட்டாள். இருண்டுகிடந்த பக்கத்துச் சந்திலிருந்து இரவுக் காற்று மிகுந்த வேகத்தோடு சில்லென்று வீசிற்று. எனவே, காத்யா தனது சால்வையால் க்லாவ்தியாவையும் போர்த்திக்கொண்டாள். அவளது முகத்திலே தூசிப் படலம் சுள்ளென்று உறைத்தது; கூரைகளின்மீது போடப்பட்டிருந்த தகரங்கள் காற்றில் கடகடத்து ஒலித்தன. காற்றோ ஊளையிட்டு அழுது வீசிற்று. இந்த உலகத்தில் காத்யாவும் க்லாவ்தியாவும்

மட்டும்தான் மிஞ்சி நிற்பதுபோலவும், மற்றவர்களெல்லாம் இறந்து விட்டதுபோலவும், உலகத்திலேயே இனிமேல் மீண்டும் சூரியன் உதயமாகப் போவதில்லை என்பது போலவும் அந்தக் காற்று கருதி அழுது ஓலமிடுவதுபோல் தோன்றியது.

காற்றின் வேகத்திலிருந்து தப்பிப்பதற்காக, காத்யா ஒரு சின்ன மரக்குடிசையின் மங்கலாக ஒளி தெரிந்த ஜன்னலுக்கருகே முதுகைத் திருப்பிக்கொண்டு, சிறிது நேரம் நின்றாள். பூரணமாக இழுத்து மூடப்படாத அந்த ஜன்னல் திரைகளின் இடைவெளி வழியே அவள் உள்ளே தென்பட்ட அறையைப் பார்த்தாள். அங்கு மேஜை நாற்காலிகள் அறையை அடைத்துக் கொண்டிருந்தன. கணப்படுப்பு இருந்த இடத்திலிருந்து நேர்கோணத்தில் ஒரு கறுத்த புகைபோக்கி நீண்டு கொண்டிருந்தது. மேலும் அந்த அறையின் மத்தியிலும் ஓர் 'இசைத் தேனீ' அடுப்பு தீப்பிழம்புகளோடு எரிந்து கொண்டிருந்தது. அதனைச் சுற்றிலுமுள்ள நாற்காலிகளில் சில மனிதர்கள் வீற்றிருந்தார்கள். அவர்கள் எல்லோரும் தமது உள்ளங்கைகளில் மோவாயை ஊன்றியவாறு, தமக்கு முன்னால் நின்ற இளைஞனின் பேச்சைக் கவனமாகக் கேட்டுக் கொண்டிருந்தார்கள். அந்த இளைஞன் தனது முனைநிமிர்ந்த மூக்கைப் பெருமிதத்தோடு மேல்நோக்கி நிமிர்த்தியவாறு, ஒரு நோட்டுப் புத்தகத்திலிருந்து எதையோ வாசித்துக் கொண்டிருந்தான். அவனது கசங்கிப்போன பழைய கோட்டு மார்புப் பக்கத்திலே திறந்துகிடந்தது; அந்தக் கோட்டுக்கடியில் அவனது திறந்த மார்பு தெரிந்தது. தனது கால்களில் கம்பளிப் பூட்சுகளை அணிந்து, க்லாவ்தியாவைப்போல் அவனும் அந்தப் பூட்சுகளைக் கயிற்றால் சுற்றிக் கட்டியிருந்தான். அவன் தனது உலைந்து கலைந்த அடர்த்தியான தலைமயிரை அநாயாசமாக உலுக்கிவிட்டுக் கொள்வதையும், கைகளையும் உடம்பையும் ஆட்டுவதையும் பார்த்தபோது, அவன் அவர்களுக்கு ஏதோ கவிதையைத்தான் வாசித்துக் கொண்டிருந்தான் என்று காத்யாவுக்குப் புரிந்தது. அவளது இதயம், அவன்மீது பரிவுணர்ச்சி கொண்டது. அவள் புன்னகை

புரிந்தவாறு அங்கிருந்து திரும்பி, தனது சால்வைக்குள் க்லாவ்தியாவையும் அணைத்துப் பிடித்தவண்ணம் அர்பாத் தெருவை நோக்கி ஓடினாள்.

செஸ்னகோவின் வீட்டில் ஏராளமான பேர் கூடியிருந்தார்கள். அவர்களில் பெரும்பாலோர் போர்முனைக்குச் சென்றிருந்த தொழிலாளர்களின் மனைவிமார்கள்தான். எனினும், அங்கு சில கிழவர்களும் இருந்தார்கள். அவர்கள் எல்லோருக்கும் மேஜைக்கருகே மரியாதைமிக்க ஸ்தானத்தை அளித்திருந்தார்கள். அந்த மேஜைக்கருகே புதிதாக வந்திருந்த அந்த நபர் ராணுவ விவகாரங்களைப் பற்றிப் பேசிக் கொண்டிருந்தான். அவர்கள் எல்லோரும் ஒருவரையொருவர் இடையிட்டு மறித்தவண்ணம் அவனிடம் பல்வேறு கேள்விகளைக் கேட்டார்கள் - சீக்கிரத்திலேயே போதுமான ரொட்டி கிடைக்க வழியுண்டா? கிறிஸ்துமஸ் பண்டிகைக்குள் விறகு வந்து சேர்ந்துவிடுமா? ராணுவத்திலேயுள்ள வீரர்களுக்குக் கம்பளிப் பூட்சுகளும், ஆட்டுத்தோல் கோட்டுகளும் வழங்கப்படுகின்றனவா? மேலும் அவர்கள் தமது கணவர்கள், சகோதரர்கள் முதலியோரின் பெயர்களை எல்லாம் சொல்லி, அவர்களெல்லாம் உயிரோடும் சுகமாகவும் இருக்கிறார்களா என்றும் கேட்டார்கள். எல்லாப் போர்முனைகளிலும் போராடும் ஆயிரக்கணக்கான தொழிலாளர்கள் அத்தனை பேர்களின் பெயர்களை எல்லாம் அந்த ராணுவக்காரன் தெரிந்து வைத்திருப்பான் என்று நினைத்தார்களோ, என்னவோ?

அந்தக் கூட்டத்தினரைக் கடந்து காத்யாவினால் அறைக்குள் போக முடியவில்லை; எனவே, அவள் வாசலருகிலேயே காத்து நின்றாள். அவள் கால்விரல்களை ஊன்றி எட்டி நிமிர்ந்து பார்த்தபோது, தலையிலே கட்டுப் போட்டிருந்த அந்தப் புதிய நபரைப் பார்த்தாள். அவன் ஏதோ எழுதுவதற்காக, ஒரு காகிதத்தின்மீது தலைகுனிந்திருந்தான்.

"தோழர்களே! வேறு கேள்விகள் உண்டா?" என்று அவன் கேட்டான்; காத்யா நடுங்கினாள். அந்த அமைதியும்

உறுதியும் நிறைந்த குரல் அவளது உடலுக்குள்ளேயே புகுந்து அவளது இதயத்தையே உலுக்குவது போலிருந்தது. அவள் உடனே, அங்கிருந்து கிளம்பிப் போய்விட நினைத்து, சட்டென்று திரும்பினாள். அப்படியென்றால், எதுவுமே என்றுமே மறந்து போய்விடவில்லை! என்றென்றைக்குமே மௌனமாகி அடங்கிவிட்ட, அவளது பிரியத்துக்குரிய அந்த இனிமையான குரலைப் போலவே, இந்தக் குரலும் தொனித்தது. எனவே இந்தக் குரல் அவளது இதயத்தில் பழைய சோகத்தையும், அர்த்தமற்ற வேதனையையும் மீண்டும் கிளப்பிவிட்டது. அப்படியென்றால், தனிமையில் வாழ்பவர்களின் கனவில் என்றோ மறந்து போய்விட்ட, பழைய நினைவுகள் எல்லாம் மீண்டும் வரும்போலும். காட்டுக்குள்ளே ஏதோ ஒரு விசித்திரமான குடிசை; அணைந்து கொண்டிருக்கும் கணப்புத் தீயின் ஒளி, அந்தக் குடிசையின்மீது படர்கிறது. அதை ஒரு மனிதன் பார்க்கிறான்; அந்த நெருப்புக்கு அருகில் அவனது இறந்துபோன தாய் அமர்ந்திருக்கிறாள்; அவன் சிறுவனாயிருந்த காலத்தில் அவள் புன்னகை புரிந்ததுபோலவே இப்போதும் புன்னகை புரிகிறாள். அவன், அவளை நோக்கிக் கைகளை நீட்ட விரும்புகிறான்; அவளை மீண்டும் வாழவருமாறு அழைக்க நினைக்கிறான். ஆனால் அவனால், அவளைத் தொடமுடியவில்லை; அவள் மௌனமாகப் புன்னகை புரிகிறாள். பின்னர்தான் அவன், அவை அனைத்துமே ஒரு கனவுதான் என்று உணர்கிறான்; உடனே, அவனது நெஞ்சை எல்லாம் நிறைத்து உள்ளுக்குள்ளேயிருந்து கண்ணீர் பொங்கி வருகிறது.

வாசலருகே நின்ற பெண்களில் ஒருத்தி காத்யாவின் முகத்தில், ஏதோ ஓர் உணர்ச்சியைக் கண்டாள். உடனே அவள் அங்கிருந்தவாறே சொன்னாள்:

"பிரஜைகளே! வாத்தியாரம்மாவுக்கு வழிவிடுங்கள்; வழியைவிடாமல் வாத்தியாரம்மாளை ஒதுக்கித் தள்ளி விட்டீர்களே!"

அவர்கள் காத்யாவுக்கு வழிவிட்டு ஒதுங்கினார்கள். காத்யா

அறைக்குள் நுழைந்ததும், தலையில் கட்டுப்போட்டிருந்த அந்த மனிதன் மேஜை முன்னாலிருந்து தலையைத் தூக்கினான். அப்போது காத்யா, அவனது உறுதிவாய்ந்த முகத்தைப் பார்த்தாள். ஆனந்த உணர்ச்சியால் அவனது கண்கள் ஒளிபெற்று விரிவடைவதற்கு முன்பே, காத்யா தள்ளாடினாள். அவளது தலைசுற்றியது; அவளது மனத்தில் எல்லாமே மங்கிக் குழம்பத் தொடங்கின; எனவே, அங்கு நிலவிய ஆரவார ஒலி அவளைவிட்டு விலகியது; விளக்கு மங்கி இருள்சூழத் தொடங்கியது; அவள் அந்தத் தண்ணீர் வாளியைத் தூக்கிக்கொண்டு வந்தபோது ஏற்பட்ட அதே உணர்ச்சி அவளை ஆட்கொண்டது. காத்யா குற்றம்செய்து விட்டவள்போல் புன்னகை புரிந்தாள்; அதேகணத்தில், அவளுக்கு மூச்சு வேகம்வேகமாக வாங்கியது; அவளது முகம் வெளிறியது. காத்யா மயங்கிச் சாய்ந்தாள்.

"காத்யா!" என்று மேஜை முன்னால அமர்ந்திருந்த மனிதன் கத்தியவாறே, அங்கிருந்து எழுந்து, கூட்டத்தினரை இடித்துத் தள்ளிக்கொண்டு முன்னே வந்தான்: "காத்யா!"

பல கரங்கள் அவளைக் கீழேவிழுந்து விடாதபடி தாங்கிப் பிடித்துக்கொண்டன. ரோஷின் அவளது தொங்கிப்போன முகத்தைத் தனது இரு கரங்களாலும் பிடித்தான் - பாதி திறந்த வாயோடும், இமைகளுக்கு மேலே ஏறிச் சொருகும் கண்களும், குளிர்ச்சியும் பெற்றிருந்த அந்த முகம் இனிமையாகவும் அருமையாகவும் இருந்தது.

"இவள் என் மனைவி, தோழர்களே! என் மனைவி!" என்று நடுநடுங்கும் உதடுகளோடு திரும்பத்திரும்பச் சொல்லிக் கொண்டிருந்தான் ரோஷின்.

அவர்கள் நடந்து செல்லும்போது, காற்று அவர்களது முதுகில் வீசிற்று. ரோஷின், காத்யாவின் நளினமான தோள்மீது தனது கையைச் சுற்றிவளைத்தவாறு, அவளைத் தன்னோடு அணைத்து நடந்துவந்தான். அவள் வழி எல்லாம் அழுதுகொண்டே வந்தாள்; இடையிடையே அவனை முத்தமிடுவதற்காக நின்றாள். அவளைத் தேடிக்கொண்டு அவன் ஒரு வருஷ காலமாகத்

அலெக்சேய் தல்ஸ்தோய் ▲ 885

திரிந்து கொண்டிருக்கும்போது, அவனை ஏன் இறந்துபோனதாகக் கருத வேண்டும் என்பதைப் பற்றி, அவன் அவளிடம் கூறத் தொடங்கினான். ஆனால், அவையனைத்துமே நெடுங்கதையாகவும் குழப்பமாகவும் இருந்தன; மேலும், இப்போது அந்தக் கதைகளெல்லாம் கொஞ்சம்கூடத் தேவையில்லை. சிலசமயங்களில், காத்யா சட்டென்று நின்றாள்; "நில்லுங்கள். நாம் தவறான வழியில் வந்துவிட்டோம்" என்று சொன்னாள்; பிறகு அவர்கள் மீண்டும் திரும்பி, ஆளரவமற்று இருண்டு கிடக்கும் தெருக்களில் அலைந்து திரிந்தார்கள். அந்தத் தெருக்களிலே உள்ள புகைக் கூண்டுகளின் உச்சியில் இருந்த துருப்பிடித்துப்போன காற்றடிக்கும் திசையைக் காட்டும் கருவிகள் காற்று வீச்சினால் கிறீச்சிட்டு முனகின; கூரைகளின்மீது வேய்ந்த, பிய்ந்துபோன தகரங்கள் காற்றில் கடகடத்து ஒலியெழுப்பின; ஓர் உளுத்து உடைந்துபோன வேலிக்கப்பாலுள்ள பழைய காலத்து எலுமிச்சை மரத்தின் கரிய கிளைகள் காற்றின் வேகத்தில் தலைவிரித்தாடின; ஒருவேளை, இந்த மாதிரியான இரவு நேரத்தில்தான் பேய் பிசாசுகளைக் கண்டு அஞ்சிய நிகலாய் கோகல், தமது கோட்டின் வால்கள் காற்றிலே பறக்க விழுந்தடித்து ஓடினாரோ, என்னவோ? ஒருவேளை, அவர் அவ்வாறு ஓடுவது இந்த மரமும் பார்த்துக் கொண்டிருந்ததோ என்னவோ?

அவர்கள் ஸ்தரகொன்யூஷன்னீ தெருவுக்குள் வந்ததும், காத்யா சொன்னாள்:

"இதுதான் நமது வீடு. உங்களுக்கு நினைவிருக்கிறதா? ஆனால், நீங்கள் எப்போதும் முன்வாசல் வழியாகத்தான் வருவீர்கள். ரோஷின்! நான் அதே அறையில்தான் குடியிருக்கிறேன்."

அவர்கள் முற்றத்தை அவசரமாகக் கடந்தார்கள். சமையலறைக் கதவு பூட்டிக்கிடந்தது.

"என்ன தொல்லையடா, இது! நாம் கதவைத் தட்டத்தான் வேண்டும். பலம்கொண்ட மட்டும் உரக்கத் தட்டுங்கள்."

காத்யா சிரித்தாள்; பின்னர் சிறிது அழுதாள்; அதன்பின் ரோஷினை முத்தமிட்டுவிட்டு, மீண்டும் சிரித்தாள். ரோஷின் தனது முஷ்டிகளால் கதவின் மீது தடதடவென்று தட்டினான்.

"யாரங்கே?" கதவுக்கப்பாலிருந்து மாஸ்லாவ் பரபரப்போடு கேட்டான்.

"நான்தான், காத்யா. கதவைத் திறவுங்கள்."

மாஸ்லாவ் கதவைத் திறந்தான்; கண்ணாடிச் சிம்னி கொண்ட சின்னதொரு தகர விளக்கு அவனது கையில் நடுங்கிக் கொண்டிருந்தது. காத்யாவுக்கருகில் ஒரு ராணுவ அதிகாரி நிற்பதைக் கண்டதும், அவன் திடுக்கிட்டுப் பின்வாங்கினான்; அவனது கன்னத்தில் நேர்கோடான சுருக்கங்கள் விழுந்தன; கண்களோ குரோத உணர்ச்சியால் நெரிந்து சுருங்கின.

"மிக்க நன்றி" என்று காத்யா சொன்னாள்; பின்னர் ரோஷினின் கையை, பிடித்தபிடியை விடாமலே, அவள் தனது அறைக்குள் ஓடினாள். அவர்கள் உள்ளே நுழைந்த போது, அந்த அறையில் இன்னும் சிறிது கதகதப்பு மிஞ்சி நின்றது.

"உன்னிடம் தீப்பெட்டி இருக்கிறதா?" என்று கிசுகிசுத்த குரலில் கேட்டாள் காத்யா.

"இருக்கிறது" என்று அவன் பதிலளித்தான்; எனினும் அவனும் உணர்ச்சிப் பரவசத்துக்கு ஆளாகியிருந்ததால், அவனது பதிலும் கிசுகிசுத்த குரலில்தான் வந்தது.

அவள் விளக்கை ஏற்றினாள். அது ஒரு தகர டப்பாவில் எரிந்துகொண்டிருந்த சின்னஞ்சிறு சுடர்தான். என்றாலும், அன்றிரவு முழுவதும் ஒருவர் முகத்தை ஒருவர் பார்த்துக்கொள்ள, அவர்கள் இருவருக்கும் அந்தச் சுடரே போதுமானது. அவள் ரோஷினின்மீது வைத்த கண்களை வாங்காமலே, தனது சால்வையைக் கழற்றினாள்: அவர் தலை முழுவதும் நரைத்துவிட்டது; புருவங்களிலும்கூட

ஒன்றிரண்டு நரைகள் தெரியத்தான் செய்கின்றன. அவரது முகத்திலோ முன்னைவிட ஆண்மை மிகுந்திருந்தது; அத்துடன் அவனுக்கே புதியதான ஓர் உறுதிவாய்ந்த சாந்தி பாவம் அந்த முகத்திலே பிரதிபலித்தது. அவளை மிகமிகக் கவர்ந்த விஷயம் இதுதான்; ரஸ்தோவில் பார்த்த ரோஷினைவிட, இந்த ரோஷின் இளமையும், தைரியமும், அழகும் மிக்கவராகவே விளங்குவதாகக் காத்யாவுக்குத் தோன்றியது. ரோஷினின் தலையிலுள்ள கட்டைப் பார்த்ததும் அவள் தன் வாயை மெல்லப் பிளந்தவாறு பெருமூச்செறிந்தாள்.

"காயப்பட்டு விட்டீர்களா?"

"சின்னக் கீறல்தான். என்றாலும் இதுதான் நான் மாஸ்கோவுக்கு இரண்டு வார லீவில் வருவதற்கு உதவி செய்தது. நீ இங்கிருக்கிறாய் என்பது மட்டும் எனக்குத் தெரியும். ஆனால், நான் உன்னை எங்கே என்று போய்க் கண்டு பிடிப்பது?" (அவள் ஆனந்தத்தோடு புன்னகை புரிந்தாள்; அவளது வாயின் ஓரங்கள் மேல் நோக்கி வளைந்தன.) "அந்தக் கிராமத்தில் நான் கிட்டத்தட்ட உன்னைக் கண்டுபிடித்து விட்டேன். உனக்குத் தெரியுமா அது? நான் கிரசீல்னிகவை விரட்டிக்கொண்டு வந்தேன்." (காத்யாவின் மோவாய் நடுங்கியது; அவள் தன் தலையைக் கோபத்தோடு ஆட்டிக்கொண்டாள்.) "காத்யா, நான் அவனைக் கொன்றுவிட்டேன்." (அவளது கண்ணிமைகள் தாழ்ந்தன; அத்துடன் அவளது தலையும் கவிழ்ந்தது.) "காத்யா! எனது மரணத்தைப் பற்றிய செய்தி உனக்கு எப்படி எட்டியது என்பதைப் பற்றித்தானே அப்போது சொல்ல வந்தேன். உண்மையில் நான் இறந்துதான் போனேன்." (காத்யா பயபீதியுடன் அவனைப் பார்த்தாள்; அவளது கண்களில் கண்ணீர் நிரம்பியது.) "நான் இரவில் ரயிலில் பிரயாணம் செய்துகொண்டிருந்தேன். உண்மையில், எனக்கு உயிர் வாழ்வதற்கு எந்தவொரு ஆதாரமும் இல்லை; எதுவுமே இல்லை. பிரதானமான விஷயத்திலேயே நான் வாழ்க்கையில் தவறிவிட்டேன். தற்கொலை செய்துகொண்டோ அல்லது கொல்லப்பட்டோ, நான்

எப்படியும் இறந்துபோவேன் என்று எனக்கு நிச்சயமாகத் தெரிந்தது. என்னை மன்னித்துவிடு, காத்யா! இதைச் சொல்வதற்கு எனக்கே சங்கடமாக இருக்கிறது. என்றாலும், அதைச் சொல்லத்தான் வேண்டும் என்று எனக்குத் தோன்றுகிறது. உன்னுடைய நினைவு ஒன்றுதான் - ஆமாம், காதல் அல்ல; என்னிடம் அது கருகிக் கிடந்தது. என்றாலும், உன்னைப் பற்றிய எண்ணம் ஒன்றுதான். அதனை அழிக்கவோ, மறக்கவோ, உதறித் தள்ளவோ அதற்குத் துரோகம் செய்யவோ கூடாது என்ற நிலையில்தான் - நான் அதற்குப்பின்னும் உயிர்வாழ நேர்ந்தது. அந்த எண்ணம்தான் என்னைத் தடுத்தாட் கொண்டது. அன்றிரவு ரயிலில் வரும்போது, நான் படுநாசச் சீரழிவுக்கு உள்ளாகிவிட்டதாக உணர்ந்து வேதனைப்பட்டேன். இப்போதோ, எனது துப்பாக்கிக் குறிமுகத்தின்மூலம் எனக்குத் தெரிந்த முகங்களையே நான் பார்க்க நேரும்போது, நான் எத்தகைய இருண்ட, அழிந்துபட்ட ஆத்மாவின்மீது எனது துப்பாக்கித் தோட்டாவைச் செலுத்துகிறேன் என்பதைப் புரிந்து கொள்கிறேன்."

காத்யா, அவனது தோள்களின்மீது கைகளைப் போட்டாள்; பின்னர், அவனது படபடத்துத் துடிக்கும் இருதயத்தின்மீது தன் கன்னத்தை அழுத்திச் சாய்த்துக் கொண்டாள். அவர்கள் இருவரும் அந்த அறையின் மத்தியிலேயே நின்றார்கள்; அவன் தனது பொத்தானைக் கழற்றிவிட்டிருந்த கம்பளிக் கோட்டோடும், அவள் தான் வெளியே செல்லும்போது அணியும் கோட்டோடும் நின்றார்கள். அவன், இப்போது எல்லாவற்றிலும் மிகமிக முக்கியமான விஷயத்தைப்பற்றிப் பேசிக் கொண்டிருக்கிறான் என்பதை அவள் புரிந்து கொண்டாள். எவ்வளவு அருமையான அற்புதமான மனிதர் இவர்! முதன்முதலில் அவன் தன்னைத்தானே அவள் முன்பு அவசரம் அவசரமாக நியாயப்படுத்திக் கொள்ள விரும்பினான்; அதன்மூலம் அவனிடம் குடிபுகுந்துள்ள அந்தப் புதிய நேர்மையான, புனிதமான, உணர்ச்சிமிக்க மனிதனை அவள் காதலிக்க முன்வரவேண்டும் என்று

அலெக்சேய் தல்ஸ்தோய் ▲ 889

அவன் விரும்பினான். ஏதோ ஒரு கணப் பித்தமான வெறிவேகத்தில், ரஸ்தோவிலிருந்த காலத்தில் அவளை விட்டுப் பிரிந்துசென்றான்; அப்படிச் சென்றபொழுது, அவன் மிகவும் பயங்கரமாகத் துன்பப்படப் போகிறான் என்பதும், பின்னர் அவன் முடிவில் எல்லாவற்றையும் உணர்வான் என்பதும் அவளுக்குத் தெரியத்தான் செய்யும். அவள் அவனது மார்போடு அணைந்து அவன் சொல்லும் வார்த்தைகளைக் கேட்டாள்; அவனது அபரிமிதமான ஆத்மார்த்த வேதனைகளை, உருவகச் சித்திர எழுத்துகளாக அவசர கோலத்தில் கிறுக்கித் தள்ளியமாதிரி, அவனது வார்த்தைகள் தொடர்பற்றும் குழம்பியும் ஒலித்தன. ஆனால் எந்தவிதமான வார்த்தையின் துணையுமின்றியே, அவனைப் புரிந்துகொள்ளக் காத்யாவால் முடிந்தது.

"காத்யா! நமது கடமை அளவிடற்கரியது. அதனை நிறைவேற்றும் பணியில் நாமும் பங்கெடுப்போம் என்று நாம் கனவுகூடக் கண்டதில்லை. நாம் பேசிய பேச்சுகள் எல்லாம் உனக்கு நினைவிருக்கிறதா? சரித்திரத்தின் வெள்ளச்சுழல், மாபெரும் நாகரிகங்களின் சீரழிவு, பரிதாபகரமான கேலிக்கூத்தாகத் தனக்குத்தானே மாறிக்கொள்ளும் கருத்துகள் - இவை எல்லாமே அர்த்தமற்ற அலுப்பூட்டும் விஷயங்களாகத்தான் நமக்குத் தோன்றின. கஞ்சிபோட்டுத் தேய்த்த சட்டைக்கு அடியில், பண்டைக்காலக் காட்டுமிராண்டி மனிதனின் மயிரடர்ந்த மார்புதான் இன்னும் இருக்கிறதாம்! எல்லாம் பொய்! இப்போதோ நமது கண்களை மறைத்துக்கொண்டிருந்த மாயத்திரை கிழிபட்டு வீழ்ந்துவிட்டது; நமது பழங்கால வாழ்க்கை அத்தனையுமே பொய்யும் பித்தலாட்டமும்தான் என்பதை நாம் கண்டுகொண்டோம்! ருஷ்ய நாடு புதியதொரு மனிதனைப் பெற்றெடுத்துவிட்டது! இந்தப் புதிய மனிதன் மனிதர்களாக வாழும் மனித உரிமையைக் கோரி நிற்கிறான். இது ஒன்றும் கனவல்ல. இது ஒரு கருத்து! இந்தக் கருத்து, நமது துப்பாக்கிச் சனியன்களின் முனையில் குடிகொண்டிருக்கிறது. இந்தக் கருத்து முழுக்க முழுக்க நடைமுறை சாத்தியமானதுதான் லட்சோப லட்சக்கணக்கான கடந்தகால வருஷங்களின்

அரையும் குறையுமாக இடிபட்டுப் பாழடைந்து நிற்கும்விதான கூடங்களின்மீது கண்ணைப் பறிக்கும் பேரொளி படிந்து விட்டது. எல்லாமே அர்த்தபுஷ்டி உள்ளதுதான்; எல்லாமே இயல்பானதுதான். எல்லாம் ஒரே நியதிப்படிதான் இயங்குகின்றது. நாம் நமது லட்சியத்தைக் கண்டுவிட்டோம். ஒவ்வொரு செஞ்சேனை வீரனுக்கும் அந்த லட்சியம் என்னவென்று தெரியும். காத்யா! இப்போதாவது நீ என்னைப் புரிந்து கொள்ள முனைகிறாயா? எனது சர்வத்தையும் நீ ஏற்றுக் கொள்ள வேண்டுமென்று நான் விரும்புகிறேன். நீ என் ஆனந்தம், என் இதயம், என் காதல், என் நல்வாழ்வு!"

திடீரென்று அவன், அவளை மேலும் பலமாகத் தன்னோடு சேர்த்து அரவணைத்தான்; அவனால் காத்யாவின் நளினமான எலும்புகளே சடசடத்து ஒடிந்து விடும்போல் இருந்தது. ஆனால், அவளோ அவனது இருதயத்தோடு மேலும் நெருக்கமாகப் பிணைந்து கொண்டாள். அந்தச் சமயத்தில் கதவு தட்டும் ஓசை கேட்டது. தொடர்ந்து மாஸ்லாவின் குரலும் வந்தது:

"காத்யா, நான் உங்களோடு ஒரு நிமிஷம் பேசலாமா?"

பதில் ஒன்றும் வாராததால், அவன் வழக்கம்போல் கதவின் கைப்பிடியைப் பிடித்து, கலகலக்கச் செய்தான். "நகரத்தில் அவசரகாலச் சட்டம் அமலில் இருப்பது உங்களுக்குத் தெரியுமென்று நினைக்கிறேன். நீங்கள் இரவு பத்து மணிக்குமேல் உங்கள் அறையில் ஒரு மனிதரைத் தங்க அனுமதித்திருக்கிறீர்கள். இந்த வீட்டுக்கு நான்தான் பொறுப்பாளி என்ற முறையில்."

"கொஞ்சம் பொறு. அவனுடன் நான் பேசிக்கொள்கிறேன்" என்று சொல்லியவாறே, ரோஷின் தன் தோள்மீது கிடந்த காத்யாவின் கரங்களை விலக்கினான்.

"ரோஷின்! ஆத்திரப்படாதீர்கள். அவரிடம் நான் பேசிவிட்டு வருகிறேன். தயவுசெய்து சொல்லுவதைக் கேளுங்கள், ரோஷின்!"

அவள் உடனே வெளியே சென்றாள்; செல்லும்போதே கதவையும் அடைத்துக்கொண்டு சென்றுவிட்டாள். நடைகூடத்தில் மாஸ்லாவ் பல்லைக் காட்டியவாறே, கையில் அவனது தகரவிளக்கைப் பிடித்தவாறு நின்றான்.

"தோழர் மாஸ்லாவ். நீங்கள் உள்ளேவர முடியாது!" என்று அவள் உறுதியோடு கூறினாள். இந்த மாதிரியான தொனியில் அவள், அவனுடன் பேசியதே இல்லை.

அவன் கதவுப் பக்கத்திலிருந்து பின்வாங்கி நடந்தான்; அதேசமயம், அவளையும் தன் பின்னால் வருமாறு சாடை காட்டினான். அவனது கண்களோ ஒரு வெறிநோக்கோடு அவளை வைத்த கண்வாங்காமல் பார்த்தன. அவனுக்குப் பின்னால் சென்றவாறே, காத்யா கேட்டாள்:

"நல்லது. உங்களுக்கு என்ன வேண்டும்?"

"காத்யா! உங்களை எச்சரிக்கத்தான் விரும்பினேன். எனக்கு ஏற்பட்ட அவலம்கூட அவ்வளவு முக்கியமானதல்ல; சொல்லப்போனால், இதில் அவலமே ஏதுமில்லைதான். நீங்களும்தான் கேள்விப் பட்டிருப்பீர்கள். இந்த ஜில்லா முழுவதுமே ஆடிப்பாடி வெற்றியைக் கொண்டாடி மகிழத்தான் செய்கிறார்கள். என்றாலும் கொண்டாடி மகிழ்வதற்கு இன்னும் காலம் இருக்கிறது."

"நீங்கள் என்ன பேசுகிறீர்கள் என்றே எனக்குத் தெரியவில்லை" என்று கோபத்தோடு சொன்னாள் காத்யா: "என்றாலும் நீங்கள் இனிமேல் கதவைத் தட்டாமலிருந்தாலே போதும்."

"என்னிடம் பொய் சொல்ல வேண்டாம். உங்களுக்கே எல்லாம் நன்கு தெரியும். மேலும் நீங்களும் எப்படிப்பட்ட நபர் என்பதையும் நான் தெரிந்துகொண்டேன்! முதலாவதாக -- எனது கட்சிக் கார்டு இன்னும் ரத்தாகவில்லை என்றே நீங்கள் என்னிடம் பேசிப் பழகுவது நல்லது. அதுதான் புத்திசாலித்தனம் என்பதைப் பின்னர் உணர்வீர்கள்." (பின்னர் மாஸ்லாவின் தொண்டைக் குழிக்குள் கணகணப்பு கேட்டது; என்றாலும், அவனது

பேச்சில் அமைதியும், மிருதுவான தன்மையும்கூடக் குடி கொண்டிருந்தன.) "காத்யா! எதுவும் மாறிப் போய் விடவில்லை, காத்யா! இரண்டாவதாக - இரவு நேரத்தில் வந்துள்ள உங்கள் விருந்தாளி இந்த நிமிஷமே இங்கிருந்து வெளியேற வேண்டும்! நான் ஏன் இதை வற்புறுத்திக் கூறுகிறேன் என்று சொல்ல வேண்டுமா? இதோ இருக்கிறது என்பதில்." (அவன் தனது பொத்தான்களே இல்லாத எண்ணெய் மக்குப்பிடித்த சட்டைப் பைக்குள்ளிருந்து, ஒரு தட்டையான சிறு துப்பாக்கியை வெளியே எடுத்து, அதனை உள்ளங்கையில் வைத்து, காத்யாவிடம் காட்டினான்.) "கடைசியாக, நாம் நமது பழைய உறவுகளைக் கைவிடாமல் இருப்பதே நல்லது."

காத்யா, அப்படியே அதிர்ந்து போனாள்; எனவே அவள் பதிலொன்றும் கூறாமல் வெறுமனே திருகத்திருக விழித்தாள். ரோஷின் கதவைப் பலமாகத் தள்ளித் திறந்தவாறே, அறையைவிட்டு வெளியே வந்தான்.

"என் மனைவியிடம் உனக்கென்ன வேலை?" மாஸ்லாவ் முகத்தைச் சுழித்தான்; அவனது முகத்தில் ஏற்பட்ட சுருக்கங்கள் காதுகள் வரையிலும்கூடத் தென்பட்டன. பின்னர் அவன் கீழேகுனிந்து தனது விளக்கைத் தரையிலே வைத்துவிட்டு, தனது கைத்துப்பாக்கியைச் சுழற்றிக் கொண்டிருந்தான்.

"ஏய்! நிறுத்து!" என்றான் ரோஷின். பின்னர் அவனருகில் சென்று அந்தக் கைத்துப்பாக்கியைப் பறித்துப் பிடுங்கி, அதனைத் தனது கம்பளிக் கோட்டுப் பைக்குள்ளே போட்டுக் கொண்டான். "இதனை நான் நாளைக்கு மாவட்ட செக்கா காரியாலயத்தில் கொடுத்துவிடுகிறேன். நீ அவர்களிடம் போய்க் கேட்டு வாங்கிக்கொள். நீ மீண்டும் எங்கள் கதவுக்கருகில் வந்தாயோ, உன் கழுத்தைப் பிடித்துத் திருகிவிடுவேன்."

அவர்கள் மீண்டும் தமது அறைக்குள் திரும்பிச் சென்றார்கள். காத்யா ஒன்றுமே பேசாமல், கைவிரல்களைச் சொடுக்குவிட்டுக் கொண்டிருந்தாள். ரோஷின், அவளது

கோட்டைக் கழற்றுவதில் உதவினான்.

“காத்யா! எனக்கு இப்போதுதான் எல்லாம் புரிகிறது. அந்தப் பயல் இனியும் இங்குவந்து தலைகாட்ட மாட்டான். நான் போர்முனையில் கேள்விப்பட்ட மாஸ்லாவ் என்ற பயல் இவனாகத்தான் இருக்க வேண்டும். இவன் ராணுவத்தின் ஒழுக்கக் கட்டுப்பாட்டையே சீர்குலைக்க முயன்றவர்களில் ஒருவனென்று சொன்னார்கள்.”

அவன் தனது கம்பளிக் கோட்டைக் கழற்றிவிட்டு, காத்யாவுக்கு அருகில் சோபாவின்மீது உட்கார்ந்தான். அவளோ ஏதோ ஒரு மனோசஞ்சலத்துக்கு ஆளானவளாய், அமர்ந்திருந்தாள். ரோஷின் அவளது மடிமீது தலையைச் சாய்த்தான். அவளது கரங்கள் அவனது தலைமயிரையும், கன்னத்தையும் கழுத்தையும் தடவிக் கொடுத்தன. மாஸ்லாவினால் ஏற்பட்ட அந்த ஆபத்தான, அபத்தமான சம்பவத்தை இருவருமே முற்றிலும் மறந்துவிட்டார்கள். இருவரும் மௌனமாக இருந்தார்கள். இதற்குமுன் தோன்றாத ஒரு புதிய, சக்தி வாய்ந்த பேருணர்ச்சி அவர்களது உள்ளத்தில் மூலாதாரமான சக்தி, வேகத்தோடு மேலோங்கியது. அவனிலோ அவளை அடைய விரும்பும் ஆனந்தமாக அந்த உணர்ச்சி பிரதிபலித்தது; அவளுக்கோ அவனது ஆனந்தத்தை உணரும் ஆனந்தமாக அந்த உணர்ச்சி பிரதிபலித்தது.

“காத்யா! எனது காதல் முன்னைவிட ஆயிரமாயிரம் மடங்கு வலுப்பெற்றிருக்கிறது.”

“என் காதலும் அப்படித்தான். ஆனால் நான் எப்போதும், எப்போதும். ரோஷின்.”

“உனக்கு குளிர்ச்சியாக இருக்கிறதா?”

“இல்லையில்லை. நான் உங்களை அளவுகடந்து காதலிக்கிறேன். அவ்வளவுதான்!”

அவன் அந்த அகன்ற சோபாவின்மீது அவளருகே எழுந்து உட்கார்ந்தான். அவளது கண்களையும்,

வாயையும் உதட்டோரங்களையும் அவன் முத்தமிட்டான். பின்னர் அவன் அவளது மார்பகத்தில் முத்தமிட்டான். பின்னர் காத்யாவுக்கு ஒரு விஷயம் நினைவுக்கு வந்தது. அவளது இடது மார்பகத்தின்மீது ஒரு மச்சம் இருந்தது. அந்த மச்சத்தைக் கண்டு ரோஷின் மிகுந்த பரவசம் அடைவதுண்டு. எனவே அந்த மச்சத்தின் மீதும் அவன் முத்தமிடுவதற்காக, அவள் தனது கம்பளி ரவிக்கையின் பொத்தான்களைக் கழற்றிவிட்டாள்.

அடுப்பு அணைந்து குளிர்ந்து போய்விட்டது. எனவே, அறைக்குள் பனிக்குளிர் நிரம்பியது. ரோஷின் காத்யாவின் மீது வைத்த கண்களை வாங்காமலே, தனது வரிசை குலையாத பற்களைக் காட்டிப் புன்னகை புரிந்தான்; பின்னர் அந்த, 'இசைத் தேனீ' அடுப்பின் அருகில் குந்தியமர்ந்தவாறு, உள்ளே நீறுபூத்துக் கிடந்த சிறு நெருப்புக் கங்குகளை ஊதியவண்ணம், உடைந்துபோன ஒரு சோபாவின் கட்டைகளிலிருந்து செதுக்கி எடுப்பட்ட விறகுச் சுள்ளிகளை, அதன்மீது அடுக்கினான். சிறிதுநேரத்தில் அந்த அறையில் மீண்டும் கதகதப்பு குடிகொண்டுவிட்டது. தனது ஆடைகளைக் களையும்போது, காத்யா நாணத்தால் முகம் சிவந்தாள்; அவனோ சிரித்துக்கொண்டே அவளது முகத்தை இரு கைகளாலும் பற்றிப் பிடித்து அவளை முத்தமிட்டான்.

இரவு முழுவதும் பனிக்காற்று புகைபோக்கியின்மீது ஊளையிட்டு வீசிற்று; அந்தக் காற்றின் வேகத்தில் கூரைத் தகரங்கள் கடகடத்து அதிர்ந்தன. காத்யா பல முறை படுக்கையைவிட்டு எழுந்திருந்து, விளக்கைத் திருத்தினாள்; அப்போதெல்லாம் அவள் தூங்கிக் கொண்டிருக்கும் ரோஷினை வைத்த கண்வாங்காமல் பார்த்துக் கொண்டிருந்தாள். அவளது இதயத்தில் ஆனந்தம் நிரம்பித் ததும்பியது; அவனது இதயமும் ஆனந்தமயமாகத்தான் இருக்கிறது என்பதையும், அதனால்தான் அவனது முகத்தில் அத்தனை அமைதியும் உறுதியும் தென்படுகிறது என்பதையும் அவள் அறிந்திருந்தாள்.

"காத்யா! காத்யா!" என்று சத்தமிட்டவாறே

சமையலறைக்குள்ளே ஓடி வந்தாள் தாஷா, "காத்யா! என்னருமைக் காத்யா!" என்று அவள் மீண்டும் சத்தமிட்டவாறே, பனியுறைந்துபோயிருந்த தனது கம்பளிப் பூட்சுகளோடு நடைகூடத்தின்மீது தடதடவென்று ஓடினாள். அவள் காத்யாவின்மீது பாய்ந்து தாவி, அவளைக் கட்டிப்பிடித்து முத்தமிட்டாள். பின்னர் காத்யாவின் கைகளைப் பிடித்தவண்ணம் நின்றவாறு, காத்யாவையே உணர்ச்சிப்பெருக்கோடு பார்த்தாள்; அதன்பின் மீண்டும் அவளைக் கட்டிப் பிடித்து, அவளை இறுகத் தழுவவும் தடவவும் செய்தாள். தாஷாவின் உடம்பிலிருந்து பனியும், ஆட்டுத்தோல் கோட்டும், கறுத்த ரொட்டியும் மணக்கத் தொடங்கின. அவள் ஓர் ஆட்டுத்தோல் கோட்டையும், விவசாயப் பெண்கள் அணியும் சால்வையையும் தரித்திருந்தாள். அவளது முதுகில் ஒரு மூட்டை தொங்கியது.

"காத்யா! என் கண்ணே! என் அருமை அக்காளே! நான் உன்மீது எவ்வளவு தேட்டம் கொண்டேன்; உன்னைப்பற்றி எவ்வளவு கனவு கண்டேன், தெரியுமா? நினைத்துப் பார் - நாங்கள் யரஸ்லாவின் ஸ்டேஷனிலிருந்து இத்தனை தொலைவையும் நடந்து தான் வந்தோம். மாஸ்கோ நகரமே, ஒரு கிராமம் மாதிரி தோன்றுகிறது. எங்கும் ஒரே மௌனம்; ஏகப்பட்ட காக்கைகள், பனி, தெருக்களிலே பனியின்மீது நடந்து சென்ற கால்தடங்கள். இவைதான் இருக்கின்றன. அப்பா! எவ்வளவு தூரம்! என் கால்கள் இரண்டும் கடுத்துப் போய்விட்டன; என்னால் நிற்கவே முடியவில்லை. குஸ்மா குஸ்மீச்தான் அந்த இரண்டு பூடுமாவையும் சுமந்துகொண்டு வந்தார். நாங்கள் ஒருவழியாக ஸ்தரகொன்யூஷன்னீ தெருவுக்குள் வந்து விட்டோம். என்னால் வீட்டையே கண்டுபிடிக்க முடியவில்லை! எனவே, நாங்கள் தெருவில் மேலும் கீழும் மூன்றுமுறை நடந்துவிட்டோம். குஸ்மா குஸ்மீச்சோ நாங்கள் தவறான தெருவுக்குள் வந்து விட்டதாகச் சாதித்தார். எனக்கோ என்மீது ஒரே கோபம்கோபமாக வந்தது - நான் எப்படி வீட்டை மறந்துவிட முடிந்தது! திடீரென்று. வேடிக்கைதான்! திடீரென்று தெரு மூலையிலே

ஒரு ராணுவ அதிகாரி வந்தார். நான் அவரிடம் சென்று 'மன்னியுங்கள், தோழரே!' என்று பேசத் தொடங்கினேன். அவர் என்னை நோக்கித் திரும்பி, கண்களைக் கொட்டக் கொட்ட விழித்தவாறு என்னைப் பார்த்தார். நான் அப்படியே வாய் பிளந்துவிட்டேன்; மறுகணமே நான் நிற்க மாட்டாமல், பனியின்மீது உட்கார்ந்து விட்டேன். யார் தெரியுமா அவர்? ரோஷின்தான்! எனக்குத்தான் பைத்தியம் பிடித்துவிட்டதோ என்று பயந்தேன். மாஸ்கோ நகரத்தில் இறந்துபோனவர்கள் கூட, தெருவில் நடமாடுகிறார்களா என்ற பயமும் வியப்பும் எனக்கு. பிறகோ, அவர் சிரிக்கத்தொடங்கினார்; என்னை முத்தமிட்டார். ஆனால், எனக்கோ இருந்த இடத்தைவிட்டு எழுந்திருக்க முடியவில்லை! காத்யா! என் அருமை, என் அழகுக் காத்யா! என் புத்திசாலிக் காத்யா! ஏன், நாமிருவரும் பத்து நாட்களானாலும் விடியவிடியப் பேசுவதற்கு நமக்குக் கொள்ளை கொள்ளையாக விஷயங்கள் இருக்கின்றன. அடக்கடவுளே! அதே அறைதான்! அதேகட்டில்! வனதேவதைகள் தென்படும் அதே அலமாரி! ரோஷின் தெலேகினைப் பற்றிச் சொன்னார். அவர்களது படைக்குச் சில நாட்களில் இங்கிருந்து ஒரு வைத்திய உதவி ரயில், போகப்போகிறதாம். நான் அதில் சேர்ந்துகொள்ளத் தீர்மானித்துவிட்டேன். நான் ஒரு நர்சாகப் போவேன். குஸ்மா குஸ்மீச்சையும் அனீஸ்யாவும் என்னோடு வரப்போகிறார்கள். குஸ்மா குஸ்மீச்சை நாங்கள் இங்கே தனியாக விட்டுவிட்டுப் போகமாட்டோம். அவர் ஏதாவது குறும்பு செய்து கொண்டிருப்பார். காத்யா! எங்களுக்கெல்லாம் ஒரே பசி, உயிரே போய்விடும் போலிருக்கிறது. தின்பதற்கு ஏதாவது வேண்டும். காத்யா! அடுப்பிலே கெட்டிலைக் கொதிக்க வை. பிறகு நாங்கள் எல்லோரும் குளிக்க வேண்டும். யரஸ்லாவிலிலிருந்து நாங்கள் சரக்கு ரயில் வண்டியில் வந்தோம். ஒருவாரமாகப் பிரயாணம் செய்துவருகிறோம். முதலிலே நாங்கள் எங்கள் துணிமணிகளை எல்லாம் வெளியே எடுத்துப் போய் அதிலே ஏதாவது போன் பூச்சிகள் பொட்டுகள் பற்றியிருக்கிறதா என்று பார்க்க

வேண்டும். அது வரையிலே நாங்கள் உனது அறைக்குள் வரமாட்டோம். சமையலறையிலேயே இருக்கிறோம். வா, காத்யா! நான் எனது நண்பர்களை உனக்கு அறிமுகம் செய்து வைக்கிறேன். அவர்கள் எவ்வளவு அற்புதமானவர்கள் தெரியுமா? காத்யா! நான் அவர்களுக்கு என் வாழ்நாள் முழுதும் கடமைப்பட்டிருக்கிறேன். அதற்கு மேலும்கூடச் சொல்ல வேண்டும்! நாங்களே சமையலறை அடுப்பைப் பற்றவைத்து, குளிப்பதற்கு வெந்நீர் போட்டுக் கொள்கிறோம். அங்கேயே போதுமான நாற்காலி மேசைகள் கிடக்கிறதே! காத்யா! உனக்கு தலையில் இன்னும் ஒரு நரைகூடத் தோன்றவில்லையா? அதிசயம்தான். அடக்கடவுளே! உன்னைப் பார்த்தால் நீ என்னைவிடப் பத்து வயது இளையவள் மாதிரி தோன்றுகிறது. அந்த நாள் வரத்தான் போகிறது என்று எனக்கு நிச்சயமாய்த் தெரியும். சீக்கிரம் சீக்கிரமே நாமெல்லோரும் ஒன்றாகக் கூடிவாழ்வோம்."

மாஸ்கோவில் ஓட்ஸ் தானியம் ரேஷன் கார்டுகளின் மூலம்தான் வழங்கப்பட்டது. குடியரசின் தலைநகரம் அந்த 1920ஆம் ஆண்டின் மாரிக் காலத்தில் சிரமப்பட்டதைப்போன்று, வேறு எந்தக் காலத்திலும் சிரமப்பட்டதில்லை. செஞ்சேனையின் தாக்குதல் நடவடிக்கை மனித சக்திகள் அனைத்தையும் தனக்கே உரித்தாக்கிக் கொண்டுவிட்டது. வெள்ளை ராணுவத்தாரிடமிருந்து பறிமுதல்செய்த உணவுத் தானியங்களும் எரிபொருட்களும் பனிபோல் விரைவில் உருகி மறைந்து போய்விட்டன. தென்திசையிலுள்ள செழிப்பான பிரதேசங்களை எல்லாம் கசாக்குகளும் வெள்ளை ராணுவ சேவாசேனையினரும் சூறையாடி அழித்தொழித்துவிட்டுப் போய்விட்டார்கள். எனவே, அங்குள்ள தொழிலாளர்களின் உணவுப் பொருள் கொள்முதல் கோஷ்டியினரால் குறைந்தபட்ச உபரி தானியத்தைத்தான் கொள்முதல் செய்ய முடிந்தது.

'பனிப்போர்' தொடங்கி ஓராண்டு முடிந்த, முதல் ஆண்டு நிறைவு நாளன்று சேவாசேனையினர் நோவரசீய்

ஸ்க்கை நோக்கி ஓடினார்கள்; குபான் ஸ்டெப்பி வெளியின் ஆழங்காண முடியாத உழைச்சேற்றுப் பரப்பிலே, அவர்கள் இறந்துபோன குதிரைகளையும், அனாதரவான வண்டிகளையும் சேற்றுக்குள் சிக்கிக் கொண்டுவிட்ட பீரங்கிகளையும் அப்படியப்படியே விட்டுவிட்டு ஓடினார்கள். எல்லாம் சமாப்தியாகி விட்டது. முன்னைவிட அதிகமான நரைமயிரும், முன்னைவிட அதிகமாக வளைந்துவிட்ட முதுகும்கொண்ட தெனீகின் பிரெஞ்சு நாட்டின் சுரங்கவெடிக் கப்பலொன்றில் அகதியாகச் சென்று தமது யுத்தகால நினைவுகளை எழுதுவதற்காக வெளிநாடு போய்விட்டார். சேவாசேனைப் படைப் பிரிவுகளின் பரிதாபகரமான மிச்சசொச்சப் படைவீரர்கள் அனைவரும் கப்பல்மூலம் கிரிமியாவுக்கு போய்ச் சேர்ந்தார்கள், தோன், குபான் கசாக்குகள் எல்லோரும் ஒருவழியாக தாம் ஏமாற்றப்பட்டுவிட்டதை உணர்ந்தார்கள்; அவர்களது முரட்டுப் பிடிவாதத்தின் விளைவாக, வரோனிஷிலிருந்து நோவரசீய்ஸ்க் வரையிலுமுள்ள ஸ்டெப்பி வெளிகளில் ஆங்காங்கே புள்ளிவைத்ததுபோல் தோன்றிய எண்ணற்ற, ஊரும்பேரும் தெரியாத சமாதிக் குழிகள் மிஞ்சியிருந்தன என்பதையும் கண்டார்கள்.

மாஸ்கோவில் மாரிக்காலம் இன்னும் தீரவில்லை. மார்ச் மாதத்தின் சூறைக்காற்று நகரம் முழுவதையுமே பனிப் படிவங்களில் மூழ்கடித்தது. வீடுகளிலேயுள்ள மேசை நாற்காலிகளும், வேலிப் பலகைகளும் இசைத் தேனீ அடுப்புகளுக்குள் எரிந்து சாம்பலாகிவிட்டன. இனிமேலும் மேசை நாற்காலிகளை எரிக்க வழியில்லை. இயந்திரசாலைகளும் தொழிற்சாலைகளும் ஸ்தம்பித்து நின்றன. காரியாலயங்களிலோ ஊழியர்கள் தமது கம்பளிக் கோட்டுகளுக்குள்ளே முடங்கியமர்ந்து கொண்டு, வீங்கிப்போன கைவிரல்களை ஊதிக் கொண்டிருந்தார்கள்; பென்சிலைப் பிடிக்க முடியாதபடி அந்த விரல்கள் விறைத்துப் போயிருந்தன. இங்கிப் புட்டிகளிலோ எழுதும் மை உறைந்து போய்விட்டது; கதகதப்பான சீதோஷ்ண நிலை வரும்வரையிலே அது

உருகப் போவதில்லை. ஜனங்கள் மெதுவாக நடந்து திரிந்தார்கள். அவர்களது முதுகைவிட்டு, சாக்குப் பைகள் பிரிவதே இல்லை. மேலும், வீட்டிலிருந்து வேலை பார்க்கும் இடம்வரையிலும் ஓரிடத்திலும் நிற்காமல் நடந்துசெல்லக்கூடிய தெம்புந்திராணியும் வெகுசிலருக்குத்தான் இருந்தது. பெரும்பாலோர் ஆங்காங்கே தென்படும் பனிக்குவியலின் மீதோ அல்லது காற்று வேகத்திலிருந்து தப்பிப்பதற்காக, ஏதாவது ஒரு வீட்டு வாசலிலேயோ உட்கார்ந்துஉட்கார்ந்து ஓய்வு பெற்றுத்தான் சென்றார்கள். பஞ்சம், பயங்கரமாக இருந்தது. ஜனங்கள் பால்குடி மறக்காத பன்றிக்குட்டிக் கறியையும், அந்தப் பன்றிக்குட்டியின் பற்களுக்கிடையே மணமிகுந்த மசாலா இலைகள் துருத்திக் கொண்டிருப்பதையும் கனவில்தான் கண்டார்கள்; கொழுத்த பன்றிக்கறியையும் அவித்த முட்டைகளையும் பழங்களையும் தின்பதாகத் தூக்கத்தில் கனவுகண்டு, வெறும் வாயை அசைபோட்டார்கள். ஆனால் அவர்களது மனமோ விழிப்போடுதான் இருந்தது; முரட்டுப் பிடிவாதமும் ரத்தவெறியும் கொண்ட எதிர்ப்புரட்சி ராக்ஷஸனை அழித்தொழித்தாகி விட்டது; வாழ்க்கை ஏறுமுகமான போக்கில் சென்று கொண்டிருந்தது; இன்னும் சில மாதங்களுக்குத்தான் துன்பதுயரங்கள், பசி பட்டினிகள் எல்லாம், பிறகோ மீண்டும் அறுவடை வந்துவிடும்; அத்துடன் ரொட்டியும் கிடைக்கும்; யுத்தத்திலிருந்து விடுபட்டுவரும் செஞ்சேனை ராணுவ வீரர்கள் சமாதான காலத்தின் ஆக்கப் பணிகளிலே ஈடுபடுவார்கள் -- அழிபாட்டுக்கு இரையானவை எல்லாம் புனரமைக்கப்படும். புதிய வாழ்க்கை மலரும்; அந்தப் புதிய வாழ்க்கையிலே நூற்றாண்டுக் காலமாக அடிமைப்பட்டுக்கிடந்த மனத்தின் கசப்பும், துன்பதுயரங்களைப் பற்றிய நினைவும் நெஞ்சைவிட்டே நீங்கிப் போய்விடும்.

தாஷாவின் விருப்பம் நிறைவேறிவிட்டது. அவர்கள் எல்லோரும் மீண்டும் ஒன்றுகூடிவிட்டார்கள். தெலேகினும், ரோஷினும் லீவு பெற்றுக்கொண்டு, தாஷாவின் மருத்துவ ரயில் வண்டியில் மாஸ்கோவுக்குப் புறப்பட்டார்கள்,

மார்ச் மாதத்தின் சோகம் சூழ்ந்த காலை நேரப்பொழுதில் அவர்கள் மாஸ்கோவில் வந்து இறங்கினார்கள். அப்போது சாம்பல் நிறமான மேகத் திரள்கள் நகரத்தின்மீது திரண்டு உருண்டு சென்றன: பனிப் படிவம் கூரைச் சரிவிலிருந்து வழுக்கிவிழுந்து கொண்டிருந்தது; பெரிய பனித்துளிகள் பெய்தன; அழுத்தமும் மணமும் மிகுந்த காற்று அமைதியிழந்து தென்பட்டது.

காத்யா, அவர்களைச் சந்திக்க வந்திருந்தாள். ரோஷின், தான் ரயில் வண்டியின் சன்னலின் வழியே அவளை முதன்முதல் பிளாட்பாரத்தில் கண்டான்; அவளைக் கண்டதும் அவன் ரயில் நிற்குமுன்பே அதிலிருந்து குதித்தோடி வந்தான். ஆனந்தம் பொங்கும் உள்ளத்தோடும், பளிச்சிட்டு மின்னும் கண்களோடும் பரவசப் புன்னகையோடும், பிளாட்பாரத்தின் இரும்புத் தூண்களுக்கிடையே புகுந்துதிரிந்த இஞ்சினின் கரிப்புகையினூடே புகுந்து, காத்யா ரோஷினை நோக்கி ஓடினாள். சென்ற டிசம்பர் மாதத்தில் சந்தித்தபோது இருந்ததைக் காட்டிலும், அவள் அப்போது இன்னும் அருமையாக, இனிமையாக இருப்பதாக ரோஷினுக்குத் தோன்றியது. அவர்களது காதல் வாழ்க்கை எல்லாம் இத்தகைய குறுகியகாலச் சந்திப்புகளில்தான் அடங்கியிருந்தது. அவர்கள் இருவரும் உடனே ஒருபுறமாக ஒதுங்கிச் சென்று, பிளாட்பாரத்தின் கடிகாரத்துக்கடியில் நின்றார்கள். ஆனால் பொறாமைக் காரியான தாஷா, தனது தெலேகினையும் இழுத்துக் கொண்டு, அவர்களருகில் சென்றாள். தனது அக்காள் தெலேகினைப் போற்றிப் புகழ்ந்து பேசுவதைத்தான் காதாரக் கேட்க வேண்டுமென்ற எண்ணம் அவளுக்கு.

"காத்யா! இவரைப் பார்த்தாயா? நன்றாகப் பார். இவர் மிகவும் மாறிப்போயிருக்கிறார். இல்லையா? பீட்டர்ஸ்பர்கிலிருந்த காலத்தில் இவருடைய முகத்தில் பூர்த்தியாகாத ஏதோ ஒரு குறை இருந்தது. இவரது கண்களும்கூட வேறு மாதிரிதான் இருந்தன. தெலேகின்! என்னை மன்னித்துவிடுங்கள். ஆனால், நாமிருவரும் சமாராவுக்கு நீராவிக் கப்பலில் சென்றோமே, அப்போது

உங்கள் கண்கள் இளநீல நிறமாக இருந்தன; அத்துடன் அதில் கொஞ்சம் அசடும் வழிந்தது! அதைக் கண்டு நான், அந்தக் காலத்தில் சிறிதே மனச்சஞ்சலத்துக்கு ஆளாகத்தான் செய்தேன். இப்போதே உங்கள் கண்கள் உருக்கைப்போல் இருக்கின்றன."

தெலேகின், காத்யாவுக்கு அருகில் எதிரே நின்றான்; உணர்ச்சிப்பெருக்குக்கு ஆளாகியிருந்த அவன் மிகுந்த கட்டுப்பாட்டோடு நிதானமாகப் பெருமூச்செறிந்தான். காத்யாவுக்கும்கூட, அவன் அபரிமிதமான கவர்ச்சியோடு விளங்குவதாகத்தான் தோன்றியது. அவனிடம் ஏதோ ஓர் அமைதியும் நிதானமும் குடிகொண்டிருப்பதாக அவளுக்குப்பட்டது.

"காத்யா! இவர் எப்படிப்பட்ட மனிதர் தெரியுமா? அது உனக்குத் தெரிய வேண்டாமா? இதோ இதைக் கேளேன். இவரது போர் நடவடிக்கைகளின் போதும்கூட - கொஞ்சம் நினைத்துப் பார் - மாமன்தவைத் துரத்திக் கொண்டு, இவர் குதிரைமீது சென்ற காலத்திலும்கூட, இவர் தமது சேணப்பையில் அதைச் சுமந்துகொண்டு போயிருக்கிறார். என்னவென்று சொல்லு பார்ப்போம். எங்கள் இரண்டாம் திருமணத்தின்போது, த்ஸாரீத்ஸினில் இவர் எனக்கு ஒரு சின்ன சீனாப் பூனைக்குட்டிப் பொம்மையும் நாய்க்குட்டிப் பொம்மையும் வாங்கிக் கொடுத்திருந்தார். அவற்றைத்தான் அவர் தூக்கிக் கொண்டு திரிந்திருக்கிறார். ஏன் தெரியுமா? எனக்கு அந்தப் பொம்மைகளை ரொம்பவும் பிடிக்கும்!"

இந்தச் சமயத்தில் குஸ்மா குஸ்மீச் ரயிலுக்குள்ளிருந்து வெளியே குதித்து, காத்யாவை நோக்கி ஓடிவந்தான். அவன் அவளது கரத்தை இரண்டு கைகளாலும் பற்றி, வெகுநேரம் குலுக்கினான். அவனது மழுங்கச் சவரம் செய்த சிவந்த முகத்தில் ஆனந்தமும் விசுவாசமும் ஒளிர்ந்தன. அவன் அணிந்திருந்த வெள்ளை நிறமான டாக்டர் கோட்டின் காரணமாக, அவன் மிகவும் கொழுத்துப் போனவன்போல் தோன்றினான்; எனவே பிளாட்பாரத்தில் சென்றுகொண்டிருந்த பசியால் வாடி

மெலிந்த மக்கள் அவனை வெறுப்போடு பார்த்தார்கள்.

"காத்யா! உன் வீட்டில் தங்கியிருந்த சில நாட்களுக்குள்ளாகவே, நான் தாஷாவை நேசிக்குமளவுக்கு உன்னையும் நேசிக்கத் தொடங்கிவிட்டேன்" என்றான் குஸ்மா குஸ்மீச். ருஷ்யப் பெண்களைப் போன்ற கவர்ச்சிகரமான பெண்களைப் பார்க்கவே முடியாது என்று நான் அடிக்கடி சொல்வேன். நேர்மையான உணர்ச்சிகள், தன்னலத் தியாகம், இனிமையான காதல் உள்ளம் எல்லாம் நிறைந்தவர்கள் அவர்கள். ஆனால், அவசியம் நேரும்போது அவர்கள் தைரியசாலிகளாகவும் விளங்குகிறார்கள். காத்யா நான் என்றும் உன் பணிவிடைக்குக் காத்திருக்கிறேன். நான் எனது வேலைகளை எல்லாம் ஒழுங்குபடுத்திவிட்டு, பிறகு உன் வீட்டுக்கு வந்து சேர்கிறேன். ரஸ்தோவிலிருந்து நான் சில சின்னஞ்சிறு சாமான்களைக் கொண்டு வந்திருக்கிறேன். அங்கு வசந்தம் தொடங்கிவிட்டது. ஆனால் என்னவோ தெரியவில்லை, வடதிசைப் பிராந்தியம் நமக்கெல்லாம் நெஞ்சோடு ஒட்டியதாக இனிமையாகத் தோன்றுகிறது. நல்லது. மன்னித்துக் கொள். நான் இப்போது போயாக வேண்டும்."

பின்னர் அனீஸ்யா வந்தாள்; அவளும் வெள்ளை நிறக் கோட்டுத்தான் அணிந்திருந்தாள். அவளது விரிந்து பரந்த கண்களில் ஏமாற்றம் பிரதிபலித்தது. இந்தப் பிரயாணத் துக்குப் பின்னர் அவள் மாஸ்கோவில் தங்கிவிடலாம் என்று நினைத்தாள். ஆனால் அந்த சீனியர் டாக்டரோ, "சே! என்ன மனிதர் அவர்! அவரிடம் கொஞ்சம்கூட சோவியத் தன்மையே இல்லையே!"-- அவரோ அவள் பேச்சைக் கேட்க மறுத்துவிட்டாள்: "நாடகப் பயிற்சிப் பள்ளியிலே போய் நீ என்ன சாதிக்கப் போகிறாய்? சீக்கிரமே பெரியபெரிய சண்டைகளெல்லாம் வரப் போகின்றன; மக்களெல்லாம் மலைமலையாக காயப்பட்டு விழுவார்கள். சேச்சே! நான் ஒன்றும் உன்னைப் போகவிட மாட்டேன்!" என்று சொல்லி விட்டார் அவர்.

"நான் என்ன செய்வது? அடுத்த இலையுதிர்

காலம் வரையிலும் நான் காத்துக் கொண்டிருக்க வேண்டியதுதான்” என்று அவள் தாஷாவிடம் கூறியவாறே, தனது கைக்குட்டையின் முனையால் மூக்கைத் துடைத்துக்கொண்டாள்: ஆனால், வருஷங்களோ கழிந்துகொண்டிருக்கின்றன; நானும் ஒவ்வொரு வருஷமாக இழந்துகொண்டிருக்கிறேன். அதுதான் எனக்குக் கவலையாக இருக்கிறது. லதூகினும் இங்குதான் இருக்கிறார். அவர் என்னைப் பார்ப்பதற்காக, ஸ்டேஷனுக்கே வந்துவிட்டார். அவரும்கூட ரொம்ப முன்னேறிவிட்டார்; இங்கு நடக்கும் ஒரு மகாநாட்டுக்கு அவர் பிரதிநிதியாக வந்திருக்கிறார். அவர் இப்போது மிகுந்த பெருமிதத்தோடும் கண்டிப்போடும் இருக்கிறார். அவர், இந்த ஆஸ்பத்திரி ரயில் வண்டியைப் பார்ப்பதற்காக, மூன்று நாட்களாக ஸ்டேஷனுக்கு வந்துகொண்டிருந்ததாகச் சொன்னார். அவர் இப்போது சீனியர் டாக்டரைப் போய்ப் பார்த்துப் பேசி, எனக்கு எப்படியாவது ஒருநாள் லீவு வாங்கிக் கொண்டுவருவதாகச் சொல்லிப் போயிருக்கிறார். அவர் அக்ரிப்பீனாவைப்பற்றியும் என்னிடம் சொன்னார். தாஷா! அவள் இப்போது சராதவில் இருக்கிறாளாம்; குழந்தை பெற்றுவிட்டாளாம். அது ஆணா, பெண்ணா என்று அவருக்குத் தெரியாதாம். அவள் ரொம்ப நாட்களாக நோய்வாய்ப்பட்டு பலவீனமடைந்து விட்டாளாம். பாவம்! அவள் குணமே அப்படி. இன்னொரு மனிதரைக் காதலிக்க அவளால் முடியாது.”

அவர்கள் ஸ்டேஷனிலிருந்து கிளம்பி, மாஸ்கோ நகரம் முழுவதையுமே கடந்து, ஸ்தரகொன்யூஷன்னீ தெருவை நோக்கி நடந்தார்கள்; அங்கு தாஷாவுக்கும் தெலேகினுக்கும் மாஸ்லாவின் அறையைக் காத்யா ஏற்பாடு செய்திருந்தாள். மாஸ்லாவ் அந்த அறையை விட்டுக் காலிபண்ணிச் சென்று இரண்டு மாதத்துக்கு மேலாகிவிட்டது. முதலிலே அவன் தன் புத்தகங்களை மட்டும் எடுத்துச் சென்றான்; பிறகு அவனே காணாமற் போய்விட்டான். காத்யாவினால் அவர்கள் எல்லோருமே மெதுவாகத்தான் நடந்தார்கள். மாஸ்கோ நகரின்மீது உருண்டு திரண்டுகொண்டிருந்த அந்தப் பஞ்சுப்

புகைபோன்ற மேகங்களுக்குக் கீழே, ரோஷின் அவளைக் கைகளில் அள்ளித் தூக்கிக் கொண்டுபோக வேண்டும் என்றுதான் விரும்பியிருப்பான். அவர்கள் இருவருக்கும் இடையூறாக இருக்க விரும்பாமல், தெலேகினும் தாஷாவும் பின்தங்கியே வந்து கொண்டிருந்தார்கள்.

"காத்யாவைப் பற்றித்தான் எனக்குக் கவலை" என்றாள் தாஷா: "மாஸ்கோ நகரமும், அந்தப் பள்ளிக்கூடமும் அவளது உயிரையே குடித்துவிடும் போலிருக்கிறது. அவள் எதையுமே ஒழுங்காகச் சாப்பிடுவதில்லை. கடந்த மூன்று மாதங்களுக்குள் அவள் மிகவும் மெலிந்து போய்விட்டாள். அவளும் நம்மோடு ரயிலில் வந்து விடுவதுதான் நல்லது. நான் அவளுக்கு ஊட்டமான உணவுகொடுத்து உடம்பைத் தேற்றிவிடுவேன். அவள் மனஉறுதியால் மட்டும்தான் உயிர் வாழ்கிறாள். அது சரியல்ல."

தெலேகினும் மிருதுவான குரலில் அர்த்த பாவத்தோடு பதிலளித்தான்:

"ஆமாமாம். ரோஷினும் அப்படித்தான். அவளில்லாமல் அவன் ஏங்கி ஏங்கி இளைத்துப் போகிறான்."

சீக்கிரமே அனீஸ்யாவும் லதூகினும் வேகமாக நடந்து அவர்கள் பக்கம்வந்து சேர்ந்தார்கள். அவள் தனது வெள்ளைக்கோட்டைக் கழற்றியிருந்தாள்; அவளது கன்னங்கள் சிவந்து மெருகேறித் தோன்றின. நெரிந்து சுழித்த சிந்தனை வயப்பட்ட முகத்தோடு லதூகின் காட்சியளித்தான். அவன் அவர்களைத் தன்னடக்கத்தோடு கைகுலுக்கி வாழ்த்தினான். பின்னர் தனது கம்பளிக் கோட்டின் கை மடிப்புக்குள்ளிருந்து நான்கு விருந்தாளி டிக்கெட்டுகளை வெளியே எடுத்தான்; போல்ஷோய் தியேட்டரின் மேன்மாடியில் அமர்வதற்கான டிக்கெட்டுகள் அவை.

"மாஸ்கோவில் இருப்பதைவிட, போர்முனையில் இருப்பது தேவலாம் போலிருக்கிறது!" என்று சொல்லியவாறே அவன் அந்த டிக்கெட்டுகளை நீட்டினான்: "இந்த டிக்கெட்டுகளைப் பெறுவதற்கு நான் பெரிய

அலெக்சேய் தல்ஸ்தோய் ▲ 905

போராட்டமே நடத்த வேண்டியதாகி விட்டது. அதிர்ஷ்டவசமாக, இதற்குப் பொறுப்பாளியாகவுள்ள தளபதி, 'அரோரா' போர்க்கப்பலில் எங்களோடு இருந்த கப்பல் படைவீரர்களில் ஒருவராக வந்து அமைந்தார். நல்லது. தாமதமாகப் போய்ச் சேராதவாறு பார்த்துக் கொள்ளுங்கள். இன்னும் இன்று மிகவும் முக்கியமான கூட்டம் அங்கு. நல்லது. சரி, புறப்படு அனீஸ்யா."

போல்ஷோய் தியேட்டரின் ஐந்தடுக்கு மாடி கொண்ட பிரம்மாண்டமான மண்டபத்தில், மனித சுவாசத்தின் மெல்லிய நீராவி மூட்டம் நிறைந்த சூழ்நிலையில், நூற்றுக்கணக்கான மின்சார விளக்குகள் மங்கிய சிவப்பு நிறத்தோடு எரிந்துகொண்டிருந்தன. அங்கு குளிர் படுமோசமாக இருந்தது. அந்த மண்டபத்தின் விரிந்து பரந்த நாடக மேடையின் இருபுறத்தையும் திரைகளாலான வளைவுகள் மறைத்துக்கொண்டிருந்தன. நாடக மேடைவிளக்குகளுக்கு அருகில் ஓர் ஓரத்தில் போடப்பட்டிருந்த மேசையின்முன்பு தலைமைக் குழுவினர் அமர்ந்திருந்தார்கள். அவர்களது தலைகளெல்லாம் மேடையின் பின்புறம் திரும்பியிருந்தன; அங்கு ஐரோப்பிய ருஷ்யப் பகுதியின் பிரம்மாண்டமான பூகோள வரைபடம் ஒன்று தொங்கிக் கொண்டிருந்தது. அந்த வரைபடத்தின் முழுவதிலும் அங்காங்கு பல்வேறு வர்ணங்கள்கொண்ட வட்டங்களும் புள்ளிகளும் குறிக்கப்பட்டிருந்தன. அந்த வரைபடத்தின் முன்னால் தொப்பியணியாத தலையோடும், கம்பளிக் கோட்டணிந்த உடம்போடும் குள்ளமாகத் தோன்றிய ஒரு மனிதர் நின்றுகொண்டிருந்தார். அவரது அகன்ற நெற்றியிலிருந்து பின்னோக்கி வாரி விடப் பெற்றிருந்த அவரது தலைமயிரின் நிழல் பின்னாலிருந்த வரைபடத்தின்மீது விழுந்தது. அவர் தமது கையில் ஒரு நீளமான பில்லியர்ட் விளையாட்டுக் கோலை வைத்திருந்தார். அவர் இடையிடையே தமது அடர்த்தியான புருவங்களை நெற்றி மத்தியில் ஒன்றுகூட்டி நெரித்தவாறு, தமது கையிலிருந்த கோலின் மூலமாக, வரைபடத்தில் தென்படும் வட்டங்களை அவ்வப்போது சுட்டிக்காட்டினார். அவர்

எந்த ஒரு வட்டத்தைச் சுட்டிக் காட்டுகிறாரோ, அந்த வட்டத்திலிருந்து உடனே ஒரு பிரகாசமான விளக்கொளி தோன்றியது; அந்தப் பிரகாசமான விளக்கொளியில் அந்த மண்டபத்தின் மங்கிப்போன தங்கநிற முலாம் பூசிய அலங்காரங்களெல்லாம் பளபளத்தன; அதே சமயம், கவனமிகுந்த விரிந்த கண்களோடும், ஆழ்ந்த பரபரப்போடும் விளங்கிய மெலிந்த முகங்களும் சபையில் தெரிந்தன.

ஆழ்ந்த அமைதிக்கு நடுவில் அந்த மனிதரின் உச்சஸ்தாயியில் ஒலித்த குரல் சபையில் முழங்கியது:

"ஐரோப்பிய ருஷ்யப் பகுதியில் மட்டுமே கோடானு கோடிக்கணக்கான டன் எடைக்கு, நம்மிடம் காற்றில் உலர்ந்து கருகிய பாசிப்பற்றைகள் இருக்கின்றன. அவை, நமக்கு எத்தனை எத்தனையோ நூற்றாண்டுக் காலத்துக்கும் போதுமான உத்தரவாதமான கையிருப்பாகும். பாசிப்பற்றைகள் ஆங்காங்கே உள்ளூரிலேயே கிடைக்கக்கூடிய எரிபொருளாகும். ஒரு ஏக்கர் காட்டு விறகிலிருந்து கிடைக்கக்கூடிய சக்தியைவிட, ஓர் ஏக்கர் பாசிப்பற்றைக் குட்டையிலிருந்து நமக்குக் கிடைக்கக்கூடிய சக்தி இருபத்தைந்து மடங்கு அதிகமாகும். நமக்கு முன்னாலுள்ள புரட்சிகரமான சீரமைப்புத் திட்டப் பிரச்னைக்கான பரிகாரத்தில் பாசிப் பற்றைகள் முதலிடம் பெறுகின்றன; அவற்றையடுத்து, இரண்டாவதாக நீர்ச்சக்தியும், மூன்றாவதாக நிலக்கரியும், இடம்பெறுகின்றன. போர்க்களத்தில் மட்டுமே வெற்றி கண்டுள்ள புரட்சி, தனது கொள்கைகளை எல்லாம் நடைமுறை சாத்தியமாக்கும் பணியில் உடனடியாக இறங்கத் துணியாவிட்டால், திடீரென்று வீசியடித்த புயற்காற்று தானாகவே அடங்கிவிடுவதைப் போன்று அந்தப் புரட்சியும் மூச்சிழந்து போய்விடும். நமக்கு மத்தியிலே வீற்றிருக்கும் விளாதிமிர் இலீச் லெனின்தான் எனது இன்றைய அறிக்கைக்கே காரணபுருஷராவார்; புரட்சியின் ஆக்கபூர்வமான வளர்ச்சிக்கான சூத்திரத்தையே அவர்தான் படைத்துக் கொடுத்திருக்கிறார்.

அந்தச் சூத்திரம் என்ன? சோவியத் ஆட்சியும், மின்சார சக்தியும் ஒன்றுசேர்வதுதான் கம்யூனிசம்.”

“அவர்களில் லெனின் யார்?” என்று ஐந்தாவது மாடியின் உயரத்திலிருந்து கீழே பார்த்தவாறு கேட்டாள், காத்யா. அவளது மெலிந்த கரத்தைக் கையில் இடைவிடாது பற்றிக் கொண்டிருந்த ரோஷின், பதிலுக்கு கிசுகிசுத்தான்:

“அதோ கறுப்புக் கோட்டு அணிந்திருக்கிறாரே. பார்! பார்! அவர் இப்போது எதையோ விரைவாக எழுதுகிறார்; அதோ அவர் தலைநிமிர்கிறார்; அந்தக் குறிப்பை மேசைமீது தள்ளிவிடுகிறாரே, அவர்தான் லெனின்! அதோ கோடியில் மெலிந்த தோற்றமும் கறுப்பு மீசையும் கொண்ட ஒருவர் உட்கார்ந்திருக்கிறார், பார்! அவர்தான் ஸ்டாலின்; தெனீகினை ஒழித்துக் கட்டியவர்.”

பிரசங்கி பின்வருமாறு சொல்லிக் கொண்டிருந்தார்:

ருஷ்ய நாட்டின் யுகாந்திர காலமான பேரமைதிக்குள்ளே புதைந்துகிடக்கும் கோடானுகோடி டன் எடையுள்ள பாசிப்பற்றைகள் எங்கெங்கே இருக்கிறதோ, பெரிய மலையருவிகள் எங்கெங்கே பாய்ந்து வீழ்கிறதோ, பேராற்றல் மிகுந்த நதியின் பிரவாகங்கள் எங்கெங்கே பெருக்கெடுத்துப் பாய்கின்றதோ, அங்கெல்லாம் சக்தி வாய்ந்த மின்சார நிலையங்களை நாம் நிறுவுவோம். சோஷலிஸ முறையில் அமைக்கப்பட்ட கூட்டு உழைப்பின் உண்மையான கலங்கரைவிளக்கங்களாக அவை திகழும். சுரண்டல்காரர்களின் நுகத்தடியிலிருந்து ருஷ்ய நாடு என்றென்றைக்கும் விடுதலை பெற்றுவிட்டது. மின்சார நெருப்பின் நிரந்தரமான நீங்காத பேரொளியால் நமது நாடு முழுவதையும் ஒளிபெற்றுவிடச் செய்வதே நமது கடமை. எது உழைப்பாளர்களுக்குச் சாபக்கேடாக இருந்ததோ, அதுவே உழைப்பாளர்களுக்கு அருட்பேறாக மாறியாக வேண்டும்.”

அவர் தமது கோலை உயர்த்தி, அந்த வரைபடத்தில் எதிர்காலத்தில் அமையவிருக்கும் மின்சார நிலையங்களின் ஸ்தானங்களைச் சுட்டிக்காட்டினார்; அத்துடன்

எதிர்காலத்தின் புதிய நாகரிகத்தின் தோற்றுவாய்களாக விளங்கப்போகும் வட்டாரங்களை அந்த வரைபடத்தில் லேசாகத் தொட்டுக் காட்டினார். விரிந்துபரந்த அந்த மேடையில் நிலவிய அரைகுறை இருளிலே, அந்த வட்டங்கள் பிரகாசமான நட்சத்திரங்களைப்போல் பளிச்சிட்டு ஒளிசெய்தன. பிரசங்க நேரத்தில், அந்த வரைபடத்திலுள்ள வட்டங்களில் பளிச்சிட்ட விளக்குகளைப் பேரொளி பெறச்செய்வதற்காக, மாஸ்கோவிலுள்ள மின்சார நிலையத்தின் சக்தியை எல்லாம் அங்கு திசை திருப்பிவிட நேர்ந்தது. இதன் காரணமாக, கிரெம்ளின் மாளிகையிலுள்ள மக்கள் கமிஸார்களின் காரியாலாயங்களில்கூட, பதினாறு மெழுகுவர்த்தி வெளிச்சச் சக்திகொண்ட ஒவ்வொரு மின்சார பல்பைத் தவிர, ஏனைய மின்சார பல்புகளெல்லாம் கழற்றி வைக்கப்பட்டிருந்தன.

அந்த மண்டபத்தில் அமர்ந்திருந்த மக்களெல்லாம் தமது ராணுவக் கம்பளிக் கோட்டுகளிலும், துப்பாக்கிக் குண்டுகள் துளைத்த சட்டைகளிலும் உள்ள பைகளில் அன்றைய தினத்தில் ரொட்டிக்குப் பதிலாக வழங்கப்பட்ட, சில கையளவு மதிப்புள்ள ஓட்ஸ் தானியத்தைப் போட்டு வைத்திருந்தார்கள். அவர்களெல்லாம் மூச்சு வாங்கமறந்த திறந்த வாயோடு, அப்போது ஆக்கப்பாதையில் அடியெடுத்து வைத்துவிட்ட புரட்சியின் தலை மயக்கம் தரும், எனினும், முற்றிலும் நடைமுறை சாத்தியமான திட்டங்களைக் கூர்ந்து கேட்டுக் கொண்டிருந்தார்கள்.

"என்ன பேசுகிறோம் என்பதை அவர் திட்டவட்டமாகத் தெரிந்துதான் பேசுகிறார்" என்று தெலேகின் தாஷாவிடம் அமைதியாகச் சொன்னான்; "அவரை எனக்கு நன்கு தெரியும்; அவர்தான் இஞ்சினீயர் க்ரிஷிஷானோவ்ஸ்கி. யுத்தம் முடிந்தபின்னர், நான் மீண்டும் இஞ்சினீயரிங் தொழிற்சாலைக்கே போகப்போகிறேன். எனக்கும் எனது சொந்தக் கருத்துகள் சில உண்டு. தாஷா! நான் மீண்டும் உழைக்கப் போக வேண்டும் என்று எவ்வளவு துடிக்கிறேன் தெரியுமா? அவர்கள் மட்டும் அத்தகைய

மின்சார நிலையத்தை உருவாக்கிக் கொடுத்துவிட்டால், அப்புறம் நம்மால் சாதிக்க முடியாத காரியமே இருக்க முடியாது. நம்மிடம் எவ்வளவு இயற்கையின் மூலாதாரச் செல்வங்கள் இருக்கின்றன தெரியுமா? - உனக்கு அதைப் பற்றி ஒன்றும் தெரியாதா? அவற்றை ஒழுங்காக மட்டும் பயன்படுத்தினால், அமெரிக்காவையே வெகுதூரத்தில் பின்தங்கி நிற்கச் செய்துவிடுவோம். நாம் அவர்களைக் காட்டிலும் எவ்வளவோ வளம் பொருந்தியவர்கள். நீ என்னோடு யூரல் பிரதேசத்துக்கு வர வேண்டும்; வந்து பார்க்க வேண்டும்."

தாஷா அவனுக்குப் பதிலளித்தாள்:

"ஆம். அங்கு பெரிய ஜன்னல்களும், கோந்து உருண்டைகள் முத்துமுத்தாகப் பதிந்த பலகைகளும் கொண்ட சுத்தமான மரவீட்டில் நாம் வசிப்போம். மாரிக்காலக் காலை வேளைகளிலோ, அதன் கணப்படுப்பிலே பெரியதான தீப்பிழம்புகள் சுடர்விட்டு எரியும்."

ரோஷின் காத்யாவின் காதருகில் கிசுகிசுத்தான்: "நாம் பட்ட பாட்டுக்கெல்லாம், நாம் சிந்திய ரத்தத்துக்கெல்லாம், இனந்தெரியாதுபோன, இதயத்துக்குள்ளேயே மோனமுற்றுக்கிடந்த வேதனைகளுக்கெல்லாம் எத்தகைய முக்கியத்துவம் இருந்திருக்கிறது என்பதை நீ உணர்கிறாயா? எல்லோரது பொது நன்மைக்காகவும் நாம் இந்த உலகத்தையே புனரமைப்போம். எல்லோரும் உயிரையே அர்ப்பணிக்கச் சித்தமாயிருக்கிறார்கள். இது என்னுடைய - கருத்து மட்டும் அல்ல. தங்கள் உடம்பிலே துப்பாக்கிக் குண்டுகள் விட்டுச்சென்ற துளைகளையும் வடுக்களையும் அவர்கள் அதற்கு அத்தாட்சியாகக் காட்ட முடியும். இதுதான் இங்கு, என் தாய்நாட்டில் நிகழ்கிறது. இதுதான் ருஷ்யா."

"தாயத்தை உருட்டி, ஆட்டத்தைத் தொடங்கிவிட்டோம்!" என்று அந்த வரைபடத்தின் அருகில் நின்ற மனிதர் தமது கோலை, ஈட்டிபோல் ஊன்றி, அதன்மீது சாய்ந்து நின்றவாறே பேசினார்: "நாம் நமது அரண்களிலிருந்து

நமது சொந்த நலவுரிமைகளுக்கும், உலகின் ஏனைய பகுதிகளின் நலவுரிமைக்கும் போராடுவோம்; மனிதனை மனிதன் - சுரண்டுவதை என்றென்றைக்கும் நிரந்தரமாக ஒழித்துக்கட்டுவதற்காகப் போராடுவோம்!”

22, ஜுன், 1941.